ஒரு வழிப்பறிக் கொள்ளையனின்
ஒப்புதல் வாக்குமூலம்

சந்தியா

நூற்று ஐம்பது ஆண்டுகளுக்கு முன் வட இந்தியாவில் பயணம் மேற்கொள்வது உயிரை பணயம் வைக்கும் செயலாகத்தான் இருந்துள்ளது. புழுதி எழும் சாலைகளில் குதிரைகளும் வண்டிகளும் மட்டுமே அன்றைக்கு இருந்த போக்குவரத்து சாதனங்கள். தக் என்ற கொள்ளைக் கூட்டங்களின் தாக்குதல்களும் உயிர்க்கொலைகளும் ஏராளம்.

இந்த வழிப்பறிக் கொள்ளையர்கள் ஒரு குழுவாக செயல்படுவார்கள். இவர்களது செயல்பாடுகள் விநோத மானது. இக்குழுக்களில் முஸ்லிம்களும், இந்துக்களும் இடம் பெற்றிருப்பார்கள். காளி இவர்களுக்கு தொழில் ரீதியான தெய்வம்; சகுனங்கள் பார்த்த பின்னரே தங்களின் வழிப்பறித் தொழிலை தொடங்குவர். யாத்ரீகர் களும், வணிகர்களும் இவர்களது இலக்கு. வீரர்கள் போலவும் மெய்க்காப்பாளர்கள் போலவும் தங்களை வெளிக்காட்டியபடி நயந்து பேசி பயணிகளை ஈர்த்து குறிப்பிட்ட நேரத்தில் குறிப்பிட்ட இடத்தில் கழுத்தை நெறித்து கொள்ளையடிப்பது இவர்களது வழக்கம். கொலை செய்யப்பட்ட நபரின் உடலை புதைக்க இவர்களிடம் உட்குழு ஒன்று முன்னேற்பாடுகளுடன் செயல்படும். இந்த கொள்ளைக் கூட்டம் எண்ணற்ற கொலை, கொள்ளைகளில் ஈடுபட்டாலும் தங்களது செயலை ஒரு பாவச் செயலாக கருதுவதில்லை. இவர்கள் காளியின் ஆணைப்படி இயங்குவதாக மனசித்தம் கொண்டவர்கள்.

இந்த ரகசியக் கூட்டம் 'தக்கி' என்று அழைக்கப்பட்டது. உள்ளூர் ஜமீன்தார்கள், சிற்றரசுகள் தக்கிகளிடம் பரிசு களும், கையூட்டுகளும் பெற்றுக்கொண்டு இவர்களின் செயல்களுக்கு மௌன ஒப்புதல் வழங்கி வந்தனர். ஆங்கி லேயே அரசு இந்தியாவில் ஓரளவு காலூன்றியதற்குப் பின் கிழக்கிந்திய கம்பெனியின் நிர்வாகத்தில் தக்கிகளுக்கு எதிரான நடவடிக்கைகளுக்காக ஒரு தனி பிரிவையே

அமைத்தது. இந்தத் துறையில் சிறப்பாக செயல்பட்டு வெற்றி கண்டவர் வில்லியம் ஸ்லீ மென் என்ற கிழக்கிந்திய கம்பெனியின் அதிகாரி.

தக்கிகளின் ப்ரத்யேக பரிபாஷைகளை கண்டறிந்து அவற்றை தொகுத்து *1836*இல் ராமசீயனா (Ramaseeana) என்ற நூலை வெளியிட்டார். இந்நூல் கிழக்கிந்திய கம்பெனியின் அதிகாரிகளுக்கு ஒரு கையேடாக அமைந்தது. இதையொட்டி எட்வர்ட் தான்டனின் 'Ilustrations of the History and practice of the Thugs' என்ற நூல் வெளியானது.

இவ்விரு நூல்கள் மூலம் லண்டனில் ஆங்கிலேய சமூகத்தில் 'தக்' என்ற இந்திய வழிப்பறி கொள்ளைக் கூட்டம் பற்றி அறிய ஆர்வம் மிகுந்திருந்தது.

இந்த காலக்கட்டத்தில்தான் பிலிப் மெடோஸ்டெய்லர் எழுதிய 'Confessions of a Thug' என்ற நாவல் *1839*இல் வெளியானது. புகழ்பெற்ற ரிச்சர்ட் பென்ட்லி நிறுவனம் இந்த நாவலை வெளியிட்டது. இந்த நாவலின் தமிழ்மொழி பெயர்ப்பே 'ஒரு வழிப்பறிக் கொள்ளையனின் ஒப்புதல் வாக்கு மூலம்' என்ற இந்த நூல்.

கம்பெனி அதிகாரியிடம் பிடிபட்ட ஒருவனிடம் விரிவான வாக்குமூலமாக இந்த நாவல் கட்டமைக்கப்பட்டுள்ளது.

டெய்லர், ஹைதரபாத் நிஜாமின் ஆட்சியில் காவல் துறை கண்காணிப்பாளராக பணியாற்றியவராக அறியப் படுகிறார்.

கொள்ளைக் கூட்டங்களை அடக்கி இந்தியாவில் சட்டம் ஒழுங்கை நிலைநாட்டிய நாங்களே இந்தியாவை ஆளப் பிறந்தவர்கள் என்ற கருத்தாக்கத்தை கம்பெனி ஆட்சியும், இத்தகைய படைப்புகளும் உருவாக்கின. இந்த நாவலுக்கு எழுதப்பட்ட மதிப்புரைகளும் இந்தியாவில் ஆங்கில அரசின் இருப்பை நியாயப்படுத்தின.

தக்கிகளின் வெறியாட்டமும் சாலையோரக் கொலைகளும், அவற்றை மதநம்பிக்கைகளின் பேரில் வளர்த்தெடுத்த கும்பல்களும் நிறைந்த ஒரு காட்டு மிராண்டித்தனமான *19*ஆம் நூற்றாண்டின் வட இந்திய சரித்திரத்துடன் ஒரு காதல் கதையைப் பிணைத்து இந்த நாவலை உருவாக்கியுள்ளார் பிலிப் மெடோஸ் டெய்லர்.

ஒரு வழிப்பறிக் கொள்ளையனின் ஒப்புதல் வாக்குமூலம்

பிலிப் மெடோஸ் டெய்லர்

தமிழில்
போப்பு

சந்தியா பதிப்பகம்
சென்னை - 600 083

முதற் பதிப்பு: 2012
இரண்டாம் பதிப்பு: 2016

ஒரு வழிப்பறிக் கொள்ளையனின்
ஒப்புதல் வாக்குமூலம்

பிலிப் மெடோஸ் டெய்லர்

தமிழில் போப்பு

அளவு: டெமி 1x8 ● தாள்: 60gsm ● பக்கம்: 800
அச்சு அளவு: 11 புள்ளி: ● விலை: ரூ.775/- (HB)
அச்சாக்கம்: அருணா எண்டர்பிரைஸஸ்
சென்னை 40.

சந்தியா பதிப்பகம்
புதிய எண். 77, 53வது தெரு, 9வது அவென்யூ,
அசோக் நகர், சென்னை- 600 083
தொலைபேசி எண்: 044 - 24896979

ISBN 978-93-81343-05-0

Tamil Translation Copyright
Sandhya Publications

ORU VAZHIPPARI KOLLAIYANIN
OPPUTHAL VAKKUMOOLAM

(Tamil Translation of the book 'Confessions of a Thug'
by Philip Meadows Taylor)

Pages: 800 ● Price: **775/-** (HB)

Printed at Aruna Enterprises,
Chennai - 40.

Published by
Sandhya Publications
New No. 77, 53rd Street, 9th Avenue, Ashok Nagar,
Chennai - 600 083. Tamilnadu
Ph : 044 - 24896979

sandhyapublications@yahoo.com
sandhyapathippagam@gmail.com
www.sandhyapublications.com

அறிமுகம்

பின் வரும் பக்கங்களில் குற்றத்தின் கதை விரிகிறது. நம்ப முடியாததுதான், ஆனால் அத்தனையும் உண்மை. நூலாசிரியன் என்ற வகையில் இதில் நான் செய்தது, நடந்த சம்பவங்களை, அமீர் அலியின் சாகசங்களைக் கிரமமாக இணைத்துக் கதையாகக் கோர்த்ததுதான். இயற்கையாகவே அத்தொழிலின் பயங்கரம் வாசிப்புச் சுவாரஸ்யத்தை அதிகமாக்கி இருக்கிறது.

நான் அவருடன் 1832இல் பரிச்சயம் பெற்றேன். குற்றங்களை ஒப்புக்கொண்டவர்களில் அல்லது தகவலாளிகளில் ஒருவராக அவர் சௌகோரில் இருந்து நிஜாம் பிரதேசத்திற்கு அனுப்பப் பட்டார். அவர் எதையும் மறைக்காமல் முன்வைத்த விதம் எனக்கு இந்த நாட்டின் மீது ஒருபோதும் மறக்கமுடியாத தொருஆச்சர்யத்தைத் தந்தது. அவர் சொன்னதை அச்சம் கலந்த ஆர்வத்துடன் உள் வாங்கினேன். அதே அரிய வியப்பு வாசகர் மனதிலும் ஏற்படும் என்று நம்புகிறேன். அவருடைய வாக்குமூலத்தை ஒன்றுடன் ஒன்று இணைத்து கதையாக மாற்றினேன். இதிலிருக்கும் ஒவ்வொரு குறிப்புகளையும் வைத்துப்பார்த்தால் அவர் மட்டுமே எழுநூற்றி பத்தொன்பது கொலைகளைச் செய்தவராவார். இது அவரது சாகாக்கள் மூலமாகவும் அரசாங்க ஆவணங்கள் வாயிலாகவும் மறு உறுதிப்படுத்தப்பட்டுள்ளது. அவர் ஒருமுறை என்னிடம் சொன்னது: "அய்யா நான் பன்னிரண்டு ஆண்டுகாலம்சிறைப் பட்டுவிட்டேன், இல்லையென்றால் இந்த எண்ணிக்கை ஆயிரத்தைத் தாண்டியிருக்கும்."

இந்தத் தக்கி முறை இந்திய மக்களின் கண்களில் படாமல் அவர்களுக்குத் தெரியாமல் எப்படி இயங்கி வந்தது அவர்களிடையே எப்படி ஒரு நிலையான அமைப்பாக இருந்து தொழில் செய்து வாழ்ந்து வந்தது? பெரும்பாலான ஆங்கிலேய மக்கள் இப்படியொரு விசித்திரமான கட்டுமானத்தை சமூக ரீதியாக அங்கீகரிக்கமாட்டார்கள். அதை அவர்களது தற்கால வரையறைக்குள் வைத்துப் புரிந்து கொள்ளுதல் சிக்கலானது. அதே நிலையுடன் ஒரு சமூகம் முன்னேறிப் போக முடியாது.

இந்தியா போன்ற பரந்த நிலப்பரப்பு பண்டைக் காலந் தொட்டே பிரதேசங்களாக சிதறிக்கிடந்தது. அவற்றை வசப்படுத்தியிருந்த மன்னர்கள், தலைவர்கள் ஒவ்வொருவரும் தமது சொந்த ஆளுகைப் பகுதியில் உயர்ந்தபட்ச அதிகாரத்துடனும், பொறுப்பற்ற தன்மையுடனும் திறனற்ற அரசுகளை நடத்தியுள்ளனர். தமது அண்டைப் பிரதேசங்களுடன் பொறாமைவுணர்வும், எதிரி மனப்பான்மையும் கொண்டிருந்தனர். இந்நிலப்பரப்பு முழுவதிலும் பிரதேசங்களிடையே பிரதான சாலைகளில் பயணிப்பவர்களுக்கு பாதுகாப்பு அளிக்கப்படாத நிலை இருந்தது. பாதுகாப்பு கோருவதற்கான பொது அமைப்புகள் இல்லாத நிலை அல்லது உறுதிமிக்க காவல் முறை கண்காணிப்பை எல்லா மாகாணங்களுக்கும் நீடிக்கும் சாத்தியம் இல்லாமலிருந்தது.

பொதுப் போக்குவரத்து முறை அதுவரை இந்தியாவில் உருவாக்கப்பட்டிருக்கவில்லை (உள்ளூர் சாலைகளை மற்ற பிரதேசத்தவர் பயன்படுத்துவதை எதிர்ப்பதும் நடைமுறைப் பண்பாக இருந்தது) நெடுந்தூரம் செல்ல வேண்டி வரும்போது குதிரையிலோ, கால்நடையாகவோ தான் பயணித்தனர். தொடர்ந்து மக்கள் நடமாட்டமுள்ள பிரதான சாலைகளில் (ராணுவப் பயன்பாட்டிற்காக உருவாக்கிய சாலைகள் தவிர்த்து) மட்டுமே பயணிப்பவர்களுக்குள் முன்னறிமுகம் இல்லையென்றாலும் பரஸ்பர பாதுகாப்பிற்காகவும், வழித்துணைக்காகவும் குழுக்களாக இணைந்து செல்லும் பழக்கம் இருந்துவந்தது. காடுகளுக்கும், மலைகளுக்கும் ஊடாக, குறைவான மக்கள் வசிக்கும் பகுதிகளின் கிராமங்களுக்கிடையே சுமூகமான உறவுகள் இருந்ததில்லை. கிராமங்கள் பல மைல்கள்தொலைவிற்கு துண்டித்தே கிடந்தன. வழிப்போக்கர்களுக்கு அவசியமான தகவல்கள் தரும் சாக்கில் அவர்களிடம் கொள்ளையடிப்பதற்கு ஏற்ப இச்சூழல் அமைந்திருந்தது. இதனால் வெவ்வேறு அளவில், வெவ்வேறு விதத்தில் தங்கள் சக்திக்கேற்ற வகையில் கொள்ளை

அடிக்கும் சுதந்திரம் தக்கிகளுக்கு வெகுசாதாரணமாக இருந்தது. அவர்களில் சிலர் வெளிப்படையாக ஆயுதங் களைக் கொண்டு தாக்கிக் கொள்ளையடிப்பதும், சிலர் மாறுவேடமிட்டு நடித்து சாதுர்யமாகத் திருடுவதும் அந்த வகைகளில் சில. எல்லாவற்றிற்கும் மேலாக அதி ஒற்றுமையாகவும், அதிரகசியமாகவும் அதேசமயம் அதி பயங்கரமான அழிமான வேலைகளிலும் தக்கிகள் இறங்கி இருப்பது சமீபத்திய ஆண்டுகளில் அதிக எண்ணிக்கையில் கண்டுபிடிக்கப்பட்டிருக்கிறது. நகரத்திற்கு வரும் பயணிகள் அன்றாட மளிகைப் பண்டங்கள் வாங்குவதைவிட நகரங்க ளில் தங்கி உரையாடி மகிழ்வதே அதிகமாக இருந்தது. அப்படியான சமயங்களில் தக்கிகள் அவர்களுடன் சாதுர்யமான பேச்சுக் களில் ஈடுபடுவார்கள். அவர்கள் கூடாரம் அமைத்துள்ள இடங்களிலும், மரங்களின் கீழ் படுத்திருப்பவர்களையும் நைச்சியமாகக் கவர்ந்து பேசி அடுத்தடுத்த ஒவ்வொரு கிராமத் திலும் தங்கள் உறவை வலுப்படுத்திக் கொள்வதால் பயணிகள் கொள்ளையடிக்கப்படுவதில் இருந்து தப்பவே முடியாது. மாறு வேடம் புனைந்து கொள்வது திருடர்களுக்கு மகத்தான சௌகர்யம். தக்கிகள் அனைத்து இனக் குழுக்களிலும், ஜாதிகளிலும், அனைத்துத் தொழிலிலும் நீக்கமற நிறைந்து இருக்கிறார்கள். கணக்கிட முடியாத அளவற்றப் பெருந்தொகை, தேசத்தின் முக்கிய அங்கமாக நிரந்தரமாகப் புழங்கிக்கொண்டு இருக்கிறது. தங்கமும் வெள்ளியும், பரிவர்த்தனை செலவில்லா மல் கைமாறுகிறது. நகைகளையும், அரியவகைக் கற்களையும் நாட்டின் வெவ்வேறு பகுதிகளுக்கு பொறுப்பான சிலர் எடுத்துச் செல்லும்போது திட்டமிட்டே அவர்கள் மோசமான வெளித் தோற்றத்தில் செல்கிறார்கள். அவ்வாறு பயணிக்கும் ஒவ்வொருவரும் தமது அன்றாட செலவினங்களுக்காகவும் பணம் எடுத்துச் செல்ல வேண்டியிருக்கிறது. அத்துடன் பொருட்களைச் சோதனையிடுவதற்கு அளவற்ற அதிகாரம் படைத்த சுங்கத்துறை அதிகாரிகள், பிரதேச சிற்றரசர்கள் போன்ற வர்களிடம் எடுத்துச் செல்லும் பொருள்களை மறைத்துக் கொண்டு செல்வது இயலாததாக இருக்கிறது. இதையறிந்த சில உதவியாளர்கள் தக்கிகளுக்கோ திருடர்களுக்கோ இதுகுறித்து உளவு கூறுவதைத் தடுப்பது எளிதானதல்ல.

சமீபத்திய புலனாய்வில் பாரம்பரிய நிலப்பிரபுக்களும், கிராமத்தின் தலைமை அதிகாரிகளும் பல தலைமுறைகளாகவே தக்கிகளுடனும், திருடர்களுடனும் நிரந்தர நிழல் உலகத்

தொடர்பு வைத்திருப்பது தெரிய வந்துள்ளது. அவர்களுக்கு தேவையான வசதிகள் செய்துகொடுப்பது, அவர்களது வன் முறை செயல்பாடுகளைக்கண்டு கொள்ளாமல் இருப்பது, வன்முறையாளர்கள் ஆபத்தான சமயத்தில் பதுங்குவ தற்கு இடம் அளிப்பது போன்றவை சர்வ சகஜமாக இருந்தது. அவர்களின் கொள்ளையில் இவர்களும் பங்கு பெறு வார்கள். அல்லது கொள்ளையர்களின் வீடுகள்மீது வரி விதிப்பார்கள். அந்த வரிவிதிப்பை கொள்ளையர்கள் மகிழ் வுடன் ஏற்றுக்கொள்வது சர்வசகஜமாக இருந்தது தெரிய வந்துள்ளது. கிட்டத்தட்ட ஒவ்வொரு கிராமத்திலும் (இதில் நகரங்களின் பங்கும் அதிகம்) இருக்கும் சாமியார்களும், பக்கீர்களும் மதத் தலைவர்களும் தக்கிகளுடன் நெருக்கமான உறவு கொண்டிருக்கிறார்கள். அவர்களது குடிசைகளும், வீடு களும் (கிராம, நகர) சுற்றுச் சுவர்களால் வெளிப்புறமாக மரங்களாலும் தோட்டங்களாலும் சூழப் பட்டிருந்ததால் அவற்றைத் தக்கிகளின் கூடுமிடங்களாக, மறைவிடங்களாக பயன்படுத்த வசதியாக இருந்திருக்கிறது. பக்கீர்கள் தங்களது புனிதக் கவர்ச்சியால் தங்களது தோட்டங்களில் பயணிகளுக்கு தங்க இடமும், நன்னீரும் கொடுத்து உபசரித்திருக்கிறார்கள். இந்த வசதிகளை நான் கண்டிருக்கிறேன். மற்றவர்களின் நூற்றுக்கணக்கான புலனாய்வில் இது விவரிக்கப்படவில்லை. இவர்களின் வளர்ச்சியும், பழக்கமும் மக்களிடமிருந்து விலகி இருப்பதால் இவர்களிடையே இந்தியாவெங்கும் நெருக்கமான உறவு பரவி இருக்கிறது.

தக்கிகளின் தோற்றம் குறித்தக் கட்டுக்கதைகளும் மாந்த்ரீக மிரட்டல்களும் முழுமையாக மறைந்து விட்டன. முரட்டு மலைகளில் முகமதியர்கள் வசிப்பதற்கும் அடுத்தடுத்த மொகலாய, தார்த்தாரிய படையெடுப்புகளின் போது நடந்த கொள்ளைகளுக்கும் தொடர்பு உண்டு என்கிறார், காலனிய அதிகாரி ஸ்லீமன். கொள்ளையர்களின் புனிதக் கடவுளாக பவானி தேவி இருப்பதால் ஆதியில் இது இந்து மதத்தைச் சேர்ந்தது என்றும் ஒரு சாரார் கூறுகின்றனர். ஆனால் முஸ்லீம்கள், இந்துக்கள் இரு மதத்தாரும் பவானி சக்தியின்மீது திடமான நம்பிக்கை கொண்டிருப்பது உண்மை. கொள்ளையில் பின்பற்றப்படும் இந்துச் சடங்குகளைக் கொண்டு பார்க்கும் போது தக்கிகள் இந்துப்பூர்வாங்கம் உடையவர்கள் என்பது நிரூபணமாகிறது. மிகத்தொன்மையான சடங்குப் பழக்கமே இன்றும் நீடித்துவருகிறது. கொள்ளைத் தொழில் செய்து வந்த

பல பாவனி பக்தர்களை கைது செய்து தூக்கிலிட்டது அக்பர் பேரரசு. அதற்கு முன்னர் இதற்கான எந்த வரலாற்றுப் பதிவு களும் இந்தியாவில் கண்டுபிடிக்கப்படவில்லை. உள்ளூர் அரசர்கள் 1810ஆம் ஆண்டிற்கு முன்னும் பின்னும் பல கொள்ளையர்களைக் கண்டுபிடித்து தூக்கிலிட்டிருக்கிறார்கள். ஆனால் அந்த விபரங்கள் பிரிட்டிஷ் அரசிடமோ அல்லது அதிகாரிகளிடமோ இல்லை யென்று நான் கருதுகிறேன் அந்த ஆண்டு ராணுவ சிப்பாய்கள் பலர் தங்கள் வீடு களுக்கு வரும்போதும், போகும்போதும் காணாமற்போனதையடுத்து தக்கிகளுக்கு எதிரான எச்சரிக்கையை சிப்பாய்கள் மத்தி யில் அளிக்குமாறு பிரிட்டிஷ் அரசு தனது தலைமை ராணுவ கமாண்டருக்கு உத்தரவு பிறப்பித்தது. தக்கிகளால் லெப்டினண்ட் மோன்சல் கொல்லப்பட்ட பிறகு1812இல் தக்கிகளை அவர்களது கிராமங்களில் இருந்து வெளியேற்றும் நடவடிக்கைகளில் திருவாளர் ஹால்கட் இறங்கினார். தக்கி கள் வசிப்பதாகக் கருதப்படும் சிந்துஸ் பர்கானாக் கிரா மங்களை ஆக்கிரமித்து அவர்களைத் தேடிக் கண்டுபிடித்து அவர்களின் செயல்பாடுகளைத் தடைசெய்தார்கள்.ஆண்டு தோறும் பெருந்தொகையை சிந்துஸ் அரசாங்க சந்ததியின ரின் பாதுகாப்பிற்கு வழங்கினார்கள். அந்தசமயம் சிந்துஸ் கிராமங்களில் மட்டும் 900 தக்கிகள் இருப்பதாக ஆவணப் படுத்தப்பட்டது. திருவாளர் ஹால்கடின் அழித்தொழிப்பு நடவடிக்கைகளுக்கு எதிரான தக்கிகளின் போராட்டத்தின் காரணமாக அதிகபட்ச அடக்குமுறை மேற் கொள்ளப்பட்டது. அதனால் தக்கிகள் தங்களது தொழிலை அதுவரை அறியாத நாட்டின் பிற பகுதிகளுக்கும் எடுத்துச் சென்றார்கள் என்பதில் சந்தேகம் இல்லை.

1816இல் தக்கிகளை அடக்குவதற்கு எந்த விதமான முறையை மேற்கொள்வது என்ற திட்டமே பிரிட்டிஷ் அரசுக்கு இல்லாமல் போனது விசித்திரமாகத் தோன்றுகிறது. தக்கிகளின் பழக்க வழக்கங்கள் எந்த விதமாக இருந்தன என்பதற்கு பலமான சான்றுகளாக டாக்டர் செர்வுட் மெட்ராஸ் செய்திப் பத்தி ரிகையில் எழுதியவற்றை கொள்ளலாம். அவை தென்னிந் தியாவில் தக்கிகள் பின்பற்றும் சடங்குகளின் சரியான விஸ்த ரிப்புகளாக இருப்பது போற்றுதலுக்குரியது. நாம் கவனிக்காத அல்லது கண்டு கொள்ளாமல்விட்ட பிசாசு சகுனங்களில் தக்கிகளுக்கு நம்பிக்கை உண்டு என்பதற்கான ஆதாரமாக செர்வுட்டின் பதிவுகளைக் கருதலாம். ஆனால் 1830வரை

இந்தியாவின் ஒவ்வொரு பாகத்திலும் குறிப்பாக தக்கிகள் பெருங்குழுக்களாக இயங்கி வந்த புந்தேல்கண்ட், மேற்கு மால்வா பிரதேசங்களில் மேஜர் போர்த் விக், கேப்டன் வார்ட்லோ, ஹென்லே ஆகியோரின் முயற்சியால் தக்கித் தொழில் முற்றாகத் தடைசெய்யப்பட்டது. பயணிகளைக் கொன்ற பெரும்பாலான தக்கிகளுக்கு மரண தண்டனை அளிக்கப்பட்டது. ஆனால் பொதுமக்களின் விழிப்புணர்வின்றி அழித்தொழிப்பு நடவடிக்கைகள் முழுமை பெறாது. உண்மையில் சொல்லப்போனால் அந்த அமைப்புகள் இன்றும் ஏதோ ஒருவகையில் மாறுபட்ட வடிவத்தில் இருப்பதாகவே நம்பப்பட்டது.

அந்த ஆண்டிலும் அதற்கு முந்தைய சில ஆண்டுகளிலும் தக்கிகளின் ஆதிக்கம் அஞ்சத்தக்க உச்சத்தை எட்டியது. பிரிட்டிஷ் அரசாங்கம் இந்த கொடுமை பிரமாண்டமாக வளர்வதை தடுத்து நிறுத்த ஒரு முடிவிற்கு வந்தது. புகழ்பெற்ற பொது தளபதிகளான மேதகு ஸ்டாக்வெல், ஸ்மித், வில்கின்சன், போர்த்விக் போன்றவர்கள் இந்த விஷயத்தில் தீவிர ஆர்வத்துடன் சிறப்பு கவனம் செலுத்தினார்கள். தக்கிகளின் பயங்கரமான தலைவனாகிய பெரங்கியாவையும் அவனது கூட்டாளிகளையும் காட்டிக்கொடுத்ததின் பேரில் பல தக்கிகளுக்கு மரண தண்டனையில் இருந்து விலக்கு அளித்தார்கள்.

கொள்ளைக்கூட்டத் தலைவன் வெளியிட்ட திகைப்பூட்டும் உண்மை, கேப்டன் ஸ்லீமன் முற்றிலும் எதிர்பார்க்காததாக இருந்தது. நர்மதா ஆற்றுப் பகுதி எல்லைப் பிரதேசத்தின் அரசியல் முகவரான அந்தத் திறமையான அதிகாரியின் பெயருக்கு அது களங்கம் விளைவிப்பதாக இருந்தது. அவன் சொன்ன புதை குழியை அகழ்ந்து பார்த்ததில் பதிமூன்று பிணங்களின் உடல்கள் வெவ்வேறு அழுகிய நிலையில் கண்டு பிடிக்கப்பட்டன. அந்த அதிகாரி அங்கேயே முகாமிட்டு அப்ரூவரின் தகவல்களை உறுதிப்படுத்தியதன் அடிப்படையில் ராஜபுதனத்தில் அதிக அளவில் திரண்ட பெரிய தக்கிக் குழுக்களைக் கைது செய்து விசாரணைக்குக் கொண்டு வந்தார்கள்.

இந்தக் காலகட்டம் தொடங்கி தக்கிகளைக் கட்டுக்குள் கொண்டு வரும்முறை முழுவீச்சில் நடைபெற்றதாகச் சொல்லலாம். கிட்டத்தட்ட அனைத்துத் தக்கிகள் குழுவிலி

ருந்தும் ஒன்றிரண்டு தகவலாளிகளைக் கைப்பற்ற முடிந்தது. சரியான தகவல் அளிப்பதன் மூலமே அவர்கள் உயிர் தப்ப முடியும் என்ற சூழலில் தங்களது கூட்டாளிகளைக் காட்டிக் கொடுத்தனர். அவர்கள் சுட்டிக்காட்டிய இடங்களைச் சோதித்து, பாதிக்கப்பட்டவர்களுடன் ஒப்புநோக்கி உறுதி செய்யப்பட்டது.

அந்த வகையில் தக்கிகளின் செயல்பாடுகள் இந்தியா முழுவதும் இயங்கி வருவது கண்டுபிடிக்கப்பட்டது. அதன் இருப்பு தெரிய வந்ததும் முதலில் மத்திய பகுதியிலும் அடுத்து இமயம் முதல் குமரிவரை, கட்ச் முதல் அஸ்ஸாம்வரை தக்கி களைக் கைது செய்து அவர்களது செயல்பாடுகள் முற்றாக முடக்கப்பட்டது. தகவலாளியின் கூற்றை முழுமையாக ஏற்று நடவடிக்கைகள் தீவிரப்படுத்தப்பட்டன.

அங்கொன்றும் இங்கொன்றுமாக தக்கிகள் நடத்தும் கொலைகள் மாவட்ட நீதிபதிகளால் நம்பமுடியாததாக இருந் தது. அதிகாரிகளின் கவனத்திற்கு வராமல் அமைதியான முறையில் கொலைகள் நடப்பது குறித்து வில்லியம் ஸ்லீமன் தனது அறிமுக உரையில் கூறியதை இங்கே தருகிறேன்:

"1822, 23, 24ஆம் ஆண்டுகளில் குடிமைப் பொறுப்பில் இருந்த நான் நீதிபதி பொறுப்பு ஏற்ற பின்னர் நர்மதை சமவெளியில் நரசிங்கப்பூர் மாவட்டத்தில் ஒரு ஆள் வந்து தகவல் அளிக்கும்வரை, எனது நீதிமன்றத்திலிருந்து நானூறு கஜதூரத்தில் இருந்த குண்டேலி கிராமத்தில் கொத்து கொத் தாக கொலைகள் செய்துவந்த கொலையாளிகளைப் பற்றி எனக்குத் தெரியாது. அங்கிருந்து ஒரு கட்டத்தைக் கடந்தால் சௌகோருக்கும் போபாலுக்கும் செல்லும் சாலையைப் பிடித்துவிடலாம். அங்கே முண்டேசூரின் அகன்ற தோப்பில் இந்துஸ்தான் மற்றும் தக்காணத்தைச் சேர்ந்த கொள்ளைக் கும்பல் ஒன்று பலநாட்கள் திட்டமிட்டுபல்வேறு கிளைகளாகப் பிரிந்து சாலையில் தங்களது பயங்கரமான தொழிலை நடத்தி வந்தனர். முண்டேசூர் தோப்புகளில் நூற்றுக்கணக்கான பயணிகளின் பிணங்களைத் தோண்டியெடுக்கவில்லையென்றால் எனக்குத் தகவல் சொன்னவனை நான் பைத்தியம் என்றோ முட்டாள் என்றோதான் நினைத்திருப்பேன். நான் நீதிபதியாகப் பொறுப் பேற்ற பிறகு கொள்ளையர்கள் தமது அழிவு வேலைகளை பூனா, ஹைதராபாத் நகரங்களுக்கு விரிவுபடுத்திக் கொண்டனர்."

இந்தத் தக்கித் தொழிலை அடக்கியாக வேண்டும் என்ற எச்சரிக்கை வந்ததும் மிகக்கடுமையாக நடவடிக்கைகளை மேற்கொண்டு, அவர்களை கண்டு பிடிப்பதற்காக நியமிக்கப் பட்ட அலுவலர்கள் அறிக்கைகளை ஆராய்ந்து முதலில் தகவலாளிகளைக் கைக்குள் கொண்டு வந்தனர். மேற்படி மாவட்டங்களில் கடுமையான நடவடிக்கைகளை மேற்கொள் வதற்காக உயர்மட்ட உளவு அதிகாரிகள் நியமிக்கப்பட்டனர். இதனால் தக்கிகளைக் கண்டுபிடிப்பது எளிதாக நடைமுறைக்கு வந்தது. தக்கி களுக்குப் பாதுகாப்பும் ஆதரவும் வழங்கிவந்த உள்ளூர் அரசுகளும், நிலவுடைமையாளர்களும் பட்டேல்களும் தங்களது ஒத்துழைப்பை விலக்கிக் கொண்டனர். எனவே தக்கிகளை அடக்கும் நடவடிக்கை பெருமளவில் வெற்றிபெற் றது. சந்தேகத்திற்கு இடமான பயணிகள் எந்தத் திசையில் பயணித்தாலும் காவல்துறையால் கடுமையாகச் சோதிக்கப் பட்டனர். முக்கிய நகரங்களில் தகவலாளிகள் காவல்துறையுடன் நிரந்தரமாக இருந்தனர்.

கடுமையான தண்டனைக்குள்ளாகிய தக்கிகள்பற்றிய பட்டி யலை காவல்துறையின் சூப்பிரண்ட் ஜெனரல் கேப்டன் ரொனால்டு நமக்குக் கனிவுடன் தந்துதவினார்.

அவை வருமாறு:

பினாங்கிற்கு நாடு கடத்தப்பட்டவர்கள்............	1059
தூக்கிலிடப்பட்டவர்கள்	412
கடுமையான உழைப்புடன் கூடிய ஆயுள் தண்டனை பெற்றவர்கள்................	87
வெறுங்காவல் பெற்றவர்கள்........................	21
வெவ்வேறு காலங்களில் சிறைப்பட்டவர்கள்.........	69
விசாரணைக்குப் பின் விடுதலையானவர்கள்.........	32
சிறையில் இருந்து தப்பியவர்கள்	11
சிறையில் இறந்தவர்கள்	36
மொத்த தண்டனைக் கைதிகள்	1727
அப்ரூவராக்கப்பட்டவர்கள்	483
குற்றம் நிரூபிக்கப்பட்டு தண்டனையளிக்கப்படாதவர்கள்....................	120
விசாரணை நடத்தப்படாமல் நாட்டில் பல்வேறு பகுதிகளில் சிறையில் இருப்பவர்கள்......	936
ஆகமொத்தம் கைதானவர்கள்........	3266

கேப்டன் ரொனால்டு மேலும் எழுதுகையில், "இதைத்தவிர இன்னும் 1800 கொடூரமான தக்கிகளின் பெயர்கள் தெரிய வந்துள்ளன. ஆனால் அவர்களை இன்னமும் பிடிக்குள்கொண் டுவர இயலவில்லை" என்கிறார்.

அப்படியானால் தக்கிகள் மீதான நடவடிக்கைகள் மேற் கொள்ளப்படுவதற்குமுன் எத்தனை அளவற்ற சூறையாடல்களும் கொள்ளைகளும் நடந்திருக்கும். அவர்களது இரக்கமற்ற கைகளால் ஆண்டுதோறும் எத்தனைபேர் கொள்ளப் பட்டி ருப்பார்கள். மஹ்ரத்தா பிண்டாரி போர்க்காலத்தில் (1831) தக்கிகளைக் கண்டுகொள்ள யாருமில்லாததால் அவர்களின் கொள்ளைத்தொழில் செழித்துப்பரவியது. காணாமற்போனவர் கள் பற்றிய தகவல்கள் அதிகாரிகளுக்கு அதிகமாகத் தெரிய வந்தது. தொலைந்துபோனவர்களின் உறவினர்கள் அவர்களுக்கு ஈமச்சடங்கு செய்து வைத்து நிறைவு பெற்றார்கள் என்பதில் இருந்தே தக்கிகளின் செயல்களால் சமூகம் எத்தனை ஆழமாகப் பாதிக்கப்பட்டிருந்தது என்பதைத் தெரிந்து கொள்ளலாம்.

இங்கே பின்வரும் பக்கங்களில் எழுதப்பட்ட வரையில் மட்டுமல்லாது தக்கிகளின் இருப்பு பல்வேறு வடிவங்களிலும் கண்டுபிடிக்கப்பட்டது. கங்கை நதியில் படகு வீட்டில் வசிப்பவர் களுடனும் நட்பு பூண்டு முகத்துவாரம் வரைப் பயணித்து பயணிகளைக் கொன்றிருக்கிறார்கள். கொல்லப்பட்டவர்களின் பிள்ளைகளை வீட்டு வேலைக்காக அடிமைகளாகவும், நாட் டியப் பெண்களாகவும், விபச்சாரத்திற்காகவும் எடுத்துச்சென்று விற்றிருக்கிறார்கள்.

தக்கிகள் மீது நடவடிக்கை மேற்கொள்ள இந்தியா முழு மைக்கும் (உள்ளூர் சிற்றரசுகள் உட்பட) சூப்பிரண்டன்ட் மட்டத்தில் பதினெட்டு அதிகாரிகளே நியமிக்கப்பட்டிருந்தனர். அதுபோக வேறுதுறையைச் சார்ந்த ஊழியர்களை அவர்கள் உதவிக்குப் பயன்படுத்திக்கொண்டனர். அந்த நேரத்தில்இந்திய வரைப்படத்தை எடுத்துப்பார்த்தால் ஒவ்வொரு பகுதியும் ஏதேனும் ஒரு சூப்பிரண்டின் கட்டுப்பாட்டின் கீழ் வரும். என் ஆர்வத்தில் பட்டியலை நான் மேலோட்டமாகப் பார்த்ததில் மைசூர் பிரதேசமும், தீபகற்பம் முழுதும் பெங்களூரில் நிலைகொண்டிருந்த பெங்கால் இன்பென்ட்ரி சூப்பிரண்ட் கேப்டன் எல்வால் பொறுப்பில் இருந்தது. ஹைதராபாத் நிஜாம் பிரதேசம் முழுதும் கேப்டன் மல்கல்ம் பொறுப்பில் இருந்தது. தக்கிகளின் அழிமான வேலைகளுக்கு முடிவு

கட்ட அனைத்துப் பகுதிகளிலும் பாகுபாடின்றி தீவிர நடவடிக்கைகள் மேற்கொள்ளப்பட்டன. அதற்குத் தேவையான ஊழியர்களை வேலைக்கு அமர்த்த எந்த நிதிக் கட்டுப்பாடும் விதிக்கப்படவில்லை.

நான் பதிவு செய்த வாக்குமூலத்தை மக்கள் மனதில் ஒளிந்திருக்கும் பயங்கரமான குற்றக்கதைகளைப் படிக்கும் ஆர்வத்திற்குத் தீனிபோடுவதற்காக வெளியிடவில்லை. தக்கிகள் மீது ஸ்லீமன் மேற்கொண்ட அரிய நடவடிக்கைகள் எடின்பர்க் ரெவியூ மூலம் இங்கிலாந்து வாசகர்களுக்கு பரவலாகத் தெரிய வந்துள்ளது. அதை முழுமையாக வெளிப் படுத்தவே இதனை நூலாக்கி வெளியிடுகிறேன்.

நான் பதினைந்து ஆண்டு காலம் இந்தியாவில் தங்கி அங்குள்ள மக்களிடம் நெருக்கமாகப் பழகிப் பெற்ற அனுபவத்தின் மூலம் தக்கிகளின் தெய்வீக நம்பிக்கைகளையும், சடங்குகளையும், இதில் வரும் காட்சிகளையும் உரையாடல்களையும் என்னால் நுணுக்கமாகச் சித்திரிக்க முடிந்துள்ளது என்று நம்புகிறேன்.

இந்த அத்தியாயங்கள் தக்கிகள் மீதான அடக்குமுறைகள் குறித்த விழிப்புணர்வை பொதுமக்களிடையே உருவாக்குமானால் அல்லது அதிகாரத்தில் இருப்பவர்கள் மனிதாபிமான நோக்குடனே இச்செயலில் ஈடுபட்டார்கள் என்று புரிந்து கொள்ளப்பயன்படுமானால் எனது நேரத்தை அர்த்தமுள்ள வகையில் செலவிட்டதாகக் கருதுவேன்.

லண்டன்   பிலிப் மெடோஸ் டெய்லர்
ஜூலை, 1839.

இரண்டாம் பதிப்பிற்கான முன்னுரை

இந்நூலின் முதற்பதிப்பு வெளியாகி 34 ஆண்டுகள் கழிந்த பின்னர் இரண்டாம் பதிப்பு வெளியிடுமாறு பொதுமக்களால் கேட்கப்பட்டுள்ளேன். இந்தக் கோரிக்கைக்குப் பெரிதும் நன்றிக் கடன் பட்டுள்ளேன்.

என்னைவிட இலக்கியத்தைத் தொழிலாகக் கொண்ட சில எழுத்தாளர்கள்தான் தங்களது முதல் கட்டுரையைத் திரும்பிப் பார்த்து நன்றியும் நிறைவும் கொள்வார்கள். எல்லிக்பூர் ரெஜி மெண்டில் பெரார் பகுதியில் 1837இல் சேவையாற்றிய போது மீண்டும் மீண்டும் பலமுறை வனக்காய்ச்சலால் தாக்குண்டு பல வீனப்பட்டிருந்தேன். நோயின் வேதனையில் இருந்து கவனத்தைத் திருப்புவதற்காக சாய்வு நாற்காலியில் அமர்ந்தபடி இரண்டு முட்டிக் காலில் ஒரு பலகையை வைத்து கொள்ளையனின் வாக்குமூலத்தை எழுதினேன். நாளாக நாளாக உட்கார்ந்து யோசிக்கக்கூட முடியாத அளவு மிகவும் பலவீனப்பட்டிருந்தேன். ஆனாலும் இவை அச்சாகும் என்ற நம்பிக்கை இருந்தது. சிகிச்சை பெறுவதற்காக நான் இங்கிலாந்திற்கு அனுப்பப்பட்டேன். 1839இல் முதல் பதிப்பு காலஞ்சென்ற திருவாளர் ரிச்சர்டு பெண்டேலேயால் வெளியிடப்பட்டது. இதில் சொல்லப்படும் விஷயங்கள் முற்றி லும் புதியதாகவும், வினோதமாகவும், வியப்பூட்டுவதாகவும் இருந்ததால் உடனடியாக மக்கள் மனதில் இடம்பிடித்தன. இந்திய மக்களின் பழக்க வழக்கங்களும், சிந்தனைகளும், தக்கின் சடங்குகளும் சுவாரஸ்யமாக இருந்திருக்கிறது. தக்கின்

வாக்குமூலம் பயங்கரமாகவும், சொல்லப்போனால் கவர்ச்சிகரமாகவும் இருந்திருக்கின்றன. பழைய பதிப்பு முற்றாகத் தீர்ந்து விட்டது. மறு அச்சு செய்வதற்கும் சாத்தியமற்ற நிலை. வேறு வழியின்றி என்னிடமிருந்த ஒரேயொரு பிரதியையும் கொடுக்க வேண்டியதாயிற்று.

கொள்ளையனின் வாக்குமூலத்தை எழுதுவதற்குக் கொஞ்சம் முன்னர்தான் நூற்றுக் கணக்கான தக்கிக் கொலையாளிகளின் வாக்குமூலத்தைப் பெற்று விசாரணைக்காகவும் புலனாய்விற்காகவும் குற்றங்களை பதிவு செய்வதற்காகவும் வழக்குகளை தயாரிக்கும் பணியை ஏற்றிருந்தேன். அதேபோல தக்காணத்தில் இருந்த பல குழுக்களை கைது செய்வதற்கு உத்தரவிட்டுக் கொண்டிருந்தேன். என் மனம் முழுதும் நான் எடுத்த குற்றக் குறிப்புகளால் நிரம்பி வழிந்தது. தக்கிகளை ஒடுக்குவதற்கான சிறப்புக் காவல்படை ஜெனரல் சர் வில்லியம் ஸ்லீமன் தலைமையில் முழுவீச்சில் இறங்கியிருந்தது. ஆயிரக்கணக்கான தக்கிகள் கண்டுபிடிக்கப்பட்டு கைதாகி நீதிமன்றத்திற்குக் கொண்டு வரப்பட்டனர். பிரிட்டிஷ் அரசின் ஆளுகைக்குட்பட்ட அனைத்துப் பகுதிகளுக்கும் இந்நடவடிக்கை விரிவாக்கப்பட்டது. உள்ளூர் மாகாண அரசுகளின் ஆளுகைப் பகுதிகளுக்கும் எடுத்துச் செல்லப்பட்டது. தீவிரமாகவும் அதுவரை இல்லாத உறுதியுடனும், மேற்கொண்ட சில ஆண்டுகளிலேயே சிறிய குழுக்களைத் தவிர மிகப்பெரிய அளவிலான தக்கிகள் ஒழித்துக் கட்டப்பட்டனர். இந்திய நெடுஞ்சாலைகளில் நூற்றாண்டுகளாக நிலவி வந்த குற்றத்தை அடக்க நானறிந்தவரை இதற்கு நிகரான வேறு நடவடிக்கை எடுக்கப்பட்டதில்லை.

இவ்வெற்றியைத் தொடர்ந்து காவல்படை தக்காய் கொள்ளைக்காரர்களை ஒடுக்கக் களமிறங்கியது. ஆனால் தக்கிகள் நசுக்கப்பட்டதும் தக்காய்த் குற்றங்கள் இல்லா தொழிந்தது. இப்போது கடந்த பல ஆண்டுகளாக நெடுஞ்சாலையில் எந்தக் கொள்ளைக் குழுவும் குற்றச்செயல்களில் இறங்குவதில்லை.

இப்போது தக்கிகளைப் போலவே விஷம், போதைப்பானம் அல்லது மயக்க மருந்தை பயணிகளுக்குக் கொடுத்து கொள்ளையடிக்கும் குற்றங்கள் தலை தூக்கியுள்ளது. இது அரிதாகவே காணப்படுகிறது. பாரம்பரியத் தொழிலாக இல்லாதபோதும் பஞ்சாபைச் சேர்ந்த 'முஜ்பீ' சீக்கியர்களும் மற்ற சிலரும் அங்கொன்றும் இங்கொன்றுமாக கழுத்து நெறிப்பு செயலில் ஈடுபடுகின்றனர். தகுதிவாய்ந்த கலோனல்

ஹார்வே இதைக் கட்டுக்குள் கொண்டுவர தன்னை ஈடுபடுத்திக் கொண்டுள்ளார். அவருக்கும் அவரது குழுவினருக்கும் இந்திய மக்கள் நல்லாதரவையும் ஒத்துழைப்பையும் தருவார்கள் என்று நம்புகிறேன்.

தக்கிகளின் விசித்திரமான முறை மக்களின் மனதில் ஒரு தாக்கத்தை விளைவித்திருக்கிறது. நான் எனது வாசகர்களுக்குப் பணிவுடன் தெரிவிக்க விரும்புவது தக்கிகளுக்கு எதிராக தீவிரமான விசாரணைகள் நடைபெற்றபோது அவற்றுடன் தொடர்பான கொடுங்குற்றங்களை நான் மிகையாகவோ அல்லது குறைத்தோ கூறவில்லை. உண்மையில் நான் கேட்டதை மட்டுமே இங்கே கூறியுள்ளேன்.

ஓல்டு கோர்ட்,   மெடோஸ் டெய்லர் சி.எஸ்.ஐ.
ஹரால்டுஸ் கிராஸ்,
ஏப்ரல், 1873.

மொழிபெயர்ப்பு அனுபவங்கள்

அமாவாசை இரவில் ஒற்றைத் தடத்தில் போய்க்கொண்டிருந்தேன். ஆரோவில் வனத்தின் நெடிதுயர் மரங்களும், பல்லின பூச்சிகளின் ரீங்கார இசையும் இருட்டின் அடர்த்தியை அதிகரித்தன. என் நினைவுப் மடிப்புகள் அனைத்தும் இறுகித் தக்கையாக ஒரு சிறுவனுக்குரிய அச்சம் என்னைக் கவ்வியது. திடீரென வெண்பட்டு மினுமினுப்பில் குதிரைகள் சட சடவென என்னைக் கடந்து ஓடின. சுமார் 30 குதிரைகள் ஓடிய அந்த சில நிமிடங்கள் அதிர்ந்தது நிலமா? என் உடலா? என்பதைப் பிரித்து உணர முடியவில்லை. இன்னும் ஒன்றரைக் கிலோ மீட்டர் நடந்த பிறகுதான் கனத்த கருப்பில் தனித்துக் கிடக்கும் தார்ச்சாலையை அடைய முடியும். சட்டென்று என் பாதத்தைத் தாங்கிய ஈர நிலம் நழுவி என்னுடைய காலம் பின்னோக்கிக் கடுகியது. பேருந்து பிடித்து நகரத்தின் முரட்டு வெளிச்சத்திலும், சீரற்ற இரைச்சலிலும் கலந்துவிட்ட பின்னரும் குதிரைக் குளம்படிகள் என் நெஞ்சில் திடும் திடுமென விழுந்தபடியே இருந்தன. இவ்வுணர்வு கரைந்துபோகும் முன் சில நாட்களிலேயே 'Confessions of a Thug' என்ற ஆங்கிலப் பிரதியை ரெங்கையா முருகன் எனக்குக் கையளித்தார். இந்த வெளியை தேடித்தான் என் மனம் அலைந்தது போன்றதொரு ஆசுவாசம். இதனை வாசிக்க வாசிக்க அமீர் அலியின் கொள்ளைக் குழுவில் நானொரு உறுப்பினனாகி விட்டேன்.

அவ்வாசிப்பின் ருசியை எனக்கே எனக்கென்று சில நாட்கள் என்னுள் அசைபோட்டுத் திரிந்தேன். சந்தியாவின் ஓரிரு நினை

வூட்டலில் எனக்குள் இருந்த பெரும் பதற்றத்துடன் மூன்றே மாதங்களில் தமிழாக்கினேன்.

இந்நாவலின் நிகழ்காலந்தான் என் முதல் ஈர்ப்பு. கடவுள் மறுப்பாளனிடம் கூட மத அடையாளம் குத்தப்பட்டிருக்கும் இக்காலத்தைச் சேர்ந்த நமக்கு மதங்களைக் கடந்த பக்தியுணர்வுடன் இருவேறு மதத்தினர் தமக்கான அறத்தினைக் கற்பித்துக் கொண்டு, ஒரே கடவுளின் பேரால் தொழிலைப் பயின்று வந்த கால விசித்திரம் நம் ஆர்வத்தைத் தூண்டுகிறது. பிறன் பொருளைக் கவர்தல், பிறன் உயிரை மாய்த்தல் போன்றவற்றை மனித விழுமியம் உளவியல் ரீதியாக அடக்கி விடுவதால் அவற்றைச் செய்ய விரும்பாத போதும், கண்களால் காண விரும்பாத போதும் காதால் கேட்கவும், வாசிக்கவும் எந்த மனித மனமும் பாம்புபோல அவற்றுள் நழுவிச் செல்கிறது. ஆனால் இவை யாவும் மேலோட்டமான சுவாரஸ்யங்களே.

முதல் வாக்கியம் தொடங்கி புதினத்தின் இறுதி வாக்கியம் வரையிலும் ஒன்றிற்கொன்று அரூப கண்ணிகளால் பிணைக்கப் பட்டுள்ளன. இதன் நம்பகத் தன்மை நடந்தவைதான் என்றாலும் அவற்றைச் சீராக அடுக்கினதும், காட்சிகளைத் தெளிவாகக் காட்சிப் படுத்தியதும் மெய்மையை உறுதிபட நிறுவுகிறது.

இன்றுவரை பாத்திரங்களை சாலிட் பிளாக்குகளால் கட்டி உயர்த்திக் கொண்டு வரும் ஒரு மொண்ணைச் சூழலில் இதில் வரும் பாத்திரங்கள் அனைத்தும் மனித மனதிற்கான குழைவுடனும், சில இடங்களில் பாறைபோல் வறண்டு இறுகியும் உலவுகின்றன. அதன் பூர்வ அழகு சிதையாமல் புதின வெளியில் உலவுகின்றன. எழுநூற்றுக்கும் மேலான கொலைகளை செய்து முடித்த அமீர் அலி தன் மகன் இழப்பிற்காகவும் அவன் வயதை ஒத்த சிறுவனைக் கொல்ல நேர்ந்ததற்காகவும் இரு பதாண்டுகளுக்கு பிறகு வாக்குமூலம் அளிக்கும்போது துயர் பொங்கியழுகிறான். எத்தனை வாள்களுக்கும் இடையில் துணிச்சலுடன் நின்று போரிடுகிறவன் தன் குழு இளைஞனை இழக்க நேர்ந்ததற்காக குற்றவுணர்வு கொண்டு, துவண்டு போகிறான். கொள்ளையடிக்கும் இடத்தில் தன்னிலும் கூடுதல் அதிகாரம் உடைய ஒருவன் பெண்ணை வன்புணர்வு செய்ய முயன்றதற்காக உயிரைப் பறிக்கும் ஆத்திரம் கொண்டு, வஞ்சகமாகக் கொன்று தீர்க்கிறான். அவனே பின்னொரு சந்தர்ப்பத்தில் இரண்டுநாள் பட்டினிக்கு உணவளித்த ஒருவனின் கழுத்தில் அற்ப பொருளுக்காக சுருக்குக் கைகுட்டை

வீசுகிறான். இளைஞனாக இருக்கும்போதே புலியைக்கொன்று தன்னடக்கத்துடன் நிற்கிறான். கொலைத்தொழிலை விட்டொழித்து வாழ முயன்றபோதும் புறச்சூழலும், சாகச ஆர்வமும் மீண்டும் மீண்டும் அவனைத் தக்கித் தொழிலுக்குள் தள்ளுகிறது.

புதினத்தின் மையப்பகுதியில் வரும் சப்ஜீகானின் அடிமையும் ஆசைக் கிழத்தியுமான கரீமா அசாதாரணமான பாத்திரம். யாருடைய வாசிப்பிலும் தீர்மானகரமான இடத்தைப் பிடித்துக்கொள்வாள். அடைய விரும்பும் சர்ஃப்ரஸ்கான் கையால் அவள் மடிவதும் நூற்றுக்கணக்கான கொலைகள் செய்தவன் கரீமாவைக் கொன்றபின் புத்தி பேதலித்துப் போவது தன்பொருளை எல்லாம் குழு நண்பர்களுக்குஅளித்துவிட்டு காட்டு வழியில் பயணிப்பவர்களுக்கு உபகாரம் செய்பவனாக மாறுவதுபோன்ற காட்சிகளால் நாவல் மேலான கட்டத்திற்கு உயர்கிறது. கொள்ளைக் குழுவிற்குள் மேற்கொள்ளப்படும் கூட்டு முடிவு, அம்முடிவை எட்ட கைக்கொள்ளும் ஜனநாயகப் பண்பு, பயணிகளிடம் நயந்துபழகுதல், தந்திரமான வார்த்தைக் குத்தல். சோநாத் அர்ச்சகன் கொள்ளையனிடம் காசு வாங்கிக்கொண்டு தன்னைக் காலங்காலமாக நம்பியிருக்கும் வணிகனுக்கு வஞ்சக ஜோதிடம் கூறுவது என ஒவ்வொன்றாக எடுத்து வைக்கவே விரல்கள் துடிக்கின்றன. ஆனால் வாசிப்புக்குக் குறுக்கே நிற்பது அநாகரீகம் என்பதால் அகல்கிறேன்.

இந்தியாவில் நிலவும் விசித்திரமான பழக்க வழக்கங்களை இங்கிலாந்து வாசகர்களுக்கு எடுத்துரைப்பதன் மூலம் நாகரீகமான சட்டத்தின் ஆட்சியை இந்தியாவில் நிறுவுவற்கு ஆங்கிலேயரின் இந்திய இருப்பு அவசியமானது, என்பதை மறைமுகமாக உணர்த்துவதற்காக எழுதப்பட்ட நாவலாக இருந்தாலும் இது நாவல் கட்டுமானத்தில் மிகச்சரியாகப் பொருந்திவிட்டதாக அமைந்திருக்கிறது.

இன்னொருவகையில் இந்தியாவிற்கு வராமலே இந்தியா பற்றி ஜேம்ஸ் மில் (ஹிஸ்டரி ஆப் இண்டியா 1818) போன்றவர்கள் எழுதி, லண்டனில் வெளியான சில நூல்கள் பிரபலமாகப் பேசப்பட்டதால், மெடோஸ் டெய்லர் இந்நாவலை எழுத கூடுதல் உந்துதல் பெற்றிருக்கலாம்.

கொள்ளை, கொலை மனித அறத்திற்குப் புறம்பானது என்பதை நிறுவுவதற்காக எழுதப்பட்டிருந்தாலும், சட்டத்தின்

அதிகாரத்தால் அரசின் துணை கொண்டு வெகுதிரள் மக்களிடம் அடிக்கப்படுவது கொள்ளையாகாதா? என்ற கேள்வி எழுப்பத் தெரிந்தவர்களுக்கு இதன் மைய நீதி மயக்கத்தைத் தருவதில்லை. “இங்கிலாந்தைப் போல் இந்தியா எப்போது முன்னேறும்” என்று காந்தியிடம் கேட்கப்பட்ட கேள்விக்கு இங்கிலாந்து கொள்ளையடிக்க ஒரு இந்தியா கிடைத்ததுபோல் எங்களுக்கு இன்னொரு ஐம்பது தேசங்கள் கிடைக்கும்போது” என்று அவர் அளித்த பதிலையும் நினைவூட்டும்.

ஆனால் இவற்றையெல்லாம் கடந்து மெடோஸ் டெய்லர் நமக்கு தனது நுணுக்கமான விவரணைகளின் மூலம் நாவலின் நிகழ் களத்தைத் துல்லியமாக காட்சிப்படுத்துகிறார். நாடக இலக்கணத்தோடு செதுக்கப்பட்ட கச்சிதமான உரையாடல். அரசவையில் இருந்து புதைகுழி தோண்டுவோர்வரை வெவ்வேறு தரப்பட்ட உரையாடுந்தன்மை. அங்காங்கே உள்ளூர் வட்டார மொழிக் கைக்கொள்ளல் என இன்றைக்கு நூற்றியென்பது ஆண்டுகளைக் கடந்தும் பழைமைக் களிம்பு ஏறாமல் புது மினுக்குடன் நிற்கிறது நாவல்.

நாவல் என்ற உரைநடை வடிவம் உலக அளவில் உருப்பெற்ற போது எழுதப்பட்டு, நாவல் நோக்கர்களால் ‘கிங்ஸ் ஆப் நாவல்ஸ்’ என்ற பட்டியலில் இடம் பிடித்த நாவல் இது.

இப்புதின வெளிக்குள் நானும், எனது வீட்டிற்குள் நாவல் பாத்திரங்களும் இடப்பெயர்வு பெற்றிருந்தோம். என் மகள் மீனாவை மீரான் என்று அழைத்திருக்கிறேன். நாவலில் குளிரடிக்கும் பிரதேசத்தில் உலவும்போது போர்வையெடுத்துப் போர்த்தி நடுநடுங்கித் தூங்கியிருக்கிறேன். பின்னிரவில் எழுந்து குழு உறுப்பினர்கள் எல்லாம் கூடாரத்தில் பத்திரமாக இருக்கிறார்களா? என்று என்வீட்டு ஆட்களைக் கணக்கிட்டுக் குழம்பியிருக்கிறேன். ஒரு விதமான ஜுரம் எனக்குள் இருந்து கொண்டே இருந்தது.

மூலத்தின் அதே சுவாரஸ்யம் குன்றாமல் தர பெரிதும் முயன்றிருக்கிறேன். அவசர கதியில் தமிழாக்கப்பட்ட முதல் படியை ஒப்புநோக்கி தவறுகளைச் சீராக்கித் தந்தார் எனது அன்பிற்குரிய சந்தியா நடராஜன். அவரது மேலான கவனமின்றி பிரதி இத்தனை மேன்மை பெற்றிருக்க முடியாது.

புதினத்தின் முதல் பக்கம் தொடங்கி இறுதிப் பக்கம்வரை ஆறு முறையும் அதுபோக அத்தியாயங்களாக, பக்கங்களாக,

பத்திகளாக எத்தனை முறை சிக்கெடுக்கும் வேலை செய்தேன் என்று கணக்கே இல்லை. இவ்வேலையில் ஈடுபட்டு உடல் சோர்வுற்றேனேயன்றி பக்கங்களைக் கடக்கும் சலிப்பு ஒரு போதும் எனக்குத் தோன்றியதேயில்லை. அப்படியாக இழுத்துக் கட்டிய நாணாகத் திண்ணென்று தெறிக்கிறது இப்பிரதி.

உலகத்தின் பல்வேறு அடுக்கு இலக்கியங்களும் தத்துவங்களும் தமிழில் வாசிக்கச் சாத்தியப்பட்டிருக்கிறது. இந்தியப் மொழிகளில் அண்டை இனங்களுக்கு அப்பால் மராத்தி, வங்காளம் தவிர்த்து மற்ற இலக்கியங்கள் தமிழ் வாசகர்களுக்கு பரிச்சயம் இல்லை. இப்புதினம் மத்திய இந்தியாவில் துவங்கி தெற்கே குண்டூர் வரையும் மேற்கே பம்பாய் வரையும் கிழக்கே கல்கத்தா வரையும் வடக்கே ராஜஸ்தான் வரையும் பயணிக்கிறது. இப்பகுதி மக்களின் வாழ்க்கையைக் கலாச்சாரத்தை மேலோட்ட மாகக்கூடத் தொட்டுச் செல்லவில்லை என்றாலும் சுமார் இரண்டு நூற்றாண்டுகளுக்கு முன் இருந்த கிராமங்களின் நிலையை, கிராமங்களுக்கும் கிராமத் தலைமைக்கும், கிராமத் தலைமைக்கும் நவாபுகளுக்கும் இடையே இருந்த உறவை, நவாபுகளுக்கும் ஆங்கிலேயருக்கும் இருந்த உறவை ஓரளவு புரிந்துகொள்ள உதவும். புதினம் ஊடாடும் நிலவெளி, அதில் விளையும் பயிர்கள், மரங்கள், சிற்றாறுகள், பேராறுகள், ஓடைகள், மலைகள், பள்ளத்தாக்குகள் அவற்றில் நிலவும் தட்ப வெப்பம் அனைத்தின் ஊடாக நாம் உயிருடன் உலவ முடி கிறது. அந்த வகையில் கூடுதலான முக்கியத்துவம் பெறும் புதினம் இது.

இப்பக்கங்களில் இருந்து என்னை விலக்கிக்கொள்ள விருப்ப மற்று, அவற்றுள் பதுங்கிக்கொள்ள என் மனம் குழந்தையைப் போல் அடம் பிடிக்கிறது. ஆனாலும் ஆயிரக்கணக்கான வாச கர்களுக்குத்தானே இப்பிரதி போகிறது என்று அதனைப் பெருஞ்சமாதானம் செய்கிறேன்.

இதற்கான முதல் சுழிப்பிற்கு விரலைப் பிடித்ததுடன்பல்வேறு உதவிகள் புரிந்துவந்த ரெங்கையா முருகன், என் வாழ்க்கைப் போக்கைத் திசை மாற்றிவிட்ட இனியத் தோழன் பவா, 'உனக்குத் தொழில் எழுத்து' என்று எனக்கு கட்டளையிட்ட கவிஞர் சேதுபதி, இக்கட்டான தருணங்களில் என்னைத் தன் உள்ளங்கையில் ஏந்திக்கொள்ளும் அக்கா கவிஞர் இரா. மீனாட்சி, கனிவான வார்த்தைகள் கொண்டு என் இதயத்தை வருடும் புதுவைக் கவிஞர் பாலா ஆகியோர் மீது நான்

கொண்டிருக்கும் அன்பை ஒரு எளிய மொழிபெயர்ப்பாளனாகிய நான் இந்நூலின் வாசகர்களிடத்துப் பகிர்கிறேன். இறுதியாக இந்நூலை வெளியிடும் சந்தியா பதிப்பகத்திற்கும் திரு. சௌந்தர ராஜன் அவர்களுக்கும் என் நன்றிகள்.

அன்புடன்
போப்பு

kavipoppu@gmail.com

உள்ளே...

1. கொள்ளையனின் பால பருவம் ■ 31
2. கொள்ளைத் தொழிலின் ஆதி தர்மம் ■ 47
3. டுபாக்கூர் தில்தர்கானும், அமீர் அலியின் புலிச்சாகசமும் ■ 61
4. புனிதக் கோடாரி மீது ஆணையாக நான் சொல்வதெல்லாம்.... ■ 76
5. ஏறு குதிரையில்..... பிடி அவனை..... ■ 100
6. முதல் சுருக்கு முடிவுறாத பயணம் ■ 115
7. வணிக வேஷம் போட்டு, உளவுக்காக நகர் வலம் ■ 131
8. ராஜதர்பார் பாடலில் அழைப்பு விடுத்த காதலி ■ 146
9. கொள்ளை விலைக்கு விற்ற கொள்ளை நகை ■ 165
10. ராஜாவுக்கும் பெப்பே... காவலுக்கும் பெப்பே... ■ 183
11. தம்பி தலைவர் அண்ணன் ஆலோசகர் ஒரே குழப்பமா இருக்கே? ■ 198
12. ஊர் மந்தையில் வழங்கிய தீர்ப்பு ■ 213
13. தலை ஒன்று லாபம் இரண்டு ■ 224
14. அலையின் ஓசையில் ஆண்டவன் குரல் ■ 235
15. மாமியார் கையால் மொஹ்ரம் விருந்து ■ 254
16. கோழைத் தரகனிடம் காட்டிய வீரம் ■ 266
17. கொள்ளையே, கொள்ளை போனது ■ 279
18. நீதிபதியைத் தாக்கி குழு நண்பர்கள் மீட்பு ■ 290
19. குமால் ரசீது பணமாகக் கொட்டுகிறது ■ 302
20. ஜோரா போனாள்... அஜீமா அழைத்தாள்.... ■ 314
21. பறந்து வந்தது பட்சி ■ 325
22. இரண்டு அஷ்ரப்புக்காக புனித விதியை மாற்றிய முல்லா ■ 336
23. விஷ அம்புக்கு எதிராக துப்பாக்கிப் பொறிகள் ■ 352
24. நவாப் என்றால் கொம்பா? பார்க்கலாம் ஒரு கை ■ 363
25. சாகச நாயகனின் வடிவழகு ■ 382

26. பத்ரிநாத் மாட்டிகொண்ட கதை	▪ 390
27. ஆடு - நரி ஆட்டம் ஆடலாம் வா....	▪ 402
28. இடுப்புச் சதை குலுங்கச் சிரிக்கும் சேட்ஜீக்கும் போடு ஒரு சுருக்கு	▪ 421
29. மூன்றாம் காதல் படுத்தும் பாடு	▪ 431
30. துரோகிகளுக்குக் கிடையாது உயிர்பிச்சை	▪ 443
31. பெரர் பள்ளத்தாக்கில் மரணக் காய்ச்சல்	▪ 459
32. ராஜாவுக்கு லஞ்சம் கொடுத்துத் தஞ்சம் புகல்	▪ 481
33. கொள்ளையன் மனதைக் கொள்ளை கொண்ட கொள்ளையன்	▪ 493
34. ஆற்று வெள்ளம் போல் புகுந்த கொள்ளை கூட்டம்	▪ 512
35. சீத்து தன் வாழ்நாளில் பெறாத விருந்துபச்சாரம்	▪ 528
36. அரசியல் நிலவரம் – சதியாலோசனை	▪ 539
37. ஒயின் புட்டியில் ஒப்பியம் கலந்து ஒரு களியாட்டம்	▪ 550
38. காட்டிக் கொடுத்த கருப்பு ஆடு	▪ 574
39. உளவு சொன்ன முன்னாள் கொள்ளையன்	▪ 592
40. பழைய சாகசப் பெருமை சொல்லியே இன்னொரு கொள்ளை	▪ 610
41. குற்றவுணர்வில் தத்தளித்த பீர்கான்	▪ 629
42. அரசுக்குக் கணக்குக் காட்ட...	▪ 647
43. எனக்கு வேண்டும் எங்கேயோ பார்த்த தாயத்து	▪ 674
44. கிரகங்களை மாற்றி வைத்த ஜோஷ்யக்காரன்	▪ 693
45. அரசவையில் விசாரணை	▪ 711
46. ஊரே காறித் துப்புது	▪ 727
47. பிள்ளைக்குத் தெரியாமல் தந்தை தந்த சீதனம்	▪ 743
48. குடும்பத்தை அழித்தவனைக் காட்டிக் கொடுத்துப் பழிதீர்த்தல்	▪ 756

ஒரு வழிப்பறிக் கொள்ளையனின் ஒப்புதல் வாக்குமூலம்

●●●

பிலிப் மெடோஸ் டெய்லர்

1

கொள்ளையனின் பால பருவம்

கேளுங்கள், சாகேப். சொல்கிறேன். என் வாழ்க்கைப் பின்னணி, அதனுடன் எனக்குள்ள உறவு ஆகியவற்றை உங்களால் புரிந்துகொள்ள முடியும். என் வாழ்க்கைக் கதையின் மூலமாக நீங்கள் அறிய முனைகிற எங்கள் நாட்டு மக்களின் விசித்திரமான பழக்கவழக்கங்களைப் புரிந்துகொள்ள முடியும். ஒருவகையில் நான் ஐரோப்பியர்களுக்குக் கடமைப் பட்டவன் என்பதால் என் கதையைச் சொல்றதுக்கு தயக்கம் ஒன்றும் இல்லை. நான் துணிச்சலுடன் புரிந்த அருஞ்செயல்களை பெருமையாகவோ, உயர்வாகவோ கருதாமல் இருக்கமுடியவில்லை. சொல்லப்போனால் அவற்றை அடிக்கடி நினைவுறுத்தி ஆன்ம எழுச்சி கொள்கிறேன். என் உத்தரவிற்குப் பணிந்து பேரார்வத்துடனும் பெரும் நம்பிக்கையுடனும் கச்சிதமாகக் கொள்ளயடித்த என் குழுவிற்கு தலைமை ஏற்கவும் அவர்களுடன் கொள்ளைப் பயணம் மேற்கொள்ளவும் மீண்டும் விருப்பம் மேலிடுகிறது.

ஆனால் அந்தக்கட்டம் இப்போது கடந்துவிட்டதுசாகேப். வாழ்க்கை அவரவருக்கும் நேசிப்பிற்குரியது. உங்கள் சட்டங்களுக்குப் பணிவதற்காக என் வாழ்க்கைப் பாதுகாக்கப்பட்டிருக்கிறது. எனக்கு நீங்கள் காட்டிய சகாயத்திற்கு கடமைப்பட்டு இருக்கிறேன். என் பழைய ஆட்டத்தை எல்லாம் விட்டுவிட்டு, உங்கள் எதிரில் பயந்து நடுங்கிப்போய் உட்காந்திருக்கேன். என்னுடைய சாகசங்கள் எப்படிப்பட்டதென்று நீங்கள் அறிந்ததுதான். என்னுடைய கொள்ளைக் கும்பலில் எத்தனையோ

பேர் என்னுடன் சகஜ மான உறவிலிருந்தார்கள். இன்னும்கூட பலர் வெளியில் இருக்கிறார்கள். சிலர் உங்களோட புனிதமான சட்டத்திற்கு தங்களைத் தத்தம் செய்திருக்கிறார்கள். தானாகவே விரும்பி கும்பல்ல இருந்து விலகினவர்களைக்கூட வேட்டைக்கு வேட்டை துரத்தி சீக்கிரமாகவே பிடித்துவிடும் உளவு சக்தி உங்கள் கையில் இருப்பது உண்மையே.

ஆனாலும் ஒரு கொள்ளையனுக்குரிய மனபலம் அவங்கிட்ட திடமாகத்தான் இருக்கு. கொள்ளையை உங்களால் முழுமையாக அழித்துவிட முடியாது. பாருங்கள்.... தங்கள் தொழிலின் பொருட்டு நூற்றுக்கணக்கில், ஏன் ஆயிரக்கணக்கில் என்று கூடச் சொல்லலாம் துன்பப்பட்டிருக்கிறார்கள். ஆனாலும் கைதிகளின் எண்ணிக்கை குறைந்திருக்கிறதா என்றால் இல்லை. அதுக்கு மாறாக அவங்க அதிகமாகத்தான் ஆகியிருக்கிறார்கள். கைதாகி தூக்குமேடை ஏறிக்கொண்டே தான் இருக்கிறார்கள். எனக்குத் தெரியாத சிலவற்றைக்கூட நீங்கள் மற்றவர்கள் மூலமாக தெரிந்துகொள்ள வேண்டும். எங்கேயெல்லாம் அவன் இருக்கமாட்டான் என்று நினைத்தோமோ அங்கேயெல்லாம், இந்த தேசத்தின் அனைத்துப் பகுதிகளிலும் அவன் பரவிக் கொண்டேதான் இருக்கிறான். இத்தனை நாள் கழித்தும்கூட உங்களால் அவனை முழுதாகக் கண்டுபிடிக்க முடியவில்லை"

"அமீர் அலி நீ சொல்வது யதார்த்தத்தில் உண்மைதான். உன் பழையத் தொழிலை இன்னும் முழுமையாக ஒழிக்க முடியவில்லை என்பதை ஒப்புக்கொள்கிறேன். இப்போதும் கூட வளப்பமாகத்தான் இருக்கிறது. தானாகவே முன்வந்து கைதாகும்போது, காட்டு மிருகங்களைப்போல வேட்டையாடிப் பிடித்துத் தூக்கிலிடும் போது, மனிதர்கள் ஓய்ந்துதான் போவார்கள். அல்லது தீவாந்திரத்துக்கு அனுப்பினால் அவன் நிலைமை இதைவிட மோசமாகி கஷ்டப்பட வேண்டிவரும். ஒரு தக்கி எங்கே இருக்கிறான் என்று கண்டுபிடிக்க எங்கள் அரசாங்கம் முழு மனதோடு இறங்குமானால் இந்தியா முழுக்க ஒரு இடம் இல்லாமல் சலித்து எடுத்துவிட்டால், அதற்கு மேலும் உங்கள் தொழில் நீடிக்காது."

"நீங்க தப்புப் பண்ணுறீங்க சாகேப். ஒரு தக்கினுடைய தொழில் எவ்வளவு தூரம் விசித்திரமானது என்பது உங்களுக்குத் தெரியாது. என் புத்திக்கு எட்டுகிற மட்டும் சொல்கிறேன் கேளுங்கள். கடைசியொரு தக்கி இருக்கும்வரை அதை ஒழித்துவிட முடியாது. அந்த ஒருத்தன் தன்னைச்

சுற்றி இருக்கிறவர்களை வளைத்துப் போட்டுவிடுவான். என் சொந்த வாழ்க்கையில் நடந்ததை வைத்துச் சொல்கிறேன். அது எவ்வளவு தூரம் சரியானதென்று பின்னால் நீங்கள் புரிந்து கொள்வீர்கள்.

எங்களைக் கண்டுபிடிக்க உங்க இங்கிலிஷ்காரங்க எத்தனை வெறித்தனமாக இறங்கி விளையாடினீர்கள். உங்களோட ஒவ்வொரு நாளும், ஒவ்வொரு மாதமும் பிரமிப்பில்தானே கழிந்தது. ஒரு புலி, ஒரு சிறுத்தை, ஒரு காட்டெருமை, அட ஒரு காட்டுப்பன்றிகூட தான் அழிவதற்கு முன் தன் உயிருக்காக எத்தனை தூரம் போராடுகிறது, நினைத்துப் பாருங்கள். அதைப் பிடிக்க எத்தனை தூரம் உங்கள் உயிரையே பணயம் வைக்க வேண்டி வருகிறது. அப்படியானால் ஒரு தக்கி எத்தனை தூரம் விளையாடிப் பார்ப்பான். 'அவன் மனுஷன்யா.' தன் எதிரியான உங்களை போன்ற ஒரு மனிதப் பிறப்பு அவன். குழந்தை தொட்டு கிழவன் வரைக்கும் ஒரு தக்கியானவன் தன்னை மரணத்திற்கு ஒப்புக் கொடுப்பதாக சபதம் ஏற்றவன். அவனை நீங்கள் சாதாரணமாக அழித்துவிட முடியாது."

"துஷ்டர்களிலும் பயங்கரமான துஷ்டன் நீ. கொலைகாரர்களைப் பற்றி என் முன் விரிந்து கிடக்கும் பதிவுகள் வழியாக உன்னைப் பற்றி குறைந்தபட்சமாவது எனக்கு நன்றாகத் தெரியும். ஆனாலும் உன்னுடைய கதையைச் சொல்லத் துவங்கு. மனிதகுலம் சந்தித்திராத, கற்பனைக்கும் எட்டாத எத்தனை மோசமான கதையையும் கேட்பதற்கு நான் தயாராக இருக்கிறேன்"

"நீங்கள் நினைப்பதைப் போல நான் மோசமானவனாகவே இருக்கலாம். இனி நான் மறைப்பதற்கு என்ன இருக்கிறது. ஆனாலும் என்னோட கதையைத் துவக்கவேண்டும் என்று நீங்கள் ஆசைப்பட்டு விட்டதால், அதனைச் சின்ன வயது முதல் கோர்வையாக ஞாபகப்படுத்திக் கொள்கிறேன்"

"இங்கிலாந்து வாசகர்களுக்காக உன்னோட கதையை நான் எழுதிக் கொள்கிறேன். உன்னைப்போல அசாதாரணமானவர்களின் கதையை அங்குள்ள மக்கள் கண்டிப்பாக நிச்சயமாக விரும்புவார்கள். அதில் எனக்குச் சந்தேகமே இல்லை."

"நல்லது சாகேப் ஆரம்பித்து விடலாம்; என்னோட ஆரம்பகால நினைவுகள் என்று பார்த்தால் சில ஆண்டுகள் முன்னர்வரை அவ்வளவாகத் தெளிவற்று இருந்தது. நான் பிறந்த

இடம் ஹோல்கார் பிரதேசத்தில் ஒரு கிராமம். என்னுடைய பெற்றோரை எனக்குத் தெரியாது. எங்கள் வட்டாரத்திலேயே எப்போதும் தங்க, வெள்ளி நகைகள் அணிந்திருப்பது நான் தான். என்னைக் கவனித்துக்கொள்ள வேலைக்காரர்கள் இருந்தார்கள்.. அதனால் அந்த வட்டாரத்திலேயே எங்கள் குடும்பம் மரியாதைமிக்க குடும்பமாக இருந்திருக்க வேண்டும் என்று நினைக்கிறேன். அம்மா என் நினைவில் மங்கலாகத் தான் தெரிகிறார்கள்.. நல்ல நிறமாக, உயரமாக இருந்த அவங் களைத்தான் அம்மா என்று அழைப்பதை வழக்கமாகக் கொண்டிருந்தேன். என்னை கவனித்துக் கொள்ள இன்னொரு வயதான அம்மா எப்போதும் உடன் இருந்தார்கள். அவங்க என் தாதி. அப்புறம் என்னைவிட வயதில் சிறிய தங்கை. அவள் மீது நான் மிகவும் அன்பாக இருந்தேன். எனக்கு வேற எதையும் சரியாக ஞாபகத்துக்குக் கொண்டுவர முடியவில்லை.. என்னைத் தக்கியாக மாற்றிய சம்பவம் மட்டும் என் மனதில் ஆழமாகப் பதிந்து இருக்கிறது. மற்றெதும் அவ்வளவாக நினைவில் இல்லை.

வீட்டில் அன்று வழக்கத்துக்கு மாறான பதற்றம் நிலவியநாள். துணிமணிகள், சாமானெல்லாம் அவசர அவசரமா எடுத்து வைத்துக்கொண்டு இருந்தார்கள். நான் நினைத்தது போலவே, அடுத்தநாள் அதிகாலையில் நாங்கள் வீட்டை விட்டுக் கிளம்பினோம். நானும் என் அம்மாவும் ஒரு டோலியில் பயணித்தோம். வயதான சம்பா அம்மாவும் எங்களோடு குதிரையில் வந்தார்கள். என் அப்பா ஒரு பெரிய குதிரையை ஓட்டிக்கொண்டு வந்தார். எங்களுக்குப் பாதுகாப்பு தருவதாக நினைத்துக்கொண்டு அக்கம் பக்கத்து வீட்டுப் பிள்ளைங்க எல்லாம் கையில் ஆயுதங்களை வச்சிக்கிட்டு எங்களோட வந்தார்கள்.

நாங்கள் கிராமத்தை விட்டுக் கிளம்பி மூன்று அல்லது நான்காவது நாள் இருக்கும். அன்றைய பயணம் முடிந்ததும் வழக்கம்போல நகரத்துப் பஜாரில், ஒரு பழைய வீட்டில் ஓய்வெடுத்தோம். எங்க அப்பா அங்கேயே எங்களை விட்டுட்டு அவர் வேலையாக வெளியில் போய்விட்டார். எங்க அம்மா வெளியே போகமுடியாது. நானும் வெளியில் போக அனுமதிக்கப்படவில்லை. நாங்க இருந்த இடத்தின் உள் அறையில் போய்ப் படுத்திருந்தேன். சம்பா சமைப்பதில் மும்முரமாக இருந்தார். ஜவான்கள் எல்லோரும் வெளியில் போயிருந்தார்கள். என்னை யாரும் கவனிக்கவில்லை. எங்கம்மா

சொன்னதை மறந்திட்டு நான் மற்ற தெருப்பிள்ளைங்களோடு விளையாட்டில் இறங்கி விட்டேன். நான் கொஞ்சம் மேட்டிமை வீட்டுப் பிள்ளை. ஒழுங்கான உடையணிந்து, வெள்ளி, தங்க நகைகள் அணிந்திருந்தேன். மற்ற அழுக்கான பசங்ககிட்ட இருந்து நான் தனித்து தெரிந்திருக்கலாம். ஒருத்தர் என்னை அழைத்து "நீ யார்" என்று கேட்டார். அவர் பார்வைக்கு நல்ல லட்சணமாக இருந்த நடுத்தர வயதுக்காரர். என் அப்பா பேர் யூசுப்கான் என்றும், எங்கப்பா, அம்மா, நான் எல்லோரும் இந்தூர் போவதாகவும் சொன்னேன்.

அந்த ஆள் தொடர்ந்து பேசினார். "நான் நேற்று பார்த்தது உங்களத்தான் போலிருக்கு, மாட்டுவண்டியில போனது உன் அம்மாதான் இல்லையா?" நான் கோபத்தோடு மறுத்தேன். "இருக்காது... என் அம்மா பல்லக்கில்தான் வந்தாள். நானும் அவளோட வந்தேன்; என் அப்பா பெரிய குதிரைல வந்தார். எங்களுடன் வேலைக்காரியும், வேலைக்காரர்களும் வந்தாங்க. நாங்களென்ன குடியானவர்களா? எங்களை குறைவாக எடை போட்டு விட்டீர்களே."

"நல்லது குட்டிப்பையா. நீ சொன்னது போலவே இருக்கட்டும். நீயும் பெரிய குதிரையில போவாய். என்னைப்போல வாளும், கேடயமும் ஏந்திக்கொண்டு போவாய். சரி உனக்கு இனிப்பு சாப்பிட இஷ்டம் உண்டா? இந்த ஜிலேபி, அல்வா எல்லாம் பார்த்தால் உனக்கு நாக்கில் எச்சில் ஊறவில்லையா? என்கூட வா..... போய் இனிப்பு வாங்குவோம்."

ஒரு குழந்தைப் பையனுக்கு இனிப்பின் மீதான ஆசையை எப்படிக் கட்டுப்படுத்த முடியும்? நாங்கள் நின்ற இடத்தில் இருந்து அச்சத்துடன் கடையைப் பார்த்தேன். அந்த ஆளுடன் சேர்ந்து அல்வா வாங்கப் போனோம்.

கைக்கொள்ளாத அளவு இனிப்புகள் வாங்கிக் கொடுத்து, "போ போய் வீட்ல உட்கார்ந்து நல்லாச் சாப்பிடு" என்று சொன்னார். அதை எல்லாம் வாங்கி ஒரு கர்சீபில் முடிந்து இடுப்பில் சுத்திக் கட்டிக்கொண்டு விளையாட நடந்தேன். இதை எல்லாம் தெருப்பிள்ளங்க பார்த்துகொண்டு இருந்தார் கள்.. நான் அவர்களோடு விளையாடிக் கொண்டிருக்க, அவர்கள் கண்ணெல்லாம் ஜிலேபிமேல இருந்தது. எனக்கு இனிப்பு வாங்கிக் கொடுத்த ஆள் உடனடியாக தூரமாகப் போய்விட்டார். என்னையும் ஜிலேபியையும் பார்த்துக்கொண்டு இருந்த பசங்க என்மேலே கல்லும், மண்ணும் எடுத்து எறிந்தார்

கள். அதுபோக ஒருத்தன் என்னை மறிச்சுக்கிட்டான். மற்ற பசங்க எனக்கு அன்பளிப்பாகக் கிடைத்த ஜிலேபியைப் பறிக்க முயற்சி செய்தார்கள். என்னால முடிந்த மட்டும் போராடி னேன். பசங்க என்னைச் சூழ்ந்திட்டதால விட்டுக் கொடுக்குறது தவிர என்னால வேற எதுவும் செய்ய முடியவில்லை. என் பொக்கிஷத்தை விட்டுக் கொடுத்துட்டேன். அத்தோட விஷயம் முடிந்துவிடவில்லை. ஒரு பெரிய பையன் என் கழுத்துல இருந்த நெக்லஸைப் பறித்தான். நான் என் சக்தியைத் திரட்டி வெறிபிடித்த மாதிரி உறுமினேன். இந்த சத்தம் இனிப்பு வாங்கிக் கொடுத்த ஆளு காதுலபட்டு ஓட்டமா ஓடிவந்தாரு, என்னைச் சூழ்ந்திருந்த பசங்க ஓட்டம் எடுக்க ஆரம்பிச்சாங்க. அதுக்கப்பறம் அந்த ஆளு என்னைத் தன் பாதுகாப்பில் பத்திரமாக அழைத்துக்கொண்டு, என் வீடுவரைக்கும் வந்து, சம்பாகிட்ட நடந்த விபரம் சொல்லி 'பையனைப் பத்திரமா பார்த்துக்கோ, பார்வைக்கு தூரமா விடாதே' என்று எச்சரிக்கை கொடுத்துட்டுப் போனார்.

நான் துயரத்தில் தேம்பித் தேம்பியழுதேன். அந்த வித்தியாச மான சத்தம் கேட்டு என் அம்மா தன் பக்கத்துல அழைத்து, "என்ன நடந்தது" என்று கேட்டாங்க. நான் என் கதையையும், அந்த ஆள் என்னைப் பாதுகாப்பாக, சம்பாகிட்ட சொல்லி விட்டுட்டுப் போனதையும் சொன்னேன். சுத்திக் கட்டின திரைக்குள்ள இருந்த அம்மா அந்த ஆளை அழைத்து, நன்றி சொன்னாங்க. கூடவே என் அப்பா வெளியிலே போயி ருக்கிறதையும், இன்னும் ஒன்னு அல்லது ரெண்டுமணி நேரத்துல வந்துவிடுவார் என்றும், அப்பா அழைத்தால் வந்து பாத்துட்டுப் போங்க என்றும், என் பிள்ளையைக் காப்பத்தினதுக்கு ரொம்ப நன்றின்னும் சொன்னாங்க. அந்தாள் போய்ட்டு சாயந்தரம் வர்ரேன்னு சொல்லிட்டுப் போய்விட்டார். அவர் போய் கொஞ்ச நேரத்துலேயே என் அப்பா வந்துட்டார். வந்த உடனே நடந்ததுக்காக அடியும், திட்டுமாக எனக்கு நல்ல வெகுமதி கிடைத்தது. இந்தப் பிரச்சினைக்குக் காரணமான இனிப்பை எடுத்துக் கொடுத்து அம்மா என்னைச் சமாதானப்படுத்தினார்கள். நான் அப்போ திருந்த செல்வாக்கான நிலையும், இப்போதிருக்கிற இக்கட்டான நிலையும் நினைத்துப் பார்க்கிறேன். விதி என் வாழ்வில் எப்படி யெல்லாம் விளையாடி இருக்கிறது பார்த்தீர்களா சாகேப்.

எனக்கு அறிமுகமான அந்த நபர் வேறொரு ஆளையும் உடன் அழைத்துகொண்டு மாலையில் வந்தார். என் கதையைப்

பேசிக் கொண்டு இருந்தாங்க. அப்பறம் பேச்சின் திசை வேற பக்கம் போனது. அந்தப் பேச்சின்போது தான் 'தக்' என்ற வார்த்தையை நான் முதன் முதலாகக் கேட்டேன். அவங்க உரையாடலில் இருந்து, நான் புரிஞ்சிக்கிட்டது இதுதான். நாங்க இருக்கும் இடத்துக்கும் இந்தூருக்கும் இடையில் நிறைய தக்கிகள் இருக்கிறார்கள். அந்த ஆள் என் அப்பாவ தக்கிங்க விஷயத்துல ஜாக்கிரதையா இருக்கவேண்டும் என்று எச்சரிக்கை செய்தார். மேலும் தாங்கள் சிப்பாய்கள் என்றும், வேறொரு வேலையாக இந்தூர்ல இருந்து இங்கே வந்திருக்கிறதாகவும் சொன்னார். அவரோட இன்னும் சிலபேர் இருக்கிறதாகவும், நாங்க இண்டூர் போறதுக்கு பாதுகாப்பு உதவி செய்வதாகவும் சொன்னார். என் நண்பர் என்னிடம் மிகவும் அன்போடு என்னை விளையாடுறதுக்கு அழைச்சிட்டுப் போவதாகவும், அடுத்த நாள் குதிரையில் ஏற்றிக்கொண்டு போவதாகவும் வாக்குறுதி கொடுத்தார். அவரோட கனிவான இயல்பைக் கண்டும், அடுத்தநாள் குதிரையில் போக இருப்பதை நினைத்தும் நான் ரொம்ப சந்தோஷமாக இருந்தேன். ஆனா அவரோட வந்திருந்த இன்னொரு ஆளின் தோற்றம் எனக்குப் பிடிக்கவில்லை. விகாரமாக இருந்தான். நான் அந்த ஆளப்பத்தி இன்னும் நிறைய பின்னாடி சொல்றேன் சாகேப்.

அடுத்தநாள் காலையில் பயணத்தைத் துவக்கினோம். எங்களுக்கு ஏற்கனவே அறிமுகமான நண்பர்களுடன் மேலும் இருவர் சேர்ந்து கொண்டனர். ஊருக்கு வெளியில் உள்ள ஒரு மாந்தோப்பில் சந்தித்தோம். அங்கேதான் அவர்கள் முகாம் போட்டிருந்தார்கள். அங்கேயிருந்து பயணம் ஆரம்பித்தது. அப்படியே ரெண்டுநாள் கழிந்தது. என் நண்பர் தான் சொன்னபடியே என்னைக் குதிரையில் அமர்த்திக்கொண்டு போனார். சில சமயம் அவர்கூட குதிரையில் இருந்து இறங்கி நடந்து வந்தார். நான் ஜாலியாக குதிரையில் வந்துகொண்டு இருந்தேன். அந்தக் குதிரை சாதுவானதாக இருந்தது. உச்சி வெயிலின் வெப்பம் ஏறுகிற வரைக்கும் நான் குதிரையில் சந்தோஷமாக வந்தேன். வெயில் வந்தபின் பல்லக்கில் ஏற்றிக் கொண்டார்கள். அது மூணாவது நாள் என்று நெனைக்கிறேன். என் நண்பரும், என் அப்பாவும் ஒருத்தருக்கொருத்தர் பக்கமாக வந்திட்டு இருந்தாங்க. என் நண்பர் சொன்னார்....

“யூசுப்கான், இந்த ஏழை வேலைக்காரர்களை எல்லாம் ஏன் கூடவே இந்தூருக்கு இழுத்துட்டு வர்றீங்க? எங்களை

எங்கே பாத்தீர்களோ அங்கிருந்து அப்படியே ஊருக்கு அனுப்பி இருக்கலாமே? உங்களுக்கு வேண்டிய பாதுகாப்பை எங்கள் ஆட்கள் கொடுப்பார்கள். கூடவே துணைக்கு நானும் இருக்கேன். இந்தப் பயணத்தோட மீதி நாட்களுக்கு, இது போதாதா உங்களுக்கு. உங்களுக்கும் குடும்பத்துக்கும் பாது காப்பில் எந்தப் பங்கமும் வராது. எங்களை நம்புங்கள். அதுபோக கடந்த ரெண்டு நாட்கள் முடிந்த பயணத்தில் ஆபத்தான பகுதியைக் கடந்துவிட்டோம். காட்டுப் பகுதி போய்விட்டது. இனி நாட்டுப்பகுதிதான். நமக்கிருக்கிற ஒரே பயம் தக்கிங்கதான். அவங்களோட எல்லை காட்டோடு முடிந்தது. இனி என்ன?"

என் அப்பா சொன்னார்: "நல்லாச் சொன்னே நண்பா, என்னோடு ஐம்பது அறுபது காத தூரப் பயணத்திற்காக நான் அவர்களுக்குக் கொடுத்த தொகைக்கு என் மீது நன்றி பாராட்டுவார்கள்."

நாங்க இருந்த இடத்துல இருந்தபடியே அந்த வேலைக் காரங்கள திரும்பிப் போகுமாறு அப்பா சொல்லிவிட்டார். அவங்களோ ரொம்பவும் பணிவான ஆட்கள், அன்றைக்கு சாயந்தரம் திரும்பினார்கள். நான் எனது விளையாட்டு தோழர்களுக்கும், பழைய நண்பர்களுக்கும் நிறைய செய்தியை அவங்க மூலம் சொல்லி அனுப்பினேன். ஒரு பழைய ரூபாய் நாணயத்தை என் சின்னச் சகோதரிக்கு கொடுத்தனுப்பியது என் நினைவில் அப்படியே இருக்கிறது. அந்த நாணயத்தை அவளது கழுத்து ஆரத்தில் கோர்த்து எப்போதும் என் நினைவாக அணிந்திருக்க வேண்டும் என்று மிகுந்த கண்டிப்புடன் சொல்லி அனுப்பினேன். பல வருடங்களுக்குப் பின் அந்த... அந்த.... அந்த நாணயத்தை மறுபடியும் பார்த்தேன் சாகேப்........ அய்யோ..... அதை எந்த... எந்த... நிலையில் என்று நினைக்கிறீர்கள்?

இதைச்சொல்லிக் கொண்டிருந்த சமயம் அமீர் அலிக்கு நடுக்கம் கண்டு விட்டது. உடம்பெல்லாம் முறுக்கி, திடீரென்று துளித் துளியாக வேர்த்தது. வேர்வை வடிந்து நின்றபின் சிறிது நேரம் கழித்துதான் மீண்டும் பழைய நிலைக்கு வந்தான்.

"எனக்குக் கொஞ்சம் தண்ணீர் கொண்டு வரச்சொல்லுங்க சாகேப் ரொம்ப நேரம் பேசிக்கொண்டு இருந்ததால், நாக்கு வறண்டு போச்சு தண்ணீர் தாகமா இருக்கு" என்றான்.

"உனக்கு தாகம் இல்லே, இருந்தாலும் தண்ணீர் குடி"

தண்ணீர் வந்தது. ஆனா அவன் அதை சும்மா பேருக்குத்தான் குடித்தான். மீண்டும் அவனுக்கு உடம்பு உலுக்கிக் கொண்டு வந்தது. எழுந்து அந்த அறையில் குறுக்கும் மறுக்கும் நடந்தான். அவனைப் பிணைத்திருந்த இரும்புச் சங்கிலி நடைக்கு ஏற்பக் குலுங்கி சலங்... சலங் என்று எழுப்பிய ஓசை, அப்போதிருந்த சூழலில் எனக்கே அச்சமூட்டுவதாக இருந்தது. அந்த நிலையில் அவன் முகத்தைப் பார்க்கும்போது அவனொரு கொலைகாரன் என்பதையும் மறக்கடித்து அவன் மீது பரிதாபம் ஏற்படுத்துவதாக இருந்தது. அமைதி சற்று நேரம் நீடித்தது. இறுதியில் அவனே அமைதியைக் கலைத்து சொன்னான். “இதான் என்னோட பலவீனம், சில சமயத்தில் என்னை நானே கட்டுப்படுத்திக்கொள்ள முடியாது. நான் கொஞ்சம் நினைச்சாலும் போதும் பழைய நினைவுகள் எல்லாம் அப்பிடியே முட்டிக்கொண்டு வந்துவிடும். வேகமாக வந்து என்னைக் குழப்பி அடித்துக் காய்ச்சல் வந்த மாதிரியாகி விடும். இப்போ பரவாயில்ல. மேலே சொல்றேன்.”

“அப்படியே ஆகட்டும்” நான் சொன்னேன்.

ஜவான்கள் எல்லாம் சிலமணி நேரத்துல போய்ட்டாங்க. அப்போ சாயந்தரம் ஆயிடுச்சி. என் நண்பர் நாங்க இருக்கும் இடத்துக்கு வந்தார், என் அப்பாகிட்ட சொன்னார்; “இன்னும் குறைவான தூரம் கொண்ட இரண்டு நிலைகளைக் கடந்துபோக வேண்டும் அவ்வளவு தான்.” அப்பாவுக்கு இஷ்டம் இருந்தால் அது ரெண்டையும் ஒன்றாகச் சுருக்கி இண்டூருக்குச் சீக்கிரமாகப் போய்விடலாம் என்று யோசனை சொன்னார். ஆனால் அப்பிடிப்போக வேண்டுமென்றால் இருட்டுவதற்கு முன்னால் சீக்கிரமாகக் கிளம்ப வேண்டும் என்றார். அதேபோல ‘டோலி சுமக்கிற ஆட்கள் சீக்கிரமாக கொண்டு போய்ச் சேர்த்தால் பட்டீல் கிராமத்தில் அவர்களுக்கு ஒரு செம்மறியாடு பரிசாகத்தர முடியுமா’ என்று என் அப்பாவிடம் வாக்குறுதி கேட்டார் என் நண்பர். அப்பாவுக்கு கோபம் வந்துட்டுது. “செம்மறி ஆடு என்ன பிசாத்து நான் வாங்கித்தர்ரேன்; எந்த வகையிலாவது எங்களைச் சீக்கிரமாக கொண்டுபோய்ச் சேர்த்துடுங்க” என்றார்.

என் நண்பர் “நல்லது, எங்களப்போல சிப்பாயிங்களுக்கு ஒரு செம்மறியாடு பெரிய விஷயம் தான் கையில வைத்திருக்கும் ஆயுதத்தைப் போல” என்றார்.

உண்மைதான் செம்மறியாடு பெரிய விஷயம்தான். என் அப்பா திரும்பச் சொன்னார், "என் பயணத்துல உதவி செய்றவங் களுக்காக நல்ல சன்மானம் தரவேண்டும் என்பதற்காகவே என் கிராமத்துல இருக்குற சொத்துக்களை எல்லாம் விற்றுவிட்டு வந்துட்டேன். இப்போ எங்கிட்டே வேண்டியளவு பணம் இருக்கு. வெகுமதியாக எதைக்கேட்டாலும் தாராளமாக வாங்கித் தருவேன்."

"அப்பா உங்ககிட்டே ஆயிரம் ரூபா இருக்குமா", என்று அப்பாவை கேட்டேன். அந்த பருவத்தில் ஆயிரம் ரூபாய்க்கு மேலாக என்னால் கற்பனை செய்ய முடியாது.

"அதுக்கும் மேல இருந்தால் நீ என்ன செய்வாய்" என்று என் அப்பா கேட்டார். நான் ஒண்ணும் பேசல. அத்தோட அந்தப் பேச்சு முடிஞ்சது. ஆனா இப்பவும் என் நினைவுல முழுசா இருக்கு. இந்த உரையாடல் நடந்தபோது என் நண்பரும் தன் கூட்டாளிங்களும் சைகைல ஏதோ பரிமாறிக்கிட்டாங்க.

நாங்க கிளம்பறதுக்கான ஏற்பாடுகள் செஞ்சிட்டு இருக்கும் போது நடுராத்திரி. நிலவு மேகங்கள் ஊடாக மறைகிறது, அப்புறம் தெரிகிறது. ஓடுவது நிலாவா? மேகமா?

குறித்த நேரத்தில் எங்களைக் கிளப்பினாங்க. எல்லாத்தையும் எடுத்துட்டு நாங்க கிளம்பினோம். நான் என் அம்மாவோட டோலியில இருந்தேன். வானத்துல மேகங்கள் இல்லை. நிலா தெளிவாகத் தெரிகிறது. அதுவும் எங்களோடு வந்து கொண்டிருந்தது, ஆனால் வெளிச்சம் அவ்வளவாக இல்லை. லேசான சாரல் தூறிக்கொண்டு இருந்தது. ஆகையினால நாங்க மெதுவாகத்தான் பயணப்பட முடிந்தது. கொஞ்ச தூரம் போனதும் டோலியைக் கீழே இறக்கி வைத்தார்கள். 'சேற்றிலேயும் இருட்டிலேயும் எங்களால டோலியைச் சுமக்க முடியல, விடியிற வரையில காத்திருப்போம்'ன்னு சொன் னாங்க. என் அப்பா அவங்களோட கோபமா பேசிட்டு இருந்தார். நான் சத்தத்துல விழித்து எழுந்திட்டேன். மழை கொட்டிட்டு இருக்கு, நான் நண்பரோட குதிரைல வரணுன்னு கெஞ்சிட்டு இருந்தேன். ஆனால் அவர் வழக்கமானபடி பேசுறதுக்குத் தயாராக இல்லை. என்னைப் பல்லக்கு உள்ளே போகச் சொல்லி பல்லக்குத் தூக்கிகளை திட்டிக்கொண்டு இருக்கும்போது என் நண்பர் என்னை வெளியில் எடுத்தார். அப்போ நான் கேட்டேன் எங்கே சில ஜவான்கள் எல்லாம் காணோமேன்னு, அப்பத்தான் என் அப்பாவும் சுத்தி முத்திப்

பார்த்தார். அவரும் கேட்டார் 'துணைக்கு வந்தவங்க எல்லாம் எங்கே?' என்று. நண்பர், 'பல்லக்கு ரொம்பவும் மெதுவாக வர்ரதுனால அவங்க எல்லாம் கடந்து முன்னாடி போய்ட்டாங்க'ன்னு பொறுப்பற்ற பதில் சொன்னார்.

நாங்கள் தொடர்ந்து நடந்தோம். கடைசியில் ஆற்றுப் படுகையின் நடுப்பகுதிக்கு வந்துட்டோம். இரண்டு பக்கமும் அடர்ந்தகாடு. நண்பர் குதிரையை விட்டு இறங்கி தண்ணீர் குடித்தார். குதிரை என்னை பத்திரமாகக் கொண்டு போகும் என்று சொன்னார். என்னால் முடிந்தவரை பத்திரமாகக் குதிரையை ஓட்டிக்கொண்டு போனேன். ஆனால் நதியின் ஓட்டத்தைக் கடப்பதற்கு முன் ஒரு பெரிய சத்தம் கேட்டது. அந்த சத்தத்தில் நிலை தடுமாறினால் என்ன ஆவது. நான் உஷார் ஆனேன். குதிரை அடி எடுத்து வைப்பதற்கு முயற்சி செய்யும்போது, நிலைதடுமாறி குதிரையில் இருந்து கீழே விழுந்தேன். ஆற்றுப் படுகையில் இருந்த பாறைமீது மோதி நெத்தியில் அடிபட்டு விட்டது; இன்னும்கூட அந்தத் தழும்பு இருக் கிறது சாகேப்.

அந்த க்ஷணம் அப்படியே விழுந்து கிடந்தேன். மீண்டும் நானாகவே எழுந்தேன். பல்லக்குத் தூக்கிகள் எனக்கு முன்னால் போய் கீழே இறக்கி வைத்திருப்பார்கள் என்று நினைத்து அவர்களைப் பார்த்தேன். என்னால் முடிந்த மட்டிலும் உரக்கக் கத்தினேன். ஒரு ஆள் என்னிடம் ஓடிவந்தார். நான் முன்புச் சொன்னேன் இல்லியா அவன்தான் அந்த அருவருப்பான தோற்றம் உடைய ஆள். 'அய்யோ குட்டிச் சாத்தானே நாங்க உன்ன மறந்துட்டோம்' என்று கத்தினான். என் கழுத்தைச் சுற்றி கர்சிப் துணியைப் போட்டான், கிட்டத்தட்ட மூச்சுத் திணறுகிற அளவு இறுக்கினான். என் நண்பர் வேகமாக ஓடி வந்து, 'ஏய் யாரும் அவனைத் தொடக்கூடாது' என்று மற்றவர் களைப் பார்த்து கோபமாகக் கத்தினார். இழுத்து என்னைத் தன் கைக்குள் அணைத்துக் கொண்டார். மற்றவர்கள் கடுமை யாகச் சண்டைக்கு வந்தார்கள். உறையில் இருந்து கத்தியை உருவினார்கள், அதற்கு மேல் எனக்கு நினைவு இல்லை. மிகவும் பயந்து நினைவு தப்பி, மயக்க நிலைக்குப் போய்விட்டேன்.

என் வாய்க்குள்ளே தண்ணீர் ஊற்றி மயக்கம் தெளிய வைத்தார்கள்.. மயக்கம் தெளிந்தவுடன் அப்பா, அம்மாவைப் பிணமாகத்தான் பார்த்தேன். அவங்களோட பல்லக்குத் தூக்கிகளும், சம்பாவும் தரையில் தாறுமாறான கோலத்தில்

கிடந்தார்கள். அப்போது எனக்கு என்ன தோன்றியது என்பதை நினைவிற்குக் கொண்டுவர முடியவில்லை. ஆனால் அது பயங்கரமானது என்று மட்டும் சொல்ல முடியும். என் உணர்வுகள் அனைத்தையும் குவித்து இறந்து கிடந்த அம்மாவைப் பார்த்தேன். அம்மா முகம் பயங்கரமாக சிதைக்கப் பட்டு கோரமாக இருந்தது. உணர்வுகள் மரத்துவிட்ட நான், மீண்டும் அந்தப் பழைய நினைவுக்குத் திரும்ப முடியும். முப்பதைந்து வருடங்கள் கடந்த பின்னரும் என் அம்மாவின் சிதைந்த முகம் இன்னும் என் கண்ணுக்குள் அப்படியே தான் இருக்கிறது. குறிப்பாக அந்தக் கண்ணை இப்போது கூட தெளிவாக ஞாபகப்படுத்திக் கொள்ள முடிகிறது. ஆனால் அதைச் சொல்ல வேண்டியதே இல்லை சாகேப். அம்மா கழுத்துத் திருகி கொல்லப்பட்டிருந்தாள். அம்மா, அப்பா எல்லோரும் மொத்தமாக தங்கள் காலத்துக்கு முன்னாடியே முடிவைத் தேடி விட்டார்கள். நான் உங்களுக்குச் சொல்கிற பல விபரங்கள் சம்பவம் நடந்து பலவருடங்கள் கழித்து வயதான ஒரு தக்கி சொல்லித்தான் எனக்கும் தெரியும். அதைச் சொன்னது யார் என்பதை இந்தக் கதையின் பொருத்தமான பகுதியில் பின்னர் சொல்கிறேன்.

நினைவு திரும்பிய உடனே நான் பார்த்தது என் உயிரைக் காப்பாத்தின நண்பரைத் தான். அவர் என்னைத் தன்தோளில் ஆதரவாகச் சுமந்து போய்க் கொண்டிருந்தார். பிரதான பாதையில் பயணிக்கவில்லை என்பது தெரிந்தது. நாங்கள் மிகவேகமாக காட்டுக்குள்ளே போய்க்கொண்டு இருந்தோம். கண்ணுக்கு எட்டிய தொலைவு காடுதான், எங்கு திரும்பினாலும் காடுதான். என் கழுத்தின் வலி மிகவும் கடுமையாக இருந்தது. பயந்துபோய் தலையைப் பிடித்துக் கொண்டேன். கண்கள் மங்கி நீர் பொங்கிப் பொங்கி வருகிறது. கண்களும் வலி எடுக்கிறது. முடிந்த மட்டிலும் என் நினைவைக் குவித்துப் பார்க்கிறேன். மீண்டும் மீண்டும் மயக்கமாகிறது. நினைவு திரும்பறதும், மறுபடி மயங்குவதுமாக அந்தப் பயணத்தில் பலமுறை இப்படி நடந்தது. ஆனால் அது அந்த நிமிஷந்தான், அதே வேகமான நடையில் போய்க்கொண்டு இருந்தோம் என்பதை மட்டும்தான் அனுமானிக்க முடியுது. என் நண்பர் ஓட்டமும், நடையுமாக வேகமாக போய்க்கொண்டிருந்தார். கடைசியில் எங்கள் பயணம் முடிந்தபோது, நன்றாக விடிந்து வெயில் அடித்தது. குதிரையாக என்னைச் சுமந்து வந்த ஆள் என்னைத் தரையில் இறக்கி, விரித்தத் துணிமேல் படுக்க

வைத்தார். கொஞ்ச நேரம் கழித்து என் நண்பர் பக்கத்தில் வந்தார். அவர் எனக்கு அளித்த ஆதரவை என்னால் ஒப்புக்கொள்ள முடியவில்லை. என் அப்பா, அம்மாவின் சாவிற்கு இந்த ஆளும் ஒருவகையில காரணமாக இருந்தான் என்பதால் நான் அவன் மீது வெறுப்பில் இருந்தேன்.. எனது குழந்தைத் தனமான கோபத்தில் அவன் மீது எரிச்சலைக் காட்டினேன். 'என்னைக் கொல்லு, என்னைக் கொல்லு' என்று கத்தினேன். அவன் என்னைச் சமாதானப்படுத்த முயற்சி செய்தான். ஆனால் அந்த முயற்சி என் ஆத்திரத்தை மேலும் அதிகப்படுத்தியது. தலை, கழுத்து, கண் எல்லாம் அச்சமூட்டும் வலி எனக்கு. தாங்கமுடியாத வலியில் இருந்தேன். எல்லாக் குற்றங்களுக்கும் அவனைக் காரணமாக்கி ஆத்திரம் முழுதையும் அவன்மீது குவித்திருந்தேன். நான் கத்திய கத்தலில் அந்த கோரமானவனின் கவனம் என்மீது திரும்பியது. அவன் பெயர் கணேசா.

"என்ன சொல்லுது குழந்தை, இஸ்மாயில் நீ என்ன பொட்டையாயிட்டியா" என்று நண்பனைப் பார்த்து மிரட்டும் தொனியில் கத்தினான். எனது நண்பனின் பெயர் இஸ்மாயில். "இவன் கழுத்துக்கு ஏன் நீ துணி போடல. அப்பவே இவன் கதையும் முடித்திருக்கணும். உனக்குப் பயமா இருந்தா சொல்லு, என்னைவிடு நான் இவனைக் கொன்று போட்டுவிடுகிறேன்."

அவன் என்னை நெருங்கி வந்தான். எனக்குப் பயமெல்லாம் போய் விட்டது. அவனை ஒரு அற்பப் புழுவாகப் பாவித்து வெறிகொண்ட மட்டும் காரித் துப்பினேன். அவன் என்னைக் கொன்று போடுவது என்ற முடிவுடன் தன் இடுப்புவாரைக் கழற்றிக் கொண்டு என்னை நெருங்கி வந்தான். அப்போது இஸ்மாயில் அவனைத் தடுத்து என்னைக் காப்பாற்றினான். அவர்கள் மீண்டும் கடுமையாகச் சண்டையிட்டுக் கொண்டார் கள். ஆனால் இஸ்மாயில் அதில் ஜெயித்துவிட்டான். அங்கே இருந்து என்னைத் தூக்கிக்கொண்டு போய் வேறொரு மரத் தடியில் வைத்தான். அங்கே இன்னொரு கும்பல் சமையல் செய்துகொண்டு இருந்தது. அவர்களுக்கு மத்தியில் உட்கார வைத்து என்னைப் பார்த்துக்கொள்ளச் சொல்லிட்டு போய் விட்டான். அங்கிருந்த ஒரு ஆள் என்னைப் பேச வைக்க முயற்சி செய்தான். நானோ எரிச்சலுடன் இருந்தேன். வாயைத் திறக்கவில்லை. என்னோட கண்வலி, கழுத்துவலி அதிகரித்துக் கொண்டே இருந்தது. மோசமாக அழத் துவங்கிவிட்டேன். அப்படியே நீண்ட நேரம் படுத்துக் கிடந்தேன், மிகவும்

சோர்ந்து அப்படியே தூங்கிப் போய்ட்டேன். சாயந்தரம் தான் எழுந்தேன். நான் எழுந்து உட்கார்ந்ததை இஸ்மாயில் பார்த்துவிட்டு அருகில் வந்தான். அனுசரணையாகத் தடவிக் கொடுத்தான். "இன்றிலிருந்து நீ என்னோட குழந்தை" என்று சொன்னான். "உன் அப்பா அம்மாவைக் கொன்றது நான் இல்லை. மற்றவர்கள்தான்" என்று சொன்னான். நான் அவன்கிட்ட என் கழுத்து வலிக்கு ஏதாவது செய்யச் சொல்லிக் கெஞ்சினதா ஞாபகம். அது இன்னும் ஜாஸ்தியாக வீங்கிப்போய், வலியும் அதிகமாக இருந்தது. அதை அவர் சோதித்துப் பார்த்துவிட்டு நீட்டி இழுத்து நெட்டை எடுத்து விட்டான். எப்படியோ ஒரு வழியா பிழைத்தேன்.

அப்புறம் கழுத்துக்கு எண்ணெய் தடவி, பிறகு கழுத்துல சூடான இலைதழைகளை வைத்துக் கட்டிவிட்டான். அப்படி செய்ததற்குப் பிறகு வலி மிகவும் குறைஞ்சி, கொஞ்சம் லேசாக இருந்தது. அவன் என்னோடவே தான் இருந்தான். அவனோட வேற சில ஆட்களும் எங்களோட உட்கார்ந்திட்டு இருந்தாங்க. என்னை உற்சாகப்படுத்துவதற்காக பாடவும், வேடிக்கை காட்டவும் செய்தார்கள். சாயந்தரம் எனக்குப் பாலும், சோறும் கொடுத்தார்கள். ஆனா அதுக்கு முன்னாடியே தூக்கம் வந்து விட்டது. இஸ்மாயில் எனக்கு கொஞ்சம் இனிப்பும், சர்பத்தும் தண்ணியும் கொண்டுவந்து கொடுத்தான். அது என்னை தூங்கப் பண்ணியது. நான் நினைக்கிறேன் அதுல ஓப்பியம் கலந்திருக்கணும். காலை வரைக்கும் எனக்கு ஒண்ணுமே தெரியவில்லை. நினைவு திரும்பி எழுந்து பார்த்தால் அவனுடைய தோள்ல குதிரைத் துணியைப் போட்டு அதன் மீது என்னைச் சாய்த்திருந்தான். அப்புறம் நாங்க மீண்டும் பயணப் பட்டுக் கொண்டே இருக்கிறோம் என்று தெரிந்தது.

அந்தப் பயணம் பற்றி இதுதவிர மற்ற எதுவும் நினைவில் இல்லை. கணேசா எங்களுடன் இல்லை என்பது மட்டும் தெரியுது. அவன் மீது எனக்குக் கடுமையான வெறுப்பு இருந்ததால் அவன் எங்ககூட இல்லை என்பது எனக்கு சந்தோஷம் தருவதாக இருந்தது. அவன் இருப்பு எனக்குத் தாங்க முடியாததாகவும் இருந்தது. நான் தக்கியாக மாறி பல வருடங்களுக்கு அப்புறமும் கூட அவன்மேல் இருந்த ஆத்திரம் குறையவில்லை சாகேப். அது இறுதி வரையும் நீடித்தது.

அந்த கும்பலில் இஸ்மாயிலுடன் ஏழுபேர் இருந்தார்கள். நாங்க சலிக்காமல் தொடர்ந்து பயணித்துக் கொண்டே

இருந்தோம். அவனுடையது என்று சொல்லப்பட்ட ஒரு கிராமத்திற்குப் போய்ச் சேர்ந்தோம். அவனோட மனைவியின் பாதுகாப்புல நான் விடப்பட்டு இருந்தேன். நாங்கள் இறுதியாகச் சென்றடைந்த இடத்தில் குழந்தையுடன் இருந்த இளம் பெண்ணிடம் அறிமுகம் செய்விக்கப்பட்டேன். அந்தக் குழந்தையும் சில வருஷங்களுக்கு முன்னாடி அவளால் வளர்ப்பு மகனாக எடுக்கப்பட்டது தான். நானும் அவர்களால் ஸ்வீகாரம் எடுத்துக் கொள்ளப்பட்டேன். எல்லாம் நல்லவிதமா முடிந்தது. என் காயங்கள் எல்லாம் வேகமாக மறையத் தொடங்கின.

2

கொள்ளைத் தொழிலின் ஆதி தர்மம்

அப்போது எனக்கு ஐந்து வயது இருக்கலாம். நான் இந்த அளவுக்கு ஞாபகம் வைத்து விபரமாக சொல்வதைப் பார்த்தால் உங்களுக்கு ஆச்சர்யமாக இருக்கிறதா சாகேப். ஆனால் சமீபத்திய சில வருடங்களுக்கு முன் டெல்லி சிறையில் இருந்தபோது அந்தத் தனிமையில் நான் திரும்பத் திரும்ப பழைய நினைகளுக்குள்ளே போக முயற்சி செய் தேன். என்னுடைய வாழ்க்கையில் நான் செய்த சாகசங் கள், வாழ்க்கைச் சம்பவங்களை எல்லாம் வரிசையாக நினைவு படுத்தி பார்த்துக்கொண்டே இருந்தேன். ஒரு நிகழ்வை நினைத்தால் அத்துடன் தொடர்புடைய இன்னொன்று என ஒவ்வொன்றாக அடுத்தடுத்து வந்து கொண்டே இருக்கும். எனது தனிமையில் மனதுக்கு அதுதான் வேலையாக இருந்தது. ஒரு சின்ன இழை கிடைத்தாலும் போதும் அதிலே இருந்து எத்தனை சின்ன வயசு ஞாபகங்களையும் என்னால் நினைவுக்குள் கொண்டு வரமுடிந்தது. நான் இதற்கு முன்னர் சிறைப்பட்டிருந்தபோது ஒரு தக்கியின் மூலம் பழைய சாகச நினைவுகளைக் கேட்டறிந்தேன். அதன் வாயிலாக எனது நினைவுகள் மிகவும் பசுமையாகப் புதுப்பிக்கப்பட்டு விட்டது. நான் உண்மைச் சம்பவ நினைவுகளால் நிரம்பி வழிகிறவனாக இருக்கிறேன். உங்களுக்குச் சொல்வதில் ஒரு சிறிய பகுதிதான் என் சொந்த நினைவுகளில் இருந்து வருகிறது. குறிப்பாக கணேசா சம்பந்தமான நிகழ்வுகள் பற்றிப் பேசும்போது அதன் பிற்பகுதியில் நானும் சம்பந்தப்பட்டிருக்கிறேன். அவனுக்கு

நான் ஏதோ தீங்கு இழைத்து விட்டதாகவும் அதனால் அவன் என்மீது ஆத்திரம் கொண்டிருப்பதாகவும் கேள்விப்பட்டேன். அவன் இஸ்மாயிலின் வன்மத்திற்கும், சினத்திற்கும் அஞ்சிய தால் மட்டுமே, நான் பலியாகாமல் இருந்தேன்.

"உங்களுக்கு சலிப்பாக இல்லையென்றால் மீண்டும் என் கதைக்கு வருகிறேன்."

"ஒன்றும் பிரச்சினை இல்லை, நீ சொல்லு" என்று கூறி விட்டு அவன் கதையைக் கேட்பதில் மிகுந்த ஆர்வத்துடன் இருந்தேன்.

"நல்லது." மீண்டும் ஆரம்பித்தான் அமீர் அலி. "இஸ்மாயில், அவரது மனைவி இருவரின் அன்பிலும் அரவணைப்பிலும் மிகுந்த அக்கறையுடன் வளர்க்கப்பட்டேன். அந்தக் கிராமத்து மக்களும், என்னோடு அதிக ஆர்வத்துடன் உறவாடினார்கள். காரணம் என்னுடைய தோற்றம். என்றைக்காவது ஒருநாள் நான் எனது பூர்வாந்திரத்தை அறிந்து கோபத்தை வெளிப் படுத்துவேன் என்று இஸ்மாயில் கருதியிருப்பார் போலும். அதனால் அவர் பார்வையில் இருந்தோ அவரது மனைவியின் பார்வையில் இருந்தோ என்னை எப்போதும் அகலாமல் பார்த்துக் கொண்டார். எனவே என் பழமை நினைவுகளை எல்லோரிடமிருந்தும் மறக்கடிக்க நினைத்தேன். அல்லது குறைந்தபட்சம் என்னுடைய பழங்கதை விஷயத்தில் ஒரு குழப் பத்தை உருவாக்கி யாரும் அதைப் புரிந்துகொள்ள முடியாத நிலையைத் தக்க வைத்துக்கொண்டேன்."

இஸ்மாயில் எப்போதாவது கிராமத்தில் தனது வீட்டில் இருந்தால், ஒரு துணி வியாபாரியாகத் தொழில்நடத்திக் கொண்டிருப்பார். தன்னெதிரில் பலவகையான துணிகளை விற்பனைக்காக விரித்துக் கடையில் உட்கார்ந்திருப்பார். ஆனால் அது சும்மா பேருக்குத்தான் என்பது எனக்குக்கூட தெரியும். ஆனால் கடையில் உட்கார்ந்திருக்கும் நேரத்தில் கூட ஒரே பதற்றமாவும், நிலையில்லாமலும் தான் இருப்பார். திடீர் திடீரென்று பலநாட்கள் காணாமல் போய்விடுவார். குடும்பத்திற்குத் தெரியாமல் பலநாட்கள் எங்கேயோ போய்விடுவார். அப்புறம் ஒருநாள் திடீரென்று நிறைய துணிமணிகளுடன், நிறைய பொருட்களுடன் வந்து இறங்கு வார். அதெல்லாம் விற்பனைக்கு விரித்து வைப்பார். நான் அவரது அக்கறை மிகுந்த அவரது பேரன்பின்பிற்கு ஆளாகி இருந்தேன். அவருடைய அன்பில் திக்குமுக்காடிக்

கொண்டு இருந்தேன். சொல்லப்போனால் என் அப்பா உயிருடன் இருந்திருந்தால்கூட என்னை இத்தனை நன்றாக வைத்திருப்பாரா என்பது சந்தேகம்தான். என் அப்பா தற்பெருமையடித்துக் கொள்பவராகவும், முன்கோபியாகவும் இருந்தார். என் அம்மாவும்கூட அப்படித்தான். ஆனால் இஸ்மாயிலிடம் ஒருபோதும் கோபத்தைப் பார்க்க முடியாது. எனது புதிய தாய்க்கு குழந்தைகள் இல்லை. எனவே அவரும் என்மீது மிகுந்த அன்பு காட்டினாள். அவர்களால் முடிந்த அனைத்தும் எனக்காக அள்ளி வழங்கினார்கள். நான் எப்போதும் நல்ல தரமான உடைதான் அணிவேன். ஒரு குழந்தை விரும்புகிற அனைத்தையும் பெற்று அனுபவிக்க முடிந்தது என்னால்.

அப்போதுஎன்வயதுஒன்பதுஇருக்கும்என்றுநினைக்கிறேன். என்னைப் பாதுகாத்து வந்த தாய் இறந்துவிட்டாள். அந்த நேரம் இஸ்மாயில் சுற்றுப்பயணத்தில் இருந்தார். அவர் திரும்பி வரும் வரைக்கும் பக்கத்து வீட்டுக்காரர் என்னைத் தன் பாதுகாப்பில் வைத்திருந்தார். அவள் இறந்தபின் வீடு சூன்யமாகி விட்டது. அதை நினைத்து அவர் துவண்டு போனதை நான் என்றைக்கும் மறக்க முடியாது. நான் மிகவும் சின்னப்பையன். அவருக்கு ஆறுதல் சொல்லும் பக்குவத்தை நான் அப்போது பெற்றிருக்கவில்லை. ஒவ்வொரு வாரம் வெள்ளிக்கிழமையும் அவள் சமாதிக்கு மலர்கள் வைப்பதை வாடிக்கையாகக் கொண்டிருந்தார்.

"என் மிரியம் அம்மாவே. (அதுதான் அவருடைய பெயர்) நீ இறந்தது நல்லது தான். இப்போ இருந்திருந்தால் உன் நிலை என்ன?. ஒரு தக்கின் மனைவி என்ற வகையில் உன் மரியாதை எல்லாம் நொறுங்கிப் போயிருக்கும். நீ ஒரு செல்லாக் காசாகி இருப்பாய்." சாகேப் அவள் இறக்கிற வரைக்கும் இஸ்மாயில் என்ன தொழில் செய்கிறார், என்பது அவளுக்குத் தெரியாது. அவளைப் பொறுத்த வரைக்கும் அந்தச் சூழலில் நல்ல வாழ்க்கை கொடுத்த மனிதர். அவளுக்குத் தேவையான அனைத்தும் கிடைத்தது. அவள் விரும்புகிற எதுவும் நிறைவேறாது என்ற பேச்சுக்கே இடமில்லை. இஸ்மாயில் தனது திட்டங்களை மிக நுணுக்கமாக, மிக நேர்த்தியாக அமைத்திருந்தார். அதனால் அவரது தொழிலைப்பற்றி ஒருபோதும் அவளுக்குத் தெரியாது. தான் ஒரு கொலைத் தொழில் செய்கிறவனின் மனைவி என்பதை அவர் பிடிபட்டாலொழிய அவளுக்குத் தெரியவராது.

என்னுடைய வாழ்க்கையில் மேலும் ஒரு ஐந்தாறு வருடங்கள் குறிப்பிட்டுச் சொல்லும்படியான சம்பவம் எதுவுமின்றிக் கடந் தன. மனைவி இறந்தபின் வெகு சீக்கிரத்திலேயே இஸ்மாயில் கிராமத்தைக் காலி செய்துவிட்டு நகரத்தில் வசித்து வந்தார். அந்நகரம் சிந்தியாவின் ஆளுகைக்கு உட்பட்டது. அங்கே நான் ஒரு பெரியவரின் மேற்பார்வையில் மதரஸாவில் சேர்க்கப் பட்டேன். அவர் எனக்கு பாரஸீக மொழி பேசவும் எழுதவும் கற்றுக்கொடுத்தார்.

எனக்கு வயது கூடிக்கொண்டு வந்தது. இஸ்மாயில் அடிக்கடி ராத்திரி வேளையில் பல ஆட்களை அழைத்து வருவதை நான் கவனித்தேன். அப்படி இரவில் வருவது யார், எதற்காக வருகிறார்கள் என்பதை அறியும் ஆர்வம் எனக்கு இயற்கையாகவே தோன்றியது. ஒருநாள் மாலை அவர்கள் வருவார்கள் என்பதைத் தெரிந்து வைத்து, எதிர்பார்த்துக் கொண்டிருந்தேன். படுத்திருப்பதுபோல பாசாங்கு செய்தேன். அவர்கள் வந்ததும் நான் ஜாக்கிரதையாக எழுந்து அறையின் கடைசி ஓரத்தில் இருந்த திரைக்குள்ளே மறைந்து கொண்டேன். அவர்களுக்காக சமைத்திருந்த உணவை எடுத்துச் சாப்பிட்டார்கள். அவர்கள் எல்லோரும் நெருக்கமாக உட்கார்ந்து, பேசிக் கொண்டார்கள். அவர்கள் பேசிய பாஷையில் ஒருபகுதி மட்டுமே என்னால் புரிந்துகொள்ள முடிந்தது. அது வேறொரு பாஷையென்று நினைக்கிறேன், ஹிந்துஸ்தானியில் பொதுவான சில வார்த்தைகளை என்னால் புரிந்துகொள்ள முடியும். அந்த மொழியை நான் நகரத்து பையன்களிடமிருந்து ஓரளவு கற்றிருந்தேன். கொஞ்சங் கொஞ் சமாக நெருங்கி நான் படுத்திருந்த இடத்துக்குப் பக்கத்தில் வந்துவிட்டார் இஸ்மாயில். அவருடைய நகர்வில் நான் எச்சரிக்கை அடைந்தேன். போர்த்தி இருந்த போர்வையை விலக்குவதற்குப் பயமாக இருந்தது. ஒரு பெட்டியை எடுத்து அவர்கள் முன்னிலையில் வைத்து அதைத் திறந்தார். நான் எப்போதும் நினைத்திருந்தது போலவே அவர் பெரிய பணக் காரர்தான். அதில் இருந்ததோட மதிப்பு என்னான்னு எனக்குத் தெரியாது. அதுல தங்கம், வெள்ளி நகைகள் விதவிதமாக இருந்தது. முத்துமாலை இன்னும் மற்ற விலை உயர்ந்த பொருட்களும் இருந்தன. அவற்றைக் கூடுமானவரை சமபங்கு பொட்டலங்களாகக் கட்டி வைத்து ஒவ்வொருவருக்கும் ஒரு பங்கு கொடுத்தார், அவருடைய பங்காக கணிசமான பகுதியை எடுத்துக்கொண்டார்.

இறுதியில் அவர்கள் ஹிந்துஸ்தானியில் பேசிக் கொண்டார்கள். அதுவும் நானறிந்த மொழிதான். தாடி வைத்திருந்த கண்ணியமான ஒரு முதியவர் இஸ்மாயிலிடம் கேட்டார்.

“அமீர் விஷயத்துல என்ன செய்யலான்னு இருக்குறே, அவன் இப்போ கிட்டத்தட்ட இளம் வாலிபன், நம்மள்ல ஒரு ஆளா இருக்க வேண்டியவன்; அவன் என்ன செய்யவேண்டும் என்று கத்துத்தர வேண்டிய நேரம் வந்துடுச்சி இப்போ. அவனை வீட்டுல வச்சிருக்குறது ஆபத்தானது. இப்பவே பல விஷயங்கள் அவனுக்குத் தெரிந்திருக்கும். நாம அவனுக்கு எதுவும் தெரியாமல் ஜாக்கிரதையாக தடுத்துவிட வேண்டும்.”

“இல்லே. நான் அவனப்பத்தி பயப்பட வேண்டிய தில்லை. எம்மேல ரொம்பவும் பிரியம் வச்சிருக்கிறவன்; இந்த உலகத்துல அவனுக்கு என்னைத்தவிர வேறு பாதுகாவலன் இல்லே. அவன் யாரோட குழந்தை தெரியுமா...”

அதற்குப் பிறகு அவர்கள் பேசிய மொழி எனக்குப் புரியவில்லை.

“அது ஒண்ணும் பிரச்சினை இல்லை” என்றான் இன்னொருவன். அவன் பெயர் ஹூசைன். அவனை எனக்கு நல்லாத் தெரியும். அவன் இஸ்மாயிலால் நியமிக்கப்பட்ட வேலையாள். எல்லாருக்கும் துணி விக்கிற ஏஜண்டாக காட்டிக்கொண்டு இருப்பவன். அவன் சொன்னான்: “பையன் ரொம்பவும் துடிப்பான ஆள், எந்தப் பெரிய வேலை கொடுத்தாலும் செய்து முடித்துவிடுவான். அவனைத் தயார் செய்துகொண்டால் உனக்கு வசதியாக இருக்கும். அவனுக்கு நம்ப தொழிலைக் கத்துத் தரணும். நம்மளையே சார்ந்து இருந்தால் எல்லாத்தையும் கரைச்சுக் குடிச்சிடுவான். நாம விரும்புற தகுதி எல்லாமே அவன்ட்ட இருக்கு. நான் அவனை மனசுக்குள்ள சின்னப் பையனாத்தான் நெனச்சிட்டு இருக்கேன். ஒருவாட்டி அவனை இறக்கிவிட்டால் போதும், பின்னாடி வேலையில புலி ஆயிடுவான். ரொம்ப கெட்டிக்காரனாக வருவான். இந்த வயதில் முதிர்ந்து, தளர்ந்துபோன நம்ப கைகள் அவனோட சரிக்கு சரியா நிக்கிறது கஷ்டம்தான்’.

“சரியாச் சொன்னே ஹூசைன், நீ சொல்றது சரிதான்னு நெனைக்கிறேன், அவன்கிட்ட இருந்து பெரிய பெரிய வேலை எல்லாம் வாங்கலாம், சரியாகத்தான் முன் அனுமானம் செஞ்சி இருக்குறே. அவனோட வயசுக்கு மீறி தைரியத்தைத் திரட்டி வைத்து இருக்கிறான். அவனை நம்ம தொழிலில் நன்றாகப்

பயன்படுத்திக் கொள்ள முடியும். அவனுக்கு சின்ன வயசுல இருந்தே பலதும் கத்துக் கொடுத்திருக்கேன். ஆனா ரொம்பவும் அன்பானவனாகவும், நாகரீகமான பழக்கங்களோடும் வளர்த் திருக்கேன். அவனிடம் எப்படி இந்த விஷயத்தைத் துவக்குவது என்பதுதான் தெரியவில்லை. அவன் ஒத்துக்க மாட்டானோ என்று தான் பயமாக இருக்கிறது."

'ப்பூ அவ்வளவு தானா' இதைச் சொன்னது மூணாவது ஆள். "நான் அவன இதுக்கு முன்னாடி பார்த்தது இல்லே. அவனைப்போல இளகின மனசுப் பசங்க எல்லாம் நமக்குக் கிடைக்கக் கொடுத்து வச்சிருக்கணும். அவங்கள எல்லாம் வளைச்சிப் போடுறது ரொம்ப சுலபம்தான். இந்தத் தொழிலோட சிறப்பைப் பற்றி அவனிடம் எடுத்துச் சொல்லுங்கள். நமக்கு நிச்சயமா நல்ல பலன் கிடைக்கும். நமக்கு அருளாசி வழங்கும் இறைத்தூதர் வாக்களித்திருக்கிற ஹௌரிகளைப் பற்றி அவனுக்குச் சொல்லுங்கள். இந்திரனின் சொர்க்கத்தைப் பத்தி அவனுக்கு எடுத்துச் சொல்லுங்கள், உங்க எல்லோருக்கும் உறுதியாகத் தெரியும், நாம் முஸ்லீம் என்பதும், நம்முடைய நம்பிக்கை என்ன என்பதும். அதேபோல இன்னொன்னு, நமக்கு தொழில் மேல இருக்குற பக்தியையும் கொண்டு அவனை நிச்சயமாக வெற்றி கொள்ளமுடியும் என்று நான் நம்புகிறேன்."

இஸ்மாயில் சொன்னார்: "நான் நினைத்த இடத்தைச் சரி யாகத் தொட்டுட்டே, அந்தப் பையன் நேரம் கிடைக்கும் போதெல்லாம் பள்ளிவாசலுக்கு அந்த வயசான முல்லாகிட்ட போறான். அவர் பையனோட தலையில சொர்க்கத்த பத்தின கதைகளா போட்டு நிரப்பி வச்சிருக்கார். அவன் புனித குர்ரானை வாசிச்சிட்டு வர்ரான். அதோடு பாதிநேரம் முல்லாவோடேயே இருக்கான். இதுதான் அவனை அசைக்கக் கூடிய விஷயம். இதுக்கு மேல நான் அவன் கிட்டப் பேசுறேன். கவலையை விடுங்க அவன் நம்ப பையன். நமக்குச் சொந்தமான பையன்."

'சீக்கிரமா செய்யிறது நல்லது.' ஹூசைன் சிரிச்சிட்டே சொன்னார். "பயிற்சி நிலையில் இருக்கும் ஒருவனின் முதல் முயற்சியை நான் பார்க்க விரும்புகிறேன். அவன் எப்போதும் அப்பாவியாக, எளிமையாக இருக்கான்" என்று துணியை அவர் கையில் வைத்தபோது தொடர்ந்து சொல்லிக்கொண்டு இருந்தார்.

அந்த வயசான ஆள் ‘அமைதி’ என்று சத்தம் கொடுத்தார். அவன் இங்கதான் இருக்கான். நினைப்பு இருக்கட்டும், நாம் பேசுவதைக் கேட்க நேரிட்டால், நீ சம்பந்தபட்டிருக்கிற விஷயத்துல அவனுக்கு வேற கருத்து இருக்கலாம். இப்போ தைக்கு இந்த விஷயத்த இத்தோட நிறுத்திக்கிறது நல்லது.”

‘இல்லே பயப்பட வேண்டாம்’ என்று இஸ்மாயில் சொன்னார். ‘நீங்க ரொம்ப தூரம் நடந்து வந்திருக்கீங்க களைப்பா இல்லியா உங்களுக்கு. நாம நாளைக்கும் ரொம்ப தூரம் போகவேண்டி இருக்கு ஞாபகம் வச்சிகங்க. அல்லாவின் கருணையால் எல்லாம் நல்லவிதமாக முடியட்டும்’.

எல்லோரும் ‘ஆமீன்’ என்று சொல்லி விட்டு எழுந்தார்கள், “நாம தூங்கப் போகலாம். இந்த இடம் தூங்குறதுக்கு லாயக்கு இல்லே ரொம்பவும் புழுக்கமாக இருக்கு. வெளியில நல்லா குளுந்த காத்து அடிக்குது” என்று எல்லோரும் வெளியேறி னார்கள்.

நீங்கள் நம்புவீர்களா சாகேப் என் ஆர்வம் உச்சத்துக்கு போய்விட்டது. இஸ்மாயில் யார்? என்ன செய்கிறார். மற்றவர் களெல்லாம் யார்? நான் தெரிஞ்சிக்க வேண்டியது என்ன அல்லது அவர்கள் எனக்கு எதைக் கற்றுத்தரப் போகிறார்கள்? என்பதிலேயே என் மனது உழன்றது. அந்த ராத்திரி முழுதும் தூங்க முடியவில்லை. முதலில் இஸ்மாயில் என் அப்பா இல்லை. என் பழைய நினைவுகளில் இருந்து சிலபகுதிகள் மீது வெளிச்சம் பாய்ச்சிப் பார்க்கணும். ஆனால் எனக்குள்ளே எல்லாமே இருட்டாக இருந்தது. அப்பாவி மிர்யம் தவிர எனக்குள்ள எதுவுமே நினைவுல இல்லே. நான் அவளைத் தான் அம்மா என்று அழைத்திருக்கிறேன். அதற்கு அப்பால் என்னால் நினைவுபடுத்துவது கஷ்டமாக இருந்தது. என்னால எதுவுமே ஞாபகப்படுத்திக் கொள்ள முடியவில்லை. உங்ககிட்ட சொன்னேன் இல்லியா, அதற்குப் பின்னான நினைவுகள்தான் எங்கிட்ட இருக்கு. முன் நினைவுகள் இல்லை. கடைசிகால பன்னிரண்டு வருட சிறைவாழ்க்கை தான் எல்லாத்தையும் நினைவுக்குள் கொண்டுவர உதவியாக இருந்தது.

எனக்குத் தெரிந்த மனிதர்களில் உயர்ந்த இடத்தில் வைத்துப் போற்றத் தகுந்த ஒரு ஆள் அந்த வயதான முல்லா தான். இதுவரையிலும் என் நினைவுக்குள்ளே மேன்மையான மனிதராகக் காட்சி தருகிறார். அவர் குர்ரான் பக்கங்களால் என் மனதை நிறைத்து வைத்திருக்கிறார். அது என்

ஆர்வத்தைத் தூண்டிவிட்டிருக்கிறது. தன் வார்த்தைகளில் மேன்மையாகச் சொல்வார் ‘குர்ரான் மீது மெய்யான நம்பிக்கை கொண்டவனுக்கு சொர்க்கத்தில் ஆயிரம் தேவதைகள் (ஹௌரிகள்) ஏவல் செய்யக் காத்திருக்கிறார்கள்’. அவர்களுக்கு நீலக் கண்கள், அவர்களுடைய பற்கள் முத்துப்போல பிரகாசிக்கும், உதடுகள் சிவப்பு கற்கள்போல மின்னும். அவர் களது சுவாசத்தில் கஸ்தூரி மணக்கும், அவர்களுடைய அரண்மனைகள் ஆபரணங்களால் அலங்கரிக்கப்பட்டிருக்கும், பீய்ச்சி அடிக்கும் நீர் ஊற்றுக்கள் குன்றாத இளமையை அளிக்கும், என்று தேவதைகளின் தேகத்தை வர்ணித்தார். அவை அனைத்தையும் அனுபவிப்பதற்கான விதி எனக்கு வாய்த்துள்ளது என்று என் மனம் கிளர்ந்தெழுந்தது. நான் அதை அடிக்கடி இஸ்மாயிலுக்கு திருப்பிச் சொல்லி இருக் கிறேன். என்னைப் போலவே அதைக் கேட்கக் கேட்க அவருக் கும் மகிழ்ச்சி பொங்கும். ஆனால் தான் புத்தகம் படிக்கக் கொடுத்து வைக்கலையே என்று வருத்தப்படுவார். படிக்கத் தெரிந்திருந்தால் அந்தப் புத்தகத்திலுள்ள அருமையான வர்ண னைகளை நேரடியாக அனுபவிக்க முடிந்திருக்கும். ஆனால் அந்த முல்லாவைத்தான் இந்த ஹூசைன் முட்டாள் என்று சொல்கிறார். முல்லாவைவிடத் தான் ஒரு உயர்ந்த சேவையில் ஈடுபட்டிருப்பது போலவும், ஒரு முஸல்மான் பெறுகிற அருட்கொடையைவிட உயர்ந்ததென்றும் கருதுகிறார். அது என்னவாக இருக்கும் என்று அறியும் ஆசை எனக்குள் தவித்தது. அதைத் தணிக்கவேண்டும். இஸ்மாயில் அதை வெளிப்படையாகச் சொல்லவில்லை என்றால் நானாகவே கேட்டுவிடும் முயற்சியை மேற்கொள்ளப் போகிறேன்.

என் நினைவுகள் பலவிதமாகச் சுழன்றன. அன்று இரவு முழுதும் கண்மூடவே இல்லை. நான் காலையில் எழுந்து பார்த்தபோது, இஸ்மாயிலும் மற்ற எல்லாரும் போய்விட்டி ருந்தார்கள். இன்னும் சில நாட்களுக்கு இஸ்மாயில் வர மாட்டார். இது ஒன்னும் புதியது இல்லை. அடிக்கடி இப்படித்தான் சில நாட்கள் காணாமல் போவது, பின் திரும்பி வருவது எனத் தொடர்ந்து நடந்துகொண்டிருக்கிறது. ஆனால் ஒண்ணு. இஸ்மாயில் வெறும் துணி வியாபாரி இல்லை. அதுமட்டும் உறுதி. எதுக்கும் உதவாத அந்த வியா பாரத்தை அவர் நடத்துவதற்கு ஹூசைனோ அல்லது மற்ற வர்களோ தேவையில்லை என்று எனக்குத் தோன்றியது. துணி வியாபாரத்தின் மீது எனக்கோ அல்லது அவருக்கோ

அவ்வளவாக நம்பிக்கை எதுவும் இல்லை. என்ன இருந்தாலும், சந்தேகமே இல்லாமல் இஸ்மாயில் பெரிய ஆள்தான். இதுக்குப் பின்னாடி என்னவோ இருக்கு. அது என்ன என்பதை கண்டு பிடிக்கத்தான் என்னால் முடியவில்லை. ஒரு சின்ன இழையும் கிடைக்கவில்லை. இந்த விஷயத்தை நான் முல்லா விடம்தான் பேசவேண்டும்.

முல்லா அஜீஸ்ஸுல்லா, வழக்கமான அன்போட என்னை வரவேற்றார். ஆனாலும் எனக்கு என்னவோ மனக்கஷ்டம் என்பதை என் முகக் குறியில் இருந்து கண்டுகொண்டார். "நீ ஏதோ ரொம்ப கவலையோட இருக்கியே" என்று கேட்டார். "உண்மைதான் எனக்கு லேசான காய்ச்சல். குளிர்க் காய்ச்சல் அடித்தது, ஆனால் இப்போ பரவாயில்லை, அது சீக்கிரமாவே போய்விடும்" என்று சொன்னேன். ஒரு முகமதியனோட தினசரி மதரஸா சம்பிரதாயப்படி, வழக்கமான முறையில், அன்றைய பாடம் போய்க்கொண்டிருந்தது. அப்போது நான் சொன்னேன்: "நீங்க சொல்லிக்கொடுத்ததுக்கு மேலாக எனக்கு வேற எதுவும் என் காதுல விழல, என்ன ஓர் விசாலமான அனுபவம் உங்களுக்கு? நீங்க கண்டிப்பா எங்கிட்ட இருந்து எதையோ மறைக்கிறீங்க. எனக்கு வயது போதாது என்று நினைத்து பயந்து எதையோ மறைப்பதுபோலத் தோன்றுகிறது எனக்கு."

"இல்லை மகனே அது உண்மை இல்லை. எதையும் உன்னிடம் மறைக்கவில்லை. ஆனால் மற்றவர்களைப் பொறுத்தவரை அது உண்மைதான். நம்முடைய மதத்தின் சில பேராசான்களும், சூபிகள் போன்றவர்களும் சில கோட்பாடுகளை வரையறுத்து வைத்திருக்கிறார்கள். அதன் உள்ளூறை அவ்வப்போது புதுக்கப் படுகிறது. அது பொருத்தப்பாடு உடையதாக இருக்கிறது. அதன் முடிவை நம்மால் கண்டடைய முடியாது. ஆனால் அது எந்த இலக்கை நோக்கி இட்டுச்செல்கிறது என்ற திசைவழியை நம்மால் யூகிக்க முடியும். நீ வயதில் சின்னவனாக இருந்தாலும், நமது நம்பிக்கைகளின் இலட்சியத்தைப் புரிந்து கொள்ளும் அளவுக்கு பக்குவப்பட்டிருக்கிறாய்."

"உங்கள் அன்புக்கு நன்றி பாராட்டுகிறேன். நான் மேலும் கற்பதற்கு முயற்சிக்க வேண்டும், உங்களிடம் கேட்டதன் மூலம் நான் புரிந்துகொண்டிருப்பது என்னவென்றால் என்னிடம் விஷயங்கள் சிலவற்றை முழுமையாக வெளிப் படுத்த மறுக்குறீங்க. அல்லது மறைக்கிறீங்க. என் தந்தையே நான் எந்த விதமான தொழில் செய்தால் பயனுள்ளதாக இருக்கும்? அதுபற்றி நீங்கள் எனக்கு அறிவுரை வழங்க வேண்டும்."

"நீ முல்லா ஆகலாமே. அதற்கு நீ இன்னும் ஆழ்ந்து படிக்க வேண்டும். அப்படிப் படிக்கும்போதுதான் இந்த எண்ணம் ஈடேறும். நீ மதத்தைச் சார்ந்தே இருக்கலாம். உன் தந்தை உன்னை எதிர்க்கமாட்டார். நான் ஆரம்பித்து வைத்த கல்வியை நிறைவு செய்ய உன்னை டெல்லிக்கு அனுப்புவார்."

"நல்லது, நான் இதைப்பற்றி யோசிக்கிறேன்.' ஆனால் முல்லா ஆவது என்ற எண்ணம் எனக்கு வெகு தொலைவிற்கு அப்பால் இருந்தது. என்னை நானே ஏமாற்றிக்கொள்ள விரும்பவில்லை. அஜீஸ்ஸூல்லா இரக்கத்திற்குரிய அப்பாவியாக இருந்தார். பள்ளி வாசலுக்கு வரும் பங்குத் தொகையில் தான் அவர் தன் ஜீவனத்தைச் சிரமப்பட்டு ஓட்டிக் கொண்டிருந்தார். தன்னைப் பராமரித்துக் கொள்ளக்கூட போதிய அளவு அவரால் வசூலித்துக் கொள்ள முடியவில்லை. என் மனச் சலனங்களை நிதானப்படுத்திக் கொள்ளவேண்டும். இனி அஜீஸ்ஸூல்லாவைப் பார்க்கப் போகக்கூடாது. நான் முல்லா ஆக விரும்பவில்லை. எனவே அவற்றில் இருந்து எட்ட இருப்பதே நல்லது."

"நான் முல்லா ஆக வேண்டும் என்பதுதான் கடவுள் விருப் பமா? இப்போதைய நிலையில் நான் எதற்குமே தயாராகத்தான் இருக்கிறேன். இது எப்போதும் இப்படியே இருக்க வேண்டும். இதுதான் என் விதியென்றால் எனது வருங்காலம் குறித்து புலம்பக் கூடாது. எனக்கு அப்படி எழுதப்பட்டிருக்கவில்லை யானால், எனது தந்தை கொல்லப்பட்டிருப்பாரா? எனக்கு அது எழுதபட்டிருக்கவில்லை என்றால் நான் தக்கி ஆகி இருப்பேனா? எதையும் தீர்மானிக்க முடியவில்லை. விதியை யார்தான் வெல்லமுடியும்? விதியின் தண்டனையை யார்தான் தடுக்க முடியும். நீங்க செய்வீங்களா? சாகேப், விதி எனக்களித்த தண்டனையைத் தடுப்பீர்களா? அப்படிச் செய்தால் நீண்ட நெடுங்காலத்திற்கும் நான் உங்கள் நம்பிக்கைக்கு மெய்யாக இருப்பதைக் காண்பீர்கள்."

"அது நடக்காது நீயும் உன்னைப் போன்ற தக்கிகளும் மிகவும் ஆபத்தான பேர்வழிகள். உன்னை இந்த உலகத்தில் விட்டு வைத்தால், உன் கண்ணில் படுகிற மனிதரின் கழுத்தை நெறிப்பதற்கு உள்ளங்கை அரிக்கும். நீண்ட நாட்களுக்கு முன் 'அமீர் அலி' ஜமேதார் பற்றி கேள்விப்பட்டபோது அவன் நாற்பது ஐம்பது ஆட்கள் கொண்ட குழுவைத் தன்வசம் வைத்திருந்தான். அவனைப் பிடிப்பதற்குள் எங்களுக்கு நிறைய தண்ணீ காட்டிவிட்டான். மீண்டும் அந்த நிலைக்குப் போக விரும்பவில்லை நான், சரியா?"

“நீங்க சொல்றது உண்மைதான். நம்புறேன்” என்று சொல்லிவிட்டு அமீர் அலி சிரித்தான். ‘சில நேரங்களில் எனது நிலையை நானே இகழ்ந்து உள்ளத்தில் கழிவிரக்கம் கொண்டாலும், கிடைக்கிற சந்தர்ப்பங்களை நழுவவிடாமல் இருக்க மனம் துடிதுடிக்கும். என்னை மாற்றிக்கொள்ள முடிய வில்லை. ஆனால் இப்போது எவ்வளவு முடியுமோ அவ்வளவு நல்லவனாக இருக்கிறேன். ஏனெனில் தப்பித்து மீண்டும் பிடி பட்டால், தூக்கில்தானே போடுவீர்கள்?”

“கண்டிப்பாகப் போடுவோம். அதில் என்ன சந்தேகம். சரி நீ உன் கதைக்குப் போ, இந்த விஷயத்திற்குள் புகுந்தால் அப்புறம் சொல்ல நினைத்தது உனக்கு மறந்துபோகும்” என்றேன். அவன் மீண்டும் தொடர்ந்தான்.

“கிட்டத்தட்ட ஒருமாதம் ஆகியிருக்கும் நான் சலிப்புற்றிருந்த நேரத்தில். இஸ்மாயில் ஹூசைனோடு திரும்பி வந்திருந்தார். இனி அவர்தான் என் அப்பா. இனி நான் அவரை அப்படித் தான் அழைக்க வேண்டும். முல்லா ஆவதற்குரிய வகையில் என் தோற்றமே மாறி இருந்தது, அதற்குரிய காரணத்தை விளக் கினேன். அதில் அவர் திருப்தி அடைந்தார். ஆனால் நான்? என்னால் முடியவில்லை. என்னிடம் இருந்து மறைக்கப்பட்டதை தெரிந்துகொள்ள வேண்டும் என்ற ஆர்வத்தில் உள்ளுக்குள் கொதிப்புற்றிருந்தேன். இரவு நேரங்களில் தூங்க முடியவில்லை. நினைவுகள் என்னைப்போட்டு அழுத்திக்கொண்டே இருந்தன. மிகவும் வெறுத்துவிட்டேன். அந்த நிலை என்னை ஒரு முடிவுக்கும் போகவிடவில்லை. ஒரு நேரம் என் அப்பாவை விட்டுவிட்டுப் போய்விடுவது என்று தீர்மானித்துவிட்டேன். என்னுடைய எதிர்காலத்தை நானே பார்த்துகொள்வது என்று முடிவுசெய்து விட்டேன். கொஞ்சம் துணிமணிகள் கொஞ்சம் பணம் கூட எடுத்து வைத்துக் கொண்டேன். என் மனதில் இருப்பதை அப்பாவிடம் சொல்லிவிட வேண்டும் என்ற தீர் மானத்துடன் இருந்தேன். ஆனாலும் எனது நோக்கத்தை வெளிப்படுத்த முடியவில்லை. அதற்குக் காரணம் நானொரு பயந்தாங்கொள்ளி என்று அர்த்தம் அல்ல. இயற்கையாகவே நான் தைரியசாலி. அது ஒரு விசித்திரமான மனநிலை. அது என்ன என்பதை இப்போது என்னால் தெளிவாகச் சொல்ல முடியவில்லை.

ஒரு ராத்திரி இஸ்மாயில் என்னை படுக்கை அறைக்கு அழைத்து வரச்செய்தார். எப்போதாவது தான் என்னை

அதற்குள் அனுமதிப்பார். என் நெஞ்சு பயத்தில் திக்திக் என்று அடித்துக் கொண்டு இருந்தது. என்னைப் போலவே இஸ்மாயிலும் பதற்றத்துடன் காணப்பட்டார். என்னை அருகில் அழைத்து அமரச்செய்தார். இரண்டு பேரும் நீண்ட நேரம் அமைதியாக உட்கார்ந்து இருந்தோம், ஒரு சின்ன எண்ணெய் விளக்கு மட்டும் எரிந்து கொண்டு இருந்தது. அதன் மங்கலான வெளிச்சம் சூழலை மேலும் இறுக்கமாக்கியது. எண்ணற்ற உணர்ச்சிகள் ஓடிக்கொண்டு இருந்தன. மூச்சே நின்று விடும்போல இருந்தது. உணர்ச்சிகள் வெடிப்புற அவர் பாதத்தில் விழுந்து தேம்பித் தேம்பி அழுதேன்."

"அமீர், என் குழந்தே..... என்மகனே என்னாச்சு உனக்கு." அன்பாகவும் அக்கறையாவும் கேட்டார். "என்ன இது ஏன் இப்படி அழுகிறாய், என்ன பிரச்னை? உனக்கு யாராவது சூன்யம் வச்சிட்டாங்களா? நான் ஊர்ல இல்லாதப்ப எதாவது சிக்கல்ல மாட்டிகிட்டியா? சொல்லுடா என் பிள்ளையே எதுவாக இருந்தாலும் என்னிடம் சொல்லு."

என்னுடைய உணர்வுகள் எல்லாம் சேர்ந்து ஒரு உந்துதலைக் கொடுத்தது, பயந்துகொண்டே அவருக்குப் பதில் சொன்னேன். அவரிடம் இருந்து, எட்ட இருந்து கேட்டதையும் அப்புறம் மற்றவற்றையும், மறக்க முடியாத அந்த ராத்திரியில் அவர்கள் பேசிக்கொண்டதையும், நான் கேள்விப்பட்ட அனைத்தையும் ஒன்றுவிடாமல் சொன்னேன். "என் இதயத் துடிப்பை நான் கேட்டேன். என் ஆர்வம், என் அப்பாவின் ஆர்வம், ஒரு இளைஞனின் ஆர்வம் எல்லாமே மேலெழும்பி வந்தது. ஆனால் அதற்கப்புறம் என் உணர்வுகள் எல்லாம் மாறிவிட்டன. நான் இன்னும் சின்னப் பையன் இல்லை எதையும் சாதிக்க முடியும் என்று எனக்குத் தோன்று கிறது. இதை நிரூபிக்க எனக்கு ஒரு வாய்ப்பு கொடு." என் கைகளை மடித்து என் மார்பின் குறுக்கே வைத்தபடி அமைதியாக நின்று கொண்டிருந்தேன். அவர் உணர்வுகள் துடிப்பதை முகத்தில் பார்க்க முடிந்தது. இப்படி உணர்ச்சிக் கொந்தளிப்புடன் இதற்கு முன் நான் அவரைப் பார்த்ததில்லை. அவர் மிகவும் நெகிழ்ந்து இருந்தார்.

இறுதியில் அவரது மவுனம் கலைந்தது. ஆனால் அது எனக்கு உவப்பாக இருக்கவில்லை. அவர் சொன்னார் "என் மகனே உன்னை, என்னைப் போல மாற்றுவது தவிர எனக்கு வேற வழி தெரியவில்லை. ஆனாலும் நான் உன்னை அறிய அறிய என் எதிர்பார்ப்புகள் அதிகரிக்கிறது."

“நம்புங்க, என்னை நம்புங்க” என்று நான் வெறித்தனமாக கத்தினேன். “நீங்கள் வருத்தப்படும்படி எதுவும் நடந்து விடாது.”

அவர் சொன்னார்: “நான் உன்னை நம்புகிறேன் மகனே. நான் சொல்வதை மிகவும் கவனமாகத்தான் சொல்கிறேன். அதில்தான் உன் எதிர்காலம் அடங்கி இருக்கிறது. நான் சொல்வதைப் பின்பற்றுவதில் நீ எந்தத் தயக்கமும் காட்டக்கூடாது. எல்லாம் தெரிந்து கொண்டு நீ மீண்டும் இந்த உலகத்தின் வலைக்குள் விழுந்து விடக்கூடாது. முதலில் ஒரு சோதனை ஓட்டத்துக்குப் போகவேண்டும். அது உனக்குத் தேவையான தைரியத்தைக் கொடுத்துவிடும். நீ சாகசத்தில் இறங்கமுடியுமா? அதற்கான தைரியத்தைப் பெற்றிருக் கிறாயா?”

“நான் துணிந்து நிற்பேன்” என்று அசட்டுத் துணிச்சலில் சொன்னேன்.”

அவர் தனக்குள் யோசிப்பது போலத் தோன்றியது. சிறிது நேரம் அப்படியே இருந்தார். அப்புறம் சொன்னார்:

“அடுத்த மூன்று நாளில் நான் உன்னிடம் இருந்து எதையும் மறைக்கமாட்டேன் என்று சத்தியம் செய்கிறேன்.”

எனக்கு ஏமாற்றமாக இருந்தது, ஆனாலும் நம்பிக்கை இழக்கவில்லை. என்னை ஓய்வு எடுக்க அனுப்பி விட்டார்.

“இஸ்மாயில் தான் கொடுத்த வாக்குறுதியை நிறைவேற்றினார். ஆனால் அது என் மனதில் உண்டாக்கின விளைவுகளை நான் உங்களுக்கு விளக்கிச் சொல்வது கடினம். அவருடைய கதை என்னவென்று சொல்வதற்கு நான் முயற்சிக்கலாமா சாகேப்.”

“எனக்கு இருக்கும் ஒரே தயக்கம் என்னவென்றால், தன் வாழ்க்கை அனுபவத்தின் வாயிலாக அவர் எனக்குக் கற்றுக் கொடுப்பதில் தான் எனது வாழ்க்கை சித்திரம் அடங்கி இருக்கிறது. அது என்னுடைய சொந்த வாழ்க்கையிலிருந்து கதையை முன்னெடுத்து செல்லுமா? என்ற கேள்வியாகவும் இருக்கிறது. ஆனாலும் நீங்கள் கேட்பதற்கு சுவாரஸ்யமாகத்தான் இருக்கும்.”

“எனக்கும் அதில் சந்தேகம் இல்லை அமீர் அலி. உன்னுடைய சொந்த சாகசக் கதையை முடித்த பின்னர் இஸ்மாயில் பற்றிக் கூறு” என்று நான் சொன்னேன்.

“நீங்க சொல்றது சரிதான் சாகேப், நான் இப்போதைக்கு அதை விட்டுவிடுகிறேன். அவருடைய இறுதி வார்த்தைகள்

தவிர இந்த வார்த்தைகளுடன் கூடிய முடிவற்ற பழிவாங்கல்கள், நான் இந்த உலகத்தை வெறுக்குமாறு செய்தது."

இஸ்மாயில் சொன்னார்: "நான் சொல்வது இதுதான் மகனே. உனக்கு அறிவுரையாக என் வாழ்க்கையில் இருந்து நான் இதுவரை சொல்லியதற்கும் மேலாக ஒன்றிரண்டு சேர்த்துச் சொல்கிறேன். என்னையொரு தக்கி என்று சொல்லிக் கொள்ளத் தேவையில்லை. கொள்ளையர்களின் தொழிலும் அவர்களுடனான உறவு மட்டுமே அதில் என்னை நம்பிக்கைகுரியதாக பிணைத்தது என்று நம்புகிறேன். இந்த நம்பிக்கையுடன் உறவாட வைத்து, ரொம்ப காலத்துக்கு முன் னால் இறைவன் ஒரு நல்ல நோக்கத்துக்காக சில நபர்களைத் தேர்ந்தெடுத்து, அவங்ககிட்ட அற்புதமான ஒரு தொழிலை ஒப்படைச்சார். அது கொஞ்சம் கொஞ்சமாகக் கைமாறி வந்துள்ளது. இறைவன் ஒப்படைத்த தொழிலில் இந்துக்க ளும், முஸ்லீம்களும் ஒருவருக்கு ஒருவர் சகோதரர்களாக இருந்தாங்க. அவங்களுக்கு மத்தியில் கெட்ட எண்ணங்களே கிடையாது. அதுக்கு மெய்யான ஆதாரமாக நாம் சொல்வது, அது புனிதமான ஆளுமையின் அருளாசி பெற்றது என்பது தான். மெய்யான இறைநம்பிக்கை இப்போது இந்த உலகத்துல எங்க இருக்கு சொல்லு பார்ப்போம். என் மகனே.... இப்போது நேர்மையாக இருக்கிறவங்க நம்மை விட்டா யாரு இருக்காங்க. எனக்குத் தெரிஞ்சு உலகத்தில் உள்ள அத்தனை மனிதர்களிலும் ஒருத்தர்கூட இல்லை. ஒவ்வொருத்தரும் தன் பக்கத்தில் இருப் பவனை ஏமாற்றுவதையும், வஞ்சகம் செய்வதையும் தான் நோக்கமாக வைத்திருக்காங்க. இந்த இதயமற்ற தன்மையில் இருந்து உண்மையின் பக்கம் நான் திரும்பி விட்டேன். அது என் ஆன்மாவை சுத்தப்படுத்தியது. நம்மிடையே கீழான நிலையில் இருப்பவர்களிலிருந்து மேலான நிலையில் இருப்பவர்கள் வரை மனவெழுச்சியில் வார்க்கப்பட்டிருந்தனர். நாம் எங்கே சென்றாலும் அதே சகோதரத்துவத்தை கண்டடைந்தோம். பல அம்சங்களில், பல பழக்கவழக்கங்களில் வேறுபாடுகள் இருந்தாலும், இதயங்கள் எல்லாம் ஒன்றுபட்டு இருந்தது. எல்லோருக்கும் எண்ணங்கள் உயர்ந்ததாக இருந்தன. தக்கியும் அதே உயர்ந்த ஆன்ம துடிப்புடன்தான் இருக்கிறான். நாம் எங்கே சென்றாலும் நமக்காக வீடுகள் திறந்து இருக்கும். மலைமக்கள் நம்மை உற்சாகத்துடன் வரவேற்பார்கள். அவர் களது மொழி இந்துஸ்தானியர்களுக்குக் கூட புரியாது. அது வெல்லாம்

அங்கே ஒரு பொருட்டே இல்லை. அவர்கள் சைகையும் அதை அர்த்தப் படுத்திக்கிறதும் எல்லாம் நம் முடையதைப் போலத்தான் இருக்கு. ஆனால் நாம் எப்படி இருக்கிறோமோ அப்படியே நம்மை அவர்களிடம் ஒப்புக்கொடுத்துவிட வேண்டும் என்பதுதான் என் அனுபவத்தில் கண்ட உண்மை. இதுவெல்லாம் கடவுளின் ஆதரவு இல்லாமல் நடக்குமா? மனிதர்களின் ஆசைகள் ஒன்றுடன் ஒன்று மோதிக் கொண்டே இருக்கும். ஒரு புனிதமான சக்தியின் விருப்பம் இல்லாமல் இப்படி இருக்காது என்பதுதான் என் கருத்து. சில வெகுமதிகள் நமக்குக் கிடைக்கிறதுக்கும், பலரோட கவனம் நம்ப பக்கம் திரும்பறதுக்காகவும் அந்த நிமிஷம் நம்ப மேல வெளிச்சம் விழறதுக்காகவும் இத்தனை கஷ்டங்கள் படணுமான்னு தோணும், மனசுக்குள்ள வெறுப்பு வரும். இருந்தாலும் இது நம்ப விதி. கடவுள் நமக்குக் காட்டின வழி, யார்தான் அதைத் தடுக்க முடியும்? அவன் அழைத்துச் செல்லும் இந்தப் பாதையில் அவனுடன் போவதற்குரிய தைரியமான மனசையும், உறுதியையும் நமக்குக் கொடுப்பான். எந்த விடாமுயற்சியும் அது நிறைவடையும் வரையிலும் அங்கு தோல்விக்கே இடமில்லை. இது இப்படி இருப்பதால் என் மகனே நான் வேறென்ன செய்ய முடியும். என் கருத்து என்ன வென்றால் இந்தத் தகுதியைப் பிறர் அடைய நிறைய கஷ்டப்பட வேண்டியிருக்கும். என் மேற்பார்வையில் நீ இத்தொழிலில் உடனே ஈடுபட்டால், என் பொக்கிஷத்தை எல்லாம் உன்னோடு பங்கிட்டுக் கொள்வேன். என் விருப்பம் என்ன என்பதை நீ அறிவாய். அதே உறுதியுடன் இரு. தைரியமாக இரு. நிதானமாக இரு. உண்மையுடன் இரு. உனக்கு அதுக்கு மேலே வேறொன்றும் தேவை இல்லை. ஒரு தக்கியின் உயர்ந்தபட்சத் தகுதியான இவையே நமது சமூகத்தில் கௌரவத்தையும், மரியாதையையும் உறுதி செய்யும். இவையே வெற்றிக்கும் உயர்நிலைக்கும் வழிவகுக்கும். என்னைப் பொறுத்தவரையில் நமது கூட்டத்தின் தலைமைப் பொறுப்பில் உன்னைப் பார்க்க வேண்டும். அதன் பின்னர் எனது வேலையில் இருந்து ஓய்வு பெற்று எஞ்சிய நாட்களை அமைதியாகக் கழிக்க வேண்டும். இஸ்மாயிலின் தீரமும் ஊக்கமும் மிகுந்த மகனாகிய அமீர் அலி மீது பொழியவிருக்கிற புகழ்வுரைகளைக் கேட்டு நான் நிறைவான மனதுடன் வாழவேண்டும். அதுவரையில் உனக்குப் பயிற்சியாளனாகவும், பாதுகாவலனாகவும் இருந்து வருவேன்.

3

டுபாக்கூர் தில்தர்கானும், அமீர் அலியின் புலிச்சாகசமும்

“என் தந்தையே, இதற்குமேல் வேறெதுவும் சொல்ல வேண்டாம்” என்று சொன்னேன். “நான் உங்களுடையவன்; உங்கள் விருப்பப்படி செய்யலாம். நீங்கள் சொன்ன இந்த வரலாற்றை நீண்ட காலமாகவே உங்களிடமிருந்து கேட்டுக் கொண்டுதான் இருக்கிறேன். என்னைப் பற்றி நீங்களும், ஹூசைனும், மற்றவர்கள் மத்தியில் பேசியதைக் கேட்டேன். அதுதான் என் கவலைக்குப் பெருங்காரணமாக இருந்தது. நான் உங்க நம்பிக்கைக்குப் பாத்திரமானவனாக இல்லையோ? என்ற பயம் எனக்குள் இருந்தது. அது என்மனதுக்கு பாரமாகவும் இருந்தது. நீங்கள் குறிப்பிட்டுச் சொன்ன துக்கத்துக்கும், பாரத்துக்கும் அதுதான் காரணமாகக்கூட இருந்திருக்கும், சொல்லப்போனால் என் மனதை உங்களிடம் திறந்து காட்டும் வாய்ப்புக்காகத்தான் நீண்டகாலமாகக் காத்துக்கொண்டு இருந்தேன். உங்களில் ஒருவனாக என்னை ஏற்கவேண்டும் என்று மனதுக்குள் இறைஞ்சினேன். நான் இன்னும் குழந்தை இல்லை. உங்களுடைய புதிய சரித்திரம் எனக்குள் நிறைய எழுச்சியுணர்வுகளை தந்துள்ளது. அதை இப்போது எப்படிச் சொல்வதென்று தான் தெரியவில்லை. ஆனால் நான்உங்களைப் போல பேரும், புகழும் அடைய விரும்புகிறேன். இந்த பொய்யான உலகத்தில் எனக்கு எதுவுமே புலப்படாமல் இருந்தது. இப்போது நீங்கள் கூறிய வார்த்தைகளைவைத்துப் பார்த்தால் இனி இந்த உலகத்தில் வேறெந்தத் தொழிலில் ஈடுபட்டாலும் அது எனக்கு உவப்பாக இருக்காது

என்று தோன்றுகிறது. இதயமற்றவன், கீழ்மையானவன் என்றெல்லாம் உங்களைப்பற்றி மற்றவர்கள் சொல்லக்கேட் டிருக்கிறேன். இருந்தாலும் வெற்றியை அடைவதற்காக கடவுளால் நான் தேர்ந்தெடுக்கப்பட்டிருக்கேன். அதுவும் உங்களுடைய அடிச்சுவட்டில் பயணப்படுவது மூலமாக அதை அடையமுடியும் என்று நம்புகிறேன். எப்போதும் எங்கும் உங்களைப் பின்தொடரத் தயாராக இருக்கிறேன். உங் களைத் தவிர எனக்கு வேறு நண்பர்கள் இல்லை. யாரும் அறிமுகமும் இல்லை. இந்தக் கிராமத்து இளைஞர்களிடமும் நான் பழக்கம் ஏற்படுத்திக் கொண்டதும் இல்லை. அந்த இளைஞர்கள் அவர்களது பெற்றோர்கள் காட்டிய பாதையில் பயணித்தது கீழ்த்தரமாகவும், கேவலமாகவும் தோன்றியது. எனது உத்வேகம் அவர்களுக்கு எதிராக அமைந்தது. அவர் களிலிருந்து தூரமாக விலகி நின்றுவிட்டேன். எனக்கு இருந்த ஒரே நட்பு இந்த வயதான முல்லாதான். அவர் என்னை முல்லாவாக்க முயன்றார். குர்ரான் வாசிப்பதில் என் ஆயுள் கழியவேண்டும் என்று விரும்பினார். அவரது பணி புனிதமானதாக இருந்தாலும், அது எழுச்சியூட்டுவதாக இல்லை. எனக்குள்ளே எந்த உந்துதலையும் கொடுத்து விடவில்லை. துடிப்புமிக்க வேலைக்கான தாகத்தையும் அது எனக்குள் உருவாக்கவில்லை. நான் ஒரு சிப்பாய் ஆக வேண்டுமென்று விரும்பினேன். மிலேச்ச ஐரோப்பியர்களுக்கு எதிராகப் போராட சிந்திகளின் சேவைக்குழு ஒன்றில் இணைய விரும்பினேன். அதெல்லாம்கூட கடந்துவிட்டது. இப்போது என்னோட தீர்மானம் நான் தக்கி ஆவதுதான். உலகம் முழுதும் உங்களைப் பின்தொடர்வதுதான் என் எண்ணம். தந்தையே நான் உங்களுக்கு ஏமாற்றத்தைத் தரமாட்டேன். என்னுடைய தாகமெல்லாம் பேர் வாங்குவதுதான். அதுக்காக எதையும் செய்யும் உளப்பாங்கு என்னிடம் இருக்கிறது. ஆனால் மரணம் மட்டுமே என் தாகத்தைத் தணிக்கும்."

"மரணத்ததைக் கடவுள் உன்னிலிருந்து தொலைவில் வைக் கட்டும்" என்று தொடர்ந்த இஸ்மாயில் உண்மை உணர் வுடன் சொன்னார். "நீ ஒருத்தன்தான் என் வாழ்க்கைக்கு ஆறுதலாக இருக்கிறாய், வேறெந்த சந்தோஷமும் எனக்கு இல்லை. இனிமேல் உன் சிந்தனை, செயல்கள் மூலமாகத்தான் எனக்குச் சந்தோஷம் கிடைக்கவேண்டும். நான் அறிவேன் என் மகனே, என்னை நீ ஏமாற்றிவிட மாட்டாய். எனக்கு அருளப்பட்டுள்ள வளங்களைப் பார். என் ஆற்றலைக்

குறைவாகத்தான் அறிந்திருப்பாய். இந்த இந்துஸ்தானத்தில் இருக்கிற ஒவ்வொரு தக்கியிடமும் எனது அதிகாரம் நிலவுகிறது. ஒருவார முன்னறிவிப்புப் போதும். அந்தவொரு வாரத்துக்குள் ஆயிரக்கணக்கான தக்கிகள் என் ஆணைக்கு அடிபணியக் காத்திருப்பார்கள். அடுத்த சில நாட்களிலேயே தசரா விழா நடக்கும். அப்போது நான் அதை நிரூபிக்க முடியும். அந்த நேரத் துல எல்லாரும் ஒன்றாகக் கூடுவோம். ஹோல்கரும், சிந்தியும் ஐரோப்பியருக்கு எதிராக ஆரம்பித்திருக்கிற சண்டையின் குழப்பத்தை எங்களுக்குச் சாதகமாக பயன்படுத்திக்கொண்டு, சில திட்டங்களை நிறைவேற்ற இருக்கிறோம். இன்றைக்கு இருக்கிற குழப்பமான நிலையில் நிறைய வேலைகள் சாத்தியப் படும் என்று எதிர்பார்க்கிறோம். நான் உன்னை சியோப்பூருக்கு அழைச்சிட்டுப் போறேன். அங்கேதான் நாங்க எல்லாம் கூடுவதாக இருக்கிறோம், அங்க ஒரு ஜமீன்தார் எங்களுக்கு பலவழிகளிலேயும் ஒத்துழைப்பாக, நட்பாக இருக்கிறார். நான் உன்னை என்னோட கூட்டாளிங்களுக்கு அறிமுகப்படுத்துறேன். ஒரு தக்கிக்குரிய வழக்கமான முறையில் நீ அங்கே அறிமுகம் செய்யப்படுவாய்."

"இப்பிடித்தான் சாகேப் எங்கள் உரையாடல் இருந்தது. அந்த இரவு முழுவதும் இந்த உரையாடலிலேயே கழிந்தது. முன்னர் என்னவாக இருந்தேனோ அதிலிருந்து மாறுபட்ட ஒருவனாக அன்றைக்கு இரவு ஓய்வெடுக்கப் போனேன். நான் தூங்கி எழுந்தபோது பழைய வேகமும், பலமும் துடிப்பும் என்னுள் திரும்பவும் வந்த மாதிரி இருந்தது. என் தலையுயர்த்தி, நெஞ்சு நிமிர்த்தி ஒரு ஆண்பிள்ளையாக, ஆனதுபோல இருந்தது. அதுக்கு முன்னாடி காதல் நோயில் சிக்குண்ட பேதையாக இருந்தேன். ஆனால் உண்மையில் நானொரு சிறு பையன்தான். எனக்கு வயது பதினெட்டுதான். ஆனால் அந்த சமீபத்திய வருடங்களில் இதுபோன்ற உணர்வுகளில் நான் பாதிக்கப்பட்டது இல்லை."

இன்ஷா அல்லா, நான் வேறொருவனாக மாற இருக்கிறேன் என்ற கிளர்ச்சி என்மனம் முழுக்க ஆக்கிரமித்து இருந்தது சாகேப். அது எப்படி இருந்தது என்பதை நிரூபிக்கும் ஒரு சம்பவத்தை விபரமாச் சொல்றேன். முன்பின் பழக்கமற்ற வேலைக்கு என்னை ஒப்புக் கொடுக்கிறேன். இதைச் செய்வதற்குரிய தைரியம் இருக்கும் என்று நான் கனவிலும் நினைக்கவில்லை. பின்னர் தொழில்முறை சிப்பாயே பின்வாங்கும் அளவிற்கு நான் அதை துணிச்சலுடன் செய்தேன்.

எனக்கும் தந்தைக்குமான உரையாடல் நடந்து முடிந்த ஓரிரு நாட்களில் எங்க கிராமத்துக்குப் பக்கத்துல இருக்கிற காட்டின் வழியாக ஒரு பெண்புலி தன் குட்டிகளோடு எங்கள் கிராமத்திற்குள் புகுந்துவிட்டது. முதலில் அதுவொரு செம்மறியாட்டைக் கொன்றதைப் பார்த்திருக்கிறாங்க. இரண டாம் நாள் அப்புலியால் கொல்லப்பட்ட ஓர் ஆளைப் பார்த்தோம், மூன்றாம் நாள் ஒரு பட்டேலைக் கடுமையாகத் தாக்கிக் காயப்படுத்தி இருந்தது. அவர் ரொம்பவும் பெரிய ஆளாகக் கருதப்பட்டவர். புலி தாக்கிய காயத்தால் அன்று இரவே இறந்துவிட்டார். இது விஷயமாக முடிவுகட்ட ஊர்க் கூட்டம் கூடியது. திடமான ஆட்கள் எல்லாம் ஒன்றாகக்கூடி மிருகம் இருக்கிற இடத்துக்கே போய் தாக்குவது என்று முடிவு செய்தார்கள். அடுத்த நாள் காலையில் நாங்க எல்லாம் அங்கே கூடினோம். அதுல பெரியமீசையும், நீளமான தாடியும் வைத்திருந்த ஒரு பத்தான் எங்களுக்குத் தலைமை தாங்க தானாகவே முன்வந்தான். அவன் தன் ஆயுதங்களை எல்லாம் கையாள முடியாதவன் போலத்தோன்றினான். இடுப்பு வார்ல ரெண்டு வாள்கள். அதுல பலவகையான குத்துக் கத்திகளின் கொத்தும் அடக்கம். இடதுதோளில் இரண்டு பக்கமும் கூரான வாளொன்று நுனி கிட்டத்தட்டத் தரையைத் தொடுமளவு தொங்கிக்கொண்டு இருந்தது. முதுகுக்குப் பின்னால் கேடயம் ஒன்றைக் கட்டியிருந்தார். வலதுகையில நீளமான துப்பாக்கி, பற்ற வைப்புடன் இருந்தது. நாங்க வந்த உடனே என் அப்பாவை நோக்கி வணக்கம் வைத்தார்.

“அஸ்ஸலாமு அலைக்கும், முழுக்க உன்ன மாதிரியே அமைதியான ஒரு ஆள் எங்களோட வந்திருக்கார், அப்புறம் ஜடா சாகேப்பும் வருகிறாரா?”

“ஆமாம் கான்” என் அப்பா பதில் சொன்னார். “இதுபோன்ற மிக அவசியமான காரியத்துக்கு எல்லா நல்ல மனிதர்களும் தங்களால் முடிந்த மட்டும் உதவ வேண்டும் இல்லையா?, இந்தக் கொடூர மிருகம் கொல்லப்படலாம். அல்லது நாமேகூட யாராவது அதற்கு இரையாகலாம். யாருக்குத் தெரியும்?”

“இன்ஷா அல்லா” என்றார் கான், மீசையை ஒருமுறை திருகி விட்டுட்டு பின் தன்னை நிதானப்படுத்திக் கொண்டு சொன்னார். “நாம முடிவு செய்து விட்டோம். இன்னிக்கு அது சாகவேண்டும். என்னோட துப்பாக்கிக்கு பல புலிகள் இரையாகி இருக்கு. இது மட்டும் எப்பிடித் தப்ப முடியும்?

இதோட உடன் பிறந்ததும்கூட பின்னாடி வரலாம். எனக்கு இருக்குற ஒரேபயம் என்னான்னா நம் எதிரில் நின்று நாம ஆம்பளைங்களா அல்லது நாய்ங்களா என்பதை நிரூபிக்க அது வாய்ப்பளிக்குமா? என்பதுதான்."

என் அப்பா சொன்னார்: "நாம நமக்கு கிடைக்கும் வாய்ப்பைப் பயன்படுத்திக்கணும், கான். நீ இந்த ஆயுதங்களோட எப்படி முன்னேறுவாய்? அந்தப்புலி வெளியே பாய்ந்தால் எப்படி ஓடமுடியும்."

'ஓடுவதா' என்று கான் கத்தினார். "அந்த மிருகத்திற்கு நம் தாடியைக் கலங்கப்படுத்தும் தைரியம் உண்டா என்ன? காலங் காத்தால என்னதான் நினைச்சுட்டு இருக்கீங்க? தில்தார்கான் தன் வாழ்க்கையிலே என்றைக்காவது புறமுதுகு காட்டி இருக்கானா? மொதல்ல அது வெளியில வரட்டும். நான் சொல்வதை நீங்க பாக்கத்தான் போறீங்க. எந்த ஆயுதங்கள நான் பயன்படுத்தப் போறேன்றதை. என் ஒத்தக் கையால அத்தோட கதைய முடிச்சிடுறேன். எனக்கு நம்பிக்கை இருக்கு. மொதல்ல என் கையில இருக்குற இந்தத் துப்பாக்கியால அதைக் காயப்படுத்துவேன். அப்புறம் அதன் எதிரில் நான் போவேன்" என்று சொல்லிவிட்டு வாளை எடுத்து வானில் சுழற்றினார். சாத்தியமான அனைத்துப் பக்கங்களிலும் முன்னுக்குப் போய் வட்ட மடித்தார்.

சற்று மூச்சு வாங்கினார். "அப்படியே அதன் கதை முடிஞ்சிடாதா? இதெல்லாம் நான் சொல்லி அடிக்கிற கில்லி. இந்த தில்தார்கானுக்கு புலியக் கொல்றதுன்னா சின்னப்பிள்ளை விளையாட்டு. அதை வால்ல இருந்து தலைவரைக்கும் முழுசா சாப்பிடறதுக்கு முடியாதா என்ன? என்னோட வாங்க... விளையாட்டப் பார்க்கிறதுக்கு வாங்க... இந்த தில்தார்கான் பாதையில் எவனும் குறுக்கே வரமுடியாது" என்று சொல்லிக்கொண்டே ஒரு குழுவைத் திரட்டினார். "இன்ஷா அல்லா சாமான்யமான நீங்கள்ல்லாம் ஏன் என்கூட வரணுன்னா, புலியை எப்பிடி ஒருத்தனே கொல்றான்னு பார்க்கவேண்டாமா? அதான்."

அப்பா என்னிடம் சொன்னார்: "இந்த கான் ஒரு பயந்தாங் கொல்லி. எனக்கு நல்லாத் தெரியும், என் சொல்லுக்குக் கட்டுப்பட்டு எல்லாரும் வாங்க... என்ன நடக்குதுன்னு பார்க்கலாம். என்னுடைய ஆசை என்னான்னா அந்தப் பெட்டைப் புலியப் பார்த்த உடனே இவன் எப்படித் துள்ளிக்குதித்து நடுங்குறான் என்கிறதைப் பார்க்கவேண்டும் என்பதுதான்."

நான், ‘எல்லாம் அல்லாவின் விருப்பம்.’ எல்லாம் நல்ல விதமாக நடக்கணும். இவன் ஏதாவது கோமாளித்தனம் செய் தால் புலிக்கு இரையாவது உறுதி.”

அப்பா சொன்னார்: “அது ஒன்றும் கவலை இல்லை. விதிப்படி முடியட்டும். ஆனால் அம்பு பாயும் தூரம்கூடப் போகமாட்டான்.”

நாங்க எல்லாம் தில்தர்கான் தலைமையின் கீழ் திரட்டப் பட்டிருந்தோம். அவர் இன்னமும் தன் வாளை சுழற்றிக் கொண்டே இருந்தார். இடது கையால் மீசையைப் பிடித்து எப்போதும் நீவி விட்டபடியே இருந்தார். அது தானா அப்பிடி வளர்ந்ததா? இல்லே அப்படிப் வளர்த்திருந்தாரா? தெரிய வில்லை. உதட்டிலே இருந்து மேல்நோக்கி குத்திட்டு அவரு கண்ணு வரைக்கும் நீண்டிருந்தது. காட்டை நெருங்கினதும் அல்லது காட்டுக்குள்ள போனதும் தன் பயத்தைக் காட்டுவார் என்று தோன்றியது எனக்கு.

தில்தர்கான் சொன்னார்: “அந்த மிருகம் ஒரு சாதாரண சிறுத்தையாகத்தான் இருக்கப் போகுது. தில்தர்கான் கஷ்டப் படுமளவுக்கு பெரிய வேலையாக ஒன்றும் இருக்காது. பசங் களே கொஞ்சம் வேடிக்கையைப் பாருங்க.” எங்களில் சிலர் அவரைத் தொடர்ந்து போனோம்.

“நான் இங்கேயே காத்திருக்கேன். அது நிஜமாவே புலியா இருந்துதுன்னா அப்பறம் நீங்க எனக்கு தெரியப்படுத்துங்க. வந்து ஒரே போடாகப் போட்டுத் தள்ளிடுறேன்.”

நாங்கள் எல்லோரும் எதிர்த்தோம். தில்தர்கானைத் தனியா விட்டுட்டுப் போனால் அது தவறுன்னு சொன்னோம். கொஞ் சம் தயங்கி மறுபடி நடந்தார்.

என்அப்பா சொன்னார்: “நான் உனக்கு சொல்லல, அது எப்படி முடியும். ஆனா இந்த விஷயத்த எப்பிடி முடியுதுன்னு, பொறுத்திருந்து பார்க்கலாம்.”

சில எலும்புத் துண்டுகளும், கிழிந்த துணிகளும் கிடக்கிற இடம் வரைக்கும் நாங்க தொடர்ந்து போனோம். அங்கே ஒரு துரதிருஷ்டசாலியோட தலை கிடந்தது. கொல்லப்பட்ட ஆளின் பிணம் புதர் அருகே கிடந்தது. மிருகம் இருக்குமிடம் ரொம்ப தூரத்துல இல்லேன்றதுக்கு தெளிவான சாட்சியிது. கான் பயந்துவிட்ட அறிகுறிகள் தென்பட்டன.

அவர் சொன்னார்: "மிருகத்துக்குள்ளே ஒரு பைத்தியக்கார பக்கீரோட நிறைவு பெறாத ஆன்மா இருப்பதாகச் சொல்வாங்க. சைத்தானின் மகன் ஷா யாக்கூப் ஆவி அதுக்குள்ள புகுந்துட்டு இருக்கு என்பதை துப்பாக்கியின் ஒரு சூட்டுல நிரூபிச்சுக் காட்டுறேன். பேய் புகுந்த மிருகத்தோட எல்லாம் நமக்கு எதுக்கு வம்பு."

"இல்லே கான்" ஒரு கிராமத்து பையன் சொன்னான். "நீங்க விளையாடுறீங்க, ஒரு சைத்தான் பெண்ணாக இருக்கும் என்று இதுவரை நான் கேள்விப்பட்டதே இல்லையே. இந்த உறுமல் சத்தம் பெண் மிருகத்தோடதுன்னு யார் சொன்னது? இருந்தாலும், நாம ஐம்பது ஷா யாகூப்போட தாடியைக்கூட எரிப்போம்"

கான் கத்தினார். "அமைதி–மரியாதை கெட்டதனமாகப் பேசாதிங்க, நம்ம யாருக்கும் தெரியாது, யாராவது மனித புலியை உருவாக்க முடியுமா? 'மாஷா அல்லா', நான் அசீர்குர்ஐ பக்கத்துல பார்த்தேனே. இந்த நாட்டுல ஒரு பக்கீர் ஏவிவிட்ட பெண் சைத்தானைப் பார்த்தேன் தெரியுமா? ஏன்னா எந்த கிராமத்தில் இருந்தும் அவருக்குக் கன்னிப் பெண்களைத் தரல்லியாம்."

எல்லோரும் புலிய மறந்துட்டு ஒரே குரல்ல கத்தினோம் "என்ன மாதிரி இருக்கும் அந்த சைத்தான்."

ஒரு கையில மீசைய முறுக்கி விட்டுட்டு, 'ஆமா அப்பிடித்தான்' என்று சொல்லிட்டு இடுப்பு பெல்ட்ட ஏத்தி விட்டுக்கிட்டார். இந்தப் புலிக்கு மட்டும் மற்ற புலியக் காட்டிலும் தலை ரெண்டு மடங்கு பெரிசா இருக்கும். பல்லு இம்புட்டு நீளமா இருக்கும். கண்ணு எரியிற நிலக்கரி மாதிரி சிவந்து இருக்கும். ராத்திரியில டார்ச் அடிச்ச மாதிரி ஜொலிக்கும். அதுக்கு வால் வேற இல்லே. அப்புறம்... அப்புறம்..."

எங்க சிரிப்பும் நின்று போனது. ரொம்ப பக்கத்துல உறுமல் சத்தம் கேட்டது. அடுத்த சற்று நேரத்தில் ஒரு புலியும், பாதி வளர்ந்த அதன் குட்டியும் எங்களை நோக்கி வால் காற்றிலாட வேகமாக ஓடி வந்தன.

ஒரு பையன் சொன்னான்: "நல்லது கான், அதோட வாலை நீ பார்த்தியா? உன்னப் பார்த்ததும் என்னமா வாலாட்டுது?"

கான் உடனே, "அதுக்கு வால் இருக்கோ இல்லியோ, ஆனா யாகூப்போட அடங்காத ஆன்மாதான் அது. அவனோட புதைகுழி சீரழிய. இதோட எதுவும் நான் வைச்சிக்கிறப்

போறது இல்லை. ஒரு சைத்தானைக் கொல்றதுல ஒரு பயனும் இல்லை. அப்படியே கொல்லனுன்னு நினைச்சாலும் யாக்கூப் நம்பள பூன்னு ஊதினான்னா நாம எல்லாரும் பறந்து போய் ஒரே மூச்சுல நரகத்துல விழுந்துடுவோம்" என்றான்.

"போடா போடா பயந்தாங்கொள்ளி, பயந்தாங்கொள்ளி" எங்களில் சிலபேர் கத்தினோம், நான் "கிராமத்திலயே நீதான் நல்ல தைரியசாலியாக இருந்தாயே. இப்போ என்ன ஆச்சு உனக்கு என்று கேலியாக கேட்டேன்."

'எவன்டா என்ன பயந்தாங்கொள்ளின்னு சொன்னது' கான் உறுமினார், 'என்னைப் பின்தொடர்ந்து வாங்க. நான் யாருன்றதக் காட்டுறேன்'. அவர் முன்நோக்கி வேகமாக ஓடினார். ஆனால் புலி ஓடுன திசையில இல்லை. வேற திசை யில்.

'ஏ..... இந்தப் பக்கம் இல்லை' என்று சிலர் கத்தினதும் திரும்பினார்.

அப்புறம் நாங்க எல்லோரும் மிருகம் ஓடின திசை நோக்கி ஓடினோம்.

அங்கே திறந்த வெளி. ஒரு பக்கம் பெரிய பாறை. அதன் மேல புதர் மண்டி இருந்தது.

'புலி அங்க தான் இருக்கு' என்ற மூத்த வேட்டைக்காரர். 'இப்படி ஒரு எடத்த என் வாழ்நாள்ல பார்த்தது இல்லே' என்றார்.

நாங்க எல்லாரும் அந்தப் பாறையில் இருந்து ஒரு முப்பது தப்படி முன்னேறிப் போனோம்.

"அந்த மிருகத்தை எங்கிட்ட விட்டுடுங்க, நான் பார்த்துக் கறேன்" ரொம்பவும் அடிக்குரல்ல சொன்னார் கான், நான் பல மிருகங்களைக் கொன்னு போட்டுருக்கேன், எனக்குத்தான் அதை எப்படிச் சமாளிக்கணுன்னு தெரியும். இங்க இருக்குறது லேயே என் கிட்டத்தான் ஆயுதங்கள் இருக்கு. அதோ அந்த தூரத்துல இருக்குற புதர்கிட்ட என் இடத்தைக் குறித்து வைத்திருக்கிறேன். துரத்தினால் பெட்டைப்புலி இந்தப்பாதை வழியாத்தான் வந்தாவணும். அப்ப காட்டுறேன் பாருங்க என் வேலையை. அவ இந்த தில்தார் கானை எதிர் கொண்டுதான் ஆகணும். 'இன்ஷா அல்லா', அப்ப நான் அவளுக்கு இந்த வாளின் கூர் நுனியைப் பரிசாகக் கொடுக்கிறேன். அந்த குத்து வாங்கிட்டு அவ ஓடுவாள். என் டேகாவால அடிக்கும் ஒரே அடியில் கீழே சுருண்டு விடுவாள்."

அவர் சொன்ன இடத்துல புதர் இருந்தது என்னவோ உண்மைதான். அந்தப் புதர் கிராமத்துக்குப் போகிற பாதையில் இருநூறு தப்படி தூரத்தில்தான் இருந்தது.

என் அப்பா சொன்னார்: 'அப்படி உறுதியாகச் சொல்ல முடியாது. ஏம்பா, நீ அந்த மிருகத்தை அங்கிருந்தால் பார்க்க முடியாது.'

என்ன நம்புங்கன்னு சொல்லிட்டுக் கான் போய்ட்டே இருந்தாரு. அவர் குறிப்பிட்டிருந்த இடத்திற்கு.

என் அப்பா தொடர்ந்தார். "நான் சொன்ன மாதிரிதான் நடக்கப்போகுது. அவன் அந்த மிருகத்தை நேரடியாப் பார்த்துட்டா, அந்தச் சாலை வழியாக விழுந்தடிச்சு கிராமத்தை நோக்கி ஓடிப்போய்டுவான், ஆனால் அந்த புலி வரணும்" எங்க ஆளுங்ககிட்ட அப்பா சொன்னார். புதர் பக்கத்துல தானே இருக்குதுன்னு கான் நினைச்சிருப்பான். "சரி போகட்டும் நான் முன்னாடி போறேன். என் பின்னாடியே வாங்க இன்னிக்கு ஆளுங்களத் தின்னுற அந்த மிருகத்தைப் பிடிக்க முடியுதா? இல்லையான்னு ஒரு கைப்பார்க்கிறேன்."

நாங்க உடனடியாக மூன்று குழுக்களாகப் பிரித்துக் கொண்டோம். இரண்டு குழு புதருக்கு இரண்டு பக்கமாகவும், ஒன்று பாறையின் மேல் பக்கமாகவும் சுற்றி வளைத்தன. அதாவது புலி தென்பட்டால் உடனே சுட்டு விடுவதற்கான ஏற்பாடு தயாராக இருந்தது. அது வரவில்லை. புதரில் கல்லெறிந்து கிளப்புவது என்று திட்டமிட்டோம். எல்லா ஏற்பாடுகளும் ரொம்ப சீக்கிரமாப் பண்ணிட்டோம். எப்படிப் பார்த்தாலும் நாங்க எல்லோரும் புதருக்கு சில கஜ தூரத்திலேயே இருந்தோம். ஆனால் பெட்டைப் புலி இருப்பதற்கான அறிகுறியே தென்படவில்லை. அல்லது எமது ஆரவாரத்தைக் கண்டு அடங்கி இருக்கலாம். அதைத் தொந்தரவு செய்தாலொழிய தன் புகலிடத்தை விட்டு கிளம்புகிற எண்ணத்தில் புலி இல்லை. இந்தப் புலி பிடிக்கிற கும்பலில் நானும் இருந்தேன். என் கையிலே ஒரு வாளும், மெல்லிசான கேடயமும் இருந்தது. பார்த்தால் வேடிக்கைப் பார்க்கிறவனப் போலத்தான் இருக்கும். சுற்றிலும் நோட்டம் விடுறதுக்காக ஒருத்தனை பாறைக்கு மேலே அனுப்பினோம். அவனைத் தொடர்ந்து மேலும் மூன்று பேர் போனாங்க.

'நீங்க ரெடியா? நாங்க கல்லு போடவா' என்று அவர்களில் ஒருவன் சத்தமாகக் கேட்டான்.

'பிஸ்மில்லா, கல்லைப் தள்ளிவிடுங்க' என்று அப்பா கத்தினார்.

அந்த மூணு பேரும் பலங்கொண்ட மட்டும் முயன்று பெரிய கல்லை உருட்டி விட்டார்கள். ஆனால் கடைசில அது பாறையோட முகப்புலேயே உருண்டு இடிபோல சத்தத்தை எழுப்பி கீழே விழுந்து ஆயிரம் சுக்கலாக நொறுங்கிச் சிதறி யது. அந்த நிமிடம் கவலையும் எதிர்பார்ப்பும் கலந்த மாதிரி பார்த்துட்டு இருந்தோம். ப்... ஆனா கல்லு விழுந்த பின்னாலும் புலி வெளியில் வந்த பாடில்லை.

"ஏய்.... நல்லா பாருங்கடா அங்க புலி இருக்குதா? இல்லை யான்னு? நல்லா பாருங்க. நீங்க பாத்து சொன்னீங்கன்னா நாங்க சுடுறதுக்குத் தயாரா இருக்கோம்" என்று அப்பா கத்தினார்.

மேல இருக்கிறவர்கள் நாலா பக்கமும் சுற்றிலும் பார்த்தார் கள். ஆனா ஒன்னும் சொல்லவில்லை. அதுல ஒரு ஆள் குறிப்பிட்ட இடத்தைச் சுட்டிக் காட்டினான். எல்லோரும் அங்க பார்த்தாங்க. அங்க ஏதோ இருக்கிற மாதிரிக் காட்டினான்.

என் அப்பா சொன்னார்: "அட அல்லா ஓ.... அவ இருக் காடா. பாருங்க நீங்க நினைக்கிறதைவிட வேகமாக தப்பிச்சி ஓடப்போறா."

ஒவ்வொருத்தரும் அவங்க நெருப்பைப் பற்ற வைத்தார்கள்; ஒருவன் தரையில் உறுதியாகக் கால் பதித்து துப்பாக்கியைப் பற்ற வைத்து மேலே உயர்த்தினான். பயங்கரமான இடிச் சத்தம் வானத்தை நிறைத்தது. புலிக்குட்டி கடுமையாக காயம் பட்டு மரண வலியில் பயங்கரமாகக் கத்தியது. சில கஜம் தூரம் மட்டும் போய்விட்டு அப்படியே துவண்டு விழுந்து விட்டது புலிக்குட்டி. நல்லா பாதி வளர்ந்த குட்டியது. பலகீனமாகக் குரல் கொடுத்தது. எங்களில் ஒரு ஆள் அதைப் பார்த்து சுட்டான். அந்தச் சூடு தாக்கியதில் அதனால் நகர முடியவில்லை.

என் அப்பா சொன்னார்: "இப்ப வசம்மா மாட்டிக்கிச்சி. இனிதான் நமக்குக் கஷ்டமான வேலையே இருக்கு. பெரிய புலி தன்னைப் பாதுகாத்துக்க என்னவெல்லாமோ செய்யும். இங்கே நாம தப்பிச்சிப் போறதே பெரும்பாடுதான். ஏய்... பசங்களா கவனமா இருங்க. புலி நம்பள நெருங்காது. நான் வச்சகுறி தப்பாது. ஆனால் சுடுறதுல உயிர் போகாமக்கூட போய்டலாம். அதனால ரொம்ப கவனமாக இருங்க."

என் அப்பா மேலே பார்த்து, "வேற பக்கம் எதாவது இருக்கா பாருங்க" என்று சொன்னார். பாறை மேலே இருந்தவர்கள் கத்தினார்கள் 'ஆமா ஓரத்துல பெரிய புலி இருக்கு'. பல முயற்சிகள் செய்து முன்ன மாதிரியே பாறைய உருட்டி விட்டார்கள். அணுகுண்டு வெடிச்சதுபோல நடுநடுங்கும் பயங்கர சத்தம். வெற்றிகரமாக அமைந்தது, பெரிய புலி எங்கள நோக்கி விரைந்து வந்து அப்படியே ஒரு கணம் நின்றது. அதற்கு முன்னாடி நான் புலியைப் பார்த்ததே இல்லை. அதனுடைய அற்புதமான தோற்றத்தைப் பார்த்து வியக்காமல் இருக்க முடியவில்லை. அது அங்கே நின்று வாலை நிமிர்த்தியபடி ஒரு நோட்டம் விட்டது. வாலின் முனை மட்டும் அப்படியும் இப்படியும் ஆடிக்கொண்டு இருந்தது. அதனுடைய ஒளிபாயும் கண்களால் எங்களை அச்சத்தோட பார்த்தது. எங்கும் நிசப்தம். அது என்ன செய்யுமென்று யூகிக்க முடியவில்லை. அதுக்கும் என்ன செய்யறதுன்னு தெரியவில்லை. அதற்குப் பக்கத்திலேயே கிடந்த அதோட குட்டியின் உடலைக்கூட கவனிக்கவில்லை. ஒவ்வொருத்தரும் புலியைக் குறி வைச்சு துப்பாக்கியைத் தோளில் தாங்கி இருந்தாங்க. என் அப்பா சுட்டார். தொடர்ந்து எல்லாரும் சுட்டாங்க. என்னால் எதுவும் தெளிவாகப் பார்க்க முடியவில்லை. என்னிடம் துப்பாக்கி இல்லாததால் பார்க்க வேண்டியதும் இல்ல. என் அப்பா சுட்டதும் புலி தாக்குண்டது. அதிலிருந்தே அப்பா சரியாத்தான் சுட்டிருக்கார் என்று தெரியுது. ஆனா மத்தவங்க எல்லாம் குறி தவறிட்டாங்க. புலி எங்களைப் பார்த்து இன்னும் ஒரு பயங்கரமான சத்தம் கொடுத்தது. ஆனால் அந்தச் சத்தம் அதை கூர்மையாக குறி வைக்க உதவியது. அது ஒரு சின்னத் தாவலில் தில்தர்கான் இருக்கிற புதர் பக்கமாகப் போனது.

"யா.... அல்லா" என் அப்பா கத்தினார். "பயந்தாங் கொள்ளி அங்கேதானே இருக்கான். இன்னிக்கி அவன் செத்தான். அது இருக்கும் ஆத்திரத்தில் என்ன வேணுன்னாலும் செய்யுமே. எதையும் விட்டு வைக்காது. இப்போ என்ன செய்யிறது?"

புலி எமது மற்றொரு குழுவின் பார்வைக்குத் தென்பட்டது. எமது துப்பாக்கிகள் நெருப்பை உமிழ்ந்தன. ஒவ்வொரு துப்பாக்கியின் விசையும் இழுபட்டது. மீண்டும் புலி தாக்கப் பட்டது. அது நின்று தலையை ஒரு வட்டமடித்து பற்களைக் காட்டியது. புலி நெருங்குவது அவனுக்குத் தெரியாது, என்று நினைத்தேன். அவன் புதருக்குப் பின்னால் தன்னை மறைச்சிக்கிட்டு என்ன நடந்ததென்று எதையுமே பார்க்காமல்

இருந்தான். 'பய தப்பிச்சிட்டாண்டா' என்று என் அப்பா சொன்னார். ஆனாலும் இன்னும் பயம் அகலவில்லை. இப்ப என்ன செய்யலாம். ஒருத்தரும் பதிலே பேசவில்லை. ஆனால் உடனடியாக நான் என் வாளை உருவிக்கொண்டு கீழே விழுந்த சினங்கொண்ட புலியைத் துரத்தியபடி வேகமாக ஓடினேன்.

"யா அல்லா, பின்னாடி வா. பின்னாடி வா. உடனே பின்னாடி வா, யா அல்லா" இன்னும்கூட அவன் வீழ்ந்து மடிவதற்கான சாத்தியம் உள்ளது என்ற பயத்தில் அலறினார் என் அப்பா.

ஆனால் நான் அதற்குச் செவி சாய்க்கவில்லை. என் வேகத் துக்கு ஈடுகொடுக்க யார் இருக்காங்க அங்கே? ஆனாலும் சிலர் என்னைப் பின்தொடர்ந்தார்கள். நான் ரொம்ப வேகமாக ஓடிச் சேர்ந்தபோது புலி பலவீனப்பட்டிருப்பது தெரிந்தது. அது கடுமையாக காயப்பட்டிருந்தது. ஆனாலும் அதனால் வேகமாக ஓட முடிந்தது. அது அந்தப் புதரை நெருங்குவதைப் பார்த்தோம். மனுசன் தில்தார்கான் புலிக்கு வழி விடாமல் மறித்துக்கொண்டு நின்றான். அதேநேரம் அவனைப் பயமும் பீடித்திருந்தது. அடுத்த நொடியில் புலி ஓடுறதுக்காகப் பதுங்குகிற இடத்தில், அவன்மேல உட்கார்ந் திடுச்சி. இப்போ கான் புலிக்குக் கீழே இருந்தான். அது வெறி கொண்டு அவன் உடம்பைக் கிழித்தது. அதை என்னால் தடுக்க முடியவில்லை. என்னைத் திரும்பச் சொல்லி பின் னாடி இருந்து கத்திக்கொண்டே இருந்தாங்க. ஆனா நான் திரும்பல. எனது ஆபத்தான நிலையை நான் உணரவில்லை. நான் அந்த ஆபத்தான காரியத்தைச் செய்தேனென்றால் அதற்குக் காரணம் பரபரப்பான அந்தச் சூழல்தான் அந்த அதீத சக்தியைக் கொடுத்தது. இன்னொரு சுற்று மிருகத்தை நெருங்கிப்போனேன். புலி கானின் உடலைக் குத்திக் குதறிக் கொண்டிருந்தது. ஓங்கி ஒரு அடி கொடுத்தேன். "எல்லாப் புகழும் இறைவனுக்கே" அது வெற்றிகரமாக அமைந்தது. புலியோட பின் கழுத்தில் ஒரு ஆழமான வெட்டு விழுந்தது. செத்துச் சரிவதுபோலத் தோன்றியது. ஒரு பக்கம் மண்டியிட்டு ஒரு நிமிஷம் அதைக் கவனிச்சுப் பார்த்தேன். அது மரணித்துக் கொண்டிருந்தது. உடலின் பாகங்கள் மட்டும் துடித்துக் கொண்டிருந்தன. கானின் உடல் அதன் கீழ் இருந்தது. அதைப்போலவே அந்த துரதிர்ஷ்டக் கோழையும் வெகுவாகக் காயப்பட்டிருந்தான். அவனுக்குப் புலியைத் தவிர்க்கக்கூடிய சமயோசித புத்தி இருந்திருந்தால் புலியின் பார்வையில் அவன்

தப்பியிருக்கலாம். அவன் தப்பிக்க முயற்சித்தான். ஆனால் மிருகத்தின் பார்வை அவனுடைய திறமையை முடக்கிவிட்டது. எப்படியோ எல்லாம் அந்த நிமிஷத்துல நடந்து முடிந்தது. சாகேப், நான் அவனைப் பார்த்தேன், அவன் தலையில் இருந்த கண் மட்டும் வெறித்துப் பார்த்தப்படி இருந்தது. அவன் தோள் விரிந்து உயர்ந்து இருந்தது, மிருகத்திடமிருந்து மரணத்தைத் தழுவ விரும்பியதுபோல் ஆயிற்று. அந்தப் பயந்தாங்கொள்ளி புதருக்குப் பின்னாடி இருந்திருந்தால் பிழைத்திருக்கலாம். அவன் முகத்தில் கடியும் கீறலும் இருந்தது. அவன் வயித்தில் உள்ள காயத்தில் இருந்து ரத்தம் பீறிட்டது. அவன் அமைதியாக இறந்து கிடக்கிறான். என் அப்பா உடனே அங்கே வந்து என்னைத் தழுவிக்கொண்டார். அவர் கண்களில் இருந்து கண்ணீர் பொங்கியது.

"எப்படி மகனே உயிரைப் பணையம் வைத்து இந்தக் காரியத்தைச் செய்தாய்? இந்தப் பயலுக்காக உனது உயிரையும் துச்சமாக மதித்து துணிகரமாக இறங்கினாய்" என்று கீழே கிடந்த உடலைச் சுட்டிக்காட்டியபடி கேட்டார். "நான் முன்னாடியே சொல்லலியா? இவன் ஒரு கோழைன்னு? ஆனால் மகனே உன்னை நினைத்தால் எனக்கு ரொம்பப் பெருமையா இருக்கு. எங்க எல்லோரையும் வெட்கப்பட வைத்துவிட்டாய்." அங்கே திரண்டிருந்தவங்களை எல்லாம் பார்த்துச் சொன்னார்: "பாரு இன்னிக்கி எல்லோர் முகமும் இருண்டு போயிடுச்சி பார்த்தியா? எல்லார் மனதிலும் உன்னை அழுத்தமாக பதிய வைத்துவிட்டாய் மகனே. சரியா குறி பார்த்து ஆழமா ஒரு வெட்டுப்போட்டாய், "மாஷா அல்லா" அது பாரு பாதி எலும்பை வெட்டிட்டு போயிடுச்சி. பாரு அப்பிடியே பறிச்சுட்டுப் போயிருக்கு. நீ ரொம்ப தைரிய சாலிடா" என்று மீண்டும் என் தந்தை என்னை நெஞ்சோடு சேர்த்துக் கட்டியணைத்துக் கொண்டார்.

என்னோட வாத்தியார் பென்னி சிங், "நான் ஒரு வார்த்தை சொல்லணும்" என்று கொஞ்சுகிற பாவனையில் கேட்டார். "இந்தப் பெருமையின் ஒரு பகுதி என்னைச் சேரணும். காரணம் நான் வித்தை கற்றுத்தந்த விதம் அப்படி. இஸ்மாயில் சாகேப் குட்டி சாகேப் உங்கப் பேரைக் காப்பாத்துவார்னு நான் உங்ககிட்டே பலமுறை சொல்லி இருக்கேன். அவருடைய செல்வம் பெருகட்டும், ஆயிரம் வருடங்கள் வாழணும். ஆமாங்க ஐயா" என்று சொல்லி விட்டு என்னைப் பார்த்து தொடர்ந்தார், "இந்த வெட்டு முறையைப் பல தடவைக்

கற்றுக் கொடுத்திருக்கேன். நீ பாரு வேகமாக ஓடினாய். இடது கையால அனாசியமா ஒரு வெட்டுப்போட்டாய். அது சில பேருக்குத்தான் வரும். ஆனால் அந்தக் பாய்ச்சலைச் சரியாகப் பிடித்துக் கொண்டாய். ஆனா என்னைப்போல நல்ல வாள் வித்தைக்காரனாக வர்றதுக்கு இன்னும் கொஞ்சம் பயிற்சி உனக்குத் தேவைப்படுது" என்று சொல்லிவிட்டுப் பலமாகச் சிரித்தார். "இதுபோன்ற ஒரு சாகசம் செய்ததுக்காக உன்னோட வாத்தியார் மனசு குளிரட்டும்."

குட்டி சாகேப் பழைய ராஜபுத்திரரை நினைவூட்டுகிறார்.

"அப்படித்தான் எனக்கும் தோணுது" என்று என் அப்பா சொன்னார். "உங்களுக்கு ஒரு பரிசு தரவேண்டும். மதிய வேளையில் வாருங்கள். தங்களின் கருணைக்கு நன்றி பாராட்ட வேண்டும். 'இன்ஷாஅல்லா'. உங்களோட கருணைக்கு எப்படி நன்றி காட்ட வேண்டுமென்று எங்களுக்குத் தெரியும். கருணை தனக்கான வெகுமதியைப் பெற்றுவிடும்" என்றார்.

அவருக்கான அழகான பரிசு தரப்பட்டது. அதை பெருமை யுடன் அவர் பெற்றுக் கொண்டார்.

நான் சொல்லித்தான் ஆகவேண்டும். அவர் அளித்த பயிற்சிகளால் நான் பேராண்மையுடன் சிறந்து விளங்கினேன். துப்பாக்கிச்சுட முடியும். ஈட்டி எறிய முடியும். மல்யுத்தம் போட முடியும். ஒவ்வொரு வாளையும் எப்படிப் பயன்படுத்து வதென்று எனக்கு துல்லியமாகத் தெரியும். நேர் வீச்சு, சுழல் வீச்சு, ஒற்றை முனை, இரட்டை முனை, நெட்டை வாள், குட்டை வாள் எல்லாத்திலேயும் எனக்குப் பயிற்சி உண்டு. இந்தக் கிராமத்துப் பையன் எவனுக்கும், இந்த நாட்டில் இருக்கிற யாருக்கும் கிடைக்கப் பெறாத பயிற்சி, எனக்குக் கிடைத்தது அவர் மூலமாக. இந்த நாட்டுல இருக்குற யாரும் எந்த வகையிலும் என்னுடன் போட்டிக்கு நிகரில்லை.

அன்றைக்கு ராத்திரி என் அப்பா என்னிடம் சொன்னார்: "அமீர்.... என் மகனே, நாளை நீ என்னுடன் சோப்பூர் வரு கிறாய். இன்றைக்கு நடந்த சாகசம், உன்னுடைய எதிர்கால சகாக்களின் புருவங்களை எந்த அளவு உயர்த்தும் என்பதை நான் உனக்குச் சொல்லத் தேவையில்லை. நாளை வர இருக்கிற இந்த நாயகனைக் காணும் ஆர்வத்தை தூண்டும் வகையில், இன்றைய நிகழ்வுகள் குறித்த செய்திகளை தகவலாளிகள் மூலம் ஏற்கனவே அனுப்பிவிட்டேன். இந்நேரம் என் குழு உறுப்பினர்களின் எதிர்பார்ப்பிற்குரிய ஆளாக நீ மாறி

இருப்பாய். இந்தச் சம்பவத்தின் மூலமாக அவங்க மத்தியில மிகவும் பிரபலமடைவாய் என்று எதிர்பார்க்கிறேன். அவங்க உன்னை பெரிய அளவில் மரியாதையுடனும், அன்போடும் வரவேற்பார்கள். உன் தைரியம் மறுக்க முடியாதது என்பதைப் பழைய சிப்பாய்களுக்கும் நிரூபித்து இருக்கிறாய். அந்த குழுவில் கடுமையான சண்டைகளை சந்தித்த பலரும் இருக்கிறார்கள்."

"இது கடவுளின் சித்தம் அப்பா" என்று நான் சொன்னேன். "இனிமேல் என்னைப் போன்ற ஒரு சிறுவன் இப்படிச் செய லாற்றும் ஆற்றலைப் பெற்றுவிடுவான்."

"நீ இன்னும் குழந்தை இல்லை" என்று அப்பா பதில் கொடுத்தார். "நீ இன்னிக்கு இந்தக் காரியத்தைச் செய்ய வில்லை என்றால் நான் உன்னைத் தவறாகப் புரிந்து கொண்டி ருப்பேன்."

"இல்லேப்பா அப்படிச் செய்ய மாட்டேங்க" நான் பதில் சொன்னேன். "அப்படியெல்லாம் ஒன்னும் இல்லே. நான் நேற்றைக்கு இருந்தவன் இல்லைதான். ரத்தத்தை இன்றுதான் முதன் முறையாகக் கண்ணால் பார்க்கிறேன். ஆனால் அது முடிவு இல்லை என்று நினைக்கிறேன்."

4
புனிதக் கோடாரி மீது ஆணையாக நான் சொல்வதெல்லாம்...

புலியுடன் சாகசம் புரிந்த அடுத்த நாள், என் அப்பாவுடன் கிராமத்தை விட்டுப் புறப்பட்டேன். குதிரையில் பயணப் பட்டோம். நான்காம் நாள் காலைப் பொழுதிற்குப்பின் நாங்கள் சோப்பூர் சென்றடைந்தோம். அங்கேதான் பெரும் பயணத் திற்கான துவக்க கட்ட ஏற்பாடுகள் செய்யப்பட்டிருந்தன. இங்கேதான் நான் தக்கியின் கும்பலுக்குள் கொண்டு வரப் பட்டேன். இந்தத் துவக்க நிகழ்ச்சி எப்படி இருக்கும் என்ற ஆர்வத்தோடும், சில எதிர்பார்ப்புகளோடும், என்ன சடங்குகள் செய்வார்கள் என்றும் எதுவுமே தெரியாமல் இருந்தேன். நாங்கள் ஒரு மொய்தீன் வீட்டில் தங்க வைக்கப்பட்டோம். வேறுசில தக்கித் தலைவர்களும் அங்குதான் இருந்தார்கள். கொஞ்சம் சிரமப் பரிகாரம் செய்துகொண்ட பின்னர், என் அப்பா தனக்குத் துணையாக என்னைச் சேர்த்துக்கொண்டார். அடுத்து என்ன செய்யப்போறோம் என்று கலந்தாலோசனை செய்யும் குழுவுடன் என்னை இணைந்து கொள்ளுமாறு அப்பா கட்டளையிட்டார். அவர்களில் நானும் ஒருவனாக இருந்தேன். பல குழுக்களுக்கு ஜமேதாராக இருந்தவர்கள் அவர்கள். என் அப்பாவுக்குத் தந்த மரியாதையையும், அவரோட கருத்துக்கு முக்கியத்துவம் அளித்ததையும் என்னால் பார்க்க முடிந்தது. மொத்தக் குழுவுக்கும் அவர்தான் தலைவர் போலும். எனக்கு அங்கே அளிக்கப்பட்ட வரவேற்பு பெருமிதம் தருவதாக இருந்தது. என்னோட புலி சாகசம் பற்றி என் அப்பாவால் அங்கே செய்தி பரப்பப்பட்டிருந்ததால் என்னோட பெருமை உச்சத்தில் இருந்தது.

தசரா பண்டிகைக்கு இன்னும் இரண்டு நாட்கள் இருந்தன. அந்த நாளுக்காக என்னோட துவக்க நிகழ்ச்சிகளை ஒத்தி வைச்சிருந்தாங்க. அந்த நாளோட முக்கியத்துவத்துக்காக, குறிப்பாக அந்த நாளுக்கு நல்ல அதிர்ஷ்டம் இருக்கிறதாக தக்கிகளின் அனைத்துத் தரப்பினருக்கும் நம்பிக்கை இருந்தது. உங்களுக்கு முன்னாடியே தெரியும். ராணுவ நடவடிக்கைகள் அனைத்தையும் அன்றுதான் துவங்குவார்கள். அதுபோலத்தான் தக்கிகள் எல்லோரும் கூடுகிற அன்றே என்னுடைய துவக்க நிகழ்வை வைத்துக்கொள்ளலாம் என்று திட்டம். அத்துடன் மழையும் நின்று, எங்களின் சாகசத்திற்கு வழிவிடும். நல்ல சீதோஷ்ண நிலையில்தான் பயணம் தொடர முடியும். மழைக் காலத்தில் தானே பயணிகளோட காலடிச்சுவட்டைப் பின்பற்றிப் போறதுக்கு வசதியாக இருக்கும். பயணிகளும் நல்ல காலச் சூழலில்தானே பயணத்தை ஆரம்பிப்பார்கள். எல்லாவற்றிற்கும் மேலாக எங்களோட குலதெய்வம் தேவி பவானியின் புனிதநாள் அது. முஸல்மானாக இருக்குற நாங்க ஏன் பவானி தேவியின் தசரா நாளுக்கு முக்கியத்துவம் தரணும், அனைத்தையும் ஏன் அந்த நாளில் செய்யணும் என்று எனக்குத் தெரியவில்லை. இந்த விஷயத்துல எனக்கு இருக்குற சந்தேகத்திற்கான தீர்வை என் அப்பாகிட்ட கேட்டேன்.

"இதை நீ முழுசா புரிஞ்சிக்க வேண்டிய அவசியம் இருக்கு. நமது தொழிலின் தோற்றத்தோட புனிதமான நம்பிக்கைகள் குறித்து சில மேலோட்டமானவை மட்டும் சொல்றேன். அது இந்துக்களின் நம்பிக்கையோட மிகவும் நெருக்கமான தொடர்பு உடையது. இந்துக்கள் மூலமாகத்தான் இந்தத் தக்கித் தொழிற் கலை முஸல்மான்களுக்குக் கற்றுத் தரப்பட்டது."

"இது ரொம்ப அற்புதமான விஷயமா இருக்கே" என்றேன். மதநம்பிக்கை இல்லாதவர்களுக்கும், கடவுளின் ஆசிபெற்ற தூதுவர்களுக்கும் இடையே உள்ள நம்பிக்கைகளின் தொடர்பை எப்படி ஒப்பிடுவீர்கள்?

"இந்தச் சிக்கலை எல்லாம் தீர்க்கற மாதிரி எனக்குப் பாசாங்கு பண்ணத் தெரியாது" என்று அப்பா சொன்னார். "ஆனால் இவையெல்லாம் நமது தொடர்புகளைவிட தொன்மையானவை. எது எப்படியானாலும், யாராலும் இந்துவாக மாறுவது சாத்தியம் இல்லை. ஆனால் நான் உனக்கு முன்னால் சொல்லி இருக்கேன். ஒருவன் தக்கியாக இருப்பது அவனது சொந்த வரையறைக்கு அப்பால் இறைவன் செயல்படி

நடக்கிறது. இந்தத் தொழில் பல ஆண்டுகளுக்கு முன்பே நமது கையில் அளிக்கப்பட்டிருக்கு. தொழிலின்போது யாருக்காவது மரணம் சம்பவித்தால் அதையும் ஏற்றுக் கொண்டுதான் ஆக ணும். அப்படி யாருக்காவது விதிக்கப்பட்டிருந்தால், அவன் இந்தத் தொழிலை தவிர்க்கலாம்ன்னு நினைக்கிறதுக்கு இடமே இல்லை. ஏற்க வேண்டுமென்பதே விதி. இத்தொழிலில் இந்துக் களுடன் பங்கேற்பதில் எந்தப் பாவமும் இல்லை. நான் சொல்றது புரியுதா?" என்றார் அப்பா.

"தெளிவாகப் புரியுது, எனது கேள்வி இந்தப் பழக்கத்தின் நியதியைக் கேள்விக்குள்ளாக்குவது அல்ல. அதிலே நான் தெரிஞ் சுக்க வேண்டியது என்னான்னா இந்துக்கள் பண்டிகையை எப்படி முஸல்மான்கள் ஏத்துக்கிட்டுக் கொண்டாடுறாங்க என்பதுதான்."

"அதுல தசார மட்டும்தான் நாம கொண்டாடுறோம்." என் தந்தை சொன்னார். "அது கொண்டாடப்படுறதுக்குக் காரணம் என்னான்னா நம்பளோட அந்த வருசத்துக்கான வேலைகளைத் துவக்குறதுக்குக் கச்சிதமான நேரம் அதுதான். எல்லா இந்துத் தக்கிக்களும் வேறுபாடில்லாம இந்த விஷேசத் தைக் கொண்டாடுறாங்க. ஆனா தக்கிகள் தோன்றின விதத் தைப் பத்தி நான் சொல்லியாகணும், அதிலிருந்து அது எவ்வ ளவு பழமையானது என்பதை நீயே தீர்மானிச்சுக்கலாம். நாம் பின்பற்றுவதற்காக எத்தனை அற்புதமான, புனிதமான கட்டளைகளை கற்றுக் கொடுத்திருக்காங்க. இந்துக்கள் சொல் கிற அடிப்படையில் இந்த உலகம் தொடக்கத்திலிருந்து படைத் தல், அழித்தலுக்கான சக்திகள் எல்லாம் நமக்கு அப்பாற்பட்ட ஒன்றினால் நடத்தப்படுகிறது. அவற்றை உண்மையான இறை நம்பிக்கை உடையவன் பின்பற்றுவதில் எவ்விதக் குற்றமும் இல்லை. அதேசமயம் அவர்களது அனைத்து நடவடிக்கை களிலும் அவன் தன்னை இணைத்துக் கொள்வது இல்லை. இந்த இரண்டு சக்திகளும் ஒன்றுடன் ஒன்று முரண்பாட்டுடனே தொடர்ந்து செயல்படுகிறது. அடுத்தடுத்து ஒன்னுக்கு ஒன்னு மாறிமாறி நடக்குது. அது இப்போ வரைக்கும் தொடர்ந்து வருது. ஆக்க சக்தி மக்களை பூமியில் வேகமாக உருவாக்கிக் கிட்டு வருது. ஆனா அழித்தல் சக்தி இருக்குதே அது தன் பங்கிற்கான வேலையில் ஆக்க சக்திக்கு ஈடுகொடுக்க முடிய வில்லை. அழிவு சக்தியின் துணைவியான தேவி பவானி, காளி எனப் பல பெயர்களால் அறியப்படுகிற அவளுக்கு

பல உருவங்கள் உருவாக்கப்பட்டிருக்கு. தசரா காலத்தில் இந்த வகையில் வாழ்வின் சுவாசக்காற்றை உட்செலுத்தும் அதிகாரம் பெறுகிறாள். இப்பணி முடிந்ததும் அவள் தன்னுடைய பக்தர்களான நம்மை ஒன்று திரட்டி நமக்கு தக்கிகள்ன்னு பெயர் கொடுத்தாள். தக்கிகளின் கலையைக் கற்றுக் கொடுத்தாள். அதன் ஆற்றலை நிரூபிக்க அவள் தன் சொந்தக் கையாலேயே அவள் உருவாக்கிய படிமத்தை அடிப்படையாகக் கொண்டுதான் இந்த வேலையை அவங்க முன்னாடி இப்போது நாம் செய்துகொண்டு வருகிறோம். மேலான நுணுக்கங்களையும், தந்திரங்களையும் பெற்றிருக்க அவள் தக்கிகளுக்கு ஆக்ஞை கொடுத்திருக்கிறாள். அதன்படி மனிதர்களைப் பொறிவைத்துப் பிடித்து அழிக்கணும். அவர்களை இன்னொரு உலகத்திற்கு அனுப்பணும். அவங்க கிட்ட அதிகப் படியாக உள்ளதை வெகுமதியாக எடுத்துக்கணும். கொள்ளையின் ஒரு பகுதியாக அவர்களைக் கொலை செய்து போடவேண்டும். அவர்களுடைய உடலில் இருந்து உயிரை அகற்றுவது பற்றி நாம் கவலைப்படக்கூடாது. பல வருடங்களாக இப்படித்தான் நடந்து வருகிறது. தேவி தன்னுடைய பக்தர்களான தக்கிகளை மனிதர்களின் சட்டங்களும், விதிகளும் நியதிகளும் அணுகாமல் பாதுகாத்து வருகிறாள். பக்தர்களாகிய தக்கிகளும் அவளுக்கு உண்மையாக இருந்து வர்ராங்க. ஆனால் இந்த மோசமான உலகத்தின் முறைகேடுகள் அதிலும் உள்ளே புகுந்திடுச்சி. இறுதியில் ஆர்வம் மிகுந்த ஒரு குழு அழித்தபிறகு அவரோட உடலை பழைய முறைப்படி உயிரிழந்த சடலம் எப்படி அகற்றப் படுகிறது என்பதை அறிய ஆவல் கொண்டிருந்தது அந்தக்குழு. சாலைகள் ஓரத்துல இருக்குற புதர்களில் மறைந்துகொண்டு தேவியின் வருகைக்காக காத்திருந்தது. ஆனால் எவன்தான் அந்தப் புனிதச்சக்தியின் கண்களில் இருந்து தப்பிக்க முடியும்? தேவி சீக்கிரமாகவே வேவு பார்த்து அவர்களைத் தன் முன்னாடி அழைத்தாள். தேவியின் அற்புத பயங்கரத் தோற்றத்தில் பீதியுற்றும், அவளது வன்மத்திற்கு அஞ்சியும் அவர்கள் தப்பியோட முனைந்தார்கள். அவர்களின் ஓட்டத்தைத் தடுத்து நிறுத்தினாள். அவர்களின் அவநம்பிக்கைக்காக வன்மையாகத் தண்டித்தாள்.

“பவானியின் சக்தி என்னான்னு தெரிஞ்சிக்கிட்டியா?” என்று கேட்டாள். “இந்தக் காட்சியைப் பார்த்தவன் எவனும் உயிரிழக்காமல் இருந்ததில்லை. இப்போது மன்னித்து விட்டுடுறேன். ஆனால் இனி மேற்கொண்டு இதுபோல உன்னை

நான் உயிருடன் விடமாட்டேன். நீ கொன்னுபோட்ட உடல் களை நான் அப்புறப்படுத்தமாட்டேன். அதை மறைக்கிறதுக்கு நீதான் சொந்தமாக முயற்சிகள் எடுத்துக்கணும். எல்லா நேரத்திலும் இதுபோன்ற ஆதரவு உனக்குக் கிடைக்காது. மனித சக்திகள் உன்னைக் கண்டுபிடித்துவிடும். பின் உனக்கு தண்டனையை பெற்றுக்கொடுத்துவிடும். உன்னுடைய அறிவுத் திறனும், தந்திரமும் உன்னுடனே இருக்கும். இருந்தாலும் எதிர்காலத்தில் உனக்குள் முன்னுணர்வு சக்தியாக ஒத்து ழைத்து வழி காட்டுவேன். ஆனால் என்னுடைய தீர்ப்பு இந்த உலகில் நீ வாழும் இறுதிக் காலத்தில் சாபமாக இருந்து ஆட்டிப்படைக்கும்" என்று சொல்லிட்டு தேவி மறைஞ்சிட்டா. அவர்களின் சொந்த முட்டாள்தனத்திற்கும், அசட்டு உபதேசங்களின் விளைவுகளுக்கும் பலியாக விட்டுச் சென்றாள். ஆனால் இந்த தவறு இழைத்த தக்கிகளுக்கு பாதுகாப்புத் தருவதில் இருந்து தேவி பின்வாங்கவில்லை. எமது கைகளால் பலியானவர்களின் சடலங்கள் சில நேரங் களில் கண்டுபிடிக்கப்பட்டது என்னவோ உண்மைதான். அப்படிச் சடலங்கள் கண்டுபிடிக்கப்பட்டதால் தக்கிகள் கைதாவதுவரை சென்ற நிகழ்வுகளைக் கேள்விப்பட்டதுண்டு. ஆனால் என் வாழ்நாளில் அப்படி ஒரு அனுபவம் எனக்கு ஏற்பட்டதில்லை. தேவிக்குப் பலி செலுத்தாமலும், அவளது முன்னறிவிப்புகளைப் பொருட்படுத்தாமலும் தேவியின் நிந்த னைகளுக்கு உள்ளாகிறவர்களுக்கு இத்தகைய நிகழ்வுகள் நேர் கின்றன. கடவுளின் கோபத்திற்கு ஆளாகாமல் அவற்றை மாற்றிவிட முடியாது. அவற்றைத் தடைசெய்யும் சக்தி எதுவும் நமது சமூகத்தில் இல்லை. நம்முடைய இறைத்தூதரின் புனித போதனைகளைப் பின்பற்றணும். ஒரு நாளைக்கு ஐந்துமுறை நமாஸ் சொல்லணும், நம்முடைய நம்பிக்கைகளின் விதி வழி நடக்கணும். உருவங்களை வழிபடக் கூடாது. நம்முடைய முன்னோர்கள் இந்தியாவிற்குள் புகுந்த காலத்தில் இருந்து, நாம ஏதாவது தவறு செய்திருந்தால், இறைத்தூதரின் வெறுப் புக்கு ஆளாகியிருந்தால் அது இந்த நேரத்தில் புலப்பட்டுப் போய்விடும். நமது திட்டங்கள் சிதைந்து போகும். நாம் செய்யும் காரியங்கள் கைகூடாது. இழிந்த நிலைக்கு இழுத்துச் செல்லப் பட்டிருப்போம். நாம தக்கியாக நீடித்திருக்கமாட்டோம், நமக்குத் தொழில் கற்றுக்கொடுத்த இந்துப் பெரியவர்களின் உறவைக் கைவிட்டிருப்போம்."

"நீங்கள் சொன்னதில் இருந்து இந்த உறவின் விந்தையைப் புரிஞ்சுக்கிட்டேன் அப்பா" என்று நான் சொன்னேன். "நாம் விசேஷமான பாதுகாப்புடன் இருப்பதைச் சரியாக புரிய வைத்தீர்கள். அநாதி காலம் தொட்டு இன்றுவரைக்கும் விடாமல், பாதை விலகாமல் தொடர்கிற எந்த வழக்கங்களின் தகுதியையும் கேள்விக்கு உட்படுத்துவது பாவகரமானது. மதத்தை மீறும் நாத்திகர்களையும், இவற்றையும் ஒரேவிதமான குற்றமாக நினைத்திருந்தேன். ஏனென்றால் எனக்கு வழிகாட்டி யாக இருந்தது வயதான ஒரு முல்லா. அவரது போதனைகள் இவற்றைக் கெட்ட நம்பிக்கைகளைவிட, மிக மோசமானவை என்று, சீர்கேட்டில் புதையுண்டவையாக நம்பச்செய்தன. அவர் அறிவற்றவராகவோ அல்லது மதவெறி யராகவோதான் இருக்க வேண்டும்."

அப்பா சொன்னார்: "இதுக்கு மேல நான் சொல்றதுக்கு ஒண்ணும் இல்லை. நீ அதிகமாக இந்து சமூகத்தினருடன் இணைந்து செயல்படுவாய், அதுவும் மேலான ஜாதியில்தான். முஸல்மான் நண்பர்களைப்போல் அங்கே நம்பிக்கைக்கு உரிய தரமான நண்பர்களைப் பெறுவாய். இந்துக்களில் இருந்து எனக்கு நல்ல நண்பர்கள் கிடைத்தார்கள். அதுதான் என் அனுபவம்."

தசரா நாளில் நான் தக்கியாகும் துவக்க நிகழ்ச்சி நடை பெற்றது. அன்றைக்கு குளித்துவிட்டு புத்தம் புதிய சலவைச் செய்யப்படாத ஆடைகளை அணிந்தேன். நான் என் தந்தை யால் கைபிடித்து அழைத்துச் செல்லப்பட்டேன். அவர்தான் இறைச் சடங்குகள் நடத்தி வைப்பவராகவும், அதற்குரிய அதிகாரப்பூர்வ குருவாகவும் இருந்தார். அந்த முழுச் சடங்கு களுக்கும் வழிகாட்டக் கூடியவராகவும் இருந்தார். நான் ஒரு விசாலமான அறைக்கு அழைத்துச் செல்லப்பட்டேன். நாங்கள் முன்னர் கூடியிருந்தபோது பார்த்த குழுத் தலைவர்கள் அங்கே இருந்தார்கள். அறை முழுதும் விரிக்கப்பட்டு இருந்த தூய்மையான வெள்ளைத் துணியில் அமர்ந்திருந்தார்கள். என் அப்பா அவர்களை நோக்கி அடியெடுத்து வைத்து என்னைத் தக்காகவும், தங்கள் சகோதரனாகவும் ஏற்றுக்கொள்ள விருப்பம் தானே என்று கேட்டார். எல்லோரும் ஒருமித்த குரலில் "ஆம்" என்று சொன்னார்கள்.

அதற்குப் பின்னர் மற்ற நிகழ்ச்சிகள் எல்லாம் திறந்த வெளி யில் மற்றெல்லோர் முன்னிலையிலும் நடந்தன. என் தந்தை

தன் கண்களையும், கைகளையும் வானத்தை நோக்கி உயர்த்தி, உரத்த குரலில் கூவினார்: "ஓ... பவானீ..... உலகத்தின் தாயே.... உன்னுடைய பக்தர்கள் நாங்கள் கேட்கிறோம். இவனைச் சேவகனாக ஏற்றுக்கொள். இவனுக்கு அருள் வழங்கி, பாது காப்பு கொடுப்பதற்குரிய முன்னறிவிப்பை எங்களுக்கு வழங்கு. அதுவே உனது ஒப்புதலை எமக்கு உறுதி செய்யும்."

நாங்கள் சற்று நேரம் காத்திருந்தோம், எங்கள் எல்லாருடைய பார்வையும் ஒரு மரத்தில் நிலை குத்தியிருந்தது. இறுதியில் ஆந்தையின் மெல்லிய அலறல் ஒலி கேட்டது.

"ஜெய் பவானீ... வெற்றி பவானிக்கே" தலைவர்கள் மொத்தமும் கூட்டாகக் குரல் கொடுத்தார்கள். என் தந்தை என்னைத் தழுவிக்கொண்டு சொன்னார்:

"நல்ல சகுனம் மகனே. இத்தகைய சகுனம் கிடைப்பது அரிது. பொறுப்பு ஏற்பு முழுமையாக முடிவடைஞ்சது."

நான் திரும்பவும் அந்த அறைக்கு அழைத்துச் செல்லப் பட்டேன். எங்கள் தொழிலின் சின்னமான வெட்டுக் கோடாரியை ஒரு தட்டில் வெள்ளைத்துணி மீது வைத்து என் கையில் கொடுத்தார்கள். அதை என் மார்பு உயரத்திற்கு உயர்த்திப் பிடித்தேன். அடுத்து உறுதி ஏற்பு. கிலியூட்டும் உறுதி ஏற்பு. எனக்குச் சொல்வதை, நான் திருப்பிச் சொல்லவேண்டும். என்னை கடவுளின் சேவைக்கு அர்ப்பணிக்கும் பொருளில் இடதுகையை மேலுக்கு உயர்த்திவைத்தேன். அந்த உறுதி மொழியை அவர்கள் சொல்லச்சொல்ல புனித குர்ரான் மீது ஆணையாக நான் திருப்பிச்சொன்னேன். படையல் வைத்த ஒரு தப்வ்னி 'கூர்' (துண்டு வெல்லம்) வாயில் போட்டுக்கொள்ளக் கொடுத்தார்கள். எனது துவக்க நிகழ்ச்சி நிறைவுற்றது. துவக்க நிகழ்ச்சி நல்லவிதமாக நிறைவேறிய தற்காக, அங்கு கூடியிருந்தவர்கள் என் அப்பாவிற்கு வாழ்த்துச் சொன்னார்கள். அவர் அதை ஏற்றுக்கொண்டார். என்னைப் பார்த்துப் பின்வருமாறு கூறினார்:

"மகனே நீ உனது தொழிலை ஏற்றுக்கொண்டு விட்டாய். தெய்வாம்சத்துடன் ஏற்றுக்கொள்ளப்பட்ட மிகத் தொன்மை யான தொழில் இது. இந்தப் பொறுப்பு ஏற்பை உண்மையுடனும், ரகசியத்துடனும் வைத்துக் கொள்ள வேண்டும். சட்டத்திற்கு அப்பாற்பட்ட இத்தொழிலின் பொருட்டு விதி விலக்காகத் தடை செய்யப்பட்டவர்களைத் தவிர பிறவுயிர்களை மாய்ப்பதற்காக உன் அறிவை, ஆற்றலை வசப்படுத்தித் தொடர்வேன் என்று

சபதம் ஏற்றுள்ளாய். இனி அவை புனிதமான காரியங்கள் ஆகும். இதில் குறிப்பிட்ட சில பிரிவுகளின் மேல் நமது சக்தியைக் காட்டுவது, அவர்கள் மீது நிகழ்த்தப்படும் தியாகப்பலி நமது குலதெய்வத்தால் ஏற்றுக் கொள்ளப்பட மாட்டாது. வண்ணார்கள், பாட் இனத்தவர், சீக்கியர்கள், நானூக் சகீக்கள், முடாரீ பக்கீர்கள், நாட்டியக்காரர்கள், இசைக்கலைஞர்கள், பங்கீகள், தெய்லீக்கள், லோகார்கள், புராக்கள், முடவாத நோய் கண்டவர்கள் அல்லது குஷ்டரோகிகள் ஆகியோரை நாம் கொல்லக்கூடாது. இவர்களைத் தவிர்த்து மனித இனம் முற்றிலும் நாம் அழிப்பதற்காக உருவாக்கப்பட்டதே. அவர்களை அழிவு வளையத்திற்குள் கொண்டுவரும் எந்தவொரு வழியையும் நாம் தவிர்க்கக் கூடாது. (எல்லா நேரங்களிலும் நாம் நமது முன்னுணர்வு காட்டும் வழியை சார்ந்துதான் இயங்க வேண்டும்) இதுதான் தக்கின் கலை. நான் முடித்துக் கொள்கிறேன். இப்போதிருந்து நீ கொள்ளைக்காரன். இனி மற்றது ஏதாவது இருந்தால் அது நமது தொழிலுக்கான குருவால் சுட்டிக் காட்டப்படும். தேவையான சமயங்களில் அவர் அதன் விரிவான நுணுக்கங்களைக் கற்றுக் கொடுப்பார்."

நான் சொன்னேன்: "இது போதும் அப்பா. நான் உங்களுக்காக உயிரைத் தருவதற்கும் சித்தமாக இருக்கிறேன். என் அர்ப்பணிப்புப் பண்பை உங்களுக்குக் காட்டும் வாய்ப்பை விரைவில் எதிர்பார்க்கிறேன்."

இப்படியாக நான் ஒரு கொள்ளைக்காரன் ஆனேன். எனது தொழிலை எனது தந்தையைப் போன்ற அதிகாரமும், மரியாதையும் மிக்க ஒருவரால் அறிமுகப்படுத்தப்படாமல் ஒரு சாதாரண சூழலில் துவக்கியிருந்தால் ஒரு கீழ்மட்டத் தகுதியில்தான் நான் நுழைந்திருப்பேன். என்னை நான் தீரமிக்கவனாக, நுட்பமானவனாக தீவிர செயல்பாடு உடையவனாக நிரூபித்திருந்தாலொழிய நான் மேல்மட்டப் பதவிகளை அடைந்திருக்க முடியாது. ஆனால் இந்தமுறையில் விலக்கு பெற்று உயர் தகுதியை அடைந்தேன். என் தந்தை தனது தீவிர செயல்பாடுகளில் இருந்து ஓய்வுபெறும்போது என்னை அப்பதவிக்கு உரியவனாகக் கருதினார்கள். அப்படியே நடந்தும் கொண்டார்கள்.

தக்கி தலைவர்களின் பணிகள் குறித்து விளக்குவதற்காக என் அப்பா மற்றும் இரண்டு தலைவர்களின் தலைமையில் கூட்டம் ஒன்று கூடியிருந்தது. (அதில் ஒருவர் ஹூசைன்)

அவர்களின் திட்டம் தக்காண நெடுஞ்சாலையில் நாக்பூர்வரை வெகுதொலைவிற்கு இணைந்து முன்னேறிப்போவது. அங்கிருந்து என் அப்பா ஹைதராபாத்திற்குப் பயணிப்பது. மற்றவர்கள் ஒரு தனிக் குழுவாக அவுரங்காபாத்திற்கும் இன்னொன்று கான்தேஷ், பூரன்பூர் வழியாக இந்தூருக்கும், அங்கிருந்து திரும்பி சோப்பூருக்கும் செல்வது. மற்றொரு குழுவும் அவுரங்காபாத்திற்கும் அடுத்து பூனாவுக்கும் முடிந்தால் அதற்குப் பின்னர் வெகுதொலைவில் உள்ள சூரத்திற்கும் அங்கிருந்து திரும்பி புறப்பட்ட இடத்திற்கும் வருவது என ஏற்பாடு. ஆனால் மழைக்காலம் வெகு சீக்கி ரத்தில் துவங்கிவிட்டால் பூரன்பூருக்குப் போய்விட்டு அங்கிருந்து எந்த வகையிலாவது பத்திரமான வழியில் வீடு திரும்பிவிட வேண்டியது. இறுதியாக நாங்கள் அனைவரும் சோப்பூரில் மழைக்காலம் துவங்கும்போது ஒன்றுகூட வேண்டியது. இதுதான் திட்டம்.

இந்தத் திட்டத்திற்கு எந்த ஒரு எதிர்ப்பும் இல்லாமல், இஸ்மாயிலின் சொந்த வழிகாட்டுதலுடன் ஏகமனதாக ஒப்புக் கொள்ளப்பட்டது. இத்திட்டம் தவறாது வெற்றியளிக்கும்.

திட்டங்கள் வகுக்கும் பணி முடிந்தது. ஆனால் நாங்கள் புறப்படுவதற்குள் சில நாட்கள் கடந்துவிட்டன. எங்கள் கூட்டத்துடன் சேர்த்து அங்கே அறுபது பேர் இருந்தார்கள். ஹூசைனுடன் நாற்பத்தி ஐந்துபேர். மற்றொரு ஜமேதார் கௌஸ்கானுடன் முப்பது. ஆக மொத்தம் நூற்றி முப்பத்தைந்து பேரிருந்தனர்.

பயணத்தைத் துவக்குவதற்கு முன்னால் நிச்சயம் சகுனம் பார்த்துக்கொள்ள வேண்டும். அந்தச் சடங்கு மிகுந்த ஆவலுடன் எதிர்பார்க்கப்பட்டது. அது தொடர்பாக கொஞ்சம் சொல்றேன், கவனமாக கேளுங்க. பயணம் துவங்குவதானால் அது சிறிதாக இருந்தாலும் சரி, பெரிதாக இருந்தாலும் சரி சகுனம் பார்க்காமல் கிளம்புவது இல்லை.

அன்று காலையில் வெவ்வேறு திசையில் பயணப்படவேண்டிய குழுக்கள் உரிய ஆட்களுடன் தனித்தனியாகக் குழுமினர். பயணப்படுவதற்கு அவசியமான அனைத்தும் தயார் செய்யப்பட்டிருந்தன. நாங்கள் தங்கி இருந்த கிராமத்திற்கு சற்று தொலைவில் சாலையையொட்டி இருந்த பகுதி சுத்தம் செய்யப்பட்டு நாங்கள் பயணம் கிளம்ப தயாராக இருந்தது. குழுக்களுக்குரிய உறுப்பினர்கள் அனைவரும் தவறாது வந்துவிட்டிருந்தனர். குறிபார்க்கும் சடங்கு ஆரம்பித்தது. பத்ரிநாத்

தான் இதைப் பொறுப்பாக செய்து முடிக்கிற, அதற்கேற்ற தேர்ந்த ஆள். புனிதக் கோடாரி எடுத்து வரப்பட்டது. அது இந்த சடங்கிற்காகவே நேர்ந்து விடப்பட்ட ஒன்று. உடனடியாக அங்கே என் அப்பாவும் மற்ற மூன்று ஜமேதார்களும் அதில் கலந்து கொண்டார்கள். என் அப்பாதான் அந்த மொத்த அமைப்பிற்கும் தலைவர். அவர் தன் கையில் நீர் நிரப்பிய டம்ளரை எடுத்து வந்தார். அது ஒரு கயிற்றால் கட்டி தொங்க விடப்பட்டிருந்தது. கயிற்றை அப்பா தன் வாயில் கவ்விக் கொண்டிருந்தார். அது அவருக்கு வலப்பக்கம் இருந்தது. அந்த டம்ளர் கீழே விழுந்தால் தீமை ஏதும் நடக்க ஒரு முன்னறி விப்பாக இருக்கும். அந்த வருடமே அவருக்கு மரணம் சம்பவிப்பது நிச்சயம். தப்பினால் அடுத்த ஆண்டிற்குள் இறந்து போவார்.

குறிப்பிட்ட இடம் வரைக்கும் எல்லோரும் அவர் பின்னால் மெதுவாக நகர்ந்து கொண்டிருந்தோம். அப்பா ஓரிடத்தில் நின்றார். நாங்கள் பயணிக்க வேண்டிய தென்திசை நோக்கி முகத்தைத் திருப்பினார். தனது இடது கையை நெஞ்சில் வைத்து கண்களை வானத்தை நோக்கிக் குவித்துப் பார்த்தார். உரத்த குரலில் பின் வருமாறு பவானியை வேண்டினார்.

“பிரபஞ்சத்தின் தாயே, எங்களை முறையாகப் பாதுகாத்து அருள் பாலிப்பவளே. இந்தப் பயணத்தில் உனக்குச் சம்மதம் என்றால் உனது இசைவை உறுதிசெய்யும் முன்னறிவிப்பை வெளியிடு. உன் தயவை வேண்டுகிறோம். எங்களைப் பாது காத்து அருள்செய்.”

அப்பா அமைதியான பின்னர் கும்பல் அவருடைய பிரார்த் தனையை உரத்த குரலில் திருப்பிச் சொன்னது.

இப்போது ஒவ்வொருவரும் சகுனத்தை எதிர்நோக்கி பொறுமையற்று இருந்தனர். குழுவின் சுவாசமே தணிவாக இருந் தது. எதிர்பார்ப்பு தீவிரம் கொண்டிருந்தது. நீண்ட நேரமாக காத்துக் கொண்டிருந்தோம். அரைமணி நேரமாக யாரும் ஒரு வருக்கு ஒருவர் எதுவும் பேசிக் கொள்ளவில்லை. கூடியிருந்த உறுப்பினர்கள் மத்தியில் நிலவிய அதீத அழுத்தத்தில் கனத்த அமைதி. பில்காகு என்ற இடதுகுறிக்கு உத்தரவு கிடைத்தது. இறுதியில் ஒரு கழுதை கணைத்தது. அதே நேரத்தில் வலது புறத்தில் இருந்த திபாபூவும் பதிலளித்தது. இதைவிடவா நல்ல சகுனம் வேண்டும். கிட்டத்தட்ட எல்லாம் முடிந்தது. நீண்ட பல வருடங்களாக இந்த அளவுக்கு நல்லதொரு அதிர்ஷ்டம்

வாய்க்கவில்லை. இந்த வருடம் கிட்டத்தட்ட எல்லாமே வெற்றிகரமானதாகவும், அளவில்லாத செல்வம் தருவாதகவும் அமைந்திருந்தது. பவானியைப் போற்றி உணர்ச்சிகரமாக உரத்த குரலில் கூச்சலிட்டார்கள். ஒவ்வொருவரும் தமது கூட்டாளிகளின் நல்ல அதிர்ஷ்டத்திற்காக வாழ்த்துக்களை பரிமாறிக்கொண்டார்கள்.

பயணத் தயாரிப்பிற்கான வேலைகள் நடந்து கொண்டிருந்த ஏழு மணிநேரம் என் அப்பா அதே இடத்தில் இருந்தார். எல்லாம் முடிந்த பின் அவர் எழுந்தார். நாங்கள் கணேஷ் பூருக்கான அருகாமைச் சாலையில் பயணத்தைத் துவங்கினோம்.

அந்தி சாயும் நேரம் பயணத்தை நிறுத்தினோம். பத்ரிநாத்தால் திப்பாபூ மற்றும் பில்காகு சகுனம் கேட்கப்பட்டன. இப்போது அவர் ஏந்தி இருந்த நேர்த்திக் கோடாரி என்றழைக்கப்பட்ட குஷ்ஷீ புனிதப்பட்டு சாதகமான சகுனம் கிடைத்திருப்பதால் குழுவில் பயணிப்பவர்களுக்கும், தலைவர்களுக்கும் நம்பிக்கை அதிகரித்திருந்தது. முதல் கட்டமாக அடுத்த காலைப்பொழுதைக் கடந்தோம். எல்லோரும் அமர்ந்து எங்களோடு கொண்டு வந்திருந்த கொஞ்சம் வெல்லத்தையும், பருப்பையும் ஒருவருக்கு ஒருவர் பகிர்ந்து கொண்டோம். மீண்டும் புறப்பட்டவுடன் ஒரு சாதகமான சகுனம் தென்பட்டது. விரைவில் வளமான கொள்ளைச் செல்வம் கிடைக்கும் என்று அனைவருக்கும் அறிவிக்கப்பட்டது.

இவையெல்லாம் எனக்குப் புதிதாக இருந்தது. ஆனால் அவர்கள் வைத்திருந்த நம்பிக்கை, அதை ஒவ்வொரு வரும் எடுத்துக்கொண்ட விதம், அதற்காக செய்யப்பட்ட சடங்குகள் நிகழ்த்தப்பட்ட முறை, அவை அனைத்தும் அதன் தேவை குறித்த பலமான தாக்கத்தை எனக்குள் உருவாக்கிவிட்டது, என்றாலும் வெட்கத்துடன் சொல்கிறேன், என்னிடம் தன்னம் பிக்கை ஏற்பட்டவுடன் இவை முட்டாள்த்தனமானவை என்று இகழ்ந்தேன். முன்னர் எனக்குள் இவர்கள் எல்லாம் முட்டாள்கள் என்றதொரு இகழ்வான எண்ணம் வைத்தி ருந்தேன்.

சில நாட்களில் நாங்கள் கணேஷ்பூரைச் சென்றடைந்தோம், அதுவரை எந்தச் சாகசமும் நிகழ்த்தப்படவில்லை. பயணிகள் பற்றிய தகவல்கள் கொடுத்து தக்கிகளின் கும்பலுக்கு முக்கிய பலமாக விளங்கும் சோதாயீ எனப்படும் உளவாளிகள் நகருக்குள் அனுப்பப்பட்டிருந்தார்கள். அவர்களின் தகவலுக்

காக நாங்கள் நகருக்கு வெளியே மாந்தோப்பிற்குள் காத்திருந் தோம். அவர்கள் திரும்பியபோது உளவு பற்றிய செய்தி மிகுந்த ஆவலுடன் கேட்கப்பட்டது. இந்த வேலைக்கு அனுப்பப் பட்டிருந்த இருவர் இந்துக்கள். ஒருவனுடைய பெயர் பத்ரி நாத். ஏற்கனவே சொல்லபட்ட ஜோதிடம் சொல்லும் பிராமணன். மற்றொருவன் கோபால் ஒடுக்கப்பட்ட சாதியைச் சேர்ந்தவன். ஆனால் இருவரும் நகைநயமும் விடாமுயற்சியும் உடையவர்கள். அவர்கள் தங்கள் இலக்கை அடைவதில் தோல்வியே கண்டதில்லை என்று எனக்குச் சொன்னார்கள். மற்றவர்களுடன் நானும் நகரத்தில் அவர்களின் சாகசத்தைப்பற்றி அறிய மிகவும் ஆவலாக இருந்தேன். குழுமி இருந்தவர்களுக்கு மத்தியில் என் அப்பா வந்தார்.

கடைவீதி முழுதும் அலைந்தும் யாதொரு பலனும் இல்லை யென்று எங்களிடம் வந்து கூறிய பத்ரிநாத் பிறகு நடந்த கதையை விவரித்தான். ஒரு பனியாவின் கடையில் மதிப்பு மிகுந்த பெரியவர் ஒருவர் பனியாவிடம் பெரும் சர்ச்சையில் ஈடுபட்டிருந்தார் என்றான். அவர் அந்தப் பனியாவின் வஞ் சனை முயற்சியில் கொதித்துப் போயிருந்தார். பத்ரிநாத் இந்த சர்ச்சையால் ஈர்க்கப்பட்டு பெரியவரை அணுகியிருக்கிறார். பெரியவர் பனியாவுடனான பரிவர்த்தனைக்குச் சாட்சியாக இருக்குமாறு பத்ரிநாத்தைக் கேட்டுக்கொண்டு அதே சமயம் தன்னிடம் முறைகேடாக நடந்து கொண்டதாக நீதிமன்றத் திற்குப் போகப்போவதாகவும் கூறினார்.

அந்தப் பனியா மூர்க்கமாக, திட்டிக்கொண்டு இருந்தான். பத்ரிநாத் தொடர்ந்து சொல்லிக் கொண்டு போனான். 'இன்னும் கொஞ்சம் நேரம் வாய்ச்சண்டை நீடித்த பின்னர், மிரட்டலாகவும், நயமாகமாகவும் இந்த விஷயத்தை முடித்து வைக்க முயற்சித்தேன். அந்தப் பெரியவர் என்னிடம் மிகவும் பணிவாக நடந்துகொண்டார். அப்பறம் என்ன இயல்பாகவே நாங்கள் இருவரும் சேர்ந்து கடையைவிட்டு வெளியே வந்த பின்னர், நான் யார் எங்கே போகிறேன் என்றெல்லாம் பேசிக் கொண்டோம். நான் இந்த சந்தர்ப்பத்தைப் பயன்படுத்திக் கொண்டு நைச்சியமாக, பயணிகள் ஒரு இரவுகூட தங்குவதற்கு இந்த நகரம் பாதுகாப்பானது அல்ல என்று அவருக்குக் கூறினேன். அப்படியே பேச்சுப் போக்கில் அவர் நாக்பூர் அரசவையில் எழுத்தர் அல்லது வழக்குத் தொடர்பான குமாஸ்தா என்றும், தனது மகனுடன் பயணம் வந்திருக்கிறார் என்றும் தெரிந்து கொண்டேன்.

நான் அவரிடம் நகரில் கணக்கில்லாத திருடர்கள் இருக்கிறார்கள் என்றும், சாலையில் தக்கிகள் அலைகிறார்கள் என்றும் எச்சரித்தேன். நாங்களும் தக்காணம் போவதாகவும் நாக்பூர்வரை எங்களுடன் இணைந்து கூட்டாக வரலாம், ஒருவருக்கு ஒருவர் பாதுகாப்பாக இருக்கும் என்றும் சொன்னேன். ஏற்கனவே நிறைய நேரம் ஆகிவிட்டதால் சீக்கிரமாகவே வரச்சொல்லி வற்புறுத்தி இருக்கேன். என்னுடைய முயற்சி ஜெயமாகத்தான் முடியும். நான் கோபாலை அவங்களோட விட்டிருக்கேன், நம்மகூட வந்து சேர்ந்துக்கறதுக்கான வழியும் காட்டி இருக்கேன். பெரியவரோட இருந்து சாமான்கள் எல்லாம் எடுத்து வைக்க உதவி செய்து சூரியன் மறையறதுக்குள்ளே கோபால் அவங்களை அழைச்சிட்டு வந்திடுவான்.

'பாரிக் அல்லா,' என்று மகிழ்ந்து சொன்னார் அப்பா. 'பசங்களே எனக்குச் சந்தேகம் இல்லை', என்று அவரையே பார்த்துக் கொண்டிருந்தவர்களிடம் என் அப்பா சொன்னார். "அந்தக் கயாத் கிழம் நிறையப் பணமும், நகைகளும் வைத்திருக்கான். அவனிடம் கொள்ளையிட்ட பின் நாம் நாக்பூர் செல்லலாம். அவன் நம்பகூட தானா வர்ரதுக்கு விரும்பலைன்னா வழியிலேயே மறிக்கலாம். அடுத்த பயணம் கிளம்ப வேண்டியதுதான். இந்த வேலைகள் எல்லாம் ரொம்ப சுருக்கா முடிக்கனும். அவன் வரல்லைன்னா உங்களில் சில பேர் இங்கேயே இருந்து புதைக்கிறதுக்கான ஏற்பாடுகளைச் செய்யுங்க."

ஆனால் கயாத் சொன்னபடி சூர்ய அஸ்தமனத்துக்கு முன்னாடி எங்க முகாமிற்கே வந்துவிட்டதால் பிரச்னை இல்லாமல் முடிஞ்சது. அவரைக் குறிப்பிட்ட இடத்துல என் அப்பாவும், ஜமேதார்களும் சந்திச்சாங்க. அவருடைய மரியாதைக்குரிய தோற்றம் என்னை அழுத்தமாக பாதிச்சது. ஒரு நயமான போக்கு உள்ள மனிதர் என்பதற்கான சான்றுகளுடன் இருந்தார். பெரிய பொறுப்பில் இருக்கும் மனிதராகவும் தெரிந்தார். தான் வந்த வண்டியில் படுப்பதற்கு வசதியாக ஏற்பாடு செய்தபின் அவருடைய மனைவிக்குப் பாதுகாப்பாகத் திரைமறைப்பை அமைத்தார். அவருடைய இளம் மகன் அழகான, புத்திக் கூர்மையானவனாகத் தோன்றினான். என் அப்பாவும் கும்பலின் மற்ற தலைவர்களும் விரித்த ஜமுக்காளத்தில் அமர வந்தார்கள். பொதுவான உரையாடல் தொடர்ந்தது.

அவர்களைச் சூழ்ந்துள்ள கும்பலின் நோக்கத்தை யார் சொல்லியிருக்கமுடியும் சாகேப்? எனக்கு அது அதிசய

மாக இருந்தது. எனக்குத் தெரியும். இன்று இரவு அந்த மனிதர் இறக்கப் போகிறார். அவர் எங்கள் முகாமை அடைந்து, படுப்பதற்கான ஏற்பாடுகளைச் செய்த உடனே அது தீர்மானிக்கப்பட்ட ஒன்றாக இருந்தது. அவனையும் அவனுடன் சேர்ந்தவர்களையும் புதைப்பதற்கான இடமும் குறித்தாகிவிட்டது. என் அப்பா, ஹூசைன், கௌஸ்கான் போன்ற மற்றவர்கள் அமர்ந்ததும் அதற்கான வேலைகள் துவங்கிவிட்டன. கதைப் பேச்சு பல சுற்றுகள் கடந்து கொண்டிருந்தன. அதற்குள் அவர் சிக்கியிருந்த கூட்டத்தில் தானும் ஒரு அங்கமாக மகிழ்ந்திருந்தார் அந்தப் பெரியவர்.

தனக்கு பாதுகாப்பு அளித்ததற்காக அவர் பத்ரிநாத்திடம் நன்றி கூறினார். “அந்த ஒழுக்கங்கெட்ட நகரத்தில் இருந்து என்னை அழைத்து வந்து விட்டீர்கள். எனக்கு இங்கே உண்மையிலேயே உலகத்தில் காணப்படும் சில கண்ணியவான்கள் மத்தியில இருக்கிறோம் என்ற திருப்தி. அங்கே திருடர்கள் பற்றி அச்சத்தினுள் பீடிக்கபட்டுக் கிடந்தேன். நேற்றெல்லாம் நிம்மதியாகத் தூங்கக்கூட முடியவில்லை. இங்கே கான் சாகேப் என் பாதுகாப்பிற்கு உத்திரவாதம் அளித்திருப்பதால் கவனமாக இருக்கவேண்டிய அவசியம் இல்லை என்று என் அப்பாவைச் சுட்டிக் காட்டி, “அவர் என்னை நல்ல விதமாகப் பார்த்துக்கொள்வார்” என்றார்.

எனக்குப் பின்னால் அமர்ந்திருந்த ஒரு முதிய தக் ஆம் என்று உறுமலுடன் கேலியாக முணகினான். அவன் கவனமாகப் பார்த்துக் கொள்ளப்படுவான், அதற்கு நான் உத்திர வாதம் என்றான்.

நான் கேட்டேன் “எப்படி?”

அவன் எனக்கு சைகை காட்டினான். அவன் அந்த ஆளின் கழுத்தை நெறிக்கத் தேர்வு செய்யப்பட்டவர்களில் ஒருவன் என்பது எனக்குத் தெரிந்தது.

“நான் இவன் மீது பழைய வன்மம் ஒன்று வைத்திருக்கிறேன் நேரம் வரும்போது பழி தீர்த்துக் கொள்வேன்” என்று சொன்னான்.

“எனக்குச் சொல்லு வன்மத்திற்கான காரணம் என்ன?” என்று சன்னமான குரலில் கேட்டேன். அவன் பதில் சொல்லும்போது முகத்தில் ஒரு கொடூரம் வெளிப்பட்டது.

அவன் சொன்னான் இப்போ முடியாது. இப்போ எப்படி சொல்ல முடியும்? நாளைக்கு இரவு மஜ்லிஸில் சந்திக்கும்

போது சொல்கிறேன். அந்த மனிதன் பெயர் பிரிஜ்லால். தன் வாழ்நாள் முழுதும் கொடியவனாக இருப்பவன். நம்பளைப் போன்ற தக்கிகளைவிட அதிகமாக, பல கொலைகளையும் அடாத செயல்களையும் செய்திருக்கிறான். அவனுடைய பாவத்தின் குவளை நிரம்பி வழிகிறது. மூச்சு வாய்க்கு வந்து விட்டது. ஒரு நெறி போதுமானது, எல்லாம் என் எதிரிலேயே முடிந்துவிடும். பிறகு திரும்பி வராது."

"அப்புறம் இந்தப் பையன்" நான் கேட்டேன். "நல்ல நிறமான அழகான பையன். கண்டிப்பா அவனை விட்டுடலாம்."

அவன் வயதான மனிதருக்குப் பின்புறத்தில் வந்தமர்ந்து கொண்டான். அழைக்கப்படாமலே போய் அமர்ந்ததால், அவனைப் பெரியவர் திரும்பி வித்தியாசமாகப் பார்த்தார்.

"உட்கார்.... உட்கார்... பரவாயில்லே உட்கார்" என்று என் அப்பா சொன்னார். "சும்மா பேச்சுத் துணைக்குத்தானே. திறந்த முகாமின் இந்த மாலைநேரக் கூட்டங்களில் பங்கு கொள்வதற்கு எல்லோருக்கும் அனுமதி உண்டு. சுவாரஸ்யமாக கதை சொல்கிறவர்களை கண்டுபிடித்து, உட்கார வைத்து, இரவில் படுக்கப்போகும்வரை கதைகேட்டுக் கொண்டிருப்போம்" என்றார் என் அப்பா.

இதைக் கேட்ட அந்த வயதான தக் அமர்ந்துகொண்டான். அவனுடைய மரண ஆயுதமான கைக்குட்டைத் துணியை கைகளில் வைத்து விளையாடிக் கொண்டிருந்தான். ஒரு கையில் இருந்து மறுகைக்குப் போடுவது பிடிப்பது என்று தொடர்ந்து செய்தான். நான் அமர்ந்திருந்த குழுமீது வைத்த கண் விலகாமல் பார்த்துக் கொண்டிருந்தேன். எனது மூளை மீண்டும் மீண்டும் ஆச்சர்யத்தில் சுழன்று கொண்டிருந்தது. மிகுந்த மனவேதனை. அவஸ்தையின் நெருக்கடி எனக்கு. இதை நினைவுபடுத்தி மெய்யுணர்வுடன் உங்களுக்குச் சொல்லிக் கொண்டிருக்கிறேன். அங்கே வயதான மனிதர் உட்கார்ந் திருந்தார். அவருக்குப் பின்னால் அவருடைய அழகான பையன். அவர்களுக்குப் பின்னால் அழிவுக்காரர்கள், தங்கள் வேலைக்கான சமிக்ஞைக்காக காத்துக் கொண்டிருக்கிறார்கள். அந்த வயதான மனிதருக்கு மரண ஆபத்தைப் பற்றிய பிரக்ஞை இல்லை. அவரது கவனம் முழுக்க என் அப்பாவின் நயமான உரையாடலின் மீது இருந்தது. அவர் என்ன யூகித்திருப்பார்? யார் கையால் தன் மரணத்தைச் சந்திக்க இருக்கிறாரோ அவரின் கைகளுக்குள் தான் அடைக்கலம் கொண்டிருப்பதை

அறிவாரா? அய்யோ இல்லை... கூடாது... பார்க்கிறேன், பார்க்கிறேன் அப்படியே நிலை குத்திப் பார்த்துக்கொண்டே இருக்கிறேன். ஒரே ஒரு கூப்பாடு போட்டு அவர்களைத் தப்பிப்போகச் செய்ய எத்தனை நேரம் ஆகும். ஆனால் அடுத்த நிமிடமே நானும் மரணத்தை எதிர்கொள்ள வேண்டியிருக்கும் என்பது எனக்குத் தெரியாதா? நான் என்ன செய்தாலும் அது பலன் தராது. நான் அவர்கள் பக்கமிருந்து கண்களைத் திருப்பிக் கொண்டேன். ஆனால் என்னையறியாமல் கண்கள் தானாக மீண்டும் அவர்கள் பக்கம் திரும்புகிறது. ஒவ்வொரு நொடியும் அந்த மனிதனுக்குப் பின்னால் மரணம் தன் முடிவை ஒத்திகை பார்த்துக் கொண்டிருக்கிறது. இறுதியில் சூழலின் உஷ்ணத்தைத் தாங்க முடியாமல் நான் சட்டென்று எழுந்து அந்த இடத்தைவிட்டு அகன்றேன்.

என் அப்பா பின்னாடியே வந்து கேட்டார். "எங்கே போகிறாய் நீ? நான் வற்புறுத்திச் சொல்றேன், அங்கேதான் நீ இருந்தாக வேண்டும். இது உனக்கு முதல் நிகழ்ச்சி. அதனால் கண்டிப்பாக அதை நீ பார்த்தாக வேண்டும். எல்லா வற்றையும் துவக்கம் முதலே முழுமையாக ஒரு சுற்றுப் பார்க்க வேண்டும்."

நான் "உடனே திரும்பறேன்" என்று சொல்லிவிட்டு இரண்டு அடி எடுத்து வைத்தேன். ஆனால் முடியவில்லை, உடம்பெல்லாம் தளர்ந்து போனது.

தணிவான குரலில் அப்பா கேட்டார்: "இதயம் பலகீனமாகி விட்டதா? நீண்ட நேரம் நீடிக்க விடாக்கூடாது. சீக்கிரமாகவே இந்த நாடகத்திற்கு முடிவு கட்டியாகணும்."

நான் திரும்பிவந்து பழைய இடத்திலேயே உட்கார்ந்தேன். எனக்கு நேர் எதிர்த்தாற்போல் அந்தப் பெரியவர். பக்கத்தில் அழகிய விரிந்த கண்களை உடைய அந்தச் சிறுவன். யா... அல்லா... இப்பக்கூட நினைக்கிறேன். அதோ அங்கதான்.... அங்கேதான் (கொட்டடிக்குள் ஒரு இடத்தைச் சுட்டிக் காட்டு கிறான்) அப்பாவும் பையனும் உட்கார்ந்திருக்கிறார்கள். அந்தப் பையனின் மான் போன்ற பெரிய கண்கள் எனக்குள்ளே ஊடுருவிப் பார்க்கின்றன. என்பார்வை அவர்கள் மீதே நிலை குத்தி நிற்கிறது.

அமீர் அலி அவர்களை நேரடியாகப் பார்ப்பது போன்ற முகபாவனையில் இருந்தான். தன் கண்களை அகல விரித்துச் சுற்றிலும் பார்த்தான். பின் நிதானமடைந்தான்.

அற்புதம்! அவர்கள் என்னைப் பார்த்த பார்வையை, என் பார்வையைக் கொண்டு ஆதாரத்துடன் நிரூபிக்க முடியும். ஆனால் இப்போ முதிர்ந்து கிழவனாகவும், முட்டாளாகவும் ஆகிவிட்டேன். நல்லது சாகேப். நான் சொல்ல வந்ததைத் தொடர்கிறேன். அவர்களைப் பார்க்கிறேன். பார்க்கிறேன், விடாது பார்த்துக்கொண்டே இருக்கிறேன். அவர்கள் ஒன்றும் வித்தியாசமாகப் பார்க்க வில்லை சாதாரணமாகத்தான் பார்த்தார்கள். அதில் குறிப்பிட்டுச் சொல்வதற்கு ஒன்றும் இல்லை. அந்த வயதான மனிதன் அடுத்தடுத்து பலவற்றில் சம்பந்தப்பட்டிருக்கிறான். நாக்பூர் மகாராஜா வெள்ளைக் காரர்களுடன் கூட்டணிச் சேர்ந்து செய்த காரியங்களில் இவனும் இணைந்து நின்றதாக இவன் மீது குற்றச்சாட்டு இருக் கிறது. என் அப்பா, "தம்பா க் லாவ்" (புகையிலை கொண்டுவா) என்று கத்தினார். அதுவொரு ஜாடைச் சொல். நினைக்க முடியாத வேகத்தில் ஒரு தக் கைக்குட்டையால் வயதான மனிதரின் கழுத்தில் சுற்றி இறுக்கினான். மற்றொருவன் அவரது மகனின் கழுத்தில் சுற்றி இறுக்கினான். உடனடியாக அவர்கள் மரண பயத்தில் போராடினார்கள். ஆனால் அவர்களிடம் இருந்து ஒரு சத்தமும் வரவில்லை. உயிரின் இழுப்பு மட்டும் தொண்டையில் வெளிப்பட்டது. கழுத்தை நெறிப்பவர்கள் சில நொடிகள் நீடித்துக் கொண்டிருந்த மரணத்தை முடிவிற்குக் கொண்டு வந்தார்கள். காரியம் முடிவதற்காக காத்துக் கொண்டிருந்த மற்ற சிலர், தயாராக வெட்டி வைத்திருந்த குழியில் உடல்களை இழுத்துக் கொண்டு போய் கிடத்தினார்கள்.

என் அப்பா தாழ்ந்த குரலில் சொன்னார்: "இனி மற்றவர் களைக் கவனியுங்கள். நீங்க சிலபேர் வேலையாட்களிடம் போங்கள், சத்தம் வரக்கூடாது" என்றார். வண்டி ஓட்டியையும் மற்றவர்களையும் எளிதில் முடித்து விடலாம்.

சிலர் காயாத் முகாமிட தேர்ந்து வைத்திருந்த இடத்திற்குப் போனார்கள். அங்கே மரத்தின்கீழே சமைத்துக் கொண்டிருந்த வண்டிக்காரனையும் மற்ற பணியாட்களையும் சூழ்ந்தார்கள். சிறிய சலசலப்பை பார்க்கவும், கேட்கவும் முடிந்தது. ஆனால் அவர்களும் செத்து மடிந்தார்கள்.

என்னைப் பார்த்து அப்பா, 'வா, வந்துபார்' என்று சொல்லிக் கொண்டே அப்பாவும் ஹூசைனும் என் தோளைப்பற்றி இழுத்துக்கொண்டு விரைந்தார்கள். "வந்துபார் உடலை எப்படி

அடக்கம் செய்கிறார்கள் என்பதைப் பார்த்துக் கொள்" என்று எனக்குக் காட்டினார்கள்.

நாங்கள் முகாமிட்டிருந்த இடத்தைச் சுற்றி நானாக போனேனா அல்லது இழுத்துச் செல்லப் பட்டேனா தெரிய வில்லை. அங்கே நிலவெடிப்பு போன்ற குறுகலான குழி வெட்டி இருந்தார்கள். குழிக்குப் பக்கத்தில் எட்டு உடல்களும் கிடத்தப்பட்டிருந்தன. அப்பா, மகன், அவரது இரண்டு மனைவிமார்கள், வண்டியோட்டி, இரண்டு வேலையாட்கள், ஒரு வயதான பெண் ஆகமொத்தம் எட்டு உடல்கள் துணியால் மூடிய நிலையில் கிடத்தப்பட்டிருந்தது. உடல்கள் கிட்டத்தட்ட நிர்வாண நிலையில் பார்வைக்குக் கோரமாகத் தாறுமாறாகக் குழிக்கருகில் கிடந்தன.

என் அப்பா "எல்லாமே கொண்டு வந்தாகிவிட்டதா" என்று கேட்டார்.

'ஆமாம் பிரபு' என்று சொன்ன லாஹீயை (பிணங்களைக் கையாளும் தாழ்த்தபட்ட இனத்தவர்) எனக்குத் தெரியும்.

"அப்பறம் என்ன முடிங்க" என்று கத்தினார் என் அப்பா, அவர்கள் மிக வேகமாக தங்களது இறுதித்தலத்தில் கிடத்தப் பட்டார்கள். ஒருத்தருடைய தலைமீது மற்றவருடைய கால் இருந்தது. அப்படிச் செய்தால் தான் நெருக்கிப் போடமுடியும். ஒரு லாஹீ "சடலங்களைக் கீறி திறந்துவிடுவோம். மண் மென்மையானதாக இருக்கிறது. உடல் ஊதிப் பெருத்துவிடும்" என்று சொன்னான்.

சடலங்களின் அடி வயிற்றில் வெட்டிப் பிளவுகளை ஏற்படுத்திப் புதைத்தனர். மூடின மண்ணையும் கெட்டித்து மேற்பரப்பைச் சமன் செய்தனர். அடுத்த சில நொடிகளில் அங்கே எட்டு மனித உடல்கள் புதைந்து கிடப்பதை யாராலும் கண்டுபிடிக்க முடியாது. நாங்கள் அங்கிருந்து திரும்பினோம். எல்லோரும் ஓய்வெடுக்கச் சென்றனர்.

"சாகேப் அன்றைய இரவை எப்படிக் கழித்தேன் என்று சொல்லட்டுமா உங்களுக்கு. என்ன செய்யமுடியும் என்னால். அப்பாவும், மகனும் என் முன்னே தோன்றினார்கள். அந்த வயதான மனிதனின் குரல் என் காதுகளில் அறைந்து ஒலிக்கிறது. அந்தப் பையனின் அகன்ற விழிகள் எனக்குள் அப்படியே நிலைத்துவிட்டது. ஆயிரம் பேய்கள் என் நெஞ்சின் மீதேறி உட்கார்ந்து கொண்டதுபோல் பாரமாக இருந்தது. கண்களுக்குள் தூக்கம் வரவில்லை. ரத்தம் எல்லாம் குளிர்ந்து

விறைத்து விட்டதுபோல் இருந்தது. செயலற்றுக் கிடந்தேன். என்னை நான் சாந்தப் படுத்திக்கொள்ள முடியவில்லை. எப்படியும் நான் அதிலொரு மவுனப் பார்வையாளனாகத் தானே இருந்தேன். என்னுடைய அப்பாவும் அதில் இணைந்து இருக்கிறார். என்னால் நெருக்கமாக நேசிக்கப்படுகிற அப்பாவும் ஹூசைனும் அதில் இருக்கிறார்கள். என்னை அமைதிப்படுத்திக் கொள்ள முடியவில்லை. எனது சிறிய கூடாரத்திற்கு அடியில் தவழ்ந்து வெளியே வந்து திறந்தவெளியில் அமர்ந்தேன். அன்றைய நிலவு எப்போதையும் போல வெளிச்சமாக ஜொலித்துக் கொண்டிருந்தது. மேகத்திரளுக்குள் அப்படியும் இப்படியுமாக கலந்தும், கடந்தும் போய்க் கொண்டிருந்தது. குளிர்ந்த புதுக்காற்று மிதந்து வந்து கொண்டிருந்தது, அது என் எரிச்சலுற்ற முகத்தைத் தழுவி இதம் ஊட்டியது. நிலா சொர்க்கத்தின் இடையே பயணித்தது காணவொண்ணாக் காட்சியாக இருந்தது. சில தடித்த மழைத்துளிகள் என்மீது விழுந்தன. நான் கண்ட காட்சியைத் தானும் கண்ட நிலா அழுகிறாளோ. நிலா மழையில் நனைந்திருப்பாளா? நான் நனையக் கூடாது என்று கூடாரத்துக்குள் துரத்திவிட்டாள். நான் தவழ்ந்து அப்பாவை நெருங்கி வந்தேன். அவர் ஆழ்ந்த தூக்கத்தில் இருந்தார். அவரை என் தோள்களால் தழுவிக் கொண்டேன். தூக்கம் கண் இமைகளுக்குள் வந்தது. வழக்க மான காலைத் தொழுகைக்கு அப்பா என்னை கிளப்பும்வரை நான் எழுந்திருக்கவேயில்லை.

எங்களது தொழுகை ஜமுக்காளம் விரிக்கப்பட்டது. நான் வழக்கம் போல இணைந்துகொண்டேன். ஆனால் என் நினைவுகள் அப்பா, மகன் நேற்றைய இரவு நிகழ்வுகள் என்றே சுழன்று ஓடிக்கொண்டிருந்தது.

தொழுகை முடிந்த பிறகு எங்கள் குதிரைகளின் சேனம் கட்டப்பட்டன. தயாரிப்புகள் நெடும் பயணத்திற்கான கட்டியம் கூறியது. கணேஷ்புரத்திலிருந்து முடிந்த அளவு வெகு தூரம் சென்றுவிட வேண்டும். அப்படிப் போனால்தான் சந்தேகம் எழாது.

நாங்கள் ஒரு கட்டத்தை அடைந்ததும், அங்கே ஒரு ஆளை அனுப்பி பக்கத்து நகரத்தில் ஒன்றே கால் ரூபாய்க்கு வெல்லம் அல்லது சர்க்கரை வாங்கி வரச்சொன்னோம். அது எதற்காக என்று என்னால் யூகிக்க முடியவில்லை. ஆனால் என் அப்பாவிடம் கேட்டபோதுதான் விளங்கியது.

தவ்பானி படையலுக்கு என்று சொன்னார். சாகசங்கள் செய்து முடித்த உடனே அதில் சம்பந்தப்பட்ட அனைவரும் கூடி கண்டிப்பாக நிறைவேற்றப்பட வேண்டிய அதிமுக்கியமான சடங்கு. இதைத் தவிர்க்கக் கூடாது என்றார்.

வெல்லம் வந்ததும் சடங்கு நடத்துவதற்கான இடம் தேர்வு செய்யப்பட்டது. இந்தச் சடங்கையும் பத்ரிநாத்தே நடத்தினான். அவனுக்காக ஒரு மெத்தை விரிக்கப்பட்டது. அவன் மேற்கு முகமாக அமர்ந்திருந்தான். அவனுக்கு இரண்டு பக்கங்களிலும் முக்கியமானவர்களும், புடோட்டிகளும் மேற்கு நோக்கி அமர்ந் திருந்தனர். என் அப்பா வந்து விரிப்பின் முனையை ஒட்டிச் சிறிய துளை ஒன்று போட்டார். அதன்மீது ஒரு துண்டு வெள்ளியையும் புனிதக் கோடாரியையும் படையலுக்காகக் கொண்டு வந்து வைத்தார்கள். துளையினுள் கொஞ்சம் வெல்லத்தைப் போட்டார் என் அப்பா. உள்ளங்கைகளை குவித்து வானத்தை நோக்கி உயர்த்தி, வேண்டுதல் பாவனையில் உரக்கக் கூவினார்.

“சக்தி மிகுந்த ஆற்றலுடைய தேவியே... பல்லாண்டு பல்லாண்டுகளாக உனது பக்தர்களுக்கு ஆசி தந்து பாதுகாத்து வரும் தேவியே..... இப்போது ஜுரா நாயக்கும், குதீக் பன்வாரியும் தங்களிடமிருந்து ஒரு லட்சத்து அறுபதாயிரம் ரூபாயை அளித்துள்ளார்கள். எங்களுக்கு இதுபோன்ற உதவிகளைத் தொடர்ந்து செய்யுமாறு உன்னை மன்றாடுகிறோம், எமது வேண்டுதலை நிறைவேற்றிக்கொடு தாயே.”

அந்தப் பிரார்த்தனையை தக்கிகள் எல்லோரும் மறுமொழிவு செய்தார்கள். பின் அப்பா கையில் நீரெடுத்து கோடாரி மீதும், அந்தத் துளையிலும் தெளித்தார். வெல்லத் துண்டுகளை எடுத்து வெற்றிக்கு உழைத்த தக்கிகள் அனைவருக்கும் வழங்கினார். அவர்கள் அதை அமைதியாக சாப்பிட்டு முடித்துத் தண்ணீர் குடித்தார்கள். மீதமுள்ள வெல்லத்தை அங்கு கூடியிருந்த குழு உறுப்பினர் அனைவருக்கும் வழங்கினார். எனக்குத் தரவில்லை. அதற்குக் காரணம் நான் யாரையும் கொலை செய்யவில்லை. இருந்தாலும் என்தந்தை தனது பங்கில் ஒரு பகுதியை எனக்காக வைத்திருந்து என்னிடம் கொடுத்தார். என்னைச் சாப்பிடச் செய்தார். நான் விழுங்கினபின் சொன்னார்.

“நீ வெல்லத்தைச் சாப்பிட்டு விட்டாய். இப்போது நீ மனதளவில் ஒரு தக் தான். எங்களை விட்டு விலக நினைத்தாலும் அது முடியாது. உன்னைத் தக்கியாக அர்ப்பணித்து விடுகிற போது, மனித இதயத்திற்கு அப்பாற்பட்ட சக்தி ஒன்று வந்து

விடும். இந்த வெல்லத்தில் ஒருபகுதி சாப்பிட்ட ஒருவன் அது யாராக இருந்தாலும், எந்தச் சூழ்நிலையில் எந்தத் தகுதியில் இருந்தாலும் அவன் கண்டிப்பாக தக்காக மாறி விடுவான். அவனால் மீள முடியாது, இதன் சக்தி மீளமுடியாதபடி அவன் மீது இறங்கிவிடும்"

"நானறிந்த வரையில் இது மிகவும் ஆச்சர்யமானதுதான்" என்று சொன்னேன்.

"எனக்கு நேரமிருந்தால் என்னால் நூற்றுக்கணக்கான உதாரணங்களைக் கூறமுடியும் என்ற அப்பா. ஹூசைனைப் போன்ற மற்ற யாரைக் கேட்டாலும் இதையேத்தான் சொல்வார்கள்" என்றார்.

அன்று மாலை வழக்கம்போல நாங்கள் எல்லோரும் திரண்டிருந்தோம். என் அப்பா என் மன இரக்கத்தைக் கடுமை யாகக் கண்டித்தார்.

"நீ இப்படி இருக்கக்கூடாது என்மகனே, அன்றைக்குப் புலியைப் பிடிக்க அற்புதமாக வீரம் காட்டினாயே, அதுபோல இருக்கவேண்டும். நீ சிறுபிள்ளைத்தனமாக சுருங்கிவிடக் கூடாது. ஆண்பிள்ளைபோல் தைரியமாக இருக்கவேண்டும். ஞாபகம் இருக்கட்டும் புனித வெல்லம் சாப்பிட்டு இருக் கிறாய்."

"குட்டி சாகேப் கிட்ட இப்பிடிப் பேசறதுக்கு வெட்கமாக இல்லையா" என்றார் ஹூசைன் அப்பாவிடம். "நீங்களும் கூட ஆரம்பத்துல அப்பிடித்தான் இருந்தீங்க ஞாபகம் இருக்கா. நீங்கள் உண்மையிலேயே திறமை உள்ளவன் என்று கணேசாவை நம்ப வைக்க என்ன பாடுபட்டேன்? குட்டிசாகேப்பை கண்டுக்காம விடுங்க. ஒன்னு ரெண்டு சாகசங்களுக்குப் பின்னாடி பாருங்க ரொம்ப வித்தியாசமான ஆளா இருப்பார். தான் தொழிலில் புலி என்பதை நிரூபிப்பார்" என்றார் ஹூசைன். முதுகில் தட்டிக் கொடுத்து என் அப்பா சொன்னார் "எனக்கு பயம் இல்லை மகனே. உன்னை விட மோசமான ஆளுங்க எல்லாம் நல்ல விதமாக ஆரம்பித்து, முடிவில் கோழிக்குஞ்சு போல மனசு மாறி குழி வெட்டவும், ஏவல் வேலைகள் செய்யவும் தான் லாயக்கு என்றாகி இருக்கிறார்கள். முதியவர் ஹூசைன் யாரையும் தவறாக எடைபோட்டது இல்லே, அப்பிடித்தான் உன்னையும். "இன்ஷா அல்லா... இவன் நல்ல விதமாக தன் அப்பனையும் தாண்டி ரொம்ப தூரம் முன்னேறுவான்" என்று என் அப்பாவிடம் கூறிய ஹூசைன் இன்னும் ஒன்று, இரண்டு காட்சிகளை கண்ட பின் அவன் கைகளாலேயே நம் தொழிலை தொடரட்டும். அப்போது தெரியும் உங்களுக்கு நான் கூறியது சரியா? தப்பா? என்று, என்றார் என் அப்பாவிடம்.

"ரொம்ப நல்லது மகனே, என்னை நம்பு சும்மா உன்னைக் குற்றம் சொல்வதற்காக நான் சொல்லவில்லை. ஆனால் என்னுடைய அச்சம் என்னவென்றால் இப்போதிருக்கும் உணர்வு உன்னில் வளர்ந்து விடக்கூடாது என்பதுதான். உன்னைச் சுற்றிலும் இருப்பவர்களுடன் அன்புடன் இரு. ஏழை களிடத்தில் இரக்கம் காட்டு. தேவைப்படுகிறவர்களுக்குக் கை கொடு. ஆனால் நீ ஒரு தக் என்பதை மட்டும் எப்போதும் நினைவில் வைத்துக்கொள். உனது பாதையில் குறுக்கிடும் எவரையும் ஓய்வின்றி அழிக்க நீ சபதம் பூண்டிருக்கிறாய்."

"உங்கள் வார்த்தைகள் என்னைக் கண்டனம் செய்திருந்தாலும் எல்லாம் என் மனசின் ஆழத்தில் தங்கிவிடும். இனி நான் என்னுடைய கடமைகளில் இருந்து தவறமாட்டேன். எப்போது நான் தயாராகி விட்டதாக நீங்கள் நினைக்கிறீர்களோ அப்போது சொல்லுங்க நான் கைக்குட்டையைக் கையில் எடுத்து விடுகிறேன் என்று சொல்லிவிட்டு, பேச்சை திசை திருப்புவதற்காகச் சொன்னேன். நேற்று நடந்த மரண வேலை களில் ஈடுபட்ட முகமது என்ற புடோட்டி (கழுத்து நெறிப்பவன்) கொல்லப்பட்ட மனிதனின் கதையை எனக்குச் சொல்வதாக வாக்குறுதி கொடுத்திருக்கிறார். அதை இப்போது நிறைவேற்ற அவரை இங்கு அழைக்கிறேன், என்றேன். சொல்லுங்கள் என்று சொன்னேன்.

"நல்லாச் சொன்னீங்க" என்று அங்கிருந்த எல்லா ஆட்களும் ஒரே குரலில் கூவினார்கள். அந்தக் கதையைச் சொல்வதற்கு முகமது பொருத்தமான ஆள்தான். இப்போ அதைக் கேட்போம் என்றார்கள்.

வெற்றிலைபாக்கு, புகையிலையை வாய் நிறைய அடக்கி பற்களுக்கு இடையில்போட்டு பலமுறை மென்றார் அந்த முகமது. அடிக்கடி சிவப்பான எச்சிலைத் துப்பினார். குத்துக்கால் இட்டு அமர்ந்து ஒருவழியாகத் தயார்ப்படுத்திக்கொண்டு என் அப்பாவை நோக்கிச் சொன்னார். அவர் சொன்னதை கிட்டத்தட்ட முழுசாக நினைவுபடுத்தி இப்போது சொல் கிறேன்.

"நான் நாக்பூர் பிரதேசத்தில் உள்ள போரி என்ற சின்ன கிராமத்தில் பிறந்தேன். தன் முன்னோர்களைப் போலவே என் அப்பாவும் ஒரு தக். அது உங்கள் எல்லோருக்கும் தெரிந்ததுதான். ஒரு குடும்பத்தின் வீரசாகசக் கதைகள் அப்பாவின் வழியாக மகனுக்குக் கிடைக்கிறது. அடுத்தடுத்து பெறுவதற்கு தகுதி உடைய மகன்கள் அந்தக் கதைகளைப் பெற்று வருகிறார்கள். ஆனால் என் கதை சற்று மாறுபட்டது.

என் முன்னோர்கள் செழிப்புடன் இருந்தார்கள். போதுமான பணத்தைச் சேமித்து வைத்திருந்தார்கள். நாக்பூர் மன்றத்தில் எங்கள் கிராமத்தின் தலைமைக்கு நிலமும், அலுவலகம் நிறுவு வதற்கான பணமும் கொடுத்தார்கள். உங்களில் பலருக்குத் தெரியும் எனது பாட்டனார் காசிம், சாகும்வரை தக்கிகளின் புகழ் பெற்றத் தலைவராக இருந்தார். என் தந்தைக்கு இளம் வயதுதான் என்றாலும் சொத்துக்களுக்கும் அந்தஸ்த்திற்கும் வாரிசானார். நீண்ட காலமாக அதைக் காப்பாற்றி வந்தார். அவருக்கு எதிராக யாரும் பிரச்னைக்கு வரவில்லை.

ஆனால் அவருடைய செல்வம் கடைசிவரை நிலைத்திருக்க வில்லை. நீதிமன்ற பேஸ்கர் உத்தரவின் பேரில் எங்கள் வீட்டிற்கு சிப்பாய்கள் வந்திருந்தது எனக்கு நன்றாக நினைவிருக்கிறது. அவர்கள் எங்கள் கிராமத்தில் வீட்டிற்கு வந்து என் அப்பாவை கோர்ட்டுக்கு வருமாறு உத்தரவிடப்பட்ட கடிதத்தைக் காட்டினார்கள். இப்படி திடீரென அழைக்கப்படுவதற்கான காரணத்தை அறிய அவர் பெருமுயற்சி மேற்கொண்டார். அரசுக்குச் செலுத்தவேண்டிய அனைத்தையும் முறையாகச் செலுத்தி வருகிறார். வேறு காரணம் என்ன என்பதை கண்டு பிடிக்க முடியவில்லை. அரசாங்கத்து ஆட்களுக்குக் கையூட்டு கொடுத்து நீதிமன்றத்திற்குப் போவதைத் தவிர்க்க முயன்றார், முடியவில்லை. இறுதியில் என்னை அழைத்துக்கொண்டு நீதி மன்றத்திற்குப் போனார். அப்போது நான் சின்னப் பையன் நமது குட்டிசாகேப் போல இருப்பேன். நீண்ட தூரம் நடந்து நாக்பூர் போய்ச் சேர்ந்தோம். அங்கே போனதும் எங்களைச் சிறையில் வைத்துப் பூட்டி விட்டார்கள். கால்கள் இரும்புச் சங்கிலியால் பிணைக்கப்பட்டன. எங்களுக்குச் சாதாரண வசதிகள்கூட மறுக்கப்பட்டன. வெத்திலை பாக்கு, புகையிலை சுத்தமான துணிகூட தரப்படவில்லை. யாரையும் பார்ப்பதற்கு அனுமதி இல்லை. சாப்பிடுவதற்கு கடினமான, மோசமான உணவை அளித்தார்கள். இந்த நிலைமை மூன்று மாதங்கள் நீடித்தது. தான் என்ன குற்றம் செய்தேன்? என் மீது குற்றம் சுமத்தியவர் யார்? இது குறித்து ஏன் நண்பர்களிடமும், உறவுகளிடமும் தகவல் தந்தவர் யார்? என்பதையெல்லாம் தெரிந்துகொள்ள என் அப்பா செய்த முயற்சிகள் எல்லாம் வீண் ஆயின. நாங்கள் இருவரும் தனிமைச்சிறையில் அடைக்கப்பட்டோம். இறுதி வரை அந்த துரதிர்ஷ்டத்திற்கான காரணமும் தெரிந்துகொள்ள முடியாமலே இருந்தது. நேற்று என் கையால் கொல்லப்பட்ட கடைகெட்ட பிரிஜ்லால் இறுதியில் சிப்பாய்களுடன் சிறைக்கு வந்து எங்களைப் பார்த்தான். என் அப்பா தன்னை மரணம் நெருங்கிவிட்டது என்றெண்ணி அனைத்து நம்பிக்கைகளையும்

இழந்து மயக்கமாகி விட்டார். இருந்தும் என் அப்பாவுக்குக் கொஞ்சம் நினைவு வந்ததும் சுதாரித்துப் பிரிஜ்லாலைக் கண்டபடித் திட்டிச் சாபம் விட்டார்.

எல்லாவற்றையும் கேட்டுவிட்டு என் அப்பாவை பிரிஜ்லால் முறைத்துப் பார்த்துவிட்டுச் சொன்னான்.

"பட்டேல்ஜீ என்ன இருந்தாலும் நீ அரசாங்கத்திற்குக் கட்டுப்பட்டவன். உங்கள் கிராமத்தைச் சேர்ந்த வியாபாரி ஜெய்சுக்தாஸ் விவகாரம் அனைத்தும் நீ அறிந்தவன். அது தொடர்பாக விசாரிக்க சில வருடங்களுக்கு முன் நான் உன் னிடம் அனுப்பப்பட்டிருந்தேன். நான் வந்தபோது என்ன விதமான வரவேற்பு அளித்தாய் என்பது உனக்கு நினைவில் இருக்கும். கடவுள் புண்ணியத்தில் நீ செய்தவையெல்லாம் பதிலடியை நான் தரக்கூடாது.

"நீ ஒரு பொய்யன். காலித்தனம் செய்வதையே தொழிலாகக் கொண்ட கேடுகெட்டவன்" என்று என் அப்பா கத்தினார். "ஒருபோதும் என்னிடமிருந்து ஒரு வார்த்தையும் உன்னால் பெற முடியாது. பொருத்தமான ஒரு ஆளைவிட்டு காசிம் பட்டேலிடம் அனுப்பிக் கேட்டுப்பார். அவனுக்குத் தெரிந்ததைச் சொல்வான். நாயிலும் இழிந்த நாய்க்குப் பிறந்த உன்னிடம் நான் ஒருவார்த்தை கூட பேசமாட்டேன்" என்றார்.

அதையும் பார்ப்போம் என்று சொல்லிவிட்டு தனது ஆட்களுக்கு சமிக்ஞை காட்டினான் அக்கேடு கெட்டவன். அவர்கள் என் அப்பாவை சுற்றி வளைத்து குதிரைக்குக் கொள்ளு வைக்கும் துணிப்பையில் சூடான சாம்பலைப்போட்டு என் அப்பாவின் முகத்துடன் சேர்த்துகட்டிச் சூடான சாம்பலைச் சுவாசிக்க வைத்தார்கள். பிரிஜ்லால் தான் விரும்பியதைப் பெறும்வரை மீண்டும் மீண்டும் கேட்க, அவர் மறுக்க, கிட்டத்தட்ட மரண நிலைவரை மீண்டும் மீண்டும் மூச்சை இழுக்கச் செய்தார்கள். இறுதியில் என் அப்பா தாங்க முடியாமல் மயக்கமாகிக் கீழே விழுந்துவிட்டார். கடைசியில் கேடு கெட்டவன் அப்பாவிற்குத் தண்ணீர்கூட கொடுக்கக்கூடாது என்று சொல்லிவிட்டு சிறையில் இருந்து வெளியேறிப் போய்விட்டான். ஆனால் அவனது விருப்பம் நிறை வேறாததால் எரிச்சலுற்றான். அடுத்தநாள் காலையில் அதிர்ஷ்டவசமாக யாரோ வந்து அப்பா முகத்தில் தண்ணீர் தெளித்து வாயைத் திறந்து குடிப்பதற்குத் தண்ணீர் புகட்டி னார்கள். பின்னர் எழுந்து உட்கார்ந்து போதுமான அளவு தண்ணீர் குடித்தார். அது அவரை உயிர் பிழைக்கச்செய்தது.

5

ஏறு குதிரையில்...
பிடி அவனை...

"நான் செத்து விடுவேன்... என்று நினைத்தேன்... என் மகனே" என்று வார்த்தைகளை இழுத்து இழுத்துப் பேசினார். அந்த இதயம் கருத்த கொடியவன் வயதான மனிதனிடம் காட்டும் நாகரீகத்தைப் பார்த்தாயா? என்னுடைய சாபம் அவனைச் சும்மா விடாது. இப்போ நல்லா இருக்கலாம், ஆனால் இறுதித் தீர்ப்பு இந்தக் கயவர்களைப் பழிவாங்கியே தீரும் என்றார் என் அப்பா."

"அப்பா எங்கிட்டச் சொல்லுங்க உங்கள் இருவருக்கும் இடையில் என்ன பிரச்சினை? அவன் எதுக்காக உங்ககிட்ட இப்படி நடந்துக்கிடணும்."

அவர் பதில் சொன்னார். "கேள் மகனே நீயும் தெரிந்து கொள்ளவேண்டும். சில வருஷங்களுக்கு முன்னால், நீ சிறுவனாக இருக்கும்போது, ஜெய்சுக்தாஸ் என்பவர் நம்ம கிராமத்தில் பெரிய சௌகாராக இருந்தார். அவர் இறந்து விட்டார். சாகும்போது மரணப்படுக்கையில் என்னை அழைத்து ஒரு முஸல்மானாகிய நீ எனது குடும்பத்தை பிரிஜ் லாலிடம் இருந்து பாதுகாக்க வேண்டும் என்று கெஞ்சிக் கேட்டுக்கொண்டார். ஏனென்றால் கீழ்த்தரமான முறையில் தன்னுடைய மரியாதையைக் கெடுக்கும் விதமாக சில வேலை களைச் செய்ததற்காக பிரிஜ்லாலைப் பொதுச் சபையில் செருப்பால் அடிந்திருக்கிறார் ஜெய்சுக்தாஸ். அவன் எங்கள் கிராம வருவாயில் அந்த ஆண்டு கிட்டத்தட்ட ஒரு லட்சம் ரூபாய் வரை ஜெய்சுக்தாஸ் கையாடல் செய்துவிட்டதாக

குற்றம் சுமத்தியிருக்கிறான். பிரிஜ்லாலின் அக்குற்றச்சாட்டு கிராம மக்களால் கண்டு கொள்ளப்படவில்லை. காரணம் ஜெய்சுக்தாஸின் மேன்மையான குணத்தை இழிவான ஒருவனின் பழித் தூற்றலால் குறைத்துவிட முடியவில்லை. பொய்யான குற்றச்சாட்டுகளால் அடுத்தடுத்த பிரச்சினைகளாகத் தொடர்ந்து எதிர்கொண்ட எனது நண்பர் இறுதியில் இறந்துவிட்டார். கடைசியாக நாங்கள் சந்தித்தபோது முடிந்த அளவு பணத்தைத் திரட்டி இருக்கிற நகைகளுடன் தனது குடும்பத்தாரை சொந்த நாடான மார்வாருக்குப் பத்திரமாக அனுப்பி வைக்குமாறு என்னைக் கேட்டுக்கொண்டார். எவ்வளவு சீக்கிரம் முடியுமோ அவ்வளவு சீக்கிரம் பிற கொள்ளையர் கைகளில் சிக்கிவிடாமல் எனது பாதுகாவலர்களுடன் அனுப்பி வைத்தேன். இதுதான் என் மீது பிரிஜ்லால் வஞ்சம் கொண்டிருப்பதற்கான காரணம்" என்றார்.

ஒரு மூன்று மாதகாலம் எங்கள் நாட்களைச் சிறையிலேயே கழித்தோம். என் அப்பாவின் சொல்லில் நம்பிக்கை கொண்ட, அவருக்கு இழைக்கப் பட்டிருந்த அநீதியை உணர்ந்த காவலாளி ஒருவர் என் தந்தை தயாரித்து வைத்திருந்த மனுவை நாக்பூரில் வசிக்கும் சௌகார் ஒருவரிடம் கொண்டு சேர்க்க ஒப்புக் கொண்டார். எங்கள் கிராமத்துப் பணப் பரிவர்த்தனையை பின்நாளில் இந்தச் சௌகார்தான் பார்த்துக் கொண்டிருந்தார்.

எங்கள் சூழ்நிலையைப் பார்த்து ஆச்சர்யப்பட்ட அவர் உடனடியாக எங்களை விடுவிப்பதற்கான முயற்சிகளில் இறங்கினார். ஆனால் அது அத்தனை எளிதான காரியமாக இருக்கவில்லை. பிரிஜ்லால் நீதித்துறை மந்திரியை தனது கைக்குள் வைத்திருந்தான். எங்களை விடுவிப்பதற்காக எங்கள் நண்பர் மேற்கொண்ட ஒவ்வொரு முயற்சியும் தோல்வியில் முடிந்தது. அதனால் அவர் சலிப்புற்றார். இறுதியாக எங்கள் பிரச்னை நாக்பூர் நகரில் செல்வாக்கு மிகுந்த பணக்காரர் ஒருவர் முன் வைக்கப்பட்டது. அவர் மந்திரியிடம் எங்கள் நிலைமையை விளக்கிப்பேசினார். இறுதியாக அடுத்தநாள் நாங்கள் நீதிமன்றத்தில் ஆஜராகி எங்கள் மீது வைத்த குற்றச் சாட்டுகளுக்கு பதில் அளிக்குமாறு கேட்டுக் கொள்ளப் பட்டோம். நாங்கள் பேஸ்கர் வீட்டுக்கு முன் குறித்த நேரத்தில் கொண்டு செல்லப்பட்டோம். அங்கு சமர்ப்பித்த வழக்குகளையும், மனுக்களையும் பரிசீலித்தார்.

பேஸ்கர் நாராயணப்பண்டிட் ஒரு இளைஞர். ஆனாலும் வழக்குகளைத் தீர்ப்பதில் பெயர் பெற்று மரியாதைக்கு உரியவராக விளங்கினார். அவர் தனது தீர்ப்பு குறித்து முடிவிற்கு வருவதற்கு முன் எதிரில் இருக்கும் இரண்டு தரப்பினரிடமும் கேள்விகள் கேட்டு கவனமாகக் குறிப்பெடுத்துக் கொண்டார். ஆனால் எங்களது மோசமான எதிரி பிரிஜ்லால் நீதித்துறையைச் சார்ந்தவனாதலால் நாராயண பண்டிட்டிற்கு மிகவும் நம்பிக்கைக்கு உரியவனாக இருந்தான். அத்தோடு பவ்வியமான நடிப்பினால் அவனது கொடுங்கோன்மை வெளிப்படாமல் மறைந்து இருந்தது.

பிரிஜ்லால் என் தந்தை மீது வைக்கும் குற்றச்சாட்டு என்னவென்றால் மேன்மை தங்கிய சட்டத்தின் ஆட்சியின் கீழ் ஆண்வாரிசு இல்லாத பணக்காரர்கள் மரணத்திற்குப் பின்னர் தங்களது சொத்துக்கள் அரசாங்கத்தைச் சேர்வதற்கு ஏற்பாடு செய்யவேண்டும். ஜெய்சுக்கிற்கு நிறைய சொத்துக்கள் இருந்தது. பெண்மக்கள் மூன்று பேர் இருப்பதும், ஆண்வாரிசு இல்லை என்பதும் தெரிந்ததுதான். அரசாங்கம் அந்தச் சொத்தினை கணக்கிடும்வரை அதில் இருந்து ஒரு ரூபாய் கூடத்தொடுவதற்கு மற்றவர்களுக்கு உரிமை இல்லை. அத்துடன் என் அப்பாவிற்கு போரி கிராமத்தின்மீது நாட்டாண்மை செலுத்தும் எந்த உரிமையும் இல்லை. என் அப்பாவின் நிலத்தை அபகரித்து வைத்துள்ள எதிராளிதான் அந்த கிராமத்தின் நாட்டாண்மை செலுத்தும் தகுதி உடையவன் என்று கூறினான். தலைமை நீதிபதி நாராயண பண்டிட்டிடம் பிரிஜ்லால் “என் நிலையை முடிவாக விளக்கிச் சொல்கிறேன். ஓ... நிகரில்லாத கடவுளான பிரம்மாவே, நான் எனது கடமை நிமித்தமாகத்தான் இந்த மனிதரைச் சந்திக்கச் சென்றேன். இரண்டுமுறை அந்தக் கிராமத்திற்குச் சென்றேன். இரண்டுமுறையும் நான் பட்ட அவமானங்களை நினைத்தால் என் ரத்தம் கொதிக்கிறது. என்னுடைய நோக்கமெல்லாம் முழுக்க முழுக்க இந்த அரசாங்கத்திற்குக் கடமையாற்றுவதுதான். நான் முன்னரே இவன்மீது புகார் கொண்டு வந்திருந்தால் மாட்சிமை பொருந்திய நீங்கள் இவனையும் இவன் குடும்பத்தையும் அழித்திருப்பீர்கள். ஆனாலும் நான் கோபத்தை அடக்கி வைத்துதான் இருந்தேன். ஜெய்சுக்தாஸ் சம்பந்தமாக பலமுறை கோர்ட்டுக்கு வரச் சொல்லி அழைப்பு விடுத்து வராதபோதும் அவன்மீது நான் கோபப்படவே இல்லை. அரசாங்கத்தின் மரியாதை சிதைவதை உணர்ந்து வேறு வழியில்லாமல்தான் கைது செய்து சிறையில் அடைக்க உத்தரவிட்டேன்” என்றேன்.

"அல்லா... யா... அல்லா" என்று என் அப்பா கத்தினார். "அடக் கடவுளே! இது எல்லாமே பொய். நான் அல்லா சாட்சியாகச் சொல்கிறேன். ஒரு போதும் தங்கள் அரசின் உத்தரவிற்குப் பணியாமல் இருந்ததில்லை. எனக்கு முறைப்படி தெரிவிக்கப் பட்டிருந்தால் அந்த அழைப்பிற்கு வராமல் இருக்கவேமாட்டேன். இந்த இழி பிறவிக்கு முன்பிருந்தே நெடுங்காலமாக எங்களை ஆளும் இந்த அரசின் உப்பைத் தின்றவனில்லையா நான்? யார் மோசடி செய்தார்களோ அவர்களை அவன் எதிரிலேயே என் பிரபுவானவர் தண்டிக்கட்டும். எஜமானே எனக்கு தங்களது அனுமதி கிடைத்தால் நான் குற்றமற்றவன் என்பதை நிரூபிப்பேன். அதேசமயம் இந்த பிசாசு உங்களின் அடிமையான எனக்கு இழைத்த கொடுமைக்காகக் கடுமையாகத் தண்டிக்கப்பட வேண்டியவன்."

"விசாரணையை நாளைக்குத் தொடரலாம்" என்று பண்டிட் சொன்னார். "அதற்கிடையில் உன் சார்பாக சொல்ல வேண்டியதெல்லாம் சுருக்கமாகத் தெளிவாக மனதில் உள்ள உண்மைகளை அப்படியே எழுதிக் கொண்டு வா" என்றார்.

தன்னைத் திருடனைப்போல் சிறையில் அடைக்கக்கூடாது என்றும் விசாரிக்கும்போது தனக்குத் துணையாக இரண்டு பெரிய மனிதர்களை அனுமதிக்க வேண்டும் என்றும் என் தகப்பனார் பணிவுடன் கேட்டுக்கொண்டார். பிரிஜ்லால் எதிர்த்த போதும் அதை மீறி நீதிபதி அவரின் கோரிக்கையை ஏற்றுக்கொண்டார். நாங்கள் இருவரும் எந்த பாதுகாவலரும் இல்லாமல், அப்பாவின் நண்பர்கள் இருவருடன் பிரிஜ்லாலை கடந்துபோனோம். அப்படி போகும்போது அப்பா மீசையை முறுக்கிவிட்டுக் கொண்டு நடந்தார். பலமுறை "இன்ஷா அல்லா, மாஷா, அல்லா" என்று முணுமுணுத்துக் கொண்டிருந்தார். பிரிஜ்லால் காழ்ப்புடன் கொடூரமாகப் பார்த்துக்கொண்டு சென்றான்.

மாலையில், தொடக்கம் முதல் முடிவுவரை பிரிஜ்லாலின் நடத்தையை விவரித்து பாரசீக மொழியில் அறிக்கை தயாரிக்கப் பட்டது. இந்த அறிக்கையுடன் தர்பாருக்குச் சென்ற நாங்கள் பிரிஜ்லால் எங்கள் கண்முன்னே அவமானப்படுவான் என்று எதிர்பார்த்தோம். ஆனால் எங்களுக்கு ஏமாற்றமே எஞ்சியது. எங்களது மனு நாராயணப் பண்டிட்டால் வாசிக்கப்பட்டது. இறுதியாக தனது அதிகாரத்தை மீறி எங்களிடம் நடந்து கொண்டதற்காக பிரிஜ்லாலைக் கண்டித்துத் தீர்ப்பு வழங்கினார். கணக்கு வழக்குகளைச் சோதித்துப் பார்த்ததில்

ஜெய்சூக்கின் குடும்பம் எந்தத் தவறும் செய்யவில்லை என்றும் அவரது குடும்பத்தைத் தண்டித்தது தவறானது என்றும் தீர்ப்பில் கூறப்பட்டிருந்தது.

மறுபுறத்தில் பிரிஜ்லால் விஷயத்தில் என் அப்பா நடந்து கொண்டமுறை தவறு என்றும், அரசாங்கத்தின் மீது மரியாதை இல்லாமல் அதனுடைய ஏஜண்டான பிரிஜ்லாலுக்கு எதிராக கிராமத்தைத் திருப்பிவிட்டது தவறு என்றும், அரசு முகவருக்கு கணக்குக் கேட்கும் உரிமை உள்ளது என்றும் பலமுறை கணக்கு கேட்கப்பட்டும் நீண்டகாலமாக மறுத்தது, என் அப்பாவின் குற்றம் என்றும் கூறப்பட்டது.

என் அப்பா பதில் சொல்வதற்கு எழுந்தபோது அவருடைய நண்பர் தடுத்து, “இது நல்லதுதான் வாழ்க்கையே முழுதாகப் பறிக்கப்படும் நிலையில் இருந்து பாதி வாழ்க்கையாவது அளிக்கப் பட்டிருக்கிறது. இது எவ்வளவோ மேலானது. உன்னைச் சுற்றி வீசப்பட்ட வலையில் இருந்து நீ தப்பியது குறித்து சந்தோஷப்பட்டு அமைதியாக இரு” என்று கேட்டுக் கொண்டார்.

பிரிஜ்லாலை அவமதித்தக் குற்றத்திற்காக என் அப்பா சிறிய தொகையை தண்டம் கட்டுமாறு கூறப்பட்டது. அதனால் பிரிஜ்லால் தான் வெற்றி பெற்றதாக நினைத்துக் கொண்டான். விஷயம் அத்துடன் முடிவிற்கு வந்தது.

அந்த வயதான பெரிய மனிதர் என் அப்பாவிற்குக் கூறிய அறிவுரையை என்னால் மறக்க முடியாது. அவருடன் இருந்து சிலநாட்கள் உறவாடிவிட்டு பின்னர் எங்கள் கிராமத்திற்குப் புறப்பட்டோம்.

அடுத்த சில நாட்களில் நாங்கள் நாக்பூர் நகரத்தில் இருந்து எங்கள் வீட்டிற்கு வந்தோம். ஆனால் நாங்கள் யூகித்தது போலவே அடுத்த சில மாதங்களில் எங்கள் கிராமத்திற்குள் அந்நிய ஆட்கள் பலர் நடமாடிக்கொண்டு இருந்தார்கள். என் அப்பாவிடம் நாங்கள் வைத்த ஒரே கோரிக்கை வீட்டைவிட்டு எங்கும் வெளியில் போகக்கூடாது என்பதுதான். குறிப்பாக இரவு நேரங்களில். ஆனால் அவர் எங்கள் பேச்சைக் கேட்பதே இல்லை. யாராவது பயணிகள் என்று தென்படுபவர்களை வீட்டிற்கு அழைத்து வந்துவிடுவார். பின்னிரவுவரை தைரியமாக வெளியில் சுற்றிவிட்டு வருவார். என் அம்மாவிற்குக் கவலை அதிகரித்தது. முன்பின் தெரியாதவர்கள் அடிக்கடி வீட்டிற்கு வருவது குறித்து எச்சரிக்கை செய்துவந்தார். நாள் முழுதும்

என் அப்பாவுடனே இருந்து அவரைக் கவனித்துக்கொள்ள வேண்டும் என்றும், மாலையில் சீக்கிரமாகவே வயல்களில் இருந்து வீட்டிற்கு அழைத்து வந்துவிட வேண்டும் என்றும் அம்மா என்னைக் கெஞ்சிக் கேட்டுக்கொண்டார். இதைத் தவறாது ரொம்ப காலமாகச் செய்து வந்தேன். ஆனால் ஒருநாள் எப்போதும் இல்லாத அளவிற்குத் தாமதம் ஆகிவிட்டது. அடுத்த நாள் கரும்பு வெட்டுவதற்காக ஆட்களை ஏற்பாடு செய்துவிட்டு வருவதற்குத் தாமதம் ஆகிவிட்டது.

பக்கத்துக் கிராமத்து ஆட்கள் எங்களோடு பாதையின் கொஞ்சதூரம்வரை வந்தார்கள். ஆனால் பாதியிலேயே பிரிந்துபோய்விட்டார்கள். மீதித் தூரத்தை (சாலையின் நேர் பாதையில் போய் இருக்கவேண்டும்) கடக்க குறுக்குப் பாதை வழியாக நடந்து போனோம். ஆனால் அது அவ்வளவு பாது காப்பானதில்லை என்று தோன்றியது. ஆனால் விதியை வெல்ல யாரால் முடியும். ஒருவன் சாகவேண்டும் என்பது இறைவனின் விருப்பமெனில் மனிதர்கள் முன்னுணர்ந்தாலும் என்ன பயன்? நாங்கள் வேகமாகச் சென்றோம். போன பாதை வயலில் முடிந்து நின்றது. வயலில் இருந்த புதர்வேலியால் பாதைத் தொடர முடியாமல் மறிக்கப்பட்டிருந்தது. பாதையில் வெளிச்சம் இல்லாதது வேறு எங்களுக்கு அச்சமூட்டியது. ஆனால் அந்தச் சாலையின் ஒவ்வொரு அடியும் எங்களுக்குப் பழக்கமாகி இருந்தது. திடீரென்று துப்பாக்கியில் இருந்து சீறி வருவதைப் போன்ற தீக்கீற்று பாதையை மறித்த புதரிலிருந்து வெடித்துக் கிளம்புவதைப் பார்த்தோம்.

“என் அப்பாவிடம் நாம் வழிப்பறிக்கு இரையாகிவிட்டோம். புதருக்குப் பின்னால் ஆட்கள் இருக்காங்க. அங்க பாருங்க மூன்று தீப்பந்தங்கள் தெரியுது என்றேன்.”

“அது மின்னட்டாம் பூச்சி பறப்பது போலத்தான் இருக்கு. என் மகன் பயந்தாங்கொள்ளி ஆகிட்டான். அனாவசியமாக பயப்படாதே” என்று சொன்னார்.

அவர் சொல்லி முடித்ததும் மூன்று நெருப்புப்பொறி எங்களை நோக்கிப் பறந்து வந்தது. ஒன்று அப்பாமீது விழுந்தது. எந்த ஒரு சத்தமும் இல்லாமல் முகம் தரையில் மோத விழுந்தார். எனக்கு முதுகுத்தண்டு சில்லிட்டது. பின் பக்கம் முழுதும் வலித்தது. அதேபோல் கால்களும் வலித்தன. பலவீனப்பட்டிருந்தேன். நான் தளர்ந்து தள்ளாடிக் கீழே விழுந்தேன். புதர்களுக்கு உள்ளிருந்து வாளை உருவியபடியே

மூன்றுபேர் எங்களை நோக்கி ஓடிவந்தார்கள். எங்களிடம் சலனம் இருக்கிறதா? இல்லையா? என்று பார்த்தார்கள். அதில் ஒருவன் என்னைப் புரட்டிப் பார்த்தான். நான் கண்ணை மூடிக்கொண்டேன். திறந்திருந்தால் அந்த நிமிடமே கொன்றிருப்பான்.

"இவன் நாம நினைத்த ஆள் இல்லை' என்றான் என் அருகில் இருந்தவன். நாம் அவனைத் தவற விட்டுவிட்டோம்" என்று சொல்லிக்கொண்டார்கள்.

மற்றொருவன் வந்தான்.

"பரவாயில்லை ஒரு வகையில் நல்லதுதான். இது இளம் பிசாசு மகன். இவனுக்குப் பக்கத்தில் இருப்பது இவன் அப்பா... வந்துபாரு" என்றபடி என்னைப் பார்த்துவிட்டு நகர்ந்தார்கள்.

எனது அப்பாவித் தந்தை இறந்து கிடந்த இடத்திற்குப் போனார்கள். ஆனால் அவர்கள் என்ன செய்கிறார்கள் என்று என்னால் பார்க்க முடியவில்லை. அவரை சோதித்துப் பார்த்தார்கள் என்று நினைக்கிறேன். அதில் ஒருவன் கூவி னான். 'அல்ஹம்துலில்லாஹ்' நமக்கு வெற்றிதான். நம் முதலாளியின் பார்வையில் நம் முகங்கள் ஜொலிக்கும். நீண்டகாலம் காத்திருந்து மிக எளிதாக வெற்றி அடைந்துவிட்டோம். இந்தக் கிழட்டுநாய், நரியப்போல எத்தினி வேலை காட்டிச்சிடுச்சி."

"நீ எனக்குத்தான் நன்றி சொல்லணும்" என்று இதுவரை மௌனமாக இருந்த மற்றொருவன் சொன்னான். "நான் கரும்பு வயலில் சிக்கவைத்து, வீட்டிற்குப் போகும் குறுக்கு வழியை கண்டு பிடிக்கவில்லையானால் தொடர்ந்து இப்படியே வெட்டியாக அலைய வேண்டியிருக்கும்." அவன் மேலும் தொடர்ந்தான். "நாம இனிமே ஒரு நிமிஷம்கூட இங்கே இருக்கக் கூடாது. பிடிபடும் அபாயத்தில்தான் இருக்கோம். நாம சீக்கிரமாகப் போய் மதுவைப் பார்க்கணும். அவர் நமக்கு நாக்பூர்ல இருந்து வெளியில போறதுக்கு உதவுறதாச் சொல்லி இருக்கார். நமக்கான குதிரைகள் எல்லாம் தயாராக இருக்கிறது எனக்குத் தெரியும்" என்றான்.

அதற்குமேல் என்னால் அவர்கள் பேசுவதைக் கேட்க முடியவில்லை. பலவீனமாகவும் தளர்ந்த நிலையிலும் இருந்தேன். கிட்டத்தட்ட உணர்வற்ற நிலையில் வெகுநேரம் அப்படியே கிடந்தேன். எனக்குப்பட்டிருந்த காயங்களின் வலி தாங்க முடியாததாக இருந்தது. வேதனையில் அப்படியே

சுருண்டுவிட்டேன். அன்றைக்கு இரவு குளிர் கடுமையானதாக இருந்தது. உடல் விறைத்துவிட்டது. என்னால் அசையக்கூட முடியவில்லை. என் அப்பாவின் உடலை நெருங்க முயற்சித் தேன். அதுவும் முடியவில்லை. அப்பாவின் உடல் எனக்குப் பின்னால் வெகு அருகில் கிடந்தது. ஆனாலும் அசைவு என்னில் இருந்து கிளம்ப மறுத்தது. வேதனையில் முணகிக் கொண்டிருந்தேன். சில ஆட்களின் குரலை நான் கேட்க முடிந்தது. அது வெகுதூரத்தில் இல்லை. ஆனால் அவர்களுக்கு என்னால் மறு குரல் கொடுக்க முடியவில்லை. நான் என்ன செய்யமுடியும், நசுக்கப்பட்ட ஜந்துபோல கிடந்தேன். என் உணர்வுகள் போவதும் வருவதுமாக இருந்தது. சில சமயம் செத்துவிட்டது போலவும் இருந்தது. சிலசமயம் உயிருடன் இருப்பது போலவும் இருந்தது. அந்த இரவின் இருண்மையான நிலையை என் நண்பர்களே நான் உங்களுக்கு எப்படிச் சொல்லு வேன். இறுதியில் சிலர் என்மீது டார்ச் அடித்துப் பார்த்தார்கள். சீக்கிரமாகவே அவர்கள் எங்கள் கிராமத்தைச் சேர்ந்த கூலித் தொழிலாளர்கள் என்பதை நான் உணர்ந்தேன். அவர்கள் மூலை, முடுக்கெல்லாம் தேடியலைந்து முடிவில் என்னைக் கண்டுபிடித்தார்கள். அவர்கள் என்ன பேசுகிறார்கள் என்ன செய்கிறார்கள் என்பதை என்னால் கவனிக்க முடியவில்லை. அப்பாவின் உடலைப் பார்த்ததும் அடக்க முடியாமல் வெடித்து அழத் தொடங்கிவிட்டார்கள். என்னை ஒரு துணிப் போர்வையால் சுற்றி கிராமத்திற்கு எடுத்துச் சென்றார்கள். வீட்டு வாயிற்படியில் நான் கிடத்தப்பட்டேன். அய்யோ இனி இந்த வீடு அது அவருடையதல்ல.

நண்பர்களே! ஒரு வீட்டில் அப்பா, அண்ணன், தம்பி இப்படி ஏதேனும் ஒரு சாவு நடந்தால் பெண்களின் துக்கம் எத்தகையது என்பது உங்களுக்குத் தெரியும். இதயத்தைத் துளைக்கும்படி எப்படி ஓலமிட்டு அழுவார்கள், அது ஆண்களின் ஈரக்குலையை நடுங்கச் செய்வதாக இருக்கும். ஆனால் என் அப்பாவின் உடல் கொண்டு வரப்பட்டதும் அங்கே ஒரு சத்தம்... ஒரு அழுகை... எதுவும் இல்லை. இறுகிய நிசப்தம் நிலவியது. என் அம்மா ஒரு மூலையில் குத்தவைத்திருந்தாள். அவள் உடல் குலுங்கியது. “இங்க பாருங்க, என்னைப் பாருங்க” என்று சன்னமான குரலில் அப்பாவை அழைத்தபடி இருந்தாள். தன் கைகளால் மார்பில் அறைந்து கொண்டிருந்தாள். என் சகோதரி என்னைக் கவனித்துக்கொண்டாள். நீரால் என் வாயை நனைத்தாள்.

நான் இன்னும் பேச முடியாமல்தான் படுத்துக்கிடந்தேன். ஆனால் என்னைச்சுற்றி நடப்பதில் எனக்குக் கவனம் இருந்தது. கிராமத்து வயசான பெண்கள் என் அம்மாவைச் சுற்றி அமர்ந்திருந்தார்கள். குளிர்ந்த காற்றில் நடுங்கின சீழ்கைச் சத்தம் என் வீட்டைக் கடந்துபோய்க் கொண்டிருந்தது. அந்தப் பெண்கள் தங்களுக்குள் முணுமுணுப்புடன் பேசிக் கொண்டார்கள். சுவற்றில் மாட்டியிருந்த சின்ன விளக்கின் ஒளி மங்கலாக ஆடிக்கொண்டிருந்தது. அதன் வெளிச்சத்தில் ஆட்கள் கும்பலாக வந்துபோவது பெரிய பெரிய கரிய நிழலாக கடந்துபோனது. எனது சித்தம் கலங்கிய மூளை அந்த நிழலாட்டம் என்னை வதை செய்ய வந்திருக்கும் பேய்களின் பெருங்கூட்டமென கற்பனை செய்துகொண்டது.

"அக்கா, அம்மாவைக் கூப்பிடு, நான் செத்துட்டு இருக்கேன்" என்று சொன்னேன். எப்போதும் இல்லாத அளவிற்கு துவண்டு போய் வந்தது எனக்கு.

"இல்லை இல்லை நீ சாகமாட்டாய் இப்போது. இந்த நேரத்துல நீ எங்கள விட்டுட்டுப் போய்விடக் கூடாது" என்று அன்பு ததும்பக் கூறினாள் அவள். "இதுவொரு காயந்தான், உள்ளூர் நாவிதர் வருகிறார். கத்தியை விட்டு நோண்டி உலோக உருண்டையை எடுப்பார். ஒத்தடம் கொடுப்பதற்காக ஹக்கீம் தயாராக இருக்கிறான். நீ சீக்கிரமாகவே சரியாகிடுவாய்" என்று என் அக்கா கூறினாள்.

அவள் அப்படிச் சொல்லி முடித்ததும் திடீரென்று தீவட்டி ஒளி பரவியது. நான்கு ஆட்கள் வந்து என் அப்பாவின் உடலை வீட்டிற்குள் மெதுவாகக்கொண்டு வந்தார்கள். என்னால் சமாளித்து எழுந்து உட்கார முடிந்தது. அப்படியே சுவற்றில் சரிந்து உட்கார்ந்து கொண்டேன். அப்பாவின் உடல் முழுதும் ரத்தச் சேறாக இருந்தது. அதைக்கொண்டு வந்தவர்கள் நிதானிக்க முயற்சித்துக் கொண்டிருக்கும்போது அப்பாவின் உடல் சுற்றப்பட்டிருந்த போர்வையின் ஒருமுனை நழுவியது. உடல் தரையில் பலமாக விழுந்து, அது தரையில் இழுபடும் சத்தம் காதுகளில் நாராசமாக ஒலித்து. என் நரம்பெங்கும் அதிரச் செய்தது.

யாருக்கும் ஒரு வார்த்தை எழவில்லை. ஆனால் அப்பாவின் ரத்தம் தோய்ந்த உடல் எல்லோரது கண்ணிலும் பட்டதும் அழுகை ஓலம் வெடித்து உயர்ந்தது. அம்மாவின் அழுகைக் குரல்தான் எல்லாவற்றிலும் உரத்து ஒலித்தது.

வயதான பெண்கள் எல்லாம் அப்பா உடலின் பக்கம் விரைந்து வந்தார்கள். இதயத்தைப் பிளக்கும் அழுகையொலி கிளம்பி வரத்தொடங்கியது. கிராமத்துக் காசி வந்து அமைதி என்று உரத்துக் ஒரு குரல் கொடுத்து எல்லாவற்றையும் அடக்கிவிட்டார். அவர் இறந்த உடலை நோட்டம்விட்டார். பிறகு என்னைப் பார்த்து 'யார் இதைச் செய்தது' என்று கேட்டார். "உன் மனசின் ஆழத்தில் யோசித்துச் சொல்லு யார் இதைசெஞ்சி இருப்பாங்கண்ணு நினைக்கிறாய். சொல்லு, சீக்கிரமாகச் சொல்லு. அது யாராக வேண்டுமென்றாலும் இருக்கட்டும். இல்லையேல் அவர்களைப் பிடிப்பது முடியாதாகி விடும்" என்றார்.

"இட்டோராவைச் சேர்ந்த மக்தூ பட்டேல்தான்" என் றேன்.

"யாரையும் அனுப்பிப் பயன் இல்லை. அந்த வில்லன்களிடம் குதிரை இருக்கிறது தப்பித்து இருப்பார்கள்."

"யார் குதிரை வச்சிருக்கிறது. யார் இதைச் செய்தது? பதற் றத்துடன் கத்திக் கொண்டிருந்தார் காசி. கொஞ்சம் ஓடுங்க, முடிந்த மட்டும் எல்லா இடமும் தேடுங்க எப்படி நடந்ததுன்னு தெரிஞ்சாகணும்."

நான் பலமெல்லாம் வற்றிப் போய்க் கிடந்தேன். ஆனால் நடந்தது என்னவென்று சுருக்கமாகச் சொன்னேன்.

இதைச் செய்தவன் சாதாரண மனிதர்கள் நெருங்க முடியாத இடத்தில் இருக்கிறான். அல்லாவின் விருப்பம் மட்டுமே இந்தக் காரியத்தைச் செய்து முடிக்கும். இதைச் செய்த இரக்கமற்ற குற்றவாளி பிரிஜ்லால். நான் இதைச்சொல்லி முடித்ததும் பலவீனமாகி தலை சாய்ந்துவிட்டேன்.

தலையை உயர்த்தி "இப்போ யார் பேசினது" என்று என் அம்மா கேட்டார். "நிச்சயமாக இது என் மகனோட குரல்தான்."

"அம்மா நான்தானமா" என்று நான் சொன்னதும் அம்மா என்னைத் திரும்பிப் பார்த்தார்.

"என்னால் பதில் சொல்ல முடியல அம்மா, ஆனால் நான் அவரோட தான் இருந்தேன்" என்று சொன்னேன். "இங்கே பாருங்க நானும் வீழ்ந்து விட்டேன், ஆனால் சாகவில்லை. நான் நினைக்கிறேன் நானும் சீக்கிரமாவே செத்துடுவேன்." துப்பாக்கிக் குண்டு புகுந்த அந்த இடுப்புப் பகுதியில் இருந்த துளையைக் காட்டிச்சொன்னேன். துளையிட்ட இடத்திலிருந்து

ஓரிரு துளிகள் ரத்தம் கசிந்தபடி இருந்தது. நான் காட்டியதைப் பார்த்தும் அம்மா என் காலடியில் வீழ்ந்து அழுதாள்.

"நீ கோழை இல்லே, நீ கோழை இல்லே" என்று அம்மா அழுதாள். "நீ அப்பாவைப் பாதுகாக்க முயற்சி செஞ் சிருக்கிறே.' உன் மேல தப்பு இல்லே. எல்லாம் விதி. அல்லாவின் விருப்பம். விதியை யார் தடுக்கமுடியும். இந்தக்கிழவி, அப்பன் மகன் இரண்டு பேரையும் இழக்க இருந்தேனே!" என்று புலம்பினாள்.

என்னிடமிருந்து விலகி அப்பாவுக்கு அருகில் அமர்ந்தாள்.

பக்கத்து ஊருக்குப் போயிருந்த நாவிதர் வந்ததும் அவசரமாக எனது காயத்தை சோதித்தார். எனது தோளில் துளையிட்டு புகுந்த குண்டு கழுத்தில் ஏறி இருந்தது. குறடு விட்டுத் துளாவிப் பார்த்தார் நாவிதர். எனக்கு வலி உயிர் போனது. ஒரு வழியாக வெற்றிகரமாக குண்டைப்பிடித்து எடுத்துவிட்டார். அதற்குப் பிறகு எனக்குக் கொஞ்சம் இலகுவாக இருந்தது. ரத்த ஓட்டம் சீரானதுபோல இருந்தது. காலில் இருந்த புண்ணில் மட்டும் கடுமையான வலி தெரிந்தது. கொஞ்சம் ஓப்பியம் எடுத்துக் கொண்டதால் நன்றாகத் தூங்கிவிட்டேன். அந்தக் கிறக்கம் குறைந்து எழுந்த போதும் வலி இருந்தது, என்றாலும் பழைய அளவிற்குக் கடுமையாக இல்லை.

என்னுடைய அப்பாவின் உடல் அடக்கம் செய்யப்பட்டு விட்டது. இப்போது என் நினைவுகளில் ஒரு எதிரி நிரந்தர இடம் பிடித்துக்கொண்டு விட்டான். தன்னால் பாதிக்கப்பட்ட ஒருவனுடைய மகனைக்கூட விட்டு வைக்காத இரக்கமற்ற எதிரி அவன். நான் நாட்டாண்மைப் பொறுப்பில் இருந்து விலகும்படி பிரிஜ்லாலின் ஆட்களால் நிர்பந்திக்கப்பட்டேன். அந்த நேரத்தில் என் சகோதரியும் தன் மாமனாருடன் புருஷன் வீட்டிற்குப் போய்விட்டாள். அம்மாவையும் அவர்களுடன் அனுப்பி வைத்தேன். என் வீட்டையும் இழந்தேன். எனவே நான் நண்பர்கள் யாருமின்றி இந்த உலகத்தால் கைவிடப்பட்ட நிலையில் இருந்தேன். எனக்கான வழி ஒன்றே ஒன்று மட்டும்தான் இருந்தது. அதுதான் கொள்ளையர்களின் முதல் தரமான குழுவில் என்னை இணைத்துக் கொள்வது. எனக்கு இந்தத் தொழிலில் முன்பின் பழக்கம் இல்லை என்றாலும் கேடுகெட்ட தனிமை வாழ்க்கை வாழ்வதைவிட இது எவ்வளவோ மேல். என் அம்மாவும் இறந்து நீண்ட நாட்களாகி விட்டது. என் சகோதரி தன் குழந்தைகளுடன் நல்லபடியாக,

சந்தோஷமாக வாழ்ந்து வருகிறாள். கடந்த காலத்தைப் பற்றிய நினைவுகள் ஒன்றும் அவளிடத்தில் இப்போது இல்லை. நான் அவளை அவ்வப்போது சென்று பார்த்து வருவேன். என்னைப் பாசத்துடன் வரவேற்பாள். என்னைப் பார்த்துக் கொள்ள உங்களை விட்டால் அவள் மட்டும்தான் எனக்கு இந்த உலகில் இருக்கிறாள். நான் ஹோல்காரில் சிப்பாயாக இருப்பதாக நம்பிக் கொண்டிருக்கிறாள். அது தவிர்த்து என்னைப் பற்றி அவளுக்கு வேறொன்றும் தெரியாது. என் கையால் எதிரி இறந்துவிட்டான். இப்போது நிம்மதியாக இருக்கிறது. என் கையால் அவனைக் கொல்வதற்கான வாய்ப்பு கிடைத்தற்காக நான் அல்லாவிற்கு நன்றி சொல்லவேண்டும். எனவே நண்பர்களே எனக்கான நேரம் மிகவும் பக்கத்தில் இருப்பதாக எனக்குத் தோன்றுகிறது. எனக்கான நேரம் வந்ததும் என்னைக் கல்லறையில் இடுங்கள். நேற்று இரவு செய்த காரியத்தை முடிக்கத்தான் இதுவரை உயிரைப் பிடித்து வைத்திருந்தேன். இனி என் எதிர்கால வாழ்க்கையில் எனக்கு எந்தச் சுவாரஸ்யமும் இல்லை. இனி எத்தனை சீக்கிரம் இந்தக் கிழக் கொள்ளையன் மண்ணில் தலை சாய்ப்பானோ தெரியவில்லை. இதுதான் என் கதை. இந்நேரம்வரை உங்கள் கவனத்தை ஈர்க்கும் விதமாக இருந்தது. ஜடா சாகேப். என் வாழ்நாள் நோக்கம் நிறைவேறிவிட்டது. இப்போது எனக்கு நிம்மதியாக இருக்கிறது."

அந்த வயதான மனிதனின் கதையைக் கேட்டு மொத்தக் குழுவும் உறைந்து போய்விட்டது. அவனுக்கு நேர்ந்திருந்த துரதிர்ஷ்டத்திற்காக எல்லோரும் தேறுதல் சொன்னோம். குறிப்பாக நான் அதிக அக்கறை காட்டினேன். என் தந்தையின் கதையைக் காட்டிலும் பயங்கரமாக இருந்தது. நமது எல்லாச் செயல்களையும் ஆட்டுவிப்பவன் இறைவனே என்பதை இந்தக் கிழவனின் கதை மேலும் உறுதி செய்தது. இரண்டு நிகழ்வுகளும் குறிப்பாக தக்கின் நிகழ்வும் ஆணித்தரமானவை. அப்படித்தான் பிரிஜ்லால் எங்கள் கைகளில் கிடைத்ததும், முன்னர் அவனால் பாதிக்கப்பட்டவனின் கைகளிலேயே தண்டனை பெற்றுக்கொண்டதும், இந்தப் பூமியில் முடிவில்லாத நெருப்பாக சுழன்றுகொண்டு இருக்கிறது. நான் என் அப்பாவை முன் மாதிரியாகக் கொண்டு செயல்படுவேன். நான் கொடுமைகளின்மீது கவிந்துள்ள இசை என்பதை நாடு பின்னால் புரிந்துகொள்ளும் என்று நினைக்கிறேன். இதிலிருந்து யாரும் என்னை விடுவித்துவிட முடியாது.

நான் எடுத்துக்கொண்ட ஆக்ஞையின்படி இயங்கியே ஆக வேண்டும். மொத்த மனித குலத்திற்கும் எதிரான போரில் இறங்கிவிட்டேன்.

எனது விருப்பத்தை உடனே தெரிவித்ததற்காக என் அப்பா பெரிதும் மகிழ்ச்சி அடைந்தார். எனது விருப்பத்தை நிறை வேற்றித் தருவதாக உறுதி கூறினார். என்னை ஹுசைனிடமும், ரூப்சிங்கிடமும் ஒப்படைப்பதாகக் கூறினார். நான் முன்னர் சொல்லி இருந்த அந்த மூத்த தக்கி ரூப்சிங், ஹுசைன் கூட்டத்தை சேர்ந்தவராவார்.

என் அப்பா, “கொஞ்ச நாளைக்கு நான் உன்னைப் பார்க்க மாட்டேன். நீ அவர்களுடன்தான் இருக்கப்போகிறாய். நீ என்னிடம் திரும்பி வரும்போது, நாம் மேற்கொள்ள இருக்கும் அடுத்த திட்டத்தில் பங்கேற்க தயாராக இருக்கவேண்டும். நான் உன்னை ஆவலுடன் வரவேற்க வேண்டும்” என்றார்.

அதற்கு அடுத்த நாள் நாங்கள் வெகு சீக்கிரமாகவே தயாராகிவிட்டோம். ரூப்சிங் என்மீது மந்திரத்தை ஓதத் துவங்கிவிட்டார். நான் இறைச்சி சாப்பிடவில்லை. புனிதக் கைக் கோடாரிக்கு நிறைய அர்ப்பணிப்புகள் செய்ய வேண்டி இருந்தது. நான்கு நாட்களுக்குப் பால் மட்டுமே உணவு. நிறைய சகுனங்கள் பார்க்கப்பட்டன. தினமும் பயணம் நடை முடிந்து நான் மரத்திற்குக்கீழே நான் அமர்ந்திருந்தேன். ஒரு பறவைகூட மரத்தின் மீது வந்து அமரவில்லை. அதனால் அதிலிருந்து ஏதோ ஒரு முடிவு பெறப்பட்டது. அன்றைக்குக் காலையில் இருந்து எங்களுக்கு எதிர்ப்படும் விலங்குகள் பறவைகள் போன்றவற்றிடமிருந்து உத்தரவு சமிக்ஞைகளை எதிர்பார்த்தபடியே இருந்தோம். அவற்றின் அர்த்தம் குறித்துத் தெரிந்து கொள்வதில் இயல்பாகவே எனக்கு ஆர்வம் இருந்தது. ஆனால் குரு அந்த ஞானத்தை எனக்கு வழங்கவில்லை.

“என் அருமை மகனே நான் உன் வயதில் இருக்கும்போது இதுபோலத்தான் மனதைக் கல்லாக்கிக் கொள்ளவும், அச்சமில் லாமல் இருக்கவும், மிகுந்த தந்திரத்துடன் செயல்படவும், நிறைய சடங்குகள் செய்தார்கள். எதிரிகளை என்னிடமிருந்து விலக்கி வைக்கவும், நல்லதிர்ஷ்டத்தைப் பெறவும் என் புகழுக்காக வும் இச்சடங்குகள் நடந்தேறின. நான் ஒருபோதும் தோல்வி அடைந்ததே இல்லை. இதுபோன்ற சடங்குகள் செய்வித்த மற்ற இருவர் சீக்கிரமாகவே ஜமேதாராக ஆகிவிட்டார் கள். தைரியத்திற்கும் பேருக்கும் புகழ் பெற்றவர்களாக ஆகி விட்டார்கள். நீயும் அதேபோல் ஆகவேண்டும். அதனால்

எந்தக் கேள்வியும் கேட்காதே. எல்லாம் மிகச் சரியாகத்தான் போய்ட்டிருக்கு தெரிஞ்சிக்கோ. எல்லாம் திருப்திகரமாக அமைஞ்சிருக்கு. நமக்குப் பலன் தராத சகுனங்கள் எதையும் நான் பார்க்கவில்லை."

ஐந்தாம் நாள் காலை என் தலையில் ஒரு கைக்குட்டை இடப்பட்டது. பலவிதமான நறுமண எண்ணெய் என்மீது ஊற்றி குளிப்பாட்டினார்கள். பவானி தேவிக்கு என்னைச் சமர்பிப்பதாகக் கூறி மேல் நெற்றியில் குங்குமம் தீட்டினார்கள். இறுதியாக நான் புட்டோட்டியாக அறிவிக்கப்பட்டேன்.

'ஒரு விஷயம் நான் மறந்துட்டேன்' என்று சிரித்தபடியே வயதான கிழவர் என் கையில் ஒரு துணியைக் கொடுத்தார். "இதில்தான் லட்சியம் அடங்கி இருக்கிறது. இதை எப்படிப் பயன்படுத்துறது என்பதை இன்னும் நான் உனக்குக் காட்ட வில்லை, இப்போது காட்டுறேன். இதில் எனக்கான விசேஷ முடிச்சு ஒன்று வைத்திருக்கிறேன். அது உனக்கு எளிதில் புரியும். அதை விரைவிலேயே நீ கற்றுக்கொள்வாய்."

அவர் அந்தத் துணியைக் கையில் எடுத்தார். அதன் முனையில் பெரிய முடிச்சு ஒன்றைப் போட்டார். அதற்குள் சிறிய துண்டு வெள்ளியைச் சொருகினார். அதை இடது கையில் பிடித்துக் கொண்டார். துணியின் விரிந்த பாகம் வலதுகையில் இருந்தது. ஒரு மனிதனின் கழுத்து வளையம் அளவிற்கு போதுமான இடம் அதில் இருந்தது. கையைச் சுருக்கி உள்ளங்கையை உயர்த்திப் பிடித்துக்கொண்டார்.

"இப்போ பாரு, இதைப் பின்னாடி எறிந்து அதைக் கெட்டி யாக இறுக்கிப் பிடிச்சுக்கணும். உடனே மணிக்கட்டைக் கழுத்தில் வைத்து, இரண்டு பக்கமும் இறுக்கித் திருகவேண்டும். இதை லாவகமாக செய்தால் உடனடி மரணம் நிச்சயம்."

நான் அந்தத் துணியை எடுத்து அவர் சென்னதுபோல முயற்சி செய்து பார்த்தேன். ஆனால் அதில் அவருக்குத் திருப் தியேற்படவில்லை.

"துணிய என்னட்ட கொடு. உன் கழுத்தில் போட்டு மிகச் சரியாக செய்து காட்டுறேன்."

"அய்யோ வேண்டாம்" என்று சிரித்தேன். "நான் ஒரு பயணி என்று நினைத்துக்கொண்டு, உங்களை அறியாமலே நெரித்துத் தள்ளி விடுவீர்கள். ஆனால் இந்த முறை நான் சரியாகப் புரிந்து கொண்டிருக்கிறேன்."

“இப்போது நான் சொன்னதை முயற்சித்துப்பார் அமீர் அலி. நீ சரியாகப் புரிந்து கொண்டிருக்கிறாயா? இல்லையா? என்பதை நான் பார்க்கிறேன்.”

அவர் உத்தரவிற்குப் பணிந்தேன். அவர் தலையை உலுக்கிச் சிரித்தார்.

“நான் ஒருபோதும் இப்படிச் செய்யமாட்டேன். இப்படி இறுக்குவதன் மூலம் நீ ஒரு குழந்தையைக்கூட உன்னால் கொல்ல முடியாது. நான் உன் கழுத்தைச் சுற்றும் போதுதான் அதைச் சரியாகப் புரிந்துகொள்ள முடியும்.”

அப்படிச் செய்து பார்ப்பதில் எனக்கு விருப்பம் இல்லை என்றாலும் கடவுளின் நற்கருணையின் பெயரால் அதற்கு ஒப்புக் கொண்டேன். என் ரத்தமெல்லாம் சில்லிட்டு ஓடியது. அவரது கைகள் என் கழுத்தைச்சுற்றி வளைத்தன. ஆனால் எனக்குத் தொந்தரவு எதுவும் இல்லை. நான் தவறுவது எந்த இடம் என்பதைச் சரியாகப் புரிந்துகொண்டேன். நான் பலமுறை அவரது கழுத்தில் போட்டு முயன்று பார்த்தேன். சரியாக வருகிறது என்று சொல்லும்வரை பழகிப் பார்த்தேன்.

“இப்போ உனக்கு நேரடியான பயிற்சி மட்டும்தான் வேண்டும் அமீர் அலி” என்று அவர் சொன்னார்.

‘இன்ஷா அல்லா’ “ரூப்சிங் நாம் இதைச் செய்வதற்கு போது மானஅளவு வாய்ப்புகள் கிடைக்கும். இனி எனக்கு ஒன்றும் பயம் இல்லை. புலியைப் போலத்தான். அது ஒருவாட்டி மனித ரத்தத்தை ருசி பார்த்துட்டா பிறகு அதைக் குடிக்க எத்தனை தூரம் வேண்டுமானாலும் ஓடுவதற்கு தயாராக இருக்கும். நானும் அப்படித்தான் சாகேப் என்னை நான் அறிவேன், என்று உண்மையை உரைத்தேன்.

6

முதல் சுருக்கு

முடிவுறாத பயணம்

நாங்கள் நாக்பூர் நோக்கி பயணிக்கும்போது குறிப்பிட்டுச் சொல்லும்படியான சம்பவம் எதுவும் நடக்கவில்லை. நாங்கள் பயணித்த சாலைக்கு இணையான வேறொரு சாலைக்கு அனுப்பப்பட்ட சில பயணிகள் ஒரு சிறிய கொள்ளைக் கூட்டத்திடம் இரையானது தவிர வேறு விசேஷமான சம்பவம் ஏதும் இல்லை. நாக்பூரில் நாங்கள் முகாமிட்டிருந்த இடத்திற்கு உங்களை அழைத்துப் போகிறேன் சாகேப்.

நகரத்திற்கு வெளிப்புறத்தில் பெரியகுளம் ஒன்று இருந்தது. அதன் கரையில்தான் எங்கள் குழுவைச் சேர்ந்த பெரும் பாலானவர்கள் முகாமிட்டி ருந்தார்கள். பொருட்களை விற்றுப் பணமாக்குவதற்காக என் அப்பாவும் மற்ற சில ஆட்களும் நகரத்தில் தங்கி இருந்தார்கள். முன்னர் பிரிஜ்லால் வசம் கொள்ளையடித்த அந்த பொருட்கள் எளிதில் விற்கக் கூடியதாக இருந்தன. நாக்பூர் நகரத்துப் பெருந்தனக்காரர்கள், பொற்கொல்லர்கள் உட்பட பலரும் அவற்றை வாங்க முன் வந்தனர்.

என் அப்பாவுடன் வியாபாரத்தில் ஈடுபட்டிருந்த சௌகார், தானும் எங்களுடன் வருவதாகக் கூறினார். அவருக்கும் அவருடன் வருபவர்களுக்கும் பாதுகாப்புக் கொடுத்தால் கணிசமான பணம் சன்மானமாகத் தருவதாகக் கூறினார். இதைப்போன்ற மரியாதைக்குரிய நபரின் பாதுகாப்பில் செல்லும் வாய்ப்பிற்காகத்தான் காத்திருந்ததாகச் சொன்னார். தான் கிராமத்திலிருந்து சிலரை அழைத்துக்கொண்டு ஹைதராபாத் சென்று கொண்டிருப்பதாகவும், அவர்களுக்கு அங்கே ஆட்சி புரியும்

சிக்கந்தர் ஷாவிடம் வேலை தேடிக்கொடுக்க இருப்பதாகவும் பேச்சு வாக்கில் சொன்னார்.

“சாகேப் அந்த நேரத்தில் நாட்டில் அமைதியான சூழ்நிலை இல்லை. எங்கே பார்த்தாலும் அடிக்கடி சண்டை குறித்த வதந்திகள் வந்த வண்ணம் இருந்தன. எனவே கிராமத்தில் கொஞ்சம் மதிக்கத் தகுந்த எவனும் சும்மா இருக்கும் ஒரு நாலுபேரை வற்புறுத்தித் துணைக்குச் சேர்ந்துக்கொண்டு தலை வனாகிவிட்டால் அவன் சிப்பாய் ஆகும் வாய்ப்பு இருந்தது. இந்துஸ்தான் பெஷாவர் அரண்மனைகளில், தக்காண், சிந்தியா, கோல்கார் இளவரசர்களிடம் பெரும் ராணுவப்பலம் இருந்தது. அங்கே வீரர்களுக்குத் தகுந்த சன்மானமும் தரப்பட்டது. நாங்கள் இதுபோன்ற பலரை நாக்பூருக்குப் போகும் சாலையில் பார்த்தோம். எனவே என் அப்பாவின் தலைமையிலான குழுவைப் பார்க்கிற யாருக்கும் எதுவும் வித்தியாசமாகவோ அல்லது சந்தேகமாகவோ தோன்றாது. பொருத்தமான ஆயுதங்களுடன் நேர்த்தியான உடைஅணிந்து, அழகான குதிரையில் வரும் எங்களைப் பார்த்தால் சிப்பாய் போலவே தோன்றும். என் அப்பா நகரத்தில் தங்கி இருக்கும் போதோ அல்லது குதிரைகள் புடைசூழ பயணிக்கும் போதோ பார்த்தால் ஒரு கொள்ளையனாக நினைக்கத் தோன்றாது. அச்சு அசலாக ஒரு பெருந்தனக்காரரைப் போலவே இருப்பார்.

என் அப்பா அந்த சௌகாருக்கு பாதுகாப்பு அளிப்பதாக ஒப்புக்கொண்டார். ஓரிரு நாட்கள் கழித்து அவர் கிளம்புவதாக இருந்தது. அவர் பயணிக்கும்போது ஹைதராபாத் வரை பாதுகாப்பு அளிப்பதாக ஏற்பாடு. அவர்களுக்குள் ஒரு ரகசிய சந்திப்பு நடந்தபின் அவர்களிடம் பெருத்த நகை களும், விற்பதற்கான பொருட்களும் இருப்பதாகவும், ஆகவே ஹைதராபாத் போனால் நல்ல லாபம் கிடைக்கும் என்றும் அப்பா என்னிடம் கூறினார். அது மட்டுமல்லாமல் எதை யெல்லாம் அப்பணக்காரர் தன்னுடன் எடுத்துக்கொண்டு போகப்போகிறார், என்பதை அப்பாவை அழைத்துச்சென்று காட்டி இருக்கிறார். சொன்னால் நம்ப மாட்டீர்கள் அத்தனை செல்வம். அடுத்து அடிக்க இருக்கும் பெருங்கொள்ளை பற்றி எங்கள் முகாம் ஏகப்பட்ட சந்தோஷத்தில் மிதந்தது.

எங்களிடம் எத்தனை அற்புதமான படை இருக்கிறது என்று காட்டுவதற்கான ஆயத்தங்கள் நடந்து கொண்டிருந்தன. எங்கள் ஆட்கள் சிலருக்கு இல்லாதிருந்த வாள், கேடயம் இடுப்புவார்

போன்றவற்றை வாங்கி அளித்துக் கொண்டிருந்தார் என் அப்பா. எல்லோரும் ஒருமுறை நிஜமாகவே சோதிக்கப்பட்டனர். எங்கள் ஆட்கள் எல்லாம் மிகவும் நேர்த்தியான தயாரிப்புடன் இருந்தனர். நடக்க இருக்கும் பயணம் ஒரு நல்ல சாகசமாக இருக்கும் என்று எல்லோராலும் கருதப்பட்டது. அதனால் நல்ல இளைஞர்களும் தேர்ந்த உடல் கட்டு உடையவர்களும் மட்டுமே இதற்காகத் தேர்வு செய்யப்பட்டிருந்தனர். அப்பணக்காரருக்கும் எங்களுக்கும் இடையில் செய்துகொள்ளப்பட்ட ஒப்பந்தம் குறித்து அவர்களுக்கு விரிவாகத் தெரிவிக்கப்பட்டது. ஆன வரைக்கும் ராணுவப் பகட்டு காட்டிக்கொள்ளுமாறு எங்கள் ஆட்கள் அறிவுறுத்தப்பட்டிருந்தனர். பயணத்தின்போது ராணு வத்தினரைப் போன்ற தோற்றத்தில், அவருக்கு பாதுகாப்பு அளிக்கும் மாதிரியாக நடந்துகொள்ள வேண்டும் என்று கூறப் பட்டது.

மாலைவரைக்கும் இதுபோன்ற தோற்றம். இரவு நேரத்தில் காட்சிகள் மாறி, அடிக்க இருக்கும் கொள்ளை குறித்த மகிழ்ச்சி யில் திளைத்தது எங்கள் முகாம். அடியோட்டத்தில் எல்லோரும் போதிய சந்தோஷத்தில் தளும்பிக் கொண்டிருந்தனர். அது போதாதென்று நகரத்தில் இருந்து நடன மங்கையர் வர வழைக்கப்பட்டனர். இரவுப் பொழுதுகள் நாட்டியங்கள் பார்ப்பதிலும், பாடல்கள் கேட்பதிலுமாகக் களித்தனர்.

பகல் முழுதும் எங்கள் முகாமில் சௌகாரை ஆர்வத்துடன் எதிர்பார்த்துக் காத்துக் கொண்டிருந்தோம். அன்று மாலையில் தனது இரண்டு மூன்று குதிரைகளில் பணியாட்களுடன் முகாமிற்கு வந்தார். குதிரைகளில் பொருட்கள் எல்லாம் ஏற்றி வரப்பட்டிருந்தன. பத்து காளைமாடுகளும் அதை ஓட்டி வருவதற்கு இரண்டு பேர்களும் என ஆகமொத்தம் அவர்கள் எட்டுப்பேர் இருந்தார்கள்.

ஊம்ராவ்டிக்கு நாங்கள் போகும்போது அவரை நாங்கள் மேலோட்டமாகக் கவனித்தோம். சில நேரங்களில் அப்பாவும் ஹூசைனும் அந்த சௌகாருடன் அளவலாவிக் கொண்டி ருப்பார்கள். நான் அவருக்கு அறிமுகம் செய்விக்கப்பட்டேன். அவர் பருத்து உயர்ந்த மனிதராக இருந்தார். நான் எனது முதல் பரீட்சையை இவரிடம் நிகழ்த்திப் பார்க்க முடியுமா? என்று யோசித்துக் கொண்டிருந்தேன். என் நினைப்பை அப்பா விடமும் பகிர்ந்து கொண்டிருந்தேன்.

சௌகாரின் கழுத்தை நெறிக்கும் புடோட்டியாக என்னை நியமிக்க உத்தேசித்துள்ளதாக தந்தை என்னிடம் சொன்னார்.

இந்த ஆள் மிகவும் பருமனாக இருப்பதால் அதிக எதிர்ப்பு காட்ட முடியாது. வேலை சுளுவாக முடியும் என்று கூறினார்.

அதிலிருந்து நான் அவரை என் முதல் பலிப் பொருளாகவே பார்க்கத் தொடங்கிவிட்டேன்.

எனது பயிற்றுவிப்பாளரிடம் நாள்தவறாது சென்று தொழிலில் புதுப்புது உத்திகளைக் கற்கத் தொடங்கினேன். கைக்குட்டையை எப்படி விதவிதமாகப் பயன்படுத்துவது என்று பயிற்சி எடுத்துக்கொண்டேன். ஒரு நாள் அவர் எங்கள் முகாமில் தனித்திருக்கும் பயணியிடம் நயந்து வீழ்த்த முயற்சி செய்யும்படி எனக்கு யோசனை சொன்னார். நான் அதை மறுத்துவிட்டேன். என் பலத்தின்மீது எனக்கு நம்பிக்கை இருந்தது. ஒருவழியாக நான் தீர்மானித்துவிட்டேன். இந்த பணக்காரர்தான் என்னால் கொள்ளப்படப் போகும் முதல் ஆள் என்பதை உறுதி செய்துகொண்டேன்.

எங்கள் பயணம் துவங்கியதிலிருந்து சாலையில் குறிப்பிட்டுச் சொல்லும்படியாக எந்த நிகழ்வும் இல்லை. ஒரு நகரத்தை அடைந்து, அங்கிருந்த பஜாரில் வீடு எடுத்துத் தங்கினோம். அந்த நகரத்தின் தோற்றத்தையும், செல்வச் செழிப்பையும் பார்த்து அதிசயத்துப் போனேன். ஆனால் அதில் ஆச்சர்யப் படுவதற்கு ஒன்றும் இல்லை. அதுவொரு பெரிய வணிக நகரம். இந்துஸ்தானத்து வணிகர்கள் பொருட்களை வரவழைத்து இங்கிருந்து தக்காணப் பகுதிக்கு விநியோகம் செய்கிறார்கள். மசாலாப் பொருட்கள், மருந்துகள், மற்ற பொருட்கள் தெற்கில் இருந்து இங்கே கொண்டு வரப்படுகிறது. இங்கிருந்து தான் இந்துஸ்தானத்தின் பல பகுதிகளுக்கும் எடுத்துச் செல்கிறார் கள்.

இந்த நகரத்தில் எல்லோரும் பணக்காரர்கள்தான். வீடுகளும், கடைகளும் எல்லாம் பெரிது பெரிதாக இருந்தன. இதுவரையில் காதால்கூடக் கேள்விப்படாத பொருட்கள் பஜார் எங்கும் பார்வைக்கு விரித்து வைக்கப்பட்டிருந்தன. நான் இதற்கு முன்னர் பார்த்திராத ஐரோப்பியர்கள், பம்பாய்க்காரர்கள் பஜாரில் காணப்பட்டார்கள். நான் தினமும் என்அப்பாவுடன் பஜாருக்கு சென்று அனைத்தையும் கண்டு வியப்புற்றவாறு அலைந்து வந்தேன்.

அப்பெரியவர் வணிக விஷயமாக மேலும் சில நாட்கள் அங்கே தங்க வேண்டியிருந்தது. அவரது வேலைகள் முடிந்த பின்னர்

எங்களது பயணம் மீண்டும் துவங்கியது. அவரது ஆட்கள் மூன்று பேர் எங்களுடன் கூடுதலாக இணைந்து கொண்டனர். அவர்கள் மூன்று மாடுகள்மீது நிறைய துணிச்சுமை ஏற்றி வந்தனர். அவை எல்லாம் பனாரஸ் பட்டு என்றும், விலை மதிப்பு மிக்கவை என்றும் கேள்விப்பட்டோம். சும்மா பேருக்கு அதன் அழகையும், அவர்களின் செல்வாக்கையும் பாராட்டிக் கொண்டிருந்தோம். இதுவெல்லாம் எங்கள் திட்டத்திற்கு இடையூறாக இருக்காது. சௌகார் எங்களுடன் வருவதற்கும் பிரச்னை ஒன்றும் இருக்காது. ஹூசைன் குழுவினரும் எங்களுடனே வந்து கொண்டிருந்தனர். அத்தோடு என் அப்பாவின் குழுவினர் பலரும் பயணத்தில் வந்து கொண்டிருந்தனர். ஊம்ராவ்டிக்கும் முங்க்லூருக்கும் இடையில் இன்னும் மூன்று கட்டங்கள் இருப்பதால் "அங்கே" பார்த்துக் கொள்ளலாம் என்று என் அப்பா கூறினார். அங்கே வைத்துக் காரியத்தை முடித்துவிடலாம் என்றுதான் நானும் முடிவு செய்திருந்தேன். என் நினைவு சரியாக இருக்குமானால் அந்த இடத்தில் மலையடிவாரமும், பள்ளத்தாக்குகளும் இருந்தன. செத்த உடல்களை மறைப்பதற்கு அற்புதமான இடங்களாக அவை இருந்தன. இதற்கிடையில் ஹூசைனின் ஆட்கள் சிலருக்கு இந்தப் பகுதிகள் நன்றாகத் தெரியும் என்பதால், தேவைப்பட்டால் மண்வெட்டியைக் கொடுத்தனுப்பி வேலைகளைச் செய்யச்சொல்" என்று அப்பா சொன்னார்.

முதல் நிலையில் பாம் கிராமத்தில் தங்கும்போது இந்த வேலைகளைப் பார்த்துக் கொள்ளலாம் என்று இருந்தோம். இந்தப் பகுதிகளை நன்றாக அறிந்த ஆட்களை அடையாளம் கண்டு அந்த வேலைகளைப் பார்ப்பதற்குப் பொருத்தமான ஆட்களிடம் வேலைகளை ஒப்படைத்தோம். அந்தப் பகுதி வந்ததும் எங்கே முகாம் அமைப்பது என்பதற்கான இடத்தையும் தேர்வு செய்யச் சொன்னோம். அவர்கள் சுட்டிக்காட்டும் பகுதியைப் புறக்கணிக்கக்கூடாது. இவை பற்றி எல்லாம் என் அப்பாவும் ஹூசைனும் தெளிவாகக் கேட்டுக்கொண்டார்கள். ஒரு முறைத் தீர்மானித்துவிட்டால் பின்னர் மாற்றம் செய்யக் கூடாது என்பதால் அனைத்தையும் முறைப்படி நிதானமாகத் திட்டமிட்டார்கள்.

எனது நேரம் நெருங்கிக் கொண்டிருப்பதாக நான் உணர்ந்தேன். இன்னும் சிலமணி நேரங்கள்தான் இருக்கின்றன. அதற்குள் கொஞ்ச நேரம் நான் ஓய்வெடுத்துக் கொள்ளவேண்டும். நான் இவர்களுக்கு நிகரானவன் என்ற அந்தஸ்த்தை நிலைநாட்டவேண்டும்.

இருந்தாலும் என்னிடத்தில் ஒரு பலவீனம் இருந்தது சாகேப். அதனால் அந்த நிமிடத்தில் இருந்து நான் சௌகார் கண்ணில் படாமல் விலகியே இருந்தேன். சாலைப் பயணத்தில் ஓரிருமுறை மட்டுமே அவர் பார்வைக்குத் தென்பட்டேன். அவரைப் பார்க்கும் போதெல்லாம் தானாகவே எனக்குள் நடுக்கம் படர்ந்தது. ஒரு முட்டாளைப்போல உணர்ந்தேன். கிராமத்திற்கே திரும்பிப் போய்விடலாம் என்ற எண்ணம் அடிக்கடி எழுந்தது. ஆனால் இனி அது சாத்தியப்படாது. என்னை மிகவும் நேசிக்கும் என் அப்பாவிற்காக பொறுப்புகள் சிலவற்றை நான் ஏற்றுக்கொண்டே ஆகவேண்டும். கிராமத் திற்குத் திரும்பிவிடலாம் என்பது நடக்காத காரியம். ஒரு அற்பக் கோழைத்தனம் எனது தகுதியைக் குறைத்துவிடும். ஆக என்னால் முடிந்ததைச் செய்வதைத் தவிர வேறுவழியில்லை. சௌகார் என் எதிரில் இல்லாதபோது, எனது கடமையை நிறைவேற்ற எந்தத் தயக்கமும் இருக்காது.

நாங்கள் முங்க்லூர் என்ற ஊரைச் சென்றடைந்தோம். அது கொஞ்சம் பெரிய நகரம். முகமதியர்களால் நிரம்பியது. அங்குள்ள பழம்பெரும் புனிதத்துறவி ஹையாத் கலந்தரின் தர்கா பிரசித்தி பெற்றது. அவருடைய சமாதி வேண்டியதை அருளும் இடமாகக் கருதப்பட்டது. அங்கே போய் எங்கள் தொழில் வெற்றிகரமாக அமைய வேண்டும் என்று பிரார்த்தனை செய்துகொண்டோம். குழுவின் சார்பாக அதில் உள்ள முஸ்லீம்களாகிய நான், அப்பா, ஹூசைன் போன்றவர்கள் துறவியின் சமாதிக்குச் சென்று அங்குள்ள முல்லாவைக் கண்டு அவர் சொல்கிற அனைத்து சடங்குகளையும் முழுமையாக நிறைவேற்றினோம். அங்கு வந்திருந்த வேறொரு குழுவை, அவர்களுடைய சாதாரண நடவடிக்கைகளைப் பார்த்த உடன் அவர்களும் கொள்ளையர்கள்தான் என்பது தெரிந்துவிட்டது. சில குறிப்புகளை அப்பா ஹூசைனுக்குக் காட்டியதை அவர்களும் புரிந்து கொண்டார்கள். பின்னர் இரண்டு குழுக்களும் இணைந்து சற்றுநேரம் கலந்துரையாடலில் ஈடுபட்டோம். அவர்களுடன் உரையாடியபின், அவர்கள் மிகவும் சாதாரணமானவர்கள்தான் என்பதை அப்பா கண்டு கொண்டார்.

நாங்கள் புனிதத் தளத்தில் இருந்து வெளியேறியபோது எங்களுக்கு எதிர்பட்டவர்கள் கொள்ளையர்களாக இருக்க முடியாது என்று அப்பா ஹூசைனிடம் சொன்னார். நமது

ஆட்களை எச்சரிக்க வேண்டும். ஆனால் அவர்கள் நம்மைக் கவனித்திருக்க மாட்டார்கள். நம்முடன் இருப்பது யாரெனத் தெரிந்தால் நம்மை அவர்கள் கண்காணிப்பார்கள் என்றார்.

“நீ சொல்றது சரிதான். நமது ஆட்களுக்கு நம்முடன் இருப்பவர்கள் யாரெனத் தெரிவிக்காமல் இருப்பது நல்லது” என்றார் ஹுசைன்.

அதனால் அவர்களை எச்சரித்து வைத்தோம். நாங்கள் சரியான காரியத்தைதான் செய்தோம் என்பது பின்னர் தெரிய வந்தது. இவர்கள் ஏன் இவ்வளவு தூரம் எந்தக் காரணமும் இல்லாமல் வந்திருக்கிறார்கள் என்று முல்லாக்கள் எங்களைப் பற்றிய கேள்விகளுடன் இருந்திருக்கிறார்கள். நாங்கள் என்ன வாக இருக்கிறோம் என்பது அவர்களுக்கு தெரியாத வகையில் எங்கள் நடவடிக்கை அமைந்திருந்தது என்பதில் எந்த சந்தேக முமில்லை. எங்கள் உள் நோக்கத்தை வெளிக்காட்டாமல் அவர்களிடம் எவ்வித உதவியும் கோராமல் இருக்கவேண்டும் என்று கேட்டுக்கொண்டோம். இதுபோன்ற நடவடிக்கைகள் எங்களை கிராமத்து அதிகாரிகளிடம் காட்டிக் கொடுக்காமல் இருக்க உதவியது; எங்களது திட்டத்தை நிறைவேற்றவும் அதைச் செயல்படுத்துவதற்கான தைரியத்தையும் அது கொடுத்தது.

எங்களின் தொழுகை எல்லாம் முடிந்து, முகாமிட்டிருந்த இடத்திற்குத் திரும்பிவந்தோம். அங்கே சௌகாரின் ஆட்கள் எங்களுக்காகக் காத்துக் கொண்டிருந்தார்கள். நாங்கள் வந்தவுடன் அவர்களது எஜமானர் கிராமத்தில் நாங்கள் முகாமிட்டு இருக்கும் இடத்திற்குத் திரும்புவதற்குப் பதிலாக, இன்று இரவு நகரத்தில் அவரது நண்பருடன் தங்க இருப்ப தாகச் சொன்னார்கள். ஆனால் நான் சில ஆட்களை அவரது பாதுகாப்பிற்காக அங்கே அனுப்பவேண்டும் என்று கேட்டுக் கொண்டேன். அப்படி அனுப்பினால்தான் அங்கிருந்து சிறிது தூரத்தில் உள்ள அவரது இன்னொரு நண்பர் இருக்கும் பாசிம் என்ற சிறிய நகரத்திற்கு இருட்டுவதற்கு முன்னரே செல்லமுடியும். எனவே சீக்கிரமாக கிளம்பினால்தான் அந்த இடத்திற்குப் போகும்போது பாதி வழியில் நிறுத்திச் சற்றுக் களைப்பாறி சோர்வில்லாமல் நண்பர் வீட்டிற்குப் போவதற்கு வசதியாக இருக்கும்” என்று கூறினேன்.

இந்தத் திட்டத்தை என் அப்பாவால் ஒப்புக்கொள்ள முடியவில்லை. ஏனென்றால் நாங்கள் கிராமத்திற்குள் போனால் அங்கே இருக்கும் கிராமத்துக் கொள்ளையர்கள்,

நாங்கள் கொள்ளையர்கள்தான் என்பதை அடையாளம் கண்டு கொள்ளக்கூடும். அதனால் இருட்டிய பிறகு கிராமத்திற்குள் போனால் இருட்டில் அவ்வளவு எளிதில் யாராலும் எங்களை அடையாளம் கண்டு கொள்ளமுடியாது என்ற எண்ணத்துடன் வேறு வழியின்றி ஏற்றுக்கொண்டார். இதற்கிடையில் புதைகுழி வெட்டுபவர்களை அவர்களது வேலைக்கு தயார்படுத்திக் கொண்டார். இரவானதும் பதினான்கு பேர் மைதானத்தை விட்டுக் கிளம்பினார்கள். அவர்களுடன் குழிவெட்டும் இடத்தைத் தெரிந்தவர்கள் இரண்டு பேரும் போனார்கள். அவர்கள் குறிக்கும் இடம் மிகவும் பொருத்தமாக அமையும் என்ற நம்பிக்கைக்கு உரியவர்கள். பாறைப்பகுதியாக இருப்பதால் குன்றுகளின் பிளவுகளுக்கு இடையில் குழிவெட்டுவதற்கு வசதியான இடத்தைத் தேர்வு செய்ய வேண்டியிருந்தது. பாறைகளும், ஓடைகளும் நிரம்பிய பகுதிகளாக இருந்ததால் ஓடைக் கரைகளில் மரப்புதர்கள் மண்டிக்கிடந்தன. நீரற்ற பகுதியில் புதைகுழி தயார் செய்து வைக்கவேண்டும். அதுபோக தகவல் கொடுக்க சில ஆட்களை முன்னதாக நிலைநிறுத்த வேண்டும். நாங்கள் எங்கள் நிலைகளில் தயாராக இருக்க வேண்டும். சமிக்ஞை கிடைத்தவுடன் தாக்குதலை தொடுக்க வேண்டும்.

நான்தான் சௌகாரின் கதையை முடிக்கப் போகிறேன் என்பது கிட்டத்தட்ட எல்லோருக்கும் தெரிந்துவிட்டது. மொத்தக் கும்பலின் கவனமும் என்மீதே இருந்தது. எப்படி எனது முதல் நடவடிக்கையை மேற்கொள்ள இருக்கிறேன் என்பதைக் கண்டு ஆர்வமாக இருந்தார்கள். பலரும் எனக்கு உற்சாகம் ஊட்டினார்கள். நான் அனைவரின் நம்பிக்கையையும் வென்றெடுக்க வேண்டும். தனது வாள் சுழற்சியின் சீற்றத்தில் எழும் ஒலி வீச்சைக் காணத் துடிக்கும் இளம் வீரனின் ஆன்மாவைப்போல அந்த நேரம் நெருங்கிய வேளையில் என் ஆன்மா கனன்றது. அப்பா என் ஆர்வத்தை அமைதியாக ரசித்துக் கொண்டிருந்தார். எதுவும் பேசவில்லை. ஆனால் அவரது நேசம்பணிந்த கண்கள் என்மீதே ஊர்ந்து கொண்டிருந்தது. அவரது எதிர்பார்ப்பை நிறைவேற்றித் தர வேண்டும் என்று உணர்ந்தேன்.

இந்த விஷயம் மொத்தக் குழுவிலும் தாக்கத்தை ஏற்படுத்தி இருந்தது. தனித்தனியாகச் சிறுகுழுவாகக் கூடி யார் யாருக்கு என்னென்ன வேலை ஒப்படைக்கப்பட்டிருக்கிறது, அதை எப்படி செயல்படுத்தப் போகிறார்கள் என்பதைக் கலந்து பேசிவிட்டு

தனித்தனியாக பிரிந்து விட்டார்கள். கிடைக்கிற நேரத்தில் முடிந்தவரை கொஞ்சம் ஓய்வு எடுத்துக் கொண்டார்கள். அப்பா, ஹூசைன் உட்பட அனைவரும் தங்களுக்கான வேலை வரும்போதுதான் துடிப்பாகச் செயலாற்றுவார்கள். அதுவரை ஒருவிதமான மரணக்கொதிப்பில் இருந்தார்கள். நான் மட்டும் ரூப்சிங் என் அருகில் வரும்வரை கூடாரத்திற்கு வெளியில் சலனமற்று அமர்ந்திருந்தேன்.

“பாபா என்ன விதமான உணர்வுகளில் இருக்கிறாய்? மனம் உறுதியாக இருக்கிறதா? ரத்தம் சூடாகாமல் இருக்கிறதா” என்று கேட்டார்.

“என்னிடத்தில் எந்த மாற்றமும் இல்லை. இதயம், ரத்தம் எல்லாம் சமநிலையில் இருக்கிறது” என்றேன்.

“இல்லை இருக்கமுடியாது. உள்ளுக்குள் பதற்றம் இல்லையா? கண்டிப்பாக இருக்கணும். எனது முதல் சோதனையில் பல மாதிரியாக என்னை தயார்படுத்திக்கொண்டு இருந்தேன். ஆனால் யாருமே உன்னைப் போல தன்மையாக, பதற்றம் இல்லாமல் இருந்து பார்த்தது இல்லை. நான் உன்னைக் கவனிச்சுப் பார்த்துட்டேன். உனக்கு உரைத்து ஓதப்பட்ட மந்தி ரங்களும், நடத்தப்பட்ட சடங்குகளும் இதற்குக் காரணமாக இருக்கலாம்.”

“இவையன்றியும் தளராத மனதுடன்தான் இருந்திருப்பேன் என்றேன்.”

குருவின் தலைமையில் அழைத்துச் செல்லப்பட வயல் வெளியில் நாங்கள் உடனடியாகக் கூடினோம். ஒரு இடத்தில் நிறுத்தி நாங்கள் போகவேண்டிய பாதையை நோக்கியபடி அமைதியாகக் கையை உயர்த்தி “ஓ காளி, மாகாளி இப்போது வரும் ஒரு பயணி இந்தப் புதிய பக்தனின் கையால் பிரச்சினை இல்லாமல் சாகவேண்டும். அதை நிறைவேற்றிக் கொடு தாயே” என்று வேண்டினார்கள்.

ஒரு புனித சமிக்ஞைக்காக அமைதியாகக் காத்திருந்தோம். அந்தப் பின்னிரவு நேரத்திலும் எங்களுக்கு வலப்புறத்தில் கழுதை கத்தியது. குரு சந்தோஷத்தில் துள்ளிக் குதித்தார்.

ஒரு பக்தன் இந்தளவுக்கு முழுமையாக இதுவரை ஏற்கப் பட்டுள்ளானா? அவர் பிரார்த்தனை முடியவும் சகுனம் எழவும் சரியாக இருந்தது.

'சுக்குர் அல்லா' என்று என் அப்பா பக்தி சிரத்தையுடன் விளித்தார். இப்போ எல்லாம் முடிஞ்சது. அவன் சென்று வெற்றிபெறுவான். கழுத்துல முடிச்சுபோட்டு இறுக்க வேண்டியதுதான் பாக்கி.

அதை நான் நமது முகாமிற்குத் திரும்பின பின் செய்வேன் என்று குரு சொன்னார். பின்னர் கைக்குட்டையை எடுத்து முடிச்சை அவிழ்த்து மீண்டும் முடிச்சுபோட்டுப் பார்த்தார். அதில் ஒரு துண்டு வெள்ளியை முடிந்து என்னிடம் கொடுத்து விட்டு சொன்னார்;

"இந்த புனிதக் கருவியை வாங்கிக் கொள். காளியின் பெயரால் இதன் மீது நம்பிக்கை வை. அவள் உன் விருப்பத்தை நிறைவேற்றித் தருவாள்" என்றார்.

அதை பவ்வியமாக வலதுகையால் வாங்கி இடுப்பில் பதுக்கிக் கொண்டேன். இதை நான் தொலைத்து விடக்கூடாது. தேவைப்படும்போது செயலுக்குத் தயாராக வைத்திருக்க வேண்டும்.

அதற்குப்பிறகு கொஞ்ச நேரம் பேசிக்கொண்டிருந்தோம். சௌகார் கிளம்பிட்டதாக ஒரு ஆள் வந்து சொல்லும்வரை, ஜமக்காளத்தை விரித்துக் கொஞ்சநேரம் ஓய்வு எடுத்துக் கொண்டோம்.

எங்கள் குழுவினர் அனைவரும் விரைந்து சென்று குதிரையில் ஏறி சாலையில் அவர் வருகைக்காக காத்துக் கொண்டிருந்தோம். அவர் வருவதில் தாமதிக்கவில்லை. அவருடன் இணைந்து முன் சென்றோம்.

இரவு அழகாகக் கவிந்து வந்தது. சாலை மிக அற்புதமாக இருந்தது. எல்லோரும் ஒரு உற்சாகமான மனநிலைக்கு உந்தப் பட்டோம். எம்மிடம் சிக்கவிருக்கும் கொள்ளைப் பொருட்களும் எமது முஸ்தீபுகளும் ஆகச்சிறந்த மிகப்பெரிய கொள்ளையாகக் கருதப்படும். இதைக் கொள்ளைக் குழுவில் ஒவ்வொருவனும் மிகவும் பெருமையுடன் சொல்லிக்கொள்வான். இந்தப் பகுதியில் மட்டுமல்ல, இந்துஸ்தானத்தின் பிற பகுதிகளிலும் இருக்கக்கூடிய கொள்ளையர்களிடமும் எமது கொள்ளை பரபரப்பாக பேசப்படும். குறிப்பாக இப்பயணப் பருவத்தின் இறுதியில் எங்களுடன் வந்து சேரும் கொள்ளையர்கள் வியப் படைவார்கள்.

நாங்கள் இரண்டு பர்லாங் தூரம் நடந்திருப்போம். தலைமை தாங்கியவர்கள் ஏதோ முணுமுணுக்கத் தொடங்கினார்கள்.

ஒரு ஆள் எங்களை நோக்கி வந்தான். அவனை என் தந்தை, தான் அனுப்பிய ஆட்களில் ஒருவன் என்பதைக்கண்டு கொண்டார்.

வந்தவனை ஆர்வத்துடன் கேட்டார் "குழியை ஏற்பாடு செய்து விட்டாயா?"

"ஆம் எல்லாம் தயாராக இருக்கிறது. குன்று அடிவாரத்துல ஓடையை ஒட்டி நீரோட்டம் துவங்கும் இடத்துல குழி தயார் செய்திருக்கோம். நீங்க பார்த்தீங்கன்னா நாங்க நல்லா வேலை செஞ்சிருக்கிறதா சொல்லுவீங்க."

என் அப்பா கேட்டார் "இங்கிருந்து எவ்வளவு தூரம் இருக்கும்."

"சுமார் அரை பர்லாங் தொலைவு இருக்கும். கொஞ்ச தூரம்தான், சாலையெல்லாம் கல்லாக, ஒரு மாதிரியாகத்தான் இருக்கு. அதுவும் நமக்குச் சாதகம்தான்" என்று சொல்லிவிட்டு அவன் மற்றவர்களுடன் கலந்துவிட்டான்.

அனைவரும் அவரவர் இடத்தில் அமைதியாக இருக்கும்படி எச்சரிக்கப்பட்டார்கள். அங்கங்கே ஒருவர் அல்லது இருவர் தேவையைப் பொருத்து நிறுத்தப்பட்டிருந்தனர். திட்டமிட்டு சாலையில் தடை ஏற்படுத்தப்பட்ட இடத்தில் சௌகாரின் காளைமாடுகளையும், பணியாட்களையும் அவர் பயணித்த வண்டிக்கு அருகில் கூடச்செய்வது கொள்ளையடிக்க ஏதுவாக இருக்கும். இந்த ஏற்பாடுகள் நடக்க நடக்க எனக்கு மீண்டும் ஆர்வம் அதிகரித்து வந்தது. எனது கைக்குட்டையைக் கெட்டியாகப் பிடித்துக் கொண்டேன். ஒவ்வொரு நிமிடமும் எனக்கு சமிக்ஞை வரும் வரும் என்று எதிர்பார்த்துக் கொண்டே இருந்தேன். ஆனால் நாங்கள் போகும் சாலை புதர்களாக இருந்ததால், இடையே குறுகலான பாதையில் எவ்வளவு முடியுமோ அவ்வளவு மெதுவாக ஊர்ந்து கொண்டிருந்தோம். ஆட்கள் அவரவர்களுக்கான இடத்தில் நின்றிருந்தார்கள். இடத்தை அடையும் வரை ஒவ்வொரு நிமிடமும் பரபரப்பாக இருந்தது. நாங்கள் சிறிய குன்றுகளை அடைந்ததும் காடு மிகவும் கவர்ச்சிகரமான அடர்த்தியுடன் இருந்தது. அதிலும் நிலா வெளிச்சத்தில் இரட்டிப்பான கவர்ச்சி காட்டியது. கொள்ளையடிக்க சிறந்த இடங்கள் இவை என்று நான் நினைத்த இடங்களையும் கடந்து சென்றபடி இருந்தோம். ஆனால் எங்கள் ஆட்கள் வியக்கும்படியான இடம் ஒன்றைத் தேர்வு செய்திருந்தார்கள்.

ஒரு ஆள் வந்து என் அப்பாவின் காதில் ஏதோ ரகசியமாக கூறிவிட்டுப் போனான். அது என் ஆர்வத்தை மேலும் கிளறிவிட்டது. நாங்கள் ஓடைக்கரைக்கு நடுவில் சிறிய இடைவெளியில் நடந்து கொண்டிருந்தோம். ஓடையின் கரைகள் உயர்ந்து செங்குத்தாக இருந்தன. அதில் வேர்களும், கொடிகளும் படர்ந்து கரைகளை மூடியிருந்தன. இதுதான் சரியான இடம் என்று நினைத்தேன். மரங்களின் கிளைகள் ஒன்றையொன்று தழுவிக் கொண்டிருந்தன. மரங்களுக்கு நடுவே மெல்லிய வெள்ளிப் பிரியாக நீர் ஓடிக்கொண்டிருந்தது. அது நிலா ஒளியின் நிழல்களுக்கு நடுவே மின்னும் வெள்ளிப் பாம்புகளாக ஊர்ந்து போய்க் கொண்டிருந்தன. இங்கே நூற்றுக் கணக்கான கொள்ளையர்கள் எளிதில் பதுங்கிக் கொள்ளலாம். இங்கேதான் அந்தப் பயணிகளுக்கு விதி முடிகிறது, என்று யார்தான் நினைத்துப் பார்த்தார்கள்!

நான் எனது அப்பா குறித்த தொடர் நினைவுகளில் மூழ்கி இருந்தேன். ‘உஷாரே’ (கவனம்) என்று அடக்கமான குரல் வந்தது. என் தந்தை சௌகாரின் வண்டியருகே சென்றார். அவர்கள் ஒரு ஓடையை நெருங்கிவிட்டதாகவும், அதன் கரைகள் செங்குத்தாகவும், படுகை கற்தடமாகவும் இருப்பதால் சௌகார் வரும் வண்டியைவிட்டு இறங்கி நடந்தே கரையைக் கடக்க வேண்டியுள்ளது என்று அப்பா கூறினார்.

இப்போது நாடகத்தின் மொத்தக் காட்சியும் என் கையில்தான் இருக்கிறது. மாடுகளும், அதன் ஓட்டிகளும் மற்றக் கொள்ளையர்களும் என அந்த ஓடையின் நிலை சிறிய படுகையில் குழப்பமாகவிருந்தது. ஆட்கள் மாடுகளைக் கத்தி விரட்டியபடி இருந்தனர். ஒவ்வொரு நபருக்கும் பக்கத்தில் ஒரு கொள்ளையன் இருப்பது தெளிவாகத் தெரிந்தது. அவர்கள் சமிக்ஞைகளுக்காகக் காத்திருந்தனர். ஒவ்வொருவருக்கும் இடையில் சில அடிகள் தூரம்தான் இருந்தன. ஆனால் ஓடை குறுகலாக இருப்பதுதான் கொஞ்சம் இடைஞ்சலாக இருந்தது. நான் எனது அப்பா, ஹூசைன், சௌகார் அவரது வேலையாட்கள் மேலும் எங்களது கொள்ளையர்கள் பலர் எல்லோரும் அந்தப் படுகையில் நிற்பது சிரமம்தான்.

நான் எனக்கான சமிக்ஞைக்காக ஆர்வத்துடன் எதிர்பார்த்திருந்தேன். மரணக் கைக்குட்டையைக் கெட்டியாகப் பிடித்திருந்தேன். என்னுடைய முதல் பலி எனக்குப் பக்கத்திலேயேதான் இருந்தது. நான் அவருக்குப் பின்னால் போய் வேலையை இலகுவாகச் செய்வதற்கு வசதியான இடத்தில்

ஒரு பக்கமாக நின்றுகொண்டேன். மற்ற கொள்ளையர்களும் என்னைப் போலவே அவருடைய வேலைக்காரர்களுக்குப் பக்கத்தில் நிற்பதைக் கவனித்தேன். சௌகார் இரண்டு அடி முன்னெடுத்து சாலையை நோக்கி நகர்ந்தார். நானும் அவரைப் பின்தொடர்ந்தேன். நான் குழப்பத்தில் பயந்துபோய் இருந்ததால் அவரை விட்டுப் பார்வையை விலக்காமல் இருந்தேன். ஜெய்காளி... என்று என் அப்பா உரத்த குரலில் கூவினார். இது எனக்கான சமிக்ஞை அதைப் பின்பற்றி என் வேலையைச் செய்தேன்.

நான் நினைத்த வேகத்தில் கைக்குட்டைத்துணி சௌகாரின் கழுத்தைச் சுற்றியது. நான் மனித சக்திக்கு அப்பாற்பட்ட அசுர பலத்துடன் இயங்கினேன். நான் அவரின் கழுத்தை நெறிக்கும்போது ஒருகணம் நடுக்கத்தில் துடித்தார். பின் உடல் துவண்டு கீழே சரிந்தது. என் பிடியை இன்னும் தளர்த்தாமலே வைத்திருந்தேன். அவரது உடலை மடக்கி தரையில் கிடத்தினேன். கைத்துணி இறுகலில் கை வலித்தது. ஆனால் அவரிடத்தில் அசைவு இல்லை. அவர் இறந்துவிட்டார். என் பிடி தளர்ந்தது. என் அடியை எடுத்து வைத்து நகர்ந்தேன். ஓர் உன்மத்த நிலையில் இருந்தேன். எனது ரத்தமெல்லாம் ஜிவ்வென்று சூடேறிக் கொதித்தது. நான் இன்னும் இதே போல நூறுபேரைக் கொல்லமுடியும் என்பதுபோலக் கை துறுதுறுத்தது. இது மிக எளிதானது. உண்மையைப் போல எளிமையாக இருக்கிறது. மணிக்கட்டின் ஒரு சுற்றில் பல வருடங்கள் இத்தொழிலைச் செய்பவர்களுக்கு சமமான தேர்ச்சியைப் பெற்றிருந்தேன். நான் முக்கியமான நபரைக் கொன்று விட்டதால் தொழிலில் முதன்மையான இடத்திற்கு வந்துவிட்டேன். மொத்தக் குழுவினரின் பாராட்டுதலையும் பெற்றேன். எமது கும்பலில் பலரும் என்னை வெறும் குழந்தையாக நினைத்திருந்தார்கள். இப்போது மொத்தக் கும்பலின் பாராட்டிற்கும் உரியவனாகி விட்டேன்.

என் அப்பாவின் பாராட்டுதலில்தான் நான் பெரிதும் உற்சாகமடைந்தேன்.

"ரொம்பச் சரியாகச் செய்தாய் நீ" என்று அன்பும் கனிவும் கொண்ட தாழ்வான குரலில் கூறினார். இதற்கான வெகுமதியை விரைவில் நீ பெறுவாய் என்று கூறினார். "இப்போ என் பின்னாடி வா. நீ அந்த இடுகுழிகளைப் பார்க்கவேண்டும். அந்த உடல்கள் எல்லாம் எடுத்து வரப்பட்டு முறையாக அடக்கம் செய்யப்படுகிறதா என்று கவனிக்கச் சொன்னார்

என் அப்பா. இந்த வேலைகளை எல்லாம் செய்யும்போது சத்தம் வரும் அதில்லாமல் மிக விரைவில் அனைத்தையும் சரசரவென்று முடித்துவிட்டு நமது பயணச் சாலையைப் பிடிக்கவேண்டும்" என்று கூறினார்.

நான் அவரைப் பின்தொடர்ந்து சென்றேன். நாங்கள் ஓடையின் நீரோட்ட எதிர் திசையில் சென்றோம், எங்களை இடுகுழிக்கு ஒரு ஆள் அழைத்துச் சென்றான். அவனைத் தொடர்ந்து சௌகாரின் உடலைச்சுமந்து வந்தார்கள். ஓடையில் கொஞ்சதூரம் போனபின்னர் ஒரு மடை வந்தது. அதன் படுகை வறண்டு கிடந்தது. அங்கே எங்களது ஆட்கள் நிறையப் பேர் நின்று கொண்டிருந்தார்கள்.

"எங்கே இடுகுழி" என்று அப்பா கேட்டார்.

"அங்கே மேலே இருக்கிறது. மோசமான முள்காடு. நீங்க ஊர்ந்துதான் வரணும்" என்று ஒருவன் சொன்னான்.

"அதெல்லாம் ஒரு பொருட்டில்லை" என்று சொல்லிவிட்டு அந்த இடத்தை அடைந்தோம்.

ஓடையின் கரை இரண்டு மூன்று கெஜ உயரத்தில் இருந்தது. அதன் படுகை இரண்டாள் மட்டுமே நடக்கும் அளவில் குறுகியிருந்தது. மரங்களும், கொடிகளும் தலைக்கு மேலே படர்ந்து கிடந்தது. மேலே இருந்து கீழே யாரும் இறங்கி விடமுடியாத அளவு அடர்த்தியாகக் கிடந்தது. நாங்கள் நெருங்குவதற்குக் கரடுமுரடாக இருந்தது. எடுத்து வைக்கும் ஒவ்வொரு அடிக்கும் முள்ளில் சிக்கிய துணியை அகற்றிக் கொண்டு போக வேண்டி இருந்தது. தொங்கும் கிளைகளில் கிட்டத்தட்டத் துளையிட்டு ஊர்ந்துதான் நாங்கள் நான்கு பேரும் இடுகுழிகளை அடைய வேண்டி இருந்தது.

அங்கே ஒரே ஒரு குழி இருந்தது. ஓடையின் முழு அகலத்தையும் அடைத்துக்கொண்டு இருந்தது. அதில் வெட்டிப்போட்ட மணல் ஓடையை குறுக்காக மறித்திருந்தது. குழி வெட்டுகிற ஆட்கள் மரங்களில் இருந்து வெட்டிய கம்புகளைக் கூர்படுத்திக் கொண்டு இருந்தார்கள். ஆனால் அவர்கள் இருந்த அந்தத் தோற்றம் இருட்டில் அச்சமூட்டியது. மேலே படர்ந்திருந்த மரக்கிளைகளை ஒரு பகுதி நிலா வெளிச்சக் கற்றைகள் துளைத்துக் கொண்டு வந்தன. குழி வெட்டுகிறவர்கள் எங்கள் கொள்ளைக் குழுவிற்கு உரிய மொழியில் சன்னமான குரலில் உரையாடிக் கொண்டு இருந்தார்கள். அந்த மொழியெல்லாம் நான் இன்னும் கற்றுக் கொள்ளவில்லை. அவர்களின் தலைவரிடம் என் அப்பா பேசிக்கொண்டிருந்தார்.

"இந்தப் புதைகுழிகளைக் காட்டு நரிகள்கூட கண்டுபிடிக்க முடியாது" என்று என் அப்பா சொன்னார். "பீர்கான், நீ நன்றாக செய்து முடித்துவிட்டாய். நிறைய சொல்லி இருக்கிறாய். ஆனால் இப்போ சீக்கிரமாக ஒழுங்காக வேலையை முடி. ராத்திரி நெருங்கிக் கொண்டு இருக்கிறது" என்றார்.

"எல்லாம் முடிச்சாச்சித் தலைவரே, எடுத்து ஏரக்கட்டி இருப்போம். ஆனா இன்னொரு உடல் வர்ரதாகச் சொன்னாங்க அதான் காத்துட்டு இருக்கிறோம். அதைப் போட்டாச்சின்னா மண்ணைப் போட்டு மூடிடலாம்."

அந்த ஆள் சொன்னது போலவே கடைசியாக சௌகாரின் உடல் கொண்டு வரப்பட்டது. அது கனமாக இருந்ததால் மூன்று பேர் சுமந்துகொண்டு வந்தார்கள்.

"அவர்கள் விருப்பப்படி வேலையை செய்யட்டும். அவர் களோடு பேச்சுக் கொடுக்கவேண்டாம். முழுசா கவனிச்சுக் கோங்க. நாளைக்கு நீங்களும் இந்த வேலைக்கு உங்களைப் பழக்கப்படுத்திக் கொள்ள வேண்டி இருக்கும்" என்றார் அப்பா.

சௌகாரின் உடல் குழிக்குள்ளே இழுத்து அடக்கப்பட்டது. கொல்லப்பட்ட வேலையாட்களின் உடல்களும் சௌகாருக்கு அருகிலேயே வைக்கப்பட்டன. கூரிய கம்பு முனையால் அவர் களுடைய அடிவயிற்றில் குத்திக் கிழித்தார்கள்.

எதற்காக இந்த முன்னெச்சரிக்கை நடவடிக்கை தெரியுமா? வயிற்றைக் குத்திக் கிழிக்கவில்லையானால் மண்ணெல்லாம் உப்பி மேடிட்டு வந்து நரிகள் வந்து உடலை இழுத்துக்கொண்டு போய்விடும். இப்படிச் செய்தால் குடலை மண்ணரித்து விடும். உடல் உப்பாது.

அதெல்லாம் முடிந்த பின்னர் நிறைய கற்களும், முட் களும் அந்த உடல்களின்மீது போடப்பட்டு அதன் மீது மண்ணைப்போட்டு மூடி நிதானமாக இறுக்கி மெத்தினார் கள்.

பீர்கான் சொன்னார்: "ஜமேதார் சாகேப் எல்லாம் நல்லபடியா முடிஞ்சதுன்னு நினைக்கிறேன். நாம இப்போ இங்கிருந்து போலாமா? இங்கே யாரும் சேத்ஜீக்காக வந்து பார்க்கப் போறதில்லை. அல்லது அவங்க ஆட்களும் இவ்வளவு தூரம் வரபோறதில்லை. நாம எவ்வளவு புத்திசாலித்தனமான வேலைகள் பண்றோம்ன்றதை குட்டி சாகேப் வியந்து பார்க் கிறார்.

"போதும் நான் நல்லா பார்த்துக்கிட்டேன். இந்த வெட்டியான் வேலை தேவையேற்படும்போது என்னால் சரியாகச் செய்யமுடியும் என்றேன் நான்."

என் அப்பா தன்னைப் பின்தொடருமாறு கூறினார். புதை விடத்தின் மீது கொஞ்சம் மணல் அள்ளித் தூவினார்கள். புதர்களில் உருவாக்கி இருந்த ஓட்டைகளை எல்லாம் சுள்ளிகள் போட்டு எச்சரிக்கையாக மூடி மறைத்தார்கள். நாங்கள் போன பாதையின் தடயம் எதுவும் இல்லாமல் காலடித்தடம் முதற் கொண்டு எல்லாம் முற்றாக மறைக்கப்பட்டன.

7

வணிக வேஷம் போட்டு, உளவுக்காக நகர் வலம்

எங்கள் குழுவின் ஒரு பகுதியினர் வண்டியுடனும், காளைகள் மீது சுமையுடனும் நாங்கள் சென்று சேரும்வரை கொஞ்ச தூரம் எங்களுக்கு பாதுகாப்பாக முன்னால் சென்று கொண்டிருந்தார்கள். நாங்கள் காடுகள் வழியாகவும், புதர்கள் வழியாகவும் பயணித்தோம். இங்கும் அங்கும் தோப்புகளைச் சுற்றிக்கொண்டு போனோம். எல்லோரும் ஓரிடத்தில் கூடிய பின்னர் தீப்பந்தம் ஏற்றினோம். ஹுக்காவைக் கை மாற்றி மாற்றிப் புகைத்தோம். ஒவ்வொருவரும் இந்தக் கொள்ளையில் தன் அரிய பெரிய சாதனைகளைப் பற்றி பெருமை பேசிக் கொண்டார்கள். கொள்ளையடித்த பொருட்களில் மிகச் சீக்கிரத்திலேயே கிடைக்கப்போகிற தமக்குரிய பங்கு பற்றி பெருமைப்பட்டுக் கொண்டார்கள்.

இனி அடுத்த நடவடிக்கைகளுக்கான ஏற்பாடுகளில் இறங்குவது ஒன்றும் அவ்வளவு சாதாரண வேலையல்ல. ஏனென்றால் நாங்கள் பாசிம் நகரைக் கடந்து செல்லவேண்டும். அந்த நகரத்திற்குப் போனால் இந்த வண்டிகளும், மாடுகளும் சௌகாரின் நண்பர்களால் அடையாளம் கண்டுபிடிக்கப்பட்டு விடலாம். என் அப்பாவின் அறிவுரை என்னவென்றால் பகற் பொழுது முடியும்வரை பயணம் செய்வது. பின்னர் சாலையின் ஒரு புறத்தில் யார் கண்ணுக்கும் தெரியாத தூரத்தில் தங்கிப் பின் பாசிமை கடந்து செல்லலாம் என்பதாகும். அதே போல் ஹூசைன் தலைமையிலான குழுவைப் பங்கீடு செய்தபின்னர் தனியாகப்பிரித்து பொருத்தமான வழியில்

அனுப்ப வேண்டும். இந்தத் திட்டத்தோடு எங்கள் பயணத்தை மீண்டும் துவங்கினோம். சில கிராமங்களை கடந்த பின்னர் விடியும் பொழுதில் சாலையினின்று சிறிதுதூரம் உள்ளே தள்ளியிருக்கும் தோப்புப் பகுதியில் தங்கினோம். அங்கே போதிய அளவிற்கு வசதியாகக் கிணற்று நீர் இருந்தது. எங்கள் ஆட்கள் சாப்பாடு செய்தார்கள். எல்லோரும் அங்கே கூடினோம். சடங்குக்குரிய வெல்லம் வாங்கி வரப்பட்டது. தவ்பானி சடங்கு நடந்தது. பெரிய ஜமக்காளம் விரித்து எல்லோருக்கும் நடுவில் நான் அமர்த்தப்பட்டேன். சடங்குகள் அனைவருக்கும் சமமாக நிகழ்த்தப்பட்டது. என் அப்பா சொன்னபடி கைக்குட்டைகளைச் சேர்த்துக் கட்டினேன். ஒரு துண்டு வெள்ளியும், சிறிது பணமும் எனது குருவிற்குக் காணிக்கையாக வழங்கப்பட்டது. அவரது பாதத்தைத் தொட்டு வணங்கினேன். நான் கொள்ளையன் ஆவதின் இறுதிச்சடங்கு இது. ஒரு ஆளை எந்தச் சிக்கலும் இல்லாமல் கொன்று விட்டதால் தகுதி வாய்ந்த கொள்ளையனாக ஏற்கப்பட்டு விட்டேன். எனது கூட்டாளிகளைப் போல இனி நானும் சம அந்தஸ்து உடையவன்.

சடங்குகள் நிறைவடைந்த பின்னர் அப்பாவும் ஹூசைனும் இறுதியாக அடித்த கொள்ளைப் பொருட்களை குழுவின் முன்வைத்தனர். அது பெரிய அளவிலாக இருந்தது. நிறைய பணமும், தங்கமும், வெள்ளியும் அதில் இருந்தன. அது இத்தனை மதிப்பு மிக்கதாக இருப்பதற்குக் காரணம் இதை ஹைதராபாத்தில் வியாபாரம் செய்வற்காக சௌகார் வாங்கி வந்திருக்கிறார். காளை மீது எடுத்து வரப்பட்ட துணிகளும், சித்திர வேலைப்பாடு கொண்ட அலங்காரத் திரைச் சீலைகளும் மிகவும் விலை உயர்ந்த வகைகளைச் சேர்ந்தவை.

பொருட்களைப் பகிர்ந்தளிப்பது தான் மிகப் பெரிய சிக்கலான விஷயம். ஒவ்வொருவரையும் திருப்திப்படுத்துவது முடியாததாக இருந்தது. இதற்கிடையில் முத்தும், வைரமும் மதிப்பு மிக்கவை என்பதால் அதனைப் பகிர்ந்து கொள்வதில் நிறைய இழுபறி நடந்து கொண்டிருந்தது. எனவே பணத்தையும் சமையல் பண்டங்களையும் சௌகாரிடம் அடித்த மலிவு விலைத் துணிகளையும் இப்போதைக்குப் பகிர்வது என்று ஒப்புக் கொள்ளப்பட்டது. நகைகளுக்கு அப்பா பொறுப் பேற்றுக் கொள்வது, ஹைதராபாத் சென்ற பின்னர் வாய்ப்புக் கிடைக்கும்போது விற்றுப் பணமாக்குவது என்றும், வசதியான இடத்தில் விலை உயர்ந்த துணிகளை விற்றுக்கொள்வது,

அதுவரை அதனைப் பங்கு பிரிப்பதில்லை என்றும் குழுவில் பேசி முடிக்கப்பட்டது.

பணமாக இருந்த தொகை மூவாயிரத்து ஐநூறு. அதனைப் பகிரும்போதே ஒரு கணிசமான தொகை ஒவ்வொருவரது பங்கிற்கும் கிடைத்தது. தற்காலிக செலவிற்கு அது போது மானதாக இருக்கும். முந்தைய பங்கில் வந்த பணம் யாருக்கும் இதுவரையிலும் நீடித்திருக்க வாய்ப்பில்லை. எவ்வளவு முடியுமோ அவ்வளவு சிக்கனத்துடன் செட்டாகவும், அதே சமயத்தில் தங்களால் ஆனவரை பொதுப் பங்கிற்கு அதிக பட்சமாக அளிப்பதற்கு ஒருவருக்கு ஒருவர் முனைப்புடனும் இருந்தனர். தங்களுக்கான ஊதாரித்தனத்தை மறுப்பவர்களாகவும் இருந்தனர். தனக்கான ரொட்டியை நெய்யில் லாமல் சாப்பிடுவது சாதாரணமான ஒன்றுதான். ஆனால் சுத்தமான தண்ணீரை மட்டும் குடித்துக் கொண்டார்கள்.

இதில் பத்ரிநாத்தை விதிவிலக்காகச் சொல்லவேண்டும். அசாதாரணமான திறமை உள்ளவன். குள்ளமாகவும், குண்டாகவும் அதே சமயம் துடிப்பாகவும் இருப்பான்; ஒரு ஜமேதாராக விருப்பம் கொண்டிருந்தவன். புனிதக்கோடாரி ஏந்தி வருபவன் என்று இவனைப்பற்றி முன்னரே சொல்லி இருக்கிறேன். எங்களது தொழிலில் அதிகத் தேர்ச்சி பெற்றவன் அவன். தனியாகச் சில பயணங்களும் மேற்கொண்டு வெற்றி கரமான கொள்ளைகள் நடத்தி இருக்கிறான். அதேசமயம் எங்கள் குழுவின் நம்பிக்கைக்கும் பாத்திரமானவன்.

அவன் சாப்பிடுவதைப் பார்க்க ஆசையாக இருக்கும். தினசரி அவனுடைய உணவு இரண்டு சேர் மாவில் செய்த ரொட்டிகள், கால்படி நெய், அதுவும் தேர்ந்த வெண்ணெயை உருக்கி வடிக்கப்பட்ட நெய் ஆகிய பதார்த்தங்களை உண்ட பின்பு ஒரு சேருக்கும் மேலிருக்கும் பெரும்பானைப் பாலை அப்படியே குடித்து விடுவான். அவன் சுட்டு அடுக்கி வைத்திருக்கும் ரொட்டியைப் பார்த்தாலே ஒருவன் மிரண்டு போவான். நன்றாக, வக்கணையாக உட்கார்ந்து கொண்டு சாப்பிடுவான். குவளைத் தண்ணீரைப் பக்கத்தில் வைத்துக் கொள்ள ரொட்டிகள் ஒவ்வொன்றாக காணாமல் போகும். அவன் குடிக்கிற தண்ணீரை ஒரு சாதாரண மனிதன் ஊற்றி மாளாது. ரொட்டி அடுக்குக் காலியாகும்வரை அவன் தாடைகள் இயங்குவதற்குச் சலிப்புறுவதில்லை. முதலில் ஒருபக்கம் நெளிந்து கொடுப்பான் மென்றதெல்லாம்

தொண்டை வழியாக உள்ளே இறங்கும். மறுபக்கம் திரும்பி நெளிந்து கொடுப்பான் அடுத்த பாதி இறங்கும்.

அவன் சாப்பிடும் போது மலைபோல அடுக்கி வைத்திருக்கும் ரொட்டிகளை கிராமத்து நாய்கள் அவன் எதிரில் உட்கார்ந்து ஏக்கத்துடன் பார்த்துக் கொண்டிருக்கும். அவன் வாய்நிறைய போட்டு மெல்லுவதை பொறாமையுடன் உற்று நோக்கும். தான் கடிப்பதில் ஒரு பகுதியை நாய்க்குப்போட அவை தின்று தம் நம்பிக்கையை நிறைவேற்றிக் கொள்ளும். சிலசமயம் பத்ரிநாத் தனது இறுதி ரொட்டிகளில் இரண்டு மூன்றை அவைகளுக்கு மகிழ்வுடன் பகிர்ந்தளிப்பான். ஒவ்வொரு முறையும் இதுபோலத்தான் நாய்களுக்கு அளிக்க வேண்டும் என்று மனச் சங்கல்பம் கொள்வான். ஆனால் அது பெரும்பாலும் நடக்காமல் போய்விடுகிறது. அவனது உண்ணும் ஆசையே மனச்சங்கல்பத்தை வெற்றி கொள்ளும். நாய்கள் தமக்குள் இழுபறிப் போராட்டம் நடத்தவதுதான் அவனுக்கு விருப்பமானது. பல துண்டுகளாக ரொட்டியை வெட்டி வைத்துக்கொண்டு போடுவதுபோல போக்குக் காட்டுவது, அவை எதிர்பார்ப்புடன் நெருங்கும்போது மறைத்துக் கொள்வது என்பது போன்ற விளையாட்டுக்களில் நாய்களுடன் ஈடுபடுவான்.

இப்படி அளவில்லாமல் சாப்பிடுவதை நாங்கள் அடிக்கடி கேலி செய்வோம். ஆனால் தன் உணவுக்காக குழுவிலிருந்து அளிக்கப்படும் தொகை போதாது என்று புகார் கூறுவான். நான் தருகிற பணத்தில் திருப்தி அடையச் சொல்வேன் அல்லது தனது வேலையில் இன்னும் கூடுதல் ஆர்வத்துடன் ஈடுபடும்படி கூறுவேன்.

எங்கள் தற்காலிக முகாம் களைந்து எல்லோரும் கிளம்புவதற்குத் தயாராக இருந்தோம். பாசிம் சாலை பிரியும் இடத்திற்கு இடப் புறம் செல்லும் சாலையில் பயணித்தால் அதன் முடிவில் பெரிய நகரம் ஒன்று வரும் என்று சொன்னார்கள். அந்த நகரத்திற்குப் போய் சாகசம் செய்யப்போய் அரசாங்கத்திடம் மாட்டிக் கொள்வதைவிட அதைத் தவிர்ப்பது நல்லது என்று தீர்மானித்தோம். இரவின் பெரும்பாலான நேரத்தில் நல்ல நிலா வெளிச்சத்தில் பயணித்துக் கொண்டிருந்தோம். எதிர்ப்பட்ட எதுவும் செழிப்பான பிரதேசங்களாக இல்லை. பெரும்பகுதி காடுகளாக இருந்தன. பாதுகாப்பான சாலை குறித்து விசாரிக்கக்கூட அல்லது ஹுக்கா பற்ற வைக்கக்கூட

கிராமங்களுக்குள் நுழையவில்லை. பலரும் திருட்டு பயத்தில் நுழைவாயில்களில் ஆயுதங்கொண்ட ஆட்களை நிறுத்தி இருப்பார்கள். எங்கள் வருகையை நாய்கள் குரைத்து ஓடி கிராமங்களுக்குத் தெரிவிக்கும். ஆனால் எங்களைப்பற்றி, நாங்கள் யார் எங்கிருந்து வருகிறோம், எங்கே போகிறோம் என்று ஒருவரும் விசாரிக்க மாட்டார்கள். வண்டிகளின் எண்ணிக்கையை வைத்து யூகித்துக் கொள்வார்கள் போலும்.

இப்படியான பயணத்தில் சாலை செல்லுமிடம் அறியா மலே சில நாட்கள் பயணித்துக் கொண்டிருந்தோம். நாங்கள் முக்கியமான சாலைகளை திட்டமிட்டே தவிர்த்து விடுவோம். அதனால் பிரதான சாலைகளில் எங்களது சாகசங்களை செய்வதற்கு சாத்தியங்கள் இருக்காது. இறுதியாக மிக அகலமான சாலையைப் பிடித்தோம். எங்களைப் பின்தொடர்ந்து வரும் ஆபத்திற்கான சாத்தியங்களைக் கடந்துவிட்டோம் என்று தோன்றியது. இந்தப் பிரதான சாலை எங்களை ஹைதராபாத்திற்கு இட்டுச் செல்லும் என்று கருதினோம். அல்லது இந்தப் பாதையில் ஏதேனும் பெரிய கிராமங்கள் எதிர்படலாம். இந்தச் சாலை நாங்கள் பயணிக்க ஏதுவாக இருந்தது. இரண்டு மாதங்கள் கடந்துவிட்டது. இந்தப்பருவம் முழுவதற்கும் போதுமான பெருங்கொள்ளை நடத்திவிட்டோம். இருந்தாலும் ஹைதராபாத் வரை செயலற்ற பயணம் போவது உவப்பானதாக இல்லை.

இந்தச் சாலையில் இன்னும் சிலமணி நேரங்களுக்கு எமது பயணம் நீண்டது. அங்கே ஒரு பெரிய மாந்தோப்பு விரிந்து கிடந்தது. தோப்பிற்கு பின்னால் வெள்ளை நிறத்தில் இந்துக் கோபுரம் ஒன்று உயர்ந்து இருந்ததால் நாங்கள் அடுத்து ஒரு நகரத்தை அடைய இருக்கிறோம் என்பது புலனாயிற்று. நினைத்தது போலவே ஊமர்கீர் என்ற நகரத்தை அடைந்தோம். அந்நகரம் கோதுமை வயல்கள் நிறைந்த ஒரு செழிப்பான பகுதி.

இங்கே ஒரு ஆட்டம் ஆடாது போனால் அது நாம் முட்டாள்தனம் செய்தவர்களாகி விடுவோம் என்று என் அப்பா சொன்னார். நகரத்தின் மறுபுறத்தில் எங்களது முகாமை அமைத்துக் கொண்டோம். எமது உளவாளிகள் நகரத்து பஜாரில் கவனமாக ஊடுருவிச் சென்றார்கள். திரும்பி வரும்போது கொள்ளைக்கான நல்ல செய்தியுடன் வருவார்கள், அது எங்கள் முகாமை இங்கே தங்கச் செய்யும் என்று எதிர்பார்த்தோம்.

இந்த உளவாளிகளின் வேலையையும் நான் கற்றுக்கொள்ள வேண்டும். பொதுவாக கொள்ளையடிப்பதைவிட உளவு வேலை பெருமைக்குரிய ஒன்றாகப் கருதப்படுகிறது. இந்த வேலையைச் செய்வதற்கு அசாதாரண சக்தியும் தந்திரமும் தேவைப்படுகிறது. பணிவான நடத்தையும் சாதுர்யமான பேச்சும், பலநுட்பமான பண்புகளும் அதற்குத் தேவைப்படுகின்றன. இவை அனைத்தும் இணைந்த ஒரு ஆளாக பத்ரிநாத் இருக்கிறான். நான் ஏற்கனவே சொன்னேன் அவன் குள்ளமாக குண்டாக இருப்பான் என்று. அத்தோடு அசாதாரண அழகுடனும் இருப்பான். யாரையும் எளிதில் கவர்ந்து விடுகிற குணம் அவனிடம் இருந்தது. அவன் ஒருவனைக் குறி வைத்தால் அவன் தனது கைகளால் கொலை செய்யப்படுவதில் இருந்து தப்பியதே இல்லை என்று அடிக்கடி சுயதம்பட்டம் அடிப்பான்.

இந்துஸ்தானத்தில் இருந்து வருகிற வணிகர்கள் என்று எங்களைக் கூறிக்கொண்டு அந்த நகரைக் கடந்து சென்றோம். நாங்கள் எடுத்துச் சென்ற துணி உருளைகள் வரி கட்டப்படுவதற்காக கலெக்டரால் நிறுத்தி வைக்கப்பட்டது. எல்லாத் துணிகளையும் காட்டி மகிழ்ச்சியுடன் வரி கட்டிவிட்டு அதனை எங்களது சட்டபூர்வமான உடைமைகளாக ஆக்கிக் கொண்டோம். வரிகட்டியதால் அதிகாரிகளிடம் எங்களுக்கு நல்ல வரவேற்பு கிடைத்தது. முகாம் அமைத்துக் கொள்ளவும் நல்ல இடத்தைத் தேர்வு செய்து கொடுத்தார்கள்.

பிறகு பத்ரிநாத் கூறினான்: "உன்னிடம் இருப்பதிலேயே நல்ல உடையாக உடுத்திக்கொள். நல்லா நினைவில் வைச்சுக்கோ, உன் அப்பா ஒரு வணிகர். நான் உனக்குத் துணையாக வந்திருக்கிறேன். நானும் மரியாதைக்குரிய ஒரு புலாட்மீ. நம்மோடு பீர்கானையும் அழைத்துக் கொள்வோம். அவனும் ஒரு திறமையான உளவாளிதான், அழகாக உடையணிந்து ஆயுதம் ஏந்தி வந்து நின்றால் ரொம்ப லட்சணமாகத்தான் இருப்பான்."

சாப்பாடு தயாராக இருந்தது. சாப்பிட்டுவிட்டு தேர்ந்த உடையணிந்து அடுத்த சாகசத்திற்கான வாய்ப்பைத் தேடி நகரத்திற்குள் சென்றோம். எங்களுடைய தோற்றம் எனக்கே குறிப்பிட்டுச் சொல்லும்படியாகத் தோன்றியது. நான் கவனத்தை ஈர்க்கும்படியான உடையும் ஆயுதமும் தரித்திருந்தேன். பெரும் பணக்காரர்களைப் போன்ற தோற்றம். மீசை சற்றே சாய்ந்திருந்தாலும் ஒரு சாகேப்பின் தோற்றத்தை அளித்தது.

எனது கூட்டாளிகளில் இருந்து தனித்து ஒரு மேன்மையான தோற்றத்தில் இருந்தேன். எப்போதையும்விட நல்ல நிறத்தில் இருந்தேன்.

நாங்கள் நகரத்திற்குள் போனதும் ஒரு வாடகை வண்டியை எடுத்துக்கொண்டு, காவல்காரர்களும், கனவான்களும் ஆயுத பாணிகள் சூழ அமர்ந்திருக்கும் இடத்தைக் கடக்கும்போது காவலர்கள் எங்களை மிகவும் பணிவுடன் வரவேற்றார்கள். பத்ரிநாத்தால் ஒரு கம்பீரமான ஆசனத்தில் உட்காரவைக்கப் பட்டேன். எனக்குச் சற்று தூரத்தில் பத்ரிநாத் நின்று கொண் டான். உபச்சாரப் பேச்சுக்கள் துவங்கின. எனது அப்பா பெயர், அவர் எங்கே போயிருக்கிறார், என்ன தொழில் செய்கிறார், வியாபாரத்திற்கு என்ன கொண்டு வந்திருக்கிறார், இப்போது எங்கே இருக்கிறார் போன்ற பொதுவான கேள்விகளைக் கேட்டுக் கொண்டிருந்தார்கள். இந்துஸ்தானத்திற்குப் போகும் சாலை போக்குவரத்து அதிகம் இல்லாதது எனவே ஜாக்கிரதையாகப் போகவேண்டும் என்று எங்களை எச்சரித்தார்கள். அவர்கள் கேள்வி கேட்கும் தொனி எங்களைச் சந்தேகப்படுவது போலத் தெரிந்தது. பதில் சொல்வதற்கு மனதிற்குள் தயாரித்துக் கொண் டிருக்கும்போது பத்ரிநாத் என்னை மறித்தான்.

கேள்வி கேட்ட ஆளைப்பார்த்து எனக்குப் பதிலாக அவன் பதில் சொல்வதாக கூறினான். இங்கே நாக்பூரிலும் ஒரு பகுதியில் தரங்கெட்ட மனிதர்கள் இருப்பதைப் பார்க் கிறோம். எங்களை ஒரு மாதிரியாகச் சந்தேகக் கண்ணோடு பார்க்கிறார்கள் அல்லது கொள்ளையடிக்கப் பார்க்கிறார்கள் (பத்ரிநாத் சொல்லும் இந்த வார்த்தைகள் கடவுளுக்கு மட் டுமே வெளிச்சம்). யாரிடமாவது தகவல் கேட்டால் பதில் சொல்லும் விதமே சரியில்லை. யாரோ ஊர் சுற்றுகிறவனிடம் நாங்கள் கேட்டிருப்போம் போல் இருக்கிறது. இந்த நகரத்தின் நிஜமான குடிமக்கள் நீங்கள். உண்மையில் இங்கே வசிப்பவர்கள் கொடுத்து வைத்தவர்கள். மிகுந்த அழகும், செழிப்பும் வாய்ந்த ஊரிது. இங்கே ஆட்சி செய்யும் கவர்னரின் கைகளில் அவரது ஜனங்கள் பாதுகாப்பாக இருக்கிறார்கள். நான் சொல்வது உண்மைதானே ஜமேதார் சாகேப் என்றான் என்னைப் பார்த்து."

"உண்மைதான்" என்று நான் சொன்னேன்."

"நாங்கள் பார்த்த வரைக்கும் ஊழியர்கள் தங்கள் எஜமான னாகிய கவர்னருக்கு தேர்ந்த விசுவாசிகளாக இருக்கிறார்கள்.

நகரம் வளமையுடனும் செழிப்புடனும் இருப்பதால் அவருக்கு விசுவாசமாக இருப்பது ஒன்றும் அதிசயம் அல்லவே. மதிப்பிற்குரிய நீதிபதியின் பேச்சில் நாங்கள் கவரப்பட்டிருக் கிறோம். அவரை கவர்னர் தேர்வுசெய்து தனக்கு ஆதரவாக வைத்துக் கொண்டிருப்பதில் இருந்தே அவர் எத்தனை விசேஷ மானவர் என்பது தெரிகிறது."

"நீங்கள் சொன்ன சொல் எப்போதும் நிலைத்திருக்கட்டும்" என்று காவலர் சொன்னார். உங்கள் புகழ் வார்த்தைகளுக்குத் தகுதியாவன் அல்ல இந்த அடிமை. நான் கடையோனிலும் கடையன். எனது பிரபு பார்த்து ஏதேனும் சகாயம் செய்தால் அதன் வெளிச்சத்தில் வாழ்கிறவன் நான். இதனுடன் ஒப்பிடும் படியான அற்புதமான அரசவை இந்துஸ்தானத்தில் இல்லை. ஒருவேளை ஹைதராபாத்தில் இருக்கலாம்."

"நன்றாகச் சொன்னீர்கள். எங்களது பணிவன்புகளை தங்க ளது எஜமானரின் காலடியில் வைக்கும்போதுதான் நாங்கள் உள்ளபடியே பெரிதும் மகிழ்ச்சி கொள்வோம். உன்னத மனித ரான அவரை தரிசிக்கும் பாக்கியம் எங்களுக்குக் கிடைக்கும் என்று உறுதியாக நம்புகிறோம். அவரது இருப்பிடத் திற்கு செல்வதற்கான அனுமதியை எப்போது நாங்கள் எதிர் பார்க் கலாம் என்று நான் கேட்டேன்."

"இன்று மாலையில் பிரார்த்தனைக்குப் பின்னர்" என்று எங்களை அறிமுகப்படுத்தியவர் சொன்னார். "அதுதான் இந்த ஏழைகளுக்குக் காட்சி தரச் சாத்தியமான நேரம். அவருடைய வருகைக்காக அரங்கமே இனிமை சூழ்ந்திருக்கும், அவருடன் நகரத்தில் இருந்து வந்திருக்கும் நடன மங்கையர் சொர்க்க இசை இழைய நாட்டியம் ஆடுவார்கள்."

"உங்கள் அழைப்பிற்கிணங்கி நாங்கள் வருவதை உங்கள் எஜமானருக்குத் தெரிவியுங்கள். எங்களது பணிவான மரி யாதையை அவருக்குத் தெரிவிக்க விரும்புவதாகவும் கூறுங் கள் என்றேன்."

நான் கூறி முடித்ததும் நாகரீகமான தோற்றம் உடைய வயதான மனிதர் சத்திரத்தில் நுழைந்தார். அவரைப் பார்த் தால் அவர் ஒரு இந்து வணிகராக இருக்கவேண்டும் என்று தோன்றியது. அவர் அதிகார தொனியில்தான் தங்குவதற்கு ஒரு இடம் வேண்டும் என்று கேட்டார். அப்படி இடம் வழங்கப் படவில்லையானால் நகர ஆட்சியாளர்களிடம் புகார் செய்யப் போவதாகக் கூறினார்.

அந்த வயதான மனிதரின் நடவடிக்கை காவலருக்கு கோபத்தைக் கிளறிவிட்டது. நாகரீகமாக கேட்காவிட்டால் பாதம் வைப்பதற்குக்கூட இங்கே இடம் கிடைக்காது என்று உறுதிபடக் கூறினார் காவலர்.

“பார்த்தீங்களா கனவான்களே என்ன பேசுறான்னு. நீங்களே முடிவு பண்ணிக்கோங்க. நான் தீர்க்கதரிசிகளின் ஆசிபெற்றவன்.

இவனை எல்லாம் என் சுண்டு விரலுக்குக்கூட மதிக்க மாட்டேன். இவனைவிட இருபதாயிரம் மடங்கு பெரிய ஆளுங்களை எல்லாம் பார்த்திருக்கேன். என்னைப் பற்றி புகார் கூறப் போகிறானாம், கொடுக்கட்டும். கொடுத்தால் சவுக்கால் அடித்து அனுப்பி வைப்பார்கள். இவனைப்போல தினசரி நூறுபேர் இங்கே வர்றாங்க.”

“நீயும், உன் எஜமானும் பேய்க்குப் பிறந்தவனுங்க” என்றார் வயதான வணிகர். நிஜாமின் பிரதேசத்தில் நுழைந்ததில் இருந்து இப்படித்தான் நடத்தப்படுகிறேன். எல்லாம் முன்னரே கேள்விப்பட்டதுதான். ஒரு இரவும் நிம்மதியாகத் தூங்க முடிந்ததில்லை. ஒருநாளும் திருடர்கள் பயமின்றிக் கழிந்தது இல்லை. எங்களுக்கு ஏதாவது பாதுகாப்பு இருக்குதா? அப்படி இருந்தால் அது என்னான்னு கடவுளுக்குத்தான் வெளிச்சம். இந்த சுவருக்கு வெளியே நான் படுத்துக் கொள்வேன். நேற்று தானியம் கேட்டதற்கு இரண்டு மடங்கு காசு பறித்தார்கள். உங்க பனியாக்கள் எல்லாம் திருட்டுப் பசங்க. ராத்திரி தங்குற துக்கு எங்கேயும் இடம் கிடைக்கல. கடவுளின் பெயரால் கேட்கிறேன். நான் என்ன செய்யறது பெரிய மனிதர்களே. நீங்களே சொல்லுங்க?” என்று அவர் எங்களைப் பார்த்துக் கேட்டார்.

பத்ரிநாத்: “என் யூகத்தின் ஆத்திரத்துடன் நான் நேற்று இது தொடர்பாக பேசுவதற்காகப் போயிருந்தேன்” என்றான்.

“என்ன நீ புரியாத ஆளாக இருக்கிறாயே. நான் உனக்காக ஒரு இடத்தைக் காட்டினேன். அது உனக்குப் போதுமானதாக இருக்காதுன்னு நினைத்தாய். நீ என்ன ஓப்பியம் சாப்பிட்டு இருந்தியா? அல்லது பயணத்தின் பசியில் புத்தி பிசகிடுச்சா? போய் பஜாருக்குள்ள அலைஞ்சுபாரு. நன்றியுணர்வுடன் முயற் சித்தால் ஏதாவது இடம் கிடைக்கும். யாராவது தங்குவதற்கு இடம் இல்லாமல் இருக்கிறார்களா? உன்னை போல பொய் சொல்லிக்கொண்டு அலைகிறார்களா? உன்னைவிட பலநல்ல ஆளுங்க முன்னாடியே போய் இடம் பிடிச்சுட்டாங்க.”

அந்த அதிர்ச்சி அடைந்தவன் முதலில் எங்களைப் பார்த்தான். பின் காவலரைப் பார்த்தான். மகிழ்ச்சியும் துக்கமு மாக உணர்வுகள் மாறிமாறி வெளிப்பட்டன.

காவலரை நோக்கி "நன்றாகச் சொன்னாய். அவனை கிராமத்தை விட்டே வெளியேற்ற வேண்டும்" என்றான் பத்ரி. அவனோ எதுவும் பேசாமல் தலையில் கட்டி இருந்த டர்பனைக் கழற்றி கீழே எறிந்துவிட்டு, எவ்வளவு முடியுமோ அவ்வளவு பலமாகக் கத்திக்கொண்டு ஓடினான்.

எல்லோரும் மனம் விட்டு உரக்கச் சிரித்தார்கள். விசித்திர மான ஆள்தான் என்றார் காவலர்.

"இப்படி நாளுவாட்டி நடந்தால் போதும் சந்தேகமில்லாமல் உங்களுக்கு நோய் வந்துவிடும். அவனைத் திருப்பி அனுப்பியது அவனுக்கு அவமானமாக இருக்கும். எனவே நாங்கள் உங்களை பணிந்து கேட்டுக்கொள்கிறேன். அவனுக்கு ஒரு இடம் கொடுத்து விடுங்கள்" என்றான் பத்ரி.

"உங்கள் விருப்பத்திற்காக ஏற்பாடு செய்கிறேன். ஆனால் அவனால் ஏற்படும் எந்தச் சிரமத்தையும் இனி சகித்துக் கொள்ளமாட்டேன். தினசரி இதுபோல பல ஆட்களைக் கையாள்கிறேன். ஒருநாள் ஒரு ஆள் நடுங்கியபடி என்னிடம் வந்தான். அவன் சம்பத்தப்பட்ட அத்தனை விஷயங்களிலும் அவனை ஏமாற்றி இருக்கிறார்கள். சாப்பிடக்கூட ஏதும் இல்லாமல் பசியில் துடித்தான். நீட்டிப்படுக்கவும் ஒரு துண்டுகூரை இல்லை. இன்னொரு புறத்தில் அவன் கடை யில் பொருட்கள் வாங்கியதற்காக பனியா நெருக்கிக் கொண்டிருக்கிறான். நகரத்தில் அவன் எதிர் கொள்ளும் எல் லாமே சிக்கலாக இருக்கிறது. அவனுக்கு எதிரில் இருக்கும் எதையுமே வாங்கு வதற்குச் சக்தி அற்றவனாக இருக்கிறான். சீக்கிரமே அவன் முட்டாளாகவும் வேடிக்கைக்கு உரிய ஒரு ஆளாகவும் மாறிவிட்டான். பயணிகள் எல்லோரும் இம்சை தான் கொடுக்கிறார்கள். என்னைப் பற்றி மோசமாகப் பேசு கிறார்கள். ஆனால் யார்தான் என் கஷ்டத்தை நினைத்துப் பார்க்கிறார்கள். என்னிடம் அசாதாரணமான சக்தி இருந்தால் தான் இவற்றை என்னால் சமாளிக்க முடியும். என் கையில் ஒரு ஜின் தேவதை இருந்தால்தான் இங்கு நடக்கும் அனைத்து விதமான முட்டாள் தனங்களையும் சமாளிக்க முடியும்" என்றார் காவலர்.

"உண்மையில் இது ஒன்றும் சாதாரணமாக சமாளித்துவிடக் கூடியதல்ல. எல்லோரையும் திருப்திப்படுத்துவது நடக்கக்கூடிய காரியமும் இல்லை" என்று நான் சொல்லிக்கொண்டு இருக்கும் போதே அந்த வணிகன் மீண்டும் அங்கே வந்தான். "உன் தலைப்பாகையை எடுத்துக்கொள், நல்ல ஆளப்பா நீ என்று கோட்வாலா சொன்னான். கோபப்படாதே. நாகரீகமான ஆட்களுடன் சண்டை போடுவதற்கு நீ என்ன சின்னப் பிள்ளையா? முன்ன பின்னே பயணம் செஞ்சதில்லையா? கோபப்பட்டு புழுதி வாரி தூத்திவிட்டுப் போறீயே? இது நல்லா இருக்கா. உன்னைப் போன்ற மற்ற பயணிகளையும் பாரு. இங்கே நல்ல மனிதர்களுக்குக் கண்டிப்பாக இடம் கிடைக்காமல் போகாது."

அந்த ஆள் சற்று நேரம் சலனமில்லாமல் கேட்டுக்கொண்டு இருந்தான். அப்புறம் தன்னுடையத் தலைப்பாகையை எடுத்துக் கொண்டு தளர்வாக நடந்து தன்னுடைய உதவியாளருடன் வெளியேறினான். பத்ரிநாத் கண் ஜாடை காட்ட அங்கிருந்து நாங்கள் வெளியேறினோம். வெளியேறும்போது லேசான அச்சம் எங்களிடம் இருந்தது. "இப்போ சொல்றேன் இவன் நம்ப ஆள். நான் என்ன செய்யிறேன் பாரு நீ.. நான் கண்டிப்பா சொல்றேன் இவனோட இன்னும் சிலபேர் இருக்காங்க. இவனை நாம் சாதாரணமாக கவிழ்த்துவிடலாம்."

நாங்கள் அவன் மீதும், அவனுடைய உதவியாளர் மீதும் ஒரு கண் வைத்தோம். அவனைக் கவனித்ததில் நிறைய கவலை யுடன் இருப்பதுபோலத் தெரிந்தது. பல விஷயங்களிலும் அதிருப்தியுற்று இருந்தான். அவனைக் குறி வைத்துப் பின் தொடர்ந்தோம். அவன் தனித்து இருந்த சமயத்தில் அவனை நெருங்கினோம்.

பத்ரிநாத் அவன் பக்கத்தில் போய், "ராம்... ராம் சேட்ஜீ.... போயும் போயும் உனக்கு என்ன மாதிரி இடம் கொடுத் திருக்கிறார்கள் அந்த இடத்தில் பன்றிகூட தூங்காது; இந்தக் கோட்வாலா மோசமான ராஸ்கல். சாதுர்யமான நாக்குப் படைச்சவன். யாருக்கும் வஞ்சகம் பண்ணுவான். நான் ஒன்று கேள்விப்பட்டேன்" குரலைத் தாழ்த்திக் கொண்டு சொன்னான். "பல திருடர்களை வேலைக்கு வைத்திருக்கிறானாமே. அவர்கள் பயணிகளின் உடைமைகளைக் களவாடிப் போவார்களாமே. அதுபற்றி அப்பாவி ஜனங்கள் கேட்கப் போனால் அடித்துத் துவைத்து அனுப்புகிறானாம். இதுபற்றி நாம் கேள்விப்பட்டோம் தானே? ஜமேதார் சாகேப்? என்றான் என்னைப் பார்த்து."

"ஆமாமா அது உண்மை தான்" என்று நான் சொன்னேன். இது சம்பந்தமா எங்கிட்டே ஒரு கிராமத்து ஆள்வந்து சொன னான். அவன் பேருகூட.. நான் மறந்துட்டேன். நம்பளைக்கூட ஊமர்கீர் கிராமத்துல திருடர்கள் பற்றி எச்சரிக்கை செய்து அனுப்பினார்கள். ஒருவன் கந்தல் துணிகள் எல்லாத்தையும் திருடி தனதாக்கிக் கொண்டு அவனை மிரட்டி துரத்தி விட்டதாகக் கூறினான்" என்று சொல்கிறார்கள். அதனாலதான் முகாமிற்கு வெளியிலே தங்க வேண்டும் என்று முடிவு செய்திருக்கேன். நாம நமக்கென்று சொந்தமாக இடம் பிடித்து தங்கி, அங்கே திருடு போனால் அது நம்பளுடைய பொறுப்பு. ஆனா அடுத்தவன நம்பறதை விட அது எவ்வளவோ மேல்."

"கடவுளே என்னைக் காப்பாற்று. நான் மோசம் போய் விட் டேன். எனக்கு இப்போ என்ன பண்றதுன்னு தெரியலையே." என்று உரக்கக் கூவிவிட்டு தலையில் அடித்துக் கொண்டான். "இந்தப் பையில் உள்ளது எல்லாம் உலகத்துலேயே விலை மதிப்பானவை. ஒரு இக்கட்டுல இருந்து தப்பிப்பதற்காக சூரத்துல இருந்து இங்கே வந்தேன். இப்போ மறுபடியும் இங்கே இருந்து தப்பி ஓடணுமா? என்ன ஒரு மோசமான கதிக்கு ஆளாகி இருக்கேன். இதை பாதுகாக்க வேண்டி ரெண்டு நாட்களா கண்ண மூடாமலேயே இருக்கேன். கண்கள் தூக்கத்திற்குத் தவம் கிடக்கின்றன. என்னால ரொம்ப நேரம் உட்காரக்கூட முடியலை. கண்ணை மூடினேன். ரெண்டு பைகளையும் அறுத்து எடுத்துட்டுப் போகப் பார்த்தானுங்க. தூங்கி எழுந்து பார்த்தால் ரெண்டு சமையல் பாத்திரங்களையும், துணிமணிகளையும் திருடனுங்க அடிச்சிட்டுப் போய்ட்டாங்க. என்ன பண்றது நான். அவனுகளைத் துரத்திட்டு ஓடியிருந்தால், எனது ரெண்டு பைகளை வேறு எவனாவது திருடிப் போயி ருப்பான். அதனால் வெறுமனே உட்கார்ந்து இருந்தேன். இந்தக் கிராமத்து ஆட்களை உதவிக்குக் கூவி அழைச்சேன். என்ன நடந்ததுன்னு அவங்க கிட்டே சொன்னேன். தன்னை பட்டேல் என்று சொல்லிக்கொண்ட ஒருவன் வில்லனாக வந்து சேர்ந்தான். அந்த கிராமத்தின் பேரைக் கெடுத்து விட்டதாகத் திட்டினான். விதிதான் என்னை இழுத்துட்டுப் போகுது. என் சொந்த ஊரைவிட்டு வந்த முட்டாள் நான். இந்த நாட்டுல வந்து இப்படி இரக்கமற்ற கொடியவர்களின் விளையாட்டுப் பொருளாக ஆகி விட்டேன்" என்று அழுதான் அந்தக் கிழவன்.

'கவலை வேண்டாம்' என்று பத்ரிநாத் ஆறுதலான குரலில் சொன்னான். "நீ துன்பத்தில் தள்ளப்பட்டிருக்கிறாய். நமக்கு ஏதாவது கெடுதல் நடந்தால் ஹக்கீமிடம்தான் போய்ச் சொல்வோம். அவன் நல்லவன். ஆனால் அவன் கீழுள்ளவர்கள் தான் திருடர்களாகவும், கயவாளிகளாகவும் இருப்பதாகச் சொல்கிறார்கள்."

"இல்லை, இல்லை, நாம் போய் புகார் கொடுப்பதா? இருப்பதையெல்லாம் இழப்பதா? இனி மேலும் திருடு கொடுக்காமல் இருக்க வேண்டும் என்றால், கடவுளைப் பிரார்த்திக்க வேண்டும். இந்த நகரத்தை விட்டுப் பத்திரமாக போய்ச்சேர வேண்டும் என்றால் இந்தச் சாலையில் போகிற யாராவது கண்ணியவான்களுடன் தான் சேர்ந்து கொள்ளவேண்டும்."

பத்ரிநாத் என்னைத் திரும்பிப் பார்த்து சில அடிகள் தள்ளிக்கொண்டு போனான். "நமது வலை அவன் மீது வீசப் பட்டிருக்கு. கொஞ்சம் இறுக்கிப்பிடி."

"எப்படி?"

"அவனை முகாமிற்கு அழைப்பதற்கு, நான் அவனுக்கு யோசனை சொல்கிறேன். நீ அதெல்லாம் முடியாது என்பது போல் பாவனை செய். கொஞ்சம் பிகு செய்து அவனை அழைத்துக்கொண்டு போவோம். புரியுதா?"

'நான் செய்யிறேன்' என்று சொல்லி திரும்பி வந்தோம்.

திரும்பிய பின்னர் பத்ரிநாத் கிழவனிடம், "சேத்ஜீ, நீ ஒரு துரதிர்ஷ்டம் பிடிச்ச ஆளய்யா. நான் உனக்கு இப்போ உதவி செய்யவில்லையானால் உன்னிடம் இருக்கிற பொருட்கள் எல்லாம் திருடு போய்விடும். உன்னோட உடைமைகள் எல்லாம் எடுத்துட்டு எங்க முகாமிற்கு வந்துவிடு. ஆனால் அதுவும் ஜமேதார் சாகேப் உத்தரவு தரணும். ஆனால் நாங்கள் மிகவும் சர்வ ஜாக்கிரதையாக இருக்கவேண்டும். யாரும் எங்களை நெருங்காமல் பார்த்துக் கொள்ள வேண்டும். பனாரஸில் இருந்து ஹைதராபாத் போகக்கூடிய இன்னொரு வணிகரை எங்களோடு பாதுகாப்பில் வைத்திருக்கிறோம் அவருக்கு எதுவும் ஆகாமல் பார்த்துக் கொள்ள வேண்டியது எங்கள் கடமை."

"கடவுள் புண்ணியத்தில், உங்கள் அப்பா, அம்மா புண்ணியத்தில்" என்று அந்த அப்பாவி கூறினான். "நான் இங்கே திருடு கொடுக்காமல் இருக்க, கொலை செய்யப்படாமல் இருக்க ஜமேதார் சாகேப் எனக்கு ஆதரவுகொடுங்கள். உங்க புள்ளைங்க

நல்லா இருக்கணும்" என்று கிழவன் கேட்டான். நீங்கதான் என் அப்பா, அம்மா. உங்களோட ஒரு சொல்லில்தான் எல்லாம் இருக்கிறது. இந்த ஏழை வணிகன் பாதுகாப்பாக போய் சேரவேண்டிய இடத்திற்குப் போய்ச்சேருவதும், இங்கேயே அனைத்தையும் பறிகொடுத்துச் செத்துப் போவதும், நீங்கள் நாக்கைப் புரட்டிப்போட்டு சொல்லும் ஒரு சொல்லில் தான் இருக்கிறது. கடவுளுக்குத்தான் தெரியும், இந்தப் பயணத்தில் ஏதாவது நடந்தால் என் குடும்பமே சிதைஞ்சி போய்விடும். என் பெண்டாட்டி பிள்ளைகளை என்னோட எஜமானர்கள் சிறைப் பிடிச்சுக்குவாங்க. என்னைத் துன்பத்தில் தள்ளி என் ஆன்மாவையே அரித்துக் கொண்டிருக்கும் இவை எல்லாவற்றிலிருந்தும் ஜமேதார் சாகேப் நீங்கள்தான் காப்பாற்ற ணும். இந்த பயத்தில் இருந்து நீங்கள்தான் என்னை மீட்க முடியும்."

"தூ" என்று தரையில் துப்பினேன். "நல்ல ஆளய்யா நீ. அப்படி எல்லாம் சொல்லக்கூடாது. கடவுள் புண்ணியத்தில் வணிகர்களின் இளவரசனான ஒருத்தரைப் பாதுகாக்கும் சக்தி யுடன்தான் இருக்கிறேன். நீயோ பார்ப்பதற்கு ரொம்பவும் அப்பாவியாக இருக்கிறாய். அல்லாவின் பெயரால் நீ எங்களோடு வா. நாங்கள் உன்னப் பார்த்துக்கிறோம். நாங்களும் ஹைதராபாத் தான் போறோம். உன்னோட வேலைக்காரங்களும் இருக்காங்க. பீர்கான் இவங்களையும் நம்மோட சேர்த்துக்கோ என்று நான் சொன்னேன்."

பீர்கான் கிழவனை அழைத்துக்கொண்டு வந்தான். சாயந்தரத்திற்குள் இவன் கதையை முடித்தாக வேண்டும். மாலையானால் நாம் நகரத்திற்குள் ஹக்கீம் தர்பாருக்குப் போகவேண்டும்.

சிறிது நேரத்தில் பீர்க்கானுடன்கூட ஒரு ஆளையும் சேர்த்து குதிரையில் ஏற்றி முகாமை நோக்கி அனுப்பினோம். குதிரை யில் ஏற்றப்பட்ட சுமை கனமானதாகத் தோன்றியது.

'இங்கே வா, நான் நினைத்ததற்கும் மேலான மதிப்புடையதாக இருக்கும்போலத் தோன்றுகிறது; இரண்டு குதிரைச் சுமையும் நல்ல விலைமதிப்பு தேறும். கிழ வியாபாரியையும், உடன் வந்தவனையும் என் அப்பா முன்பாக கொண்டு வந்தேன். ஆனால் போனமுறை அளவுக்கு லாபகரமான வேலையாக இருக்காதுதான், என்றாலும் வந்தவரைக்கும் லாபந்தான்" என்று அப்பா சொன்னார்.

நீங்கள் பாதுகாக்கும் மற்ற வணிகர்களின் பொருள்களுடன் என்னுடைய இந்த எளியப் பொருள்களும் இருப்பதற்கு தாங்கள் அனுமதித்தால் அந்த உதவியால் அவைப் பாதுகாப்பாக இருக்கும்.

"நிச்சயமாக, உங்கள் சுமைகளை இறக்கி மற்ற பொருட்கள் இருக்கும் மூட்டைகள் மேலே வையுங்க."

அந்த வணிகரின் நடவடிக்கையைக் கவனிப்பதில் எங்கள் ஆட்கள் ஆர்வம் காட்டினார்கள். இவர்களை முகாமிற்கு அழைத்து வந்துள்ள நோக்கத்தைப் புரிந்து கொண்டார்கள். பொதுவாக இதுபோன்ற சிறிய கொள்ளையில் எங்கள் ஆட்கள் அக்கறை காட்டுவதில்லை. ஆனால் இன்று அதற்கு மாறாக இந்தப் புதியவர்களிடம் நாகரீகமாக நடந்து கொண்டார்கள். அவர்கள் மீது மிகுந்த அக்கறை காட்டினார்கள். ஒருவன் குதிரையில் இருந்து பொருளை இறக்கி வைக்க உதவினான். மற்றொருவன் அவர்களுக்கான உணவு சமைக்க ஆரம்பித்தான். இன்னொருவன் சமையலுக்கு வேண்டிய சாமான்கள் வாங்கி வர நகரத்திற்குப் போனான். அந்தக் குறுகிய நேரத்திலேயே கிழவனுக்கு நாங்கள் அளிக்கும் வரவேற்பு கண்டு முகத்தில் சந்தோஷம் பொங்கி வந்ததைப் பார்க்க முடிந்தது. மாலை நேரம் வரும் முன்பே அந்த இருவரும் எங்கள் கொள்ளையர்களுடன் நன்றாகப் பழகி விட்டார்கள். தங்கள் கதைகளை, சாகசங்களை சொல்ல, கேட்க என்று இருந்தார்கள். அவர்களுக்கான சின்னச் சின்ன ஏற்பாடுகள் நடந்தன. அவர்களது வாழ்வின் இறுதி மணித்துளிகள் குறைந்து கொண்டே வந்தது.

8

ராஜ தர்பார் பாடலில்
அழைப்பு விடுத்த காதலி

இதற்கிடையில் என் அப்பாவின் கூடாரத்தில் வழக்கமான உரையாடல் நடந்து கொண்டிருந்தது. எங்களது காரியத்திற்கு வேறு பகுதியை ஒதுக்கியிருந்தார்கள். புடோட்டி (கழுத்தை நெறிக்கும்) பொறுப்பு என்னுடையதாக இருந்தது. அந்த வணிகனும் என் கையில் ஒப்படைக்கப்படிருந்தான். இப்பிரச்சினை பற்றி மனதிற்குள் உருவாகியிருந்த தயக்கம் இப்போது இல்லை. அந்த அத்தியாவசியமான விசேஷ முடிச்சைக் கச்சிதமாக போடக் கற்றுக்கொண்டு விட்டேன். நான் பார்க்கும்பொருட்டு என் கண் முன்னே பலமுறை போட்டுக் காட்டினார்கள். நான் அவர்களுக்கு இணையாக அல்லது மேலாகப் போடவேண்டும் என்பதே எனது குறிக்கோளாக இருந்தது. முடிச்சு இறுக்குவதில் நான்தான் பெரிய ஆள் என்று காட்டத் தீர்மானித்துவிட்டேன். எங்கள் குழுவினர் என் மீது கொண்டுள்ள எதிர்பார்ப்பு எனக்கு ஒரு சக்திவாய்ந்த தூண்டுதலாக இருந்து உறுதி செய்தது. இப்போது நடந்து முடிந்த காரியத்தில்கூட நான் ஒரு தலைவனுக்குரிய தகுதியுடன் என் பங்கு வேலையைச் செய்தேன். எனது வேலையில் முழுமை பெற்றிருந்ததாகப் பெருமிதம் கொண்டேன்.

இன்று மாலைத் தொழுகை முடிந்த உடனே அந்த ஆட்களைக் கொன்று போடுவது என்று முடிவெடுத்து விட்டோம்.

எங்கள் குழுவில் இருந்த கொள்ளைக்காரனுக்கு பன்னிரண்டு வயதுப் பையன் ஒருவன் இருந்தான். மிக அழகாகப் பாடல்கள் பாடுவான். பையன் பாடும்போது அப்பன் அவனுடன் சாரங்கி

வாசிப்பான். தினசரி மாலை வேளைகளில் இது பழக்கமாக இருந்தது. தொழுகைக்குப் பிறகு நாங்கள் அவனுடைய பாடல்களில் மூழ்கி இருப்போம். பையனும் எங்களிடமிருந்து நல்ல கணிசமான தொகை சேர்த்துவிடுவான். அப்படியே அன்றைக்கு பையன் வந்து பாடத் தொடங்கியதும், வணிகனை எங்களுடன் கலந்துகொண்டு பாடலை ரசிக்கச் செய்தோம். அவன் தனது வேலையாளுடன் வந்திருந்தான். அவன் தாடியும் மீசையுமாக நல்ல குண்டாக இருந்தான். அவன் பேச்சு வழக்கை வைத்து அவனொரு மேவார் ராஜபுத்ர இனத்தைச் சேர்ந்தவன் என்பதைப் புரிந்துகொண்டேன். அந்தப் பகுதியில் வசிக்கும் பிரபு இனத்தினர் தைரியத்திற்கு மிகவும் பேர் போனவர்கள். அவன் உட்கார்ந்த இடத்தை உற்றுப் பார்த்தேன். அவனுக்குப் பதிலாக என் காரியத்திற்கு அந்த வணிகனை மாற்றிக் கொள்ளலாமா என்று அரை மனதாக முடிவெடுத்தேன். அவனுக்கு பத்திரிநாத்தை ஒதுக்கி இருந்தார்கள். எனது சொந்த அதிகாரத்தைப் பயன்படுத்த நினைத்தேன். நான் பத்ரிக்கு மேல்நிலையில் இருப்பவன் என்றாலும், இங்கே அப்படி நினைக்க முடியாது. வேறொரு யோசனையை என் மனது தீர்மானமாகச் சொல்லியது, பத்ரி யிடம் கேட்டேன் உனக்கு ஆகுமா? என்று நான் பத்ரிநாத்தை மாற்றிக் கொள்ளச் சொன்னேன்.

“உங்கள் விருப்பப்படியே ஆகட்டும்” என்று காதோடு முணகியவன் “அதோ அங்குள்ளவன் கொஞ்சம் கெட்டி மேவார் ராஜபுத்திரர்கள் சிறுத்தைபோல துடிப்பானவர்கள். எனக்கு தெரிந்தவரை முன்கூட்டியே தீர்மானித்த ஒன்றை பாதியில் மாற்ற முடியாது. வேறு வழியும் இல்லை. வேலையில் நான் தவறினாலும் கதையை முடிக்க இன்னும் இருபது பேர் இருக்கிறார்கள். ஆனால் அவன் உனக்குப் பொருத்தமான ஆளா?” என்றான் பத்ரி.

“எனக்கு ஒன்றும் பயம் இல்லை. இருந்தாலும் நான் ஆபத் தான காரியத்தைச் செய்ய விரும்புகிறேன். இதில் வெற்றி பெற்று அதன் மூலம் கௌரவம் அடைய விரும்புகிறேன்.”

“நீ நினைக்கிறபடியே ஆகட்டும். ஆனால் எதற்கும் உன் அப்பாவிடம் சொல்வது நல்லது.”

நான் அப்படியே செய்தேன், வணிகன் பையனின் பாடலில் தீவிர ஈடுபாடுடன் இருந்தான். வேலைக்காரனோ இன்னும் தீவிரமாக தன் சொந்த மண்ணில் இருப்பது போன்ற களிப்பில் மூழ்கி இருந்தான்.

"உன்னால் முடியுமா? சும்மா முயற்சிக்கவேண்டாம் என்றார் அப்பா. "அந்த ஆள் ஆயுதம் வைத்திருக்கிறான். இடுப்பில் சூரிக்கத்தி வைத்திருக்கிறான்."

"வாளுக்கெல்லாம் நான் பயப்படுகிற ஆள் இல்லை."

"சூரிக்கத்தி மோசமான சமாச்சாரம், ஆளைக் காயப்படுத்தி விடும்."

"பயம் என்னைப் பின்வாங்கச் செய்துவிடும் என்று நினைக் கிறீர்களா? நானே இதை எடுத்துக் கொள்கிறேன். வேலையில் இறங்கப்போகிறேன்."

"உன் விருப்பப்படியே ஆகட்டும் மகனே, நான் உன்னைத் தடுக்கப் போவதில்லை. இது ஆபத்தானதுதான் என்றாலும் நீயே செய். இதில் கொஞ்சம் பேரெடுக்க முடியும். நான் உன்னை ரொம்பவும் கூர்ந்து பார்த்துட்டேன். எதெல்லாம் ஜெயிக்க முடியும்ன்னு தோணுதோ அதையெல்லாம் உனது தேவையாக மாற்றிக்கொள்கிறாய்."

எங்களது வழக்கமான சொற்பிரயோகம் 'பான்லாவோ' என்ற உத்தரவு பறந்தது. அது ஒரு சமிக்ஞை. நானும் பத்ரியும் ஒருவருக்கொருவர் இடத்தை மாற்றிக் கொண்டோம். வேலைக் காரன் கண்களில் ஏதோ ஒரு சந்தேகம் எழுந்தது. எனக்கு அவனது உறையில் இருந்த குத்துவாளை தளர்த்துவதாகத் தோன்றியது. ஏதோ ஆபத்து வரப்போவதாக அவன் உணர்ந்திருக்க வேண்டும். வேலைக்காரன் எழுந்து நின்று எங்கள் எல்லோரையும் ஒரு நோட்டம் விட்டான். இடுப்புக்கு மேல் உடையில்லாத அவனது செம்மை படர்ந்த கரங்களை யும் முடி படர்ந்த மார்பையும் பார்த்தேன். அவனது அவிழ்த் துவிட்ட தலைமுடியால் அக்கணத்தில் என் பலத்தை மிகை மதிப்பீடு செய்ததாகத் தோன்றியது. ஆனால் பின்வாங்கி இருந்தால் கோழைத்தனமாகி இருக்கும். ஒரே திட்டம். நின்ற நிலையில் அவனைத் தாக்குவது. அவனை நோக்கி நகர்ந்தேன். என் அப்பாவின் மீதும் ஒருபார்வை செலுத்தினேன். நான் எதற்காகப் பார்க்கிறேன் என்பதைப் புரிந்துகொண்டார் அப்பா. எனக்கான சமிக்ஞை கிடைத்ததும் நான் என் நிலையில் நின்றேன். அந்த ஆள் திரும்பி சுற்றி எங்களைப் பார்த்தான். எனக்கான பாதையில் இருந்து விலகினான். அங்கிருந்து நகராதே என்று சொல்லிவிட்டு, எனக்கான குறிப்பு காட்டிய தும் நான் முன்னோக்கிச் சென்றேன்.

நான் ஒரு நிமிடம் தாமதித்து விட்டேனா? அவனது எஜமான் மரணத்தின் பிடியில் இருப்பதைத் தெரிந்து கொண்டானா?

எதார்த்ததில் அவன் யூகம் முற்றிலும் உண்மை இல்லை. அவன்தான் ஆபத்தில் இருப்பதாக நினைத்தானா? எனக்குத் தெரியாது. ஆனால் அவன் கழுத்தைச்சுற்றி துணியைப் போட்டேன். அடுத்து வர இருக்கும் மரணத்தைத் தடுக்க, என் பிடியைத் தளர்த்துவதற்காக அவன் தன் குத்துவாளை உருவினான். அவன் என் பிடிக்குள் முழுமையாக சிக்கி இருக்க வேண்டும், அதனால் கடுமையாகப் போராடினான். என் பிடி வலுவாக இருந்தபோதும், அவன் தன் மறுக்கையை துணிக்கும் கழுத்துக்கும் இடையில் செருகிவிட்டான். இது எல்லாம் நான் உங்களுக்குச் சொல்லும் நேரத்திற்கும் குறைவான நேரத்திலேயே நடந்து முடிந்துவிட்டது. நான் இருந்த ஆபத்தான நிலையைச் சொல்லி முடியாது. ஆனால் கொள்ளையன் ஒருவன் குத்து வாளின் பிடியில் இருக்கும் கையை தடுக்க முயற்சித்தான். அந்த முயற்சி அந்த நொடியில் அவனது கவனத்தை திசை திருப்பியது. பாதி மூச்சடங்கிய நிலையிலும் அவன் அளவற்ற வலிமை காட்டினான். கிட்டத்தட்ட நான் தளர்ந்துவிடும் நிலையில் இருந்தேன். எமது சக கொள்ளையன் அந்த துரதிர்ஷ்டவசமானவனை நெருங்கி, அவன் இதயத்தை நோக்கி வாளைச் செறுகினான்.

அந்த மனிதன் அலறியபடி கீழே வீழ்ந்தான். ரத்தம் எங்கள் இருவர் மீதும் பீய்ச்சி அடித்தது. அந்த நேரம் எனக்கு ஒரு புதிய பிடிமாணம் கிடைத்தது. அதனால் எனது மணிக்கட்டை நான் திருப்ப முடிந்தது. இத்தனை வலிமையுள்ள ஒருவனை எப்படி வீழ்த்த முடியும். ஒரு ராஜபுத்ரனின் மரணப்போராட்டம் அசாதாரணமானதாக இருந்தது. ஆனால் என் பிடியைத் தளர்த்தவில்லை. என் அப்பா விரைந்து வந்தார்.

“எங்கே சாவுக்கயிறு” என்று கத்தினார். இதற்கெல்லாம் இவன் செத்துவிடமாட்டான். எங்கே கயிறு கழுத்தைச் சுற்றி இரண்டு பேர் இழுங்கள்” என்று கத்தினார்.

“வேண்டாம் வேண்டாம்” என்று நான் சத்தம் போட்டேன். “கிட்டத்தட்ட அவன் முடிந்துவிட்டான். இதுல யாரும் தலை யிடாதீங்க, இது என்னுடைய வேலை, என்னைத் தனியா விடுங்க.” அதிர்ஷ்டவசமாக அவன் முகத்தின் மீது சாய்ந்தேன். என்னால் அவன் முதுகில் ஏறி முட்டிபோட்டு உட்கார முடிந்தது. விரைவில் அவன் குத்துவாளைப் பயன்படுத்தும் சக்தியை இழந்துவிட்டான். அவன் உடல் ஒருமுறை துடித்து அடங்கியது. அவன் செத்து மடிந்தான். எனது இரண்டாம் பலி.

நான் சக்தியற்று எழுந்தேன். எனது மூச்சே நின்றது போலிருந்தது. எனக்கு முன்னால் கிடந்த சடலத்தைப் பார்த்தேன். என்னைக் கவ்வியிருந்த ஆபத்தையும், நான் நடத்திய ஜீவமரணப் போராட்டத்தையும் அப்போதுதான் உணர்ந்தேன். அந்த சடலத்திற்குப் பக்கத்தில் உதவ வந்தவனின் உடலில் கடுமையான காயங்கள் இருந்தன. அவன் முகம் மண்ணில் பதிந்த நிலையில் முணகிக் கொண்டிருந்தான். அனைவரின் கவனமும் என்மீது இருந்ததால் அவனை யாரும் கவனிக்கவில்லை.

அவனைத் திருப்பினேன். வயிற்றில் காயம் இருப்பதால் அவனைக் காப்பாற்ற வழியுண்டா?

எங்கள் ஆட்கள் மேலும் சிலர் அவனைத் திருப்பிப் பார்த்தார்கள். ஆனால் வெறும் பார்வைதான். பிழைப்பதற் கான நம்பிக்கை ஒன்றும் இல்லை. காயத்தில் இருந்தும், வாயில் இருந்தும் ரத்தம் வழிந்து கொண்டிருந்தது. அவன் பேசு வதற்குப் பலமுறை முயன்றான். அவனால் முடியவில்லை. சற்று நேரத்தில் இறந்துபோனான். நான் என்னுடைய போராட்டத்தில் ஈடுபட்டிருந்தபோது பலமுறை இந்த ராஜ புத்திரனின் குத்து வாள் என்னை நெருங்கியது. என் முடிவைத் தவிர்ப்பதற்காக எனது உடலை முறுக்கி வளைத்து அவன் வாளுக்கு வெகுதூரம் கொண்டு சென்றேன். ஆனாலும் அவனுடைய குத்துவாளின் காயத்தைப் பெற எதிர்நோக்கி இருந்தேன். காயம் ஏதாவது இருக்கிறதா என்று என் உடலைச் சோதித்துப் பார்த்தேன். என் உடையில் ரத்தம் இருந்ததைப் பார்த்தேன். நான் காயம்பட்டிருந்தேன். என் உடையில் ரத்தம் இருப்பதை என் அப்பாவும் கவனித்திருந்தார்.

“காயப்பட்டிருக்கிறான், கடவுள்தான் காப்பாற்றி இருக்க வேண்டும்” என்றார் அப்பா.

“மகனே என் மகனே. இதுக்குத்தான் நான் எச்சரிக்கை செய்தேன். ராஜபுத்திரனிடம எச்சரிக்கையாக இருக்க வேண்டும் என்று சொல்லவில்லையா? அவனுக்கு நீ ஈடு தரமுடியாது. இப்பொழுது காயப்பட்டுக் கிடக்கிறாய். இனி உன்னை என்ன செய்வது” அப்பா உணர்ச்சி வசப்பட்டிருந்தார்.

என் காயத்தை உணர்ந்தேன். ஆனால் அது காயம் அல்ல. வெறும் கீறல்தான். இடுப்புப் பகுதியைப் பார்க்க அவசரப் பட்டேன். இங்கே, என் காயத்தைக் காட்டி அவன் ஒன்றும் என்னைக் காயப்படுத்தவில்லை. இதுவொரு காயமா? புதர்முள்

கிழித்தால்கூட இதைவிட ஆழமான காயம் ஏற்பட்டிருக்கும் என்று கூறி சமாதானமானேன்.

'சுக்கூர் கோடா' என் அப்பா ஆச்சர்யத்தில் கத்தினார். "நல்ல வேளை உனக்கு ஒன்றும் ஆகவில்லை" (அந்த வயதான மனிதரின் தெளிந்த கண்களில் கண்ணீர் திரள வேலைக் காரனின் காயங்களைப் பார்த்தார்.)

ஆனால் அந்த பயங்கரக் காட்சியைக் கண்டபிறகுதான், விளைவின் தீவிரத்தை உணர்ந்தேன். என் மகமதுவே என்ன ஒரு விசுவாசமான வேலைக்காரன்.

வணிகனின், ராஜபுத்திரனின் உடல்கள் நிர்வாணப்படுத்தப் பட்டு அவசரமாக அங்கிருந்து அகற்றப்பட்டன. அவர்களுக்கான புதைகுழி முன்பே தயார் நிலையில் இருந்தது. அதுவொரு சிறு கூடாரத்திற்கு உள்ளே தோண்டப்பட்டிருந்தன. சடலங் கள் புதை குழிக்கு எடுத்துச் செல்லப்பட்டன. நானும், அப்பாவும் மற்ற சிலரும் படுக்கும் இடம் அது. புதைகுழி தோண்டும் நேரத்தில் நானே குளித்து காயத்தை சுத்தப்படுத்தி துடைத்து கட்டுப் போட்டேன். இதனால் நான் சற்று தாமத்து சென்றேன். நான் போகும்வரை புதைகுழி மூடப்படாமல் இருக்கும் என்று நினைத்தேன். புதைகுழி தோண்டப்பட்ட இடம் அதற்கான தடயமே இல்லாமல், சுத்தமாக இருந்தது. சேற்றை வைத்து மிகக் கவனமாகப் பூசி விட்டார்கள். ஆனால் இன்னும் ஈரம் இருந்தது. அந்த இடத்தைப் பார்க்கும் யாருக்கும் அங்கே மனிதர்கள் வேலை செய்ததற்கான எந்த அறிகுறியும் காணப்படவில்லை. என் அப்பாவுடைய மற்றும் என்னுடைய படுக்கை விரிப்பை விரித்து அந்த இடத்தை மறைத்து விட்டார்கள்.

"நாம் நல்ல உடையணிந்து ஹக்கீமைப் சென்று பார்ப்போம் என்று கூறி பத்ரியை அழைத்தேன். அப்பாவையும் 'நீங்க வர்றிங்களா' என்று கேட்டேன்."

"இல்லை மகனே எனக்கு இங்கே நிறைய வேலை இருக்கு. எல்லாத்தையும் ஒழுங்கு படுத்தணும். இங்கு யாராவது இருக்க வேண்டும். நீயும் பத்ரியும் கிளம்புங்க. நான் இங்கே இருக்கிறேன்" என்று என்னிடம் கூறிய அப்பா, தக்கிகளைப் பார்த்து கத்தினார். "நீங்க உங்க வாளும் கேடயமும் எடுத்துட்டு ஒழுங்கா சிப்பாய்களைப்போல உடையணிஞ்சிட்டுக் கிளம்புங்க, ராத்திரி நேரத்துக் கொள்ளையர்கள்போல போகாதீங்க."

நிஜமாகவே நாங்கள் தேர்ந்தெடுத்திருந்த உடையும், அதை அணிந்திருந்த விதமும் மிகவும் நேர்த்தியாக இருந்தது. எல்லோரும் சிப்பாய்களைப் போலவே இருந்தார்கள். நான் பணக்காரக்களையுடன் இருந்தேன். எனது புஜங்களும் கம்பீர மாக விளங்கின. தங்கப்பூச்சிட்ட வாளை செறுகி, அடர் நீல வெல்வட் உறையில் போட்டிருந்தேன். அது பாதி மூடப் படாமல் இருந்தது. அரைக் கச்சையாக காஷ்மீர் சால்வை கட்டியிருந்தேன். இடுப்பில் கைவைக்க வசதியாக குஞ்சலமும், கத்தியும் வைத்திருந்தேன். அதுவும் தங்க முலாம் போட்டது. அத்தோடு தங்க வெள்ளி அலங்கார வேலைப்பாடு செய்த ஒரு அரேபியக் குத்துவாளும் செறுகி இருந்தேன். என்னுடைய உடை மெல்லிசான மஸ்லின் துணி. அது என் உடலையும், உள்ளே அணிந்திருந்த தங்க நிற ட்ரவுசரையும் எடுப்பாகக் காட்டியது. இதனால் இன்னொரு வசதி உடைத்தேர்வில் எனக்கு இருக்கும் ரசனையை மட்டும் சொல்லவில்லை. என்னைப் பார்க்கிற யாரும் ஒரு நிமிடம் நின்று நிதானித்துப் பார்த்து ஒரு பெரிய இடத்துப்பிள்ளை என்ற மரியாதையை உருவாக்கும் தாக்கத்தைத் தருவதாக இருந்தது.

பத்ரிநாத்தும், பீர்கானும் என்னில் இருந்து சற்று குறைவான தோற்றம் அளிக்கும் விதத்தில் உடையணிந்திருந்தாலும் என் கவுரவமான தோற்றத்திற்கு ஏற்றாற்போல் பார்ப்பதற்கு நல்ல உண்மையான சிப்பாய்கள் போல் இருந்தார்கள்.

ஆக இந்த விதமாக நாங்கள் நகரத்திற்குக் கிளம்பினோம். நாங்கள் சந்திக்கத் திட்டமிட்டிருந்த நீதிபதி வீட்டு முன்வாயிலை அடைந்ததும், எதிர்பார்த்தது போலவே அவரது பணியைப் பற்றி கவலைப்படாமல் உரிய மரியாதையுடன் தர்பாருக்கு எங்களை அழைத்துச் சென்றார்.

நகரின் தெருக்கள் வழியாக நடந்து சென்றோம். அந்தப் பாதை எங்கும் கால்நடைகள் நடமாடிக்கொண்டு மராட்டிய நகரத்திற்கு உரிய தன்மையுடன் இருந்தது. இறுதியில் பெரிய கம்பீரமான தோற்றம் கொண்ட நுழைவாயிலை அடைந் தோம். சில சிப்பாய்கள் காவலுக்கு நின்று கொண்டும், உலாவிக் கொண்டும் இருந்தார்கள். இரண்டு அரங்கங்களைக் கடந்து பிறகு கேளிக்கை அரங்கை அடைந்தோம். அழகான தோற்றமுடைய வயதான மனிதர் எங்களை 'நீங்கள் யார்' என்று கேட்டார். அவரிடம் நாங்கள் மிகவும் மரியாதைக்கு உரியவர்கள் என்றும், நவாப் சாகேப்பிற்கு மரியாதை செய்யும்

நிமித்தமாக வந்திருப்பதாகவும் கூறினேன். நான் நவாபின் மாண்புகளை அறிந்து கொண்டிருப்பதால் மரியாதை செய்ய விரும்புவதாகவும், அவருக்கு எங்கள் பணிவைத் தெரிவிக்காமல், பரிசுகள் அளிக்காமல் இந்த நகரைக் கடந்து போனால் அது நாகரீகமாக இருக்காது என்றும் கூறினேன்.

"உங்களை வரவேற்கிறோம்" என்றார் பெரியவர். "எங்கிருந்து வருகிறவர்களாக இருந்தாலும் அந்நியர்களை சந்திப்பதில் நவாப் சாகேப் மிகுந்த மகிழ்ச்சி அடைபவர். அவரை காண்பதில் ஒன்றும் சிரமமே இருக்காது. இவ்வளவு அக்கறை மேற்கொண்ட உங்களுக்கு... அல்லாவின் கருணை உண்டு" என்றார் அவர்.

"நாங்கள் எதையும் சிரமமாக நினைக்கவில்லை. ஆனால் மேன்மை பொருந்திய இந்த சபையில் சாமான்யர்களாகிய எங்களுக்கு வாய்பளித்தது நாங்கள் செய்த பாக்கியம். அவரிடம் எங்களை அழைத்துச் செல்ல உங்களை வேண்டுகிறோம்" என்று கூறினேன்.

சில அடிகள் கடந்து நவாப் இருக்கும் அந்த பிரமாண்ட அரங்கிற்குப் போனோம். நவாப் பல கனவான்கள் சூழ ஆசனத்தில் வீற்றிருந்தார். அவர் எதிரில் நாட்டிய மங்கையர் கள் உற்சாகமாக ஆடிக்கொண்டிருந்தார்கள். பின்னர் பார்வை யாளர்களுக்காக பாரசீக, ஹிந்துஸ்தானியப் பாடல்களைப் பாடினார்கள். எங்களை அழைத்துச் சென்றவர் சிறிது நேரம் காத்திருக்கும்படி கையமர்த்தினார். பின் நவாப்பை நெருங்கிச் சென்று எங்களின் வருகையை அவருக்குத் தெரிவிக்கும் வித மாக சில வார்த்தைகள் சொன்னார்.

நவாப் 'அமைதி' என்று குரல் கொடுத்தார். அவரைத் தொடர்ந்து ஒரு டஜன் ஆட்கள் அமைதி... அமைதி... என்றார் கள். "அந்நியர்கள் உள்ளே வருவதாகுக" என்றார்.

அரங்கில் நவாப்பை நோக்கி விரிக்கப்பட்டிருந்த தூய வெண்ணிற துணியின் விளிம்பில் எங்கள் காலணிகளை கழற்றிவிட்டு, சில அடிகள் நெருங்கிச் சென்றோம். எங்களைப் பார்த்ததும் நவாப் ஒரு பணிவான வணக்கம் வைத்தார். நான் சில அடிகள் முன்னேறிச் சென்று அலங்காரப் பின்னல் வேலைப்பாடுகள் கொண்ட துணியில் என் உடைவாளை வைத்தேன். என் தோள்களைத் தளர்த்தி வாளை ஒரு படையல் (நுசூர்) போல வைத்தேன்.

“கூபூல் கூவா” என்று அந்தப் பெரிய மனிதர் சொன்னார். வாள் வைக்கப்பட்ட தட்டின் மீது கைகளை வைத்தார். அது ஏற்றுக் கொள்ளப்பட்டது. எங்களுக்கு அருகில் அமர்ந்தார். “உங்கள் வருகையை பணிவுடன் ஏற்கிறோம். இந்த எளிய தர்பாருக்கு வரவேற்கிறோம்” என்றார்.

மிகவும் பணிவுடன் வரவேற்பை ஏற்றுக்கொண்டோம். அந்த சடங்குகள் தனிப்பட்ட முறையில் எனக்கு எரிச்சல் தருவதாக இருந்தது. ஆனால் ஏற்க மறுப்பது நாகரீகமல்ல என்பதால், மிகவும் பணிவான முறையில் அமர்ந்தேன். என் பாதங்கள் எனக்குள் அடங்கி இருந்தன. எனக்கு எதிரில் இருந்த தட்டில் மிகவும் நேர்த்தியாக அவற்றின் அழகு வெளிப்படும்படி என் வாளையும் கேடயத்தையும் வைத்தேன். என்னுடைய நட வடிக்கைகள் சரியாக உள்ளதா என்றறிய நவாபைத் திரும்பிப் பார்த்தேன்.”

‘மாஷா அல்லா’ என்று என்னை நோக்கிச் சொன்னார். “நீ ஒரு கம்பீரமான இளைஞன். இப்போ நீ உன்னைப் பற்றி, உன்னுடன் வந்திருக்கும் இந்த மரியாதைக்குரிய கனவான்கள் பற்றிச் சொல்லமுடியுமா?”

“நான் உங்களுக்கு பணிவன்பு தெரிவிக்க விரும்புகிறேன்” (கைகளை இணைத்து கூப்பி வணங்கிவிட்டு) நான் சிறப்பித்துச் சொல்வதற்கு ஏதுமற்ற எளிய சிப்பாய், பிறப்பால் சையத். நான் ஹிந்துஸ்தானில் இருந்து வருகிறேன். என்னுடன் சில ஆட்கள் இருக்கிறார்கள். அவர்களுடன் ஹைதராபாத்திற்கு ஒரு சேவைக்காகப் போகிறேன். என் அப்பா முகாமில் இருக் கிறார். அவர் ஒரு வணிகர். வியாபார நிமித்தமாக நகரத்திற்குப் போயிருக்கிறார். பத்ரிநாத்தையும், பீர்கானையும் காட்டி தொடர்ந்து சொன்னேன், “இவர்கள் இருவரும் என்னுடைய கூட்டாளிகள் மற்றவர்களுக்கு அதிகாரிகள். இவர்களும் தங்க ளுடைய நுகூரைத் தரவேண்டும் என்பதற்காக இங்கு அழைத்து வந்துள்ளேன்” என்றான்.

“இந்த திறமையுள்ள கட்டுமஸ்தான ஆட்களைப் பார்ப்பதில் எங்களுக்கு மிக்க மகிழ்ச்சி மீர்சாகேப். எங்கள் அவைக்கு உங்களைப் போன்று யாராவது வந்தால் முன்னால் சிப்பாய் ஆன என் கண்ணிற்கு அது ஒரு முத்தான காட்சி. அவர்களை முன்னால் வரச்சொல்லுங்கள்” என்றார். (பத்ரியும், பீர்கானும் முன்னால் வந்து என்னைப் போலவே தங்களது வாளால் மரியாதை அளித்தார்கள்.)

அறிமுகச்சடங்கு முடிந்ததும் இசைவாணர்களும், நாட்டிய மங்கைகளும் தங்களது சேவையைத் தொடரும்படி பணிக்கப் பட்டார்கள். அந்த இடைவெளியில் அம்மண்டபத்தில் என் கண்ணுக்குப்பட்டதை ஒரு நோட்டம் விட்டுக் கொண்டி ருந்தேன்.

அந்த அடுக்கு மாளிகை நாங்கள் கடந்து வந்த அரங்கு களில் மூன்று பெரிய மரவளைவுகள் உடையதாக இருந்தது. அவற்றிற்கு இடையில் விரிந்த படுதாக்கள் தொங்கிக் கொண்டிருந்தன. இங்கிலிஷ் திரைச்சீலைகள் தேவைப்படும் பொழுதில் இறக்கி விட்டுக்கொள்ளும் வகையில் அமைக்கப் பட்டிருந்தன. நாங்கள் அமர்ந்திருந்த அறை நீள் உருளை வடிவத்தில் இருந்தது. அந்த அறையின் பின்சுவரில் செய்யப் பட்டிருந்த சுதை வேலைப்பாடுகள் அலங்காரமாகவும், ஆர்ப் பாட்டமாகவும் இருந்தன. மேற்புறத்தின் ஒருபக்கம் திரை யிடப்பட்ட உறுதிமிக்க பார்வையாளர் மாடம் இருந்தது. மேலே அமர்ந்திருக்கும் ஜனனாக்கள் (மகளிர்) கீழிருப்பவர்கள் பார்வையில் படாமலே மேலிருந்து, இங்கே நடப்பது அனைத்தையும் பார்க்க முடியும். எங்களுக்கு எதிரில் இருக்கும் நாட்டிய மங்கைகள் அவர்களுக்கே உரிய நாட்டிய அசைவில் ஒயிலாக மிதந்து கொண்டிருந்தார்கள். நாட்டிய அசைவில் பாடிய பாடல் வார்த்தைகளில் வாசமேறி மணம் வீசியது. இன்னொரு குழு பக்கத்தில் உத்தரவிற்காக காத்துக்கொண்டு இருந்தது. இரு குழுக்களும் தளர்வாக உடையுடுத்தி நகைகள் அணிந்து இருந்தனர்.

நவாப் ஹூசைன் யார் ஜங் பகதூர் அழகான தோற்றமுடைய துடிப்பான பழைய சிப்பாய். நாலு பேருக்கு முன்னால் பண்புடன் நடந்து கொள்ளக்கூடிய ஆள். தக்காணப்பகுதி பிரபுக்களின் அச்சுப் பிசகாத நகல். டெல்லி பிரபுக்களின் ஆரவாரப் பகட்டு இல்லை. அவருடைய தோற்றமே மரியாதையை உண்டாக்கக் கூடியது. தெளிவும் கூர்மையும் பொருந்திய கண்கள். அவருடைய வலது கன்னத்தில் உள்ள காயத் தழும்பு அவர் போரில் களத்தில் நிற்கிற ஆள் என்பதற்கான அத்தாட்சி. நேர்த்தியான டாக்கா மஸ்லின் அணிந்திருந்தார். கழுத்தில் நீளமான முத்துமாலை தொங்கியது. அதை அவர் ஜெபமாலையாகப் பயன்படுத்துவார். அவருக்கு முன்னால் விரிப்பில் நீளமான அழகிய வாள் வைக்கப்பட்டிருந்தது. அந்த வாளைக் கண்டதும் ஒரு சாமான்யர்கூட அவருடைய தகுதி என்ன என்பதைப் புரிந்துகொள்ள முடியும்.

அவர் என்னைச் சுற்றும் முற்றும் ஒருமுறை பார்த்துவிட்டு பேசத் தொடங்கினார்:

"எங்களுக்கு கிடைத்தது போதிய வசதியற்ற இந்த இடம் தான். நாங்க என்ன செய்யிறது. அரசாங்க அலுவல்கள் நடந்தாக வேண்டுமே? ஏதோ காட்டுக்குள்ள இருக்கிற மாதிரி இருக்கிறது. எங்களுடன் ஒளி பொருந்திய கண்களையும், இனிய குரல்களையும்தான் கொண்டு வரமுடிந்தது. அதற்காக நாங்கள் எங்கள் இருப்பிடத்தையும் கையோடு சுமந்துகொண்டு வர முடியுமா? எங்கள் இடத்தை ஓரளவு நாகரீகமாக வைத்துக்கொள்ள முடியும்தான். ஆனால் இங்கே எங்களது கேளிக்கைகளுக்குக் குறைவில்லை. சொல்லு நீ எங்களோட நிலைமையைப் பத்தி என்ன நினைக்கிறாய்? அதோ அங்கே அமர்ந்திருப்பது 'ஜோரா'. அழகில் ஆகட்டும் அல்லது குரலில் ஆகட்டும் ஹைதராபாத்தில் அவளுக்கு ஈடு இணை கிடையாது. இப்போ பாடிட்டு இருக்கிறது, பக்கத்தில் இந்த பிரதேசத்தில் இருந்து அழைத்து வந்தது. ஆனால் அல்லாவின் கருணையால் அவள் சீக்கிரமாகவே எங்கள் குழுவில் மற்றவர்களுக்கு இணையாக மாறிவிடுவாள். அவளை நகரத்துக்கு அழைத்துச் செல்வோம்.

நாட்டியப் பெண் ஜோரா பெயர் சொல்லி அழைத்ததும் திரும்பி என்னைப் பார்த்தாள். சட்டென்று அவளது அழகால் தாக்குண்டேன். அவள் அந்த குழுவின் மற்ற பெண்களை ஒப்பிடும்போது அப்படி ஒன்றும் நிறம் இல்லை. ஆனால் அவளது அங்கங்கள் ஒரே சீராக அற்புதமான வடிவில் நேர்த்தியாக இருந்தன. கண்கள் மானினுடையதை போல அகன்றும் விரிந்தும் இருந்தன. முழுசாக என் பக்கம் திரும்பியதும் அது என்னைத் துளைப்பது போலிருந்தது. அதுவொன்றும் வீச்சான பார்வை இல்லை. ஆனால் என்னை முற்றாகக் கவர்ந்துவிட்டது. அவள் அதைக் கவனித்து விட்டாள். பார்வையைத் திருப்பி அவளது தோழிகளில் ஒருத்தியைப் பார்த்து சிரித்தாள்.

'வா இங்கே' என்றார் நவாப். "என் அவையில் உள்ள பெண்களின் மனதைத் திருடக்கூடாது. நீ ஆபத்தான ஆளைப்போல தோன்றுகிறாய். உன்னுடைய அழகான முகம் தவறான வழிக்குத்தான் இழுத்துக்கொண்டு போகும். என் கணிப்பில் தவறில்லை என்று நினைக்கிறேன். ஹிந்துஸ்தான் செய்தி நிலவரங்களைச் சொல்லு. எனக்கு வந்த தகவலின்படி அங்கு

மராத்திகளும், பிண்டாரிகளும் ஆயுதம் ஏந்தி சண்டையிட்டுக் கொண்டிருப்பதாக கேள்விப்பட்டேன்."

"ஏன் அப்படியான தகவல்கள் வருகின்றன. எங்கள் சேவை கோல்காருக்கோ அல்லது சிந்தியாவிற்கோ தேவைப்படுகிறது என்று கேள்விப்பட்டேன். அவர்களும் ஐரோப்பியர்களும் விரைவில் சண்டையில் இறங்கப் போவதாகவும் கேள்விப் பட்டேன். ஆனால் நாங்களோ தக்காணத்திற்காக முயற்சிக்கலாம் என்று இருக்கிறோம். நாங்கள் கேள்விப்பட்ட வரைக்கும் கோல்காரும் சிந்தியாவும் எங்களைப் போன்று ஆயுதம் ஏந்திப் போரிடும் சிப்பாய்களுக்கு குறைவான சம்பளம்தான் தருகிறார்கள். பிரான்ஸ் ஜெனரல்கள் தலைமையின் கீழுள்ள படைகளைச் சார்ந்து இருக்கிறது தக்காணம். தனித்திருக்கும் இங்கிலீஷ் பறங்கியர்தான் எதிர்க்கப்பட வேண்டியவர்கள்" என்று பதிலளித்தேன்.

நியாயமான சண்டைகள் நடந்த காலம் எல்லாம் போய் விட்டது. ஐரோப்பியர்களின் போர்க் கருவிகளின் கண்டு பிடிப்பு எவ்வளவு தைரியசாலிகளான இந்தியர்களையும் களத் தில் நிர்மூலமாக்கிவிடும். போர் என்றால் எங்கே முடியும் என்பது கடவுளுக்கு மட்டுமே தெரியும். பறங்கியர்களுக்கு அப்படி ஒரு பிடி ஹைதராபாத்தில் கிடைத்திருக்கிறது. அங்கிருந்து எப்போது துரத்தியடிக்கப்படுவார்கள் என்பதும் கடவுளுக்கே வெளிச்சம். ஹைதராபாத்காரர்கள் தெலிங்கானா காபீர்களை புதிய அபாரமான போர்முறைக்கு அற்புதமாகப் பயிற்று வித்திருக்கிறார்கள். அவர்களுடைய போர்முறை உண்மையில் வெகு அற்புதம். ஆனால் அல்லா மகத்தானவன். அவர்கள் கடவுளின் துணையுடன் இருக்கிறார்கள்."

நான் சொன்னேன்: "பிரான்ஸ்காரர்களுக்கும், இங்கிலீஷ் காரர்களுக்கும் கடுமையான விரோதம் இருக்கிறது. சண்டை இடம் பெறுமானால் ஆண்டவன் அருளால் ஒருத்தனோ அல்லது இருவருமோ அடிவாங்குவது உறுதி. அதற்குப் பிறகு தான் மெய்யான இறைநம்பிக்கையுடன் எழுச்சி கொள்பவர் களுக்கு பிரான்ஸ், இங்கிலீஷ் இருவரின் நுகத்தடியில் இருந்தும் விடுதலை கிடைக்கும்."

"நீ ஒரு இளைஞனைப்போலப் பேசுகிறாய், ரத்தம் சூடேறிய சிறுவனே... அப்படி எல்லாம் முடியாது. மராத்தி அரசிட மிருந்தும் அதன் அடக்குமுறையில் இருந்தும் நம்மை விடுவிக்க நாம் கோரும் ஹைதராபாத்தோ அதிகம் இங்கிலீஷ் பறங்கியர் பிடியில் சிக்குண்டு இருக்கிறது. ஹைதர் அலியும் திப்புவும்

மராத்தியர்களுடன் சண்டையிட்டுக் கொண்டிருக்கிறார்கள். நான் கேட்பதெல்லாம் நாம் இதில் தலையிட முடியுமா? பிரான்ஸ்காரர்கள் சொல்லைக் கேட்டு மனகோட்டை கட்டிய திப்பு வீழ்ந்து விட்டான். கடவுள் தான் என்னைக் காப்பாற்ற வேண்டும். அந்தக் கோட்டை வெள்ளைக்காரன் முன் வெறும் மண்கோட்டையாகி விட்டது."

"அதன் பின்னர் நீங்கள் அதைப் பார்த்தீர்களா? என்று நான் கேட்டேன்."

"ஆம் உண்மைதான். எல்லாவற்றையும் முழுமையாகப் பார்த்தேன். சோகர் படைச் சிப்பாய்கள் அவர்களது அதிகாரிகளின் தலைமையில் கோட்டைச் சுவரின் பிளவு வழியாக பூனைகள் போலத் தொற்றிக்கொண்டு போனதைப் பார்த்திருந்தால் நீயும்கூட ஆச்சர்யப்பட்டிருப்பாய். துப்பாக்கி நெருப்புப் பொறிகள் மக்களைச் சிதறடித்தன. நாமெல்லாம் சிப்பாய்களை ஒன்றுக்கும் உதவாதவர்களாக நினைக்கிறோம். நாமெல்லாம் அவர்களைப்போல சண்டையிட்டால் பறங்கியர்கள் பாதம் வைக்க துளி நிலம் கிடைக்குமா? 'இன்ஷா அல்லா' கண்டிப்பாக, ஆனால் இப்போது வருத்தப்பட்டு ஆகப்போவது என்ன? இப்போது சிக்கந்தர் ஜா பறங்கியருடன் ஒப்பந்தம் செய்துகொண்டான். அவனையும் அவன் தேசத்தையும் பறங்கியர்கள் பொறுப்பில் ஒப்படைத்துவிட்டு அலியைப்போல அந்தப்புரத்தில் உட்கார்ந்து கொண்டான்."

"அப்படியானால் நகரத்தில் நான் சேவை செய்வதற்கு வாய்ப்பு இல்லையா என்று கேட்டேன்."

"நான் சொன்னதற்கு அர்த்தம் அதுவல்ல. நான் நினைக்கிறேன், நீ அழகானவன். உன்னைப் போன்ற அழகான இளைஞர்களுக்கு நிறைய வாய்ப்புகள் காத்திருக்கின்றன. உன்னைப்போல தோற்றம் உடையவர்களுக்கு துருப்புகளுக்கு உத்தரவிடும் அதிகாரமே கூடக் கிடைக்கும். அல்லாவின் கருணையால் இங்கே நீ அதைப் பெற வேண்டும். ஆனால் எனது பட்டியல் நிரம்பிவிட்டது. உங்கள் ஆட்களிடமிருந்து உன்னைப் பிரிப்பதை நீயும் விரும்பமாட்டாய்" என்றார்.

'இல்லை முடியாது. என்னிடமிருந்து அவர்களைப் பிரித்தால் அந்நிய மண்ணில் பட்டினியாகக் கிடப்பார்கள். நான் அவர்களைத் திரட்டிக்கொண்டு வந்துள்ளேன். என் வாக்குறு திப்படி அவர்களை நகரத்திற்கு அழைத்துச் செல்லவேண்டும் என்று நான் சொன்னேன்."

"அல்லாவின் கருணையால் இப்போது நாம் என் பெருமைக் குரிய ஜோராவின் நாட்டியத்தை ரசிக்கலாம். அவள் பலரின் இதயங்களைக் காயப்படுத்தி இருக்கிறாள். அவள் உன் நெஞ் சில் வலி ஏற்படுத்தவில்லையானால் உண்மையில் நீ கல்நெஞ் சக்காரன்தான்."

இதுவரை மறைவில் பாடிக்கொண்டிருந்தவர்கள் அமர இருந்தனர். ஜோரா நிற்கத் தயாரானாள். கட்டுவதற்கு கொண்டு வந்த சலங்கைகளைக் கட்டிக்கொண்டாள். இசை கலைஞர்கள் தோதாக சுருதி சேர்த்துக் கொண்டனர். பின்னர் அவள் எழுந்து நின்றாள். அவள் அமர்ந்த நிலையிலேயே திக்குமுக்காடிப் போன எனக்கு அவளது நின்ற கோலம் எத்தனை பேரழகு. அவள் உயரம் இல்லை. ஆனால் எழிலான வடிவம்தான். ஆனால் அவளது விசித்திரமான உடையில் இருந்து சரியாக கணித்துவிட முடியாது. தோள்களில் இருந்து ஆடை மிகவும் தளர்வாக இருந்தது. மேல் கைகளை முழுமை யாக மறைத்து இருந்தாள். ஆனால் அவளது வடிவம் வியப்பின் உச்சம்.

கருஞ்சிவப்பு நிற மென்துணியில் அடுத்தடுத்த வளையத்தில் பொன்துகள்கள் போடப் பட்டிருந்தன. அடிப் பகுதியும் பொன்னிறத்தால் பின்னி முழங்கால் வரைக்கும் நீண்டிருந்தது. தங்கச் சரிகை நூலில் கோர்த்த முத்து மணிகளைக் கொண்டு வளமான பூ வேலைப்பாடுகள் செய்யப்பட்டிருந்தது. தன்னைச் சுற்றி மென்மையான வெள்ளி ஒளிவீசும் மஸ்லின் துணியை ஒயிலாக வீசிக்கொண்டிருந்தாள். அவள் உடையும் அதே நிறத்தில் இருந்தது. அந்த துணியின் மென்மையைப் போலவே அவளது அசைவுகள் ஒயிலாக இருந்தது. கிட்டத்தட்ட அது காற்றில் மிதப்பதுபோல இருந்தது. கழுத்தைச் சுற்றிக் கட்டி யிருந்த துணி எதிர்நிறமாக இருந்ததால் அவளது சரும நிறத்தை எடுப்பாகக் காட்டியது. அவளது சாந்தமான நீள விழிகள் துடிப்புடன் நீந்தின.

இசைக் கலைஞர்கள் தங்களது பாடலின் வழக்கமான எடுப்பைத் துவக்கியதும் ஜோராவின் குழுவைச் சேர்ந்த அழ கான பெண் முன்வந்து நிதானமான நாட்டிய அசைவுகளில் சில சுற்றுகள் வந்து, பின் மீண்டும் அவளது இடத்தில் அமர்ந்து கொண்டாள். அவளுக்குப்பின் ஜோரா வந்தாள். முழு நிலவு மேகத்திற்குள் தவழ்வது போல எங்களை நோக்கி நிதானமான அசைவுகளுடன் வந்தாள். அதை நான் உங்களுக்கு எப்படிச்

சொல்வேன் எஜமானே. அவள் ஆடிய ஒவ்வொரு சுற்றின் எழிலும் அடுத்தடுத்து மேல்நோக்கி உயர்ந்துகொண்டே போனது. ஒரு கலக்கமான நிலை மனதை ஆட்டிப்படைத்தது. ஆனால் அவள் பாடத் துவங்கியதும் நான்தான் எவ்வளவு பாதிக்கப்பட்டேன். அவளது நாட்டிய அசைவுகள் வேகமாக இருந்தாலும் சரி, நிதானமாக இருந்தாலும் சரி, மனதை பெரிதும் ஆக்கிரமித்தது. அவளுக்குப் பின்னிருந்த இசை கலைஞர்கள் சுருதி சேர்த்ததும் ஜோரா ஆரவாரமற்ற கஜலை துவங்கினாள்.

நான் எனக்குள் முழு மனநிறைவுடன் இருந்தேன். அவள் காலடியில் சரண மடையுமளவு பாடல்களைக் கேட்டுக் கொண்டிருந்தேன். அவள் மேலுலகின் ஆசீர்வாதம் பெற்றவள் போல் இருந்தாள். பிசிரற்ற இசையால் என் ஆன்மா நிரம்பி இருந்தது. நான் கேட்ட பாடலின் மயக்கத்தில் என்னைச் சுற்றி நிகழ்வது பற்றிய பிரக்ஞையில்லாமல் போதையேறி இருந் தேன்.

அவளது நெடிய முற்றுகையில் நான் கட்டுண்ட கிடந்த போது நவாப் என்னைக் கவனமாகப் பார்த்துக்கொண்டே இருந்திருக்கிறார். பின் பாடகிகள் குறித்தும் நாட்டியம் குறித் தும் என் கருத்துக்களைக் கேட்டார்.

'மிகவும் அற்புதம்' என்று பதில் சொன்னேன். "அவளின் ஈர்ப்பில் எனது கல்லீரல் முழுதும் நீரால் நிரம்பிவிட்டது என் றேன். நான் இதற்கு முன்னால் இப்படிப்பட்ட தாக்கத்தை பெற்றதே இல்லை. நான் மிகவும் கொடுத்து வைத்தவன். இதை என்றென்றைக்கும் மறக்கமாட்டேன். எனது புகழையும், தொழிலையும் அவளது காலடியில் சமர்ப்பிக்க விரும்புகிறேன். இந்தக் கனவிலேயே என் வாழ்நாள் கழியட்டும்."

"நீயொரு முட்டாள் பையனைப்போல பேசிக் கொண்டிருக் கிறாய். இதுபோன்ற கவர்ச்சிகரமான வழியில் உன் புத்தியை இழந்து விடக்கூடாது. பல மனிதர்கள் இதுபோன்ற விஷயங் களில் விழுந்து தன்னை அழித்திருக்கிறார்கள். இவளைப் போன்றவர்கள், பேராசைக்காரிகள். பணத்தின்மீது தீராத மோகம் கொண்டவர்கள், நிலையற்றவர்கள். தன்மீது விழும் அத்தனையும் விழுங்கிவிட்டு ஏதும் அறியாதது போன்று வெறும் நீரலைகளைப் பரப்பும் கடலைப் போன்றவர்கள்" என்றார் நவாப்.

"அவர்களைக் காதலிக்க முடியாதா? அவ்வளவு தூரம் மோசமானவர்களா?"

“ஆம் மிக மோசமானவர்கள். அடேயப்பா இதுபோன்ற எத்தனையோ அனுபவங்களை நான் அறிந்தும், உணர்ந்தும் வைத்திருக்கிறேன். என் இளைஞனே. சரி இப்போது நாம் வேறு கேளிக்கைகளில் லயிப்போம். முன்னொரு நாள் ஹிந்துஸ் தானத்தில் இருந்து அழைத்து வந்த கோமாளிகள் என்னிடம் இருக்கிறார்கள். நன்றாக வேடிக்கை காட்டுவார்கள். ஒருமுறை அவர்கள் காட்டிய கூத்தைப் பார்த்து சிரித்துச் சிரித்து என் இரண்டு பக்க விலாவும் வலி கண்டுவிட்டது. ஒருவேளை அதுபோன்ற கூத்தை நீ பார்த்திருக்கலாம். ஆனால் நான் பார்த்ததில்லை.”

“உங்களது பரந்த இதயத்தின் பெருந்தன்மை அதிகரிப்பதாகுக நவாப். இந்த எளியோனுக்கு நிறைய சகாயம் காட்டுகிறீர்கள். இதைப் பெறுவதற்குப் போதிய தகுதியற்றவன் நான். என்றாலும் உங்களின் மாட்சிமையையும், உங்களின் தயாள குணத்தையும் இவ்வெளியவன் செல்லும் இடங்களிலெல்லாம் பெருமையோடு எடுத்துரைக்கத் தவறமாட்டான். இதுவே இவன் தங்களுக்கு ஆற்றும் கைம்மாறு.”

“உனக்கு எல்லா வளங்களும் கிடைக்கட்டும். உன்னைப் போன்ற இளைஞர்களுக்கு நண்பர்கள் கிடைக்காமல் போக மாட்டார்கள். சரி இனி இங்கு வரப்போகிற கோமாளிகள் என்ன சொல்லப் போகிறார்கள் என்று பார்ப்போம். அவர்கள் நம்மை நீண்ட நேரம் சிரிக்க வைப்பார்கள் என்பதில் எனக்குச் சந்தேகம் இல்லை.”

மூன்று பேர் வந்தார்கள்; அவர்கள் உள்ளே நுழைந்ததும் மொத்த அரங்கமும் ஒருசேர வெடித்துச் சிரிக்கும்படி அவர் களின் முகங்களைக் கோமாளித்தனமாகக் காட்டினார்கள். அதிலொரு ஆள் ஓரடி முன்னோக்கி வைத்துச் சொன்னான். “இங்கே பழைய நவாப் ஒருவருக்கு சைத்தான் பிடித்துவிட்டதாக அறிவிக்கப்படுகிறது. ஹூசூர் அனுமதித்தால் அந்த நவாபின் வேடிக்கைகளை இந்த அடிமைகள் நடித்துக்காட்ட தயாராக இருக்கிறோம்.”

“ம்... தொடரட்டும், இங்கே உங்களுக்கு ஒரு குறைவும் ஏற்படாது. எம் சமூகத்தின் அவையில் உள்ள அனைவரும் ரசிக்கக் காத்திருக்கிறோம்.”

‘அஸ்டரெல்லா’ (எங்கும் நிறைந்து மறைந்திருக்கும் இறை வனே!) என்று திரையை நோக்கிக் கூற எல்லோரும் திருப்பிக் கூறினார்கள். “அல்லா எங்கள் கலைத்தாய்க்கு அருள் பொழிக....

கலைத்தாய் எமக்குத் துணை நிற்பாள். அவள் கருணையால் எங்கள் பைகளில் தங்கத்தை நிரப்பிச் செல்வோம்."

நிகழ்ச்சியைத் துவக்கினார்கள். அவர்களில் ஒரு ஆள் குழந்தையைப் போல் கோமாளித்தனமாக உடை அணிந்திருந் தான். நவாப் வேடத்தில் நடித்தான். அந்தக் கதை நவாப்பின் இளமைப் பருவத்தில் இருந்து துவங்குகிறது. நவாப் செல்லமாய் வளர்ந்ததால் கட்டுக்கடங்காமல் கெட்டு அந்தப்புரத்திலேயே கிடக்கிறான். நான் இந்த நாட்டிற்கு வந்தபோது ஒரு நவாப் இருந்தார். இதற்கு முன் இதுபோல் ஆட்சி செய்தவர் இல்லை என்பதுபோல ஆட்சி புரிந்தார். சிறந்த அறிவாளி, பல போர்களில் வெற்றி வாகை சூடியவர். அங்கு முல்லா ஒருவர் அழைக்கப்படுகிறார். அவரால் மந்திரத்தால் தயாரிக்கப்பட் டவைகள் அந்த குழந்தைக்கு அளிக்கப்படுகிறது. மாண்பிற் குரிய அக்குழந்தை அழுகிறது கூச்சலிடுகிறது. தன் தாயை, சேவகியை காலால் எட்டி உதைக்கிறது. தன்னைச் சுற்றியுள்ள அனைத்தையும் குலைத்துப் போடுகிறது. இந்தக் கூச்சல்களும் குழப்பங்களும் சிறந்த நகைச்சுவையாக இருந்தது. நாங்கள் மனங்குளிர சிரித்து மகிழ்ந்தோம்.

நம்பமுடியாத வேகத்தில் நடிகர் தன் வேடத்தை மாற்றிக் கொண்டு வருகிறார். இரண்டாவது பாகம் துவங்குகிறது. குழந்தை இளைஞனாய் வளர்ந்துவிட்டது. ஆர்ப்பாட்டமாக, யாராலும் கட்டுப்படுத்த முடியாதவனாக இருக்கிறான். குதிரையில் சவாரி செய்வதும் பெண்களுடன் சல்லாபிப்பதும், மதுவருந்துவதும் என எந்தக் கவலையுமின்றி ஒரே களி யாட்டம். தீய பழக்கங்களில் விழுகிறான். பெற்றோர்களை மதிப்பதில்லை கடனாளியாகிறான். அவன் பேரும் மரியாதை யும் கெட்டுப்போகிறது. தந்திரக்காரர்களாலும், அண்டிப் பிழைப்பவர்களாலும் அவன் சூழப்பட்டு இருக்கிறான். டம்பாச் சாரிகளிடமும், விபச்சாரிகளிடமும் தன்னை இழக்கிறான் என்ற விதமாக நாடகத்தின் இரண்டாம் பாகம் நிறைவுற்றது.

அவன் அப்பா இறந்து விடுகிறார். இளைஞன் இப்போது நவாப் பொறுப்பிற்கு வருகிறான். அந்தப் பெருமைக்குரிய வீட்டிற்கு அவன்தான் இப்போது தலைவன், அவனது கட்டளைக்குப் பணிய சிப்பாய்கள் இருக்கிறார்கள். ஆள் வதற்கு நாடு இருக்கிறது. அவனைச் சுற்றி இருந்த பழைய ஒழுக்கங்கெட்ட கூட்டாளிகளை உதைத்துத் தள்ளுகிறான். நல்லவர் கெட்டவர்கள் அனைவரையும் புறக்கணிக்கிறான். இப்போது அவனைச் சுற்றி வேறுவிதமான உதவாக்கரைக் கூட்டம் உருவாகிறது. எல்லாம் அவன் அப்பாவின் போற்றிகள்.

தாடி வைத்த சதிகாரர்கள். அண்டை நாட்டுப் பிரபுவுடன் சச்சரவு. இருவரும் போருக்குத் தயாராகிறார்கள்.

அவன் படையினர் நதிகளைக் குடித்து மலைகளைத் தின்பவர்களாக வர்ணிக்கப்படுகிறார்கள். நவாப் மணப்பெண் பார்க்கப்போகும் மாப்பிள்ளைபோல அலங்கரித்துக்கொண்டு போருக்குப் போகிறான். மின்னலைப்போல ஒளியடிக்க, இரு கரைக்கும் பொங்கிவரும் நதியைப்போல பயங்கரமாக போகிறான். சிப்பாய்கள் சிங்கத்தைக் கண்டவர்களைப்போல இவனைக் கண்டு மிரண்டு ஒதுங்குகின்றனர். போருக்குப் போகிறான். சந்தேகமே இல்லை மிக நெடிய சண்டைதான். அவனுடைய உதவியாளர்களால் புதிய ஆயுதங்கள் வழங்கப்படுகின்றன. இறுதியில் அவன் வெற்றி காண்கிறான். அவன் வெற்றியைக் கைப்பற்றிவிட்டான். 'அல்லாகூ அக்பர்' எதிரி துரத்தப்பட்டான்.

சிறைப்பட்டவர்கள் சித்திரவதைக்கு ஆளாகிறார்கள். அந்தப் புரம் ஜொலிக்கிறது. அதில் ஒரு அடிமை மிகவும் அழகாக இருக்கிறாள். மிகவும் அபூர்வமான வடிவம், குட்டிமானைப் போன்ற கண்கள். அவளுடைய நிறம் ரோமானியத் தன்மையான பளபளப்புடன் இருக்கிறது. அவள் அவன் காலடியில் விழுகிறாள். அவள் அழகில் அரசன் விழுகிறான். அவள் அவனை ஆக்கிரமிக்கிறாள். அவர்களது திருமணம் நடக்கிறது. அவர்களது திருமண வாழ்க்கை நல்ல நிறைவுடன் சில காலம் நடக்கிறது. அவனது அண்டை நாட்டு அரசன் மகளின் அழகு பற்றிய புகழ் அவன் காதிற்கு எட்டுகிறது. முன்னவளின் காதலைப் புறக்கணிக்க, அவன் ஆன்மா புதிய காதலில் பற்றி எரிகிறது. அண்டை அரசனின் மகளுடன் திருமணத்திற்கு பேசப்படுகிறது. அவன் ஏற்றுக் கொள்கிறான். மணப்பெண் வீட்டிற்கு வருகிறாள். இரு மனைவிகளுக்கிடையிலான பற்றி எரியும் பொறாமையினால் அந்தப்புரத்தில் நடக்கும் சண்டைகள் நிகழ்த்திக் காட்டப்படுகிறது. திரைக்குப் பின்னிருந்து எழுகிற ஒலியால் ஒவ்வொன்றும் இயற்கையாக நம்பும்படியாக விளக்கப்படுகிறது, நடிக்கப்படுகிறது.

மீண்டும் ஒரு நவாப் காட்டப்படுகிறார். இப்போது வயதான நவாப். நோய்கள் அவனை வாட்டி எடுக்கிறது. நாட்டு மருந்து கொடுத்து இளமையையும், முறுக்கையும் மீண்டும் பெற வற்புறுத்துகிறான். அவனது இளமையை வடித்து எடுத்து விட்ட அந்தப்புரம் எப்போதும்போல பெண்களால் நிரம்பி வழிகிறது. அவன் எப்போதும்போல் இளமை குன்றாது இருப்பதாக வெற்றுப் புகழுரை பேசுகிறார்கள். போலிகள். நவாபிற்கு ஒருமகன் இருக்கிறான். அவன் தன் தகப்பனை

விஞ்சி நிற்பேன் என சபதம் ஏற்கிறான். தோற்றத்தில் மஜ்நூன் போல இருக்கிறான். சேவலுக்குரிய துடிப்புடன் இருக்கிறான். அவனது தந்தையின் பழைய எதிரிகளை தானியத்தின் உமியைப்போல காற்றில் பறந்து போகச் செய்கிறான்.

முதிய நவாபின் நிலைமை, மேலும் மேலும் மோசமாகிக் கொண்டே போகிறது. அவனது ஆசைகள், நடவடிக்கைகள் கோமாளித்தனமாக சிரிப்பூட்டும்படியாகக் காட்டப்படுகிறது. அவனுடைய முடிவு நெருங்குகிறது. எப்போதைக்குமான நிரந்தர தூக்கத்தில் மூழ்கி விடுகிறான். உண்மையான இறை யச்சம் கொண்டவர்களுக்குரிய எழுபது ஹௌரிகள் சொர்க் கத்தில் அவனுக்குக் கிடைக்கப்போவது உறுதி. அவன் என் றென்றைக்கும் இளமையோடிருப்பான்.

எல்லாம் நிறைவுற்றதும் வெகுமதி பெறுவதற்காக வந்தார் கள்.

“ரொம்பவும், நல்லது மீர்சாகேப். எப்படி இருந்தது நாடகம். எங்கள் ஆட்கள் சிறப்பாக செய்தார்களா? மோசமாகச் செய் தார்களா?” என்று கேட்டார் நவாப்.

“அல்ஹதுலில்லாம். அல்லாவின் படைப்புகள் மிகவும் அற்புதம். இந்தக் கலைஞர்கள் இறைவனின் பிரத்யேக படைப்புகள். நானும் இவர்கள் இனத்தைச் சேர்ந்த பலரைப் பார்த்திருக்கிறேன். ஆனால் யாரும் இந்த அளவிற்கு உயர்ந்த தரத்தில் இல்லை” என்று சொன்னேன்.

“அவர்கள் தகுந்த சன்மானம் பெறுவார்கள். இந்தக் கதையை வேடிக்கையாகச் செய்தாலும் அதிலொரு நீதி சொல்லப்பட்டு இருந்தது. ஒரு நையாண்டியும் இருக்கிறது. வளரக்கூடிய தலைமுறைக்கு நல்ல பாடமும் இருக்கிறது. இதையெல்லாம் பார்த்தால் நல்ல மனிதர்களாக, பேர் வாங்கும் பிள்ளைகளாக வளர்வார்கள்” என்றார்.

“ஆமீன். ஆமாம் பிரபுவே, தாங்கள் சொன்னதெல்லாம் முற்றிலும் உண்மை. அவர்கள் செய்த வேடிக்கையெல்லாம் சரியாகக் காதில் கேட்கவில்லை. ஆனால் இப்போது என்னால் உணர முடிகிறது.”

“இரவு நீண்ட நேரமாகிவிட்டது. நம்மை களையச்சொல் கிறது. நான் சீக்கிரமாக எழுந்து போனேன். அந்தக் கலை ஞர்களைக் கடந்து சென்று கொண்டிருந்தேன். அவர் களில் வயது முதிர்ந்த பெண்மணி என் சட்டையைப் பிடித்து இழுத்து அவசரமான வார்த்தைகளில் சொன்னாள். ‘உன்னை ஒருத்தி விரும்புகிறாள். ரகசியமாக வைத்துக்கொள். விருப்ப மானால் என்னிடம் விபரமாகக் கேட்டுக் கொள்’ என் ரத்தம் கொதிப்புற்றது. அவள் கைகளில் கொஞ்சம் பணத்தைத் திணித்துவிட்டு அங்கிருந்து நகர்ந்தேன்.”

9

கொள்ளை விலைக்கு விற்ற கொள்ளை நகை

என் ரத்தம் சூடேறியது என்று சொன்னேன் இல்லையா? ஜோரா ஹைதராபாத்தில் செல்வந்தர்களுக்கும், பிரபுக்க ளுக்கும் இஷ்டக்காரியாக இருந்தவள். என்னைக் கண்டு வியந்தாளா? அதுவும் நல்லவிதமாகப் பேசக்கூடத் தெரியாத ஒரு பையன்... அரசவைக் காணப்பெறாதவன்.. என்னுடைய உடை அலங்காரத்தைப் பார்த்து நான் ஒரு பணக்காரன் என்று நினைத்துவிட்டாளா? எனது செல்வத்தை அவள் மீது வாரியிறைப்பேன் என்று நினைத்துவிட்டாளா? இதுபோன்ற எண்ணங்கள் என் மனதிற்குள் ஓடிக் கொண்டிருந்தது. எங்கள் முகாமை அடையும்வரை யாருடனும் பேசாமல் வந்து கொண்டிருந்தேன். அந்த அமைதியை பத்ரிநாத் கலைத் தான்."

"எதனால் இப்படி? உங்கள் நாக்கை பேசவிடாமல் கட்டிப் போட்டது எது மீர்சாகேப்?" என்று கேட்டான். "இன்றிரவு கேளிக்கைகள் குறித்து எதுவும் பேசுவதற்கு இல்லையா? இந்த அழகான 'குச்சிணீ' குறித்து சொல்வதற்கு எதுவும் இல்லையா? முகமதின் சொர்க்கத்தில் இவளைப் போன்ற பேரழகிகள் எனக்கு அளிக்கப்படுவது உறுதியென்றால் இந்திர சொர்க்கத்தையும் தூக்கியெறிந்துவிட்டு, ஒரு முஸல்மானாக மாறவும்கூடத் தயாராக இருப்பேன். கேடுகெட்ட கிழட்டு நவாபிற்குக் கைப்பொருளாக... மஹ்ரத்தா கிராமத்து வலையில் சிக்குண்டு கிடக்கிறாள் என்பதை நினைக்கையில்.... இவள் இருக்கும் இடம் தேடிச் சென்று ஹைதராபாத் செல்வத்தில்

பாதியை இவள் காலடியில் கொட்டுவார்கள். நான் மறுபடியும் சொல்கிறேன். அட அல்லா.... அந்தக் கிழக் காமுகனிடமிருந்து மீட்கப்பட வேண்டியவள். நமது சாலைப்பயணத்திற்குத் துணையாக, மாலைநேர களிப்பாட்டாங்களுக்கு தேவை என்பதைத் சொல்லாமல், அவளை அங்கிருந்து மீட்க வேண்டும்.

அசிரத்தையாகச் சொன்னேன்: "ஏன்? அந்தப் பெண் நீ சொன்னதுபோல அசாதாரணமான அழகுதான். அங்கு அவள் விரும்பி அடைபட்டுக் கிடக்கமாட்டாள். என்றாலும் அங்கிருந்து மீட்பது சாதாரண காரியம் அல்ல. அவளைக் கைப்பற்றினால் அவளை வைத்து நாம் என்னசெய்வது?" என்றேன்

"அதென்ன பிரமாதம். நான் முயற்சித்துப் பார்க்கிறேன். உங்களுக்குத் தெரியுமா அவளும் அவளுடன் இருக்கும் மற்றவர்களும் நம் அழைப்பிற்குத் தயாராகத்தான் இருப்பார்கள்" என்றான்.

"இப்போ நீ ரத்தம் கெட்ட ஒரு 'தக்'கைப்போல பேசுகிறாய். கோபத்துடன் திருப்பிக் கூறினேன். (அவள்மீது நான் கொண்டுள்ள ஈடுபாட்டைவிட அந்நாட்டியக்காரி என் மீது விருப்பமாக இருக்கிறாள்) அப்படி அவளுடைய ஒரு தலை முடிக்கு கூட ஏதாவது ஒரு ஊறு நேர்ந்தால் நான் அதை அனுமதித்துக் கொண்டிருப்பதைவிட உங்கள் எல்லோரையும் விட்டு நான் விலகிவிடுவது மேலானது. இந்துஸ்தான் பக்கம் திரும்பி நான் எனக்கான வழியைப் பார்த்துக்கொண்டு போய் விடுவேன்."

"சும்மா வேடிக்கையாகச் சொன்னேன் மீர்சாகேப், நான் ஒன்றும் பெண்களுக்காக சண்டைக்கு நிற்கிற ஆளில்லை. அல்லது நமக்கு அந்தப் பெண் கிடைத்தால் அது நேர்மையான வழியில் இருக்கவேண்டும். பல அம்சங்களிலும் இது உங்கள் அப்பாவுடன் நேரடியாகச் சம்பந்தப்பட்ட விஷயம். அவர் நல்ல பாடல்கள் மீது, நல்ல இசையின் மீது பெரிதும் ஈடுபாடு உடையவர். அதற்காக நம்மையும்கூட புறக்கணித்து விடுவார். எனவே அவளை நம்முடைய குழுவில் சேர்த்துக் கொள்வது ஒன்றும் பிரச்னையாக இருக்காது. நீங்கள் அது குறித்துக் கவலைப்பட வேண்டாம். உங்கள் எளிய நண்பனான என்மீது ஏதேனும் கோபம் இருந்தால் அதை மறந்துவிட்டு நிம்மதியாகத் தூங்குங்கள்."

நான் சொன்னேன்: "எனக்கு கோபம் இல்லை. ஆனால் அவளைப் பற்றிக் குறைத்துப் பேசும்போது இயல்பாகவே என் ரத்தம் சூடேறுகிறது. மற்றதெல்லாம் நாம் காலையில் பேசிக் கொள்வோம். அந்தப் பெண் தன் இஷ்டத்தின் பேரில்தான் வருகிறாள் என்பதை என் தந்தையின் மனதில் பதியச் செய்தால் மறுக்கமாட்டார் என்று நம்புகிறேன்."

"உங்கள் மீது இஷ்டம் இருப்பதை அவள் உங்களுக்குத் தெரியப்படுத்தினாளா, எப்படி?" அவன் மிகுந்த ஆர்வத்துடன் கேட்டான்.

"இத்தனை கூட்டத்திற்கு மத்தியில் எப்படிச் சொல்லியிருக்க முடியும். ஆனால் உனக்குத் தெரியுமா நான் பாரசீகமொழியைப் புரிந்துகொள்வேன் என்று. எனது பழைய குரு வயதான முல்லாவிற்கு இத்தருணத்தில் நன்றி. ஆனால் உனக்குப் பாரசீகம் தெரியாது. அவள் பாடிய கடைசி பாடலில் இருந்தும், அதை அவள் வெளிப்படுத்திய விதத்தில் இருந்தும் அவள் அப்படித்தான் கூறியிருக்க வேண்டும் என்று யூகித்துக் கொள்கிறேன். அவளுடைய துணையும், சூழலும் கசந்து போயிருக்க வேண்டும். புதிய துணையைச் சேர்த்துக்கொள்ள விரும்புகிறாள். உனக்குப் பழைய பழமொழி தெரியுமா? அதாவது ஒரு புறா மற்றொரு புறாவுடன்தான் இணையும். பருந்து மற்றொரு பருந்துடன்தான் இணையும்."

பத்ரிநாத் சொன்னான்: "நல்லது, என்னைவிட உங்கள்மீது தான் மனச்சாய்வு கொள்ளச் சாத்தியம் அதிகம். உங்களுக்குத் தெரியுமே நானொரு பிராமணன். அதனால் இந்த விஷயத்தை நீங்களே பார்த்துக் கொள்ளுமாறு விட்டுவிடுகிறேன். நான் உங்களுக்கு உபயோகமாக இருப்பேன்; பயன்படுத்திக் கொள்ளுங்கள். அதற்கு நான் தயார். உங்கள் ஆட்கள் சொல்வதுபோல இன்ஷா அல்லா நாம் அந்தக் கிழவன் தாடியில் கல்லெறிந்து பார்ப்போம்."

"ஆமாம் அப்படியே ஆகட்டும். நாம் அனைத்து வகைகளிலும் முயற்சித்துப் பார்ப்போம். இதுபற்றி நாளை இன்னும் நிறைய அறிவாய். பீர்க்கானும், மற்ற சிலரும் எனக்குப் பின்னே வெகுதொலைவில் இருந்ததால் நான் மகிழ்ச்சியுடன் இருந்தேன். இந்த உரையாடலை அவர்கள் ஒட்டுக் கேட்டிருக்க முடியாது. இத்திட்டம் வெற்றியடைய வேண்டும் என்று நினைத்தவாறு உறங்க முயன்றேன். யார் என்ன சொன்னாலும், இதில் ஒரு எல்லைவரைப் போராடிப் பார்க்கத் தீர்மானித்துவிட்டேன்.

எனக்கு அந்த நாட்டியப் பெண் என் மீது கொண்ட ஈர்ப்பிற்கு எதிர்ப்பு இருக்கும் என்றோ கிழவி சொன்ன வார்த்தையில் உண்மை இருக்காது என்றோ வியப்பதற்கு இல்லை.

எங்களது காலைத் தொழுகை முடிந்ததும், எல்லோரும் ஒன்றுகூடினோம். நேற்று மாலை இறந்த வணிகனின் நேற்றைய கொள்ளைப்பொருட்கள், ஒவ்வொன்றாகக் கொண்டு வரப்பட்டன. உண்மையில் அது எங்களுக்குப் பெரிய பரிசு தான். அவை ஒவ்வொன்றிலும் பழைய துணிகள், கம்பளிப் போர்வைகள் மற்றும் தாமிரப் பாத்திரங்களில் வைரமணிகளும், முத்துக்களும் சிறிய பெட்டிகளில் ரூபி, எமரால்ட் போன்ற நவரத்தினக் கற்களும் ஒளித்து வைக்கப்பட்டிருந்தன. இன்னும் இரண்டு பெட்டிகள் முழுக்க நகைகளாக இருந்தன. ஒன்றில் குறிப்பாக கைகளுக்கான புஜ வளையங்கள், பேஷ்கார் வகை, தலைப்பாகை அணிகலன்கள் என்று அதிசயிக்கும்படி இருந்தன.

இந்த விஷயங்களில் முன்னனுபவம் கொண்ட என் தந்தை கொள்ளையிட்ட பொருட்களின் மொத்த மதிப்பு பதினைந்தாயிரம் இருக்குமென்றும், முடிந்தவரை சமபங்கீடு செய்வதாகவும் அறிவித்தார். அப்படி இல்லையானால் ஹைதராபாத் அடைந்தவுடன் அவற்றை விற்று எளிதில் பணமாக்கிக் கொள்ளலாம். ஆனால் அதுவரை காத்திருக்க வேண்டும் என்று கூறினார். அவரது இரண்டாவது யோசனை பழைய வழக்கத்தின்படி ஏற்றுக் கொள்ளப்பட்டது.

நமக்கு பயணத்தின்போது பணக்காரப் பயணிகள் கிடைக் காமல் போனால் பணம் பற்றாக்குறையாக இருக்கும். எனவே இரண்டு அணிகலன்களில் ஒன்றை நவாபிடம் விற்றுவிடலாம். நவாபிடம் சென்று விற்கும் பொறுப்பை நான் ஏற்றுக் கொள்கிறேன் என்று யோசனை கூறினேன். அனைவரும் ஒப்புக்கொண்டனர். இந்த முயற்சியில் என்னிடம் முதல் நாள் இரவு பேசிய கிழவியைச் சந்திக்கும் வாய்ப்பு கிடைக்கும் என்ற நம்பிக்கை இருந்தது. அப்படிச் சந்திக்க முடிந்தால் அது எதிர்காலத் திட்டமிடலுக்கு உதவியாக இருக்கும் என்று நினைத்தேன். அதற்காக அன்று நண்பகல் பத்ரிநாத்தை என்னுடன் அழைத்துக்கொண்டேன். நாங்கள் அரண்மனை நோக்கிப் போனோம். கிராமத்து மக்கள் அதை அப்படித்தான் அரண்மனை என்றுதான் சொல்கிறார்கள்.

போகிற வழியில் எங்கள் நண்பன் கோட்வாலாவைக் கண்டோம். ஆனால் அவனைத் தவிர்த்தோம். "நாம் அடுத்த

முறை சந்திப்போம், அடுத்த வாட்டி நாங்க வர்ரோம் கோட் வால்ஜீ, இப்போது எங்களுக்கு அவசரமான வேலை இருக்கிறது. நாங்க மாலைக்குள் போகத் தவறினால் வேலை கெட்டுவிடும். எங்களை மன்னிக்க வேண்டும்" என்று சொல்லி போனோம்.

எங்கள் வேண்டுகோளுக்கிணங்க எமது வருகை நவாப்பிற்குத் தெரிவிக்கப்பட்டது. சிறிய தாமதத்திற்குப் பின்னர் நாங்கள் அழைக்கப்பட்டோம். நேற்று மாலையில் அளித்த அதே நாகரீகமான மரியாதையுடன் வரவேற்கப்பட்டோம். சில பூர்வாங்கப் பேச்சுக்குப் பின்னர் நான் வந்த நோக்கம் குறித்துப் பேச்சைத் துவக்கினேன்.

"பிரபு! என் அப்பா குளிர்க் காய்ச்சலால் தாக்குண்டு இருக்கிறார். நிற்கக்கூட முடியவில்லை. அதனால் அவர் உங் கள் பாதங்களில் நுசூர் படைக்க முடியவில்லை. நீங்கள் அவர் புறக்கணிப்பதாகக் கருதமாட்டீர்கள் என்று நம்புகிறார். அவர் சார்பாக சில நகைகள் கொண்டு வந்திருக்கிறேன். இதை நீங்கள் வாங்குவதால் இன்னொரு லௌகீக உதவி செய்கிறீர்கள். அது மட்டுமல்ல. இது எப்போதும் தாங்கள் பெருமையாக அணியக் கூடியதாகவும், பாதுகாத்து வைக்கக் கூடியதாகவும் இருக்கும்."

இவ்வாறு கூறிவிட்டு தலைப்பாகையை அலங்கரிக்கும் அந்த நகையை எடுத்து நவாப் எதிரில் வைத்தேன். அதன் அழகைக் கண்டு அவர் வாய் பிளப்பது வெளிப்படையாகத் தெரிந்தது. அது அழகிய நல்ல நீரோட்டமுள்ள அரியவகைக் கற்களால் ஆனது. அதைப் பலகோணத்திலும் வைத்துப் பார்த்துவிட்டு சரியான ஒளியில் நிறுத்தினார். ஆழ்ந்த பெருமூச்சுடன் அதைக் கீழே வைத்தார்.

உண்மையில் மிக அழகாகத்தான் இருக்கிறது. பன்டூகன்அலி தலைப்பாகையில் இருப்பதைப்போல இருக்கிறது. ஆனால் இதை வாங்கும் அளவிற்குப் பணமற்ற ஏழை நான். இதன் மதிப்பு மிகவும் அதிகம்" என்று சொன்னார்.

"சந்தேகம் இல்லை. இதை வாங்குவதற்கு என் பாட்டனார் கணிசமான தொகை கொடுத்திருக்க வேண்டும். காலமாறுத லால் சிக்கலுக்குள்ளானோம். என்ன விலை பெறுமானாலும் சரி. எங்கள் குடும்பத்து சொத்தான இதை உங்களுக்கு விற்கவேண்டும் என்று விரும்புகிறோம். இது உங்கள் மகுடத்தை அலங்கரிக்க வேண்டும் என்பதே இந்த அடிமையின் நோக்கம். அதன் மோஸ்தருக்கு நிகரான விலை என்ன என்றெல்லாம் பார்க்காமல் நீங்களொரு விலை சொல்லுங்கள். அது

என்னவாக இருந்தாலும், பிரபு... நீங்கள் இதை கைவசப்படுத்த தவறக்கூடாது. இது ஒரு நாள் இந்த அரண்மனைக்குரிய இளவரசனைக் காட்டவல்லது."

"நீ சொன்ன வார்த்தை உண்மைதான் மீர்சாகேப். நான் இதை வாங்குவதாய் இருந்தால் என் மஹாலுக்குக் கொண்டு போய் என் வீட்டில் இருப்பவள் எவ்வளவு தூரம் விரும்புகிறாள் என்பதைத் தெரிந்து கொள்ள வேண்டும். 'இன்ஷா அல்லா' அவர்கள் இதை விரும்புவார்கள். அதற்கப்புறம்தான் இதன் மீதான மற்ற விஷயங்களைப் பற்றிப் பேச முடியும்."

"கண்டிப்பாக இதற்கு உரிய நேரம் வந்துவிட்டது. எப்போது இங்கே தட்டில் வைத்தேனோ? அப்போதே இது உங்கள் அதிகாரத்திற்கும் தரத்திற்கும் வந்துவிட்டது. இது பிடித்துப் போக ரொம்ப நேரம் ஆகாது. ஆனால் ஒன்று மட்டும் உறுதியாகச் சொல்வேன் நாங்கள் யாரும் இதை அணியவேயில்லை."

நவாப் நகையை எடுத்துக்கொண்டு வீட்டிற்குள் போனார். நீண்ட நேரமாகியும் வரவில்லை. ஆனால் அவர் திரும்பும்போது முகத்தில் திருப்தியின் ரேகை படர்ந்தது.

"அவர்கள் இதே விதமாக மேலும் கீழும் முன்னும் பின்னும் ஆயிரம் வழிகளில் பார்த்தார்கள். பின் இதன் பலனாக நல்ல எதிர்காலம் அமையும் என்று கணித்தார்கள். எனக்கு அதுபற்றி எல்லாம் அக்கறை இல்லை. இங்கே உள்ள பழங் கிழவிகளைப் பற்றித்தான் உனக்குத் தெரியுமே. ஆனால் நாங்கள் ஹைதராபாத்தில் பணத்தைப் பற்றி கவலைப்படாத பெரிய குடும்பத்தைச் சேர்ந்தவர்கள். அதிருக்கட்டும். இப்போ கேட்கிறேன். நீ இதற்கு என்னவிலை வைத்திருக்கிறாய். ஒரு சுமாரான விலையைக் கேள்."

"இதைப் பார்த்தவர்கள் சொன்ன அபிப்பிராயத்தில் நான் கவிழ்ந்துவிட்டேன். இதை எங்கள் பாட்டனார் பெரும் விலை கொடுத்து வாங்கினார் என்பதை மட்டும்தான் என்னால் சொல்ல முடியும் (அவர் யார் என்பது அல்லாவுக்கு மட்டுமே தெரியும். அவர் நினைவுகள் நீடுழி வாழ்க) இதற்காக நிறைய செலவளித்துள்ளார். ஒவ்வொரு கல்லாக வாங்கிச் சேர்த்தது. என் பிரபு நீங்கள் இதன் நீரோட்டத்தைக் கவனித்துப் பார்க்கவேண்டும். அவர் கற்களுக்காகக் கொடுத்த தொகை மட்டுமே ஆறாயிரம் ரூபாய். அதற்கு மேல் இதில் தங்கத்தின் விலை இருக்கிறது. ஆனால் தாங்கள் பெரிய மனது வைத்து ஐந்தாயிரம் தரவேண்டும் என்று அப்பா எதிர்பார்க்கிறார்."

"இது ரொம்ப அதிகம்" நவாப் பெருமூச்சு விட்டார். "ஐந்தாயிரம் ரூபாய் என்னிடம் ஏது. அவ்வளவு பணத்திற்கு இது பெறாது என் நண்பர்களே. இதன் தோற்றத்தில் நான் மயங்கி விட்டேன். வாங்குவது ஒருபுறம் இருக்கட்டும், என்னிடம் அவ்வளவு பணம் இல்லை. இருந்தாலும், இதை மதிப்பிடும் ஆசாரியாரின் அனுமதி பெறவேண்டும். அதற்கப்புறம் வேண்டு மானால் நாம் விலை பற்றிப் பேசலாம்."

"அப்படியே ஆகட்டும். என் பிரபுவே நான் சொன்ன விலையில் பொய்யில்லை. ஆனால் நகையாசாரி வேண்டு மானால் பார்க்கட்டும். ஒருவேளை கொஞ்சம் விலை குறைத்துச் சொல்லலாம். எங்களுடைய அவசரப் பணத்தேவையின் பொருட்டு இன்னும் கொஞ்சம் குறைத்துக் கொள்ளலாம்."

உடனடியாக நகையாசாரி வர வழைக்கப்பட்டார். அவருக்கு நகை காட்டபட்டது. என் மதிப்பீட்டை ஏற்றுக் கொண்டதுபோல் அவரது முகக்குறி காட்டியது. நான் கூடுதலாக மதிப்பிடவில்லை என்று புரிந்துகொண்டேன். அதை வெளிச்சத்திற்குக் கொண்டு போய் மூக்குக்கண்ணாடி வைத்துப்பார்த்தார். சாத்தியமான அனைத்து வழிகளிலும் உருட்டிப்பார்த்தார். இறுதியாக என் கையில் கொடுத்து விட்டு மூக்குக்கண்ணாடியை எடுத்தார். நாங்கள் குறித்துள்ள விலையைக் கேட்டார். சொன்னோம்.

"அந்தக் காலத்தில் செய்யப்பட்ட நகை. சந்தேகமின்றி அத் தனை மதிப்பு பெறும்தான். அரிய வகை நீரோட்டம் உடைய கல்தான் இது. நம் எல்லோருக்கும் தெரிந்தது மனிதன் கொடுத்த ஆற்றலுக்கான மதிப்பை பணம் அதிகப் படுத்த முடியாது. நாம் எல்லாவற்றையும் கவனத்தில் வைத்துப் பார்க்கவேண்டும். இன்றைக்கு நான்காயிரம் என்று சொன்னால் அதிகம் இல்லை. சொல்லப் போனால் நியாய மான விலைதான்."

"மிகவும் குறைவான விலை. எங்கள் தேவைக்கு நாங்கள் வேறு பொருளை விற்றுக்கொள்ளலாமா என்று யோசிக்கி றோம். நாங்கள் பார்த்தவரை நவாப் சாகேப் எங்களுக்கு நிறைய சகாயம் காட்டினீர்கள். மிகவும் நல்லது. நாங்கள் கிளம்புவதற்கு உங்கள் உத்தரவைத் தாருங்கள். நான் நகையை எடுத்துக்கொண்டு எழுந்தேன்."

"இருங்கள் நான் நான்காயிரத்திற்கு மேல் முந்நூறு சேர்த்துச் சொல்கிறேன். நான்காயிரத்து முன்னூறு நிச்சயமாக நியாய மான விலைதான்."

"அதை நான்காயிரத்து ஐநூறாக மாற்றிக் கொள்ளுங்கள் பிரபு" கொஞ்ச நேரம் இரண்டு பக்கமும் இழுபறியாக இருந்தது. இறுதியில் நான்காயிரத்து நானூற்றி ஐம்பது நிர்ணயிக்கப்பட்டது. அதன் பொருட்டு பணம் இரண்டாயிரத்து ஐநூறு நவாப் பொக்கிசத்தில் இருந்து பெற்றுக்கொள்வது. மீதிப்பணம் ஹைதராபாத்தில் உள்ள சௌகார் மூலமாகப் பெற்றுக் கொள்வது என்று பேசி முடிக்கப்பட்டது. மீண்டும் நவாபிற்கு நன்றி கூறிவிட்டு அவரிடமிருந்து விடைபெற்றோம்.

இன்றைய காலைப்பொழுது சிறப்பானதுதான் என்று எங்கள் முகாமிற்குப் போகும் வழியில் சொல்லிக்கொண்டேன். துணைக்காக நவாப் தன் சிப்பாய்களை அனுப்பியிருந்தார். அவர்கள் பணமூட்டையை சுமந்துகொண்டு வந்தார்கள். இந்தப் பணம் என் வயதான தந்தையின் இதயத்திற்குக் குளிர் வூட்டும். இதில் ஒரு பகுதியை மிகவும் அவசரத் தேவையாக உள்ள எங்கள் ஆட்களுக்குப் பகிர்ந்து கொடுப்பார். இந்தப் பணத்தைக்கொண்டு அவர்கள் நகரம் வரையிலும் சிரமமின்றிச் சமாளித்துக் கொள்வார்கள். மேலும் பரிசுகள் கிடைக்காமல் போனாலும் பாதகமில்லை.

"உண்மையில் பேரம்பேசிய விதத்திற்காக உங்களை நீங்களே பாராட்டிக் கொள்ளலாம். கொள்ளையரில் மூத்தவனான நான் முயற்சித்தாலும் இப்படி சரளமான கதையைச் சொல்ல இயலாமல் தோல்வி அடைந்திருப்பேன். அந்த நவாப் கிழம் உங்கள் பாட்டனார் கதையை முழுசாக ஜீரணித்துக் கொண்டது. அது உண்மையாகி விட்டதால்தான் நாம் இங்கே இருக்கிறோம். கிருஷ்ணாவின் கருணையால் நீங்கள் சாமான்ய மான பையனில்லை."

"இதுபோன்ற விஷயங்கள் ஒரு மனிதனின் புத்திசாலித் தனத்தைக் கூர்மையாக்குகிறது. என்ன இருந்தாலும் உன்னைப் போல ஒரு துரதிருஷ்டசாலியான பயணியை ஏமாற்றும் திறன் எனக்கில்லை பத்ரிநாத். ஆனால் நெருக்கடி யான சமயங்களில் நான் ஓரளவு பயன்படக்கூடியவன் தான் இல்லையா?"

"எல்லாமே அதற்குரிய நேரம் வரும்போது தானாக வந்து விடும். இந்த நிகழ்ச்சிக்குப் பின்னால், எனது பணியில் நீ உடனிருந்தால் என்னையும் விஞ்சி நிற்பாய் என்று நம்பத் தோன்றுகிறது."

"அதையுந்தான் பார்ப்போம், நமது எத்தனங்கள் இன்னும் முடிந்து விடவில்லை, நாம் இன்னும் அந்தக் கிழவியைப் பார்க்கவில்லை."

"ஓ அந்தத் திட்டம் இன்னும் உங்கள் தலையில் இருந்து கொண்டிருக்கிறதா? என்றான் பத்ரி. நான் உத்திரவாதமாகச் சொல்கிறேன் அந்தக் குச்சிணீ நேற்று இரவு உங்கள் கனவில் வந்திருக்கிறாள். உங்கள் இளம் இதயம் நெருப்பாகக் கனன்று கொண்டிருக்கிறது."

சிரித்தபடியே நான் சொன்னேன்: "இல்லை அது முற்றிலும் உண்மை இல்லை. ஆனால் எனக்குக் கொஞ்சம் நம்பிக்கை இருக்கிறது. சிறிது நேரத்தில் நான் கோட்வால் சௌரிக்குப் போய்விட்டுத் திரும்புவேன். ஒருவேளை அந்தக் கிழவி பஜாரில் காணக் கிடைக்கலாம்."

"நான் உங்களுடன் வரலாமா" என்று கேட்டான்.

"வேண்டாம். அது வேலையைக் கெடுத்துவிடும். நான் தனியாகத்தான் போக வேண்டும். ஒருவேளை அவளைச் சந்திக்க வாய்த்தால், அவளுடன் பேசுவதற்கு நான் தனியாகப் போவதுதான் சரி. இன்னொருவர் உடன் இருந்தால் அவள் பேசத் தயங்கலாம்."

"உங்கள் விருப்பப்படியே செய்யுங்கள்" என்று சொன்னான் பத்ரி. "கிட்டத்தட்ட முழுத் திட்டத்தையும் தீர்மானித்து விட்டீர்கள். நான் உடனிருப்பதைவிட நீங்கள் மட்டுமே அதைச் செய்தால்தான் வெற்றிகரமாக அமையும். அத்தோடு உங்கள் கூற்றுப்படி நான் வெறும் ஏஜண்ட்தானே இதில்."

இதைப் பேசிக் கொண்டே கூடாரத்தை அடைந்து விட்டோம். பணத்தை சுமந்து வந்த சிப்பாய்களுக்கு தாராளமான அன்பளிப்பை அளித்து திருப்பி அனுப்பினோம். பணப் பைகளை அப்பாவின் கூடாரத்தில் வைத்தேன். அவர் தூங்கிக்கொண்டு இருந்தார். பணப் பையைக் குலுக்கி, அவரை எழுப்பிக் காட்டினேன்.

அதற்குள் அவராகவே கண்ணைக் கசக்கிக் கொண்டு எழுந்தார். கண்களை இடுக்கி தன் தூக்கம் கலைந்ததால் முணுமுணுத்தார். ஆனால் விரைவிலேயே பணப்பைகள் அவரது பார்வையை ஈர்த்துவிட்டன. அவரது திகைப்பைக்கண்டு என்னால் சிரிக்காமல் இருக்க முடியவில்லை.

"என் மகனே அமீர் அலி என்னயிது? இவைகளை எங்கிருந்து கொண்டு வந்தாய். ஒவ்வொன்றிலும் ஐநூறு ரூபாய் இருக்குமே. பைகளை எண்ணிப்பார்த்து சொன்னார் "ஐந்து பை. இரண்டாயிரத்து ஐநூறு. நம்பவே முடியவில்லை. எங்கிருந்து உனக்குக் கிடைத்தது. என் தலை கிறுகிறுக்கிறது."

"நீங்க சொன்னபடிதான் அப்பா இரண்டாயிரத்து ஐநூறு. நீங்க விற்கிறதுக்கு கொடுத்த நகையின் பணம் இது. நான் நினைச்சதைவிட அதிகமான விலைக்கு விற்றேன். நான்காயிரத்து நானூற்றி ஐம்பது. இரண்டாயிரத்துக்கு உண்டியல் இதோ. மீதம் பைகளில் உள்ளது."

"மாஷா அல்லா, உன் கருணையால் நாங்கள் பணக்காரர்கள் ஆகிவிட்டோம். நான் நினைச்சதை விட அதிகம் மகனே." அவரது கண்கள் கண்ணீருக்குள் சுழன்றன. என்னை இதமாக தழுவிக்கொண்டார்.

"நான் செய்த நல்ல காரியத்திற்கு பிரதியுபகாரமாக நான் உங்களிடம் ஒன்று கேட்க இருக்கிறேன். நீங்கள் நிச்சயம் அதற்கு அனுமதி அளிப்பீர்கள். உங்கள் கவனம் இல்லாமல் அந்தக் காரியத்தை செய்யும் தைரியம் எனக்கில்லை."

"சொல் மகனே உனக்கு நான் எதையும் மறுக்க மாட்டேன்."

"நாட்டியக் குழுவைச் சேர்ந்த பெண் ஒருத்தி அதிரச் செய்யும் அழகு. புல்புல் போல நன்றாகப் பாடுவாள். அவள் நம்மோடு ஹைதராபாத் வர விரும்புகிறாள். உங்களுடன் பேசாமல் நானாக முடிவெடுக்க முடியாது என்று சொல்லிவிட்டேன்."

அந்த முதியவரின் கண்கள் நீரால் திரையிட்டன. "நாட்டியக் காரியா, அவளைப் போன்றவர்களிடம் எச்சரிக்கையாக இருக்கும்படி நான் கூறியவற்றை நீ மறந்து விட்டாயா? முதல் சந்திப்பிலேயே அவள் வசம் விழும் அளவிற்கு நான் சொன்னதை மறந்து விட்டிருக்கிறாய்."

"உங்கள் எச்சரிக்கைகளை மறக்கவும் இல்லை. அவள் வசம் விழவும் இல்லை. நான் அவளை நேற்று இரவு நவாபின் தர்பாரில் பார்த்தேன். ஆனால் அவளோடு பேசக்கூட இல்லை."

"அவள் வரத் தீர்மானித்திருக்கிறாள் என்பதை அவளோடு பேசாமல் எப்படித் தெரிந்து கொண்டாய்."

"அவளுக்கு நெருக்கமான வயதான பெண்மணி மூலம் தெரிந்துகொண்டேன். இன்று மாலைக்குள் சந்தேகம் இல்லாமல் அவள் இங்கிருப்பாள்."

என் அப்பா தலையை உலுக்கிக்கொண்டார். "நான் உன்னை நம்பாமல் இருக்க முடியவில்லை. ஆனால் இளம் மனதின் தீவிரமான உணர்ச்சிகளை நம்புவதற்கும் இல்லை.

இது நிறைய ஆபத்தான பின் விளைவுகளைக் கொடுக்கும். அவள் நுழைஞ்சிட்டா ஒவ்வொண்ணா பின்னாடி வரும். அப்பா, தொழில் எல்லாத்தையும் மறக்கிற அளவுக்கு வந்திட்டே இல்லே. நான் உன்னை இழக்கணுமா மகனே, அது என்னைக் கொன்று போட்டுவிடும்."

"அப்படியெல்லாம் நினைக்காதீங்க அப்பா" என்று நான் அவரைக் கெஞ்சினேன். "நீங்க நினைப்பதைப்போல ஒரு ஆபத்தும் வராது. அவள் நம்மோடு சும்மா வருவாள். நாம அவளைப் பார்த்துக்கொண்டால் மட்டும் போதும். நாம் விரும்பினால் பயணத்தின்போது மாலைவேளைகளில் பாடச் சொல்லலாம். என்னோட இந்த வேண்டுகோளை மட்டும் ஏற்றுக் கொள்ளுங்கள் அப்பா. கெஞ்சிக் கேட்கிறேன். வேறு எதுவும் எப்போதும் நான் உங்களைக் கேட்டதில்லை. எனது பணிக்கான பரிசாக இருக்கட்டும் இது."

"நீ சொல்வதெல்லாம் உண்மைதான். நீ வேறு எதைக் கேட்டிருந்தாலும் நானும் என் பங்கிற்கு மறுக்காமல் அனுமதி அளித்திருப்பேன். நான் உன்மேல மிகவும் நம்பிக்கை வைத்திருக்கேன் மகனே. ஆகையினால உன் விருப்பம் எதுவோ அப்படியே செய். இந்த விஷயத்துல நான் ஒன்னும் மறுத்துப் பேசப் போறதில்லே."

கிட்டத்தட்ட அவர்கிட்ட இருந்து இதுவரை எந்த மறுப்பும் இல்லை. என்றாலும் நான் மறைக்கிற ஒன்றை என் மனது எனக்கு குத்திக்காட்டிக் கொண்டே இருந்தது. அவள் நவாப்பின் கைப்பாவை என்பதை சொல்லாமல் மறைத்துவிட்டேன் அல்லவா. நவாப் சம்பந்தப்பட்டதாக இருப்பதால் இது எங்கள் எல்லோருக்கும் சிக்கலைத் தரும் வாய்ப்பு இருக்கிறது. இருந்தாலும் பெண்களுக்கு தங்களது விருப்பங்கள் மீது தெளிவான தீர்மானம் உண்டு. அவரிடம் இருந்து அவள் வெளியேற மெய்யாகவே விரும்பினால் அதற்கான வழிகளை அவளே தீர்மானிப்பாள்.

வெகு சீக்கிரமாகவே நான் பஜாருக்குக் கிளம்பினேன். கடைத் தொடர்களுக்கு நடுவே சாவகாசமாக நடந்து போனேன். எங்களுக்கு நிஜமாகவே தேவைப்படும் சிலபொருட்களை வாங்கிக்கொண்டேன். கோட்வாலாவின் சௌரிக்குப் போகும் பாதையை நெருங்கினேன். சீக்கிரமாகவே கோட்வாலாவுடன் பேச்சில் இறங்கிவிட்டேன். அவர் நகரத்தில் உலவும் புரளிக் கதைகளைச் சொல்லிக் கொண்டிருந்தார். அவருடைய

நுணுக்கமான புத்திசாலித் தனத்தையும், செல்வாக்கையும் கொண்டு என் மனதில் தன்னைப் பற்றி ஒரு பிம்பத்தை உருவாக்க நினைத்தார். அவருக்குக் கையூட்டு அளித்து என் திட்டத்திற்கு அவர் உதவியை நாட ஓரிரு முறை எனக்குத் தோன்றியது. ஆனால் அதன் பின்விளைவை யோசித்தேன். நான் எனக்குள்ளே கணக்குபோட்டுப் பார்த்தேன். என் பணத்தை எடுத்து, எனக்கு எதிராகவே விளையாடி விடுவார் என்று தோன்றியது. இந்த சஞ்சலம் நீடிக்கும் முன் அந்த வயதான பெண்மணியைப் பார்த்து விட்டேன். நான் வந்த நகரத்தின் நுழைவாயிலின் திசைநோக்கி அவள் சென்று கொண்டிருந்தாள். அவள் போகிற திசையில் வேகமாகப் போய் நகர வாயிலுக்கு முன்னால் அவளைக் கடந்து வந்தேன்.

"என்னைத் தான் தேடிக் கொண்டிருக்கிறீர்களா அம்மா" என்றேன்.

"ஹாய் மேரிஜான் (என் அன்பிற்கு உரியவனே) கடைசியில் எப்படியோ உன்னைப் பிடித்து விட்டேன் என் இளவரசனே. நேற்று ராத்திரியில் இருந்து உன்னைத் தேடும் முயற்சியைக் கைவிடவில்லை. நீ அரண்மனை நோக்கிச்சென்றாய். என் முதுமை காரணமாக வேகமாக வந்து உன்னைப் பிடிக்க முடியவில்லை." என் நெற்றிப் பொட்டில் தன் விரல்களை மடக்கி சொடுக்கினாள்.

"நாம் யார் கண்ணிலும் படாமல் பேசமுடியுமா? நான் உங்கிட்ட நிறைய சொல்லணும் அது அவசரமானதும் கூட."

"அப்போ இங்கே வேண்டாம். அதோ அங்கே இருக்கிற குடிசைகிட்டே நிற்கிறேன். அங்கே வா, நாம பேசலாம்."

யார் கண்ணிலும் விழாதவாறு மாமரத்திற்குப் பக்கத்தில் நின்றிருந்தேன். என்னை நோக்கி அவள் வந்தாள். மூச்சைப் பிடித்துக்கொண்டு கீழே உட்கார்ந்தாள். தன் சேலையால் உடலை முழுசாகப் போர்த்திக்கொண்டாள். முந்தானையில் இருந்து அவிழ்த்து சிறிய மோதிரம் ஒன்றைப் பரிசாக அளித் தாள்.

"இந்த மோதிரம் அவள் தந்தது. அல்லாவின் அன்பிற்காக. இங்கே அவள் செத்துக் கொண்டிருக்கிறாள் என் உயிரே. நவாப் தனது பச்சோந்தித் தனத்தால் அவளை மிகவும் தொந்தரவு செய்கிறான். ஒரு நாளைக்கு நவாப் அவளைத் தன் அன்பால் குளிப்பாட்டுவான். அடுத்தநாள் பொறாமையால் இம்சைபடுத்துவான். அவளுக்கு அளிக்கப்பட்டிருந்த வசதிகள்

அனைத்தும் பறிக்கப்பட்டுவிட்டன. ஒரு தனி அறையில் போட்டு அடைத்து வைத்திருக்கிறான். என்னைக்கூட விடுவதில்லை. இதே நிலைமையில் நீண்ட நாள் நீடிக்க முடியாது. அவள் ஹைதராபாத்தின் முத்து. அந்த நாட்டு இளவரசரின் அரவணைப்பில் இருந்தாள். உன்னைப் பார்த்த பிறகுதான் இப்போது நிம்மதியாக இருக்கிறாள். என்மகனே நீ இளமையானவன், தைரியசாலி. நீ அவளை அழைத்தால் இந்த உலகத்தின் விளிம்புவரை உன்னோடு வருவாள். உன்னையும் உன் அழகையும் பார்த்துத் தன் ஆன்மாவிற்குள் புதைத்துக்கொண்டு விட்டாள். இன்று அவள் கிட்டத்தட்ட பைத்தியமான நிலையில் இருக்கிறாள். என்னால்கூட அவளைச் சமாதானப்படுத்த முடியவில்லை."

"நான் தயாராக இருக்கிறேன், அம்மா. அது உண்மை. ஆனால் இந்த வார்த்தையை அவளிடம் இருந்து கேட்பதற்கு நான் ஒரு புண்ணியமும் செய்திருக்கவில்லையே. பாட்டுப் பாடும்போது பாட்டின் வழி தன்னைக் காப்பாற்றுமாறு கேட்டாள். அதை நான் புரிந்துகொண்டேன். அவள் பாடிய ஒரு பாடல் என் காதுக்குள் இன்னும் கேட்டுக்கொண்டே இருக்கிறது. அவளைப் பற்றி என்னிடம் ஏதாவது சொல்லச் சொன்னாளா?"

"நீ சரியாகத் தான் யூகித்திருக்கிறாய். அவளைப் பாடச் சொன்னதே நான்தான். அவளை நீ புரிந்து கொள்வதற்கு அதுதான் ஒருவாய்ப்பு. அல்லா கருணை புரியட்டும். ஆனால் நேரம் வேகமாக ஓடிக்கொண்டிருக்கிறது. நாம் என்ன செய்ய லாம் என் மகனே."

"எனக்குத் தெரியவில்லை நீங்கள்தான் சொல்ல வேண்டும். எனக்கும் என்ன செய்வதென்று தெரியவில்லை. எனக்கு இந்த நகரத்தை அதிகமாகத் தெரியாது. இந்த ஊருக்குப் புதுசு. அவள் எங்கிருக்கிறாள் என்பதும் எனக்குத் தெரியாது. நான் என்ன யோசனை சொல்லமுடியும். என்னால் முடிந்ததை செய்வதற்கு தயாராகத்தான் இருக்கிறேன். ஆனால் என்ன செய்யிறதுன்னு தெரியாமல் இருக்கிறேன்."

"அப்படியானால் நான் சொல்வதைக் கேள். இப்போது அவள் இருப்பிடத்தை உனக்குக் காட்டுகிறேன். அந்த இடத்தை வெளிப்பக்கமாக நீ பார்த்து வச்சுக்கோ. அந்த வீட்லதான் அவள் ராத்திரியில தூங்குவாள். அது ஒரு சின்ன ஓடு வேய்ந்த வீடு. அந்த வீட்டுச் சுவரின் மூலையில் பின்வீட்டில் இருந்து தெருவிற்குப் போகும் பாதை இருக்கிறது. தரையில் இருந்து

கொஞ்ச உயரத்துல அடுத்தடுத்து இரண்டு ஜன்னல்கள் இருக்கு. ரொம்ப உயரம் இல்லே. ஆனால் வெளியில் இருந்து யாராவது உதவினால்தான் அவளால் வெளியேற முடியும். அதைத் தவிர வேற வழியில்லை. இது முடியலன்னா அவள் உள்வீட்டுக் கதவு வழியாகத்தான் வரணும். அந்தக் கதவை திறந்தால் சிப்பாய்கள்; இப்போது சொல் ஒரு அழகான பெண்ணுக்காக ஒரு சொட்டு ரத்தம்கூட சிந்தத் தயாராக இல்லாத கோழையாக இருப்பாயா? அல்லது சாகசங்களுக்குத் துணிவாயா?"

"நான் கோழை இல்லை என்று நினைக்கிறேன் அம்மா. ஆயுதங்களைக் கண்டு அஞ்சுகிறவனும் இல்லை. ஆபத்தை எதிர்கொள்ளத் தயாராக இருக்கிறேன். எங்களைக் காப்பாற்ற அல்லாவை வேண்டுகிறேன். அரண்மனையில் சிப்பாய்கள் இருக்கிறார்களா?"

"அதெல்லாம் ஒரு ஆபத்தும் இல்லை. ஒரே ஒரு பிரச்னை நுழைவாயில்தான். அங்கே எப்போதும் காவலுக்கு ஆட்கள் இருப்பார்கள். அங்கிருந்து எப்படித் தப்புவது?"

"எல்லாம் தான் இருக்கும். என்னை நம்புங்கள். அல்லா இருக்கிறான். நாளைக்குக் காலையில நாம எல்லோரும் நவாபோட தாடியைப் பார்த்து சிரிக்கலாம். ஆனால் நாளைக்கு என்னோட எப்படி வந்து சேர்றதுன்னு திட்டமிட்டிருப்பதை இப்போது சொல்ல வேண்டும்."

"ஆம், அதற்கான எல்லா ஏற்பாடுகளையும் நான் செய்து விட்டேன். அதன்படி ராத்திரியில் எந்த நேரத்திலும் வரலாம். அதன் தேவை, சூழ்நிலைகளைப் பொறுத்து அமையும். எப்படி யானாலும் நடுராத்திரியில இங்கிருந்து வெளியாயிடு வேன்னு நீ தீர்மானம் பண்ணிக்கலாம்."

"அவளைக் காப்பாற்றுவதற்கும் சிலர் இருக்கிறார்கள், என்பது தெரிந்தால் அவளுக்கு எவ்வளவு மகிழ்ச்சியாக இருக்கும். என் இனிய, சிறகொடுங்கிய பறவையே.... இனி நீ இந்த கூண்டுக்குள் அடைபட்டுக் கிடக்க வேண்டியதில்லை. அது என்னதான் தங்கக் கூண்டாக இருந்தாலும், நீ இங்கே சிறைபட்டிருக்க வேண்டாம். என் உயிரே நீ பறந்து விடலாம். ஒரு சிரிப்பு வெளிப்பட்டது. இதுபோல இன்னும் ஆயிரம் மடங்கு சிரிப்பு இன்று இரவில் இருந்து உனக்கு அருளப் படும்."

“நான் இப்போ போறேன். ராத்திரி நீ வருவதற்கு தவறிவிட வேண்டாம். நாம் பேசினபடியே அந்த மூலையில் என்னைச் சந்திக்கவேண்டும்.”

முதியவள் தலையசைத்து தன் ஒப்புதலைத் தெரிவித்தாள். அந்த இடத்தைவிட்டு சற்றும் தாமதியாமல் அகன்றேன். எனது காதலை ஏற்ற காதலியின் புன்னகைக்கு ஒரு பார்வைக்கு ஈடாக எத்தனை உலகங்கள் வேண்டுமானாலும் பரிசளிப் பேன். கூடாரத்தை அடைந்ததும், நடந்ததை எல்லாம் பத்ரி நாத்திடம் ஒப்புவித்து வெற்றியைப் பகிர்ந்துகொண்டேன். இப்போது தயாரித்துள்ள திட்டத்தில் இருந்து எந்த மாற்றமும் செய்யவேண்டாம் என்று அவனைக் கேட்டுக்கொண்டேன். என் திட்டத்தை அப்படியே ஏற்று, மிகவும் மகிழ்ந்துபோனான். திட்டத்தில் மாற்றுவதற்கு ஒன்றும் இல்லை அப்படியே தொட ரலாம் என்றான்.

“ஒன்னே ஒன்னு மட்டும் நான் சொல்வேன் ஏற்றுக்கொள் வதும் இல்லாததும் உங்கள் விருப்பம்.”

“சொல்லு என்ன அது.”

“நீங்க சொன்னதுபோல நுழைவாயில் வழியாக வெளியேறு வது எளிது என்பது உண்மைதான். ஆனால் உள்ளே நுழைவது எந்த வகையிலும் முடியாது.”

“அட அல்லாவே, நீ சொல்றது உண்மையா? என் திட்டத் திற்கு உதவுகிற உன்னுடைய யோசனை என்ன?”

“நீங்க பாருங்க, நுழைவாயில் எல்லாம் காவல் போட்டிருக் காங்க. நான்கூட நேற்று சொந்த வேலையாக வெளியில் போய்விட்டு, போன வேலையை நல்லபடியாக முடித்துவிட்டு, நடுராத்திரிக்கு முன் உள்ளே வர்ரதுக்கு முயற்சி செஞ்சேன். ஆனால் நாய்க்கு பிறந்த இந்த வாயில் காவலர்கள் நான் ஒரு திருடன் என்று முடிவு கட்டிவிட்டார்கள். நீண்ட நேரமாக என்னென்னவோ பொய்யெல்லாம் சொல்லிப் பார்க்கிறேன் கடைசியில் முகத்திற்கு நேராகக் கதவைச் சாத்தி விட்டார்கள். உள்ளே நுழைவதற்கு என்னுடைய எல்லா வித்தைகளையும் காட்ட வேண்டி இருந்தது. அதனால் என்னோட ரொம்ப எளிமையான யோசனை என்னான்னா இரவு வருவதற்கு முன்னாடியே நுழைவாயிலைக் கடந்து உள்ளே போய்விட வேண்டும். எனக்குத் தெரிந்த ஒருத்தனோட கடையில தங்கி ருக்கணும். ராத்திரியே அங்கிருந்து கிளம்பிவிட்டால் அவன் சந்தேகிக்க மாட்டான். நேற்று நடந்ததை எல்லாம்

அவனிடம் கூறினேன். அவன்தான் சாயந்தரமே உள்ளே வந்துவிட வேணுன்னு சொன்னவன். நாம அவனிடம் போய் கேட்போமா? அல்லது நாமே நம்பிக்கையோடு சாத்தியமான வேற வழியைப் பார்த்துக் கொள்வோமா?"

"உன்னோட திட்டம் சரியானதுதான். நேற்று ராத்திரி உனக்கு ஏற்பட்ட கெட்ட நேரத்திற்கு நன்றி. நடுராத்திரியில் போய் நுழைவாயிலில் மண்டையை இடிச்சிக்கிறது அர்த்தமில்லாதது. சுற்றுச் சுவரை ஏறிக் குதிக்க முடிந்தால் இன்னும் நல்லது. ஆனால் நீ குதிக்கிறதப் பத்தி நான் நினைச்சுப் பார்க்கவே முடியாது."

"என்னால முடியும். ஆனால் இதுவரை அப்படி ஒரு முயற்சி செய்து பார்த்ததில்லே. என்னைத் திருடன்னு நினைச்சி பிடிச்சிட்டுப் போய்டுவாங்க."

"நல்ல அருமையான வழி சொல்லியிருக்கிறாய் நீ. என் ரத்தம் சூடேறுகிறது."

"இல்ல இல்ல, இப்போ சரியாகச் சொல்றேன். அதன்படி இன்னக்கி ராத்திரி உள்ளேயே தூங்கிடலாம். அதுதான் எனக்கும் மகிழ்ச்சியாக இருக்கும். காலையில ஊருக்குத் தூரமாக இருக்கிற வாசல் வழியாக வெளியேறலாம். கொஞ்ச தூரம் சுத்திட்டு வரணும், ஆனாலும் அங்கே உள்ள காவலர்களைச் சமாளிப்பது எளிது. இந்த வாயில் காவலர்களுக்கு என்னைத் தெரியும். இல்லையென்றாலும் என் குரலை வைத்துக் கண்டு பிடித்து விடுவார்கள்."

"உண்மைதான் கண்டுபிடித்து விடுவார்கள். சரி இப்போது உள்ளே போய் நான் சாப்பிடணும். காலையில் இருந்து பட்டினி கிடக்கிறேன். வெறும் வயிற்றுடன் இருந்தால் நாம் எடுக்கும் முயற்சிக்கு ஏதாவது ஊறு வந்துவிடும்."

மாலைத்தொழுகை முடிந்ததும், நானும் பத்ரிநாத்தும் நகரத்திற்குள் போனோம். நாங்கள் செய்தது எல்லாமே நல்லவிதமாக அமைந்தது. அவன் சொன்னது போலவே வாயில் காப்போன் பத்ரியைச் சரியாக அடையாளம் கண்டு கொண்டான். ஆனால் நேற்று நடந்த சம்பவம் குறித்து சகஜ மாக, வேடிக்கையாகப் பேசினான்.

அதில் ஒருவன், "இன்றைக்கு நீ சீக்கிரமாகவே வந்துவிட்டாய். இன்றைக்கும் தாமதித்து வந்திருந்தால் கதவைச் சாத்தி வைத் திருப்போம்" என்றான்.

“சிரித்தபடியே நீ மிகவும் நாகரீகமானவனாக இருக்கலாம்” என்றான் பத்ரி. “என்னை உள்ளே அனுமதிக்காவிட்டாலும் என்னுடன் வேறு யாராவது வந்தால் என்னை வெளியேற அனுமதிப்பாய் தானே?”

“நாங்க சட்டபடிதான் நடந்துக்குவோம். பணத்துடன் வந்து தீர்வை கட்டுவதாக இருந்தால் விடுவோம். உன்னிடம் காசில்லை என்றால் பொதுவாக ராத்திரியில் இருக்கிற இடத்தி லேயே தங்குவதுதான் நல்லது.”

“நான் கூடியவரை பணத்துடன் வர முயற்சிக்கிறேன். அப்படி முடிந்தால் சில நாட்களுக்கு உனக்கு உக்கா (புகைக்கும்) செலவிற்கு ஆகும்.”

எல்லோரும் “அப்படியே ஆகட்டும்” என்றனர். அல்லாவின் சித்தப்படியான பேரம். கொஞ்சம் பணம் போதும். உனக்குப் பிடித்த யாரையும் கடத்திச் செல்லலாம்.

“உங்கள் மேலதிகாரி யார்?” என்று நான் கேட்டதும், ஒரு ஆள் வெளியில் வந்தான். “நான் உங்களுக்கு என்ன செய்ய வேண்டுமென்று தெரிஞ்சுக்கலாமா?”

“அப்படிச் செய்தால் அதற்குரிய பணம் தருவேன்.”

“அதுக்கென்ன, உங்களைப் போன்ற பெரிய மனிதர்கள் எங்கள் பாதை வழியாக வந்தால் அது எங்கள் அதிர்ஷ்டம்.”

“இந்தாங்க இதிலே ஐந்து ரூபாய் இருக்கு, எடுத்து அனுப விங்க. ஆனா கண்டிப்பாக குடிக்கக்கூடாது, குடிச்சிட்டு எங் களைக் குத்தம் சொல்லக்கூடாது.”

“நான் அவங்களுக்குக் கொஞ்சம் காசு கொடுத்திருக்கேன். ஒருமணி நேரத்திலேயே குடித்து விடுவார்கள். அப்புறம் வாயிலை நாமலே திறந்துக்கலாம். இங்கே புட்டேரியா (உணவுக் கடையில்) கடையில வெட்டுக்கறி நாத்தம் தாங்க முடியல. சில சமயம் ஏன்தான் பிராமணனாகப் பிறந்தோம்ன்னு இருக்கு. நானும் உங்களப் போலவே கறி சாப்பிட்டிடலாம் போலத் தோணுது.”

“ஓகோ... பல சமயங்களில் சாப்பிடவேண்டும் என்று தோன்றிய இருந்த ஆசையைச் சொல்றே இல்லையா?”

“கிருஷ்ணன் சத்தியமாக நீ தவறாக புரிந்து கொள்கிறாய் என்னை. நான் இப்போ பிராமணனாகத்தான் இருக்கேன். எப்போதும் பிராமணனாகத்தான் இருப்பேன். துயரில் உழலும் மானிடரில் பல நிலைகளையும் கடந்து உச்சத்தை அடைந்த

பிராமணனாக இருப்பேன். ஒரு துண்டு வாட்டிய இறைச்சிக்காக உயர் நிலையில் இருந்து கீழிறங்கி வரமாட்டேன்."

"நீ சொல்வது சரிதான். இல்லையென்றால் நானும் முயற்சித்துப் பார்த்திருப்பேன். நம்ம கூடாரத்துலே செய்யும் போது என்னால் சாப்பிட முடிவதில்லை. ஆனால் சமைக்கும்போது அதன் வாசம் நன்றாகப் பசியைத் தூண்டுகிறது. உடனே என் விரல்கள் அதற்குள் புகுந்து விளையாடி விடுகிறது. அதுவும் மிளகு காரம் எத்தனைக்கெத்தனைத் தூக்கலாக இருக்குமோ அத்தனைக்கு சாப்பிடும் ஆசை அதிகரிக்கும்."

"சமையல்கார நண்பா, நீ சமைத்த வீணான மாமிசத்தை உண்பதற்கு சைத்தான்தான் வரணும். வேறு யாராலும் சாப்பிட முடியாது. அல்லது பித்தளையில் செய்த வாயை வரமாகப் பெற்றிருக்க வேண்டும்."

"மன்னிக்கனும். நான் வெளியூர் போனசமயம். என் மகள் இருந்திருப்பாள். அவள்தான் மிளகும் தூக்கலாகப் போடுவாள். ஐயாவுக்கு சர்பத் தர்ரேன். மெய்யான நம்பிக்கை உடையவர்களுக்கு சொர்க்கத்தில் தரப்படும் பானத்திற்கு இணையாக இருக்கும். குடிப்பவன் வாயைக் குளிர்விக்கும்."

"உக்கா, நீ விரும்பினால் உக்கா கொடுக்கலாம். அது இன்னும் சௌகர்யமாக இருக்கும்.

10

ராஜாவுக்கும் பெப்பே...
காவலுக்கும் பெப்பே...

நாங்கள் புட்டாரியாவின் வீட்டிற்கு வந்ததால் அதீத மகிழ்ச்சியில் எங்களுக்கு உற்சாகமூட்ட பரபரப்பாக ஓடியாடிக் கொண்டிருந்தான். வெகு குறுகிய நேரத்திலேயே சர்பத் தயாரித்துக் கொண்டுவந்தான். நல்ல குளிர்ச்சியாக இருந்தது. சர்பத்தில் ரோஜா பன்னீரையும் கலந்திருந்தான். அது நா வறட்சியைத் தணித்தது. ஹுக்கா பிடிப்பதற்கும் சுகமாக இருந்தது. நவாப் வீட்டு ஹுக்காக் குழலைவிட கொஞ்சம் விலைக் குறைவானதென்று தோன்றியது. ஆனால் புகை நல்ல வாசனையுடன் இருந்தது. இந்த இதமான ஹுக்காப் புகை மனதில் அமைதியைத் தவழச் செய்தது. என் கட்டுக்கடங்காத பரபரப்பு அடங்கியது.

"மிகவும் சௌகர்யமாக இருக்கு இல்லையா உங்களுக்கு" என்று பத்ரி கேட்டான்.

நான் பதில் சொன்னேன்: "உன்னுடைய பிராமண ஆசாரத்தினால் என் மீது பொறாமைப்படுகிறாய் என்பதில் எனக்குச் சந்தேகம் இல்லை."

"ஒரு வகையில் உண்மைதான். இந்த ஆடம்பரமான இறைச்சி போன்ற வகைகளை நான் ருசித்ததே இல்லை. ஆனால் இறைச்சிகள் மட்டுமே போதுமானது என்று எனக்குத் தோன்றவில்லை. எனவே அதைச் சாப்பிடுவது குறித்தும் எனக்கு ஆர்வம் இல்லை. அதனுடன் அனாவசியமானதெல்லாம் சேர்ந்து ரத்தக் கவிச்சியுடன் இருப்பதுபோல் தோன்றுகிறது. அதுதான் எனக்கு அருவருப்பூட்டுகிறது. எனக்கு இருக்குற

முக்கியமான கேள்வி நான் ஒரு முகமதியனா மாறிட்டா இறைச்சி சாப்பிடணுமா? நினைச்சாலே பயமா இருக்கு."

அவன் காட்டிய அருவருப்பிற்கு என்னால் மனம் விட்டுச் சிரிக்க முடியவில்லை. ஆனால் அவன் கோபமடையவில்லை. "இருக்கட்டும் நாம் எப்படி சரியான நேரத்திற்கு எழுந்து கொள்வது. ஒரு மணிநேரம் முன்பின் ஆகிவிட்டால் நம்ப காரியம் எல்லாம் கெட்டுவிடும்."

"'நானும் அதையே தான் நினைத்துக் கொண்டிருந்தேன். எந்த நேரத்திற்கு எழுப்பச் சொல்லலாம்" என்று கேட்டுக் கொண்டான் பத்ரி. புட்டாரியா பக்கம் திரும்பி நடுராத்திரியில எங்களுக்கு ஒரு வேலை இருக்கு நண்பா. சரியான நேரத்திற்கு எழுப்பி விடுவியா? உன்னை நம்பலாமா?" என்றான் அவன்.

"உறுதியாக நம்பலாம், நடுராத்திரிக்குப் பின்னரும்கூட நான் கடையை மூடமாட்டேன். அந்த நேரத்திலும்கூட பசித்த ஆத்மாக்கள் வருவார்கள். அவர்கள் தேடும் முதல் இடம் புட்டாரியா கடைதான். அவர்களுக்கு இங்கே சூடாக இல்லை என்றால் பழி என்மீதுதான் விழும்."

நீ விழித்திருந்தால் கபாபின் விலைக்குச் சற்று அதிகமாக பணம் தருகிறேன் என்று கூறி கொஞ்சம் பணத்தைத் தூக்கிப் போட்டேன்.

"அனேக சலாம்கள் வைத்துவிட்டு, வாழ்த்துக்கள் சொல்லி பணத்தை எடுத்துக் கொண்டான். ஒரு ஹுக்கா எடுத்துப் பற்ற வைத்தேன். ஒருமாதிரி சோர்வாக இருந்தது. படுத்து உறங்கிவிட்டேன். ஒரு பரபரப்பு மனநிலைத் தூக்கத்தைக் கலைக்க நான் விழித்தெழுந்தேன். இல்லையென்றால் காலம் கடந்து விட்டிருக்கும். புட்டாரியா தனது அவிக்கும் சமையல் வேலைகளில் மும்மரமாக இருந்தான். இன்னொரு பக்கம் நெருப்பில் கபாப் சுட்டுக் கொண்டிருந்த அவனுடைய சின்ன மகள் என்னைப் பார்த்தாள். சாகேப் நீங்கள் சீக்கிரமாகவே எழுந்து விட்டீர்கள், இன்னும் உங்களுக்கான நேரம் இருக்கிறது. இன்னும் சற்றுத் தூங்கினால் நல்லது. எனக்கு இன்னும் எவ்வளவு வேலை இருக்கிறது. நீங்கள் குறித்த நேரத்திற்குப் இன்னும் நேரம் இருக்கிறது. சில பயணிகள் வந்திருக்கிறார்கள். அவர்களது பசித்த வயிற்றை திருப்திப்படுத்த வேண்டும்.

நான் சொன்னேன்: "என்னால் திரும்பவும் தூங்க முடியாது. நான் விழித்திருந்து நேரத்தைப் போக்க ரெண்டு ஹுக்கா போதும்."

“புரியுது, உங்கள் இளரத்தம், எப்போதும் சாகசத்திற்கு துடிக்கும். அது அப்படித்தான் இருக்கும்.”

“உனது சித்தம் நல்லவையாகட்டும். ஆனா இன்னொரு ஹுக்கா கொடுக்க முடியுமா. உண்மையில் முதலில் பிடித்ததின் விசேஷமான வாசம் என் வாய்க்குள்ளேயே இருக்கிறது.”

வீட்டிற்குள்ளே சென்று, சிறிது நேரம் கழித்து ஹுக்காவுடன் வந்தான்.

“முதலில் பிடித்த உக்காவில் திருப்தி கிடைத்தால் இதுவும் கூட பற்றாமல் தான் போகும். இது மிகவும் விஷேசமான தயாரிப்பு எல்லோருக்கும் நான் கொடுக்கமாட்டேன், உங் களைப்போல மதிப்பான பெரிய மனிதர்கள் வந்தால் மட்டுமே கொடுப்பது. மற்றவர்களிடம் இதன் பெருமைக்குரிய மரியாதை கிடைக்காமல் போய்விடும்.”

அவன் சொன்னது போலவே அபூர்வமான சுவையில் இருந்தது. என் சுவைப்பிற்காக ஹுக்காக் குழாய் பலமுறை நிரப்பப்பட்டது. அவர் சொல்லும்போது நாங்கள் கிளம்ப வேண்டிய நேரம் வந்துவிட்டது.

“அதோ தெரிகிறதே நட்சத்திரம் அது அந்தக் கூரைக்குக் கீழே வந்துவிட்டால் நடு ராத்திரிக்குக் கொஞ்சம் முன்னே என்று அர்த்தம். உங்களுடைய கூட்டாளிகளை எழுப்புங்கள். உங்களுக்காக காத்துக் கொண்டிருப்பார்கள்.”

பத்ரிநாத் உடனே தயாராகி விட்டான். புட்டாரியாவிடம் விடைபெற்று, நாங்கள் போகவேண்டிய இடத்திற்கு ஆளரவ மற்ற பாதையில் நடத்திச் சென்றான் பத்ரிநாத்.

“அற்புதமான திருடர்களைப்போல இருக்கிறோம் நாம். கிராமத்துக் காரர்கள் யாராவது பார்த்தால் பிடித்துக் கொள்வார்கள். நாம் அகதிகளைப்போல நடந்து கொள்ள வேண்டும்.”

“அதனால் ஆபத்து ஒன்றும் இல்லை.” ஆனால் வார்த்தை கள் வாயில் இருந்து வர மிகவும் சிரமமாக இருந்தது. ரோந்து வரும் காவலர்கள் எங்களுக்கு எதிரில் வந்து கொண்டி ருந்தார்கள். நுழைவாயில் எங்களுக்கு மிகவும் நெருக்கமாக இருந்தது. அதற்குள் நுழைந்து அதன் பெரிய கதவுகளுக்குப் பின்னால் ஒளிந்துகொண்டோம். ஆனால் அவர்கள் எங்களைக் கவனித்து விட்டார்கள்.

"இரண்டு பேர் இங்கே திரிவதைப் பார்த்தேன்" என்றான் ஒருவன்.

"அறிவு கெட்டவனே! நீ எப்போதும் ஆட்களை இருட்டில் தான் பார்ப்பாய்" என்று மற்றொருவன் அவனைத் திட்டினான். "நடு ராத்திரி ஆயிட்டது. வா என்னோட. எனக்குத் தூக்கம் வருது. இன்னும் சற்று முன்னே போவோம், போய் தூப்ராவை (முரசு) அடித்தால் எவனாவது திருடன் இருந்தால்கூட ஓடிடுவான்."

அவன் விட்ட கொட்டாவி அவர்கள் சீக்கிரத்தில் தூங்கி விடுவார்கள் என்பதற்கு சாட்சியாக இருந்தது. அவர்கள் முன்னே கடந்து போனதும் நாங்கள் மறைவில் இருந்து தெருவிற்குள் இறங்கிவிட்டோம். துப்ரா அடிக்கப்பட்டது. கொம்பு ஊதப்பட்டது. நகரத்தின் மற்ற பகுதிகளில், இந்த சத்தம் எதிரொலித்தது. அதற்குப் பின்னர் மயான அமைதி நிலவியது. கிராமத்து நாய்கள் மட்டும் நிலாவைப் பார்த்து ஓயாமல் குரைத்துக் கொண்டிருந்தன.

"இனியொன்றும் ஆபத்து இல்லை, பக்கத்தில் வந்து விட்டோம், வா சீக்கிரம்."

மேலும் சில தப்படிகள் நடந்ததும் தெருவின் மூலை வந்துவிட்டது. அங்கே அந்தக் கிழவி எங்கள் வருகைக்காக காத்திருந்தாள். அவளைப் பார்த்ததும் மகிழ்ச்சி ஏற்பட்டது.

"ஆண்டவன் அருளால் நீங்கள் வந்து சேர்ந்து விட்டீர்கள். நான் நடுராத்திரிக்கு முன்னாடியே வந்துட்டேன் போல இருக்கு. நீண்ட நேரமா காத்திட்டு இருந்தேன்."

"நான் தயாரா வந்திருக்கேன். அவள் தயாரா?"

"அதோ அங்கே இருக்கிறாள். எனக்கும் அவளுக்கும் நேரம் நிதானமாகக் கடந்தான் துக்கிட்டு இருக்கு" என்று கிழவி சொன்னாள். "அவள் மீது சந்தேகம் வராதபடிக்குத் தப்பிக்க ஏதோ தந்திரம் வைத்திருக்கிறாள்" என்றவாறு மனம் விட்டுச் சிரித்தாள்.

"நீ இப்போ சத்தம் போடாதிருந்தால், அல்லா உனக்குப் புண்ணியம் அருள்வான். நம்மை யாரவது பார்த்தால், நாம் பேசுவதைக் கேட்டால் அவ்வளவுதான் நம் கதை முடிந்தது."

"அதெல்லாம் ஒன்றும் பயப்பட வேண்டாம். வீட்டுக்கு இந்தப் பக்கம் யாரும் இல்லே. நவாப்போட தோட்டம்தான் இருக்கு. அங்கே யாரும் ராத்திரியில் தங்குவது இல்லை."

"அடுத்து அவன் திட்டம் என்னவென்பதை சொல்கிறாயா? நாம ஏதேனும் உதவமுடியுமா?"

"அவள்தான் இந்த அபாரமான உத்தியை கண்டுபிடித்தாள். வெளியில போய் என்னை ஒரு பை நிறைய ஆட்டு ரத்தம் வாங்கிட்டு வரச்சொன்னாள். அதை வைத்து என்ன செய்யப் போகிறாளென்று எனக்குத் தெரியாது. ஆனால் நான் வாங்கி வந்து கொடுத்திட்டேன். அதுக்காக ஒரு குட்டியைக் கொல்ல நேர்ந்தது. அந்த ரத்தத்தில் பாதியை அவளோட படுக்கை மேலே தெளித்து விட்டிருக்கிறாள். படுக்கை விரிப்பை ஆட்டு ரத்ததால் நனைத்திருக்கிறாள். கொஞ்சம் துணிமணியை எல்லாம் கிழித்து அங்கங்கே சிதற விட்டிருக்கிறாள். அறையில் உள்ள பொருட்களை கலைத்துப் போட்டிருக்கிறாள், தன்னோட அழகான தலைமுடியைக்கூட எடுத்து அறையில் சிதற விட்டிருக்கிறாள். அதாவது அவளைத் தாக்கி இழுத்துட்டுப் போனது போலவும், அதற்காகதான் போராடியது போலவும் ஒரு தோற்றத்தை உருவாக்கி இருக்கிறாள். மிகவும் சாதுர்யமான உத்தி. யாருக்கும் கைவராத உத்தி. ரொம்ப தூரத்துல இருக்கிற இன்னொரு நவாப்புக்கு இவள்மீது ஒரு கண். அவன்தான் இவளை இழுத்துக்கொண்டு போனான் என்று நம்ப வைப்பதற்கான ஏற்பாடு இது. (இரு நவாபுகளுக்கிடையில இப்போது மோதல் நிலை) யாருக்கும் அவள் ஓடிப்போனதாகத் தெரியாது. அதனால் நவாப் மீதுதான் சந்தேகம் எழும்."

"இது மிகவும் அற்புதம். இதை அப்பிடியே காவியமாக எழுதலாம். சரி இருக்கட்டும் இனிமேல் தாமதிப்பதில் அர்த்தம் இல்லை."

"அப்போ சரி கிளம்பு" என்றாள். ரெண்டு அடி எடுத்து வைத்தோம்.

நாங்கள் ஜன்னலுக்குப் பக்கத்தில் சிறிது நேரம் நின்றோம். உள்ளே விளக்கு எரிவதுபோல தெரிந்தது. கிழவி அதை எனக்குச் சுட்டிக்காட்டிவிட்டு, அடிக்குரலில் இருமினாள். கதவுப் பக்கம் ஒரு உருவம் தெரிந்தது. ஓ அது அவள்தான்.

"அவர் இங்கே தான் இருக்கிறாரா?" தணிந்த இனிமையான குரலில் கேட்டாள். அவளது குரலின் குளிர்ச்சி என் உடலெங்கும் ஜில்லிட்டு பரவியது.

"ஆம் மாதே உன் பணிவான அடிமை இங்கேதான் இருக்கிறேன். உன்னைக் கெஞ்சிக் கேட்கிறேன், பொழுதை வீணாக்க வேண்டாம். சீக்கிரம் கிளம்பு."

"நான் இப்பவே உங்களோட வர்றேன்."

"அப்படியே ஆகட்டும். சீக்கிரம். இல்லையென்றால் நாம் தொலைந்தோம்."

ஜன்னலுக்கு உள்ளே போனாள், சில நிமிடங்களில் ஒரு பெட்டியையும், ஒரு மூட்டையையும் கீழே இறக்கினாள். நான் அவற்றை பிரித்தெடுத்தேன்.

"இதோ வந்திட்டேன். நான் இந்தத் துணியின் முனையை உள்ளே இறுக்கிக் கட்டியிருக்கேன். அதன் மூலமாக இறங்கிக் கிறேன்" தொங்கிக் கொண்டிருந்த துணியைக் கீழே இறக்கி விட்டாள்.

"அதை என்னிடம் விட்டுடு. நான் பார்த்துக்கறேன்."

துணியைக் கட்ட சிறிது நேரம் பிடித்தது. பிறகு சுவரின் பக்க விளிம்பில் வந்து நின்றாள். அவளைக் கண்டதும் என் இதயம் டமாரமடித்தது. விழுந்து காயம்பட்டு விடப்போகிற தென்று நாங்கள் அவளை தாங்கிப் பிடிக்கக் கீழே நின் றோம். இருந்தாலும், அதற்கான அவசியம் இருக்கவில்லை. நொடியில் குதித்து விட்டாள். அவளை நெஞ்சோடுத் தழுவிக்கொண் டேன்.

துணியைப் பிடித்து மேலே ஏறி, ஜன்னல் வழியாக உள்ளே குதித்தேன். அந்த அறை மிகவும் சிறியதாக இருந்தது. சுற்றிலும் நோட்டம் விட்டேன். அங்கே ரத்தம் சிந்துமளவு வன்முறை நடந்தது போன்ற காட்சி உருவாக்கப்பட்டிருந்தது. துணிகள் கிழிக்கப்பட்டிருந்தன. படுக்கையில் ரத்தம் உறைந்திருந்தது. அங்கங்கே படுக்கையின் பஞ்சுத் துகள்கள். உள்ளே ஒரு நிமிடம்கூட நான் தாமதிக்கவில்லை. விரிவாகச் சொல்லிக் கொண்டிருக்க நேரம் இல்லை. நாங்கள் எந்த நுழைவாயில் வழியாகப் போவது என்று ஆலோசித்தோம். வந்த வழியே போகலாம் என்று பத்ரி சொன்னான். அவன் யோசனையை ஏற்காமல் நாங்கள் மாற்று வழியாகப் போனோம். அந்தத் தெருக்களில் ஒரு ஜீவனையும் பார்க்க முடியவில்லை. நாங்கள் அல்லாவின் கருணையால் பிரச்னை இன்றி நுழைவாயிலை அடைந்தோம். வெளிக்கதவும் திறந்து கிடந்தது. காவலுக்கு இருக்கும் காவலன் தலைக்குக் கேடயம் வைத்துச் சீக்கிரமாகவே தூங்கி விட்டிருந்தான். வாளும் பக்கத்தில் உறங்கிக் கொண்டி ருந்தது. திருட்டுத்தனமாக நிதானமாக நாங்கள் மெது மெதுவாக அடி வைத்து நடந்தோம். காலடி ஓசைகள் அவனை எழுப்பி விடக்கூடும். எல்லோரும் வெளியேறி விட்டோம். திறந்த

வெளிவரை கோட்டைச் சுவரின் நிழலில் நடந்தோம். ஒரு வழியாக எங்கள் முகாமை அடைந்தோம்.

காவலாளிகள் சூழ்ந்த எமது இடத்தை நெருங்கும் வேளையில் என்னைத் தழுவியபடி இருந்த அவள் மயங்கி விழுந்தாள். அவசரமாகத் தண்ணீர் கொண்டு வந்து வாயைத் திறந்து புகட்டினோம். கொஞ்சம் குடித்தபின் தெளிவு பெற்றாள்.

"உங்களை அடைந்ததில் சந்தோஷத்தில் நிரம்பிவழிகிறேன்" என்று சொல்லிவிட்டு என் காலடியில் விழுந்தாள். "உங்களுக்குத் தெரியுமா, நேற்று மதியம்வரை எனக்கு கவலையும், தடுமாற்றமும் மாறிமாறி இருந்தது. அடிமைத்தளையில் இருந்து விடுதலை கிடைக்கப்போகிறது என்ற நினைப்பின் பெருமகிழ்ச்சியில் திளைத்தேன். இரவு கவிழ்ந்ததும் நான் நேரத்தை கணக்கிட ஆரம்பித்தேன். ஏற்பாடுகள் எரிச்சலூட்டியது. இப்போதான், உங்களைச் சேர்ந்த பின்தான் மனசு நிம்மதியாக இருக்கு. என் பிரபுவே என் மனம் நிறைந்த மகிழ்ச்சியில் தளும்புகிறது. சந்தோஷத்தில் என் நெஞ்சே வெடித்துவிடும் போல் இருக்கிறது."

அவளைத் தூக்கி நிறுத்தி அரவணைத்துக் கொண்டேன். பின் மரத்திற்குக் கீழ் உட்கார வைத்து. நானும் அவளுடன் உட்கார்ந்தேன். நிலா எங்கள் மீது தண்ணொளி அன்பைப் பொழிந்து கொண்டிருந்தது. அவள் அமைதியாக இருந்தாள். அவளது சிந்தனையில் குறுக்கிட விரும்பவில்லை நான்.

எவ்வளவு நேரம் அப்படியே உட்கார்ந் திருந்தோமோ எங்களுக்குத் தெரியாது. கிழவி எங்களைக் குறுக்கிட்டாள். "தாமதிக்க நேரம் இல்லை. என் எஜமானியம்மா கொஞ்சமாவது ஓய்வெடுக்கணும். என்னுடைய எண்ணம் என்னான்னா விடியிறதுக்குள்ள நாங்க இங்கிருந்து கிளம்பிடணும். நீங்கள் எங்களோட வரமுடியுமா."

"நீ சொல்றது உண்மைதான் ஆனால் மிகவும் கவனமாகச் செய்ய வேண்டிய வேலை."

அதிர்ஷ்டவசமாக அந்த வண்டி இன்னும் சௌகாரின் நினைவுகளைச் சுமந்தபடி விற்கப்படாமல் எங்களிடமே இருக்கிறது. அதில் இரண்டு பெண்கள் பயணிக்கும் வசதி இருக்கிறது.

நான் பத்ரிநாத்திடம் போனேன். இரவு வேலையின் களைப்பில் அவன் ஆழ்ந்த உறக்கத்தில் இருந்தான். எழுப்பினேன். முழுசாக எழுந்ததும், இன்னும் அவன் உதவி தேவைப்படுகிறது எனபதை உணர்ந்து கொண்டான்.

"என்ன செய்யணும். மீர்சாகேப் என்ன செய்யணுமோ சொல்லுங்கள் உங்களுக்குச் செய்யக் காத்திருக்கிறேன்."

"சீக்கிரமாகவே உன்னைத் தூக்கத்தில் இருந்து எழுப்ப சங்கடமாக இருக்கிறது. இந்த விஷயத்தில் இன்னும் உன் பணி தொடர வேண்டியுள்ளது. நேற்றிரவு நீ செய்த உதவிக்கு நான் எத்தனை கடமைப்பட்டிருக்கிறேன் என்பது அல்லாவுக்கே வெளிச்சம்."

"அப்படிச் சொல்லாதீர்கள் என் இளைய நண்பரே. நான் உங்களுடைய சின்னச் சின்ன சந்தோஷங்களுக்குக்கூட எதை வேண்டுமானாலும் செய்வேன்" என்றான் சத்தமாக சிரித்த படி.

"ஆமா... அதிருக்கட்டும் கிழவி ரொம்ப சீக்கிரமா இங்கி ருந்து கிளம்ப வேண்டுமென்று சொல்கிறாள். ஆகையால் நீ உன்னோட சில ஆட்களைக் கூட்டிட்டு விடியிறதுக்குள்ள இங்கிருந்து கிளம்பணும். நீங்க அந்த சௌகாரோட வண்டியை எடுத்துக் கொள்ளலாம். அதைக்கொண்டு இங்கிருந்து நாளைக் குள் எளிதாக எட்டு, பத்து மைல் கடந்துவிடலாம். அப்பிடியே அடுத்த நாளும் போங்க. அங்கே நாங்க வர்ர வரையில் காத்திட்டு இருக்கணும். ஞாபகம் வைத்துக்கொள், நீ ஒரு முஸல்மான். அவள் இன்னொருவனின் மனைவி. பத்திரமாக, பாதுகாப்பாக பார்த்துக்கொள்ள வேண்டியது உன்னோட வேலை."

"புரியுது. என்னை முழுசாக, மெய்யாக நம்புங்கள்."

"நம்புறேன், இப்போ எந்த சாலையில நீங்க போறதுண்ணு முடிவு பண்ணல. இங்கிருந்து இரண்டு சாலைகள் ஹைதராபாத் பிரிந்து போகுது."

"நீங்க இருங்க. பீர்கானுக்கு இந்த இரண்டு சாலைகளையும் தெளிவாகத் தெரியும். எதில் போனால் நல்லது என்பதை அவனிடம் கேட்பது மேலானது என்று நினைக்கிறேன். அவ னும் உங்களோட இருந்தால் நல்லது."

அவனைபோய் அழைத்து வந்தான். அவனுக்கு எல்லா வற்றையும் விளக்கிக் கூறிவிட்டு, "நீ என்ன நினைக்கிறாய்" என்று கேட்டேன்.

"எனக்குச் சரியாகச் சொல்ல முடியவில்லை. ரெண்டுமே ஹைதராபாத் தான் போகுது. ஆனால் எதிலே போனால் பொருத்தமாக இருக்கும் என்பதை மீர்சாகேப்தான் தீர்மானிக்க

வேண்டும். ஒன்று நடமாட்டமே இல்லாமல் சோகம் கப்பியதாக இருக்கும், இன்னொன்று பயணிகள் நிறைய பயன்படுத்துகிற ஒன்றாக இருக்கும். எந்த சாலையில் நம்விதி நல்லவிதமாக அமையும் என்பதை சாகேப் நீங்கள் முடிவு செய்தால் அது எந்தச் சிக்கலும் இல்லாமல், நம்மை அல்லாவின் துணையோடு நல்லவிதமாகக் கொண்டுபோய்ச் சேர்க்கும்."

"நல்லது பீர்கான், நீதான் இவர்களை வழிநடத்த வேண்டும். உனக்குத்தான் சாலைகளைச் சரியாகத் தீர்மானிக்க முடியும். விசுவாசமாக எந்தப் பிரச்னையும் இல்லாமல் நிர்மல் கொண்டு வந்து சேர்த்துவிட்டால், அங்கே உனக்கு கணிசமான அன்பளிப்பு கொடுக்கிறேன்."

"உங்களின் அருட்பண்பு அதிகரிக்கட்டும் மீர்சாகேப். அவசியமான நேரத்தில் அன்பளிப்புகளைத் தந்துவிட்டால், நாளைக்கு நமக்காக ரத்தம் சிந்தாதவன் என்று நம்மில் ஒருத்தனும் இருக்கமாட்டான். வா பத்ரிநாத். நான் ஆட்களைத் திரட்டுகிறேன். நீ தயாராக இரு" என்றான் பீர்கான்.

எனது கூடாரத்திற்குத் திரும்பினேன். அங்கே ஜோராாவும் கிழவியும் சுள்ளிகளைப் போட்டு எரித்து குளிர் காய்ந்து கொண்டிருந்தார்கள். அவர்களின் பயணத்திற்கான சில குறிப்புகளை சொன்னேன். இறுதியாக "நான் உங்களுடன் இப்போது பயணம் செய்யமுடியாது. இங்கே சில விஷயங்களைக் கலந்து பேசி முடிவுகள் எடுத்திருக்கிறோம், என்று கூறி இப்போதைக்கு நாம் இருவரும் பிரிந்து இருப்பதுதான் ரெண்டு பேருக்குமே நல்லது என்றேன். நான் அவளோடு இல்லாத போது அவள் எப்படி கவனிக்கப்படுகிறாளோ என்ற வருத்தம் என் உள்ளத்திற்குள் எவ்வளவு இருக்கும் என்பதை அல்லா ஒருவனே அறிவான். அவளை தர்பாரில் கண்டது முதல் என் ஆன்மா அவளில் கரைந்து போய்விட்டது என்றேன். அவள் கிடைக்கமாட்டாள் என்ற எண்ணத்தில் மூழ்கி நான் துயருற்று இருந்ததையும் இப்பொழுது அவளைப் பிரிய வேண்டும் என்கிற போது அது பன்மடங்கானதையும் விளக்கி கூறினேன்."

அவள் சில நிமிடங்கள் அமைதியாக இருந்தாள். பின் முகத்திரையை விலக்கி தனது அழகான முகத்தை எனக்குக் காட்டினாள். தன் கைகளை எடுத்து என் கைகளுக்குள் பொத்திக்கொண்டு, "நான் உங்களை நம்புகிறேன்; எனக்கு எந்த பயமும் இல்லை. உங்களைப் பற்றித்தான் கவலையாக இருக்கிறது. இப்போது சலனமின்றிப் பிரிகிறேன். ஆனால்

என்னை வந்தடையத் தாமதிக்கமாட்டேன் என்ற உறுதியைத் தாருங்கள்'' என்றாள்.

“மீண்டும் சொல்கிறேன் அதிகபட்சம் இரண்டு நாட்கள்.”

“நாங்கள் நாளைக்கு மாலையில் அல்லது அடுத்தநாள் காலையில் அங்கு வந்தடைவோம். உன்னை வந்து சேரும்வரை காரியங்களைத் துரிதகதியில் தான் செய்வோம்'' என்றேன்.

‘நாம இப்போ எந்தச்சாலை வழியாக போகப் போகிறோம்’ என்று கிழவி கேட்டாள்.

“நிர்மல் வழியாகப்போகும் பாதை. அதைத் தவிர வேறு வழியில்லை. நவாபின் ஆட்கள் ஒருவேளை தேடி வந்தால் அவர்கள் நிர்மல் திசையில் வருவதற்கான வாய்ப்பு குறைவு.”

“உண்மைதான் அவர்கள் அந்தப் பாதையில் வரமாட்டார்கள். இந்த அழகிய பறவை பறந்துவிட்டது என்று அவனுக்கு தெரிய வருகிறபோது நாம் அவனை எதிர் நோக்க வேண்டியிருக்கும்.''

“இனி நமக்கு சிக்கல் ஒன்றும் இல்லை. நாளைக் காலை அவன் கிழத்தாடியைப் பார்த்து நகைத்து விடவேண்டியது தான். அறிவிப்பு வந்தவுடன் நான் நகரத்திற்குச் சென்றுவருவேன். நாம் அடுத்து சந்திக்கும்போது அனைத்தையும் விபரமாகக் கூறுகிறேன்.”

“இப்போ நாங்க கிளம்புவதற்கான உத்தரவு தாருங்கள். இனி என் பெயர் ஜுமால்கான். பயணத்தின்போது இந்தப் பெயரால் தான் நான் அழைக்கப்பட வேண்டும்” என்றான் பத்ரிநாத் கூடாரத்தில் நுழைந்தபடி.

“அல்லா உங்கள் அனைவரையும் பாதுகாக்கட்டும். நீ ஒரு அரிய பொறுப்பை ஏற்றிருக்கிறாய் என் நண்பனே.”

பெண்கள் வாகனத்தில் வசதியாக அமர்ந்தனர்.

“நான் கிளம்பிட்டேன். வண்டியை ஓட்டு” என்றான் பத்ரி.

“அல்லா ஹபீஸ், இறைத்தூதர் உங்களை வழிநடத்துவார்.” வண்டி நகர்ந்தது. நான் அங்கே நின்று பார்த்துக் கொண்டிருந்தேன். வண்டி சாலையில் திரும்பி கண்களில் இருந்து மறையும்வரை பார்த்துக் கொண்டிருந்தேன். பிறகு பார்வையை விலக்கி கூடாரத்திற்குள் வந்தேன். நான் படுக்கையில் வீழ்ந்து உறங்கினேன்.

கூடாரத்திற்கு வந்த என் தந்தை என்னை எழுப்பினார். அவர் மிகவும் கோபத்துடன் காணப்பட்டார். "ராத்திரி முழுதும் என்னை விட்டு எங்கே போனாய். லாபம் தராத காரியம். அர்த்தமில்லாத வேலை. ஆனால் இப்போ எனக்குக் காலைத் தொழுகைக்கு நேரமாகிவிட்டது வந்து பேசிக்கொள்கிறேன்" என்று சொல்லிவிட்டுப் போய்விட்டார். காலை நியமங்கள் முடிந்த பின் வந்தமர்ந்து கேட்பதற்கு தயாரானார். "நான் பயப்படும் அளவு எதுவும் தப்பாக நடந்திருக்காது என்று நினைக்கிறேன்; இருந்தாலும் சொல்லு" என்றார்.

நேற்று இரவில் நடந்தவைகளை விரிவாக எடுத்துரைத்தேன். என் தந்தையின் பிரசங்க உரையை எதிர்கொள்ள என்னைத் தயார்ப்படுத்திக் கொண்டேன். நான் நினைத்ததற்கு மாறாக வாய்விட்டுச் சிரித்தார். ஜோராவை வழி அனுப்பிய விதம் பற்றி மிகவும் மகிழ்ந்து பாராட்டினார்.

சூரியன் துலக்கமாக மேலெழுந்து வந்தது. அதே நேரம் நகரத்தின் திசையிலிருந்து அசாதாரணமான சலசலப்புக் கிளம்பியது. விஷயம் தெரிந்து போனது என்பது இப்போது தெளிவாகிவிட்டது. நகரத்தின் நுழைவாயிலுக்கு வெளியே மக்கள் அங்கங்கே கும்பலாக நின்று பேசிக்கொண்டிருந்தார்கள். சிலர் எங்கள் முகாம் பக்கம் கையைக்காட்டி பேசினார்கள். மொத்தத்தில் ஒரு கொதிப்பான நிலை நிலவிக் கொண்டிருந்தது. அனேகமாக நாங்கள் இதில் சம்பந்தப்பட்டிருப்பதாக நினைத் திருக்க வேண்டும். சுமார் இருபது குதிரைகளில் சிப்பாய்கள் எங்கள் முகாமை நோக்கி வந்தார்கள். ஒருவன் முன்னே வந்து அதிகார தொனியில் "நீ எங்கள் தலைவரை வந்து பார்க்க வேண்டும்" என்றான்.

நாங்கள் முன்னர் கூறிக்கொண்டது போலவே என்அப்பா பெரிய வணிகர் என்றும் நான் ஒரு ஜமேதார் என்றும் எனது தகுதிக்கு ஏற்றபடி நடந்து கொள்ளுமாறும் கூறினேன். அவன் நவாபின் தர்பாரில் என்னைப் பார்த்தவன் என்பதால் எனது கோரிக்கைக்கு ஒப்புதல் அளித்தான்.

"உமது தலைவரை ஏன் நாங்கள் பார்க்க வேண்டும். இந்த அதிகாலை வேளையில் நவாபிற்கு எங்களால் என்ன ஆகவேண்டும்? நவாபின் கருணையில் நெகிழ்ந்திருக்கிறான் இந்த அடிமை என்பதை நிரூபிப்பதைவிட வேறு ஏதாவது கடமை இருக்கிறதா?"

"எங்கள் சோதனை முடியும்வரை நீ எங்களுக்குக் கட்டுப்பட வேண்டும். நடக்கக்கூடாத ஒன்று நடந்திருக்கிறது. அதில் உனக்குச் சம்பந்தம் இருப்பதாக நினைக்கிறோம்" என்று ஒருவன் ஆணவத்துடன் கூறினான்.

"என்னது" என்று இடிதாக்கியது போல பாவனை செய்தேன். "நீ சந்தேகப்படும்படியாக எங்கள் முகாமில் என்ன இருக்கிறது. எப்படியும் ஆகட்டும் சோதிக்க வேண்டும் என்றால் சோதித்துக் கொள்ளுங்கள். முகாம் உங்கள் கண்ணெதிரில் இருக்கிறது. உங்கள் நகரத்தில் திருட்டு நடந்திருக்கிறதென்றால் எங்களைப் போன்ற கண்ணியவான்கள் மீது சந்தேகப்படுவதில் என்ன அர்த்தம் இருக்கிறது. இதெல்லாம் ஒரு நாகரீகமான நாட்டுக்கு அழகு இல்லை."

"அமைதி.... நாங்கள் எங்கள் கடமையைச் செய்கிறோம். நான் ஒருவருக்குக்கீழ் சேவை செய்கிறேன். சும்மா பேருக்குத் தான் இந்த சோதனை எல்லாம். நவாபோட விருந்தோம்பலுக்கும் அனுசரணைக்கும் பங்கம் ஏற்படாத நிலைமை இங்கே இருந்தால் நல்லதுதான்."

"உங்கள் முன் ஊமையாக இருக்கிறேன். நீங்கள் சொன்ன வார்த்தைகள் என்னைக் கடுமையாக பாதித்துவிட்டது. என்னால் தாங்க முடியவில்லை. எப்படியானாலும் என்னுடைய இடத்தைச் சோதனை செய்து கொள்ளலாம். அதற்குப் பின்னர் செய்யகூடாத காரியத்தைச் செய்ததற்காக வருந்துவீர்கள்."

"அவன் என் கூடாரத்திற்குள் சென்றான். அவனுடன் இன்னும் இரண்டு மூன்று ஆட்கள் சென்றனர். அங்கே ஒன்றும் இல்லை, போர்வைகள் பாய்கள் சில சமையல் பாத்திரங்கள், கடைசியில் சில துணிச் சுருள்கள் மட்டும் இருந்தன?"

அஜிம் கான் "அவள் இங்கே இல்லை" என்றான் நவாப் கும்பலின் தலைவனிடம் அவன் "சரிவாங்க அடுத்த கூடாரத்திற்குப் போவோம்" என்றான்.

நான் அவர்களுடன் போனேன். என் அப்பாவிற்கு சலாம் வைத்தார்கள். நவாபின் ஆட்கள் கூடாரத்தை சோதனையிட இருப்பதாகச் சொன்னேன். அவர்களை ஒன்றும் தடுக்க வேண்டாம். அவர்கள் விருப்பப்படி செய்யட்டும் என்றார் அப்பா. நவாப் சந்தேகப்படுகிறார் என்றால் ஏதாவது நியாயமான காரணம் இருக்கும்" என்றார்.

"இதுதான் என் கூடாரம். நான் இங்கே நவாபின் அடிமையாக இருக்கிறேன். என்னைப் போன்ற வயதானவர்கள் பெண்களை மறைத்து வைப்பதற்கு இங்கு வாய்ப்பு இல்லை" என்றார்.

அப்பாவின் கூடாரமும் சோதனையிடப்பட்டது. அங்கே அவர்களுக்கு ஒன்றும் கிடைக்கவில்லை. வந்தவர்கள் ஏமாற்ற மடைந்தது தெரிந்தது.

“நாம் தவறான போக்கில் தேடிக் கொண்டிருக்கிறோம்” என்று அஜீம்கான் குழுத் தலைவனிடம் சொன்னான். “நான் நவாபிடம் சொன்னதுபோல இது அந்த அயோக்கின் ஷெபீகானின் வேலையாகத்தான் இருக்கும். அவன் ஹாக்கீமிடம் வேலை செய்த காலத்தில் இருந்தே அந்தப பெண் மீது ஒரு கண் வைத்திருந்தான். இங்கு நேரத்தை வீண்டிப்பதைவிட முத லில் அவனைப் பிடிக்க முயற்சிப்போம்” என்றான்.

“ஆ பெண்ணா” என்று போலித்தனமாகக் கத்தினேன். என் ஆவலை அல்லா நிறைவு செய்யட்டும். இதைப்பற்றிய முழுக் கதைதான் என்ன. உண்மையில் அவசரமாக கவனிக்கப்பட வேண்டிய விஷயம்தான். இந்த சாதாரண முகாமை சோதனை யிடுகிற யோசனையை யார்தான் சொன்னார்களோ. நான் நினைக்கிறேன் இந்நேரம் அவளோட காதலன் அவளை தூக்கிக்கொண்டு ஓடியிருப்பான். சரி என்னதான் நடந்தது சாகேப்” என்று ஆச்சரியத்துடன் கேட்டான்.

“இங்கே நின்று கொண்டிருக்கும் உன் ஆட்களை தூரமாக போகச்சொல்லு முழுக்கதையையும் சொல்கிறேன்” என்றான் குழுத்தலைவன்.

“எங்கள் ஆட்கள் பக்கம் திரும்பி தூரமாகப் போங்கய்யா, இது உங்களுக்குச் சம்பந்தம் இல்லாத கதை” என்று கத்தி னேன்.

ஒரு ஆள் சொன்னான்: “கதை இப்பிடிப்போகுது. நவாபின் அந்தப்புரத்தில் உள்ள அதிசயிக்கும்படியான அழகு மிகுந்த ஒரு நாட்டியக்காரி, நவாபிற்கு இஷ்டக்காரி நேற்று ராத்திரியில் இருந்து காணவில்லை. காலையில் பார்த்தபோது அவள் தங்கியிருந்த இடம் காலியாக இருக்கு. ஏதோ அசம்பாவிதம் நடந்ததற்கான அறிகுறி தென்படுது. அவளோட படுக்கை ரத்தத்தால் நனைஞ்சிருக்கு. துணிகள் எல்லாம் கிழிஞ்சி அறை முழுக்க சிதறிக்கிடக்கு. தலைமுடியில் ஒருபகுதி அங்கே இருக்கு. ராத்திரி நேரத்தில் கலவர அறிகுறி எதுவும் தென்பட வில்லை. நுழைவாயில் சாத்தியிருந்தது. ஆட்கள் காவலுக்கு இருக்காங்க. இது ஏதோ சைத்தான் வேலைபோல மர்மமாக இருக்கிறது. நம்ப தாடியில் எவனோ காறித்துப்பியது போல இருக்கு. துப்பினது எவன் என்பது தான் தெரியல. அதனால

நவாப் பதற்றமாக நடுக்கமாக பைத்தியம் பிடிச்சது போல இருக்கார். அவரது அந்தப்புரம் ஒரே குழப்பமாக இருக்கு. இதுல என்ன மோசம்ன்னா மூன்று நாட்களுக்குள்ள அந்தப் பெண்ணைத் தேடிக்கொண்டு வரச்சொல்லி நவாப் ஒவ்வொருத்தரையும் மிரட்டிட்டு இருக்கார். அவள் இருக்கும் இடமாவது தெரியணும் இல்லையென்றால் எங்கள் வேலை போய்விடும்'' என்று புலம்பினாள்.

"அல்லா நம்மைக் காக்கட்டும்'' என்று நானும் அப்பாவும் ஒரே குரலில் கூறிக்கொண்டோம். "இதெல்லாம் ரொம்ப ஜாஸ்தி. இந்த அவமானத்திற்கு யார் காரணம் என்று உங்க ளுக்கு ஏதாவது யூகம் இருக்கா?''

"முதலில் உங்களைச் சந்தேகப்பட்டோம், நீங்க வெளியூர் ஆட்கள் பெரிய பார்ட்டி, அதற்காகத்தான் உங்கள் முகாமைச் சோதனை செய்தோம். இங்கே ஒண்ணும் இல்லே. பேல்பேலாக பொருட்கள்தான் இருக்கின்றன. உங்களப் பார்த்தால் பெண் களைத் தூக்கிக்கொண்டு போகிற ஆட்களாகத் தெரிய வில்லை. எங்கள் கேள்வியெல்லாம் என்னான்னா, நீங்கள் யாராவது அவளைப் பார்த்தீங்களா?''

"நான் பார்த்தேன். அன்று ராத்திரி நவாபின் தர்பாருக்கு நாங்கள் வந்திருந்தபோது அவள் நாட்டியம் ஆடினாள். அங்கே நான் அவளைப் பார்த்தேன்'' என்றேன்.

"அவளாகத்தான் இருக்கும். நீங்கள் பார்த்த பெண்கள் அழகானவர்களா?''

"அதிலே இரண்டுபேர் இருந்தாங்க ஒருத்தி உயரமாக, நல்ல நிறமாக இருந்தாள், மற்றவள் உயரம் குறைவாக நிறம் குறைவாக இருந்தாள். ஆனால் இரண்டு பேருமே நல்ல அழகுதான்.''

"அவளேதான். ராத்திரி நேரங்களில் உள்ளே போக நேரிட்ட போது நானும் அவளை ஓரிருமுறைப் பார்த்திருக்கிறேன். இப்போ நான் திரும்பவேண்டும். இங்கே வீணாக்கப் பொழு தில்லை. இந்தக் குற்றச்சாட்டில் இருந்து உன்னை முழுதாக விடுவிக்க வேண்டிய பொறுப்பு என்னுடையது.''

"உங்கள் நல்லெண்ணப்படி ஆகட்டும். சந்தேகத்தின் பாரம் இப்போது முழுசாக நீங்கி இருக்கும். நவாபிற்கு ஏற்பட்டுள்ள இந்தத் துயரத்தின் மீதான எனது வருத்தத்தை நீங்கள் அவருக்குத் தெரிவிக்க வேண்டும்'' என்று உங்களைக் கேட்டுக் கொள்கிறேன். அவர் அனுமதித்தால் நான் நேரில் வந்து தெரி விக்கவும் விரும்புகிறேன்.''

"நான் உன் செய்தியை நவாபிற்குச் சொல்கிறேன். ஆனால் அவர் யாரையும் இப்போதைக்கு அனுமதிக்க மாட்டார். அவர் பெருந்துயரத்திலும், அந்தப்பெண்ணை இழந்த அவமானத்திலும் இருக்கிறார். நான் போய் வருகிறேன்."

அவன் ஒரு சலாம் வைத்துவிட்டு நகர்ந்தான்.

அவன் போன சற்று நேரத்திலேயே ஒரு உபயோகமான செய்தி நவாபிடம் இருந்து வந்தது. "உங்கள் முகாமை சோதனை யிட்டதற்காக நவாப் வருத்தம் தெரிவிக்கச் சொன்னார்" என்றான். அந்தச் செய்தி கொண்டு வந்தவனுக்கு பரிசளித்து எங்கள் வருத்தத்தை மீண்டும் நவாபிற்குத் தெரிவிக்குமாறு கூறினோம். நான் என் அப்பாவிடம் சொன்னேன். "நமக்கு இனி இங்கே இடம் இல்லை. நாம் உடனே இங்கிருந்து கிளம்பவேண்டும். இன்று மதியத்திற்கு மேல் நம் பயணத்தை வைத்துக்கொள்வோம்."

"ஆமா அதுதான் நல்லது, நீ போய் நம்ப ஆட்களை கிளம்பு வதற்கான ஏற்பாடுகளைச் செய்யச் சொல்" என்றார் அப்பா.

11

தம்பி தலைவர்,
அண்ணன் ஆலோசகர்
ஒரே குழப்பமா இருக்கே?

பிற்பகல் பொழுதில் நிர்மலுக்குப் பயணப்பட்டோம். இதுவரை நவாப் பற்றியோ, அவரது இடையூறு பற்றியோ எதுவும் எழாததால், கவலையில் இருந்து விடுதலை கிடைத்தது. ஆனால் நவாபின் ஆட்கள் எங்களிடம் இருந்து போனதற்குப் பின்னரும்கூட நகரத்தைவிட்டு நாங்கள் வெளியேறும்வரை பயத்துடன் இருந்தேன். புட்டீராவிற்கு நாங்கள் என்ன செய்தோமென்று தெரியாவிட்டாலும், அவனுடன் இருந்த கொஞ்ச நேரத்தைப் பற்றி சொன்னால் ஒருவாறு யூகித்து விடமுடியும். ஜோரா காணாமற் போனதையும் எங்களது நடவடிக்கையையும் இணைத்து அவளை நாங்கள் கடத்தியிருப்போம் என்று சந்தேகப்பட வாய்ப்பு இருக்கிறது. இருந்தாலும் இதுவரை பாதகமான விளைவுகள் எதுவும் ஏற்படவில்லை. நாங்கள் ஓமர்கேரை விட்டுக் கிளம்பிய மூன்றாவது நாள் நிர்மல் நகரம் வந்து சேர்ந்தோம்.

நகரத்திற்குள் நுழைந்த உடனே நான் பத்ரிநாத்தைப் பார்த்துவிட்டேன். ஒரு பஜார் கடையில் உட்புறம் பார்த்தபடி அமர்ந்து, நாகரீகமான முஸல்மானைப் போன்ற தோற்றம் உடையவருடன் உரையாடிக் கொண்டிருந்தான். அவன் என்னை கவனிக்கவில்லை. அவனது புனைப்பெயரைச் சொல்லி அழைத்தவுடன் எழுந்து வந்து என்னை ஆசையோடு கட்டிப் பிடித்துக் கொண்டான்.

அவனுக்கு அருகில் இருந்த நபருக்குக் கேட்டு விடாமல் “அவள் பத்திரமாக இருக்கிறாளா” என்று அடிக் குரலில் கேட்டேன்.

"நல்லா இருக்கிறாள். நீங்கள் ஒன்னும் பயப்பட வேண்டியதில்லை. உங்களைப் பார்ப்பதற்காக துடித்துக்கொண்டிருக்கிறாள்."

சாகேப் நான் என் காதலியைக் காணவும் கட்டித் தழுவவும் ஒரு நொடிகூடத் தாமதிக்கவில்லை. அவள் என் தாமதத்திற்காக பொய்க்கோபம் காட்டினாள். என் பிரிவால் உண்டான கவலையையும், பிரயாணக் களைப்பையும் மீறி, சந்தோஷத்திலும், பாதுகாப்பான உணர்விலும் தீவிர காதல் உறவில் ஈடுபட்டோம். ஆபத்தான, சந்தேகமான சூழலில் பிரிந்து இருந்து மீண்டும் சேர்ந்தவர்களுக்குத்தான் அதன் தீவிரம் புரியும்.

நான் அவளுடன் சிறிது நேரம் களித்தபின் மீண்டும் பத்ரியுடன் வந்து சேர்ந்துகொண்டேன்.

பத்ரி சொன்னான்: "என்னுடன் இருந்த நபர் இங்கிருந்து எவ்வளவு சீக்கிரம் முடியுமோ அவ்வளவு சீக்கிரம் அவசரமாகக் கிளம்ப வேண்டி இருக்கிறது. உடனடியாகப் போவதுதான் அவனுக்குப் பாதுகாப்பானது என்ற நிலை. எனவே நான் உங்களையும் உங்கள் குழுவையும் எதிர்பார்த்துக் கொண்டிருப்பதாக அவனுக்குச் சொல்லி வைத்திருந்தேன். இப்போது அவன் நம்முடன் சேர்ந்து வருவதாக இருந்தால் இதுவொரு நல்ல வாய்ப்பாக அமையும். பாருங்க நான் ஒருத்தன் மேல கண் வச்சிட்டா அவனைத் தப்பிக்க விடமாட்டேன். இதுதான் என் கொள்கை. இப்போ அதுபோல ஒண்ணு அமைஞ்சிருக்கு. இந்த ஆளை நாம் விடக்கூடாது. காரணம் முதலாவதாக என் கொள்கை. இரண்டாவது அவன் பணம். அதை நிறையவே வைத்திருக்கிறான். நீங்க இதுக்கு உடன்படுறீங்களா" என்று கேட்டான்.

சிரித்தபடியே சொன்னேன்: "கண்டிப்பாக. உன் வாதம் பாராட்டப்பட வேண்டிய ஒன்றுதான். அடுத்து நான் உன் முயற்சியை முழுமனதுடன் வரவேற்கிறேன். என்ன செய்யலாம் சொல்லு?"

"இதைத் தீர்மானிப்பதில் சில சிக்கல்கள் இருக்கு. அவன் எங்கே வசிக்கிறான் என்பது தெரியவில்லை. ஆனால் சீக்கிரமாகவே வருவதாகச் சொல்லி இருக்கிறான். நிச்சயமாக இங்கிருந்து நிறைய தூரம் ஒன்றும் இருக்காது."

"நாம் பொறுமையாகக் காத்திருப்போம். ஆனால் அவன் வரும்வரை ஏன் பட்டினியாக கிடக்க வேண்டும். சாப்பிடலாமே? என்றேன்."

"நல்லது சாகேப்" என்றான். "நான் திரையை விலக்கி உள்ளே போனேன். அங்கே எனக்கான உணவு நேர்த்தியாக காத்துக் கொண்டு இருந்தது. பிறகு நானும் ஜோராவும் கிச்சடியும் கறியும் உண்ண ஆரம்பித்தோம். அப்போது, வெளியே பத்ரிக்கும் அவனுடைய புதிய நண்பனுக்கும் இடையில் வணக்கப் பரிமாறல் நடப்பது கேட்டது. நான் பசியாறிய பின் அவர்களைச் சென்றடைந்தேன்.

"நான் உன்னுடன் பேசியபோது சொன்னேன் இல்லியா அவர்தான் இவர். என் சகோதரர்" என்று என்னை வந்த வருக்கு அறிமுகப்படுத்தினான். நாம இரண்டு பேரும் சேர்ந்து ஒன்றாகப் பயணம் செய்யலாம். இவருடைய ஆட்கள் அனை வரும் நகரத்திற்கு வெளியே முகாம் போட்டு இருக்கிறார்கள். என்னோட இருப்பதில்தான் அவருக்குச் சந்தோஷம். அதனால் அவர் இங்கே இருக்கார்" என்றான் பத்ரி தன் நண்பனிடம்.

நாங்கள் சலாம்கள் பரிமாறிக்கொண்டோம். பின்னர் பேச்சு வாக்கில் அவனை முக்கியமான விஷயங்கள் நோக்கி திசை திருப்பினேன். நான் பத்ரியைக் கேட்டேன். "எப்போ நாம் பயணம் துவங்க இருக்கிறோம்."

"என்னால் தாமதிக்க முடியாது. நர்சீயில் நாம் தாமதித்து விட்டதால் நிறைய வசதிகள் குறைவாகிவிட்டது. இப்போதோ மிகவும் பின்தங்கிவிட்டோம். எனவே நாம இந்த முறை அவசர மாகப் போயாக வேண்டும்" என்று சொன்னேன்.

அவன் என்னை உற்று நோக்கியபடி பத்ரியிடம்சொன்னான்: "நீங்க கண்டிப்பாக விளையாடுறீங்கேன்னு நினைக்கிறேன். இவரு உங்களோட சகோதரர்ன்னு சொல்றாரு, ஆனா ரெண்டு பேருக்கும் தோற்றத்துல கொஞ்சம்கூட ஒற்றுமை இல்லே. பத்ரி அவரைவிட நீங்க மிகவும் வயசானவரா இருக்கீங்க?"

கூடப் பிறந்த சகோதரர்கள் இல்லே, சித்தப்பா, பெரியப்பா பிள்ளைகள். ஆனால் அப்படிப்பட்டவர்களை சகோதரர்கள் என்று சொல்வதுதானே வழக்கம்.

"அப்பறம் எப்படி உங்கள்ள பெரியவரான நீங்க ஜமேதாராக இல்லாமல், சின்னவரான இவரு ஜமேதாரா இருக்கார், ஒரே குழப்பமா இருக்கே.

பத்ரி குறுக்கிட்டான்: "அதுவொரு பெருங்கதை, எல்லாம் சொன்னால் உங்களுக்குச் சலிப்பூட்டும். சுருக்கமாகச் சொல் றேன் கேளு. இவரு மூத்தவரோட பையன். என் அப்பா கல்யாணம் பண்றதுக்கு வெகுசீக்கிரமாகவே இவங்க அப்பா

பண்ணிட்டார். அவரோட முதல் மனைவி இறந்துட்டாங்க. நீண்ட காலத்துக்கு அப்புறம் இவரோட அம்மாவைக் கல் யாணம் பண்ணினார். அதனால இளைய பையனுக்கு வாரிசு உரிமை வந்துடுச்சு. இப்போ தெளிவா புரியுதா? அதனால் இவரு தலைவரா இருக்காரு. இருந்தாலும் வயதுல அதிகமாக இருப்பதால என்னோட யோசனைகள் கேட்டு நடப்பாரு."

"பொதுவா எனக்கு இதிலே கௌரவக் குறைச்சல்தான் ஆனாலும் என் தம்பியாக இருப்பதால், இதில் வித்தியாசம் பார்க்கிறது இல்லே."

"உங்கள் பகுதியில வித்தியாசமான பழக்கங்கள் வைத்திருக் கிறீர்கள். ஊருக்கு ஊரு இந்தப் பழக்கமெல்லாம் மாறும் போலிருக்கு. இங்கே உறவுப் பழக்கம் தலைகீழா இருக்கு. என்ன இருந்தாலும் உங்களோட பழக்கத்திற்குத்தான் நான் மரியாதை செய்யணும். எனவே ஜமேதார் சாகேப், என்னைப் பற்றி உங்கள் சகோதரர் எல்லாம் சொல்லியிருப்பார் என்று நினைக்கிறேன்."

"நீ அவரைப்பற்றி சொன்னதைவிட என் சகோதரர் அதிக மாகவே உன்னைப் பற்றிச்சொல்லி இருக்கிறார். ஆனால் இப்போதுதான் நாம் இருவரும் இருக்கிறோமே, நேருக்கு நேர் பேசிக் கொள்வதுதான் நல்லது. என்னைப் புதிய ஆளாக நினைக்காமல் எதுவும் மனதில் வைத்துக் கொள்ளாமல் வெளிப்படையாகப் பேசலாம்."

அந்த ஆள் பேசத் துவங்கினான்: 'பழசை எல்லாம் கிளறிக் கொண்டிருக்க வேண்டாம். வேண்டிய அளவு அதுபற்றி பேசியாகி விட்டது. எப்படியானாலும் நான் இங்கே இருக்க முடியாது. எங்காவது ஹைதராபாத் போல தூரமாகப் போய் விடணும். அங்கே போய்விட்டால் என்னோட எதிரிங்க கிட்டயிருந்து தப்பித்து விடலாம். அதனால போகும்போது உங்களோட சேர்ந்து வர்ரேன். சாலையில் நீங்க என்னை மறைச்சுப் பாதுகாப்பாக அழைத்துக்கொண்டு போகணும்."

நான் சொன்னேன்: "நாங்கள் அதற்குத் தயார்தான். ஆனால் அதிலே சில பிரச்சினைகள் இருக்கிறது. உங்களை மறைத்தும், பாதுகாப்பாகவும் அழைத்துக்கொண்டு போக வேண்டியிருப்பதால் கொஞ்சம் செலவு ஆகும். அதற்குரிய ஈட்டுத்தொகை தேவைப்படும்."

"கண்டிப்பாகத் தேவைப்படும் தான். அதிலே நான் பேரம் பேச விரும்பவில்லை, அது எவ்வளவு என்பதை, எப்படிச் செய்யவேண்டும் என்பதைத் தயங்காமல் சொல்லுங்கள்."

"நீங்க தாராள மனப்பான்மை உள்ளவங்களா இருக்குறீங்க, அதேப்போலத்தான் நாங்களும் ஒரு வேளை நான் நூற்றி ஐம்பது ரூபாய் சொன்னால் உங்களுக்கு அது அதிகமாகத் தோன்றாது. சரியாகத்தான் இருக்கும்னு நினைப்பீங்க இல்லையா!"

"சரிதான். அதிலே பாதி இப்போ கொடுத்திடுறேன். மீதி போய்ச் சேர்ந்த கையோட கொடுத்திடுறேன்."

"சந்தோஷம் நீங்க சொன்னதை நான் ஏற்றுக் கொள்கிறேன். நீங்க எப்படிப் பயணம் செய்யலாண்ணு இருக்குறீங்க. நீங்க கேட்பதற்குத் தயாரா இருந்தால் எந்த விதமாக பயணம் செய்தால் பாதுகாப்பாக இருக்கும் என்பதை நான் உங்களுக்குச் சொல்வேன்."

மிகவும் ஆர்வமாகக் கேட்டான் "பயணம் எப்படி மேற் கொள்ளலாம்?"

"நீங்கள் ஒரு வண்டி வாடகைக்கோ சொந்தமாகவோ பிடிச்சிக்கோங்க, எப்படியானாலும் அது கொஞ்ச தூரத்திற் குத்தான். என் சகோதரர் குடும்பம் இருக்கிறது. அவரும் அவரது குடும்பப் பெண்களும் நீங்க வருகிற அதே வண்டியில வருவாங்க. பெண்கள் இருக்கிறதால யாரும் அந்த வண்டிப் பக்கம் வந்து சோதனையிட மாட்டாங்க" என்று சொன்ன தும்,

"அல்லாவின் கருணையால் யாருக்கும் தோன்றாத, அற்புத மான யோசனை. எனக்குத் தோன்றவே இல்லை. ஆனால் என்னிடம் வண்டி இல்லை. நான் வண்டி வாங்க முயற்சித்தால் நான் தப்பிக்க முயற்சிப்பது தெரிந்துவிடும்."

பத்ரி சொன்னான்: "திட்டத்தில் எதுவும் மாற்றம் வேண் டாம். அந்தப் பணத்துடன் இன்னும் ஒரு நூறுரூபாய் சேர்த்துக் கொடுத்து விடுங்கள். யாருக்கும் சந்தேகம் வராதபடி வண்டியை நான் ஏற்பாடு செய்கிறேன். அதற்கு மேலாகும் செலவிற்குச் சரியாக கணக்கு அளிப்பேன்."

"அப்புறம் என்னோட ஒட்டகங்கள், குதிரைகள் வேலை யாட்கள் அதையெல்லாம் என்ன செய்யிறது" என்று கேட் டான்.

"என்னன்ன மிருகங்கள், எத்தனை எண்ணிக்கையில் இருக்கின்றன."

இரண்டு ஒட்டகங்களும், இரண்டு குதிரைகளும் இருக் கின்றன. மேலும் எனது பணியாட்கள் மூன்று அல்லது நான்கு பேர் என்னுடன் வரவேண்டியிருக்கும்."

"இன்றைக்கு ராத்திரி ஊருக்கு வெளியில இருக்கும் எங்கள் முகாமிற்கு வேலையாட்களை ஒட்டகங்கள், குதிரைகளை ஓட்டிக்கொண்டு வரச்சொல்லி விடுங்கள். அங்கே யார் கண் ணிலும் படுவதற்கான வாய்ப்பு இல்லை."

"நீங்கள் மிகவும் புத்திசாலிகள்தான். எத்தனை நாட்கள் ராத்திரி பகலாக நான் இதற்காக கவலையுடன் தலையை உடைத்துக் கொண்டு இருந்திருப்பேன். இப்போது எல்லாம் திருப்திகரமாக திட்டம் போட்டாகிவிட்டது. இனி நேரம் கடத்துவதற்கு இல்லை. நான் போய் எங்கள் ஆட்களுக்கு உத்தரவு போட்டுவிட்டு பணத்தைக்கொண்டு வருகிறேன்" என்று சொல்லிவிட்டு போய்விட்டான்.

"எல்லாம் சரியாகச் செய்தீர்கள். என் வாயிலிருந்து வார்த்தைகளை மிகவும் கச்சிதமாக வரவழைத்தீர்கள். நான் நினைக்கிறேன் மீன் தூண்டிலை கடித்துவிட்டது என்று" என் றான் பத்ரி.

நானும் அப்பிடித்தான் நினைக்கிறேன். ஆனால் இந்த ஆள் உங்களுக்கோ எனக்கோ ஈடில்லை. நாம நெனைச்சதைவிட பெரிய ஆளாக இருப்பான், ஒட்டகம்ன்னு சொல்றான், குதிரை கள், வேலைக்காரர்கள் யப்பா... பெரும் பரிசு போலத்தான் தோணுது. சந்தேகமே இல்லை கை நிறைஞ்ச வேட்டை தான்."

என் அப்பாவை வேகப்படுத்தினேன். திட்டத்தின்படி எல்லா வேலைகளையும் பத்ரிநாத்தையே செய்து கொள்ளுமாறு கேட்டுக்கொண்டேன்.

என் அப்பா என்னைப் பார்த்து அதிர்ந்துவிட்டார், ஆச்சர்யத்துடன் சொன்னார்: "நீ இவ்வளவு சீக்கிரம் உன் காதலியைப் பிரிந்து வருவாய் என்று நான் நினைக்கவில்லை மகனே. இதற்கு என்ன கைம்மாறு செய்வேன்?"

"அப்பா, அவளை நினைவூட்டாதீர்கள். ஜோராவைப் பார்ப்பதைவிட எனக்குத் தொழில் முக்கியம்."

"மகனே அது என்ன தொழில்ன்னு சொல்லு. நானும்தான் தெரிஞ்சுகிறேன்" என்றார்.

"ஏன் சொல்லமாட்டேனா? சொல்றேன். பத்ரிநாத்தும் நானும் ஒரு ஆளைப்பிடிச்சு வைத்திருக்கிறோம். அவன் மூலமாக இதுவரையிலும் பார்க்காத நல்ல ஒரு பரிசுப்பொருளை நீங்கள் பார்க்கப் போகிறீர்கள். அவன் ரெண்டு ஒட்டகம், ரெண்டு

குதிரைகள், வேலைக்காரர்கள் சகிதமாக அகப்பட்டிருக்கிறான். இன்று மாலை இதுவெல்லாம் உங்கள் முகாமிற்கு வருகிறது. சொல்லுங்க விடமுடியுமா? சீக்கிரமாக, அனேகமாக நாளைக் காலையில் ஹைதராபாத் நோக்கி நம்மோட அழைச்சிட்டுப் போகணும்.

"உன் விருப்பப்படி செய்யிறேன் மகனே. ஆனால் அமீர் அலி, நீ எனக்குச் சொல்லணும் இதிலே ஒண்ணும் ஆபத் தில்லையே?"

"அப்பிடி எதுவும் இருக்காது. அப்பிடி எதுவும் ஆகாம பார்த்துக்கறேன். ஆனால் இப்போ செய்ய வேண்டிய தயாரிப்பு வேலைகள் என்னன்னா செஞ்சிருக்கோம் அப்படீன்றத நான் விபரமாகச் சொல்றேன். நாம தொடரலாமா? வேணாமான்னு அப்பறம் நீங்க முடிவு பண்ணுங்க" என்று அப்பாவிடம் ஏற்பாடுகளை எல்லாம் விபரமாகச் சொன்னேன்.

"நீயும் பத்ரியும் சரியாகத் தான் செஞ்சிருக்கீங்க. உங்கள் திட்டத்தை நான் ஏத்துக்கறேன்" என்று வயதில் அனுபவம் மிக்கவராகிய என் அப்பா சொன்னார். "என் பங்கிற்கு நான் ஒட்டகங்கள் இன்னும் மற்றவற்றை பெற்று இன்றிரவே ஒரு குழுவை அனுப்பி புதைகுழி வெட்டுகிற ஏற்பாடுகளையும் பார்த்துக்கறேன். நாளைக்கு இரவிலோ அல்லது அடுத்தநாள் அதிகாலையிலோ இங்கிருந்து கிளம்புவோம்" என்றார்.

நான் நகரத்தில் உள்ள வீட்டிற்குச் சென்று சேர்ந்த மாலை நேரம் வரையிலும் பத்ரிநாத் வந்து சேரவில்லை. அவன் வரும் வரையிலும் என் அன்பிற்குரியவளிடம் நேரத்தைச் செலவிட்ட தால் பொழுது போனதே தெரியவில்லை. அவன் திரும்பி வந்ததில் ஒன்றும் பெரிய மகிழ்ச்சி ஏற்பட்டுவிடவில்லை. ஒரு மாட்டுவண்டியும் இரண்டு அழகான மாடுகளும் வாங்கி வந்திருந்தான். வண்டியையும் மற்ற மொத்த சமாச்சாரங்களையும் நாட்டியக்காரிகளிடம் இருந்து வாங்கியிருக்கிறான். வண்டி பெண்கள் பயணிக்கும் விதமாக திரையிடப்பட்டிருந்தது.

வீட்டருகே வந்த போது அந்த வண்டி ஓட்டிக்குக் கொஞ்சம் பணம் கொடுத்து கணக்கு முடித்து விட்டான்.

"இவையெல்லாம் தொண்ணூற்றியைந்து ரூபாய். மதிப்பை விட குறைவான விலைக்கு வாங்கியாகிவிட்டது. இப்போ நம்பளோட ஒரே பிரச்சினை வண்டியை ஓட்டுவது யார் என்பதுதான்."

"அவன் எங்கே? அவனை நம்பலாமா?" என்று நான் கேட்டேன்.

"நிச்சயமாக, அவன் தற்போது ஹக்கீமிடம் விடைபெற்றுவரச் சென்றுள்ளான். அவனது வியாபாரம் அனைத்தும் நிறைவு பெற்றுவிட்டதாக நாடகமாடுவான். முகாமிற்குப்போய் அங்கே யார் பொறுப்பில் இருக்கிறார்களோ அவர்களின் உத்தரவிற்குக் கட்டுப்பட்டு நடக்க வேண்டும் என்று சொல்லி இருக்கிறான். அப்பாவின் வழிகாட்டுதல்படி நடந்து கொள்ளுமாறு நான் கூறியிருக்கிறேன். இருட்டு கட்டத் தொடங்கும்போது அவர்களிடம் வந்துவிடுவான். ஒட்டகங்களையும், அவனது ஆட்களையும் முகாமிற்கு அனுப்பி விட்டான்" என்றான் பத்ரி.

"இன்ஷால்லா, நம்ப திட்டத்தில் பிரச்சினை எதுவும் இல்லை. நாம் அதிர்ஷ்டசாலிகள்தான் இல்லையா?"

அனைத்து ஏற்பாடுகளும் சரியாக செய்து முடித்த நிலையில் அந்த நண்பன் வந்தான். அப்போது நன்றாக இருட்டிவிட்டது. ஆகையால் யார் கண்ணிலும் படாமல் வந்து இணைந்து கொண்டான். வண்டி வாங்கியாகி விட்டது என்ற செய்தியை சொல்லி அனுப்பி இருந்ததால், அவன் தன் வேலைக்காரன் ஒருவன் மூலம் பயணத்திற்குத் தேவையான படுக்கை, துணிமணி, ஹுக்கா போன்ற பொருட்களையும், மதிப்பு மிகுந்த பண்டல்களையும் அவனுடன் கொண்டு வந்து விட்டான்.

"நீங்க எதுவும் தவற விட்டுவிடவில்லையே, எல்லாம் உறுதிப் படுத்தியாச்சா?" என்று தன் வேலையாட்களிடம் அவன் கேட்டான்.

"உறுதியாக, எல்லாம் சரிபார்த்தாகிவிட்டது. நகரத்தின் நுழைவாயிலுக்குப்போய் காவலனிடம் நாங்களும் இரண்டு வண்டிகளும் எங்களது ஆட்களுடன் நள்ளிரவிற்குப் பின் செல்வோம் என்று சொல்லி வைத்திருக்கிறேன்" என்றான் அவன்.

"ரொம்ப நல்லது" என்று கூறிவிட்டு நாணயத்தை எண்ணி "இதோ உங்களுடைய பணம் என்று எழுபத்தைந்து ரூபாய்" என்னிடம் கொடுத்தான்.

"இனியொன்றும் இல்லை, ஆனால் இதுவரை உங்கள் பெயரை எனக்கு நீங்கள் சொல்லவே இல்லையே"

"இப்போதைக்கு என்னை குமால்கான் என்று அழைக்கலாம். ஹைதராபாத் போனபின்னர் நிஜப்பெயரைச் சொல்கிறேன்"

"உங்கள் விருப்பப்படியே ஆகட்டும். உங்கள் பெயரைச் சொல்லாமல் மறைக்கிறீர்கள் என்றால் ஏதோ நியாயமான காரணம் இருக்கும். இடைக்கால பெயரான குமால்கான் மற்ற பெயர்களைவிட நன்றாகத்தான் இருக்கிறது. குமால்கான் சாகேப் நாம் சீக்கிரமாகப்போய் ஓய்வெடுத்தால் நல்லது. நாளைக்குப் பயணம் செய்யும்போது உற்சாகமாக இருக்கும்" என்றேன்.

"என்னால் எங்கு வேண்டுமானாலும் படுத்துறங்க முடியும் என்ற அவன். தொடர்ந்து வேலை இருந்ததால் பல இரவுகள் தூக்கமின்றிக் கடந்ததாக கூறினான்.

கீழே ஒரு படுக்கையை விரித்து, மேலே ஒருபோர்வையை இழுத்து மூடிக்கொண்டான். அவனைப் போலவே பத்ரியும் படுத்து விட்டான். இருவரும் சீக்கிரமாகவே தூங்கிவிட்டார்கள் என்பதை ஆழ்ந்த சுவாசம் உறுதிப்படுத்தியது.

விதி விசித்திரமானதுதான். இன்னும் சிலமணி நேரங்கள் மட்டுமே உயிர் வாழப் போகிறவன் அவனை மாய்க்கப் போகிறவனுக்குப் பக்கத்திலேயே ஆழ்ந்து உறங்குகிறான். சூழ்நிலைகள் எல்லாம் மாறிவிடும். எப்படி மாறும்? இங்கே படுத்துக்கொண்டிருக்கும் இருவரில் ஒருவன் மண்ணில் உணர் வில்லாமல் இறந்து விடப்போகிறான். மற்றவன் வாழ்வதற்காக படுத்துக் கொண்டிருப்பான். 'யா அல்லா', உன் நோக்கங்களை யாரறிவார்?

குறித்த நேரத்தில் நாங்கள் எழுப்பப்பட்டோம். எங்கள் பயணத் தயாரிப்பு வேலைகள் முழுசாக முடிந்து விட்டிருந்தது. ஜோரா தனக்கு துணைவந்தக் கிழவியுடன் ஒரு வண்டியில் வசதியாக அமர்த்தப்பட்டிருப்பதைப் பார்த்தேன். மற்றொரு வண்டி புதிய நண்பனுக்கானது. நாங்கள் முகாமிட்டிருந்த இடத்தையும் நகர நுழைவாயிலையும் சீக்கிரமாகக் கடந்து விட்டோம். நான் ஒரு ஆளை அனுப்பி ஜோராவின் வண்டிக்குப் பின்னால் யாராவது பின் தொடர்கிறார்களா? அல்லது உளவு பார்க்கிறார்களா? என்பதைக் கவனித்துக்கொண்டு வருமாறு உத்தரவிட்டேன். என் அப்பாவிடம் புட்டோட்டிகளையும் உம்சியாக்களையும் வேலைக்காரர்களிடம் அனுப்பி விட்டீர் களா என்று கேட்டேன்.

"எல்லாம் தயார்" என்று அவர் பதிலளித்தார். "நான் எல்லோருக்கும் அறிவுறுத்தி இருக்கிறேன். அவர்கள் எதுவும் பிரச்சினை வராமல் பார்த்துக் கொள்வார்கள். ஆனால் குமால்கான் ஆயுதம் இல்லாமல் இருக்கிறானா என்பதை உறுதிப்படுத்திக் கொண்டாயா?" என்று கேட்டார்.

"அவன் இடுப்பில் வாள் வைத்திருக்கிறான். அதனால் என்ன. நானும் பத்ரியும் எளிதில் சமாளித்துவிடுவோம். அவன் எதுவும் சிரமம் தரமாட்டான்."

"உனக்குப் பின்னால் ஒரு ஆளை அனுப்புகிறேன். நீ உன்னுடன் வைத்துக்கொள். அல்லது உன் விருப்பப்படி முடிவெடு" என்றார் என் தந்தை.

"நல்லது எங்களுக்கு அந்த நிமிஷத்துல சூழல் எப்படி அமையுதோ அதைப் பொருத்து செய்துக்கறோம்."

நான் உள்ளூர மகிழ்ந்து கொண்டேன். எல்லா ஏற்பாடுகளும் எத்தனை கச்சிதமாக செய்யப்பட்டிருக்கின்றன. எங்கள் ஆட்களும், புதிய நண்பனின் வேலைக்காரர்களும் என்னைக் கடந்து போய்க்கொண்டிருந்தார்கள். ஒவ்வொருத்தருக்கும் ஒரு தேர்ந்த புடோட்டியை நியமனம் செய்திருந்தோம். அதுபோக இன்னும் இரண்டு உதவியாளர்கள் தேவைப்பட்டால் பயன் படுத்திக் கொள்வதற்கான ஏற்பாட்டையும் செய்தி ருந்தோம். நாங்கள் மெச்சிக்கொள்ளளும்படியான வேலை யைத்தான் செய்கிறோம் என்று சொல்லாமல் சொல்லும் ஒரு பார்வையை என்மீது வைத்தபடி எமது ஆட்கள் ஒவ்வொருவராக என்னைக் கடந்து சென்றார்கள். எங்களுடைய மொத்தக் குழுவையும் பார்த்து உண்மையில் மகிழ்ச்சி அடைந்திருந்தேன். அவர்களின் ஆயுதங்கள் நிலா வெளிச்சத்தில் மின்னிக் கொண்டிருந்தன.

இந்த மகிழ்ச்சியைப் பற்றித்தான் என் தந்தை என்னிடம் கூறியதாக எண்ணினேன். வாழ்வின் மந்த கதியிலிருந்து அத்தகைய உணர்வுகளை எழுப்பக் கூடியது எது, இவர்கள் எனது ஆட்களாக செயல்படும்போது "அமீர் அலி" என்ற பெயர் அச்சமும், பீதியும் அளிக்கக் கூடியதாக இருக்கும். ஆண்கள் ஆச்சரியப்படுவார்கள். என் கதைகளை கேட்கும் பயந்த சுபாவம் கொண்ட பெண்களின் இதயம் துடிதுடிக்கும். துணிச்சல் மிகுந்த அந்த நாயகனைப் பற்றிக் கேள்வியுறும் பெண்கள் அவனைக் கற்பனையில் சித்திரப்படுத்திக் கொள்வார்கள். என் உணர்ச்சிகளைக் கட்டுப்படுத்த முடியவில்லை. காலம் கனியும். நான் நினைத்தது நிறைவேறப்போகும் தருணத்தை நினைத்தால் தற்போது நடப்பதெல்லாம் ஒரு நிகழ்வே அல்ல.

எனது எண்ண ஓட்டங்களை பத்ரிநாத்தின் குரல் கலைத்தது. "தேவர்களுக்கெல்லாம் தேவனே நாராயணா. இங்கே என்ன பண்ணிட்டு இருக்கீங்க. நாம என்ன பேசியிருந்தோம். அங்கே உங்களுக்காகத்தான் காத்துக் கொண்டிருக்கிறோம்."

நான் குதிரையிலேறி கரைக்குக் கீழே விரட்டிக்கொண்டு போனேன். நான் போனதும் குமால்கான் திரைக்கு வெளியே தலையை நீட்டி "உங்கள் ஆட்களை எல்லாம் ஒன்று திரட்டி யாகி விட்டதா" என்று கேட்டான்.

"உங்களைச் சுற்றியுள்ள என்னையும், அண்ணனையும், சில ஆட்களையும் தவிர மற்ற அனைவரும் நமக்கு முன் செல் கின்றனர்."

"அப்ப சரி. நான் வண்டியின் அசைவில் முடிந்தால் கொஞ் சம் தூங்கிக்கறேன்."

"பதற்றம் வேண்டாம் பொறுமையாக இருங்கள். சீக்கிரம் வண்டியில் இருந்து வந்து விடலாம்" என்று பத்ரி கூறினான்.

"சரி நண்பா" என்று சொல்லி திரையை மூடிக் கொண் டான்.

பத்ரியும் நானும் சிறிது நேரம் குதிரையில் அமைதியாகப் போய்க் கொண்டிருந்தோம். இறுதியில் ஒரு மேட்டுப்பகுதிக்கு வந்தோம். அதுவொரு நதியின் கரை. நிலவொளியில் நீர் பளபளப்பதா நினைத்தேன். காடு முன்னைவிட அடர்த்தியாக இருந்தது. நான் இயல்பாக பத்ரிநாத்தைத் திரும்பிப் பார்த் தேன்.

"இதுதான் பொருத்தமான இடம். நாம இங்கே வண்டிவரும் வரைக்கும் காத்திருப்போம். இப்போதே நெடுந்தூரம் வந்து விட்டோம்." பத்ரியும் சொன்னான்: "இதுதான் சரியான இடம். வேலையும் சீக்கிரமாக முடிந்துவிடும்."

ஒரு ஆளை அனுப்பி பின்னால் வருபவர்களை எங்களிடம் வரச்சொல் என்று சொல்லிக்கொண்டிருக்கும் போது, வண்டியின் சக்கரங்கள் ஆற்று மணலில் அரைபடும் சத்தம் கேட்டது.

"என்ன செய்தி? எல்லாம் தயாரா?" என்று நான் கேட்டேன்.

"இப்போ எல்லாம் தயாராக இருக்கும், அவர்கள் ஒரு அழகான இடத்தைத் தேர்வு செய்து வைத்திருக்கிறார்கள். அங்கே நமது குழுவினர் தங்களின் இன்றைய சாகசத்திற்குரிய

வேலையை முடித்துவிட்டு, உங்களுக்காகக் காத்துக்கொண்டு இருக்கிறார்கள். சந்தேகமே இல்லை."

"நீ இங்கே இருக்கவேண்டாம் திரும்பி அங்கேயே போய்விடு" என்று நான் சொன்னேன். எங்களுடனே இருக்கவேண்டும் என்று திரும்பத் திரும்ப கெஞ்சினான். சரியென்று இருக்க அனுமதித்தேன்.

குமால்கான் வண்டி எங்களைக் கடக்கும்போது பத்ரி வண்டியோட்டிக்கு சமிக்ஞை காட்டினான். வண்டியோட்டி இணக்கமாகத் தலையாட்டினான். எங்களுக்கு அருகில் வந்த குதிரையோட்டிகளும் நிறுத்தி தயார் நிலையில் இருந்தார்கள். நாங்கள் வண்டிக்குப் பின்னால் இறக்கத்தில் கீழ் நோக்கி சென்று கொண்டிருந்தோம். பாதி வழியில் சாலையின் கரை சரிவாக இருந்தது. நான் குறிப்பிட்டுக் காட்டிய புடைப்பின் மீதேற்றினான் வண்டியோட்டி. சாலையில் இருந்து விலகி வண்டி கரைமீது கொஞ்சங் கொஞ்சமாக சாய்ந்துகொண்டே போனது. ஒரு சக்கரம் கரைமீது ஏறியதும் அச்சமூட்டும் கட்டத்தில் சாய்ந்தது. இறுதியில் வண்டி சரிந்து தரையில் மோதியது.

நாங்கள் குதிரையை நிறுத்திவிட்டு உடனே ஓடினோம். குமால்கான் வண்டிக்குக் கீழே கிடந்தான். வண்டியைத் தூக்கி அவனை வெளியில் எடுத்தோம். அவன் பயந்திருக்க வேண்டும் அல்லது கடுமையாக அடிபட்டிருக்க வேண்டும். சிறிது நேரம் அவனால் பேச முடியவில்லை. கொஞ்சம் நிதானமாகி பேசத் துவங்கியதும் வண்டியோட்டியைக் கடுமையாகத் திட்டினான்.

"பார். நல்ல மெத்தென்ற சாலை. ஒரு கல், பள்ளம், மேடு எதுவும் இல்லை. அந்தக் கேடுகெட்ட பெண்ணுக்குப் பிறந்த வன் அனாவசியமாக அந்தக் கரைமீது ஏற்றி என்னைச் சாகடிக்கப் பார்த்தான்."

"அவனது அஜாக்கிரதைக்குக் கடுமையான தண்டனை பெறுவான். குமால் உனக்கு எங்காவது அடிபட்டுவிட்டதா?" என்றேன்.

"எனது வலது கை வலிக்கிறது. அல்லா. எனக்கென்று குதிரை இருக்கும்போது ஏன் வண்டியில் வரணும்."

பத்ரி சொன்னான்: "இப்ப என்ன செய்ய முடியும். நல்ல வேளை எலும்பு முறியாமல் போனது. இனிமே இப்படியாகாமல் பார்த்துக் கொள்ளலாம். அவனை எச்சரிக்கையாக ஓட்டச் செய்கிறேன்."

வண்டியை தூக்கி நிறுத்தி சாலையில் செல்வதற்குத் தயாராக்கினோம். குமால்கானின் படுக்கை சீர் செய்யப்பட்டது. எங்களிடம் இருந்து திரும்பி வண்டியில் ஏறுவதற்காக அதன் நிலையினைப் பிடித்துக்கொண்டு பாதத்தை வண்டிச் சக்கரத்தின் மேல் வைத்து உள்ளே புக முயற்சித்துக் கொண்டிருந்தான். நான் துணியை எடுத்து அவன் கழுத்தைச் சுற்றி நெறித்தேன்.

“என்ன? என்ன? என்ன இது?” என்ற வார்த்தைகள் மட்டுமே அவனிடமிருந்து வெளிப்பட்டது. ஆனால் உடனே ஜீவன் தொண்டையில் உருளத் தொடங்கியது. கழுத்தைச் சுற்றிய எனது பிடி அவனது உடலில் இருந்து உயிரை வெளியேற்றி விட்டது. வண்டியைப் பிடித்திருந்த அவனது பிடி தளர்ந்தது. எந்த உணர்வும் சலனமும் இல்லாமல் தரையில் சரிந்தான்.

“தந்திரமாக நேர்த்தியாக முடித்துவிட்டீர்கள் சாகேப்” என்று பத்ரி சொன்னான். “என்னால் இந்த அளவு சிறப்பாகச் செய்ய முடியாது. பாருங்க துள்ளவில்லை, துடிக்கவில்லை உயிரை விட்டுவிட்டான். மீர் சாகேப் நம்ப முடியுதா? தரையைத் தொடுவதற்கு முன்னரே செத்துட்டான் பாருங்க.”

“நீ இன்னொரு முறை செய்யும்போது நான் பார்க்க வேண்டும். இந்த ஆள் சில நிமிடம் வண்டியைப் பிடித்துக் கொண்டிருந்தான். அந்தக் கணமே அவன் சரிந்திருக்க வேண்டும்” என்று சொல்லிவிட்டு, இன்னொரு ஆளிடம் உடலை எடுத்து வண்டிக்குள் போடச்சொன்னேன். நாம தாமதிக்க நேரம் இல்லை. அவர்கள் உடலை துணிபோட்டு கட்டிக் கொண்டிருந்தார்கள். எல்லாம் சீர் செய்து வண்டியை ஓட்டினோம்.

“வண்டியின குலுங்கலில் உயிர் பெற்றுவிட்டால் என்ன செய்வது” என்று பத்ரியிடம் கேட்டேன்.

“ஒன்றும் பயப்பட வேண்டாம். ஒருவேளை அப்படியானால் மறுபடியும் கொல்லப்படுவான். ஆனால் இவனைப் பொறுத்த அளவில் முழுமையாக இறந்து விட்டான். நீ முறித்த விதத்தில் எவனும் பிழைக்க முடியாது. அவன் கழுத்து முறிந்து விட்டது. உங்களுக்கு அந்த வயதான குரு, அதை நன்றாகத்தான் கற்றுக் கொடுத்திருக்கிறார்.”

“நான் ஒவ்வொரு முறையும் இதை செய்யும்போதும் என் தன்னம்பிக்கை அதிகரித்துக்கொண்டு போகிறது. இப்பொழுதே இன்னும் இரண்டு மூன்று பேரிடம் என் கை வேலையை

காட்ட வேண்டும் என்றாலும் நான் சித்தமாக இருக்க வேண்டும்."

"நீ உன் பராக்கிரமத்தில் திருப்திப்படு. அங்கே நம் ஆட்கள் கூடியிருக்கிறார்கள். நாம் புதை குழிக்கு அருகில் உள்ளோம்."

நாங்கள் விரைந்து அங்கே சேர்ந்ததும் என் அப்பா கேட்ட முதல் கேள்வி "நீங்க அவனைக் கொண்டு வந்திட்டீங்களா?" என்பதுதான்.

"ஆமாம் அவனை வண்டியின் தளத்தில் படுக்க வைத்திருக் கிறோம்" என்றான் பத்ரி.

"அவனை யார் முடித்தது" என்று கேட்டார் அப்பா. பத்ரி என்னைச் சுட்டிக்காட்டினான்.

"அல்ஹம் துலில்லா" என் மகன் தேறிவிட்டான், என்றவர் "பின் எல்லோரையும் அழைத்து இங்கே நீங்கள் நேரத்தை வீண்டித்துக் கொண்டிருக்க வேண்டாம். ஆற்றங்கரையை ஒட்டி முன்னாடிப் போய்க்கொண்டே இருங்கள், நாங்கள் வந்து வழியில் சேர்ந்து கொள்கிறோம்" என்றார்.

இனி செய்ய வேண்டியது எதுவும் இல்லை. நான் நதிக்கரை நோக்கி விரைந்தேன். நான் என் குதிரையை விரட்டி ஜோரா வின் வண்டியைப் பிடிக்க முயற்சித்துக் கொண்டிருந்தேன். நான் அங்கு இல்லாதது குறித்து அவள் என்ன நினைப்பாள் என்று எனக்குத் தெரியவில்லை. அவளைத் திருப்திப்படுத்தும் வகையில் ஏதேனும் கதை கட்டவேண்டும். ஏதாவது காரணம் காட்டி அங்கிருந்து தப்பலாம் என்று கருதினேன். என்னைக் கடந்து பத்துப் பன்னிரண்டு பேர் கொண்ட குழுக்களாக ஆட்கள் போய்க் கொண்டிருந்தார்கள். நான் இன்னும் ஜோராவின் வண்டியைப் பார்க்கவில்லை. அந்த வண்டி ஓட்டி விரைவாக ஓட்டிச் சென்றிருக்கக்கூடாது என்று என் மனம் விரும்பியது. என் குதிரையை ஒரே தாவலில் விரட்டிக்கொண்டு போனேன்.

நல்லது, நான் நினைத்தது போலத்தான் நடந்தது. ஜோரா வின் வண்டியை நெருங்கும்போது திருடர்களால் அவளது வண்டி தாக்கப்படுவது போன்ற கலவரச் சத்தம் கேட்டது. அப்படி நடப்பதற்குச் சாத்தியமான சூழல்தான் இருந்தது. குறுகலான பாதை, இரண்டு புறமும் அடர்ந்தகாடு. எங்கள் ஆட்கள் மிகவும் சிலரே இருந்தனர். திருடர்கள் அதிகம் இருந்ததால் நான் நெருங்கி வாளை உருவத் தயாரானேன். கூச்சலும் கத்தலும் அதிகரித்துக் கொண்டிருந்தது. சில

வினாடிகளில் வண்டியை அடைந்தேன். மெய்யாகவே அங்கே வன்கலவரம் நடந்து கொண்டிருந்தது. அங்கே நடப்பது நல்ல நிலா வெளிச்சத்தில் தெளிவாகத் தெரிந்தது.

வண்டி நான் அனுப்பிய ஐந்தாறு ஆட்களால் சூழப் பட்டிருந்தது. அவர்கள் தைரியத்துடன் திருடர்களை எதிர் கொண்டிருந்தனர். அதில் இரண்டு திருடர்கள் தரையில் வீழ்ந்து கிடந்தனர். மற்ற சிலர் எனது ஆட்களால் காயப்பட்டிருந்தனர். நான் எழுந்த நேரம் எனது ஆள் ஒருவன் வீழ்ந்தான். மற்றவர் சோர்ந்து போயிருந்தனர். நான் வந்திருப்பதை கவனிக்காமல் தங்களது போராட்டத்தின் தீவிரத்தில் இருந்தார்கள். 'பிஸ்மில்லா' என்று உரக்கக் கூவினேன். அதே நேரம் எமது ஆட்கள் எதிரி ஒருவனை வெட்டி வீழ்த்தினர். எங்கள் ஆட்கள் என்னைக் கண்டதும் புத்துணர்ச்சியுடன் தாக்குதலில் இறங்கினர்.

தாக்குதல் நீண்ட நேரம் நீடிக்கவில்லை. நான் குதிரையில் இருந்து குதித்தேன். இடுப்பில் இருந்து பிஸ்டலை உருவினேன். என்னை நோக்கி வாளை உயர்த்திக்கொண்டு வந்தவனைக் குறிவைத்து சுட்டேன். துப்பாக்கிகுண்டு அவனைத் துளைத்து வெளியேறியது. அவன் கீழே விழ மற்றவர்கள் சிதறி ஓடினார்கள். அவர்களைச் சிறிது தூரம் துரத்திக்கொண்டு ஓடினோம். அவர்கள் வெகுதூரம் ஓடிவிட்டதை உறுதி செய்த பின் திரும்பினோம். அதில் ஒரு இளைஞன் எங்களிடம் பிடிபட்டான். அவனைப் பிடித்து வைத்துக்கொண்டோம்.

12

ஊர் மந்தையில் வழங்கிய தீர்ப்பு

நான் வண்டிக்குத் திரும்பியதும் முதல் வேலை என் அப்பாவி ஜோராவைச் சாந்தப்படுத்துவதாக இருந்தது. அவளது அழுகையுடன் அவளுடைய வயதான உதவியாளினியின் ஒப்பாரியும் சேர்ந்து கொண்டது. சத்தியம் செய்து தருதல், தேம்பல், சத்தம், இரைச்சல் போடுதல் என நெடு நேரம் நீடித்தது. அவள் அதிர்ந்திருந்தாள். நான் இனிமேல் அவளைவிட்டு நீங்கமாட்டேன் என்று உறுதி கூறிய பின்னர் தான் ஓரளவு அமைதியானாள். அதற்குப்பின் அவள் தாக்கப் பட்டத்தை சொல்லத் தொடங்கினாள். வண்டி போய்க் கொண்டிருக்கும்போது சாலைப் பக்கமிருந்து திருடர்கள் புதர்களில் மறைந்திருந்து கற்களை வீசியிருக்கிறார்கள். எமது ஆட்கள் ஆயுதங்கள் வைத்திருப்பார்கள் என்று எதிர் பார்த் திருக்கவில்லை. இறுதியில் அவர்கள் மறைவில் இருந்து வந்து தாக்குதல் நடத்தியிருக்கிறார்கள்.

காயப்பட்ட திருடனால் நடக்க முடியவில்லை. எனவே அவன் வண்டியில் இறந்த உடலுடன் கிடத்தப்பட்டிருந்தான். அவனுடைய கைகள் பின்னுக்குக் கட்டப்பட்டிருந்தன. கையில் உள்ள கயிறு கழுத்துடன் சேர்த்து கட்டப்பட்டிருந்தது. காயம் பட்டவர்களுக்குத் துணையாக இருபது பேரை விட்டுவிட்டு, நாங்கள் பயணத்தை அடுத்துத் தொடர்ந்தோம்.

நாங்கள் விடிவதற்குள் அடுத்திருந்த பெரிய கிராமத்தை அடைந்தோம். இன்னும் சூரிய வெளிச்சம் பரவி இருக்கவில்லை. கால்நடைகள் ஊரின் நுழைவாயிலுக்கு வெளியே மேய்ச்ச லுக்குப் போய்க் கொண்டிருந்தன. நாங்கள் எங்கள் ஆட்

களுக்கான முகாமை அங்கிருந்த புளியமரங்களுக்குக் கீழ் போடச் சொல்லிவிட்டு, நானும், அப்பாவும், பத்ரியும் ஊருக்குள் பட்டேல் அல்லது அதிகாரத்தில் இருக்கும் பெரிய மனிதர்களைப் பார்க்கப் புறப்பட்டோம்.

நீண்ட நேரம் காத்திருந்து பின்னர் எங்களைச் சந்திப்பதற்காக அமில் எதிர்பார்த்துக்கொண்டு இருப்பதாகச் சொன்னார்கள். நாங்கள் அவர் வீட்டிற்குப் போனோம். அங்கே அமில் தாழ்வாரத்தில் அமர்திருந்தார். பொதுவாக அங்கிருந்துதான் அவர் பஞ்சாயத்துக் காரியங்களைப் கவனிப்பார். அவர் இந்து சமூகத்தின் கயாத் வகுப்பைச் சேர்ந்தவர். பொதுவாக பணிவிற்கும், நாகரீகத்திற்கும் பெயர் பெற்றவர்கள் அந்த வகுப்பைச் சேர்ந்தவர்கள். அவரிடம் நாங்கள் எங்களை அறிமுகப்படுத்திக் கொண்டோம். இங்கே என் அப்பாதான் குழுவின் பேச்சாளர். அவர் தன்னை ஒரு வியாபாரி என்றும், நாங்கள் குழுவின் தலைவர்கள் பாதுகாவலர்களாக இருப்பதாகவும் சொன்னார். ஓம்காரில் சொல்லப்பட்ட அதே கதைதான் இங்கும். நாங்கள் வரும் வழியில் திருடர்கள் சிலரால் தாக்கப்பட்டதாகக் கூறினார்.

அமில் கூறினார் “கண்டிப்பாக அப்படி இருக்க முடியாது. சமீப காலமாக இப்படி நடப்பதே இல்லை. மிகப்பயங்கரமான திருடர்கள் பிடிக்கப்பட்டு விட்டார்கள். எனவே அப்படி நடக்க வாய்ப்பே இல்லை. நீங்கள் ஏதோ தவறாகத்தான் கூற வேண்டும்.”

“நீங்கள் நம்மால் சிலர் தாக்கப் பட்டதையும், சில திருடர்கள் கொல்லப் பட்டதையும் சொல்லவில்லையே. அப்படிச் சொன்னால் பெரியவராகிய இவர் புரிந்துகொள்ள வசதியாக இருக்கும் என்று அப்பாவிடம் நான் கூறினேன். நம்மால் கொல்லப்பட்டவர்களின் உடல்களை அவர்கள் காண்பதற்கும் வசதியாக இருக்கும். நம்முடைய பொறுப்பில் நாம் இருவரைப் பிடித்து வைத்திருப்பதை சொல்ல மறந்து விட்டீர்கள்” என்றேன்.

“எதைக்கேட்டு உண்மையாகவா” என்று அதிர்ச்சியடைந்தார் அப்பெரியவர். “இந்த விஷயம் வேறு மாதிரியாக, ஆனால் நம்பும்படியாக இருக்கிறதே. இங்கே வரும் சில வியாபாரிகள் ஒரு கிராமத்தில் இருந்து இன்னொரு கிராமத்திற்குப் போவதற்குத் தங்களுக்கு பாதுகாப்பிற்கு ஆட்கள் வேண்டும் என்று கேட்பார்கள். இங்கிருந்து நிர்மலுக்கு செல்லும் வழி

யில் அச்சுறுத்தப்படுவதாகச் சொல்லப்படுகிறது. ஆனால் அப்படிப்பட்ட விபரீதங்களை நம்பவும் முடியவில்லை" என்றார் அமில்.

"அவரிடம் எங்களுக்குப் பாதுகாப்பு தேவைப்படவில்லை என்றும் நாங்கள் எங்களைப் பாதுகாத்துக் கொள்ள போதிய வலிமையுடன் இருக்கிறோம். நீங்கள் இப்போது சொன்னதுபோல சில திருடர்களை உதைத்து அனுப்பி இருக்கிறோம் என்று கூறினோம். எங்களுக்கு வேண்டியதெல்லாம் எங்களிடம் இருக்கிற பிடிபட்டவர்களை விசாரித்து நீதி வழங்க வேண்டும் மேலும் எங்களில் காயமுற்றவர்களுக்கு உதவியளிக்க வேண்டும்" என்றுக் கேட்டுக்கொண்டேன்.

அது எங்களுக்கு மிகவும் நல்லதும் கூட என்று மோகன்லால் கூறினார். "உங்களைப் போல எல்லா வியாபாரிகளும் தங் களைப் பாதுகாத்துக் கொண்டால் எவ்வளவு நன்றாக இருக்கும். இங்கு எங்கள் நாட்டிலும்கூட சில திருடர்கள் இருக்கத்தான் செய்கிறார்கள். அவர்களின் தொழில் சரிவைத் தான் சந்தித்து வருகிறது. அடிபடாத ஆள் ஒருவன் உங்களிடம் இருப்பதாகச் சொன்னீர்களே. நீங்கள் கைப்பற்றிய ஆள் எங்கே? அவன் மூலமாகச் சில தகவல்களை நாங்களும் தெரிந்துகொள்ளுகிறோம்."

அவனை அழைத்து வரச்செய்து. அவனுடைய குழு எங்கே இருக்கிறது என்று விசாரித்தேன். எங்களுக்காகத் தலையிட்டு விசாரித்ததில், எந்த பதிலும் பெறுகிற நம்பிக்கையை இழந்து விட்டார் அமில்.

"இவனை இப்படிக் கேட்டால் பதில் வராது. சாட்டையால் ரெண்டு கொடுத்தால்தான் பதில் வரும். அதைத் தவிர வேறு வழியே இல்லை" என்றான் பத்ரிநாத்.

உண்மைதான் என்ற மோகன்லால் போய் "கொர்லாவைக் கொண்டு வரச் சொல்கிறேன்" என்று அவனது ஆட்களில் ஒருவனை ஒரு கொர்லாவை கொண்டு வரச்சொன்னார்.

அந்தத் திருடனுக்குச் சில அடிகள் கொடுத்துப் பார்த்தார். அப்படியாவது வாயைத் திறப்பான் என்று நினைத்தால் ஒன்றும் மசியவில்லை. ஒரு வார்த்தையும் அவனிடம் இருந்து பெற முடியவில்லை.

"அவனைக் கீழே படுக்க வைத்து முதுகுத்தோலை உறிங்க" என்றார்.

அவனை தலைகுப்புற படுக்க வைத்து ஒரு திடமான ஆள் சாட்டையால் அடித்தான். ஒவ்வொரு அடிக்கும் ரத்தம் பீறிட்டு வந்தது. அப்போதும் அவன் வாயைத் திறக்கவில்லை. இரக்கம் காட்டச் சொல்லிக்கூடக் கேட்கவில்லை அவன்.

“எந்த வகையிலும் பலனே இல்லை. ஒரு பை நிறைய சாம்பல் கொண்டு வாங்க. அதை இவன் முகத்தில் பூசுங்க கண்டிப் பாகப் பேசி விடுவான். நான் உத்திரவாதம் தருகிறேன்” என்று ஒருவன் சொன்னான்.

குதிரைக்குக் கொள்ளு வைக்கும் பையைப் போன்ற ஒரு தோல்பையைக் கொண்டு வந்தார்கள். குதிரையின் பச்சை சாணியை போட்டு எரித்து சூடான சாம்பலை அந்தப் பையில் நிரப்பினார்கள். அதை அவன் முகத்தில் வைத்துக் கட்டினார்கள். அதே சமயம் முதுகிற்குப் பின்னால் கையை வைத்து மூச்சு வாங்குவதற்காக அழுத்தினார்கள். இந்தச் சித்திரவதையின் மூலமாக கொஞ்சம் பலன் கிடைத்தது ஏதோ முணகினான். அவன் பேசுவதற்காகப் பையை எடுத்தார்கள்.

“நான் உண்மையை ஒப்புக்கொள்வேன் என்று எதிர்பார்க் கிறீர்களா” என்று கேட்டான் அத்திருடன். “உண்மை என் நரம்புகளில் இருக்கிறது. எங்க ஆட்கள் எல்லாம் எங்கே போயிருக்காங்கன்னு எனக்குத் தெரியும். எங்களை வீழ்த்துவதற்குத் திட்டம் தீட்டியவனை நான் சபிக்கிறேன் என்றவன் என்னைக் கண்டபடி திட்டினான். பின் என்னைக் கையைக்காட்டி இவன்தான் என் அப்பாவை சாகடித்தவன். எப்போது என் அப்பா இறந்தாரோ அதற்குப் பின் நான் புதிதாகச் சாவதற்கு என்ன இருக்கிறது. நான் எப்போதோ செத்துவிட்டேன். நீங்கள் என்னைத் தூக்கில் போடலாம்” என்றான்.

மோகன்லால், “அவனைக் கொண்டு வாங்க” என்றார்.

மோசமாகக் காயம் பட்டிருந்த அவனை அங்கேயே விட்டுவிட்டு வந்தேன். ஆனால் அவன் உயிருக்கு ஆபத்து ஒன்றுமில்லை என்று நினைத்தேன். நாங்கள் வந்தபோது ஒரு படுக்கையில் வைத்து தூக்கி வந்தார்கள். செத்துவிடுவான் போலத்தான் தோன்றியது. மூச்சு விடுவதற்குச் சிரமப்பட்டுக் கொண்டிருந்தான். தொண்டையில் மூச்சு இழுபட்டு ‘கர்கர்’ ரென்று சத்தம் கேட்டது. அதற்கு மேல் அவனைப் பற்றி நாங்கள் கவலைப்படவில்லை. ஆனால் அவன் குற்றத்தை ஒப்புக்கொள்ள வைக்க முயற்சித்தோம். இறுதிவரை அவனிடம்

இருந்து ஒரு சொல்லையும் வரவழைக்க முடியவில்லை. சாட்டை இழுப்பும் சாம்பலைக் கொண்டு செய்த முயற்சியும் எடுபடவில்லை. அனைத்து முயற்சிகளும் அவனை என்மீது வசைபாட மட்டுமே வைத்தன.

"இதை இப்படியே தொடர்வதில் அர்த்தம் இல்லை. அவனைத் தூக்கிலிட வேண்டும்" என்றார் மோகன்லால். "இதுபோன்ற ஆட்களை எனக்கு நன்றாகத் தெரியும். ஒரு வருடம் வைத்திருந்து என்ன முயற்சி செய்தாலும் அவனிடம் இருந்து ஒரு துப்பும் கிடைக்கப் போவதில்லை. அவனைத் தூக்கில்போட தாமதிப்பதில் இனியும் அர்த்தம் இல்லை" என்றார்.

"உங்க விருப்பப்படி செய்யுங்க தூக்குக் கயிறு அவன் கழுத்தை இறுக்கும்போது ஒருவேளை அவன் ஏதேனும் பதில் சொல்லலாம்" என்றார் என் அப்பா.

"நான் அப்பிடி நினைக்கவில்லை. ஆனாலும் பார்ப்போம். தூக்கிலிடும் ஆட்களைக் கொண்டு வாருங்கள்" என்றார் மோகன்லால்.

மனித குலத்தில் எங்கும் நிறைந்திருக்கிற அந்தக் கொடியவர்கள் வெகு சீக்கிரத்திலேயே வந்தனர். திருடன் அவர்களிடம் ஒப்படைக்கப்பட்டான். அவனைப் பார்த்து மோகன்லால் சொன்னார்: "இங்கேபாரு இனி நீ தப்பிப்பதற்கான வழியே இல்லை. இப்போக்கூட நீ உண்மையைச் சொல்லலாம். என்னோடு ஒத்துழைத்தால் நான் உன்னைக் காப்பாற்றுவதற்கு உதவி செய்கிறேன்."

அவன் தயக்கதுடன் இறந்து கிடந்த தந்தையைப் பார்த்தான். மூர்க்கமாக நின்றான். இரண்டாவது முறையாக அவனது பார்வை தந்தை மீது ஊர்ந்து கொண்டிருந்தது.

"இதற்கு நிகரான செல்வத்தை நீங்கள் எனக்குக் கொடுத்து விட முடியாது" என்ற அவன் பார்வையை மீட்டு பெருமையுடன் எங்களைப் பார்த்தான். "இவர் உயிரோடு இருந்திருந்தால் உங்கள் அதிகாரத்தின் உதவியை நான் நாடியிருப்பேன். ஆனால் இப்போது நீங்கள் என்னைப் பாதுக்காக்க முடியாது. எங்களோட ஆட்களால் கொல்லப்படுவதைவிட நீங்களே என்னைக் கொன்னுப் போட்டுடுங்க. அவனுக கையிலிருந்து நான் தப்பிக்கவே முடியாது."

"இவனை இழுத்துக்கொண்டு போங்கள்" என்று உத்தரவிட்ட மோகன்லால். தூக்குப் போடும் பணியாளர்களைப் பார்த்து உங்க வேலையை கச்சிதமாக முடிங்க" என்றார்.

“மஹ்ராஜ் எங்க மாமூலை மறந்துடாதிங்க” என்றார்கள் தூக்குப்போடும் பணியாளர்கள்.

“இல்லை இல்லை, என்முன்னே நிற்காதீர்கள் போய்விடுங்கள் என்னைக் கலங்கப்படுத்தாதீர்கள். ஆனா உங்க வேலையை ஒழுங்காக முடிச்சிட்டு நீதிபதிகிட்டே போய் தாக்கீது சொல்லி டுங்க. அவர் உங்களின் செம்மறிக்கும், மதுவிற்கும் உத்தரவு அளிப்பார்” என்றார் மோகன்லால்.

அவர்கள் மோகன்லாலுக்கு மிகவும் பணிவான கும்பிடு போட்டுவிட்டு கூட்டத்துடன் நகர்ந்தனர்.

“அவனை எங்கே தூக்கில் போடுவார்கள். நான் அவனை மீண்டும் பார்க்க விரும்புகிறேன் என்றேன். அங்கு சென்றாவது அவனை இணங்க வைக்க முடியாதா? வாழவைத்து நல்ல ஒருவனாக மாற்ற முயற்சி செய்கிறேன்” என்று மோகன்லாலிடம் கூறினேன்.

“இங்கேதான் கிராமத்து நுழைவாயிலின் பக்கமாக, எங்கோ இருக்கிறது. எனக்கு அந்த இடம் சரியாகத் தெரியாது. ஆனால் என் ஆட்களை உங்களுக்குக் காட்டச் சொல்கிறேன். நீங்கள் பரவாயில்லை. நானெல்லாம் இதுபோன்ற விஷயங்களில் பயப்படுவேன். நீங்கள் ஏன் இந்த விஷயத்தில் சிரமப்படுத்திக் கொள்ளவேண்டும்.”

“இதில் கஷ்டம் ஒன்றும் இல்லை. இந்த விஷயத்தில் கொஞ்சம் ஆர்வம். கடைசிவரை முயற்சித்துப் பார்க்கலாம்” என்று நினைக்கிறேன்.

“நானும் உங்களுடன் வருகிறேன்” என்றான் பத்ரிநாத். நாங்கள் அங்கிருந்து புறப்பட்டு, தண்டனை நிறைவேற்றுபவர்கள் பின்னால் சென்றோம்.

நுழைவாயிலில் இருந்து மிகவும் குறுகலான பாதை போனது. இரண்டு பக்கமும் முண்டும் முடிச்சுமான இலை களற்ற வேப்பமரங்கள் வரிசையாக நின்றிருந்தன. அந்த மரங் களின் கீழ் எல்லோரும் கூடியிருந்தார்கள். சிறுவர்களும் கிராமத்தின் சோம்பேறிகளும் சூழ்ந்திருந்தனர். நாங்கள் கூட்டத்திற்குள் முண்டி உள்ளே பார்த்தபோது தூக்கு போடு வதற்கான எல்லா ஏற்பாடுகளும் தயாராக இருந்தன. சுறுக்கு முடிச்சுடன் ஒரு கயிறு மரத்தின் கிளையில் தொங்கிக் கொண்டிருந்தது. தூக்குக் காவலர்களில் ஒருவன் மரத்தின் கீழ் கிடந்த பழைய கல் சிற்பத்தில் கத்தியைப் பளபளப்பாகத் தீட்டிக் கொண்டிருந்தான். எதற்காக இங்கே வந்தேன் என்பதே

ஒரு கணம் எனக்குத் தடுமாறியது. நான் இவற்றை வேடிக்கை பார்ப்பதற்காக வரவில்லை. நான் வந்தது விதியின் விளிம்பில் நிற்கும் ஒருவனைப் பார்ப்பதற்காக. அவன் எங்கள் வரவை எதிர்பார்த்திருப்பான் போலிருக்கிறது. நாங்கள் வருவதற்கு முன்னரே தூக்கில் ஏற்றும்படி கொலையாளிகளைக் கேட்டி ருக்கிறான். ஆனால் அவர்கள் ஏற்றவில்லை. அவர்கள் எதிர் பார்த்தது போலவே நாங்கள் அவ்விடத்தை அடைந்தோம். நான் திருடனை நெருங்கிப் பேச்சுக் கொடுத்தேன். "நீ ஒரு இளைஞன், உனக்கு வாழ வேண்டும் என்ற ஆசையில்லையா? இப்போதாவது நீ வாயைத்திறந்து வாக்குமூலம் கொடுத்தால் உன்னைக் காப்பாற்றுவதற்கு நான் உத்திரவாதம் தருகிறேன்" என்றேன்.

"எனது கைகளைக் கட்டியிருக்கும் கயிற்றைத் தளர்த்தச் சொல்லுங்கள் என்னால் பேச முடியவில்லை. நான் பேசு கிறேன்" என்றான்.

நான் கொலையாளிகளிடம் கயிற்றைத் தளர்த்தச் சொன் னேன். ஆனால் அவன் தப்பிவிடாமல் இருக்கக் கயிற்றை எச்சரிக்கையாகப் பிடித்துக்கொள்ளச் சொன்னேன்.

திருடன் என்னைப் பார்த்து விரக்தியுடன் சிரித்துவிட்டு சொன்னான்.

"நான் இப்போதிருக்கும் நிலையில் இருந்து என்னைக் காப் பாற்றுவதற்கு நீங்கள் ஆர்வம் காட்டுகிறீர்கள். ஆனால் நான் காப்பாற்றபட்டால் உடனடியாகவோ அல்லது பின்னாளிலோ ஒரு வாளால் வெட்டுப்பட்டோ அல்லது துப்பாக்கியால் சுடப்பட்டோ எப்படியும் இறுதி முடிவை அடைவேன். ஆகையினால் நீங்கள் என்னோட சாவைப்பற்றி மறந்து விடுங்கள். மீண்டும் வாழ்வதில் எனக்கு விருப்பம் இல்லை, உயிருடன் இருந்து துயரப்படவும் விரும்பவில்லை. என் தந்தை மோகன்லால் போன்று அதிகாரத்தில் இருந்திருந்தால் நான் எந்த உறுதிமொழியும் கொடுத்திருப்பேன். அதிகாரத்திற்கு உட்பட்டு வாழமுடியுமா? அப்பா இறந்துவிட்டார். என்னுடைய வாழ்க்கை மீது அக்கறை செலுத்திய எனது மாமாவும் உங்களுடன் வண்டியில் ஏற்பட்ட மோதலில் கொல்லப்பட்டு விட்டார். எதற்காக நான் வாழவேண்டும். இவர்கள் எல்லாம் வாழவேண்டும் என்று நான் நினைக்கிற யாரையாவது இவன் விட்டு வைத்திருக்கிறானா? எங்கள் குடும்பம் தன் முடிவை ஒரு தினம் கண்டுவிட்டது. இது

எங்களுடைய விதி. ஆனாலும் நீங்கள் மோகன்லாலுக்கு அவன் மீதான எனது வெறுப்பை எடுத்துச் செல்லுங்கள். செத்துக் கொண்டிருக்கும் ஒருவனின் சாபத்தை அவனிடம் தாருங்கள். அவன்தான் என்னைக் கொல்லுவது. அதனால் இதற்கான பயங்கரமான பழிவாங்கலை ஒருநாள் அவன் சந்திக்க வேண்டிவரும்" என்று இறுதி வார்த்தையை சொல்லிவிட்டு தூக்கு மேடைக் காவலர்களைப் பார்த்து, "நீங்கள் உங்களது கொடிய அலுவலை நிறைவேற்றுங்கள், இதற்கு மேல் நான் சொல்வதற்கு ஒன்றும் இல்லை" என்றான்.

நான் மீண்டும் பேசுவதற்கு எத்தனித்தேன். பத்ரிநாத் என்னைத் தடுத்துவிட்டான்.

என்ன பலன் அவன் ஒரு முடிவிற்கு வந்து விட்டான். அதற்கு ஏற்றபடிதான் பேசிக் கொண்டிருக்கிறான். நாம் ஏதாவது நல்ல முயற்சிகள் மேற்கொண்டாலும், அது நல்லவன் ஒருவனை ஆபத்தான நிலைக்குத்தான் இட்டுச்செல்லும். அழிவு இல்லை என்றாலும், அவன் சாவதே மேல். அது அவனுக்குத் தகும்.

தூக்குக் போடும் கொலையாளிகள் உத்தரவிற்காக என்னைப் பார்த்தார்கள். நான் நடக்கட்டும் என்றேன். கத்தியைத் தீட்டிக் கொண்டிருந்தவன் அந்த இளைஞனின் கால் பாதங்களின் குதிக்கு மேலே நளினமாக அறுத்துவிட்டான். அதற்குப்பின் அவன் உயர்த்தப்பட்டான். கழுத்தில் சுறுக்கு போடப்பட்டது. அடுத்த நொடி மரத்தின் கிளையில் கயிறு இழுக்கப்பட்டது. அவன் மரண வலியில் போராடிக் கொண்டிருந்தான்.

பத்ரிநாத் முகத்தைத் திருப்பிக்கொண்டு "அப்பா" என்றான். "எனக்கு ஒருமாதிரி தலைச்சுற்றுகிறது என்றான். நமது செயல் பாடுகளில் இருந்து முரண்பட்டிருக்கிறது இந்தவேலை. நம்மிடம் ஒருவன் இத்தனை அச்சத்துடனா மரணத்தை சந்திக்கிறான். நமது கர்சீப் அவனது கழுத்தைச்சுற்றும் முன்னரே அவன் இறந்த மனிதன் ஆகிவிடுவான். நாம் தருவது வலியற்ற மரணம்."

"நீ சொல்வது உண்மைதான். நமக்குச் சில சாதகமான வாய்ப்புகள் இருக்கின்றன. ஆனால் இந்தக் கொலையாளிகள் கொடிய உணர்வுகளுக்கெல்லாம் அப்பாற்பட்டவர்கள். அவர்களிடமிருந்து என்னதான் எதிர்பார்க்க முடியும். நாம இப்போ முகாமிற்குப் போவோம். அங்கே அப்பா காத்துக் கொண்டிருப்பார். நாம் போய் குமால்கான் என்னதான் வைத்திருக்கிறான்" என்று பார்ப்போம்.

நாங்கள் அங்கே சென்று பார்த்ததும் குமால்கானின் அனைத்து உடைமைகளும் சோதித்துப் பார்க்கப்பட்டிருந்தன.

அங்கே இருந்த இரண்டு பெட்டிகளையும் நாங்கள் ஒருவிதமான பரபரப்புடன் பார்த்தோம். ஒரு பெட்டியில் அவனது வருவாய் துறைக்குச் சம்பந்தமுள்ள ஆவணங்கள் இருந்தன. அவை என் கண் முன்னால் அவசரமாக எரிக்கப்பட்டன. அப்பெட்டியின் அடிப்பாகம் தங்கப் பாளங்களால் நிரம்பி இருந்தது. பத்ரிநாத் வெற்றிப் பெருமிதத்தில் அந்தப் பையை உயர்த்திப் பிடித்தான்.

இதுவாவது பழைய காகிதங்களால் நிரம்பியதாக இருக்கக் கூடாது என்று கூறி முதல் பெட்டியை எடுத்து ஓரமாக வைத்துவிட்டு, அடுத்த பெட்டியைத் திறந்தோம்.

அதை உடைத்ததும் உண்மையில் மிகப்பெரிய வளமையான பரிசு என்பது உறுதிப்பட்டது. மேலே மூடியிருந்த துணிச் சுற்றுகளை அகற்றியதும் நிறைய வெள்ளிப்பாளங்கள் இருந்தன. ஆச்சர்யத்தில் எங்கள் கண்கள் உறைந்துவிட்டன.

பெட்டி அத்துடன் காலியாகவில்லை. வெள்ளிப் பாளத்திற்குக்கீழ் அதேபோல பத்துத் தங்கப் பாளங்கள்.

இதுதான் இதன் உச்சம் என்று கத்தினான் பத்ரிநாத். அவன் முதல் பாளத்தை எடுத்துப் பார்த்தான். அதன் விலை என்ன என்பது அல்லாவிற்குத்தான் தெரியும். குமால் கானின் கொலை மதிப்புமிக்க ஒன்றுதான். முடிவில் அவனும் துரதிருஷ்டசாலிகளை சூறையாடிய கொள்ளையனாகத்தான் இருந்திருக்க வேண்டும்.

நாங்கள் முன்னர் அடித்திருந்த பழைய கொள்ளைப் பொருட்களுடன் சேர்த்து வைப்பதற்காக அந்தத் தங்கப் பாளங்களையும், வெள்ளிப் பாளங்களையும் நாங்கள் என் அப்பாவின் முன்கொண்டு வந்து வைத்தோம். மேலும் தேடியதில் வேறொன்றும் இல்லை. அவன் இடுப்பில் கட்டியிருந்த துணிகளைத் தவிர.

"இருங்கள் வண்டியின் முன் பக்கத்தில் இன்னொரு பண்டல் இருக்கிறது" என்றான் பத்ரி.

அதை எடுத்துப் பார்த்தோம். அதைத் திறந்து பார்த்ததில் அடுகடுக்காக காகிதமாகத்தான் இருந்தது. ஏன் இதில் ஒன்றுமே இல்லை என்றேன். காகிதங்களை நீ எழுதுவதற்கு வைத்திருப்பான். என் அப்பா கடைசி வரைக்கும் பார்க்கச் சொன்னார். மூன்று நான்கு அடுக்கிற்குப் பின்னர் இறுதியில் சின்னப் பொட்டலம் நூலால் கட்டப்பட்டிருந்தது. இறுதியில் உள்ளே இறைதூதரின் பெயரில் பணப்பட்டுவாடா ரசீது

இருந்தது. இதன் மதிப்பிலும் இப்போது சந்தேகம் இல்லை. நம்மில் யாராவது இதில் இருப்பது என்னவென்று சொல்ல முடியுமா?

பத்ரி சொன்னான்: “எழுத்துக்களை என்னால் படிக்க முடியாது. எண்கள் பாரசீக மொழியில் எழுதப்படாமல் இருந்தால் என்னால் வாசிக்க முடியும்.”

“இல்லை நகரி அல்லது குஜராத்தி மொழியில் எழுதப்பட்டது போல் தோன்றுகிறது. உன் திறமையை கொண்டு முயற்சித்துப் பார்க்கலாம்.”

பத்ரி அந்தக் காகிதங்களைப் பார்த்துவிட்டு ஒன்றைக் கையில் எடுத்து சொன்னான்: “இதோ பாருங்கள் இது எண்ணால் எழுதபட்டு இருக்கிறது. இரண்டாயிரம் ரூபாய்க்கானது.”

“நீ சொல்வது சரியாகத்தான் இருக்கும் என்று நினைக்கிறேன்” என்று ஒவ்வொரு காகிதமாக எடுத்து அதன் எண்களைப் பார்த்தோம்.

இரண்டாவது நானூறு ரூபாய்க்கானது.

“அது போதும் அடுத்ததைப் பார்” என்றார் அப்பா.

“மூன்றாவது இன்னொரு முறை காட்டுங்கள். இது இரண்டாயிரத்து இருநூறு ரூபாய்க்கானது. நான் சொல்வது சரிதான்” கடைசியில் இருப்பது இருநூற்றி நாற்பது ரூபாய்க்கானது.

“எல்லாம் சேர்த்து நாலாயிரத்து எண்ணூற்றி நாற்பது ரூபாய் மொத்தம்.”

“ஆனால் இதைக் கொடுத்து பணம் பெற முடிந்தால் நம் நிலை எங்கோ போய்விடும். ஆனால் இவை எரித்த காகிதத்திற்குத்தான் சமம். எல்லாவற்றையும் எரித்து விடுங்கள்.”

“ஏன் நாம் இதைக்கொண்டு போய் கொடுத்து பணம் பெறலாமே” என்று நான் கேட்டேன்.

“இதனால் ஏற்படும் பிரச்னைகளை நீ அறியமாட்டாய். இதைக் கொண்டு போய்க்கொடுத்து பணம் பெற முயற்சித்தால், அதை வைத்து நம்மைக் கண்டுபிடித்து விடுவார்கள். எனவே அழித்து விடுங்கள்” என்றார் அப்பா.

“நீங்கள் சொல்வது உண்மைதான். ஆனால் திருடப்பட்ட பணத்திற்கு நீங்கள் சொல்வது பொருந்தும். குமால்கானின் ஏஜண்டுகளாக நடித்தால்? நாம் பணம் பெறுவதில் சிக்கல் இருக்காது” என்றேன்.

"உன் விருப்பப்படி செய். ஆனால் ஏதாவது செய்வதாக இருந்தால் என்னிடம் சொல்லிவிட்டுத்தான் அடுத்த நடவடிக்கையில் இறங்க வேண்டும்" என்றார்.

அதனால் அதை நான் வைத்துக்கொண்டேன். அப்படி வைத்திருந்ததற்காக பின்னாளில் ஒரு மகிழ்ச்சிகரமான விஷயம் நடந்தது.

13

தலை ஒன்று லாபம் இரண்டு

அடுத்த நாள் காலை அந்த கிராமத்தை விட்டுக் கிளம்பினோம். அங்கிருந்து வெளியாவதற்கு முன்னர் மோகன்லாலைப் பார்த்து விடைபெற்று வந்தால் நல்லது என்று நினைத்தோம். அதற்காக அன்று மாலை அவர் வீட்டிற்குப் போனோம்.

நாங்கள் போய் அமர்ந்ததும் மோகன்லால் "ஆக தூக்கி லிடப்பட்டத் திருடன் மூலமாக நீங்கள் எந்தத் தகவலும் பெறமுடியாமல் போய்விட்டது. இந்தத் திருடர்கள் எல்லாம் படுமோசமான பேர்வழிகள். நானும் இதுபோன்ற பலரைத் தூக்கில்போட்டு இருக்கிறேன். ஆனால் திருந்துகிற வழியைக் காணோம்" என்றார்.

"எந்தத் தகவலும் பெற முடியவில்லை. நானும் எவ்வளவோ பேசிப் பார்த்தேன். அவன் தான் உயிருடன் இருப்பதைவிட சாவதற்கே விரும்புகிறேன் என்று சொன்னான்" என்றேன் நான்.

"அவனுகளோடு பேசுவது வெட்டித்தனமானது. அவன் இப்போது இல்லை. அவனைபோல அவன் உடன் பிறந்தோர் கள் எல்லாம் பரலோகத்தைப் பார்த்து விட்டார்கள். நீங்கள் போனபிறகு ஒரு வினோதமான செய்தி எனக்கு வந்தது. அதை உங்களிடம் சொல்வதில் தப்பொன்றும் இல்லை என்று நினைக்கிறேன். மீர் சாகேப் போறதுக்கு முன்னாடி எனக் கொரு சகாயம் நீங்க செய்யமுடியுமா?" என்று கேட்டார் மோகன்லால்.

"எதுவாக இருந்தாலும் சொல்லுங்க, என்னால் முடிஞ்சதை நான் செய்கிறேன். ஆனால் நான் செய்யும் அந்த உதவி சாதாரணமாகத்தான் உங்கள் சமூகத்திற்கு இருக்கும் என்றேன்."

"இது நடந்தது இரண்டு மூணு வருடத்திற்கு முன்னாடி. ஹைதராபாத்தைச் சேர்ந்த சையத் முகமது, நிர்மல் கவர்னருக்கு ஒரு சிபாரிசுக் கடிதத்தோட வந்தான். கடிதத்திலே என்ன தாக்கீதுன்னா, எங்காவது சின்ன ஜில்லாவுல கலெக்டர் உத்தியோகம் காலியாக இருந்ததுன்னா அதிலே சையது முகமதுவை நியமிக்கணும்ன்னு ஆலோசனை சொல்லி இருந்தது. நிர்மல் கவர்னரும் அவனைத் தனக்குத் துணையாக டெபுடி என்ற பதவியில் வைத்துக்கொண்டார். நாளாக நாளாக அவனோட பணம் கையாடல் கொஞ்சம் பிரச்சினையானது. அது குறித்து ஒன்னு ரெண்டு பிராதும் கவர்னருக்குப் போனது. அது அவன் கையாடல் செய்யிறானோ? என்ற யூகத்துக்கு வழிவகுத்தது. காலப்போக்கிலே அவன் ரகசியமாக சில பெட்டிகளை வெளியேற்றியதில் இருந்து மேற்படி சந்தேகம் உறுதிப்பட்டது. ஒரு நாள் காலையில அவனும் அவன் வீட்டு ஆட்களும் திடீர்ன்னு யாருக்கும் தெரியாமல் காணாமல் போய்ட்டாங்க."

"நம்ப முடியாததா இருக்கே. ஆனால் இது போன்ற ஒரு நபரைப்பற்றி எதுவும் கேள்விப்படவில்லை. அதனால இதில் நான் உங்களுக்கோ உங்கள் நண்பருக்கோ எந்த வகையிலே உதவ முடியும்ன்னு தெரியல" என்று சொன்னேன்.

"நீங்க உதவனுன்னு நினைச்சா அதுக்கு ஒரேயொரு வாய்ப்புதான் இருக்கு, நான் சொன்னதை மனசில வச்சுக்கோங்க. உங்க பயணத்தின்போது அசந்தர்ப்பமாக சந்திக்கும் வாய்ப்பு கிடைத்தால் அவனை கைது செய்து உங்கள் ஆட்களைப் பாதுகாப்புக்குப் போட்டு எனக்கு அனுப்பிவிட்டால் நான் கணிசமான வெகுமதிக்கு ஏற்பாடு செய்வேன். இன்னொரு விஷயம் நான் உங்களுக்குச் சொல்லணும். சில சமயம் அவன் தனக்குப் பட்டப்பெயராக குமால்கான் என்ற பெயரிலும் பயணம் செய்வான். இது அவனைச் சுவீகரித்துக் கொண்ட உறவினர் ஒருத்தரின் பெயர். அதைத் தனக்குப் பயன்படுத்திக் கொண்டான் என்று நினைக்கிறேன்" என்று மோகன்லால் சொன்னார்.

"நான் எப்படியும் பிடித்துத்தருவேன் என்று நீங்கள் நம்பலாம். நான் இந்த விஷயத்தில் தலையிட்டு, அவனைக் கைது

செய்வதற்கு ஆதாரமாக உங்களோட முத்திரை வைத்த கடிதம் ஒன்றை அதிகாரப்பூர்வமாகத் தர முடியுமா?" என்று நான் கேட்டேன்.

"உறுதியாக நீங்கள் சொல்வது நல்ல யோசனை. அதன்படியே நான் உங்களுக்கு ஒருகடிதம் எழுதிக் கொடுக்கிறேன்" என்று மோகன்லால் சொன்னபடியே கடிதம் ஒன்றை எனக்கு எழுதிக் கொடுத்தார்.

அந்தக் கடிதத்தை எடுத்துப் படித்துப் பார்த்தேன். என்னிடம் சொன்னதைத்தான் எழுத்தால் எழுதிக் கொடுத்திருந்தார்.

"இப்போது எனக்கு விடை கொடுக்கிறீர்களா? இரவு நெருங்கிக் கொண்டிருக்கிறது. எனக்கு என்னோட ஆட்களுடன் சில வேலைகள் இருக்கிறது" என்றேன்.

"இந்த எளிய கிராமத்தில் உங்களுக்கோ உங்கள் ஆட்களுக்கோ என்னால் ஆக வேண்டியது ஏதேனும் இருந்தால் கண்டிப்பாக உங்கள் ஆட்களை அனுப்பி வையுங்கள். நான் தவறாமல் செய்து தருகிறேன். உங்களுக்கு ஏற்படுத்திக் கொடுத்துள்ள வசதிகள் குறித்தும் உங்கள் மீது கொண்டுள்ள நம்பிக்கை குறித்தும் என் நண்பருக்குக் கடிதம் மூலம் தெரியப்படுத்துகிறேன்."

"உங்கள் அன்பிற்கு நன்றி. உங்களிடம் ஏதாவது தேவைப் பட்டால் கேட்கத்தயங்கமாட்டேன். சலாம் சாகேப்" என்றேன். அவர் "உங்களுக்குச் சலாம் சாகேப் உங்கள் பயணம் பாதுகாப்பானதாகவும் வெற்றிகரமானதாகவும் அமையட்டும்" என்றார்.

"அமில் உங்களின் கடைசிச் செய்திக்கு நன்றி" என்று எனக்குள் நானே சொல்லிக்கொண்டேன். இன்ஷா அல்லா! இதுவரையும் நடந்ததெல்லாம் நல்லவிதமாகவும் வெற்றிகர மாகவும் அமைந்தது. எல்லாவற்றிலும் சிறப்பானது முகமது அலி தனது முடிவை எட்டியதுதான். பிணமாகி ஜில்லிட்டுக் கிடக்கிற அவனுக்கு இதுவே நல்லது. இல்லையென்றால் அவன் வாழும்வரை மனசாட்சி அவனை கொன்று கொண்டிருக்கும். அவனிடம் ஏமாந்தவர்கள் கையில் கிடைத்தால் அவர்களது சித்திரவதைக்கு உட்பட்டு உயிரிழந்திருப்பான். அல்லது கடுமையான சிறைவாசமும், சித்திரவதையும், மரணமும்தான் மிச்சமான நாட்களுக்குக் கிடைத்திருக்கும்.

உண்மையில் மிகமிக நல்ல ஏற்பாடு நடந்திருக்கிறது. இதைக்கேட்டு நான் நடந்துகொண்ட விதம் அறிந்து என் வயதான அப்பா மனம் திறந்து சிரிப்பார். என்மீது சந்தேகம்

வராமல் நான் பெற்றுவந்த கடிதம் கண்டு கூடுதல் மகிழ்ச்சி கொள்வார். அதற்கு ஆதாரம் என் கைவசம் உள்ள காகிதங்கள். அதில் உண்மையான பெயரும் இருக்கிறது. இந்த ஆவணத்தை நான் அழித்து விட்டிருந்தால் இப்போது பணம் பெறமுடியுமா. என் புத்திசாலி அப்பா அதை எரிக்கச்சொன்னார். இப்போது இதைக்கேட்டால் என்னை 'சபாஷ் அமீர் அலி' என்று பாராட்டுவார். "நீ உன் பாதையில் போய்க் கொண்டிரு மகனே. நேர் வழியானாலும் தந்திரமான வழியானாலும் உன்னுடன் எந்த நாயும் போட்டியிட முடியாது" என்று கூறி மகிழ்வார்.

எனது காரியத்திற்காக நான் நினைத்தபடியே அப்பா மனம் விட்டுச்சிரித்தார்.

"நல்ல வேடிக்கைதான். குமால்கான் தலைக்கு ஆள் அனுப்புவதையும் அதை எடுத்து வந்து கிராமத்தின் வாயிலில் நட்டு வைப்பதையும் பார்த்த பிறகே அவர்கள் நிம்மதியடைவார்கள்."

"அல்லா இது ஒரு அற்புதமான யோசனை. நான் இரண்டு லாகீக்களை அனுப்பி குமால்கானின் தலையைக் கொண்டு வரச் செய்கிறேன்."

"இல்லை. இல்லை. இப்போதே அனுப்ப வேண்டாம். மாலை நெருங்கிவிட்டது. இரவு கவிந்த சாலையில் அவர்களைத் தனியாக அனுப்பி சிரமப்படுத்த வேண்டாம். அத்துடன் நாம் கிளம்புவதற்குள் அவர்களால் திரும்ப முடியாது."

"உங்கள் விருப்பப்படி ஆகட்டும் அப்பா."

நான் எனது கூடாரத்திற்கு போய் மூன்று லாகீக்களை ஏற்பாடு செய்தேன். "இளைஞர்களே நாம் அடுத்த சாகசத்திற்கு தயாராவோம். நான் சொல்கிற வேலையைச் செய்தால் உங்களுக்கு ஆளுக்கு ஐந்து ரூபாய் தருகிறேன்."

"உங்கள் உத்தரவை கண்களில் ஏற்றுத் தலையால் செய்து முடிப்போம். நீங்கள் உத்தரவு மட்டும் போடுங்கள். உங்கள் விருப்பப்படி நாங்கள் செய்து முடிக்கிறோம்."

"அது நல்லது. உங்களில் யாருக்காவது குமால்கான் புதைத்த இடம் நினைவிருக்கிறதா? மிகவும் ஆழமாகவா புதைத்திருக்கிறீர்கள்? எனக்குத் தேவை குமால்கானின் தலை."

"எனக்கு நன்றாக நினைவிருக்கிறது" என்றான் அவர்களில் ஒருவன், மோத்திராம் என்ற இந்து. "புதைத்த இடத்தை மறந்த

லாகீ இருக்கிறானா? அது ஒன்றும் ஆழம் இல்லை. உடல் மேலாகத்தான் இருக்கிறது. ஆனால் அந்தத் தலை எதற்கு? தலையை வைத்து என்ன செய்யப் போகிறீர்கள்?" என்று கேட்டான்.

மோகன்லால் சொன்னதை அப்படியே விளக்கிச் சொன்னேன். என்ன வேடிக்கை தலையை எடுத்துப் பொது இடத்தில் வைக்க வேண்டியிருக்கிறது.

"நானொரு யோசனை சொல்லலாமா சாகேப்" என்றான் மோத்திராம். "சொல்" என்றேன். "குமால்கான் தலையை எடுத்து இன்று காலையில் திருடனைத் தூக்கில் போட்ட மரத்திற்குக்கீழ் வைத்து விடுவோம். குமால்கான் தூக்கிலிடப்பட்டவனின் கூட்டத்தைச் சேர்ந்தவர்களால் வீழ்த்தப்பட்டதாக செய்தி பரவிவிடும்."

"இதுதான் சிறப்பான யோசனை. நீங்கள் போய்வரும்போது யாரும் கவனிக்காமல் பார்த்து எச்சரிக்கையாக இருக்க வேண்டும்."

"எச்சரிக்கையாக உங்களுக்கு திருப்தி தரும் விதத்தில் செய்து முடிக்கிறோம். இப்போது உடனடியாக கிளம்புகிறோம்."

அவர்கள் கிளம்பிப் போனதும் எனக் கென்னவோ இந்த முறை கொஞ்சம் மனதில் அச்சம் பிடித்துக்கொண்டது. இந்த வேலைக்கு அவர்களை அனுப்பி இருக்க வேண்டாம் என்று அகமனது அடிக்கடி சொல்லிக் கொண்டிருந்தது. ஆனால் அவர்களைத் திரும்ப அழைப்பதற்கு இல்லை. காலம் கடந்து விட்டது. கவலையில் தூக்கம் வரவில்லை. நேரம் கடந்து நடு இரவை நெருங்கிக் கொண்டிருந்தது. என்னை என்ன கவலைப்பிடித்து ஆட்டிக்கொண்டிருக்கிறது என்பது அப்பாவி ஜோராவிற்குத் தெரியவில்லை. நானும் அதை வெளிப்படுத்திக் கொள்ளவில்லை. எனக்குத் தலைவலி என்றும் நெற்றிப் பொட்டில் சுண்ணாம்பு பற்றுப் போடுமாறும் கூறினேன். கிழவி கைமருந்து செய்து கொடுத்தாள். இதுபோன்ற சமயங்களில் என்னென்னலாம் செய்யலாம் என்பதைச் சொல்லிக் கொண்டிருந்தாள். நான் வேறு வழியில்லாமல் தூங்குவதுபோல நடித்துக் கொண்டிருந்தேன். அவளும் படுத்துக்கொண்டாள். நள்ளிரவைக் கடந்த நேரத்தில் என்னுடைய ஐயத்தில் இருந்து விடுபட்டேன். மோத்திராம் குரலைக் கேட்ட பின்னர்தான் மகிழ்ச்சி அடைந்தேன். என் கூடாரத்தின் வாயிலில் அவன் குரல் கேட்டு எழுந்து வெளியில் வந்தேன். எல்லாம் நல்ல விதமாக முடிந்ததா? என்று ஆர்வமாகக் கேட்டேன்.

"ஒன்றும் பிரச்னை இல்லை. தலையை எடுத்து வந்து நீங்கள் சொன்ன இடத்தில் வைத்துவிட்டோம். நாங்கள் குமால்கான் புதைத்த இடத்திற்குப்போன போது நரிகள் புதைகுழியைப் பறித்துக் கொண்டிருந்தன. இன்னும் கொஞ்சம் தாமதித்துப் போயிருந்தால் முழு உடலையும் வெளியே இழுத்திருக்கும். அந்த நரிக்கூட்டத்தை விரட்டிவிட்டோம். தலையை எடுத்து விட்டு நிறைய மண் போட்டு மூடி நிறைய முட்களையும் போட்டிருக்கிறோம். எனவே இனிமேல் பயமில்லை. யாரும் அந்த இடத்தைக் கண்டுபிடித்துவிட முடியாது, தாங்கள் தேர்வு செய்த இடம் அப்படி."

"உங்கள் வேலைகளைத் தைரியமாகவும், நல்ல விதமாகவும் செய்து முடித்திருக்கிறீர்கள். உங்கள் பணத்தைக் காலையில் வாங்கிக் கொள்ளுங்கள்." உள்ளே ஓடிக் கொண்டிருந்த பதற்றம் என்னில் இருந்து அகன்றிருக்க பூரண நிறைவுடன் தூங்கினேன்.

அடுத்த நாள் விடிவதற்கு முன்னதாகவே எழுந்து சகுனம் பார்த்தோம். எல்லாம் சாதகமாக இருந்தது. ஜோரா வண்டியில் வசதியாக அமர்ந்திருந்தாள். அவளுக்கான தேவை எதுவும் இல்லை. தூக்குமரம் இருக்கும் இடத்திற்குப் போய் குமால்கானின் தலையை உண்மையிலேயே கொண்டு வந்து வைத்து விட்டார்களா? என்பதைப் பார்க்கவேண்டும் என்ற துடிப்பை என்னால் கட்டுப்படுத்த முடியவில்லை. அதற்காக எங்கள் குழுவிடம் இருந்து விலகி முன்னால் போய்விட்டேன். எவ்வளவு முடியுமோ அவ்வளவு வேகமாக அந்த இடத்திற்குப் போனேன். என்னையறியாமல் என்மீது ஒருவிதமான நடுக்கம் பரவியது. மரத்தை நெருங்கியதும் நான் தேடிய பொருள் இருந்ததைப் பார்த்தேன்.

அதுவரை அமைதியாய் இருந்த காற்று சீறியடித்தது. பொழுது விடியவிடிய காற்று வேப்பமரக் கிளைகளின் ஊடாகப் புகுந்து வந்தது. அதிலிருந்து ஒரு குரல் வெளிப்படுவது போல் இருந்தது. என் பார்வை அதன் மீது பட்டு நகர்ந்தது. அந்தத் தலை வைக்கப்பட்டிருந்த மரத்தின் முண்டு தலையை நரிகளிடமிருந்து காப்பாற்றி இருக்க வேண்டும். கண்கள் அதன் குழியில் இருந்து வெளிப்பட்டு துருத்திக் கொண்டிருந்தது. வாய் திறந்து விட்டிருந்தது. முகத்தின் தோற்றம் விகாரமாக இருந்தது. நான் நிலைகுத்திப் பார்த்ததில் கண் மங்கிவிட்டது. அந்த குளிர்ந்த தலையை எடுத்து கண்களை உள்ளுக்குள் அழுத்தினேன். இமைகளை அழுத்தி மூடினேன். அதைச்

செய்யும் அளவிற்கு மரணத்தின் விரைப்பு இளகி இருந்தது. மூர்க்கமான சிற்பம் கிடந்த பாழடைந்த அரங்கின் முன் இருந்த நீளமான கல்லின் மீது வைத்தேன். அங்கிருந்து அகன்று எவ்வளவு முடியுமோ அவ்வளவு வேகமாக ஓடிச் சிறுகுட்டை நீரில் கையில் இருந்த ரத்தப் பிசுபிசுப்புப் போக்கக் கழுவினேன்.

அல்லாவின் கருணையால் அவை மீண்டும் சுத்தமானது. கொஞ்சம் நீரும் மண்ணும் போட்டுத் தேய்த்துக் கழுவினேன். நான் எவ்வளவு தைரியமானவனோ அவ்வளவு தைரியமாக நடந்து கொண்டிருக்க வேண்டும், உயிரைப்பற்றி அக்கறை கொண்டிருக்கக் கூடாது. மோத்திராமுடன் போய் இருக்க வேண்டும். உடல் புதைத்திருந்த இடத்தில் இருந்து எடுத்து மீண்டும் ஒழுங்காகப் புதைத்திருக்க வேண்டும். இல்லையானால் டெல்லிப் பணத்தின் மீது எனக்கு இத்தனை ஆசை இருக்கக் கூடாது. என் சிந்தனைகள் நிலைகெட்டு ஓடிக் கொண்டிருந்தது. குட்டையை விட்டு எழுந்து எங்கள் குழுவினருடன் இணையும் வரை அதிபயங்கரமான வேகத்தில் ஓடினேன்.

நான் இருந்ததை யாரும் கவனிக்கவில்லை. நல்லதாகப் போய்விட்டது. என் குதிரை மீதேறி அமர்ந்தேன். எல்லோருக்கும் முன்னால் சென்ற ஜோராவின் வண்டிக்கு அருகில் என்னை நிலை நிறுத்திக்கொண்டேன்.

நாங்கள் ஒரு கட்டத்தை அடைந்தபிறகு ஒருநாள் ஓய்வு எடுத்துக்கொண்டோம். ஒரு ஆள் குதிரையில் வந்து மோகன் லாலின் கடிதத்தைக் கொடுத்தான். அதில் தலையைப் பார்த்ததையும், அடையாளம் கண்டு கொண்டதையும் பற்றி கூறப்பட்டிருந்தது. அக்கடிதத்தைப் படித்து நாங்கள் எல்லோரும் வேடிக்கையாகச் சிரித்தோம். ஆனால் அதே நேரம் அந்த ரகசியத்தை எனக்குள் போட்டு அடக்கிக்கொண்டேன். பணம் கையாடியவன் கொல்லப்பட்டு விட்டதால் மோகன்லாலின் நண்பரான நிர்மல் பிரதேச ஆட்சியாளருக்கு அவனைத் தேடும் நேரம் மிச்சமானது. என்னுடைய நோக்கம் சரியாகப் பொருந்தி வருவதால், இனி குமால்கான் வைத்துச் சென்ற ரசீதைக் கொண்டு பணம் பெறமுடியும்.

ஐந்தாம் நாள் காலையில் நாங்கள் ஹைதராபாத்துக்கு ஏழு கல் தொலைவில் இருந்தோம். பயணத்தை விரைவு படுத்தவில்லை. பிறரின் கவனம் எங்கள்மீது படாமல் இருக்கவேண்டும் என்பதற்காக, பொழுது சாயும் நேரம்

போய்ச்சேரும் விதத்தில் பயணத்தைத் திட்டமிட்டோம். எங்கள் குழுவின் எண்ணிக்கையும் கணிசமானதாக இருந்தது. அதனால் குழுவை மூன்று பிரிவாகப் பிரித்தோம். ஒன்று என் தலைமையில். மற்றொன்று என் அப்பா தலைமையில். இன்னொன்று நாங்கள் வரும் சாலையில் சந்தித்த அப்பாவின் நண்பர் சர்ஃபரஸ்கான் தலைமையில். நாங்கள் அங்கிருந்து பிரிந்து மீண்டும் கார்வானில் சந்திப்பது என்று முடிவு செய்து கொண்டோம். அதுதான் வழக்கமாகப் பயணிகள் கூடும் இடம். அங்கே நாங்கள் செரைஸில் இடம் பிடித்துத் தங்குவது என்று முடிவு ஆயிற்று. திட்டப்படி என் குழு பயணத்தை முதலில் துவக்கியது. பொருட்கள் அனைத்தும் அப்பாவின் பொறுப்பில் இருந்தன. சுங்க வரிகட்டி எல்லா வற்றிற்கும் ரசீதுகள் தயாரித்துக்கொள்ள வேண்டியது அவர் பொறுப்பு.

பொழுது பிரகாசமாக விடிந்து கொண்டிருந்தது. ரம்மிய மான காலை நேரம். எங்கள் பிரதேச குளிரைப் போலின்றி மிதமாக இருந்தது. தரையின் மீது பெய்த பனியினால் புற்கள் எல்லாம் பயணிகளின் பாதங்களில் விரைப்பாக மிதிபட்டன. எனது வழக்கமான உடையின் மீது நல்லதாக ஒரு சால்வை போர்த்திக்கொண்டதால் இதமாக இருந்தது.

சாலையின் இடதுபுறங்களில் இருந்த மலைகளின் மீது பனி வளையங்களாக உருவாகி மலைகளின் அடிவாரம் வரை இறங்கின. அவை அடிவாரத்தில் இருக்கும் நீர்நிலைகளைப் பார்வையில் இருந்து மறைத்தன. அதிலிருந்து கிளம்பும் புத்தம் புதிய சுகந்தக் காற்று பரவி வந்த பனிவளையங்களை ஒதுக்கி பாறைத் திரட்சியைக் கண்ணுக்குப் புலப்படுத்தின. அவை மனித உடல்களின் மீதும் திரண்டு நகர்ந்தன. தெலுங்கானா பிரதேச நுழைவாயிலில் இருந்த இந்த பிரமாண்டமான மலைக்குவியல் என்னை பிரமிக்கச் செய்தது. எனது இந்த உணர்வுகளை நான் பத்ரிநாத்துடன் பகிர்ந்து கொண்டேன்.

“இராமாயணம் என்றழைக்கப்படும் எங்கள் புனிதநூல்கள் குறித்து முன்னரே நீங்கள் அறிந்திருக்கக்கூடும். அதில் கடவுளர்களுக்கு இடையிலான போர்கள் குறித்து சொல்லப் பட்டுள்ளது. அதில் பூர்வகுடியைச் சேர்ந்தவர்களில் ஒருவன் ராமனின் மனைவி சீதையை பலவந்தமாகத் தூக்கிக் கொண்டு போகிறான். அவள் இலங்கைக்குக்கொண்டு செல்லப்படுகிறாள். ராட்சகர்கள் அல்லது கெட்ட ஆவிகளின்

பிடியில் அவள் இருக்கிறாள். அவர்கள் ராஜா மற்றும் ராஜசேனை உதவியுடன் இருக்கும் ராமனுடன் பகைமை பாராட்டுகிறார்கள். தன் அழகான மனைவியை இழந்து ராமன் கடுமையான கவலையில் ஆழ்ந்து விடுகிறான். அவளை யார் தூக்கிக்கொண்டு போனார்கள் என்பதும் தெரியவில்லை. உனக்கு எங்கள் ஹனுமாரைத் தெரியுமல்லவா? பேரறிவாளன். வியப்பிற்குரியவன். இன்றைய குரங்குகளில் அவன் வடிவம் மட்டுமே காணப்படுகிறது. நுண்ணுணர்வு இல்லை. தந்திரம் மட்டுமே எஞ்சியுள்ளது. சீதையை எங்கு தூக்கிக்கொண்டு போனான் என்பதற்கு எந்தத் தடயமும் இல்லை. மனித குலம் இப்படித் தரந்தாழ்ந்து விட்டது என்பது வருத்தத்திற்குரிய உண்மை. அன்றைய மனிதர்களைப்போல நாம் இல்லை. கவலை சூழ்ந்த ராமனை அனுமன் சந்திக்கிறான். அவன் நிலை கண்டு இரங்கி சீதையைத் தேட முனைகிறான். நீண்ட தேடலுக்குப் பிறகு இறுதியில் இலங்கையில் அவள் இருக்கும் இடத்தைக் கண்டுபிடிக்கிறான். தனது பிரபுவை இழந்து பெரும் சோகத்தில் இருக்கிறாள் சீதை. துப்பு கிடைத்த வேகத்தில் ஹனுமான் திரும்பி இலங்கைத் தீவைக் கைப்பற்றுவதற்காக படையைத் தயார் செய்கிறான். படைகள் நிலத்தின் விளிம்பை அடையும்போது இன்னொரு பிரச்னை உருவாகிறது. இலங்கைக்குச் செல்ல அவர்கள் கடின மான கடலைக் கடக்க வேண்டி வருகிறது. கடலில் சீறும் அலைகள் எத்தனை திடமான மனம் கொண்டவர்களையும் கலங்கச் செய்துவிடும். சக்தி மிகுந்த கடவுளான ராமன்கூட இந்த கலக்கத்தில் இருந்து தப்ப முடியாது. அந்தளவு பயங்கரமான கடல். அவர்களிடம் படகு இருந்தால்கூட அது பயன்படுத்த முடியாத அளவு படை லட்சக்கணக் கானோரைக் கொண்டது. அதிலும் கடவுள் போன்ற பிரமாண்டமான உருவம். ஒவ்வொருவரும் பத்து சதுரகண அளவு கொண்டவர்கள். ராமன் கவலையில் தைரியம் இழந்து விடுகிறான். ஆனால் ஹனுமான் ஒரே மூச்சில் அதற்குத் தீர்வு காண்கிறான். கால்வாயைக் கடப்பதற்குத் தனது சகாக்களைக் கொண்டு இரவும் பகலும் உழைத்து பாலம் கட்டுவது என்ற முடிவிற்கு வருகிறான்.

எத்தனை வேகமாக முடியுமோ அத்தனை வேகமாக வானரப்படைகள் இமாலயத்தை அடைகின்றன. பிரமாண்ட மலைகளை அடியோடு பிளந்து சோர்வறியாத ஜீவன்கள் பாறைகளைக் கடற்கரைக்குக் கொண்டு வந்து சேர்க்கின்றன. பாறைகளை அவை கடலில் போடும்போது பயங்கரமான

தூசிப்படலம் எழுந்து சொர்க்கத்தையும் தாண்டிப் பறக்கின்றன. அவை பறக்கும் வேகத்தில் நட்சத்திரங்களை எல்லாம் அடித்துக்கொண்டு போகின்றன. இறுதியில் பாலம் கட்டி முடிக்கப்படுகிறது. பெரும்படை அந்த பாலத்தின் வழியாகத் தீவுக்குச் சென்று தீவைக் கைப்பற்றுகிறார்கள். பேரழகி சீதாவை ராமனின் கரங்களில் ஒப்படைக்கிறார்கள்.

இந்த பாறைகள் இமாலயத்தில் இருந்து எடுத்துக்கொண்டு போகும் போது சிதறிய பாறைகளின் ஒரு பகுதியேயாகும். இவை தேவைப்படாதவை. இடைப்பட்ட பிரதேசமாக இருப்பதால் இங்கே குவிக்கப்பட்டு அவற்றிலிருந்து பாலம் அமைக்க எடுத்துச் செல்லப்பட்டன. இம்மலைகள் இந்த தேசமெங்கும் பாதியளவிற்குப் பரவி இருக்கின்றன. இவை பகவான் குறித்து சொல்லப்பட்ட கதைகளுக்கு ஆதார சாட்சியாக இருக்கிறது. இந்த மலைகள் எல்லாம் பகவான் வழங்கிய புனிதங்கள். பாலங்கள்தான் இன்றும் நம் கண்ணுக்குக் காட்சி தருகின்றன. பல இடங்களில் புனிதத்தலங்களாக போற்றப்படுகின்றன. அதில் ஒன்றுதான் ராமேஸ்வரம். அங்கிருந்து படகில் அழிந்த பாலத்தை ஒட்டியே பயணம் செய்தால் கடல் நீரின் மேலே காணும் பாறைகளின் முனைகள் இரண்டு நிலங்களையும் இணைக்கும் ஒரு நேர்கோடாக தெரியும். இந்த பாலம் இங்கொன்றும், அங்கொன்றுமாக தீவுபோல் இலங்கைவரை காட்சியளிகின்றன. இதேபோன்ற தோற்றம் வடக்கே இல்லை என்பதை நீங்கள் பார்க்கலாம். இவை எல்லாம் எங்கள் தொன்மையான மதத்திற்கு வலிமையான ஆதாரங்கள். அவை இந்த உலகத்தின் முடிவு வரை நீடித்து இருக்கும். இதை நம்ப மறுக்கிறவர்கள் குழப்பமடைவார்கள்."

"அல்லா மிகப் பெரியவன் எத்தனை அற்புதமான கதை. நானும் கூட பாலம் பற்றிய ஒரு உண்மைக்கதை கேள்விப்பட்டு இருக்கிறேன். பாபா ஆதாம் கதை. முஸ்லீம்கள் சொல்லிக் கொள்கிறார்கள். இலங்கையில் செரன்தீப் சொர்க்கத்தைப் படைக்க அல்லா நினைக்கிறார். பின் ஒருநாள் கடவுள் மிகச்சிறிய தீவான இலங்கை தனது அடக்கத்திற்குச் சரியாக இருக்கும் என்று நினைக்கிறார். மைய நிலத்தில் இருந்து இலங்கை தூரமாக இருக்கிறது. பாலம் கட்ட ஏழுகல் தொலைவிற்கு மலையைக்கொண்டு நிரப்புகிறார். பாலம் கட்டி முடித்ததும் இறைவன் இங்கிருந்து நடந்து தீவு நிலத்திற்குப் போகிறார். ஆனால் அவரின் நடவடிக்கை அல்லாவிற்குப் பிடிக்கவில்லை. எனவே அவரை சொர்க்கத்தில் இருந்து வெளியேற்றுகிறார்.

அந்த மனிதன் இன்னும் சொர்க்கத்தைத்தேடி அலைந்து கொண்டே இருக்கிறான்."

"ஆமாம் இந்த கதை உண்மைதான். ஆனால் இது அவ்வளவு பொருத்தமாக இல்லை. குறிப்பாக இந்த மலைகள் எல்லாம் பிரமாண்டமாக இருக்கின்றன. இதையெல்லாம் எப்படி வண்டியில் ஏற்றிக்கொண்டு போகமுடியும். கற்குவியலைக் கொண்டு போயிருக்கிறார்கள். கற்குவியலை அங்கங்கே போட்டுவிட்டுப் போயிருக்கிறார்கள். சில பெரிதாகவும், சில சிறியதாகவும் கிடக்கின்றன. சந்தேகம் இல்லை, அவரவர்கள் சக்திக்குத் தகுந்த மாதிரி தூக்கிக்கொண்டு போயிருக்கலாம்" என்று பத்ரி கூறினான்.

எனக்கு ஆச்சர்யமாக இருந்தது. 'எல்லா புகழும் இறைவனுக்கே!' கடவுளின் சக்திதான் எப்படிப்பட்டது. "மாஸா அல்லா" குரங்குகள் மகத்தானவைகள்தான். இப்போதெல்லாம் அவை இல்லாமல் போய்விட்டன. இருந்தால் நம்மை நாட்டை விட்டே விரட்டி இருக்கும்.

14

அலையின் ஓசையில் ஆண்டவன் குரல்

நாங்கள் உல்வால் கிராமத்தைக் கடந்தோம், மாமர, புளியமரத் தோப்புகளுக்கு நடுவே ஓர் வெள்ளைக் கோபுரம் எழுந்து நின்றது. அங்கிருந்த பெரிய ஏரியில் சூரிய ஒளிபட்டு தகதகத்தது. எங்கள் பாதையில் தொடர்ந்து பயணித்தோம். நாங்கள் பாறைகள் நிறைந்த இடம் ஒன்றைக் கடந்த போது புகழ்பெற்ற செகந்திராபாத் என்றழைக்கப்படும் ஹூசைன் சாகர் என்ற ஏரியில் ஒரு ராணுவ முகாமைப் பார்த்தோம். ஆங்கிலப் படையினுடைய முகாமின் கூரைத் தகடுகள் சூரிய ஒளிபட்டு மின்னின. அதன் பின்புறம் நீர் நீலத் தகடுபோல விரிந்து கிடந்தது.

நாங்கள் இந்த ஏரி குறித்து எங்கள் பயணத்தின்போது பல ஆட்கள் மூலமாக நிறைய கேள்விப்பட்டிருக்கிறோம். அதைக் கடக்கும்போது ஏரியில் இருந்து பெருங்காற்று வீசியது. அதன் மேற்பரப்பு ஆயிரக்கணக்கான அலைகளாக சுருண்டு சுருண்டு ஓடின. அலைகளில் முறியும் நீர்த்துண்டுகள் வைரங்களாக ஜொலித்தன. கரையின் பாறைகளில் மோதும் அலைகள் தெறித்து எங்கள் முகங்களில் சிதறியடித்தன. இந்த அழகான தோற்றத்தில் மயங்கி நீண்ட நேரமாக அங்கேயே நின்றுவிட்டோம். கடலோ என்று நினைக்கும் அளவிற்கு பிரமாண்டமான ஏரியும் அதன் அழகும் சுற்றி இருக்கும் மலையும் எங்களுக்கு முற்றிலும் புதியவை. சாகேப், நான் இரண்டு முறை கடலைப் பார்த்திருக்கிறேன். நீங்கள் அந்தக் கடலில் பயணமே செய்திருக்கிறீர்கள். அதனால் கடலைப்

பற்றி உங்களுக்குச் சொல்ல வேண்டியதில்லை. நான் முதன் முதலாகக் கடலைப் பார்த்ததும் அதன் முன் விழுந்து வணங்கியதாக எனக்கு நினைவு. அதன் தோற்றம் எனக்கு பிரமிப்பாக இருந்தது. நீண்டு செல்கிற அதன் விளிம்பு சொர்க்கத்தில்தான் போய் முடியவேண்டும். அதன் விரிவு என் கற்பனைக்குள் அடங்கக் கூடியதாக இல்லை. விழுந்து புரளும் அலைகள், மலைதாண்டி மலைதாண்டி கோபத்தோடு கரைகளில் மோதும்போது எழும் அலை ஓசைகள் ஆண்டவனின் குரலாகத் தோன்றும். உணர்வற்று உற்றுக் கவனிக்கத் தவரும் ஜடங்களிடத்தில்கூட அச்சமும் திகிலும் கலந்த உணர்வை எழுப்பத் தவறுவதில்லை.

ஏரிக்கரையிலே பயணித்துக் கொண்டிருந்தோம். இன்னும் நகரத்தின் தோற்றம் தெரியவில்லை. ஒரு பாறை மீதேறும்போது எனது பதற்றத்தைக் கட்டுப்படுத்த முடியவில்லை. எனது குதிரையை விரட்டினேன். நான் பாறை உச்சியை அடைந்ததும் என் கண்களை ஒருகணம் மூடினேன். என் முன்னிறந்த அந்த அற்புதக் காட்சிகள் என் பார்வையில் பட்டு தெறித்தன.

குதிரை மலை உச்சியை எட்டியதும் தளர்ந்து விட்டது, எனவே சில அடிகள் நிதானமாக நடக்கவிட்டு கண்களைத் திறந்து என் எதிரில் தோன்றும் அற்புதமான காட்சிகளை பார்த்துக்கொண்டே போனேன்.

ஹைதராபாத் நகரம் எனக்கு பலவிதமான ஊகங்களைக் கிளப்பி விட்டிருக்கிறது. அதையெல்லாம் அடைய வேண்டுமென்ற ஆவல் கொண்டவனாக இருக்கிறேன். இந்த நாட்டில் நான் பார்த்த நகரங்களிலேயே கொண்டாடுவதற்குரிய முதல் தக்காண நகரம் ஹைதராபாத் தான் என்று நான் நினைத்திருந்தேன். இந்த இடம் தக்காணத்தின் சமதளப்பகுதியாக இருக்கும். இங்கு எல்லா மினார்களும் மரங்களுக்கு நடுவில் எழுந்து நிற்கும் என்று நினைத்திருந்தேன். ஆனால் ஹைதராபாத்தில் வேறு விதமாக இருக்கின்றன.

இப்போது நான் ஒரு மலை விளிம்பின் இதமான சரிவில் நிற்கிறேன். எனது வலப்புறம் மலையில் உடைந்த கற்பாறைகள். இடதுபுறம் கொஞ்சங் கொஞ்சமாகப் பரவிய சமவெளி. இந்த வெளி அடிவானத்தின் எல்லைவரை விரிந்து கிடக்கிறது. எனக்கு எதிரில் சீரான மேடு. பின்னால் ஆறாக இருக்க வேண்டும். நகரத்தில் வெள்ளை முகட்டுக் கட்டிடங்கள் சூரிய வெளிச்சத்தில் ஒளிர்கின்றன. இக்கட்டடங்கள் அடர்ந்த

காட்டிற்கிடையில் இருப்பதுபோலத் தோன்றியது. மத்தியில் சார்மினாரும், மெக்கா மஸ்ஜித்தும் பெருமையுடன் உயர்ந்து நிற்கின்றன. இங்கும் அங்கும் வெள்ளையாக ஒளிரும் கூம்புகள் தென்படுகின்றன. அவை பிரபலமான அல்லது புனிதமான துறவிகளின் நினைவுச் சின்னமாக இருக்கவேண்டும். சரிவான வெண்மைநிற மினார்களுடன் நூற்றுக்கணக்கான சிறிய பள்ளி வாசல்கள் இருக்கின்றன.

நகரத்திற்கு அப்பால் மேலும் ஒரு சங்கிலித்தொடர் மலைகள். அவை எனக்கு வலப்புறமாக உள்ள மலைகளுடன் வந்து சந்திக்கின்றன. நகரம் கணக்கற்று விரிந்து கிடக்கிறது. ஆனால் என் கண்ணுக்குத் தெரியும் எண்ணற்ற மரங்களை வைத்துப் பார்க்கும்போது அவை திட்டமிட்ட தோட்டங்களாகவோ அல்லது வேலிகளாகவோ அமைக்கப்பட்டிருக்க வேண்டும். அதன் பின்னர் எனக்கு பெரிய ஆச்சரியமளித்த விஷயம் நான் நகரத்தினுள் நுழைந்தபோது தெருக்கள் முழுவதும் வீடுகளாகவும் அங்கு மக்கள் செறிந்தும் காணப்பட்டதுதான்.

இவை அனைத்தும் எனக்குப் பிடித்தமான காட்சிகளாக இருந்தன. காலையின் புது மலர்ச்சியும், காற்றின் தூய்மையும் நகரத்திற்கு ஒளிரும் தன்மையைக் கொடுக்கிறது. என் நினைவுகளில் ஒருபோதும் பெற்றிராத தாக்கத்தைப் பெற்றிருந்தேன். நான் இதுவரை பார்த்திராத மெய்யான அழகைத் தரிசித்துக் கொண்டிருந்தேன். இளவயதில் இருந்து பகல் நேரத்தில் ஒருபோதும் இப்படி மெய் மறந்ததில்லை. மனதின் நினைவுகள் முழுதும் அந்த எண்ணங்கள் அலையடித்து ஓடிக் கொண்டிருந்தன. என் சொந்த பலம் அதிகரிப்பதாகவும், அதன் மேம்பாட்டை உறுதி செய்வதாகவும் இருந்தது எண்ண ஓட்டங்கள்.

ஒவ்வொரு வந்து கொண்டிருந்த எங்கள் குழுவின் கொள்ளையர்கள் நகரத்தின் அழகுபற்றி தங்களது பாராட்டுதல்களை பரிமாறிக்கொண்டு வந்தனர். நகரத்தின் ஆடம்பரம், அதனைப் பற்றிக் கேள்விப்பட்ட புகழுக் கெல்லாம் பொருத்தமானதுதான். நாங்கள் கர்வான் போவதற்கான சுருக்கமான வழியை விசாரித்துக்கொண்டு சரிவான பாதையில் சென்று கொண்டிருந்தோம். எங்கள் பாதை நகருக்கு வெளிப்புறத்தில் பல பிரிவுகளாகப் பிரிந்து இறுதியில் கர்வானை அடைந்தபின் பயணம் முடிவடைந்தது. எங்கள் பயணம் பாதுகாப்பாக வெற்றிகரமாக அமைந்ததற்காக அந்த இடத்திற்கு நன்றிக்

கடன்பட்டவர்களாக இருந்தோம். ஒரு செல்வம் நிறைந்த அலங்காரமான பள்ளிவாசலுக்குப் பக்கத்தில் எங்களுக்கான இடத்தைத் தேர்வு செய்து அமர்ந்துக் கொண்டோம். என்னுடைய வசதிக்காக நான் வாடகைக்கு ஒரு வீட்டைத் தேடினேன். மிகவும் சிரமப்பட்ட பின் இறுதியில் ஒரு சிறிய வீடு கிடைத்தது. அதுவொரு வணிகர் வசிக்கும் வீட்டின் அருகிலேயே இருந்தது. மூன்று அறைகளைக் கொண்ட அந்த வீட்டில் ஒன்று எனக்கும் மற்றொன்று அப்பாவிற்கும். இன்னொன்று எங்கள் கொள்ளைப் பொருட்களைப் போட்டு வைப்பதற்கும் ஒதுக்கப்பட்டது. அதற்கு வசதியாக கனமான கதவும் போடப்பட்டு இருந்தது.

ஜோராவிற்கு தனது பிறந்த ஊர் வந்துவிட்டது குறித்து அளவில்லாத மகிழ்ச்சி. அவளது நண்பர்களையும், உறவினர்களையும் காணப்போகும் மகிழ்ச்சியில் திக்குமுக்காடி அவளால் ஒன்றும் பேச முடியவில்லை. அவளது வருகையினால் அவர்களும் அளவில்லாத மகிழ்ச்சி அடைவார்கள். நவாப் தூக்கிக்கொண்டு போனதும் ஒட்டு மொத்தமாகத் தொலைந்து போனதாகவும், இனிமேல் அவள் கிடைக்கப் போவதில்லை என்ற நினைப்பும் அவள் குறித்த பேச்சாக இருந்தது. என்னைப் பிரிந்திருந்ததால் ஏற்பட்ட தனது பலவீனத்தை உறவினர்களைச் சந்திக்கப் போவதன் மூலம் மீட்டுக்கொண்டாள். அவர்களைச் சந்தித்த பின் எனக்கான அன்பை அவள் மறுத்து விடக்கூடாது என்ற அச்சத்தை அவளிடம் நான் வெளிப்படுத்தினேன்.

எங்களது வீட்டின் உரிமையாளர் மிகவும் நாகரீகமான மனிதராக எங்களது தேவைகளை நிறைவு செய்வதில் அக்கறை உள்ளவராக இருந்தார். நாங்கள் நகருக்கு வந்ததன் நோக்கம் அறிந்து மகிழ்ச்சி அடைந்தார். என் அப்பா ஒரு வணிகர் என்றும், நான் ஒரு சிப்பாய் ஆகும் கனவில் இருப்பதாகவும் சொல்லி இருந்தேன். அதன் பொருட்டு இங்கே வேலைதேடி வந்திருப்பதாகவும், எங்களின் பழைய கதை சிலவற்றை சொல்லி வைத்தேன். அவரும் எங்கள் பொருட்களை விற்றுத் தருவதில் ஏஜண்டாக இருந்து செயல்படுவதாகக் கூறினார். என் தந்தையின் வணிக பொருட்கள் பற்றி அறிவதில் ஆர்வமுடன் இருந்தார். இந்த விஷயத்தில் நாங்கள் வாய் திறக்கவில்லை.

பின்னர் என் அப்பா, "நம்மிடம் இருக்கும் பொருட்களின் உண்மையான மதிப்பு நமக்குத் தெரியாது." அதை நாம் இன்னும் திறந்து பார்க்கவும் இல்லை. நாளை அதைத் திறந்து

தோராயமாக மதிப்பிடுவோம். பின்னர் நகரத்திற்குப் போய் சந்தையில் சௌகார் கடைகளில் ஒரு பொருளுக்கு என்ன விலை என்று கேட்போம். இதுபோன்ற பொருட்களை வாங்கு வார்களா? என்பதையும் கேட்டுத் தெரிந்து கொள்வோம். எல்லாவற்றையும் கொண்டுபோய் கொடுத்தால் ஏமாற்றப்பட்டு விடுவோம். நிச்சயமாக நம்மிடம் உள்ள பொருட்கள் கணிச மான விலை மதிப்பு பெறும்" என்றார்.

நான் அவருடன் முழுதாக உடன்பட்டேன். அடுத்த நாள் காலையில் பேல்களைப் பிரிக்கும் வேலையில் இறங்கினோம்.

பிரித்த பின் அதன் அடக்கம் உண்மையில் நல்ல மதிப்பான விலையுள்ளதாக இருந்தது. அலங்கார வேலைப்பாடுடைய துணிகள், தங்கத்தில் இழைத்த துணிகள், மென்மையான மஸ்லின், தங்கம், வெள்ளி ஜரிகை வைத்து பின்னல் வேலை செய்யப்பட்ட சேலைகள். நேர்த்தியான மஸ்லின் சால்வைகள், நாக்பூர் நெசவில் உருவான பட்டுச்சேலைகள் என நிறையத் துணி வகைகள் இருந்தன. எங்களிடமிருந்த நகைகளையும் பரப்பி வைத்தோம். எங்களுக்குச் சொந்தமான இவைகளை பிரமிப்புடன் வைத்த கண் வாங்காமல் சிறிது நேரம் பார்த்துக் கொண்டிருந்தோம். நான் எல்லாவற்றையும் கணக்கு எடுத்துக் கொண்டேன். இருப்பதில் தேர்ந்த உடைகளை நானும் என் அப்பாவும் அணிந்து கொண்டோம். சிலவற்றை எடுத்துக்கட்டி குதிரைமீது வைத்து துணைக்கு ஒன்றிரண்டு ஆட்களை அழைத்துக்கொண்டு நகரத்திற்குள் சென்றோம்.

நகரத்திற்குள் நுழைவதற்கு மிகப் பெரிய பழைய பாலம் ஒன்றைக் கடந்து போனோம். பாலத்திற்குக் கீழே ஆற்று நீர் குறைவாக ஓடிக்கொண்டிருந்தது. நகரத்தின் நுழைவாயிலைக் கடக்கும்போது சந்தைக்கு அல்லது சௌக்கிற்கு எப்படிப் போகவேண்டும் என்று கேட்டுத் தெரிந்துக் கொண்டோம். எங்களிடம் உள்ள பொருட்களுக்கு நிகரான மதிப்புள்ளவை சந்தையில் கிடைக்கும் என்று நம்பினோம். அங்கே நிற்கும் யானைகள் ஒவ்வொன்றும் ஒவ்வொருவரின் செல்வத்தைப் பறைசாற்றுவதாக இருந்தன. யானையின் அம்பாரியில் செல்வாக்கான பெரிய மனிதர்கள் அமர்ந்திருந்தனர். அவர் களுக்குப் பாதுகாப்பாக ஆயுதம் தரித்த பணியாட்கள் நின்று கொண்டிருந்தார்கள். நேர்த்தியான உடை அணிந்த கூட்டம் ஊர்வலமாகப் போய்க் கொண்டிருந்தது. மொகரம் பண்டிகை துவங்கிவிட்டது. ஹாஸன் ... ஹூஸைன்..... டூலா... தீன்....

என்று குரல்கள், ஏற்கனவே பரிச்சயமான பேர்கள்தான் தெரு வெங்கும் எதிரொலித்தது.

அத்தனை கூட்டதிலும் வழி விலக்கி முன்னேற முடிந்தது. எங்கள் உதவியாளர்கள் கூட்டத்தை விலக்கி வழியேற்படுத்திக் கொடுத்தார்கள். அவர்கள் கேட்டுக் கொண்ட விதம், அவர் களது உடை, பேச்சு, பாவனை அனைத்தும் கையில் வாளேந்தி வந்த எங்களை அந்நியர்கள் என்று காட்டிக்கொடுத்தது. மரியாதைக்குரிய ஒரு நபரை எங்கள் கூட்டம் இடித்து தள்ளி விடவே அவர்கள் ஓரிரு முறை மிரட்டியதையும் முணுமுணுத்ததையும் பார்க்க முடிந்தது. ஆனால் இத்தனை யையும் சமாளித்து ஒருவழியாக முன்னோக்கி நகர்ந்தோம். தெருவின் முடிவில் கூட்டம் குறைவாக அடர்த்தி இல்லாமல் இருந்தது. அங்கேதான் அதிசயக் கட்டிடமான சார்மினாரைப் பார்த்தோம். அதைப் பார்த்ததும் என் கண்கள் ஆச்சர்யத்தில் நிலை குத்தி நின்றுவிட்டன.

என் குதிரையை நிறுத்திவிட்டு பிரமாண்டமான மினார் களைப் பார்த்தேன். அப்பப்பா... எவ்வளவு உயரம். மேகத்தைத் துளைத்துக் கொண்டு நிற்பதுபோல் பட்டது. இது ஒன்றைப் பார்ப்பதற்காகவே டெல்லியில் இருந்து வரலாம் என்று தோன்றியது.

கட்டடத்தின் நான்கு மூலைகளிலும் மினார்கள் உள்ளன. அதிலிருந்து கண்ணுக்குத் தெரியாத விட்டங்கள் வளைவாக விரிந்து மேற்கூரையைத் தாங்கி நிற்கின்றன. மையக்கூரையின் மேல் சிறு தொழுகை மாடமும் கட்டப்பட்டுள்ளது. இவ்வளவு அளவில்லாத பாரத்தைத் தாங்கும் சக்தி அதற்கு இருப்பதாகத் தெரியவில்லை. ஆனால் பல நூற்றாண்டுகளாக அது நின்று கொண்டுதானே இருக்கிறது.

அங்கிருந்த தெருக்கள் தூய்மையற்றும் குறுகலாகவும் இருந்தன. தூரத்தில் இருந்து பார்த்தபோது தெரிந்த நகரத்தின் தோற்றம் பற்றிய பிரம்மை, அருகில் பார்த்தவுடன் தகர்ந்து போனது.

"இது தொழுகைக்கான நேரம்" என்ற என் அப்பாவின் குரலைக்கேட்டு உறைந்த சிந்தனையில் இருந்து மீண்டேன். "மெக்கா மஸ்ஜித்தில் இருந்து மௌல்வி அழைக்கிறார். முதலில் போய் தொழுகையை முடித்துவிட்டு வந்து நமது வியாபாரத்தைத் தொடங்கலாம்" என்றார் அப்பா.

நாங்கள் சார்மினாரைக் கடந்து தொழுகைக்குச் சென்றோம். தெருவின் வலது பக்கம் திரும்பி சிறிது தூரம் சென்றதும் பள்ளிவாசல் வந்துவிட்டது. வாயிலில் குதிரைகளை நிறுத்தி விட்டுத் தொழுகைக்குப் போனோம்.

முன்னரங்கத்தில் நுழைந்து உள் அரங்கிற்கு இட்டுச் செல்லும் படிகளுக்காக அமைக்கப்பட்டுள்ள நடைமேடையில் நடக்கும்போது, எனக்குள் பிரமிப்பான திகைப்பும் வியப்பும் கலந்த உணர்வுகள் மேலெழுந்து வந்தன. பாதையின் இரண்டு பக்கமும் போற்றுதலுக்குரிய அரசர்கள் மற்றும் பிரபுக்களின் சமாதிகள் இருந்தன. அவற்றில் பல கம்பீர மான வடிவத்தில் அலங்காரமான குடைவு வேலைகள் செய்யப்பட்டிருந்தன. மொத்த கட்டடமும் பிரமிப்பால் என் மனதில் நிறைந்து இருந்தது. உள் அரங்கத்திற்குச் செல்வதற்கு முன் ஐந்து நீள மான வளைவுகள் அமைக்கப்பட்டிருந்தன. உள்வெளியிலும் இதே அளவு வளைவுகள் இருந்தன. ஐந்து வளைவுகளும் இணையும் இடத்தில் கணக்கிட முடியாத நுட்ப அலங்கார வேலைப்பாடுகள் செய்யப்பட்டிருந்தன. கூரை விதானமும் கலைநுட்பம் வாய்ந்ததாக இருந்தது. மொத்தக் கட்டடமும் கற்களாலானதால் அதன் கம்பீரத்தை அதிகரிப்பதாக இருந்தது. கற்களால் கட்டப்பட்டிருந்தாலும் நுணுக்கமாக மெருகேற்றப் பட்டிருந்தது. ஆனால் நான் இதுவரை பார்த்த சார்மினாரும் மற்ற கட்டடங்களும் சுதை வேலைப்பாடுகளாலானவையாக இருந்தன.

இந்தக் காட்சிகளை எல்லாம் கவனிக்க எனக்குக் குறைந்த அவகாசமே இருந்தது. அதற்குள் மௌல்வியின் அலுப்பூட்டும் பாங்கழைப்பு ஒலித்து நின்றது. மதியத் தொழுகைக்கு வந்திருந்த மிகச்சிலர் தங்களது விரிப்பைப் பரத்திக் கொண்டிருந்தனர். நாங்கள் அவர்களுடன் இணைந்து கொண்டோம். மண்டியிட்டு உடலை வளைத்து முன்பக்கம் சரிந்து வழக்கமான பாணியில் தனிந்த முணுமுணுப்பில் பிரார்த்தனை செய்தோம். அனைத்து முணுமுணுப்புக் குரல்களும் திரண்டெழும்பி சித்திரக் கூரையில் பரவி அச்சூழலின் அமைதியில் கலந்தது.

இங்கே கூடியிருப்பவர்கள் பலருக்கும் இதுவொன்றும் புதிதல்ல. வழக்கமாக செய்யக்கூடிய ஒன்றுதான். ஆனால் பயணத்தின்போது ஆபத்திலிருந்து மீண்ட எனக்கும் எங்கள் ஆட்களுக்கும் என் இதயத்திற்குள் பக்தி உணர்வுகள் இறங்கு வதை உணரமுடிந்தது. நான் ஒரு கொலைகாரன்தான்

ஆனால் என் உணர்வுகள் மரத்துப் போய்விடவில்லை. எனக்கும் மென் உணர்வுகள் இருக்கின்றன. புனிதக் குர்ரானின் அற்புதமான மொழியின் தாக்கத்தில் எனக்குள் படிந்திருக்கும் வார்த்தைகளை தொழுகையில் நான் உச்சரிக்கும் போது என்னையறியாமல் கண்ணீர் சுரந்தோடுகிறது.

தொழுகைச் சடங்கு நிறைவுற்று நாங்கள் எழுந்தோம். சார்மினாருக்குத் திரும்புவதற்காக என் அப்பா என்னை விரைவு படுத்தினார்.

இங்கே வியாபாரம் செய்பவர்கள் சாமர்த்தியமான திருடர் களாக இருப்பார்கள். சந்தேகமே இல்லை. ஆன வரையிலும் ஏமாற்றுவதற்கு முயற்சிப்பார்கள். அது அவர்களின் தொழில் தர்மம். நாம் இங்கே வாங்குவதற்கு வரவில்லை. நமது பொருளை விற்பதற்கு வந்திருக்கிறோம். நமது பொருளை வாங்கும் இடத்தையும் வியாபாரிகளையும் தேடிக் கண்டுபிடிக்க வேண்டும். நாம் கண்டுபிடிக்கும் நபர் சமர்த்தனாகவும், நமது பொருட்களை விற்கக் கூடியனாகவும் இருக்கவேண்டும்.

கீழ்தளத்தில் கணக்கில்லாத கடைகளைப் போட்டு காய்கறிகளும், இனிப்புகளும் விற்றுக் கொண்டிருந்த ஒரு கட்டடத்தை அடைந்து, அங்கே நின்றோம். வியாபாரிகள் பாதசாரிகளுக்கு இனிப்புகளும், காய்களும் விற்று அனுப்பிக் கொண்டிருந்தார்கள். முகத்தில் அறிவுக் கலை சுடர்விடும் நாகரீகமான இளம் இந்து வியாபாரியிடம் என் தந்தை பொருட் கள் வாங்கும் துலால்கள் எங்கிருப்பார்கள் என்று கேட்டார். தான் நகரத்திற்குப் புதியவன் என்றும், தானும் துணிகள் மற்றப் பொருட்கள் வாங்குவதற்கான இடத்தைத்தான் தேடிக் கொண்டிருப்பதாகவும் சொன்னார்.

தன்னை துலால் என்று கூறிக்கொண்டு வந்த ஒருவன், “என் பிரபுவே உங்கள் ஆணைக்குக் காத்திருப்பவன் நான். இங்குள்ள அநேகப் பண்டகசாலைகளை எனக்குத் தெரியும். நீங்கள் விரும்பும் இடத்திற்கு உங்களை அழைத்துச் செல்வேன். உங்களின் தாழ்மையான இந்த வேலைக்காரனுக்கு எதையும் இல்லை என்று சொல்லும் சௌகார்களோ, வணிகர்களோ இங்கு இல்லை. இந்த மோகன்தாஸ் பேச்சு மாறாத நம்பிக்கைக் குரிய வியாபாரி.”

“உன்னுடைய தகுதியைப்பற்றி நீயே சொல்லிக்கொள்ளக் கூடாது. நிரூபித்துக் காட்டவேண்டும். இந்த விஷயத்தில் உன் இனத்தின்மீது பெரிய மரியாதை இல்லை” என்றார் அப்பா.

"என் ஜாதியினர் எப்படிப்பட்டவர்கள் என்பதை என் பிரபு தெரிந்து வைத்திருக்கிறார். ஆனால் உங்கள் அடிமையான இவன் அப்படிப்பட்டவன் இல்லை. அவன் பணி நேர்மையில் தொடங்கியது என்றும் அதிலிருந்து மாற மனம் இல்லாதவன் என்றும்" கூறினான்.

"இது போதும் உனது லாபத்திற்காக எதையும் செய்யக் கூடியவன் நீ என்பதைக் காட்டுகிறது. சரி வா. பகல் கழிந்து கொண்டிருக்கிறது. இருட்டத் தொடங்கும் முன் நான் இவ்விடத்தை விட்டு அகன்று விடவேண்டும் என்று விரும்பு கிறேன்."

நாங்கள் எச்சரிக்கையாய் இருக்கிறோம் என்பது அவனுக்குத் தெரிந்துவிட்டது. நான் சொன்னதைப் புரிந்து கொண்ட மாதிரி யாகப் பார்த்துவிட்டு, தோளை உலுக்கிவிட்டுச் சொன்னான். "உங்களுக்கு என்ன தேவை. காஷ்மீர் சால்வைகள், பனாரஸ் சால்வைகள், சித்திர வேலைப்பாடு செய்யப்பட்டவை, வேறு எந்தப் பொருட்கள் வேண்டுமானாலும் வாங்கலாம்."

"எங்களுக்குத் தேவை பனாரஸ் துணிகள். சில அழகிய ரூமல்களும், துப்பட்டாக்களும், எங்களை ராஜ அவைக்கு அலங்கரித்துக் கொள்ள ஒன்றிரண்டு தலைப்பாகைகளும் வேண்டும்" என்றேன்.

தனது சால்வையை எடுத்து இடுப்பில் கட்டிக்கொண்டு, என்னுடன் வந்து பாருங்கள் என்றான். "இப்போதே என்னைப் பின்தொடர்ந்து வாருங்கள், என் மீது ஒரு கண்வைத்துக் கொள்ளுங்கள். கூட்டத்தில் தொலைந்து விடுவீர்கள்" என்று கூறியவாறு அந்த கட்டடத்தில் இருந்து சில அடிகள் சென்றான். மேலும் சில தெருக்கள் வழியாக எங்களை இட்டுச்சென்றான். ஒரு சந்திப்பு வரை சென்று அங்கிருந்த சந்துக்குள் சென்றான். மேலும் சிறிது தூரம் போனபின் வெளியலங்காரங்கள் எதுவுமற்ற வீட்டின் கதவின் முன் நின்றோம்.

"நாமே ஒரு வியாபாரியைத்தேட வேண்டுமென்றால் வெட்டி வேலையாகப் போயிருக்கும். நாம் இவனை அழைத்துச் செல் வது நல்ல காரியம் என்றார்" என் தந்தை.

"பாதுகாப்புக் கருதி இந்த வியாபாரிகள் ஒதுக்குப்புறமான இடங்களைத்தான் தேர்வு செய்வார்கள், என்று கேள்விப் பட்டிருக்கிறேன். மற்ற நகரங்களில் செய்வதைப்போல, சட்டத் திற்குக் கட்டுப்படாத இந்த நகரத்தில் வெளிப்படையாக கடைவிரிப்பது நல்லதல்ல. ஆனால் இந்த வியாபாரிகளை

எல்லோருக்கும் தெரியும். நம்மைப் போன்ற துல்லாக்கள் செயல்பட்டால் அந்நியர்கள் இவர்களைக் கண்டுபிடித்துவிட முடியும்.”

நாங்கள் அந்த வீட்டின் உட்புறத்தில் நுழைந்தோம். அங்கே என்னால் கொல்லப்பட்ட செளகாரைப் போன்ற பெரிய ஆகிருதியாக இருந்த குண்டான ஒரு செளகார் எங்களை வர வேற்றான். என்னையறியாமல் இந்த உருவத்துடன் கொல்லப் பட்டவனை ஒப்பீடு செய்துகொண்டேன். ஆனால் செளகார் எங்களை நாகரீகமாக வரவேற்பு அளித்ததில் உடனடியாக சகஜ நிலைக்குத் திரும்பினேன். நான் உட்கார்ந்தேன், என் அப்பாவும் உட்கார்ந்ததும் நேரடியாக வந்த நோக்கத்தைத் தெளிவுபடுத்தி விட்டோம்.

ஒவ்வொரு பேலாக செளகார் எங்களுக்கு விரித்துக் காட்டி னான். அவனிடம் அளவு கடந்த பொருட்கள் இருந்தன. மதிப்பு மிக்கவையாகவும் இருந்தன. பலவகைப் பொருட்களைத் தேர்வு செய்து விலை என்னவென்று விசாரித்து விலையை நினைவில் வைத்துக்கொண்டேன். அதையெல்லாம் எடுத்து வைக்கும்படியும் நாளை வந்து பணத்தைக் கொடுத்துத் துணி களைப் பெற்றுக் கொள்வதாகவும் கூறினோம். ஆனால் செளகார் துணிகளை எங்களுடனே எடுத்துச் செல்லுமாறும் துலாலை துணிக்குப் பாதுகாப்பாக அனுப்பி வைப்பதாகவும் கூறினான். நாங்கள் வேண்டுமென்றே மறுத்துவிட்டு நாளைக்கு வருவதாகச் சொல்லி அங்கிருந்து வெளியேறினோம்.

துலால் எங்களுடன் சார்மினார் வரை வந்தான். “இங்கி ருந்து எங்கள் வீட்டிற்குப் போவதற்கு எங்களுக்கு வழிதெரியும். நாங்கள் போய்க்கொள்வோம் என்று கூறிவிட்டு துலால் கையில் கொஞ்சம் பணம் கொடுத்தார் அப்பா. நாளை காலையில் கார்வானுக்கு வந்து ருகோநாத் செளகாரின் வீட்டை விசாரித்து வந்தால் அவர் எங்களைப் பற்றிய விபரம் சொல்வார்” என்று அப்பா கூறினார்.

“இதுவரை எல்லாமே எனக்குத் திருப்தியாக உள்ளது. நம் மிடம் உள்ள துணி இதன் தரத்திற்குக் குறையாமல் இருக்கிறது என்பதைத் தெரிந்துகொள்ள முடிந்தது. இந்த அளவிற்கு விலை நிர்ணயம் செய்தால் நல்ல பணம் ஈட்ட முடியும். ஆனால் விற்கவேண்டும். சில விஷயங்களைச் சரியாகச் செய்தால் சிரமம் எதுவும் இராது” என்று தான் நம்புவதாக அப்பா கூறினார்.

அடுத்த நாள் காலையிலேயே துலால் வந்துவிட்டான். அவன் வந்தவுடன் அவனை நோக்கி சில ரூபாய் நோட்டுக்களை வீசி எறிந்துவிட்டு, உன்னால் ரகசியம் காக்க முடியுமா என்றார் என் தந்தை.

அவன் நடுங்கத் துவங்கினான்.

"எனது பிரபுவின் விருப்பம் என்னவோ அதன்படி ஆகட்டும்" என்றான். பயத்தில் அவன் பற்கள் அடித்துக்கொண்டன. "என்னால் முடியும் ஆனால் நானொரு சாதாரண ஏழை, எதையும் எதிர்க்கத் துணியாதவன். என் பிரபுவின் அடிமை. அவரது காலடியில் கிடப்பவன்" என்று கத்திவிட்டு மண்ணில் விழுந்துபுரண்டான். நெத்தியை மண்ணில் தேய்த்தபடி என் தந்தையின் புருவம் கோபத்தில் நெறிபடுவதைப் பார்த்தான். எங்களை இவன் சந்தேகிக்கிறான் என்பது உறுதிபட்டு என் தந்தையின் கோபம் பொங்கியது.

அந்த ஆள் தரையில் படுத்தபடியே தேம்பித் தேம்பி அழுதான். "கோழையா நீ. கேடு கெட்டவளுக்குப் பிறந்தவனா? அல்லாவின் பெயரால் சொல்கிறேன் எழுந்திரு. அல்லாவின் கருணையால் இந்த மண்ணில் பிறந்த ஒருவன் ரகசியம் காக்க முடியுமா என்று கேட்டால்? உன் கழுத்தை அறுத்து விடு வான் என்று நினைத்துக் கொள்வதா?"

கண்ணை மூடிக்கொண்டு நடுங்கியவாறு அதைப் பத்தி பேசாதிங்க. "நான் ஒரு ஏழை, தாழ்வான இந்து. என் கழுத்தை அறுப்பதால் பிரபு உங்களுக்கு என்ன கிடைக்கப்போகிறது?"

"பொறுக்க முடியவில்லை இவன் செயல்களை. இவன் ஒரு ஈனப் பயல். அவனை வெளியில் எட்டி உதைத்துத் வெளியில் தள்ளு. அவன் வாயில் செருப்பால் அடி. இவனை விட்டால் எத்தனையோ துல்லாக்கள் இருக்கிறார்கள்."

"என் எஜமானே என்னை மன்னிச்சிடுங்க, என் தொழிலின் பொருட்டுதான் அப்படி நடந்துகொள்ள வேண்டியிருந்தது. என் முட்டாள்தனத்திற்காக என்னை மன்னித்து விடுங்கள். நீங்க என்னை மிரட்டியதில் என் ஈரக்குலையே கூழாகிவிட்டது" என்றான். இப்போது மறுபடியும் சிரித்தான். எந்தச் சிக்கலும் இல்லை என்றான்.

"உன்னைப் போன்ற ஈனப்பிறவிகளுக்கு ஒரு உறுதியான நிலை இருப்பதில்லை. உட்கார் நீ அறிய விரும்புவதால் சொல் கிறேன்."

"அது ரகசியமாக இருக்கக்கூடும் என் பிரபு நீங்கள் பேசுங்கள்" என்றான் துலால்.

"நீ ஒழுங்காக நடந்து கொள்ளவில்லையானால் நிலைமை மிகவும் மோசமாகிவிடும்" என்று சொல்லிவிட்டு அவனை உற்றுப் பார்த்தார். "நான் ஒரு வணிகன். நான் இந்த நகரத்திற்கு முன்னர் வந்ததில்லை. ஆனால் நேற்று பார்த்ததைப் போன்ற விலைமதிப்பான பொருட்களை பெரிய மூலதனத்தில் இங்கே விற்பனை செய்தால் நல்ல விற்பனையாகும் என்று டெல்லியில் கேள்விப்பட்டு இருக்கிறேன். அதனால் அவைகளை இங்கே கொண்டு வந்திருக்கிறேன். இங்கே அதன் விலை என்னவென்று எனக்குத் தெரியாது. அதைத் தெரிந்து கொள்வதற்காக நேற்று உன்னை எங்களோடு இணைத்துக் கொண்டோம். அதனால் இனி நாங்களாகவே எங்கள் பொருட்களை விற்பனை செய்துகொள்ள முடியும். விற்பனையில் நீ ஏதாகிலும் உதவ முடியுமா?"

"நிச்சயமாக நிச்சயமாக. ஆனால் அப்படி விற்கும்போது அதில் எனக்கான பங்கை தருவதற்கு எஜமான் நீங்கள் மறந்து விடக்கூடாது?" என்று மகிழ்ச்சி பொங்கக் கூறினான்.

"ஒவ்வொரு நூறு ரூபாய் விற்பனையிலும் நீ ஐந்து ரூபாய் பெற்றுக் கொள்ளலாம். அதை ஏற்றுக் கொள்கிறாயா?" என்று அப்பா கேட்டார்.

"இது ராஜ உத்தரவு. தாராளமாகப் போதும் எஜமானே. ஆனால் எதுவும் சாதாரணமாக நடந்து விடுவதில்லை. அந்தப் பொருட்களை எல்லாம் நான் பார்க்க அனுமதிப்பீர்களா?"

"நீ அவைகளைப் பார்க்க வேண்டியது அவசியம்" என்று பொருட்கள் இருந்த அறையைத் திறந்து ஒவ்வொன்றாக எடுத்து பார்வைக்கு வைத்தார்.

"உண்மையில் அதிகமான அளவுதான். இதில் பெரும்பாலான வைகளை நாம் இங்கே விற்றுவிடலாம். ஆனால் கொஞ்ச காலம் நீங்கள் இங்கே தங்க வேண்டியிருந்தால்..."

"எல்லாமே சூழ்நிலைகளைப் பொறுத்துதான். நான் அதைக் கட்டுப்படுத்த முடியுமா? எல்லாவற்றையும் நான் இங்கே விற்க முடியவில்லையானால் மீதமாவதை நான் பூனா எடுத்துச் செல்கிறேன்."

"நல்லது நீங்கள் அனுமதித்தால் நான் எல்லாவற்றிற்கும் விலை குறிக்கிறேன். நாளைய தினம் என்ன செய்யலாம்

என்பதை நாம் முடிவு செய்வோம். எல்லா வியாபாரிகளையும் உடனடியாக என்னால் பார்த்துவிட முடியாது.”

“எது சரியாக இருக்கும்ன்னு நினைக்கிறாயோ அதைச்செய், இப்போ உன் செலவிற்கு இந்தாபணம் எடுத்துக்கொள். நாளை இதே நேரத்திற்கு வந்து என்னைப் பார்க்கிறாய் நீ.”

துலால் பணிந்து வணக்கம் கூறி அங்கிருந்து நகர்ந்தான்.

இப்படி ஒரு மோசமான கயவாளியை நீ பார்த்திருக்கிறாயா? இரண்டு காரணங்களுக்காக அந்த கோழைக்கு ஒரு முடிவு கட்ட இங்கேயே அவன் கழுத்தை நெரித்திருப்பேன்” என்றார் அப்பா.

“போகட்டும் விடுங்கள். இத்தனைக்கும் இவனொரு இந்து. ஆனால் தரமான மூளையே இல்லை. எப்படியும் நீங்கள் சொன்ன மாதிரி எல்லாப் பணத்தையும் கொடுக்கப் போவதில்லை என்றேன் நான்.”

“நாம் செய்ய வேண்டியது என்ன என்பதை நீ புரிந்துகொள்வாய் என்று நம்புகிறேன்.”

“உண்மைதான். ஆனால் அவனை நீங்க எங்கிட்டே விட்டுடுங்க” என்று கூறி சென்றேன்.

பிறகு நான் ஜோராவிடம் போனேன். என் சொந்த அழகிய ஜோரா. அவளுக்கு வேண்டியவர்களைப் பார்த்து வந்தது குறித்து நிறைய பேசினாள். நான் இங்கு வந்து சேர்ந்தவுடன் அவளை அவர்களிடம் அனுப்பி வைத்ததே நியாயமானது. அதை விட்டு அவளை என்னுடனேயே வைத்திருப்பதில் எந்த அர்த்தமும் இல்லை. நானும் அவளுடன் சென்றிருக்கலாம். அது என்னால் முடியும். அவள் மீது கொண்டிருக்கும் அன்பு அலாதியானது. என் தந்தை. தொழில் கூட்டாளிகள் எல்லோரையும் உதறிவிட்டு லௌகீகத்திற்காக போயிருக்க வேண்டும். அப்படி செல்வதை ஆழ்ந்து யோசித்துப் பார்த்தால் இன்றைய நிலையைவிட தாழ்ந்து போயிருப்பேனோ? என்றென்றைக்கும் சிறையில் அடைபட்டுச் சீரழிந்திருப்பேனா? ஆம்! அற்பமான கோழைத்தனமான வாழ்விற்கு ஆசைப்பட்டிருக்கிறேன் நான். சாகேப் அப்படி நான் தப்பி ஓடியிருந்தால் நாளும் ஆழ்ந்து மூழ்கும் பழியில் இருந்தும், குற்றத்திலிருந்தும் விடுபட்டு நல்ல வாழ்க்கை வாழ்ந்திருப்பேனா? ஒரு ராணுவ வீரனைப் போன்ற தோற்றம். நாகரீகமாகப் பேசும் பாங்கு. ஆயுதங்களைக் கையாளும் திறமை. இவற்றைக்கொண்டு ஒரு கண்ணியமான வேலை புரியும் வாய்ப்பைப் பெற்றிருக்க

முடியும். நான் ஒரு ராணுவப்படையை வழி நடத்திருக்க முடியும். அல்லது ஒரு போர்வீரனாக போர்களத்தில் இறந்துபட முடியும். ஆனால் அப்படி என் தலையில் எழுதப்படவில்லை. நான் இப்போது இருக்கும் நானாகத்தான் இருக்கிறேன். என்னை நானே சபித்துக் கொள்கிறேன். நான் யாரோடும் எவற்றோடும் சார்ந்திருக்கிறேனோ அவர்கள் அனைவரும் சபிக்கப்பட்டவர்கள்.

ஜோரா என் கவலைகளை நினைத்துப் பார்த்திருக்க மாட்டாள். இப்போது அவளது நம்பிக்கை, கவனமெல்லாம் தனது தாயை, சகோதரியைப் பார்க்க வேண்டும் என்பதில் தான் இருக்கிறது. நான் அவளை அனுப்பவேண்டும் என்பதில் குறியாக இருக்கிறாள். அங்கே நீண்ட நேரம் இருக்கமாட்டேன். ஆனால் அவளைப் பார்த்து அவர்கள் சந்தோஷப்பட வேண்டும் என்பதற்காக அவள் போக வேண்டும் என்றும் உடனே திரும்பி விடுவதாகவும் உத்திரவாதம் கொடுத்திருக்கிறாள். அவர்கள் மகளை மீட்ட என்னை மிகவும் வரவேற்பார்கள். அவர்களைப் பார்த்துவிட்டு உடனே திரும்பி விடுவாள் ஜோரா. பிறகு நாங்கள் என்றென்றைக்கும் பிரியாதிருக்க வேண்டும்.

"ஐயோ ஜோராவே நீ என்ன கேட்கிறாய் என்பதே உனக்குத் தெரியவில்லை. உன் சகோதரிக்கு அம்மாவுக்கு உன் அழகில் அக்கறையில்லை என்றா நினைக்கிறாய்? நீ என்னை அடைந்திருக்கிறாய் உன் பேரழகு உன்னுடன் சம்பந்தப் பட்ட யாரையும் கவர்ந்துவிடும். நீ அங்கே இல்லாமல் போனால் அவர்கள் நிலைகுலைவார்கள். உனது வருகையை பெரும் செல்வமாக மேன்மையாக ஆராதிப்பார்கள்."

என் அன்பானவனே இதெல்லாம் கொடிய வார்த்தைகள். உனக்கு நன்றாகத் தெரியும். நான் உன்னை ஒருபோதும் வஞ் சித்தது இல்லை. என்னைப் போகவிடு, இன்னும் சில மணி நேரங்களில் திரும்பி வந்து நான் உன்னுடன் இருப்பேன். உன்னை மாருடன் சேர்த்து இறுக்கிக்கொள்வேன்" என்று ஜோரா சொன்னாள்.

"அப்படியே ஆகட்டும். இப்போது நீ போ. திரும்பவில்லை என்றால் இன்று மாலைக்குள் அங்கு வருவேன்."

பெண்கள் பயணிக்கும் திரையிட்ட வண்டியை சீக்கிரமாக வாடகைக்குப் பிடிக்க முடிந்தது. வண்டியோட்டிக்கும் அவள் எங்கே போக வேண்டும் என்று இடம் தெளிவாகப் புரிந்து விட்டது. அவள் போவதற்கு மிகவும் விருப்பமுடையவளாக

இருந்தாள். மிகவும் சந்தோஷமாக வண்டிக்குள் அடியெடுத்து வைத்தாள். அவளுடன் கிழவியும் கிளம்பினாள். என் ஆண் உதவியாளர்கள் இருவரையும் பாதுகாப்பிற்காக அனுப்பி வைத்தேன்.

எதையும் தெரிந்து கொள்ளாமலே இருவரும் திரும்பி விட்டனர். அவளது உறவினர்கள் எல்லாம் அவளைப் பார்த் ததும் அந்த வீடே பெரும் சந்தோஷத்தில் திளைத்து விட்டது என்று சொன்னார்கள். மாலைவரைக்கும் என் பதற்றத்தைக் கட்டுப்படுத்திக்கொள்ள முடியவில்லை. அவளைக் கொண்டு போய் சேர்ப்பித்துவிட்டு வந்த ஒருவனை அழைத்துக்கொண்டு குதிரையில் அவள் வீட்டிற்குச் சவாரி விட்டேன்.

அவர்கள் வீடு அந்த நீரூற்றுக்கு எதிரில் இருந்தது. நீரூற்று சார்மினாருக்கு கீழ் இருந்த தெருவின் நடுவில் அமைந்திருந்தது. அதற்கு முந்தைய நாள் அந்தத் தெரு வழியே நான் கடந்து சென்றுள்ளேன். நான் அந்த வீட்டினுள் அடியெடுத்து வைத்ததும் உற்சாகம் பெருகி வந்தது. ஜோரா இருந்த அறையில் அவள் சகோதரியும், தங்கையும் அமர்ந்திருந்தனர். என் இனிய பெண் என்னைக் கண்டதும் அவர் வருகிறார் என்று கத்தினாள். வேகமாக ஓடிவந்து என்னை நெஞ்சோடு சேர்த்து அணைத்துக் கொண்டாள். தன்னுடன் என்னைச் சேர்ந்து பிடித்துக்கொண்டு இங்கே பார் அம்மா இவரைப்பார் நான் சொன்னது போலவே இருக்கார் இல்லையா? அழகாகவும் கம்பீரமாகவும் இருக்கார் இல்லையா? என்றாள்.

அந்த வயதான மாது என்னை நெருங்கி வந்தாள். தனது கைகளை என் முகத்தின் மீது ஓட்டினாள். விரல்களை அழுத்தி அவளது நெற்றிப் பொட்டில் நெட்டி முறித்தாள். அவளது கன்னங்களில் இருந்து கண்ணீர் வழிந்து ஓடியது. தன் கை களுக்குள் சேர்த்து என்னை அணைத்துக் கொண்டாள். குழந் தையைப்போல தேம்பி அழுதாள்.

அவள் தங்கையும் என்னை வரவேற்றாள். இன்முகத்துடன் என்று சொல்லமுடியாது. ஜோராவிற்கு அழகான காதலன் கிடைத்திருப்பது அவளுக்குப் பிடிக்கவில்லை என்று தோன்றி யது. நான் சற்றே அழகில் குறைந்திருந்தால் என்னுடன் சுமூக மாக இருந்திருப்பாள்.

"உனக்கும் உன் வழித்தோன்றல்களுக்கும் இறைத்தூதரும் பன்னிரண்டு இமாம்களும் ஆசிகள் வழங்கட்டும்" என்றாள், அந்த வயதான மாது. தன் உணர்வுகளில் மீண்டு நிதான

மாக மூச்சுவிடத் துவங்கிய பிறகு, "அல்லா உன்னைப் பாதுகாப்பார், மரியம் அன்னையும் இமாம் அலியும் உன்னை ஆசீர்வதிப்பார்கள். இந்த வீட்டில் நிலவிய வெற்றிடத்தை நிரப்பி இருக்கிறாய், மகிழ்ச்சியை மீண்டும் தவழச் செய்திருக்கிறாய். அழுகையில் இருந்த வீட்டை சிரிப்பிற்கு கொண்டு வந்திருக்கிறாய். ஜென்னத் பீவி சொன்னாள். சஹானாதான் எங்களை ஆறுதல் படுத்துவதற்காக வருவது போல் நடித்தாள். உண்மையில் எங்களது துரதிருஷ்டத்தில் கொண்டாட்டம் போட்டாள். அவளுடன் போட்டிக்கு ஆளில்லை என்று. ஜோரா, என் தங்கம், என் முத்து, என் வைரம். என் பழைய இதயம் உடைந்து நொறுங்கிப் போனது. என் ஈரக்குலை உருகி ஓடியது. அப்போ இருந்து இந்த நிமிடம் வரைக்கும் என்ன செய்யிறதுன்னே தெரியல என் மீர் சாகேப்'. ஆனால் அவள் எதிரில் உட்கார்ந்து என் கைகளால் அவள் முகத்தைத் தடவிக்கொடுத்தேன். என் கண்களால் அவள் கண்களுக்குள் ஊடுருவிப் பார்த்தேன். நான் தவறேதும் செய்யவில்லை என்று எனக்கு நானே உறுதிப்படுத்திக் கொண்டேன். "இன்ஷா அல்லா, அல்லாவின் கருணையில் நாளைக்கு இந்த நகரத்தில் உள்ள அனைத்துப் புனித தலங்கள் ஒவ்வொன்றிற்கும் ஐந்து ரூபாய் அனுப்பப் போகிறேன். இமாம் ஜமீம் பெயரால் ஐந்து பிச்சைக்காரர்களுக்கு இனிப்புகள் வழங்கப்போகிறேன். அத்தோடு நான் தாஜியா வைத்திருக்கிறேன், இனி தொடர்ந்து இந்த துக்க உடை அணிய மாட்டேன். அமீர் சாகேப் உங்களுக்குத் தெரியுமா? என்மீது துக்கத்தின் நிழல் படிய தினமும் உட்கார்ந்து அழுதுகொண்டே இருந்தேன். என்னுடைய நண்பர்கள் எல்லோரும் என்னைத் தேற்ற முயற்சித்தார்கள். என்னால் மீளவே முடியவில்லை. இந்த மீள் நினைவுகளில் அவள் கண்ணீர் பெருகியது.

வண்டியில் இருந்து இறங்குவது ஜோரா என்று யார் நினைத்திருக்க முடியும். அவளது துயரத்திற்கு முந்தைய நாட்களில் அவள் எப்படி இருந்தாளோ எனக்குத் தெரியாது. இன்றைக்கு நான் பார்த்த பெண்களில் மிகமிக உடல் பெருத்த பெண்ணாகத் தோன்றினாள். மக்கள் கூட்டத்திற்கு மத்தியில் தனது காலை உயர்த்தினாள். அவளை அவளது பற்றாத உடையில் குறிப்பாக உட்கார்ந்து எழும்போது பார்க்க மனதிற்குச் சங்கடமாக இருந்தது. அவளது தசை அடங்க மறுத்து பிதுங்கிக்கொண்டு வந்தது. அவ்வயதான மாது உள்ளாடைகள் அணிந்திருக்க வேண்டும். அவளுக்கு தனது

அங்கங்கள் குறித்து அடங்காத பெருமிதமும், தற்பெருமையும் உண்டுதான். தான் இளமையிலேயே இறுகி நிலைத்து விட்ட தாக நினைத்துக் கொண்டிருந்தாள்.

நாங்கள் அவரவர் சாகசங்கள் குறித்து பெருமை பொங்க மாலைவரை பேசிக் கொண்டிருந்தோம். மாலைத் தொழுகைக் காக விரிப்பை விரித்தேன்.

"ஆஹா நல்ல சையதாக இருக்கிறானே. நான் வயதில் இளைமையாய் இருப்பவர்கள் தொழுகை செய்வதைப் பார்க்க சந்தோஷப்படுவேன். ஆனால் இந்த பழக்கம் புனிதமான இந்துக்களிடத்தில் இருந்து நமக்குத் தொற்றியது."

நான் கிளம்புவதற்கு ஆயத்தமாகிக் கொண்டு இருந்தேன். நான் போகக்கூடாது என்று எல்லோரும் ஒருமித்துக் குரல் கொடுத்தார்கள். என்ன நீ ரொட்டியும் நீரும் மட்டும் அருந்தி விட்டு எங்கள் வீட்டை விட்டுக் கிளம்புவதா? அவளால் பேச முடியவில்லை. நான் அதைப்பற்றி நினைக்கவே இல்லை. இரவு உணவு தயாரித்து வைத்திருக்கிறார்கள். அனைத்திற்கும் மேலாக இன்று மொகரம் ஒன்பதாம் நாள். வேறெதற்காக இல்லையென்றாலும் நால்சாகேப் ஊர்வலத்தைப் பார்க்கவாவது நான் இருந்தாக வேண்டும். ஆசீர்வதிக்கப்பட்ட இறைத்தூதர் மதீனாவிற்குத் தப்பியபோது பயணித்த குதிரையின் லாடம் ஒன்றை புனிதப்பொருளாக ஊர்வலத்தில் எடுத்துசெல்வார்கள். இங்கே தங்குவதைத் தவிர்த்தால் அதைப் பார்ப்பதற்கான வாய்ப்பு இனி கிடைக்காமலே போய்விடும். நான் அங்கே தங்குவதற்கு மேலும் இதுபோன்ற பல காரணங்களைக் கண்டு பிடித்து ஜோரா என்னை ஒரு அர்த்தத்துடன் பார்த்தாள். அதுவே சீக்கிரமாக முடிவெடுக்கும் படி வற்புறுத்தியது. அதனால் எனது அப்பாவிற்குத் தகவல் சொல்லுமாறு குதிரை யையும், உதவியாளனையும் அனுப்பிவிட்டோம். எனக்கு இரவு கொண்டாடங்கள் குறித்த எதிர்பார்ப்புகள் மனசுக்குள் ஓடிக் கொண்டிருந்தது.

இரவு சாப்பாடு மிகவும் அருமையாக இருந்தது. கிழவியின் சமையலில் இப்படி ஒரு ருசியை நான் எதிர்பார்க்கவில்லை. ஒவ்வொரு வகையிலும் ஒரு கவளம் இட்டதும் சுவையில் ஒன்றையொன்று விஞ்சி நின்றன. பலவிதமான புலாவ்கள். இனிப்பு வகைகள். எல்லாவற்றிற்கும் மகுடம் வைத்தாற்போல் ஒயின். அது ஒரு பிரஞ்ச் வகை. அதை ஒய்ன் என்று சொன் னால் மத ஆச்சாரத்திற்குப் புறம்பாகிவிடும் என்றாள் கிழவி.

அதை சர்பத் என்று சொன்னாள். சிக்கந்தர் ஜாவிற்கு மட்டுமே படைக்கும் பிரதானமானது. அதன் சுவை உண்மையில் மிகவும் அற்புதமாக விறுவிறுப்பு ஏற்றுவதாக இருந்தது. விருந்தின் இறுதியில் திருப்திகரமான நிறைவிற்கு குறை வைக்கவில்லை. தனது உக்காவை எனக்கு அளித்தாள். அம்பிரிகிஸ், அல்லது மஸ்க் அதற்கும் மேலானதாக இருக்க வேண்டும் அதன் மணம். நான் சொர்க்கத்தில் இருந்தேன். என் மகிழ்ச்சிக்கு எல்லை இல்லை.

நீ நான் பாடுவதைக் கேட்டிருக்கிறாயா என்றாள் ஜோரா. நான் ஒரு கைப்பாவையாய் இருந்தபோதும் அதன் பின்னர் பயணக் களைப்பிற்கு இடையில் சிறிய கூடாரத்தில் இருந்த போதும், எனது குரலை முழுமையாக வெளிப்படுத்த வாய்க்க வில்லை. இப்போதாவது கேளுங்கள். இப்போது என்மனம் பூரண நிறைவுடனும், பாடுகிற சந்தோஷத்திலும் இருக்கிறது. இப்போது மீண்டும் ஒருமுறை கேளுங்கள். மொகரத்தின் போது பாடுவதற்காக இறைத்தூதர் என்னை மன்னிப்பாராக. உங்களுக்கு எந்தப் பாடல பிடிக்குமோ அதைக் கேளுங்கள். என் தங்கை என்னுடன் இருக்கிறாள். நான் சோர்வடையும்போது அவள் பாடுவாள். அவள் சோர்ந்தால் நான் பாடுவேன்.

சாரங்கி கொண்டு வரப்பட்டது. ஜோரா அதை எடுத்து மீட்டினாள். நிதானமாக மீட்டி சுதி சேர்த்தாள். இதுவரை கேட்காத ரசமான இசையாக இருந்தது. ஜோரா அதற்கு முன்னர் எட்டியிருந்த உச்சங்களை எல்லாம் கடந்து போய்க் கொண்டிருந்தாள். ஜோரா பாடலின் பரவசத்தில் மூழ்கடிக்கச் செய்தாள். அவளது தங்கையும் அவளுடன் கச்சிதமாகப் பொருந்திப் போனாள். சாரங்கி இசைப்பதில் தேர்ச்சி பெற்று இருந்தாள் (பெண்களுக்கு இப்படி வாய்ப்பது அபூர்வம்) சாரங்கி முழுவீச்சில் தனது இனிமையை வெளிப்படுத்தியது. உங்களுக்குத் தெரியுமா சாகேப் ஷாரங்கி கிட்டத்தட்ட மனிதன் பாடுவது போலவே இருக்கும். இசையும் பாடலும் ஒன்றிணைந்து எழ நாங்கள் அதற்குள் மூழ்கி இருந்தோம். குரல் வலிமையின் உச்சமும் முழு அளவில் நிறைந்திருந்ததை பார்த்தால் தேவதைகளே இறங்கி வந்து கேட்பது போல் தோன்றியது.

ஆனால் வெளிப்புறம் இசைக்கப்பட்ட டிரம்ஸ் ஒலி எங்கள் பாடலின் மோனத்தைக் களைத்துவிட்டது. அதன் பேரிரைச்ச லால் கச்சேரியை நிறுத்த வேண்டியதாயிற்று.

"பேரிசைச்சல் தொற்று நோயாகிவிட்டது. இதே குரலில் இன்று இரவு முழுக்க என்னால் பாடிக் கொண்டிருக்க முடியும்" என்ற அவள், "நான் நன்றாக பாடனேனா?" என்று கேட்டாள்.

"உன்னால் முடியுமா? ஆனால் என் நினைவில் இருப்ப தெல்லாம் ஊமர்கர் அரண்மனையில் முதன்முதலாக நீ பாடி நான் கேட்ட அந்த இனிமையான பாடல்கள்தான் என்றும் நினைவில் இருந்து இப்போதும் நீங்காமல் இருக்கிறது."

யா-அல்லா என்று கூறிக்கொண்டே ஜன்னலுக்குப் அருகில் போன ஜென்னட் ஆச்சர்யத்தில் கத்தினாள். "இங்கே வந்து பாருங்கள் என்ன பிரமாண்டமான காட்சி. போய்ட்டே இருக்கு. அது மறையப் போகுது சீக்கிரம் வாங்க."

15

மாமியார் கையால் மொஹ்ரம் விருந்து

சீக்கிரம் வாங்க என்ற ஜென்னட்டின் கூக்குரல் கேட்டு எல்லோரும் ஜன்னல்நோக்கி ஈர்க்கப்பட்டோம். அங்கே பாருங்க, பார்வையில் இருந்து மறையப்போகுது. அவர்கள்இப்போதுதான் சார்மினாரைக் கடக்கிறார்கள் என்றாள் ஜென்னட்.

நாங்கள் எல்லோரும் அந்தக் காட்சியைப் பார்த்தோம். பிரமாண்டமாகத்தான் இருந்தது. எங்கள் நம்பிக்கையின் புனிதச்சின்னமான பஞ்சாவ்வை எடுத்துச் செல்வதற்காகப் பல நூறு பேர்கள் சென்ற ஊர்வலத்தில் பாதுகாப்புக்காக சென்ற பெரும்பாலானோர் கைகளில் ஆயுதம் இருந்தது. உறையில்லாத வாட்கள் தீப்பந்தத்தின் வெளிச்சத்தில் மின்னின. கணக்கில்லாத தீப்பந்தங்கள் நீளமான மூங்கில் தடிகளில் உயர்த்திப் பிடிக்கப்பட்டிருந்தன. பலர் அபுதா-கீர்களை ஏந்திக்கொண்டு போனார்கள். அபுதா-கீர் தங்கத்தகடுகளாலும், வெள்ளித்தகடுகளாலும் ஆன உறைகளை கொண்டிருந்தன. அவை கீழும் மேலுமாக அசையும்போது, தீப்பந்த ஒளியில் பளபளத்தன. எல்லாவற்றையும்விட ஊர்வலமாக வந்த தீப்பந்தங்களின் வெளிச்சத்தில் சார்மினார் கீழிருந்து மேல்வரை ஒளி வெள்ளத்தில் துலக்கமாகத் தெரிந்தன. ஏதோ திடீரென்று அதிசயிக்கும்படி முளைத்து விட்டதுபோல, அதில் என் பார்வை நிலைகுத்தி நின்றிருந்தது

ஊர்வலம் கடந்ததும் மீண்டும் அனைத்தும் இருளில் மூழ்கின. இப்போது சார்மினார் கண்ணுக்குத் தெரியவில்லை. கட்டடங்கள் மீண்டும் பழைய மங்கிய நிலையில் நிழல்களாக

தெரிய ஆரம்பித்தன. மீண்டும் இன்னொரு ஊர்வலம் வேக மாகச் சென்றதைப் பார்த்தோம். திடீரென ஒளிதோன்றி மறைவது. பழைய விளைவைக் கொடுத்தது. பெரிய கட்ட டத்திற்கு உள்ளும், வெளியும் வெளிச்சத்தால் நிறைந்து, பகல் ஒளியைவிடப் பிரகாசமாக இருந்தது.

நான் பிரமித்துப்போனேன். ஜென்னட் எங்களைவிட்டு அகன்று சென்றாள். நான் நடுவில் அமர்ந்திருந்தேன். என் காதலி யின்மீது என் கரங்கள் படர்ந்திருந்தன. நாங்கள் எல்லோரும் ஒருவருக்கொருவர் எங்கள் காதல் சபதங்களைப்பற்றிப் பேசிக் கொண்டிருந்தோம். எங்களையொத்த இதயம் கொண்டவர் களுக்கு மட்டுமே அவை புரியும்.

நீண்ட நேரமாக இப்படியே போய்க் கொண்டிருந்ததால் நேரம் போனதே தெரியவில்லை.

ஜோரா கீழே பார்த்து, "அங்கே பாருங்கள் மீண்டும் ஊர் வலம் போகிறது. எல்லோரும் ஒளி ஏற்றுகிறார்கள். அடுத்து நல்சாகேப் ஊர்வலம் வர இருக்கிறது" என்று கத்தினாள்.

நான் அதைக் கவனிக்கவில்லை. என்றாலும் அங்கே எழுந்த கூச்சல் குழப்பத்தைக் கேட்டேன். இதுவரை தெருவில் சூழ்ந் திருந்த இருண்மையால் எதுவும் புலப்படவில்லை. ஒவ்வொரு தீப்பந்தமாக ஏற்றி உயர்த்திக்கொண்டே இருந்தார்கள். இப் போது கணக்கற்ற தீப்பந்தங்கள் தெருவில் நிறைந்திருந்தன. ஆயிரக்கணக்கான மனிதத் தலைகள் கடல்போல காட்சி தந்தன. சாலை இரண்டு பக்கமும் ஜனத்திரளால் அடைபட்டிருந்தது. யாரும் நகர முடியாமல் ஒருவருக்கொருவர் நெருக்கியடித்துக் கொண்டிருந்தார்கள். நகரத்தை வலம் வருவதற்காக அந்த கூட்டம் நகரும் நேரம் வரும்வரை காத்திருந்தோம்.

ஒன்றின்பின் ஒன்றாக ஊர்வலம் முன்னோக்கி நகர்ந்து கொண்டிருந்தது. ஊர்வலங்கள் சங்கமித்தபோது அதனழகை யார்தான் வர்ணிக்கமுடியும். ஆயிரக்கணக்கான தீப்பந்தங் களின் ஒளி; ஆயிரக் கணக்கான அபுதாப்-கீர்கள், ஆயிரக்கணக் கானோர் கொடிகளையும் முகபடாம்களையும் ஏந்திக்கொண்டு போனார்கள். அலங்கரிக்கப்பட்ட நூற்றுக்கணக்கான யானை கள், குதிரைகள். அவற்றின்மீது பிரபுக்கள். அவர்களைச் சூழ்ந்து ஆயுதம் தாங்கிய அணியணியான வீரர்கள். மாபெரும் ஜனத்திரளிடையே சிலர் நின்றுகொண்டும் சிலர் திரிந்து கொண்டும் இருந்தார்கள்.

நான் பார்த்ததில் ஒரு யானை குறிப்பிடத்தகுந்ததாக இருந்தது. அந்த யானையின்மீது பெரிய வெள்ளிக்குடை ஒன்றை ஏந்தி நான்கு சிறுவர்கள் அதன்மீது அமர்ந்து வந்தனர். யானையைச் சுற்றி பல வேலைக்காரர்கள். சந்தேகமில்லை யாரேனும் ஒரு பெரிய மனிதரின் பிள்ளைகளாகத்தான் இருக்க வேண்டும். அந்த யானை, பெரும் கூட்டம் கலவையான சத்தம், தீப்பந்த வெளிச்சம் என்று எல்லாவற்றையும் கண்டு மிரண்டுபோய் நடந்துவந்தது. அதை கட்டுக்குள் வைப்பது மாவுத்தனுக்கு பெரும்பாடாக இருந்தது. அவன் அங்குசத்தை வைத்து அதன் நெற்றியில் குத்திக்கொண்டே இருந்தான். யானை தனது துதிக்கையை மேல்நோக்கி தூக்கி வலியினால் பிளிறியது. யானைப்பாகனுக்கோச் சினம் கூடியது. அதன் தோற்றத்தை, நடவடிக்கையை வைத்து கூட்டத்தில் இருந்த சிலர் யானையிடம் கவனமாக நடந்துகொள்ளுமாறு கூறினார்கள். ஆனால் யானை கொஞ்சம் கொஞ்சமாக நிதானமிழந்தது. மாவுத்தன் யானையை இன்னும் கடுமையாக அடித்ததால் இங்கு ஏதோ விபரீதம் நடக்கப் போவதாக எனக்குத் தோன்றியது. இறுதியாக துரதிர்ஷ்டவசமாக யானையின்மீது அமர்ந்து வந்த ஒருவன் பிடித்துக்கொண்டு வந்த தீப்பந்ததை நழுவ விட்டான். யானை சூடு தாங்காமல் துதிக்கயைத் தூக்கி பிளிறி விட்டு கூட்டத்திற்குள் ஓடியது.

“யா அல்லா... என்ன கோலமிது” நூற்றுக்கணக்கான மக்கள் வழிதெரியாமல் தடுமாறினார்கள். ஒருவருக்கொருவர் முண்டியடித்து மூச்சுத் திணறி, ஓலமிட்டார்கள். எல்லாவற்றிலும் பயங்கரம் அந்த மதம் பிடித்த யானை, முன்னோக்கி ஓடியது. வழி கிடைக்காமல் ஒருவனின் இடுப்பை துதிக்கையால் பிடித்துத் தூக்கி தரையில் அடித்தது. பிணத்தை அகன்ற பாதத்தால் மிதித்து நசுக்கியது. நான் எதேச்சையாக தலையைத் திருப்பிப் பார்த்த பொழுது இது நடந்த இடத்திற்கு மேலேயே நான் நின்றிருந்தேன்.

யானையை உற்றுப்பார்த்தேன். அந்த துரதிரஷ்டசாலியைக் கொன்று மிதித்ததுடன் ஆத்திரம் அடங்கிவிட்டது போலும். அமைதியாக நின்று கொண்டிருந்தது. அடுத்த நொடியில் கொல்லப்பட்ட உடல் அங்கிருந்து அகற்றப்பட்டு பக்கத்தில் இருந்த கடையில் போடப்பட்டது. ஊர்வலம் சீக்கிரமாகவே சகஜ நிலைக்குத் திரும்பிவிட்டது.

மீண்டும் கூட்டத்தின் குரலொலி ஹாஸன், ஹூசைன், தீன்...தீன்.... என்று காதைச் செவிடாக்கியது. இருந்தாலும் இந்த முழக்கம் முரசு எழுப்பிய சத்தத்தில் கரைந்துபோனது.

முரசு சத்தம் காதைச் செவிடாக்குவதாக இருந்தாலும் மனதில் தாக்கத்தைத் தருவதாக இருந்தது. அங்கிருந்த கட்டுக்கடங்காத கூட்டத்தின் பார்வை திடீரென்று நுழைவாயில் பக்கம் திரும்பியது. அங்கிருந்து புனிதச்சின்னம் புறப்படும் வேளை அது. வானத்தில் ஆயிரக்கணக்கான விளக்குகள் ஏற்றியதுபோல நீளத்தீற்றல் எழுந்தோடியது. சட்டென்று புனிதச்சின்னம் புறப்பட்டு முன்னே வந்தது. நான் எனது கண்களைச் சார் மினார் பக்கம் திருப்பினேன். பளீரென்ற ஒளி வானத்தில் உயர்ந்து சென்றது. அந்த ஒளியில் சார்மினாரின் வெள்ளை முகடு வெள்ளிபோல பளபளத்தது. திடீரென்று இப்படித் தோன்றிய மகத்தான ஒளி இதுவரை நான் மண்ணில் காணாததாக இருந்தது. அளவில்லாத ஒளி வெள்ளம் பெரும் புகையுடன் மேல் நோக்கிச் சீறிச்சென்று ஆயிரக் கணக்கான வெடிகள் ஒரே நேரத்தில் வெடித்தன. காற்று வீசவில்லை. புகைமண்டலம் வானத்திலேயே மிதந்து கொண்டிருந்தால் ஒளி மங்கிப்போனது.

ஒரே நேரத்தில் கணக்கற்ற ராக்கெட்டுகள் போன்ற வான வெடிகள் சார்மினாருக்கு மேலே பறந்து வானத்தில் சீறிப் பாய்ந்தன. மினாரில் இருந்து கணக்கிட முடியாத உயரத்திற்குப் பறந்து, நீல ஒளிப்பந்துகளாக வானில் மிதந்தன. அத்தனையும் மூச்சுவிடும் கணத்தில் நடந்தேறின. அங்கிருந்த மொத்த ஜனத்திரளும் வானவெடிகளின் ஒளிப்பந்துகள் கீழிறங்கி வருவதைப் பார்ப்பதற்காக கண்களை மேல்நோக்கி செலுத்தின. கீழ்நோக்கி வரும் ஒளிப் பந்துகளுடனே அவர்களின் பார்வைகளும் கீழிறங்கி வந்தன. மீண்டும் கூச்சல். ஜனத்திரள் முன்னும் பின்னும் அலைபாய்ந்தது. கடல் அலைப்போன்ற மக்கள் கூட்டம் சார்மினாரையே பார்த்துக் கொண்டிருந்தது. சில நேரங்களில் கூட்டம் முன்னோக்கி நகர்ந்தது.

முதலில் மெதுவாக நகரத்துவங்கிய மக்கள் பின்னிருக்கும் மக்கள் முன்னோக்கித் தள்ள ஓட ஆரம்பித்தனர். சீரான ஓட்டம் அளவெடுத்த அலைபோல அசைந்து அசைந்து முடிவில்லாமல் தொடர்வதுபோல இருந்தது. எல்லா தேசங்களிலிருந்தும் வந்த மக்கள் குறுகியத் தெருக்களின் வழியே வந்து கூட்டத்தில் இணைந்தபடியே இருந்தனர். அனைவரும் கைகளில் உறையற்ற வாள் ஏந்தியிருந்தனர். வாள்கள் தீப்பந்த வெளிச்சத்தில் பல்வேறு விதமாக மின்னின. மதத்தின்மீதான தங்களின் நம்பிக்கைகளை உரத்தக் குரலில் முழங்கிக்கொண்டே வந்தனர். சிலர் பக்கீர்களின் புகழைப் போற்றினர். சிலர் ஜிகாத்

எனும் புனிதப்போரில் கொல்லப்பட்ட வீரர்களுக்காக வீர அஞ்சலி செலுத்தினர். வேறு ஒரு குழுவினர் அலங்காரமான உடையணிந்து நடந்து செல்பவர்களுக்கு மத்தியில் முன்னோக்கி ஓடிக்கொண்டிருந்தார்கள். மற்றும் சிலர் வண்ண வண்ண உடை அணிந்து மணிக்கட்டில், கால்களில், புஜங்களில் சலங்கைகள் கட்டிக்கொண்டு உடலெங்கும் வண்ணம் பூசி ஆடிக்கொண்டே வந்தார்கள். சிலர் புலியைப்போல வண்ணம் பூசி இடுப்பில் பெரிய கயிற்றை கட்டிக்கொண்டிருக்க இரண்டு மூன்று பேர் அதைப் பிடித்துக்கொண்டே வந்தார்கள். ஊர்வலத்தில் புலி களுக்கென்று விசேஷ இடம் அளிக்கப்பட்டது. அவர்களை உற்சாகமூட்டும் வகையில் மக்கள் குரல் எழுப்பினார்கள்.

சிலர் செம்மறியாட்டுத் தோலை உடையாக அணிந்து கரடி போல் காட்சியளித்தனர். சிலர் குரங்கு வேடம் போட்டு மிகப்பெரிய வாலுடன் பல்லிளித்து மக்கள் கூட்டத்தில் நுழைந்தனர். பணக்காரர்கள் யானை மீதிருந்து காசுகளையும் அல்லது பரிசுப் பொருட்களையும் கூட்டத்தில் வீசியெறிந்தனர். அதை எடுப்பதற்காக முண்டியடித்து சிதறி ஓடியக் கூட்டத்தை கண்டு அந்த செல்வந்தர்கள் ரசித்தனர். அவற்றை பெற முடியாதவர்கள் சோர்வுற்றார்கள், மனவேதனை அடைந்தார் கள். அரேபியர்கள் போர்ப்பரணி பாடிவந்தார்கள். வானத்தை நோக்கி துப்பாக்கியால் சுட்டும் தங்களது வாள்களை வானத்தை நோக்கி ஆட்டியபடி கூட்டத்தில் கலந்து புனிதச்சின்னத்தின் முன்பாக வந்தனர்.

சீராகச் சென்று மொத்த ஊர்வலமும் கிட்டத்தட்ட நிறை வடைந்தது. அதன் பிரமாண்டத்தை யாரால் வர்ணிக்கமுடியும். அதைப் பார்த்தவர்கள் மட்டுமே உணரமுடியும். நான் உணர்ந்தேன் சாகேப். அத்தனை மக்கள் திரளை எங்கே பார்க்கமுடியும். எல்லோரும் ஒரு புனித நோக்கத்திற்காக ஒரே உணர்வுடன், ஒரே ஆன்மாவாக, ஒரே இதயமாகத் திரண்டி ருந்தனர். யாரும் உணர்ச்சிவயப்படாமல் இருந்தனர். நாங்கள் பார்த்த சுவாரஸ்யமான காட்சிகள் குறித்து பிரமிப்புடன் பேசிக் கொண்டோம். ஊர்வலம் முழுதாக முடிந்துவிட்டது. தெரு தனிமையிலும், இருளிலும் விடப் பட்டிருந்தது. இன்னும் ஒரு சிலர் சுடுகாட்டுப் பேயைப்போல அலைந்து கொண்டி ருந்தனர். பக்கீர்கள் அமைதியைக் கிழித்து அங்கும் இங்குமாக நடந்து கொண்டிருந்தனர். அவர்களின் சலங்கைச் சத்ததில் அமைதி கலைந்தது.

நாங்கள் ஓய்வு கொள்ள இருந்தபோது, சிலர் தங்களுக்குள் ஒருங்கிணைந்து வட்டமாக நின்று நடுவில் சருகுகளைப் போட்டு நெருப்பு மூட்டினர். அதைச்சுற்றி வாளைச் சுழற்றியபடி நடனம் ஆடியப்படி இருந்தனர். அவர்கள் இணைந்து குரல் எழுப்பி தியாகிகளுக்கு வீர அஞ்சலி செலுத்தினர். நடுவில் நெருப்பு ஜுவாலையுடன் எரிய கையிலிருந்த வாளை வானில் எறிந்தது அச்சமூட்டுவதாக இருந்தது. நெருப்பு முற்றிலுமாக அணைந்த பின் அவர்கள் நின்ற காட்சி திகிலையூட்டியது. மறுபடியும் நெருப்பில் எரிபொருளைப்போட மீண்டும் சிவந்த ஜுவாலை அவர்களின் தலைக்குமேல் எழுந்தது. இப்போது மீண்டும் புதிய வேகத்துடன் ஆடினார்கள்.

இந்த இரவில் இனியும் நேரத்தைக் கடத்திக்கொண்டு இருக்க முடியாது. வீசிய குளிர்ந்த காற்று ஓய்விற்கு அழைக்கிறது. ஜென்னட்டும் அவள் அம்மாவும் உறங்குவதற்கு போய் விட்டார்கள். நாங்களும் போகவேண்டும்.

சாகேப், அன்றைய இரவுதான் நான் என்னுடைய அன்பிற்குரியவளிடம் கழித்த கடைசி இரவு. அன்று அவளைச் சுகித்த தருணங்கள் இனிய கனவாக பெருந்தாக்கத்துடன் இன்னும் என்னுள் அப்படியே இருக்கிறது. நான் நினைத்து மகிழ என்னுள் குடிகொண்டிருக்கிறது. எத்தனை பயங்கர சாகசங்கள், எத்தனை கொலைகள், எத்தனை குற்றங்கள், எத்தனை விசாரணைகள், எத்தனை எத்தனை கவலைகள். அத்தனையும் கடந்து இத்தனை ஆண்டுகளுக்குப் பிறகும் என்னால் அந்தக் காட்சியை, உரையாடலை அப்படியே மனக் கண்ணில் கொண்டு வரமுடிகிறது.

அடுத்த நாள் காலையில் பிரிந்தபோது எனது ஜோராவை அப்படியே என்னுள் சித்திரமாக கொண்டுவர முடிந்தது. காதல் குறித்து அவள் கூறிய இறுதி வார்த்தைகளை நான் மீண்டும் என் காதுக்குள் கேட்க முடிந்தது. அவளுடைய உபசரணையை விரைவில் நான் அவளுக்குத் திருப்பித்தர வேண்டும். எல்லாவற்றிற்கும் மேலாக அவளது எல்லை கடந்த அன்பினால் என்னை நெடுநேரம் ஆரத் தழுவி பிரிந்தபோது என்னைத் தொடர்ந்து வந்த அவளின் ஏக்கம் நிறைந்த முகத்தை எண்ணிப்பார்க்கிறேன். இந்த உலகத்துடன் நான் கொண்டுள்ள மூர்க்கமான உறவு, எனது மோசடிகள் எனது குற்றங்கள் ஆகியவற்றால் இறுகி ஜடமான என் மனதில் இந்தப் பதிவுகள் சுழன்று கொண்டேயிருக்கின்றன. இவை எனக்கு

இதமும் புத்துணர்வும் தருகின்றன. ஏனென்றால் என்னை குற்றம் சொல்லும் அளவிற்கு நான் அவளுக்கு எந்த தீங்கும் இழைக்கவில்லை. நான் அவளை மீட்டு வந்தேன். அவள் என்னைக் காதலித்தாள். நானும் அவளைக் காதலித்தேன். எங்கள் காதலை வலுப்படுத்திக் கொள்ள எங்களிடம் நெடிய புணர்ச்சி தவிர வேறொன்றுமில்லை. பரஸ்பர அன்பு மரணம் வரையிலும் நீடிக்கும். ஆனால் ஏன் இதை இப்போது பேசிக் கொண்டிருக்க வேண்டும். கொலைகாரனாகிய என் மனதிற்குள் இந்தக் காட்சிகளும் நினைவுகளும் ஏன் சலனப் பட்டுக்கொண்டே இருக்கவேண்டும்?

நான் திரும்பி அப்பாவிடம் வந்தேன். என் இன்மைக்காக அவர் கோபப்படவில்லை. நான் அங்கு துல்லால் மோகன்தாஸ் அப்பாவிற்கு மேலும் நெருக்கமாக இருப்பதையும், மற்றுமொரு சௌகாரின் ஆளையும் பார்த்தேன்.

மோகன்தாஸ் திறமையயனவன்தான். அந்த ஆள் அழைத்துச் சென்ற சௌகார் வசதியான வீட்டில் இருந்தார். அவருக்கு எங்களுடைய எல்லாப் பொருட்களும் தேவைப்பட்டன. பேரம் பேசி விலை நிர்ணயம் செய்வதற்கு முன்னர் அனைத்தையும் அவர் முன் பரப்பி வைத்தோம். துணிமணிகள், நகைகள் பொருட்கள் அனைத்தும் அவர் பார்வைக்கு வைக்கப்பட்டது. அவர் எல்லாவற்றையும் எடுத்துக்கொள்ள இசைந்து, அவற்றை பட்டியலிட்டு விரைவில் வந்து எடுத்துக் கொள்வதாகச் சொல்லிவிட்டுப் போனார்.

“எல்லாவற்றிற்கும்மொத்தமாகஎவ்வளவுஎதிர்பார்க்கிறீர்கள்” என்று மோகன்தாஸ் கேட்டான்.

“என்னைவிட உனக்கு நன்றாக மதிப்பிட முடியும். அதனால் நீயே விலையை போடு. ஞாபகம் வைத்துக்கொள் விலை எவ் வளவு அதிகமாகக் கிடைக்கிறதோ அவ்வளவு அதிகமாக உனக்கும் பணம் கிடைக்கும்” என்றார் அப்பா.

“எனக்கு என்ன ஈவு கிடைக்கும் என்பதை நான் மறக்க வில்லை. என்னுடைய கணக்கில் துணிகள் பதினாறாயிரம், நகைகள் பத்து ஆயிரம் ஆனால் மொத்தம் முப்பதாயிரம் கேளுங்கள். நான் சொல்றேன் கண்டிப்பாக இருபத்தையாயிரம் கிடைக்கும்.”

“இது மிகவும் குறைவு. கிட்டத்தட்ட நீ சொல்லக்கூடிய விலை கொடுத்து இந்தப் பொருட்களை வாங்கி இருக்கிறேன். லாபம் இல்லை என்றால் நான் எப்படி காவலர்களுக்கு சம்பளம்

கொடுப்பது. எனக்கு முப்பத்தியையாயிரம் வேண்டுமென்று கேட்கப்போகிறேன்."

"நல்லது. அவ்வளவு உங்களுக்குக் கிடைத்தால் எனக்கும் நல்லது தான். ஆனால் குறிச்சு வைச்சுக்கோங்க. நான் சொன்ன மதிப்பிற்கும் மேலாக நீங்கள் பெறமுடியாது. உங்களுக்கு என் மீது நம்பிக்கை இருந்தால் வியாபாரம் பேசுவதை என்னிடம் விட்டுவிடுங்கள். நான் நல்ல விலைபெற்றுத் தருகிறேன்.

அப்படியே ஆகட்டும் ஆனால் இருபத்தைந்தாயிரத்திற்குக் குறையக்கூடாது என்பது நினைவிருக்கட்டும்."

"கண்டிப்பாக. சரி இப்போது நான் உங்களுக்காக பேரம்பேச போகிறேன்."

'அல்லா ஹபீஸ் நல்லது போய் வா. சீக்கிரமாக வருவதற்கு உறுதிப்படுத்திக்கொள்.'

மாலைக்குள் அவன் திரும்பிவிட்டான். அவன் முகம் சந்தோஷத்தில் தளும்பியது.

என் அப்பாவிற்கு வணக்கம் செலுத்திவிட்டுச் சொன்னான். "உண்மையில் அதிர்ஷ்டம் உங்கள் பக்கம் இருக்கிறது சாகேப். உங்கள் நல்லதிர்ஷ்டப்படி நல்ல வியாபாரம்தான். முப்பதா யிரத்து அறுநூறு ரூபாய் பேசி முடித்திருக்கிறேன். பெரிய போராட்டம். பேசி முடிக்கு முன்னே தாவு தீர்ந்துவிட்டது. எல்லாம் நாராயணன் செயல். இங்க பாருங்க சௌகாரின் ஒப்புதல் கடிதம்.

என் அப்பா அதை வாங்கி படிக்கத் தெரிந்ததுபோல நடித் தார். நான் சிரிக்கவில்லை. ஆர்வத்துடன் அந்தக் காகிதத்தில் கண்களை மேயவிட்டார். அவை இந்தி எழுத்துக்கள். அதில் ஒரு எழுத்துக்கூட அவரால் புரிந்துகொள்ள முடியாது. அது மட்டுமல்ல எந்த மொழியிலும் எழுதவோ வாசிக்கவோ தெரி யாது அவருக்கு.

"அப்படியே ஆகட்டும்" என்று அழுத்தமாகச் சொல்லிவிட்டு "பணம் எப்படி அளிப்பார்கள்?" என்றார்.

"துல்லால் நீங்கள் எப்படிக் கேட்கிறீர்களோ அப்படி" என் றான். கையில் பணமாக அல்லது ரசீதாகக் கொடுப்பார்கள். எப்படியானாலும் ஆறுமாதக் கடன். நடைமுறையில் உள்ள வட்டி ஆறு மாதத்திற்கு கணக்கிட்டு விலையில் கழித்துக் கொள்ளப்படும்.

“ரசீதாகக் கொடுத்தால் நான் பனாரஸ் அல்லது எங்கு போய்ச்சேருகிறேனோ அதுவரை வட்டி அனுமதிக்க வேண்டும்” என்றார் அப்பா.

“கண்டிப்பாக” துல்லால் பதில் சொல்ல,

“நல்லது நாங்கள் சௌக்காருடன் எல்லாவற்றையும்கணக்கு முடிக்கும்வரை எங்களுடன் இருக்கிறாயா? எல்லாம் முடிந்ததும், எப்போ முடியுமோ அப்போது பொருட்களை எடுத்துச் செல்லலாம்” என்று அப்பா சொன்னார்.

துல்லால் அங்கிருந்து கிளம்பிவிட்டான்.

“தாஜியாவை ஆற்றங்கரைக்குக் கொண்டு வந்து அவற்றை ஆற்றில் எறியும் நேரம் வந்துவிட்டது. அங்கிருந்து கர்வான் வெகுதூரத்தில் இல்லை” என்று அப்பாவிடம் சொன்னேன். “அங்கே ஆளனுப்பி குதிரைகளைக் கொண்டுவந்தால் நாம் சென்று தீதர் தரும் இடத்தை பார்த்துவிட்டு வரலாம்” என்றேன்.

அவரும் ஒப்புக்கொண்டார். உடனே குதிரை வந்தது. நாங்கள் ஆற்றின் பாலத்தைக் கடந்து நகருக்குள் போகும் சாலையில் போனோம். ஆற்றின் கரையில் பலவிதமான மக்கள் குழுக்களாக கூடியிருந்தனர். ஆறும் ஆற்றின் கரையும் முழுவதுமாக மக்களால் நிரப்பப்பட்டிருந்தது. மக்கள் தலை மீதுதான் நடந்து கடக்க வேண்டும் என்று நினைத்துக்கொண்டேன். அபுதாப்-கீர்களும், தாஜீகளும், பிற்பகல் சூரியஒளியில் மின்னின. இரவு நேரமாகையால் அப்படி யொன்றும் சிறப்பான பேரணியாக இல்லாதபோதும், விதவிதமான வண்ண ஆடைகளுடன் இருந்த மக்கள் பெருமகிழ்ச்சியுடன் காணப்பட்டார்கள். இதுவே ஒரு அரிய காட்சியாக இருந்தது. தாஜியாக்கள் ஒன்றன்பின் ஒன்றாகக்கொண்டு வரப்பட்டு பழங்குடியினராலும், சுற்று வட்டார மக்களாலும் ஆற்றின் கரையிலிருந்து நீரில் வீசப்பட்டன. ஆனால் இந்தச் சடங்கிற்கு அது முக்கியமில்லை. ஒளிர்விடும் துணிகளை எடுப்பதற்கு நூற்றுக்கணக்கான சிறுவர்கள் அங்கே இருந்தனர். ஒருவருக்கொருவர் முண்டியடிப்பதை வேடிக்கை பார்த்து கரையில் நின்றவர்கள் மகிழ்ந்துக் கொண்டிருந்தார்கள்.

குழு குழுவாக மக்கள் வீட்டிற்குத் திரும்பிக் கொண்டிருந்தனர். கொண்டாட்ட உணர்வு வடிந்தது. இதன் மகிழ்ச்சிக்காக எத்தனை இரவுகள் பகல்கள் காத்திருந்திருப்பார்கள். நிழல் படர்ந்த மூலைகளில் ஆழ்ந்த உறக்கத்தில் கிடக்கும் ஜீவனற்ற

மக்களைப் பார்க்கலாம். அளவிற்கு அதிகமாக உட்கொண்ட பாங்கு அவனை முதல்நாள் நிகழ்வில் ஒரு பைத்திய நிலைக்கு கிளர்ந்தெழச் செய்திருந்தது. அவன் மண்டையை பிளக்கும் அளவிற்கு அது ஏற்படுத்தியிருந்த பாதிப்பில் அவன் பசியும் களைப்பும் சேர்ந்து இறுதியாக அவனைத் தன்னை மறந்த நிலையில் கொண்டு சேர்ந்திருந்தது.

மொகரம் பண்டிகை நிறைவுற்றது. நாங்கள் மாலைத் தொழுகைக்காகக் காத்திருந்தோம். சீரமைப்புப் பணிகள் நடந்து கொண்டிருந்த மசூதிக்குள் சென்று எங்கள் காணிக்கைகளை செலுத்தினோம். எங்களைப் போலவே செலுத்தத் தவறியபலரும் காணிக்கை செலுத்திக் கொண்டிருந்தனர். நான் ஜோராவின் வீட்டிற்குச் சென்று வருவதற்கு என் அப்பாவிடம் கேட்டேன். இரவாகி விட்டதை நினைவில் வைத்துக்கொண்டு போய்விட்டு காலையில் வியாபார விஷயமாக வெளியில் செல்லவேண்டி இருப்பதால் சீக்கிரம் வருமாறும் சொல்லி அனுப்பினார். ஒப்புக்கொண்டு அங்கிருந்து புறப்பட்டேன்.

அரவமற்ற அமைதியான தெருக்களின் வழியாக நான் போய்க்கொண்டிருந்தேன். எனக்கு எதிர்ப்பட்ட சிலர் தங்கள் வீடுகளுக்கு அவசரமாகத் திரும்பிக் கொண்டிருந்தார்கள். நான் போகும்பாதை எனக்கு பரிச்சயமான ஒன்றுதான். இந்த மண்ணில் என் அன்பிற்குப் பாத்திரமானவளின் வீட்டின் முன் சீக்கிரம்மே சென்று நின்றேன். உதவியாளனிடம் என் பெயரைச் சொல்லி அனுப்பிவிட்டு குதிரையைவிட்டு காத்தி ருந்தேன். வழக்கமான வரவேற்பிற்காக நீண்ட நேரமாக ஜன்னலை எதிர்நோக்கிக் காத்திருக்க வேண்டியிருந்தது. என் மனதின் குறிப்பிற்கு இது அதிகமான நேரம்போல் தோன்றியது. இறுதியில் உதவியாளன் வந்தான். வீட்டின் கதவு மறுப்புடன் அறைந்து சாத்தப்பட்டு விட்டதாகச் சொன்னான். அதேநேரம் மேற்புறத்தில் உள்ள ஜன்னல்கள் இரண்டும் மூடப்பட்டன. இதைப்பற்றி நான் என்ன நினைப்பது? என் உதவியாளன் சொன்னது எனது கற்பனைகளை யெல்லாம் கலைத்துப் போட்டது.

உதவியாளன் அவளது அம்மாவைப் பார்த்தேன் என்றான். அவள், "உனக்குப் பல சலாம்கள். உன்னை வரவேற்க முடி யாத நிலையில் இருக்கிறோம் போய்வா, ஜோரா வேறு வேலையாக இருக்கிறாள்" என்றாள். நான் மறுபேச்சு பேச முயற்சித்தேன். வயதான கிழவி, மிகவும் ஆத்திரமடைந்து

விட்டாள். "நான் இப்போது நாகரீகமாக நடந்து கொண்டிருக் கிறேன். இதற்குமேல் அநாகரீகமாக நடக்கச் செய்துவிடாதே. நான் சொல்லும்படி நடந்துகொண்டால் கண்ணியமான மனிதனுக்கு உரிய தகுதியாக இருக்கும். அவன் ஜோராவை மறந்து விடட்டும். இனி எப்போதும் அவளைப்பார்க்க வர வேண்டாம். அவன் எட்ட முடியாத இடத்தில் அவள் இருக் கிறாள். ஒரு சாகசக்காரனுக்குத் துணையாக இருப்பதைவிட அவள் செத்துவிடுவதுமேல். இனியும் வீட்டுக்கு வந்து அவளைப் பார்க்க முயற்சித்தால் அவளைக் காட்டில் கொண்டுபோய் விட்டுவிடுவேன். அவன் நாகரீகமான மனிதனாக இருந்தால் அவளை மறந்துவிடட்டும்" என்று சொல்லிவிட்டதாக கூறினான்.

"உள்ளே நுழைய முடியாதா என்பதைப் பார்த்து விடு வோம். என் சக்தியெல்லாம் திரட்டி கதவில் மோதினேன். என் நரம்புகளை எல்லாம் முறுக்கி வாளின் பிடியால் கதவை இடித்தேன். மிகவும் பலமான கதவு, இறுக்கமாகத் தாழிடப் பட்டிருந்தது. ஜோராவின் பெயரைச் சொல்லி சத்தமாக அழைத்தேன்; ஆர்ப்பரித்தேன்; மிரட்டினேன். என் ரத்தம் மோசக்காரக் கிழவியின் தலையில் தெறிக்கட்டும் என்றுகதவில் மோதினேன். ஆனால் தாழ் திறக்கவில்லை. கதவு விலகவில்லை. விரக்தியுடன் வாசலில் உட்கார்ந்தேன். அங்கே ஒரு சின்ன கூட்டமே சேர்ந்துவிட்டது. எனது கேவலமான நிலையை அந்த மக்கள் பார்த்தார்கள். நான் முழங்காலிட்ட நிலையில் உட்கார்ந்திருந்தேன். முகத்தை மறைத்துக்கொண்டு கால்கள் வழியே அவர்களைப் பார்த்தேன். "அப்பாவி இளைஞன், இரக்கமற்றவள் மீது காதல் கொண்டுள்ளான். இவனை அவள் ஏற்றுக்கொள்ளவில்லை போலும்" என்று கூட்டத்தில் ஒருவன் சொன்னான்

மற்ற சிலரும் வந்தார்கள். "ப்பூ பங்கி அடித்திருக்கிறான். இவன் பக்கத்தில் நின்றால் நமக்கு அல்லாதான் பாதுகாப்புத் தரவேண்டும். நாங்கள் உன்னிடமிருந்து எட்டி நிற்பதே நல்லது. உன்னைப்போன்ற குடிகாரர்கள் தடித்தனமான வேலை களைச் செய்வீர்கள். உண்மைக்குப் புறம்பாகத்தான் நடந்து கொள்வீர்கள்" என்றனர் என்னைப் பார்த்து.

எனக்கு வெட்கமாக இருந்தது. வெட்கத்துடன் கோபமும் பற்றிக்கொண்டது. எனது குதிரையை நோக்கி நடந்தேன். கண்ணுக்குத் தோன்றிய காட்சிகள் எப்படி ஓர் இரவிற்குள்

மங்கி வெளுத்துவிட்டன. நான் மகிழ்ச்சியின் எல்லையை அடைந்துவிட்டேன். எங்கே அமர்ந்து அவளிடம் இனிய சொற்களைப் பரிமாறிக்கொண்டேனோ அங்கே, ஒரு பிடிமானமும் அற்றவனாக, அந்த ஜன்னலில் சிறிதுநேரம் எனது பார்வையைப் பதித்தேன். என் சிந்தனைகளை அவளது இனிய சொற்களின் மீது, பளபளப்பான காட்சியின்மீது மீண்டும் ஒருமுறை ஓடவிட்டேன். அவையெல்லாம் என் உணர்வுகளை ஏற்றவாறு எல்லாம் இருண்டும் வெறுமையாகவும் இருக்கிறது. இதே மனநிலையில் குதிரையை ஓட்டிக்கொண்டு வீட்டிற்குச் சென்றேன். என்னைப் படுக்கையில் வீழ்த்தினேன். எனது கசப்புகளை எல்லாம் மறக்க முயன்றேன். ஜோராவை மீட்பதற்காக அந்த இரவில் ஆயிரம் திட்டங்கள் என் மனதில் சுழன்றோடின. என்னால் தூங்க முடியவில்லை. "அவர்கள் என்னை ஏமாற்றி விட்டார்கள்" என்ற என் மனதில் ஓடிய எண்ணத்தை நிராகரித்துக்கொண்டே இருந்தேன். ஆனால் மறுபுறத்தில் நிராகரிப்பின் இடத்தை வெறுமையும் அதிருப்தியும் வெற்றிகரமாக ஆக்கிரமித்துக் கொண்டது. மறுநாள் காலையில் உடலில் ஊக்கமே இல்லாமல் காய்ச்சல் உணர்வுடன் எழுந்தேன். எனக்குள் எந்தத் தீர்மானமும் இல்லை. எனக்கு இருக்கும் ஒரே நம்பிக்கை ஜோராவின் உதவியாளினி கிழவி. என்னால் அவளுடன் பேச முடியுமானால் ஏதேனும் விளைவுகளை உருவாக்கமுடியும். அவளிடம் பேசுவதற்கு முன்னர் ஜோராவிற்குச் சேவை செய்த ஒருவன் மூலமாகத் தகவல் சொல்லி அனுப்பினேன்.

16

கோழைத் தரகனிடம் காட்டிய வீரம்

நான் சில நாட்களாக பத்ரிநாத்தைப் பார்க்கவில்லை. நான் அவனைத் தவிர்ப்பதாக நினைத்து விடுவானோ என்று அஞ்சினேன். அவனும் எங்கள் ஆட்களும் தங்கியிருக்கும் செராய்க்குச் சென்றேன்.

நான் அவனை நெருங்கியதும் "ஓ... கடைசியாக உங்கள் அருள்பார்வை எங்கள் மீது படுவதற்கான பாக்கியத்தை தேவீ பவானி எங்களுக்கு அளித்துவிட்டாள். கடந்த மூன்று நாட்களாக நான் உங்களை வீணே தேடிக்கொண்டிருந்தேன்" என்றான்.

"சொல்லு இத்தனை நாட்களாக நீ என்ன செய்து கொண்டிருந்தாய். நான் என்ன சாகசம் புரிந்தேன் என்பதை பிறகு தெரிந்து கொள்" என்றேன்.

"நல்லது. சொல்றேன். முதலில் இந்த முகமதிய நகரத்தில் சுற்றிலும் இருக்கக்கூடிய இந்து கோயில்களுக்கெல்லாம்சென்று பூஜைகள் செய்தேன். இரண்டாவதாக மொகரம் பண்டிகையில் கலந்துகொண்டு வேடிக்கை பார்த்தேன். ஏழு கொலைகள் புரிவதற்கு உதவி செய்தேன்."

"ஏழு பேர்களைக் கொன்றாயா?" எனக்கு ஆச்சர்யமாக இருந்தது. "இறைத்தூதரின் பெயரால் கேட்கிறேன். இதை எப்படிச் செய்துமுடித்தாய்?"

"என் இளம் ஜமேதார் அவர்களே அது ஒன்றும் எளிதல்ல. இந்தக் கர்வானைப் பற்றி உங்களுக்குத் தெரியாதா? இங்கே தினசரி நிறைய பயணிகள் வருகிறார்கள். அதேபோல நிறையப்

பேர் இங்கிருந்து சென்றுக்கொண்டும் இருக்கிறார்கள். இங்கேயே சில கொள்ளையர்கள் இருந்து கொண்டு, நாகரீகமாக வாழும்போது பயணிகளுடன் ஒரே சாலையில் சிறிது தூரம் சென்று பயணம் செய்வதுபோல் நடித்துப் பழகி நட்புபாராட்டி ஏமாற்றுவது எளிதல்ல. இங்குள்ள கொள்ளையர்கள் சந்தேகங்களுக்கு அப்பாற்பட்டவர்கள். அவர்களைக் கண்டுபிடிக்கவே முடியாது. அப்புறம் ஹனுமானுக்கும் அவனது இதிகாசத்திற்கும் ஒரு நன்றி. இந்த நகரத்தில் சாலைகளுக்கும், பாறைகளுக்கும், குன்றுகளுக்கும் ஒன்றும் குறைவில்லை. அதனால் இந்தப் பயணிகளைச் சிதைத்துப் போடுவதற்கு அவைதான் பயன்படுகின்றன.

"அஜய்ப்... ரொம்ப ஆச்சர்யமாகத்தான் இருக்கிறது கொல்லப்பட்டவர்கள் எல்லாம் யார்?"

"அவர்கள் ஒன்றும் சாதாரணமானவர்கள் இல்லை" என்று சர்வ சாதாரணமாகச் சொன்னான். "உங்களால் கற்பனைகூட செய்ய முடியாது. அதனால் நான் சொல்கிறேன். முதலாவது பீதருக்குப்போன ஒரு பனியா. அவனை கோல்கொண்டாவிற்கு அழைத்துப்போய் கல்லறைகளுக்கு நடுவில் புதைத்துவிட்டோம். அவனிடமிருந்து எழுபது ரூபாயும் கொஞ்சம் தங்கத்துண்டுகளும் எடுத்துக் கொண்டோம். இரண்டாவதாக இரண்டு ஆட்களும் அவர்களது மனைவிகளும். அவர்கள் கர்னூலுக்குப் போவதாகச் சொன்னார்கள். அது எங்கேயிருக்கிறது என்று யாருக்குத் தெரியும். பகவானுக்குத்தான் வெளிச்சம். எங்கேயோ தெற்குப் பக்கமாகத்தான் இருக்கிறது. அவர்களை நகரத்தில் இருந்து மூன்று கல் தொலைவில் கொன்றுபோட்டோம். பிணங்களை அங்கே உள்ள பாறைகளுக்கு நடுவில் போட்டுவிட்டோம்."

"அப்படிப் போடக்கூடாது. தவறு. புதைத்திருக்க வேண்டும் என்றேன் நான்."

"அதெல்லாம் ஒன்றும் குற்றமில்லை நண்பரே. பிணங்களை வைத்துக்கொண்டு புதைக்க எங்கே அலைவது. மேலும் எங்களுக்கு நேரமும் இல்லை, பொழுதும் விடிந்து விட்டது. அதனால் பயணிகளின் தொந்தரவு இருக்குமோ என்று பயம் வந்துவிட்டது. அதனால் பிணங்களை புதைக்கவில்லை. அதிலிருந்து எங்களுக்கு இருநூறு ரூபாயும் இரண்டு குதிரைகளும் கிடைத்தன. குதிரைகளை ஒவ்வொன்றும் முப்பது ரூபாய்க்கு விற்றுவிட்டேன்."

"ஆகா அற்புதம். ஐந்து ஆயிற்று.. இனி மீதி இரண்டு."

"அவர்கள் இங்கேதான் கிடத்தப்பட்டிருக்கிறார்கள்" என்று குதிரை நிற்கும் இடத்தை சுட்டிக்காட்டினான். "அதுங்க ஏழைச் சைத்தான்கள், அதுங்க ஒண்ணும் உயிரெடுக்க பிரச்சினை கொடுக்கல. ஆனால் இரண்டு பேருகிட்டேயும் வெறும் நாற்பத்தியிரண்டு ரூபாய்தான் இருந்தது."

"நீ செய்த வேலை மிகவும் ஆபத்தானது. யாராவது உன்னைப் பார்த்திருக்கலாம்."

"என்னைப் போன்ற கிழங் கட்டைகளிடம் பயத்தை எல்லாம் உன்னால் எதிர்பார்க்க முடியாது. எல்லோரும் வேடிக்கை பார்க்க நகரத்திற்குச் சென்றுவிட்டனர். நாங்கள் மட்டும் தனித்து விடப்பட்டிருந்தோம். நாங்கள் வந்த வழியாகத்தான் அவர்கள் சென்று கொண்டிருந்தனர். அவர்களுடன் செல்லலாமா என்று ஆலோசித்துக் கொண்டிருந்தேன். ஆனால் சர்ஃப்ரஸ்கான் எனது சந்தேகங்களையும் ஐயங்களையும் அகற்றும் வகையில் ஒருவனைக் கழுத்தை நெறித்துக் கொன்றான். நான் மற்றவனைக் கொன்றேன். இரவுவரை மறைத்து வைத்துவிட்டு பின்னர் புதைத்தோம்."

"கல்லறையிலிருந்து உடல்கள் வெடித்துவிடும் என்ற பயம் உனக்கு இல்லையா?"

"பயமா எனக்கா?" என்று சிரித்த பத்ரி, "இல்லை பயப்பட வேண்டியதில்லை. ஆழமாகத்தான் தோண்டிப் புதைத்து இருக்கிறோம்" என்றான்.

"அப்படியானால் நல்லதுதான். இதையெல்லாம் இழந்த ஒரு முட்டாளாய் இருந்துவிட்டேன். வியாபாரப் பரிவர்த்தனையில் எனது காதலியையும் இழந்துவிட்டேன்" என்றேன்.

பத்ரிநாத் இரக்கமில்லாமல் சிரித்தான். ஆனால் என் முகக் குறிப்பைப் பார்த்துவிட்டு, "நான் சிரித்ததைப் பொருட்படுத்த வேண்டாம் மீர்சாகேப். கவலைப்படாதீர்கள். ஆனால் உண்மையில் உங்கள் முகம் சிறிது வாட்டமாகத்தான் இருக்கிறது. எனக்கெல்லாம் இதுமாதிரி நடந்திருந்தால் என்னால் தாங்கிக் கொள்ள முடியாது. சரி விடுங்க. உங்களுக்காக நிறைய வேலைகள் காத்துட்டு இருக்கு, பொம்பளங்கன்னாலே நன்றி இல்லாதவங்கதான். அவங்களுக்காக இளைஞர்கள் வாடு வாங்க. ஒரு நண்பனோட அறிவுரையாக எடுத்துக்கோங்க. தொழிலைக் காதலியாக்கிக்கோங்க. இந்தக் காதலி எப்போதும் நம்மை ஏமாற்றமாட்டாள்."

"உன்னுடய அறிவுரை மிகவும் நன்றாகத்தான் இருக்கிறது. ஆனால் இழந்த காதலுக்காக வருத்தப்படுவதற்கான தகுதி உடையவள் அவள். எனக்கு அவளுடைய இழப்பின் பாதிப்பு நீண்ட நாட்களுக்கு இருக்கத்தான் செய்யும். நான் பங்கெடுக்கும் வகையில், எனக்கு என்ன வேலை இருக்கு உன்னிடம்."

"இல்லை அப்பிடியெல்லாம் ஒன்றும் இல்லை. நீங்கள் விரும்பினால் சொல்லுங்கள் இன்றுமாலை பஜாரை ஒரு சுற்று சுற்றிவரலாம். யாராவது ஒரு ஆளைத் தூக்கிடலாம்."

"நான் எப்படியும் உன்னுடன்தான் இருப்பேன். நான் வேலை பார்க்கவில்லை என்றால் கைகளுக்குப் பழக்கம் விட்டுப்போகும். சரி போய் என் தந்தையைப் பார்க்கிறாயா?"

"இல்லை நான் பார்க்கமாட்டேன். அவர் வைத்திருக்கும் உடைமைகள் தொடர்பான வேலைகளில் இருப்பார். அவரை இடைஞ்சல் செய்ய விரும்பவில்லை."

"நீ சொல்றது உண்மைதான். ஆனால் அவருடைய வேலை கள் எல்லாம் இன்று மாலையுடன் முடிந்துவிடும். நாளை பணம் வாங்கிவிடுவார். நாம் நீண்ட நாட்கள் இங்கே தங்கி இருக்கப்போவதில்லை என்று நான் நினைக்கிறேன். நாம் எவ் வளவு சீக்கிரத்தில் புறப்படுவோம் என்பது பற்றிக் கவலை இல்லை. புதிய படலம், புதிய சாகசம் இவற்றைத்தான் நான் எதிர்பார்க்கிறேன். இங்கு அப்படி ஒன்றும் இல்லை. சர்ஃப்ரஸ் கான் இங்கே இருக்கிறானா?"

"இல்லை அவன் ஏழுபேர் கொண்ட பயணிகள் குழுவுடன் பத்துப்பதினைந்து தேர்ந்த ஆட்களை அழைத்துக்கொண்டு புட்டுன்சேரூ போயிருக்கிறான். அனேகமாக இன்றிரவு திரும் பமாட்டான் என்று நினைக்கிறேன். ஒருவேளை அதற்குப் பின் னர் வரலாம்."

"யார் அந்தப் பயணிகள்?"

பத்ரி அக்கறை இல்லாமல் சொன்னான். "பனியாக்களாக இருக்கலாம் என்று நினைக்கிறேன். நான் அவர்களைப் பார்க்க வில்லை. சர்ஃப்ரஸ்கானும் எனக்கு எதுவும் சொல்லவில்லை. அவன் கிளம்புகிற அவசரத்தில் இருந்தான்."

இப்படியெல்லாம் நடப்பது குறித்து எனக்கு மகிழ்ச்சிதான். இறைத்தூதரின் பேரால் நாம் சீக்கிரமாகவே ஏதாவது செய்தாக வேண்டும் என்றேன் நான்.

"நல்லது. இன்று சாயந்தரம் வாங்க, ஏதாவது முயற்சிப்போம். ஏதுவும் கொள்ளை அகப்படவில்லையானால், சும்மாவாச்சும் பொழுது போக்குறதுக்காக, பழக்கம் விட்டுப் போகாம இருப்பதற்காக யாரையாவது பிடித்துக் கொல்லுவோம்."

"ஆமா நீ சொல்றது சரிதான். அல்லாவின் பெயரால் நான் ஏதாவது செய்தாக வேண்டும். நான் ஒரு ஒட்டகத்தைப் போல துக்கமும் சோர்வும் மண்டிக்கிடக்கிறேன். நேற்று நிறைய கொதிப்படைந்து விட்டதால் இன்றைய தினமானது பயந்து பயந்து ஓடிக் கொண்டிருக்கிறது. சோம்பிய ரத்தத்தை என்னால் வெட்டியாகச் சுமக்க முடியவில்லை."

"நான் வீடுபோய்ச் சேர்ந்தபோது அங்கே துல்லாலும், அவனுடன் சௌகாரின் குமாஸ்தாவும் வந்திருந்தனர். சில சுமை தூக்கிகளும் வந்திருந்தனர். கூடவே கையில் துப்பாக்கி யுடனும், வாளுடனும் பாதுகாவலர்கள் சிலர் இருந்தனர். நான் அவர்களை உற்றுப்பார்த்தேன்.

அவர்களைப் பார்த்து பாதி பயந்திருந்தேன். "யாராவது இதைப் பார்த்தால் நாம் போரில் இறங்கப்போவதாக நினைப் பார்கள் சேத்ஜீ" என்றேன்.

அவர்கள் எல்லோரும் சிரித்து விட்டார்கள். குமாஸ்தா சொன்னான்: "இதெல்லாம் அவசியமாக இருக்கிறது. அதனால் எப்போதும் ஆயுததாரிகளை உடன் வைத்திருப்போம். யாரா வது திருடிட்டுப் போய்ட்டாலோ, அல்லது நம்ப கண் முன் னாடியே தூக்கிட்டுப் போய்ட்டாலோ அதற்கப்புறம் போய் பிடிச்சிட்டு வரமுடியுமா? உண்மையில் முடியாது. அதற்குப் பதிலாக எத்தனை முடியுமோ அத்தனைக்கு நம்பொருளை நாம்தான் பாதுகாத்து வைத்துக்கொள்ள வேண்டும்."

என் அப்பா சொன்னார்: "உங்கள் பொருட்களை ஒன்று விடாமல் உங்களுடன் எடுத்துச் சென்றுவிடுங்கள். இனி இவை என்னுடையவை இல்லை. இவற்றை இங்கே வைத்திருக்க அஞ்சுகிறேன்."

"கண்டிப்பாக நீங்க சொன்ன மாதிரியே நேரடியாக இப்போது எல்லாப் பொருட்களையும் எடுத்துச்சென்று விடு கிறோம். இப்போது பணத்தைப் பற்றிப்பேசுவோம். எல்லாமே பணமாக வேண்டுமா அல்லது கொஞ்சம் பணமும் கொஞ்சம் அதற்கு ஈடாக வேறு பொருட்கள் தரலாமா?" என்று குமாஸ்தா கேட்டான்.

“எல்லாம் ரொக்கம்தான், கொஞ்சம் பேச்சுக்கே இடம் இல்லை. எல்லாமே பணமாக வேண்டும். கொஞ்சம் ரூபாயாகவும், கொஞ்சம் வெள்ளி, தங்கமாகவும் கொடுத்தால் எடுத்துப் போக சௌகர்யமாக இருக்கும்.”

“நீங்கள் சொல்வது ஐந்தாயிரம் பணமாக மற்றதெல்லாம் தங்கக் கட்டிகள். சரி தங்கத்தின் எடையைப் பொறுத்து விலை. ஒரு தோலோவுக்கு இருபது ரூபாய் விலை. ஆனால் அதைவிட எங்கள் ரசீதுகளை எடுத்துச் சென்றால் இன்னும் எளிதாக இருக்கும். ரசீதுகளை அங்கு மாற்றுவதற்கு வசதியான ஏற்பாடுகள் இருக்கின்றன.”

“ரசீது சமாச்சாரமே வேண்டாம். ஆனால் தங்கம் கொடுக்கலாம். நான் சரியாகச் சொல்வதானால் டெல்லியை விட்டு நான் கிளம்பும்போது தங்கத்தின் விலை உயர்ந்து இருந்தது. இன்னும் அப்படியேதான் இருக்கும். யாராவது திருடர்கள் தாக்கி விடுவார்களோ என்ற பயம் வேண்டியதில்லை. என்னிடம் பாதுகாப்பிற்குப் போதுமான ஆட்கள் இருக்கிறார்கள்.”

“என்னுடைய ஈவுப்பங்கை மறந்துடப்போறீங்க” என்றான் துல்லால்.

“கவலைப்படாதே, ஐயாயிரம் ரூபாயிலிருந்து உனது பங்கைத் தந்து விடுவேன். சுமார் ஆயிரத்து ஐநூறு ரூபாய் வரும்.”

“என்ன சொல்கிறாய். ஐநூறு யாருக்குத் தரவேண்டும்” என்று குமாஸ்தா கேட்டான்.

“இந்தத் துல்லாலுக்கு..... நான் நினைக்கிறேன் இவன் நம்மை ஏமாற்றுகிறான்.”

“ஏமாற்றா.... உண்மையில் அவன் அப்படித்தான். மோகன் தாஸ் உனக்கு என்ன பேசினாய். நிறையக் கேட்டாயா? உனக்கு என்ன பைத்தியமா? அவ்வளவு தொகை கேட்பதற்கு?”

“ஓ.... பிரபு எனக்குத் தர்ரேன் என்று அவராக ஒப்புக் கொண்டதுதான்.. வாக்குறுதிப்படி அந்தத் தொகைக் கண்டிப்பாக எனக்குக் கிடைக்கும். நான் கேட்கிறேன். இது என்ன வியாபாரம் உங்களுடையது?”

“வழக்கமாக எவ்வளவு கொடுப்பீர்கள்” என்று அப்பா கேட்டார்.

‘ஒரு சதவீதம் போதுமானது’ என்று மற்றவர்கள் பதில் சொன்னார்கள். எந்த சௌகாரிடமும் நீங்களாக நேரடியாகப் போயிருந்தால் இதையும்கூட சேமித்திருக்கலாம்.”

“நாங்கள் வெளியூர்க்காரர்கள் அந்நியர்கள். சௌகார்கள் இருக்கும் இடம் எங்களுக்குத் தெரியாது. அதனால்தான் இந்தத் திருடனின் உதவியை நாட வேண்டி வந்தது. அதுவும் அவனாகத்தான் முன்வந்தான்.”

“நீங்கள் சார்மினாரில் இருந்து என்னை அழைச்சிட்டு வரலியா? எனக்கு ஐந்து சதவீதம் தருவதாக வாக்குறுதி கொடுக்க வில்லையா? இந்தப் பொருட்களைப் பற்றிய ரகசியத்தைக் காப்பாற்ற வேண்டும் என்று சொல்லவில்லையா?” என்று துல்லால் கத்தினான்.

என் அப்பா சொன்னார்: “இவனைப் பாருங்க. இப்போ ஆர்ப்பாட்டம் பண்றான். மீர்சாகேப் எனக்கு வேலை கொடுங்கன்னு கெஞ்சினான். சரி நான் உனக்கு முயற்சி செய்யிறேன். நீ எனக்காக வேலை செய்யிறேன்னா, அதுக்கு நான் செய்யவேண்டிய முறை என்னான்னு கேட்டேன். நான் ஒரு கஷ்டப்படுகிற ஏழை நீங்க பார்த்து ஏதாவது கொடுங்க வாங்கிக்கறேன்னு சொன்னான். இப்போ புனாஹ் இ ஹோடா தன் வேலையைக் காட்டிட்டான். இவன் தரும் துன்பமெல்லாம் சேர்த்து சுமக்க வேண்டியிருக்கு. ஆயிரத்து ஐநூறு ரூபா கேட்கறான். அவ்வளவு பணம் எங்ககிட்டே இல்லே. இவன் வாயில செருப்பாலே அடிங்க. காறித்துப்புங்க, இவனைக் கொண்டுபோய் கங்கையில முக்கினா கங்கைகூட இவனைப் புனிதமாக்காது. இவன் அம்மா, அக்கா தங்கைங்க, உறவுக்காரப் பெண்கள் எல்லாம்.......”

சௌகாரின் குமாஸ்தா தலையிட்டான். “வேண்டாம் என் நண்பரே. அத்தனை வேகம் காட்டவேண்டாம். இவ னுக்காக உங்கள் தலை இத்தினி சூடாகக்கூடாது. ஒரு பாவப் பட்டவனுக்காக உங்க பிராணனை வீணாக்க வேண்டாம். இருந்தாலும் இவன் உங்களுக்காக வேலை செய்திருக்கிறான். அதனால ஏதாவது கொடுத்தாகணும். அதுதான் முறை. அடுத்தவாட்டி நீங்களே தெரிஞ்சிக்குவிங்க. அவனுக்கு ஒரு சதவீதம் தரலாமா? அப்படிப் பார்த்தால் முன்னூற்றி ஆறு ரூபாய்.”

“முன்னூற்றி ஆறு, அதிலே பாதிப் பணத்திற்கு நான் எங்கே போவேன். அல்லா... அல்லா... இறைத்தூதரின் அன்பின் பெயரால் அவனைத் துரத்த ஏதோ ஒண்ணு கொடுத்து விடுங்க.

உங்க தலைமேலே கண்ணு மேலே கைவச்சி சொல்றேன். நான் ஒரு ஏழை. இதிலே நான் வெறும் ஏஜண்ட்தான்.

இல்லையா மீர்சாகேப். ஆனால் நான் மோசமான ஏழை இல்லையா?"

"ஆமா நீங்க கண்டிப்பாக ஒரு சதவீதம் தரமுடியாது. பெரியதொகையில ஒரு சதவீதம் அதிகம்தான். பொதுவாக இது அதிகமாகத்தான் தெரியும். ஆனால் ஒரு தொகை கொடுத்து தான் ஆகணும். நூற்றி ஐம்பது ரூபாய் கொடுத்திடுங்க."

"கண்டிப்பாகக் கொடுக்கணும், நான் தர்ரேன். நான் மறுக்குற துக்கு ஏதாவது காரணம் இருக்கா. ஆனால் பெரிய தொகை முடியாது. அவன் கேட்கிற தொகையின் அளவைக் கேட்டதும் நான் திகைப்படைந்து விட்டேன். ஒரு முட்டாளைப்போல நிதானம் இழந்துவிட்டேன்."

அவை எல்லாவற்றையும் மோகன்தாஸ் தன் வாயையும், கண்ணையும் அகலத்திறந்து வைத்து பார்த்தபடி நின்று கொண்டிருந்தான். அப்பா பேசப்பேச ஏமாற்றத்தில் உறைந்து போனான்.

இறுதியில் "சொல்லாத மாதிரி நடிக்கிறீர்களே. நீங்கள் இப்படி பாசாங்கு பண்ணினால் எனது ஆயிரத்து ஐநூறு ரூபாயைப் பெறாமல் போய்விடுவேனா. இந்த வியாபாரத்திற்காக நான் ராவும் பகலும் அலைந்திருக்கிறேன். நான்தான் உங்ககிட்ட வந்து கேட்டதாகப் பொய் சொல்கிறீர்களே. என்னை நீங்கள் சார்மினாரில் இருந்து அழைத்துக்கொண்டு வரவில்லையா?"

"இல்லை, அல்லாவின் நற்கருணையால் சார்மினார் இங்கே தானே இருக்கிறது." நான் குமாஸ்தாவிடம் சொன்னேன். "இவனை உங்களுக்கு உண்மையிலேயே தெரியுமா? கொஞ்சம் சும்மா இருக்கச் சொல்லுங்க. நானொரு சிப்பாய். இதுபோன்ற கீழ்த்தரமான விளையாட்டெல்லாம் பார்த்துகொண்டு சும்மா இருக்கமாட்டேன்."

"சாமான்யமான ஆட்களை இவன் வேண்டுமானால் கோப மூட்டிக்கொண்டே இருக்கலாம். ஆனால் என்னைப் போன்ற கையில் ஆயுதம் வைத்துள்ளவர்கள் சும்மா வேடிக்கைபார்த்துக் கொண்டிருக்க முடியாது" என்று சொல்லிவிட்டு மீசையை முறுக்கினேன்.

"இவன் எவ்வளவு பெரியகோழை என்பதை நான் உங்க ளுக்குச் சொல்லியிருக்கிறேன் சாகேப், திடீரென்று கீழே விழுந்து தன்தலையை தரையில் போட்டுத் தேய்த்துக் கொள்வான்."

"மன்னிச்சிடுங்க, மன்னிச்சிடுங்கோ என் வீரமான ஐயாவே. நீங்க பார்த்து ஏதோ கொடுங்க, பத்துரூபா கொடுத்தால்கூட

போதும் நன்றியோட ஏத்துக்குவேன். என்னை உயிரோடு விட்டுடுங்க. என்னைக் கொன்னு போட்டுடாதிங்க. நான் உங்கள் பாதத்தைப் பிடிக்கிறேன். அதில் உள்ள தூசியை என் மூக்கால் எடுக்கிறேன்."

"அட முட்டாப்பயலே" என்று சொல்லிவிட்டு, குண்டாக இருப்பதால், இடுப்பில் கைவைத்து சிரித்தான் குமாஸ்தா. "நல்ல முட்டாளாக இருக்கியே. மோகன்தாஸ் உன்னை இந்தக் கோலத்தில் என்னைப் பார்க்க வைத்துவிட்டாயே. நீயொரு முட்டாள். இத்தனை பெரிய மீசை வைச்சிருக்கியே நீ என்ன குழந்தையா. நாராயணன் சத்தியமாக கேட்கிறேன் யாருக்கு என்ன கெடுதல் செய்திருக்கிறாய். நீ ஒரு துல்லால் என்று சொல்லவே வெட்கமாக இருக்கிறது. ஏன் ஒரு கோழையைவிட கேவலமாக இருக்கிறாய். எழுந்திரு. உனக்கான பணத்தைத் தைரியமாகக் கேளு. எதுவாக இருந்தாலும் பெரிய மனிதர்களே தயவுசெய்து எனக்கான பணத்தைக் கொடுத்துவிடுங்கள் என்று கேளு. அதை விட்டுவிட்டு உன் மரியாதையைக் குறைக்கும் விதமாக ஏமாற்று வேலையில் இறங்காதே."

மோகன்தாஸ் எழுந்தான். இடதுகாலில் மட்டும் நின்று கொண்டு வலது பாதத்தை கெண்டைக்காலுடன் சேர்த்துப் பிடித்து கைகள் இரண்டையும் தலைபாகையில் வைத்து பரி தாபமாக நின்றான்.

"என் பிரபுவே பத்து ரூபாய், பத்து ரூபாய், பத்து ரூபாய் கொடுத்தால் போதும் போய்விடுகிறேன். உங்களது இந்த அடிமை பத்து ரூபாய்ப் பெற்றுக் கொள்வான்."

நாங்கள் எல்லோரும் ஒரே நேரத்தில் வெடித்துச் சிரித்தோம். அடிவயிறு வலிக்குமளவு சிரித்தோம். அவனுக்குக் கண்ணில் இருந்து கண்ணீர் உருண்டோடி தாடையில் வந்து நின்றது.

மூச்சைப் பிடித்துக்கொண்டு குமாஸ்தா கத்தினான். "ஹேய் பகவான், ஹே நாரயணா! நான் முன்பே இதை கவனித்திருக்க வேண்டும் ஹே, சீத்தாராம்! நல்ல வேடிக்கை. கேவலம் பத்து ரூபாய். ஏண்டா இப்போ கொஞ்சம் முன்னாடி ஆயிரத்து ஐநூறு ரூபாய் கேட்டியே" என்றான் துல்லாலிடம்.

இல்லை, அவனுக்கான, நீங்க சொன்ன நூற்று ஐம்பது ரூபாயை கொடுத்துவிடுவோம். சௌகாருடன் கோத்திக்குப் போய் பணத்தை வாங்கி வருகிறாயா மீர் சாகேப்? தங்கம், வெள்ளியைச் சுமக்க ஒரு சுமைதூக்கியை அமர்த்திக்கொள்" என்றார் அப்பா.

"கண்டிப்பாக உங்களிடம் ஆட்கள் இருப்பார்கள் என்ற குமாஸ்தா என்னுடன் வாருங்கள். தங்கத்தை எடைப்பார்த்து வாங்கி உங்களுக்குத் தரவேண்டும். பணத்தை செரப் அங்கீகரிக்க வேண்டும் என்றார். நீங்கள் எனக்கு பணத்தை கோத்தியிலேயே கொடுத்து விடுவீர்கள்தானே இல்லையா?" என்று கேட்டுக்கொண்டே வந்தான் துல்லால்.

"பார்ப்போம். பணம் என்னோடது இல்ல. இந்தப் பண விஷயத்தைச் சொல்லி கேட்டுப்பார்ப்போம்."

"உங்களோடது இல்லையா? பின்னே யாரோடது?"

"உன்னிடம் யார் வேலை வாங்கினார்களோ அவர்களிடம் போய் நூற்றி ஐம்பது ரூபாய் வாங்கிக்கொள். நீ என்ன முட்டாளா? ஏன் கேட்டுக்கொண்டே இருக்கிறாய்."

"ஒன்னுமில்லே சும்மா நினைச்சேன்."

"என்ன நினைச்சே. முட்டாள் தனமாக நினைத்தாய். சந்தேகமே இல்லை. நீ முட்டாள்தான்."

"ஆமா நீ என்னை சார்மினாரில் இருந்து அழைச்சிட்டு வரலியா?"

"அட அல்லா, நீ இப்போ நிறுத்தப் போறியா இல்லையா. இன்னொருமுறை அந்த வார்த்தை சொன்னியோ அவ்வளவு தான்."

"இல்லை. இல்லை இனிமே சொல்லவே மாட்டேன்" என்று நடுங்கிக் கொண்டே. "நினைவிருக்கட்டும் இது பொது இடம் மற்றவர்களுக்கு தொந்தரவாக இருக்கும்" என்றான்.

"நான் உள்ளுக்குள் நினைச்சிட்டு இருந்தேன், என்னையறியாமல் வார்த்தைகளாக வந்துவிட்டது."

"இதை நீ இரண்டாம் முறையாக சொல்லிவிட்டாய். அட அல்லா அதிலே என்னவோ அர்த்தம் இருக்கிறது. நீ என்னதான் சொல்ல நினைக்கிறாய்."

"அய்யோ ஒண்ணும் இல்லே, ஒண்ணும் இல்லே. சும்மா நினைச்சிட்டு இருந்தேன்."

"நல்லது."

"இல்லே நான் நினைச்சேன், நீங்க இந்துஸ்தான்ல இருந்து வந்தா ஒரு பணக்கார வியாபாரியோட துணைக்காக வந்து இருக்கிங்களோன்னு."

"நல்லது. அதுக்கு என்ன. இப்போ! உனக்கு என்னத் தெரியும் முன்னாடியே?"

"நீங்க பணக்காரர் இல்லே."

"ஆமா பணக்காரன் இல்லே."

"நாம ரெண்டு பேரும் ஏன் பணக்காரர்களாக ஆகக் கூடாது."

"அது எப்பிடி. முதலில் இந்த காவல் வேலையை விட்டு டுங்க. நான் வழி காட்டுறேன், நீங்க சிலபேரை வேலைக்கு வைச்சுக்கோங்க. அவங்களுக்கு ஒரு ஐந்து ரூபாய் கொடுத்தால் போதும் என்ன செய்யச் சொன்னாலும் செய்வாங்க. நாம பணத்தோட ஓடிடலாம். இங்கே பாறைகளுக்கு மத்தியில நிறைய இடம் இருக்கு அங்கே போய் ஒளிஞ்சிக்கலாம். அப்புறம் கொள்ளையடிச்சத நாம ரெண்டுபேரும் பங்கு வைச்சிக்கலாம்."

"அந்த இடம் எங்கே இருக்கு, நீ அங்கே ஒளிஞ்சிருக்கியா. இங்கே இருந்து ரொம்ப தூரமா?"

"நீங்க என்கூட வர்ரதாக இருந்தால் நான் உங்களுக்குக் காட்டுகிறேன். அங்கே தூரத்தில் இருந்து உங்களுக்குக் காட்டு வேன். நாம பாறையை நகர்த்த வேண்டியதில்லே. அது பகல் நேரத்திலேயே ஆபத்தான இடம்போல இருக்கும்."

அவனோடு சிறிது தூரம் சென்றேன். கார்வனுக்கும் பேகம் பஜாருக்கும் பின்புறத்தில், பிரமாண்டமான பாறைக் கூட்டங் களைக் காட்டினான்.

"பாறையின் பாதியில் வெள்ளையான பகுதி தெரியுதா?" என்று கேட்டான்.

"தெரிகிறது" என்று சொன்னேன்.

"அதுதான் இடம். அந்த இடம் எனக்கும் இன்னும் சில ருக்கும்தான் தெரியும். ஏதாவது எடுத்தேன்னா அங்கே கொண்டுபோய் வச்சிடுவேன்."

"இதுவரை என்ன கொண்டு போய் வச்சிருக்கிற."

"சால்வை, கர்ச்சிப், வேலைப்பாடுகள் செய்த துணிகள். தங்கம். என்ன கிடைக்குதோ அது. ஆமா எதற் காக இதை யெல்லாம் கேட்கிறீர்கள். நான் சொன்னதைச் செய்வீர்களா? என்கூட சேர்ந்துகிறீங்களா? எங்க கூட்டத்துல பதினாறு பேர் இருக்கோம். ஒருத்தன் அதோ அங்கே இருக்கிறான். பக்கீர் போல வேடம் போட்டு இருக்கிறான். மற்றவர்கள் எல்லாம் முரடர்கள் நம்மோடு வந்து சேர்ந்து கொள்ளுவார்கள்."

"அட நாயே என்று உதைத்துக் கீழே தள்ளினேன். நீ யார் கூட பேசிட்டு இருக்கிற தெரியுதா? இங்கே அப்படியாரும் இல்லே. (நாங்கள் ஒரு வீட்டின் பின்புறம் இருந்தோம்) இன்னொருமுறை இதுபோல பேசினால் என் வாளினால் ஒரே வீச்சில் உன் நாக்கை அறுத்துவிடுவேன். வாளையும் பாதி உருவிவிட்டேன். உருவிவிட்டால் என்ன நடக்கும் என்று எனக்குத் தெரியும். அவன் என் கால்களைக் கெட்டியாகப் பிடித்துக்கொண்டான். முன்னைப்போலவே சில கோழைத்தனமான வேலைகளைக் காட்டினான். நான் அவனை உதறிவிட்டேன். அற்பப் புழுவே என்று கத்தினேன். இல்லே, இல்லே என்பதுபோல் கைகளைக் காட்டினான். அவனைத் தொடவிடாமல் தூரத்தில் விலகி நின்றேன். ஒரு இந்துஸ்தானத்து சையத் என்ற பெருமை இது போன்ற விளையாட்டுகளில் ஈடுபடவிடாமல் தடுக்கிறது. சீக்கிரம் சௌகாரிடம அழைத்துப்போ என்றேன்."

"இந்த விஷயத்தை இதோட விட்டுடுங்க, நான் இனிமேல் ஒழுங்காக நடந்து கொள்கிறேன். ஆனால் என் பணம் உறுதி தானே."

"நல்லவிதமாக நடந்து கொண்டால் உனக்கு உண்டு. இல்லையென்றால் உன்னைப்பழி வாங்கிவிடுவேன். ஒழுங்காக சௌகார் வீட்டிற்கு அழைத்துப்போ என்னிடமிருந்து தப்பிக்க முயற்சித்தால் இதே பஜாரில் இரண்டு துண்டாக வெட்டிப் போட்டு விடுவேன்."

கலைந்து கிடந்த துணிகளை எடுத்துக்கொண்டு எனக்கு நெருக்கமாக வந்து கொண்டிருந்தான். மீண்டும் கூட்டமான பஜார் பகுதிக்கு வந்திருந்தோம்.

நாங்கள் சீக்கிரமாகவே சௌகார் வீட்டிற்கு வந்து விட்டோம். அங்கே எங்களுக்காக பேசிவைத்தபடி பணத்தையும், தங்கம், வெள்ளியையும் வைத்திருந்தார்கள். அதற்கான ரசீதையும் கொடுத்து என்னுடன் பாதுகாப்பிற்கு சிப்பாய்களையும் அனுப் பினார்கள். நான் அந்தச் செல்வங்களுடன் அப்பாவிடம் வந்தேன்.

எங்கள் வீட்டை நெருங்கும்போது "மீர்சாகேப். என் அன் பான மீர்சாகேப் முன்னாடி நடந்தெல்லாம் மறந்திடுங்க.. நான் உங்களுடன் சும்மா விளையாடினேன் என்பது கடவுளுக்கு மட்டுமே தெரியும். எனக்கு எப்போதுமே இதுபோன்ற விளை யாட்டுக்கள் எல்லாம் பிடிக்கும், இதுபோன்ற விளையாட்டுகளின் போது ஏற்படும் பயங்கரத்தில் நான் சிரிப்பது வாடிக்கை. நீங்க

மறக்க மாட்டீங்க ஆனாலும் சொல்றேன். என் அற்பக்காசு நூற்றி ஐம்பது ரூபாயை மறந்துடாதீங்க."

"உனக்கு பணம் வேண்டுமென்றால் அமைதி... உன்னை இரண்டு வார்த்தைகளுக்கு உண்மையாக இருக்கச் சொன்னேன் இல்லையா? நீ மோசமான அடி வாங்கப் போகிறாய் என்று நினைக்கிறேன்" என்று துல்லாலை மிரட்டி விட்டு,

என்னுடன் வந்த சிப்பாய்களுக்கு சின்ன வெகுமதிகள் கொடுத்து அனுப்பினேன். பணத்தை எங்கள் வீட்டிற்குள் பத்திரமாக வைத்ததும் அவர்கள் கிளம்பிவிட்டார்கள். அவர்கள் போனதும் அந்த அப்பாவி துல்லால் இனி போவதற்குத்தான் மட்டுமே இருப்பதாக நினைத்திருந்தான். அது கண்டிப்பாக ஒரு முடிவுக்குத்தான் வந்தது.

மிகவும் தணிவான குரலில் சொன்னான், பணம் குடுங்க நான் போகணும் என்றான்.

"கொஞ்சம் இரு, உனக்கான பணம் எண்ணப்படுகிறது."

"அய்யோ, துல்லால்ஜியை மறந்து விட்டேன்! அவனுடைய பாக்கியை முடிச்சுடறேன்" என்று அப்பா கத்தினார்.

17

கொள்ளையே, கொள்ளை போனது

என் அப்பா பணத்தை எண்ணி தரகன் கையில் கொடுத்தார். அவன் கண்கள் பளிச்சிட்டன. பணத்தை வாங்கிக்கொண்டு கணக்கில்லாத சலாம்களையும், நன்றிகளையும் தெரிவித்துக் கொண்டான். இப்போ நீ பணம் வாங்கிக் கொண்டதற்கான ரசீது எழுதித்தர வேண்டும் என்று கேட்டார் அப்பா.

ஆசாமி கண்டிப்பாக எழுதித் தருகிறேன் என்று சொல்லி விட்டு, தனது தலைப்பாகைக்குள்ளிருந்து பேனாவை எடுத் தான். 'என் பிரபுவானவர்களே எனக்கு மசியும், காகிதமும் தர முடியுமா' என்று கேட்டான்.

"இங்கேயே இருக்கு, எழுது" என்று நான் சொன்னேன்.

எழுதிவிட்டு என்னிடம் காகிதத்தைக் கொடுத்தான். பணத்தை வேட்டியின் முனையில் முடிந்துகொண்டான். வேட் டியை இடுப்பு வாரினால் இறுக்கிக் கட்டிக்கொண்டான். "நான் போறதுக்கு உத்தரவு வாங்கிக்கலாமா? என் பிரபுவிற்குத் தெரியும் இந்த தரகனைப் பற்றி, பட்டுவாடாவில் அவர் மிகவும் கண்ணியமாக நடந்துகொண்டார். என் பிரபு நீங்க எப்போ ஹைதராபாத் வந்தாலும் எந்த உதவியாக இருந்தாலும் என்னை வந்து பார்க்கணும். சார்மினார் பக்கத்துல வந்து மோகன்தாஸ்ன்னு கேளுங்க தங்களின் மேலான சேவைக்கு அவன் காத்திருப்பான்."

"கொஞ்சம் இரு. உன்கிட்ட சில வார்த்தைகள் சொல்ல வேண்டி இருக்கு." எங்களுக்குள் நடந்த உரையாடலை அப்பா விடம் அப்படியே விளக்கிச்சொன்னேன்.

அவனிடம் என் தந்தை கேட்டார்: "நீ அப்படி சொன்னாயா? அப்படியா சொன்னே. உண்மையை உன் வாயால் கேட்டுக் கொள்கிறேன் சொல். என்னிடம் கொள்ளை அடித்திருப்பாயா?"

ஆனால் அந்த அற்ப ஜீவன் வாயைத் திறக்காமல் அமைதியாய் இருந்தது. குற்றவுணர்விலும், அச்சத்திலும் வாதம் வந்ததுபோல் வலித்துக்கொண்டு நின்றான். அவன் கண்கள் நெற்றிக்கு ஏறிக்கொண்டு பார்த்தது. தனது உதடுகளை இழுத்துப் பல்லால் கடித்துக் கொண்டிருந்தான்.

"உனது வில்லத்தனம் கொப்பளிக்கும் முகத்தைப் பார்த்தேன். அதில் கொள்ளைக்கார, கொலைகார, நயவஞ்சக வடிவங்கள் வரிசைகட்டி நின்றன. நீ சாகப்போகிறாய். அது உனக்குத் தகும்."

"சாவா, இல்லை, இல்லை, வேண்டாம் பிரபு எனக்குக் கருணை காட்டுங்கள். இந்த ஏழை அடிமை என்ன செஞ்சிட்டான், இவனை விட்டுடுங்கள்" வெற்றுப் புன்னகையை வலிய வரவழைத்தான்.

"நீ என்னிடம் கொள்ளையடித்திருப்பாய் இல்லையா? நீ என்னை இந்த மண்ணில் பட்டினியால் வாட விட்டிருப்பாய் இல்லையா? நீ பலரிடம் திருடி ஆயிரக்கணக்கானவர்களை ஏமாத்தி இருக்க. அதிலே தானே வாழ்ந்துகிட்டும் இருக்க. இந்த உலகத்தை நாசம் பண்றதுக்காக நீ நெடுநாட்கள் வாழ வேண்டுமா?"

அவன் என் அப்பாவின் காலடியில் விழுந்தான். மிகுந்த அச்சத்துடன் என் அப்பாவின் முழங்காலைப் பிடித்தான். பயத்தின் உச்சத்தில், ஆர்ப்பரிக்கும் குரலில் கத்தினான். "நீ சொன்ன எல்லாவற்றிற்கும் பொருத்தமானவன் நான்தான். திருடன், கொலைகாரன், வில்லன் எல்லாம் நான்தான். ஆனால் என்னை விட்டுடுங்க. கொன்னுடாதிங்க. என் பிரபுவின் முகம் கனிவானது. நான் சாகமாட்டேன். என்னைக் கொல்ல மாட்டார். அவர் கையில் வாள் இல்லை. பின்ன எப்பிடி என்னைக் கொல்வார். (எங்கள் இருவரிடமும் ஆயுதம் இல்லை என்பதைப் பார்த்திருக்கிறான்.) மிக வேகமாக கதவை நோக்கி ஓடினான். அது தாழிடப்பட்டிருந்தது. நீதிபதிக்குத் தெரிந்து விடும், சும்மா விடமாட்டார்கள் என்று கத்தினான். மக்கள் தண்டனைக்கு அஞ்சுகிறவர்கள் அல்ல." கதவை இழுத்தான் பலமுறை இழுக்கவும் தள்ளவுமாக இருந்தான். ஆனால் நான்

அவன் பின்புறம் இருந்தேன். உயிர் பறிக்கும் கைக்குட்டை அவன் கழுத்தில் வீசப்பட்டது. அவன் கழுத்தைத் திருப்பி வெளிறியக் கண்களால் பார்ததான். அடுத்த நொடியில் இறந்து என் காலடியில் கிடந்தான்.

“நீதி அவனை எடுத்துக்கொண்டு விட்டது. அவனுடைய குற்றங்கள் என்றென்றைக்கும் அவனுடனே உறங்கும். நல்ல காரியம் பண்ணின, என்மகனே” என்று மகிழ்ச்சியுடன் கூறி னார் என் அப்பா.

“ஆமா உண்மையில் நல்ல காரியம்தான். அவன் வாயால் தான் ஒரு கொலைகாரன், திருடன், நயவஞ்சன் அப்பிடின்னு வாக்குமூலம் கொடுத்திட்டான். இந்த வயசுலேயே இத்தனை குற்றங்கள் ஒருத்தன் செய்யக்கூடாது.”

“இவன் நமக்கும் செய்திருப்பான். நாம தப்பித்து விட்டோம் என்பதை நினைச்சுப் பார்த்துக்கங்க. நீங்க இந்தப் பயலோட என்னைப் போகச் சொல்லாமல் இருந்திருந்தால், நம் பணத்தை நாம் இழந்திருப்போம்.”

“ஆமாம் அதுமட்டுமில்லை என் மகனே. நீ ஐந்து சதவீதம் அதிகம் என்று யோசிக்காமல் இருந்திருந்தால் அந்தப் பணத் தையும் நாம் கொடுத்திருப்போம்.” “நீ சிறிதாக எடுத்துக் கொடுத்தாய், நான் அதை வைத்தே மேலே தொடர்ந்து போனேன். நல்ல வேளையாக இந்த வஞ்சகனின் பணத்தையும், உயிரையும் பறித்து விட்டோம்.”

“உண்மைதான். இது ஒரு நல்ல கொள்ளை. ஆனால் இதுக் குள்ளே இன்னொரு கொள்ளையும் அடங்கி இருக்கு.”

“அந்தப் பாறையும் பக்கீரும்..... அதைச் சொல்கிறாயா?”

“ஆமாம் அதற்குள்ள ஒரு நல்ல கொள்ளை கிடைக்கும் என்று தோன்றுகிறது.

அங்கே ஒரு கும்பல் இருக்கலாம். அவர்கள் உனக்கு சூடான வரவேற்பை அளிப்பார்கள். ஜாக்கிரதை!”

“நான் இது விஷயமாக பத்ரிநாத்துடன் பேசுகிறேன். இந்தக் கொள்ளை பத்ரிநாத்துக்கும், சர்ஃப்ரஸ்கானுக்கும் பொருத்த மாக இருக்கும். நாம் இதுக்காக முரட்டுத்தனமாகச் செயல்பட வேண்டியதில்லை” என்று கூறி அங்கிருந்து செரைக்கு கிளம் பினேன்.

பத்ரிநாத் செரையில் எளக்காகக் காத்துக் கொண்டிருந் தான்.

“ஆக மீர்சாகேப், நீங்கள் இன்னமும் களிப்பாட்ட உணர் வில்தான் இருக்கிறாய்! இன்று இரவு அந்த உணர்வுகளை திருப்திப்படுத்த எத்தனை ஜீவன்கள் காத்துக் கொண்டிருக் கின்றனவோ. இந்த இடத்தில் வில்லத்தனமான காரியங்களைச் செய்யும் ஆட்களுக்கு ஒன்றும் பஞ்சமில்லை.”

“நான் விளையாட்டு உணர்வில்தான் இருக்கிறேன். ஆனால் முன் சொன்ன விளையாட்டில்லை. சிறப்பான ஒரு விளை யாட்டை நினைவில் கொண்டிருக்கிறேன்.”

“ஓஹோ அந்த விளையாட்டுல அப்பாவி வேஷம் போட்டி ருப்பிங்களோ. அது என்ன விளையாட்டு?”

“அந்த விளையாட்டிற்கு தடித்த மனம் கொண்டவர்கள் தேவைப்படுகிறார்கள், அப்புறம் உருவின வாள் தேவைப்படும். நீ வர்ரியா?”

“உங்கள் விளையாட்டைப் பார்ப்பதற்காக என் வாழ்க் கையை இழக்க விரும்பவில்லை. நீங்கள் என்ன சொல்ல வரு கிறீர்கள்?”

இங்க பாரு பத்ரி என்று துலாலின் முழுக்கதையையும் சொன்னேன்.

“என் இளம் ஜமேதாரே நீங்கள் ஒரு புத்திசாலித்தனமான வேலை செய்திருக்கிறீர்கள். வேறு யாருமே முதலில் இருந்து கடைசி வரையும் இந்த வேலையைச் செய்துவிட முடியாது. அதுபோக அந்த போக்கிரிப்பயல் வேற தன்னோட விதியை முடித்துக்கொண்டு விட்டான். நாம் இப்போதே அந்தப் பாறையில் மறைத்து வைக்கப்பட்டிருக்கும் பொக்கிஷங்களைத் தேடணும்.”

“அதேதான். அந்தப் பாறைக்கு எந்த வழியில போகணும் என்பது தெரிந்தால் இன்று இரவே செய்து விடலாம்.”

“நான் பார்த்துக்கிறேன். இதில் நிறையப்பேர் வேண்டாம். ஆறு அல்லது எட்டுப்பேர் போதும். நீங்க, நானு, பீர்கான், மோதிராம், இன்னும் வேற மற்ற நான்கு பேர். போதுமானது. நாம சர்பரஷ்கானுக்காகக் காத்திருக்க வேண்டாம். அவன் இன்று காலைக்குள் திரும்புவானா என்று சொல்ல முடியாது. அங்கே இரவு நேரத்தில் வெட்டிப்பயல்கள்(Rascals) இருப்பார் களா என்பதை எப்படி வேவுபார்ப்பது.”

“யாருமே பக்கீர் வேடம் போட்டுக்கொள்ள முடியாது! ஒரு ஆனால் போதும். அவன் இப்போதே மலை மீது முஸ்லிம்

யாசகன். போய்விட்டு வந்து மறுபக்கம் நடக்கும் செய்தியை ஒருமணி நேரத்தில் நமக்களிக்களிப்பான்.”

“ஓ இதற்கு நான் ஒரு ஆள் வைத்திருக்கிறேன். இங்கே ஒரு ஷேக்ஜீ இருக்கிறார். அவரைப் பயன்படுத்திக் கொள்ளலாம்.”

“ஷேக்ஜீ, வந்தார். அவர் வயதானவர். நீளமான தாடி வைத்திருக்கிறார். அவர் கையில் உயிர் பறிக்கும் கைக்குட்டை அனாவசியமாக விளையாடும்.”

“ஷேக்ஜீ இங்கே வா. உனக்கு ஒரு விஷயம் சொல்லண்ணும். இப்படி உட்கார். நீ பக்கீராக வேஷம் கட்ட வேண்டி வந்தால் கட்டமுடியுமா?”

“கண்டிப்பாக முடியும். முஸ்லீம் பக்கீரா? இந்து பக்கீரா? எனக்கு எல்லாவிதமான பக்கீர் வேடமும்போட முடியும் அந்தந்த மாதிரி பேசவும் முடியும். அதற்கான உடைகளும் என்னிடம் உண்டு” என்றார் அந்த முதியவர்.

“அது ரொம்ப நல்லதாப் போச்சு. இங்கே கவனி. இப்போ போய் நாங்க சொல்ற இடத்துல ஒளிந்து கொள்ளவேண்டும். இருட்டுக்குள் நீ திரும்பி வந்து அங்கே ஆட்கள் யாரும் வரு கிறார்களா? இருக்கிறார்களா? என்ற விபரத்தை எங்களுக்குச் சொல்லவேண்டும்.”

“அந்தப் பக்கீர் இந்துவா? முஸ்லீமா?”

“அந்தப் வெள்ளையடித்த பாறையில் ரேகைப் பதிவுகள் இருக்கின்றன. எனவே அவன் முஸ்லீமாகத்தான் இருக்கவேண் டும்” என்றேன் நான்.

“அப்படியானால் நான் செய்ய வேண்டியது என்ன வென்பது புரிகிறது. நான் இப்போ போகிறேன். உங்களுக்குத் தேவைப்படும் நேரத்தில் நான் இருப்பேன். அதில் தவற மாட் டேன் சாகேப்களே” என்றான் அந்த வயதான தக்.

“இது நுணுக்கமான விஷயம் என்று நினைக்கிறேன். அவ னால் சமாளிக்க முடியுமா?” என்று கேட்டேன்.

பத்ரிநாத் சொன்னான்: “இல்லை அவனைப் பற்றி பயப்படத் தேவையில்லை.”

நான் சொன்னதை எல்லாம் சர்ஃப்ரஸ்கானுக்கு எடுத்துக் கூறினான். அதைக்கேட்ட பின்னர் அவன் கோபம் தணிந்தது. எழுந்து என்னைக் தழுவிக்கொண்டான்.

"தப்புப் பண்ணிடேன், நீங்கள் என்னை மன்னிக்க வேண்டும். நான் உங்களுக்கு நண்பன் என்ற ஸ்தானத்திற்கும் மேலானவன் என்பதை நிரூபிப்பேன். அடுத்து நீங்கள் செய்யவிருக்கிற சாகசத்தில் எனக்கு இடமளிக்க வேண்டும் என்று அல்லாவின் பெயரால் கெஞ்சிக் கேட்டுக்கொள்கிறேன். அது முற்றிலும் மாறுபட்ட ஒன்றாக இருக்கப் போகிறது" என்றான்.

"உன் விருப்பப்படியே ஆகட்டும். அது துவங்கும் நேரத்திற் குள் வந்து சேரமாட்டாய் என்று நினைத்தோம், ஆனால் இப்போது நீ வந்துவிட்டாய். அதனால் வரவேண்டாம் என்று கூற எனக்கு எந்த காரணமும் இல்லை" என்றேன் நான்.

"ஆக நீ அழைத்துச் சென்றவர்களின் கழுத்தை நெறித்து விட்டாய்தானே. அதைச் செய்வதற்கு ஏதேனும் பிரச்சினை இருந்ததா?" என்று பத்ரிநாத் கேட்டான்.

"அதெல்லாம் ஒன்றும் இல்லை, அவர்களை மசூலிப்பட்டி ணம் சாலைக்கு அப்பால் அழைத்துச் சென்று வேலையை முடித்தோம். சூருங்கூர் பக்கத்தில் ஒரு இடத்தைக் கண்டுபிடித்து அங்கே பிணங்களை கிணற்றிற்குள் போட்டுவிட்டு வேறு சாலையில் திரும்பிவிட்டோம். அது ஒரு அற்புதமான இடம். அங்கே ஒவ்வொரு நாளும் விதவிதமான ஆச்சர்யங்கள் நிகழ் கின்றன. பல வருடங்கள் அங்கேயே தங்கிவிடலாம் என்று நினைக்கிறேன்" என்றான்.

"நமக்கு என்ன கிடைக்கிறதோ அதைப் பகிர்ந்து கொள் ளும் பட்சத்தில் ஒன்றும் பிரச்னை இல்லை. நீ என்ன நினைக் கிறாயோ அப்படியாக இருந்து கொள்ளலாம். ஆனால் உன்னை இழப்பதில் எனக்கு வருத்தம் இருக்கும்" என்றேன்.

இருட்டும் வரை இந்த விதமாகப் பேசிக்கொண்டிருந்தோம். அப்புறம் போகவேண்டிய ஆட்களை ஒருங்கிணைத்தோம். அதில் எட்டுப் பேர் இருந்தார்கள். நாங்கள் எடுத்துச்செல்ல வேண்டிய ஆயுதங்கள் நல்ல நிலையில் இருக்கின்றனவா என் பதையும் சோதித்துக் கொண்டோம். தகவலாளி வரும் வரை மிகுந்த ஆவலுடன் காத்திருந்தோம்.

இறுதியில் அவன் வந்து சேர்ந்தான்.

"சரி இனி நேரத்தைக் கடத்திக் கொண்டிருக்க முடியாது என்ற சேக்ஜி நடந்தவற்றை கூறினான். நான் அந்த இடத்திற்குச் சென்று பக்கீரைப் பார்த்தேன். அவன் திடகாத்திரமான இளைஞன். அவன் முதலில் என்னை அந்நியன் என்று எண்ணி

எச்சரிக்கை அடைந்தான். ஆனால் நான் பசியில் களைத்துப் போயிருக்கிறேன், இப்போது தான் ஹிந்துஸ்தானத்தில் இருந்து வந்திருக்கிறேன், எங்கே தலைசாய்ப்பதோ தெரியவில்லை என்றுக் கூறிக்கொண்டே பன்னிரண்டு இமாம்களின் பெயர்களை உச்சரித்ததும், என்மீது இரக்கம் காட்டி குகைக்குள் அனுமதித்தான். சாப்பிட ரொட்டியும் புகைக்க ஹுக்காவும் கொடுத்தான். நாங்கள் சற்று நேரம் அமர்ந்து பேசிக் கொண்டிருந்தோம். அதற்குப் பிறகு எனது டப்பியைத் திறந்து சிறிது ஓப்பியம் எடுத்தேன். தனக்கு வேண்டும் என்று கெஞ்சினான். தாராளமாக ஓப்பியம் கொடுத்து ஆழ்ந்து தூங்கச் செய்துவிட்டேன். காலைவரை எழுந்திருக்க மாட்டான். அவன் ஆழ்ந்த உறக்கத்திற்குப் போனபின் நான் இங்கு வந்திருக்கிறேன்" என்றான்.

"நான் மறுபடியும் அவன் எழுந்திருக்க மாட்டான் இல்லையா, அந்த இடத்தை பார்த்தாயா? கொள்ளைப் பொருள் இருக்கும் இடம் தெரிந்ததா? என்றேன் ஆவலுடன்."

"இரண்டு பெரும்பாறைகளுக்கு இடையில் ஒரு குகையில் வசிக்கிறான். கிட்டத்தட்ட முழு இருளில் இருக்கிறது அந்த இடம். ஆனால் நான் பின்பக்க மூலையில் பார்த்த இடத்தை கல்லும் சேறும் கொண்டு கட்டி வைத்திருக்கிறான். அதுதான் அவன் படுக்கும் இடம் என்று கூறினான். அங்கேதான் கொள்ளைப்பொருட்களை மறைத்து வைத்திருக்க வேண்டும்."

"சரி. அப்படியானால் கிளம்புவோம். நாம் இங்கே நேரத்தை வீணாக்கினால் மற்ற குழுவினர் நம்மைக் கண்டுபிடிக்க வாய்ப்பாகிவிடும். இந்நேரம் அவர்கள் பஜாரில் அலைந்து, முடிந்ததைத் திருடிக்கொண்டு இருப்பார்கள்."

நாங்கள் எல்லோரும் எங்கள் வழிகாட்டியின் ஆலோசனைப் படி கிளம்பிவிட்டோம். திருட்டுத்தனமாக பாறையின் அடிவாரத்தில் பதுங்கி, நாங்கள் போகவேண்டிய குறுகலான பாதையைக் கண்டுபிடித்தோம்.

சிறிது நேரம் எங்களுக்குள் ரகசிய குரலில் பேசி, ஐந்து பேரை கீழேயே இருக்கச் சொல்லிவிட்டு நாங்கள் சமிக்ஞை காட்டும்போது மேலே வருமாறு கூறினோம். அந்த கிழ ஷேக் காட்டிய குறுகலான வழியில் நானும், பத்ரி, சர்ஃப்ரஸ்கான் மற்றும் நான்கு பேரும் குகையின் வாயில் நோக்கி ஊர்ந்து கொண்டே போனோம்.

“அவன் தூங்கிக்கொண்டு இருக்கிறான். மூச்சு சீராக இருக்கிறது. அவன் எழும்வரை காத்திருப்போம். அதோ அந்த விளக்குப் பக்கத்தில் படுத்திருக்கிறான்” என்றான் சேக்ஜி.

“அவனை நான் பார்த்துக்கறேன்” என்ற பத்ரிநாத்திடம் “எப்பிடி கைக்குட்டையைக் கழுத்தில் போடுவது என்றேன் நான்.” இந்தப் பிரச்னையை பத்ரி தீர்த்து வைத்தான். பக்கீரின் வயிற்றுப்பகுதியில் வாளின் பின்பகுதியால் ஓங்கி அடித்ததும் பக்கீர் வேகமாக எழுந்து உட்கார்ந்து,

‘என்ன நடக்கிறது அய்யோ! திருடர்கள்’ என்று மட்டுமே கத்தினான். என் கர்ச்சீப் தயாராக இருந்தது. எதுவும் தவற வில்லை. நான் வீசின நிமிடத்தில் சரிந்தான்.

“இப்போது விளக்கின் வெளிச்சத்தைக் குறைத்து வைத்துக் கொள்ளுங்கள். மூன்றுபேர் என்னோடு வாருங்கள். மற்றவர்கள் எல்லாம் இங்கேயே இருந்து கவனித்துக் கொள்ளுங்கள்” என்றேன் நான்.

பத்ரி செத்தவனின் துணியைக் கிழித்து சுருட்டி எண்ணெயில் முக்கி பற்ற வைத்து விளக்காக குகைக்குள் காட்டினான். இப்போது நல்ல வெளிச்சமாக எல்லாம் துலக்கமாகத் தெரிந்தது.

“இங்கேதான் நான் சொன்ன சுவர் இருக்கிறது. இந்த சுவற்றிற்குப் பின்புறம் நாம் சோதனையிட வேண்டும்” என்றான் சேக்ஜி.

அதன் மூலையில் சில மண்பானைகள் இருந்தன. முதலாவதில் அரிசி இருந்தது. அடுத்தடுத்துப் பார்த்தோம். மாவு, பருப்பு போன்றவைகள் இருந்தன. கடைசியான ஒன்று கனமாக இருந்தது. அதன் வாய் இறுக்கமாகக் கட்டப்பட்டிருந்தது. அதை அகற்றிப் பார்த்தோம். உள்ளே காசுகளும், ரூபாய் காகிதங்களும் கலந்து இருந்தன.

“இது போதாது” என்றான் பத்ரி. “ஷா சாகேப் வெள்ளியும் தங்கமும் கலந்து வைக்காமல் விட்டிருக்கிறானே. எப்படியோ ஆகட்டும், இதை எடுத்துக்கொள்வோம்.”

“அடுத்தது இதேபோலத்தான் பணமாக இருந்தது. இறுதியான ஒன்றுதான் வலியது. தங்க, வெள்ளி நகைகள், மோதிரங்கள், வளையல்கள் எல்லாம் இருந்தன, எல்லாவற்றிலும் ரத்தக்கறை படிந்திருந்தது.

"வில்லாதி வில்லன்களாக இருந்திருக்கிறார்களே. அந்த துலால் என்னிடம் கடைசியாக உளறினான்தான் ஒரு கொலைகாரன் என்று. உண்மைதான் அது. இந்த நகரம் அவனுக்கு நன்றாகத்தான் பணிந்திருக்கிறது. நாம் நின்று பேசிக் கொண்டிருக்க வேண்டாம். இதையெல்லாம் மூட்டையாகக் கட்டி எடுத்துக்கொள்வோம். அடுத்த வேலையில் இறங்குவோம்" என்று அவர்களை அவசரப்படுத்தினேன்.

ஆனால் அந்த மூலையில் அதற்குமேல் ஒன்றும் இல்லை. நாங்கள் எதிர்பார்த்தது போல் துணி மூட்டைகளோ, வேறு பொருட்களோ எதுவும் இல்லை. நாங்கள் கிட்டத்தட்ட முழு தாகத் தேடிவிட்டோம். ஒன்றும் அகப்பட்டதாக இல்லை.

இதற்கிடையில் வெளியில் இருந்து சர்ஃப்ரஸ்கான் குரல் கொடுத்தான். "இங்கே வாங்க சந்தேகப்படுவதுபோல ஏதோ இருக்கிறது."

அந்த இடத்திற்கு ஓடினோம். அங்கே இரண்டு பாறைகளுக்கு இடையில் ஒரு ஓட்டையைக் கண்டுபிடித்து வைத்திருந்தான். இருட்டாக இருந்தது. ஒரு ஆள் முயற்சித்தால் முட்டியால் ஊர்ந்து உள்ளே போகலாம்.

அந்த விளக்கை என்னிடம் கொடுங்கள். உள்ளே ஏதாவது சைத்தான் இருக்கிறதா என்று பார்க்கிறேன், என்றான்.

"சைத்தான் இருந்துட்டால் பரவாயில்லை. இந்த கயவாலிப் பயல்களோட கும்பல் இருந்துடப் போறாங்க" என்று பத்ரி கூற நான் உள்ளே நுழைந்தேன்.

அதற்குள் கொஞ்சம் இடம் இருந்தது. ஒரு ஆள் கஷ்டப்பட்டு நிற்க முடியும். உள்ளே பண்டல்களும் பொருட்களும் நிறைந்து இருந்தன. "இங்கே சைத்தான் எல்லாம் ஒன்றும் இல்லை. வெளியில் இருக்கிற யாராவது சீக்கிரமாக உள்ளே வாங்க. நான் கண்டுபிடிச்சிருக்கிறதைப் பாருங்க" என்று அடுத்த ஆளை அழைத்தேன்.

எல்லா பண்டல்களையும் ஒன்று சேர்த்தோம். அந்தப் பண்டல்களில் ஒன்றைப் பிரித்தேன். நான் அதில் தாமிர, பித்தளைப் பாத்திரங்கள் இருக்கும் என்று நினைத்தேன். ஆனால் அவற்றில் சில தங்கமும் வெள்ளியும் இருந்ததைப் பார்த்து மிகுந்த சந்தோஷம் அடைந்தேன். வெளியே எச்சரிக்கை ஒலிகேட்டு வேகமாக வெளியில் வந்து, என்னவென்று விசாரித்தேன்.

பாறைக்கு அடியில் உள்ள வீடுகள் பக்கத்தில் இரண்டு ஆட்கள் சுமக்க முடியாத சுமையைச் சுமந்துகொண்டு நடக்க முடியாமல் நடந்து போனதுபோல் தெரிந்ததாக காவலர்கள் சொன்னார்கள்.

"இரண்டு பேர்தானே. பரவாயில்லை சமாளித்துக் கொள்ள லாம். விளக்கை அணைத்துவிட்டு குகையின் வாசலில் மறைந்து கொள்வோம், உள்ளே வந்தால் நாம் அவர்கள் மீது விழுந்து பிடித்துக்கொள்ள வேண்டும்."

"குகை வாசலுக்குப் பக்கத்தில் பாறைக்குப் பின்னால் நிலை கொள்ளுங்கள். நம்முடைய கர்ச்சிப் தயாராக இருந்தது. இரண்டுபேர் வாளை உருவிக்கொண்டு நின்றார்கள்." கீழே இருப்பவன் ஒருவன் ஓ, செய்ன், செய்ன் என்று குரல் கொடுத் தான். "கீழே வந்து நாங்கள் மேலே வர உதவி செய்யுங்கள். நாங்கள் எப்படி ஏறுவதற்கு வெளிச்சமும் இல்லை. இவன் வேறு கனமாக இருக்கிறான்" என்றான்.

"உயிர்மேலே ஆசை இருந்தால் சத்தம் போட்டுப் பேச வேண்டாம். அவனுங்க வர்ர வரையிலும் காத்திருங்கோ" என்று எங்கள் ஆட்களை எச்சரித்தேன்.

இப்போது இன்னொருவன் கீழிருந்து, "இவனோட அம்மா இவனைத் தவறான வழியிலதான் பெத்துப் போட்டிருக்க வேண்டும். சனியன் குடித்து வேறு தொலைத்திருக்கிறது. நான் சொல்றதே காதுல விழல. இவன் கதையை இங்கேயே முடித் துவிட்டு வரப்போகிறேன்" என்று கத்தினான்.

நான் தடுமாறி விழுவதற்கு இருந்தேன். அடுத்த கட்ட வேலையாக பக்கீரை வெளியேற்றியாக வேண்டும். ஒருபக்கம் பாரம், கல்லு எல்லாம் மிகவும் கஷ்டமாக இருந்தது. அடுத்த நிமிடம் அவர்கள் இரண்டு பேரும் மேலேறி வந்து விட்டார்கள். பண்டல்களை ஒவ்வொன்றாக கீழே போட்டார்கள். தரையில் மோதி சப்தம் எழுப்பின அவை.

"எங்கே அந்த குடிகாரப்பயல்." நாங்கள் இங்கே உயரமான, குண்டன் ஒருவனை கொன்று போட்டோம். அதுஒன்றும் எளிதான காரியமில்லை. இந்தக் குடிகார நாய்க்குப் பலமுறை சொல்லி இருக்கிறேன். வேலையில இருக்கும்போது, குடிக்கிறது, புகைக்கிறது கூடாதுன்னு. நமக்கு வேலையில்லாதபோது விரும்பின நேரத்தில் வைத்துக் கொள்ளலாம் என்று.

எல்லோரும் கீழே உட்கார்ந்தார்கள். அவர்கள் களைப் படைந்து ஜீவன் வற்றிப்போய் இருந்தது தெரிந்தது.

“உள்ளே போய் விளக்குத் தேடி எடுத்து வந்து சுவற்றிற்குப் பின்னுள்ள எண்ணெய்யை ஊற்று, என்னால் ஒரு அங்குலம் கூட நகரமுடியாது” என்றான் ஒருவன்.

பக்கீரைச் சபித்து குற்றம் சாட்டிக்கொண்டே முதலில் பேசி யவன் உள்ளே நுழைந்தான்.

சர்பரஷ்கானும் நானும் உள்ளே விரைந்து அவனை முடித் தோம். அடுத்தவன் தொண்டை கிழியக் கத்தினான், தப்பிக்க முயற்சித்தான். அவன் விதி இன்னும் முடியவில்லை போலும். பாதம் வழுக்கியது, தடுமாறி தான் கொண்டு வந்திருந்த பண்டல் மீதே விழுந்தான். அவன் எழுவதற்கு முயற்சிக்கும் முன் பின்னாடி இருந்தவன் கத்தியால் கழுத்தில் காயம் ஏற் படுத்தி சாகடித்தான். அவன் மீதே சரிந்து விழுந்தான்.

சரி, “இங்கே போதும். மேலேறி பொந்துக்குள் நுழைந்து நமக்குக் கிடைத்த பண்டலில் என்ன இருக்கிறது என்று பார்ப் போம்” என்று கூறி மேலேறினோம்.

நாங்கள் பொந்துக்குள் நுழைந்து அங்கிருந்த பண்டல்களை ஆளுக்கு ஒன்றாய் கொண்டு வந்தோம். அந்தப் பயல்கள் அவர்கள் வெறும் சமையல் பாத்திரங்களும், கொஞ்சம் துணி மணிகளும் மட்டும் எடுத்து வந்திருக்கிறார்கள். எங்களுக்கு இருந்த ஒரே நல்ல வழி கிடைத்த கொள்ளைப் பொருட்களுடன் செராய் போவதே.

“நான் உங்களுக்குச் சொல்ல மறந்துவிட்டேன் சாகேப் அந்த வில்லாதி வில்லன்கள், குகைக்குள் எத்தனை கொலைகள் செய்திருப்பார்களோ? அதற்கான தடயமாக அங்கங்கே ரத்தம் உறைந்து கிடந்தது. நான் திறந்த பண்டல் ஒன்றில் முற்றிலும் ரத்தம் சொறிந்து கிடந்து, என் விரல்களில் பிசுபிசுத்தது. அந்த பயங்கரமான அருவருப்பைக் காணப்பிடிக்காமல் மற்ற வற்றுடன் கலக்காமல் ஒதுங்கிவிட்டேன்.

18

நீதிபதியைத் தாக்கி குழு நண்பர்கள் மீட்பு

இன்று மாலை இந்தத் திருடர்கள் அடித்தக் கொள்ளையை தங்கள் இருப்பிடத்திற்கு கொண்டு வந்து சேர்க்கும்போது பொருட்கள் கொள்ளைபோன வெற்றிடமும், தங்களது கொல்லப்பட்டக் கூட்டாளிகளின் பிணமும் அவர்களை வரவேற்கும். நாங்களோ எங்கள் இருப்பிடத்திற்குத் திரும்பி, அடைந்த வெற்றிக்காக மகிழ்ந்தோம். இந்தக் கொள்ளை எங்களுக்கு முற்றிலும் புதியது.

இந்த வெள்ளிப் பாத்திரங்களுக்கும், நகைகளுக்கும் பாதுகாப்பான இடம் எங்கள் வீட்டில் உள்ள பத்திரமான அறைதான், என்பதால் அந்த அறையில் வைத்துப் பூட்டினேன். சமயம் வாய்க்கும்போது அதை விற்றுவிட வேண்டும். அதுதான் எங்கள் பாதுகாப்பிற்கு நல்லது.

என் அப்பாவைப் பற்றி நான் சொல்லவேண்டியதே இல்லை. சந்தோஷத்தில் உற்சாகமாக இருந்தார். எனது பாதம் ஒவ்வொரு அடி முன்னெடுத்து வைக்கும்போதும் அவர் அக மகிழ்ந்து தனது அன்பை என் மீது பொழிகிறார். என்னை இன்னும் ஒரு குழந்தையைப் போலவே கவனித்துக் கொள்கிறார்.

அவர் மிகுந்த ஆர்வத்துடன், “இந்த நடவடிக்கைகள் எல்லாம் இந்துஸ்தானத்திற்குத் தெரியவரும்போது உண்மையில் அவர்கள் உன் தகுதியை சுபேதார் அளவிற்கு உயர்த்தவில்லை என்றால் நான் தவறு செய்துவிட்டதாக வைத்துக்கொள்” என்று நெகிழ்ந்தார்.

நான் பதில் எதுவும் பேசவில்லை. அந்தத் தகுதியை அடைய எத்தகைய சாகசத்திலும் ஈடுபடுவதென்று தீர்மானித் தேன். துணிச்சலும், நடுங்க வைக்கும் சாகசங்களும் கொள்ளை யடித்தலும் இணைந்த வெற்றிப்பயணமே என்னை அந்தத் தகுதிக்கு இட்டுச் செல்லும் என்பதை நான் அறிவேன். எனக்கு முன் பலர் அந்த தகுதியை அடைந்திருக்கும்போது, நானும் நிச்சயமாக ஒருநாள் அதைச் சாதிக்கமுடியும். நடுங்க வைக்கும் சாகசங்களைச் செய்யத் துடிக்கும் என்னால் ஏன் அந்தத் தகுதியைப் பெற இயலாது.

திருடர்களின் குகையில் பிணங்கள் கிடப்பதாக கர்வான் பகுதி மற்றும் அதன் சுற்றுப்புறம் முழுதும் செய்தி பரவியதால். அக்கம் பக்கம் உள்ளவர்கள் எல்லாம் அதைக் கேள்விப்பட்டு அதிர்ச்சி அடைந்தார்கள். பிணங்களில் இருந்து நாற்றம் பரவி யதால், பிணந்திண்ணும் கழுகுகள் அங்கே பறந்தன. கொள்ளைக் குழுவிற்குள்ளேயே துரோகம் நடந்திருக்கும் என்றும் வேறு பலவிதமாகவும் ஊகங்களும், வதந்திகளும் பரவின. ஆனால் மொத்தத்தில் எப்படியானாலும் கொள்ளையர்கள் இனம் தெரியாத நபர்களால் கொல்லப்பட்டதற்காக மக்கள் மன நிறைவு அடைந்தார்கள். சமீபத்தில் மிகப் பெரிய அளவில் பொருள்களை இழந்த சௌகாரின் ஆட்கள் தங்களது பொருட்களை மீட்பதற்காக இதுபோன்ற செய்திகளை பரப்பி இருக்கலாம் என்றும் பேசிக் கொண்டார்கள். பெருங்கொள்ளை அடித்தது நாங்கள், ஆனால் வதந்திகள் பரவிய வேகமும் குழப்பமும் எங்களைப் பாதுகாத்துவிட்டது. எங்களிடமிருந்த மொத்த தங்கத்தையும், வெள்ளியையும் ரகசியமாக உருக்கி வைத்துக் கொண்டோம். இந்த உருக்குகிற வேலைகள் தெரிந்த ஒருவன் எங்களிடம் இருந்தான். எல்லாவற்றையும் சேர்த்து அதன் மதிப்பு ஏழாயிரம் ரூபாய் ஆனது.

கொள்ளையின் மூலமாகப் பெற்ற வண்டிகள், குதிரைகள், ஒட்டகங்கள், துணிகள் இப்படி எல்லாவற்றையும் கணக்கிட்டுப் பார்த்தால் மொத்தம் ஐம்பதாயிரம் வந்தது. இந்தப் பணத்தை அப்படியே பாதுகாத்து வைத்து என்றும் ஊருக்குப்போன பின்னர் பிரித்துக் கொள்வது என்ற முடிவோடு ஏற்பாடுகள் நடந்தன. அனைவருக்கும் வழிச்செலவுக்கு ஆளுக்கு இருபது ரூபாய் அளிக்கப்பட்டது. ஜமேதார்கள் ஒவ்வொருவருக்கும் ஐம்பது ரூபாய். என் அப்பா ஊருக்குக் கிளம்பலாம் என்றார். நான் இன்னும் பத்து நாட்கள் தங்கலாம் என்றேன். பத்ரிநாத், சர்ஃப்ரஸ்கான் ஆலோசனையின் பேரில் இப்போதுள்ள

இடத்தில் இருந்து நான்கு குழுக்களாகப் பிரிவதென்று முடிவு ஆயிற்று. ஒவ்வொன்றும் நகரத்தின் நான்கு திசைகளில் நிலை கொள்வது என்றும் தீர்மானிக்கப்பட்டது. ஒவ்வொரு குழுவும் தனித்தனி நடவடிக்கைகளில் ஈடுபடுவது. மொத்தமாக ஓரிடத் தில் விற்பனைத் தொகையைச் சேர்த்து வைப்பது என்றும் முடிவு செய்துகொண்டோம். வேலையெதுவும் இல்லாத சமயத்தில் அவற்றைப் பங்கிட்டுக் கொள்வது என்றும் முடி வானது.

எனது இந்த திட்டம் அப்பாவால் முழுமனதோடு ஏற்றுக் கொள்ளப்பட்டது. பகல் முழுதும் குழுவைப் பிரிப்பது பொருட்களை சீர் செய்வது என்று மற்ற வேலைகளில் ஈடுபட்டி ருந்தோம். நாங்கள் எங்கள் வீட்டைக்காலி செய்து வாடகை கொடுத்து முடித்தோம். நகரத்தைவிட்டு இந்துஸ்த்தானத்திற்குப் போவதுப் போன்ற தோற்றத்தை ஏற்படுத்தினோம். கர்வானை விட்டு வெளியேறி மீர்ஜமால் ஏரிக்குப் பக்கத்தில் நகரத்தின் இன்னொரு புறத்தில் ஒரு வீட்டை அமர்த்திக்கொண்டோம். பத்ரிநாத்தும் அவனது குழுவினரும் சுத்தர் காட் பஜாருக்கு அருகே மிகப்பெரிய குடியிருப்புப் பகுதியில் இடம்பிடித்துக் கொண்டார்கள். அது நிறைய பயணிகள் வந்து போகும் இடம். அத்துடன் அங்கிருந்து கிழக்குத் திசைக்கும், வடக்குத் திசைக்கும் நிறைய கிளைச் சாலைகள் பிரிந்து போகின்றன. சர்ஃப்ரஸ்கானும் அவனுடன் எட்டுபேரும் கர்வானிலேயே இருப்பைத் தொடர்ந்தார்கள். நகரத்தில் இருந்து சம்சுதாபாத் போகும் வழியில் பீர்கான், மோதிராம் தலைமையிலான இன்னொரு பெரிய குழு இடம் பிடித்தது.

எங்கள் திட்டம் வெற்றிகரமாக அமைந்து. நாங்கள் எதிர் பார்த்த அளவிற்கு மதிப்புள்ள பொருட்கள் கிடைத்தன. எல்லாவற்றையும் சேகரித்து விற்பனைக்கு தயார்ப்படுத்திக் கொண்டோம்.

எட்டாம் நாள் அதிகாலையில் எங்கள் கொள்ளைகளை முடித்திருந்த நேரம், அலறிய குரலுடன் பத்ரிநாத் ஓடி வந்தான்.

“அய்யோ நாம ஓடிடணும். இந்த நகரம் இனிமேல் நமக்குப் பாதுகாப்பானதில்லை” என்று கத்தினான்.

சில விஷயங்களை ஊகித்தவாறு “ஏன் என்ன நடந்தது என்றேன். நாம் கண்டுபிடிக்கப்படும் சூழல் இருக்கிறதா? யாராவது நம்பிக்கை இல்லாமல் நடந்து கொண்டதற்கான ஆதாரம் கிடைத்ததா? யாராவது காட்டிக் கொடுத்து விட்டார் களா?” என்ற கேள்விகளை கேட்டுக்கொண்டே போனேன்.

அதற்கு பத்ரி "சோகம் ஒன்று நடந்துவிட்டது. நம்மில் முக்கியமான சிலர் சிறைப்பட்டு விட்டார்கள். உங்களுக்குத் தெரியுமா சர்ஃப்ரஸ்கான் துணிச்சலுடன் செயல்பட வேண்டிய வன். சில நேரங்களில் குழுவின் நடவடிக்கைகளை வெகுவாக முன்னுக்குக் கொண்டு போயிருக்கான். அதனால் சிலர் இப்போ வரைக்கும் அவனை நம்பி அவனோட வழி காட்டுதல்படி செயல்பட்டு இருக்காங்க. இந்தத் தவறு ஒன்றைத் தவிர மற்றபடி அவன் நமது முன்னணி ஜமேதாரில் ஒருவனாகவே இருக்கிறான். இத்தனைக்கும் பல தலைமுறைகளாக அவன் குடும்பம் தக்கியாக இருந்து வந்ததுடன் சக்தி வாய்ந்த ஒன்றாகவும் இருந்திருக்கிறது."

நான் பதற்றத்துடன் கேட்டேன்: "விஷயம் என்ன அந்த சைத்தான் தன் முன்னோர்களின் பெயரால் என்ன குற்றம் செய்தான்? அட அல்லா... நீ ஒரு மோசமான ...."

"இல்லை நான் அவன்மீது கோபத்தை உருவாக்குவதற்காக கதை எதுவும் சொல்லவில்லை. நீங்கள் உங்கள் நிதானத்தை இழக்கவேண்டாம். சர்ஃப்ரஸ்கான் செய்த இந்த வேலையைக் கேளுங்கள். நேற்று மாலையில் அவுரங்காபாத் போக இருந்த, இரண்டு சௌகார்களை வளைத்துத் தன் கைக்குள் போட்டுக்கொண்டு அவர்களை அழைத்துச் சென்று தனது முகாமில் தங்க வைத்துக்கொண்டான். அவர்கள் பெரும் பணக்காரர்களாக இருக்கவேண்டும். அவர்களின் இரண்டு சுமைகளையும் முகாமில் தன்னுடன் எடுத்துச் சென்று வைத்துக்கொண்டான். மாலை நேரம் வந்தவுடன், அந்த சௌக்காரின் நண்பர்கள் இருவர் அங்கே வந்துள்ளார்கள். அவர்களோ சௌக்காரை இன்னும் ஒருவாரம் தாமதித்து செல்லலாம் என்றுக் கூற, சர்ஃபரஸ்கான் இப்போதே புறப்பட நிர்பந்த்துள்ளான். ஆனால் அந்த சௌக்கார், இரவு நேரத்தில் பெரும் பொருள்களை எடுத்துச் செல்வதுப் பாதுகாப்பில்லை என்று கூறி இரவு பயணத்தை தவிர்த்துவிட்டார். அதே நேரம் அந்த நண்பர்கள் தாங்ள் சென்று விட்டு காலையில் வந்து பயணத்தில் கலந்து கொள்வதாக கூறி புறப்பட்டு சென்றனர். நான் கேள்வியுற்ற வரை அவர்கள் அங்கிருந்து செல்வதை தடுக்க சர்ஃப்ரஸ்கான் தடுக்க மிகவும் முயற்சித்து இருக்கிறான், முடியவில்லை. அவர்கள் சென்றவுடன் அந்த சௌகாரை அவசர கதியில் கொலை செய்ததால் இப்போது நம்மில் பலர் சிறைப்பட்டுவிட்டார்கள் என்றான் பத்ரி. காலைவரைக் காத்திருந்து அந்தக் கொலையைச் செய்ய

முடியாதா? எங்கிருந்தார்களோ அங்கேயே உடல்களை விட்டு விட்டுப்போக முடியாதா? அவன் ஏன் அப்படிச் செய்யவில்லை? அந்தக் கொள்ளையை அப்படி அவன் செய்தி ருந்தால் பெரிய தொகை கிடைத்திருக்கும். அவன் மீண்டும் நகருக்குள் திரும்பி வந்து உங்களுடனோ, என்னுடனோ சேர்ந் திருக்க முடியும். அவனுடைய இந்த இக்கட்டான நிலையை கர்வானில் நாம் யாராவது அதை தடுத்திருக்க முடியும். யாரும் சந்தேகப்பட்டிருக்க மாட்டார்கள். அவன் அப்படிச் செய்ய வில்லை. சௌகாரின் நண்பர்கள் போனதும் அவர்களைக் கொன்றுபோட்டான். அவர்களது உடைமைகளைக் குதறி எடுத் துள்ளான். வெறும் முத்துமாலை மட்டுமே கிடைத்தது."

"இந்த விஷயம் எப்படிக் கண்டுபிடிக்கப்பட்டது என்பதைச் சொல்லவே இல்லையே நீ?"

"சௌகாரின் நண்பன் ஒருவன் ஏதோ செய்தி சொல்வ தற்காக உடனே திரும்பி வந்திருக்கிறான். அங்கு சௌகாரை காணாமல் கானிடம் விசாரித்துள்ளான். சர்ஃப்ரஸ்கான் சாக்குப் போக்குச் சொல்லி சமாதானப்படுத்தி உடனே வருவதாகச் சொல்லி வெளியில் சென்று இருக்கிறான். ஆனால் உடனே திரும்பவில்லை. வந்தவன் நீண்ட நேரம் காத்திருந்து இறுதியில் சந்தேகம் எழுந்து கிளம்பிப் போய் விட்டான். மீண்டும் சில நண்பர்களை அழைத்துவந்து, தனது நண்பர்களைத் தேடச் சொல்லி இருக்கிறான். உடல் களை மறைப்பதற்காக சர்ஃப்ரஸ்கான் புதை மேட்டில் குழி தோண்டிக் கொண்டிருந்திருக்கிறான். நண்பர்களைத் தேடி வந்தவர்களுக்கு அவர்களின் பையில் இருந்த சில பொருட்கள் கிடைத்திருக்கிறது. அதேபோல் நண்பர்கள் அணிந்த பொருட் களையும் கண்டெடுத்திருக்கிறார்கள். இதனால் சந்தேகம் கொண்ட அவர்கள், வேறுப் பணிக்காக அவ்விடம் வந்த காவலர்களைக் கொண்டு நம் குழுவில் உள்ள அத்தனை பேரையும் அழைத்துக்கொண்டு போயிருக்கிறார்கள். எங்கிருந் தாவது அழைப்பு வரட்டும் என்றோ, அல்லது வேறு நோக்கத்திற் காகவோ சர்ஃப்ரஸ்கானின் உறவினனாகிய கிம்மத்கானை மட்டும் அங்கேயே விட்டுவிட்டுப் போய் இருக்கிறார்கள்."

"இது உண்மையிலேயே சிக்கலான விஷயம்தான். அவர்களை மீட்பதற்கு என்ன செய்வதென்று தெரியவில்லையே."

"இந்தத் தீமைகள் எல்லாம் சகுனம் பார்க்காததால் வந்த விளைவு. வேலைகளைத் தொடங்குவதற்கு முன்னால் இதெல் லாம் சரியாகப் பார்க்கவேண்டும்."

"எப்போதும் இதுபோன்ற வெட்டிப் பேச்சுக்களையே அறிவு கெட்டத்தனமாகபேசிக்கொண்டிருக்காதே. அதில் வெற்றிக்கான வாய்ப்புகள் இருந்தால் உன்னைப்போன்றவர்களின் தந்திரமான திட்டங்களையும் மீறி நடக்கும். சகுனம் சடங்குகளில் எல்லாம் நம்பிக்கை இல்லை எனக்கு என்றேன்."

"இப்படிக் கூறுவதற்காக ஒருநாள் இல்லையென்றாலும் ஒருநாள் வருத்தப் படுவீர்கள். அது எவ்வளவு வருத்தம் என்பது அந்த நேரத்தைப் பொறுத்தது. சரியான சகுனம் கிடைக்காமல் சீரழிந்த சம்பவங்களுக்கு நூற்றுக்கணக்கான ஆதாரங்களை உங்கள் அப்பா பலமுறை உறுதிப் படுத்தியிருக்கிறார்" என்றான் பத்ரி.

"அவரும் உன்னைப்போல மேலான சக்திகள் மீது மிகவும் நம்பிக்கை கொண்டு சகுனம் பார்க்கக் கூடியவர்தானே! உன்னுடைய புலம்பல்களை எல்லாம் என்னிடம் காட்டுவதற்குப் பதிலாக அவற்றின் மீது நம்பிக்கை கொண்டுள்ள அவரிடம் கொண்டு போய்க் காட்டலாமே?"

"செய்யலாம். ஆனால் இந்தப் பயணத்தின் முழுப் பொறுப்பையும் உங்களிடம் ஒப்படைத்து விட்டப்பின் நீங்கள் அவருடைய நிலையில் தலைவராக இருந்து, நடத்திச் செல்ல வேண்டும் என்பதை மறந்து விட்டீர்களே. என்றைக்காவது நமது குழு தனித்தனியாக பிரிக்கப்பட்டு, சகுனம் பார்க்காமல் தனித்தனியாக செயல்பட்டு பவானிக்கு படையல் வைக்காமல் இருந்ததாக கேள்விப்பட்டிருக்கிறீர்களா? நாம் செய்யவேண்டிய அனைத்துச் சடங்குகளும் உனக்குத் தெரியும் என்பதால் நீ செய்திருப்பாய் என்று நினைத்தேன். நீ செய்யாவிட்டால் இதையெல்லாம் யார் செய்வார்கள், நீதானே அதற்குரிய ஆள். இந்த வேலைகளை எல்லாம் எங்களிடம் விட்டுவிட முடிவு செய்துவிட்டாயா? பத்ரிநாத்" என்று கோபமாக பேசிவிட்டு, என் தந்தையைப் பற்றி நீ எப்படிப் பேசலாம். அவருக்கு எதிராக பேசினால் உன்னையே பழிவாங்கி விடுவேன் ஜாக்கிரதை என்று எச்சரித்தேன்."

"என் இளைஞனே என்னை உங்களுக்கு நன்றாகத் தெரியும். வெட்டிப்பேச்சிலோ, அனாவசியச் சண்டையிலோ தலையிட விரும்பாதவன் என்று உங்களுடைய இந்த கோபமான வார்த்தைகள் எல்லாம் வீணானவை. அவை உங்களுக்கு சகுனத்தின்மீது நம்பிக்கை இல்லாமல் இருக்கலாம். ஆனால் சகுனம் என்பது நாம் இருவரும் அடைய இருக்கும் வெற்றி

யின் மீது வைக்கும் நம்பிக்கை. அது ஒரு தக்கிற்கு அவசியமில்லை என்று நினைப்பது உங்களுடைய அனுபவமின்மையைக் காட்டுகிறது. செய்யவேண்டிய அவசியமான படையல்களைப் புறக்கணித்தால் அதற்குரிய தண்டனை காத்துக் கொண்டிருக்கும். அதுதான் இப்போது நம்மீது லேசாக விழுந்திருக்கிறது. எத்தனை சீக்கிரமாக நாம் அனைவரும் ஆபத்தில் சிக்கவிருக்கிறோம் என்பது தெரியவில்லை. யாராவது ஒருத்தன் சித்திரவதையில் சிக்கி நம்மைப்பற்றி சொல்லி விட்டால் நாம் எல்லோரும் எப்படித் தப்பிக்க முடியும்?" என்று சற்று யோசியுங்கள் என்றான் பத்ரி.

"சரி அப்படியானால் இதற்குத் தீர்வுதான் என்ன?" என்றேன்.

"நான் முதலில் சொல்ல விரும்புவது. பவானிக்கு அவசியமான படையல்களைச் செய்துடணும். அடுத்து யாராவது சிறைப்பட்டிருந்தால் அவனை எப்படி மீட்பது என்பது குறித்து நாம் எல்லோரும் கலந்து பேசித் தீர்மானிக்கணும்."

"எல்லாவற்றிற்கும் சேர்த்து சடங்குகள் செய்யலாம். என்ன செய்யிறது, எப்படி செய்யிறது என்பதை நீ, நான், அப்பா மூன்று பேரும் சேர்ந்து தீர்மானிக்கலாம். என்னுடைய அறியாமை உங்கள் நோக்கத்தைச் சிதைக்கலாம். உனக்குக் கோபமூட்டலாம். அதனால சடங்குகள் முடியும்வரை நான் இதிலிருந்து விலகி இருந்துக்கறேன்" என்று கூறி சமாதானமானேன்.

"நீங்கள் சொல்வது சரிதான். விலகி இருப்பது தான் நல்லது. உங்களுடைய நீண்ட பேச்சில் சில நியாயங்களும் இருந்தன. சரி, இப்போ உங்கள் அப்பா எங்கே?" என்றான் பத்ரி?

"அவர் தூங்கிட்டுத்தான் இருப்பார், போய் பாரு" என்று அனுப்பினேன்.

"பிறகு படையல்கள் செய்யப்பட்டுவிட்டன சாகேப். சகுனம் பாருங்க என்றதும் அவர் பார்த்து சாதகமாக இருப்பதாகச் சொன்னார். அதுவெல்லாம் என்ன என்பது எனக்குப் புரியவில்லை. அதில் பங்கெடுத்துக் கொள்ளாமல் தூரமாக நின்றபடி சடங்குகளைக் கொஞ்சம் கவனித்துக் கொண்டிருந்தேன். அவர்கள் செய்வது என்ன என்பது பற்றிக்கூட நான் கேட்டுக்கொண்டது இல்லை. சடங்குகள் முடிந்த சிலநாட்களில் அதன் முக்கியத்துவத்தை உணர்ந்தேன். அதன் மதிப்பு எனக்குத் தெரியத்தொடங்கியது. எங்களுக்கு

அடுத்தடுத்து நடந்த துரதிர்ஷடங்களை கவனித்தேன். அதைச் சந்தேகத்திற்கு இடமில்லாமல் தெளிவு படுத்திக் கொண்டேன். சடங்குகள் மீதான நம்பிக்கை வேகமாக உயர்ந்தது. அதைப்பற்றி பின்னால் நீங்கள் தெரிந்து கொள்வீர்கள்.

“என் அப்பாவும், பத்ரியும் பவானி தனது சிறிய கோபத்துடன், நமக்கு நல்லகுறி காட்டிவிட்டாள் என்று சந்தோஷமாகக் கூறிக் கொண்டே வந்தார்கள். நாம் அவளைப் புறக்கணித்த உண்மையை நாம் புரிந்து கொண்டதும் இப்போது சாந்தம் அடைந்திருக்கிறாள்” என்றான் பத்ரிநாத்.

“நம்மை இப்படிக் கலக்கி எடுத்ததன் மூலமாக சில நன்மைகள்தான் செய்திருக்கிறாள். ஆனால் இப்போது என்ன செய்வது என்று எனக்குப் புரியவில்லை. அவர்கள் எப்போது கைதானார்கள் பத்ரிநாத் என்று வினவினேன்?”

“கிட்டத்தட்ட நடுராத்திரிக்குப் பின்.”

“அவர்கள் பக்கத்தில் எங்கேயோதான் சிறையில் வைக்கப் பட்டிருக்கிறார்கள். யாருக்கும் கையூட்டு கொடுத்து அவர்களை மீட்பது சாத்தியம் இல்லை. நீதிபதி அதெற்கெல்லாம் மசியக் கூடிய ஆள் இல்லை. சிறைப் பட்டவர்கள் அவர் முன்னிலையில் எப்போது நிறுத்தப்பட இருக்கிறார்கள்?” என்ற கேள்விக்கு,

“எனக்கு இந்த விபரம் எதுவும் தெரியவில்லை. ஆனால் உடனடியாகத் தகவல் திரட்டி விடமுடியும்” என்று சொல்லி விட்டு தெருவிற்குள் போன பத்ரி சீக்கிரமாகவே திரும்பினான். “தான் வயதான ஒரு பனியாவைக் கேட்டதாகவும் நீதிபதி இரவு நேரங்களில் முதல் கட்டத்திலோ, அல்லது இரண்டாம் கட்டத்திலோ நடத்துவார் என்ற செய்தியை பத்ரி தெரிந்து வந்தான்.

“அப்படியானால் நாம் சண்டையிட்டுதான் மீட்டுவர முடியும், அதை நான் செய்கிறேன்” என்றேன்.

ஒரே நேரத்தில் எல்லோரும் ‘கண்டிப்பாக முடியாது’ என்று ஓலமிட்டனர்.

“ஆனால் நான் செய்வேன். எப்படிச் செய்யப் போகிறேன் என்பதை உங்களுக்குச் சொல்கிறேன். ஹிம்மத் கான் எங்கே? அவனோடு இன்னும் தேர்ந்த ஆட்கள் ஆறு பேரோடு இதைச் செய்கிறேன். அவர்கள் மட்டும் என்னோடு இருந்தால் போதும். யாருக்காவது நீதிபதி வீடு தெரியுமா?” என்றுக் கூட்டத்தை கேட்டேன்?

“யாருக்கும் அவர் வீடு தெரியாது” என்கிறார்கள்.

“அப்படியானால் இப்போதே போய் தெரிந்துகொண்டு வருகிறேன் போய்விட்டு வந்து எனது திட்டத்தைத் தெளிவாக்குகிறேன்” என்று புறப்பட்டுச் சென்றேன்.

பத்ரிநாத் “நான் போய் என் ஆட்கள் சிலபேரை அழைத்துக்கொண்டு மாலைக்குள் திரும்பி வருகிறேன்” என்று கிளம்பினான்.

“அவர்கள் வரும்போது வாளும் கேடயமும் எடுத்து வரச்சொல். சுயமாக இஷ்டமுள்ள சிலர் மட்டும் என்னோடு வரட்டும்” என்று நான் கூற,

“அப்படிப்பட்டவர்களில் நானும் ஒருவன் மீர்சாகேப். உங்களுக்கு என்மீது நம்பிக்கை இல்லாமல் இருக்கலாம். எனக்கு உங்கள் மீது நம்பிக்கை இருக்கிறது” என்று சொல்லி விட்டு பத்ரி சிரித்தான்.

“நான் உன்னைப் புரிந்து கொண்டேன் பத்ரி, நீ என்னை மன்னித்து விடு” என்று நான் கூற, “கண்டிப்பாக. அதுசரி நான் எப்போது உங்களுடன் சண்டையிட்டேன்” என்றான் பத்ரி.

“உண்மையில் உன்னோடு சண்டையிட்டதற்குக் காரணம் எனது முட்டாள்த்தனத்தைத் தவிர வேறு ஒன்றும் இல்லை” பத்ரி என்றதும்

“என்அப்பா அதில் தலையிட்டு அதெல்லாம் எதற்கு இப்போ, நீங்கள் ஒருவருக்கொருவர் தாக்கிக் கொண்டீர்களா என்ன?” என்று கேட்டார்.

“அதெல்லாம் ஒன்னும் இல்லையப்பா. என்றுக் கூறி இப்போ எனக்கு நேரமாயிடுச்சி கிளம்பணும்” என்றுப் புறப்பட்டேன்.

நான் நகரத்திற்குள் சென்று எளிதில் நீதிபதியின் இருப்பிடத்தைக் கண்டுகொண்டேன். அது ஒரு குறுகிய நீளமான தெருவில் இருந்தது. அது ஒன்றும் மோசமாகத் தோன்றவில்லை. சொல்லப்போனால் எனது நோக்கத்திற்கு வசதியாகத்தான் இருந்தது. எங்கள் வேலையைச் செய்வதற்கு கொஞ்சம் கூட்டமாக இருந்தால் பரவாயில்லை. கூட்டத்திற்குள் என் ஆட்கள் ஒளிந்து கொள்வதற்கு வசதியாக இருக்கும். நாங்கள் திடீரென்று புகுந்து சிறைக்காவலர்களைத் தாக்கினால் அவர்கள் கைதிகளை விட்டுவிட்டு சிதறி ஓடிவிடுவார்கள் என்று எண்ணினேன்.

நான் திரும்பி வந்ததும் விசாரித்து வந்த முடிவுகளை என் அப்பாவின் முன்னால் வைத்தேன். இத்திட்டத்திற்கு அப்பா மறுப்பேதும் சொல்லவில்லை. ஆனால் இத்திட்டத்தில் நான் ஆற்ற வேண்டிய பிரதான பணி குறித்தும், தோல்விக்கான சாத்தியங்கள் குறித்தும் என்னை எச்சரித்தார்.

"ஆனால் மகனே இப்படி யோசிக்கவே நாங்கள் பயப் படுவோம். உனக்குள் அல்லாவே ஒளிந்திருந்து இதுபோன்ற எண்ணங்களை அடிக்கடி உதிக்கச் செய்கிறார். இறைத்தூதர் உனக்குப் பாதுகாப்பு அளிக்குமாறு வேண்டுகிறேன்" என் றார்.

மாலை சாய்ந்து கொண்டிருக்கும்போது நானும், பத்ரி நாத்தும், ஆறுபேருடன் (அதில் இருவர் ராஜபுத்திரர்கள்) நகருக்குள் சென்றோம். அவர்களைப் பொருத்தமட்டில் தோல்வி யுடன் திரும்புவதைவிட சாவதையே விரும்புவார்கள். நீதிபதி வீடு இருக்கும் தெருவழியாகப் போய்க் கொண்டிருந்தோம். வீட்டிற்குப் பக்கதிலேயே சில மணிநேரம் நிலை கொண்டி ருந்தோம். எங்களுக்குள் பதற்றம் அதிகரித்துக் கொண்டு இருந்தது. அவர்கள் வருவார்களா? முன்பே வந்துவிட்டுப் போய்விட்டார்களா? அல்லது சிறையில் அடைத்து விட்டார் களா? என்ற இந்தக் கேள்விகளை நான் எனக்குள் ஆயிரம்முறை கேட்டிருப்பேன். அந்த நீதிபதியின் வீட்டிற்குள் பலரும் வந்து போய்க்கொண்டிருக்கிறார்கள் என்பதை அங்கிருந்து நான் பார்த்துக்கொண்டு இருக்கிறேன். தர்பார் நடந்து கொண்டு தான் இருக்கிறது. என்றாலும் என் கூட்டாளிகள் வருவதற்கான வழியைக் காணோம்.

அங்கே இருந்த ஒரு பீடா கடையில் தவிப்புடன் உட்கார முடியாமல் உட்கார்ந்திருதேன். அந்தத் தெருவில் அது ஒன்று தான் இருக்கிறது. என்னை ஹிம் மத்கான் நெருங்கிவந்தான். அவன் முகத்தைப் பார்க்கும்போது அதில் ஏதோ செய்தி இருப்பது தெரிந்தது.

ஹிம்மத் கான் வேகமாக வந்து மூச்சிரைத்தபடி, "அவர்கள் வந்து கொண்டிருக்கிறார்கள். நான் தெருமுனையில் பார்த் தேன், கோஷீல்சிங்கும் மற்றவர்களும் தெருவின் பாதிக்கு வந்து விட்டார்கள்" என்ற செய்தியைச் சொன்னான்.

"அவர்களுக்குக் காவலாக வருவது யார்" என்று கேட் டேன்.

“பெருங்கும்பலாக வரிசை கட்டி வருகிறார்கள். சுமார் இருபதுபேர். எல்லாம் கிழப்பசங்கள். அவர்களை நூறு துண்டு களாக வெட்டிவிடலாம்” என்றான் ஆத்திரமாக.

“கையில் துப்பாக்கி இருக்கிறதா?” என்ற என் கேள்விக்கு

“வைத்திருக்கிறார்கள், அதனாலென்ன?” என்று பதில் கூறி,

“காவலுக்கு ஆட்கள் வருகிறார்கள் ஆனால் உன்னைப் பார்த்தாலே ஓடிவிடும் கோழை அவர்கள்” என்றான்.

“ஓடிப்போய் அதோ அங்கே இருக்கும் பத்ரிநாத்திடம் சொல்லு. தெருவின் அந்தபக்கம் அவன் வரட்டும் நான் இந்தப் பக்கமாக வருகிறேன். அவர்கள் நம்மை நெருங்கும்போது நான் சமிக்ஞை கொடுக்கிறேன்” என்று கூறி அனுப்பி வைத்தேன்.

“எங்கள் ஆட்கள் நான்குபேர் என்னுடன் இணைந்து கொண்டனர். பத்ரிநாத் கோஷீல் சிங்கைத் தன்னுடன் சேர்த்துக்கொண்டான். அந்தப் பகுதியை அவன் பார்த் துக்கொண்டான். முக்கியமான தருணம் நெருங்கிக்கொண்டி ருந்தது. நானும் அவனும் தெருவின் எதிரெதிர் ஓரத்தில் இணையாக நடந்து வருகிறோம். இது முதல்முறைதான் என்றாலும் ஆபத்தான நிலை இல்லை என்று எனக்குள் சொல்லிக்கொண்டேன். வாளை உறையில் இருந்து யாருக் காகவும் உருவியதில்லை. எதிராளியின்மீது கச்சிதமாக வீசினால் அடுத்த நொடியில் சரியும் தருணத்தை உறுதிப் படுத்திக்கொண்டேன். எங்கள் கேடயங்களை கைகளில் தளர் வாக ஏந்திக்கொண்டோம். அவர்கள் உஷார் இல்லாமல் நடந்து சென்று கொண்டிருக்கிறார்கள். என் கூட்டாளிகளின் கைகள் கயிற்றால் இறுக்கமாகக் கட்டப்படவில்லை. ஆனால் எல்லோரையும் சேர்த்து கட்டியிருக்கிறார்கள். கயிற்றின் முனையை அவர்களை வழிநடத்திச் செல்பவன் பிடித்திருக் கிறான். அவர்கள் எளிதில் தப்பித்துக்கொண்டு விடமுடியும்” என்று உணர்ந்தேன்.

எல்லோரும் இணைந்து தெருவின் மத்தியில் நடந்து போய்க்கொண்டிருக்கிறார்கள். எதிர்தரப்பு எங்களை நெருங் கியதும் தணிவான குரலில் கத்தினேன். “பாயீ பான் லோவ்.” இது எங்கள் குழுவின் குறிசொல். உறைகளில் இருந்து சீறி வந்த வாட்கள் எதிரிச் சிப்பாய்களை இடமும், வலமும் வெட்டின. இரண்டுபேர் சரிந்தார்கள். மற்றவர்கள் நல்ல காயம் பட்டிருந்தார்கள். நான் முன்னோக்கி கைதிகளை

நெருங்கினேன். ஒன்றிரண்டு வீச்சில் அவர்களது கட்டுகளை வெட்டிவிட்டேன். இப்போது அவர்கள் விடுவிக்கப்பட்டு விட்டார்கள். எங்கள் திடீர்த் தாக்குதலில் ஹிம்மத்கான் சொன்னபடி சிப்பாய்கள் சிதறி ஓடிவிட்டனர்.

“நேராக நுழைவாயிலுக்கு ஓடிவிடுங்கள் என் நண்பர்களே இல்லையென்றால் அடைபட்டு விடுவீர்கள். தெருவின் இருட்டுக்குள் ஓடி விடுங்கள். உங்களை யாருக்கும் தெரியாது. யாரும் தொல்லை கொடுக்கமாட்டார்கள்” என்று நான் கத்தி னேன்.

நாங்கள் எல்லோரும் நொடியில் களைந்து விட்டோம். என்னைச் சுற்றிலும் ஒருமுறைப் பார்த்துவிட்டு ரத்தம் தோய்ந்த என் வாளை உறைக்குள் போட்டேன். சாமான்ய அப்பாவிகள் ஐந்துபேர் தரையில் கிடந்து உருளுவதைப் பார்த்தேன். நானும் நுழைவாயிலுக்குப் போகும் பக்கத்துத் தெருவழியாக ஓடினேன். மீர் ஜமால் ஏரியை நெருங்கியதும் என் பாதை முடிவடைந்திருந்தது. வெவ்வேறு சந்துகள் வழியாகப் புகுந்து சீக்கிரமாகவே அப்பாவின் வீட்டிற்குப் போனேன்.

“சாகேப் நான் சிறைக்காவலர்கள் மீது நடத்திய தாக்குதல் வெகு விரைவாகவும் திடீரென்றும் நடந்தது. நான் எப்படி விரைவாக நடந்தேறியது என்று சுருக்கமாகச் சொல்ல முடியும். நான் விவரிக்க எடுத்துக் கொண்டதற்கும் குறைவான நேரத்தில் அது நடந்து முடிந்தது. சப்தமும் குழப்பமும் எங்களால் மட்டும் எழவில்லை. வேடிக்கை பார்த்தவர்களும் அதற்குக் காரணம் என்றாலும் ஊர் மக்களை எங்களுக்கு எதிராக ஏன் திருப்பாமல் போனார்கள் என்பது ஆச்சர்யமே.”

அடுத்த நாள் காலை எங்கள் கூட்டாளிகள் அனைவரும் தங்களது இடங்களில் இருந்து வழக்கமாக நாங்கள் கூடும் இடத்திற்கு வந்து விட்டார்கள். இனியும் இந்த நகரத்தில் இருப்பது பாதுகாப்பானதல்ல என்று முடிவெடுத்தோம். என் அப்பா எல்லோரையும் ஹூசைன் சாகர் ஏரிக்குப் பக்கத்தில் இருக்கும் முகாமில் காத்திருக்கச் சொன்னார். அங்கே யாரும் தேடமாட்டார்கள் என்பது நாங்கள் அறிந்த விஷயம்.

இப்போது எங்களிடம் மறைப்பதற்கு ஒன்றும் இல்லை. கடைசி பத்து நாட்களில் அடித்த கொள்ளை அதிகமில்லை. எல்லாம் முத்துமாலை, சால்வைகள், அரியவகைக் கற்கள் மட்டுமே. அவற்றையும் அவசரமாக விற்று விட்டோம். எங்களிடமிருந்த தங்கமும், வெள்ளியும் முன்னரே உருக்கி வைக்கப்பட்டுவிட்டது.

19

குமால் ரசீது பணமாகக் கொட்டுகிறது

இப்போது என் கையில் இரண்டே விஷயங்கள்தான் இருக்கின்றன; ஒன்று ஜோராவைக் கண்டுபிடிப்பது. மற்றொன்று இதுவரை மாற்றப்படாத பணத்திற்கான ரசீது. அதைப் பணமாக்குவது.

முதலாவதைப் பொறுத்தமட்டில் கொஞ்சங்கூட நம்பிக்கை இல்லை. அவள் வீட்டிற்குச் சென்ற நாள் முதல் அவளைக் கண்காணிக்க ஒரு நபரை நியமித்திருப்பார்கள் போலும். பிந்தைய விஷயத்தில் கணிசமான பணம் என் கைக்குக் கிடைக்கும். நான் அவளைக் காதலிக்கிறேன் என்ற தகவலைக் கொடுத்தால் அவளும் என்னைக் காதலிக்கும் விபரத்தைச் சொல்லி அனுப்புவாள். எதேச்சையாகவோ அல்லது வேறு சந்தர்ப்பவசமாகவோ அவளைப் பார்க்கமுடியும் என்ற நம்பிக்கையில் பலமுறை அவள் வீட்டு வழியாக சென்றிருக்கிறேன். ஆனால் அது வெறும் எதிர்பார்ப்பாக மட்டுமே எனக்குள் நின்றுவிட்டது. அதனால் நம்பிக்கைகள் கொஞ்சங் கொஞ்சமாக வடியத் தொடங்கியது. என் ஆர்வத்தைத் தொழிலில் காட்டத் துவங்கியிராவிட்டால் நான் வெறுமையில் நொந்து போயிருப்பேன். அவள்மீது நான் கொண்டிருந்த காதல் அத்தனை ஆழமானது. அதிலிருந்து மீண்டு வந்து கொண்டிருந்தேன். ஒரு குழு முழுமையாக என்னுடைய வழிகாட்டுதலில் விடப்பட்டப் பின்னர் என்னால் ஓய்வை தேடி ஓட முடியவில்லை. தொடர்ச்சியாக அதற்கான வேலைத்தேடலில் நான் பங்கேற்றபோது அடுத்தடுத்து சம்பவித்த பெருங்கேடுகள் ஏமாற்றமளித்தன.

எனது கூட்டாளிகளின் மீட்புப்பணி முடிந்த பின்னர் குழுவின் முக்கியஸ்தர்கள் கொண்ட கலந்துரையாடல் ஒன்று நடத்தினோம். அதில் குறிப்பிட்டுச் சொல்லும்படியாக ஒன்றுமில்லை என்றாலும் எங்கள் பாதுகாப்பு குறித்து எச்சரிக்கையாக இருப்பது என்றும், நாளையோ, நாளை மறுநாளோ ஹைதராபாத்தை விட்டுக் கிளம்புவது என்றும் முடிவு எடுத்தோம். பீதரை நோக்கிச் செல்லும் சாலையில் ஒவ்வொரு குழுவாக அடுத்தடுத்துச் செல்ல முடிவெடுத்தோம். பீதர்சாலை புட்டன்சேரூ வழியாகச் செல்கிறது. அந்த ஊர் எங்கள் குழு சந்தித்துக்கொள்ள வசதியான இடமாக இருக்கும்.

எனக்குக் குறைவான நேரமே இருந்ததால் எத்தனை வேகமாக முடியுமோ அத்தனை வேகமாக பத்ரியையும், மோத்திராமையும் அழைத்துக்கொண்டு நகருக்குள் போனேன். சார்மினார் படிக்கட்டில் உட்கார்ந்திருந்தோம். நீதிபதி சிப்பாய்கள் அந்த கொலையைப்பற்றி அற்புதமான கதைகளை அங்கே கட்டி எழுப்பப்பட்டுக் கொண்டு இருந்தார்கள். அவரவர் கற்பனைக்கு ஏற்ற மாதிரியான கதைகளை உருவாக்கிக் கொண்டிருந்தார்கள். சிலர் தாங்களே நேரில் பார்த்தது போன்று வர்ணித்துக் கொண்டிருந்தனர். எவ்வளவு தூரம் அந்தக் கதைகளை ரசித்திருப்போம் என்பதை உங்களுக்குச் சொல்ல வேண்டியதில்லை. அந்த வெட்டிக் கதைகளில் எங்கள் நேரத்தை வீணடிக்க எங்களுக்குப் பொழுதில்லை. சையத் முகமது அலி என்ற குமால்கான் பெயரில் உள்ள ரசீதை பணமாக்க வேண்டிய வேலை எங்கள் கைகளில் காத்திருக்கிறது. சார்மினார் மராமத்துப் பணிகள் நடந்து கொண்டிருந்த அந்த இடத்தில்தான் யாரிடம் பணம் பெறுவது என்பதை எங்கள் மீது சந்தேகப்படாமல் படித்து சொல்லும் ஆள் கிடைப்பான்.

அங்கே தலைப்பாகைக்கும் காதுக்கும் இடையில் பேனாவை செறுகி வைத்துக்கொண்டு, தோளில் பேனாவிற்கான மசி பாட்டிலைத் தொங்க விட்டபடி இருந்த அரைப் பட்டினியிலிருக்கும் பரிதாபகரமான ஒரு ஆளைப் பிடித்தோம். எங்கள் வேலைக்குப் பொருத்தமான ஆளாக இருப்பான். கக்கத்தில் காகிதச் சுருளை இடுக்கி இருந்தான். தூரத்தில் இருந்து வருமாறு சைகை காட்டினேன். ஆர்வத்துடன் ஓடிவந்தான். “உன்னால் குஜராத்தியை வாசிக்க முடியுமா?” என்று கேட்டேன்.

“என் எஜமானரே என்னால் வாசிக்கவும் முடியும் முடியாது ஆனால் எழுதவும் முடியும். அதுதான் என் தாய்மொழி. அதில் உங்கள் உத்தரவு என்ன எனக்குச் சொல்லுங்கள்?” என்றான்.

""பெரிய விஷயம் இல்லை. ஒரு சாதாரண உண்டிதான் (பணப்பட்டுவாடா அத்தாட்சிக் கடிதம்) என்று சொல்லி ரசீதை அவன் கையில் கொடுத்தேன்.

""இந்த ரசீது குமால்கான் (நம்ப பிரபுவோட பெயர்ன்னு நினைக்கிறேன்) பெயருக்கு வழங்கப்பட்ட ரசீது. இங்கே பேகம் பஜாரில் உள்ள சந்த் பிசின் சந்த் இடம் பெற்றுக்கொள்ள நந்தயரில் உள்ள பீரிமல் மூலமாக வழங்கப்பட்டிருக்கிறது. ஒன்பது நாளின் அடிப்படையில் நானூறு ரூபாய்க்கு அளிக்கப் பட்டிருக்கிறது."

"நீ சொன்னபடியே சரியாக எழுதப்பட்டிருக்கிறதா?"

மீண்டும் ரசீதை எடுத்து உருட்டி உருட்டிப் பார்த்தான். ஒவ்வொரு எழுத்தாக வாசித்துப் பார்த்தான்.

"வணங்குதலுக்குரிய உங்களுக்கு ஏதாவது சந்தேகம் இருக்கிறதா?"

"அதில் ஏதாவது பிரச்சினை இருந்தால் என் கூட்டாளிகள் என்னைத் தொலைத்து விடுவார்கள். மிகவும் அத்தியா வசியமான ஒன்று இது" என்ற என்னைப் பார்த்து.

"இந்த ரசீதில் நான் பார்த்த வரைக்கும் எந்தப் பிரச்னையும் இல்லை. மற்ற ரசீதுகளைக் காட்டுங்கள்" என்றான். கொடுத்தேன்.

"எல்லாமே சரியாகத்தான் இருக்கின்றன. இது செல்லுபடி யாகிற இடத்திற்கு எடுத்துக்கொண்டு போனால் அவர்கள் உங்களுக்குக் கண்டிப்பாகப் பணம் கொடுப்பார்கள்" என்றான்.

"இதற்குப் பணம் கொடுக்கும் இடத்தை உனக்கு நன்றாகத் தெரியுமா?"

"தெரியும், இது இந்த தேசத்தின் உண்டி பணப்பட்டுவாடாவில் பெரிய நிறுவனம் இருந்தாலும் பெரிய வங்கியாளர்களில் அவர்களது பெயரை அறிந்தவர்கள் ஒரு சிலரே! அதனால் அந்த நிறுவனத்திற்கு அவ்வளவாக மதிப்பில்லை.

"இவர்கள் எங்கே இருக்கிறார்கள் என்பது தெரியுமா?"

"பேகம் பஜாரில் இருக்கிறார்கள். எஜமானர் விரும்பினால் உடன் வந்து காட்டுகிறேன்" என்றான்.

"நல்லது. நாங்கள் இந்த ஊருக்குப் புதியவர்கள் எங்களால் இடத்தைக் கண்டுபிடிக்க முடியாது. எங்களோடு வந்து காட்டினால் வெகுமதி தருகிறோம்."

சார்மினாருக்கு எதிர் திசையில் செல்லும் தெருவில், சிறிய நுழைவாயிலைக் கடந்து நகரத்திற்கு வெளியில் போனோம். நான் நினைக்கிறேன் அதன் பெயர் டெஹ்லி கேட். ஆற்றைக் கடந்த பிறகு இடதுபுறம் திரும்பி சென்றோம். விரைவில் புறநகரின் செல்வவளம் மிகுந்த கடைவீதிக்குள் நுழைந்தோம். அந்தப்பகுதியில் வங்கிக் கடைக்காரர்கள் நிறைய குடியிருந்தனர். முக்கிய சாலையை நோக்கிச் செல்லும் தெருக்கள் அனைத்தும் தானிய மூட்டைகளால் அடைக்கப்பட்டிருந்தன. துணி மூட்டைகள் எங்கும் நிறைந்திருந்தன. தானியங்களை ஏற்றி வந்த வண்டிகள் அவற்றை இழுத்து வந்த மாடுகள் அங்கங்கே நிறுத்தப்பட்டிருந்தன. பொருட்களை வாங்கவும் விற்கவும் வந்திருந்த மக்கள் பேச்சுக் குரல்கள். தானியங்களை அளந்து போடுபவர்கள் இப்படி ஆயிரம் விஷயங்கள் அங்கே நடந்து கொண்டிருந்தன. இப்படியான சந்தடிச் சத்தத்தை இதற்கு முன் வேறெங்கும் நான் கேட்டதில்லை. இத்தனைக்கும் இடையில் முன்னுக்குத் தள்ளியும் முட்டிக்கையால் இடித்தும் எங்களுக்கான பாதையை உருவாக்கிக்கொண்டு முன்னோக்கிச் சென்று ஒரு கண்ணியமான தோற்றம் தரும் வீட்டின் முன் நின்றோம். வங்கியின் பங்குதாரருடன் அறிமுகம் செய்யப் பட்டப்பின். அவர் எங்களை உள்ளே அழைத்துச் சென்றார்.

என் முகத்தை இறுக்கமாக வைத்துக்கொண்டு, உண்டி ரசீதில் ஒன்றைச் சௌகாரிடம் கொடுத்தேன். மிகவும் வயதானவர் அவர் தலைப்பாகையில் இருந்தக் கண்ணாடியை எடுத்து அணிந்து ரசீதைச் சோதித்தார். அதைத் திருப்பித் திருப்பி மிகவும் உன்னிப்பாகப் பார்த்த பின்னர் என்னை பலமுறைச் சந்தேகத்துடன் மூக்கு கண்ணாடி வழியேப் பார்த்தார்.

என்மீது திருப்தி இல்லை என்பதுப் போன்ற அந்தப் பார்வை யால், நான் தனியாக வந்திருந்தால் ஏதாவது அசம்பாவிதம் நடந்து இருக்கும். என்ன செய்வது இன்னும் இருவர் உடன் வந்துள்ளார்களே? ஏதாவது நிலைமை மோசமானால் எங்கள் ஆயுதங்கள் தயாராக இருந்தன. எங்களை விடுவித்துக் கொள் வதற்காக அதைப் பயன்படுத்தத் தயங்கக்கூடாது என்ற உணர் வுடன் இருந்தேன்.

“நீ என்னோடு அடுத்த அறைக்கு வர முடிந்தால், நான் உன்னோடு சில வார்த்தைகள் பேசுவேன்” என்றார் சௌகார். அவர் உட்கார்ந்த இடத்தைவிட்டு எழுந்து உள்ளே போனார் நான் பின்னாடியே போனேன்.

அவர் ஆவலுடன் "இது எப்படிக் கிடைத்தது, நீ யார்?" என்று கேட்டார்.

"நான் யாருன்றது முக்கியமில்லை. அதிகபட்சமாகச் சொல் வதென்றால் நான் இந்த உண்டிப்பணம் வாங்க வந்தவன், என்னிடம் இன்னும் சில ரசீதுகளும் இருக்கின்றன" என்று மற்றவற்றையும் காட்டினேன்.

அவற்றையும் சோதித்துப் பார்த்துவிட்டு "விசித்திரமாக இருக்கிறது. எனக்கொன்றும் புரியவில்லை என்றார். வழக்கத் திற்கு மாறாக வழங்கப்பட்டிருக்கிறது என்ற அவர் இந்தப் பணத்தை வாங்குவதற்கு உன்னிடம் என்ன அத்தாட்சி இருக் கிறது இளைஞனே" என்றாா.

"யாருக்காக இது கொடுக்கப்பட்டிருக்கிறதோ அவர்களிட மிருந்து கடிதம் வழங்கப்பட்டிருக்கிறது."

"சௌகார் யாருக்குக் கொடுத்திருக்கிறார்?"

"பீரீமல் எனும் சௌகார் குமால்கானுக்கு அளித்தது என்றேன்."

அது போதாது. யார் யார் பெயருக்குக் கொடுத்தது என்பதை யாராலும் உனக்குப் படித்துச் சொல்லிவிடமுடியும். சும்மா மொட்டையாகச் சொன்னால் போதாது இளைஞனே" என்று மறுத்தார்.

நான் சையதின் முத்திரையை எடுத்துக் கொடுத்து "உங்களுக்கு இது ஆதாரங்களை விளக்கும்" என்று சொன்னேன்.

அந்தக் காகிதத்தை வாங்கிக்கொண்டு போய் உள்ளே ஒரு கட்டாக வைத்திருந்த காகிதங்களுடன் ஒப்பிட்டுப் பார்த்து விட்டு வந்து, "இது இங்கே இருக்கிறது" என்றார். "இது சையது முகமது அலியின் கணக்கில் வருகிறது. இந்தக் காகிதத்தில் உன் முத்திரையைப் பதித்தால் சரியான அத்தாட்சியாக இருக்கும்" என்று வேறொரு காகிதத்தில் இருந்த முத்திரையை மாதிரி யாகக் காட்டினார்.

எல்லாவற்றையும் தொகுத்துப் பார்த்தால் அதிர்ஷ்டம் என் பக்கம் இல்லாமல் போவதற்கான வாய்ப்பு இருக்கிறது. ஆனாலும் அந்த ஆள் கையில் இருந்து ஒரு மோதிரத்தை எடுத்துக்கொண்டு விட்டேன். அதைப்போல இன்னொன்று அங்கே இல்லை. என்னிடம் இருந்த முத்திரையை வைத்துப் அவர் பார்த்தார். நான் திருப்தி அடைந்தேன்.

"இப்போதைக்கு இதுதான் ஒரே ஆதாரம்" என்று முத்திரையைத் தேய்த்துவிட்டு அதில் மசியைத் தடவி ஒரு துண்டுக் காகிதத்தை நாக்கில் வைத்து ஈரமாக்கி பதிக்கவா என்று கேட்டுவிட்டு, "முத்திரை பதித்துக் கொடுத்தால் ஆதாரம் உறுதிப்படும்" என்றார்.

நான் காகிதத்தில் ஒற்றிக்கொடுத்து விட்டு முத்திரையைத் திரும்ப வாங்கிக்கொண்டேன். முத்திரை ரசீதுடன் சரியாக ஒத்துப்போகிறது.

அனைத்தையும் மீண்டும் சரிபார்த்து எல்லாம் பொருந்தி வருகிறது என்றார். "ஆனால் என்னால் பாரசீக மொழி வாசிக்க முடியாது. கடிதங்கள் பாரசீக மொழியில்தான் இருக்கின்றன. ஆனால் முத்திரையின் அளவும் சரியாக இருக்கிறது. அதனால் எனக்குக் குழப்பமாக இருக்கிறது. இது வழக்கமானதாக இல்லை. அதுதான் யோசிக்க வேண்டியதாக இருக்கிறது" என்றார்.

"நான் சையதுமுகமது அலியின் ரகசிய ஏஜண்ட். அவர் என்னை உங்களிடம் பணத்திற்காக அனுப்பி இருக்கிறார். நீங்கள் எனக்குப் பணம் தரவில்லையானால் நான் அவருக்குக் கடிதம் எழுதி தகவல் கொடுத்து விடுவேன். அதுதான் நான் இப்போதைக்குச் செய்ய முடியும்" என்றேன்.

"நான் தரமுடியாது என்று சொல்லவில்லை. உனக்குப் பணம் உண்டு. என்னுடைய கேள்வி ஏன் சையது வராமல் உன்னை அனுப்பவேண்டும். இந்த ரசீது அவர் மட்டுமே பணம் பெறுவதற்கான ஒன்று" என்றார் சௌகார்.

"உண்மைதான். ஆனால் அவர் வர முடியாததற்கான காரணம் ரகசியமானது. அதை உங்களிடம்கூட சொல்ல முடியாது. ஆனால் நியாயமான காரணம் இருக்கிறது. அவருக்கு அவசரமாகப் பணம் தேவைப்படுவதால் என்னை அனுப்பி இருக்கிறார். அவ்வளவுதான்" என்ற என்னிடம்,

"அவர் எங்கே இருக்கிறார்?" என்று மறுபடியும் கேள்வியை எழுப்பினார் சௌகார்.

"அதை நான் உங்களுக்குச் சொல்ல முடியாது. யாரும் அதைத் தெரிந்துகொள்ள வேண்டிய கட்டாயமும் இல்லை. சரியான நேரம் வரும்போது தன் மறைவிடத்தில் இருந்து வெளியே வருவார். தீர்ப்பு நாளில் வெளியில் வராமல் இருக்க முடியுமா?"

“சரி எனக்கு இப்போச் சந்தேகம் தீர்ந்தது. பணத்தை நீ வாங்கிக் கொள்ளலாம். பணம் எப்போது வேணும். ரசீது ஒன்பது நாள் பார்வைக்கு உள்ளது” என்றார்.

“இப்போது எனக்குக் காத்திருக்க நேரம் இல்லை. நான் காலையிலேயே கிளம்ப வேண்டி உள்ளது. நீங்கள் வேண்டு மானால் ஒன்பது நாட்களுக்கான வட்டியை இதில் இருந்து கழித்துக் கொள்வதற்கு சையது அதிகாரம் கொடுத்திருக்கிறார். எனவே அதை எடுத்துக்கொண்டு மீதியை என்னிடம் கொடுங் கள்” என்றேன்.

“சரி அப்படி முடியுமா” என்று பார்க்கிறேன் என்று புத்தகங் களைப் புரட்டினார். “கடைசி ஒரு வருடமாக இந்தக் கணக்குக் கையாளப்படவில்லை. எனவே பதினைந்து ரூபாய் வட்டியாக எடுத்துக் கொள்ளப்பட்டு, மீதம் முன்னூற்றி பன்னிரண்டு ரூபாய், நான்கு அணா அவர் கணக்கில் உள்ளது” என்றார் அவர்.

“நல்லது. அப்படியே செய்யுங்கள். இப்போது பணத்தை என்னிடம் கொடுத்துவிட்டு, அத்தாட்சி எழுதி முத்திரை பதித்துக் கொள்ளுங்கள். நான் கையொப்பம் வைத்து முத்திரை பதித்துத் தருகிறேன். முத்திரையை நான் கையோடு எடுத்துக் கொண்டு போக வேண்டும்.”

சௌகார் உள்ளேயிருந்து ஒரு நபரை அழைத்தார்.

அந்த ஆள் என்னிடம் “இங்கே உண்டி கணக்குப் புத்தகம் இருக்கிறது, ரசீதிற்கான பணத்தை வாங்கிக்கொண்டு அதற் கான அத்தாட்சியை எனக்கு எழுதிக்கொடுத்து விடுங்கள்” என்றான்.

“இனி அமீர் அலி பெயருக்கு மாற்றப்படுகிறது, சையது செல்லுபடியாகாது.”

மூன்று மடங்காக வட்டி கழித்துக் கொள்ளப்பட்டு மீதிப் பணம் எண்ணி என்னிடம் வழங்கப்பட்டது. என் சொந்த முத்திரையை சையது ரசீது மீது வைக்கிறேன் சௌகார் கணக்குப் புத்த கத்தில் உள்ள கணக்கு ரத்து செய்யப்பட்டது. இனி இங்கே தாமதிக்க காரணம் எதுவும் இல்லை என்று புறப்பட்டேன்.

“பணத்தை எப்படி எடுத்துக்கொண்டு போவீர்கள். முன் னிரவு நேரம் மோசமான ஆட்கள் நடமாடும் பகுதி. இத்தனை பெரிய தொகை வைத்துக் கொண்டிருப்பது அவ்வளவு

பாதுகாப்பானதல்ல" என்றார் சௌகார். (அந்தி சாய்ந்து இருட்டிக் கொண்டு வந்தது.)

"பரவாயில்லை. என்னிடம் மூன்று பலம் வாய்ந்த ஆட்கள் இருக்கிறார்கள். நாங்கள் பார்த்துக் கொள்கிறோம்" என்றேன்.

"என்னிடம் உள்ள இரண்டு ஆட்களை அழைத்துக் கொள்ளுங்கள், அவர்கள் எவ்வளவு கூலி கொடுத்தாலும் சுமந்து கொண்டு வருவார்கள்" என்றார் சௌகார்.

"எனக்கு ஒப்புதல் கொடுத்தால் நான் இந்த பணமூட்டையைச் சுமந்து கொண்டு வருவேன்" என்றான் எங்களுடன் வந்த ஆள். "நான் இன்றைக்கு எதுவுமே சாப்பிடவில்லை என்பதை பகவான் மட்டுமே அறிவான். இன்று உங்களைப் போன்ற பெரிய மனிதர்களைச் சந்திக்கும்வரை ஒருவேளைச் சாப்பாடு எங்கு கிடைக்கும் என்ற வழியறியாது இருந்தேன். நீங்கள் எனக்குக் கொடுப்பதாகச் சொன்ன பணத்தைவிட கொஞ்சம் அதிகமாகவே சம்பாதிப்பேன்."

"நல்லது, செய்கிறேன், எவ்வளவு சுமக்க முடியும்."

"என் பிரபு ஒப்புக்கொண்டால் என்னால் இரண்டாயிரம் ரூபாய் சுமந்துகொண்டு வரமுடியும்."

"நல்லது. இதை நீ எடுத்துக்கொள். மீதியை நாங்கள் பிரித்து எடுத்து வருகிறோம்" என்று கிளம்பினோம். நாங்கள் போன வழியாகத் திரும்பவில்லை. அந்தப் பாதையைத் தவிர்த்துவிட்டு, இங்கிலீஷ்காரர்கள் வீடுகள் வழியாக வந்தோம். அதையடுத்து ஆற்றைக் கடந்து நாங்கள் ரமாசீக்கு சென்றவுடன் பத்ரியிடம் நம்மைப் பற்றிய ரகசியம் சௌகாருக்குத் தெரிந்தால் பரவா யில்லை, மற்ற யாருக்கும் தெரியக்கூடாது. ஆனால் இவன் உயிரோடு இருக்கக்கூடாது, என்ன சொல்றே" என்று கேட் டேன்.

"நீங்க சொல்றது சரிதான்" என்ற பத்ரி. "அவன் பிணத்தை கிணற்றுக்குள் போட்டு விடலாம், கொஞ்ச தூரத்தில் ஒரு கிணறு உள்ளது என்ற அவன். இன்று காலையில் தான் இந்த கிணற்றில் வந்து குளித்ததாகக் கூறினான்.

"மிகவும் நல்லது. அந்த இடம் வந்ததும் எனக்குச் சைகை காட்டு. இதுவரை பட்ட கஷ்டத்திற்கும், நமக்காக உழைத்த தற்கும் சேர்த்து ஒரேயடியாகக் கணக்குத் தீர்த்துக் விடுகிறேன்" என்றேன்.

கிணற்றருகில் வந்ததும் நான் சைகை காட்டினான். நானும் பலி கொடுக்கப்பட வேண்டியவனும் தயாராக இருந்தோம். பணமூட்டை அவன் தோளில் இருந்தது. கொஞ்சம் கடுமையாகத்தான் போராடினான். எனது கைக்குட்டை அவ்வளவு சரியாக வேலை செய்யவில்லை. எப்படியானாலும் இறுதியில் அவன் இறந்தான். அவன் அணிந்திருந்தத் துணியுடன் கல்லைக் கட்டி நீரில் மூழ்கும்படி கிணற்றுக்குள் விட்டோம்.

என்ன ஆச்சர்யம் பாருங்கள் சாகேப்! தான் ஒரு பரம ஏழை என்றுக் கூறிய அவனிடம் நாற்பத்தி மூன்று ரூபாய் இருந்தது.

இந்தக் கதையை எல்லாம் அப்பாவிடம் சொன்னபோது, எனது பேச்சு சாதுர்யத்தையும், சமயோசித புத்தியையும் பாராட்டி எனக்கு ஐநூறு ரூபாய் பரிசாகக் கொடுத்தார்.

இதைக்கொண்டு கடைசியாக ஜோராவைப் பார்க்க ஒரு முயற்சி செய்யலாம் என்று முடிவு செய்தேன். அவளது தாய் என்றழைக்கப்படும் அந்தக் கிழவிக்கு கொஞ்சம் கையூட்டுத் தருவதன் மூலம் அதைச் சாதிக்க முடியும் என்று நினைத்தேன். அப்போது நேரமாகி விட்டிருந்தது. சில காரணங்கள் சொல்லி நகரத்திற்குள் புறப்பட்டேன். அவள் வீட்டிற்குச் செல்லும் பாதை அத்துப்படியாகி விட்டதால் சீக்கிரமாகவே சென்றடைந்தேன். கதவு திறந்து கிடந்தது. உள்ளே நுழைந்தேன். ஜோராவின் அம்மாவும், ஜென்னட்டும் அங்கே இருந்தனர்.

என்னைப் பார்த்ததும் எழுந்து அன்போடு வரவேற்றார்கள்.

“மீர் சாகேப் மொகரம் பண்டிகை முடிந்தும் நீண்ட நாட்களாக இங்கே வரவே இல்லையே” என்றார்கள். கிழவி என் நெற்றியில் முட்டி மடக்கி நெட்டி முறித்தாள்.

“உங்களுக்குத் தெரியுமா நீங்கள் எங்களுக்கு மிகவும் பிடித்தமான விருந்தினர். அப்படியிருந்தும் இங்கே உங்களைப் பார்க்க முடிவதில்லை. நீங்கள் ஏன் எங்களிடமிருந்து விலகி இருக்க வேண்டும்?” என்றாள் அந்த கிழவி.

“என்னைக் கதவுடன் திருப்பி அனுப்பிய கிழவியை குற்றம் சுமத்த விரும்பவில்லை. நான் நகரத்தைவிட்டு வெளியே போயிருந்ததாகவும், வந்தவுடன் மரியாதை நிமித்தமாக அவளைப் பார்க்க வந்து விட்டதாகவும்” சொன்னேன்.

“அம்மா இப்போ ஜோரா எங்கே இருக்கிறாள், ஏன் ரோசா மலரை வானம்பாடியிடம் இருந்து பிரித்து விட்டீர்கள்?” என்றேன்.

"நீ ஏன் இன்னும் அந்த முட்டாள் பெண் ஜோராவை மறக்காமல் இருக்கிறாய்? இங்கே உனக்காகத் தான் ஜென்னட் இருக்கிறாளே? இவள் உனக்காக செத்துக் கொண்டிருக்கிறாள். உன்னைப் பார்க்கும்வரை உன்னைப்பற்றி கேட்டுக்கொண்டே இருந்தாள் என்றாள் கிழவி.

"தவ்பா, தவ்பா" என்று சொல்லி, வெட்கத்தில் முகத்தை இறுக்கமாக மூடிக்கொண்டாள் ஜென்னட்.

இப்படிச் சொல்ல உனக்கு வெட்கமாக இல்லையா அம்மா. சும்மாவாச்சும் பொய் சொல்லாதே" என்றேன்.

"இல்லை, இதுதான் உண்மை மீர் சாகேப். இந்த முட்டாள் பெண்ணின் தலைமுழுக்க உன் அழகின் மீதான காதல் நிரம்பி இருக்கிறது" என்று சொல்லி என் கன்னத்தை ஆதுரமாகத் தடவிக் கொடுத்தாள்.

நான் என்ன செய்ய முடியும்? ஜென்னட்டின் காதல் என்னைக் கவரவில்லையே. நான் ஜோராவைப் பற்றிக் கேட்டதற்கு பதில் எதுவும் கிடைக்கவில்லையே? என்னால் அவளை எளிதில் மறக்கமுடியாது. ஜென்னட் என் மீது கொண்டுள்ள காதலில் எனக்கு விருப்பமில்லை.

"அம்மா உங்கள் மகள் என்மீது கொண்டுள்ள காதலுக்காகப் பெருமைப்படுகிறேன். நீங்க சொல்றபடியே பார்த்தாலும் அவள் மிகவும் சிறியவள். உங்கள் புகழ்ச்சி எனக்கு பொருத்தமற்றது."

"உங்கள் மனசைத் திறந்து சொல்லுங்கள் நான் அவளைப் பார்க்க முடியுமா முடியாதா? என்னால் அவளை மறக்க முடியாது. நான் பெரும் பணக்காரன் இல்லை. அவள்மீது என்னால் ஆயிரக்கணக்கில் கொண்டு வந்து கொட்டமுடியாது. ஆனாலும் அவளுக்குத் தேவையானதை உங்களுக்குத் தேவையானதை என்னால் காலம் முழுதும் செய்யமுடியும், அவள் எனக்கானவளாக இருந்தால். நீங்கள் என்னுடன் இருந்தால் என்னால் உங்களைப் பார்த்துக் கொள்ளமுடியும்." என்றேன்.

"உன்னால் என்ன தரமுடியும்? உன்னைப்பார்த்தால், பெரிய பணக்காரக்குடும்பத்தைச் சேர்ந்தவன்போலத் தோன்றுகிறாய்" என்றாள் அந்த கிழவி.

"நான் பணக்காரன் இல்லை. ஒரு ஏழை சயீத். என்னிடம் ஐநூறு ரூபாய் இருக்கிறது. எனக்கு ஜோராவை அளிப்பீர்

களானால் அதை உங்களுக்குத் தருகிறேன். நீங்கள் சொன்னால் நாளை இங்கு நான் வருவேன் முல்லாவிடம் போவோம். எனக்கும் ஜோராவிற்கும் நிக்காஹ் முடித்து விடலாம்" என்றேன் ஆவலுடன்.

"ஐநூறு ரூபாயா..." என்று கிழவியும், அந்தப் பெண்ணும் கத்தினார்கள். அடக்க முடியாமல் வெடித்துச் சிரித்தார்கள். மீண்டும் பேசத் துவங்கியதும் "ஐநூறு ரூபாயா... நல்ல ஆளாக இருக்கிறாயே. நீ என்ன குடித்திருக்கிறாயா? அல்லது பைத்தியமா?" என்றாள்.

"நீங்க சொல்றமாதிரி ஆள் நானில்லை என்று கோபத்துடன் கத்தினேன். என்னை அது போன்ற வெட்டிப் பயலாக நினைக்க வேண்டாம். இனிமேல் இதுபோல் என்னிடம் பேச வேண்டாம்" என்றேன் கோபமாக.

"பின்னே எப்படிப் பேசுவதாம்" என் அந்தக் கிழக் கழுதை "அல்லாவின் பெயரால் உன்னிடம் என்னதான் இருக்கிறது. வெறும் ஐநூறு ரூபாய்க்கு, ஜோராவும் அவளுடன் நாங்களும் உன் பின்னால் வருவோம் என்று எதிர்பார்த்தாயா? ஐநூறு ரூபாய் அல்ல, ஐந்தாயிரம், இருந்தாக்கூட போதாது" என்று கத்தினாள்.

"அட பிசாசுக்குப் பிறந்த குட்டிகளே, உங்களைக் காரி உமிழ்கிறேன். என்னை ஏற்றுக்கொள்ள மறுத்து இப்படி உங்கள் வீட்டு நாயைப் போலத் துரத்துகிறீர்களே! இந்த மண்ணில் நான் காண விரும்பும் ஒரே மகிழ்ச்சியையும் எனக்குத் தர மறுக்கிறீர்களே? பெண்களே உங்களுக்கு இதயமே இல்லையா? என்று கத்தினேன்.

"உன்னைப் பார்க்கவே அருவருப்பாக இருக்கு. இங்கே இருந்து ஓடிப்போய்டு. இன்று இரவு வந்தது போல் இனி ஒரு பொழுதும் எங்கள் வழியில் குறுக்கிடத் துணியாதே. நாலு குண்டர்களைக் கொண்டு உன்னை நாயைப்போல கம்பால் அடித்துப் போடச் செய்கிறேன் நாய்க்குப் பொறந்தவனே" என்று கத்தினாள்.

"ஏய் வாயை மூடுடீ கிழவி, ஜாக்கிரதை. என் அப்பனை ஏன் இழுக்கிற" என்று நானும் கத்தினேன்.

"அவன் வாயில் மண்ணு விழ. அவன் மண்ணுக்குள் போக. உன் ஆத்தாளும் மண்ணுக்குள் போக...."

அவள் வாயில் புதிது புதிதாக வசவுகள் தோன்றிக்கொண்டே இருந்தன. அவள் பேசுவதைக் கேட்க நான் தயாராக இல்லை. எனக்கு தலைக்கு மேலே வெறி ஏறிவிட்டது. நேராக கதவுப் பக்கத்தில் வந்து இனியொரு வார்த்தை பேசினால் என் செருப்பால் உன் வாயில் அடிப்பேன் என்று காலணிகளைக் காட்டினேன். அவள் நிறுத்தவில்லை. அவளை நோக்கி விரைந்தேன், அவள் முகத்தில் செருப்பால் மாறிமாறி அடித்தேன். எச்சிலைத் துப்பினேன். அவளும் அவள் மகளும் வாசலுக்கு ஓடி தலையை வெளியில் நீட்டி கத்துவதற்குத் துவங்கினார்கள்.

"திருடன், திருடன் யாராவது ஓடி வாங்க. காசீம், முகமது அலி, எங்கடா போனீங்க ஓடிவாங்க எங்களைக் கொல்றானே. அய்யோ எங்களைக் கொல்றான். கத்தியெடுத்துட்டு ஓடி வாங்க" என்று கூக்குரலிட்டாள்.

ஆத்திரத்தில் கிழவியை நையப்புடைத்தேன். பின் ஓடி விடுவதற்கு இதுதான் அதிகபட்ச நேரம் என்று நினைத்து கதவிற்குப் பக்கத்தில் வந்தேன். ஜென்னட் வாசலை மறித்துக் கொண்டு நின்றாள். அவளது கைகளைப்பிடித்து இழுத்து வீசினேன். தரையில் பலமாக மோதி விழுந்தாள். படிக்கட்டு நோக்கி இறங்கினேன், எதிரில் கையில் வாளுடன் ஒருவன் வந்தான். அவனைத் தடுத்து வாளைப்பறித்துச் சுழற்றிவிட்டேன். படிகளில் சுழன்று விழுந்தான். அவனைத் தாண்டி பாய்ந்து நொடியில் அந்த வீட்டிலிருந்து ஓடி வந்துவிட்டேன்.

நடந்தவரை போதும்! ஜோரா எனக்குக் கிடைக்கவில்லை. இருந்தாலும் அந்த பேய் கிழவியை செருப்பால் அடித்ததே போதும் என்று திருப்தி அடைந்தேன். இந்தக் கதையைக் கேட்கும் போதெல்லாம் பத்ரிநாத் விழுந்து விழுந்து சிரிப்பான்.

20

ஜோரா போனாள்...
அஜீமா அழைத்தாள்...

கம்பீரமான ஒரு வீட்டின் வாயிலைக் கடக்கும்போது 'அல்லாவின் அன்பினால் என் இளைஞனே என்று இனிய தாழ்ந்த குரல் ஒன்று கேட்டது. 'அல்லாவின் அன்பினால் நீ உள்ளே வா, என் எஜமானியைக் காப்பாற்று' என்று மறுபடியும் குரல் கேட்டது.

"இன்னொரு புதிய சாகசமா" என்று எனக்குள் நினைத்தபடி குரல் கொடுத்த ஆளைப்பார்த்தேன். அவள் வேலைக்காரியைப் போல உடையணிந்த ஒரு இளம்பெண் 'யார் நீ' என்றேன்.

"விஷயம் வேறொன்றுமில்லை. நீங்கள் இரண்டு ஆட்களுடன் நேற்று பிற்பகல் இந்த வழியாகப் போனீர்கள் இல்லையா?" என்று கேட்டாள்.

"ஆமா போனேன் அதற்கு என்ன?"

"இது எல்லாமே என் எஜமானியைப் பற்றியது. முழு நிலாவைப் போன்ற அழகிய முகம் கொண்ட அவள். நேற்று இந்த வழியாக நீங்கள் போகும்போது பார்த்தவள் அப்போதிருந்து உங்கள் மீது பைத்தியம் ஆகிவிட்டாள்."

"என்னை மன்னிக்கணும் எந்த வகையில் நான் உன் எஜமானிக்கு உதவமுடியும்" என்றேன்.

"நீங்கள் மட்டுமே உதவமுடியும். நீங்கள் உதவி செய்யவில்லை யானால் அவள் கண்டிப்பாக இறந்து விடுவாள். என்னுடன் வாருங்கள். உங்களை அவளிடம் அழைத்துப் போகிறேன்" என்றாள்.

"அவளுடன் போவதற்குத் தயங்கினேன். பழி பாவங்களுக்கு அஞ்சாத பெண்கள் ஆசைகாட்டி கவர்ந்து பின் ஆளையே கொன்று விடுவார்கள்" என்று பல விசித்திரமானக் கதைகளைக் கேட்டிருக்கிறேன். அந்த எண்ண ஓட்டம் தற்காலிகமாக வந்தது. ஆனால் "அமீர் அலி பயப்படாதே" என்று அடிமனதின் குரல் ஒன்று ஒலித்தது. உன் நல்லதிர்ஷ்டத்தின் மீது நம்பிக்கை வைத்து தைரியமாக உள்ளே போ" என்றது. 'இன்ஷா அல்லா', அவன் கருணையால் உள்ளே ஒரு ஆச்சரியம் எனக்காகக் காத்திருக்கலாம்.

"பெண்ணே இங்கே பார். ஆயுதம் தரித்திருக்கிறேன். நான் உள்ளே வரும்போது யாராவது தடுத்தால் என் வாள் அவர் களைப் பதம் பார்த்துவிடும்."

"உங்கள் மீது சத்தியம். இங்கே ஆபத்து ஒன்றும் இல்லை. எங்கள் எஜமானப் பிரபு வேறு தேசத்திற்குப் போயிருக்கிறார். தன் ஆட்களையும் உடன் அழைத்துக்கொண்டு போய்விட்டார் எனவே பயம் வேண்டாம். நானும் இன்னும் இரண்டு அடிமை களும், மூன்று வயதான கிழவிகளும் மட்டுமே இருக்கிறோம்."

"சரி முன்னே போ. நான் பின்னால் வருகிறேன்" என்றேன்.

நுழைவாயிலைத் தாண்டி பெரிய அரங்கு வழியாக ஒரு அறைக்குள் போனோம். பேரழகுடன் ஆடம்பரமான உடையணிந்த பெண் ஒருத்தி அங்கே அமர்ந்திருந்தாள். நான் உள்ளே நுழைந்ததும் தன் துப்பட்டாவால் முகத்தை மறைத்துக் கொண்டு 'யா அல்லா! அட இது இவனல்லவா'. நான் மிகவும் கொடுத்து வைத்தவள்தான் என்று உரத்தக் குரலில் கூறினாள்.

"ஆம் பேரழகே... உன்னடிமை உன் பாதத்தில் கிடக்கிறான். உன்னைக் கெஞ்சிக் கேட்கிறேன். உன்னைச் சொர்க்கத்தின் தேவதை என மெய்யாக நம்பும் எனக்கு காட்சி தராமல் மறைக்கும் உன் முகத்திரையை விலக்கு" என்றேன் நான்.

அவளோ மயக்கும் சொன்னாள், "போ... நீ என் அருகில் இருந்தால் உன்னைப் பார்க்கும் துணிச்சல் எனக்கில்லை! அல்லாவின் மீது ஆணை, நீ போய்விடு. என் நினைவில்லாமல் இருக்கமாட்டாயா?

"இந்த அடிமை அவனது இனத்தின் மீது அதீத பிரியமுடையவன். உன்னை மன்றாடிக் கேட்கிறேன், ஒருமுறை என்னைப்பார், அதற்குப் பிறகு உன் விருப்பம் அதுவானால் போகச்சொல்லி விடு" என்றேன்.

"என்னால் முடியாது. கண்டிப்பாக என்னால் முடியாது. உன்னைப் போகச் சொல்லும் துணிச்சல் எனக்கு இல்லை என்றாள்" அந்த வெண்ணிற மங்கை.

வேலைக்காரக் கிழவி முகத்திரையை விலக்கும்படி எனக்குச் சைகை காட்டினாள். நான் மெள்ள அவளின் முகத்திரையை விலக்கினேன். நான் விலக்குவதை நளினமாகத் தடுத்தாள். ஆனால் விலக்குவதில் உள்ளுக்குள் விருப்பம் இருந்தது. அதைத் தெரிந்துகொண்ட நான் உடனடியாக திரையை விலக்கினேன். இரண்டு கண்களிலும் காதல் கனிந்திருந்தது. என்னைப் பார்த்த நடுக்கம் ஒரு கண்ணில் தெரிந்தது. நான் அவளைக் கட்டித்தழுவினேன்.

கிழவி நெருங்கிவந்து, "ஆகா அதுதான் சரி. ஒரு காதலனிடம் காதலின் துடிப்பு இருக்க வேண்டுமென்று நான் நினைத்தேன். இறைவனே! அதன்படியே இவன் மேன்மைமிக்க இளைஞனாக இருக்கிறான்" என்று கூறியபடி என் பக்கத்தில் வந்து நெட்டி முறித்தாள்.

"இப்போ உங்களைத் தனியாக விட்டுப்போகிறேன். நீங்கள் உங்களுக்குள் நிறைய காதல் மொழிகள் பேச வேண்டி இருக்கும். இரவு வேகமாக நெருங்கிக்கொண்டிருக்கிறது" என்றாள் அந்த வயதான மாது.

"இல்லை... இல்லை.. நீ போகாதே. ஒரு நல்ல தாதி இப்படித் தனியாக விட்டுப்போகக்கூடாது. இவருடன் தனியாக இருக்கும்போது என்னை நானே இழந்து விடுவேனோ என்று அச்சமாக இருக்கிறது. எனக்கே என்மீது நம்பிக்கை இல்லை" என்றாள் அவள்.

"அடமுட்டாள் பெண்ணே என்று கத்திய மூதாட்டி, அறிவில்லாமல் பேசாதே என்றாள். மேன்மைக் குரிய இளைஞனே! நீ போகவேண்டாம்" என்று சொல்லிவிட்டு கிழவி போய்விட்டாள்.

"பெண்ணே, பயப்பட வேண்டாம். இந்த அடிமையை நம்பலாம்" என்று சொல்லிவிட்டு அவளிடமிருந்து விலகி, விரிப்பின் ஓரத்தில் அமர்ந்தேன்.

"என்னைப் பற்றி என்ன நினைக்கிறீர்கள் என்று எனக்குத் தெரியவில்லை. நேற்று என் வீட்டைக்கடந்து நீங்கள் போகும் போது நான் கொண்ட பெருங்காதல் கிளர்ச்சியை எப்படிச் சொல்வது என்று எனக்குத் தெரியவில்லை. ஆனால்

கொண்டது காதல் கிளர்ச்சி என்பது மட்டும் உண்மை. எனது ஈரல் நழுவி தண்ணீரில் விழுந்து விட்டதுபோல் இருந்தது. என் நினைவு மீளும்வரை உங்கள் அழகைக் காண்பதில் இருந்து எனது கண்களை எடுக்க முடியவில்லை. செத்து விடுவேன் போல் தோன்றியது. அவர்களும் உங்களைத்தேடிக் கொண்டிருந்ததாகச் சொன்னார்கள். அல்லா என் பிரார்த் தனையை ஏற்று உங்களை இங்கே அனுப்பி இருக்கிறான்."

"அல்லா அர்ப்பணிப்பு" சிறந்த அடிமையைத்தான் அனுப்பி இருக்கிறான். இவனது ஆன்மாவே காதலில் எரிந்துகொண்டு இருக்கிறது. நீ பேசு உன் ஆணைக்கு அடிபணிவேன்."

"என் சரித்திரத்தை உங்களுக்குச் சொல்கிறேன். அதை கேட்ட பின் நீங்களே என்மீது இரக்கம் காட்டுவீர்கள்." "நான் ஒரு ஏழ்மையான பெற்றோரின் மகள். இப்போது நீங்கள் பார்க்கும் இதே அழகுடனே தான் அப்போதும் இருந்தேன். என்னை ஒருவனுக்கு மணம் முடித்து வைத்தார்கள். 'மணம் முடித்துக் கொடுத்தோம்' என்று அவர்கள் சொல்லிக் கொண்டார்கள். ஆனால் உண்மையில் என்னை விற்றுதான் விட்டார்கள். சாகேப் என் கணவன் மிகவும் வயதானவன். கொடூரமானவன். காலணி காலுடன் என்னை மிதிப்பான். அவனோடு வாழமாட்டேன் என்று குர்ரான்மீது சத்தியம் செய்து கொடுத்திருக்கிறேன். ஆம் சத்தியம் செய்துள்ளேன். நேற்று இரவே ஓடிப்போயிருப்பேன். ஆனால் நேற்றுதான் உங்களைப் பார்த்தேன். நான் உங்களை என்னிடம் அனுப்பச் சொல்லி அல்லாவை வேண்டினேன். என் பிரார்த்தனை வீணாகவில்லை. நான் கேட்டபடியே உங்களை என்னிடம் அனுப்பிவிட்டான். இப்போது என்னுடைய கோரிக்கை நீங்கள் என்னைப் பாதுகாக்கவேண்டும். தயவு செய்து என்னைக் காப்பாற்றுங்கள். நீங்கள் என்னைக் காப்பாற்ற மறுக்கக்கூடாது. அப்படி மறுத்தீர்கள் என்றால் நாளைக் காலை எழுகிற சூரியன் என் இறந்துபோன உடலைத்தான் பார்க்கும்" என்று தன் சோகத்தை வெளிப்படுத்தினாள்.

"அல்லா... அப்படிச் சொல்லக்கூடாது என் பெண்ணே. உன்னிடம் என்னை அனுப்பிய அல்லா அச்சமற்ற ஒரு அடிமையைத்தான் அனுப்பி இருக்கிறான். உடனடியாக என்னு டன் கிளம்பு. அங்கே என் தந்தையை உனக்கு அறிமுகம் செய்விக்கிறேன். அவர் உன்னை அன்புடன் வரவேற்பார். வெகுதூரத்திற்கு அப்பால் போய்ச் சேருகிற நம்மை யாராலும் கண்டுபிடிக்க முடியாது."

"இப்போதேவா!" என்று ஆச்சர்யப்பட்டாள்.

"ஆம் பெண்ணே. இப்போதேதான். இந்த நிமிடமே நீ உன் வீட்டைவிட்டு வெளியேறு. என் வாழ்க்கையையே அர்ப் பணித்து உன்னைக் காப்பாற்றுகிறேன்."

"எனக்குப் பயம் இல்லை சாகேப் எனக்கு பயமில்லை. இருந்தாலும் நாளை நாம் கண்டுபிடிக்கப்பட்டால் என்ன ஆகும். நீங்கள் ஆண் தப்பித்துக் கொள்வீர்கள். ஆனால் நான் பெண். ஒரு பெண் தேடலில் பிடிபட்டால் உயிரையே இழக்க வேண்டிவரும்."

"அதைத்தவிர வேறு என்ன செய்யமுடியும். நான் இந்த நகரத்திற்கு அந்நியன். அதனால் வேறு என்ன செய்யமுடியும் என்று எனக்கு யோசிக்கத் தெரியவில்லை."

"என் தாதியை அழைக்கிறேன். அவள் முடிவிற்கு விட்டு விடுவோம். குல்லூ..."

ஒரு வயதான பெண்மணி உள்ளே வந்து "தங்களது உத்தரவு என்ன?" என்றாள்.

"இதோ இருக்கிறாளே ஒளிபொருந்திய பேரழகி, இவளை மிகுந்த உள்ளன்புடன் தீவிரமாகக் காதலிக்கிறேன். எங்களுக் கிடையே காதலுக்கு மேலாக வேறொன்றுமில்லை. ஆனால் அதிலே ஒரு ஆபத்து இருக்கிறது. நாங்கள் இங்கிருந்து ஓடிப்போக வேண்டும். நானோ நகரத்திற்குப் புதியவன். இன்று மாலையே நான் வீட்டிற்குப் போகவேண்டும். என் வீடு இந்துஸ்தானில் உள்ளது. நான் இவளைப் பத்திரமாக அழைத்துப் போவதாகச் சொல்கிறேன். இவளும் என்னுடன் வரவே விரும்புகிறாள். இதுபற்றி உன்னுடைய ஆலோசனை, உதவி எங்களுக்குத் தேவைப்படுகிறது" என்று அந்த தாதியிடம் கேட்டேன்.

அஜீமாபீ "வீட்டை விட்டுத் தப்பிப்பதற்காக இங்கிருந்து இந்துஸ்தான் போக இருக்கிறீர்களா? முன்பின் தெரியாத ஒருவருடனா செல்ல இருக்கிறீர்கள். சுத்த பைத்தியக்காரத் தனமாக அல்லவா இருக்கிறது. அவரை உங்களுக்கு எப்படித் தெரியும். அவர் உங்களை எங்கே அழைத்துச் செல்வார். இதற்கு நான் ஒத்துழைக்க முடியாது. உங்களுக்கு ஒரு காதலன் வேண்டுமென்று தான் நானும் விரும்புகிறேன். அதற்கான உதவியையும் செய்வேன். அதேசமயம் நீங்கள் சொல்கிற யோசனை மிதமிஞ்சிய பைத்தியக்காரத்தனமாக இருக்கிறது. நமக்கு மிஞ்சப்போவது அழிவுதான்" என்றாள்.

உடனே "அம்மா நான் ஒன்றும் ஏமாற்றுப் பேர்வழி இல்லை. எனக்கென்று சொந்தமாக தலையும், கண்ணும் இருக்கிறது. அதைக்கொண்டு யோசிக்கிறவன் நான். அவற்றிற்கு உண்மையாக இருக்கிறவன் நான். பரஸ்பர அன்பு கொண்ட இரண்டு எளிய ஜீவன்களுக்கு உதவி செய்யுங்கள். நாங்கள் இறைத்தூதரின் ஆசிகளைப் பெறுவோம். இங்கே இந்த ஊரில் எங்களின் கடைசி நேரம் உங்களுக்குத் தோன்றும் யோசனைப்படிதான் நடக்க இருக்கிறது. நாளை நான் ஊருக்கு கிளம்புகிறேன். வியாபாரியான என் தந்தையும் என்னுடன் வருகிறார். எங்கள் இருவருக்கும் தேவையான செல்வத்தை என் அப்பா சேர்த்து வைத்திருக்கிறார். நான் அவருக்கு ஒரே பையன். நான் எந்த நேரமும் அவரது சொத்துக்களைப் பெற்றுக்கொள்ளலாம். எங்களின் சந்தோஷம் உங்களுக்கு நல்லருளை வழங்கும். ஒரு தாதி எங்களுக்கு நல்ல யோசனை வழங்கக்கூடாதா? கோல்கொண்டா போகும் சாலையில் நாங்கள் சந்தித்துக் கொள்வதற்குப் பொருத்தமான இடத்தை சொல். நீங்கள் செய்யும் இந்த உதவிக்கு நல்ல வெகுமதி கொடுப்பேன். எனக்கு இசைவதாக இருந்தால் நூறு ரூபாய் வெகுமதி கொடுப்பதாக வாக்குறுதி அளித்தேன்."

எனது வார்த்தைகளினால் அஜீமா தைரியம் பெற்று விட்டாள். அந்த வயதான பெண்மணியின் காலில் விழுந்து வணங்கினாள்.

"குல்லூ, நான் குழந்தையாக இருந்த நாள் தொட்டு என்னை உனக்குத் தெரியும் இல்லையா? அப்போதிருந்தே நான் உன்மீது அன்பு கொண்டிருந்திருக்கிறேன் தானே? இப்போது எனக்கு அம்மாவோ, அப்பாவோ இல்லை. என் கணவன் என்னை காலணியால் அடித்தான். நாம் வீட்டைவிட்டு ஓட உறுதி எடுத்தோம். இதெல்லாம் உண்மை இல்லையா? நீ எனக்கு உதவி செய்வதாக தலைமீது அடித்து சத்தியம் செய்தது உண்மை இல்லையா?" என்றாள் அஜீமா உணர்வு பொங்க!

அந்தத் தாதி "நான் என்ன செய்யட்டும்? என்ன செய்யட்டும். என்னைப் போன்ற வயதான கிழவி என்ன செய்ய முடியும்?" என்று கதறினாள்.

"என்ன வேண்டுமானாலும், எதை வேண்டுமானாலும் செய்யமுடியும். ஒரு பெண் வாழ்க்கையில் இம்மி அளவுகூட தோற்கமாட்டாள்" என்று தைரியமளித்தேன்.

குல்லூ, "கடைசியாக நான் காய்ச்சலில் படுத்திருந்தபோது அதிலிருந்து மீண்டு வருவதற்காக ஹூசைன் ஷா உல்லீயில் உள்ள தர்க்காவில் நேர்ந்து கொண்டிருப்பதாக நீ சொல்ல வில்லையா? அங்குள்ள புண்ணிய ஸ்தலத்தில் கஜ்ஜூருக்கு காணிக்கை அளிக்க இருப்பதாகச் சொன்னாய் இல்லையா?" என்று அஜீமா கேட்டாள்.

"இந்தப் பெண் நான் மறந்திருந்ததை எனக்கு நினைவூட்டி விட்டாள் சாகேப், இந்த நேர்த்தியை நான் மறந்திருந்தேன். நாளை பிற்பகலில் தர்காவில் எங்களை வந்து சந்திக்கமுடியுமா?" என்றாள் தாதி.

"கண்டிப்பாக நான் வருகிறேன். தவறமாட்டேன். நீங்க ளொரு நல்ல தாதி. நாளை அங்கே நாம் சந்திக்கும்போது, நான் முன்னர் சொன்ன வெகுமதியுடன் இன்னும் ஒரு ஐம்பது ரூபாய் சேர்த்துத் தருகிறேன்."

"உங்களுடைய தாராள எண்ணத்தை இன்னும் கொஞ்சம் உயர்த்த முடியுமா சாகேப்.இந்த அழகிய பெண்ணை குழந்தையாக இருக்கும்போதிருந்து நேசித்துக் கொண்டிருக்கிறேன். அவளை இழப்பது என்மன விருப்பத்திற்கு எதிரானதுதான். அவளை உங்கள் கையில் ஒப்படைக்கிறேன் இல்லையென்றால் அவளது நிலைமை மோசமாகிவிடும். இப்போதே அவள் நிலைமை சரி யில்லை" என்றாள் தாதி.

"நன்றி.... நன்றி.... அன்புத் தாதியே மிகவும் நன்றி. நான் உங்களை நம்புகிறேன். என்னுடைய நம்பிக்கையை வீணாக்கி விடாதே."

"நான் தலைமேல் அடித்துச் சத்தியம் செய்கிறேன். சத்திய மாக இவள் உங்களுடையவள்தான்" என்று தலையில் கைவைத் தாள்.

"இதுபோதும் எனக்கு. இப்போது நான் கிளம்புகிறேன். (ஒரு தழுவல் பின் இங்கிருந்து விலகல்.) என் அப்பா எனக்காக அங்கே காத்துக் கொண்டிருப்பார். இந்தக் கொடிய நகரத்தில் நான் கொல்லப்பட்டிருப்பேனோ என்று பயப்படுவார்."

நாங்கள் ஒருவரையொருவர் நீண்டநேரமாக ஆரத்தழுவிக் கொண்டோம். அவளின் காதலில் நான் உள்ளுக்குள் நொறுங் கிக்கொண்டு இருந்தேன்.

"நாம் நாளை தர்க்காவில் சந்திப்போம். அதற்குப் பின்னால் ஒருபோதும் பிரியப்போவதில்லை. என்மீதான காதலில் நீ முழுமையாக மகிழ்ந்திருக்கிறாய், உன் அன்பின் ஆற்றல்கள்

அனைத்தும் திரண்டு மேலெழுந்து வருகிறது. நாளை நம் இருவருக்கும் மிகவும் சந்தோஷமான பொழுதுகளாக இருக்கும். நமக்கு நல்லதோர் எதிர்காலம் அமைய நான் அல்லாவை வேண்டிக் கொள்கிறேன்" என்றுக் கூறி புறப்பட்டேன்.

"நானும் கண்டிப்பாக வேண்டிக்கொள்வேன்" என்று மீண்டும் மீண்டும் சொன்னாள் தாதி. "நீங்கள் எதைப் பற்றியும் பயப்படாதீர்கள். நர்கீஸ் மிகவும் நம்பிக்கைக்குரியவள். அவள் நாளை நம்முடன் இருப்பாள். இப்போது போய் நல்ல ஓய்வெடுங்கள். நீண்ட நேரம் இங்கிருப்பது ஆபத்தானது, வெளியேறுங்கள். பாதைகாட்ட நர்கீஸ் உங்களுடன் வருவாள்" என்றாள்.

அவள் ஒரு வேலைக்காரியை அழைத்தாள். காலையில் என்னை வீட்டிற்குள் அழைத்துக் கொண்டு வந்த அந்தப் பெண் வந்தாள்.

"பிரபுவே உங்கள் ஆன்மாவின் பெயரால் உங்கள் பெற்றோரின் பெயரால் சத்தியம், இவளுக்குத் துரோகம் செய்துவிடாதீர்கள்."

"அது பற்றியெல்லாம் ஒன்றும் சொல்ல வேண்டியதில்லை தாதியே. உன் எஜமானி என் நெஞ்சை உருக்கிவிட்டாள், எனவே முடிந்தவரை நல்லபடியாகப் பார்த்துக் கொள்வேன். நான் எப்போதும் அவளுக்கானவன்" என்று உறுதி அளித்தேன்.

"நல்லது அல்லா உங்களைப் பாதுகாப்பான். இது தான் நீங்கள் போகவேண்டிய பாதை. நேற்று இந்த வழியாகத்தானே உங்கள் நண்பனுடன் வந்தீர்கள்."

நான் தெருவில் இறங்கி வேகமாக வீடு நோக்கி நடந்தேன். நான் போனபோது என் அப்பா உறங்கி விட்டிருந்தார். நானும் படுக்கையில் விழுந்தேன். ஆனால் இதயம் அல்லா! அல்லா! என்று அடித்துக்கொண்டது. இதயத்தில் இருந்து ரத்தம் கொதித்தபடி தலைக்கு ஏறியது. நான் அவளைத் தூக்கிக்கொண்டு வந்திருக்கலாம் என்ற ஆசை ஆயிரம் முறை எழுந்தது. அவளைத் தனியே விட்டுவிட்டு வந்ததற்காக ஆயிரம் முறை என்னை நானே கடிந்துகொண்டேன். ஒரு வார்த்தை சொல்லியிருந்தால் அவள் தனது உறவுகளை அறுத்துக் கொண்டு என்னுடன் வந்திருப்பாள். எனக்குள் நடந்த மனக் குழப்பங்களிலிருந்து மீண்டு, தூங்குவதற்கு நீண்டநேரமானது. ஆனாலும் மீண்டும் கனவுகளில் அலைக்கழிக்கப் பட்டேன். நாங்கள் காதல் மதுரசத்தைப் பருகிக் கொண்டிருந்தபோது

அவளது கணவன் தன் இழிவிற்கு பழி தீர்க்க ஓங்கிய வாளுடன் நிற்பதாகத் தோன்றியது. மீண்டும் அந்த தர்காவைப் போன்ற கற்பனை எழுந்தது. அவள் என்னுடன் புறப்பட வண்டி யேறும்போது அவன் ஓடிவந்து அவளைக் கைப்பற்றுவது போலவும் நான் அவளை விடுவிக்க முடியாது திண்டாடியது போலவும் ஒரு கற்பனை ஓடியது. விசித்திரமான கனவில் இருந்து அதிர்ச்சி பெற்று எழுந்தேன். எனக்கு எதிரில் அப்பா நின்றிருந்தார்.

“இறைத்தூதரின் பெயரால் கேட்கிறேன். இப்போது உனக்குள் என்னதான் விஷயம் ஓடிக்கொண்டிருக்கிறது, அமீர் அலி! என் மகனே. நான் உன்னை எழுப்புகிற நேரம் இது. தொழுகை நேரம். அப்படி ஒரு பயங்கரமான தூக்கம் தூங்கிக் கொண்டிருக்கிறாயே! தூக்கத்தில் யாரையோ அழைக்கிறாய்? அந்தப் பெயரை என்னால் தெளிவாக விளங்கிக்கொள்ள முடியவில்லை. அது ஒரு பெண்ணின் பெயர்போல தெரிகிறது, என்ன அது அஜீமாவா... உனக்கு என்ன ஆச்சு. ராத்திரி போதைமருந்து எதுவும் சாப்பிட்டாயா?”

“அதெல்லாம் ஒன்றுமில்லை அப்பா. இப்போ நான் தயாராவதற்கு வழி விடுங்கள். நாம் நமாஸுக்குப் போவோம். அதற்குப் பின்னர் என் மனதில் அமைதி ஏற்பட்ட பின்னர் நான் உங்களுடன் பேசுகிறேன்’ என்றேன்.

தொழுகை முடிந்ததும் இரண்டு நாட்களாக நடந்தது அனைத்தையும் முழுமையாக அவரிடம் சொன்னேன். ஜோரா வீட்டில் நடந்த சம்பவத்திற்காக அவர் விழுந்து விழுந்து சிரித்தார். அதில் நான் செய்தது அனைத்தும் சரி என்றார். ஆனால் அஜீமா தொடர்பான விஷயங்களைச் சொல்லும் போது அவர் முகம் மாறி குழப்பம் அடைந்தது. இறுதிவரை குறுக்கிடாமல் கேட்டார். அதிலிருந்து சாதகமான விஷயங்களை நான் வாதிட்டேன். பின் அவர் காலில் சரணடைந்து நானும் அஜீமாவும் சேர்வதற்கான அவரது ஒப்புதலைக் கேட்டேன்.

“அமீர் அலி யோசனை சொல்லும் கட்டங்களையெல்லாம் கடந்து போய்விட்டாய் நீ. அஜீமாவிற்கு நீ கொடுத்த வாக்கு றுதியைக் காப்பாற்றாமல் விட்டால் அவள் விஷம் அருந்தவும் தயங்கமாட்டாள். அவளுடைய சாவிற்கு நீ காரணமாகி விடுவாய். அது உனக்கு பெரும் மனச்சுமையை ஏற்றிவிடும். எனவே நீ அஜீமாவை ஏற்றுக்கொள்ளச் சம்மதிக்கிறேன். எனக்கும் வயதாகிவிட்டது. என்னுடைய முடிவு நெருங்கிக் கொண்டிருக்கிறது. நீ நல்லதொரு திருமண வாழ்க்கை வாழ்வதையும், உன் பிள்ளைகளையும் பார்க்கவேண்டும் என்ற

ஆசை எனக்கு இருக்கிறது. இந்துஸ்தானத்தை விட்டு நாம் கிளம்பும் முன்னரே உனக்குத் திருமண ஒப்பந்தம் ஏற்பாடு செய்யவேண்டும் என்று நினைத்தேன். ஆனால் அதற்கான வாய்ப்பு அமையாமல் போய்விட்டது. இப்போது நீயாக ஏற்பாடு செய்து கொண்டிருக்கும்போது நான் அதற்குக் கட்டுப் பட்டுத்தான் ஆகவேண்டும். முழுமனதுடன் உங்களுக்கு ஆசி அளிக்கிறேன். நீ அவளை ஏற்றுக்கொள்ள வேண்டும். அதுவும் அவள் நல்ல அழகி என்கிறாய். அது உன் அதிர்ஷ்டம். நீ சொன்னபடி தாதிக்குத் தருவதற்குப் பணம் தருகிறேன். அவசியமானால் இன்னும் ஒரு ஐம்பது ரூபாய் சேர்த்துக்கூட கொடு. பணமாகக் கொண்டு போவதைவிட தங்கமாகக் கொண்டுபோனால் எடுத்துப்போவது எளிது" என்று அவர் சம்மதம் அளித்தார்.

பொறுப்புள்ள கண்ணியமான ஒரு தந்தையாக அவர் பேசியது, எனக்கு ஆச்சர்யமாகவும் மகிழ்ச்சியாகவும் இருந்தது. அவரிடம் ஆசிகள் பெற்றுக்கொண்டு எங்களது திட்டங்களை செயல்படுத்தக் கிளம்பினேன். நான் தனியாகப் போவது என்றும், அன்று மாலையில் புத்தன்செரூவில் அவர்களைச் சந்திப்பது என்றும் முடிவாயிற்று.

"இன்ஷாஅல்லா, அல்லாவின் கருணையால் நாம் மாலையில் சந்திப்போம். மிகவும் ஜாக்கிரதையாக இரு. உனக்கு ஆபத்து எதுவும் ஆபத்து நேர்ந்து விடாது. என்றாலும் உனக்குத் துணையாக நம்மாட்கள் சிலரை வைத்துக்கொள்" என்றார் அப்பா.

"அப்படியே செய்கிறேன் அப்பா என்றுக் கூறி எனக்கு மிகவும் நம்பிக்கையான ஆட்களை உடன் அழைத்துக் கொள்கிறேன்" என்று சொல்லிவிட்டு அங்கிருந்து கிளம்பினேன்.

எனது குதிரையும் ஆட்களும் தயாராக இருந்தார்கள், ஆனால் அஜீமா வசதியாக பயணிக்க வண்டி தேவைப்பட்டது. எனவே எங்களுக்கு வீடு கொடுத்தவரிடம் சென்று அவசரமாக ஒரு வண்டி வாடகைக்கு அமர்த்தித் தருமாறு கேட்டோம். எனக்கு ஏற்கனவே அவருடன் நல்ல உறவு இருந்ததால் உதவு வதற்கு ஒப்புக்கொண்டார். பீதர்வரை அவரையும் உடன் அழைத்துச் செல்ல தீர்மானித்து, "உடனேப் புறப்படு பாசில் நேரமாகி விட்டது போகலாம்" என்று துரிதப்படுத்தினேன்..

அவனோ "பெண் எங்கே" என்று பற்களை நெறித்தான்.

"அவள் அங்கே, நாம் அழைத்துச் செல்வதற்காகாக தயாராக இருக்கிறாள். புறப்படு நாம் ஒரு நிமிடத்தைக்கூட வீணாக்க முடியாது" என்றேன்.

"இப்போது என் அம்மாவிடம் ஒரு இருபது ரூபாய் கொடு. வண்டி மாடுகளுக்கு சில வசதிகளையும், அவள் சுகமாக பிரயாணம் செய்ய மெத்தை, தலையணிகளும் அம்மாவிடம் வாங்கவேண்டும்" என்றான் பாசில்.

"சீக்கிரம் ஆகட்டும், மனப்பூர்வமாக எல்லாவற்றையும் நீயே செய்" என்று பணத்தைக் கொடுத்தேன்.

இதோ வருகிறேன் என்று வீட்டிற்குள் போனவன், சொன்னது போலவே வேகமாக திரைச்சீலைகளையும் இருக்கைகளையும் கொண்டு வந்து அவசரமாக அவற்றைப் பொருத்திவிட்டு ஒரே தாவலில் வண்டியில் ஏறி இருக்கையில் அமர்ந்தான். நீண்ட நாட்களாக நான் இந்த வேலையைச் செய்யவில்லை. நானே நகரம் வரை வண்டியை ஓட்டிக்கொண்டு வருகிறேன் என்று சொன்னான்.

"நாம் போகவேண்டியது நகரம் இல்லை. ஹூசைன் ஷா உல்லி தர்க்கா" என்றுக் கூறி "அவன் முன்னால் போனால் நாங்கள் பின்னால் தொடர்கிறோம். எனக்கு அந்தச்சாலை தெரியாது" என்று விளக்கினேன்.

"எனக்குத் தெரியும். நான் முன்னால் போகிறேன். நெருக்க மாகத் தொடருங்கள்" என்றான் பாசில்.

"இது பேகம் பஜார் வழியாகப் போகிறதா? கார்வன் வழியாகவா?" என்று கேட்ட எனக்கு, "இரண்டின் வழியாகவும் போகும். ஆனால் உன் விருப்பப்படி போகலாம்" என்று பதில ளித்தான்.

"வேறுவழி ஒன்றும் இல்லையா?" என்றேன் நான்.

"இருக்கிறது, ஆனால் அது கொஞ்சம் தூரமான வழி என் றான். நாம் இங்கிலீஷ் குடியிருப்பு வழியாக கோஷா மஹால் வரை செல்லும் சாலை கார்வான், பேகம் பஜார் இரண்டிற்கும் பின்புறமாக இட்டுச்செல்லும்."

"அதுதான் நல்லது அப்படியே போ. மற்ற இரண்டு வழி களையும் தவிர்க்க விரும்புகிறேன்" என்றேன்.

'பிஸ்மில்லா' என்று வேண்டிக்கொண்டு சரி கிளம்பலாம் என்று காளைகளின் வாலை முறுக்கினான் பாசில். அவன் காளைகளின் பின்னங் கால்களுக்குள் தன் பாதத்தால் மென்மை யாக வருட வண்டி நகர்ந்தது. வண்டியை சிறிது தூரம் முன்னே போகவிட்டு எங்கள் ஆட்களை நகரச்செய்தேன்.

21

பறந்து வந்தது பட்சி

நாங்கள் வெகு விரைவிலேயே புறநகர் பகுதிகளைக் கடந்து தர்க்கா செல்லும் சாலையைப் பிடித்துவிட்டோம். எதேச்சையாக அஜீமாவைச் சாலையில் சந்திப்பதற்கான வாய்ப்பு ஏற்படும் என்ற நம்பிக்கை எனக்கு இருந்தது. ஆனால் அப்படி ஒன்றும் ஏற்படாதது எனக்கு ஏமாற்றத்தைக் கொடுத்தது. நாங்கள் சாலையில் முக்கியமான பகுதிகளைக் கடந்து சென்றோம். கோல்கொண்டா மன்னர்களின் கல்லறைகளைக் கண்டோம். இடிபாட்டு குவியல்கள் எங்கள் பார்வையை மறித்தன. இவற்றை எல்லாம் இதற்கு நான் முன்னர் பார்த்ததில்லை. இப்படி ஒரு இடம் இருப்பதுகூட எனக்குத் தெரியாது. பார்க்கப் பார்க்க ஆச்சர்யமாக இருந்தது. தூரத்தில் இருந்து பார்க்கும்போதே அவை பிரமாண்டமாகப்பட்டன. நெருங்க நெருங்க இன்னும் பலமடங்கு பெரிதானது போல இருந்தது. அஜீமாவை நான் வரச்சொல்லியிருந்த நேரத்தை இன்னும் எட்டவில்லை. வெகு நேரம் முன்பாகவே வந்துவிட்டது போலத் தோன்றியது. தர்க்கா இன்னும் அதிகதூரம் இல்லை என்றால் சாலையில் ஒதுங்கி அவற்றைப் பார்வையிடலாம், என்று சொன்னேன். சாலைகள் பிரிகிற இடத்தில் நின்று விசாரித்துக் கொண்டோம். பாசிலிடம் அடைய வேண்டிய இடம் இன்னும் எவ்வளவு தூரம் இருக்கிறது, என்று கேட்டேன்.

“அந்த தர்க்காவை நீ முன்னர் பார்த்திருக்க முடியாது. அவை சமாதிகளுக்குப் பின்புறம் பெரிய ஏரியின் கரையில் இருக்கிறது. இதே வழியாகப் போனால் அதைத் தவற விடுவ தற்கு வாய்ப்பே இல்லை. நிறைய புளிய மரங்களுக்கு நடுவே

வெள்ளை முகடுகள் பளிச்சிடும்; அதுதான் அந்த தர்க்கா. வெகுகிட்டத்தில்தான் இருக்கிறது" என்றான் பாசில்.

நாங்கள் சாலையில் பிரிந்து தர்க்கா சாலையைப் பிடித்தோம். மரணித்த முஸ்லீம் அரசர்களின் கல்லறைகளுக்கான வழி எங்களுக்குக் காட்டப்பட்டது. அந்த இடத்தை சென்று பார்த்தவுடன் அளவிட முடியாத அளவு பெரிதாக தெரிந்தது. எங்கள் கற்பனைக்கு எட்டாத அளவு இருந்த அந்த இடம் புருவத்தை உயர்த்தச் செய்து, எங்கள் மனதில் பலமான தாக்கத்தை ஏற்படுத்தியது. அதன் பக்கத்தில் நிற்கும்போது அது என்னை முழுமையாக ஆக்கிரமித்தது.

"என்ன இது இவ்வளவு பிரமாண்டமான, அழகான கட்டடங்களின் அருமை தெரியாமல், அதனைப் பராமரிக்காமல், அங்கு தோட்டம் அமைத்து அழகாக்காமல் இப்படி அனாவசியமாக போட்டு வைத்திருக்கிறார்களே! இந்த நகர மக்கள். இப்படி மோசமாகப் புறக்கணித்திருக்கிறார்களே" என்றான் பீர்கான்.

"அவர்களுக்குச் சரியென்று தோன்றியதை அவர்கள் செய்திருக்கிறார்கள். இந்தத் தலைமுறையின் சீரழிந்த சிந்தனை பழைய தலைமுறை நினைவாக விட்டுச்சென்ற மேன்மை யான சிந்தனைகளுடன் ஒத்துப்போகாது என்று கூறிக் கொண்டே நாங்கள் மிகப்பெரிய சமாதி வழியாக உள்ளே நுழைந்தோம். அது பேரரசர்கள், இளவரசர்கள் நீள் துயில் கொள்ளும் இடம். தங்களது சாம்ராஜ்ஜியத்தை வாள் முனையில் வெற்றிகண்டு தக்கவைத்துக் கொண்டவர்கள் அவர்கள். இப்போதைய தலைமுறை எத்தனை தூரம் வீழ்ச்சி அடைந்திருக்கிறது. தாம் உண்ணும் உணவுக்காக பறங்கியருக்கு நன்றிக்கடன் செலுத்தி வருக்கிறது. சமாதியின் மேல் தளத்திற்குக் குறுகலான படிகள் வழியாகச் சென்றோம். அத்தனை உயரமான மேல்தளத்தில் இருந்து பார்த்தால் நகரத்தின் புறப்பகுதி முழுமையாகத் தெரிந்தது. ஆனாலும் முன்னர் பார்த்ததற்கு நிகராக இல்லை. எங்கள் பார்வைக்கு வெள்ளைக் கட்டடம் எதுவும் தென்படவில்லை. அடர்ந்த மரங்களுக்கு மேலாக துறுத்திக்கொண்டு தெரிந்தவை மெக்கா பள்ளி வாசல், சார்மினார் மட்டுமே. இவற்றைத் தவிர்த்து பல் வேறு அடுக்கடுக்கான வெள்ளை மினார்களை ஒவ்வொரு திசையிலும் உன்னிப்பாகப் பார்த்தால்தான் பார்க்க முடியும். அடுத்த பக்க மேல்மாடத்தில் இருந்து பார்த்தால்

மேலோட்டமான பார்வைக்கு துலக்கமாகத் தெரிவதெல்லாம் ஒன்றிரண்டு பேரரசர்களின் சமாதிகளே. மாறாக சின்னச் சின்ன அரசர்களின் சமாதிகள் கும்பல் கும்பலாகத் தெரிந்தன. எங்கும் எந்தவொரு ஜீவ அசைவையும் பார்க்க முடியவில்லை. பெரும் புகழுடன் வாழ்ந்து மறைந்தவர்களின் சமாதிகள். அவர்களால் கட்டப்பட்ட கோட்டையின் மதில் சுவர்களின் இடிபாடுகளுக்கிடையேக் கேட்பாரற்று கிடந்தன.

அங்கே ஓர் பேரமைதி ஆதிக்கம் செலுத்தியது. நாங்கள் ஒருவருக்கொருவர் அரிதாகவே பேசிக்கொண்டோம். நினைவுக் கட்டடங்கள் ஒவ்வொன்றினுள்ளும் நுழைந்து பார்த்துக் கொண்டு சென்றோம். சில இருட்டாகவும் மங்கலாகவும் இருந்தன. எங்கள் சலனம் கேட்டு புறாக்கள் படபடத்துப் பறந்தன. குழல் வடிவமாடங்களில் எங்கள் மூச்சு சப்தம்கூட பெரிதாக எதிரொலித்தது. அகன்ற வளைவு கொண்ட கட்ட டங்களில் பகலின் வெளிச்சம் நிறைந்திருந்தது. அவற்றின் தோற்றம் மகிழ்ச்சியைத் தந்தன.

பெரிதாக இருந்த மேலும் சிலவற்றைப் பார்த்த பின்னர் “போதும் போகலாம்” என்று சொன்னேன். நாம் எதிர் பார்ப் பவர்கள் வருகிற நேரம்தான். “அதோ தெரிகிறதே அதுதான் தர்க்கா, அவர்களை சந்திக்கத் தயாராவோம்” என்றுக்கூறி நெடுநேரம் அவளை அங்கே காத்திருக்க விடக் கூடாது” என்றேன்.

நாங்கள் அந்த புனிதக் கட்டடத்தை அடைந்தபோது அங்கே எங்கள் வண்டி மட்டுமே இருந்தது. வேறு யாரும் இல்லை. ஏதோ தவறு நடந்திருப்பதாக என் உள்மனது சொன்னது. அஜீமா சொன்னபடி வரமுடியாத நிலைமை ஏற்பட்டிருக்கலாம், அதனால் அவளால் மதியத்திற்கு முன்னால் அவளால் வர முடியவில்லையோ என்று எண்ணத் தோன்றியது. நானே நகரத்திற்கு சென்று அவளை அழைத்து வரலாமா என்று எண்ணினேன். கொடூரமான அனுபவங்களை ஒருவனிடம் சந்தித்த என் அன்பிற்குரிய ஜீவன் மீண்டும் அவனிடமே சேர்ந்து விட்டாளா? அவளைப் போன்ற மதிப்புமிக்க மாணிக்கத்தை பெற அவன் தகுதியற்றவன் என்று எண்ணி அவள் தர்க்கா வந்து சேரும்வரை இன்னும் சிறிது நேரத்தைக் கடத்த முடிவு செய்தேன். நகரத்தில் இருந்து வருவதற்குத் தாமதம் ஆகலாம் என்று எனக்குள் சமாதானம் சொல்லிக்கொண்டேன்.

புனித ஸ்தலத்திற்குச் சென்று காணிக்கை செலுத்தி முடிந்த பிறகு, நாங்கள் எண்ணி வந்த நோக்கம் வெற்றிகரமாக நிறைவேற வேண்டும் என்று மனமுருக வேண்டிக்கொண்டேன். அதை

முடித்துக்கொண்டு மரத்தின் நிழலில் அமர்ந்தேன். கல்லறையில் குர்ரான் ஓதும் முல்லா ஒருவருடன் உரையாடலில் ஈடுபட்டேன். நீ யார் என்று என்னைப்பற்றி கேட்டார். நான் நகரத்தைச் சேர்ந்தவன் என்றும், மரணக்காய்ச்சலில் இருந்து மீண்டு வந்ததற்கான வேண்டுதலை நிறைவேற்றுவதற்காக மனைவியை அழைத்துக்கொண்டு வந்திருப்பதாகவும் கூறினேன். நான் வரும் வழியில் வேறு வேலைகள் பார்த்துவிட்டு வந்ததாகவும், அவள் விரைவில் வந்துவிடுவாள் என்றும் கூறினேன்.

நேரம் ஓடிக்கொண்டே இருக்கிறது. அஜீமா வந்தபாடில்லை. சாகேப், நான் கவலையில் துடித்துக்கொண்டு இருந்தேன். ஏதாவது நடக்கக் கூடாதது அவளுக்கு நடந்துவிட்டதா? எதிர்பாராத விதமாக வெளியில் சென்றிருந்த கணவன் வந்து விட்டானா? அல்லது என்னிடம் பொய்யாக நடிக்கிறாளா? கண்டிப்பாக பின் சொன்னபடி இருக்காது. அவளது கவலையும் துயரமும் பாசாங்கை கடந்து வலிமையானது. பின் என்ன காரணத்திற்காக வராமல் இருக்கிறாள்? மாலை வந்துவிட்டது. இரவிற்கான இசை முழங்குகிறது. அவள் வருவதற்கான எந்த அறிகுறியும் தென்படவில்லை. எனது பொறுமை முற்றிலும் வடிந்து விட்டது. நான் எனது குதிரை நின்றிருந்த இடத்திற்குச் சென்று, ஏறி அமர்ந்தேன். எனது ஆட்களை அங்கேயே இருக்கச் சொல்லிவிட்டு நகரத்தை நோக்கி விரைந்தேன். தர்க்காவிற்குப் பக்கத்தில் உள்ள ஒரு கிராமத்தை சற்றே கடந்து கொண்டிருந்தேன். அங்கே மூன்று வண்டிகள் மிகக் கவனமாக திரைச்சீலையால் மூடப்பட்டு வந்து கொண்டிருந்தன. என் இதயத்தில் உடனே நம்பிக்கை அதிகரித்தது. அது தர்க்காவை அடையும் வரைக் காத்திருந்தேன்.

பீர்கானிடம் அவள் வந்துவிட்டாள் என்று கத்தினேன். நான் ஆர்வத்துடன் திரும்பி வருவதைப் பார்த்து அவள் வருகிறாளா என்று கேட்டான். பாசில் தனது வண்டியை புத்தன்செரூ நோக்கிச் செல்லும் சாலைக்குக் கொண்டு வந்து தயாராக நிறுத்தினான்.

நான் குதிரையை விட்டு இறங்கி தர்க்காவின் வாயிலில் நின்றேன்.

முதல் வண்டியில் வந்தது எல்லோரும் நாட்டிய மங்கைகள். அவர்கள் நேர்த்தி பீடத்தில் பாடுவதற்காக வந்திருக்கிறார்கள். அதில் ஒருத்திக்கு சமீபத்தில் குரல்வளம் போய், இப்போது திரும்பப் பெற்றிருக்கிறாள். அதற்காக அவள் புனித உல்லிக்கு

நேர்ந்து கொண்டிருக்கலாம். அவர்கள் என்னைக் கடந்து சென்ற சிறிது நேரத்திலேயே உள்ளிருந்து பாடல் சத்தம் கேட்டது.

இரண்டாவது வண்டியில் இருந்து வயதான பெண்மணிகள் இறங்கினார்கள். அவர்கள் கையில் முல்லாக்களுக்கு வழங்கு வதற்கு இனிப்புக்கள் நிறைந்த தட்டு இருந்தது. நோயால் பாதிக்கப்படுகிறவர்கள் அதில் இருந்து மீள்வதற்காக இப்படி வேண்டிக் கொள்வார்கள்.

நான் ஒரு மூதாட்டியிடம் கேட்டேன், "நீங்கள் வரும் வழியில் நகரத்தில் இருந்து மூன்று பெண்கள் பயணிக்கும் வண்டி ஏதேனும் வந்து கொண்டிருப்பதைப் பார்த்தீர்களா? அதில் என் மனைவியும் வரலாம்" என்றேன்.

"ஆமாம் அவர்கள் எங்களுக்கு மிகக் அருகில்தான் வந்து கொண்டிருந்தார்கள். வரும்வழியில் வண்டியில் ஏதோ ஒன்று உடைந்து விட்டதால் பின்தங்கி விட்டார்கள். நாங்கள் முன்ன தாக வந்துவிட்டோம். பெண்கள் எல்லோரும் பத்திரமாக இருக்கிறார்கள். எனது வண்டியில் வருமாறு சொன்னேன், வண்டியின் உடைசல் சரி செய்யப்பட்டு விட்டதால் அதிலேயே வருகிறோம் என்றுகூறி, என்னுடன வர மறுத்துவிட்டார்கள்" என்றார் அந்த மாது.

"அல்ஹம்துலில்லா. காலையில் இருந்து இங்கே அவர் களுக்காக காத்துக் கொண்டிருக்கிறேன், நிறைய கவலையாக இருக்கிறது அவளை பத்திரமாக கொண்டுவந்து சேர்த்து விடு என்று வேண்டினேன்."

"பயப்படுவதற்கு ஒன்றும் இல்லை. பார்ப்பதற்குப் பயந்த மாதிரி இருந்தாள். ஆனால் பேரழகி அவள். அவள் கணவ னாகிய நீங்களும் எல்லா வகையிலும் அவளுக்குப் பொருத்த மானவர்தான்."

"அவள் காய்ச்சல்பட்டிருந்தாள். அதற்கான நேர்த்திக்கடன் தீர்க்கவே வந்து கொண்டிருக்கிறாள்" என்றேன்.

"அல்லா அவளுக்கு நீண்ட ஆயுளையும் நிறைய குழந்தைகளையும் அளிக்கட்டும். ஜோடியாக இணைந்த உங்கள் விஷயத்தில் அனாவசியமாகத் தலையிடுகிறேனோ? எப்படியானாலும் நீங்கள் ஒருவருக் கொருவர் மிகவும் பொருத் தமானவர்கள்தான். என் உடன் வந்தவர்கள் அங்கே காத்துக் கொண்டிருக்கிறார்கள் நான் வருகிறேன்" என்று சொல்லிவிட்டு அம்மாது போய்விட்டார்.

அவள் சென்று சில நிமிடங்களுக்குப் பிறகு தூரத்தில் சாலை யின் மூலையில் சில வீடுகளுக்கு முன் ஒரு வண்டி தெரிந்தது. அது தர்க்காவின் வாயிலை நோக்கி வந்து கொண்டிருந்தது. அதைக்கண்டு என் இதயம் எத்தனை வேகமாகத் துடித்தது. அதில் என் இதயம், என் ஆன்மா, என் வாழ்க்கை வந்து கொண்டிருக்கிறதா அல்லது மூன்றாவது முறையாக ஏமாறப் போகிறேனா? வண்டியை நிறுத்தினேன். முற்றாகத் திரையிடப் பட்ட வண்டியில் இருந்து மூத்த தாதி முதலில் இறங்கினாள். அவள் காலில் விழுந்து வணங்கலாம் போல இருந்தது. நான் வண்டியை நோக்கி வேகமாக ஓடினேன். வண்டியோட்டி தடுத்து நிறுத்தினான்.

"மரியாதைக்குரிய அய்யா உள்ளே பெண்கள் இருக்கிறார்கள். மரியாதை நிமித்தம் பார்வையில் இருந்து கொஞ்சம் தூரமாக நிற்க முடியுமா. அவர்கள் பார்த்தால் முகம் சுழிப்பார்கள்"

"சற்றே அமைதியாயிரு.... முட்டாளே. அவர்கள் எனது பெண்கள்தான்."

"தவறாக நினைத்து விட்டேன். எனது தாமதத்திற்காக அடிமையாகிய என்னை மன்னிக்க வேண்டும். வண்டியை வேகமாக ஓட்டியதில் அச்சு உடைந்துவிட்டது. மொகரத்திற்குப் பிறகு பூட்டிய வண்டிதான் இது. பல சூழல்களினால் அதைச்சரியாக கவனிக்க முடியாமல் போய்விட்டது" என்றான் அந்த வண்டியோட்டி.

"பரவாயில்லை விடு. நீ இப்போது போகலாம். திரும்பி வந்தவுடன் வண்டி வாடகைத் தருகிறேன். அதோ அங்கே காலிவண்டி இருக்கிறது அதை அமர்த்திக் கொள்கிறோம் என்றுக் கூறி அவனை அனுப்பி வைத்தேன்.

அந்த ஆள் எங்களை விட்டு சிறிதுதூரம் தள்ளிப் போய் விட்டான். என் மூச்சு ஏறி இறங்கிக் கொண்டிருந்தது, திரைச் சீலைக்குள் தலையை நுழைத்துப் பார்த்தேன். உள்ளே என் அன்பிற்குரியவள் முகத்திரை போடாமல் அமர்ந்திருந்தாள். அவள் அழகு வர்ணனைகளுக்கு அப்பாற்பட்டதாக இருந்தது. அவளது ஒளிவீசும் அங்கங்கள் வெற்றியின் பரபரப்பை வெளிப்படுத்தின.

"அன்பான கடவுளே!" என்று மகிழ்ச்சியில் கத்தியவள் "நீங்கள் இங்கேயா இருக்கிறீர்கள்?" என்றாள் ஆவலுடன்! என் சொந்த அன்பிற்கு உரியவரே. 'இந்த ஏழை அடிமைமீது கொண்டிருந்த நம்பிக்கை வீண் போகவில்லைதானே என்றுக்

கேட்ட அவளை நான் இழுத்து என் கைகளுக்குள் அணைத்துக் கொண்டேன். அவள் உதட்டில் கணக்கில்லாத முத்தங்களைப் பதித்தேன்."

"வெட்கமாக இருக்கிறது என்ற தாதி கொஞ்சநேரம் பொறுத் திருக்க முடியாதா? நாங்கள் தர்க்காவிற்குள் போக வேண்டும். அவளைக் கீழே இறக்கி விடுங்கள்" என்றாள்.

நானும் அவளை இறக்கிவிட்டேன். அவள் அணிந்திருந்த புர்காவை சரிசெய்தவாறு மூதாட்டியும், நர்கீஸும் அவளை அணைத்து அழைத்து வர, என்னைப் பின் தொடர்ந்தாள்.

நாங்கள் முதலில் நேர்த்தி செலுத்துவதில் கவனம் எடுத்துக் கொண்டோம். கொஞ்சம் பணத்தையும் அஜீமா அவளுடன் கொண்டு வந்திருந்த இனிப்புகளையும், மாலையில் நான் சந்தித்த முல்லாவிடம் அளித்தோம். அதை வாங்கி அவர் சமாதியில் வைத்தார்.

பிறகு அவை ஏற்றுக் கொள்ளப்பட்டது" என்று கூறியவர். "உங்கள் வேண்டுதல்களை சமயகுரு தெய்வ இறைத்தூதரிடம் வைப்பார், அவை நிறைவேற்றப்படும்" என்றும் கூறினார்.

"நன்றி இனிய முல்லா அவர்களே, எங்கள் வேண்டுதல் மூலம் என் இனிய கண்மணியின் ஆரோக்கியம் பாதுகாக்கப்பட்டது. எத்தனையோ நன்மை பெற்றோம். உண்மையில் அவள் துயர மான நாட்களைக் கடந்து வந்திருக்கிறாள். ஆனால் இப்போது நல்ல உடல் நலம் தேறியிருக்கிறாள். அல்லாவின் கருணை இப்படியே தொடர வேண்டும்" என்று வேண்டினேன்.

"அல்ஹம்துலில்லா அல்லாவின் ஆசிபெற்ற நம் புனித குருவின் வேண்டுதல் அற்புதமான பலனைத் தரும். இங்கே வேண்டிக்கொண்டதன் மூலமாக நிகழ்ந்த பல அதிசயங்களை என்னால் சொல்ல முடியும்" என்றார் முல்லா.

"அதிலென்ன சந்தேகம், ஹூசைன் சா உல்லியின் புகழ்தான் எங்கும் பரவி இருக்கிறதே! இறைவனின் ஆசிப்பெற்ற இந்த சமயத் தூதர்கள் வாழ்ந்த இடத்திற்கு அருகிலேயே, நாம் வாழுவது நாம் செய்த பாக்கியம். அதற்காக நாம் இந்த குடி யிருப்புகளை அமைத்தவர்களுக்கு நன்றி சொல்லவேண்டும். ஆனால் இந்தக் காலத்திய தலைமுறை மிகவும் கெட்டுவிட்டது. அவர்களுடைய பிரார்த்தனைகள் இல்லையென்றால் தெய்வீக சக்திகளின் கோபம் நம்மைக் கடுமையாகப் பாதிக்கும்" என்றேன்.

"நம் இறைவனின் வார்த்தைகள் இனிமை நிறைந்த தெய்வீகச் சொற்கள் என்றுக் கூறிய முல்லா அது நம் காவலனாகச் செயல்படும். அவருடைய இதயம் மதநம்பிக்கையால் நிரப் பப்பட்டுள்ளது. நீங்கள் இருவரும் சேர்ந்திருக்க எனது மனப் பூர்வமான ஆசீர்வாதங்கள். உங்களுக்கு நேர மிருந்தால் புனிதத் துறவியின் அற்புதங்களைக் கூறுவேன். நாம் மரநிழலில் அமர்ந்து பேசிக் கொண்டிருக்கலாம், அவர் பிற்பகல்வரை திரும்பமாட்டார்" என்றார் முல்லா.

"மன்னிக்க வேண்டும் எங்கள் இனிய முல்லாவே. நேரம் கடந்து கொண்டிருக்கிறது. மாலைக் குளிர் ஆரம்பிக்கும் முன்னர் நாங்கள் திரும்பி வந்து விடுவதாக சைதனியின் அம்மாவிற்கு வாக்குறுதி கொடுத்திருக்கிறேன். இப்போதே நண் பகல் கடந்து விட்டது" என்று அவரிடம் விளக்கினேன்.

"உங்கள் விருப்பப்படியே ஆகட்டும். இதில் சில பக்கங் களை எனது ஓய்ந்த நேரத்தில் தொகுத்திருக்கிறேன். இதில் நாம் பின்பற்ற வேண்டிய சில அறிவுரைகளும் நீங்கள் மகிழ்வதற் குமான சில விஷயங்கள் சொல்லப்பட்டிருக்கின்றன. பிரபு நீங்கள் இதை ஏற்பீர்கள் என்று நினைக்கிறேன். உங்களுக்கு பாரசீகம் வாசிக்கத் தெரியும்தானே?" என்று வினவினார் முல்லா.

"ராணுவக்காரர்களாக இருந்தாலும் எங்களுக்கு பாரசீக மொழியில் பாண்டித்தியம் கிடையாது" என்று நான் கூறியவு டன் அந்த வயதான மனிதரின் கண்கள் ஒளிர்வதைப் பார்க்க முடிந்தது. பரிசுகள் பரிமாற்றங்களுக்குப் பின்னர் அவர் எங்களுக்கு விடை கொடுத்து அனுப்பி வைத்தார்.

"இங்கே நாம் காலம் கடத்த நேரம் இல்லை. நாம் இரவுக் குள் வெகுதூரம் போயாக வேண்டும். உங்களிடம் வண்டி இருக்கிறதுதானே" என்றேன் குல்லூவை நோக்கி.

"என்னிடம் இருக்கிறது."

"ஒன்று, இரண்டு ஆட்களை எங்களுடன் அனுப்புங்கள் நானும் நர்கீஸும் உடனே சென்று ஒரு வண்டி ஏற்பாடு செய்துகொண்டு வருகிறோம்" என்று கூறி அந்தத் தாதியும் அங்கிருந்து சென்று விட்டனர்.

அவர்களும் எங்களை விட்டுப் போனப்பின் சுற்றிலும் மூடப்பட்ட பெரிய கூடாரத்தில் நாங்கள் இருவர் மட்டும் தனித்து இருந்தோம். நாட்டியப்பெண் இன்னும் அந்த பீடத்தில் பாடிக்கொண்டிருந்தாள். முல்லாக்கள் சுற்றிலும் அமர்ந்து பாடலைக் கேட்டுக் கொண்டிருந்தார்கள்.

"அஜீமா உன்னால் களைப்பின்றி பயணிக்க ஒத்துழைக்க முடியுமா?" என்று அவளை கேட்டுக் கொண்டேன்.

"நான் எதையும் தாங்கும் மனப்பக்குவத்துடன் இருப்பதால் தான் இங்கே இருக்கிறேன். அத்துடன் நீங்களும் என்னுடன் இருக்கிறீர்கள். என் அன்பிற்குரியவரே நான் இப்போது பாதுகாப்பாக உணர்கிறேன். ஆனால் தீமைகள் நிரம்பிய நகரத்தைவிட்டு வெளியேறி உங்களைப் பார்க்கும் வரையிலும் எனக்குள் பதற்றமாகத்தான் இருந்தது."

"அந்தப் பதற்றத்தை எப்படி நீ தாங்கிக்கொண்டாய் என்பதை எனக்குச் சற்று கூறேன் என்றேன் அஜீமாவிடம்."

"நேற்று நீங்கள் என்னை விட்டுப்போனதும் எனது இன்பமே என்னை விட்டு என்றைக்குமாகப் பறந்துவிட்டது போலத் தோன்றியது. நான் என்னைக் கனவுலகிற்கு ஒப்புக்கொடுத்து விட்டேன். நர்கீஸும், தாதியும் எனக்குத் துணையாக இருந்தார் கள். நீங்கள் எனக்கு உண்மையாக இருப்பீர்கள் என்று உத்திர வாதம் கொடுத்தார்கள். அதனால் தைரியம் பெற்றேன். நாம் உடனடியாக ஓடிவிடுவதற்கான ஏற்பாடுகளைச் செய்யு மாறு குல்லூ ஆலோசனை கூறினாள். நாங்கள் சில துணி களையும், நகைகளையும், அவன் விட்டுச்சென்ற சில நூறு ரூபாய்களையும் எடுத்துக் கட்டி வைத்தோம். அதிகாலையில் சிறிது நேரம் தூங்கினோம். விடியும்போது மற்ற இரண்டு வேலைக்காரர்களிடமும் தர்க்காவிற்குப் போவதாக குல்லூ கூறினாள். இரண்டு பெரிய மூட்டைகளைக் கட்டி வண்டியில் ஒளித்து வைத்துக் கொண்டோம். விரிப்பான்களையும் தலையணைகளையும் எடுத்து வைத்த குல்லூ தர்க்காவில் உட்கார்வதற்குத் தேவைப்படுவதாக அவர்களிடம் கூறினாள். அந்தி சாய்ந்ததும் வண்டியோட்டியை அழைத்துக்கொண்டு அவனுக்குத் தெரிந்த நல்ல வழியில் இங்கே வந்துவிட்டோம்" என்று கூறிமுடித்தாள்.

இதை நாங்கள் பேசிக்கொண்டிருக்கும்போதே குல்லூ அங்கே வந்து "எல்லாம் தயாராக இருக்கிறது. பழைய வண்டியை அனுப்பிவிட்டேன், புது வண்டி அமர்த்தி பொருட்களை எல்லாம் அதில் ஏற்றிவிட்டோம். இனி தாமதிக்க வேண்டாம்" என்றுக் கூறி அவசரப்படுத்தினாள்.

எங்களை அவசரப்படுத்த வேண்டிய தேவையிருக்கவில்லை. எல்லாமே தயாராகத்தான் இருந்தன. நாங்கள் எழுந்து அவளைப் பின் தொடர்ந்தோம்.

வண்டியோட்டியுடன் வண்டியும் தயாராக இருந்தன. நர்கீஸ் உள்ளே இருந்தாள். அஜீமாவும் உள்ளே ஏறினாள். குல்லூவும் அவளைத் தொடர்ந்தாள்.

"நீயும் வருகிறாயா" என்று குல்லுவைக் கேட்டேன்.

"ஆமாம் மீர் சாகேப் என்னுடைய வீடு பீதரில் இருக்கிறது. அதுவரை நான் உங்களுடன் வருகிறேன். இந்த நகரத்தில் இனி எனக்குப் பாதுகாப்பு இல்லை. இங்கு என் வாழ்க்கை முடிந்து விட்டது. இனி நான் இங்கு திரும்பி வந்து, அந்த பேய்களின் இளவரசனுடன் வாழ முடியாது. நஸ்ரத் அலிகான் வீட்டில் இனி கண்ணியத்தை எதிர்பார்க்க முடியாது. அவன் தாடியில் காறித் துப்பிவிட்டோம்" என்றாள்.

"பாசில் வண்டியை எடு. இரவு முடிவதற்குள் நாம் புட்டன்செரு சென்று சேர்ந்தாக வேண்டும்" என்று துரிதப் படுத்தினேன்.

தர்க்காவைக் கடந்த அந்த சாலை ஏரிக்கரையின் மீது அமைந்திருந்தது. அதுவும் காட்டுப்பாதையாக இருந்தது. நாங்கள் முன்னேறிச் சென்ற பகுதியில் பாறைகள் குவியல்களாக இருந்தன. சாலை குறுகலான பகுதியில் செல்லும்போது மிகவும் அச்சமூட்டுவதாக இருந்தது.

இந்த இடம் சிறிய வேலைக்கும் ஆகாத அரிதான இடமாக உள்ளதே என்று பீர்கானிடம் கூறினேன். சாலையின் குறுக்கே தாழ்வான தடைச்சுவர் கட்டப்பட்டிருந்தது. அதில் துப்பாக்கி துளைத்த குண்டுத்தடம் இருந்தது. ஆபத்தான இடம் போலும். நாம் எச்சரிக்கையாகத்தான் இருக்க வேண்டும் என்றேன் அவனிடம்.

இந்தப் பகுதி குறித்து விசித்திரமான கதைகள் சொல்லுவார்கள் என்ற பீர்கான், நாமும் கிளம்புவதற்குத் தாமதம் ஆகி விட்டது. நாங்கள் உங்களுக்குச் சொன்ன ஏழு பனியாக்களை இங்குதான் புதைத்தோம் என்று குறிப்பிட்ட பாறையைச் சுட்டிக்காட்டினான். அது சாலையில் இருந்து வெகுதொலைவில் இல்லை. அங்கே புதைகுழி வெட்டியது எங்களுக்கு ஒரு துயரமான அனுபவம். மண்ணுக்குக் கீழே எல்லாம் பாறை. அதனால் உடலை முழுசாக மறைக்க மண் போட முடியவில்லை. அதையெல்லாம் இந்த தேசத்தில் யார் கேட்கிறார்கள்? ஏன் இப்போதுக்கூட நாங்கள் சில பயணிகளுடன் பயணிக்கும்போது வழியில் இரண்டு பேர் பயங்கரமாகக் கொலை செய்யப்பட்டு கிடந்தார்கள்.

"நாம் செய்த வேலைகளிலும் ஏதேனும் தடயங்கள்

விட்டுத்தான் வந்திருப்போம். ஆனால் இதுவரை நாம் கண்டுபிடிக்கப்படாதது, அதிர்ஷ்டம்தான். அதுகூட ஒரு விஷயம் இல்லை. இனி அடுத்துப் பயணிக்கும் பாதையில் இந்துஸ்தான் போய்ச்சேரும்வரை நம்மை யாராவது பழிவாங் காமல் இருக்க வேண்டும்."

"நாம் சில வருடங்களாகப் போதுமான சௌகர்யங்களுடன் இருந்து கொண்டிருக்கிறோம். அன்று ஒரே ஒருமுறை மாலை வரை நீ வராமல் இருந்தது தான் எங்களுக்கு பயமாகிவிட்டது. இளைஞன் நீ அதை மிகச் சாமர்த்தியமாக தீர்த்துவிட்டாய். இன்னும் சில வருடங்களுக்கு குழுவை நீ பத்திரமாக நடத்திச் செல்வாய்" என்றான் பீர்கான்.

அன்று மாலைப்பொழுதின் பிற்பகுதியில் புட்டன்சேரு போய்ச் சேர்ந்தோம். எங்களைக் கண்டதும் என் அப்பாவிற்கு அடக்க முடியாத சந்தோஷம். மொத்த குழுவும் பத்திரமாக வந்து சேர்ந்துவிட்டது. ஒரு பெரிய ஆலமரத்திற்கு அடியில் முகாமிட்டிருந்தோம். பக்கத்தில் ஒரு பக்கீரின் சமாதி இருந் தது. எங்களிடம் இருந்த சிறிய கூடாரத்தில் அஜீமாவைத் தங்க வைத்துவிட்டு நான் என் அப்பாவுடன் படுத்துக் கொண் டேன்.

அனைத்தையும் எப்படி வெற்றிகரமாக செய்து முடித்தோம் என்பதைக் கேட்ட என் அப்பா, 'நீ ஒரு அதிர்ஷ்டசாலி' என்று கூறினார். "குறிப்பாக ஆபத்து ஒன்றும் இல்லை என்றாலும் இரவுக்குள் வந்து சேர்ந்தது நிம்மதி அளிக்கிறது. கிட்டத்தட்ட நாம் நமது தேசத்திற்கு வந்துவிட்டோம். இந்தச் சாலைகள் இனி நம்முடையது. சரி நீ இப்போ உன் மணப்பெண் பற்றிக் கூறு. அவள் எப்படி ஜோரா போல அழகானவளா?" என்றுக் கேட்டார்.

"முழு நிலவுகூட அத்தனை அழகில்லையப்பா அப்படி ஒரு அழகு. இவள் தன் காதலைப் பொழிந்து கொண்டிருக்கிறாள். மிகவும் அன்பாக இருக்கிறாள். இப்போது அவள் பிரயாணக் களைப்பில் இருக்கிறாள். நாளைக் காலையில் நீங்கள் அவளைப் பார்க்க வேண்டும்" என்றேன்.

"உனக்கும்கூட களைப்பாகத்தான் இருக்கும். பசியோடும் இருப்பாய். காலையில் பேசிக்கொள்ளலாம். உனக்கு அபூர்வ மான உணவு வைத்திருக்கிறேன் சாப்பிடு" என்றார்.

அதில் ஒரு பகுதியை அஜீமாவிற்கு அனுப்பி விட்டதும் என் விரல்கள் உணவில் சுறுசுறுப்பாயின. மிகவும் ரசித்து ருசித்தேன். பகல் முழுதும் அஜீமா எடுத்து வந்த இனிப்பைத் தவிர வேறொன்றும் சாப்பிடவில்லை

22

இரண்டு அஷ்ரப்புக்காக புனித விதியை மாற்றிய முல்லா

தொடர்ந்த பயணத்தின் நான்காம் நாள் காலையில் பீதர் சென்றடைந்தோம். அது ஹைதராபாத் அளவிற்கு தோற்றத்தால் கவர்ந்த நகரம் என்று சொல்லமுடியாது. என்றாலும் ஆர்வ மூட்டுவதாக இருந்தது. பரந்த மேட்டு நிலப்பகுதியை விட்டுக் கீழிறங்க பீதர் நகரம் தெரிய ஆரம்பித்தது. அதன் நெடிய சுவர்களின் மேலே உயர்ந்த மினார். தோற்றத்தில் கரடுமுரடாக சிதைந்திருந்தாலும் கோபுர உயரம் அதன் பெருமையைப் பறை சாற்றியது. அதன் வலதுபுறத்தில் பெரிய பெரிய மாடங்களை உடைய சமாதிகள். அவற்றிற்கு மேலாக உயர்ந்து நிற்கும் மாமரங்கள். குன்று முழுதும் மேலே இருந்து கீழேவரைக்கும் மாமரங்களால் போர்த்தப்பட்டிருந்தது. வலிமைமிகுந்த பாமினிப் பேரரசர்களின் பெருமைக்குரிய தலைநகரமாக அது இருந்தது. நாங்கள் கடந்து வந்த பரபரப்பான நகரத்திற்கு நேரெதிராக பீதர் இருந்தது. எங்கள் ஆட்கள் சிலர் நகரத்தினுள் புகுந்து முகாமிடுவதற்கு வசதியாக நகரத்தின் நுழைவாயிலுக்கு அருகில் இடம்தேடிப் போயிருந்தார்கள். நான் அவர்களிடம் இருந்து பிரிந்து குதிரையில் நகரத்தைச் சுற்றி வந்து அந்நாளில் இந்த நகரம் எப்படியெல்லாம் இருந்திருக்கும் என்று நினைக்கையில், நான் எதிர்பார்த்ததைவிட குறிப்பிடத்தக்கதாகவே இருந்தது.

நான் மீண்டும் முகாமுக்குத் திரும்பினேன். முகாம் எப்போ தும்போல் பரபரப்பாக இருந்தது. சிலர் ஒருபுறம் காலை உணவிற் காக அடுப்பு மூட்டி சமைத்துக்கொண்டு இருக்கிறார்கள். மறுபுறம் சிலர் குளித்துக்கொண்டு இருக்கிறார்கள். அவர்களின்

ஒவ்வொரு அசைவிலும் குதூகலம் தாண்டவமாடுகிறது. நல்ல வளமையான கொள்ளைப் பொருட்களை பாதுகாப்பாகவும் விரைவாகவும் எடுத்துக் கொண்டு சொந்த மண்ணிற்குத் திரும்பிவிடலாம் என்ற மகிழ்ச்சியில் அவர்கள் மனம் திளைத் திருந்தது.

"என் தந்தையே, இந்த நகரம் முழுதும் தீவிர மதப்பற்றா ளர்கள் நிரம்பியதாக இருக்கிறது. இங்கு நிறைய முல்லாக்கள் இருப்பார்கள். அவர்களில் நிக்காஹ் சடங்கு செய்து வைக்கும் ஒருவரை ஆளனுப்பி வரச் செய்யுங்கள். எனக்கு மணம் முடித்து, உங்கள் கையால் அஜீமாவை என் மனைவியாகப் பெற்றுக் கொள்கிறேன்" என்று சொன்னேன்.

"அதற்கு நான் தடைசொல்லப் போவதில்லை என் மகனே. ஆனால் இது வயதான முல்லாவிற்கும்கூட விசித்திரமாகத்தான் இருக்கும்" என்றார் அப்பா.

"ஒரு முல்லாவிற்கு எப்படித் தோன்றுகிறதோ அப்படி நினைத்துக் கொள்ளட்டும். ஆனால் என்னால் அவளில்லாமல் வாழமுடியாது. அதனால் உடனடியாக இந்த விஷயத்தை முடித்து வைக்கப்பாருங்கள். இப்போதே முல்லாவிற்கு ஆள னுப்புங்கள்" என்று துரிதப்படுத்தினேன்.

அதன் பொருட்டு பீர்கான் புனித ஆசாமி ஒருவரை அழைத்து வரப்புறப்பட்டான். போன வேகத்தில் இருவராக வந்தான். என் அப்பா மிகுந்த மரியாதையுடன் வரவேற்றார். அழைத்து வரப்பட்ட நோக்கம் அவருக்கு விளக்கப்பட்டது. ஒருவர் பயணத்தில் திருமணக் கொண்டாட்டம் நடத்துவது எந்த வகையிலும் சரியில்லை என்று கூறி அதிர்ச்சியடைய வைத்தார் அந்த முல்லா.

அவர் தனது எல்லா எதிர்ப்புகளையும் கூறி சலிப்புற்ற பின்னர் என் அப்பா பேசத் துவங்கினார்.

"என் மரியாதைக்குரிய முல்லாவே இங்கே பாருங்க. என்னைவிட புனிதச்சடங்கு நிறைவேற்றுபவர்களும் அதற்கு மரியாதை செய்கிறவர்களும் வேறுயாரும் இல்லை. நானொரு இந்துஸ்தானத்து சையத் இல்லையா? ஒரு நாளைக்கு ஐந்துமுறை நமாஸ் செய்யவில்லையா? ரம்ஜானுக்கு நோன்பு இருப்பதில்லையா? ஒவ்வொரு புனிதநாளையும் அதன் விதி களுக்கு உட்பட்டு கொண்டாடுவதில்லையா? என் சிந்தனை யில் நிறைந்துள்ள புனித விதிகளை மீறி எதையும் செய்ய விரும்புகிறவனில்லை நான். இருந்தாலும் இந்தச் சடங்கை

நிறைவேற்ற வேண்டி இருக்கிற அசாதாரணமான சூழலை உங்களுக்கு விளக்கிச் சொல்ல முடியாமல் இருக்கிறேன். இதற்குப் பிறகும் நிக்காவை நடத்தி வைக்க மறுத்தீர்கள் என்றால், இந்த பீதர் நகரத்திற்கு முல்லாக்களே தேவையில்லை என்று நான் சொல்வேன். இந்தச் சடங்கினை முடித்துத் தரவில்லை என்றால் கொஞ்சம் குறைவான ஆச்சாரங்களுடன் செய்துதரும் இன்னொரு ஆள் கிடைக்காமல் போகமாட்டார். இப்போது நான் கணிசமான வெகுமதி தருகிறேன்" என்று என் அப்பா இரண்டு அஷ்ரப்புக்களை (தங்க நாணயம்) அவர் எதிரில் வைத்தார்.

பணத்தை எடுத்துக்கொண்டே "இதற்கு வழி உண்டு. அல்லா வின் பெயரால் அதை நிறைவேற்ற வேண்டும் என்பதால், குர்ரானில் இருக்கும் திருமணம் குறித்த அந்தப் பாகத்தை வாசித்து நிறைவேற்றித் தருவதற்கு என்னை விட்டால் பீதரில் வேறுயாரும் இல்லை. நான் இப்போது சென்று புத்தகம் எடுத்து வரஅனுமதி கொடுங்கள், நான் உடனடியாகத் திரும்பி விடுகிறேன் என்று கிளம்பிவிட்டார்."

"நான் என்ன நினைச்சேனோ அது நடந்திடுச்சி. தங்கத்தின் எதிரில் யாரும் தன்நிலை குலையாமல் நிற்க முடிவதில்லை. அரசன் முதல் ஆண்டி வரை எல்லோருக்கும் அதன் வலிமை ஏற்படுத்தும் தாக்கம் ஒரே மாதிரிதான். அதை வைத்துக் கொண்டு மற்றவர்களிடம் உள்ள அனைத்தையும் வாங்கி விடலாம். தன் அருகில் உள்ளவனின் மனைவி, பிள்ளைகள், தங்கையாரை வேண்டுமானாலும் வாங்கி விடலாம். அதைக் கொண்டு ஒருவன் காஜியின் காஜிக்கே கையூட்டு கொடுக் கலாம். எந்த நகரத்தையும தன் விருப்பத்திற்கு வளைத்துக் கொள்ளலாம். நூறு கொலைகள் செய்தவனை, பத்திரங்களைத் திருத்தி எழுதியவனை, அடுத்தவன் பொருளைத் திருடியவனை, சூரியனுக்குக் கீழ் உலகத்தின் தீமைகள் அனைத்தையும் செய்யும் ஒருவனை அப்பாவி ஒன்றும் அறியாதவன் என்று தீர்ப்பு எழுதச் செய்யலாம். ஒரு நல்லவனை மேலும் நல்லவனாக மாற்றலாம். அது அபூர்வம். ஆனால் ஒரு மோசமான மனிதனின் ஆதிக்கத்தை அதிகரிக்கச் செய்கிறது இது. ஒருவனின் பொய்மையை அதிகரிக்கிறது. திருட்டை, கொலையை அத்தனையும் அதிகரிக்கச் செய்து அவனை மிருக நிலைக்கு மாற்றுகிறது. ஒரு இளம் பெண்ணை தன் கணவனுக்குத் துரோகம் இழைக்கச் செய்கிறது. வயதான பெண்மணிகளை அதற்குத் துணை போகச் செய்கிறது. பதுக்கல்

காரர்களின் செயலை அதிகரிக்கச் செய்கிறது. கையூட்டு பெறச் செய்கிறது. ஆனாலும் அதன் மூலமாக சந்தோஷம் பெற்றானா என்றால் இல்லை. பணத்தை ஒரு குழந்தையிடம் விளையாடக் கொடுத்தால்கூட அது தன் நெஞ்சோடு சேர்த்து இறுக்கிக்கொள்ளும் மாயத்தூண்டுதலை அளிக்கிறது. அதனிடம் இருந்து பணத்தைப் பறித்தால் உரத்து அழுகிறது. பணத்தின் செல்வாக்கை யாராலும் அவ்வளவு சீக்கிரம் எதிர்த்துவிட முடியாது. இளைஞனோ, கிழவனோ. ஏழையோ பணக்காரனோ யாராக இருந்தாலும் அதற்கு அடிமைதான். மனிதனின் அறிவு அதன் எதிரில் செயலிழந்து போகிறது. மனிதனின் நவநாகரீகம் எல்லாம் அர்த்தமிழந்து போகிறது. மனிதனின் குணப் பண்புகளை ஒன்றுமில்லாமல் செய்து விடுகிறது. தராதரம் இழக்கச் செய்கிறது. இந்த உலோகத்தி னாலான நாணயத்திற்கு அதற்கென்று குரல் இல்லை, அறிவு இல்லை, குணம், தகுதி, தரம் எதுவும் இல்லை. நாம் வாழும் மண்ணில் அல்லா சொர்க்கத்தை ஆள்வுபோல நமது விதியை ஆட்சி செய்யும் வல்லமை கொண்டது இந்த பணம்.

"இறைவனின் சக்தியே பெரிது' என்று பெருமூச்சுடன் சொன்னேன். "உங்கள் வார்த்தைகள் உண்மைதான் அப்பா. ஆனால் இப் போது அதில் இன்னொன்றையும் சேர்த்துக் கொள்ளுங்கள். ஒரு புனிதமான முல்லாகூட ஒரு நிமிடத்தில் தன் கருத்தை நம்முன் இப்படி மாற்றிக்கொண்டது ஒரு நல்ல உதாரணம். தன் கண்ணெதிரில் தங்கத்தைக் கண்டதும் அடுத்து ஒருவார்த்தை கூட சொல்லவில்லையே அவர்" என்றேன்.

"இல்லை மகனே. இவன் ஒருவன் மட்டுமே போதுமான அளவு பெற்றிருந்தால், இவனே இவ்வுலகை ஆட்சி செய்யலாம் இல்லையா? சிக்கந்தர் யார்? ஒரு அற்பமான இளவரசன். இந்த நாட்டை ஆட்சி செய்பவனில் பாதி அதிகாரம்கூட அற்றவன். ஜின்களின் பார்வைப் பட்டதாலும், தனது தந்திரத்தாலும் அவர்கள் மீது ஆதிக்கம் செலுத்தவில்லையா? பூமியில் உள்ள செல்வங்கள் எல்லாம் அவனுக்கு அளிக்கப்படவில்லையா? அவன் வளர்ச்சியை யாரால் தடுக்க முடிந்தது? இவையெல்லாம் எழுத்தால் எழுதி வைக்கப்படவில்லை. ஆனால் நான் சொன் னதனைத்தும் குர்ரானைப்போல உண்மையானவை" என்று விளக்கினார் அப்பா.

இதையெல்லாம் கேட்டுக் கொண்டிருந்த "முல்லா புத்த கத்தை கையில் இடுக்கிக்கொண்டு நான் போய் அஜீமாவை தயார்ப்படுத்துகிறேன்" என்றார்.

“நான் அவளிடம் சென்று, ‘என் அன்பே’ என்று அழைத்து, “அவளை இடுப்புடன் சேர்த்து என் கைகளால் கட்டிக் கொண்டேன். அன்பே நம் திருமணத்திற்கான ஏற்பாடுகளுக்கு என் அப்பா ஒப்புக்கொண்டார். இனி நீ எப்போதும் எனக்கு ரியவள். சட்டப்படியாகவும் நமக்குள் பிணைப்பு ஏற்பட உள்ளது. இனி நம்மைப் பிரிக்க மரணத்தால் மட்டுமே முடியும். முல்லா வந்துவிட்டார். உன் அனுமதியுடன் இப்பொழுதே, ஆம் உடனடியாக நமது நிக்காஹ் நடக்க இருக்கிறது. இனி எந்த தாமதமும் ஆகாது. நான் காதலின் தீயில் அவிந்து கொண்டிருக்கிறேன்” என்று நிலைமையை நான் விளக்க, அவள் “இவ்வளவு சீக்கிரமாகவா? அமீர் அலி! வீடு சென்று சேரும் வரைக் காத்திருக்க முடியாதா? இந்த அதிதீவிர வேகத்திற்கு உங்கள் தந்தை ஒப்புக்கொண்டாரா?” என்றாள்.

“அவர் ஒப்புக்கொண்டு விட்டார் என் அன்பே. அவர்தான் முல்லாவை அழைத்துவர ஆள் அனுப்பினார். முல்லா நமது திருமணத்தை நடத்தி வைப்பார். உன்னையும் என்னையும் இணைக்கும் அந்த மந்திரங்களை உச்சரிக்க அங்கே எனது கூடாரத்தில் அவர்கள் காத்துக் கொண்டிருக்கிறார்கள்.”

“அப்படியா சங்கதி. இது எனக்குத் தெரியாதே” என்றாள் ஆச்சரியத்துடன்!

“அன்பே திருமணத்திற்கான ஏற்பாடுகள் அவசரமாக நடந்து விட்டன. குல்லூவை வரச்சொல். அவள் எல்லாவற்றையும் தெரிந்துகொள்ள வேண்டும்” என்று துரிதப்படுத்தினேன்.

முதியவள் வந்து எங்கள் திருமணம் உறுதி செய்யப்பட்டது குறித்து மிகவும் மகிழ்ந்தாள்.

“மீர் சாகேப் திருமணம் என்ற பந்தத்திற்குள் நீ வருவாயோ மாட்டாயோ என்று பயந்து கொண்டிருந்தேன். அந்த நினைப்பில் மன வேதனையுடன் இருந்தேன். இப்போது மனம் இலகுவாகி இருக்கிறது. என் அரிய குழந்தையை மகிழ்வுடன் நான் உன்னிடம் ஒப்படைக்கிறேன். ஆசிகள் பெற்று அவளோடு குழந்தைகளையும், குழந்தைகளின் குழந்தைகளையும் காண்பாய். நான் உன்னுடன் வந்து விடலாம்தான். ஆனால் எனக்கு வயதாகிவிட்டது. என் ஆன்மாவும் எலும்பும் சதையும் அந்நிய தேசத்தில் ஒத்துழைக்காது. உன் கருணையால் மீதமுள்ள என் வாழ்க்கையை நிம்மதியாக நடத்தி, நல்லதொரு மரணத்தை அடைவேன்” என்றான் நெகிழ்ச்சியுடன்.

“இருக்கட்டும் திரைச்சீலையைப் போடு. முல்லாவை அழைக்கிறேன். அவர் ஒருபுறமும், பெண்கள் நீங்கள் ஒருபுறமும் பின் இருக்கையில் உட்கார்ந்து கொள்ளுங்கள்.”

“முல்லாஜீ எல்லாம் தயாராக இருக்கிறோம் கிளம்பலாம் என்றேன்.”

முல்லா தனது புத்தகத்தைத் திறந்து தனது வழக்கமான அரபுமொழி வாசிக்கும் சேவையைத் தொடங்கினார். அவர் வாசித்ததோ அவர் செய்ததோ ஒன்றுமே எங்களுக்குப் புரிய வில்லை. சடங்குகள் முடிந்தது. இனி என்றைக்கும் அஜீமா எனக்கு உரியவள்.

பல சிறப்புகளைப் பெற்ற பீதர் நகரையும் அதன் கோட்டை களையும் முழுமையாகப் பார்க்காமல் இந்த ஊரைவிட்டு போவது துர்லபம் என்ற எண்ணம் என்னுள் எழுந்தது.

அதனால் அன்று மாலையில் நானும் அப்பாவும் இன்னும் சிலரும் ஒரு நகர்வலம் கிளம்பினோம். முதலில் பெருமளவு சிதைந்துவிட்ட முன்பகுதியும், சிதைந்த நிலையில் உள்ள முன் காலத்தில் புகழுடன் விளங்கிய மதரஸாவையும் கடந்து சென்றோம். பிரமாண்டமான கட்டடம். மிகப்பெரிய வட்ட மான மையப் பகுதியைச் சுற்றிலும் அங்கங்கே அனைத்து கோணங்களிலும் சிதறிக் கிடந்தது. அதன் அமைப்பு எப்படி இருந்திருக்குமோ அதேபோல என்னால் கற்பனையில் சித்தரித்துக் கொள்ள முடிந்தது. துரதிர்ஷ்டவசமாக அந்தப் பழங்கால கட்டடம் இமைக்கும் நேரத்தில் வெடிமருந்துகளால் சின்னாப்பின்னப் படுத்தபட்டிருக்கிறது. ஔரங்கசீபினால் ஆயுதக் கிடங்காகப் பயன்படுத்தப்பட்டபோது முன்பகுதி சிதறடிக்கப் பட்டிருக்கிறது. ஒரு மினார் உடைந்து கிடக்கிறது. மொத்தத்தில் அங்கங்கே வெடித்து நிலநடுக்கம் கண்டதுபோல இருந்தது அந்த இடம்.

அனைத்துப் பகுதிகளையும் கடந்து முன்பகுதியில் திறந்த வெளியுடைய கம்பீரமான அழிந்த கோட்டையை அடைந்தோம். அரண்மனை அழிவுகள் குவியல் குவியலாகக் கிடந்தன. சில இடங்களில் குவியல்கள் சுவர்களைப்போல் உயர்ந் திருந்தன. நாங்கள் பார்த்த அனைத்திலும் இந்த அரண்மனையும், அதைக் கட்டியவர்களின் சிந்தனை தீர்க்கனம் எங்களுக்குப் பெரும் தாக்கத்தை அளித்தது. இதன் தோற்றம் அகங்காரம் மிகுந்த ஒருவ னுக்கு பணிவைக் கற்றுத்தருகிறது. எத்தனை பெரிய பிரமாண் டத்தைக்கட்டி எழுப்பி இருந்தாலும் ஒருநாள் அதை எழுப்பியவனும், எழுப்பிய அப்பிரமாண்டமும் மண்ணோடு மண்ணாக மறையக்கூடியதுதான் என்பதை உணர்த்துகிறது. ஒரு காலத்தில் அழகின், தைரியத்தின், மேன்மைகளின்

வசிப்பிடமாக இருந்த இந்த பிரமாண்டமான கட்டிடத்தில் இன்று ஒரு மனித ஜீவனும் வசிக்கவில்லை. அதன் விரிந்த விதானங்களில் ஆந்தைகளும், வௌவால்களும், பெரும் புறாக் கூட்டமும் வாழ்ந்து எச்சமிட்டு வாசம் பரப்பிக் கொண்டிருக்கின்றன.

இங்கிருந்து ஆட்சி பரிபாலனம் செய்த இளவரசர்கள் எங்கே? அவர்களது ஆடம்பரமும் பகட்டும் எங்கே? கோட்டை கொத்தளங்களில் கம்பீரமாக வலம்வந்து போர்ப்பரணி பாடி ஆண்மையைப் பறைசாற்றிய போர்த்தளபதிகள் எங்கே? ஆக்கிரமிக்கப் புகுந்தவர்களின் தலைக்கு விலை வைத்தவர்கள் எங்கே? எல்லோரும் மறைந்து போனார்கள். சமூகத்தில் இருந்து விலகி தனித்து வாழ்கிறார்கள். எங்கள் எதிரில் இருக்கும் சிதைந்த காட்சிகள் மட்டுமே உறைந்து நிலைத்திருக்கின்றன. கோட்டையின் சுவர்களில் ஒருபகுதி காலங்களைக் கடந்து முற்றாக இடிந்து போகாமல் இன்னும் திடமாகவும், உறுதியாகவும் நிற்கின்றன. பீரங்கிக்குண்டுகள் துளைத்து கோரமாகக் காட்சி தந்தாலும் அதன் தாங்கு திறனிற்கு சாட்சியமாக இருக்கிறது. போரில் எதிர்த்து நின்றவர்கள் இன்று இல்லை. அடுத்து நுழைவுப்பாதைக்குப் போனோம். அதில் நாங்கள் முன்னர் பார்த்த மதரஸாவைப்போல கோல்கொண்டா சமாதிகளைப்போல தைல வண்ண அலங்கார வேலைப்பாடுகள் நிறைந்து இருந்தன.

வாயிலில் பெருமையுடன் வீற்றிருந்த சிப்பாய் எங்களைப்பற்றி, எங்களது தொழில் பற்றி விசாரித்தான்.

நாங்கள் நகரத்திற்கு அந்நியர்கள், இந்த வழியாகப்போகும் பயணத்தில் இங்கே ஒருநாள் தங்கிப்போகிறோம். அதனால் பெயர் பெற்ற இந்தக் கோட்டையைப் பார்த்து விட்டுப்போக வேண்டும் என்று இங்கே வந்தோம். நாங்கள் உள்ளே போய்ப் பார்க்க அனுமதி கிடைக்குமா? என்று அப்பா கேட்டார்.

“கண்டிப்பாக உங்களைப்போன்ற கண்ணியவான்களுக்கு இங்கே நிச்சயமாக அனுமதி உண்டு. நீங்கள் என்னைப் பின் தொடர்ந்து வந்தால் நீங்கள் பார்க்க வேண்டிய முக்கியமானவற்றை நான் காட்டித் தருகிறேன்” என்றான் சிப்பாய்.

இரண்டு நுழைவாயில்களைக் கடந்து அவனைப் பின் தொடர்ந்தோம். ஆக்கிரமிப்பாளர்களின் தாக்குதல்களை எதிர்த்து பாதுகாப்பதற்காகக் கட்டப்பட்ட மூன்றாவது வளையத்தினுள் நாங்கள் நிறுத்தப்பட்டோம்.

"இங்குள்ள அறைகள் முக்கியமாகப் பார்க்க வேண்டியவை. நீங்கள் விரும்பினால் காட்டுகிறேன்" என்றார் வழிக்காட்டி.

"ஆம் எல்லாவற்றையும் பார்க்க வேண்டும் என்று எங்களுக்கு ஆசையாகத்தான் இருக்கிறது" என்றேன் நான்.

குறுகலான படிகள் வழியாக மேலே ஏறிப்போனோம். உச்சியில் சிறிய திறப்பு இருந்தது. அங்கே சிறிய ஆனால் அழகான அடக்கமான ஒரு அறை இருந்தது. அந்த அறை வண்ணத் தைலத்தால் தாராளமாக அழகூட்டப்பட்டிருந்தது. அதன் நுணுக்கமான வடிவமும், வண்ணங்களும் அரிய கலைத் தேர்ச்சியும் வெளியில் பார்த்தவற்றிலிருந்து மாறுபட்டவையாக இருந்தன. சுவரும் கூரையும் இணையும் மூலையில் வளைவாக மெழுகப்பட்டு அவற்றில் குர்ரான் வாசகங்கள் வெள்ளை எழுத்துக்களால் நுட்பமாக செதுக்கப்பட்டிருந்தன. மேற்கூரையின் உட்புறத்தில் பூக்கள் வரையப்பட்டிருந்தன. வெகுகாலத்திற்கு முன்னர் வரையப்பட்ட அந்தத் தைல வண்ணம், இப்போதுதான் வரைந்தது போன்று, புத்தம் புதிதாக சுடர்விட்டு ஒளிர்ந்தன.

"இவையெல்லாம் காலத்தால் அழிக்க முடியாதவை. அவர்கள் கட்டிய கட்டடங்களும் அப்படித்தான் அழிக்க முடியாதவை. இதற்கு அடித்தள மிட்டவர்களின் பிரமாண்டத் திற்கும் செல்வச்செழிப்பிற்கும், வளமைக்கும் சாட்சியாக நின்று, இன்னும் பிறக்காத பலதலைமுறைக்கும் எடுத்துச் சொல்லிக் கொண்டே இருக்கப் போகிறவை" என்றார் என் அப்பா.

"இவற்றையெல்லாம் பார்க்கும்போது தற்காலத் தலைமுறை எவ்வளவு தூரம் பின்தங்கி விட்டிருக்கிறது என்பதற்கு இதைவிட வேறு சாட்சியங்கள் தேவையில்லை. இப்பேரரசுகளின் சாம்ராஜ்ஜியம் வலிமை மிக்கதாயும் அதே நேரத்தில் போதிய சுதந்திரம் அளித்தவையாகவும் இருந்திருக்கின்றன. அவர்களது ஆதிக்கத்தின் மூலமாக பெற்ற செல்வத்தைக் கொண்டு நகரத்தின் அழகை உயர்த்துவதற்காக செலவிட்டிருக்கிறார்கள். நகரத்தின் மேம்பாட்டை உயர்த்தியதால்தான் இன்றளவும் நினைக்கப்படுகின்றனர். ஆனால் இன்று அதேபோல் ஆதிக்கத்தில் இருப்பவர்கள் வெற்றுப் பெருமையை வீணாகப் பரப்பிக் கொண்டிருக்கிறார்கள். இன்றைய அரசாட்சியின் நினைவுச் சின்னங்களாக எதுவும் எழுப்பப் படுவதில்லை. தனது சுதந்திர உணர்வினால் உந்தப்பட்டு தைரியத்துடன் போராடி மின்னும் தனது வாள் முனையால் வெற்றி கண்டு, பெருமை

கொண்டாடும் ராணுவப்படை எதுவும் இன்று இல்லை. தக்காணத்தின் பெருமை மிகுந்த ஆட்சியாளர்களாக இருந்த ஷாஜகானின், ஆலம்கீரின் வாரிசுகள் இன்று ஏழைகளாக நலிந்து, அவர்கள் பெற்று வரும் ஓய்வூதியத்தின் மூலமாக மட்டுமே அடையாளம் தெரிகிறவர்களாக இருக்கிறார்கள்" என்று வருத்தத்துடன் சொன்னான் அந்த வழிகாட்டி.

"ஆமாம் உண்மைதான். இன்று வெறும் ரொட்டிக்காக ஒருவன் தன்னை சிப்பாய் என்று சொல்லிக் கொள்வதில் என்ன அர்த்தம் இருக்கிறது. நம்மைப் போன்ற ஒருசிலர்தான் சிதைந்து, ஆளரவமற்றுப் போன இந்த அரண்மனைகளுக்காகவும், கோட்டைகளுக்காகவும், நெடிய சுவர்களுக்காவும் வருத்தப்படு பவர்களாக இருக்கிறோம். இவையெல்லாம் ஆண்டிற்காண்டு சீரழிந்து இங்கு காடுகள் வளர்ந்ததை சாதகமாகப் பயன் படுத்திக் கொண்டு, நம்மைத் துரத்துகிற சிறுத்தைகளும், கழுதைப் புலிகளும்தான் நம்முடைய ஒரே எதிரி இன்று. இப்போது நீங்கள் கடந்து வந்த அந்த மைதானத்தை ஜன்னல் வழியாகப் பாருங்கள், இதுதான் அவர்கள் வெற்றி கண்ட போர்க்களம். இங்குதான் பீதரின் பெருமைமிகு அரசவையும் முதல் பாமினி சாம்ராஜ்ஜியத்தின் அரசவையும் வழக்கமாக அமர்ந்திருப்பார்கள். வீரம் மிகுந்த துருப்புகள் இந்த வாயில் வழியாக உள்ளே புகுந்து வந்து தங்களின் வெற்றிக்கான வெகுமதியைப் பெற்றுச் செல்வார்கள். அங்கே இருக்கும் இன்னொரு ஜன்னலுக்குப் போனோம். அதோ தெரிகிறதே அந்த சமாதிகளில்தான் அரச குடும்பத்தவர்கள் நெடுந்துயில் கொள்கிறார்கள். அவர்களது ஆன்மாக்கள் இறைத்தூதரின் அருளால் சொர்க்கத்தில் இருக்கின்றன" என்று எங்களுக்கு அந்த வழிக்காட்டி விளக்கினார்.

கண்ணுக்கு இனிய, எதிர்பாராத காட்சிகளை அங்குக் கண்டோம். அரண்மனையின் உச்சிக்கு வந்தோம், அந்தக் காட்சி விரிந்த மலையுச்சி போல தோற்றமளித்தது. எங்கள் எதிரில் ஆழமும் தூரமுமான பள்ளத்தாக்கு பரந்து விரிந்து கிடந்தது. தொலைவின் நீலநிறம் சொர்க்கத்தின் நிறமாக உருகி வழிந்தது. அருகருகே உள்ள கிராமத்து வயல்கள் கண்ணுக்கு வெகு அருகில் துலக்கமாகத் தெரிந்தன. வரைப்படம்போல காட்சி தந்த அந்த வயல்களுக்கு இடையே சமாதிகள் உயர்ந்து நின்றிருந்தன. அந்த திரளான சிறந்த காட்சி கண்ணுக்கு குளுமை யாக இருந்தது. வெள்ளை மாடங்களில் பட்டுத்தெரித்த சிவந்த ஒளி சூரியனையே மங்கச் செய்தது.

அரசர்கள் தங்கள் சிப்பாய்களின் வீரம் குறித்த பெருமித உணர்வு படரும்போது தங்களை சிறந்த மன்னர்களாக உணர்ந் தார்கள்.

அந்த உணர்வினால் மக்களுகக்கு நல்லாட்சித் தந்தார்கள் என்று எண்ணியபடி நடந்த என்னை அப்பா குறுக்கிட்டு "வா நேரமாகிக் கொண்டிருக்கிறது" என்றார். எனது மனவெளியில் ஃபுட்டே மைதானத்தின் திறந்த வெளியில் மக்கள் வேகமாகத் திரண்டு கொண்டிருக்கிறார்கள். இங்கேதான் கடந்த காலங் களில் போர்ப்படைத் தளபதிகள் ஆண்மை பொங்கும் விளை யாட்டுகளை விளையாடியிருக்கின்றனர். மல்யுத்த விளை யாட்டுக்கள் நடந்திருக்கிறன்றன. திரண்ட புஜபலத்துடன் மோதியிருக்கிறார்கள். அதுவெல்லாம் என் கண்ணெதிரில் படமாக ஓடிக்கொண்டிருக்கிறது. அந்த அரசர்களின் வளத்தை, பெருமையை போற்றிப்பாடிய வாழ்த்துப் பாடல்கள் இந்தக் கூரைகளில் இன்னமும் எதிரொலித்துக் கொண்டிருக்கிற இடத் தில் நான் நிற்கிறேன்.

"சரிவா நேரமாகிறது நாம் போகலாம்."

மீண்டும் எங்கள் வழிகாட்டியைப் பின்தொடர்ந்து அகழியின் குறுக்காக கட்டப்பட்ட பாதையைக் கடந்து சென்றோம். அகழியின் ஆழத்தையும், அகலத்தையும் வியந்து பார்த்தோம். அகழியின் ஒருபகுதி பருவமழையினால் தேங்கிய நீரால் சூழப்பட்டுள்ளது. மழைக்காலம் கடந்து நீண்ட நாட்கள் ஆன பின்னரும் நீர் நிரம்பிய நிலையில் இருக்கிறது. அரண்மனையைப் பாதுகாக்கும் திட்டத்துடன் பாறையைக் குடைந்து மிக ஆழமாகத் தோண்டப்பட்டுள்ளது இந்த அகழி. ஒவ்வொன்றிற்கும் இடையில் பெரிய இடைவெளிகளுடன் மூன்று உயரமான சுவர்கள் எங்களுக்கு இடப்பக்கத்தில் நின்றிருந்தன. ஆக்கிரமிப்பாளர்கள் இதைக் கடந்து வருவது கண்டிப்பாக சவாலான ஒன்றாகத்தான் இருந்திருக்கும்.

நாங்கள் மற்றொரு கோட்டைக்கு இருள் சூழ்ந்த அலங்கார வளைவு ஒன்றின் நுழைவாயில் வழியாக உள்ளே நுழைந்தோம். அங்கே சில சிப்பாய்கள் இருந்தார்கள். அதையடுத்து அங்கங்கே சிதைந்திருக்கும் நெடிய அரங்கத்தின் வழியாகச் சென்றோம். சிதைவுகளில் மரங்கள் புதராக வளர்ந்திருந்தன. அதைக் கடந்து பின்புறமுள்ள திறந்த வெளிக்கு வந்து சேர்ந்தோம். இங்கும் பாழடைந்த காட்சிகள் காணக்கிடைத்தன. அவையாவும் வெளிப் புறம் சிதைந்த அரண்மனைகள், கொட்டடிகள்,

அலுவலகங்கள், குளியல் இடங்கள், ஆயுதக் கிடங்குகள், பாதாளக் கிடங்குகள் என்று இருந்தன. அனைத்தும் துயரார்ந்த காட்சியாக இருந்தது. எதுவும் சீர் செய்யமுடியாத அளவிற்கு வேகமாக அழிவை நோக்கிச்சென்று கொண்டிருந்தன.

கணக்கில்லாத பீரங்கி வண்டிகள் இருந்தன. இந்தப் பகுதி பீஜப்பூரில் இருப்பதன் துணை அமைப்பு என்று எங்கள் வழி காட்டி கூறினான். அவற்றைப் பார்க்கும் ஆர்வம் இருந்த போதிலும் அந்த இடத்தைவிட்டு அகன்றோம். அடுத்தது மிக உயரமான மேட்டுப்பகுதி. இங்கிருந்து எங்களுக்குக் கீழே பிரமாண்டமான திறந்தவெளி காட்சி தருகிறது. முன்னர் பார்த்த பெரிய கோட்டையின்மீது இந்த மேட்டின் நிழல் அடர்ந்து படிகிறது. மாலைப்பொழுதின் வளரும் இருட்டில் தூரத்துப் பிரதேசங்கள் பார்வையில் இருந்து விரைவாக மங்கி மறைகின்றன. நகரத்தின் கால்நடை மந்தைகள் செங்குத்துப் பகுதியில் இருந்து சமவெளிக்கு விரைகின்றன. தாழ்வான நிலத்தில் இருந்து அமைதியைக் கிழித்துக்கொண்டு கணக் கில்லாத மாடுகளின் கழுத்து மணிகள் கணகணவென்று ஒலிக் கின்றன. துயரார்ந்த அமைதியை கலைத்து மேய்ப்பர்களின் இனிய குறிப்பொலிகள் நாங்கள் இருக்கும் மேட்டுப்பகுதி வரையும் கேட்கின்றன.

நாங்கள் அங்கே அதிக நேரத்தைச் செலவு செய்யவில்லை. போன வழியிலேயே திரும்பி வந்தோம். சிதைந்த ஆளரவமற்ற அந்த அரண்மனைகளின் உச்சமான காலங்கள் குறித்த சிந்தனைகள் என் மனதிற்குள் ரீங்காரமிட்டபடியே இருந் தன. எங்களுக்கு உதவியதற்காக அந்த வழிகாட்டிக்கு சிறிய தொகையொன்றைக் கொடுத்துவிட்டுப் பிரிவதற்குள் நெடுநேர மாகிவிட்டது. எங்கள் முகாமை நோக்கிய பாதையைப் பிடித் தோம்.

“சாகேப் நாங்கள் பீதரில் இருந்து எல்லிச்பூர் அடையும்வரை சாகசங்கள் எதுவும் செய்யவில்லை. இந்த நகரத்தின் வழியே எங்கள் வீடுநோக்கி சென்றோம். இத்தனைக்கும் எந்த பாதை யில் வந்தோமோ அதே பாதையில் திரும்பவில்லை. இந்தச் சாலை மங்ரூல் மற்றும் ஓம்ரவட்டி வழியாக சென்றா லும் நாங்கள் அந்த இரண்டு ஊர்களிலும் தங்குவதைத் தவிர்ப்பதற்குப் போதுமான காரணங்கள் இருந்தன. நாங்கள் கணக்கு முடித்த சௌகாரின் நினைவுகள் அந்தப் பகுதி மக்களின் மனதில் அப்படியே இருக்கும். எங்கள் தோற்றம்

மறந்துவிடாத அளவிற்கு தனித்த அடையாளங்களுடன் அவர்களின் நினைவில் இருக்கின்றன. கோதாவரியின் மேலாக நாந்தியரில் இருந்து பூரன்பூர் நோக்கிப்போகும் பாதையுடன் எங்கள் பயணத்தை நிறுத்திக் கொண்டோம். பெரர் பள்ளத்தாக்கில் அகோலாவை அடைந்ததும் மீண்டும் எல்லிக்பூர் நோக்கித் திரும்பினோம். இந்தப் பயணத்தின்போது நாங்கள் எந்தக் காரியத்திலும் ஈடுபடவில்லை என்று நினைத்து விடக்கூடாது. எங்கள் குழுவில் வந்து சேர்ந்த அல்லது வலையில் விழுந்த பயணி எவனையும் எத்தனை எளியவனாக இருந்தாலும் நாங்கள் விட்டுவைக்கவில்லை. எல்லிக்பூரை பாதுகாப்பாக வந்தடைந்தோம். ஆனால் அதற்காக இதை ஒரு வெற்று பயணம் என்று கருத வேண்டியதில்லை. எத்தகைய வேகத்தோடும், வெற்றியோடும் எமது பயணத்தைத் தொடங்கி தொடர்ந்து செயல்பட்டோமோ அப்படியே எங்கள் தொழிலையும் தொடர்ந்தோம். நாங்கள் கொள்ளையிட்ட செல்வத்தின் அளவு உயரவில்லை, ஆனால் அதேசமயத்தில் நாங்கள் வீட்டிற்குக்கொண்டு போவதற்காக வைத்திருந்த இருப்பில் கைவைக்கத் தேவையில்லாத அளவிற்கு எங்களுக்கு பொருட்கள் கிடைக்கத்தான் செய்தன.

எல்லிக்பூரில் ஆற்றின் கரையில் தர்க்காவிற்கு அருகில் இருந்த ஒரு பெரிய புளியமரத்தின் கீழ் முகாமிட்டோம். ஆற்றிற்கு அருகில் மலைகள். ஆற்றின் ஓட்டத்திற்குமேல் அடர்ந்த மரங்களுக்கிடையில் துறவிகள் தங்கள் வீடுகளை அமைத்திருந்தனர். அவை நல்ல ஓய்விற்கும் அமைதிக்கும் ஏற்றதாகக் கருதப்படுகிறது. நானும் அஜீமாவும் சிறிது நேர ஓய்விற்குப்பின் எங்கள் ஆட்களுடன் மண் சாலையில் பயணித்து, உடைமாற்றி எங்களுக்கு அல்லா தொடர்ந்து அளிக்கும் பாதுகாப்பிற்கு நன்றி செலுத்தும் விதமாக அடுத்த நாள் ஒரு புனிதத் தளத்தில் காணிக்கைகள் செலுத்தினோம்.

அது முடிந்த பிறகு, அவளை மீண்டும் முகாமிற்கு அனுப்பி விட்டேன். பின்னர் நானும் முல்லாவும் பொதுவான கலந்துரையாடலில் ஈடுபட்டோம். என்னுடைய பழக்கப்படி இந்த உரையாடலின் வழியே எங்கள் தொழிலுக்கு அவசியமான சில தகவல்களைச் சேகரித்துக் கொண்டேன். மிகப்பெரிய நகரமான எல்லிக்பூரில் நல்ல மதிப்பான கொள்ளைக்கு சிறந்த வாய்ப்பு இருப்பதாக எனக்குத் தோன்றியது.

எங்கள் உரையாடல் அங்கு இங்கு சுற்றி அன்றாட நாட்டு நடப்புகளுக்கு வந்தது. நான் எங்கிருந்து வருகிறேன், எங்கே போகப் போகிறேன் என்று ஒரு முல்லா கேட்டார். நான்

ஒரு குதிரை வியாபாரி என்றும் ஹைதராபாத்திலிருந்து இந்துஸ்தானத்திற்கு குதிரைகளை எடுத்துக்கொண்டு போவதாக வும் கூறினேன். உன்னுடன் வந்திருப்பவர்கள் எல்லாம் யார் என்று கேட்டார்.

இந்த வியாபாரத்தைச் செய்பவர் என் அப்பா. அவருடன் குதிரைக்காரர்கள் சிலரும், உதவியாளர்கள் சிலரும் வந்திருக் கின்றனர். ஒவ்வொரு இடத்திலும் வெவ்வேறு பயணிகள் என் னுடன் இணைந்து கொண்டார்கள் என்றேன்.

"நீ காபிலா இனத்தைச் சேர்ந்தவனா" என்று கேட்டார்.

"சரியாகச் சொன்னீர்கள். நாங்கள் எல்லோரும் வலிமையான வர்கள் என்ற நம்பிக்கை எங்களுக்கு உண்டு. சிறிய குழுவாக இருந்ததால், பைடுல் வழியாக நாங்கள் ஜபல்பூர் செல்லும் சாலையில் பயணிப்பதற்கு அவ்வளவு பாதுகாப்பானதாக இருக்காது. ஆனால் இந்தமுறை நாங்கள் கொஞ்சம் பெரிய குழுவாக இருப்பதால் எங்களுக்குத் தடங்கல் இருக்காது என்று அந்தப் பாதையில் செல்லத் தீர்மானித்திருக்கிறேன் என்றேன்."

"கண்டிப்பாக இருக்காது. நாக்பூரைச் சுற்றிக்கொண்டு போவதைவிட இந்தப் பாதை தூரத்தையும் மிச்சப்படுத்தும். காட்டுப்பாதை வழியாகப் போனால் நிறைய வளைவுகளைக் கடந்து போக வேண்டியிருக்கும். உங்கள் குழுவை அதிகரித்துக் கொள்வதில் மறுப்பு இல்லை என்றால் நான் உங்களுடன் ஒரு நபரைச் சேர்த்து அனுப்பலாம் என்று நினைக்கிறேன்" என்றார் அவர்.

"கண்டிப்பாக வரலாம். மரியாதைக்குரிய கனவான்கள் எங்களுடன் வருவதில் ஆட்சேபணை இல்லை என்று சம்மதம் அளித்தேன்."

"உங்களுடன் வரப்போகிற நபர் உயர்ந்த தகுதி உடையவர். மிகவும் பொறுப்பான பதவியில் இருப்பவர். ஒரு நவாப்பிற்கு குறையாத தகுதி உடையவர். போபாலில் ஆட்சி செலுத்தும் தனது மச்சான் வீட்டிற்குத் திரும்பிக் கொண்டிருக்கிறார்" என்று மேலும் சில தகவல் தந்தார்.

"நான் அவரைப்பற்றிக் கேள்விப்பட்டிருக்கலாம் என்று நினைக்கிறேன். நீங்கள் சொல்கிற நவாபை சப்ஜீகான் என்று அழைப்பார்கள் தானே? என்றேன், எல்லாம் தெரிந்தது போல்."

“அதே ஆள்தான். அவன் ஒரு மூத்த படைவீரன். ஆனால் பரிதாபம் பங்க் பழக்கத்திற்கு அடிமையாகிவிட்டான். துவக்கத்தில் இருந்தே போர்க்களத்தில் எதிரிகளைத் தாக்கிப் பந்தாடுவதில் பெயர் பெற்று விளங்கியவன்.

“உண்மைதான் அவரைப்பற்றி மிக நல்லவிதமான செய்திகள் சொல்லப்படுகின்றன. அவர் ஆயுதங்களைக் கையாள்வதில் இந்துஸ்தானத்தில் நல்ல பெயர் பெற்றிருந்தார். அவர் எங்களுடன் வருவது மகிழ்ச்சிகரமானதுதான். சொல்லப்போனால் எங்களுக்கு இது அரியவாய்ப்புதான் இது என்றேன்.”

“நீங்கள் மிகச்சரியாகத்தான் கேள்விப்பட்டிருக்கிறீர்கள். பொழுது சாய்வதற்குள் அவன் இங்கு வந்துவிடுவான். அவன் எப்போதும் எங்களுடன் உரையாடுவதற்கும் பங்க் அருந்துவதற்கும் வருவான். ஒருவேளை நீங்கள் உங்கள் முகாமிற்குப் போய்விட்டால் நான் அங்கு அழைத்து வந்து உங்களுக்கு அறிமுகம் செய்விக்கிறேன்” என்றார் அந்த முல்லா.

“தகுதி பெற்ற முல்லா அவர்களே உங்களுக்கு நன்றி. நீங்கள் எங்களுக்கு உத்தரவு இட்டால் போதும். நாங்கள் பெரும் மகிழ்வுடன் செய்யக் காத்திருப்போம்” என்றேன்.

அவர் உடனடியாகக் கிளம்பி விட்டார். அடுத்த கொள்ளை தயாராகி விட்டது. முல்லா சொன்னபடி வரும் நபர் நவாப் நிலையில் உள்ளவர் என்பதால் நல்ல கொள்ளையாகத்தான் இருக்கும். அவர் உதவிக்கு ஆட்களை அழைத்து வந்திருப்பார். அவரை காணவில்லை என்றால் கண்டிப்பாக சலசலப்பு உண்டாகும். எனவே பலவகைகளிலும் இதுவொரு நல்ல கொள்ளையாக இருக்கும். கணிசமான செல்வதிற்காகவும், பேருக்காகவும் நான் இந்தக் கொள்ளையில் பெருவிருப்பம் கொண்டிருந்தேன்.

இது குறித்து நான் எங்கள் குழு ஆட்களிடம் ஒருவார்த்தை நான் வாய் திறக்கவில்லை. திட்டமிடல் செயலாற்றல் இரண்டையும் நானே செய்து விடலாம் என்று தீர்மானித்திருந்தேன். இதை வெற்றிகரமாக நிறைவேற்றினால் குழுவினுள் என் பெயர் என்றென்றைக்கும் நிலைத்து நிற்கும். எனக்கு ஆதரவாக பல அம்சங்கள் இருப்பதால் நான் தோல்வியுறுவதற்கு வாய்ப்பே இல்லை. மேற்கூறியது போன்ற பலவிதமான சிந்தனைகள் எனக்குள் பிரகாசித்தன. இந்த நவாப் போருக்கு சொந்தக்காரன் என்பதால் அவன் ஆயுதங்களுடன் தொடர்புடையவன். அதிலும் பெயர்பெற்றவன் என்பதால் அவனை எதிர்க்க யாருக்குத் துணிச்சல் வரும்? ஆனால் இது உடனடிப் பலன்

தராது என்ற கோணத்தில் யோசனையை தவிர்த்தேன். எனது தைரியத்தின் மீது முழுமையான நம்பிக்கை கொண்டிருந்தேன். நானொரு கொள்ளையன் என்ற முறையிலும், எனக்கு ஆயுதங்களைத் திறம்படக் கையாளத்தெரியும் என்பதாலும், அவை என் காலுக்குகீழ் அல்லது என் குதிரையின் முதுகில் எனது கட்டுப்பாட்டில் இருப்பவை என்று உறுதி கொண்டிருப்பதாலும் எனக்கு பெரும் நம்பிக்கை இருந்தது. இவற்றைப் பரீட்சிக்க வேளைதான் வரவில்லை. எனக்கு உயிர்ப்பொருள் எவற்றின் மீதும் அறவே பயம் இல்லை. மனிதர்கள் மீது மட்டுமே நம்பிக்கை கொண்டிருப்பவன் நான்.

“ஆம் அமீர் அலி. நீயும் உனது இனமும் வெள்ளைக் காரர்களாகிய எங்களுக்கு எப்போதாவது பயந்ததுண்டா? எங்களில் ஒருவரைக்கூட நீங்கள் தாக்கியதும் இல்லை. தாக்கத் துணிந்ததும் இல்லை” என்றார் சாகேப்.

தக் சிரிக்கிறான். “சாகேப் நீங்கள் எங்களைத் தவறாகப் புரிந்து கொண்டிருக்கிறீர்கள். உங்கள் வெள்ளை இனத்தவரைக் கண்டு எங்களுக்கு ஒருபோதும் பயம் இல்லை. ஆனால் உங்களைத் தாக்குவதும் முடியாத ஒன்று. நீங்கள் குதிரையின் முதுகில் பயணிக்கும்போது உங்களைத் தாக்குவது தேவையற்றது, ஏனென்றால் உங்களிடம் மதிப்பான பொருளோ ஆயுதங்களோ இருக்கப்போவதில்லை. நீங்கள் கூடாரத்தில் இருக்கும்போதும் வேலைக்காரர்கள் சூழ இருப்பீர்கள். இரவு நேரங்களிலும் காவலுக்கு ஆள் வைத்திருப்பீர்கள். உங்கள் பயணமும் பெரும்பாலும் பல்லக்கில் இருக்கும், அதில் சிறிதளவே பணம் வைத்திருப்பீர்கள். பொதுவாக ஆயுதங்களுடன் இருப்பீர்கள். வழக்கமாக எப்போதும் கைத்துப்பாக்கி வைத்திருப்பீர்கள். கொள்ளை நோக்கத் திற்காக உங்களை நெருங்கினால் நாங்கள் வீழ்த்தப் படுவோம் என்பதில் சந்தேகம் இல்லை. எல்லாவற்றிற்கும் மேலாக உங்களில் யாராவது காணாமல் போய்விட்டால் கத்தி கூப்பாடு போட்டு ஊரைக் கூட்டிவிடு வீர்கள். எனவே உங்களிடமிருந்து எதுவும் தப்பமுடியாது. நாங்கள் உங்கள் உடைமையை எடுத்து விட்டால் கண்டிப்பாக அது உளவுக்கு வழி வகுத்துவிடும் என்றேன் விளாவரியாக.”

“நீ சொன்ன காரணங்கள் எல்லாம் அர்த்தமுள்ளவை” என்று சொல்லி நான் சகேப் சிரித்தேன். அமீர்அலி நீ கைத் துப்பாக்கியை விரும்புவதில்லை, அதனால்தான் என்னால் உன்னிடமிருந்து தப்பிக்க முடிகிறது. சரி அதைவிடு. நான் குறுக்கிட்டு விட்டேன். நீ உன் கதையை தொடர்ந்து சொல்லிக் கொண்டு போ, என்றார் சாகேப்.

"நல்லது சாகேப் தொடரலாம். மாலை இருட்டுக் கட்ட வேண்டும் என்ற விருப்பத்தின் பதற்றத்தில் இருந்தேன். நான் எனது கூடாரத்தின் கதவுப்பக்கத்தில் அமர்ந்திருக்கும்போது குதிரையில் ஒருவர் ஒரு சிறிய பரிவாரத்துடன் வர அவற்றுடன் எனக்கு நல்ல சகுனம் காட்டும் விதமாக துடிப்பான குதிரையில் அழகான இளம் பெண்ணொருத்தியும் நகரத்திலிருந்து சாலையில் வந்து கொண்டிருந்தாள். எங்கள் முகாமைக் கடந்து ஆற்றின் குறுக்காகச் செல்கிறார்கள். ஆற்றின் அக்கரையில் உள்ள தர்காவில் நுழைகிறார்கள். இவர்கள்தான் என் புதிய பலியா? அந்த மர்மம் நீண்ட நேரம் நீடிக்கவில்லை. முல்லா ஒரு ஆளையனுப்பி என்னை அழைத்துவர பணித்தார். நான் எனது வாளையும், கேடயத்தையும் எடுத்துக்கொண்டு அந்த நபரைப் பின்தொடர்ந்தேன்."

23

விஷ அம்புக்கு எதிராக துப்பாக்கிப் பொறிகள்

முன்னர் சொன்ன முல்லாவுடன் சப்ஜீகான் பகதூர் (அவர் பெயர் எனக்கு அப்படித்தான் பரிச்சயமாகி இருக்கிறது) கசப்பான அந்த பானத்தை போதையேற்றும் ஒரே மூச்சில் குடித்தார். அவருடைய உதவியாளர்கள் அச்ச மூட்டும் தோற்றத்துடன் அவரைச் சுற்றிலும் இருந்தனர். அவர்களில் ஓரிருவருக்கு உள்ள ஆழமான வெட்டுத்தழும்புகள் அவர்களின் முரட்டுத்தனத்தைக் காட்டியது. அவர்கள் எவ்வளவு கடின போரிலும் தமது எஜமானருடன் துணை நிற்பவர்கள் என்ப தற்கான நிரூபணமாக அவை இருந்தன. அவர்களுக்குப் பின் னால் நான் சற்று முன்னர் பார்த்த கொள்ளை அழகுடன் திகழும் அந்த அடிமைப்பெண் அமர்ந்திருந்தாள். அவள் தன் எஜமானருக்கான அடுத்த கோப்பையை தயார் செய்யும் வேலையில் ஈடுபட்டிருந்தாள்.

நான் சென்றதும் முல்லா என்னை அறிமுகப்படுத்தினார் "சென்ற பிரபு நான் முன்னர் சொன்னேனில்லையா? அந்த இளைஞர் இவர்தான். நான் இவரைப்பற்றிய பெருமைகளை மீண்டும் சொல்ல வேண்டியதில்லை என்று நினைக்கிறேன். இவரை ஒருமுறை கூர்ந்து பார்த்தாலே நான் சொன்ன அத்தனை பெருமைகளுக்கும் உரியவர் என்பது உங்களுக்கே புரிந்துவிடும். மரியாதைக்குரிய நல்லதொரு பாரம்பரியத்தைச் சேர்ந்தவர். அவருடைய தகுதி தராதரம் நாம் நட்புகொள்ள ஏற்றது" என்றார்.

மரியாதை நிமித்தமாக (நஜ்ஜுர்) எனது வாளை அவர் முன்னிலையில் வைத்தேன். அதை அவர் தொட்டு பின்

என்னைப் பார்த்து இணக்கமாக விரிப்பில் உட்காரும்படி சைகை காட்டினார்.

நான் மிகவும் பணிவுடன் நடந்துகொண்டேன். அவர் அமர்ந்திருக்கும் விரிப்பின் விளிம்பில் மண்டியிட்டு பின்னங் காலில் அமர்ந்தேன். எனக்கு எதிரில் வாளையும் கேடயத்தையும் வைத்தேன்.

எனது வாள் உடனடியாக அவரது கவனத்தை ஈர்த்தது. "இது மிகவும் சிறப்பான வாள் மீர் சாகேப் என்ற அவர் எங்கே நான் அதைப்பார்க்கலாமா?" என்றார்.

"கண்டிப்பாக என்று கூறியபடி அவர் கையில் வாளை அளித்தேன். இந்த வாள் தங்களது சேவைக்கு உதவி புரியலாம் சாகேப்" என்றேன்.

"இல்லை மீர் சாகேப். எனக்கு வேண்டாம். ஆயுத விஷயங் களில் கொஞ்சம் ஆர்வங்கொண்டவன் நான். என்னிடம் வாட்களின் தொகுப்பே உண்டு, சமயம் வாய்க்கும்போது உங்க ளுக்குக் காட்டுகிறேன்" என்றார்.

அவர் தனது உறையிலிருந்து வாளை நிதானமாக உரு வினார். மெல்லிய தகடு போன்ற அந்த வாள் சாயும் அந்தி ஒளியில் தகதகத்தது. அதை மகிழ்ச்சியுடன் பார்த்தேன். நீண்ட நாட்களுக்குப்பின் நெருக்கமான நண்பனைப் பார்த்த உணர்வு எனக்கு.

நான் அவரைப்பற்றி கொஞ்சம் சொல்லியே ஆகவேண்டும். மிகவும் உயரமாக நல்ல திடகாத்திரமான மனித ஜீவன் அவர். குறிப்பாக விரிந்த தோள்கள். அவருடைய நீண்ட முறுக்கேறிய கைகள் மெல்லிய மஸ்லின் துணி ஊடாக எடுப்பாகத் தெரிந்தது. அவரது உடல் மட்டும் வயதின் முதிர்வால் சீரின்றி பருத்து காணப்பட்டது. சுருள்சுருளாக வளைந்த தாடியும் மீசையும் சாம்பல் பூத்திருந்தது. மிதமிஞ் சிய குடியினால் முடியின் நிறம் மங்கி இருக்கலாம். அவர் முகம் அதிர்வூட்டும் அழகுடன் இருந்தது. அது அவருடைய பிறப்பின் சிறப்பைக் கூறியது. விசேசமாக அகன்றிருந்த அந்த நெற்றியை தலைப்பாகை சற்றே மறைத்திருந்தது. ஆனாலும் அவரின் கண்கள் அகன்றும் கழுகினுடையதைப் போன்று கூர்மையாகவும் இருந்தது. ஆனால் அவை சற்றே வீங்கியும், தொடர் சினத்தில் சிவப்பேறியும் கிடந்தன. ஆனாலும் அது அழகு என்றுதான் சொல்ல வேண்டும். அவருக்கு எடுப்பான மூக்கு; நீண்ட நாசித்துவாரங்கள். அந்த கண்கள் கிட்டத்தட்ட

ஊடுருவிப்பார்க்கும் தன்மை உடையதாக இருந்தன. வாய் வில்லப்போல் சற்றே வளைந்திருந்தது. மற்ற அங்கங்கள் யாவும் பிறரை இகழ்வது போல இருந்தன. தனித்தன்மையுள்ள தாடியும் மீசையும் நான் இதுவரைப் பார்க்காததாக, நான் இதுவரை சந்தித் நபரில் யாரிடமும் காணாத அளவிற்குப் பெரியதாக இருந்தது. மொத்த உருவமும் ஒரு நவாபிற்குப் பொருத்தமாக அமைந்திருந்தது. அவரைப் பார்க்கும் யாரும் அவர் ஓர் உயர்குடிப் பிறப்பு, ஆண்மை மிகுந்த வீரன் என்று சொல்லிவிடுவார்கள்.

அவர் கழுத்தில் புரண்ட பெரிய முத்துக்களாலான ஒரேயொரு ஜபமாலையைத் தவிர வேறு ஆபரணங்கள் ஏதும் அவர் அணிந்திருக்கவில்லை. உடை நேர்த்தியான வண்ணத்தில் பளீரென்று இருந்தது. நான் அவரது இரண்டு அங்கங்களையும் உற்றுப் பார்த்துக் கொண்டிருந்தேன். ஒன்று தலை பின்பகுதியில் வந்து சேருமிடம். மற்றது விரிந்த மார்பு. இவை இரண்டும் மெல்லிய உடை என்பதால் மறைக்கப்படாமல் துல்லியமாக எடுப்புடன் தெரிந்தது. இத்தனை கம்பீரமான சப்ஜீகான் பல சண்டைகளில் பங்கேற்று வெற்றிப் பெற்று விளங்குபவர். முதன் வாய்ப்பிலேயே அவரைத் தீர்த்துக்கட்டத் தீர்மானமாய் இருந்தேன்.

அவர் தொடர்ந்து என் கூரியவாளையே பார்த்துக் கொண்டிருந்தார். இந்த வாள் குறித்து அவருக்கு முன்பே தெரிந்திருக்கக் கூடும் என்ற எண்ணம் என்னுள் எழுந்தது. என் அப்பாவால் பலியாக்கப்பட்ட ஒருவன், இந்த வாளுக்குச் சொந்தக்காரனாயிருந்திருக்கலாம். அவனை இந்த சப்ஜீகானுக்குத் தெரிந்திருக்கலாம். ஒருவேளை இதைப்பற்றி கேட்டால் என்ன சொல்வது என்ற பதிலை எனக்குள் தயாரித்துக் கொண்டிருந்தேன். அந்த வாளின் கூரிய நுனியில் தன் விரல்களை ஓட்டியபடி திடீரென்று சொன்னார், “ஆக இந்த உனது வாள் ஏதோ களம் கண்டிருக்கிறது என்று. முனை லேசாக சில இடங்களில் அடிபட்டிருக்கின்றன, இந்தப் பழைய சிப்பாயின் பார்வைக்கு அவை தப்பவில்லை. இந்த வாளுக்கு எப்படிக் காயம் பட்டது?” என்று என்னிடம் வினவினார்.

“திருடர்களுடன் ஏற்பட்ட சண்டையில் விழுந்த அடி” என்று கூறி நான் இந்துஸ்தானத்தில் இருந்து நிர்மலுக்குப் போகும் வழியில் ஏற்பட்ட சம்பவத்தை அவருக்குச் சொன்னேன்.

“நல்ல காரியம் செய்தாய். ஆனால் நான் என்ன நினைக் கிறேன் என்றால் நீ வெற்றியை நோக்கி பயணித்தபோது மேலும்

பலரை வெட்டி சாய்த்திருப்பாய். உன் இதயம் வலிமையாக செயல்பட்டால் இந்த வாள் உனக்கு ஒருபோதும் தோல்வியைத் தராது” என்றார் நவாப்.

“இல்லை சாகேப். என் இதயம் எப்போதும் துவண்டதில்லை. ஆரம்பத்தில் இருந்தே அது எனக்கு நல்லவிதமாக ஒத்துழைக்கிறது. நான் அதன் ஈரத்தன்மையை கொஞ்சம் கொஞ்சமாக எரித்து திடப்படுத்திக் கொண்டு இருக்கிறேன். நானொரு வீரம் மிகுந்த ஆண். கோழையல்ல. ஆனால் அந்த சம்பவத்தில் நான் என்ன செய்ய முடியும்? நாங்கள் மிகவும் சிலர்தான் இருந்தோம், காடோ மிகவும் அடர்த்தியாக இருந்தது. இருட்டில் நாங்கள் அவர்களைப் பின்தொடர முடியவில்லை.”

“நீ செய்தது சரிதான் என்று பதில் கூறி, இந்த சப்ஜிகானின் அதிர்ஷ்டம் குறித்து நீ என்ன சொல்கிறாய் என் இளம் நண்பனே என்றார் நவாப். அல்லாவின் கருணையால் நெஞ்சுரம் கொண்டவன் முயற்சிகள் செய்யும்போது அவனுக்கு வெற்றிக்கான நேரம் வேகமாக நெருங்கிவரும். என் நண்பன் முகமது என்னைச் சீக்கிரமாக வரச்சொல்லி கடிதம் எழுதியிருக்கிறான். அவன் தொழிலை நடத்துவதற்கு தகுதியுள்ள ஆட்கள் அவனுக்குத் தேவைப் படுகிறார்கள். என்னுடைய கருத்து என்னவென்றால் உன்னுடைய பேச்சும், தோரணையும் அவனுக்கு சாதகமாக அமையும். நீ என்ன சொல்கிறாய்? உன் வாழ்நாள் முழுதும் குதிரை வியாபாரம் செய்வதற்காகப் பிறந்தவன் அல்ல நீ. இந்தப் பயணத்தில் சம்பாதிக்கும் பணத்தை இதேத் தொழிலில் முதலீடு செய்து இன்னும் சில ஆட்களை உன்னுடன் இணைத்துக் கொள்வதைத் தவிர உன் வியாபாரத்தை பெரிதாக பெருக்கிக்கொள்ள முடியாது. என் நண்பன் முகமது உன்னைப் போன்ற இளைஞர்களைத்தான் தேடிக்கொண்டிருக்கிறான். ‘இன்ஷா அல்லா’ நாமெல்லாம் இணைந்து பேரும் புகழும் சம்பாதிக்க ஏதாவது செய்யலாம்” என்றார் நவாப்.

‘உங்கள் நல்ல எண்ணம் உயரட்டும் பண்டே நவாஷ். நானும் பலநாட்களாக இதைத்தான் நினைத்துக் கொண்டிருக்கிறேன். உங்கள் அறிமுகம் கிடைத்துவிட்ட பின்னர் நீங்கள் ஏதாவது சொன்னால், அந்த சொல்லை என்னால் மீற முடியாது. முன் வைத்தக் காலை பின்வைக்க முடியாது என்னால் என்பதை நீங்கள் புரிந்து கொள்வீர்கள்.”

“அப்படியானால் நீ என்னுடன் வா. அது எனக்குப் பெருமகிழ்ச்சி தருவதாக இருக்கும். உன்னுடன் ஆட்களும் சில பயணிகளும் இருக்கிறார்கள். ஜபல்பூருக்கு நேர்வழியில் பயணிப்பது குறித்து என்ன நினைக்கிறாய்? இது கொஞ்சம் கடினமான சாலைதான். ஆனால் எனக்கு நேரம் இல்லை. நாக்பூர் வழியாகப் போகும்போது நல்ல தடங்களோ, திருடர்கள் பயமோ எதுவும் இருக்காது. ஆனால் தூரம் அதிகம்” என்றார் நவாப்.

“நான் இந்தப் பாதையில் போகத் தீர்மானித்துவிட்டேன் நவாப் சாகேப். நீங்கள் எங்களுடன் இணைவதற்கு முன்னரே நாங்கள் வலிமையான குழுவாகத்தான் இருந்தோம். போது மான ஆயுதங்களும் எங்களிடம் இருக்கின்றன. ஆனால் இப்போது நீங்களும் சேர்ந்திருப்பதால் எந்தத் தயக்கமும் இல்லை. கொள்ளைப்பயமோ, திருடர்கள் பயமோ இல்லை. என் பிரபு உங்களுக்கும் அப்படி எதுவும் இருக்காது என்று நினைக்கிறேன்.”

“இல்லை. நீங்கள் எங்களுடன் சேர்ந்ததால் பயம் ஏதும் இல்லா மல் இருக்கிறோம் என்றார். ஆனால் என்னுடன் சில ஆட்கள் மட்டுமே இருக்கிறார்கள். அதனால் காடுகளில் தைரியமாகப் பயணிக்க அச்சம்தான் என்பதை ஒப்புக்கொள்கிறேன். அந்தக் காட்டில் இருக்கும் கொள்ளையர்கள் இரக்கமில்லாமலும் வலிமையோடும் சுற்றிக் கொண்டிருப்பவர்கள். தன் வாழ் நாட் களை போர்களத்தில் செலவிட்ட சப்ஜீகானின் விதி முன்பின் அறியாத கானகத்தில் முடிந்து விடுமெனில் அது துயரம் நிறைந்த ஒன்றுதான்.”

“ஆனால் அப்படித்தானே முடியப்போகிறது நவாப் சாகேப். சாவு உங்களைச் இந்தக் காட்டிற்குள் அடித்துக்கொண்டு போக இருக்கிறது. எந்த இடத்தில் உங்களைக் கிடத்துவது என்பதைக் குறிக்க வேண்டியதுதான் பாக்கி” என்று நான் மனதுக்குள் சொல்லிக்கொண்டேன்.

நீங்கள் எப்போது கிளம்பலாம் என்று இருக்கிறீர்கள் மீர்சாகேப்? இங்கே தாமதிக்கலாம் என்று இருக்கிறீர்களா? என்றுக் கேட்டார் நவாப்.

இல்லை, நவாப் சாகேப். நாளைக்குக் கிளம்பலாம் என்று திட்டம். ஆனால் பிரபு நீங்கள் விரும்பினால் இன்னும் சில நாட்கள் தாமதிக்கலாம்.

இல்லை என்னால் காலையில் புறப்பட முடியாது. ஆனால் பிற்பகலில் துவங்கினால் பகல் வெளிச்சத்தில் நாம் இணைந்து பயணிக்கலாம்.

“தங்கள் ஆணைப்படியே ஆகட்டும். நான் தயாராக இருக்கிறேன். இப்போ இங்கிருந்து கிளம்புவதற்கு உங்கள் உத்த ரவு வேண்டும்” என்றேன் நவாபிடம்.

“கண்டிப்பாக நான் உங்களை இங்கே நிறுத்தி வைக்க விரும்பவில்லை. என் நண்பன் சுலபத்கான் எனக்கான களி யாட்டம் ஒன்றை ஏற்பாடு செய்திருக்கிறார். அதற்கு நான் கிளம்பவேண்டும்” என்றார் அவர்.

நான் எனது கூடாரத்திற்குத் திரும்பினேன். இந்த விஷயத்தை என் அப்பாவிடம் சொல்வதைத் தள்ளிப்போட்டேன். நவாபை என்அப்பாவிற்கு முறைப்படி அறிமுகம் செய்வித்து எங்களுடன் இணைத்துக் கொண்டு அதன் பின்னர் சொல்லலாம் என்று இருந்தேன். மூன்றாம் நாள் அதிகாலையில் சூரிய உதயத்திற்கு முன்னால் கிளம்பலாம் என்று தயாரிப்பில் இருந்தோம். நவாப் எங்கள் முகாமிற்கு வந்து என்னைப் பற்றி விசாரித்துக் கொண்டிருந்தார்.

நான் விரைந்து சென்று அவரை எதிர்கொண்டேன். உடன் என் அப்பாவும் வந்தார். அப்பாவையும் அவரையும் பரஸ்பரம் அறிமுகம் செய்வித்தேன். தங்கள் சம்பிரதாயமான உபசாரங்களுக்குப் பின் நவாப் கவனிக்காதவாறு அப்பா என்னைக் கூர்ந்து பார்த்தார். நானும் அவருக்கு கண்ணால் பதிலளித்தேன். அவர் முகத்தில் வெற்றிகரமான தோற்றம் படர்ந்தது. அதை நான் உள்வாங்கிக் கொண்டேன். காரணம் இந்த சாகசத்தின் பெருமை குழுவைச் சேராது. முழுமையாக எனக்கு மட்டுமே உரியது.

பயணக்குழு நடையைத் துவக்கியது. விடியலின் ஒளி பரவிவந்தது. அது எனக்கு இணையாகக் குதிரையில் வந்து கொண்டிருக்கும் நவாபைத் துலக்கமாக காட்டியது. அவர் கச்சிதமான வளைவுகள் கொண்ட குதிரையில் ஆரோகணித் திருந்தார். தன் எஜமானனை சுமக்கிற பெருமிதமும் துடிப்பும் அதன் நடையில் தெரிந்தது. குறைவான கருநீலத்தில் அடர் சிவப்பைக் கலந்தது போலிருந்தது அவ்விலங்கின் நிறம். அதன் சருமம் வெயில்பட்டு பளபளக்கும் மென்பட்டு. அதன் மீது அங்கங்கே மண் ஒட்டியிருந்தாலும், அதுவும் அழகை உயர்த்தித் தருவதாகத்தான் இருந்தது. அதன் சேணமும், தலைகுஞ்சமும்

தங்க இழையால் அலங்காரமான பின்னல் வேலைப்பாடுகள் செய்யப்பட்டிருந்தது.

ஆனால் குதிரையைவிட அதை ஓட்டி வருபவர்தான் என்னைப் பெரிதும் கவர்ந்தவர். வழக்கமான சட்டைக்கு மேலாக, மெல்லிய எஃகு இழைகளால் பின்னிய இறுக்கமான சட்டை அணிந்திருந்தார். அதில் சிரத்தைமிகு மெருகு ஏற்றப் பட்டிருந்தது. இடுப்பை நேர்த்தியான பச்சைச் சால்வையால் சுற்றிக்கட்டி இருந்தார். அதில் இரண்டு மூன்று குத்துவாள்கள் இருந்தன. தங்க, வெள்ளி நிற உறைபோடப்பட்டவை அவை. புஜத்தில் இருந்து முழங்கைவரை இரும்புக் கவசத்தால் மூடப் பட்டிருந்தது. அவரது தொடைப்பகுதி இரும்பு கவசத்தால் கட்டப்பட்டிருந்தது. தலையில் இரும்புத் தொப்பி பளபளத்தது. தலையில் இருந்து கால்வரை மொத்த உடலும் அடர் சிவப் பிலான மெல்லிய பட்டுத் தொங்கல், அவரது உடலை சூரிய வெப்பத்தில் இருந்து பாதுகாத்தது. அவர் முதுகில் நீர் யானையின் தடித்த தோல்போன்ற இரும்புத் தகடுகள் தொங்கவிடப் பட்டிருந்தன. அவை செழிப்பான வண்ணத்தில் மின்னின. வெல்வெட் இடுப்புப் பட்டையில் இருந்து நீளமான உறைவாள் தொங்கிக் கொண்டிருந்தது. சிறிய போர்க்கோடாரி அவரது குதிரை இருக்கையில் தொங்கிக் கொண்டிருந்தது. அதன் இரும்புப்பிடி பளபளப்பாக இருந்து.

ஒரு முன்னணி போர்வீரனுக்கான அனைத்து லட்சணங் களும் பொருந்தியதாக இருந்தது அவரது தோற்றம். நானும் நூற்றுக்கணக்கான போர்வீரர்களை ஹைதராபாத்தில் பார்த் திருக்கிறேன். ஆனால் இவ்வளவு கச்சிதமான உடைகள் அணிந்து என்னுடன் வந்து கொண்டிருக்கும் இவரைப்போல் யாரையும் நான் பார்த்ததில்லை. நான் அவரது தோற்றத்தால் ஈர்க்கப்பட்டிருந்தேன். அப்படிப்பட்ட பற்றுறுதி கொண்ட அவரை மரணப் பிரச்சினைத் தொடர்ந்தது. இத்தனை ஆயுத தாரியாக இருந்து என்ன புண்ணியம்? அவை அவரைப் பாது காக்கப் போவதில்லை. அவருடைய இறுதி மணித்துளிகள் நெருங்கிக் கொண்டுடிருந்தன. இப்போது அவர் மூக்கில் இருக்கும் சுவாசமே கூட இறுதியானதாக அமைந்து விட லாம்.

“ஏதோ ஒரு நோக்கத்துடன் என்னைக் கவனிப்பதுபோலத் தோன்றுகிறதே” என்றார் நவாப்.

“ஆம். உங்களைப் போன்ற சகல ஏற்பாடுகளுடன் கச்சிதமாகப் பயணிக்கக்கூடிய ஒரு குதிரை வீரனை இதுவரை நான் பார்த்ததில்லை. இவை அனைத்தும் அதன் உடைமை யாளருக்கு பொருத்தமாக அமைந்துள்ளன. நீங்கள் எப்போதும் இப்படித்தான் பயணிப்பீர்களா?” என்று அவரின் பார்வைக்கு பதிலளித்தேன்.

“எப்போதும் இப்படித்தான் மீர்சாகேப். ஒரு போர்வீரன் தனது கவசங்களில் ஒருபோதும் குறை வைக்கக்கூடாது. அந்த சொகுசு நாய் சுலாபத்கான் என்னை தயாரிப்பதற்குக் குறைவான நேரமே செலவிட்டான். அதனால் கவசங்கள் என்னை இறுக்கிக்கொண்டுள்ளன. நேரம் வரும்பொழுது எனது உடல் தளர்வடையும் என்று உணர்கிறேன். அதனால் அவசியமான சூழல் ஏற்படும்போது நானே என்னை முழுமை யாக தயார்படுத்திக் கொள்வேன்.”

நாங்கள் எங்கள் பயணத்தை முழுமையாக இணைந்தே தொடர்ந்து கொண்டிருந்தோம். அவர் தனது கடந்தகால சாகசங்களைச் சொல்லிக்கொண்டு வந்தார். களத்தில்தான் போராடியவிதம், அடைந்த வெற்றிகள், சில சமயங்களில் சாதுர்யமாகத் தப்பித்தது போன்ற செய்திகளை அவர் மிகுந்த ஆர்வத்துடன் சொல்ல நான் கேட்டுக்கொண்டு வந்தேன். அவரின் இந்த செய்திகள் என்னை மிகவும் கவர்ந்தன. நண்ப ராக பாவித்த அவரின் கூட்டத்தில் ஒரு உறுப்பினனாக என்னை சேர்ந்து, அவர் தலைமையில் அதே நெஞ்சுரத்துடன் அவருக்கு இணை இருக்க விரும்பினேன்.

சாகச வேலை எதிலும் ஈடுபடாமல் பயணத்தின் முதல் கட்டத்தை அடைந்தோம். அத்துடன் நாங்கள் பயணித்த பாதையில் இருந்த கிராமவாசிகள் சாலையின் அடுத்து வரும் பகுதி மேலும் மேலும் அடர்ந்த காடாகவும், சாலைகள் வெறும் கற்களாகவும் இருப்பதாக கூறினார்கள். காடு களுக்குள் ‘கோண்டுகள்’ ஆயுதங்களுடன் இருப்பதாகவும் எதிர் படும் யாரையும் கொள்ளையடித்து விடுவார்கள் என்றும் எச்சரித் தார்கள்.

அதைக்கேட்ட நவாப் ‘அதையுந்தான் பார்ப்போம்’ என்று கூறினார். அவர்களை எதிர்கொள்ள தயாரானார். இன்ஷா அல்லா கோண்டுகள் நமக்கு தொந்தரவு எதுவும் தரமாட்டார்கள். அவர்களில் சிலர் தங்களது வலியைத் தணித்துக் கொள்வதற்காக அவர்களின் ஆட்சிக்கு எதிராக சில காரியங்களில் ஈடுபடுவார்கள், அவ்வளவுதான்” என்றார் நவாப்.

அனைத்து எச்சரிக்கைகளையும் மீறி நாங்கள் அடுத்த நாள் காலையில் அதே பாதையில் பயணத்தைத் தொடர்ந்தோம். எங்கள் ஆட்கள் மிகுந்த உறுதியுடன் பயணத்தைத் துவக்கி னார்கள். நான் ஒரு நம்பிக்கைக்காக எங்கள் பொருட்கள் வரும் வண்டியைச் சுற்றி பாதுகாப்பைச் சற்று வலுப்படுத்திக் கொண்டேன். கற்கள் நிறைந்த கரடு முரடான பாதையில் எங்கள் பயணம் தொடர்ந்தது. நானும் நவாபும் பயணக்குழுவிற்குத் தலைமை தாங்கி நடத்திச்சென்றோம்.

உள்ளே போகப்போக பாதை மேலும் மேலும் பயங்கரமான தாக மாறிக்கொண்டு வந்தது. சில இடங்களில் ஒத்தையடிப் பாதையைப்போல இருந்தது. எங்கள் ஆட்கள் வழியை மறித்து நின்ற கிளைகளை வெட்டிப் போட்ட பின்னர்தான் அந்த இடத்தைக் கடக்க முடிந்தது. சில இடங்களில் உயர்ந்த இரண்டு கரைகளுக்கிடையில் பயணிக்கும்படியான நிலை. எங்கள் மீது தொங்குவது போன்ற உணர்வைக் கொடுத்ததுடன் வான் வழி ஆயுதங்கள் நாங்கள் தப்பிக்க முடியாதபடி எங்கள் தலைமீது தாக்குவது போன்றிருந்தது. அந்த இடம் ஆபத்தானது என்று நவாபிடம் கூறினேன்.

ஒரு குறுகிய பாதையிலிருந்து திறந்தவெளி நோக்கி சென் றோம். இருந்தாலும் அதுவும் ஒரு காடாகவே இருந்தது. அங்கு நாங்கள் தாக்கப்பட்டிருந்தால் மிகவும் பாதிப்புக்குள்ளாகி இருப்போம்.

"நீங்கள் சொல்வது உண்மைதான் மீர் சாகேப். நீங்கள் எங்க ளுடன் வருவதற்கு நன்றி. நான் சரியாகச் சொல்வதானால் இப்படி ஒரு நிலைமை எனக்கு ஏற்பட்டதே இல்லை. எங்கேயும் இப்படி இருக்காது. நான் நினைக்கிறேன் எந்த இடத்திலும் ஒரு கொடிய காடு இப்படி வனமாக மாறாது. எங்கேயும் இவ்வளவு காய்ந்த மரங்கள் இருக்காது. அய்யோ அங்கே என்ன அது? அல்லா.... கோண்டு....கள்..... ஒரு இசைக் கருவியைப் போல கூவினர். வாளை உருவி சுழற்றிப் பார்த்தார். பாதங்களால் உந்தி குதிரையைச் சோதித்தார். அது இரண்டு சுற்று அடித்தது. நவாபைத் தனது இருக்கையில் இருந்து தூக்கிப்போட்டது. பின் மீண்டும் இருக்கையில் சரியானபடிக்கு அமர்ந்து தலைக்கவசத்தை அழுத்திச் சரி செய்துகொண்டார். என்னை உஷாராக இருக்குமாறு எச்சரித்தார்.

நானும் சுதாரித்த நிலையிலேயே இருந்தேன். நானும் என் வாளை உருவினேன். எனது கேடயத்தை எடுத்து அம்புகளுக்கு

எதிராகப் பிடித்துக்கொண்டேன். எனது குதிரையும் நவாப் குதிரையைப் போலவே சுழன்றடித்தது. என்னை மறுப் பக்கத்திற்குத் தள்ளிப்போனது. பத்ரிநாத் எங்களுக்கு முன்னால் போனான். மற்ற சிலரும் எங்களை குதிரையுடன் சூழ்ந்து கொண்டனர். இன்னும் சிலர் நின்றபடியே துப்பாக்கிக் குழல் களை உயர்த்திப் பிடித்தனர்.

“வாங்கடா தப்பான தாய்க்குப் பிறந்த மக்களே. யாராவது நிஜமான ஆம்பிள்ளைகளாக இருந்தால் வாங்க. உங்கள் கோழைத்தனமான அம்புகளை எங்கள் ஆயுதங்களுடன், எங்கள் உரமேறிய நெஞ்சுடன் சோதித்துப் பாருங்கள். கோழைகளே! உங்கள் சகோதரிகள் இழிந்த பிறவிகளாகத்தான் இருப்பார்கள். உங்கள் தாய்மார்கள் கழுதைகளை புணர்கிறவர்களாக இருப் பார்கள்” என்று கத்தினார்.

நவாபின் வசவுகளையும் குற்றச்சாட்டுகளையும் கேட்டு சிரிக்க முடியாதவனாக இருந்தேன்! அவர் இடையறாத வசவுகளை வீசிக்கொண்டே இருந்தார். கோண்டுகளுக்கு எதிராக வாளை சுழற்றிக் கொண்டிருந்தார். அவர்கள் அசையாமல் மலைமீது நிலை கொண்டிருந்தார்கள். வில்லை எங்களை நோக்கி வளைத்து அம்பு மாரி பொழிந்து கொண்டிருந்தார்கள். அம்புகள் காற்றைக்கிழித்து சீழ்கை ஒலி எழுப்பிப் பறந்து வந்தன. ஒரு அம்பு நவாப் குதிரையின் கழுத்தில் காயம் உண்டாக்கி விட்டது. அதைக் கண்டு அவர்கள் வெற்றிக் கூச்ச லிட்டார்கள்.

“ஆ.. என் அன்பிற்குரிய மோத்தி காயப்பட்டு விட்டதே.” நவாப் இறங்கி காயத்தில் இருந்து அம்பை எடுத்தார். “மீர் நீ அந்தப் பயல்களை கவனித்துக்கொள். அவர்களின் அம்புகளை எதிர்கொண்டு அவர்களைக் கலைத்துவிடு. கீழே வரவிடாதே” என்று கூக்குரலிட்டார்.

நான் என் ஆட்களைப் பார்த்து, “என் மக்களே வாருங்கள். அந்த பயல்களின் உருவம் தென்பட்டால் உடனே சுட்டு விடுங் கள். உங்களால் குறி வைக்க முடிகிறதா?” என்று கூவினேன்.

நான் சொன்னபடியே என் ஆட்களும் செய்தார்கள். கோண்டுகளில் குறிப்பாக ஒருவன், பாறையின் சரிவில் அமர்ந்து தன் எதிரில் பெரிய வில்லை வைத்திருந்தான். தூரத்தில் இருந்தும் அவன் ஆயுதம் தெளிவாகத் தெரிந்தது. அவன் எங்கள் தாக்குதல் குறித்துக் கவலையின்றி இருந்தான். சர்ஃப்ரஸ்கான் அவனைக் குறி வைத்துச்சுட்டான். குறி

சரியாகப் பாய்ந்து பாறையில் உருண்டு எங்கள் காலுக்கடியில் வந்து வீழ்ந்தான் அந்த கோண்டு. துப்பாக்கிக் குண்டு அவன் தொண்டையில் பாய்ந்திருந்தது. அவன் முழுசாக இறந்துவிட்டான். அவன் இறந்ததைக் கண்டு மற்றவர்கள் எல்லாம் வெறிக் கூச்சலிட்டார்கள். அவர்களில் மேலும் பலர் மோசமான காயம் அடைந்திருந்தார்கள். வேகமாக இறங்கி வந்து இறந்தவனை தூக்கிக்கொண்டு மலைமீது ஓடினார்கள். அவர்களுக்கு இதுபோன்ற அனுபவம் முன்னர் ஏற்பட்டிருக்காது போலும்.

இதை தவிர்த்து எங்கள் வழியில் வேறு எந்த இடர்பாடுகளும் ஏற்படவில்லை. எங்களின் அடுத்த நிலைக்கு திட்டமிட்ட நேரத்தில் போய்ச்சேர்ந்தோம்.

"அமீர் அலி சீக்கிரமே என்னைச் வந்துபார்" என்று அப்பா சொன்னார். "நவாபை நாம் பலிகொள்ளப் போகிறோமா இல்லையா? அல்லது விருந்தினர்தானா? இல்லை என்றால் அதற்கான ஏற்பாடுகளை நாம் செய்தாக வேண்டும்" என்றார்.

"விருந்தினரா! நல்ல கதையாக இருக்கிறதே. நாம் அவரின் கதையை முடித்தாக வேண்டும் அப்பா. அதில் ஒன்றும் பிரச்சினையே இல்லை. அவர் கதையை முடிக்க நமக்கு வசதியான பல இடங்கள் இருக்கின்றன என்றேன்.

"அது முடியாது மகனே" என்றார் அப்பா. "குதிரையில் இருக்கும்போது செய்வது பைத்தியக்காரத்தனம். அவர் அற்புதமான குதிரை ஓட்டி. குதிரையும் துடிப்பானது. அவரை முடிப்பது தொடர்பாக நம் குழுவிற்குள் கொஞ்சம் குழப்பம் இருக்கிறது. அவரை யார் கையாள்வது? வழக்கமான திட்டத்தில் இருந்து மாறுபட்ட திட்டம் தயாரிக்க வேண்டும்" என்றார் அப்பா.

"இந்த விஷயத்தை முழுதாக என்னிடம் விட்டுவிடுங்கள். இடத்தைத் தேர்வு செய்ய வேண்டிய அவசியம் இல்லை. எனக்கு ஏற்ற சூழலை நான் பார்த்துக் கொள்கிறேன்."

24

நவாப் என்றால் கொம்பா? பார்க்கலாம் ஒரு கை...

மறுநாள் நான், "நண்பர்களே நவாப் நமது குழுவில் இன்னும் ஏன் இருக்கிறார் என்ற கேள்வி உங்கள் மனதில் மிக நெடியதாக இருக்கிறது இல்லையா? என்று பத்ரியையும் சர்ஃப்ரஸ்கானையும் கேட்டேன்."

"அவரை இவ்வளவு தூரம் அழைத்து வந்துவிட்டோம். ஆனால் என்ன திட்டம் என்பதை இதுவரை சொல்லவில்லையே என்று எங்களுக்குச் சின்ன சந்தேகம்தான். என்னதான் உன் விருப்பம். அவரை எப்படி சமாளிக்கப் போகிறோம்? அவரைச் சாலையில் தாக்குவது முடியாத காரியம். அப்படி ஏதாவது செய்ய முயற்சித்தால் நவாப் நம்மில் சிலரையாவது வெட்டிச் சாய்த்து விடுவார்" என்றான் பத்ரி.

"நீங்கள் சொல்வது புரிகிறது. நமக்கு எந்த வகையிலும் சிரமமே இல்லை. சொல்லப்போனால் நமது விருப்பம் நிறை வேறப்போகும் நாள் வெகுதொலைவில் இல்லை" என்று அவனை சமாதானப்படுத்தினேன்.

"கவனமாகக் கேளுங்கள். நான் ஒரு திட்டத்தை முன் வைக்கிறேன். நீங்கள் ஒப்புக்கொண்டால் அதை நிறைவேற்று வோம். நேற்றைய பயணத்தின்போது ஆற்று நீரோட்டத்தைப் பார்த்த நவாப், அதில் இறங்கி குளிக்காமல் போவதற்காக வருத்தப்பட்டார். அடுத்து அவர் சர்பத் சாப்பிடுவதை வழக்க மாகக் கொண்டுள்ளார். அதை தயாரித்துக் கொடுப்பது அந்த அடிமைப் பெண்தான். நாளையப் பயணத்தின்போது அப்படியொரு தருணத்தை எப்படியும் எதிர்கொள்வோம்.

நான் அனைத்து வகைகளிலும் முயற்சித்து அவரை ஓய்விற்கு இணங்கச் செய்கிறேன். நான் அவருடன் உரையாடிக் கொண்டிருக்கும்போது இறங்கி விடுகிறேன். அவரது காவலாட்கள் இல்லாத நேரம் பார்த்து நாம் அவரை அமுக்கிவிடலாம், என்று விளக்கினேன்.

இருந்தாலும் அது ஒன்றும் எளிதானதல்ல. அவர் ஒருமுறை உட்கார்ந்தால் போதும் நமக்குத் தோல்வி இல்லை. பிறகு அவரது ஆயுதங்கள் அர்த்தமற்றவை ஆகிவிடும்" என்றான் சர்ஃப்ரஸ்கான்.

"இதுபோன்ற அரைகுறை வேலையில் எனக்கு நம்பிக்கை இல்லை. அவரது காவலர்கள் இருந்தால் கண்டிப்பாக தப்பி விடுவார். எனக்கும், சர்ஃப்ரஸ்கானுக்கும் அவரைப் பார்த்தாலே பயமாக இருக்கிறது, அந்த ஆள் மனிதனா? பேயா? என்று. நவாபை கொல்வதென்றால் நாம் புதிய உத்தியை கண்டுபிடித்தாக வேண்டும். அவர் நமது வழக்கமான பலி பொருளாக இல்லை. என்னைப் பொருத்தவரை அவரை தொந்தரவு செய்யாமல் விட்டுவிடலாம்" என்றான் பத்ரி.

"அறிவு கெட்டவனே! இதைச்சொல்வது நீயா பத்ரிநாத்? எனக்கு அதிர்ச்சியாக இருக்கிறது. நவாபாக இருந்தால் என்ன அவனும் மனிதன்தானே? நம்முடைய வழக்கத்திற்கு மாறாக அவனைக் கவர்ந்து அழைத்து வரவில்லையா? ஒரு நவாபைக் கொல்வதென்பது புதிதாக இருக்கலாம் வீராதிவீரன் சப்ஜீகானைக் கொன்றவர்கள் நாம் என்று பெருமையடித்து கொள்வதைப் பற்றி நினைத்துப் பாருங்கள். நமது முன்னோர்கள் இப்படிப்பட்ட அசாத்தியத் துணிச்சலான காரியத்தில் இறங்கியதில்லை என்பதை நினைவுக் கொள்ளுங்கள்."

"நான் மறுத்துப் பேசுவதற்குக் காரணம் என்னவென்றால் வழக்கத்திற்கு மாறாக ஒன்றைச் செய்யும்போது தவறு நேர்ந்து விடும். அது பெரும்பாலும் பவானினுக்கு எதிராகிவிடும்" என்றான் பத்ரி.

"அப்படியானால் முதலில் சகுனம் பாருங்கள். அல்லாவின் கருணையால் பவானி என்ன சொல்கிறாள் என்று பார்ப்போம். அதற்குப் பின்னால் நவாப் விஷயத்தில் நாம் முடிவிற்கு வருவோம்" என்றேன் நான்.

"இப்பத்தான் நீ ஒரு தக்கியைப்போல பேசுகிறாய். அது தான் முறையானது. சகுனம் பார்த்து அதன் முடிவை இன்று மாலைக்குள் நான் உனக்குச் சொல்கிறேன். அது சாதகமாக

இருந்தால், உன்னைவிட்டு பிரிபவர்களில் பத்ரிதான் கடைசி ஆளாக இருப்பான்" என்றான்.

"மாலை நேரம் வந்தவுடன் சகுனங்கள் பார்க்கப்பட்டு அன்றே சாதகமான நேரம் என்று கண்டுடறியப்பட்டசெய்தியை சந்தோஷத்துடன் என்னிடம் கூற வந்தேன். இதுவரையிலும் ஆந்தைகள் கூறிய அதிர்ஷ்டத்தில் உனக்கு சந்தேகம் இருக்கிறதா? நாளை வரையில் நான் காத்துக் கொண்டிருக்கவில்லை. பக்கத்துக் கிராமத்தில் உள்ளவர்களிடம் போய் விசாரித்து, நான்கு காத தூரத்தில் நிறைய நீர் ஓடும் ஆறு ஒன்று இருப்பதைத் தெரிந்துகொண்டு வந்திருக்கிறேன். காடு அடர்த்தியாக இருப்பதால் அதன் கரைகள் நமக்குத் தெரிவதில்லை. அங்கே ஒரு இடத்தை நான் பார்த்து வைத்திருக்கிறேன். குழி வெட்டுகிறவர்களை நாம் அங்கே அனுப்பலாமா? என்றேன்" பத்ரியிடம்.

"கண்டிப்பாக. நாம் தயாரிப்பு ஏற்பாடுகளைச் சரியாகச் செய்துவைத்துக்கொள்ளலாம் தான். ஆனால் வேண்டாம் என்று தொடர்நதான். அதனால் என்ன பலன், நீ சொன்னதுபோல காடு அடர்த்தியாக இருக்கும்போது பிணங்களை அதில் மறைக்கமுடியாதா? எப்படியாக இருந்தாலும் அங்கே ஆறு இருப்பதால் குழி தோண்டுவது எளிதானது தான். அ ஆனால் மீர் சாகேப், நவாப் வலிமையான ஆள். அவருடன் துணைக்குக் காவலாட்கள் இருக்கிறார்கள். அவர்கள் தங்கள் வேலையில் வெகு சிரத்தையுடன் இருக்கிறார்கள். எனவே இந்த ஆபத்தான காரியத்தைத் தனியாகச் செய்ய வேண்டாம்" என்றான் பத்ரிநாத்.

"சரி ஆனவரையிலும் சரியாகச் செய்வோம். அது குறித்து யோசிக்க இன்னும் போதிய நேரம் இருக்கிறது" என்று கூறி சமாதானப் படுத்தினேன்.

"நான் ஒரு ஆளைத் தேர்வு செய்து வைத்திருக்கிறேன். நவாபின் ஜமேதார் என்று சொல்லிக் கொள்ளும் அவனுடன் ஒரு நெருக்கத்தை உண்டாக்கி இருக்கிறேன். அவன் நம்பிக்கையானவன். மற்றவர்கள் வழக்கம்போல பார்த்துக் கொள்ளட்டும். ஆனால் நவாபை உன்னிடம் விட்டு விடுகிறோம்" என்றான் பத்ரி.

"ஆம். அவர் எனக்குத்தான். அதில் பிறர் தலையீட்டை விரும்பவில்லை. சர்ஃப்ரஸ்கான் வேறு யாரையும் தேர்வு செய்து வைத்திருக்கவில்லை என்றால் எனக்கு உதவியாக இருக்கட்டும் என்றேன் நான்."

"இல்லை. எனக்குத் தெரிந்தவரை அவன் வேறுயாரையும் தேர்வு செய்யவில்லை. நம்மிடம் இருப்பவர்களிலேயே அவன் மற்றவர்களைவிட வலுவானவன். உங்களுடன் இன்னொரு ஆள் இருந்தால் நீங்கள் தவறுவதற்கு வாய்ப்பே இல்லை. ஆனால் ஒரு மாற்றாக வைத்துக்கொள்வதற்கு பொருத்தமான ஆள்தான் அவன்" என்றான் பத்ரி.

"நவாப் உட்கார்ந்திருந்தால் இன்னொரு ஆள் தேவைப்படாது. எதாவது பிரச்னை என்றால் இன்னொரு ஆள் இருந்தால் சமாளிக்க வசதியாக இருக்கும்" என்றேன் நான்.

மறுநாள் பயணத்திற்குரிய ஏற்பாடுகளை இரவில் தயார் செய்து வைத்துக் கொண்டோம். காலையில் முழுவீச்சில் பயணம் துவங்கியது. வழக்கம்போல நானும் நவாபும் குழுவிற்குத் தலைமைத் தாங்கி நடத்திச் சென்றோம்.

குதிரையில் நாங்கள் சென்று கொண்டிருக்கும்போது "இந்த நாடு வஞ்சிக்கப்பட்ட நாடாக இருக்கிறது என்றார் நவாப். இப்படி வறண்ட காட்டை எங்காவது பார்த்திருக்கிறாயா? இந்த முனையில் இருந்து இன்னொருமுனை போகும்வரையிலும் காய்ந்த உதட்டை நனைப்பதற்குக்கூட ஒரு சொட்டு தண்ணீர் கிடைப்பதில்லை. யாரும் சொன்னாலும் நம்பமாட்டார்கள். நல்ல வேளை கொஞ்சம் குளிர்ச்சியாக இருக்கிறது. இல்லையென்றால் நமது நீண்ட பயணத்தில் சீக்கிரமாகவே களைப்படைந்து விடுவோம். இந்த சப்ஜீகான் மூன்று நாட்களாக தனது வழக்கமான சர்பத்தை அருந்தவில்லை. அல்லா! நான் வெப்ப காலத்து காக்கையைப்போல தவித்துக் கிடக்கிறேன். என்னையறியாமல் என் வாய் தண்ணீருக்காக திறக்கிறது. இந்த வறுத்தெடுக்கும் பாலைவனத்தில் ஆற்றிலோ கிணற்றிலோ இளைப்பாறினால் நன்றாக இருக்கும். நானும் எனது அருமையான பானத்தை அருந்துவேன்" என்றார் நவாப்.

"பொறுமை காத்திருங்கள், பிரபுவே! யாருக்குத் தெரியும், நாம் போகும் வழியிலேயே ஆறு குறுக்கே வந்தாலும் வரலாம்? அப்படி வந்தால் சற்று நேரம் பயணத்தை நிறுத்திவிட்டு சிரமப் பரிகாரம் செய்துவிட்டுப் போகலாம். ஒரு மணிநேரம் தாமதிப்பதால் ஒன்றும் ஆகிவிடப் போவதில்லை. காலை உணவிற்கு என்னிடம் கொஞ்சம் பேரீச்சம் பழங்கள் இருக்கின்றன என்றேன் நான்."

"ஆகா பேரீச்சம் பழங்கள் இருக்கின்றனவா? என்னிடம் கூட இருக்கலாம். என் ஆட்கள் எனது பையில் சாப்பிடுவதற்கு

ஏதேனும் வைத்திருப்பார்கள். நீ சொன்னது உண்மைதான். மலையில் இருந்து வரும் குளிர்ந்த காற்று நல்ல பசியைத் தூண்டுகிறது" என்றார் அவர்.

ஒவ்வொரு காத தூரமாக கடந்து கொண்டிருக்கிறதே தவிர ஆறு வந்தபாடில்லை. தவறான தகவல் சொல்லப்பட்டு விட்டதோ என்று எனக்குச் சந்தேகம் வந்துவிட்டது. எனது இந்த ஏமாற்றத்தால் சந்தோஷிக்க முடியாது. மலையின் முகட்டைக் கடந்து போய்க் கொண்டிருந்தோம். கிராமத்து ஆட்கள் எனக்குச் சொன்ன அந்த சின்ன ஆறு எதிர்பட்டது.

"பிரபுவே நான் சொல்லவில்லையா? நதி எதிர்படும் என்று. கடைசியாக ஒரு வழியாக ஆறு வந்துவிட்டது. பளிங்கு போல் ஓடும் தண்ணீர், இது ஒரு நல்ல ஆறு என்பதை உறுதி செய்கிறது. நாமிங்கே ஒரு மணிநேரம் செலவழிக்கலாமா? எல்லோரும் ஒரு சுற்று புகைக்குழாய் பிடிக்கலாம். உங்கள் அடிமையைச் சர்பத் தயாரிக்கச் சொல்லுங்கள்" என்றேன்.

"நிச்சயமாக!" என்ற அவர், "இதுபோல வாய்ப்பு இனிநமக்கு கிடைக்கப் போவதில்லை. ஒரு ஆளை அனுப்புங்கள். என் அடிமையை சீக்கிரமாக சர்பத் தயாரிக்கச் சொல்லுங்கள்" என்றார்.

நீரோடையை அடைந்ததும் அவளை அழைத்துவர ஒரு ஆளை அனுப்பினேன். மெத்தென்ற புற்கள் நிறைந்த பகுதியை தேர்வு செய்து குதிரையின் முதுகு விரிப்பை எடுத்து விரித்து அமர்ந்தோம்.

ஒவ்வொருவராக வந்து ஓய்விற்கு அமர்ந்தார்கள். சிலர் ஆற்றுக்குள் இறங்கி தூய்மையான நீரில் கைகால் அலம்பி புத்துணர்ச்சி பெற்றார்கள். கூழாங்கற்களுக்கு மேலாக நழுவி ஓடும் ஆற்று நீர் சூரிய ஒளியில் தகதகத்தது. விலங்குகளுக்கும் இந்த நீர்தான் ஜீவாதாரமாக இருக்கும். எல்லோரும் வட்டமாக ஒரு குழுவாக அமர்ந்தோம். அடர்ந்த வாசனையுடன் உக்கா சுற்றுக்கு வந்து கொண்டிருந்தது. சாலையை எவ்வளவு சாமர்த்தியமாக கடந்தோம் என்று ஒவ்வொரு வருக்கும் தங்கள் சாகசப் பெருமைகளைப் பகிர்ந்து கொண்டிருந்தார்கள். தங்களுக்கு விருப்பமான கதைகளைப் பேசிக்கொண்டிருந்தார்கள். நான் எல்லோரையும் ஒரு நோட்டம் விட்டேன். எல்லோரும் அவரவர் நிலைகளில் சரியாக இருந்தார்கள். மூன்று தக்கிகள் நவாபின் வேலைக்காரர்களுடனும் மற்ற உதவியாளர்களுடனும் சரியாக இடம் பிடித்திருந்தனர். அஜீமாவின் வண்டி தூரமாக

சாலையில் நின்றிருந்தது. நான் அவளது வண்டிப்பக்கத்தில் போனேன்.

"அன்பே நமது ஆட்களை ஓய்விற்காக நிறுத்தி வைத்திருக் கிறேன். உங்கள் வண்டி போய்க்கொண்டே இருக்கட்டும். இங்கே சாலை நன்றாகத்தான் இருக்கிறது. நாங்கள் சீக்கிரமாகவே வந்து உங்களைப் பிடித்து விடுவோம் என்றேன் அவளிடம்."

"ஆமாம். இங்கே கொஞ்சம் பரவாயில்லை. இதுக்கு முன்னாடி யெல்லாம் மிகவும் மோசம். நானும் நர்கீஸும் வண்டியின் குலுங்கலில் செத்துப் பிழைத்தோம்" என்றாள் அவள்.

"அடுத்து வரும் பெரிய கிராமத்தில் அல்லது நகரத்தில் ஒரு டோலி ஏற்பாடு செய்து கொள்ளலாம். உனக்கு சௌகர்யமாக இருக்கும் என்று சமாதானம் கூறினேன்.

வண்டியோட்டியாக இருந்த தக்கியிடம் (இந்த வண்டி நாங்கள் பீதரை விட்டுக் கிளம்பும்போது வாங்கியது. அப்போதி ருந்து எங்கள் தக்கிதான் வண்டியோட்டியாக இருக்கிறான்) "நீ போய்க்கொண்டிரு, ஆனால் வேகமாகப் போகாதே என்று அறிவுறுத்தினேன்."

அவளைப் போகவிட்டு நான் நவாபிடம் வந்தேன். அவர் என்னுடைய அப்பாவுடன் உரையாடலில் ஈடுபட்டிருந்தார். இப்போதும் அவர் அந்த அருவருப்பான பானத்தின் மயக்கத் தில் இருந்தார்.

"ஹே! மீர் சாகேப் நீ என்ன நினைத்துக் கொண்டிருக்கிறாய்" என்று கத்தினார். நான் உன் மதிப்பு மிகுந்த அப்பாவை சுவையான இந்த சர்பத்தை குடிக்கச் சொல்லி வற்புறுத்திக் கொண்டே இருக்கிறேன். அல்லா மீது ஆணை! இது ஒரு சொர்க்கபானம். ஆனால் அவர் கசப்படிக்கிறது, வயிற்றிற்கு ஏற்கவில்லை என்று உறுதியாகச் சொல்கிறார். நீ கொஞ்சம் சாப்பிடுகிறாயா?" என்று எனக்கு ஒரு தம்பளரை நீட்டினார். "குடி குடி. உனக்கு மிகவும் நல்லது. இந்த குளிரிலிருந்து உன்னைக் காப்பாற்றும். இது செய்யப்படும் முறையை வைத்து நான் உனக்கு உத்திரவாதம் தரமுடியும். இதை செய்கிற வேலைக்காரி பத்து தலைமுறையாக இந்த கலவையை தயாரிக்கும் கலையை கற்ற அடிமைகளை சேர்ந்தவள் இந்த கரீமா! அப்படித்தானே பெண்ணே!" என்றார் அந்த அடிமைப் பெண்ணைப் பார்த்து.

"இந்த அடிமைக்கு பிரபு காட்டும் சலுகை மிகவும் பெரிது. இந்த அடிமை விரும்புவது என் பிரபுவின் மகிழ்ச்சியை மட்டுமே" என்றாள் அவள்.

"அப்படியானால் இன்னொரு தம்பளர் கொடு" என்று கத்தினார் நவாப். நான் முன்பு கேட்டறிந்த பாட்டு ஒன்றை பெருங்குரலெடுத்துப் பாடினார்."

"முன்னர் கோப்பை குடித்தது.... பின்னர் நான் குடித்தேன்.... பிறகு யாருக்குக் கொடுத்தாய்?"

"இதனால் யாருக்கென்ன பயன்? இந்த உலகம் முழுமைக்கும் தெரியும் சப்ஜிகான் பாங்க் குடிப்பது, அதனால் அவன் ஒரு மோசமான காவலன் என்று அர்த்தமில்லை! இப்போது சில அழகான பெண்கள் நம்முடன் கஜல் பாடவேண்டும் அல்லது நமக்கு இரண்டு பெண்கள் வேண்டும். அப்படியானால் காட்டுக்குள்ளேயே நம்மால் சொர்க்கத்தை உருவாக்கிவிட முடியும் என்று நான் நினைக்கிறேன்" என்றார் நவாப்.

இந்த வேடிக்கைப் பேச்சில் நானும் அவருடன் கலந்து கொண்டேன். "உங்கள் சிந்தனை நல்ல சிந்தனைதான் நவாப் சாகேப். இங்கே எங்காவது பக்கத்துக் கிராமங்களில் நாட்டியக் காரிகள் கிடைப்பார்கள். அமர்த்திக்கொண்டால் நம் பயணத்தில் கூடவே வருவார்கள் என்றேன் நான்."

"சரியாகச் சொன்னாய் மீர்சாகேப். நீ சொன்னது நல்ல வார்த்தை, மிக நல்ல வார்த்தை. இன்ஷா அல்லா, நாம் சில பெண்களை அமர்த்திக் கொள்ளலாம்." கொஞ்சங் கொஞ் சமாக நிறைய மது அருந்தினார். அது அவரது தலையை பாதித் திருந்தது. அல்லாவின் பெயரால் அவர்கள் இப்படித்தான் ஆட வேண்டும். நவாப் எழுந்து கைகளை விரித்துத் திருகி இரண்டு மூன்று சுற்றுகள் சுற்றினார். எல்லோரையும் ஒரு பார்வை பார்த்தார்.

அவர் தாங்க முடியாத கேலிக்கு உள்ளானார். அவரது உடை, ஆயுதங்கள் நிலை குலைந்தன. பாதங்கள் தடுமாற ஆடினார். அவரைப் பார்த்து சிரிக்காமல் இருக்க முடியவில்லை. மனம் விட்டு எல்லோரும் சிரித்தோம்.

இந்த நாடகம் நீண்டுகொண்டே போனது. நாங்கள் செய்ய வேண்டிய ரகசிய வேலைகளைச் செய்வதற்கான நேரமும் சாத்தியங்களும் வீணாகிக் கொண்டிருந்தது. நவாபை மீண்டும் உட்கார வைப்பதற்கு முயற்சித்தேன். சர்ஃப்ரஸ்கானை நெருங் கினேன். அவன் உடனே தயாராவதற்காக நவாபின் பின்புறம் போனான்.

"ஏ கரீமா," என்று குரல் கொடுத்தார். அவர் மறுபடியும் உட்கார்ந்தார். "என் அன்பே இன்னும் சர்பத் கொண்டுவா. அட அல்லா என்னால் தாகத்தை அடக்க முடியவில்லை. இன்று என்னவோ இவ்வளவு தாகம் எடுக்கிறதே. நான் இன்னும் குடிக்கணும். இப்போது இருக்கும் தூக்கநிலை இன்னும் கொஞ்சம் மது அருந்தினால் கலையும் என்று நினைக்கிறேன்" என்று புலம்பினார்.

"நான் ஃபாசில்கான் என் ஹுக்காவைக் கொண்டுவா" என்று உரக்க கூவினேன். இது சமிக்ஞை. எவ்வளவு முடியுமோ அவ்வளவு சத்தமாகச் சொன்னேன். அந்த சமிக்ஞை ஏற்கப்பட்டது.

"எனக்கு இன்னும் புகை கொடுங்கள், ஒன்றிரண்டு இழுப்பு இழுக்க வேண்டும். அப்படி இழுத்தால்தான் சர்பத்துடன் ஒத்துப்போகும்" என்றார் நவாப்.

நான் அவரின் பின்புறம் சுற்றி வந்தேன். கையில் கழுத்தில் போடுவதற்கான கர்சிப் இருந்தது. அவரைப் பிடிக்கும்படி சர்ஃப்ரஸ்கானுக்கு சைகை செய்தேன்.

"இங்கே இதைப் பார் நவாப்." என்று அலறிய சர்ஃப்ரஸ்கான் நவாபின் வலதுகையை இருக்கமாகப் பிடித்தான்.

"ஏண்டா அடிமையே என்ன தைரியம் இருந்தால் என்னை..... இந்த சப்ஜீகானைத் தொடுவாய்" என்று கத்தினார் நவாப்.

அந்த வார்த்தையை அவர் முடிக்கும் முன்னர் நான் கர்சிப்பை அவரது கழுத்தைச் சுற்றி வீசினேன். சர்ஃப்ரஸ்கான் இன்னும் அவரது கையை இறுகப் பற்றியிருந்தான். என் அப்பா தனது எல்லா பலத்தையும் திரட்டி நவாபின் கால்களை இழுத்தார். ஆழ்ந்த தூக்கத்தில் இருப்பவனைப்போல நவாப் மூச்சு இழுத்தார். ஆனால் என்பிடி மிகவும் இறுக்கமாக இருந்தது. கொஞ்சம்கூடத் தளர்த்தவே இல்லை. அந்தப் பிடியில் ஒரு குதிரைகூட செத்து விழுந்துவிடும். திடீரென்று அவர் முறுக்கி நெளிந்தார். அவர் உடல் முற்றாக என் பிடியில் கட்டுண்டது. தொண்டையில் பலமான இழுப்பு சத்தம் கேட்டது. அதன்பின் எந்த எதிர்ப்பும் காட்டவில்லை. அவரது அங்கங்களை உற்றுப் பார்த்தேன். அவரது உடலில் இருந்து ஜீவ சுவாசம் முற்றாக வெளியேறி விட்டது. ஆனால் உடல் வெட்டி இழுத்தது. சப்ஜீகான் இறந்து விட்டார். நூற்றுக்கணக்கான உயிர்களை வேட்டையாடிய ஆளை நான் ஒழித்துக்கட்டி விட்டேன்.

ஆனால் நாங்கள் யாரும் அந்த அப்பாவி அடிமைப் பெண்ணைப் பற்றி நினைக்கவில்லை. அவள் எங்களுக்கு முதுகைக் காட்டியபடி சலனமின்றிக் கிடக்கும் தனது எஜமானருக்கு முன்னிலும் காட்டமான அடுத்தகட்ட சர்பத் தயாரிப்பில் ஈடுபட்டிருந்தாள். அவர் தொண்டை இழுப்பின் சத்தத்தை அவள் கேட்கவில்லை. நவாபின் ஆட்கள் அங்கில்லை என்பதையும் அவள் கவனிக்கவில்லை. இறந்த உடலில் இருந்த ஆயுதங்களை சர்ஃப்ரஸ்கான் அகற்றிக் கொண்டிருக்க அங்கு அவள் வந்தாள்.

நாங்கள் செய்து கொண்டிருந்த காரியத்தைப் பார்த்து "யா அல்லா.... சாகீப்....." என்று கத்தினாள். என்ன பயங்கரமான காற்றைக் கிழிக்கும் குரல் அது. அந்தப் பயங்கரத்தைப் பார்த்ததும் அவள் ஓடிவந்த வேகத்தை என்னால் மறக்கவே முடியாது. வந்து சப்ஜீகானின் மார்பில் விழுந்து அரற்றினாள். அவளும் நவாபும் அடிமை–எஜமானர் உறவுதான். ஆனால் அவர்களிருவரும் காதலர்களாக வாழ்ந்திருக்கிறார்கள்.

அவளுடைய உதடுகள் பயத்தில் பசை போட்டதுபோல் ஒட்டிக்கொண்டது. திடீர் திடீரென்று குரல் உயர்த்தி அழுதாள். ஆத்திரத்தில் புலம்பினாள். அவர்கள் தனிமையில் களித்திருந்ததை சொல்லிச்சொல்லி அவ்வுடலை உலுக்கினாள்.

"அவர் இறக்க முடியாது. அவர் இறக்க முடியாது." அந்த அழகிய அடிமைப்பெண் தொடர்ந்து அழுதுகொண்டே இருந்தாள். "என் அழகைப்பாருங்கள். என்னுடன் பேசுங்கள்" என்று அவிழ்ந்து பின்னால் தொங்கும் கூந்தலை முன்னால் எடுத்துப்போட்டு அவர்மீது மோதினாள். ஆனாலும் அவர் எழவில்லை, பேசவில்லை. ஒரு நிமிடம் அவரை உற்றுப் பார்த்தாள். திடீரென்று கத்தினாள். அவர் கண்ணைப்பாருங்க நெற்றியில் இருந்து கீழே இறங்கி இருக்கு. இது என் பிரபுவின் முகத்தோற்றமே அல்ல. இந்த அப்பாவிக் கரீமாவிடம் அன்பொழுகப்பேசும் உதடுகளே அல்ல இவை. அய்யோ என் இதயமே... எத்தனை வலி எனக்கு" என்று அரற்றினாள்.

"போதும், நிறுத்திக்கொள். உங்களில் யாராவது அவளை இங்கிருந்து அழைத்துக்கொண்டு போங்கள். என் கண்ணில் அவள் படக்கூடாது. பெண்களுடன் போரிடுவதில்லை நான், என்று சப்தமிட்டேன்."

"அவள் மிகவும் அழகாக இருக்கிறாள். அவள் வாழ்க்கைக்கு கடைசி வாய்ப்பு அளிக்கிறேன்" என்றான் சர்ஃப்ரஸ்கான்.

"ஏய் வாயை மூடிக்கொள். எங்களை முட்டாளாக்குவதற்கான நேரமல்ல இது" என்று அவள் கையைப்பிடித்து உலுக்கினான். அவள் தலையைத் திருப்பி அவன் முகத்தைப் பார்த்தாள். அதில் இறைஞ்சுகிறபாவம் இருந்தது. தன்னைக் கல்லாக்கிக் கொண்டு மண்டியிட்டபடி இங்கும் அங்கும் அலைந்து துக்கத்தை வெளிப்படுத்தினாள். "உன்னுடைய துயர வாழ்க்கை முடிவிற்கு வந்துவிட்டது. நீ ஒப்பாரி வைக்கவேண்டிய அவசியமே இல்லை. எனக்கும் மனைவியோ குழந்தை குட்டிகளோ இல்லை. நீ எழுந்து என் பின்னால் வந்துவிடு? ஏன் வீணாக செத்தவனைக்கட்டி மாரடித்துக் கொண்டிருக்கிறாய்? இத்தனைக்கும் நீ அவனுக்கு அடிமைதான். உன்னை நான் கொல்லாமல் விட்டுவிடுகிறேன். உனக்கு விடுதலையளிக்கிறேன்" என்றான் சர்ஃப்ரஸ்கான்.

அவள் குற்றம் சாட்டும் தொனியில் பேசினாள். "யார் என்னோடு பேசுவது? இவரிடமிருந்து என்னை பிரிக்காதே, என் மனது உடைந்துவிட்டது. நான் இப்போது செத்துக்கொண்டு இருக்கிறேன். உன்னால் எங்களை பிரிக்க முடியாது" என்றாள் அவள்.

கான் கோபத்தில் கத்தினான், "நான் சொல்வதைக் கேள்! முட்டாள் பெண்ணே! உனக்கு ஒரு நல்ல இல்லமும், நல்வாழ்க்கையும் அளிப்பதாக இந்த கூட்டத்தின் முன் நான் சத்தியம் செய்கிறேன். உன் விதியை மாற்ற முயற்சி செய்யாதே. பேசாமல் என்னோடு வந்துவிடு. அங்கே இறந்து கிடப்பவனின் விதியைப்பற்றி நினைக்காமல் இந்த இடத்தை விட்டுப் புறப்படுவோம். என் குதிரை தயாராக இருக்கிறது என்றான்."

"நான் அவரை மறப்பது என்ற பேச்சுக்கே இடமில்லை. அவர் என் மனசுக்கு இனிய, என் காதலர். இல்லை... இல்லை..... இல்லை.... அவர் செத்து விட்டாரா? அப்படியானால் நானும் செத்துவிடுவேன்."

"மீண்டும் உன்னை எச்சரிக்கிறேன். இன்னும் உன்மீது கரங்கள் விழவில்லை. என்னைப் பலவந்தப்படுத்தத் தூண்டாதே."

அர்த்தமற்ற சொற்களையே மீண்டும் மீண்டும் சொல்லிக் கொண்டிருந்தாள். மீண்டும் பிணத்தின் அருகே சென்று விரைத்துக் கொண்டிருக்கும் உடலின்மீது விழுந்து ஒப்பாரி வைத்தாள்.

நான் லக்கீகளிடம் பிணத்தை அப்புறப்படுத்தும்படி உத்தர விட்டேன். "அழுது அரற்றும் இந்தக் காதல் நோய் கொண்ட பெண் கூட்டம் கூட்டிவிடுவாள். இங்கு அவளுக்காகச் சுற்றித் திரியவேண்டுமா? உடனே அப்புறப்படுத்துங்கள்" என்றேன்.

என் உத்தரவை நிறைவேற்றினார்கள். நால்வர் பிணத்தை எடுத்துக் கொண்டு போனார்கள். அடிமைப் பெண்ணின் எரிச்சலூட்டும் காதல் நாடகம் முடிவிற்கு வந்திருந்தது. அவளை இரண்டு ஆட்கள் பிடித்துக் கொண்டிருந்தார்கள். அவளது போராட்டமும் கட்டுக்குள் வந்திருந்தது.

நான் சர்ஃப்ரஸ்கானைப் பார்த்துச் சொன்னேன். "இப்போது உன்னுடைய நேரம் வந்து விட்டது. இனியும் அவள் உனக்கு வேண்டுமென்றால் அந்த ஆயிரம் சைத்தான்களின் பெயரால் அவளைப் பற்றிக்கொள். குதிரையில் தூக்கி வைத்துக்கொண்டு போ. அவள் அடங்காது போனால் அது உன் பொறுப்பு என்றேன்."

சர்ஃப்ரஸ்கான் அவளைத் தூக்கி ஒரு குழந்தையைப்போல தன் கையில் இடுக்கிக்கொண்டான். அவள் கொஞ்சம் நிதானத் திற்கு வந்திருந்தாள். ஆனால் அந்த நிதானம் திட்டுவதற்குத்தான் பயன்பட்டது. எங்களைக் கொலைகாரர்கள் என்றாள். அவளை யும் கொன்று போடும்படி கத்தினாள். கான் அவளைத் தூக்கி குதிரையில் அமர்த்தினான். ஒரு பலனும் இல்லை. அவள் முன்னிலும் பயங்கரமாகத் தொடர்ந்து கத்திக்கொண்டே இருந்தாள். ஒரு பக்கம் சர்ஃப்ரஸ்கானும், மற்றொரு பக்கம் எங்கள் ஆட்களும் பிடித்துத் தூக்கிக்கொண்டு வந்தார்கள்.

அப்படியே ஒரு அரைக் காத தூரம் போனோம். இதுவரையும் என் அப்பா வெறும் பார்வையாளராக குதிரையில் வந்து கொண்டிருந்தார்; அவளை அடக்குவதற்கு மேற்கொண்ட முயற்சிகளை எல்லாம் அவர் பார்த்துக்கொண்டிருந்தார்.

"இது முட்டாள் தனத்திலும் மோசமான முட்டாள்தனம். பைத்தியக்காரத்தனம். நீயும், சர்ஃப்ரஸ்கானும் இந்த அவசரத் திலும் இந்த மென்மையான முகம் கொண்டவள் மீது மயங்கி இருக்கிறீர்கள். நமக்கு யாராவது பயணிகள் வாய்த்தால் இவளை வைத்துக்கொண்டு என்ன செய்வது. இவள் அவர்களிடம் நம்மைக் காட்டிக் கொடுத்து விடுவாள். நம் காரியம் கெட்டது. கடமையை ஒழுங்காகச் செய்யத் தெரியாதா உங்களுக்கு? உங்களை எல்லாம் நினைக்கவே வெட்கமாக இருக்கிறது" என்றார் வேதனையுடன்.

குதிரையின் இடப்புறம் வந்து கொண்டிருந்தவன் "இந்தப் பேயிடம் சொல்வதற்கு இனி என்னிடம் வார்த்தைகளே இல்லை. உனக்கு உகந்த வழியில் நீ அவளை அடையலாம். இவளையும் இந்தக் குதிரையும் என்ன செய்வது" என்றான்.

நான் "நாம் சென்றடையும் இடத்திலாவது அரற்றாமல் அடங்குவாளா? இவளை வைத்துக்கொண்டு என்ன செய்வாய்? என்றுக் கேட்டேன்."

கான் தனது வாளை எடுத்து அவளது முகத்திற்கு நேராக நீட்டி சொன்னான்: "ஏய் பேய் மகளே. கொஞ்சம் அமைதியாக வருகிறாயா? குதிரையை ஓட்டிக்கொண்டு போக என்னை விடுகிறாயா?"

கான் ஆத்திரத்தில் உருவிய வாள் உறையில் பட்டு அவள் முகத்தில் சிலகாயங்களை ஏற்படுத்தியது.

"அவள் முகத்தில் காயமேற்படுத்தி அவள் அழகைச் சிதைத்துவிட்டு இன்னுமா நீ அவளை விரும்புகிறாய்" என்று என் அப்பா கானைக் கேட்டார்.

எதற்கும் அசைய மறுக்கிறாள் என்று கூறியபடி, கான் குதிரையில் அவளை நெருங்கினான்.

அந்தக் கத்தி வீச்சில் லேசான அதிர்ச்சி மட்டுமே அடைந்தாள். புதிய நிலைமையை உணர்ந்துகொண்டாள். அவளின் முகத்தில் ரத்தம் கொப்புளித்து வடிந்தது. அதைத் துடைத்தெறிந்துவிட்டு, தலையைத் தரையில் வன்மத்துடன் மோதினாள்.

யாராவது குதிரையைப் பிடிங்க என்று கான் கத்தினான். நான் மீண்டும் அவளை மேலே தூக்கினேன். ஆனால் அவள் முன்னைவிட இன்னும் வலுவாகப் போராடினாள். அவளின் கூச்சல் காற்றைக் கிழித்துக் கொண்டு பாய்ந்தது. கான் வாளை உருவி அவளுக்குமேலே உயர்த்தினான்.

"வெட்டு என்னை வெட்டு. கொலைகார வில்லனே என்னை வெட்டு. இந்த அபலையின் வாழ்வு முடியட்டும். ஏற்கனவே என்னைக் காயப்படுத்தி விட்டாய். இன்னொரு வீச்சில் என் அனைத்துத் துயரங்களுக்கும் முடிவு கட்டு. நான் எப்போதோ இறக்க ஆசைப்பட்டேன். ஆனால் எனக்கு சாவு வரவில்லை. என்னைக் கொல்லமாட்டாயா" என்று கான்மீது காரித்துப்பினாள்.

"இனியும் இதைத்தாங்க முடியாது. உன்னால் நிறைய தொந்திரவாக இருக்கிறது. அனாவசியமாக உபயோகமில்லாத உன் உயிரைக் காப்பாற்றி விட்டேன். வாளை உருவினான். நீ சாகத்தான் வேண்டும். அவள் கழுத்தை நோக்கி வாளை வீசினான். அவள் சுருண்டு கானின் காலடியில் விழுந்தாள்."

எனது பிடியைத் தளர்த்தினேன். "இதுதான் இவளின் விதி என்று இருந்ததால் அதை நான் செய்து முடித்துவிட்டேன்" என்றுக் கூறிகொண்டே அவள் உடலைத்தாண்டி இறுக்கமான அமைதியுடன் நடந்தான் கான்.

லக்கீகள் சிலர் வந்து அவள் உடலைத் தூக்கி சாலையை ஒட்டியுள்ள மரப்புதரினுள் எறிந்தார்கள். நாங்கள் பாதுகாக்க வேண்டியது எதுவும் இல்லை. எனவே எங்கள் பயணத்தை முடிந்த அளவு வேகமாகத் தொடர்ந்தோம். நல்லவேளை அஜீமாவை அவளது வண்டியில் வைத்து அனுப்பிவிட்டேன். இப்போது நடந்த வன்முறைகளுக்கு வெகு தொலைவில் அவள் சென்று கொண்டிருந்தாள். எனவே அவளுக்கு எதுவும் தெரியாது. வன்முறைகள் நடக்கும்போது ஏற்படும் சத்தங்களை வைத்து எதுவும் அவள் யூகித்துவிடக் கூடாது என்பதற்காக வண்டி யோட்டியை மிக வேகமாக ஓட்டிக்கொண்டு போகச் சொல்லி இருந்தேன். நாங்கள் இன்னும் சில காத தூரம் சென்றிருப்போம், சாகேப். அது விநோதம்தான். சர்ஃப்ரஸ்கான் பழையமாதிரி சாதாரணமாக இல்லை. ஒரு விதமான மனப்பாரத்துடன் வந்து கொண்டிருந்தான். பொதுவாக அவன் கலகலப்பாக இருப்பவன். அவனது தொழிலில் அவன் கத்துக்குட்டி இல்லை. நூற்றுக்கணக்கான ஆண்களும் பெண்களும் அவன் கையால் மரணமடைந்து இருக்கிறார்கள். ஆனால் கரீமாவைக் கொன்ற பின் அவன் வேறுமாதிரியாகத்தான் இருக்கிறான். ஓரிடத்தில் அமைதியாக உட்கார்ந்து கொள்கிறான். இறுக்கமாகக் காணப்படுகிறான். வெற்றிடத்தை வெறித்துப் பார்த்துக் கொண்டிருக்கிறான். இதைக் கவனித்து அவனிடம் கேட்டபோது விரக்தியாகப் புன்னகைத்தான். ஒன்றும் இல்லையென தலையசைத்தான். சிலசமயம் அவன் கண்கள் நீரால் நிரம்பி இருந்தன. அவன் உற்சாகமே முற்றாக மறைந்துவிட்டது.

பயணம் முடிந்து அவன் எங்கள் வீட்டிற்கு வந்திருந்தான். கொள்ளையில் அவனது பங்கைப் பெற்றுக்கொண்டு உடனே குழுவில் இருந்த மற்ற ஏழைகளுக்கு விநியோகித்தான். கான்

எங்களை விட்டு மிகவும் துயரத்துடன் பிரிந்தான். பல நாட்கள் தன் துணிகள் அனைத்தையும் கிழித்துக்கொண்டு உடலெங்கும் சாம்பலைப் பூசிக்கொண்டு இந்தக் கொடூரமான உலகத்தின் இகழ்ச்சி களையும் அவமானங்களையும் சுமந்தபடி பக்கீர் வேடம் புனைந்து திரிந்தான்.

ஒரு வருடம் கழித்து அந்தப் பெண் கொல்லப்பட்ட இடத்தில் அவன் ஒரு குடிசை கட்டிக்கொண்டு, காட்டு வழியாகப் பயணம் செய்யும் பயணிகளுக்கு தேவையான உதவிகளைச் செய்து வருவதாகக் கேள்விப்பட்டேன். கரடிகளும், நரிகளும், புலிகளும் அவனுக்கு நண்பர்களாக இருந்தன. அதற்குப்பின் கான் எங்கள் குழுவில் இடம்பெறவே இல்லை. எங்கள் குழுவில் உள்ள அனைவரும் அவன் இன்மைக்காக பல வகையில் வருந்தினர். தைரியமானத் தேடலும், அவனது அசாத்திய துணிச்சலும் வேறு யாருக்கும் கைவராத ஒன்று. அவன் இடம் யாராலும் இட்டு நிரப்பமுடியாத வெற்றிடமாகவே இருந்தது.

உங்களுக்குக் குறிப்பிட்டுச் சொல்லும்படியான கொள்ளைச் சாகசங்கள் எதையும் அந்தப் பயணத்தில் அதற்குப் பின்னர் நாங்கள் மேற்கொள்ளவேயில்லை. எந்த இடையூறும், விபத்தும் இல்லா மல் வீடுவந்து சேர்ந்தோம். அப்பா தனது தீவிரமான கொள்ளை வாழ்க்கையில் இருந்து ஓய்வுபெற விரும்பியது எல்லோரும் நன்றாக அறிந்த ஒன்றுதான். சிறப்பான எதிர் காலத்திற்காக என்னை குழுவிற்குத் தலைவனாக்கிவிட்டு ஒதுங்கிக்கொண்டார். யார், யார் தன் சொந்தக் கொள்ளையில் நம்பிக்கை வைத்திருக்கிறார்களோ அவர்களை எல்லாம் அடுத்தடுத்துக் கொள்ளைப்பயணம் செய்து கொள்ளுமாறு கூறியிருந்தேன். விஷேசமான கொள்ளையில் மட்டும் நான் பங்கு கொண்டேன்.

இரண்டுமாதப் பயணத்திற்குப் பின்னர் ஹூசைன் குழுவினர் எங்கள் கிராமத்திற்குத் திரும்பினர். அவர்களின் வருகையையொட்டி நாங்கள் அனைவரும் பெருமகிழ்ச்சியில் இருந்தோம். நாங்கள் கொள்ளையிட்ட பொருட்களை அன்று கணக்கிட்டோம். சாகேப் நான் கூறுவதை நீங்கள் நம்புவது கடினமாக இருக்கலாம். ஆனால் உண்மை. அன்று நாங்கள் கணக்கிட்ட மொத்தத் தொகை ஒரு லட்சம்.

என் பங்காகக் கிடைத்த தொகையைக்கொண்டு நான் அமைதியாக வாழ்ந்து கொண்டிருந்தேன். சுமார் இரண்டு வருடங்களாக கொள்ளை ஒன்றிற்கும் போகவில்லை. அதன்

பின்னர் சின்னச்சின்னக் கொள்ளைகளுக்குப் போய்வந்தேன். என் அப்பா எங்களுடன் வருவதும் இல்லை, அதைப்பற்றி கேட்டுக் கொள்வதும் இல்லை.

உன்னிடம் இரண்டு வருடத்திற்குத் தேவையான பணம் இருக்கிறது. உனக்குத் தெரியும் என்னிடமும் பெரும்சொத்து இருக்கிறது என்று. உனக்குப் பற்றாக்குறை வராத வரையிலும் பணக்காரன் ஆவதற்காக ஏன் ஆபத்தான காரியங்களில் தேவையில்லாமல் இறங்க வேண்டும், என்று என் தந்தை அடிக்கடி சொல்வார்.

ஆனால் என் உள்ளம் எதுவுமற்ற மந்த நிலைக்கு எதிராக துடித்துக் கொண்டு இருந்தது. பிறர் அடித்த கொள்ளைச் செய்திகள் ஒவ்வொன்றும் கேள்விப்படும்போது ஒரு விதமான பதற்றமும் அச்சமும் என்னைத் தொற்றிக்கொள்ளும். சோம்பி யிருக்கும் இந்தக் குணம் என்னிடம் நிரந்தரமாகத் தங்கி விடுமோ என்பதுதான் என் அச்சத்திற்குக் காரணம். நான் மீண்டும் ஒருமுறை என்தொழிலில் இறங்கி அதன் பரபரப்பும் தைரியமுமான நடவடிக்கைகளில் என்னைக் கரைத்துவிட விரும்பினேன்.

இருந்தாலும் என் எண்ணமெல்லாம் என் வீட்டைச்சுற்றியே இருந்தது. அஜீமா அழகான ஆண் குழந்தை ஒன்றை பரிசாகத் தந்து என்னுடைய இருப்புக்குப் பெருமையளித்தாள்.

இரண்டு பருவங்கள ஏற்கனவே கடந்து விட்டிருந்தன. மூன்றாவதும் கடக்கும் நிலையில் இருந்தது. ஒருபுறம் பத்ரி நாத்தும் மற்றவர்களும் குழுவுடன் இணைந்துகொள்ள மீண்டும் மீண்டும் வற்புறுத்தியும், நெருக்கியும் வந்தார்கள். மற்றொரு குழுவை உருவாக்கி வங்காளத்தின் ஊடாகப் பயணிக்கலாம் என்றார்கள். அப்படிப்போனால் நல்ல வெற்றிகரமான பயண ளமாக அமையும் என்பது உறுதி.

ஆனால் என் அப்பா என்னை அனுப்புவதில் விருப்பமற்று இருந்தார். இந்த வங்காளப் பயணம் ஏதோ ஒரு வகையில் துரதிர்ஷ்டமாக அமையும் என்று அவருக்கு உள்ளுக்குள் தோன்றியது போலும். அது உண்மையாகவும் ஆகிவிட்டது. எங்கள் கிராமத்தில் இருக்கும் ஒரு பெரிய குழுவொன்று பல குழுக்களாகப் பிரிந்து பயணிப்பதற்கான ஏற்பாடுகள் நடந்திருந்தன. சகுனம் மோசமாக இல்லை என்றாலும் உற்சாக மூட்டுவதாகவும் இல்லை. சில தலைவர்களுக்கு இடையே பொறாமையும் சச்சரவுகளும் உருவாகியதையடுத்து

அவர்கள் பயணத்தை மேற்கொள்ளவில்லை. ஒவ்வொருவரும் தனித்தனியாக வெவ்வேறு திசையில் பிரிந்து செயல்பட்டனர். மிகச்சிறிய கொள்ளையே அடிக்க முடிந்திருக்கிறது. அடுத்த பருவம்வரை காலத்தை ஓட்டுவதற்குக்கூட அஞ்சும்படியான அளவிற்குத்தான் பொருள் கிடைத்தது. ஆனால் ஒரே ஒரு குழுவைப் பற்றி மட்டும் விபரம் ஒன்றும் தெரியவில்லை. எனது நண்பன் பத்ரிநாத் தலைமையில் ஆறு தேர்ந்த ஆட்கள் வங்காளத்திற்குப் பயணப்பட்டிருக்கிறார்கள். ஆனால் ஆண்டுகள் சில கடந்தபின் நாங்கள் கேட்டது அவர்களின் மரணச் செய்தியைத்தான். கல்கத்தாவிற்குப் பயணம் மேற்கொண்டிருக்கிறார்கள். போகும்போது வெற்றிகரமாகத்தான் இருந்திருக்கிறது. பத்ரியின் ஆட்கள் கல்கத்தாவில் மட்டுமீறிய குடியிலும் விபச்சாரத்திலும் இறங்கி இருக்கிறார்கள். திரும்பும் போது அவர்கள் கையில் சில பயணங்களுக்குப் போதுமான செல்வம்தான் இருந்திருக்கிறது.

அவர்கள் திரும்பும் வழியில் பனாரஸை கடந்து விட்டார்கள். வரும் வழியில் அவர்கள் முகத்தில் கோரபசி தாண்டவம் ஆடிக் கொண்டிருந்த அந்தக் கட்டத்தில் எதிர்கொண்ட சில பயணிகளைத் தாக்கிக் கொள்ளையடித் திருக்கிறார்கள். பசிக் களைப்பில் இருந்ததால் கொன்றவர்களைப் புதைக்காமல் விட்டுவிட்டுப் போய்விட்டார்கள். இவர்களால் கழுத்து நெறிக்கப்பட்டவர்களில் ஒருவன் இறக்கவில்லை. எழுந்து சென்று அக்கம் பக்க கிராமங்களில் வசிப்பவர்களிடம் இவர்கள் கொள்ளையடித்தத் தகவலை சொல்ல அவர்கள் பத்ரியையும் அவன் குழுவினரையும் சுற்றி வளைத்து விட்டார்கள். இவர்கள் கொள்ளையடித்த பொருட்களை பாதிக்கப்பட்டவன் கூற அதுவே போதிய ஆதாரமாக இருந்துவிட்டது. அவர்கள் சட்டம் அதன் வேலையைச் செய்தது. விசாரித்து அனைவரையும் தூக்கிலிட்டுவிட்டார்கள்.

இந்தக் கதையை சொல்லிக் கொண்டிருக்கும் அமீர் அலி தான் சொல்வதை இங்கே நிறுத்திவிட்டான். இன்னும் சில நாட்கள் கழித்துக் கதையைத் தொடர்வதாகச் சொன்னான். அங்கிருந்து கிளம்புவதற்கு என் அனுமதி கேட்டான். வழக்கமான சலாம்கள் வைத்துவிட்டு வெளியேறினான்.

மனித வாழ்க்கையைப் பற்றிய இந்தப் புத்தகத்தின் அற்புத மான பக்கம் இது என்று நான் நினைத்தபொழுது அவன் அந்த அறையைவிட்டு வெளியேறினான். தன் வாழ்நாளில்

நூற்றுக்கணக்கான கொலைகளைச் செய்த அந்த மனிதன் அதை நினைத்து பூரண நிறைவும் மகிழ்ச்சியும் கொள்கிறான். அல்லது அந்த கடந்த காலம் பற்றி நினைவுகூர்வதில் பெருமித உணர்வு கொள்கிறான். ஒவ்வொரு நிகழ்விலும் ஒவ்வொரு கொலையிலும் அவனிடம் பலியானவர்களைப் பற்றிய நுணுக்கமான தகவல்களை பெருமை பொங்க விவரிக்கிறான். அந்த அழிவு வேலையில் தான் பங்குபெற்றதை விவரிக்கும்போது அதில் கழி விரக்கத்திற்கான அச்சம் அவனிடத்தில் இல்லை. அவனது கதைகளில் ஓரிரு இடங்களில் மட்டுமேதான் அச்சப் பட்டதாகக் கூறுகிறான். இந்தக் கதையின் தொடக்கத்தில் அவனைக் கலவரப்படுத்திய விஷயம் என்னவென்பதை இனி மேல்தான் நான் கேட்கவேண்டும்.

தனது கடந்தகாலம் குறித்த துடிப்பான படிமங்களும், நம்பிக்கைக்குரிய நினைவுகளும் அதன் உயிர்ப்புடன் இருக்கும் போது மட்டுமே அவன் தனக்கேயான மனவெழுச்சியுடன் தனக்கே உரிய சொற்திறத்துடன் கூறுவதை இதை மொழி பெயர்ப்பவன் என்பதையும் கடந்து நான் கூறுவேன், இது எழுத்தால் பதிவதற்குத் தகுதியான ஒன்று என்று. மனிதகுலத்தில் பல்வேறு விதமான பதிவுகளில் இருந்து முற்றிலும் மாறுபட்ட விசித்திரமான, பயங்கரமான பக்கங்களைக் கொண்டிருக்கிறது இந்த நூல். வானத்திற்குக் கீழுள்ள நாடுகள் அனைத்திலும், ஆதிகாலம் தொட்டு இன்றைய காலம்வரை கொலைகாரர்கள் இயற்கை யாகவே வெறுப்பில் இருந்து, பழிவாங்கலில் இருந்து, பொறாமையில் இருந்து, தீமைகளின் வெறித் தூண்டலில் இருந்து தோன்றுவார்கள். ஆனால் ஒரு தக் என்பவன் இதற்கு முற்றிலும் மாறுபட்டவன். அவன் மற்றவர்களைப்போல் அல்ல, நெஞ்சில் கொஞ்சமும் கழிவிரக்கம் இல்லாதவன். அவனுக்கு தண்டனை அளிக்கப்படும் போது அவன் அவனுடைய கடந்த காலத்தைத் திரும்பிப் பார்த்தால் அவனுக்கு எதுவுமே ஆதரவானதாக இருக்காது. பிறரைப் போலவே அவன் உண்பது, குடிப்பது, உறங்குவது எல்லாம். உடுத்துவதில் பேரார்வம் காட்டுகிறவர்களாக இருப்பார்கள். கடந்த காலம் குறித்து பேசுவதில் ஆர்வம் காட்டுவார்கள். ஒரு தக்கை சிறையில் இருந்து விடுவித்தால் அடுத்தநாளே தற்காலிகத் தடையில் இருந்து விடுபட்டு தனது பழைய தொழிலில் புத்தார்வத்துடன் இறங்கிவிடுவான். இதில் இன்னொரு வினோதமும் உண்டு. இத்தொழில் தொடங்கியது முதற்கொண்டு அதன் சடங்கு மற்றும் மூட நம்பிக்கையின்

ஒவ்வொரு கட்டத்திலும் ஒவ்வொரு அம்சத்திலும் இந்துக்களும் முஸ்லீம்களும் தங்களை இணைத்துக் கொள்ள வேண்டும். எந்த ஜாதியைச் சேர்ந்தவர்களாக இருந்தாலும் எத்தனை பேரச்சமான சூழலில் இருந்தும் தங்களைப் பாதுகாக்க பவானியின் அருள் கிடைக்கும் என்று இந்துக்கள் கருதுவதில் ஆச்சர்யம் ஒன்றும் இல்லை. ஆனால் முஸ்லீம்கள் மெய்யான மதப் பற்றாளன் தனது முதல் கீற்றுக்கான காரணத்தை ஊழ் வினைக்குள் தேடிக் கண்டுபிடித்துக் கற்பித்துக் கொண்டா லொழிய அவனால் இந்த பயங்கரமான தொழிலில் ஈடுபட முடியாது. குர்ரான் கொலைகாரர்களை ஒப்புக் கொள்வதில்லை. ரத்தத்திற்கு ரத்தம், கண்ணுக்குக் கண், பல்லுக்குப் பல் என்பதுதான் இறைத்தூதரின் ஞானவாக்கு. இதை அவன் மெய்யாக நம்பினால் அவனுக்கு நடுக்கம் ஏற்பட்டுவிடும். அமீர் அலி சிறையதிகாரிகளின் கண்களுக்கு மிகவும் மரியாதைக்குரிய ஒரு நபர். மதாச்சாரம் மிக்கவன். தன் இளமையில் இருந்து இன்றுவரை ஒரு நாளைக்கு ஐந்து முறை தொழுகை செய்து நமாஸ் சொல்பவன். தன் அன்றாட வாழ்க்கை, நடத்தை அனைத்திலும் தீவிரமான மதப்பற்றாளன். தனது கொள்கைகளில் விட்டுக்கொடுக்காத தன்மை உடையவன். சம்பிரதாயப்படி ரம்ஜான் மாதங்களில் புனித நோன்பிருப்பவன். மொஹரம் நாட்களில் பச்சை ஆடை உடுத்துபவன். இந்துஸ்தானத்தின் மெய்யான சையதாக சடங்கில் முடியை விரித்துப்போட்டு மாரில் அடித்துக் கொள்கிறவன். தனது மதத்தின் ஆயிரத்தொரு சடங்குகளையும் செய்கிறவன். அவனுக்கு சொர்க்கத்தில் ஒரு இடம் நிச்சயிக்கப்பட்டதென்று நம்புகிறவன். இரவு உணவு ஒருவனுக்கு உண்டு என்பதில் எந்த அளவிற்கு நம்பிக்கை உள்ளதோ அந்த அளவு அவனுக்குச் சொர்க்கத்து சுந்தரிகளும் உண்டு என்று நம்புகிறவன்.

இத்தனை இருந்தாலும் அமீர் அலி ஒரு கொலைகாரன். இந்த உலகத்தால் கொலைகாரர்களாக அறியப்பட்ட பிறரைப் போலவே அவனும் ஒரு கொலைகாரன்தான். கடந்த காலங் களிலும் சரி தற்காலத்திலும் சரி (ஒருவனுக்குரிய சொந்தத் தொழில் தவிர்த்து) எந்த வரையறைக்கும் கட்டுபடாத ஜெர்மனியர்கள் இத்தாலியின் லாக்னெட்ஸ், பாண்டிடி மற்றும் காங்டோடிரேரி, புக்கானீர்கள், பைரேட்டுகள், நம் காலயூது பர்க்ஸ் சகோதரர்கள் மற்றும் ஹேர்ஸ்கள் (தக்கீக ளின் வேறுபட்ட வடிவம் உலகம் முழுதும் இருப்பதை நான் அமீர் அலிக்குச் சொன்னபோது மனம்விட்டுச் சிரித்துச்

சொன்னான், அவர்கள் எல்லாம் துயரம் நிரம்பிய அரைகுறை தொழிற்காரர்கள் என்று) இவர்கள் எல்லாம் எண்ணிக்கையில் குறைவாகவே இருக்கவேண்டும்.

இவையெல்லாம் என் எண்ண ஓட்டங்கள் என்று வாசகர்கள் கருதிக் கொண்டிருக்கலாம். இவை கவனத்தில் கொள்ள வேண்டியவை என்று நான் உரக்கச்சொல்வேன். ஆனால் தக்கீகள் தெய்வீகத்திற்கும், ஊழ்வினைகளுக்கும் அப்பாற்பட்டவர்கள் போலத் தோன்றுகிறது. மனிதனுக்குள் நடுக்கத்தை ஏற்படுத்தும் பயங்கரமான விசித்திரங்களை மனித குலம் எப்போதும் கொண்டாடித்தான் வந்திருக்கிறது.

உதவியாளன் என்னிடம் "பிரபுவே அழைத்தீர்களா" என்று கேட்டான். காற்றிற்காக என் தலைக்குமேல் உள்ள பங்காவை (துணி விசிறி) இழுத்துக் கொண்டிருக்கும் அவன் கொஞ்சங் கொஞ்சமாக தூக்கத்தில் கிறங்கிக் கொண்டிருந்தான். எனது ஆச்சர்யங்களை நான் வாய்விட்டு முணகியதில் அவன் தூக்கம் களைந்து கேட்கிறான் 'எஜமானரே அழைத்தீர்களா? என்று.

"இல்லை பூதன், நான் அழைக்கவில்லை, எப்படியானாலும் உன் தூக்கம் களைந்துவிட்டது. நான் புகைப்பதற்கு ஹுக்கா கொண்டு வரச்சொல், நான் அமைதி பெறவேண்டும்" என்றேன்.

25

சாகச நாயகனின் வடிவழகு

ஒரு வாரத்திற்குப் பிறகு கதையாடலை மீண்டும் தொடர்வதற்குத் தயாராக இருப்பதாக அமீர் அலி எனக்கு தகவல் அனுப்பினான். நான் சிறிதும் தாமதிக்கவில்லை; அவனை என் வீட்டிற்கு வருமாறு பணித்தேன். அவன் வந்து சேர்ந்ததும் தனது வழக்கமான பணிவன்புகளை வெளிப்படுத்தினான். நான் அவனை உட்காருமாறு பணித்தேன்.

இத்தனை நீண்ட உரையாடலை என்னுடன் நிகழ்த்திக் கொண்டிருக்கும் அமீர் அலியின் தோற்றம் எப்படி இருக்கும் என்பதை அறிய வாசகர்களுக்கு ஆவல் இருக்கலாம். இத்தகைய முக்கியமான ஒன்றை மறைத்து வைக்க வேண்டியதில்லை. நான் அவனை உங்களுக்கு வர்ணிக்கிறேன். சற்றே மட்டமான உயரம்தான் சுமார் ஐந்தடி ஏழங்குலம். சிறைப்பட்டதினால் அவன் தோற்றம் சற்றே குலைந்திருக்கிறது. அவன் அனுபவிப்பதைச் சிறைவாசம் என்றுகூட சொல்லமுடியாது. மிகவும் சுதந்திரமான இயல்புடைய அவனுக்கு சிறிய தடைகூட துயரம் தருவதாக இருக்கிறது என்பதைவிட எரிச்சலூட்டுவதாகவும், தாங்க முடியாததாகவும் இருக்கிறது. அவன் வயது சற்றேரக் குறைய நாற்பதில் இருந்து நாற்பத்தைந்திற்குள் இருக்கலாம். அவன் சருமத்தின் வெண்மை நிறத்தில் இந்தியத் தன்மை படிந்திருக்கிறது. ஆனால் தாடியும் மீசையும் கொஞ்சம்கூட நரைக்கவில்லை. அவன் அதை மிகுந்த சிரத்தையுடன் பராமரிக்கிறான் என்பதுடன், சுருண்டமுடி நேர்த்தியாக வெட்டி விடப்பட்டு காட்சி தருகிறது. உயரத்திற்கேற்ற கச்சிதமான சதைத்

திரட்சியும் முறுக்கேறிய தன்மையுமான உடல், புத்துணர்ச்சி பெற்ற குறிப்பிட்டுச் சொல்லும்படியான நீண்ட கைகள். அவன் அணிந்திருக்கும் உடை இழை பிசகாத சுத்தமும் நேர்த்தியும் உடையவை. அவன் தலைப்பாகையில் எப்போதும் அழகான ஒரு குஞ்சம் செறுகப்பட்டிருக்கும். இடுப்பில் இங்கிலீஷ் சால் வையோ, அல்லது கைக்குட்டையையோ இறுக்கமாகக் கட்டி இருப்பான். சித்திரப்பூ வேலைப்பாடுகளுடைய காஷ்மீர் சால்வை அல்லது கைக்குட்டை அவன் பாவனைக்கு மிகவும் பொருத்தமாக இருக்கும். இந்திய நிறத்தில் சற்றே தூக்க லான நிறம். இப்போதும் அவன் முகம் அழகான தோற்ற முடையதாகவே இருக்கிறது. தனது துடிப்பு மிகுந்த இளமை நாட்களைப் பற்றிச் சொல்லும்போது அதன் நம்பகத்தன்மையை உறுதிப்படுத்துகிற அழகு. நல்ல அகலமானதும் விரிந்ததுமான முன் நெற்றி. நீளமான கண்கள், எப்போதும் மின்னி ஒளிர் பவை. குறிப்பாக நயமான பேச்சுக்களின்போதும், வெடித்துச் சிரிக்கும் போதும் அவை உணர்ச்சிகளை முழுமையாக வெளிப்படுத்தும். எதையும் காட்சிப்படுத்துகிறது போன்ற சொற்பயன்பாடு. அவனது மொழிப் பயன்பாட்டை ஆங்கிலத் திலோ அல்லது வேறு மொழியிலோ சொல்லிவிட முடியாது. அந்தப் பாணிப் பேச்சு, வேறுயாரும் கையாளாத ஒன்று. எதையும் விவரித்துச் சொல்வான். அதே நேரத்தில் அவை கருத்துச் செறிவுடன் இருக்கும். சுருக்கமில்லாத கன்னங்கள். ஆனால் மூக்கு கொஞ்சம் எடுப்பாக கழுகு மூக்காக இருக்கும். சின்ன உதடுகள், செதுக்கப்பட்டது போன்ற வாய். நுணுக்கச் சீருடன் எப்போதும் ஒளிரும் பற்கள். மேலுதட்டின் மீது சீராக வளர்ந்திருக்கும் மீசை முடி. அது பல குதிரைப்படை வீரர் களுக்கும் பொறாமை ஊட்டும் விதமாக அமைந்திருந்தது. அலைபாயும் அடர்ந்த தாடி, சிதையாமல் நீண்டு தொங்கும் தலைமுடி மாருக்கு சற்று மேல்புறம் வரை நீண்டிருக்கும். அது முற்றாக கழுத்தையும், தொண்டையையும் மறைத்து இருக்கும். ஒரு ஓவியருக்கோ, சிற்பிக்கோ அவன் தோற்றம் முழுமையான ஒரு மாதிரி வடிவமாக அமையும். அவன் மார்பு விரிந்த பரப்பு உடையதாக இருக்கும். அதற்கு மாறாக இடுப்பு மிகவும் குறுகி இருக்கும்.

அவனது அசைவுகள் கவர்ச்சிகரமானதாக இருக்கும், பேச்சு பணிவும் நயமும் உடையதாக, சபையோர் மதிக்கும்படியான ஒரு நாகரீக மனிதனுக்கும் மேலாக உயரிய தன்மை கொண்ட தாக இருக்கும். எனக்குத் தெரிந்தவரை அவனுக்கு நிகரானச்

சிறந்த இன்னொரு முகமதியனை நான் பார்த்ததே இல்லை. இதன் வாசகர்கள் யாரேனும் இந்தியாவிற்குச் சென்றிருந்தால் எனது பாராட்டுதல்கள் மூலமாக எத்தனை தகுதிவாய்ந்த நபராக அமீர் அலியை அறிமுகப்படுத்த விரும்புகிறேன் என்று ஊகித்துக் கொள்ளமுடியும். அவன் பேசும்மொழி சுத்தமானதாகவும், சரளமாகவும் இருக்கும். அதில் கொஞ்சம் பாரசீகத்தின் தாக்கம் இருக்கும். கொஞ்சமாக இருந்தாலும் தன்னை அறிமுகப் படுத்திக்கொள்ள போதுமான வார்த்தைகள் உடையதாக இருக்கும். தேவைப்படும்போது மட்டுமே பாரசீகத் தில் பேசுவான். பெரும்பாலும் பேசுவது உருதுவாகத்தான் இருக்கும். அவன் பேசுகிற உருது உயர்தரமானது. அதுபற்றி அவனுக்குப் பெருமித உணர்வும் உண்டு. அந்தப் பகுதியில் உருது பேசுவோரிடம் தக்காணத்து வழக்கு மொழியும் கலந்திருக்கும். அல்லது இந்துஸ்தானத்தைவிட மோசமாக இருக்கும். மொத்தத்தில் அமீர் அலியின் தோற்றப் பண்புகள். முக்கியத்துவம் பெற்ற ஒரு மனிதனுக்குரியவைகளாக இருந்தன. ஆனால் இப்போது அவன் நடந்து கொள்ளும் விதம் அனைத் தும் போலியானதாக, அந்நியமானதாக உள்ளது.

என்னுடைய இந்த வர்ணனைகளைக் கொண்டு வாசகர்கள் ஒரு சித்திரத்தை வரைந்து அந்த சித்திரத்தை உங்கள் மனக் கண்ணால் உற்றுப் பாருங்கள் அவனே அமீர் அலியாக இருப்பான். லேசான உணர்வு வெளிப்படும் அந்த முகம் உங்களுக்குக் காட்சி தரும். அந்த மனிதன் தன் போக்கில் எழு நூறு கொலைகளைச் செய்திருக்கிறான். அல்லது எழுநூறு மனிதர்களின் உயிர் இழப்பிற்குக் காரணமாக இருந்திருக்கிறான். நேரடியாகச் சொல்வதென்றால் இதை வாசித்தவர்களால் மட்டுமே அவனைக் கொலைகாரனாகக் கருத முடியும்.

"நான் இப்போது அமீர் அலியிடம் சொல்கிறேன், உன்னு டைய தோற்றம் பற்றி விவரித்துவிட்டேன். நீ உன்னுடைய சாகசங்கள் தொடர்பான கதையை தொடர்வதற்குத் தயாராக இருக்கிறாய் என்று நம்புகிறேன்" என்று.

"அவனும் உங்கள் அடிமை தயாராக இருக்கிறேன் சாகேப் என்றான். இன்ஷா அல்லா, இவன் உங்களை ஏமாற்றமாட் டான். ஆனால் என் பிரபுவே இந்த எளியவனின் தோற்றத்தை நீங்கள் ஏன் விவரிக்க வேண்டும். இப்போதே வேண்டிய அளவுத் துயரங்களைத் தாங்கிக் கொண்டிருக்கிறேன் நான். இந்த அடிமைபற்றி நீங்கள் என்ன எழுதியிருக்கிறீர்கள் என்று

தெரிந்து கொள்ளலாமா?" எழுதப்பட்டது அவனுக்குச் சாதகமாகயிராது என்ற முடிவுடன் தாழ்மையான குரலில் கேட்டான்.

"இங்கே பார் அமீர் நான் உனக்கு வாசித்துக் காட்டுறேன்" என்றுக்கூறி நான் வாசித்த ஒவ்வொரு வார்த்தைக்கும் அவன் முகத்தில் ஒளிரக்கூடியது. நான் முடித்ததும் "இது ஒரு உண்மையான சித்திரம், என்னைக் கண்ணாடியில் பார்த்ததுபோல் இருக்கிறது, எந்த நுணுக்கமான விபரமும் விடுபடவில்லை. என்னைக் குறித்து மட்டமாக எதுவும் சொல்லவில்லை" என்றவாறு எழுந்து தனது வழக்கமான சலாம்களை எனக்குத் தெரிவித்தான்.

"உன்னுடைய வெளித்தோற்றத்தை நான் மட்டமாகச் சொல்லவில்லை. உள்ளது உள்ளபடியே சொல்லியிருக்கிறேன். ஆனால் உன் இதயத்தைப்பற்றி நான் கூறியிருப்பதை வைத்து வாசகர்கள்தான் முடிவெடுத்துக் கொள்ள வேண்டும். அனேக மாக அது உன்னைப்பற்றி நல்ல எண்ணத்தை வாசகர்களுக்கு ஏற்படுத்தாமல் போகலாம். அதில் உனக்கும் விருப்பமில்லாமல் இருக்கலாம்."

"என் இதயம் அவ்வளவு மோசமானது என்று நினைக்கி றீர்களா? சாகேப்."

"நிச்சயமாக நான் அப்படித்தான் நினைக்கிறேன்."

"ஆனால் அது அப்படியில்லை என்று தன் பேச்சைத் தொடர்ந்தவன், எனது மனைவிக்கு அன்பான கணவனாக, மெய்யான நண்பனாக இருக்கவில்லையா? நான். எனக்கு அளித்த அன்பின் அளவிற்கு நான் திருப்பி அன்பு செலுத்த வில்லையா? என்னால் கொல்லப்பட்டவர்களுக்காக என் இதயம் துக்கம் கொள்ளவில்லையா? எப்போதும் தூய்மையான, மாசுமருவற்ற அமீர் அலியின் நேர்மைக்கு எதிராக யாராவது ஒரு சொல் சொல்லி இருக்கிறார்களா? சமூகக்கட்டுக்களை எப்போதாகிலும் நான் உடைத்திருக்கிறேனா? என்னுடைய தோழர்களிடம் உண்மை யற்றவனாகவோ, அன்பில்லாத வனாகவோ எப்போதாவது இருந்திருக்கிறேனா? என்மீது மற்றவர்கள் கொண்டிருந்த நம்பிக்கைக்கு அல்லது தொழி லுக்குத் துரோகம் இழைத்திருக்கிறேனா? என்னுடைய மதச் சடங்குகளை செய்யாமல் இருந்திருக்கிறேனா? நான் உங்க ளுக்குச் சொல்கிறேன் சாகேப். ஜீவிக்கும் மனிதர்கள் யாரும் முன் சொன்ன அம்சங்களுக்காக எனக்கு எதிராகச் சுட்டு விரலை நீட்டுவார்களா?"

ஒரு வேளை நீங்கள் அவற்றை நினைத்துப் பார்த்தால், நான் இந்த உலகத்தின் பெருமையை நிலைநாட்டவும், மனிதனின் மதிப்பை காப்பாற்றவுமே, நான் அந்த அளவு கண்டிப்பானவ னாக செயல்பட்டேன் என்ற உண்மை விளங்கும்.

"ஆனால் அமீர் அலி அந்த ஏழுநூறு கொலைகளை நீ எப்படி நியாயப்படுத்த முடியும்? உனது மற்றெல்லா நல்லம்சங் களையும் உனது நல்ல தகுதிகள் அனைத்தையும் அவைப் பின்னுக்குத் தள்ளி விடுகின்றனவே என்றேன்."

"ஆஷா.... அது வேறுவிஷயம்" என்று சொல்லிவிட்டு அந்த தக் சிரித்தான். "அது முற்றிலும் வேறு விஷயம். நான் அந்த செயலை செய்யும் அதிகாரம் பெற்றவன் என்று கூறி உங்களை சமாதானப்படுத்தபட்டேன். நீங்கள் அதற்கு என்னை மட்டுமே பொறுப்பாளியாக்கிவிட முடியாது. அல்லாவின் உத்தரவை நிறைவேற்றிய சாமான்யக் கருவிதான் நான். யாராவது ஒரு வனை நான் கொன்றுவிட முடியுமா? அதைச் செய்தவன் இவன் அல்ல. என் சுறுக்குத் துணியின் ஆயிரம் வீச்சு ஒரு யானையின் பலத்திற்குச் சமம். என்னிடம் அத்தனை பலம் இருக்க முடியுமா? என் கையின் பலத்தால் ஒருவன் இறந்து விடுவானா? ஒருவனது விருப்பம் இல்லாமல் இறக்கச் செய்ய முடியுமா? நான் உங்களுக்குச் சொல்கிறேன் சாகேப். ஒருவன் தான் சாகக்கூடாது என்று நினைத்தால் என்னால் கொல்ல முடியாது. நீங்கள் தவறாக நினைத்து விடக்கூடாது என்று சொல்வதற்குரிய தகுதி எனக்கு இல்லை. அப்படிப்பட்ட மரியாதைக் குறைவான சொற்களை என் பிரபுவான உங்க ளிடம் நான் உச்சரிக்க மாட்டேன். என் கதை மீதான சில கருத்துக்களை முன்வைப்பதற்குப் பொருத்தமான நேரமிது என்று நினைக்கிறேன். உங்கள் வாசகர்கள் கேட்பதற்குத் தயார் என்றால், என்னால் நிறைய சொல்லமுடியும். முன் சொன்ன வற்றில் குறிப்பிட்ட சிலவற்றை மட்டும்தான் கூறியிருக்கிறேன். நெடியதாகி விடக்கூடாது என்பதற்காக அந்த சிலவற்றை தவிர்த்து விட்டேன். உண்மையில் அப்படியே முழுமையாகச் சொன்னால் உங்கள் நாட்டு வாசகர்கள் சலிப்புற்று விடுவார்கள் சாகேப். ஒவ்வொரு பகுதியாக சொல்லத் துவங்கினால் அது முடிவில்லாமல் நீண்டுகொண்டே போகும். ஆகையால் உங்கள் அனுமதியுடன் மிகவும் சுருக்கிச் சொல்கிறேன். அது உங்களுக்கும் பிடித்தமானதாக இருக்கும் என்று நம்புகிறேன். அதிலுள்ள முக்கியமான நிகழ்வுகளை மட்டும் சொல்லிக் கொண்டு போகிறேன்" என்றான்.

"நீ சொல்லு, நான் கேட்கிறேன்." என்றேன்.

"பிரபு, ஞாபகம் வைத்துக்கொள்ளணும், நான் மேற்கொண்டது மூன்று பயணம். மூன்றாவது பயணத்தில் ஒரு பகுதிக்கு மட்டுமே நான் போவது என்று முடிவு செய்திருந்தேன். அதைப் பற்றித்தான் இப்போது நான் சொல்லப்போகிறேன். அந்தப் பயணத்தில் ஒரு அசாதாரணமான நிலைமை நிலவியது. அந்த நிலையிலிருந்து ஒருவன் மரணத்தை எதிர்கொள்ளாதிருக்க முடியாது. அல்லாவின் விருப்பம் அதுவானால் அவன் இறந்து தான் ஆகவேண்டும்.

நான் சொல்லவிருக்கிற பகுதியில் பத்ரிநாத்தையும், சர்ஃப்ரஸ்கானையும் அடுத்தடுத்து இழந்து விட்டதால் புதிய உதவியாளர்கள் உள்ளடக்கிய குழு ஒன்றை அமைக்க முடிவு செய்தேன். அதில் அந்த இருவரின் அளவிற்கு பொறுப்பான திறமையான நபர் ஹூசைன். என் அப்பாவிற்கு மிகவும் நெருக்கமான நண்பர் என்பதால் எனக்கும் அவர் மீது மரியாதை உண்டு. இப்போது மிகவும் வயதாகி விட்டாலும் என்னுடைய சிந்தனைகளுடன் மிகவும் ஒத்துப்போகிறவராகவும், எனது நோக்கத்தைச் சிறப்பாக நிறைவேற்றித் தருபவராகவும் இருந்தார். ஏற்கனவே பீர்கானும் மோதிராமும் இருந்தார்கள். அவர்கள் இருவரும் உங்களுக்குப் பரிச்சயமானவர்கள்தான். அவர்கள் என்னளவிற்குத் தங்கள் தகுதியை உயர்த்திக் கொண்டு விட்டார்கள். பல பயணங்களில் அவர்கள் தங்களது திறமைகளை, விசுவாசத்தை நிரூபித்திருக்கிறார்கள். நான் அவர்களை நம்பிக்கைக்கு உரியவர்களாக அமர்த்திக் கொண்டேன். நாங்கள் ஒரு புதிய பயணத்திற்குத் திட்டமிட்டோம். குழுவிற்கு நான் தலைவன். அவர்கள் எனக்கு ஆதரவுக் கைகள். எங்களுடன் இளமையும், துடிப்பும், உடல் திண்மையும் கொண்ட ஐம்பது இளைஞர்கள் இருந்தார்கள். எங்களை பயணத்திற்கான குழுவாகத் தயார்படுத்திக் கொண்டோம். எல்லோரையும் முன்கூட்டியே எச்சரிக்கை செய்வதற்காக தசராவிற்கு சில நாட்கள் முன்னதாக 18ஆம் நாளில் எங்கள் கிராமத்திற்குப் பக்கத்தில் கூடினோம். பெரிய கூட்டத்திற்கு நிழல் தரும் பகுதியது. நாங்கள் வழக்கமாகக் கூடுவதும் விரிவாகப் பேசிக் கொள்வதும் இங்கேதான். இங்கிருந்து தொடங்கிய எந்தப் பயணத்திலும் அதிர்ஷ்டம் வாய்க்காமல் போனதில்லை. தோல்வியுற்றதேயில்லை.

அந்த இனிய காலைப் பொழுதில் நாங்கள் அனைவரும் கூடினோம். காலைச் சூரியனின் கதிரொளிபட்டு புற்களின்

குளிர்ச்சி குறையாத அதிகாலையில். எங்களுக்காகவே மெத் தென்று விரித்ததைப்போல இருந்தது. சுற்றுப் புறத்து வயல்கள் எங்கள் சொந்தக் கைகளால் உழுது பயிரிடப்பட்டவை. செழுமையான பச்சை அலையடித்துக் கொண்டிருந்தது. மென்மையாகத் தவழ்ந்த காற்றில் பயிர்கள் தமக்குள் ஒன்றை யொன்று தழுவியிருந்தன. மேலெழுந்த சூரிய ஒளியால் பயிர்களின் தோகைகள் தகதகத்து மின்னின. அதனை உற்று நோக்குவது கண்களுக்கு இனிய வலியாக இருந்தது. எங்களுக்கு நிழல் தரும் ஆலமரங்களில் இருந்து பறவைகள் பாடிக்கொண்டிருந்தன. மரக்கிளைகளில் நூற்றுக்கணக்கான பச்சைக் கிளிகள் தங்களுக்குள், விளையாடிக் கொண்டும், கிரீச்சிட்டு கத்திக்கொண்டும் இருந்தன. சில கொப்புக்குக் கொப்பு தாவி விளையாடுவதாகத் தோன்றியது. மற்ற சில ஆலம் பழங்களைத் தம் அலகால் கொத்தித் தின்றன. எண் ணற்றக் கரும் புறாக்களின் காதல் அகவல்கள் மனதை இனிய தொந்தரவிற்குள்ளாக்கின. மற்ற பேடைகளும் தம்மிஷ்டப்படி மகிழ்ந்து களித்தன.

என் அப்பாவும் ஹூசைனும் தங்கள் அனுபவத்தால் கூட்டத்தை நெறிப்படுத்தி, ஆலோசனைகளை கூறிக் கொண்டி ருந்தனர். எங்கள் வழமையான சடங்குகள் நிறைவேறின. அன்னை பவானிக்கான படையல்கள் படைக்கப்பட்டன. சடங்குகள் குறித்து விளக்க வேண்டியதில்லை. பார்க்கப்பட்ட சகுனம் எங்களுக்கு சாதகமாகவே அமைந்து, பயணத்தை உறுதிப்படுத்தியது. எனக்கு இதிலெல்லாம் அவ்வளவாக நம்பிக்கையில்லை என்றாலும் மற்றவர்கள் இருக்கவேண்டும் என்று வற்புறுத்தினார்கள். அடுத்தடுத்த சடங்குகளில் மேம் போக்காகப் பங்கேற்றேன்.

என் அப்பா கூட்டத்திற்கான நோக்கத்தை விளக்கி சுருக்க மாகப் பேசினார். தான் பயணத்திற்கு பொருத்தமில்லாத அளவிற்கு மூப்பும், களைப்பும் அடைந்து விட்டதாகக் கூறினார். அவர் செய்துவந்த அனைத்து வேலைகளையும் என் கைக்கு ஒப்படைப்பதாகக் கூறினார். கடந்த பயணத்தில் நான் மேற்கொண்ட நடவடிக்கைகளைக் கூறி அதில் நான் காட்டிய தைரியத்தையும் அதனால் பெற்ற அனுகூலங்களையும் விவரித்தார். முடிவாக அனைவரும் என்மீது நம்பிக்கை வைக்கும்படியும், அவர் எங்களுடனே இருப்பதாக நினைத்து, எனக்குப் பணிந்து நடந்து கொள்ளும்படியாகவும் கேட்டுக் கொண்டார். அனைத்திற்கும் மேலாக யாரும் தங்களுக்குள் சண்டையிட்டுக் கொள்ளக்கூடாது, அது குழுவை வீழ்ச்சிக்கும்,

அழிவிற்கும் இட்டுச்செல்லும் என்று கூறினார். கடந்த ஆண்டு களைக் காட்டிலும் இந்த ஆண்டு வெற்றிகரமான பயணம் அமைய வேண்டும் என்று கேட்டுக்கொண்டார்.

அவர் பேசி முடித்ததும் அனைவரும் ஒவ்வொருவராக எழுந்து கைக்கோடாரியை என்முன் வைத்து சபதம் ஏற்றனர். அந்த நிகழ்ச்சி என் மனதில் பெரிதும் தாக்கத்தை ஏற்படுத்தியது. தாங்கள் கொண்டிருக்கும் உறுதியான நம்பிக்கையில் ஏதேனும் சின்ன பின்னடைவு ஏற்படுமானால் அது நம்மைப் பாதுகாக்கும் தெய்வங்களுக்குச் சினமூட்டும். தொழிற் கடவுளர்கள் நம்மைப் பழிதீர்த்து அழித்து விடுவார்கள் என்பது எங்கள் நம்பிக்கை.

"என் கதையை அதிகமாகச் சொல்வதன் மூலம் உங்கள் நேரத்தை அதிகம் எடுத்துக்கொள்ள விரும்பவில்லை சாகேப். அவசியமானதை மட்டும் சொல்கிறேன். எங்கள் குழு தக்காணத்திற்குச் செல்லும் சாலையைப் பிடித்து அங்கிருந்து எவ்வளவு தூரம் முடியுமோ அவ்வளவு தூரம் பயணித்து நாக்பூருக்கோ, ஜபல்பூருக்கோ செல்வதென்று திட்டமிட்டது. அங்கிருந்து கிழக்கு நோக்கியோ அல்லது மேற்கு நோக்கியோ பயணித்தால் நல்ல கொள்ளை அமையும் என்ற அசைக்க முடியாத நம்பிக்கை எனக்கு இருந்தது. பம்பாயைச் சேர்ந்த வர்த்தகர்கள் மால்வாவிற்கு தங்களது தொடர்பாளர்கள் மூலமாக நிறைய செல்வத்தைப் பரிமாற்றம் செய்வார்கள் என்பதை நான் கேள்விப்பட்டு இருக்கிறேன். வர்த்தகர்கள் தங்களது தரகர்களைக் கொண்டு மால்வா மாவட்டத்திலும் அதன் சுற்றுப்புறங்களிலும் ஓபியம் மற்றும் இதர பொருட்களை வாங்கி பம்பாயில் விற்பனை செய்வார்கள் என்பதை விசாரித்து உறுதி செய்து இந்த முடிவிற்கு வந்திருந்தோம். இந்த முறை வளமையான கொள்ளை அமையும் என்று என் உள் மனது அழுத்தமாகச் சொல்லிக்கொண்டிருந்தது. அதில் நான் உறுதியான நம்பிக்கை கொண்டிருந்தேன். என் குழு வினர் முழு நம்பிக்கையுடனும், உண்மையாகவும என்னைப் பின்பற்றினால் அடுத்த சிலமாதங்களில் பழைய கொள்ளை அளவிற்கே புதிய கொள்ளையுடன் திரும்பலாம்" என்று கூறி னேன்.

எங்கள் குழு உறுப்பினர்கள் எழுந்து பற்றுறுதி எடுத்துக்கொண்டார்கள். இந்தத் தீர்மானமான கூட்டம் ஒரு மகிழ்ச்சியான முடிவுடன் ஒரு தொழிலில் இறங்க எத்தனித்திருப்பது ஒரு இன்பமயமான காட்சியாக இருந்தது. ஆனால் அதேசமயம் இத்தொழிலில் அவமானத்தையும், மரண அபாயத்தையும் தரும் சாத்தியமும் உண்டு என்பதை உணர்ந் திருந்தோம்.

26

பத்ரிநாத் மாட்டிகொண்ட கதை?

எங்கள் கூட்டம் நிறைவுற்றது. நான் கிளம்புவதற்குமுன் அஜீமாவை சரிகட்டவேண்டும். எனது இன்மைக்கு மன்னிப்புக் கோருவதற்குரிய புதிய கதை ஒன்றைத் தயாரிக்க வேண்டும். நான் தக்காணத்தில் மேற்கொண்ட வர்த்தகப்பயணத்தின் மூலமாகப் பெற்ற பணம் அநேகமாகக் கரைந்துவிட்டது. அது வரையில் நினைத்துப் பார்க்க முடியாத அளவு ஒவ்வொரு நாளும் அவளுடன் மகிழ்ச்சியில் திளைத்தேன்.

எனக்கு வீட்டைவிட்டு வெளியில் கிளம்ப விருப்பமே இல்லை. என்றாலும் நம் வாழ்வில் சீரழிவு முகம் காட்டாதிருக்க வேண்டுமென்றால் அடுத்தபயணம் மேற்கொள்வது தவிர்க்க முடியாதது. எனது வர்த்தகத்திற்கு அப்பாவும் பணம் தந்திருக் கிறார். அதைக் கொண்டு வெற்றிகரமாக நடத்த முடியுமானால் நம்பிக்கைக்குப் பொருத்தமான சூழல் அமையும். நல்ல லாபம் பெறுவதில் சந்தேகம் இல்லை. அது நம் மகிழ்ச்சிகரமான, நிறைவான வாழ்க்கைக்குப் போதுமானதாக இருக்கும்" என்று அவளைத் தேற்றினேன்.

நான் சொன்னதையெல்லாம் நிராகரித்துவிட்டு அதற்கும் மேலாக நின்று பேசிக்கொண்டிருந்தாள். "சாலைகள் ஆபத்தா னவை என்றும் எந்த நேரத்திலும் எதுவும் நேரலாம் என்றும், வியாபாரத்தில் நான்முன் நிற்கவேண்டிய அவசியம் இருப்பதால் எனக்கு எதாகிலும் ஆகிவிடுமோ" என்று அஞ்சுவதாகவும் கூறினாள். "எனது இன்மை அவளுக்கு மிகவும் வேதனை தருவதாக இருக்கும்'' என்றாள். எனது தரகர்கள் மூலமாக

குதிரைகள் சௌகாரிடம் சேர்பிக்கப்பட்டிருக்கும் என்றும் நான் சென்று அவற்றை விற்றால் போதுமானது என்றும் எனது பயணம் வெகுநாட்களுக்கு முன்னரே தீர்மானிக்கப்பட்டது என்றும் சொன்னேன். என்னைவிடாது துளைத்து எடுத்தாள். அவளையும் குழந்தைகளையும் என்னுடன் அழைத்துக்கொண்டு போகச் சொன்னாள். அவளுக்குப் பயணத்தில் ஒன்றும் கஷ்டம் இல்லை என்றாள். "சொல்லப்போனால் புதுமையாக, மாறுபட்ட சூழலில் பயணமுகாமில் இருப்பதை குழந்தைகள் சந்தோஷமாக அனுபவிப்பார்கள்" என்றாள்.

ஆனால் நான் அதை மறுத்துவிட்டேன். பயணத்திற்கான வண்டி மற்ற செலவுகள் எல்லாம் ஒரு புறமிருக்க அவளை அழைத்துச் செல்வது சாத்தியமானதல்ல என்றேன். பல கெஞ்சல்களுக்கும் மறுப்புகளுக்கும் பின்னர் இறுதியாக என் அப்பா அவளையும் பிள்ளைகளையும் கவனித்துக் கொள்வார் என்பதின் பேரில் எனக்கு அனுமதியளித்தாள். அடுத்த நாள் காலையில் நாங்கள் பயணம் கிளம்பினோம். அவள் என்னை அன்புடன் வழியனுப்பினாள். வெற்றிகரமான பயணத்திற்காக பல பக்கீர்களிடமிருந்தும், புனித முல்லாக்களிடமிருந்தும் வாங்கி வைத்திருந்த கயிறுகளையும் மந்திரத் தாயத்துகளையும் எனது கைகளில், கழுத்தில் கட்டிவிட்டாள். கண்களில் நீர் வழிந்தோட எனது கைகளை எடுத்து அவள் தலையிலும், பிள்ளைகள் தலையிலும் வைத்து ஆசீர்வதிக்கச் சொன்னாள். எனது உள்ளத்தில் பொங்கி வரும் காதலுடன் நான் அவர்களை நேசித்ததால் அவள் சொன்னபடியே மனப்பூர்வமாகச் செய்தேன்.

மனக்கண்ணில் ஏதேதோ ஓடிக்கொண்டிருக்க என் எதிரில் எங்கள் குழு விரிந்து நிற்கிறது. என் வரவில் மகிழ்ச்சி அடைந்த அவர்கள் மனம் நிறைந்த உற்சாக ஒலி எழுப்பினார்கள். என்னுள் நிலைத்திருந்த வெறுமை களைந்து ஆன்ம துடிப்பு எழுவதை என்னால் உணர முடிந்தது. என் எதிரில் நிறைவேற்ற வேண்டிய கடமைகள் நிறைய காத்திருக்கின்றன. நான் ஒரு குழுவின் தலைவன். என் சொல்லை நிறைவேற்ற சிலர் இருக்கிறார்கள். அல்லாவின் கருணையால் அமீர் அலியின் ராசி இன்று ஏறுமுகத்தில். இன்னும் நெடுங்காலத்திற்கு இவனது நட்சத்திரம் வானில் ஒளிரும்.

பத்ரிநாத்செய்த அனைத்துசடங்கு பூஜைகளையும் அவனிடத்திலிருந்து இன்று மோதிராம் செய்து கொண்டிருந்தான். சில

காததூரம் என் அப்பாவும், ஹூசைனும் இணைந்து வந்து கொண்டிருந்தார்கள். அவர்களின் நெடிய அனுபவத்தின் விளைவுகள் என்னில் தேக்கம் பெற்றிருக்கின்றன. இரு வரும் பெண்களை அழிப்பதைத் தவிர்க்குமாறு எனக்கு வலியுறுத்தி னார்கள்.

"முந்தைய காலத்தில் எல்லாம் ஒரு நல்ல கொள்ளைக்கான வாய்ப்பு கிடைத்தாலும்கூடப் பெண்கள் இடம் பெற்றிருந்தால் அவர்களை நாங்கள் விட்டுவிடுவோம்" என்று கூறினார்கள். "நம் காவல் தெய்வம் பெண்ணாக இருப்பதால் பெண்களுக்கு தீங்கிழைப்பதை அவள் ஏற்றுக்கொள்ள மாட்டாள். எனவே பெண்களை அழிப்பதைத் தவிர்த்து விடுவோம். ஆணுக்கு ஆண்தான் மோதவேண்டும். ஒரு சிப்பாய் பெண்ணுடன் போரிடக் கூடாது. பெண்ணுக்கு எதிராக ஒரு விரலைக்கூட உயர்த்தக் கூடாது. என் மகனே ஒரு பெண்ணிடம் வன்முறையில் ஈடுபடுவது இறுதிபட்சமாகத்தான் இருக்க வேண்டும்" என்று அப்பா அறிவுறுத்தினார்.

"இல்லை நானும் பெண்களை கொல்லமாட்டேன். உங்களைப் போலவே நானும் அதைத் தெரிந்து வைத்திருக்கிறேன். எமது கடந்த பயணத்தில் துக்ககரமான பெண்ணைக் கொல்லும்போது எனக்குள் கடுமையான எதிர்ப்புணர்வு இருந்தது உங்களுக்கு நினைவில் இருக்கலாம். அவர்கள் என்னால் கொல்லப்பட வில்லை. அப்போது நான் எதிர்த்தேன். ஆனால் எதிர்ப்பு மீறப்பட்டது. முன்னர் பத்ரிநாத் அதைச் செய்தான். அடுத்து சர்ஃப்ரஸ்கான். நானென்ன செய்திருக்க முடியும்? அதன் விளைவு, நினைத்துப் பார்த்தால் நடுக்கமாக இருக்கிறது, பத்ரியும் அவன் ஆட்களும் முன்பின் தெரியாத இடத்தில் கொல்லப்பட்டது. பெண்ணைக் கொன்ற பழிதான் பத்ரிக்கு நேர்ந்திருக்கும்."

"அப்படியே இருந்தாலும் அதை இப்போது மனதில் வைத்துக் கொண்டிராதே. நானும் ஹூசைனும் நிறைய பெண்களைக் கொன்றிருக்கிறோம். எங்களுக்கு எதுவும் ஆகவில்லையே" என்று அப்பா சொன்னார். "அதற்காக நாங்கள் சொன்னதை மனதில் வைத்துக் கொண்டு எதுவும் செய்ய வேண்டாம். உன் சுயமான சொந்த அறிவின்படி சென்று கொண்டிரு. கவனமாகச் சகுனம் பார்த்து எதையும் முறைப்படி செய்தால் பாதுகாப்பிற்கு உத்திரவாதம் உண்டு" என்று சொன்னார்கள்.

இது குறித்து பேசியபடியே குதிரையில் பயணித்துக் கொண்டிருந்தோம். ஒரு கிராமத்தின் எல்லைக்கல் வந்தது. அங்கே நிறுத்தி, ஒருவரையொருவர் ஆரத்தழுவிக் கொண்டோம். என் அப்பாவை ஒரு ஆளுடன் வழியனுப்பி வைத்தேன்.

எங்கள் குழுவின் விதிப்படி முதல் கொள்ளை அடிக்கும் வரை பாக்குப் போடுவதோ, முகம் மழிப்பதோ கூடாது. இது பலருக்கும் அசௌகரியமான ஒன்றாக இருந்தது. நாங்கள் ஒவ்வொரு கிராமத்தையும் கடக்கும்போது இது தங்குவதற்கு வசதியான இடமா? அல்லது கடந்து விடலாமா? என்பதற்காக கண்களை அனைத்துத் திசைகளிலும் ஓட்டிக் கொண்டு வருவோம். ஆனால் ஐந்தாம் நாள் வரையிலும் எங்களுக்கு ஒன்றுமே அகப்படவில்லை. பயணிகள் எல்லோரும் போதிய பாதுகாப்புடன் போய்க் கொண்டிருக்கிறார்கள், அல்லது பரிகாரப் பலி கொடுத்திருக்கிறார்கள். சில பயணிகள் வீட்டை விட்டுக் கிளம்பும்போதே தங்களுடன் பெண்களையும் அழைத்து வருகிறார்கள். என் அப்பா மூலமாக ஏற்றப்பட்ட கருத்தால் என் மனைவியின் நலன் கருதி அவர்களை விட்டுவிட்டேன்.

நான் சொன்னபடி ஐந்தாம்நாள் அதிகாலையில், சாலைகளின் சந்திப்பில் ஒன்பது பயணிகளைச் சந்திக்க வாய்த்தது. மூன்று பேர் குதிரையில் வந்து கொண்டிருந்தார்கள். அவர்கள் கனவான்களுக்குரிய தோற்றத்தில் இருந்தார்கள். மற்றவர்கள் கால் நடையாக வந்தார்கள். சாலையை அடைந்ததும் எங்களை நெருங்கினார்கள். சாலையில் எந்தப் பக்கம் போவது என்று தெரியாதது போல நடித்தோம். அவர்களிடம் கேட்டோம். அவர்கள் எங்கள் குழுவினரை ஆச்சர்யத்துடன் பார்த்தார்கள். நாங்கள் அவர்களை எங்களுடன் கிராமத்திற்கு அழைந்தோம். அங்கேயே தங்குமாறு அறிவுறுத்தினோம். அந்தச் சாலை குறித்து விசாரித்துவிட்டு அந்தக் குழுவின் மரியாதைக்குரிய நபரிடம் அப்படியே பேச்சைத் தொடர்ந்தோம். அவரின் விசாரணைக்கெல்லாம் நான் பதில் சொல்லிக் கொண்டிருந்தேன். நாங்கள் சிப்பாய்கள் என்றும் விடுமுறை முடிந்து இந்துஸ்தானத்திலிருந்து நாங்கள் சேவையில் உள்ள நாக்பூருக்குச் செல்கிறோம் என்றும் கூறினோம். அவர்கள் இந்தூரில் இருந்து பனாரஸ் போவதாகக் கூறினார். குதிரையில் செல்வது அவருடைய சகோதரர்கள் என்றும் மற்றவர்கள் நண்பர்கள் மற்றும் உதவியாளர்களென்றும் கூறினார். சுற்றுலாப் பயணம் போகும் வழியில் அப்படியே உடுப்பதற்குத் துணிகளும், அலங்காரத் துணிகளும் வாங்கிக்கொண்டு இந்துக் கோயில்களில் புண்ணிய தரிசனங்கள் செய்யப் போவதாகவும் கூறினார்.

ஓ... அப்படியா என்றேன் நான். சந்தேகமே இல்லை. நிறைய பணம் எடுத்துச்செல்கிறார்கள் என்று தெரிந்துக் கொண்டேன். இனி தாமதிக்க நேரம் இல்லை. சாலையின் சந்திப்பு வந்துவிட்டது. சீக்கிரமாகவே இவர்களைக் கையாள வேண்டும். நான் மிகவும் பின்தங்கி இருந்தேன். எனக்கும் பின்னால் வந்து கொண்டிருக்கும் பீர்கானிடம் எனது தீர்மா னத்தைச் சொன்னேன். எங்கள் ஆட்கள் அங்கங்கே நிலை எடுத்துக் கொண்டார்கள். ஒவ்வொரு பயணியுடனும் மூன்று தக்குகள் வந்துகொண்டிருந்தார்கள். மற்றவர்கள் எல்லாம் பயணிகளைச் சூழ்ந்து வந்தனர்.

எனக்கு இந்தச் சாலையை நன்றாக நினைவில் இருக்கிறது. இந்தச் சாலையில் முன்பொருமுறை பயணித்து இருக்கிறேன். ஒரு தக் சாலையை எப்படி மறக்க முடியும்? இந்தப்பிரதேசம் முழுதும் தடையில்லாமல் பரந்துவிரிந்து கிடப்பதும் எனக்கு நன்றாகத் தெரியும். இங்கிருந்து ஆறு வெகுதூரத்தில் இல்லை. மணற்பாங்கான படுகை. அடர்த்தியாகப் புற்கள் வளர்ந்து கிடக்கும். பிணங்களை புதர்களுக்குள் எறிந்து எளிதில் அப்புறப் படுத்தி விடலாம்.

ஒரு பயணி ஆறு எப்போது வரும் என்று கேட்டான். இடை நிறுத்தம் செய்ய வைப்பதற்காக அந்தப் பயணியுடன் நான் பேச்சில் தொடர்ந்து ஈடுபட்டேன்.

அவன் ஆமாம் நாங்களும் நடுராத்திரியில் இருந்து பயணித்துக் கொண்டு இருக்கிறோம். நான் மிகுந்த களைப்புடன் இருக்கிறேன். ஓய்வென்றால் இப்போதைக்கு மகிழ்ச்சிகரமான விஷயந்தான் என்றான்.

நான் மறுக்கவில்லை. "ஆமாம் நானும் இதையே தான் சொல்ல நினைத்தேன்" என்று சொல்லிவிட்டுக் குதிரையில் இருந்து இறங்கி குதிரையை தண்ணிகாட்ட அழைத்துச் சென்று தண்ணீர் குடிக்கவிட்டேன். அந்தக் குழுவினரும் எங்களு டன் இணைந்து கொண்டனர். அவர்களுக்குள் கலந்து பேசி அனைவரும் ஆற்றில் அமர்ந்து உணவுப் பொட்டலத்தைப் பிரித்தனர். நாங்களும் அவர்களுடன் அமர்ந்து உணவைப் பகிர்ந்து கொண்டோம். தக்கிகள் எல்லோரும் சிலர் அமர்ந் துகொண்டும், சிலர் நின்றுகொண்டும் இருந்தனர். ஆனால் அவரவர்களுக்கான இடத்தில் சரியாக நிலை கொண் டிருந்தார்கள்.

நான் ஜிர்னீ (சமிக்ஞை) கொடுப்பதிலேயே கவனமாக இருந்தேன். எங்கள் பலிகளுக்கு கைக்குட்டை வீசுவதற்குத் தயாராக இருந்தேன். அந்த நொடியில் நான் என் செவி உணர்வு களுக்கு நன்றி சொல்லவேண்டும். தூரத்தில் தெளிவான சத்தம் கேட்டது. அந்தச் சத்தம் எங்களை நெருங்கிக் கொண்டிருந்தது. நான் சமிக்ஞை கொடுக்காமல் நிறுத்தினேன். நல்லவேளை ஒரு சின்ன குழு எங்களை அடையும் நேரத்தில் நாங்கள் பிணங்களை நெரிப்பதில் தீவிரமாக இருந்திருப்போம் என்பதை உணர்ந்தேன். நாங்கள் என்ன செய்து கொண்டிருக்கிறோம் என்று அவர்கள் உற்று நோக்கினார்கள். எச்சரிக்கை அடைந்து எங்கள் நடவடிக்கைகளை நிறுத்தினோம். எங்களது நல்வினை எங்களைக் காப்பாற்றியது. நான் தயங்கிய அந்த நிமிடத்தில் பதினான்கு பயணிகள் எங்கள் எதிரில் தோன்றினார்கள். நேரடியாக நாங்கள் உட்கார்ந்திருந்த இடத்திற்கு வந்தார்கள். பரஸ்பர பாதுகாப்பிற்காக உடன் வந்தவர்கள். அவர்களையும் சேர்த்தே தீர்த்துவிடலாமா என்ற எண்ணம் அரைமனது வந்துவிட்டது. அப்படிச் செய்யாமல் விட்டதற்காக எனக்கு நானே நன்றி கூறிக் கொள்ளவேண்டும். அவர்கள் உடனடி யாகக் கிளம்பிவிட்டார்கள். வெற்றிகரமானதும், மகிழ்ச்சி கரமானதுமான பயணத்திற்கு வாழ்த்தி விடைபெற்றுக் கொண்டார்கள்.

எங்களிடமிருந்து சத்தம் ஏதும் வந்தால் கேட்காத தூரத்திற்கு அவர்கள் போகும்வரை நான் காத்திருந்தேன். கழுத்தைப் பிடிப்பதற்கான சூழல் இருக்கிறதா என்று எல்லாவற்றையும் சோதித்துக் கொண்டேன். 'புகையிலை கொண்டுவா' என்று குரல் கொடுத்தேன். இந்த வார்த்தையை உச்சரிப்பதற்காக பேராவலுடன் காத்திருந்தேன். அந்த வார்த்தையில் குறைந்த பட்ச ஈர்ப்பு இருந்தது. என்னுடன் பேசிக்கொண்டிருந்த நபர் மீது படர்ந்தேன். எனது கைக்குட்டையை வீசினேன். மூன்றாண்டாக பெற்றிருந்த ஓய்வு எனது பிடியின் வலிமையை பாதிக்கவில்லை என்பதை உறுதி செய்துகொண்டேன். எனது பிடியில் இருந்தவன் அடுத்த நொடியில் சரிந்து என் காலடியில் வீழ்ந்தான். என் வேலை முடிந்தது. மற்ற சாவுகளை ஒரு நோட்டம்விட்டேன். ஒரே ஒரு துரதிர்ஷ்டம் பிடித்தவன் மட்டும் போராடிக் கொண்டிருந்தான். அவன் கதையும் முடிந் தது. அந்தக் கும்பலில் யாரும் இல்லை.

பிணம் புதைப்பவர்களைப் பார்த்து குரல் கொடுத்தேன் "சீக்கிரம் உங்கள் வேலையை முடிங்க" என்றேன். அதில் ஒருவன் இளித்தான்.

"நாம் இந்த இடத்தை அடையும் முன்னரே இனியொரு நான்கு பேர் அதோ அந்த புதர் பக்கத்தில் குழிதோண்டிக் கொண்டிருப்பதை கவனிக்கவில்லையா? அதனால் குழி தயாராக இருக்கிறது. அவர்கள் இந்த வேலையைச் செய்ய வில்லையானால் வெட்டி நாய்கள்தான்" என்றான் அவன்.

"எங்களுடன் இருந்த பயணிகள் பேசிக்கொண்டே அவர்கள் தோண்டுவதைச் சந்தேகத்துடன் பார்த்துக் கொண்டிருந் தார்கள்."

"நாங்கள் கொலைப் பணியில் தீவிரமாக இருந்தோம், அதனால் இன்னும் இரண்டு பயணிகள் இருப்பதை கவனிக்க வில்லை. அவர்களும் நாங்கள் என்ன வேலை செய்கிறோம் என்பதைப் பொருட்படுத்தாமல் அருகில் வந்து விட்டார்கள்."

"இந்தப் பயங் கரத்தைக் கண்டு அவர்கள் பார்த்த பார்வையை என்னால் மறக்கமுடியாது. அப்படியே அவர்கள் நிலைகுத்தி நின்று விட்டார்கள். அவர்களுக்கு வாய் அடைத்துவிட்டது. ஆனால் கண்களை அகல விரித்து இறந்தவர்களைப் பார்த்துக் கொண்டிருந்தார்கள்."

நான் அவர்களை நெருங்கி "பரிதாபம், உங்களை மரணத்திற்கு தயார்ப்படுத்திக் கொள்ளுங்கள் என்றேன். நாங்கள் செய்த வேலைக்கு நீங்கள் சாட்சி. ஆகவே எங்களைப் பாதுகாத்துக் கொள்ள உங்களைக் கொல்வதைத் தவிர வேறு வழியில்லை" என்றேன்.

சாகேப் அவர்களில் ஒருவன் சொன்னான்: "நாங்கள் ஆண்பிள்ளைகள் எங்களுக்கான நேரம் வந்தால் சாவதற்கு அஞ்சுகிறவர்கள் அல்ல என்று கூறி தைரியமாக என்னைப் பார்த்தபடி வாளை உருவினான். அவன் நல்ல உயரமாக பலம் மிக்கவனாக இருந்தான். அவனைத் தாக்குவதற்கு எனக்குத் தயக்கமாக இருந்தது."

"நானொரு மாற்றுவழி சொல்கிறேன், நீங்கள் தக்காக மாறிவிடுங்கள். எங்களுடன் இணைந்து விடுங்கள். உங்களை நாங்கள் நல்லவிதமாக பார்த்துக் கொள்வோம். எதிர்காலமும் நன்றாக இருக்கும்" என்றேன்.

"இல்லை, ஒரு போதும் இந்த திலக்சிங் அதற்கு உடன்பட மாட்டான். ராஜபுத்திர இனத்தின் உயர்குடி வாரிசு நான். இந்தக் கொலைகார மந்தையுடன் கை கோர்க்கமாட்டேன். அவர்களின் கருணையற்ற செல்வத்தில் நான் வாழ்வதா? நான் சாவதென்றால் அது இப்போதே ஆகட்டும். நீங்கள் நிறையப்

பேர் இருக்கிறீர்கள். ஆனால் உங்களில் யாராவது மனிதர்கள் இருக்கிறீர்களா? இருந்தால் ஒரு அடி எடுத்து வைத்து முன்னால் வாருங்கள். இதே ஆற்று மண்ணில் ஒரே வீச்சில் முன்வருகிறவனின் கதையை முடிக்கிறேன்" என்று கூறி வாளை உருவிக்கொண்டு தற்காப்பிற்குத் தயாராக நின்றான்.

நான் முன்னரே உங்களுக்குச் சொல்லி இருக்கிறேன் சாகேப். என்னால் எந்த ஆயுதத்தையும் திறம்படக் கையாள முடியும். அதற்காக எனது ஆசானுக்கு நான் நன்றி கூற வேண்டும். பேராண்மைப் பயிற்சியை நான் ஒருபோதும் விட்டு விடாமல் இருந்தேன். எதிராளியை எதிர்கொள்ளும் திறனுடன் இருந்தேன். எனது வாளும் நவாப் சப்ஜீகானால் பாராட்டப்பட்ட ஒன்று. ஒருவன் தனது ஆயுதத்தைக் கையாளும் திறனும் நம்பிக்கையும் கொண்டிருந்தால் அவனுக்கு வெற்றி கிடைக்கும் என்று உணர்ந்தவன் நான்.

அந்த ராஜபுத்திரனை 'வா' என்றழைத்தேன். அவன் கையில் கேடயம் இல்லை. அது எனக்கு பெரும் சாதகமான அம்சம். ஆனால் அவனது உயரமும், பலமும் அவனுக்கு சாதகமான அம்சம். இருந்தாலும் தன்னைத் தற்காத்துக் கொள்வதில் திறமையிலும், கோபத்தாலும் பலவீனப்பட்டு இருந்தான்.

தனது அனைத்துச் சக்தியையும் செலவிட்டு என்னைச் சுற்றிச்சுற்றி வந்தான். அவன் வீசும் வீச்சு என்மீது தாக்காதபடி கேடயத்தாலும், எனது வாளினாலும் எதிர்கொண்டேன். அவனுடைய வழக்கமான பாணியில் தாக்குதல் முடிந்தபின் என்னைச் சுற்றி வாளைக்கொண்டு நாட்டியமாடி வந்தான். ஒவ்வொரு வித்தைகளாகக் காட்டிக்கொண்டு இருந்தான். பயங்கரமாக குரல் எழுப்பினான். சிறிது இடைவெளி விட்டு மூர்க்கமாக என்மீது பாய்ந்தான். என் ஆட்கள் மீதும் சரமாரியான வீச்சுக்கள் வீசினான். ஆனால் நான் நின்ற இடத்தைவிட்டு அசையவில்லை. எனக்குத் தெரியும் இந்த விதமான தாக்குதல் சீக்கிரமாகவே அவனைக் களைப்படையச் செய்துவிடும். ஆற்று மணலும் அவனது களைப்பை அதிகரிக்கும்.

நீண்ட வீச்சுக்குப் பின்னர் நின்று மூச்சு வாங்கியபடி என்னையே பார்த்துக்கொண்டு நின்றான். "ஏ காபீர் நாயே, தரங்கெட்டத் தாய்க்குப் பிறந்தவனே. நின்ற இடத்தை விட்டு அசையாமல் நிற்கிறாயே உனக்குக்கோபம் வரவே இல்லையா?" என்றான்.

"அடக் காபீரே.... காபீரின் மகனே.".. அந்த வார்த்தையுடன் மரணம் அவனை முற்றுகை இட்டது. நான் அவனை நோக்கிப் பாய்ந்தேன். எனது பாய்ச்சலை அவன் எதிர்பார்க்கவில்லை. தீர்மானமற்ற குருட்டுத்தனமான வீச்சு ஒன்றை வீசினான். அதை எனது கேடயத்தால் எதிர்கொண்டேன். உடனடியான அடுத்த தாக்குதலில் எனது வாள் தொண்டையைக் கிழித்து உயிரை வெளியே எடுத்தது. கீழே விழுந்தான். அந்தக் காயம் அவன் வாயில் ஏற்பட்டதாக நினைத்திருப்பான்.

"நன்றி கடவுளே!" என்று பீர்கான் கத்தினான். "வேலையைக் கச்சிதமாக முடித்துவிட்டாய்" என்றவாறு என்னைக் கட்டிப் பிடித்துக் கொண்டான். அவனது புஜங்களுக்குள் என்னைக் கட்டியணைத்தான்.

ராஜபுத்திரன் இன்னும் இறக்கவில்லை. தனது கைகளை ஊன்றி எழும் அளவிற்கு அவனிடம் பலம் இருந்தது. எழுந்து நின்று ஒரு பிசாசைப்போல பார்த்தான். பேசுவதற்குப் பல முறை முயற்சித்தான். உதடுகள் அசைந்தன ஆனால் சத்தம் மேலே வரவில்லை. குரல் மேலே வராதபடிக்குப் பொங்கும் ரத்தம் தடுத்துவிட்டது.

நல்ல விளையாட்டு விளையாடியவனைக் கஷ்டப்படுத்தக் கூடாது. உங்களில் யாராவது அவனது வலியைப் போக்குங்கள் என்று கூறினேன்.

பீர்கான் எனது வாளை எடுத்து அவன் நெஞ்சில் பாய்ச்சி னான். அவன் சரிந்து விழுந்தான். கடைசி மூச்சு அவன் உடலில் இருந்து விடைபெற்றுக் கொண்டுவிட்டது.

"சீக்கிரமாக அப்புறப்படுத்துங்கள். ஏற்கனவே நமக்குத் தாம தமாகிவிட்டது என்றேன் நான்."

லாகீக்கள் அவன் கையையும் காலையும் பிடித்துத் தூக்கிக் கொண்டு போனார்கள். மற்ற உதவியாளர்கள். அவன் ரத்தம் சிந்தியிருந்த இடத்தில் உலர்ந்த மண்ணைப்போட்டு மூடினார்கள். ஒருநிமிடத்திற்குள் எல்லாவற்றையும் ஒழுங்கு செய்துவிட்டு, எந்தத் தீமையும் நடவாததுபோல எங்கள் பாதை யில் போய்க்கொண்டிருந்தோம்.

இந்தச் சம்பவத்தில் நான் காட்டிய எனது தனிப்பட்ட தைரியத்தாலும், திறமையினாலும் மொத்தக்குழுவின் வழி பாட்டிற்கு உரியவனாகி விட்டேன் என்று உறுதிபடக் கூற முடியும். ஒரு தக் எதிர்பாராத சூழலில் ஒரு பயணி யிடம் சண்டை இட்டு வெற்றிகொள்ள முடியும் என்பதை

நிரூபித்து இருக்கிறேன். தக்குகளில் வயதானவர்களாகட்டும், இளைஞர்களாகட்டும் இந்தச் சம்பவத்தை கேள்விப்படும்போது என்மீது பொறாமை கொண்டிருக்கிறார்கள். அவர்கள் மத்தியில் மேன்மைப்பட்டிருக்கிறேன். அவர்களின் போற்றுதல்கள் என் மீது இனிய வாசம் வீசச் செய்திருக்கிறது.

இப்போது கொல்லப்பட்ட அண்ணன், தம்பி வர்த்தகர் களிடமிருந்து முன்னெப்போதும் காணாத கணிசமான கொள்ளை அடித்தோம். இதில் சிலர் திருப்தியுற்று ஊருக்குத் திரும்பினார்கள், சிலர் அதிருப்தியுற்றார்கள். அவை இரண்டு மூன்று குரல்கள் தாம். அவற்றை எளிதாக அடக்கி விட் டோம்.

சகுனம் எங்களுக்குச் சாதகமாக அமையவில்லையானால், நாங்கள் நல்ல ராசியைக்கூட சாதகமாக எடுத்துக்கொள்ள மாட்டோம். இதைச் சொல்வதற்கு எனக்கு வெட்கமாகத்தான் இருக்கிறது.

“சாகேப், நாங்கள் சௌகோர் நகரத்தை அடைந்ததும் அங்கே பத்தொன்பது பயணிகளைக் கொன்றோம். அது நல்ல கொள்ளையாக இருக்கவில்லை பத்து ரூபாயும், பதினைந்து ரூபாயும் தான் கிடைத்தது. ஒன்றில் மட்டும் நூறு ரூபாய் கிடைத்தது.”

சௌகோர் என்ற நகரம் அப்போதும் சரி இப்போதும் சரி மிகவும் சுறுசுறுப்பான நகரம். இந்நகரம் ஹூசைன் சாகர் ஏரியைப்போல பெரிய ஏரியின் கரையில் நிர்மாணிக்கப் பட்டுள்ளது. நாங்கள் நகரத்திற்கு அருகில் உள்ள ஏரியை ஒட்டிய பகுதியில் எங்கள் முகாமை அமைத்திருந்தோம். அந்த இடத்தில் ஏரியில் இருந்து வந்த புத்தம்புதிய குளிர்ந்த காற்று இதயத்திற்கு ரம்மியமாக இருந்தது.

நாங்கள் நான்கு நாட்களாக அங்கே தங்கி இருந்தோம். தினமும் பஜாரைச் சுற்றிச்சுற்றி வருவோம். அங்கே நிறைய சாப்பாட்டுக் கடைகள்தான் இருந்தன. அதில் ஒரு கடைக்காரன் பீர்கானுக்கு அறிமுகமானவன். அவன் எங்களுக்கு கொடுத்தத் தகவல்களுக்காக நாங்கள் கணிசமான தொகையை அவனுக்குக் கொடுத்திருந்தோம். அவன் எங்களுக்காக இன்னும் நிறைய திரட்டித்தருவதாகக் கூறினான். நாங்கள் அந் நகரத்தை அடைந்திருந்த மூன்றாம் நாள் மாலையில் பீர்கான் என்னிடம் வந்தான். நான் மனநிறைவாகப் புகைத்துக்கொண்டு பரந்து விரிந்த அந்த ஏரியின் மேற்பரப்பில் தவழ்ந்து வரும்

தூயகாற்றை ஆழமாக சுவாசித்தபடி எனது கூடாரத்தின் வாயிலில் அமர்ந்திருந்தேன்.

"மீர்சாகேப் என் நண்பன் சமையற்காரன் மிகவும் நம்பிக்கைக்கு உரியவன். சாலையில் பயணிக்க இருக்கும் ஒரு சௌகாரைப் பற்றி செய்தி கொண்டு வந்துள்ளான். சௌகார் சுமார் ஒருவாரத்தில் இந்த நகரத்தை விட்டுப்போக இருக்கிறான். இது நமக்குக் கண்டிப்பாக பயனுள்ளதாக இருக்கும் என்று கூறுகிறான். ஆனால் நாம் இந்த இடத்தைக் காலி செய்துவிட்டு நகரத்திற்குப் அருகில் சில காத தூரத்திற்குள் சென்று தங்கவேண்டும். நம்மாட்கள் இரண்டு மூன்றுபேரை அனுப்பித் தகவல் சேகரித்து வரவேண்டும்" என்றான்.

"இறைவனின் அருளே அருள்! இவன் நம்பகமான ஆள்தான். நாம் அவனுடைய பேச்சைக் கேட்டுக் கொள்ளலாம். நாளை அதிகாலையில் இந்த இடத்தைவிட்டு நாம் புறப்படுவோம். நம்மில் நன்றாக ஓடக்கூடிய இரண்டு மூன்று பேரை தகவல் சேகரிப்பிற்காக இங்கே விட்டுச்செல்வோம் என்று அறிவுறுத்தினேன்."

"நாம் இதை வெற்றிகரமாகக் கையாண்டால் கணிசமான தொகை தேறும் என்றான் அவன்."

"நீ சொல்வதில் மாறுபாடு ஒன்றும் இல்லை. உன் நண்பன் சொன்ன வார்த்தை மெய்யானால் அவன் மிகவும் மரியாதைக்கு உரியவன் தான் என்றேன்."

"அதுபற்றி நீங்கள் ஒன்றும் பயப்படவேண்டியதில்லை. நீங்கள் கொடுக்கிற காசுக்கும் மேலாக அவன் உண்மையாக இருப்பவன்தான்" என்றான் பீர்கான்.

"வேண்டியதைப் பெற்றுக் கொள்ளட்டும், அவனுக்கு எவ்வளவு வேண்டுமாம்?"

"இருநூறு ரூபாய், நமக்கு ஐந்தாயிரம் கிடைத்தால்" என்று பதிலுரைத்தான். கூடவே நாம் பத்தாயிரம் பெற்றால் அவனுக்கு இரண்டு மடங்கு என்றவன், எல்லாம் விகிதாச்சாரக் கணக்குதான் என்றான்.

"சௌகார் பெரும் பணக்காரனாக இருந்தால் அவன் கேட்டதை கொடுத்துவிடலாம். தாராளமாக தரப்படும் என்று போய்ச்சொல்லு, கான்" என்று சொல்லி அனுப்பிவைத்தேன்.

"நான் இப்போது போகிறேன். இரவு திரும்பவில்லையானால் நான் அங்கேயே அவனுடன் தங்கிவிட்டேன் என்று முடிவு செய்து கொள்ளுங்கள்" என்று கூறி பீர்கான் சென்று விட்டான்.

அவனுக்கு உதவியாக சிலரை அழைத்துக்கொண்டு தேவையான துணிகளையும் எடுத்துக்கொண்டான். அவன் நகரத்திற்குச் செல்லும் பாதையில் கண்ணுக்குத் தெரிகிற தூரம் வரை பார்த்துக்கொண்டே நின்றேன்.

27

ஆடு - நரி ஆட்டம் ஆடலாம் வா...

நாங்கள் ஒரு கிராமத்தில் இருந்து இன்னொரு கிராமத்திற்கு நான்கு நாட்களாகப் பயணம் செய்து கொண்டிருந்தோம். எந்த சாகசத்திற்கும் வாய்ப்பில்லை. தாமதமாகிக் கொண்டிருப்பது குறித்து எனக்குள் அச்சம் தலைகாட்டத் தொடங்கியது. ஐந்தாம் நாள் காலையில் நாங்கள் விட்டுவிட்டு வந்த உளவாளி ஒருவன் செய்தியுடன் வந்தான்.

"பீர்கான் தனது சலாம்களை உங்களுக்குத் தெரிவிக்கச் சொன்னார். உங்களை உடனே வரச்சொன்னார். "பயணியை" பாதுகாத்து வைத்திருக்கிறோம். நகரத்தைவிட்டுக் கிளம்பத் தயாராக இருக்கிறான்" என்றான் வந்தவன்.

"அவன் யாரென்று உனக்குத் தெரியுமா?" என்றேன்.

"இல்லை எனக்குத் தெரியாது மீர்சாகேப். நான் சாப்பாட்டு கடைசியில் இருந்தேன். அவர்கள் இருவரும் பயணியைப்பற்றிப் பேசிக்கொண்டிருந்தார்கள். அந்த ரகசியத்தில் நான் தலையிட வில்லை."

"அதுதான் நல்லது. நீ தயாராகிக் கொள். எல்லோரும் கிளம்புவோம். இங்கிருந்து சௌகார் இருக்கும் இடம் எவ்வளவு தூரம் இருக்கும்" என்று விசாரித்தேன்.

"நான் வந்தது பதினான்கு காத தூரம். எனக்குப் பாதை தெரியும். நகரத்தில் பாதி தொலைவு இருக்கும்" என்றான் உளவாளி.

"அப்படியானால் மாலையில் நாம் அங்கு சென்று சேர்வோமா?" என்றுகேட்டேன்.

"நிச்சயமாக. நீங்கள் விரும்பினால் மதியமே நாம் அங்கு இருப்போம். இப்போதேநான் உங்களை அழைத்துச்செல்கிறேன்" என்றான் வந்தவன்.

அவன் காட்டிய ஒரு கடினமான பாதையில் நாங்கள் பயணித்தோம். நிச்சயமாக நான் தனியாக வந்திருந்தால் இந்த பாதையை அறிந்திருக்கமாட்டேன். மாலை நெருங்கும் நேரத்தில் சௌகோர் என்ற இடத்தை அடைந்தோம். எங்களின் பழைய இடத்தை அடைந்தபின் விரைவாக சென்று அந்த சாப்பாட்டு கடைக்காரனை பார்த்துவிட்டு என் நண்பர்களை சந்திக்கும் ஆவலில் இருந்தேன்.

அங்கே இருந்த பீர்கான் என்னை வரவேற்றான். "ஆள்வந்து தகவல் சொல்லாமல் விட்டு விடுவானோ என்று பயந்திருந்தேன். நல்லவேளை அல்லாவின் கருணையால் நீங்கள் வந்து விட்டீர்கள்" என்றான் அவன்.

இது நமக்கு சரியானதொரு கூட்டாக அமையும் என்றுக் கூறிக் கொண்டே அந்த சாப்பாட்டுக்கடைக்காரனுக்கு வாழ்த்துகள் சொன்னேன். பதிலுக்கு வாழ்த்துச் சொன்ன அவன், உங்களின் எளிமையான அடிமை பீரு நண்பர்களுக்கு பணி செய்வதில் மகிழ்வு கொள்கிறான் என்றான். உன் நண்பன் பீர்கான் உனக்கு அளித்த வாக்குறுதியை நான் மறக்கவில்லை. "தக்கீ"கள் வார்த்தை தவறமாட்டார்கள் என்பதை நீ நம்ப லாம் என்று கூறி "பயணி" வருகை உறுதிதானே என்றுகேட்டேன்.

உடனே, நிச்சயமாக என்ற பீர்கான், "அவையெல்லாம் சீக்கிரமே நடக்கவுள்ள. "சௌகார்" நகரை அந்த "பயணி" பார்க்கும் நாளைய தினமே அவனுக்கு கடைசி நாளாக அமையும் என்றான்.

இறைவனின் அருளே அருள்! என்று உரக்க கூவிய நான், "இவன்" ஒரு சரியான "பலி"யாக இருப்பான் என்று எண்ணு கிறாயா? என்றேன் அந்த சாப்பாட்டுகாரனிடம்.

"இவன் மதிப்பு ஒரு ஏழு எட்டாயிரம் ரூபாயாகும் என்ற அந்த சாப்பாட்டுகாரன், அவ்வளவும் ரொக்கப் பணம்" என்றான்.

"நல்லது என் நண்பனே, ஆனால் நீ ஏன் சாலைப் பய ணத்தைத் தவிர்க்கிறாய். போதும் என்ற மனம் கொண்டவனா நீ? என்று கேட்டேன்."

"நான் அந்தப் பாதையில் முயற்சித்துப் பார்த்து விட்டேன் என்றான் சிரித்துக் கொண்டே! கணேசா ஜமேதாருடன் நான் இரண்டுமுறை முயற்சி செய்திருக்கிறேன். உங்களுக்கு அவரைத் தெரியுமா? நான் அவரைப்பற்றி கேள்விப்பட்டிருக்கிறேன். முக்கியமான தலைவர்தான் அவர்" என்றேன் நான்.

"அவனா? கொடூரமான நாயாயிற்றே என்ற அவன், அவனைப் பற்றி ஒரு உண்மை சொல்லவேண்டும். என்னை நீங்கள் கோழை என்று நினைத்தாலும் சரி. அவன் எளிய மக்களை நடத்தும் விதம் எனக்கு அறவேப் பிடிக்கவில்லை. அதனால் அவனுடன் மும்மரமான வேலைகளில் நான் ஈடு படுவதில்லை. நீங்கள் பார்க்கிறீர்களே இதேபோல சின்னச் சின்ன வேலைகள்தான் நான் செய்வது. இதிலேயே எனக்கு மும்மடங்கு பலன் கிடைக்கிறது."

"நல்லது. உனக்கு எது சரியென்று தோன்றுகிறதோ அப்படிச்செய். ஆனால் வேலை எதுவானாலும் அதில் அதிக கவனம் தேவை. ஆனால் ஏழைத் தக்கிகளை மிரட்டிப் பணம் பறிக்கக்கூடாது" என்று அறிவுறுத்தினேன்.

பீர்கான் ஓரக்கண்ணால் என்னைப் பார்த்தான். என்னிடம் ஏதோ சொல்வது போல் இருந்தது அந்தப் பார்வை.

"அப்படியானால், நான் நாளைக்குக் காலையில் காரியத்தைத் தொடங்கலாமா?" என்று அவன் பேச்சுக்கு முற்றுப்புள்ளி வைத்தேன்."

"இங்கே நமக்கு இனி வேலை எதுவும் இல்லை பீர்கான். நானும் ரொம்ப களைப்பாக இருக்கிறேன். நாம் முகாமிற்குப் போவோம். இங்கே ரெண்டு ஆட்களை அனுப்புவோம். "பயணி" யாராவது சௌகாருக்கு கிளம்புற மாதிரி இருந்தால் தகவல் சொல்லட்டும் என்றேன்."

அவர்கள் என்ன செய்ய வேண்டும் என்பதை அறிவுறுத்தி விட்டு அங்கிருந்து நாங்களும் புறப்பட்டு விட்டோம்.

நாங்கள் நடந்துபோகும்போது பீர்கான் சொன்னான்: "நீ அந்த சாப்பாட்டுக்காரன் குறித்து சொன்னது முற்றிலும் சரிதான், திருட்டு ராஸ்கல் அவன். பணத்திற்காக பீர் என்ன வேண்டுமானாலும் செய்வான். "சௌகார்" விஷயத்தின்படி பார்த்தால் இவன் பெரும் பணக்காரனாக இருக்க வேண்டும். சௌகோர் வழியாகப்போகும் ஒவ்வொரு கொள்ளைக் கும்பலி டமும் சரியான பணம் கறந்து விடுவான்" போலும்.

"இவனை ஒழித்துவிடலாமா என்று என் மனசுக்குள் ஓடிக் கொண்டிருக்கிறது. இப்படிப்பட்ட மோசமான பயல் வாழ்வதற்குத் தகுதியில்லாதவன். கோழைப்பயல் எந்த சிரமமும் படாமல் வசதியாக உட்கார்ந்து கொண்டு நம் எல்லோரையும் விட அதிகமான பங்கு அடித்துக்கொண்டு போய்விடுகிறான். இவன் சாகத்தான் வேண்டும் அமீர். இவனுக்கு மரணத்தைப் பரிசாக அளிப்பது குறித்து என்ன நினைக்கிறாய் என்றேன்."

"அசாதாரணமான திட்டம்தான். ஆனால் எப்படி அவனை நகரத்திற்கு வெளியே கொண்டு போவதென்று பீர் எனக்குத் தெரியவில்லை. அவன் நரியைப்போல சரியான உஷார்ப் பேர்வழி" என்றான் பீர்கான்.

"ஓ.. அதெல்லாம் நீ நினைப்பதைவிட மிக எளிதாக அவனைச் சமாளித்து விடலாம். அந்த இழிந்த காபிர் அமீர் பணத்தின் மீது பேராசை கொண்டவன் என்றேன்."

"அதே அளவிற்குத் தன் உயிர்மீதும் காதலுடன் இருப்பான்" என்றான். பீர்கான், அப்படியானால் அவனை நேரடியாக முகாமிற்கு அமீர் வரவழைத்து விடலாம். இப்போது அவனுக்கு ஒருசெய்தி எடுத்துச்செல்ல ஆள் அனுப்புகிறேன். நான் சொல்கிற விஷயத்தைக் கேள். அதற்கு அவன் வராமல் போனால் இந்த அமீர் அலியின் தகப்பனையும் பாட்டனையும் பெட்டை நரிகள் என்று சொல்லிக்கொள்."

சிரித்தபடி பீர்கான், "நல்லது, உன் திட்டத்தில் என்னதான் அதிசயம் இருக்கிறது என்று பார்ப்போம். ஆனால் அந்தக் கள்ளன் ஒரு உசார்ப்பேர்வழி என்பதை மட்டும் நினைவில் வைத்துக்கொள். எனக்குத் தெரிந்தவரை அவன் நல்ல பகல் வெளிச்சத்தைத் தவிர வேறெப்போதும் வெளியில் வர மாட்டான். ஒன்று ஆபத்தில்லை என்பதை உறுதி செய்து கொள்வான். அல்லது சின்ன குழுவைச் சேர்ந்தவர்கள் அழைத் தால் வரலாம்" என்றான்.

நான் எங்களிடம் எப்போதும் சின்னச்சின்ன வேலைகளில் உதவியாய் இருக்கும் புத்திக் கூர்மையான ஒரு பையனை அழைத்தேன். "ஜங்கிலி, இங்கே வா. உனக்கு அந்த சாப்பாட்டு கடைக்காரன் இருக்கும் இடம் தெரியும்தானே? என்றேன்."

"நிச்சயமாக. இன்று பிற்பகலில்கூட பிரபு அவனுடன் இருந்தீர்களே! அவன் வீடும் எனக்குத் தெரியும். இன்று மாவு வாங்க பஜாருக்குப் போயிருந்தேன். அப்போது அவன் கடை யில் உங்களைப் பார்த்தேன், பிரபு" என்றான் ஜங்கிலி.

"நல்லது. ஆக எங்கே என்று நீ விசாரிக்க வேண்டியதில்லை. இப்போது நீ அவனிடம் போ. இந்த முத்திரை மோதிரத்தை எடுத்துக் கொண்டு போ. இது உன் கையை விட்டு வேறெங்கும் போகக்கூடாது ஞாபகம் வைத்துக்கொள். அவன் கருணை யால் "பலிகடா" உறுதி என்று நம்புவதாகவும், என்னிடம் அவனுக்காகக் கொஞ்சம் பணம் இருப்பதாகவும், இங்கு வந்தால் அவன் கேட்கும் பணத்தை அளிப்பதாகவும் சொல்லி அவனுக்கு என் வாழ்த்துக்களையும் கூறு. இப்போது நான் சொன்ன அனைத்தையும் நினைவில் வைத்துக்கொள்ள முடியும் தானே? நீ தக்கிகளின் ராம்சீ மொழியில் பேசவேண்டும். அவன் அதைப் புரிந்துகொள்வான் என்று கூறி அவனை அனுப்பினேன்."

"உறுதியாகச் செய்கிறேன் பிரபு. தாங்கள் சொன்ன அனைத்தையும் புரிந்து கொண்டேன் என்று கூறி நான் அவனிடம் சொன்ன அனைத்தையும் வார்த்தைக்கு வார்த்தைத் திரும்பச் சொன்னான்."

"இந்தா மோதிரம். அவ்வளவு தான் நீ செய்ய வேண்டியது. ஓட்டமெடு. சீக்கிரமாகத் திரும்பி வந்தால் உனக்கு ரெண்டு ரூபாய் கிடைக்கும்" என்று சொன்னேன்.

நான் அங்கே போய்விட்டேன் என்று வைத்துக் கொள்ளுங் கள் என்றான் மகிழ்ச்சியுடன். ஜமேதார் சாகேப். வேலையை முடித்துக்கொண்டு உடனே திரும்புகிறேன் என்றான்.

"இவன் நல்ல தெளிவான பையன்தான். நீ சொன்னதைச் சரியாக அங்கே போய்ச்சொல்லிவிடுவான். ஆனால் இந்த செய்திக்கு பெரூ வரமாட்டான்" என்றான் பீர்கான்.

"வெள்ளி நாணயத்தின் ஓசை அவன் காதுகளில் ஒலித்துக் கொண்டிருக்கும். ஆசைக் காதலியின் அழைப்பிற்கு கண்டிப் பாக ஓடோடி செல்பவனைப் போல டெல்லிவரை கூட ஓடு வான் என்றேன் நான்."

"அதையும் தான் பொறுத்திருந்து பார்ப்போம். அவன்விதி முடியும் என்று எழுதியிருந்தால் வந்து விடுவான். அல்லா அவனுக்கு ஏன் உதவவேண்டும்? அவன் கண்டிப்பாக வர வேண்டும் என்றால் விதியின் செயலைத் தடுக்க முடியாது. ஆனால் இந்தப் பெரூ என்ற சமையல்காரனாவது இரவில் ஒரு தக்கின் இடத்திற்கு வருவதாவது. நான் சொல்கிறேன் அது நடக்காத காரியம். இது பலமுறை முயற்சிக்கப்பட்டது தான்.

ஆனால் ஒவ்வொரு முறையும் மோசமான தோல்விதான் கிடைத்திருக்கிறது. முயன்றவர்களிடம் அவன் சிரிப்பதுதான் மிச்சம்?" என்றான் பீர்கான்.

உன்னுடைய சந்தேகங்கள் அனைத்தையும் மீறி அல்லாவின் கருணையால் இன்று இரவு நாம் அவன் தாடியில் மண் ணையள்ளிப்போட இருக்கிறோம் கான். மோதியையும் மற்ற சில லாகீக்களையும் அவசரமாகக் கூப்பிடு. குழி வெட்ட வேண்டும்.

கோடாரி வீசும் சத்தம் தூரமாகக் கேட்டது. இடுகுழி வெட்டுகிற இடத்தில் இருந்து அந்த சப்தத்தை குளிர் இரவின் காற்று சுமந்துவந்தது. அவன்வருவான் என்று நான் உறுதிபட நினைத்தேன். அவன் வருவான். அந்த வஞ்சகனின் வாழ்வு இன்றுடன் முடிவிற்கு வருகிறது. குளிர்ந்த ரத்தமுடைய கோழை, எந்த ஒரு சிரமமும் இல்லாமல் மனித வாழ்வை விற்று பணம் பார்ப்பவன். இப்படி நான் யோசித்துக் கொண்டிருக்கும்போதே மங்கலான வெளிச்சத்தில் ஜிங்கிலி மிக வேகவேகமாக வந்து கொண்டிருந்தான். தனியாகத்தான் வந்தான். அவன் தனியாக வருவதைப் பார்த்து என் கூட்டாளிகள் நாங்க உனக்கு சொன் னோமே என்று வெற்றிக் களிப்புடன் சிரித்தார்கள். என்னாகும் என்று நாங்கள் முன்னாடியே சொன்னோமே என்றார்கள்.

நான் விரக்தியுற்றேன். உதட்டைக் கடித்து என் தோல்வியை மறைக்க முயன்றேன். இருங்க எதுவானாலும் அவன் என்ன சொன்னான்னு கேட்டுக்குவோம் என்றார்கள்.

"நல்லது, என்ன செய்தி ஜங்கிலி? என்றேன் நான்." ஓடி வந்ததற்காக மூச்சு வாங்கினான் அவன்.

"ஒரு நிமிஷம் பொறுங்க ஜமேதார். செய்தியை உங்களுக்கு சொல்றதுக்காகத்தான் ஓடி வந்தேன்" என்றான் ஜங்கிலி.

"தண்ணீர் குடி. உன்னை ஆசுவாசப்படுத்திக்கொள். என்ன நடந்தது? எதாவது எச்சரிக்கை உண்டா?" என்றேன் ஆவலு டன்.

அந்தப் பையன் சொல்லத் துவங்கினான்: "பயப்படுறதுக்கு ஒண்ணும் இல்லே சாகேப். ஆனால் கவனமாக கேளுங்க. நான் ஓடாமலே சீக்கிரமாக அங்கே போய்ச் சேர்ந் தேன். வேகமாகப் போனால் என்னைப் பார்த்தவுடனே எதாவது யூகிப்பானென்று நினைத்தேன். அதனால் நகரத்தின் நுழை வாயிலுக்குப் போன பின்னர் அவன் கடை வரையிலும் நிதானமாக நடந்து போனேன். நான் போன நேரத்தில் சில

பயணிகளுக்கு கபாப் வறுப்பதில் அவன் தீவிரமாக இருந்தான். என்னை உள் அறையில் காத்திருக்கச் சொன்னான். நான் உள்ளே போன சிறிது நேரத்திலேயே வந்துவிட்டான்.

"நல்லது என்ன விஷயம்? எதற்காக வந்திருக்கிறாய்?" என்று கேட்டான். "உங்கள் 'பயணிகள்' பாதுகாப்பாக இருக்கிறார்கள். நாளை காலை கிளம்ப இருக்கிறார்கள். உங்க ஆள் ஒருவன் இப்போதுதான் வந்து சொல்லிவிட்டுப் போறான். சரி நீ வந்த விஷயம் என்ன?" என்று கேட்டான்.

"நீங்கள் சொன்ன விஷயத்தை அவனிடம் வார்த்தைக்கு வார்த்தை அப்படியே சொன்னேன். நான் சொல்லி முடித்ததும் நிறைய கோபப்பட்டான். சிறிது நேரம் அந்த அறைக்குள் மேலும் கீழும் நடந்தான். தனக்குத்தானே பேசிக்கொண்டான். அவன் சொன்ன வார்த்தைகளை என்னால் கேட்க முடிந்தது. கணேசா துரோகி அதே வார்த்தையை மீண்டும் மீண்டும் சொன்னான். நான் உடனே நீண்ட நேரம் காத்திருக்க முடியாது, உடனே திரும்ப வேண்டும், வர்ரீங்களா? இல்லையா? என்று கேட்டேன். அவன் நடப்பதை நிறுத்தி விட்டு என்னைப் பல கோணங்களில் பார்த்தான்."

"இந்த தகவலை உன்னிடம் சொன்னபோது அங்கே மோதிராம் இருந்தானா தம்பி" என்று கேட்டான்.

"இல்லை அவர் அங்கே இல்லை. நான் உறுதிபடக் கூறினேன்."

"அந்த இடத்திற்கு உன் எஜமானருடன் பீர்கான் வந்திருந்தானா?" என்றான்.

"வந்திருக்கலாம், ஆனால் நான் பார்க்கவில்லை" என்றேன்.

"எனக்காக எவ்வளவு ஒதுக்கி வைத்திருக்கார்" என்று கேட்டான்.

"இருநூற்றி ஐம்பதுக்கும் மேலாக எண்ணிக்கொண்டு போனார், ஆனால் சீக்கிரமாகவே நிறுத்திவிட்டார். மீதிப் பணத்தைப் பையில் வைத்து மூடிக்கொண்டார். உங்களுக்கு நான் சொன்னது போதும் என்று நினைக்கிறேன், என்றேன்."

"பணப்பையில் எவ்வளவு இருக்கும்?" என்றான் மறு படியும்.

"அல்லாவுக்குத்தான் தெரியும். அதுபற்றியெல்லாம் எனக்கு எப்படித் தெரியும் என்றேன்."

“நீ ஒரு நல்ல பையன், கெட்டிக்காரன். ஒரு சமையல்காரனாக ஆவதற்கு உனக்கு எவ்வளவு தூரம் விருப்பம் இருக்கிறது?” என்றான் என்னைப் பார்த்து.

“நிறைய இருக்கிறது” என்று சொல்லிவிட்டு அவன் ஏதோ தவறான திட்டம் போடுகிறான் என்பதை யூகித்துக் கொண்டு எத்தனை தூரம் போகிறான் என்பதைத் தெரிந்துகொள்ள விரும்பினேன்.

“இப்படி ஒரு வஞ்சகனை நீங்கள் கேள்விப்பட்டிருக்கிறீர்களா? என் கைக்குக் கிடைச்சான்னா அவன் கழுத்தை தோளோடு வைத்து அமுக்கிவிடுகிறேன்” என்றான் பீர்கான்.

“முதலில் என்னை பேசவிடுங்க.. மத்தியில் குறுக்கிட வேண்டாம்” என்றான்.

ஜங்கிலி தொடர்ந்தான்: “அவன் குறுக்கும் மறுக்கும் பலமுறை நடந்தான். என் பக்கத்தில் வந்து அமர்ந்தான். என் கையை எடுத்து அவன் கையுடன் வைத்துக் கொண்டான். அதை நான் விரும்பவில்லை. எனவே என்னுடைய இன்னொரு கையை இடுப்புப் பட்டையில் மறைத்து வைத்திருந்த சூரிக்கத்திக்குக் கொண்டு போனேன்.”

“ஜங்கிலி நீ எவ்வளவு நல்ல பையன். இந்த விஷயத்தில் எனக்கு உதவி செய்தால் நீ எனக்கு மகனாகவே இருப்பாய். நீ எவ்வளவு இளவயசு. இந்த வயதில் ரத்தக்கறை படிந்த இந்தத் தொழிலை நீ செய்யக்கூடாது, இது உனக்கு நல்ல வாழ்க்கையைத் தராது. என்றாலும் உன்னை நான் எச்சரிக்கிறேன். உன் ஜமேதார் உனக்குத் தேவையான அன்பை உன்மீது காட்டமாட்டான். நீ தான் எவ்வளவு பணிவானவனாகவும், கடுமையாக உழைக்கக் கூடியவனாகவும் இருக்கிறாய்?”என்றான்.

நான் தலையாட்டி கேட்டுக்கொண்டேன்.

“அப்படித்தானே இருக்கு. நீ என்ன சுதந்திரமாகவா இருக்கிற? சொல்லு பையா, பயப்படாதே. என் மகனில்லே, சொல்லு. அல்லாதான் எனக்கு உதவுகிறான். எனக்கு மனைவியோ பிள்ளைகளோ கிடையாது” என்றான்.

இன்னும் தலையாட்டியபடியே இருந்தேன்.

“அதுசரி நீ வழக்கமாகவே அமைதியான பையன் போலிருக்கு. தின்ன உப்புக்குத் துரோகம் செய்ய மனசு இல்லை. எனக்கு உன்னட்ட இருக்குற இந்தக் குணம் பிடிச்சிருக்கு. சரி இப்போ கவனி. நான் உங்கள் முகாமிற்கு வருகிறேன், ஆனால் இப்போ இல்லே. நீ சொன்னே இல்லையா?

நீதானே ஜமேதார் கூடாரம் முன்னாடி படுத்திருப்பே. நீ நன்றாக ஆழ்ந்து தூங்கிவிடவேண்டும். நீ ஓப்பியம் சாப் பிட்டிருக்கியா? அதுபற்றி கேள்விப்பட்டிருக்கியா? சரிவிடு. நான் சத்தமில்லாம உன்னைக்கடந்து கூடாரத்திற்கு உள்ளே போவேன். எனக்கு பழைய தந்திரம் வைக்கோல் தாள் கொண்டு கூச்சம் உண்டாக்கும் தந்திரம் தெரியும். அது என்னவென்று புரிகிறதா?" என்றான்.

"புரிகிறது, ஆனால் பெரிய பையாகக் கொண்டுவரணும்."

"சரியாகச் சொன்னாய் என் மகனே. உன் ஊகம் சரியானது. என்னை நம்பு அது என்னிடம் இருக்கிறது. நான் திரும்பும்போது உன்னைத்தொட்டு விட்டு வருவேன். உடனே என்னைப் பின்தொடர வேண்டும் என்பதில்லை. சந்தர்ப்ப சூழ்நிலை பார்த்து வரலாம்."

"ஆனால் அங்கிருக்கும் ஒற்றர்கள். அவர்களைப் பற்றி நீங்கள் நினைத்துப் பார்த்தீர்களா?"

"நான் அவர்களை எளிதாகத் தவிர்த்துவிட முடியும். இரவு கருமையாய் மேகமூட்டத்துடன் இருப்பதால் ஒன்றும் தெரியாது. யாரும் என்னைப் பார்க்க முடியாது. என் துணிகள் எல்லாம் கழற்றி விட்டு நிர்வாணமாகக் கருப்புப் போர்வை போர்த்திக் கொண்டு வருவேன்" என்றான்.

"அப்படியானால் சரி. நான் அந்த பயங்கரமான ஆட்களிடம் இருந்து வெளியேறி விடுகிறேன். ஒரு கண்ணியமான மனிதனாக இருக்க விரும்புகிறேன். இப்போது என் ஜமேதாருக்கு என்ன சொல்லட்டும்" என்றேன்.

"சொல்றேன். ஆட்டுக்காரனின் மந்தையில் இருந்து கொழுத்த செம்மறியை ஒரு நரி அடிக்கடி திருடிக்கொண்டு இருந்தது. ஆட்டுக்காரன் தனக்குள் ஒரு நாளைக்கு இந்த நரியைப் பிடித்து கொன்று போடுகிறேன் என்று சொல்லிக்கொண்டு பெரிய குழி ஒன்றை வெட்டி அதில் ஒரு கூடையை வைத்து கூடையில் கொழுத்த ஆட்டுக்குட்டியைக் கட்டி வைத்தான். தூரத்தில் உட்கார்ந்து காவல்காத்துக் கொண்டிருந்தான். ஓநாயும் வந்தது. சுற்றும் முற்றும் பார்த்தது. ஆட்டுக்காரனின் வழக்கமான நடவடிக்கையில் ஏதோ மாற்றம் இருப்பதைக் கவனித்தது. தனக்குள் சொல்லிக்கொண்டது. ஓநாயே பசியில் இருக்கிறாய். ஆனால் ஏன் ஆட்டுக்குட்டிக்கு ஆசைப்படணும். நமக்கு நேரம் வரும். மேய்ப்பன் தூங்கட்டும். அதுவரை பசியைப் பொறுத்துக் காத்திரு. இந்தக் கதையை உன் ஜமேதாரிடம் சொல்லு. அவர் இதைப் புரிந்துகொள்வார்."

"அல்லா... நீ நல்ல காரியம் செய்தாய்" என்றான் ஜங்கிலி, உனது நேர்மைக்கு சரியான வெகுமதி கிடைக்கும். அந்த வில்லனைப் பற்றி என்ன நினைக்கிறீர்கள் என் நண்பர்களே? என்றேன் சுற்றி இருந்தவர்களைப் பார்த்து."

"எங்களுக்கு ஒன்றும் திகைப்பாக இல்லை!" என்று இருவரும் ஒரே குரலில் சொல்லி, இன்ஷா அல்லா, அவனே சொந்தமாக பொறி வைத்து மாட்டிக்கொண்டான் என்றார்கள்.

இரண்டு உதவியாளர்களை அழைத்தேன், வந்தார்கள்.

"பீர்கானும், மோதிராமும் இருவரும் கதவருகில் ஆளுக்கொரு பக்கமாக அவன் பார்த்து விடாதபடிக்கு நிற்கவேண்டும். அவன் வந்து பையை எடுக்கும் வரையிலும் நான் தூங்குவது போலவே இருப்பேன். அவன் என்மீது தவறி விழுந்தால்கூட நான் எழமாட்டேன். அவன் வெளியில் வரும்போது விரைந்து பிடித்துக்கொள்ள வேண்டும். நான் வரும்வரை அவனை அடித்து விடக்கூடாது. ஜங்கிலீ உன்னைப்பொறுத்த மட்டில் நீ ஓப்பியம் சாப்பிட்டவன் போல குறட்டை விட்டுத் தூங்க வில்லையானால் அல்லா மீது சத்தியமாக உனக்கும் பெரூவின் பக்கத்தில் ஒரு குழி நிச்சயம் என்றேன்."

"என்னைப்பற்றி பயம்வேண்டாம். நான் உங்கள் உப்பைத் தின்றிருக்கிறேன். நீங்கள்தான் எனக்கு அப்பா அம்மா அனைத்தும். நான் எப்படி உங்களுக்கு விரோதமாக நடந்து கொள்வேன்? எனக்கு அந்த எண்ணம் வருமா? அவன் எனக்குச் சொன்னதில் ஒரு வார்த்தை உங்களிடம் சொல்லாமல் விட்டு விட்டேன்" என்றான்.

"எல்லாம் தயாராக இருக்கிறது. எப்போது வருவேன் என்று உன்னிடம் சொன்னானா? என்று கேட்டேன்."

"ஆம் சொல்லியிருக்கிறான். அவன் வியாபாரம் முடிகிற இரண்டாம் ஜாமத்தில்" என்றான் ஜங்கிலி.

"நல்லது எல்லோரும் தயாராக இருங்கள். அவன் தாடியில் காறியுமிழ வேண்டும் என்றேன்."

அவன் குறிப்பிட்டிருந்த நேரம்வரை பெரும் எதிர்பார்ப்புடன் பொழுது போய்க் கொண்டிருக்கிறது. அடிக்கடி வெளியில் வந்து அவரவர்களுக்கு ஒதுக்கப்பட்ட இடத்தில் முறையாக இருக்கிறார்களா என்று பார்த்துக்கொண்டேன். திருப்தியுடன் படுக்கைக்குத் திரும்பினேன். எனக்குப் பக்கத்துக் கூடாரத்தில் ஆழ்ந்து தூங்குவது போன்ற தோற்றத்தில் பீர்கான் இருக்கிறான்.

ஆனால் எனக்கு மட்டும் தான் தெரியும் அவன் விழித்துக் கொண்டிருக்கிறான் என்பது. உதவியாளர்கள் இருவர் வேண்டுமென்றே சோம்பிக்கிடப்பது போல் இருக்கிறார்கள். இரவின் இருட்டு இன்னும் அடர்கிறது. என் உள்ளங்கை எனக்குத் தெரியாத இருட்டு. ஏரி நீரின் சிற்றலைகள் கரையில் மோதும் ஓசை அவனது காலடி ஓசையைக் கேட்க விடாமல் தடுத்து விடுமோ. அரைக்குரலில் சொல்லிக் கொண்டேன். ஆம் வருகிறான். போர்வைக்குள் இறுதி முறையாகப் பதுங்கி னேன். வருகிறான், ஒரு திருடன் திருடனாகவே வந்து கொண்டி ருக்கிறான். இதுபோன்ற ஒரு இரவை நான் தவறவிடவே கூடாது. இருட்டு அவனுக்கு எந்த அளவில் உதவிகரமாக இருக்கிறதோ அதைவிடப் பலமடங்கு அதிகமாக எங்களுக்கும் உதவிகரமாக இருக்கும்.

யாரையும் என்னால் பார்க்க முடியும். நீண்ட நேரமாக இதே நிலையில் படுத்திருக்கிறேன். பீரூ வெளியில்தான் நின்று யாராவது முழித்திருக்கிறார்களா என்று பார்த்துக் கொண்டி ருக்க வேண்டும் என்று யூகித்தேன். இப்போது நடு இரவு தாண்டியிருக்கும். இன்னும் யாரும் வரவில்லை. எனக்கு நிலை தரிக்கவில்லை. அவன் விதியின் முடிவு அழிவிற்கு வழி வகுக்குமா என்று எனக்கு உறுதிபடக்கூற முடியவில்லை. ஏன் இத்தனை எண்ண ஓட்டங்கள்? என் வாழ்நாள் முழுக்க திரும்பத் திரும்ப இதைப்பற்றி யோசித்துப் பார்த்திருக்கிறேன் எனக்கு பதில் கிடைக்கவே இல்லை சாகேப்.

இறுதியில் இருண்ட உருவம் கூடார வாசலுக்கு வந்ததைப் பார்த்தேன். ஒரு நிமிடம் தயங்கியது. பின் ஜங்கிலியின் உடலைக் கடந்து வந்தது. அவன் உரத்து குறட்டைவிட்டுக் கொண்டிருந்தான். ஆனால் நிஜமாகவே அவன் தூங்கிக் கொண்டுதான் இருக்கிறான் என்று என்னால் சொல்லமுடியும். ஆனால் அதற்கு மாறாக சற்று முன்னர் அவன் என்னுடன் பேசிக் கொண்டிருந்தான். அல்லா... அல்லா... என் இதயம் எவ்வளவு சத்தமாகத் துடித்தது தெரியுமா? அந்தச் சத்தம் எனக்குக் கேட்டது. பீரூவிற்கும் கேட்குமோ என்று பயந்தேன். இன்னொரு சிந்தனை எனக்கு ஓடியது. அவன் ஆயுதம் வைத்திருப்பானோ. என்மீது தாக்குதல் தொடுத்தால் என்ன செய்வது. கிட்டத்தட்ட நடுக்கமாக இருந்தது. எனக்குக் கீழ் இருக்கும் பணப்பையை எடுக்கும்போது எப்படி நான் செயலற்றுக் கிடப்பது என்று யோசித்தேன். எனது ஆயுதத்தை எடுத்து அவன் உடலில் சொறுகி விடவேண்டியதுதான். ஆனால்

அந்த சிந்தனையை நிராகரித்தேன். என்ன இருந்தாலும் அவன் திருடன். ஆயுதத்திற்கான பயன்பாடு குறைவு. அவனொரு திருடன், பரிதாபகரமான திருடன். கையில் ஆயுதம் வைத்துக் கொள்ளும் தைரியம் இராது. கூடாரம் மிகவும் தாழ்வாக இருந்தது. அதனால் முன்னே வராமல் நின்றான். எனக்குப் பக்கவாட்டில் வந்து மண்டியிட்டான். மூக்கின் பக்கத்தில் கைவைத்து தூங்குகிறேனா என்று சோதித்தான். நான் தூங்குவது போல் பாசாங்கு செய்தேன். நான் நிஜமாகவே தூங்குகிறேனா இல்லையா என்பதற்காகக் கண்களைப் பார்த் தான். எனது நடிப்பில் திருப்தியுற்று தனது கையை தலை யணைக்குக் கீழ்கொண்டு போனான். ஆனால் பணப்பை அங்கே இல்லை. அது அடுத்த காதுப்பக்கம் இருக்கிறது. அவன் உணர்ந்து கண்டுபிடித்து விட்டான். ஒரு சின்ன புல்லின் தோகையை எடுத்து என் காதில் வைத்து மென்மையாக உரசினான். நான் அவன் தேவைக்குப் பணிந்தேன். அவன் பக்கம் திரும்பிப் படுத்தேன். அவன் ஒரே நிமிடம் அசையாமல் உட்கார்ந்திருந்தான். பின் கொஞ்சங் கொஞ்சமாக பையை உருவினான். மொத்தப்பையும் அவன் கைக்கு வந்துவிட்டது. அவனுக்கு காசு நாணயங்கள் குலுங்கும் ஓசை கேட்டது. எடுத்து தோளில் போட்டுக்கொண்டான். அதை நான் பார்த்தேன். வெளியில் வந்தான். கதவுப்பக்கத்தில் ஜங்கிலி இல்லை. அவன் எப்போது போனான் என்பது எனக்கும் கூடத்தெரியாது. அவன் என் சூழலுடன் முழுமையாக இணைந்து வேலை செய்கிறான். ஜங்கிலி இல்லாதது கண்டு அந்த சாப்பாட்டு கடைக்காரனுக்கு லேசான எச்சரிக்கை தோன்றியிருக்க வேண்டும். ஒரு நிமிடம் நின்றான். விசித்திரமாக இருக்கே. இவன் போய்விட்டானே, ஆனாலும் ஏமாற்றமாட்டான் என்று தனக்குத்தானே முணகிக்கொண்டான். நின்ற இடத் தில் இருந்து அடுத்த அடியெடுத்து வைத்தான். பீர்கான், மோதிராம், மற்றும் ஒரு டஜன் ஆட்களின் இறுகின பிடியில் சிக்கினான்.

முற்றிலும் முடிந்தது, என்று கூவியபடி கூடாரத்தின் வாயிலுக்கு ஓடி மற்றவர்களுடன் இணைந்து கொண்டேன். யாராவது விளக்கை ஏற்றுங்கள். கும்பல் கூடியது. 'திருடர் களுக்கு மத்தியில் நிற்கும் சேவலின் முகத்தைப் பார்க்கலாம். தக்கிகளின் முகாமிலேயே கைவைக்கும் தைரியம் ஒருத்தனுக்கு இருக்கிறதா? எல்லோரும் அவன் தாடியில் காறித்துப்புங்கள், என்றேன்."

ஒரு தீப்பந்தம் கொண்டுவரப்பட்டது. அவன் நடுங்கியவாறு நின்றிருந்தான். பணப்பை இன்னும் அவன் தோளில்தான்

இருந்தது. அதை அவனது சொந்தப் பையைபோல இறுக்க மாகப் பிடித்திருந்தான்.

'ஆக நீ தான் பீரு இல்லையா? இறுதியில் நரி ஒரு வழியாக ஆட்டுக்காரன் கையில் சிக்கிக்கொண்டது இல்லையா? ஆனால் பெரிய மந்தையே அதற்காகக் காத்துக் கொண்டிருந் தது. பொறியில் மாட்டிக்கொண்டான். நீ எங்களிடம் திருட வந்திருக்கிறாய். மரணத்தை உனக்குப் பரிசாக அளிக்கும் முன்னர் சில கேள்விகளுக்குப் பதில் சொல்லு. அதைப் பொறுத்துதான் உனக்கு வாழ்வா, சாவா என்பதைத் தீர்மா னிக்கலாம் என்றேன்."

"வேண்டாம். என்னை விட்டுடுங்க, என்ன விட்டுடுங்க..." என்று பரிதாபமாகக் கெஞ்சினான். "என்னை வாழ விடுங்கள். உங்கள் கேள்விகளுக்கெல்லாம் உடனே பதில் சொல்லுகிறேன். நான் உங்களுடன் வருகிறேன் என்னைக் காட்டிற்குள் விட்டு விட்டுப் போய்விடுங்கள். அதற்குப் பின்னர் என்னை சௌகோரிலோ அல்லது சாலையிலோ பார்த்தால் உங்கள் கொலைப் பட்டியலில் சேர்த்து விடுங்கள்" என்று கெஞ் சினான்.

"இது நல்ல வார்த்தை. இப்போ என் கேள்விகளுக்குப் பதில் சொல்லு. நீ சொல்லியிருக்கிற 'பலி' பொய்யா?"

"என் மூச்சு மேல சத்தியமா உண்மை மீர் சாகேப். உங்கள் ஆட்கள் தயாரிப்பு வேலைகளைச் செய்து கொண்டிருக்கிறார்கள் என்பதை பார்க்கிறீர்கள் தானே. நாளைக் காலையில் அவர்கள் கிளம்பப் போவதை நீங்களே கேட்டீர்கள் தானே. அதில் ஏன் உங்களுக்குச் சந்தேகம் வந்தது?"

"உன்னை போவதற்கு விட்டால் எவ்வளவு பணம் கொடுப் பாய்? எனக்கு இரண்டாயிரம் வேண்டும்."

"மீர்சாகேப்.... மீர்சாகேப் அவ்வளவு பணத்திற்கு நான் போவதெங்கே? அவ்வளவு பணம் இந்த உலகத்தில் எனக்கு இல்லை" என்றான் அவன்.

"இல்லை பொய் சொல்லுகிறாய் நீ" மோதிராமும் மற்றவர்களும் சொன்னார்கள், "உன்னிடம் பல்லாயிரக் கணக்கான காசு இருக்கிறது. அப்பாவி தக்கிகளிடம் இருந்து எக்கச்சக்கமான பணம் பறித்திருக்கிறாய். தக்கிகளிடம் நீ பணம் நூற்றுக்கணக்கான சம்பவங்களைச் சொல்லமுடியும். அதை மறைக்கும் தைரியம் எப்படி வந்தது உனக்கு?"

"இங்கே பார்; கையில் கைக்குட்டை இருக்கிறது. இதன்

பயன்பாடு என்னவென்று உனக்குத்தெரியும். உன்னால் பணம் கொடுக்க முடியுமா? முடியாதா?"

"நான் தருகிறேன். இந்தக் கோடாரி மேல் சத்தியமாகத் தரு கிறேன். யாராவது என்னுடன் வந்தால் எடுத்துத்தருகிறேன்" என்றான்.

"ஏய் எங்களிடமே விளையாட்டு காட்டுகிறாயா?வேண்டாம் வேண்டாம் என் சமையல்கார நண்பனே! எங்கள் தாடியில் புழுதிவாரி இறைக்க நினைக்காதே. இன்ஷா அல்லாஉன்னைப் போல எத்தனையோ பேர் காட்டிய நுணுக்கமான வேடிக்கை களுக்கு விதவிதமான பச்சா காட்டியவர்கள்நாங்கள். எங்க ளிடம் வேண்டாம். உன் செல்வத்தை எங்கே மறைத்து வைத்திருக்கிறாய் என்று இப்போது சொல்லப் போகிறாயா இல்லையா?"

"உங்களுக்கு விருப்பமானால் என்னைக்கொன்றுபோடுங்கள். ஆனால் இந்தக் கேள்விக்கு நான் பதில் சொல்லப் போவ தில்லை" என்றான்.

"நல்லது. கழுத்தை நெறித்து மூச்சடைப்பது மேலானது என்று நினைத்துவிட்டாய். அவனை இறுக்கமாக பிடித்துக்கொண்டு அவன் தோளில் இருந்து பையை எடுங்கள்."

நான் சொன்னபடி அவர்கள் செய்தார்கள். "நான் அவன் கழுத்தில் கைக்குட்டையை போட்டு இறுக்கினேன். கிட்டத்தட்ட மூச்சு நின்று விடும் நிலை. வாயைத் திறப்பதற்கு பலவிதமாக முயற்சித்தான். இறுதியில் பிடியை லேசாகத் தளர்த்தினேன். ஆனால் ஒரு வார்த்தையும் அவனால் பேசமுடியவில்லை. மரணபயத்தில் சக்தியையெல்லாம் இழந்திருந்தான்."

"அவனுக்குத் தண்ணீர் கொடுங்கள். அது கொஞ்சம் பயத்தைப் போக்கும்."

அவன் தண்ணீரைக் குடித்துவிட்டு என் காலடியில் வீழ்ந்தான். தன்னை விட்டுவிடும்படி கெஞ்சினான். எரிச்சலு டன் காலால் எட்டி உதைத்தேன்.

"உன் பொக்கிஷங்களை எங்கே வைத்திருக்கிறாய். ஒருமுறை கயிறு போட்டு இறுக்கிவிட்டேன். இன்னொரு முறை போடு வதற்கு அதிக நேரம் ஆகாது. பொக்கிஷங்களை எங்கே வைத்திருக்கிறாய் சொல்லிவிடு."

"என்னைக் கொல்ல மாட்டீர்கள் என்று உறுதியளித்தால் நான் சொல்வேன்" என்று அங்கமெல்லாம் பதறக் கூறினான்.

"உனக்கு உறுதி கூறுகிறேன். உன்னைக் கொல்லமாட்டேன். நீ இங்கேயே இரு என் ஆளை அனுப்பி அவற்றை எடுத்துவரச் செய்கிறேன். உனக்கு நன்றாகத் தெரியும். இங்கே தாமதிக்க நேரமில்லை. எங்களிடம் தந்திர வேலைகள் செய்தால் விளைவு என்னவாக இருக்கும் என்பது உனக்குத் தெரியும். இப்போதே பாதி உணர்ந்திருப்பாய்."

"மோதிராம் எங்கே? அவனுக்கு அந்த இடம் தெரியும்."

ஒரு அடி முன்னெடுத்து வைத்த மோதிசொன்னான்: "டேய் எனக்குத் தெரியாது. உன் லாபத்திற்காக உன்னோடு என்னை யும் கூட்டு சேர்க்கிறாயா?" என்று கத்தினான்.

இல்லை, உனக்கு அந்த இடம் தெரியும். ஆனால் இப்போது எங்கே இருக்கிறது என்று தெரியாமல் இருக்கலாம். உனக்கு நினைவிருக்கிறதா? பொந்துவிழுந்த மாமரம் உனக்குத் தெரியும் தானே? நகரத்திற்கு அந்தப்பக்கம். என்னோட பங்கை கணேசா விடம் இருந்து வாங்கிவந்து தந்தாயே. அதே இடம்தான்" என்றான் அந்த சாப்பாட்டு கடைக்காரன்.

"அது தெரியும்" என்றான் மோதிராம்.

"நல்லது அங்கே போய் மரத்திற்குக் கீழே தோண்டு. ஒரு அடி தோண்டினால் பானையில் வெள்ளியும் தங்கமும் நகை களும் இருக்கும்" என்றான் அவன்.

"வில்லனே.... இப்போ நான் என் வார்த்தையைக் காப்பாற்று கிறேன். நீ இங்கேயே இரு. உனக்காக தோண்டப் பட்ட குழியும் அப்படியேதான் இருக்கும். நீண்ட நேரமாக அது உனக்காக காத்துக் கொண்டு இருக்கிறது. நிச்சயம் நாளை விடியும் முன் உன் தாடியில் காரி உமிழ்வேன். நமக்கு ஆசிகள் அருளும் பவானித்தாய், உன்னை என் கைகளுக்குக் கொடுத்திருக்கிறாள் என்று கூறி அவன் மீது காரி உமிழ்ந்தேன். என் பக்கத்தில் இருந்தவர்களும் அதையே செய்தார்கள்."

"மீண்டும் என்று கத்தினேன். சீக்கிரமாக அவனைப்பிடிங்க. புகையிலைக் கொண்டுவா. இதைச்சொன்னால் அவன் விதி முடியப்போகிறது என்பது அவனுக்குத் தெரியும். பிடியில் இருந்து விடுபடுவதற்காகப் போராடினான். ஆனால் அவனைப் பிடித்திருப்பவர்கள் கைக்கு அவனொரு குழந்தைக்குச் சமானம்.. ஒரு கணம் கழிந்தது. மறுகணம் செத்து வீழ்ந்தான்."

“மோதி அவனை விடு. ஒரு பத்துபேரை அழைத்துக் கொண்டு அங்கே போய் அவன் சொன்னது நிஜம்தானா என்றுபார். இருந்தால் அந்த செல்வத்திற்கு நாம்தான் சொந்தக்காரர்கள்” என்று நான் சொன்னதும் எல்லோரும் வெற்றிக் களிப்பில் அரேவ்வா... வ்வா... வ்வா... என்று கூச்சலிட்டனர்.

உடலைக் குழியில் போட்டு மூடி மண்ணை மெத்தென்று மூடினார்கள். சகதி போட்டு மெழுகினார்கள். கொஞ்சம் நெருப்புப் போட்டு ஈரத்தை மறைத்தார்கள். நாங்கள் செய்த வேலைகள் மறைக்கப்பட்டு விட்டது.

“இப்போது அந்த அநாயகன் தனது கதையை முடித்துக் கொண்டானா சாகேப்? என்னுடைய கணக்கு என்னவென்றால் இந்த ரத்தம் செத்தபயல் செய்கிற துரோகத்தனம் நாங்கள் செய்கிற கொள்ளையைவிட மோசமானது. அதற்குரிய விலை அவனுக்குக் கொடுக்கப்பட்டு விட்டது.”

“அமீர் இந்த இழிவான கொள்ளைக்காக நீ நியாயத்தை மீறி இருக்கிறாய். இது பயங்கரமான பழிவாங்கல். எதற்காக கொல்வதில்லை என்று வாக்குறுதி கொடுப்பது பின்னர் அதை மீறுவது? அது அர்த்தமற்ற செயல் இல்லையா என்றேன் நான்.”

“நான் அவனுக்கு வாக்குறுதி தரவில்லை. அவன் எங்கு இருக்கிறானோ? அங்கேயே இருப்பதற்குத்தான் உத்திரவாதம் கொடுத்தேன். இப்போதும் அவன் அங்கே தானே இருக்கிறான்” என்றான் சாமர்த்தியமாக.

“இது தரமான மனிதர்களின் நயமான பேச்சு அல்ல அமீர் அலி. உன்மீது வைக்கும் நம்பிக்கைக்கு நீ எவ்வளவு தூரம் தகுதியற்றவன் என்பதை இது நிரூபிக்கிறது. சரி அவன் சொன்ன பணவிஷயம் நிஜம்தானா? என்றேன் நான்.”

“விடிவதற்கு வெகு முன்னாடியே மோதி திரும்பிவிட்டான். என்னை எழுப்பி காலடியில் குவியலைக் கொட்டினான். தங்கம், வெள்ளி நாணயங்கள், நகைகள், கைக்காப்புகள், கழுத்து ஆபரணங்கள், வாங்கிகள் எண்ணற்றவை இருந்தன. அவற்றின் மதிப்பு சுமார் மூவாயிரம் இருக்கும். அதுவொன்றும் அவனுடைய சொத்து அல்ல. எல்லாம் தக்கிகளிடமிருந்து பெற்றதுதான். எல்லாவற்றையும் உருக்கி மொத்தமாக எடுத்துக் கொண்டோம். அடுத்த நிலையில் பங்கு பிரித்துக்கொள்வது என்று முடிவு செய்தோம். இது ஒரு நல்ல கொள்ளைதான். நீண்ட நாட்களுக்கு எங்களுக்கு ஊக்களிக்கும். சொல்லப் போனால் ஊருக்குத் திரும்பும் வரை செலவிற்கு ஆகும்.”

"சௌகார் விஷயம் என்னாயிற்று. அவனைப்பற்றி சொன்ன தெல்லாம் உண்மைதானா? அமீர் என்று நான் மீண்டும் கேட்டேன்."

"முற்றிலும் உண்மைதான். நான் அவனைப்பற்றி உங்களுக்குச் சொல்கிறேன். நாங்கள் சீக்கிரமாகவே சௌகோரை விட்டுக் கிளம்பி விட்டோம். சாலைக்குச் சிறிது தொலைவில் சாப்பிட் டோம். ஒவ்வொரு கொள்ளைக்கும் பின்னர் நாங்கள் எல்லோரும் இப்படி ஒன்றாக அமர்ந்து சாப்பிடுவது வழக்கம். நாங்கள் உணவில் தீவிரமாக இருந்தபோது, நாங்கள் சௌகாரிடம் விட்டு வந்த உதவியாளன் ஓடிவந்தான். வந்தவன் நல்ல செய்தி சொன்னான். சௌகார் நகரத்தை விட்டுக் கிளம்பி விட்ட தாகவும், எங்களுக்குப் பின்னால் நெருங்கி விட்டதாகவும் சொன்னான். எங்களில் இன்னொரு உதவியாளன் பிக்காரி அவர்களுடன் ஜபல்பூர்வரை உதவியாளனாகவே செல்ல இருப்பதாகக் கூறினான். இப்போது அவன்தான் சௌகார் தூங்கும்போது காவலாளியாக இருந்து கொண்டிருக்கிறான்."

"அவர்கள் எப்படிப் பயணம் செய்கிறார்கள்?" என்று கேட்டேன்.

"மட்டக் குதிரைதான், ஆனால் அது நல்ல வலிமையான விலங்கு. சௌகாருடன் இருவரும், மற்ற பையன்கள் இருவரும் நம்முடைய பிக்காரியும் வந்து கொண்டிருக்கிறார்கள்." என்றான் அந்த உதவியாளன்.

"நல்லது பையன்களே. நாம் நகருவோம். சௌகாரிடம் அடிக்கும் கொள்ளை ஒன்றும் பெரிதாக இருக்கப் போவ தில்லை. ஆனால் சில நாட்களுக்கு உதவும்.

எங்கள் பயணத்தைத் தொடர்ந்தோம். மூன்று நாட்கள் அமைதியாக ஓடின. ஒவ்வொரு நேரமும் சகுனம் பார்த்துக் கொண்டிருந்தோம். எல்லாமே எங்களுக்குச் சாதகமாகவே இருந்தன. அதற்காக மகிழ்ந்திருந்தோம். நான்காம் நாள் சாலையில் எதேச்சையாக எங்கள் பிக்காரியை சௌகாருடன் பார்த்ததில் பெருமகிழ்ச்சி ஏற்பட்டது. நான் பிக்காரியிடம் எங்களைக் கடந்து போகுமாறு கூறினேன். வழமைகள் தொடர்ந்தன. அன்று நல்லவிதமாக உடையணிந்து குதிரையில் கம்பீரமாக ராணுவ வீரனைப்போல அமர்ந்து வந்தேன். சௌகார் என்னிடம் எங்கிருந்து வருகிறீர்கள் என்னதொழில் செய்கிறீர்கள் என்று கேட்டார். நான் பழைய கதையைப் பாடி னேன். நாமிருவரும் சும்மா இணைந்து போகலாமே என்றார்

சௌகார். சௌகார் நல்லகுண்டு. தமாஷான பேர்வழி. கேலியும் கிண்டலுமாக குதிரையில் வந்து கொண்டிருந்தோம். எங்கள் கதைகளைப் பரிமாறிக்கொண்டு வந்தபடி இருந்தோம். சௌகார் அடிக்கிற லூட்டியில் எல்லோரும் மனம் திறந்து சிரித்துக்கொண்டு வந்தோம். அது அதிர்ஷ்டம்தான் சாகேப். நாங்கள் சாலைப் பயணிகளாக தனிமையில் வெறுத்துப்போய் இனிய உரை யாடலை மறந்திருந்தவர்கள். வெகுசீக்கிரமாகவே நல்ல நண்பர்களாகி விட்டோம். அடுத்த கட்டத்தை அடை வதற்குள் ஏதோ வெகுகாலம் பழகிய நண்பர்களைப் போல இருந்தோம். அடுத்த கிராமத்தில் பரஸ்பர இனிய பிரிவு உபச்சாரங்களைப் பகிர்ந்து கொண்டு பிரிந்தோம். அவர்கள் பஜாருக்குள் சென்று விட்டார்கள். நாங்கள் பழைய திட்டப்படி அங்கேயே முகாமிட்டோம்."

"எல்லோரும் கூடியபின் நாளைக்கு வைத்துக்கொள்ளலாம்." என்றேன். அடுத்த நாள் நல்லநாள் வெள்ளிக் கிழமை, வேலையை முடித்துக் கொள்ளலாம் என்றேன். எல்லோரும் ஒப்புக்கொண்டனர். நள்ளிரவில் இறுதிக் காரியங்கள் செய்யும் லாகீக்களும் குழிவெட்டும் பேலாக்களும் தங்கள் வேலையில் இறங்கிவிட்டனர்.

அடுத்த நாள் அதிகாலையில் சௌகார் குழுவிலிருந்த எங்கள் ஆள் பிக்காரி ஓடிவந்தான். சௌகார், கிராமத்தின் அடுத்த பக்கத்தில் பயணத்திற்குத் தயாராக இருப்பதாகவும் எங்களுடன் பயணிப்பது மகிழ்ச்சிகரமானதாகவும், பாதுகாப் பானதாகவும் இருப்பதால் எங்களை அவர்களுடன் வந்து இணையவேண்டும் என்றும் சொல்லி அனுப்பியதாக கூறி னான்.

"அவருக்குக் கொஞ்சம் பயமாக இருந்ததாகவும் சௌகோரை விட்டுக் கிளம்பியதில் இருந்து அவர் மிகவும் எச்சரிக்கையாக இருக்கிறார் என்றும் பிக்காரி கூறினான். கடந்த வருடம் இந்த சாலையில் அவருக்குத் தெரிந்தவர்கள் சிலர் காணாமல் போய் விட்டார்களாம். அதனால் நேற்று உங்களைப் பார்த்ததில் நிறைய மகிழ்ச்சி அவருக்கு. ஜமேதார் சாகேப், உங்களைப்பற்றி அவர் மிகவும் நல்லபிப்பிராயம் கொண்டிருக்கிறார். உங்களு டன் பயணிப்பதில் பயமில்லாமலும், நல்ல நட்புடனும் இருக்க முடிகிறது என்று சொன்னதாக பிக்காரி கூறினான்."

"பிக்காரி உனது வேலையை நல்ல விதமாகத்தான் செய்தி ருக்கிறாய். உன்னை நான் மறக்கமாட்டேன். நண்பர்களே

சௌகார் நமக்காக அங்கே காத்துக்கொண்டு இருக்கிறார். நேற்றைப்போலவே அவர்களைச் சூழ்ந்து கொண்டு வாருங்கள். வேடிக்கைக் கதைகளைப் பேசிக்கொண்டு வாருங்கள். அவர்கள் மனதை சலனமில்லாமல் வைத்துக்கொள்ள வேண்டும்."

'ஜெய் பவானீ... ஜெய் அமீர் அலி...' என்று எங்கள் ஆட்கள் முழக்கம் எழுப்ப, சௌகார் எங்களுக்காகக் காத்திருக்கும் இடத்தை நோக்கி விரைந்தோம்.

28

இடுப்புச் சதை குலுங்கச் சிரிக்கும் சேட்ஜீக்கும் போடு ஒரு சுருக்கு

"ராம்... ராம்... மீர் சாகேப்" பிக்காரியைத் தொடர்ந்து அவர் இடத்திற்குப் போய் சௌகாரைச் சந்தித்ததும் என்னைப் பெரும் உபச்சாரங்களுடன் வரவேற்றார். "இந்த எளிய சேவகனுடன் நீங்கள் பராமரிக்கும் நட்பில் பெரிதும் மகிழ்ந்தோம். இனிய சுவையான உரையாடல் என் மனதில் மெய்யாகவே நீண்ட நாட்களுக்கு அகலாமல் நிற்கும். நானும் மகிழ்வுடன் உங்களுக்கு பெரும் அணுசரனையாக இருப்பேன்" என்றார் சௌகார்.

நானும் அதே நாகரீகமான உபச்சாரங்களைச் செய்தேன். எங்கள் குழுவினர் பயணப்போக்கில் புதிய பலிக் குழுவைச் சூழ்ந்து வந்தனர். நான் எங்களுக்கு உளவு சொன்ன பையனை அவன் தரும் சமிக்ஞைக்காக ஆவலுடன் பார்த்தபடி வந்து கொண்டிருந்தேன். சாகேப், அது ஒரு தக்கிக்கு ஏற்படாத வினோதமான மனநிலை. தக்கிக்கு தாம் கொள்ளையிட இருக்கும் பயணிகள் மீது இரக்கமோ, ஆர்வமோ மனசாட்சியோ காட்டிக் கொண்டு இருக்க முடியாது. திட்ட மிட்டது என்னவோ அதைச் செய்து முடிக்க வேண்டியதுதான். என் இதயம் புதிதாக மீண்டும் மரத்துக் கொண்டிருந்தது. ஆனாலும் அடுத்த கொள்ளைப்பொருளை கைப்பற்றுவதற்காக மனம் ஆர்வத்தில் துடித்துக் கொண்டிருந்தது. சௌகார் அடிக்கும் கேலிக்கும் கிண்டலுக்கும் ஜீவனற்ற பிரதிபலிப்பைக் காட்டிக் கொண்டிருந்தேன். என்னுடைய கவனமெல்லாம் அவர் கைவசமுள்ள பொருள்மீதே இருந்தது. அது ஒன்றும் அதிசயமான

செல்வமல்ல. எனது மாறுபட்ட நடவடிக்கைகளை சௌகார் கவனித்துவிட்டதை உணர்ந்து உடனடியாக என்னைச் சரி செய்துகொண்டேன்.

"ஆஹா இப்போதுதான் நீங்க மீர்சாகேப் மாதிரி இருக்கீங்க" என்றார் சௌகார். அடுத்து நான் சொன்ன வேடிக்கைச் சொல்லுக்கு இடுப்பு வளையங்கள் குலுங்கக் குலுங்க சிரித்தார்.

"இதுதான் மீர்சாகேப் நீங்க. சரி.... நீங்க தூங்கி எழுந்தவனின் முதல் பார்வை எப்படி இருக்கும் என்பதை கவனித்திருக்கிறீர்களா? கொஞ்ச நேரத்திற்கு முன்பு நீங்கள் அதுபோன்ற சிந்தனையில்தான் இருந்தீர்கள்" என்றார் சௌகார்.

"தெரியவில்லை சேத்ஜீ... ஆனால் ஒருவன் பதற்றமான மன நிலையிலும் நிதானமான தோற்றத்துடன் இருக்கமுடியாது. சற்று நேரத்திற்கு முன்னர் என் சிந்தனைகள் எல்லாம் வெகு தூரத்திற்கு அப்பால் என் வீட்டில் இருந்தது."

"நல்லது. நாம் விரும்புவது பத்திரமாக வீடு போய்ச் சேருவதைத்தான். நான் சௌகோரை விட்டு கிளம்பவேண்டும் என்று ஒரு மாதத்திற்கு முன்னாடியே நினைத்திருந்தேன். ஆனால் சகுனம் சரியில்லாததால் பலமுறை கிளம்பியும் தள்ளிப்போட்டுக் கொண்டே இருக்க வேண்டியதாயிற்று. ஜோஸ்யக்காரனோ நேரத்தைமாற்றிமாற்றிசொல்லிக்கொண்டே போனான். ஒருநாள் சொல்வது, அப்புறம் இந்தநாள் நல்லா இல்லை, அடுத்தநாள் வச்சிக்கலாம். அடுத்தநாள் பார்த்தால் இந்தநாள் மோசம் என்று இப்படி ஏதாவது காரணத்தால் தள்ளிக்கொண்டே போனது. நான் இனி நீண்ட நாட்கள் பொறுத்துக்கொண்டு இருக்க முடியாது. தக்கீகள், திருடர்கள், டாக்கூக்கள் எல்லோரிடமிருந்தும் அந்த நாராயணன்தான் என்னைக் காப்பாற்ற வேண்டும் என்று பிரார்த்தனை செய்து விட்டுப் புறப்பட்டுவிட்டேன்" என்றார்.

"ஆமின்... உங்கள் பக்தியைப் போற்றுகிறேன். நான் என் சேவைவழியில் செல்கிறேன். தடைகள் வரும் பொழுது தாங்கி கொள்கிறேன். சாலையில் தக்கிகள் இருப்பதாக சொன்னார்களா? தக்கி என்றால் என்ன? யார் அவர்கள்? இது என்ன ரொம்பப் புதுசா இருக்கே."

"இந்த 'தக்' என்பவர்கள் சாதாரணமான நடை உடை பாவனையில் மக்களைப் போலவே இருப்பவர்கள்தான். தங்கள் மோப்ப சக்தியால் அசந்த பயணிகள் மத்தியில் புகுந்து அவர்களை அழித்துவிட்டு கொள்ளை அடித்துக் கொண்டு

போய்விடுவார்கள். நான் கேள்விப்பட்டவரைக்கும், தக்கிகள் தங்களுடன் அழகான பெண்களை அழைத்து வருவார்கள். சாலையில் திக்கற்றவர்கள் போல அலைவார்கள். இளகிய மனசு உடைய பயணிகள் அவர்களுக்கு உதவ வரும்போது அவர்களுடன் ஒட்டிக்கொள்வார்கள். பயணிகளுக்கு மகிழ்ச்சி யூட்டும் சைத்தான் வேலைகள் செய்து அப்பெண்களின் கூட்டாளிகள் வரும்வரை பொழுதைக் கடத்துவார்கள். அவர்களிடம் மாட்டிக்கொண்ட பயணிகள் தங்களது அனைத்து சக்தியையும் திரட்டித்தான் தப்பிக்கவேண்டும். தக்கிகள் அல்லது திருடர்கள் அல்லது அவர்களைப் போன்ற மோசக்காரர்கள் இந்த நெடுஞ்சாலைகளில் இருக்கிறார்கள் என்பது மட்டும் பெரும்பகுதி உண்மை. இப்படி பல பயணி கள் கணக்கில் வராமல் காணாமல் போயிருக்கிறார்கள். ஆனால் எனக்கு அந்தப் பயம் இல்லை. நானொரு கண்ணிய மான நபருடன் பயணித்துக் கொண்டிருக்கிறேன். நாம் பெரிய குழுவாக போய்க்கொண்டிருக்கிறோம். நம்மைக் கடத்துவ தென்றால் அசாதாரண பலம் கொண்டவர்களாக அல்லது பிசாசுகளாகத்தான் இருக்க வேண்டும்" என்றார் சௌகார்.

தக்கிகள் குறித்த சௌகாரின் அபிப்பிராயத்திற்காக உள் ளுக்குள் சிரித்துக் கொண்டேன். அவர் சொல்லும் அந்த தக் கணேசா ஜமேதாராகத்தான் இருக்கவேண்டும். சந்தேக மில்லை. பயணிகள் காணாமல் போவதன் கீழ் உள்ள உண்மையை ஆராய்ந்தால் அது தெரிந்துவிடும். ஆனால் நான் சந்தோஷமாகச் சொன்னேன்: "உங்களுக்குப் பயம் வேண்டாம் சேத்ஜீ. நீங்கள் சொன்னது போன்ற தக்கீகள், தனியாக வருபவர்களைத்தான் தாக்குவார்கள். நம்மைப் போலப் பயணிகளை எல்லாம் தாக்குவதற்குத் தைரியம் இருக்காது. அப்படி யாராவது தோன்றினால் அவர்கள் தோலை உரித்து வெயிலில் காயப் போட்டுவிடலாம். வெட்டிக் கைமா (கொத்துக்கறி) செய்துவிடலாம். ஏற்கனவே ஓர் இருமுறை இப்படி நடந்துள்ளது. நான் வாளை எடுத்தவுடன் என் முன் யாரும் இருப்பதில்லை. ஆனால் அதோ பாருங்கள். அங்கே என் உட்கார்ந்திருக்கிறான். இவன் எப்படி அதற்குள் இங்கே வந்தான், எனக்கு ஆச்சர்யமாக இருக்கிறது." சாலையில் வந்து ஓய்வெடுப்பதற்காக சீக்கிரமாகவே கிளம்பி வந்திருக்க வேண்டும். நாங்கள் அவனை நெருங்கியதும் எழுந்து நின்று, எனக்கும் சௌகாருக்கும் மரியாதை செய்தான். பார்வைக்கு மிகவும் களைப்பாகத் தெரிந்தான். ஆனால் அவனுக்கான பணியை சிறப்பாகச் செய்தான்.

"அமீர் சிங், எப்படி எங்களுக்கு முன்னாடி இவ்வளவு சீக்கிரம் இங்கே வந்தாய்?" என்று கேட்டேன்.

"நேற்று என் காலில் முள்ளு ஏறிவிட்டது. நீங்கள் எனக்காக காத்திருக்க மாட்டீர்கள் என்பது எனக்குத் தெரியும். அதனால் சில ஆட்களை துணைக்கு அழைத்துக் கொண்டு நடுராத்திரியில் கிளம்பிவிட்டேன். நிதானமாக நடந்துவந்தேன். ஆனால் பாதம் நிறைய வலியெடுத்ததால் இதற்கு மேல் என்னால் போக முடியவில்லை. யாராவது குதிரையில் வரக்கூடிய ஆட்கள் கிடைத்தால் சவாரி உதவி கேட்டுவரலாம் என்று காத்திருக்கிறேன்" என்றான் அவன்.

"சரி வா நான் உதவுகிறேன், என் பொருட்கள் இருக்கும் குதிரையில் ஏறிவா. வழியில் எங்காவது நாவித வைத்தியர் அடுத்த நிலையில் கிடைத்தால் காலைச் சோதித்துப் பார்க் கலாம். உனது கூட்டாளிகள் எங்கே."

"இங்கிருந்து அரைக்காத தூரத்தில் சின்ன ஆறு ஒன்று இருக்கிறது. அங்கே இருப்பதாகச் சொன்னார்கள். அங்கே போய் கைகால் முகம் கழுவி தயாராக இருப்பதாக உங்களிடம் தகவல் சொல்லச் சொன்னார்கள். நான் அவர்கள் பின்னாடி போகமுடியாமல் போனதால்தான், என்னை இங்கே நீங்கள் பார்க்கமுடிகிறது" என்றான் அமீர் சிங் வருத்தத்துடன்.

"நல்லது, அதுவும் பக்கத்தில் தண்ணீர் இருப்பதாகச் சொன் னது ஆறுதலாக இருக்கிறது. இறங்கி அங்கே புத்துணர்ச்சி பெற்றுப் போனால் அடுத்த தங்கும் நிலையை சற்று தூரமாக வைத்துக் கொள்ளலாம். நீங்க என்ன சொல்றீங்க சேத்ஜீ. நீங்கள் இந்துக்கள் காலை நேரத்தில் புனித நீராடிவிடுவீர்கள். நாங்கள் முஸ்லீம்கள் கூட அப்படித்தான்."

"மெய்தான் மெய்தான்.... என் தவித்த வாய்க்கு நல்ல செய்தி சொன்னீர்கள். காலையிலிருந்து வயிறு காலியாகத்தான் இருக் கிறது. என்னிடம் கொஞ்சம் இனிப்பு இருக்கிறது சாப்பிட்டு விட்டுப் போகலாம். அதை உங்களுடன் பகிர்ந்து சாப்பிட்டுக் கொள்ளலாம் மீர்சாகேப். வயிற்றில் எதுவும் இல்லாமல் பயணம் செய்யக்கூடாது" என்றார் சேத்ஜி.

"அதுவும் நல்லதுதான். நீங்கள் சொன்னதில் மகிழ்ச்சி. எப்போதும் என்னுடன் ஏதாவது எடுத்து வருவதுண்டு. இன்றைக்கு அவசரத்தில் விட்டுவிட்டேன்."

உதவியாளன் சொன்னது சரியாகத்தான் இருந்தது. ஆனால் சொன்ன விதத்தைப் பார்த்தால் வெகுதூரம் என்று நினைத்திருந்தேன். ஆனால் சில நிமிஷங்களில் ஆற்றை அடைந்து விட்டோம். அங்கே எங்கள் ஆட்கள் நீரின் ஓரத்தில் சாவகாசமாகக் காத்துக் கொண்டிருந்தார்கள். தங்களுக்குள் பேசி சிரித்துக் கொண்டும், தாங்கள் கொண்டு வந்திருந்த உலர் மாவு இனிப்புகளைச் சாப்பிட்டுக் கொண்டும் இருந்தார்கள்.

"அங்கிருந்தவர்களிடம் உங்கள் வேலையை முடித்து விட்டீர் களா?" என்று கேட்டேன்.

"முடித்தாயிற்று" என்றார்கள்.

"நீங்கள் அவர்களிடம் என்ன கேட்டீர்கள் சாகேப்" என்றார் சேத்ஜீ. "வேறொன்றும் இல்லை. உங்களிடம் நல்ல பாத்திரம் இல்லையென்றால் என்னிடம் உள்ள பாத்திரத்தை நீரெடுக்கப் பயன்படுத்திக் கொள்ளலாம். அது குறித்துதான் எங்கள் பாஷையில் கேட்டேன்" என்றேன்.

"உங்கள் அன்பிற்கு நன்றி, என் ஆள் ஒரு பாத்திரம் கழுவி நீரெடுத்து வைத்திருப்பதாகச் சொன்னான்" என்று பதி லளித்தார்.

நாங்கள் எல்லோரும் குதிரையை விட்டு இறங்கினோம். ஒவ்வொருவரும் கைகால் முகம் கழுவுவதில் தீவிரமாக இருந்தனர். பாதங்களுக்குக் கீழ் குறுகுறுத்து ஓடும் கூழாங் கல்லுக்கு அடியில் உள்ள தூயநீரை குடித்தனர். ஆனால் எங்கள் குழு ஆட்கள் தங்களுக்காக ஒதுக்கப்பட்ட வேலையில் தீவிரத்துடன் தங்கள் நிலையில் பிசகாமல் நின்று கொண்டனர். என்னிடமிருந்து சமிக்ஞையை எதிர்பார்த்துக் கொண்டி ருந்தார்கள்.

காலைச் சடங்கிற்காக என்னிடம் தம்ளரில் நீர் கொடுத்துக் கொண்டிருந்த பெல்லாஹ்க்கிடம் குழி தூரமா என்று கேட்டேன்.

"இல்லை ஒரு அம்பு பாயும் தூரம்தான். அதோ கீழே புதருக்குப் பக்கத்தில். அது நல்ல இடம். இந்தப் பகுதி முழுதும் எனக்கு நன்றாகத் தெரியும். சென்றவருடம் கணேசா ஜமேதாரிடம் இங்கேதான் ஒருவன் பலியானான்" என்றான். "ஆனால் சாகேப் இப்போ நீங்கள் தாமதிக்கக்கூடாது. சூரியன் உச்சிக்குப் போய்விட்டால் தாமதமாகக் கிளம்பிய பயணிகள் வரத்தொடங்கி விடுவார்கள், இந்தப் பகுதியில் நீர் கிடைக்கும் இடம் இது ஒன்றுதான். இந்த ஆற்றிற்குத்தான் குடிக்க, குளிக்க

வருவார்கள். அப்புறம் நமது வேலைக்கு இடைஞ்சலாகி விடும்" என்றான் பெல்லாஹ்.

"அப்படியானால் நான் உடனே தயாராகி விடுகிறேன். நம் மாட்கள் எல்லோரும் தயாராக இருக்கிறார்களா? இதோ நான் சௌகாரிடம் போகிறேன், போனதும் சமிக்ஞை கொடுத்து விடுவேன்" என்று சொல்லிவிட்டு சௌகாரை நோக்கி நடந்தேன்.

நான் மோதிராமைக் கடந்து போகும்போது ஏன் எங்களுக்கு இன்னும் ஜிர்னீ (புகையிலை அதாவது கொல்வதற்கான உத்தரவு) தராமல் இருக்கிறீர்கள். நாங்கள் அதற்காகக் காத்திருக்கிறோம் என்றான்.

"இப்போ... அதற்காகத்தான் போய்க் கொண்டிருக்கிறேன்."

எங்களுக்குள் நடக்கும் சம்பந்தமில்லாத உரையாடலைத் திகைப்பாக பார்த்துக் கொண்டிருந்தான் சேத்ஜீயின் பக்கத்தில் நின்ற ஒருவன். ஆனால் கேட்டுவிட்டு மீண்டும் தனது பல் துலக்கும் வேலையில் தீவிரமாகிவிட்டான். அவனுடைய சங்கடத்தைத் தீர்ப்பதற்கு இரண்டுபேர் அவனுக்குப் பின்னால் நின்றுகொண்டு இருந்தார்கள்.

"ஏன் சேத்ஜீ நீங்கள் மேலே செல்லாதது ஆச்சர்யமாக இருக்கிறது. உங்களுக்கு முன்னால் இருப்பவர்கள் எல்லாம் மண்ணைக் கலக்கிவிட நீங்கள் கலங்கிய நீரைப் பயன்படுத்திக் கொண்டிருக்கிறீர்களே என்றேன். என்னோடு வாருங்கள் நாம் கொஞ்சம் முன்னால் போய் ஆழமான பகுதியில் சுத்தமான நீரை உங்களுக்குக் காட்டுகிறேன்."

"நானும் அதைத்தான் நினைத்தேன். வருகிறேன். "உங்களுடன் என்றார். சிறிது தூரம் சென்று கைகால் கழுவிக் கொண்டிருந்தபோது, நான் அனைவருக்கும் மத்தியில் இருந்து கொண்டு 'ஜிர்னீ' கொடுத்தேன்.

சாவே, கடந்த நான்கு ஆண்டுகளில் இந்த கைக்குட்டையை கொண்டு எந்த மனிதனையும் கொல்ல நான் மறக்கவில்லை. சேத்ஜி செத்து என் காலடியில் விழுந்தான்.

எல்லோரும் தத்தம் கடைமையை முடித்துவிட்டு எதுவும் நடக்காததுபோல கையைக் கழுவிக் கொண்டிருந்தோம். பிணங்கள் மணலில் கிடந்தன. எங்கள் விதி மீண்டும் இடையூறு ஏற்பட்டது. எங்களை இரண்டு பயணிகள் நெருங்கிவருவது தெரிந்தது. அவசர அவசரமாக உடல்களை போர்வையால்

போர்த்தி மறைத்தோம். பார்த்தால் போர்த்திக்கொண்டு தூங்குவதுபோலத் தெரியவேண்டும். தூரத்தில் இருக்கும் எங்கள் ஆட்களை பிணங்களின் பக்கத்தில் வந்து அமர்ந்தும் படுத்துக் கொண்டும் ஒரு பாவனையை உருவாக்கச் சொன்னேன். அவர்களும் அப்படியே செய்தார்கள் அதுசமயம் அந்த இரு பயணிகளும் நெருங்கி வந்துவிட்டார்கள். கொல்வதற்குத் தகுதியற்ற அற்ப ஜீவிகள். அவர்களை விட்டு விடுமாறு பீர்கானிடம் சொன்னேன். அவன் நான் சொல்வதைக் கேட்க வில்லை.

போக விடுவதா? உனக்கென்ன பைத்தியமா? நாம் யார் என்பதை முன்னாடியே ஊகித்து விட்டார்கள். செத்துப் போனவர்கள் இருக்கிற இடத்திற்கு வரும் ஒருவனுக்கு மரணம் பற்றிய எண்ணம் இல்லாமல் இருக்குமா? இப்போது வந்தவர்கள் தான் மெய்யான பலிகடாக்கள், தேவீ நமக்காக அவர்களை அனுப்பி இருக்கிறாள்" என்றான் பீர்கான்.

"சரி போ உன் விருப்பபடி செய். ஆனால் அவர்களில் அதிகமானவர்கள் இன்னும் இருக்கக் கூடும்."

"சீக்கிரமே கிளம்பி வந்திருப்பார்கள். இவர்கள் அதிகாலை யில் இங்கு இருக்க வேண்டும் என்பதற்காக இரவே கிளம்பி வந்திருக்க வேண்டும். எதற்கும் அவர்களை போய் கேட்போம்" என்றான். நாங்கள் இருவரும் அவர்களிடம் போனோம்.

நான் போய் "சலாம், எங்கிருந்து இவ்வளவு சீக்கிரம் கிளம்பி வருகிறீர்கள். நீங்கள் புறப்பட்ட இடத்தில் இருந்து வேகமாக வந்திருக்க வேண்டும், அதனால் தான் ஒரு நாளைக்குள் இங்கு வந்து சேர்ந்திருக்கிறீர்கள். நீங்கள் புறப்பட்ட இடம் எவ்வளவு தூரத்தில் இருக்கிறது" என்றேன்.

"ஏழுமைல் தொலைவில் இருக்கிறது. அங்கிருந்து இங்கு வந்து சேர்வதற்குள் சூரியன் மேலே வந்துவிட்டது. ஆனால் நாங்கள் இன்னும் வேகமாகப்போக வேண்டி இருக்கிறது" என்றார்கள்.

"இல்லைக் கொஞ்சம் இருங்கள். நான் சொல்லும் வரை நீங்கள் இங்கிருந்து போக அனுமதியில்லை. அந்த கிராமத்தில் இருந்து மொத்தம் எத்தனை பேர் கிளம்பினீர்கள் என்று கேட்டேன்."

"நாங்களும், இன்னும் இருவரும் என்றவன், என் கேள்வியில் எச்சரிக்கை அடைந்து "நாங்கள் இருவர்தான் கிளம்பினோம்" என்றான். எதற்காக இதெல்லாம் கேட்கிறீர்கள்?"

"வேறுயாரும் இல்லை என்பது உறுதியான பதில்தானா? என்றேன்."

"உறுதிதான். ஜபல்பூரில் ஒரே வீட்டில் இருந்து தான் எங்கள் பயணத்தைத் துவக்கினோம்" என்றான் இருவரில் ஒருவன்.

"உங்களுக்குப் பின்னால் வருபவர்கள் எவ்வளவு தூரத்தில் வந்து கொண்டிருப்பார்கள்?" என்று அடுத்த கேள்வியை எழுப்பினேன்.

"வெகுசீக்கிரத்தில் வந்து விடுவார்கள். நாங்கள் கிளம்பின அதே நேரத்தில் தான் அவர்களும் கிளம்பினார்கள். ஆனால் நாங்கள் அவர்களைக் கடந்து வந்துவிட்டோம்" என்றான் முதலாமவன்.

"நல்லது அவர்கள் வரும்வரை அங்கே போய்க் காத்திருங்கள் என்று நான் உத்தரவிட்டேன்."

இருவரும் ஒரேகுரலில் கேட்டார்கள்: "நாங்கள் ஏன் காத்திருக்க வேண்டும்? பயணிகளைத் தடுப்பதற்கு உங்களுக்கு என்ன உரிமை இருக்கிறது? நாங்கள் போகவேண்டும்." என்றார் கள்.

"எங்கள் சிரமங்களைத் தெரிந்து கொள்ளவேண்டும். எங்கள் வழியில் குறுக்கிட்டு விட்டீர்கள். அதற்கான தண்டனையை அடைந்தே தீரவேண்டும். நாங்கள் திருடர்கள் அல்ல. அமைதி யாய் இருந்தால் பிரச்சினை இல்லை. இல்லை யென்றால் நிலைமை மோசமாகிவிடும்" என்றான் பீர்கான்.

"மோசமா? அப்பிடின்னா, தம்பீ நாம் மாட்டிக்கிட்டோம். இந்த வில்லன்கள் தக்கிகள். நான் அப்பவே சொல்லலியா? தூரத்திலியே இருந்துடலாம்ன்னு. அவர்கள் கொலைப்பாதகம் செய்திருக்கிறார்கள். அதோ புதர் மறைவில் கிடப்பது இவர் களால் கொல்லப்பட்டவர்கள்தான்" என்று கத்தினான் ஒரு வன்.

"ஆம் துரதிர்ஷ்டசாலிகளே. உங்கள் ஊகம் சரியானதுதான். தூரத்தில் கிடப்பவர்கள் செத்தவர்கள் தான். உங்கள் விதிக்கு எதிராக முறுக்கிக் கொண்டிருப்பது பயனற்றது என்றேன் நான்."

தாக்குதல் தொடுக்காத அவர்கள் குறித்து எனது சிந்தனை யில் பலகீனம் இருப்பதை நான் உணர்ந்தேன்சாகேப். என் யோசனைப்படி இவர்கள் எங்களைக்கடந்து போயிருக்க

வேண்டியவர்கள். ஆனால்பீர்கான் சொன்னதுதான் சரி. இவர்கள் கொல்லப்பட்டவர்களைக் கண்டுபிடித்துவிட்டார்கள். மூடப்பட்ட உடல்கள் அசந்து உறங்குவதுபோல் இல்லை. களிமண் குவியலைப்போல கிடக் கிறார்கள். மூச்சுவிடுகிற ஏற்ற இறக்கங்கள் இல்லை. முதல் தோற்றத்திலேயே துரதிர்ஷ்ட சாலிகளின் கதைகளைத் தெரிந்துகொண்டுடலாம். ஆனால் அந்த உணர்வை உலுக்கிமீண்டேன். நான் சரியான யோசனையைச் சொல்லி இருக்கவேண்டும் அல்லது நான் அவர்களது சக்தியின் மீது அதீத நம்பிக்கை கொண்டிருந்திருக்கிறேன். அல்லது என் இருப்பில் கூடுதல் நம்பிக்கையுடன் இருந்துவிட்டேன்.

பீர்கானிடம் சொன்னேன்: "இவர்கள் சாகவேண்டும். நீ சொன்னது சரிதான். இவர்கள் உண்மையைக் கண்டுபிடித்து விட்டார்கள். நான் தவறாக நினைத்துவிட்டேன். அல்லது லாகீக்கள் உடல்களை அசிரத்தையாக சீக்கிரமாக மறைக்காமல் விட்டுவிட்டார்கள். இவர்கள் அப்படியே நம்மைக் கடந்து போயிருந்தால் இன்று நமக்கு நல்ல நாளாகத்தான் இருந்தி ருக்கும். இவர்கள் கையில் மதிப்புமிக்கது எதுவும் இல்லை."

"நீங்கள் சொல்வதுபோல் அவர்கள் கையில் எதுவும் இல்லைதான் என்றாலும் ஏன் சந்தேகத்திற்கு இடமளிக்க வேண்டும்?"

"நீ சொன்னபடி இவர்களைக் கொன்று மற்றவர்களுடன் புதைப்பதற்கான வேலைகளைப்பார் பீர்கான். நான் வருபவர் களை கவனிக்கிறேன். இவர்கள் ஏற்கனவே பயத்தில் பாதி இறந்து விட்டார்கள். மற்றவர்களையும் என் வழியில் விழச் செய்கிறேன். இதுபோன்ற அர்த்தமற்ற உயிர்ப்பழி எனக்கு வெறுப்பூட்டுகிறது."

அந்தப் பரிதாபமான அப்பாவிகள் நாங்கள் எங்கே உட்கார வைத்தோமோ அங்கேயே அசையாமல் உட்கார்ந்து இருந்தார் கள். நாங்கள் சொல்கிறபடி இயந்திரம்போல் இயங்கினார்கள். எந்த மறுப்பும் இல்லாமல் பலியாடுபோல மரணக் கயிற்றுக்குத் கழுத்தை நீட்டினார்கள். மற்ற பயணிகள் வருவது வெகு தொலைவில் இல்லை. அதுவும் இருவர் மட்டுந்தான் வந்து கொண்டிருக்கிறார்கள் என்றான் ஒருவன்.

நான் மோதியிடம் சொன்னேன்: "இந்தப் பயல்களை இப்போதே உடனடியாக கதையை முடித்துவிட வேண்டும். நீ ஒருவனைப்பிடி. மற்றவனை நான் பார்க்கிறேன். இவர்களை ஒரு வார்த்தைப் பேசவிடக்கூடாது."

ஒருவன் நான் தயார் என்றான். நாங்கள் சாலைவரை

கேட்கும்படி சிரித்தோம்.

அடுத்த இரண்டு பயணிகளும் எங்களிடம் வந்தனர். அதில் ஒருவன் இளையவன், மற்றவன் மூத்தவன். நான் இளையவன் பக்கம் கையைக் காட்ட அவன் என்னிடம் வந்தான். மூத்த வனை ஒரு தக் பிடித்துக் கொண்டான். இருவர் கதையையும் முடித்து மற்றவர்களுடன் புதைத்துவிட்டு, அடுத்த நொடியே சாலையைப் பிடித்து எந்த சிக்கலுமின்றி பயணத்தைத் தொடர்ந்தோம்.

இப்படியாகத்தானே அந்த நல்ல காலைப் பொழுதில் வேலைகள் இனிதே நிறைவடைந்தது. அந்த சாப்பாட்டுக் கடைக்காரன் சொன்னதுபோல சேத் சௌகார் கொழுத்த பணக்காரன்தான். அவனிடம் நான்காயிரத்து முன்னூறு ரூபாய் இருந்தது. எங்கள் கண்கள் ஆச்சர்யத்தில் விரிந்தன. அடுத்து மட்டக் குதிரைகளில் இருந்த சுமைகளைச் சோதித்துப் பார்த்தோம். ரூபாய் ஆயிரத்திற்கும் மேலாக விலைப் பெறும் அற்புதமான சால்வைகள் ஆறு இருந்தன. சில துண்டு பருத்தித் துணிகளும் இருந்தன. அவற்றை உடனடியாகப் பங்கிட்டு விட்டோம். பிற பயணிகளிடம் வெறும் நூறுரூபாய் மாத்திரமே இருந்தன. அதைமட்டும் பகிர்ந்து கொடுத்துவிட்டு, பெரிய தொகையை பயண முடிவில் பிரித்துக் கொள்வதற்காக பழைய சம்பாதித்தியத்துடன் சேர்த்து வைத்தோம்.

29

மூன்றாம் காதல் படுத்தும் பாடு

வழியில் வேறு எந்த விதமான கொள்ளைச் சாகசமுமின்றி ஜபல்பூரை அடைந்தோம். இரண்டு நாட்கள் முழுமையான ஓய்வு எடுத்தோம். பீர்கானும், மோத்தியும், நானும் நாள் முழுக்க பஜாரில் இலக்கில்லாமல் சுற்றித்திரிந்தோம். ஆனால் எந்த பயணியையும் பார்க்க முடியவில்லை. நாங்கள் எதிர் பார்த்த எதுவும் கிடைப்பதற்கான வாய்ப்பு இருப்பதாகத் தெரியவில்லை. இதுவரை எந்தப் பலனும் இல்லை. எங்களுக்கு போதுமான நேரம் இருந்ததால் அவசரப்படாமல் பயணிக்க முடியும். ஆகையால் எங்கள் பயணம் மூன்றாம் நாளும் தொடர்ந்தது.

நாக்பூருக்கும், ஜபுல்பூருக்கும் இடைப்பட்ட பிரதேசம் ஒன்றுக்கும் உதவாத மோசமான பிரதேசம். பல மைல்கள் கடந்தால் தான் ஒரு கிராமத்தைப் பார்க்கமுடியும். சாலையில் கல்லும் மண்ணும் மேடுமாகக் கிடந்தது. கிட்டத்தட்ட சாலை முழுதும் அடர்ந்த காட்டின் ஊடாக இருந்தது. தக்கிகளுக்கு விருப்பமான சாலையிது. நாட்டின் மற்ற பகுதிகளைவிட இந்தப் பகுதிகளில்தான் நான் பலமுறை பயணம் மேற் கொண்டிருக்கிறேன். ஜபல்பூரில் ஒரு பலியாட்டைக்கூட பிடிக்கமுடியாத வருத்தத்தில் இருந்தோம். இதற்குச் சாலையும் ஒரு காரணம். சீக்கிரமாகவே அடைந்துவிட்ட இரண்டாம் கட்டத்தில் இருந்து மோதிதான் எங்களுக்கான உளவு வேலையைப் பார்த்துக்கொண்டிருந்தான். இப்போது ஒரு மகிழ்ச்சிகரமான செய்தியுடன் திரும்பிஇருக்கிறான். ஒரு

பயணிக்குச் சொந்தமான பல்லக்கை கடை வாசலில் பார்த்ததாகவும், அதைச்சுற்றி சில தூக்கிகளும், பாதுகாப்புக் காவலர்களும் இருந்ததாகவும் கூறினான்.

ஆனால் அந்தப் பயணி உயர்ந்த அந்தஸ்த்தில் உள்ளவன் போல் தோன்றுவதால் "மீர்சாகேப் இதை நீங்கள் செய்தால் தான் சரியாக இருக்கும், என்று எனக்குத் தோன்றுகிறது. எப்படியும் கைவசப்படுத்தி விடலாம் என்று நினைக்கிறேன்" என்றான் மோத்தி.

அவனுடைய ஆலோசனைப்படி ஒரு கனவானுக்குரிய உடையை அணிந்து கொண்டு, ஆயுதந்தரித்துக் என் ஹுக் காவை எடுத்துவரும் உதவியாளனுடன் புறப்பட்டேன். நான் கிராமத்திற்குள் நுழைந்ததுமே பல்லக்கையும் அதன் ஆட்களை யும் பார்த்துவிட்டேன். ஆனால் அவர்களுடன் பேச்சுக் கொடுக்க எனக்கு சில உளவுகள் தேவைப்பட்டது. எனவே எதிரில் உள்ள வெற்றிலைப்பாக்குக் கடையில் உட்கார்ந்தேன். பாக்குப் புகையிலை வியாபாரியிடம் பேச்சுக்கொடுத்தேன்.

"இந்த மோசமான நகரிலா நீ வாழ்கிறாய் நண்பா?"

"நீங்கள் சொல்வது முற்றிலும் உண்மை. ஏதோ உங்களைப் போன்ற பயணிகள் புண்ணியத்தில்தான் இந்த எளிய மக்க ளின் வயிறு நிறைகிறது. வெற்றிலை, பாக்கு, புகையிலை என்று வியாபாரம் ஏதோ ஓடிக்கொண்டிருக்கிறது" என்றான் அவன்.

"சாலையில் மனித நடமாட்டத்தையே பார்க்க முடிவ தில்லை. நானும் ஜபல்பூரில் இருந்து வருகிறேன். வழியில் ஒரு ஜென்மத்தையும் பார்க்க முடியவில்லை."

"இன்னும் சரளமான போக்குவரத்து இல்லை. ஆனால் ஓரிரு மாதங்களில் நூற்றுக்கணக்கானவர்கள் வந்துபோவார்கள். அதோ சாலையில் மேலே அங்கே தெரியுதே ஒரு வீடு, அதில் இப்போது ஒரு ஆளை மட்டுமே கொஞ்சகாலமாகப் பார்க் கிறேன்" என்றான் கடைக்காரன்.

"அந்த ஆள் யார்? எங்கிருந்து வந்திருக்கிறார். எங்களுடன் வரவில்லையே?"

"அந்த ஆள் யாரென்று எனக்கும் தெரியாது. நானும் அவர் யாரென்று கண்டு கொள்ளவில்லை. ஆனால் இன்றைக்குக் காலையில் அவரின் கையால் துவக்கிய வியாபாரம் எனக்கு மிக நன்றாக ஓடிக்கொண்டிருக்கிறது."

நான் நீண்ட நேரமாக அங்கேயே பார்த்துக் கொண்டிருந்தேன். ஆனால் ஆள் வெளியே வரக்காணோம். எனவே நான் மேற்கொண்டு சில விபரம் சேகரிக்க ஒரு பனியாவிடம் சென்றேன். அவர் தன்னுடைய சில தயாரிப்பு வேலைகளை முடித்துவிட்டு என்னுடன் பேசத் துவங்கினார். "நான் பல் வேறு கோணங்களில் கேள்விகளைக்கேட்ட பிறகும் அந்த வீட்டுக்காரரைப் பற்றி ஒன்றும் தெரியவில்லை" என்று சொன்னார். "அவரிடம் இருந்து ஒரு பெண் மாவு வாங்க வருகிறாள். அவளுக்குத்தான் ஏதாவது விபரங்கள் தெரியும். அவளைக் கேள் சொல்வாள்" என்றார்.

இது முற்றிலும் விசித்திரமாக இருப்பதாக எனக்குத் தோன்றியது. அங்கே பல்லக்கு தூக்குபவர்கள் எட்டுபேர், கூடவே சிப்பாய்கள் என்று சிலர். இந்தப் பாவப்பட்ட பிரதேசத்தில் யாருடைய கண்ணையும் உறுத்தாமல் அழகான பல்லக்கு போய்க் கொண்டிருக்கிறது. பெட்டிக்கடை வியாபாரியிடம் சிறிது நேரம் அமர்ந்து அது யாராக இருக்கும் என்று கேட்டேன். அந்த ரகசியமான ஆளைப் பார்க்கவும் முடியவில்லை, அவரைப் பற்றிக் கேட்கவும் முடியவில்லை" என்றான் அவன்.

நான் கடைக்குப் பக்கத்தில் உட்கார்ந்து உதவியாளனை உக்கா கொண்டுவரச்சொல்லி புகைத்துக் கொண்டிருந்தேன். எதிர்த்தாற்போல் வராந்தாவின் குறுக்காக கட்டப்பட்டுள்ள திரைக்குப் பின்னால் யாராவது தென்படுகிறார்களா? என்று பார்த்தேன். நீண்ட நேரமாகப் பார்க்க வேண்டிய அவசியம் ஏற்படவில்லை. ஒயிலாக நடந்து செல்லும் பெண் அங்கிருந்து ஓரிருமுறை என்னைப் பார்த்தது போலத்தோன்றியது. அந்த ஒளிவீசும் கூர்மையான கண்களை நேரடியாகப் பார்க்க முடிந்தது. பொறாமையூட்டும் பர்தாவையே நிலைகுத்திப் பார்த்துக் கொண்டிருந்தேன். நீண்ட இடைவெளிக்குப் பின்னர் பர்தா அகற்றப்பட்டது. மென்மையான சருமத்துடன் அழகான வட்ட முகம். ஆனால் மீண்டும் மூடிக்கொண்டது. நான் எனக்குள் ஒவ்வொன்றாகத் தொடர்புப் படுத்திப்படுத்திப் பார்த்தேன். ஆக ரகசிய நபர் தானாகவே முன்வந்து தன் ஒரு பகுதியை வெளிப்படுத்திக் கொண்டது. இது என்னுடைய நோக்கத்திற்குப் பொருந்தி வராது. அங்கே உட்கார்ந்து கொண்டும், படுத்துக்கொண்டும் இருக்கிற பல்லக்குத் தூக்கிகளிடம் விசாரிப்பதும் பெரிய பலனைத் தராது. அது ஒரு பெண். ஒரு பெண்ணிடம் நான் என்ன செய்யமுடியும். அவளை பலிகடாவாக்க முடியாது. இவளைப் பற்றி என்ன சொல்ல முடியும்.

ஆகவே நான் எழுந்து நேராக முகாமை நோக்கி நடந்தேன். நாளை இன்னொரு நடை வந்துவிட்டு அதன் பின்னர் ஒரு உறுதியான முடிவிற்கு வரலாம் என்று நினைத்தேன். ஒரு பெண் தன் கணவனைப் பார்ப்பதற்காகப் போய்க் கொண்டிருக்கலாம். காவலும் பாதுகாப்பும் அற்ற ஒரு பெண்ணுக்கு எதிராக என் கையை உயர்த்தலாமா? கூடாது. நான் எனது சொந்த அன்பிற்குரிய அஜீமாவை நினைத்துப் பார்த்தேன். முகாமில் உள்ள தொழிற்கூட்டாளிகளிடம் இது பற்றிப் பேசுவதைக்கூட தவிர்க்கலாம் என்று நினைத்தேன். ஒருவேளை அவர்கள் என்னைப்போல பழி, பாவம் பார்க்காமல் போகலாம்.

என் மனதில் உறுதியில்லை. ஆயிரம் முறை அவள் என் மீது வீசிய பார்வையையே மீண்டும் மீண்டும் என் கண்களுக்குள் கொண்டுவந்தது. இது காதலின் ஒரு பகுதி. இதை அமைதிப் படுத்தமுடியாது. என் நண்பர்களுடன் உரையாடுவதன் மூலமே அவளைப் பற்றிய நினைவுகளை என்னில் இருந்து அகற்ற முடியும். ஆனால் அது நினைவுகளையும் கடந்து நரம்பில் கலந்துவிட்டது. கொடுங்காதலுணர்வை என்மீது அவள் வீசிவிட்டாள். அழகான கண்கள்... அது வீசிய பார்வை ஏதோ ஒன்றை எதிர்பார்த்தது, என் அருகாமையை, என் காதலை...

இப்படியானக் குழம்பிய மனநிலையோடு ஒருநாள் கடந்தது. என் இதயத்தை அரித்து கொண்டிருந்த உணர்ச்சியை கட்டுப்படுத்த நினைத்தேன். நான் தத்தளித்துக் கொண்டிருக்கும் சூழலில் ஒரு மாலைநேரம் வேலைக்காரப் பெண் ஒருத்தி முகாமை நோக்கி வந்து கொண்டிருந்தாள். நான் அவளைச் சந்திக்க எழுந்தேன். அவளுடன பேசும் நோக்கத்திலல்ல. அவள் கிராமத்துப் பெண்தானா என்பதை உறுதி செய்துகொள்ள. நாங்கள் சந்திக்கும்போது அவளை கடந்து போனேன், ஆனால் அவளோ யாரையோ தேடும் பாவனை தென்பட்டது. திரும்பி என்னைப் பார்த்து தயக்கத்துடன் பேசினாள்.

"உங்களிடம் நான் இப்படி முகங்கொடுத்துப் பேசுவதற்காக மன்னிக்க வேண்டும் சாகேப். ஆனால் நான் ஒருவரைத் தேடிக் கொண்டிருக்கிறேன். உங்கள் தோற்றத்தைப் பார்த்தால் நான் தேடுவது நீங்களாகத்தான் இருப்பீர்களோ என்று நினைக் கிறேன்" என்றாள்.

"பரவாயில்லை, எதுவாக இருந்தாலும் என்னிடம் சொல்லு."

"அது நீங்கள் தானா இல்லையா என்பது எனக்குத்தெரியாது. அங்கே தம்பூலா கடையில் உக்கா பிடித்துக்கொண்டு சிறிது நேரம் உட்கார்ந்திருந்தது தாங்கள்தானா?" என்று கேட்டாள்.

"நான்தான் அது என் அழகிய தாதியே. ஆமாம் அதுக்கு என்ன இப்போது. அது ஒன்றும் அசாதாரணமானது இல்லையே."

"ஆ.. நீங்கள் தானா.. உங்களை மறுபடியும் அங்கே ஒருவர் பார்க்க விரும்புகிறார். இப்போது என்னுடன் வந்தால் நான் வழிகாட்டுகிறேன்" என்றாள்.

"யார் என்னைப் பார்க்க விரும்புவது. இந்தப் பயணியிடம் அவருக்கு அல்லது அவளுக்கு என்ன காரியம் ஆக வேண்டி யிருக்கிறது."

"உங்கள் முதல் கேள்விக்கு என்னால் பதில் சொல்ல முடியாமல் போகலாம். உங்கள் இரண்டாவது கேள்வியை நான் புறக்கணிக்கிறேன். ஆனால் உங்கள் ஆன்மா என்னைப் பின்தொடர்ந்து வரும். நான் அதிகபட்சமாகக் கேட்டுக் கொள்வதெல்லாம், நீங்கள் என்னுடன் வர வேண்டும். முடியு மானால்..." என்று குழைந்தாள்.

"நட நான் வருகிறேன்."

"எனக்குப் பின்னால் சிறிது இடைவெளி விட்டு வாருங்கள். நான் நுழையும் போது அந்த வீட்டிற்குள் நீங்களும் தைரியமாக வரவேண்டும்" என்றாள்.

நான் அவளைத்தொடர்ந்தேன்."ஆனால் விதியின் வலி மையைப் பாருங்கள் சாகேப். நான் எனது கூடாரத்தில் உட்கார்ந்திருந்த போது இவளைப் பார்க்கவேண்டும் என்ற உணர்வை மறுத்துக்கொண்டே இருந்தேன். ஆனால் அவள் எனக்குச் செய்தி சொல்லி அனுப்பியிருக்கிறாள். எனது முதல் பார்வையே அவளைக் கவர்ந்திருக்க வேண்டும். எனக்குள் விதவிதமான எண்ணங்கள் ஓடிக்கொண்டிருந்தன. என்னுடன் பேசும்போது உறவு ஏற்படுத்திக்கொள்ள விரும்பினால்கூட அதை மறுக்கவேண்டும் என்று நினைத்தேன். ஒரு வேலைக்கார பெண்ணின் மூலமாக விதி என்னைக் கட்டிஇழுத்துச்சென்றது. இல்லை இட்டுச்சென்றது. ஒரு சாகசத்தில் மூழ்குவதற்காக எனக்கான சந்தோஷங்களைத் தவிர்க்க வேண்டுமென்று கண்டிப்புடனும், துயரத்துடனும் என் அடிமனது சொல்கிறது. ஆனால் சாகேப் யாரும் விதியை எதிர்த்து நிற்க முடிவதில்லை. அதன் போக்கில் பெருஞ்செயல்களைச் செய்வதை விடுத்து ஒரு அர்த்தமுள்ள தீர்வினைக் காணமுடிவதில்லை. நாமெல்லோரும் அதன் அடிமைகள். நமது உடலும், ஆன்மாவும் விதி இடுகிற கட்டளைகளைக் கண்ணை மூடிக்கொண்டு செய்து முடிக்கிறது..

நான் இங்கே தக்கிகளைப் பற்றி மட்டும் குறிப்பிடவில்லை. மனித இனமே அப்படித்தானே. இல்லையா சாகேப்?"

"எனக்கும் அப்படித்தான் தோன்றுகிறது அமீர் அலி. நம் சொந்த மனது சொல்கிற யோசனைப்படி காரியங்கள் செய்து விட்டு இறுதியில் எல்லாச் சுமைகளையும் விதியின் பேரில் ஏற்றி வைத்து விடுகிறோம்."

"இல்லை இல்லை நான் இதைத்தவிர்க்க வேண்டும். நான் உங்களிடம் சொல்லவில்லையா? நான் அதற்குள் நுழைய விரும்பவில்லை. அது அல்லாவிற்கு மட்டுமே தெரியும். எனது விருப்பத்திற்கு மாறாக பலவீனத்தை அடக்க முடியவில்லை. நீங்கள் என்னை நம்பப்போவதில்லை சாகேப். ஆனாலும் சாகேப் நான் சொல்வது பொய்யில்லை."

"நீ பொய்சொல்கிறாய் என்று சொல்லவில்லையே அமீர் அலி. ஆனால் நீ சொல்லிக்கொண்டு போகும் கதையில் அழகான கண்கள் அடிக்கடி உனக்கு வாய்க்கின்றன என்று சொல்லவந்தேன்."

சிரித்துவிட்டுச் சொன்னான் "உண்மைதான். நான் அவற்றைப் பார்த்த சிலமணி நேரத்தில் என்னை நானே சபித்துக் கொண்டேன். அதிருக்கட்டும் கதையைத் தொடர்கிறேன்."

அந்த வேலைக்காரப் பெண் என்னை சிறிது தூரம் கிராமத்தின் ஊடாகவும், அதன் பஜார் வழியாகவும் நடத்திச் சென்றாள். நான் காலையில் அமர்ந்திருந்த இடத்திற்கு எதிரில் அவள் வீடு இருந்தது. அந்த பெண் உள்ளே நுழைய நானும் அவளுக்குப் பின்னால் எனது காலணிகளை கதவருகே விட்டு விட்டு ஒருவன் தனது சொந்த வீட்டிற்குள் நுழைவது போன்ற உரிமையுடன் நுழைந்தேன். சில அடிகள் போனதும் அவள் என்னை நிறுத்தினாள்.

"நீங்கள் இங்கேயே இருங்கள். நீங்கள் வந்துள்ள விஷயத்தைச் சொல்கிறேன்" என்று திரையை விலக்கிக்கொண்டு உள்ளே சென்றாள்.

சில நிமிடங்கள் கழித்து வந்து "என் பின்னால் வாருங்கள் என்றாள்." நான் தொடர்ந்தேன். என் எதிரில் அறிமுகமற்ற ஒரு உருவம் வந்து நின்றது. அது தன்னை முழுதாக மறைத்துக் கொண்டிருந்தது. அதன் முகம் எனக்கு மறுபுறம் சுவற்றைப் பார்த்துக் கொண்டிருந்தது.

"பெண்ணே உன் அடிமை வந்திருக்கிறான். உனக்கு வேண்டி யதை நிறைவுடன் செய்து முடிப்பான். நீ இடும் உத்தரவுகளை

கண்ணால், தலையால் ஏற்று தனது அதிகபட்ச சக்தியைச் செலவிட்டு செய்து முடிப்பான் என்றேன் நான்."

"உட்காருங்கள். நான் உங்களிடம் சில கேள்விகள் கேட்க வேண்டியுள்ளது" என்று மருட்சியுடன் கூறினாள்.

கீழ்விரிப்பில் மரியாதைக்குரிய தூரத்தில் அமர்ந்தேன்.

"நான் அசாத்திய துணிச்சலுடையவள், வெட்கங் கெட்டவள் என்று நீங்கள் நினைக்கலாம். ஆனால் உண்மையில் என் எதிரில் உங்களை அமரச்செய்வதில் எனக்குப் பயம்தான். நானொரு விதவை. பாதுகாப்பற்றவள். எனக்குப் பாதுகாப்பு வேண்டும். நீங்கள் எந்தவழியாகப் பயணிக்க இருக்கிறீர்கள்"என்று வினவினாள்.

"நான் ஜபல்பூரில் இருந்து வருகிறேன். நாக்பூர் நோக்கிப் போகிறேன். இந்த ஊர் அதிர்ஷடம் கெட்ட ஊராக இருப்ப தால் நாளை அதிகாலையிலேயே கிளம்பலாம் என்று திட்டம்."

"நானும் நாக்பூர்தான் போகவேண்டும். நீங்கள் கிளம்பும் போது உங்களுடன் வரலாமா? எனக்கென்னவோ விதி நன்றாகத் தான் இருக்கிறது. விதவையான எனக்கு பாதுகாப்பான நட்பு கிடைத்திருக்கிறது."

"இது விசித்திரம் தான் மாதே. நான் முன் பின் பார்த்திராத அறிமுகமற்ற நீங்கள் என்னுடன் சேர்ந்து பயணிக்கிறேன் என்று சொல்கிறீர்களே."

"இல்லை, உங்களைப் பற்றி நான் கேள்விப்பட்டு இருக் கிறேன். உங்களுக்குப் பின்னால் வந்து கொண்டிருந்தேன், உங்களைக் கடந்து வந்து விட்டேன். இப்போது நாம் சந்தித்துக் கொண்டோம். தனியாகப் பயணிக்க வேண்டியிருந்த நான் உங்கள் குழுவுடன் சேர்ந்து பயணிக்க அனுமதியுங்கள். உங்கள் குழு மிகப்பெரியது என்று தெரியவருகிறது. எனவே பாதுகாப்பு பற்றிக் கவலையில்லாமல் பயணிக்கலாம்" என்றாள்.

"உங்கள் விருப்பம் நிறைவேறும். ஆபத்து நேராமல் உங்க ளைப் பாதுகாப்பது என்னுடைய பொறுப்பு. அதை இந்த அடிமை மிகுந்த சந்தோஷத்துடன் வழங்குவான். நாளைக் காலையில் என் ஆள் ஒருவனை அனுப்புகிறேன் கிளம்பி தயாராக இருங்கள். இந்த கிராமத்தில் எனது பயணம் நீங்க ளில்லாமல் தொடராது சரியா?"

மிகுந்த நன்றியுடன் எனக்குத் தன் பணிவான சலாம்களைத் தெரிவித்தாள். அவளைப் போர்த்தியிருந்த போர்வை எதேச்சை யாக நழுவியது. ஒரு பகுதி முகம் காணக்கிடைத்தது. நான் தூரத்தில் இருந்தபடியே பார்த்தேன். சாகேப் பார்த்த மாத்திரத்தில் அதிர்ச்சியில் எனது அங்கமெல்லாம் துடித்து போனது. முறுக்கேறியது. நாகரீகம் மட்டுமே என்னை அடக்கி நிறுத்தியது. என் உள்ளம் எழுந்து என்னை அவளது காலடியில் கிடத்தியது. என் மனதில் பொங்கிய வெட்கங்கெட்ட உணர்வை அடக்கி என்மீது நிலைகுத்தியிருந்த அவளது பார்வையை அறிவார்த்தமாக எதிர்கொண்டேன். மீண்டும் போர்த்தியிருந்த துணியால் மூடிக்கொண்டு சுவற்றுப் பக்கம் தலைகவிழ்ந்தபடி திரும்பினாள்.

அவளது அணுகுமுறையும், பாவனையும் அவளைக் குறித்துச் சொன்னது அனைத்தும் உண்மையாக இருக்க முடியும் என்பதை நிரூபித்தது. இந்த சந்திப்பும் அவளது வேண்டுகோளும் எதேச்சையானதுதான் என்பதைப் புரிந்து கொண்டேன். என் மனதில் ஓடிக்கொண்டிருந்த எண்ணங்கள் ஏற்றுக்கொள்ள முடியாதது, அநாகரீகமானது. “வேறு ஏதேனும் உண்டா? நான் கிளம்பலாமா?” என்று கேட்டேன்.

“இன்னும் ஒன்று உண்டு. எனக்கு உதவுபவரின் பெயர் என்னவென்று தெரிந்து கொள்ள வேண்டும். உங்களது அன்பான அணுகுமுறையில் நான் ஈர்க்கப்பட்டிருக்கிறேன்” என்றாள்.

“எனது பெயர் அமீர் அலி. இந்துஸ்தானத்தைச் சேர்ந்த எளிய சையது.”

“உங்களது நாகரீகமான, சரளமான பேச்சு நீங்கள் உயர்ந்த பாரம்பரியத்தைச் சேர்ந்தவர் என்பதை உறுதிப்படுத்துகிறது. நீங்கள் தவறாக நினைக்க மாட்டீர்கள் என்று நினைக்கிறேன். வீட்டிற்கு வந்தவர்களைப் பற்றி விசாரிப்பது எங்களது பண்பு. பாசில் வெற்றிலை பாக்கு கொண்டுவா” என்று வேலைக் காரியை அழைத்தாள்.

அவள் வெற்றிலை பாக்கு கொடுத்தாள். அவள் அளித்த கனிந்த பரிசை வாங்கிக் கொண்டேன். மார்பு, தாடியெல்லாம் அத்தர் மணம் கமழ நான் எழுந்து எனது பணிவன்புகளைத் தெரிவித்துக்கொண்டேன். அவளும் மரியாதைப் பண்பாக சலாம் வைத்தாள். எனது வேண்டுகோளை மறந்துவிடவேண்டாம் என்றாள். உங்களை அழைத்துச் செல்லும் பொறுப்பு என்னைச் சார்ந்தது என்று சொல்லிவிட்டுக் கிளம்பினேன்.

அவள் சொன்னதெல்லாம் உண்மையாகத்தான் இருக்க வேண்டும். அவள் கொடுத்த வெற்றிலை பாக்கில் இருந்தே அவளது தகுதியின் தரம் தெரிகிறது. அவள் சாதாரண பின்புலம் உடையவள் அல்ல. அவளுடைய தகுதி பற்றி சாதாரண மானவர்களால் புரிந்து கொள்ள முடியாது. மோதியும் பீர்கானும் செய்த கேலியை நான் பொறுத்துக் கொண்டு சிரித்து உதறிவிட்டேன். இந்த அப்பாவி விதவை கொலைகாரர்கள் கையில் இருப்பது தெரியாமல் பத்திரமாக நாக்பூர் போய்ச்சேர வேண்டும். நான் இரவில் இவளைப்பற்றி யாரிடமும் ஒன்றும் சொல்லப்போவதில்லை. அவர்கள் கேட்ட எண்ணற்ற கேள்விகளுக்கு என்னுடைய ஒரே பதில் இந்தக் கிராமத்தில் என்னை அறியாமல் ஒரு நல்ல பலனை நான் பெற்றிருக்கிறேன், என்பதைச் சொல்லாமல் சிரித்தேன். அவள் ஒரு நாட்டியக்காரி என்று நினைத்திருந்தேன். ஆனால் நான் புரிந்துகொண்ட விதத்தைப் பற்றி அவர்களிடம் கூறியதில் இருந்து, அவள் ஒரு பலிகடா என்ற தங்களது எண்ணத்தைக் குழுவினர் மாற்றிக்கொண்டனர். சிலரைக் கொல்வதில் இருந்து தவிர்ப்பதற்கும் எங்கள் தொழிலின் விதியில் இடமிருப்பது எனக்கு ஆறுதலாகத் தோன்றியது.

காலையில் எங்களுக்கு மிகப்பெரிய ஆச்சர்யம் காத்திருந்தது. எங்கள் பயணப்புறப்பாடு வழக்கத்தைவிட தாமதமானது. கிராமத்திற்கு வெளியில் அந்தப் பெண்மணி எங்களுடன் சேர்ந்துகொண்டார். இரு குழுக்களும் இணைந்து பயணம் தொடர்ந்தோம்.

மோதியும் பீர்கானும் என்னை அப்பெண்ணுக்குக் காவல் நாய் என்று கேலி பேசினர். எனக்கு அவள்மீது அக்கறை இல்லை என்றேன். அவர்கள் கேலியாகச் சொன்னாலும் எனக்கு உள்ளுக்குள் பாதி கோபம் இருந்தது.

"பாருங்கள் நண்பர்களே! இது நான் விருப்பப்பட்டு செய்கிற ஒன்றல்ல. என் மீது திணிக்கப்பட்ட கடமை. அந்தப் பெண்மணியை எனக்கு முன்பின் தெரியாது. அவள் நம்முடன் இணைந்து ஒரு பயணியாக வர அனுமதி கேட்டாள். நான் கொடுத்திருக்கிறேன். அவள் அழகோ, அழகில்லையோ, அவள் இளம்பெண்ணோ, வயதானவளோ அதெல்லாம் எனக்கு அக்கறை இல்லை. அவளுடைய வரலாறெல்லாம் பின்னால் பார்த்துக் கொள்ளலாம். இப்போது அவள் தனக்குப் பாதுகாப்பு கேட்டாள், கொடுத்திருக்கிறோம். அவள் பலிகடா

அல்ல என்ற என்னுடைய உறுதி பின்பற்றப்பட போவதை நீங்கள் பார்க்கப் போகிறீர்கள்."

மோதிராம் உடனே "வேண்டாம் கோபப்பட வேண்டாம். நண்பர்களுக்குள் வேடிக்கை விளையாட்டு செய்ய ஒருபோதும் உரிமை இல்லையா? பகவான் பெயரால் கேட்கிறேன். நாங்கள் உங்கள் வேலைக்காரர்கள்தான். இந்தக்குழு உங்கள் சொல்லுக்குக் கட்டுப்படும். உங்கள் விருப்பப்படி எத்தனை பெண்களை வேண்டுமானாலும் பயணத்தில் அழைத்து வாருங்கள் அவர்களை பலிகடாவாக நாங்கள் ஒருபோதும் கருதமாட்டோம். சரியா?" என்றான்.

எங்கள் பயணம் சாலையில் சென்று கொண்டிருந்தபோது அவள் பலமுறை என்னை பல்லக்கினுள் அமர்ந்து வர அழைப்பு விடுத்தாள். நான் மீண்டும் மீண்டும் மறுத்து வந்தேன். எனது கம்பீர மிக்க குதிரையில் பல்லக்கின் பின்புறம் வந்து கொண்டிருந்தேன். முதலில் மிக இறுக்கமாக மூடியிருந்த பல்லக்குக் கூண்டின் கதவு பிறகு கொஞ்சம் திறந்தது. அடுத்து நிறைய திறந்து பின் மூடாமலே வந்தது. நான் தொடர்ந்து பார்த்துவர என் பார்வையை அனுமதித்தாள். ஒளிவீசும் கண்களால் என்னைப் பார்த்துக் கொண்டே வந்தாள். ஆனால் இன்னும் கண்கள் மட்டும்தான் பார்த்துக் கொண்டிருந்ததேயொழிய பர்தா அகற்றப்படவில்லை.

"உண்மையில் தடுமாறச்செய்யும் கண்கள் சாகேப் அவை. என்னால் என்னைக் கட்டுப்படுத்த முடியவில்லை."

மாலை நெருங்கும் வேளையில் களைப்பைப் போக்க நாங்களனைவரும் ஓரிடத்தில் ஓய்வெடுத்தோம். எங்கள் ஆட்கள் ஆளுக்கொரு திசையில் களைந்து சென்றார்கள். சிலர் அச்சத்துடன் அங்கிருந்தனர். வேலைக்காரப்பெண் என்னை நெருங்கி அவளது எஜமானியிடம் வருமாறு கோரினாள்.

என் எதிரில் அப்பெண்மணி பேச்சற்று அமர்ந்திருந்தாள். நீண்ட நேரமாக அப்படியே இருந்தோம். எனக்குள் முரண்பட்ட உணர்வுகள் மோதிக் கொண்டிருந்தன. என் வீட்டில் இருப்பவள் என் நினைவுகளில் இருந்து அகன்றிருந்தாள். என் எதிரில் இருப்பவள் என்னை எரித்துக் கொண்டிருந்தாள். வெறுப்புடன் அவளை புறக்கணிக்க நினைத்தாலும் மீண்டும் மீண்டும் என்னை அலைக் கழித்துக் கொண்டிருந்தாள்.

இறுதியில் வாயைத் திறந்து, அடிமையிடம் பேசினாள்.

"போ, போய் நான் பேசுவதைக் கேட்க முடியாத தொலைவில் இரு" என்றாள்.

வேலைக்காரி எழுந்து போய்விட்டாள். நான் மற்றவளுடன் தனித்திருந்தேன். அங்கே நிலவிய அமைதியில் வலி ஏறியது.

"என்னைப் பற்றி என்ன நினைக்கிறீர்கள் மீர்சாகேப், ஒரு அந்நியனை உற்றுப் பார்த்துக் கொண்டே இருக்கும் ஒரு பெண்ணான என்னைப் பற்றி நீங்கள் நினைப்பது என்ன? என் கடந்தகாலத்தின் நினைவுகள். அதன் வழியாகத்தான் உங்களைப் பார்க்கிறேன். நானொரு நவாபின் மனைவி. அவர் ஆக்ராவில் எஸ்டேட் வைத்துப் பராமரித்துக் கொண்டிருந்தார். சிறிது காலத்திற்கு முன்னர் அவர் ஹைதராபாத்தில் தன் சகோதரரைப் பார்த்து விட்டு வரும்பொழுது நாக்பூரில் இறந்துவிட்டார். நான் ஒரு உறவின்றி தனிமைப்படுத்தப்பட்டேன். அவர் இறக்கும் பொழுது ஏராளமான சொத்துக்களை அவர் வைத்திருந்ததால், நான் நாக்பூரில் வாழும்படி ஆகிவிட்டது. அவருடைய இறந்த செய்தியை ஆக்ராவில் இருந்த எஸ்டேடிற்கு என் தூதுவர்கள் மூலம் அனுப்பினேன். அவர்கள் திரும்பி வந்து எனக்குக் கூறிய செய்தி, அவருடைய ஆக்ரா எஸ்டேட்டை என் பெயரில் மாற்றுவதில் எந்த பிரச்சனையும் இல்லை என்றார்கள். எனது கணவரின் சொத்துகள் அனைத்தும் என் சொந்த உடைமைகள் ஆயின. எஸ்டேட்டையும் கைப்பற்றி என் கணக்கிற்குள் கொண்டு வந்தேன். எனக்கும், சொத்துக்கும், குடும்ப மரியாதைக்கும் அதைக் காப்பாற்ற வாரிசு உரிமை வேண்டும். அதற்காக எனக்கு ஒரு புதிய கணவர் வேண்டும். நான் திரும்பிய உடனே அதற்கான ஏற்பாடுகளைச் செய்தாக வேண்டும். அமீர் அலி என் நாக்கு உலர்கிறது. மேலன்னம் ஒட்டிக்கொண்டது. என் உதடுகள் திறந்து வார்த்தைகள் வர மறுக்கின்றன. என் இதயத்தில் ததும்பும் வார்த்தைகளை நான் எப்படிச் சொல்வேன்" என்றாள் அவள்.

"பேசுங்கள், ஆன்மாவைத் திறந்து பேசுங்கள். நீங்கள் பேசப் பேச நான் பதற்றத்தில் தவிக்கிறேன். என் ஆர்வத்தைக் கடுமையாகத் தூண்டி விட்டீர்கள்."

"நான் வெட்கத்தால் சாவதைவிட பேசித்தான் ஆக வேண்டும். கடந்த கிராமத்தில் உங்கள் வருகையை எனது வேலைக்காரி மூலம் அறிந்தேன். அவள் என்னை, என் நிலையை முழுமையாக உணர்ந்தவள். தான் ஒருபோதும் காணாத அழகில் ஒரு ஆண் வந்திருப்பதாகச் சொன்னாள்.

உங்களைப் பற்றிய சித்திரத்தை எனக்குள் வரைந்தாள். உங்கள் அழகு இனிமையான உணர்வுகளைக் கிளறிவிட்டது. எனக்கு வாய்த்திருந்த கணவன் வயதான கிழவன். என் அழகு குறித்த பொறாமை உடையவன். எனது வேலைக்காரர்களிடம் தவிர்த்து மற்ற யாருடனும் நான் பேசுவதற்கு அனுமதி கிடையாது. ஆணழகைப் பற்றி நான் கேள்விப்பட்டிருக்கிறேன். என் கணவரின் மரணம் அவர் மீதான வெறுப்பில் இருந்து என்னை விடுவித்திருக்கிறது. நீண்ட காலமாக கட்டுப்படுத்தி வைத்திருந்த விருப்பங்கள் பெண்ணுக்குரிய கண்ணியமான வெட்கத்தையும் மீறி இப்போது வெளிப்படுகிறது. என் வீட்டில் இருந்து உங்களைப் பார்த்தேன். நீங்களும் விழியை உங்கள் மீதிருந்து விலக்காமல் என்னையே பார்த்துக் கொண்டிருந்தீர்கள். என் விழியை மீண்டும் என்னால் எடுக்க முடியவில்லை. நான் முழுமையாகவும் உங்களைப் பார்க்க முடியவில்லை. திரைச்சீலை மறைவில் இருந்து பார்த்த அழகே என்னை முற்றிலும் கவர்ந்துவிட்டது. என் உணர்வுகள் உங்களுடன் ஒட்டிக்கொண்டது. நான் மீண்டும் சென்று எனது படுக்கையில் விழுந்தேன். எனது வேலைக்காரி என்னைச் சாந்தப்படுத்தினாள். என் உணர்வுகள் அனைத்தும் மரத்துப் போய்விடுமோ என்று அஞ்சினேன். அதற்குப் பின்னர்தான் உங்களை அழைத்து வரச்செய்தேன். நீங்கள் எவ்வளவு தூரம் என் மனதிற்குள் புகுந்து விட்டீர்கள். வெட்கம் மட்டும்தான் என்னைத் தடுத்துக்கொண்டு இருக்கிறது. நாம் அங்கே பொது இடத்தில் பேசிய பின்னர் என் ஆன்மா நெருப்பில் இட்டது போல் துவண்டுவிட்டது. எனது ஈரல் நழுவி தண்ணீரில் விழுந்துவிட்டது. நான் எப்போதும் உங்கள் அடிமையாக இருக்க விழைகிறேன். எங்கே நீங்கள் போனாலும் அங்கே நான் வருவேன். நீங்கள் எங்கே இருப்பீர்களோ அங்கே நான் இருப்பேன். நான் உங்களுடையவள். உங்களுக்கு மட்டுமே உரியவள். ஆனால் நீங்கள் எனக்கு இல்லையென்றால் செத்து விடுவேன். அய்யோ ஏன்தான் நீங்கள் என் மனதில் புகுந்தீர்களோ" என்று அரற்றினாள்.

30

துரோகிகளுக்குக் கிடையாது உயிர் பிச்சை

அட அல்லா...... எனது உறுதிப்பாடுகள் எல்லாம் என்னாயிற்று. எனது மனைவி பிள்ளைகள் எல்லாவற்றையும் மறந்துவிட்டேன். காதலை முழுமையாகப் பருகிவிட்டேன். அவளது கண்களில் இருந்து பரவும் தீவிரமான காதலின் வெறி என்னை எரித்துக் கொண்டிருக்கிறது. அவள் முழுக்க எனக்கே உரியவள் என்று கொஞ்சுகிறேன். அங்கே நாங்கள் இருவரும் தனித்து அமர்ந்திருப்பதில் எனக்குள் குற்றவுணர்வு குறுகுறுக்கிறது. எனக்குள் எடுத்த சபதங்களை மீறிக் கொண்டிருப்பதாக என் மனம் என்னைக் குற்றம் சாட்டுகிறது. அதே சமயம் அவளிடம் இருந்து விலகவும் தோன்றவில்லை. மீண்டும் அவளின் அரவணைப்பில் தொந்தரவிற்கு உள்ளா கிறேன். கூரிய கத்தி முனையால் என் இதயம் குத்திக் கிழிக்கப்படுகிறது. பொழுதுகள் இப்படியே கரைகின்றன. அது பற்றிய சிந்தை எனக்கில்லை. அவள் என் காலடியில் அமர்ந்திருக்கிறாள். அவளது பட்டுப்போன்ற கூந்தலை என் விரல்களால் கோதிக் கொண்டிருக்கிறேன். காதல் மீதுற கண்களால் அவள் முகத்தைப் பருகிக் கொண்டிருக்கிறேன். இத்தனை நெடிய கனவுச் சித்திரங்கள் என் மனதிற்குள் முன்னர் தோன்றியதே இல்லை. ஜோரா அழகுதான். அவளைவிட அழகு அஜீமா. ஆனால் அவர்கள் இருவரும் அதிசயித்துப் போகும் அழகு சர்ஃபான். அவர்கள் இருவரையும் மிஞ்சிய, நான் காணாத புலன் இன்பத்தை இவள் எனக்குத் தருவாள். இந்தக் காதல் மயக்கம் என்னை அவளுடனே இருத்துகிறது. குழுவில் இருந்து தனித்து

அவளுடனே இருக்கத் தூண்டுகிறது. நான் அவளுக்குள்ளும், அவள் எனக்குள்ளுமாக இருக்கிறோம். வேண்டிய அளவு செல்வம் இருக்கிறது. யாரும் காணாத இடத்திற்குப் போய் விடுவோம். அங்கிருந்து அவளது குடும்பத்தினருடன் தொடர்பு கொண்டு தேவையான போதெல்லாம், வசதியாக வாழ்வதற்குத் தேவையான பணம் பெற்றுக்கொள்ளலாம். என்கிறாள்.

"அமீர் அலி நீயோ மிகவும் இளமையுடன் இருக்கிறாய். எல்லாவற்றையும் உதறிவிட்டு என்னுடன் வந்துவிடலாம். உனக்கான பொறுப்புகள் அனைத்தையும் நான் ஏற்றுக் கொள் கிறேன். நாம் பல்லாண்டுகள் இணைந்து வாழவேண்டும். நான் உங்களுக்கு அடிமையாக இருப்பேன். நீங்கள் என்னை விட்டுப்போக முடியாது. என் உயிரே சொல்லுங்கள், என்னை விட்டுப்போக மாட்டீர்கள் தானே?" என்கிறாள்.

குழப்பத்தில் பொய்யான வாக்குறுதி அளித்தேன். அவளது விருப்பங்களை நிறைவேற்றுவதாக உறுதி கூறினேன். அந்த நிமி டத்தின் அகத்தூண்டல் என்னில் படர்ந்து வந்தது. ஆனால் குழப்பங்களில் இருந்து மீண்டேன்.

அவளிடமிருந்து விலகி வந்தேன். ஆனால் கண்களாலும் தலையாலும் அடித்துக்கூறிய சத்தியம் அவளை நோக்கி ஈர்த் தது. இதைவிட ஒரு நிதானமான மனநிலையில் நாம் நமது எதிர்காலம் குறித்துத் திட்டமிடுவோம் என்று கூறினேன்.

முகாமில் உள்ள சிறிய கூடாரத்திற்கு வந்தேன். அங்கே என் மனம் சித்திரவதைக்குள்ளானது. தரையில் விழுந்து புரண் டேன். உண்ண மறுத்தேன். எனது எல்லா உணர்வுகளும் மரத்துப் போனது போல் இருந்தது. எனக்கு உதவி செய்யவந்த பீர்கானிடம் முரட்டுத்தனமாகப் பேசினேன். இதயம் குத்து வாளால் கிழிபட்டதுபோல் இருந்தது. வாழ்க்கையே முடி விற்கு வந்துவிட்டதுபோல் இருந்தது. கோபத்தின் வெறி இடி மேகத்தைப்போல அதன் உச்சத்திற்குச் சென்று குழப்பத்தால் மோதி வெடித்தது. குழப்பத்தின் மேலடுக்கை உறித்து நெஞ் சில் மின்னல் ஒளி பாய்ந்தது. மண்ணில் பெருமழை பெய்து எல்லாம் புத்துயிர் பெறுவதுபோல என் கண்களில் கண்ணீர் பெருகி ஓடியது. எனக்கு யாரிடமாவது அறிவுரை பெற்றால் தேவலாம் போல இருந்தது. என் மீது மிகவும் பிடிப்பு கொண்ட பீர்கானிடம் ஒரு சகோதரனிடம் இருந்து பெறுவதுபோல ஆலோசனைகள் பெறலாம்.

அவனுக்கு ஆளனுப்பி வரச் செய்தேன். அவனிடம் கோபப்பட்டதற்காக மன்னிப்புக் கேட்டேன். கடந்த சில மணிநேரங்களாக என்னுள் நடந்த விஷயங்களை எடுத்துச் சொல்லி அதிலிருந்து நான் கோபப்பட்டதற்கான காரணத்தை பீர்கான் தெரிந்து கொள்வான் என்று நினைத்தேன். இறுதியில் அவனுடைய பதிலுக்காகக் காத்திருந்தேன். அழுத்தமான உணர்வுகளின் சுமையில் இருந்து என் மனது மீட்சி பெற்றது. அது எனக்கு அவசியமாகவும் இருந்தது.

மனதில் நீண்ட நேரமாக அசை போட்டுக் கொண்டிராமல் இறுதியில் பேசத் துவங்கினான், பீர்கான்.

“மீர்சாகேப், உண்மையில் இது சிக்கலான விஷயம்தான். உங்களுக்கு என்ன யோசனை சொல்வதென்று எனக்குத் தெரியவில்லை. நாளைக்கு அவளைப்போய் சந்தியுங்கள். ஒரு ஆண்பிள்ளை போல நடந்து கொள்ளுங்கள். அவளது விருப்பங்களை நிறைவேற்ற முடியாது என்று கனிவாக அதே சமயம் உறுதியாகக் கூறுங்கள். இப்படிச் சொன்னதும் உங்கள் மனதில் உள்ள குற்றஉணர்வு உங்களிடமிருந்து விடை பெற்றுவிடும். அவளது வேண்டுகோளும் நிராகரிக்கப்படும். உங்களுக்கு மனைவியும் இரண்டு பிள்ளைகளும் இருக்கிறார்கள் என்பதையும் அவளுக்குச் சொல்லுங்கள். உண்மையான பெண் அரற்றி, அடம்பிடித்து அழுவாள். உங்களிடம் சண்டை யிடுவாள். நீங்களும் உங்கள் பங்கிற்கு எரிச்சல் அடைவீர்கள். அவளுக்கான வழியைத் தேடிக் கொள்ளச் சொல்லுங்கள். யாரும் பழிபாவத்திற்கு அஞ்சாமல் இருக்க முடியாது. அவளது குருட்டுத் தனமான எண்ணங்களுக்கெல்லாம் இடம் தந்துவிடக் கூடாது. இதைச் செய்ய முடியாமல் போனால், உங்களிடம் வார்த்தைகள் இல்லாதுபோனால், அவள் தலை யில் உள்ள முட்டாள் தனமான எண்ணங்களை அகற்ற முடி யாது. அவளை விட்டுவிலகி நாம் தனிவழியில் பயணம் தொடர்வோம். இங்கிருந்து பெரர் என்ற ஊருக்குக் காட்டுப் பாதை எனக்கும் தெரியும். உங்களைத் தேடிக்கொண்டு அவ ளால் அந்த கிராமத்திற்கு வரமுடியாது” என்று யோசனை கூறினான்.

அவனது அறிவுரைகளுக்கு மனப் பூர்வமான நன்றியைத் தெரிவித்தேன். அவன் கூறியதில் அஜீமாவையும் என் குழந்தைகளையும் பற்றிக்கூறிய பகுதி என் மனதை ஆழமாகப் பாதித்துவிட்டது. என்னை மீட்டுப் பாதுகாத்த இறைத்தூதருக்கு

நன்றி. அவன் எனக்குச் செய்த உதவி இப்போது வரையிலும் என் நினைவில நிற்கிறது. சமீபத்தில் அவளுடன் கட்டுண்ட உறவை வன்மமாக அறுத்தெரிய வேண்டி உள்ளது என்று தீர்மானித்துக் கொண்டேன். என் மனைவி பிள்ளைகளின் மீதான அன்பை நான் நிறம் மாறாமல் மீட்டுறுதி செய்துகொள்ள வேண்டியிருக்கிறது.

“உறுதியான மனநிலையில் இருந்த நான், மீண்டும் ஒருமுறை அவள் அடிமைப் பெண்ணொருத்தி மூலமாக அனுப்பியிருந்த அழைப்பை ஏற்று அவளைப் பின்தொடர்ந்தேன். அந்த நாளின் பிற்பொழுதில் நாங்கள் பன்னிரண்டு காத தூரம் பயணித்தோம். அவள் என்மீது கொண்டுள்ள காதலின் தீவிரத்தை மீண்டும் ஒருமுறை நான் உங்களுக்குச் சொல்ல வேண்டியதில்லை சாகேப். எந்தத் தயக்கமும் இல்லாமல் என் மீது காதலைப் பொழிந்தாள். அனைத்து வெட்கங்களையும் உதறி எறிந்தாள். அவள் குடும்பத்து ஆட்கள் யாருடைய சொல்லையும் கேட்பதற்குத் தயாராக இல்லை. என்னுடைய ஒரே முடிவு என் மீது கொண்டுள்ள பிடிப்பு பற்றி அவளுடைய வாழ்க்கையை எச்சரிப்பது ஒன்றுதான். அதைத்தான் நான் செய்தேன். எனக்கு மனைவி குழந்தைகள் இருப்பதையும் அவர்களுக்காக நான் செய்யவேண்டிய கடமைகளையும் அவளுக்குத் தெளிவாக எடுத்துரைத்தேன். அவளது பதில் பீர்கான் சொன்னது போலவேதான் இருந்தது. என் காலடியில் அமர்ந்து எனது மறுப்புக்கள் அனைத்தையும் கேட்டுவிட்டு, அதெல்லாம் அர்த்தமற்றவை என்றாள். எழுந்து நின்று தனது அரிய தோற்றத்தை முழுமையாக வெளிப்படுத்தினாள். கண் கள் கனன்றன. மென்மையான கூந்தலை பரப்பிவிட்டாள். நெற்றியும் கழுத்தும் புடைத்துக்கொண்டு வந்தன. அந்தத் தோற் றம் பயங்கரமானதாக இருந்தது. என்னைக் கோபத்துடன் கூர்ந்து பார்த்தாள்.

“ஏய்..... மனுசா......” என்று உரத்து நெடிய கூவல் கூவினாள். “நீயொரு நம்பிக்கைத் துரோகி, மோசக்காரன் இழிபிறவி. என்ன தைரியம் இருந்தால் உனக்கு மனைவி பிள்ளைகள் இருக்கிறார்கள என்று சொல்வாய் நீ என்னதான் தின்கிறாய்” என்று கோபமாகக் கத்தினாள்.

என்னுடைய நல்ல நேரம் நான் செய்து வைத்திருந்த முடிவு எனக்கு உதவியாக வந்தது. எழுந்து நின்று அவளைப் போலவே தயக்கமில்லாமல் பெருமையுடன் பார்த்தேன்.

“ஆமாம் சர்பான் நான் சொன்னது உண்மைதான். உன்னைப்போன்ற அழகான ஒருத்தி என்மீது கொண்டுள்ள மெய்யான நம்பிக்கைக்கு நானும் உண்மையாக இருக்க வேண்டும். அந்தக் காரணத்திற்காகத்தான் நான் நீண்ட காலம் கடத்தினேன். நீ என்னை விட்டுவிடுவதாக இல்லை. திடீர்க் காதலின் வெறியில் கட்டுண்ட உனக்கு நல்லுணர்வுகள் மரணித்துப்போயின. முதலில் நான் சொல்வதைக் கேட்க வேண்டும். நம்முடைய குடும்பங்களின் கௌரவத்தைக் காப்பதற்காக என் சொல்லுக்கு நீ கட்டுப்படவேண்டும். இந்த விஷயத்தில் என்னுடைய துரதிர்ஷ்டத்திற்காக அல்லா என்னை மன்னிக்கட்டும். பித்தேற்றும் உன்னுடைய அழகில் என்னை நான் இழந்துவிட்டேன். ஆனால் பீர்கான் என் இதயத்திற்கு வலுவூட்டியிருக்கிறான். எனது நட்பார்ந்த வார்த்தைகளை மீண்டும் ஒருமுறை யோசித்து உன் மனதில் நிறுத்திக் கொள்.”

“அதை நான் உங்களுக்கு எப்படிச் சொல்வேன் சாகேப். அவளது நெறியற்ற தன்மையை, என்மீது காட்டிய வெறுப்புணர்வை. அவள் கடிந்தது போல் நான் வஞ்சகனா? அவை எல்லாவற்றையும் கேட்டுக்கொண்டேன். மறுவார்த்தை எதுவும் பேசவில்லை. அது முடியவும் முடியாது. அவளை எதிர் கொள்ளும் துணிச்சல் எனக்கில்லை. எனது நெகிழ்ந்த இதயம் அவளது பசப்பிற்கு இடம் கொடுக்கும். அப்படி ஏதாவது பேசினாலோ வேறு ஏதேனும் செய்தாலோ அது என்னை மறப்பதற்குப் பதிலாக என் மீதான காதலை அவளுக்குள் புதுப்பிக்கும் என்று கருதினேன். அவளைப் பார்க்கப் பரிதாபமாக இருந்தது. இப்போது தரையில் உட்கார்ந்து தலையை இங்கும் அங்கும் முட்டிக்கொண்டிருந்தாள். ஆத்திரத்தில் முடியைப் பரப்பி உள்ளக்குமுறலால் நெஞ்சில் அடித்துக்கொண்டாள்.”

“அமீர் அலி, என்றென்றைக்கும் உன்னைக் காதலித்த என் இதயத்தை உடைத்து விட்டாய். என் வாழ்நாளில் நான் காதலித்து உள்ளத்தில் உயர்வாக வைத்திருந்த அந்த ஒற்றை மனிதனை நான் குற்றம் கூறுவதற்கில்லை. இது அல்லாவின் விருப்பம். அதை நான் ஏற்றுக்கொள்கிறேன். இந்த சஃர்பான் இன்னும் குறைந்து போய்விடவில்லை. அவளுக்கு ஒரு இதயத்தில் இரண்டாம் இடம்தேவையில்லை. அவன் டெல்லி சாம்ராஜ்ஜியத்தின் அதிபதியாக இருந்தாலும்கூட எனக்கு அவன் இதயத்தில் இரண்டாம் இடம் தேவையில்லை. நீ... போ.... ஆனால் நீ என்னைப் பார்த்த பார்வை என்

ஆன்மாவிற்கு வலியைத் தருகிறது. அல்லா நம் இருவரையும் மன்னிக்கட்டும்" என்றாள்.

அவளைப் பிரிந்ததும் பீர்கானிடம் விரைந்தேன். அவளுடன் நிகழ்ந்த அனைத்தையும் ஒன்றுவிடாமல் சொன்னேன். பெரிதும் மகிழ்ந்தான்.

"இதை உறுதிப் படுத்துவதற்காக நாம் இப்படியே பின் னோக்கிப் பயணிப்போம். திரும்புவதில் நமக்கு எந்த ஆபத்தும் இல்லை. நாம் எங்கு வேண்டுமானாலும் தங்கலாம். முன்னர் தங்கின கிராமத்தில் இருக்க வேண்டிய அவசியம் இல்லை. நாக்பூரிலும் நமக்கு ஏதும் கொள்ளைக்கான வாய்ப்பு இருப்பதாகத் தெரியவில்லை. முன்னர் சொன்னது போல உங்களுக்கு விருப்பம் இருக்குமானால் நமது பழைய திட்டப்படி பெரர் வழியாக கான்தேஷ் போகலாம்" என்றான் பீர்கான்.

"அப்படியே செய்வோம். எதுவானாலும் மீண்டும் அந்தப் பெண்மணியின் ஆபத்தைத் தவிர்க்க வேண்டும். அவ்வளவு தான். அவள் சொன்னபடி பார்த்தால் அவள் தனது பரிவாரங் களுடன் நாக்பூருக்குத்தான் சென்று கொண்டிருப்பாள். நீ சொன்ன திட்டப்படிப் போனால், பல வழிகளிலும் அவளைத் தவிர்த்துவிடலாம்" என்றேன் நான்.

எங்கள் திட்டப்படி அடுத்த நாள்காலை, நாங்கள் பயணித்த சாலையில் தொடராமல் வந்த வழியாகவே திரும்பினோம். சில மணிநேரப் பயணத்திற்குப் பின் ஒரு சிறிய கிராமத்தில் தங்கினோம். செல்லும் வழியெல்லாம் நான் அந்த மாதுவின் காதலையும், அதிலிருந்து தோன்றிய மிருகத்தனமான வெறி யையும் கணக்கிட்டவாறே சென்றுகொண்டிருந்தேன். பாதி நாள் கழியும் முன்பாகவே நாங்கள் சென்ற பாதையில் அப்பெண்ணின் பல்லக்கைச் சுமந்து வந்தவர்கள் பழைய கிராமத்தை நோக்கி முன்னேறிக் கொண்டிருந்தார்கள். நாம் பாதையை விட்டிறங்கி காட்டுக்குள் சென்றுவிடலாம். முற்றி லும் நம்மைச்சுற்றிக் காடு இருந்தால் அவளால் எந்த வகையிலும் கண்டுபிடிக்க முடியாது என்று நான் சொன்னேன். பீர்கானும், மோதிராமும் ஒப்புக் கொள்ளவில்லை.

"அது கோழைத்தனமானது. நமது பாதையில் அப்பெண் எதிர்ப்பட வாய்ப்பே இல்லை. அப்படியிருக்க நாம் ஏன் அனாவசியமாக காட்டுக்குள் புகுந்து மிருகங்களின் ஆபத்தை எதிர் கொள்ளவேண்டும். இப்போது அவள் நம்மைப் பின்தொடர்ந்து வந்தாலும் அது உங்களைப் பாதிக்காது.

இப்போது அவள் எத்தனை சீக்கிரம் முடியுமோ அத்தனை சீக்கிரம் அவளது வீட்டிற்குப் போகத் தீர்மானித்திருக்கிறாள்" என்றார்கள்.

இருக்கலாம். ஆனால் இனிஎன்ன நடந்தாலும் என்முடிவு மாறப்போவதில்லை. என்னைத் தொடர்ந்து வந்து என் மனதை மாற்றுவதற்கு அவள் முயற்சிப்பாள் என்று நினைத்தேன். உடனே நான் நினைத்தது போலவே நடந்தது. அவளது வேலைக்காரி எனது கூடாரத்திற்குப் பால் விற்பவளைப் போல திருட்டுத்தனமாக வந்தாள். எதற்காக என்னைச் சந்திக்க விரும்புகிறாள் என்பதைத் தெரிந்து கொள்வதற்காகவும், கடந்த சந்திப்பில் என்னை ஏன் திட்டினாள் என்று தெரிந்து கொள்வதற்காகவும் அவளைத் தொடர்ந்து சென்றேன்.

அவள் இருப்பிடத்திற்கு நான் போனதும் நாங்கள் இருவரும் தனித்து விடப்பட்டோம். அவளது கெஞ்சல்களுக்கு எதிராக முரட்டுத்தனத்தைக் கையாள்வது என்ற முடிவுடன் இருந்தேன். என்னுடன் மீண்டும் சண்டையிட்டாள். இனி ஒருபோதும் எனக்குக் குறுக்கே வராதே என்று கூறினேன். சாகேப் இது அத்தனையும் எங்களுக்கிடையே நடந்தது. ஒரு நேரம் தீவிரமான காதலுடன் என் மார்பில் தஞ்சமானாள், தனக்காக இரக்கம் காட்டும்படி கெஞ்சினாள். தான் முன்வைத்த யோசனையை மீண்டும் பரிசீலனை செய்யும்படி என்னை வேண்டினாள்.

அவளது அடாவடித்தனத்தை நீண்டநேரம் என்னால் பொறுத்துக்கொள்ள முடியவில்லை. சலிப்புற்று ஆத்திர மடைந்தேன். இறுதியில் நானாகவே அவளின் இருப்பிடத்தில் இருந்து வெளியேறினேன். என்னைத் திரும்புமாறு கூவி அழுத தால் உள்ளே மீண்டும் சென்றேன்.

"சர்பான் இங்கே பார், இது மிகவும் குழந்தைத்தனமான நடவடிக்கை. சுத்த முட்டாள்தனம். நமக்குள் ஏன் இத்தனை பிரச்னை? எனது முடிவை நான் முன்னரே தெளிவாகச் சொல்லிவிட்டேன். நீ டெல்லி அரசாட்சியையா எனக்கு அளிக்கப்போகிறாய், நாமிருவரும் அதைப் பகிர்ந்துகொள்ள. என் மனதில் ஒருத்தி குடியிருக்கிறாள். அவள்தான் என்னை முழுமையாக ஆக்கிரமித்திருக்கிறாள். நீ உன்னைச் சிதைத்துக் கொள்வது மட்டுமல்லாமல், பொறாமையால் என்னை யும் இம்சித்துக் கொண்டிருக்கிறாய். நீ யார்மீது தீவிர வெறி கொண்டிருக்கிறாயோ அவனுடன் புணர்ந்தாலும் வெறுப்பு தான் மிஞ்சும் என்று எச்சரித்தேன்."

"உனது சொல்லுக்கு நான் செவிசாய்க்கப் போவதில்லை. அடுத்து என்ன நடக்கப்போகிறது என்பது குறித்தும் எனக்கு அக்கறை இல்லை. இந்த விஷயத்தைப் பெரிதாக்குவதில் தான் என் வாழ்க்கை அடங்கி இருக்கிறது. உங்களைத் துன்புறுத்த வேண்டும் என்பது என் நோக்கமல்ல. உங்கள் மனைவியையும் நான் வெறுக்கவில்லை. நமது மதத்தின் விதிகள் ஒருவனுக்கு நான்கு மனைவியைக்கூட அனுமதிக்கிறதுதானே? அந்த விதி புனித குர்ரானில் எழுதப்படவில்லையா? அதை உங்களால் மறுக்க முடியாது. ஒரு பெண்ணாக இருந்த போதிலும் எனக்கும் அவையெல்லாம் தெரியும். என்னால் அஜீமாவை சொந்தச் சகோதரிபோல நேசிக்கமுடியும். உங்கள் நலனுக்காக பிள்ளைகளையும் என்னால் நேசிக்க முடியும். எதிர்காலத்தில் அவர்களுக்கு சிறப்பானத் தகுதியை வழங்கும் செல்வத்தைப் புறக்கணிக்க முடியுமா? நீங்கள் புத்தியை இழந்துவிட்டீர்களா? ஒரு சகோதரியைப்போல நேசத்துடன் உங்களுக்கு அனைத்தை யும் நிதானமாக எடுத்துச் சொல்கிறேன்."

"சகோதரியாக உன்னை நான் நேசிக்கலாம். ஆனால் இழிந்த அர்த்தமற்ற உறவை ஒருபோதும் என்னால் ஒப்புக்கொள்ள முடியாது. ஆம் சர்பான் இது அர்த்தமற்ற உறவு. நீ பேசிய இனிய காதல் மொழிகள் பாவனை என்றால் இந்த உறவும் அர்த்தமற்றதாகத்தான் இருக்கும். ஒரு கண்ணியமான குடும்பத் தைக் கொஞ்சம் நினைத்துப்பார். முன்பின் தெரியாத ஒரு மனிதனைச் சாலையில் சந்தித்து அவனைப்பற்றி அவனது குடும்பத்தைப்பற்றி எதுவும் தெரியாமல் அவனைக் கணவனாக ஏற்றுக்கொண்டு, அவனுடன் உன் சொத்துக்களை எல்லாம் பகிர்ந்து கொள்வது குறித்து யோசித்துப்பார். அது உனக்குப் பெருமையைத் தேடித்தருமா? நான் சொல்கிறேன், அது நன்றாக இருக்காது. உன்னைக் கெஞ்சிக் கேட்கிறேன். ஓரிரு ஆண்டுகள் போகட்டும் நான் அஜீமாவை உன்னை சந்திக்க உன் வீட்டிற்கு அனுப்பி வைக்கிறேன். அவள் தன் கணவனை காப்பாற்றித் தந்ததற்காக உனக்கு நன்றி சொல்லி உன்னிடம் ஆசிகளையும் பெற்றுத் திரும்புவாள் என்றேன்."

அவள் சிறிது நேரம் அமைதியாக உட்கார்ந்திருந்தாள். ஆனால் இந்த நெருப்பு உடனடியாக அவளுக்குள் பற்றிக் கொள்ளாது. மீண்டும் எனக்கு விடைகொடுத்தாள். ஆனால் அது சற்று சிடுசிடுப்புடன் தான் இருந்தது. நான் அங்கிருந்து புறப்பட்டேன்.

"எனது முகாமிற்குச் சென்று சில மணிநேரம் தான் ஆகியிருக்கும். மீண்டும் அவளது வேலைக்காரப் பெண் வந்தாள். ஆனால் அதிருக்கட்டும் சாகேப் நான் அந்தப் பெண்ணிடம் பேசியதை இந்த நேர்காணலில் விளக்கிக் கொண்டிருப்பது உங்களுக்குச் சலிப்பூட்டுகிறாதா? சாகேப்."

"இல்லை அமீர் அலி. நீ அதில் சில கருத்துக்களை முன் வைத்திருக்கிறாய் அதனால் தொடர்ந்து சொல்லிக்கொண்டு போ."

தக் மீண்டும் கதையைத் தொடர்வதற்குத் தயாரானான்.

வேலைக்காரப்பெண் வந்தபோது நான் தனியாகத்தான் இருந்தேன்.

"மீர்சாகேப் அல்லாவின் கருணையால், நீங்கள் எங்கள் இருப்பிடத்திற்கு வந்து எஜமானிக்குச் சில உபகாரங்கள் செய்யமுடியுமா? நீங்கள் திரும்பியதில் இருந்து ஒருவிதமான மந்த நிலையிலேயே இருக்கிறார். வேறு வழியில்லாமல் நான் சென்று ஓப்பியம் வாங்கிக் கொடுத்தேன். ஆனால் அளவிற்கு அதிகமாக சாப்பிட்டதுபோல் தோன்றுகிறது. நீங்கள் வந்து சில வார்த்தைகள் பேசினால் அவர் சீராகலாம். தயவு செய்து பேசி ஒரு உயிரைக் காப்பாற்றுங்கள். ஒரு உயர்ந்த மனிதனுக்குரிய கடமையை நிறைவேற்றுங்கள். உங்களை அவர் முழுமையாக மறக்க வேண்டுமென்றால் நீங்கள் வந்து சாந்தப் படுத்த வேண்டும். ஒரு சகோதரியைப்போல நேசிக்க முடியும் என்று கூறினீர்கள், எனவே ஒரு சகோதரனைப்போல வந்து கடமையாற்றி விட்டுச் செல்லுவங்கள்" என்றாள்.

"நல்லது. இந்த விஷயம் இவ்வளவு தூரத்திற்கு வந்து விட்டது. அவளின் வாழ்வும் மரணமும் என்கையில் இருப்பதால், அதில் நான் கவனம் செலுத்த வேண்டிய கட்டாயம் இருக்கிறது" எழுந்து அவள் பின்னால் சென்றேன்.

துக்கத்தில் இருந்தவள் என்னச் சந்தோஷமாக வரவேற்றாள். நீண்ட நேரமாக என் கையைப்பற்றிக் கொண்டு அவளைக் காத்தவன் என்று நன்றி பாராட்டினாள். அவளது விருப்பத்திற்கு நான் இசைவு தந்த செய்தியைக் கூறிய தனது வேலைக்காரிக்கு அன்பு முத்தங்களை அளித்தாள். உன் உயிரைக்காக்கவே நான் இசைவு தெரிவித்தேன் என்றேன். உனது நடவடிக்கையால் எனது நண்பர்கள் மத்தியில் சில அவமானங்களைச் சந்திக்க வேண்டி வந்துவிட்டது. உனக்காக

எனது நண்பர்களின் உறவை தியாகம் செய்துவிட்டேன் என்று கூறினேன். நாகரீகமாகவும், நல்ல பண்புடனும் சாலைப் பயணத்தில் நடந்துகொள்ள வேண்டும் என்று எச்சரித்தேன். நாம் இருவரும் சந்திக்க வேண்டிய அவசியம் இல்லை. சந்திக்க வேண்டும் என்ற ஆர்வத்தையும் கட்டுப்படுத்திக் கொள்ள வேண்டும் என்று கூறினேன். ஆனால் பயணத்தில் உன்னை தனியாக விட்டுச் செல்லமாட்டேன் என்று உன் தலையிலும், கண்ணிலும் சத்தியம் செய்து கூறுகிறேன், பயணத்தில் எங்கள் குழுவினருடன் வரலாம் என்று உறுதியளித்தேன்.

வேலைக்காரி வெளியில் சென்றுவிட்டாள். அவள் என் பக்கத்தில் வந்து நீங்கள் என்னை எப்படி ஏமாற்றி இருக்கிறீர்கள் என்று எனக்குத்தெரியும். உங்களைப் பற்றிய ரகசியம் எனக்குத் தெரியும், நீங்கள் எனக்கு உண்மையாக நடந்து கொள்ள வில்லையானால் உங்களைப்பற்றிய ரகசியத்தை வெளிப்படுத்தி விடுவேன். உங்கள் வாழ்க்கை என் கையில் இருக்கிறது. அதைத் தெரிந்துகொள்ளுங்கள் என்றாள்.

சற்று எச்சரிக்கை அடைந்து என்ன ரகசியம், என்ன கூறுகிறாய் நீ என்றுக் கூச்சலிட்டேன்.

குரலைத்தாழ்த்தி ஆனால் தீர்மானமாகக் கூறினாள்நீங்கள் ஒரு தக் என்பதை நிரூபிக்கும் வகையில் ஆயிரம் வழிகளில் என் மனதிற்கு நம்பிக்கையை ஏற்படுத்தி இருக்கிறீர் கள். நீங்கள் முகாம் அமைத்திருக்கும் விதம் அப்படி. உங்கள் ஆட்களில் ஒருவன் தக்கிக்கு உரிய சடங்கு செய்ததை வேலைக்காரப் பெண் பார்த்துவிட்டாள். நீங்கள் இங்கு வந்து போவது, அதில் வெளிப்படும் மகிழ்ச்சி எல்லாவற்றையும் சேர்த்து நீங்கள் தக்தான் என்பதை உறுதி செய்துவிட்டோம். அதனால் நான் சொல்வதை ஒப்புக் கொள்வதற்கு மாறாக வேறு வழியில்லை. இப்போதும்கூட உங்களிடத்தில் உங்களால் கொல்லப்பட்ட வனின் உடைமை இருக்கிறது. நீங்கள் பார்க்கும் பார்வையே நீங்கள் ஒரு தக் என்பதை உறுதிப்படுத்துகிறது.

எங்கள் ரகசியத்தைக் கண்டுபிடித்து விட்ட வேலைக்காரியை உள்ளுக்குள் சபித்தேன். அப்பெண் எங்களாட்கள் ஒருவனுடன் பேசிக் கொண்டிருப்பதைப் பார்த்திருக்கிறேன். அவன் மூல மாகத்தான் எங்கள் ரகசியத்தை அறிந்து கொண்டிருக்க வேண்டும். அவனை அழித்துவிட வேண்டும் என்று முடிவு செய்துவிட்டேன். மிகச்சரியாக மாட்டிக்கொண்டுவிட்டேன். ஆனால் இந்த நிமிடம் தப்பித்தாகவேண்டும்.

பிலிப் மெடோஸ் டெய்லர் | 453

"நீங்கள் எங்களைக் கண்டுபிடித்து விட்டீர்கள். இருந்தாலும் ஒரேயொரு மாற்று நாமிருவரும் சேர்ந்தே பயணிப்பதுதான். நான் என்னையும் எங்கள் குழுவினரையும் பாதுகாத்துக்கொள்ள வேண்டும். கூடவே நாங்கள் உங்களையும் பாதுகாக்க வேண்டும். ஒருவருக்கொருவர் அச்சமூட்டும் பிணைப்புதான் ஆனால் இதை முறித்துக்கொள்ள முடியாது என்றேன்."

"நானும் அப்படித்தான் நினைக்கிறேன். முதலில் நான் உங்களை அவசரப்படுத்தியிருக்கக் கூடாது. நானொரு முட்டாள். என் ஆத்திரத்தை நான் கட்டுப்படுத்தியிருக்க வேண்டும். இப்போது அது ஒரு முடிவிற்குக் கொண்டு வந்துவிட்டது. நாம் ஒவ்வொரு நாளும் பேசிக்கொண்டேதான் இருந்தோம். ஆனால் என்னால் கண்டுபிடிக்க முடியவில்லை. இப்போது உண்மையை தெரிந்துகொண்டு உறுதி செய்துகொண்டதும் மனது இலகுவாகி விட்டது."

"அவள் அந்த இடத்தை விட்டுக் கிளம்பியதும் என் மனது சிந்தனையில் சுழன்றது. அவள் எங்களைக் கண்டுபிடித்து விட்டாள். குழுவின் விதிப்படி இதை என் கூட்டாளிகளிடமிருந்து மறைக்கமுடியாது. இதை எப்படி அவர்களுக்குச் சொல்வது. அல்லா..... அல்லா.... யோசிக்க யோசிக்கத் தலை சூடேறியது. ஆனாலும் நான் செய்துதான் ஆகவேண்டும்."

"நீண்ட நேரமாக இப்படியும் அப்படியும் எனக்குள் கணக் கிட்டுப்பார்த்தேன். இந்த உண்மையை குழுவினரிடம் சொல்வதா, சொன்னால் விளைவுகள் நான் நினைக்கும்படி இருக்காது. முரட்டுத்தனமான ஆட்கள், பெண்கள் என்றும் கருணைகாட்ட மாட்டார்கள். தொழிலின் விதியையும் நான் மீற முடியாது. ஒரேஒரு வழிதான் இருக்கிறது. அது அவளின் விதியை முடிப்பது. அதை நானோ அவளோ தவிர்க்கமுடியாது."

"நான் எதிர்பார்த்தபடியே எங்கள் மத்தியில் மரணத்தீர்ப்பு தான் உறுதியானது. சர்ஃபானுக்கு தகவல் தெரிந்ததில் அத்தனைபேரும் ஆச்சர்யமும், ஆத்திரமும் அடைந்தார்கள். நீண்ட கலந்துரையாடலின் முடிவில் சர்ஃபானுக்கு மரணம் உறுதியானது. நீங்கள் நினைக்கலாம் சாகேப் என்னுடைய இந்த நடவடிக்கை மோசமானது என்று. ஆனால் நான் வேறு என்ன செய்திருக்க முடியும் என்று நினைக்கிறீர்கள்? நாங்கள் அவளை விட்டுவிட முடியாது. விட்டால் அவள் கிராமத்து மக்களிடம் எங்களைப் பற்றி எச்சரிக்கை செய்வாள். அவர்கள் எங்களை ஒன்றும் செய்துவிட முடியாது என்றாலும் நாங்கள்

காட்டு வழியில் தப்பிக்கவேண்டும். இறுதியில் மோப்பம் பிடித்துக் கண்டுபிடித்து விடுவார்கள். எங்களது அடுத்த கட்ட வேலை எங்களைப்பற்றிய இச்செய்தி யார்மூலமாக கசிந்தது என்று கண்டுபிடிப்பதுதான். அந்தப் பெண்ணுடன் பேசியவனைப் பார்த்தேன் என்று சொன்னேன் இல்லையா? அவன் மூலமாகத்தான் தகவல் கசிந்திருக்கிறது. குற்றவுணர்வில் அவன் முகமே காட்டிக் கொடுத்துவிட்டது. அவனொரு சின்னப்பையன். எங்கள் குழுவைப்பற்றி கொஞ்சம்தான் அறிவான். கடந்த பயணத்தில் பீர்கானுடன் இருந்தவன். அவன் செய்த காரியம் குழுவின் விதிகளுக்குப் புறம்பானது தான். ஆனால் அவன் வேலைக்காரப் பெண்ணின் தந்திரத்திற்குப் பலியாகிவிட்டான் என்பது தெளிவு.

அவனது வித்தியாசமான பார்வையை கவனித்தேன். இவன் குழுவிற்குத் துரோகம் இழைத்திருக்கிறான் என்று சொன்னேன். என்னுடைய சொல்லையே பலரும் எதிரொலித்தார்கள்.

"அவன் சாகத்தான் வேண்டும். ஒரே குரலில் ஏகமனதாகக் கூறினார்கள். துரோகம் இழைத்தவனைக் குழுவில் வைத்துக் கொள்ளமுடியாது, அல்லது விட்டுவிடவும் முடியாது. குழுவின் விதியும் இதைத்தான் கூறுகிறது. துரோகி களை யார்தான் விட்டுவைப்பார்கள்?"

நான் அந்தப் பையனிடம் இது கொடுந்துயரம்தான் என்று கூறினேன். "எதற்காக இந்தக் காரியத்தைச் செய்தாய். குழுவில் நீ சேரும்போது எடுத்துக்கொண்ட உறுதியை ஏன் மீறினாய்? தின்ற உப்புக்கு ஏன் நன்றியில்லாமல் நடந்துகொண்டாய்? இதற்கு என்ன தண்டனை என்பது உனக்குத் தெரியாதா? துரோகம் செய்த நூற்றுக்கணக்கானவர்கள் என்ன கதிக்கு ஆளானார்கள் என்பதை நீ கேள்விப்பட்டதில்லையா? யாருக்காவது மன்னிப்பு அளிக்கப்பட்டிருக்கிறதா? உன்னால் எதுவும் பேச முடியாது. உனக்கு அளிக்கப்பட்ட தண்டனை நிறைவேற்றப்படும். ஒரு கேடுகெட்ட வேலைக்காரி உன்னை இந்த வஞ்சனை செய்யத் தூண்டியிருக்கிறாள். எங்கள் எல்லோ ரையும் துன்பத்தில் ஆழ்த்துவதற்காகவே இந்தக் காரியம் செய்தாயா? என்று அவனை கடிந்தேன்."

ஜமேதார், "நான் பாவம் இழைத்துவிட்டேன். எனக்கான நேரம் நெருங்கிவிட்டது. நான் உங்களிடம் கருணை காட்டு மாறு கோரப்போவதில்லை. அது எனக்குக் கிடைக்காது என்பதும் எனக்குத் தெரியும். என் சொந்த மக்களின்

கைகளால் நான் சாகிறேன். என் மரணம் மற்றவர்களுக்கு ஒரு எச்சரிக்கையாக இருக்கட்டும். அந்த வகையில் எனக்கு முழு மனநிறைவுதான். அந்த வேலைக்காரியைப் பார்க்கும்வரையில் நான் குழுவிற்கு நேர்மையாகத்தான் இருந்தேன். நீங்கள் அவளது எஜமானியை மணக்க இருப்பதாகக் கூறினாள். அதனால் நம்மைப் பற்றிப் பெருமைபடக் கூறவேண்டும் என்ற நோக்கத்தில் இதைச் சொல்லிவிட்டேன். அவளை என்ன வளாக்கும் நோக்கத்துடன் பொருத்தமான சூழலைப் பார்த்துக் கொண்டிருந்தேன். நானொரு முட்டாள். நான் செய்த காரியம் எனக்கு எதிராகவே திரும்பும் என்பதை மறந்துவிட்டேன். எனவே என்னை குருதத் கையில் ஒப்படைத்து விடுங்கள். அவர் உறுதியான ஆள். தனது கடமையைக் கச்சிதமாக நிறை வேற்றுவார்" என்று வேண்டினான்.

குருதத் எங்கள் குழு லாஹீக்களின் தலைவன். ஒரு அடி எடுத்து வைத்து முன் வந்தான். தண்டனை பெறுகிறவனிடம் சொன்னான்: "உன்னைக் கொல்வதற்கு என்னை மன்னிக்க வேண்டும். எனக்கு உன்மீது எதுவும் பகைமை இல்லை. நான் கடமையில் இருந்து தவறமுடியாது."

"நான் உங்களை மன்னித்துவிட்டேன். உறுதியாகப் பற்றுங்கள். நான் எதிர்ப்புக் காட்டமாட்டேன். என் மரண வலியை குறுகிய தாக்குங்கள்" என்று வேண்டினான்.

குருதத் என்னிடமிருந்து சமிக்ஞை எதிர்பார்த்தான். நான் அளித்தேன். குற்றமிழைத்தவனுக்கு உடனடியாக மரணம் நிறை வேற்றப்பட்டது. குருதத்தின் கைகள் நடுக்கமில்லாமல் நீண்டது. அவனது உடலைப் பார்ப்பதில் எங்களில் யாருக்கும் அக்கறை இல்லை. இதுவரை எங்கள் குழுவில் யாரும் துரோகிகள் உருவாகவில்லை. இன்னொருவன் உருவாகாமல் தடுத்துவிட்டோம். அது குறித்து இங்கே மறுபடியும் உங்களுக்கு நான் சொல்ல இருக்கிறேன்.

குழுவில் உள்ள பலவகையான உறுப்பினர்களையும் பல முனைகளுக்கும் தனித்தனியாக பிரிக்க வேண்டியிருந்தது. அப்படி பிரிக்கும் வேலைகளை நானே செய்தேன். இன்று நான் செய்த வேலைகள் எதற்கும் நெஞ்சில் இரக்கத்திற்கு இடம்தராமல் ஒரு தக்கிற்குரிய கடமையை முழுமையாக நிறை வேற்றியதாக நினைத்தேன்.

"சாகேப் நாங்கள் தக் என்பதை சர்ஃபான் கண்டு பிடித்துவிட்டது இதுவரை நேராத ஒன்றுதான். இந்த ரகசியம் எங்களிடமிருந்து கசியாமல் வேறு எப்படியும் தெரிந்துகொள்ள வாய்ப்பே இல்லை. பெண்களின் இயல் பிற்கு மாறாக, வழக்கத்திற்கு முரணாக இரத்ததில் கை நனைக்கும், கொலையை ஒரு தொழிலாகக்கொண்ட என் னுடன் உறவுகொள்ள அவள் துணிந்தாள். இது எப்படி என்று இதுவரை என்னால் புரிந்துகொள்ளமுடியவில்லை. என்னால் சொல்ல முடிந்ததெல்லாம் விதி அவளை என் பக்கம் இழுத்து வந்திருக்கிறது. நல்ல மனிதப்பண்புள்ள பெண்ணாக இருந்திருந்தால் என்னுடனான உறவை அவளால் தவிர்த்திருக்க முடியும். என்மீது அவள் கொண்டிருந்த காதல் பொல்லாதது, வெட்கம்கெட்டது. இப்படிப்பட்ட வெறித் தனமான காதலுணர்வு கொண்டவள் உயிருடன் இருக்க வேண்டியதே இல்லை. இறக்கத்தான் வேண்டும். அவளது வெறித்தனமான காதலே அவளை மரணத்தின் பக்கம் துரத்தி இருக்கிறது. அதனால்தான் அவளால் விதியை தவிர்க்க முடியவில்லை. ஒருவர் சாவதற்குரிய நேரம் வந்துவிட்டால் நீங்களாக இருந்தாலும், நானாக இருந்தாலும் அதைத் தவிர்க்க முடியாது."

அடுத்தநாள் காலையில் எங்கள்குழு அவள் குழுவினரையும் அழைத்துக் கொண்டு பயணத்தைத் துவக்கியது. அவளது மரணம் என் கையால் இருக்க முடியாது என்பதில் தீர்மான மாக இருந்தேன். அவளைத் தழுவிய கைகள் எப்படி கொல் வதற்கும் உயர முடியும். அவள் அளித்த முத்தத்தின் வெப்பம் இன்னும் என் உதடுகளில் மிச்சமிருக்கும்போது நான் எப்படி அவளது கழுத்தை நெறிக்கமுடியும். அந்த வேலையை மோதிராம், பீர்கானுக்கு ஒப்படைத்துவிட்டேன். அவளது உதவியாளர்களில் ஒருவரைக் கொல்லும் பொறுப்பை நான் ஏற்றுக்கொண்டேன். அவளது குழு மிகப்பெரியது. அவள் அவளது உதவியாளர்கள் இருவர், காவல் சிப்பாய்கள் நால்வர், பல்லக்கு தூக்கிகள் எட்டுப்பேர் மொத்தம் பதினைந்துபேர். எங்கள் குழுவும் ஒன்றும் குறைந்தது அல்ல. நாங்கள் மொத்தம் முப்பத்தைந்து பேர் இருந்தோம். எங்கள் வேலையை முடிக்க பொருத்தமான இடத்தைத் தேடியபடியே போய்க் கொண்டிருந்தோம். காட்டுக்குள் பொருத்தமான சில இடங்கள் எனக்குத்தெரியும். அந்தப் பகுதியில் பல மைல்கள் தொலைவிற்கு மனித நடமாட்டமே இராது. அது

எங்களுக்கு வசதியான இடமென்று மனதிற்குள் தேர்ந்தெடுத்து வைத்திருந்தேன். அந்த இடத்தில் எங்கள் வேலையை பிரச்னை யின்றி முடித்துக் கொள்ளலாம்.

சாலை பிரியும் இடத்தை அடைந்தோம். பல்லக்குத் தூக்கிகளின் கடுமையான மறுப்பிற்குப்பின், இந்தப் பாதை சற்று தூரம் குறைவானதென்றும் நீரோடை ஒன்று உள்ள தாகவும், மற்ற சாலையில் நீரோடையோ, ஆறோ எதுவும் குறுக்கிடுவதில்லை என்றும் கூறினேன்.

பாதையில் சிற்றாறு ஒன்றுவந்தது. நான் குதிரையில் இருந்து இறங்கினேன். எங்கள் குழுவினர் "பலி"களை சூழ்ந்து கொண்டனர். ஆர்வத்துடன் என் சமிக்ஞையை எதிர் பார்த்துக் கொண்டிருந்தனர். நான் சர்ஃபானின் சாவைப் பார்க்காது தூரத்தில் இருக்க வேண்டும் என்று நினைத்தேன். நான் அவளது பல்லக்கை நெருங்கினேன். இறங்கி சற்று புத்துணர்வு பெற்றுக்கொள்ளலாம், என்னுடன் சிற்றுண்டி கொண்டு வந்திருக்கிறேன் என்று அழைத்தேன். அவள் எங்கள் ஆட்களின் வெறித்த பார்வையில் படுவதைத் தவிர்க்க வேண்டும் என்பதற்காக முதலில் மறுத்தாள். எங்கள் ஆட்கள் கண்ணில் படாதவாறு மரத்தில் துணியை போட்டிருக்கிறேன் தைரியமாக இறங்கலாம் என்று வற்புறுத்தினேன். சில அடிகள் தூரத்தில் மறைப்பு இருப்பதை அவள் பார்த்த பின் உங்கள் வேலைக்காரர்கள் முன்னதாகவே அங்கு போய்விட்டார்கள், ஆகையால் எங்களுடன் சேர்ந்து முதன் முதலாக சாப்பிடலாம் என்று கூறினேன்.

மிகுந்த எச்சரிக்கையுடன் திரையை விலக்கினாள், என் னுடன் யார் இருக்கிறார்கள் என்பது அவளது பார்வைக்குப் படவில்லை. உட்கார்ந்த நிலையில் இருந்து எழுந்ததும் மோதிராம் கர்சீபை அவளது கழுத்தில் போட்டான். பீர்கான் அவளது கைகளைப் பிடித்துக்கொண்டான். உடனே இறந்து விட்டாள். அவளுடைய மூச்சு நின்றவுடன் அவளது உடலைப் பல்லக்கிலேயே வைத்து கதவைச் சாத்தினான்.

இப்போதைக்கு இவ்வாறாக வேலை முடிந்தது. இனி மற்றவர்களின் வேலையை முடிக்க வேண்டியதுதான். நீரில் கைகால்களைக் கழுவிக்கொண்டும் நீரருந்திக் கொண்டும் இருந்த சிப்பாய்கள் முதலில் வளைக்கப்பட்டனர். 'பிஸ்மில்லா, கொண்டு வா.. ஜிர்னீ' என்று குரல் கொடுத்தேன்.

எனக்கான வேலையிடத்தில் இருந்து குரல் கொடுத்து விட்டு எனது வேலையை உடனடியாக முடித்துவிட்டேன். அனைவரும் சீக்கிரமாகக் கொல்லப்பட்டனர். இதில் இருவர் அவ்வளவு தேர்ந்த கைகளாக இல்லாததால் சற்றுத் தாமத மாகியது. ஒழுக்கக்கேடான பெண்ணின் மற்றும் அவளது குழுவின் விதி இந்த விதமாக முடிந்தது. சர்ஃபானின் உடலைப் பார்த்தால் தாங்க முடியாது என்பதால் பார்வையை மறுபக்கம் திருப்பிக்கொண்டேன். அவளது அழகான அங்கங்கள் எனது பார்வையை ஈர்த்துக்கொண்டிருந்தது. லாஹீக்கள் அவளின் உடலை எடுத்துச் செல்வதைப் பார்த்தேன். ஆனால் பார்வை பின் தொடரவில்லை. அவளது பல்லக்கு பொடிப்பொடியாக சிதைக்கப்பட்டு அவளுடன் சேர்த்துப் புதைக்கப்பட்டது.

“அமீர் அலி ... இது பரிதாபம், உன் மீதே காதல் கொண்ட மிக இளமையான ஒருத்தியைக் கொல்லும் அளவிற்கு ஈவு இரக்கமற்ற கல்நெஞ்சம் படைத்தவனா நீ?”

“நானும் அப்படித்தான் உணர்ந்திருக்க வேண்டும் சாகேப், ஆனால் அதற்கு முந்தைய நாள் இறந்த அந்தத் துரோகியை கொன்ற என் மனது மிகவும் புதுத்தன்மை பெற்று இந்த விதமாகச் செய்ய என்னைத் தூண்டிவிட்டது. அத்துடன் சாகேப், இது அவளது விதி என்பதை நீங்கள் மறுக்கிறீர்களா? நான் தொழில்மீது சத்தியம் செய்து படையல் தின்றவன் இல்லையா?” என்றான் அமீர் அலி.

31

பெரர் பள்ளத்தாக்கில் மரணக் காய்ச்சல்

எல்லாம் முடிந்த பின்னர் ஒரு கிராமத்தை அடைகிறவரை பயணித்துக் கொண்டிருந்தோம். அது நாங்கள் சாகசம் புரிந்த இடத்தில் இருந்து சில காத தூரம் இருந்தது. வெற்றிகரமான சாகசம் முடிந்தபின் வழக்கமாக மேற்கொள்ளப்படும்வெல்லம் படையல் வைக்கும் சடங்குகளைச் செய்தோம். குறிப்பிடத்தக்க கொள்ளைப் பொருட்கள் படையலில் வைக்கப்பட்டு எல்லோருக்கும் பகிர்ந்தளிக்கப்பட்டது. அது முடிந்தபின் அடுத்தகட்ட வேலைக்கான கலந்துரையாடலில் இறங்கினோம். சிலர் சொன்னார்கள் வந்தபாதையில் திரும்பி நாக்பூருக்குச் செல்லலாம் என்று. எனக்கும் அதுவே சரியென்றுபட்டது. ஆனால் பீர்கான் நல்ல ஆலோசனைகூறினான். இதே பாதையில் முன்நோக்கியோ பின்நோக்கியோ பயணித்தால் முக்கிய சாலை வந்துவிடும். இதே சாலையில் மீண்டும் மீண்டும் பயணிப்பதால் சிலருக்குச் சந்தேகம் ஏற்பட்டு நாம் தாக்கப்படும் அபாயம் உண்டு. கையில் கொள்ளையடித்தப் பொருளை வைத்துக்கொண்டு ஏற்கனவே பயணம் செய்த பாதைவழியே மீண்டும் நடமாடிக் கொண்டிருக்கக்கூடாது. நாம் பயணிக்கச் சிறந்த வழி எல்லிக்பூர் ஊடாகப் பயணிப்பதுவே. அந்த வழியாகப் போனால் நகரங்களைத் தவிர்த்து விடலாம், மலைகளை ஒட்டியே சாலை அமைந்திருக்கும், அந்த இடம் சுலாபத்கானின் கட்டுப்பாட்டில் இருக்கும் பிரதேசமாகவும் இராது. சில மாதங்களுக்கு முன் சுலாபத்கானை சந்திக்கச்சென்ற அவரது நண்பர் சப்ஜிகானை நாம் கொன்றிருக்கிறோம். அதற்காக நம்மை சுலாபத்கானின் ஆட்கள் தேடிக்கொண்டிருக்கும்

நிலையில், நாம் அவருடைய பிரதேசத்திற்குள் பிரவேசித்தால், அவர்களிடம் நாம் பிடிபடும் சாத்தியங்கள் உண்டு. பிடிபட்டால் தண்டனை நிச்சயம். சுலாபத்கானின் பிரதேசத்தில் தக்கிகளுக்கு எதிராகக் கடுமையான சட்டங்கள் இருக்கின்றன என்றான் பீர்கான். அவன் கூறிய கருத்தின் மீது விரிவான விவாதங்கள் நடத்தி இறுதியில் அவனது திட்டத்தை எல்லோரும் ஏற்றுக்கொண்டோம். அடுத்தநாள் பெரிய சாலையை விட்டிறங்கி காட்டுப்பாதையைப் பிடித்து ஒரு நெடியகஷ்டமான பயணத்திற்குப்பின் முக்கிய சாலை ஒன்றைப் பிடித்துவிட்டதில் எல்லோருக்கும் பெரும் மகிழ்ச்சி. நாங்கள் சென்றடைந்த இடத்தில் மூஹ்டக்கேரி என்ற கோயில்கள் பாழடைந்த நிலையில் தென்பட்டன. எங்கள் எதிரில் மாபெரும் பெரர் பள்ளத்தாக்கு நீண்டு கிடப்பதைப் பார்த்தோம். எப்போதும் மாறாத பசுமை போர்த்திக் கிடந்தது இந்த இடம். வளமையான பருத்தி, கம்பு பயிர்கள் செழித்திருந்தன.

கடந்த சில நாட்களாக எனது உடல் நடுக்கத்திலும் வலியிலும் துவண்டு கிடக்கிறது. ஓய்வொழிச்சல் அற்று இருந்ததால் எனது உடல் கடுமையாக பலவீனப்பட்டு இருந்தது. அதைக் களைவதற்கு முயற்சிகள் மேற்கொண்டு ஆழ்ந்த தூக்கம் கொண்டபோதெல்லாம் பயங்கரமான கனவுகள் என்னை ஆட்டிப்படைத்தன. முதலில் அழகிய வதனம் அக்கனவுகளை ஆக்கிரமித்திருந்தது, இப்போது சர்ஃபானின் இறந்தசடலம் மீண்டும் மீண்டும் என் கனவில் வருகிறது. ஒரு நேரம் அவளது உள்ளத்தில் பொங்கும் காதலை என்மீது பொழிகிறாள், இன்னொரு சமயம் அவளது இறந்த தோற்றம் எனக்கு பயங் காட்டுகிறது. இதையென் கூட்டாளிகளிடம் சொன்னேன். சிலர் கனவுகளை விரட்டும் மாற்றுச்சடங்குகள் செய்தனர். தீயஆவிகள் என்னைப் பீடித்துள்ளன என்று கூறினான் மோதிராம். ஆனால் அதைப் போக்குவதற்கு மாற்று ஒன்றும் தெரியவில்லை. காலையில் பாதையின் உச்சியை அடைந்தோம். உடல் தளர்ந்து குதிரையிலேயே சரிந்து படுத்து விட்டேன்.

எல்லிக்பூர் அடைய எந்தப்பாதையில் போவது. எந்தப் பாதையில் போனாலும் புலியின் வாயில் சிக்கிக் கொள்வோம் போல் இருந்தது.

சென்றமுறை இந்தப் பாதையைக் கடந்தபோது இருப்பதாக எமது ஆட்கள் சந்தோஷப்படும்படியான ஒரு உளவுச் செய்தியை சொன்னார்கள். என்னால் உட்காரவோ படுக்கவோகூட

முடியவில்லை. காய்ச்சல் ஏறிக்கொண்டிருந்தது. வேறோர் வசதியான குதிரையில் என்னை ஏற்றச்சொன்னேன். அப்போது சிலர் பேசிக்கொண்டிருந்ததை வைத்துப் பார்த்தால் நாங்கள் சப்ஜீகானுடன் எல்லிக்பூர் வழியாக பயணிக்கும்போது ஒரு நாள் காலையில் அந்த கிராமத்தைக் கடந்து வந்த ஞாபகம் என் நினைவிற்கு வந்தது. ஆனால் அந்தக் கிராமத்தின் பெயர் நினைவில்லை. என்னைத் தூக்கிக்கொண்டு போகுமாறு கேட்டுக்கொண்டேன். முதலில் அங்கிருந்த குதிரையின்மீது என்னை வசதியாக உட்கார வைத்துக்கொண்டு வந்தார்கள். எனக்கு வசதியான காற்றோட்டமான சூழல்வேண்டும் என்பதற்காக பனியாவின் காலியான கடையில் படுக்க வைத்தார்கள். மொத்த உடலும் கடுமையான ஜுரத்தில் நடுங்கிக்கொண்டிருந்தது. மனதில் தீவிரமான எரிச்சல் உணர்வு ஏற்பட்டது. பலநாட்கள் உயிர் மேலும் கீழும் ஏறி இறங்க காய்ச்சல் உச்சகதியில் இருந்தது.

அந்த கொடுமையான நாட்களுக்குபின் நான் உணர்வு பெற்று முதன்முதலாக என் உதவியாளனிடம் கேட்டவார்த்தை நன்றி! இறைவா! என்ற வார்த்தையே.

"நன்றி இறைவா! அவர் கண்திறந்துவிட்டார்" என்றுகூச்ச லிட்டப்படி அவன் ஓடிச்சென்று பீர்கானை அழைத்து வந்தான்.

மயங்கிய நிலையிலேயே நான் கேட்டேன், நான் எங்கே இருக்கிறேன் என்று என்னைச்சுற்றி இருந்த எல்லோரும் ஆகா, இறுதியில் பேசிவிட்டார் என்று குரலெழுப்பினார்கள். நான் மீண்டும் அதே கேள்வியைக்கேட்டேன். நான் எங்கே இருக் கிறேன். அதற்கு பீர்கான்

"ஏன் ஞாபகம் இல்லையா? இங்கே, அழகான கிராமமான சர்ரஸ்காமில் இருக்கிறோம். எல்லிக்பூருக்கு மூன்று காததூரத்தில் இருக்கிறோம். நீ பேசி விட்டாய். இனி எல்லாம் சரியாகி விடும். நாங்கள் எல்லோரும் உன்னைப் பற்றிய சோகத்தில் மிகவும் கவலையுடன் இருந்தோம். இந்த கிமைத்தின் மரியாதைக்குரிய முஸல்மான் ஹக்கீம் நேற்று ஆள் பிழைப்பது கடினம் என்று கூறி குழிவெட்டுவதற்கான ஏற்பாடுகளை செய்யச் சொல்லி விட்டார். அவர் சொன்னது பொய்யாகிவிட்டது. இன்ஷா அல்லா, நீ சீக்கிரமாகவே உன்னைப் பின்பற்றும் எங்களுக்குத் தலைமையேற்று நடத்திச்செல்வாய். நாங்கள் மீண்டும்உன்னைப் பின்தொடர்வோம்" என பதில் சொன்னான்.

“கான் எனக்கு பயம் ஒன்றும் இல்லை. மிகவும் பலவீனமாக இருக்கிறேன். என்னால் ஒரு உதவியும் இல்லை. இங்கே நீங்கள் தாமதித்துக் கொண்டிருப்பதில் ஒரு அர்த்தமும் இல்லை. என் விதிப்படி விட்டுவிடுங்கள். அல்லா விரும்பினால் நான் காய்ச்சலில் மீண்டு ஊருக்கு வருகிறேன். நாம் மீண்டும் சந்தித்துக் கொள்ளலாம். நீங்கள் காத்துக் கொண்டிருப்பதில் ஒரு பலனும் இல்லை. எனக்கு குதிரையின் முதுகில் உட்காரக் கூட பயமாக இருக்கிறது. நான் சகஜ நிலையை அடைய பல நாட்கள் ஆகலாம் என்றேன்.”

“உங்கள் நலன்தான் எங்களுக்கு முக்கியம் மீர்சாகேப், எல்லோரும் என்னைச்சுற்றி உட்கார்ந்துகொண்டு ஒரே குரலில் சொன்னார்கள். நீங்கள் செத்தால் தூக்கிப்போட யார் இருக்கிறார்கள்? அல்லது உடல் நலம் தேறினால் யார் உங்களுக்குக் கூடாரம் அமைத்துத் தருவார்கள்? என்னப் பேச்சு பேசி விட்டீர்கள்? நாங்கள் உங்கள் சகோதரர்கள் இல்லையா? அனைத்திற்கும் மேலாக நீங்கள் எங்கள் தலைவர் இல்லையா? உங்களை எப்படி எங்களால் தனியாக விட்டுவிட்டுப்போக முடியும்?” என்றார்கள்.

அவர்களது ஆழமான அன்பின் தாக்கத்தில் சொன்னேன். இப்படி அந்நிய தேசத்தில் வந்து சுற்றுகிற இடத்தில் இது நிகழ்ந்து விட்டது. சிலநாட்கள் பார்ப்போம். உங்கள் காத்திருப்பு முடிவிற்கு வந்து விடும். அல்லாவின் விருப்பப்படி என்னை இங்கேயே புதைப்பதா அல்லது மீண்டும் நான் குழுவிற்குத் தலைமை தாங்குவதா என்பது தெரிந்துவிடும் என்றேன்.”

“நீங்கள் அதிகம் பேசக்கூடாது மீர் சாகேப், ஹக்கீம் சொல்லியிருக்கிறார். அவர் உங்களுக்காக மருந்து அரைத்துத் தருவதாகவும் சொல்லியிருக்கிறார். அதைச் சாப்பிட்டால் சீக்கிரம் குணமாகி விடுவீர்கள். நீங்கள் எழுந்து அமர்ந்து பேசுவதை அவருக்குச் சொன்னால் மிகவும் சந்தோஷப்படுவார்” என்றான் பீர்கான்.

வைத்தியர் சொன்னபடி மருந்து தயாரித்து அளிக்கப்பட்டது. அதிகபடியான வாந்தியுணர்வு இருந்தது. அத்துடன் மருந்தை விழுங்கி வைத்தேன். அவருடைய சொற்படி என் மீது நிறைய துணியைப்போட்டு போர்த்தினார்கள். மட்டுமீறிய வியர்வைப் பொங்கிபொங்கி வழிந்தது. அந்தந்த நேரத்திற்கு செய்யவேண்டிய சிகிச்சைகளை ஹக்கீம் என்னுடனே இருந்து முழுமையான அக்கறையுடன் செய்தார். வியர்வையில் நனைந்த துணிகள் ஒவ்வொன்றாக அகற்றினார். சற்று நேரத்தில் ஆழ்ந்த

தூக்கத்தில் கிடந்தேன். மறுநாள் காலையில் என் இமைகளில் சூரிய ஒளிபட்டு எழுப்பும்வரை நான் எழாமல் தூங்கிக் கொண்டிருந்தேன்.

நான் எழுந்தபோது மிகவும் புத்துணர்ச்சி பெற்றதுபோல உணர்ந்தேன். ஆனால் தலை காற்றில் மிதப்பதுபோல இருந்தது. கைகால்களை இலகுவாக அசைக்கமுடிந்தது. என் உடல் காயச்சலைத் தூக்கி தூர எறிந்துவிட்டதுபோல இருந்தது. எனக்கு ஹக்கீம் மீது நன்றியுணர்வு ஏற்பட்டது. வழக்கமான சாப்பாடு உண்பதற்கு நான் அனுமதிக்கப்படவில்லை. கிச்சடி வகைகளை மட்டுமே உண்டேன். உண்மையில் வித்தியாசமாக இருந்தது வாழ்க்கை.

மேலும் இரண்டு நாட்களுக்குச் சிகிச்சை தொடர்ந்தது. மீண்டும் சாலை வழியே வீடுநோக்கி செல்ல என் மனம் இதய பூர்வமாக விரும்பியது. தற்சமயம் குதிரை முதுகில் பயணிப்பது முடியாத ஒன்று. உதவியாளர்களின் ஆதரவுடன் கொஞ்ச தூரம் நடந்தேன். பீர்கான் முன்வந்து உதவிகள் செய்தான். நான் அவனை எல்லிக்பூர் சென்று பல்லக்கு அல்லது டோலி வாடகைக்கு அமர்த்தி வரச்சொன்னேன். தேவைப்படும் அளவிற்கு சிறிதுதொலைவு அதில் பயணிக்கலாம் என்று நினைத்தேன்.

அவன் அவற்றுடன் வந்தான். அடுத்தநாள் நல்ல தாராள மான வெகுமதியை ஹக்கீமுக்கு வழங்கிவிட்டு பயணத்தைத் துவக்கினோம். நான் மீண்டும் எனது நம்பிக்கைக் குரிய கூட்டாளிகளுடன் பயணிக்கிறேன்.

நாங்கள் பூர்கான்பூருக்குச் செல்லும் நல்ல சாலையைப் பிடித்தோம். அது பெரர் பள்ளத்தாக்கை ஒட்டி மலை களுக்கு அருகிலேயே சென்றது. நாங்கள் பழைய நகரமான ஜுல்காம் சென்றதும் நல்ல ஆரோக்கியத்துடன் இருப்பதாக உணர்ந்தேன். பல்லக்குப் பயணத்தை நிறுத்திவிட்டு, நல்லதொரு குதிரையில் ஏறினேன்.

கடுமையான காய்ச்சலில் விழுந்த நீண்ட இடைவெளிக்குப் பின் குதிரையில் பயணிப்பது மிகவும் மகிழ்ச்சிகரமான பயணம், சாகேப். அதுவும் என் தேர்ந்த குதிரை என் கட்டுப்பாட்டிற்குள் இருப்பது மிகுந்த மனநிறைவை அளித்தது. நான் காய்ச்சலில் இருந்து மீண்டதால் தனது எஜமானன் குறித்த சந்தோஷம் குதிரைக்கும் இருந்தது அதன் துள்ளலான நடையில் தெரிந்தது. அந்த காலைப்பொழுதில் முன்னெப்போதும் அடையாத

சந்தோஷத்தில் நான் பயணித்துக் கொண்டிருந்தேன். நான் அவனை விரும்புவதைப் போலவே குதிரையும் என்னை அதிகம் விரும்புவான். எங்கள் பயணம் மிகுந்த மன நிறைவுடன் நடந்து கொண்டிருந்தது. பள்ளத்தாக்கில் இருந்தும், மலைமுகடுகளில் இருந்தும் புத்தம் புதிய குளிர்காற்று என் கன்னத்தை மெலிதாக வருடிச் சென்றது. சமவெளிப் பிரதேசத்தில் அவன் விருப்பத்திற்கு இடமும், வலமும் துள்ளிக்குதிக்க சுதந்திர மாக விட்டேன். எனது குழுவினர் எனக்கு முன்னால் நடந்து போய்க் கொண்டிருக்கிறார்கள். அவர்களுக்கும் நீண்ட நாட்க ளுக்குப்பின் என் தலைமையில் பயணிப்பது மகிழ்ச்சி கரமான விஷயமாக இருக்கும்.

நாங்கள் பூர்கான்பூரைச் சென்றடையும்வரை சாகசங்களுக் கான வாய்ப்பு ஏற்படவில்லை. நான் மரணக் காய்ச்சலில் கிடந்த கிராமத்தைவிட்டுக் கிளம்பி பத்துநாட்கள் ஆயிற்று. பூர்கான்பூரில் நகரின் பழைய பகுதியில் தொகுப்பு வீட்டில் ஒரு வீடுபிடித்தோம். அடுத்த கொள்ளைக்கான சாத்தியங்கள் உருவாகிறவரை அங்கே தங்குவது என்று நான் தீர்மானித் திருந்தேன். தினமும் வெவ்வேறு கடைவீதிகள் வழியாக எனது ஆட்களை அனுப்பிப் பார்க்கிறேன்; எந்த நல்லசெய்தியும் கிடைக்கவில்லை. ஏழு நாட்களாக பொழுது வெறுமனே கழி கிறது. என் மனதில் சர்ஃபான் மரணம் குறித்த சிந்தனைகள் தீவிரமாக ஓடிக்கொண்டிருக்கிறது. அது நான் மேற்கொண்ட உறுதிக்கு எதிரான, ஒன்றுக்கும் உதவாத விஷயம்தான் என்றாலும் அவளைப்பற்றிய நினைவுகளைத் தவிர்க்க முடிய வில்லை. அவளது பாதுகாப்பிற்காக எங்களின் தயவை நாடி என்னை அணுகினாள், ஆனால் நான் நம்பிக்கைத் துரோகம் இழைத்துவிட்டது போலவும் எனது எதிர்காலம் சூன்யமாகவும் தோன்றுகிறது. அதனால் பவானி தேவிக்கு பெரும் வேண்டுதல் நிறைவேற்றினால் நல்லது நடக்கும் என்று தோன்றியது. அதற் கான சகுனங்கள் பார்க்கவேண்டி உள்ளது.

எல்லாம் நன்றாகத்தான் இருந்தது. இப்போது இந்த சகுனங் களைப் பார்த்துத் தருகிற மோதிராம் எல்லா கிரகங்களும் சரியான கோணத்தில் பொருந்தி வருவதாகச் சொன்னான். கூடிய விரைவில் நல்ல பலிகடா அமையும் என்றும் நீண்ட நாள் பாலிக்கப்படாத அருள் விரைவில் கிடைக்கும் என்றும் சொன்னான்.

அடுத்த நாளும் கடந்தது. உளவாளிகள் நல்லசெய்தி எதையும் கொண்டு வரவில்லை.

அதற்கடுத்த நாள் மதியநேரம் மோதி என்னிடம் வந்தான்.

"நீ முன்னரே அறிந்த செய்தி தான், இந்தப்பகுதி செல்வ வளத்திற்குப்பேர் போனது என்பது. தரகர்களையும், செல்வம் எடுத்துச் செல்பவர்களையும் இங்கே அதிகமாகக் காண முடியும். பம்பாயில் இருந்து பணம் எடுத்து வந்து இங்கே மால்வாவில் ஓப்பியம் வாங்கிக்கொண்டு போகிறார்கள்" என்ற செய்தியை மோதி சொன்னான்.

"எனக்கும் தெரியும் அதுக்கு என்ன இப்போ? இது பற்றி என் அப்பா நிறைய சொல்லி இருக்கிறார். அவரும்கூட இங்கிருந்து திரும்பும்போது ஓப்பியம் எடுத்து வரச்சொல்லி இருக்கிறார் என்றேன்."

"அதிருக்கட்டும் நானொரு எட்டுபேரைப் பார்த்து வைத்திருக்கிறேன் நான் ஏதோ சில தவறுகள் செய்வது போலத் தோன்றுகிறது. நீயும், பீர்கானும் என்னோடு வாருங்கள், என்னைவிட உங்களிருவருக்கும் கூர்மையான பார்வை. இதற்கு முன்பு நான் அங்கே சிலரைக் கொன்று போட்டிருக்கிறேன். இன்னும் சிலர் இருப்பதாக நினைக்கிறேன். அவர்கள் எட்டு பேராக இருக்கலாம்" என்றான்.

"நல்லது நான் வருகிறேன்" என்று சொல்லிவிட்டு என்னுடன் பீர்கானையும் மோதிராமையும் அழைத்துக்கொண்டு அவன் சொன்ன ஆட்களைச் சோதித்துப் பார்க்கலாம் என்று கிளம்பினோம்.

அங்கே காலியாய் இருந்த கடையிலிருந்த சிலருக்கும் ஆட்கள் எங்களைப் பார்த்து எதுவும் ஊகித்து விடக்கூடாது என்பதற்காக மிகவேகமாகக் கடந்து சென்றோம். முகத்தை கைக்குட்டையால் மறைத்திருந்தாலும் அவர்கள் மீது சாதாரண மாக ஒரு பார்வையை வீசினேன். அந்த மேலோட்டமான பார்வையியிலேயே சிலவற்றை உறுதி செய்துகொண்டேன். அவர்களிடம் ஒரு ஒட்டகம் இருக்கிறது. அவர்கள் பதற்றமாக இருப்பதில் இருந்தே தெரிகிறது, கணிசமாக ஏதோ கொண்டு வந்திருக்கிறார்கள் என்பது. நாங்கள் தேடும் நபர்கள்தான் அவர்கள். கசகசா விதை வாங்குவதற்கான பருவம் இது. இப்பருவத்தில் மால்வாவில் உள்ள விவசாயிகளுக்கு முன் பணம் கொடுத்து விட்டுப்போவார்கள். பயிர்களுக்கான விதை அடுத்த மாதத்திற்குள்ளாகத் தூவப்பட்டுவிடும்.

அவர்களைப் பொறுத்தவரையில் திருப்திதான். அதை உறுதிப்படுத்த முடியவில்லை. எதையும் தீர்மானிப்பதற்கு

முன்னதாக எனக்குள் பல திட்டங்கள் ஓடிக்கொண்டிருந்தன. நீண்ட சிந்தனைகளுக்குப்பின் நான் எனது நண்பர்களுடன் ஆற்றை நோக்கிச் செல்லும் பாதையில் அமர்ந்தேன். எங்களுக்குக் கீழே ஓடிக் கொண்டிருக்கும் அந்த அற்புதமான ஆற்றில் இருந்து புத்தம் புதிய காற்று எங்கள் சுவாசத்திற்காக வீசிக்கொண்டிருந்தது.

இந்தப் பயல்களை எப்படி வளைத்துப் போடுவதென்று நான் யோசித்துக்கொண்டிருக்கிறேன். "நீ கவனித்தாயா அவர்கள் பேசுவது வித்தியாசமாக இருக்கிறது என்றேன்."

"அவர்கள் பாவனையும்கூட மாறுபட்டதாகத்தான் இருக்கிறது" என்றான் மோதிராம்.

"ஆமாம். நல்லது. அவர்களை வளைக்க என்ன திட்டம் போடுவது. நீயும், நானும், பீர்கானும் பயணிகளைப்போல நடிப்போம். இப்போது நமது இடத்திற்குப்போய் குதிரைகளில் கனமாக ஏதாவது ஏற்றிக் கொள்வோம். நமது உடைகளையும், குதிரைகளையும் சேறும் சகதியுமாக செய்துகொள்வோம். நகரத்தைச் சுற்றிக்கொண்டு போய் பழைய அரண்மனைக்குப் பக்கத்தில் உள்ள நுழைவாயில் வழியாக உள்ளே நுழைவோம். மிகவும் களைப்பாக இருப்பது போல் நடித்தபடி அவர்களுக்குப் பக்கத்தில் சற்று நேரம் இருப்போம். அதன் மூலமாக அவர்களிடம் நம்பிக்கை ஏற்படுத்திக் கொண்டு, மெதுவாகப் பழகத் துவங்குவோம். பிறகு மோதி உன்னைக் குழுவுடன் விட்டுச்செல்கிறேன். நான் கிளம்பும்போது எந்த சாலையில் போகவிருக்கிறோம் என்பதைச் சொல்லி அனுப்புகிறேன். நீ சூழ்நிலையைப் பொறுத்து நடந்து கொள்ளவேண்டும். இரண்டு அல்லது மூன்று பேர்களை அழைத்துக்கொண்டு எங்களைக் கடந்து சென்றுவிடு, நமக்குப் பின்னால் ஓரிருவர் வரட்டும். இந்தக் கொள்ளையில் நமது ஆட்கள் அங்கங்கே சிதறலாக இருக்கவேண்டும். இன்ஷா அல்லா, இரண்டு மூன்றுபிரிவாக நம்மவர்கள் அதிக பலத்துடன் இயங்க வேண்டும். ஒருவருக்கொருவர் அவ்வப்போது தொடர்பு வைத்துக்கொள்ள வேண்டும். அவசியமானபோது நாம் எளிதில் இணைந்து காரியமாற்ற வேண்டும். இதிலே எனக்குப் பின்னால் வருகிறவர்கள் மிகவும் பின் தங்கிவிடக்கூடாது. நீங்கள் அனைவரும் நமது இருப்பிடத்திற்கு வேலையை முடித்த அளவு சீக்கிரத்தில் வருவது முக்கியம். என்ன நண்பர்களே இந்தத் திட்டப்படி இயங்கலாமா? அல்லது வேறு ஏதாவது

யோசனை வைத்திருக்கிறீர்களா? இருந்தால் சொல்லுங்கள்" என்று அந்த அரிய யோசனையை முன்வைத்தேன்.

"அற்புதமான திட்டம். இதைச் சொல்கிறவர்களுக்கு மிகுந்த ஞானம் வேண்டும். சரி இப்போது நேரத்தை வீணாக்க முடியாது" என்றான் பீர்கான்.

எங்கள் இருப்பிடத்திற்குத் திரும்பினோம். பிற்பகலில் களைப்படைந்த பயணிகளைப்போல பூர்கான்பூரிலிருந்து செல்பவர்களுக்கான நுழைவாயில் வழியாக நீண்ட தூரத்தில் இருந்து பயணித்து வருபவர்கள் போல சோர்வுடன் சென்றோம். பஜாருக்குள புகுந்து தங்குவதற்கு இடம் தேடுவதுபோல நடித்தோம். இதில் நானும் பீர்கானும் என்னுடைய உதவிப் பையன் ஐங்கிலியும் இன்னும் இரண்டு தக்கீகளுமாக இருந்தோம். மிகப்பெரிய கொட்டகை இருந்த பக்கம் மீண்டும் மீண்டும், சுற்றிச்சுற்றி வந்து கொண்டிருந்தோம். நாங்கள்பார்த்து வைத்திருந்த தரகர்கள் அங்குதான் இருந்தனர். நாங்கள் சென்ற விடமெங்கும் இடம் கிடைக்கவில்லை என்றும் அதனால் அங்கே சென்று அறை கேட்பதாகவும் கூறினோம். இறுதியில் நான் அவர்களிடம் நெருங்கிச் சென்றேன். அவர்களில் மரியாதைக்குரியவராகத் தோன்றிய அழகாக உயரமான தோற்றம் உடைய ஒரு ஆளிடம் பேச்சுக்கொடுத்தேன்.

"அய்யா உங்களைப் பார்த்தால் எங்களைப் போன்ற பயணி போலத் தெரிகிறது. இங்கே ஒரு சின்ன இடம் கொடுத்தால் அல்லாவின் கருணையால் எங்களது படுக்கையை விரித்துக் கொள்வோம். நீங்கள் இங்கே முன்னேபின்னே வந்து பழக்கம் இருக்கும் போலத்தெரிகிறது. எங்களுக்கு யாராவது இடம் தருகிறார்களா? ஒருவரும் தருவதில்லை. பல இடங்கள் காலியாக இருந்தாலும் ஒருத்தருக்கும் தருகிற மனம் இல்லை என்றேன் சோகமாக."

"செராய் போய்ப்பாருங்கள், அங்கே வசதியான அறைகள் கிடைக்கும்" என்றான் அவன்.

"உண்மைதான் நாங்கள் போய்ப் பார்த்து விட்டுதான் வந்தோம். அங்கேயும் முப்பது நாற்பதுபேர் இருக்கிறார்களாம். காலியில்லை என்று சொல்லி விட்டார்கள். நாங்கள் போய்ப் பார்த்த இடத்தில் எங்களுக்குச் சரிப்பட்டு வராது போலத் தோன்றுகிறது. உண்மையைச் சொல்லப்போனால் அவர்கள் தோற்றமே எங்களுக்குப் பிடிக்கவில்லை. எங்களிடத்தில் சில விலை உயர்ந்தபொருட்கள் இருக்கின்றன. அவர்கள்

திருடர்களைப்போல, தக்கூஸ் போல இருக்கிறார்கள், இல்லையா சகோதரா?" என்று பீர்கானைத் திரும்பிப் பார்த்தேன்.

"உண்மைதான். யார் கண்டார்கள், அவர்கள் மத்தியில் இருந்தால் தூங்கும் போது நம் கழுத்தை அறுத்தாலும் அறுத்து விடுவார்கள்? நல்ல வேளை அல்லாவின் கருணையால் நமக்கு அங்கே இடம் கிடைக்காமல் போனது. இங்கே அங்கே எங்கும் இடம் காலியாக இல்லை. இவ்வளவு தூரம் பயணம் செய்து வந்தது களைப்பாக வேறு இருக்கிறது. சந்தோஷமாக எங்காவது படுத்துத் தூங்க வேண்டியதுதான். சொல்லப்போனால் எனக்கு குதிரையிலே உட்கார்ந்திருக்கலாம் போல் தோன்றுகிறது."

"நாங்கள் எங்கே வைக்கப்பட்டுள்ளோம் பாருங்கள்! நீங்கள் இந்துவாக இருந்தாலும் எங்களை ஏற்றுக் கொள்கிறார்கள். நாள் முழுதும் குதிரையில் பயணம் செய்துவந்தோம். பொழுதோ சாய்ந்து கொண்டிருக்கிறது. கொஞ்சம் உண்பதற்கு ஏதாவது கிடைக்கும் என்பதே எங்கள் நம்பிக்கை. தூங்குவதற்கும் வாய்த்தால் மிகவும் நல்லது என்றேன்."

தன் உதவியாளர்களைப் பார்த்து வந்தவர்களைத் திருப்பி அனுப்புவது நாகரீகமாக இருக்காது. நீயும் தூர்ஜனும்,இன்னும் சிலரும் அந்த ஒட்டகப்பொதிகளை குதிரையும், சேனங்களையும் அப்புறப்படுத்திவிட்டு அங்கே இருக்கும் ஒரு அறையை இந்த விருந்தினர்களுக்குக் கொடுத்துவிடுங்கள்" என்றுசொன்னான்.

அவர்கள் ஒட்டகப் பொதிகளை எடுத்துக்கொண்டு போகும் போது நாயணயங்கள் குலுங்கும் ஓசைகேட்டது.

நாங்கள் குதிரைகளை விட்டிறங்கியவுடன் அவைகள் சுத்தம் செய்யப்பட்டன. உடனே உணவு தயார் செய்யப் பட்டதை பார்க்கையில் அதற்காகவே அன்று முழுதும் பட்டினிக்கிடந்தது போலிருந்தது. தயார் செய்த உணவைச் சாப்பிடும்போது அங்கிருந்த பொக்கிஷக் காப்பாளரிடம் பேச்சுக் கொடுத்தோம். அவர்கள் போகவிருக்கும் பாதையில்தான் நாங்களும் பயணிப்பதாகத் திட்டமிட்டிருந்தோம். பரஸ்பர பாதுகாப்பிற்காக இருவரும் இணைந்து பயணிப்பது என்று முடிவுசெய்தோம். எவ்வளவு குறுகிய தூரத்திற்கு முடியுமோ அவ்வளவு தூரமே பயணிப்பது என்பது திட்டம். எங்கள் தோற்றமும், எங்களின் குதிரைகளின் தோற்றமும் நாங்கள் ராணுவ வீரர்கள் என்ற நம்பிக்கையை அவர்களுக்குத் தந்திருக்கிறது. நாங்கள் ஹோல்காரிடம் சேவைபுரிவதாகவும், பேஸ்வாவிடம் ஒரு வேலையை முடித்துவிட்டு பூனாவில்

இருந்து திரும்பிக் கொண்டிருப்பதாகவும் சொன்னோம். அலுவல் கடிதங்களோடு உண்டியும் பெரிய தொகைக்கு எடுத்துச் செல்வதாகக்கூறினோம். அதற்கு ஆதாரமாக எனது இடுப்பு வாரில் இருந்து கத்தைக் காகிதங்களை எடுத்து என் கண்ணிலும், தலையிலும் ஒற்றிக் காட்டினேன். உண்டி கொடுத்தனுப்பிய பாஜீ ராவின் தர்ம சிந்தனைகளையும் ஹோல்கருடன் அவருக்கிருந்த நட்பின் பெருமையையும் எடுத்துப்பேசினோம்.

என் தந்திரங்களின் அதிகபட்ச வீச்சு இது. செராயில் இருந்தபோது இதுபற்றி யோசித்து வைத்திருந்தேன். வீணான காகிதங்களில் கணக்குகள் அவசர அவசரமாகக்குறித்து, ஹோல்காரிடம் இருந்து வந்திருந்த வெற்று உறையைத்தேடி எடுத்து அவற்றில் எனது சொந்த முத்திரையைப் பதித்து தயார் செய்து வைத்திருந்தேன். அது ஒரு மகத்தான தேசத்து இளவரசரின் முத்திரையைப் போல நாடகமாடினேன். அட அல்லா அதை அப்படியே நம்பி விட்டார்கள் சாகேப். ஹோல்கார்பற்றியும் பேஸ்வாபற்றியும் நிறைய கேள்விகள் கேட்டுக்கொண்டிருந்தார்கள். ஆனவரைக்கும் சிற்சில குறிப்பு களைக் கூறிவிட்டு பேச்சை சிறிது திசை மாற்றிவிட்டேன். பாஜீராவ் எனக்கு நெருக்கமானவர் என்றும் அவரிடத்தில் எத்தனை செல்வாக்கு செலுத்துகிறவன் என்றும் கதை விட்டுக்கொண்டிருந்தேன். நான் சொன்ன பொய்களில் எனக்கே மூச்சு முட்டிவிடும் போல் இருந்தது. அதோ அங்கே நிற்கிறதே குதிரை என்று என் குதிரையைக் காட்டி பேஸ்வா எனக்குப் பரிசாகக் கொடுத்தது என்றேன். “இப்படியெல்லாம் பரிசுகள் பெருவதற்குத் தகுதியான ஆள்தான், அவரிடம் அத்தனை இருக்கத்தான் இருக்கிறது” என்று அவர்களுக்குள் பேசிக் கொண்டார்கள். நாளை எங்களுடன் எட்டு காததூரம் பயணிப்பதாக ஒப்புக்கொண்டு அனைவரும் உறங்குவதற்கு போய்விட்டனர். இருவர் மட்டும் அவர்கள் வைத்திருந்த செல்வத்திற்குப் பக்கத்தில் வாளை உருவியபடி காவல் காத்துக்கொண்டு இருந்தனர். தங்களுடன் பயணிப்பவர்கள் மிகப்பெரிய ஆட்கள் என்று நம்பிக்கொண்டிருந்தனர்.

நான் படுப்பதற்கு முன்னதாக ஜங்கிலியை அழைத்து மோதிராமிற்கு செய்தி சொல்லி அனுப்பலாம் என்று நினைத்தேன். நான் அவனிடம் ராம்சீ பாஷையில் வெளிப் படையாகப் பேசினேன். தூதுச்செய்தியை எடுத்துக்கொண்டு அவன் கிளம்பிவிட்டான்.

ரோக்குரியேக்களின் ஜமேதார் “இதுஎன்ன புதுமொழியாக இருக்கிறதே? என்ன பாஷை இது?” என்றான்.

“நான் அதற்கு அலட்சியமாக, இது தெலுங்கு, நான் இந்தப் பையனை இரண்டு வருடங்கள் முன்னதாக ஹைதராபாத்தில் இருந்து சிறிய தொகை கொடுத்து அழைத்துவந்தேன். இவன் எங்கள் வேலைக்காரப்பையன். ஹிந்தி புரிந்துகொள்வான் ஆனால் பேசவராது, என்று கூறி சமாளித்தேன்.”

நான் அப்படி பேசியது சரியில்லையென்றாலும் நாங்கள் என்ன பேசுகிறோம் என்ற சந்தேகம் வராது, அதேசமயம் புரிந்துகொள்ளவும் முடியாது. ஏதோ சாதாரண விஷயம் பேசியதாகவே நினைத்துக்கொள்வார்கள். அவன் திரும்பும் வழியில் புகையிலையும், பாக்கும் வாங்கிவரச் சொன்னேன். நாங்கள் இருக்குமிடமான செராய் இங்கிருந்து வெகுதொலைவில் இல்லை. அதனால் இவன் போய் மோதிராமிற்குத் தகவல் சொல்லிவிட்டு வரும்போது பாக்கு புகையிலை வாங்கிவருவது சிரமமாயிராது.

அவன் வரும்போது புகையிலை, பாக்கு வாங்கி வந்து கொடுத்துவிட்டு அவர்கள் தயார் நிலையில் இருக்கிறார்கள் என்ற செய்தியை சொன்னான். ஆனால் பெரும்பாலான வர்கள் நாளையே பொருத்தமாக இருக்கும் என்று நினைப்ப தாகவும் குருதத் தலைமையில் உள்ள ஏழுபேர் பக்கத்தில் உள்ள கிராமத்தில் கூடாரம் அமைத்து ஓய்வெடுத்துக் கொண்டிருக் கிறார்கள் என்றும் கூறினான். எவ்வளவு சீக்கிரம் முடியுமோ அவ்வளவு சீக்கிரம் வரச்சொல்லி துரிதப்படுத்தி இருக்கிறேன்” என்றான் ஜங்கிலி.

இந்த சாகசத்தை வெற்றிகரமாக முடிப்பதற்கு வேண்டிய அனைத்தையும் ஏற்பாடு செய்துவிட்ட மனநிறைவு எனக்கு ஏற்பட்டது. எப்படியும் மூன்று நாட்களுக்குள்ளாக இந்த ரோக்குரியேக்களைக் கொன்று போட்டு விடமுடியும். அடுத்த நாள் காலையில் நாங்கள் வெளியில் கிளம்பிவிட்டோம். அடுத்த இரண்டு நாளும் எங்கள் ஆட்கள் கண்ணில் படவில்லை. இதில் பீர்கான் சாதுர்யமாக குறிப்பு பார்த்துக்கொண்டு இருந் தான். பொருத்தமான நேரத்திற்காகக் காத்திருந்தோம். நேரம் வரும்போது உடனடியாக அவர்களுக்குத் தகவல் தருகிற எச்ச ரிக்கையுடன் இருந்தோம்.

அடுத்த நாள் எங்கள் ஆட்களில் சிலர் சாலையில் தென் பட்டார்கள். அவர்கள் எங்களைக் கடந்துபோகச் செய்தேன்.

நான் வேண்டுமென்றே கால்நடையாக வந்தேன். நான் அவர்களுக்குப் பின்னால்வர குருதத்தும் அவனது ஆட்களும் எங்களைக் கடந்து முன்னுக்குப் போனார்கள். இவர்களில் சிலர் எங்களுடன் இணைந்து கொள்வது மற்றவர்களை அடுத்தநாள் இணைத்துக் கொள்வது என்ற ஏற்பாட்டில் இருந்தோம்.

எல்லாம் திட்டப்படி நடந்து கொண்டிருந்தது. முதல்நாள் பயணம் முடிந்து ஒரு கிராமத்தில் முகாமிட்டிருந்த இடத்தில் எங்கள் ஆட்கள் நான்கு பேர் எங்களுடன் இணைந்து கொண்டனர். ஆக ஒன்பதுபேரில் எட்டுபேர் சேர்ந்தாகிவிட்டது. அவர்களை வன்முறையில் கொல்வது என்று நான் யோசிக்கத் துவங்கிவிட்டேன். அதாவது வாய்ப்புக் கிடைக்கும் இடத்தில் வாளால் தாக்கிகொல்வது. ஆனால் இது ஆபத்தான விளையாட்டுதான். ஏனென்றால் அவர்கள் ஒவ்வொருவரும் எங்களைவிட மிகவும் பலசாலிகளாக இருக்கிறார்கள். கையில் தேர்ந்த ஆயுதமும் வைத்திருக்கிறார்கள். எப்போதும் உஷாரான காவல் பூனைகளாக இருக்கிறார்கள்.

இரண்டாம் நாளில் எங்களுடன் குருதத்தும் அவன் ஆட்களும் இணைந்தார்கள். அவர்கள் இணைந்துக் வருவது ரோக்குரியேக்களின் விதிகளுக்கு முரணானது தான் என்றாலும் நான் கேட்டதற்காக எங்களுடன் இணைந்துவர அனுமதிகொடுத்தனர். அவர்களது விதியை நேரடியாக மீறித்தான் இந்த அனுமதி வழங்கப்பட்டது. எனவே நாங்கள் மிகவும் எச்சரிக்கையாக இருக்கவேண்டுமென்றும், மற்ற பயணிகளை சாலையில் உடன் அழைத்து வருவது அவர்களது எஜமானர்களுக்குத் தெரிந்தால் மரியாதை இழந்து வாழ வழியற்றுப் போய்விடும் என்றும் சொன்னார்கள்.

ரோக்குரியேக்களின் ஜமேதார் பீம்சிங், "நீங்கள் கண்ணியமான ஆட்கள். நீங்கள் அரசாங்க சேவையில் இருப்பவர்கள். திருடர்களோ கொள்ளையர்களோ வந்தால் அவர்களுக்கு எதிராக நீங்கள் பாதுகாப்பு கொடுப்பீர்கள். உங்களுடன் சேர்ந்து பயணிப்பதால் சிந்தியாக்களின் பிரதேசத்தில் "ரிஸ்ஸல்லா" காலாட்படை எங்களுடன் வருவதுபோன்ற பாதுகாப்பு எங்களுக்குக் கிடைக்கிறது. உங்கள் நண்பர்களை எங்களுடன் சேர்க்க மறுத்தால் ரோக்குரியேக்கள் நம்பிக்கை உணர்வு இல்லாதவர்கள் என்ற கதையை நீங்கள் உருவாக்கி விடுவீர்கள். எங்களுடன் சேரவருகிற நல்லவர்களாகிய நீங்களே அவர்களைத் தவிர்த்து விடுவீர்கள் என்ற உத்திரவாதத்தை எங்களுக்கு அளிக்க வேண்டும்" என்றான்.

நான் அவனது வேண்டுகோள்படி நடந்துகொள்வதாக வாக்குறுதி அளித்தேன். ஆதலால் இதற்குமேல் யாரையும் எங்கள் குழுவில் இணைக்க அனுமதிக்க மாட்டார்கள் என்பது எனக்கு உறுதியாயிற்று. அப்படிச் சேர்த்தால் குழுவிற்குள்ளேயே அனாவசியாமான சிக்கலை உருவாக்குவதாக இருக்கும். நானும் எங்களுடன் இருக்கும் ஆட்களைக்கொண்டே காரியத்தை முடித்துக் கொள்ளலாம் என்று தீர்மானித்தேன். பன்னிரண்டு பேரும் தேர்ந்த ஆட்கள்தான். ஜங்கிலி சின்னப் பையனாக இருந்தாலும் நல்ல உதவிகரமானவன். நான் ஜிர்னீ கொடுக்கலாம் என்கிற அளவிற்கு எங்களது இரண்டு குழுக்களும் இரண்டறக் கலந்துவிட்டனர்.

எனது திட்டம் முற்றிலும் நடைமுறைச் சாத்தியமானது. குழுவினருக்கு முழுமையாகப் புரிய வைத்திருக்கிறேன். எல்லாம் சரியாக இயங்கிக் கொண்டிருக்கிறது என்பதில் எவ்வித சந்தேகமும் இல்லை. நானும் எனக்குள் உறுதியாக இருக்கிறேன். இதன் மூலமாக எனக்கு ஒன்றும் பெரிய அளவில் மரியாதை உயர்ந்துவிடப் போவதில்லை. சிலருக்கு மத்தியில் பரவசமான பேச்சை உருவாக்கித்தரும். நான் அதற்காக இந்த வேலையைச் செய்யவில்லை. சில நேரங்களில் ஆழ்ந்த சிந்தனைக்குரியவற்றைப் பீர்கானுடன் விவாதிக்கிறேன். அவன் சொல்வதைக் கேட்கிறேன். இறுதியில் நான் சொன்னேன்: "அப்படி இல்லை பீர்கான், நாமெல்லோரும் இளைஞர்கள், புகழின் மீது நமக்கு ஆசை இருக்கும். நாம் பழைய முறையில் கொன்று இந்தக் கொள்ளையை அடித்தாலும் இது பெரிய தொகையாதலால் பாராட்டைப் பெறுவோம் என்பது உண்மைதான். அதில் ஒன்றும் சந்தேகம் இல்லை. புதியமுறைக் கொள்ளையில் நமக்குக் கிடைக்கும் நமக்குக் கிடைக்கப்போகும் பெயரைப் பற்றி யோசித்துப்பார். ஆனால் இந்தப் பயல்களுக்கு எதிராக சில ஆபத்துக்களை எதிர்கொண்டு வெற்றியடைந்தால் மற்ற தக்கிகள் ஆகா அற்புதம், சபாஷ், நீங்கள் மேற்கொண்ட வீரம் மெச்சத் தகுந்தது, என்று சொல்வார்கள் இல்லையா? நான் உனக்குக் கூறுவதெல்லாம் பணக்காரனாக இருப்பதைவிட புகழ்பெறுவது தான் சிறப்பானது. நாம் சாவதற்கான நேரம் வந்துவிட்டால் அதை யாராலும் தடுக்கமுடியாது. நமது குழுவின் தேர்ந்த நபர்கள் இல்லையா நாம். இவர்களுக்கு எதிராக உயிரைப்பணயம் வைப்போமா? மாட்டோமா? சொல்லு. நாளை காலை அவர்கள்மீது தாக்குதல் நடத்த முடியாதா? என்றேன்."

"சாகேப் இந்த ஜீவ மரணப்போராட்டத்தில் இறங்க யாருக்கும் தயக்கம் இல்லை. என்னுடைய ஆட்கள் அனைவரும் தங்களை முழுமனதோடு ஒப்புக் கொடுத்திருக்கிறார்கள். தங்கள் விதி முடியுமானால் யாரும் சாவுக்கு அஞ்சப் போவதில்லை."

"சரி ஆகட்டும். உன் இடுப்பில் உடைவாள் சரியாக பொருந்தி இருக்கிறதா" என்று பார்த்துக்கொள். அவரவர்கள் எதிரியிடமிருந்து எவ்வளவு தொலைவில் இருக்கவேண்டும் என்பதை உறுதி செய்து கொள்ளுங்கள். எதிர் ஜமேதாருக்கு இடப்புறத்தில் நானும் பீர்கானும் இருப்போம். நாங்கள் தவறவே முடியாது. இதில் ஒன்றும் ஆபத்து இல்லை, நிச்சயமாக வெற்றி பெறுவோம் என்றுதான் நினைக்கிறேன்."

நாங்கள் கலைந்து சென்று பயணக்குழுவுடன் இணைந்து கொண்டோம். அன்று மாலை சிதார் வாசிப்பிலும் பாடல்கள் பாடுவதிலும் கழித்தோம். கச்சேரியை நடத்துவதில் இரண்டு ரோக்கேரியேக்களும், எனது ஆட்களில் சிலரும் ஈடுபட்டனர். நாளை காலையில் செய்யவிருக்கிற வேலைக்காக முழுமையாக எங்களைத் தயார்ப்படுத்திக்கொள்ள பூரண ஓய்வு எடுத் தோம்.

அடுத்த நாள் விடிந்தது. கொள்ளை அழகுடன் சூரியன் எழுந்தான். நாங்கள் சீக்கிரமாகவே தயாராகிவிட்டோம். ரோக்குரியேக்கள் திருடர்கள், தாக்கூர்கள் பயத்தினால் சூரிய உதயத்திற்கு முன் இருட்டில் பயணிக்க மாட்டார்கள்.

எனது திட்டத்திற்கு மாறாக இரண்டு ரோக்கிரியேக்கள் கால்வெடிப்பினால் நடக்க முடியாமல் ஒட்டகத்தில் வந்தார்கள். இது என் ஓர்மையைச் சற்றே சிதறடித்தது. அவர்கள் எங்களைச் சந்தேகப்பட்டிருக்கிறார்களோ என்று நினைத்தேன். எனக்குத் தெரிந்தவரை அவர்களுடைய பொக்கிஷம் அனைத்தும் ஒட்ட கத்தில்தான் ஏற்றப்பட்டுள்ளது. நேற்றுத்தான் குதிரையால் அந்த பாரத்தைச் சுமக்க முடியவில்லை என்று ஒட்டகத்தின் மீது ஏற்றினார்கள். எங்களால் எதாவது பாதிப்பு ஏற்படுமானால் ஒட்டகத்தை வேகமாக ஓட்டிக்கொண்டு போய் தங்களது செல்வத்தைப் பாதுக்காக்கிற திட்டத்துடன்தான் இந்த மாற்றம் செய்கிறார்கள் என்பதை நான் புரிந்துகொண்டேன்.

நடுப்பகல் வரையும் பயணம் இப்படியே போனது. வெப்ப மும் களைப்பும் அதிகரிக்க நாங்கள் சந்தோஷப்படும்படி சாலையின் குறுக்கே நீரோடைவந்தது. எல்லோரும் இறங்கி னோம். அவர்கள்மீது பாய்வதற்கு இதுதான் நல்ல சந்தர்ப்பம்

என்று நான் நினைத்தேன். ஆனால் நான் ஏமாற்றமடையும் விதமாக எல்லோரும் ஒன்றாகக்கூடி யிருந்தார்கள். கிட்டத் தட்ட எங்கள் நோக்கத்தைப் பாதி புரிந்துகொண்டு விட்ட தாகத் தோன்றுகிறது. அதுவும் நல்லதுதான். ஆனால் எந்தச் சூழ்நிலையிலும் தாமதிக்காமல் தாக்குதலைத் தொடுத்தாக வேண்டும். அவர்கள் வேகமாகப் பயணிப்பதால் எங்கள் ஆட்கள் சீக்கிரமாகக் களைத்துப் போய்விடுவார்கள். எங்க ளால் அவர்களுக்கு நெருக்கமாக பயணிக்க முடியாமல் போகலாம்.

ஆனால் எதேச்சையாக ஒரு நல்லதிர்ஷ்டம் வாய்த்தது. நீரோடையைக் கடந்த அரைக்காத தூரத்தில் சாலை கரடு முரடாகவும், கல்லாகவும் அமைந்தது. ஒட்டகத்தின் குளம்பில் கற்கள் ஏறியதால் அதன் வேகம் தடைபட்டது. அதுஒவ்வொரு அடியையும் சுணக்கமாக எடுத்து வைத்தது. அதே சமயம் ஒட்டகத்தின் மீதிருந்த இருவரும் அதன் ஒவ்வொரு சறுக்கலுக்கும் விலங்கைத் துரிதப்படுத்திக் கொண்டிருந்தனர். தாமதத்தைப் பயன்படுத்திக் கொண்டு எங்கள் ஆட்கள் தங்கள் நிலையை எடுத்துக் கொண்டனர். ஆனால் ஒரேவீச்சில் எல்லாம் முடிவிற்கு வரும் அளவிற்கு தயாராக இருக்கவேண்டும். நான் ஒட்டகம் தப்புவதைத் தடுப்பதற்காக ஆன மட்டிலும் அதனுடன் நெருங்கி வந்தேன். ஆனால் சாலை இன்னும் மோசமாகிக் கொண்டு வந்தது. நாங்களும் நிதானமடைந்தோம். அவசரப்படுத்த வேண்டியதில்லை என்ற திருப்தி எனக்கு. இந்த நிமிடத்தில் நாங்கள் எல்லோரும் ஒரே கும்பலாக இருந்தோம். நேரம் நெருங்கிவிட்டதாகத் தோன்றியது. என் இதயத்துடிப்பு எப்படி இருந்தது தெரியுமா? பயத்தினால் அல்ல சாகேப், சக்தி அனைத்தையும் திரட்டி ஆட்டத்தில் வைத்துவிட்டு முடிவிற்காகக் காத்திருக்கும் ஒரு சூதாட்டக்காரனின் பதற்றம். கைகளைப் பிணைத்துக்கொண்டு பற்கள் நெறிபட ஒட்டகத்தின் மீதிருந்த பொக்கிஷத்தைப்பார்த்தேன். கைவசப்படுமா, அல்லது சீரழியுமா என்று அதை நோக்கி கேள்வி ஒன்றை எனக்கு நானே கேட்டுக்கொண்டேன்.

பீர்கான் என்னை நோக்கி ஒரு பார்வைவிட்டான். ரோக் கேரியாக்களில் ஒருவன் எனக்குப் பக்கத்தில் குதிரையின் தோளுக்கு அருகில் நடந்துவந்து கொண்டிருக்கிறான். ஒட்ட கத்தின் மீது வருகிறவர்கள் எனக்கு முதுகுகாட்டி சென்று கொண்டிருக்கிறார்கள். ராஜபுத்திரர்களின் நாட்டுப்பாடலை கோரஸாகப் பாடிக் கொண்டு வருகிறார்கள். அவர்கள்

வழக்கமாகக் கால்நடையாகப் போகும்போது பாடும்பாடலது. எங்கள் ஆட்கள் சிலருக்கும் அதன் வார்த்தைகள் புரியும். ஜங்கிலி என் குதிரைக்கு முன்போகும் ஒட்டகத்திற்கு வெகு பக்கத்தில் வந்து கொண்டிருக்கிறான். மற்றவர்கள் எனக்குப் பின்னால் வருகிறார்கள். எல்லோருடைய நிலையும் சரியாக இருப்பது எனக்குத் தெரியும்தான். ஆனாலும் என் திருப்திக்காக ஒரு பார்வை விட்டேன். ஜிர்னியை எடுத்தேன். 'ஜிங்கிலி பாக்கு கொடு' என்று உரத்தகுரலில் கத்தினேன்.

என் ஆட்களின் வாள்கள் ஒளி வீசிச் சீறின. அடுத்த நொடியில் எதிராளிகளின் உடல்களில் ஆழமாக இறங்கின. செங்குழம்பு பீய்ச்சி அடித்தது. எனக்குக் கீழே நின்றவனின் உச்சந் தலையைப் பிளந்தேன். காயத்தில் பதிந்த எனது வாள் அவன் கீழே விழும்போது கை நழுவிப்போயிற்று. அதைக் கைப்பற்றக் குதிரையில் இருந்து தாவினேன். ஒட்டகம் தரையில் விழுந்து பயங்கரமாக சப்தமிட்டது. அதன்மேல் இருந்தவர்களும் கீழே விழுந்தார்கள். ஆனால் கால்கள் அடிபடவில்லை. அதில் ஒருவன் ஜங்கிலியின் மேல்பாய்ந்தான். ஆனால் அப்பாவிச் சிறுவனால் அவனுடன் பொருதமுடியாது. இன்னொருவன் தன்வாளை உயர்த்தியபடியே என்னை நோக்கி விரைந்து வந்தான். 'சாகேப்' நான் செத்து விட்டேனென்றே நினைத்தேன். என் முதுகில் இருந்த கேடயத்தை எடுக்க நேரமிருந்தது. கேடயத்தைப பாதுகாப்பாக பிடித்துக்கொண்டேன். எனது வாளைக் கைப்பற்ற பதற்றத்துடன் முன் சென்றேன்.

'எல்லாப் புகழும் இறைவனுக்கே' ஆயுதங்கள் முழுவேகத்திற்கு ஈடு கொடுத்தன. நாங்கள் அவர்களுடன் சரிக்குச் சரியாக மோதினோம். நான் ஒரு தேர்ந்த வாள் வித்தைக்காரன்என்பதை முன்னரே உங்களுக்குச் சொல்லி இருக்கிறேன். ஆனால் என் னுடன் மோதிய ஒரு ரோக்கிரி தனது ஆட்களைப் பாதுகாத் துக்கொண்டே என்னுடனும் சமமாக மோதினான். அவன் ஜங்கிலியின் உடலில் கடுமையான காயமேற்படுத்திவிட்டான். அவனை பீர்கானும் மற்றவர்களும் நெருக்கிக்கொண்டு இருந் தார்கள். அது எனக்குக் கொஞ்சம் ஆறுதலாக இருந்தது. நாங்களும் நன்றாகத்தான் சண்டையிட்டோம். நீண்ட நாட் களுக்குப் பின் சரிக்குச்சரியான போராட்டம். இரண்டு பக்கமுமே மூச்சு வாங்கிக் கொண்டிருந்தோம். எங்கள் கேடயங்கள் அடுத்தடுத்து அடிகள் தாங்கிக்கொண்டிருந்தன. இறுதியில் கல்தடுக்கிக் கீழே விழுந்தேன். அவன் என் தலைமீது ஒரு அடிகொடுத்தான். அவன் தளர்வுற்றிருந்ததால் அடி

பலவீனமாகத்தான்பட்டது. இல்லையென்றால் என் உயிரை எடுத்திருக்கும். தலைப்பாகையை வெட்டி தலையில் லேசான காயமேற்படுத்தியிருந்தது.

நான் கீழே விழவில்லை. நான் தாக்குதலில் சிறிது அதிர்ச்சியுற்றிருந்தேன். அந்தக் கணத்தை அவன் தனக்குச் சாதகமாகப் பயன்படுத்தியிருக்க வேண்டும், ஆனால் தவறி விட்டான். தோல்வியில் குழம்பி இருப்பான் போலும். நான் அவன் மீது சாடினேன். கடுமையான வீச்சில் பின்னிறங்கினான். இறுதியில் சரிந்துவிழுந்தான். தன்னைக் காத்துக் கொள்வதற்காக தனது வாளைக் கடுமையாகக் காற்றில் சுழற்றினான். அது என் வாய்ப்பைத் தடுக்கவில்லை. அவன்மீது எனது எதிர்த் தாக்குதல் ஒருபாட்டம் மிகக் கடுமையாக இருந்தது. கழுத்தும், தோளும் மண்ணில் நெறிய வேகமாக விழுந்தான். இந்நேரம் அவன் செத்திருக்க வேண்டும். துணிச்சலான ராஜபுத்திரனை வெறித்துப் பார்த்தேன். அடுத்து எனது அப்பாவிச் சிறுவனை நோக்கி விரைந்தேன். கிட்டத்தட்ட அவனது ரத்தம் முழுதும் வடிந்துவிட்டது. அவனுக்கு கழுத்திலும் காயமேற்பட்டிருந்தது. கழுத்தை நோக்கி விரைந்த ரத்தத்தால் மூச்சு முட்டியது.

பெருகும் ரத்தத்தை எனது இடுப்புப்பட்டையை அவிழ்த்துத் தடுக்க முயன்றேன். ஆனால் முடியவில்லை. சற்றே கண்ணைத் திறந்து என்னைப் பார்த்தான். தண்ணீர்கேட்டான். நீர் கொண்ட தோல் பையை ஒருவன் கொண்டுவந்து கொடுத்தான். அதை அவன் வாயிலும் உதடுகளிலும் வைத்தேன். கொஞ்சம் குடித்தான். குருதத்தின் ஆதரவுடன் உட்காரவைக்கப்பட்டான்.

“என்னைக் கொன்னுட்டானுங்க ஜமேதார். என்னைக் கொன் னுட்டானுங்க. என் சொந்த ரத்தமே எனக்குள் அடைத்துக் கொண்டது. நான் பிழைக்கமாட்டேன். எனது பிணத்தை மிருகங்களுக்குப் போட்டுடாதீங்க. சற்று மூச்சு வாங்கிவிட்டு செத்துக் கிடந்த ஒருவனைச் சுட்டிக்காட்டி அவனோட வாள் என்னைக் கொன்னுட்டது. நான் ஒட்டகத்தின் காலில் ஒன்று போட்டேன். அதனால் அது கீழே விழுந்தது. அவர்கள் இரண்டு பேரும் அதிர்ந்துவிட்டார்கள். ஆனால் எழுந்து என்னைத் தாக்கத் துவங்கிவிட்டான். நீங்கள் எல்லோரும் மற்றவர்களுடன் மோதிக்கொண்டிருந்தீர்கள். அதனால் உதவி கேட்க முடியவில்லை. ஆனால் என்னசெய்வது

என்விதி நான் இறக்கிறேன். நேற்றே மரணத்தின் கசப்பை நான் ருசித்துவிட்டேன். இன்று அனுபவிக்கிறேன். இந்த வலி சற்றைக்கெல்லாம் நின்று போகும்" என்று அரற்றினான்.

அவன் உணர்வற்றுக் கிடந்தான். நாங்கள் அவனைச் சூழ்ந்து அழுதபடியே நின்றோம். அவனொரு அன்பான பையன். அனைவராலும் சகோதரனைப்போல நேசிக்கப்பட்டவன். மீண்டும் லேசாகக் கண் விழித்தான். தொண்டை இழுத்துக் கொண்டிருந்தது. அவனால் கஷ்டப்பட்டுப் பேச முடிந்தது.

சொறுகின கண்களோடு பேசினான்: "என் அம்மா, அவளை உங்களுக்குத் தெரியும். என் சகோதரி, அம்மா இருவரும் பட்டினியில் கிடக்கிறார்கள். இந்த அப்பாவி ஜங்கிலிக்காக நீங்கள் அவர்களைப் பாதுகாக்க வேண்டும்." அவன் கழுத்து என் கைகளில் விழுந்தது.

"பயப்பட வேண்டாம். நான் நல்லவிதமாகப் பார்த்துக் கொள்கிறேன். அமீர் அலி இருக்கும்வரை எதுவும் கேட்க வேண்டியதில்லை என்பது அவர்களுக்குத் தெரியும். ஆனால் என்னால் பேசுவதற்கே கஷ்டமாக இருந்தது அழுதுவிட்டேன். எனக்கு அந்த வயது முதிர்ந்த அம்மாளைத் தெரியும், நாங்கள் பத்திரமாகத் திரும்பவேண்டும் என்பதற்காக நிறைய பிரார்த்தனைகள் செய்தாள். அவனை நம்பிக்கையுடன் என் பொறுப்பில் விட்டிருந்தாள். "அய்யோ நான் எப்படி இவனது மரணத்தை அவளுக்குச் சொல்வேன்." எனது வார்த்தைகளில் அவன் திருப்தி அடைந்துவிட்டான். ஆனால் அவனால் பதில் பேச முடியவில்லை. ரத்தம் முற்றாக வடிந்துவிட்டது. அவன் குரல் பலகீனமாக எழுந்தது. கண்கள் நிலைகுத்தின. தலை என் கைகளில் சரிந்தது. இறந்துவிட்டான். "இங்கே நாமனை வரும் ஒரு உறுதி எடுத்துக்கொள்ள வேண்டும். இந்தக் கொள்ளையில் இவனுக்கு இரட்டைப்பங்கு அளிக்கவேண்டும். அது எவ்வளவு வரும் என்று தெரியாது என்ன வந்தாலும் அதில் இரண்டு பங்கு இவனுக்கு அளித்துவிடவேண்டும் என்று உறுதி எடுத்தேன்."

எல்லோரும் ஏற்றுக்கொள்வதாக ஒருமனதாகக் குரல் கொடுத்தார்கள். அத்துடன் ஒவ்வொருவரும் என்ன முடியுமோ அந்தத் தொகையை அவன் வீட்டிற்கு அளிப்பதாகக்கூறினர். அவன் ஒட்டகத்தைத் தாக்கவில்லையானால் அதில்உள்ளதை நாங்கள் பெற்றிருக்க முடியாது. அதன்மீது பயணம் செய்தவர்கள் அந்த செல்வத்துடன் தப்பித்து இருப்பார்கள். அதை ஓட்டி

வந்தவர்கள் திறமையான ராஜபுத்திரர்கள். ஒட்டகத்தைத் தாக்கவேண்டும் என்று எங்கள் யாருக்கும் தோன்றவும் இல்லை. ஒட்டகத்தின் வேகம் எப்படிபட்டதென்று நேற்றே நாங்கள் பார்த்திருக்கிறோம்.

"என் சொந்தச் சகோதரர்களே, அவனுக்குக் கொடுத்த வாக்குறுதிப்படி குழிதோண்டி நல்லடக்கம் செய்ய வேண்டும். ஒட்டகத்தின் முதுகில் இருப்பதை இறக்கிவிட்டு, உடலையும் அகற்ற வேண்டும். என்னால் எதுவும் முடியாது. கடுமையான வலியாக இருக்கிறது. எனது காயத்தைக் கழுவவேண்டும். நீங்களனைவரும் இணைந்து இந்த வேலையை சீக்கிரமாக நிறை வேற்றுங்கள் என்று கேட்டுக்கொண்டேன்."

ஒட்டகம் இன்னும் இழுத்துக் கொண்டிருந்தது. அதை எழுப்புவதற்கு முயன்றனர். ஆனால் முடியவில்லை. அவன் கொடுத்த அடி முட்டியைப் பெயர்த்துவிட்டது. அதனால் ஒருவன் ஒட்டகத்தின் கழுத்தைவெட்டினான். அதன் வலி முடிவிற்கு வந்தது. பையில் இருந்த செல்வம் குதிரைகளுக்கு மாற்றப்பட்டது. ஒவ்வொருவரும் எவ்வளவு முடியுமோ அவ்வளவு தமது இடுப்பில் கட்டிக்கொண்டார்கள். ராஜபுத்திரர் களின் வாள்களை நாங்கள் எடுத்துக்கொண்டோம். அந்த உடல்களை காட்டிற்குள் சிறிது தூரம் இழுத்துச் சென்று போட்டோம். கல்லும் மண்ணும் போட்டு அவற்றை மூடி னோம். ஒட்டகம் இன்னும் இழுத்தபடியே கிடந்தது. அதை ஒன்றும் செய்ய முடியவில்லை. மோதிராமிற்கும், அவனது ஆட்களுக்கும் சிலவற்றை விட்டுவிட்டு நாங்கள் பயணத்தைத் தொடர்ந்தோம்.

முதலில் வந்த மோத்தி வேகமாக வந்து எனது தோள்களில் கையைப் போட்டு நாங்கள் விரைவாக வந்தோம் என்றான். "கடைசி நிலையில் இருந்து உங்களைக் கடக்கும் நோக்கத்துடன் விரைந்து வந்தோம். ஒட்டகத்தைப்பார்த்தோம். அதைப் பார்க் கும் வரையில் ஒரே மர்மமாக இருந்தது. மோதலுக்கான தடயம் இருந்தது. சில இடங்களில் உங்கள் கவனத்திற்குத் தப்பிய ரத்தம் இருந்தது. நாங்கள் அதை அகற்றிவிட்டோம். தேவியின் கருணையால் இறுதியில் உங்களைச் சந்தித்து விட்டோம். நாங்கள் ஒரு பிரச்னையுமின்றி வந்து சேர்ந்துவிட்டோம். நீங்களும் எந்த பிரச்சனையும் இல்லாமல் வந்தீர்கள் தானே?" என்றான்.

“முற்றிலும் பாதுகாப்பாக என்று சொல்லமுடியாதுஅப்பாவி ஜங்கிலியைஇழந்துவிட்டோம்.சண்டையில்கொல்லப்பட்டான். எனக்குத் தலையில் காயம். லேசான காயம்தான், சில நாட்களில் சரியாகிவிடும் என்றேன்.”

உடனடியாக கொள்ளையடித்த செல்வங்களைப் பகிர்ந்து மற்ற குதிரைகளுக்கு மாற்றினோம். ஒரு கிராமத்திற்கு வெளியில் முகாமிட்டோம். பெரிய கொள்ளை முடிந்ததும் செய்யும் வழக்கமான படையல் சடங்குகள் செய்தோம். எனக்கென்று சிறிய கூடாரம் ஒன்று அமைத்து அதில் செல்வங்களைக் கொண்டு வந்து சேர்த்தோம். ஒவ்வொரு பையாகத் திறந்து பார்த்தோம் உண்மையில் இதுவரை காணாத அற்புதமான கொள்ளைதான் இது. பட்ட சிரமங்களுக்கு தக்க மதிப்பு இருந்தது. பதக்கங்கள், பொற்காசுகள். எல்லாம் சேர்த்து அறு பதாயிரம் பெறுமானம் இருக்கும். சிறிய பெட்டியில் மெழுகு துணிக்குள் நீளமான முத்து மாலைகள் ஆறு இருந்தன. அவை மட்டுமே பத்தாயிரம் ரூபாய்க்குமேல் தேறும், ஒவ்வொரும் அவற்றைச்சுற்றி அமர்ந்து வியப்புடன் அமைதியாக நன்றி பொங்க பார்த்துக் கொண்டிருந்தார்கள். எல்லாவற்றையும் கட்டி முத்திரை வைக்கப்பட்டது.

இப்போது எல்லோரும் வீடுநோக்கி விரைந்து கொண்டிருந்தோம். வழியில் யாதொரு சாகசமும் செய்யும் திட்டம் இல்லை, தேவையும் இல்லை. வழியில் இரண்டு அப்பாவிகள் தாமாக வந்து சேர்ந்து பலியானார்கள். மூன்று குழுவாகப் பிரிந்து ஒரு மாதத்திற்குள் ஊருக்கு வந்துவிட்டோம். எங்கள் வருகையை முன்கூட்டியே தெரிவிக்க ஆட்களை ஊருக்கு அனுப்பி இருந்தேன். அல்லா என் இதயம் அஜீமாவைப் பார்க்கும் காதலுணர்வில் துடித்தது. உடனடியாக என் குழந்தைகளை நெஞ்சோடு சேர்த்து அணைக்கவேண்டும் போல் இருந்தது. இதுவரை பட்ட துன்பங்கள் அனைத்தும் முற்றாக வடிந்து விட்டிருந்தது. என் சொந்த இடத்தை நெருங்க நெருங்க ஆவல் அதிகரித்தது. தூரத்திலேயே மாந்தோப்பும் அதன் நடுவில் உயர்ந்து நிற்கும் மஸ்ஜித்தின் வெள்ளைச் சுவரும் தெரிந்தது. எனது குதிரையை உதைத்து விரைவு படுத்தினேன். மொய்தீனும் அப்பாவும் என்னைநோக்கி வந்து கொண்டிருப்பதைப் பார்த்தேன். எனக்கு நல்வரவு கூறும் இஸ்தக்பல் கொண்டுவந்தார்கள். என்னை நெருங்கியதும் அவர்களின் தலை கவிழ்ந்தது. சோகமாக நடந்துவந்தார்கள். எனக்குள் ஒரு துக்க உணர்வு நெஞ்சைத் தாக்கியது. குதிரையில்

இருந்து குதித்து அவர்களை நோக்கி ஓடினேன். என் அப்பா அழுது கொண்டிருந்தார்.

அல்லா மீது ஆணை நீங்கள் என்னிடம் பேசுங்கள் அப்பா என்றேன். என்னவாக இருக்கும். எதுவாக இருந்தாலும் எனக்குச் சொல்லுங்கள் அப்பா. சொல்லுங்கள் அஜீமா இறந்து விட்டாளா? உங்கள் மௌனம் என்னைக் கொல்கிறதே என்று கூச்சலிட்டேன்."

"அந்த முதியவர் சில வார்த்தைகள் தான் பேசினார். என் குழந்தை, என் அழகான பையன் இறந்துவிட்டான் என்று."

அமீர் அலி அழுதான்.

32

ராஜாவுக்கு லஞ்சம் கொடுத்துத் தஞ்சம் புகல்

பொதுவாக அமீர் அலி போன்ற கொலைகாரர்களின் நெஞ்சில் மகிழ்ச்சி, துக்கம் போன்ற மென்மையான உணர்ச்சிகளுக்கு இடம் இருக்காது. குற்றச் செயல்களால் மனம் இறுகி இயல்பிற்கு முரணாக இருக்கும். ஆனால் இருபது வருடங்களுக்குப்பின் தனது குழந்தையின் மரணத்தைப்பற்றி சொல்லும்போது அந்த துக்கத்தின் தாக்கம் குறையாமல் சொல்லப் போனால், அழுதுக்கொண்டே விவரிக்கிறான். இந்த தக்கின் விசித்திரமான மனதைப்பற்றி பிறர் கவனத்திற்குக் கொண்டு வருகிறேன். குற்றங்களால் இறுகி வறண்டுபோன ஒருதக்கின் மனதிற்குள் இந்த மென்னுணர்வு எப்படித்துளிர்விட்டது. அவனது சாகசங்களுக்குள் தொடர்ந்து செல்வோம்.

அவன் சொல்கிறான், "சாகேப் எனது அன்பான அஜீமாவை சந்தித்த அந்த துயரார்ந்த நிமிடங்களைச் சொல்லி உங்களை ஏன் கஷ்டத்தில் ஆழ்த்தவேண்டும்? அதை உங்களின் சொந்த கற்பனைக்கே விட்டுவிடுகிறேன். எங்கள் ஆன்மா அந்தப் பையன் மீதே கட்டுண்டு கிடந்தது. அல்லா எங்களுக்கு அளித்த தண்டனை என்று வெகுநாட்களுக்கு முன்பே மனதைத் தேற்றிக்கொண்டோம். அத்துயரத்தின் தாக்கம் எங்களைவிட்டு மறையத் தொடங்கியது. இப்போது எங்கள் பெண் அழகுடன் வளர்ந்துவந்தாள். அவள் எமது எண்ணங்களை ஆக்கிரமிக்க நாங்கள் அவளை வளர்ப்பதில் பூரணமாக ஈடுபட்டுள்ளோம்.

நாங்கள் திரும்பி வந்த சில நாட்கள் கழித்து என் அப்பா என்னிடத்தில் வந்தார். அவர் சில அபிப்பிராயங்களை கூறினார். எங்கள் மீது சந்தேகம் நிலவுவதாக ஒரு வதந்தி பரவுகிறதென்றும் இந்தக் கிராமத்தில் குடியிருப்பது இனி நமக்குப் பாதுகாப்பாக இருக்காது என்றும் கருதுவதாகக் கூறினார். வதந்தி உண்மையாகவும் இருக்கலாம், பொய்யாகவும் இருக்கலாம். நாம் நம்மைக் கஷ்டப்படுத்திக்கொள்ள வேண்டாம். நம்மைப் பாதுகாத்துக்கொள்ள வேண்டியது நமது சொந்தப் பொறுப்பு. ஆங்கிலேயர்களின் கட்டுப்பாட்டிற்கு உட்படாத சில பிரதேசங்களுக்கு நாங்களிருவரும் ஒரு சுற்று சென்று இடம் பெயர்வதற்கு வசதியான பகுதியைப் பார்த்துவரலாம் என்றார். இடம் தரும் எந்த ஆட்சியாளருக்கும் நாம் ஒரு தொகை கட்டினால் கௌரவமாக நடத்துவார்கள் என்றார். எங்கள் கிராமம் சிந்தியா இளவரசருக்குச் சொந்தமானது. நாங்கள் அவரது அரசாங்கத்திற்கு பரம்பரை பரம்பரையாக வரி செலுத்திவருகிறோம். இடம் தேடும் பொருட்டு புந்தேல் கண்டின் ஆட்சி பிரதேசங்கள் பலவற்றிற்கும் சென்றுவந்தோம். (சொந்த இடத்தைவிட்டுப் போவதற்கும் மனமில்லை) கணேசா ஜமேதாரால் அறிமுகம் செய்விக்கப்பட்ட எங்களை ஜலோனின் ராஜா மரியாதையுடன் வரவேற்றார். கணேசா ஜமேதார், ராஜாவின் பாதுகாப்பில்தான் இருக்கிறான். கணேசாஜமேதார் தனது கொள்ளையில் கணிசமான தொகையினை அரசரின் நட்பிற்கு ஈடாக வழங்கிக்கொண்டு வருகிறான்.

எங்களது உரையாடல் வெகுநேரம் நீண்டது. எங்களுக்குத் தஞ்சமளிப்பதால் பல சிக்கல்கள் வரும் என்று அரசர் அஞ் சினார். அல்லது அவ்வாறு நடித்தார். அவரது அதிகாரத்தை எங்களிடம் உயர்த்திக் காட்டவே அப்படிச் செய்திருக்கிறார். ஆனால் நாங்கள் அரசரின் பணியாளர்களுக்கும் அந்தரங்க உதவியாளர்களுக்கும் கணிசமான தொகை கையூட்டு வழங்கி யிருந்தோம். இறுதியில் அவரது நோக்கம் நிறைவேறியது. ஆண்டிற்கு முன்னூறுரூபாய் வரியாகவும், மேற்கொண்டு பல அரிய பரிசுப்பொருட்கள் வழங்குவதும் என்று ஒப்புக் கொள்ளப்பட்டது. அதன் பேரில் நாங்கள் தலை நகரத்திற்குப் பக்கத்தில் மூன்று கிராமங்களை அமைத்துக்கொள்ள அனு மதிக்கப்படுவோம். ராஜாவுக்குப் பரிசாக என் அப்பா பாது காத்து வைத்திருந்த நகைகளையும் சமீபத்தில் கொள்ளை கொண்ட நீளமான ஒரு முத்து மாலையையும், எனது அற்புதமான வாளும் எல்லாம் சேர்த்து ரூபாய் ஐந்தாயிரம்

பெறுமானமுள்ளபொருட்களை அளிக்கமுடிவெடுக்கப்பட்டது. பரஸ்பரம் எங்களுக்குள் திருப்தி ஏற்பட்டதும் என் தந்தையும் மற்ற சிலரும் அங்கேயே தங்கிவிட்டனர். நான் குடும்பத்தை அழைத்து வர கிராமத்திற்கு நண்பர்களுடன் திரும்பினேன்.

எனது வீட்டைவிட்டு மிகவும் வருத்தத்துடன்தான் வெளியேறினேன். எனக்கு நிறையநாட்கள் இங்கே சந்தோஷ மாகக் கழிந்திருக்கின்றன. இந்தக் கிராமமக்கள் எங்களை மிகவும் நேசித்தனர். நாங்களும் அவர்களுடன் நல்ல விதமான உறவு கொண்டிருந்தோம். புதியதேசம் நோக்கிப் போய்க் கொண்டிருக்கிறோம். புதிய மனிதர்கள், புதிய உறவுகள் புதிய தொடர்புகள் ஏற்புகள் ஏற்பின்மை என்று இனி எத்தனையோ சந்திக்க வேண்டும். ஆங்கிலேய அதிகாரிகள் கைவசம் இருந்தத் தகவல்கள் எல்லாம் சரியாகவிருந்தன. நாங்கள் ஊரைவிட்டு வந்த பின்னர் முர்னா பர்கானா முழுவதும் கிராமம் கிராமமாகத் தாக்கப்பட்ட செய்திவந்தது. பல துணிவுமிக்க கொள்ளைக்காரர்கள் தங்கள் குடும்பத்தைக் காப்பாற்றப் போராடி மரணமடைந்திருக்கிறார்கள். உயிர்பிழைத்த பலர் முற்றிலும் களைந்து சிதறி எங்களைபோல குடியேற்றம் பெற்ற வர்களிடம் தஞ்சமடைந்திருக்கிறார்கள்.

தனிப்பட்ட முறையில் என்னைப் பொறுத்தவரையில் வைத்தி ருந்த பணம் இதுவரை நீடித்து வந்தது. இனியடுத்து புதிய நெருக்கடிகளைச் சந்திக்காமல் இருப்பது விளையாட்டல்ல. தக்கீகள் மத்தியில் புதிய தகுதியை அடைந்தாகவேண்டும். கடந்தபயணம் முடித்து வந்ததும் நான் சுபேதாராக அறி விக்கப்பட்டுவிட்டேன். எனது காரியங்களை சுலபமாக சந் தோஷமாகச் செய்துவந்தேன். எங்களுக்கு ஒதுக்கப்பட்ட கிராம நிர்வாகத்தை மேற்கொள்வதில் அப்பாவுடன் இணைந்து பணியாற்றினேன். கிராம நிர்வாகத்தின் மூலமாக கணிசமான தொகை வருமானமாகக் கிடைப்பது தெரிந்தது. கணேசா அடிக்கடி சென்று பயங்கரமான கொள்ளைகளை அடித்துக் கொண்டு வருவதோடு எங்களையும் உடன் வரச்சொல்லி விடாமல் வற்புறுத்திக்கொண்டு இருந்தாலும் நாங்கள் அந்த நேரத்திற்கு தக்கீ தொழிலில் பாராமுகமாக இருந்தோம். அந்தத் தொழிலில் ஈடுபடுவதைத் தவிர்த்து கௌரவமாகவும், அமைதி யாகவும் வாழ்ந்து வந்தோம்.

கணேசாவைப் பற்றி எனக்கு ஏதோ ஒரு மர்மம் அடிக்கடி எழுகிறது. ராஜ அவையில் அவனைப் பார்க்கும் போதெல்லாம்

அவனை வேதனை மிகுந்த ஒரு சூழலில் சந்தித்துள்ளதாக எனக்குத் தோன்றியது. என்னதான் முயன்றாலும் அந்த நினைவை நீக்கி அவனுடன் சகஜமான உறவு கொள்ள முடியவில்லை. கணேசா நல்ல உயரமும் உடல் உறுதியும் கொண்டவன். ஆனால் முகம் இதுவரை நான்கண்ட முகங் களிலேயே சகிக்க முடியாததாக இருக்கும். அதில் ஒரு இரக்க மின்மை இருப்பதுபோல எனக்குத் தோன்றும். அது எனக்கு வெறுப்பை உண்டாக்கும். சரிபோகட்டும், இப்போது என் கதைக்கு அவன் தேவையில்லை.

நினைவில் நிற்கக்கூடிய நிகழ்ச்சிகள் ஏதுமில்லாமல்அமைதி யாக மூன்றாண்டுகள் ஓடிவிட்டன. அதற்குப் பிறகு எங்களுக் குக் குழந்தைகளே இல்லை. என் ஒரேமகள் அழகும் பொலிவும் பெற்று வளர்ந்து வந்தாள். அதுவே எனக்கு மனம் நிறைந்த மகிழ்ச்சியாக இருந்தது. மகிழ்ச்சியாக வாழ்ந்த நான் என் வீட்டை விட்டு வெளியேற கனவில்கூட எண்ணியிருக்க மாட்டேன், அந்த ராஜாவின் நம்பிக்கையை இழக்காமல் இருந்தி ருந்ததாலோ அல்லது அந்த கொடூர பஞ்சம் ஏற்படாமல் இருந்திருந்தாலோ! என்ன செய்வது அந்த ராஜாவிடமிருந்து எங்களுக்கு ஒரு உத்தரவு வந்தது ஐந்தாயிரம் பணம் தர வேண்டும் இல்லையென்றால் எங்களது பழசை எல்லாம் துருவிப் பார்க்க வேண்டிவரும் என்ற மிரட்டலோடு. நாங்கள் இந்தக் கிராமத்தில் நிலைகொள்வதற்காக அடுத்தடுத்து நிறைய இழந்திருக்கிறோம். அரசுக்கு அதிக வரி செலுத்துவோர் வரிசையில் நாங்கள் ஏழாவது இடத்தில் இருந்தோம். அதற் காக வருமானத்தின் முழுத்தொகையையும் இப்போது அளிக்கவேண்டும் என்று உத்தரவு வந்திருக்கிறது. இத்தனை பெரியதொகை எங்கள் ஆதாரத்தையே அழித்துவிடும். நான் என்னுடைய குழுவை ஒருங்கிணைத்து கொள்ளைக்குக் கிளம்பலாமா என்று யோசிக்கத்துவங்கினேன். ஆனால் அது அவ்வளவு எளிதானதல்ல. எங்கள் குழுவில் இருந்த நண்பர்கள் எல்லாம் வெவ்வேறு பகுதிகளுக்கு இடம்பெயர்ந்து விட்டார் கள். எல்லோரையும் மீண்டும் கொண்டு வந்து சேர்ப்பது பெரும் பணச்செலவும், நேரச்செலவும் பிடிக்கக்கூடிய ஒன்றாக இருக்கும்.

அதுபோக இந்த சமயத்தில் மழைக்காலம் முடிந்ததும், ச்சீட்டு, மற்றும் பிண்டாரியின் தலைவர்கள் பிறபகுதிகளில் தங்கள் படைகளை ஒருங்கிணைக்கப் போவதாக நாடு முழுதும் ஒரு பேச்சு அடிபட்டுக் கொண்டிருக்கிறது. தசரா பண்டிகைக்

காலங்களில் இதுவரை இல்லாத அளவு பெரும் சாகசப் பயணத்தைத் திட்டமிடப் போவதாக செய்தி. இந்தப் பயணம் ஆங்கில அரசையே கதிகலங்கச் செய்வதாக இருக்கும் என்றும் அதில் பங்கேற்பவர்கள் கணிசமான பலன் பெறுவார்கள் என்றும் பேச்சு உலவியது. நான் இந்த தொழிலுக்கு வரவில்லை என்றால் ஒரு ராணுவ வீரனாகவே விருப்பம். ஒருவேளை அந்தக் கொள்ளை குழுவில் எனக்கு இணக்கமானவர்களுடன் சேர்ந்து நாங்களே சொந்தமாக சாகசங்கள் புகுந்திருந்தால் பெரும்பொருள் ஈட்டியிருப்பேன். ஆனால் முன்பின் தெரி யாத பிண்டாரிகளின் கையில் சிக்கினால் நிச்சயமாகவெற்றிப் பெற முடியாது. அவர்கள் பயணிகள், தக்கிகள் என்று வித்தி யாசம் பாராட்டாமல் எல்லோரையும் ஒட்டுமொத்தமாக எதிரியாகத்தான் பாவிப்பார்கள்.

பயணம் கிளம்புவதற்கான தயாரிப்பு வேலைகளில் இறங்கி விட்டேன். பீர்கானும், மோதிராமும் எங்கள் அருகிலேயே இருந்தார்கள். எனது திட்டம் குறித்து அவர்களிடம் விளக் கியதும் பெரும் சந்தோஷத்துடன் உற்சாகமானார்கள். கையில் அவர்களுக்கான பணியில் ஈடுபட அவர்களிடம் போதுமான அளவு பொருள் இருந்தது. பலநாட்களுக்குப் பிறகு பயணத்திற்கு வந்தாலும் அவர்கள் சகல வசதி களுடன் இருந்தார்கள். நான் அவர்களிடம் எங்கள் மூன்றுபேர் தவிர மேலும் சில தேர்ந்த ஆட்களை சேர்க்க முயற்சிக்கச்சொன்னேன். ஆனால் மேற்கொண்டு ஆட்களை இணைத்தால் நாங்கள் அவர்களுக்கு குதிரை கொடுக்கமுடியாது. ஒருவேளை அவர்கள் கால்நடையாக வந்தாலும் பலனில்லை. இப்படியும் அப்படியுமான பேச்சுக்கள் எங்களுக் குள் ஓடிக்கொண்டிருந்தது. எனக்குள் இன்னொரு யோசனை. பயணம் முடிந்த பின்னர் இரண்டு மடங்கு பணம் தருவதாக இருந்தால் வாடகைக்கோ அல்லது விலைக்கோ அவற்றை எங்களுக்குத் தந்துவிட ராஜா தயாராக இருந்தார். அதில் சாத்தியமானதைச் செய்வது என்று தீர்மானித்தேன்.

ராஜா குதிரை அளிக்க ஒப்புக்கொண்டதால் என் கஷ்டம் குறைந்து எனக்குப் பெரும் மகிழ்ச்சி ஏற்பட்டது. ராஜா தன் லாயத்தில் இருந்து ஐந்து குதிரைகள் எடுத்துக்கொள்ள அனுமதித்தார். அவை ஒவ்வொன்றும் முன்னூறு ரூபாய் பெறுமானம் இருக்கும். நாங்கள் வெற்றியுடன் திரும்பினால் இதுபோல் இரண்டு மடங்கு தொகையை கொடுப்பதாக ராஜாவுக்கு வாக்குக்கொடுத்தேன். இந்தத் திட்டத்தைக் கூறி யதற்காக ராஜா எனக்கு நன்றி கூறினார். பலரும் இதே

அடிப்படையில் குதிரைகளை எடுத்துக்கொண்டு செல்வது வாடிக்கையாயிற்று.

பயணத்திற்கான இறுதி ஏற்பாடுகள் விரைவாகவேமுடிவுற்றது. நாங்கள் முழு ஆயுததாரிகளாக கம்பீரமாக உடை உடுத்தி அழகான தோற்றத்தில் இருந்தோம். ஏழுபேர் கொண்ட எங்களின் சின்னக்குழுவைவிட வேறுயாரும் எங்கள் அளவிற்கு நேர்த்தியாக இருக்கமாட்டார்கள். கிளம்புவதற்கு முன்சகுனம் பார்த்தோம். எங்களுக்குச் சாதகமாகவே இருந்தது. பயணத்திற்கான சடங்குகள் அனைத்தையும் முடித்துவிட்டு, தக்கீகளுக்குரிய லட்சணங்களுடன் பயணத்தைத் துவக்கினோம்.

குறித்த நேரத்தில் ச்சீட்டுவின் வசிப்பிடமான நேமாவூர் சென்றடைந்தோம். அங்கே இந்துஸ்தானத்தின் பல பகுதிகளிலிருந்தும் ஆட்கள் வந்திருந்தார்கள். அவர்களின் நடை உடை பாவனைகளில் இருந்து அம்மக்கள் பல்வேறு இனத்தைச் சேர்ந்தவர்கள் என்பது உறுதிப்பட்டது. நேமாவூர் பிரதேசம் முழுவதும் இப்படி வெளியூர் மக்களால் நிரம்பி இருந்தது. நகரம் முழுதும் நகரும் ஜனத்திரளாகத் தோன்றியது. இவையெல்லாம் நல்ல கொள்ளைக்கான நம்பிக்கை அளித்தது. இங்கு வாய்க்கும் கொள்ளை இதற்கு முன்னர் கிடைத்ததைவிட அதிகமாக கிடைக்கும் என்று தோன்றுகிறது.

தர்பாருக்குச் சென்று அதன் தலைவர் ச்சீட்டூவை மரியாதை நிமித்தமாகச் சந்தித்தோம். சிறப்பான வரவேற்பு கிடைத்தது, வழக்கமான உபச்சாரங்களுடன் எங்கள் உரையாடல் தொடர்ந்தது. எனது அன்பளிப்பாக முலாம்பூசிய வாள் ஒன்றை அவருக்கு அளித்தேன். பெரும் பணக்காரனைப்போன்ற தோற்றத்தில் உடை அணிந்திருந்ததால் சிர்தார் தகுதியில் இருக்கும் ஒருவருக்குக் கிடைக்கும் மரியாதை எனக்குக் கிடைத்தது.

ச்சீட்டூ பார்ப்பதற்கு அவர் ஒரு வீரமிக்க தலைவர். அழகான தோற்றம் உடைய மனிதர். அவர் புரிந்த அசாதாரணமான செயல்களுக்கு அவர் களத்திலேயே கொல்லப்பட்டிருக்க வேண்டும். பிந்தாரிஸின் கொள்ளைக்குழுவை தலைமையேற்று வழி நடத்துவதில் இதுவரை யாரும் சோடைப்போனதேயில்லை. குழு உறுப்பினர்களை சிறப்பாக கவனித்துக் கொள்வதில் ச்சீட்டூ பிந்தாரியைப்போல் வேறு யாரையும் பார்க்கமுடியாது. அவரது சிறப்பான பண்புகளும், களத்தில் அவர் காட்டும் வீரமும் அவரது அணியில் உள்ளவர்களுக்கு ஊக்கமூட்டும். அவர் நீண்ட தூர பயணத்திற்குப் பின்னரும்கூட சில மைல்கள்

தூரமே பயணம் செய்தவர்போல் களைப்படையாமல் இருப் பதை நான் பார்த்திருக்கிறேன். அவர் ஒருபோதும் சோர்வடை வதே இல்லை.

ச்சீட்டூ எனது தோற்றத்தால் கவரப்பட்டிருந்தார். நான் ஜலோனின் சாதாரண சையது என்று அறிமுகப்படுத்திக் கொண்டு அவரது குழுவின்கீழ் சேவையாற்றும் விருப்பத்தைத் தெரிவித்தேன்.

“ஓ... ஜலோன்..... வெகுதூரத்தில் இருந்து வந்திருக்கிறாய்... எனது நண்பனே. ச்சீட்டூவின் கீழ் சேவையாற்ற நெஞ் சுரத்துடனும், வாளிப்பான குதிரையுடனும் இங்கு வருகிறவர் களுக்கு வரவேற்பில் குறையொன்றும் இருக்காது. எனது வழமைகள் உனக்குத் தெரியும்தானே? ஊதியம் ஒன்றும் வழங்கப்படமாட்டாது. உனது திறமைக்குத் தக்கவாறு எவ்வளவு முடியுமோ அவ்வளவை கொள்ளை அடித்துக்கொள்ள லாம். அதில் என்னுடைய பங்கு என்ன என்பதை என் ஆட்கள் சொல்வார்கள். பார்க்கலாம் உன் நேர்மையை, நீ எத்தனை பெரிய திருடன் என்பதை உனது பொய்முகம் காட்டிக்கொடுத்து விடும்” என்றார்.

“இங்குள்ள விதிகளைத் தெரிந்து கொண்டேன். அதை நான் ஏற்றுக் கொள்கிறேன். என்னுடைய முன்னேற்றத்தில் பங்கு கொள்ளும் நண்பர்கள் சிலரை அழைத்து வந்திருக்கிறேன். தங்கள் சமூகத்திற்கு விருப்பமானால் உங்கள் முன் அழைத்து வருகிறேன்” என்றேன்.

“நிச்சயமாக. ஆனால் இப்போது மற்ற வேலைகளில் ஈடு பட்டிருப்பதால் மாலையில் கூடுகிற அவைக்கு அழைத்து வந்தால் அவர்களையும், உங்கள் குதிரைகளையும் பார்க்கலாம். உங்கள் உதவியாளர்களுக்கு பொருத்தமான வேலையை அளிக்கலாம்” என்றார் அவர்.

பின் தலைவணங்கி அங்கிருந்து அகன்றேன். ச்சீட்டூவின் சிர்தார் ஒருவருடன் அறிமுகம் செய்து கொண்டேன். கப்பூர்கான் என்ற பெயருடைய அவர் தோற்றத்திலும், நடை உடை பாவனையிலும் கச்சிதமான சாகசக்காரன் என்பது தெரிந்தது. ஒரு கொள்ளையன் என்பது முகத்தில் எழுதி ஒட்டியிருந்தது. அவரது நண்பர்கள் முகமது மற்றும் கரீம்கானுடன் இணைந்து சிறப்பான சேவையாற்றி இருக்கிறார். இவர்தான் தர்பாரில் என்னை ச்சீட்டூவிற்கு அறிமுகம் செய்வித்தவர். தர்பாரில் இருந்து இதுவரை என்னுடனே இருந்து கொண்டிருக்கிறார்.

அடுத்து என்னுடைய நடவடிக்கைகள் எப்படி இருக்கவேண்டும் என்பதையும் எனக்குக் கற்றுக் கொடுத்தார்.

“இன்று மாலையில் நகரத்திற்கு அப்பால் உள்ள திறந்த வெளியில் எங்களை வந்து பார். உனது குதிரைகள் நன்றாக இருக்கின்றனவா, உன் ஆட்கள் நன்றாக உடுத்தி, ஆயுத பாணிகளாக இருக்கிறார்களா என்பதைப் பார்ப்போம். பயணம் துவங்கும்போது நீங்கள் எல்லோரும் முதல் கொள்ளையில் முன்னணி வகிக்கும் குழுவான என் குழுவுடன் அனுப்பப்படுவீர்கள். நீ என்னுடன் இருப்பதில் பெருமகிழ்ச்சி. எங்களிடம் இருக்கும் நூற்றுக்கணக்கான ஆட் களை நீ தலைமை ஏற்கச்செய்ய முயற்சிக்கிறேன். எங்களுக்கு இப்போது தலைமை ஏற்பவர்கள் தேவைப்படுகிறார்கள். உன்னுடைய தோற்றத்தில் வைத்து அதற்குப் பொருத்தமான நபர்தான் என்று நான் தீர்மானித்திருக்கிறேன். என்னுடைய முடிவு சரியாக இருக்கிறதா இல்லையா என்பதைப் பார்ப்போம்” என்றார்.

“நீங்கள் சொன்னது சரிதான். நானும் எப்போதும் அதை விரும்புகிறவன் தான். எனக்குச் சாதகமான சூழ்நிலை இருந்தால், என் சக்திக்கு முடிந்தவரை உங்களுக்கு வேண்டியதை நிறைவேற்றித் தருவேன். நான் இதுவரை பிறரிடம் சேவை செய்ததில்லை என்பது உண்மைதான். ஆனால் மனதில் உறுதி இருந்தால் கற்றுக்கொள்வது எளிதுதானே என்றேன்.”

நான் அங்கிருந்து பிரிந்து எனது நண்பர்கள் இருக்கும் இடத்திற்கு விரைந்தேன். அவர்களை புதிய தலைமையின் ஆய்விற்காக தயார் செய்தேன். எங்களது குதிரைகள் பயணக் களைப்பில் ஓய்வெடுத்துக் கொண்டிருந்தன. நாங்கள் முழுமையாகத் தயாராக இருந்தோம். எங்கள் ஆயுதங்களை கூர்தீட்டி துடைத்து வைத்தோம். விசேஷமான கொள்ளை அணிக்கு எங்களை அர்ப்பணிக்க நாங்கள் ஒவ்வொருவரும் ஆயத்தமாக இருந்தோம். குறிப்பிட்ட நேரத்தில் எங்களது சிறியகுழுவை அழைத்துக் கொண்டு வந்தேன். முன்னதாகவே நூற்றுக்கணக்கான குதிரை வீரர்கள் அங்கே குழுமியிருந்தனர். நான் சப்ஜீகானைப் போல ஆயுத உடை தரித்திருந்தேன். அது எனக்கு மிகச்சரியாகப் பொருந்தி இருந்தது. எனது அற்புதமான குதிரையும் அந்த உடையில் இரண்டறக் கலந்து, உணர்வுடன் துள்ளிக் கொண்டிருந்தது. தன் எஜமானரைக் கண்டு பெருமை கொண்டது. இப்படியான கோலத்தில் என்னை கண்டு நீண்ட நாட்களானதால் இப்போது மகிழ்ச்சியடைந்திருந்தது.

பீர்கானும், மோதிராமும் கவர்ச்சியான தோற்றத்தில் இருந்தனர். என்னைப் அவர்களும் போலவே உயர்வான தோற்றத்தில் இருந்தனர். மற்றவர்களும் சிறப்பான தோற்றத்தில் இருந்தனர். அங்கே குழுமியிருந்த பெரும்பாலானவர்களை விட எங்கள் ஆட்கள் எடுப்பாக தோற்றமளித்தனர்.

"எல்லோரும் ஒன்றாக இணைந்து இருங்கள். சிதறி விடாதீர்கள், அப்படி சிதறிவிட்டால் நம் குழுவின் உண்மைதன்மையும் சிதறிவிடும். தலைவர் வரும்பொழுது என்னைக் கவனித்துத் தொடர்ந்துவாருங்கள்" என்று அவர்களிடம் சொன்னேன்.

சூரியன் மறைவதற்கு முன்பே பரிவாரம் சூழ ச்சீட்டூ நகரத்தி லிருந்து வந்தார். ஒரு மகத்தான குழுவின் தலைவருக்குரிய கம்பீரத்துடன் வந்தார். வெவ்வேறு பிரிவின் குழுத் தலைவர்கள் அவரைச் சூழ்ந்திருந்தனர். அவரது உடையில் தோள்பட்டை, புஜ கீர்த்தி, குதிரை அலங்காரம் யாவும் ஒன்றுடன் ஒன்று போட்டியிட்டு தம் வளப்பத்தைக் காட்டின. அவரது குதிரைப் பாய்ச்சல் எடுக்குமுன், குழு அற்புதமாக தோற்றமளித்தது. கப்பூர்கான் சங்கிலி உடை தரித்திருந்தான். அவனது பள பளப்பான உடையில் சூரியக்கதிர்கள் பட்டு செந்நிறத்தில் தெறித்தன. அவனுக்கு நிகராக யாரும் தோற்றமளிக்க முடியாது. அத்தனை படையாட்களும் எடுப்பான தோற்றத்தில் தான் இருந்தனர். அவனது குதிரையின் லாவகமான நடைக்கு வேறு எதுவும் ஈடுகொடுக்க முடியாது.

"இவன் தானய்யா மனுசன்" என்று மனக்கிளர்ச்சியோடு பீர்கானிடம் சொன்னேன்: "ஆம் நாம் இவனுக்குக் கீழ் சேவை புரியப்போகிறோம், கம்பீரமாக இருக்கிறான் இல்லையா? சரி என் பின்னால் வா என்றுக் கூறி துடித்துக்கொண்டிருந்த குதிரையை முன்னால் நடக்கவிட்டேன். அது ச்சீட்டூவின் குதிரையின் பக்கவாட்டில் உரசிக்கொண்டு நின்றது. எனது ஈட்டி முனையை தரையில் குத்தினேன். குதிரையில் இருந்து குதித்து அவருக்குப் பக்கத்தில் சென்று முதுகை வளைத்து பணிவான வணக்கம் சொல்லி, நீங்கள் கூறியதுபோல் எனது ஆட்களையும் அழைத்து வந்துள்ளேன் என்றேன். அவர்களும் என் உத்தரவிற்காகவே காத்திருந்தார்கள்.

ச்சீட்டூ குதிரையில் இருந்தபடியே என்னை சந்தோஷமான பார்வையால் அளந்தார்.

"நீ அழகான இளம் வாலிபன். உனது ஆட்களும் கச்சித மான தோற்றத்தில் இருக்கிறார்கள். உன்னைப்போல உன் ஆட்கள்

போல இங்கே நூற்றுக்கணக்கானவர்கள் இருக்கிறார்கள். உன்னை வைத்து ஏதாவது செய்யலாம் என்று இருக்கிறேன், என்ன நினைக்கிறாய்? கப்பூர்கான். மீர்சாகேப்பை உன்னுடன் அனுப்பலாமா? இவனுக்குக் கீழ் சில நூறு ஆட்களை ஒப்படைத்துப் பார்."

"அப்படியே ஆகட்டும். உங்கள் அடிமையும் அப்படித்தான் நினைத்திருந்தேன். எனக்கு மீர்சாகேப்பை முதலில் இருந்தே மிகவும் பிடித்திருக்கிறது. இவன் தலைசிறந்தவன். (தவறு இருந்தால் மன்னிக்கவும்) எதிர்பார்ப்பிற்கு தோதாக இருக்கிறான்" என்றான் கப்பூர்கான்.

"அப்படியே செய். இவனை உன்னுடன் அழைத்துக்கொள். ஆனால் அன்புடன் நடத்த வேண்டும்" என்றார் ச்சீட்டு.

"மற்ற ஆட்களையும் அழைத்துக் கொண்டு வா மீர்சாகேப். அங்கே அற்புதமான மைதானம் இருக்கிறது. அங்கே சில பயிற்சிகள் நடத்துவோம். நீ ஆயுதங்களில் எத்தனை கெட்டிக்காரன் என்பதைப் பார்ப்போம்" என்றான் கப்பூர்கான்.

"செய்யலாம். ராணுவத்தினரிடம் எனக்குப் பயமில்லை. எனக்கும் ஈட்டியில் சில வித்தைகள் தெரியும். தயவு செய்து வா சோதித்துப் பார்ப்போம்" என்றேன்.

நான் ஈட்டியை எடுத்தேன். நீளமான ஈட்டி, முனையில் துணிப்பந்து சுற்றி வைத்திருந்தார்கள். கொண்டையில் சிவப்பு நாடாக்கள் தொங்கின. நான் கப்பூர்கானைப் பின் தொடர்ந்தேன். திறந்த வெளியில் நின்றோம்.

ஒருவர் ஒருவராகப் பின்தொடர்ந்தோம். நகர்ந்து மோதலுக்குத் தயாரானோம். சுற்றி நின்ற குதிரை வீரர்கள் உற்சாக மூட்டும் ஒலி எழுப்பி ஒரு அந்நியனுடன் எவ்வாறு தங்கள் ராணுவத்தின் மிகத் திறமையான குதிரைப்படை வீரன் மோதப்போகிறான் என்பதைக் காண காத்திருந்தார்கள். நீண்ட நேரமாக ஒருவருக்கொருவர் ஈட்டி முனைகள் மோதும் தொலைவிற்கு முன்னோக்கி நகரவில்லை. எங்கள் குதிரைகளும் தேர்ந்த பயிற்சி பெற்றவைகளாக இருந்தன. ஈட்டி முனைகள் மோதும் கனத்தில் ஒயிலாகத் திரும்பின. கூடியிருந்தவர்கள் சபாஷ், சபாஷ் என்று குரல் எழுப்பினார்கள். ஒவ்வொரு முறையும் ஈட்டிமுனை பொருதப்போகும் போது அடுத்தவர் ஈட்டி தப்பித்தது. சுற்றியிருந்தர்கள் உற்சாக ஒலி எழுப்பிக்கொண்டே இருந்தார்கள். இறுதியில் கானின் ஈட்டி என்தோளைத் தொட்டுவிட்டது. கான் வெற்றி என்று கத்தினான்.

"இல்லை நான்தான் வெற்றி என்றேன் நான். இருவர் குதிரைகளும் நின்று மூச்சு வாங்கின. உனது ஆயுதத்தில் இருந்து சத்தம் வரவில்லை. எனக்கு இன்னொரு சுற்று கொடுத்தால் எனக்கு அதிர்ஷ்டம் வாய்க்கிறதா என்று பார்ப்போம் என்றேன் நான்."

சிரித்தபடி சொன்னான்: "நல்லது பார்ப்போம். ஆனால் ஒன்று தெரிஞ்சிக்கோ. நான் விட்டுத்தரமாட்டேன். முனைக்குக் கீழ் உள்ள நாடாவின் வீச்சின் சத்ததில் இருந்தே முனை தொட்டதா இல்லையா என்று தெரிந்து கொள்ளலாம்" என்றான் கான்.

"முன்னே வா."

மீண்டும் நாங்கள் பெரிய வட்டப் பாதையில் சுற்றி வந்தோம். முனையின் தூரம் மட்டுமே எங்களுக்கு இடையில் இருக்குமளவு நெருங்கி விட்டோம். கான் அவன் சொன்னபடி நடந்து கொண்டான். நிறையப்பேர் மூச்சை இழுத்துப்பிடித்து என்னைப் பார்த்துக் கொண்டிருந்தனர். தீர்மானமான நிலையை எட்டும்வரை வீசாமல் பார்த்துக்கொண்டே இருந்தேன். குதிரை நிதானமாக அடிகள் எடுத்து வைத்தது. அவன் குதிரையும் அப்படித்தான் மெதுவாக அடியெடுத்து வைத்தது. நரம்புகள் முறுக்கேறிவிட்டன. திடீரென்று என் நிலையை மாற்றினேன். அவன் நிதானமிழந்தான். அவனை விட நான் பதற்றமின்றி இருப்பதாக நினைத்தேன். அவன் மூச்சு வாங்கும் இடைவெளி அதிகரித்தது. அவன் சென்ற முறையைவிட இந்தமுறை நுட்பம் இழந்துவிட்டான். என் சக்தி அனைத்தையும் திரட்டி அவன் முனையைத்தொட்டு விட்டேன். இம்முறை அவன் சிரிக்கவில்லை. இல்லை தொடவில்லை. தொடும் நெருக்கத்திற்குப் போனேன். முடிவில்லாமல் தொடர்ந்து சுற்றி வந்தான். அவன் குதிரை மெதுவாகச் சுழன்றது. அல்லது நான்தான் வீச்சுக்கு இடம் கொடுக்கவில்லையா? என்பது தெரியவில்லை. ஆனால் அவன் என் பின்னால் நிற்காமல் சுற்றி வந்தான். நான் குதிரையை விரட்டினேன். அவன் வழக்கத்திற்கு மாறாகத் தாவி ஓடினான். எனது ஈட்டிமுனை கானின் நெஞ்சைத்தொட்டது. சிலர் அந்த வீச்சில் அதிர்ந்தார்கள். சிலர் எனது வெற்றியில் மகிழ்ந்து கூவினார்கள். என்னைப் போற்றிய கூவலில் தலைவர் குரலும் ஒன்று.

"அட அல்லா, இது வித்தியாசமான தாக்குதல். தந்திரமான அதிவிரைவான தாக்குதல்."

“கான். உனது தாடி மீது, குர்ரான் மீது சத்தியமாக நான் தாக்கவில்லை, எதேச்சையாகத்தான் பட்டது. இரண்டு நாட்கள் முன்னர்வரை நான் ஈட்டியைக் கையால் தொட்டது கூட இல்லை. அது அல்லாவிற்குத் தான் தெரியும். நீங்கள் என்மீது வீசும்போது தான் நான் பயின்றுகொண்டேன். எனது குதிரை நல்ல வாய்ப்பைக் கொடுத்தது. அதிர்ஷ்டம் என் பக்கம் இருந்தது. நான் பரிசை வென்றேன். இந்த வாய்ப்பு உங்கள் மனதைப் பாதித்திருந்தால் மன்னித்துவிடுங்கள்” என்றேன்.

“இல்லை என்னை பாதிக்கவில்லை சையது. நான் அதை விளையாட்டாகத்தான் எடுத்துக் கொண்டேன். உனக்கு வாள் வீச்சில் நல்ல பயிற்சி இருக்குமானால் ஈட்டி வீச்சு எளிதானது தான். இந்தக்குழுவில் யாரும் உன் எதிரில் நிற்க முடியாது” என்றான் கான்.

“உனது இந்தச் சொல் யாருடனும் சவாலுக்கு நிற்கும் ஊக்கத்தை அளிக்கிறது. உங்கள் மத்தியில் நான் புதிய ஆள்தான். நமது தலைவர் ச்சீட்டூ என்னை முயற்சித்துப் பார்க்க விரும்பினால் நாளை எனக்கு அது எளிதாக இருக்கும் என்றேன்.”

ச்சீட்டூ உட்பட அனைவரும் ‘நல்லது நல்லது’ என்று குரல் கொடுத்தார்கள். கப்பூர்கானுடன் நான் பொருதியது எல்லோராலும் வரவேற்கப்பட்டது. பல சிறந்த வாள் வீச்சு வீரர்களின் பயிற்சியை காண கான் என்னை அவரது இல்லத்திற்கு அழைத்தபோது நான் அங்கு விரைந்தேன்.

33

கொள்ளையன் மனதைக் கொள்ளை கொண்ட கொள்ளையன்

அடுத்தநாள் காலை நாங்களனைவரும் நகருக்கு வெளியே திறந்தவெளி மைதானத்தில் கூடினோம். ச்சீட்டூ பிண்டாரிகளின் வழமைப்படி விரித்திருந்த தரைவிரிப்பில் அமர்ந்திருந்தார். அவரைச் சுற்றி அமர்ந்திருந்த அவருடைய அணித்தலைவர்கள், அவரது உத்தரவிற்காக ஆவலுடன் காத்திருந்தனர். அவர் என்னை நயமாக அழைத்துத் தன் பக்கத்தில் அமர்த்திக் கொண்டார். அங்கே பயிற்சி விளையாட்டில் சிலர் தங்களது கம்பீரத்தையும், கைத்திறனையும் காட்டுவதற்குத் தயாராக இருந்தனர். ச்சீட்டூ கண்ஜாடை காட்டினார். இரண்டு கட்டு மஸ்தான ராஜ புத்திரர்கள் முன்வந்தனர். ஒரு கையில் கோலும், மறு கையில் மூங்கிலால் செய்யப்பட்டக் கேடயமும் ஏந்தி ஒருவருக்கொருவர் தொட்டுக்கொள்ளாத இடைவெளியில் சுழன்று வந்தனர்.

"இது உனக்குப் பிடிக்குமா" என்று ச்சீட்டூ என்னைக்கேட்டார். "இவர்கள் தங்கள் ஆயுதங்களில் தேர்ந்தவர்கள்வாளைக்கொண்டு ரத்தம் படாமல் மோதுவார்கள்" என்றார்.

"அவர்கள் தேர்ந்த கைகளாக இருக்கலாம். ஆனால் ஒருவர் வித்தையை மற்றவர் முன்பே அறிந்திருப்பார். இருந்தாலும் சிறந்த வித்தையாக இருந்தது. நீங்கள் என்னை அனுமதித்தால் எனது திறமைக்கு உரிய ஆட்டமாக இது இருக்கும் என்று நினைக்கிறேன். பிரபு நீங்கள் விரும்பினால் யாராவது ஒருவரை நான் முயற்சித்துப்பார்க்கிறேன் என்றேன்."

"நீ உன் ஆர்வத்தை அடக்கி எச்சரிக்கையாக இரு. எனக் கென்னவோ உன்னுடைய பெயரை மாசுபடுத்தவேண்டாம். என்னில் உன் மீதான ஆர்வத்தை ஏற்கனவே தூண்டி விட்டி ருக்கிறாய்" என்றார் ச்சீட்டு.

"இல்லை என்னைப்பற்றி பயம் வேண்டாம். முடிந்தவரை சிறப்பாகவே செய்வேன் என்றேன்."

நான் எழுந்து எனது கால்சட்டையை நீவிக்கொண்டேன். கைக்குட்டையை இடுப்பில் இறுக்கமாகக் கட்டிக்கொண்டு, வட்டத்திற்குள் குதித்தேன். முதல் ஆள் என்னை எதிர்கொள்ளத் தயாராக இருந்தான். பீர்கான் எனக்காக அங்கே தயார் நிலை யில் வைத்திருந்தான். கோலையும் மூங்கில் கேடயத்தையும் எடுத்துக்கொண்டேன். சுற்றிலும் கூடியிருந்தவர்கள் இது பொருந்தாத ஜோடி என்று முணுமுணுத்தார்கள். என்னுடைய சின்ன உருவத்தையும், எதிராளியின் உயரத்தையும், செஞ்சாந்து நிறத்தையும் கணக்கில் எடுத்துப் பார்த்திருக்கிறார்கள். ஆனால் நான் அதையெல்லாம் பொருட்படுத்தவில்லை. என்னுடைய திறமையின் மீதும், வலிமையின்மீதும் நம்பிக்கை கொண்டிருந் தேன். அதனிலும் சற்று கூடுதலாக வெளிப்படுத்த முடியும் என்று கருதினேன்.

"ஆட்டம் எப்படி இருக்கப்போகிறது" என்று அந்த ராஜ புத்திரனிடம் கேட்டேன். "அதை முதல்வீச்சில் இருந்து தீர்மானித்துக் கொள்ளலாமா?" என்றான் அவன்.

"நிச்சயமாக" என்று பதிலளித்தேன்.

"எனது தாக்குதல் பலமாக இருக்கும்" என்றான்.

"நல்லது, இப்போது உன் நிலைக்குப்போகலாம் என்றேன்."

அவன் வட்டத்தின் விளிம்பிற்குப் போனான். பின் அங்கிருந்து நிதானமாக அடியெடுத்து முன்னேறினான். இப்போது கீழே அமர்ந்து முட்டியாலும், கையாலும் ஊர்ந்து முன்னேறினான். சற்று நேரம் என்னை அமைதியாக அவதானித்தான். பின் மீண்டும் வட்டமடித்துச் சுழன்று வந்தான். தனது கோலை காற்றில் அலைத்தான்.

நான் தளர்வாக இருப்பதுபோல் ஆனால் உறுதியாக அமர்ந்திருந்தேன். எனது பாதுகாப்பின் பிடி இறுக்கமாக இருந்தது. அவனை தொடர்ந்து நான் அசைந்தால் ஆபத்தை எதிர்கொள்வது நிச்சயம் என்று தோன்றியது. அவன் இதை எதிர்பார்க்காதது போல் தோன்றியது. ஒரு கணம் நிதானமற்ற

சுழற்சிகளை சுற்றினான். இறுதியில் இரண்டு மூன்றுமுறை வலம் வந்து என் தலைக்குக் குறிவைத்தான். அவன் தாக்கும் விதத்தைப் புரிந்துகொண்டிருந்தேன். அதனால் அதற்குத்தயார் நிலையில் இருந்தேன். தலைக்கு வைத்த இலக்கை கேடயத்தால் எதிர் கொண்டேன். தற்காப்புணர்வின்றி இருந்த அவன்மீது மழைச்சாரல் போல அடித்தேன்.

கூடியிருந்தவர்கள் கைதட்டி ஆரவாரம் செய்தார்கள் மற்றொரு ராஜபுத்திரன் வட்டத்தில் அடியெடுத்துவைத்தான்.

“நீ தந்திரமாக வெகு சீக்கிரத்தில் காரியத்தை சாதித்துக் கொண்டாய். இப்போது என்னுடன் மோதவேண்டும்”என்றான் அவன்.

“நான் தயார். உன் நிலைக்குப் போ” என்றேன்.

இப்போதுஎனக்குப்பொருத்தமானஎதிரிவாய்த்திருப்பதாகத் தோன்றியது. இப்போது அவன் எனது ஆட்டமுறையைப் புரிந்துகொண்டிருப்பான். எனது குருவின் ஆட்டமுறையைக் கையாள்வது என்று முடிவுசெய்தேன். எனக்கு அவன்மீது பயம் இல்லை. ஆனால் அவனை மிரட்டி வைக்கவேண்டும். இருவரும் சூடாக மோதிக்கொண்டோம். அவன் என்னைப் போல நிதானமான மனநிலையில் இருந்தான். கடுமையான நீண்ட மோதலுக்குப் பின்னும், யாருக்கும் சாதகம் இல்லை. இருவரும் தளர்ந்து மூச்சு வாங்கினோம்.

“போதும் போதும்” என்று குரல்கொடுத்தார் ச்சீட்டூ. “இரு வரும் வீரத்துடன் மோதினீர்கள். யாருக்கும் வெற்றி தோல்வி இல்லை. ஆட்டம் எந்தநிலையில் இருக்கிறதோ அதே நிலையில் நிறுத்திவிடுங்கள்” என்றார் ச்சீட்டூ.

“இல்லை ‘பிரபுவே’ ஆட்டத்தை முடிக்க அனுமதி தாருங் கள். யாராவது ஒருவர் வெற்றி பெறவேண்டும்” என்றேன். “இந்த நண்பரும் அதைத்தான் விரும்புவார். எந்த நல்ல ஆட்டக் காரனுக்கும் அதுதான் இஷ்டமாக இருக்கும் இல்லையா? என்றேன்.”

“ஆம் நானும் அப்படித்தான் விரும்புகிறேன். நவாப் சாகேப்பிற்குத் தெரியும் என்னை யாரும் ஜெயிக்கமுடியாது என்பது. ஆனால் என் எதிராளி எனக்குச்சரியான ஜோடி தான். உனக்குக் கற்றுக் கொடுத்த குரு தேர்ந்த ஆள். அவருக்கு என்னுடைய வந்தனங்கள்” என்றான்.

"உங்கள் விருப்பப்படி செய்யுங்கள்" என்றார் ச்சீட்டூ. "ஆனால் விளையாட்டு விளையாட்டாகத் தான் இருக்கவேண்டும். அதற்கு வெளியில் பகைமை வளரக்கூடாது" என்றார் அவர்.

இருவரும் அவருக்கு வணக்கம் வைத்து விட்டு எங்களுக்குள் சண்டை வராது என்று உறுதியளித்தோம். யார் ஜெயித்தாலும் எதிராளிக்கு மரியாதை தருவோம் என்று உறுதியளித்தோம்.

வட்டத்திற்குள் நின்று ஆழ்ந்து மூச்சிழுத்தோம். வெற்றியைத் தீர்மானிப்பதற்கு நீண்டநேரமானது. யாரும் மற்றவனுக்கு சளைத்தவனாக இல்லை. இருவருக்கும் ஓரிருமுறை அடி சறுக்கியது. பார்வையாளர்கள் அதை கண்டு கொள்ளவில்லை. ஆனால் அவர்களுக்கு வியப்பளிக்கும் வீச்சுக்களை தொடர்ந்து கொடுத்தபடியே இருந்தோம். இறுதியில் ராஜபுத்திரனின் தேர்ந்த சாதுர்யமான வீச்சுக்களையும் தவிர்த்து விட்டேன். அப்படிப்பட்ட வீச்சுக்களை அத்துடன் நிறுத்திக்கொண்டான். நான் மாற்று ஆட்டம் ஆடமுயன்றேன். இதுவரை தராத அடி ஒன்று தர நினைத்தேன். அதற்கான வாய்ப்பை பார்த்துக் கொண்டிருந்தேன். இது வெற்றிக்கான வீச்சு என்று ஆர்வமாக வீசியவற்றையும் லாவகமாக தடுப்பில் எதிர்கொண்டேன். அடுத்த தாக்குதலுக்காகப் பக்கம் மாறினான். எனது வீச்சு அவன் விலாவில் பட்டது. அந்த வீச்சின் ஒலி எல்லோர் காதி லும் விழுந்தது. அந்த வேகத்தின் தாக்கம் அவனை மூச்சு வாங்கச் செய்தது. கோலுக்குப் பதிலாக வாள் இருந்திருந்தால் என்னவாகி இருக்கும். வீச்சின் வேகத்தில் ஆள் இரண்டு துண்டாகி இருப்பான்.

ச்சீட்டூ கூறினார்: "நியாயமான வெற்றி. திறமையும், வீரமும் பொருந்திய ஆட்டம். ராம்தீன்சிங் நீ தோல்வி யுற்றாய். ஆனால் அதுவொன்றும் தகுதிக்குறைவல்ல. இங்கே வாருங்கள் சமமான வெகுமதியளிக்கிறேன்" என்றார்.

ராஜபுத்திரன் சிரித்தான். நான் வென்றதில் எனக்கு மகிழ்ச்சி. எனது எதிர்பார்ப்பிற்கு மாறாக அவன் தன் தோல்வியை விளையாட்டாகவே எடுத்துக் கொண்டான். தோல்வியை மனதில் இருந்து அகற்றிவிட்டான். எல்லோரிடமும் இவன் தேர்ந்த வித்தைக்காரன் என்று அறிவித்தான். அதீததிறமையை வெளிப்படுத்தினேன் என்று கூறினான். ஆகவே மீர்சாகேப் பிடம் யாரும் உஷாராக இருக்கவேண்டும், எனக்கு என்ன ஆனது என்று பார்த்தீர்கள் இல்லையா? வயமான அடி வாங்கினேன் என்றான்.

இந்த அரிய இளைஞனின்பேரில் எனக்கு சந்தோஷம் என்றார் ச்சீட்டு.

“நானும் சிலவார்த்தைகள் சொல்ல நினைக்கிறேன் பிரபு, அனுமதிப்பீர்கள் என்று நம்புகிறேன் என்றேன் நான்.”

“ஏற்கனவே அனுமதித்துவிட்டேன். நீ பேசு.”

“இந்த தைரிய புருஷனை எனக்கு கீழ் நியமியுங்கள்.

உங்களுடைய தயவால் அந்நியனான என்னை ராணுவத்தின் முதல் நிலை வீரனாக்கினீர்கள்.

எனக்கு இந்த இரு ராஜபுத்திர வீரர்களையும் அளித்தால், ஒருவரை ஐம்பது வீரர்களுக்கு சமமான நிலையிலும் மற்றவரை இருபத்தைந்து வீரர்களுக்கு சமமான நிலையிலும் வைப்பேன் என்றேன்.”

“சரியாகச் சொன்னாய்” என்றார் ச்சீட்டு. “அப்படியே செய்வோம். நீயும் அப்படித்தான். கப்பூர்கான் கவனி. அவன் சொன்னது போலச்செய். இவர்கள் சமயத்திற்கு ஏற்றவாறு வேலைகளைச் செய்வார்கள்” என்று கூறிச்சென்றார்.

நான் புதிய பொறுப்பை ஏற்பதற்கு இன்னும் சில நாட்களே இருந்தன. புதிய எஜமானர் எனக்குச் சிறப்பான இடத்தை வழங்கியிருக்கிறார். நான் எதிர்பார்த்ததைக் காட்டிலும் சாதக மான வாய்ப்புகள் எனக்குக் கூடிவருகிறது. நான் எனது சொந்த பொறுப்பில் தலைவனாக இருந்ததில்லை என்பது உண்மை. இப்போது எனக்கு வழங்கியுள்ள மரியாதைக்குரிய பொறுப்பு எனது தகுதிக்கும் மேலாக அளிக்கப்பட்டிருக்கிறது. எனக்குக் கிடைத்த இந்த பெருமை அனைத்தும் என் அப்பாவையும் அஜீமாவையும் சேரும். இந்த புதிய எதிர்பாராத செய்தியை கேட்டால் அவர்கள் மகிழ்ச்சி அடைவார்கள்.

எங்கள் முகாமில் பொழுது எப்படிக் கழிந்தது என்பதைச் சொல்கிறேன். காலைநேரங்களில் என்னை ச்சீட்டு அக்கறையுடன் கவனித்து வந்தார். புதிய சாகசங்கள் மேற்கொள்ளும்போது அபூர்வமாகவே தனது ஆட்களைக்கொண்டு சோதனையிடச் செய்வார். மாலை நேரங்கள் பயிற்சியிலும் திறமைகளை மெய்ப்பிப்பதிலும் கழியும். என்மீது உருவாக்கி வைத்திருந்த பெருமையை நான் காப்பற்றிவந்தேன். இந்த ஒருமாத காலமாக நேமவூரில் எனது நேரம் கொஞ்சம்கூட வீணாகவே இல்லை. நேமவூர் எல்லாவகையிலும் என்னை தன் வயப்படுத்திக் கொண்டது. முன்னர் எனக்குள் இருந்த எண்ணங்கள் நிறை வேறிக் கொண்டிருந்தன.

கடைசியில் தசரா பண்டிகையும் வந்து விட்டது. அது ஒரு எழுச்சிமிகுந்த காட்சியாக இருக்கும். அனைத்துக் கொள்ளையர்களும் குழுமி தங்களது கடந்த காலத்தை நினைவு கூர்வார்கள். வருகைக் கணக்கெடுப்பு நடந்தது. அங்கே குதிரைவீரர்கள் ஐயாயிரம்பேர் திரண்டிருந்தனர். மேலும் வரக்கூடும் என்று எதிர்பார்க்கப்பட்டது வெவ்வேறு குழுக்களாக ஒருங்கிணைந்திருந்தனர். ஏறக்குறைய எட்டாயிரம் பேர் கொண்ட மகத்தான குழுவாக தலைவரின் கட்டுப்பாட்டின்கீழ் வரத் தயாராக இருந்தனர். பல பிரதேசங்களைச் சூறையாடும் போருக்குச் சித்தமாய் இருந்தனர்.

நர்மதா ஆற்றைக் கடந்ததும் இரண்டு குழுக்களாகப் பிரிந்து செல்வதாகத் திட்டமிடப்பட்டிருந்தது. நர்மதாவைக் கடந்து, கிருஷ்ணாவின் ஊடாக எவ்வளவு முடியுமோ அவ்வளவு தூரம் தெற்கு நோக்கி வெள்ளைக்கார ராணுவத்தினரின் வழக்கமான ரோந்துகளில் பிடிபட்டு விடாமல் செல்ல வேண்டும் என்று கூறப்பட்டிருந்தது. இப்போதைக்கு ரோந்து நடைபெறவில்லை என்றாலும் எங்களைப் பிடிப்பதற்காக விரைவில் ஒரு படையை அனுப்பலாம். அதிகாலை விடியலில் மொத்த முகாமும் நகரத் தொடங்கியது. ஒவ்வொரு அணியாக தங்களது தலைமையின் எதிரில் வந்தார்கள். நர்மதாவைக் கடப்பதற்கு படகுகளும் வழங்கப்பட்டிருந்தது. நாங்கள் பயணம் கிளம்பிய அன்றே நர்மதாவைக் கடந்துவிட்டோம். நர்மதாவின் தெற்குக் கரையில் ஹிந்தியா என்ற நகரத்தில் நிலை கொண்டோம்.

அங்கே குழு இரண்டாகப் பிரிக்கப்பட்டது. பிரிந்தப் பின்னரும் மேற்கு நோக்கி விரையும்வரை, நான் ச்சீட்டூவின் அணியின் கீழ் இருந்தேன். அங்கிருந்து தாப்தி ஆற்றின் சம வெளியில் நாங்கள் நாக்பூர் அரசரின் பிரதேசத்தை அடைய வேண்டும். அந்த பிரதேசத்தை கொள்ளையடிக்காமல் கடந்து செல்வதாக நாக்பூர் அரசருடன் ஒப்பந்தம் செய்யப்பட்டிருந்தது. ச்சீட்டூவிற்கு அடுத்த இரண்டாம் அணியாக சையது பீக்கூவின் தலைமையின் கீழ் சென்ற அணி கிழக்கு நோக்கி நர்மதாவின் தெற்குக்கரை மீதே நாக்பூருக்குச் செல்லும் நெடுஞ்சாலையைப் பிடிப்பதுதான் எங்கள் பயணத்தின் இலக்கு.

இதற்கிடையில் சில கொள்ளை நடவடிக்கைகளுக்காக எங்கள் பயணத்தைத் துரிதப்படுத்தினோம். எங்களிடமிருந்த பணமும் கரைந்து கொண்டிருந்தது. கொள்ளையடிக்கவில்லையானால் பட்டினி கிடக்கவேண்டிய நிலை. மேஜர் பிரேசர் தலைமை

யிலான ராணுவத் துருப்பு எங்களது பயணத்தைத் தொடர்ந்து வந்து தடுக்கத் திட்டமிட்டு இருந்தது. ஆனால் அவர்கள் எண்ணிக்கையில் சிறிய முன்னூறுபேர் கொண்ட படையினர்தான் என்று எங்கள் உளவாளிகள் சொன்னார்கள். ஆயிரக் கணக்கில் எண்ணிக்கை கொண்ட நாங்கள் அவர்களின் தாக்குதலுக்கு அஞ்ச வேண்டியதில்லை என்று கருதினோம். ஆனால் அவர்களின் வீரத்தைக் குறைத்து மதிப்பிட்டுவிட்டோம். பதினைந்து காத தூரத்திற்கு அப்பால் வரும் காலாட்படை எங்கள் குதிரைப் படையை என்ன செய்துவிட முடியும்? என்று நினைத்திருந்தோம்.

இருந்த போதிலும் அவர்கள் எங்களைத் தாக்கிவிட்டார்கள். தாப்தி ஆற்றங்கரையில் உள்ள ஒரு கிராமத்தின் திறந்தவெளியில் முகாமிட்டு காலை உணவு சமைத்துக் கொண்டிருந்தோம். பறங்கியரின் துருப்புகள் எங்களை நெருங்கி விட்டதாகத் தகவல் வந்தபோது, சிலர் சோம்பல் முறித்துக் கொண்டும், சிலர் குதிரைத்துணியை நீளமாக விரித்து படுத்துக்கொண்டும் இருந்தார்கள். இந்தக் காட்சியை விளக்குவதற்கே குழப்பமாக இருந்தது. ஆட்கள் இங்கும் அங்கும் பறந்தார்கள். அந்த சூழ்நிலையில் துருப்புகளை ஒருங்கிணைப்பதற்கான சாத்தியத்தைக் கடந்து விட்டிருந்தது. ஒவ்வொருவரும் விரைந்து தங்களது குதிரையைப் பிடிப்பதில் தீவிரமாக இருந்தார்கள். யாரும் நின்று சூழ்நிலையை நிதானிக்கக்கூட இல்லை. உயிரைக் கையில் பிடித்து ஓடிக்கொண்டிருந்தார்கள். என்னுடைய அணியை சேர்க்க முயற்சித்துக் கொண்டிருந்தேன். சிவப்பு கோட்டு அணிந்த இங்கிலீஷ் படைக்குழு எங்கள் முகாமை நெருங்கி விட்டது. என் உத்தரவிற்குக் கட்டுப்பட யாரும் இல்லை. எனது சொந்த தக்குகள்கூட என்னுடன் இல்லை. எனது பிரிவினரைக் கொண்டு முன்னேற முயற்சித்தால் அவர்கள் கொல்லப்பட்டு விடுவார்கள். நாங்கள் வெற்றி பெறுவதற்குரிய வாய்ப்பில்லை என்று எனக்குத் தோன்றியது. எங்கள் ஆட்கள் ஓரிருவர் செத்து விழுந்தார்கள். எங்கள் குதிரைகளைத் திருப்பி ஓட்டமெடுத்தோம். பறங்கியரின் காலாட்படையுடன் சில குதிரைக்காரர்கள் இருந்தபோதிலும் எங்களைப் பின் தொடரவில்லை. அவர்கள் ஒன்றும் மோசமான கோழைகள் அல்லர். நாங்கள் தாக்குதல் தொடுத்தபோது திருப்பித் தாக்கினார்கள்.

அவர்களால் முடிந்த மட்டும் தாக்குப் பிடித்தார்கள். எனது ஆட்கள் நூறுபேரை அவர்களின் துருப்புகளுக்கு நெருக்கமாக நிறுத்தினேன். வாய்ப்பு கிடைக்கும் போதெல்லாம் குதிரையில்

இருந்தபடி அவர்கள் மீது ஈட்டியால் தாக்குதல் தொடுத்தோம். இருந்தாலும் அவர்கள் எதிர்த்தாக்குதல் தொடுக்கவில்லை. மீண்டும் காலாட்படை நகரத் தொடங்கியதைப் பார்த்தபின் நாங்கள் மீண்டும் எங்கள் முகாமிற்குத் திரும்பினோம். ஆயிரக் கணக்கில் தற்காலிகமாக அங்கும் இங்கும் மறைந்திருந் தவர்கள் வந்து நின்றார்கள். பாதி வெந்த உணவிற்குக் கீழ் அடுப்பு மீண்டும் மூட்டப்பட்டது. எங்களின் நீண்ட பயணத்திற்குப்பின் நாங்கள் ஓய்வெடுக்க ஏற்ற இடமாக இது இருந்திருக்கவேண்டும், கணிசமான கொள்ளையும் அடித்திருக்கவேண்டும். எங்கள் ஆட்கள் மீண்டும் தங்கள் குதிரையில் ஏறினார்கள். சேனங்கள் மீண்டும் சரியாகப் பொருத்தப்பட்டு வெற்றியை நோக்கி புறப் பட்டன.

எங்களுக்கு ஆச்சரியம் தரும் வகையில் ஆரவாரம் ஓய்ந்தது. எதிரியின் காலாட்படை பெரியதாக இருந்திருந்தாலோ, அல்லது நல்ல குதிரைப்படையாக இருந்திருந்தாலோ எங்களைப் பின் தொடர்ந்து வந்திருப்பார்கள். அடுத்த கொள்ளைக்கான வாய்ப்பை இழந்து மரியாதையாக வீடு திரும்பி இருப்போம். பயணத்தை மறந்திருப்போம். இப்போது எங்கள் ஆட்களில் நாங்கள் பார்த்தவரை நூறுபேரை இழந்திருப்போம். மூன்று நாட்களுக்குப் பின்னர் எப்போதும் இல்லாத எழுச்சியுடன் நாங்கள் மீண்டும் ஒன்றிணைந்தோம்.

மலையில் இருந்து கிழக்குப் பக்கமாக எல்லிக்பூரை நோக்கி யாரும் பயணித்திராத பாதையில் தட்டுத் தடுமாறி நெடிய பயணம் மேற்கொண்டோம். மொகல்னீயின் விவகாரம் முடித் தபோது நான் பயணித்த அதே அடர்ந்தகாடு இப்போது எதிர்பட்டது. ஊம்ராவுடியைக் கடந்து இருபத்தைந்து காத தூரத்தில் வார்தா ஆற்றிற்குப் பக்கத்தில் நிஜாம் பிரதேசத்தினுள் அடியெடுத்து வைத்தோம். துவக்கத்தில் இருந்தே தலைவரின் நோக்கம் இந்தப்பிரதேசத்தை அடையவேண்டும் என்பதுதான். நான் முன்னரே சொன்னதுபோல கொள்ளையடிப்பதற்கு நல்ல சாத்தியங்களை அளிக்கக்கூடியது இந்தப் பகுதி. முன்னைவிட இப்போது இன்னும் நல்லவளமாக இருந்தது.

நாங்கள் விரைந்த பகுதியில் ஆற்று வெள்ளம்போல் புகுந்தோம். ஒவ்வொரு கிராமத்திலும் அங்கு வசித்தமக்கள் எங்கள் இரக்கமின்மைக்கு அஞ்சி அந்த நிமிடமே காலி செய்து விட்டுப் போய்விட்டார்கள். ஒவ்வொருவராககொள்ளை யடிக்க துருவித்துருவிப் பார்த்தோம். அன்று நான் முன்

னேறிச் சென்ற அதிர்ஷ்டம் ஒருசில இடங்களில் நல்ல கொள்ளையை பெற்றோம். கடந்தமுறை பயணித்த நினைவு களுடன் மலைகள் ஊடாக கடந்து சென்றோம். சென்றமுறை எனது கூட்டாளிகளுடன் மட்டுமே வாளை வீசிக்கொண்டு சென்றேன். இந்தமுறை என் கையில் குறைந்தது ஐநூறு பேராவது அதிகரித்து இருக்கிறார்கள். பின்னால் தொடர்ந்து வருபவர்களின் எண்ணிக்கை உயர்ந்து கொண்டே இருக்கிறது. முன்பு நான் அவர்களுக்குக் காட்டியிருந்த பெரர் சமவெளிப் பகுதியில் கொள்ளையிட இப்போது அளவில்லா வலிமையும் எங்களிடம் இருக்கிறது.

கப்பூர்கான் ச்சீட்டூவின் கட்டுப்பாட்டில் உள்ள மையக் குழுவில் இருந்தான். என் தலைமையில் ஒரு குழுவை அனுப்பும் அளவிற்கு எனது அந்தஸ்து உயர்ந்திருப்பதால் கப்பூர்கான் என் மீது பொறாமை அடைந்திருந்தான். அதனால் நான் ஊம்ராவுடீ பகுதியில் முன்னேறிச் செல்லவேண்டி இருந்தது. அந்த ஊருக்குள் புகுந்ததும், பயத்தின் அதிர்ச்சியில் கிராமத்தினர் சிலர் நாங்கள் கேட்பதற்கு முன்னரே, தங்களது பங்குகளை பணமாக வெள்ளியாக, தங்க நகைகளாக எங்கள் காலடியில் சமர்ப்பித்தனர். நாங்கள் முன்னேறிக் கொண்டிருக் கும்போது அங்கங்கே மக்கள் மத்தியில் கிராமங்கள் தோறும் செய்திகள் பரவியிருந்தன. ஆயிரக்கணக்கானோர் தங்கள் வீடு களைவிட்டு ஓடிவிட்டார்கள். வீடுகளில் எஞ்சியிருந்த ஒரு சிலர் வீடுகளை எரித்துவிடவேண்டாம் எனக்கெஞ்சிய வாறு தங்கள் பங்குகளை அளித்தனர். நாங்கள் கடந்துவந்த திசையில் ஆங்காங்கே கிளம்பி வந்து கொண்டிருந்த புகைமண்டலத் தைப் பார்க்கும்போது ச்சீட்டூவின் குழுக்கள் எங்களைவிட இரக்கமற்றவர்கள் போலும் என்று நினைத்தேன். மாலை சரிந்து கொண்டிருக்கும்போது நாங்கள் ஊம்ரவுடியை அடைந்தோம். முக்கியமான இடங்களில் சில சிப்பாய்கள் மட்டுமே காவலுக்கு நின்றிருந்தனர். நாங்கள் போவதற்கு முன் எங்களைப்பற்றிய செய்தி பரவி இருந்தது. அந்தச் சிப்பாய்களும் ஓடிவிட்டனர். நுழைவாயிலில் எங்களைச் சோதனையிடவோ தடுக்கவோ யாரும் இல்லை. சென்றமுறை நாங்கள் வந்துபோது எத்தனை சிரமப்பட்டோம் என்பதை நினைத்துப் பார்த்துக்கொண்டேன்.

நகரத்தின் வெளிப்பாதைகளில் வெவ்வேறு அணியினரைக் காவலுக்கு நிறுத்தி விட்டு நாமறிந்த பெரும்பணக்காரர்கள்

இருக்கும் முக்கிய கடைத்தெருக்கள் வழியாகச்சென்றேன். சந்தைத்திடலில் நகரத்தின் முக்கிய பிரமுகர்கள் குழுமி இருந் தனர், அவர்கள் மத்தியில் குதிரையைவிட்டு இறங்கினேன். அங்கே தரைவிரிப்பைப் விரித்து வைத்து எங்களுக்கு மரியாதை செய்ய விரும்புவதாகத் தெரிவித்தனர்.

சம்பிரதாயமான சில வார்த்தைகளை பேசிய பின்னர், விஷயத்தைத் துவக்கினேன். மரியாதை நிமித்தமான வருகை அல்ல இது என்றேன். ஒவ்வொரு குழுவும் பேரம் பேசத் தொடங்கிவிட்டது.

எங்களை எதிர்த்தவர்கள், எங்களது விருப்பத்தை நிறை வேற்றத் தவறியவர்கள் என்ன கதிக்கு ஆளானார்கள் என் பதைச் சற்று பட்டியலிட்டேன். ஒரு லட்ச ரூபாய் தருவதாகக் கூறினார்கள். “என்ன இது சுத்த முட்டாள்தனமாக இருக் கிறது. இந்த ஒரு லட்ச ரூபாயோடு மேன்மைக்குரிய ச்சீட்டூ திருப்தியடைந்து விடுவாரா? குர்ரான்மீது சத்தியமாக ஏற்றுக் கொள்ளமாட்டார். உங்கள் வீட்டில் ஒன்றிலோ, அல்லது கோட்டையிலோ நீங்கள் அடைபட்டு பெரும் பிரச்சினையை எதிர்கொள்ளப் போகிறீர்கள். எங்கள் கூட்டம் கடந்துவந்த கிராமங்களைப் போய்ப்பாருங்கள். ஒரு கூரைவீடோ, ஒரு மரமோ அங்கு நிற்பதைக் காண முடியாது. எங்களோடு பிரச்சினை செய்தால் மோசமான விளைவுகளைச் சந்திக்க வேண்டியிருக்கும். எங்களது இரக்கமற்ற படையின் கைகளால் எரிக்கப்படுவது மட்டுமல்ல, நீங்களும் உங்கள் வீட்டுப்பெண் களும் சிக்கிச் சீரழிந்து போவீர்கள். உங்கள் மீது நல்லெண்ணம் கொண்டு எச்சரிக்கிறேன். இதை மறுக்காதீர்கள். எங்கள் படையை எதிர்க்கும் சக்தி உங்களுக்குக் கிடையாது. நாங் கள் இங்கே சிலநாட்கள் உங்கள் வீட்டில் தங்கி இருந்துஎல்லாவற்றை யும் சோதனையிடலாம் என்று நினைக்கிறேன். அதனால் நீங்கள் போய் நல்லவிதமாகக் கலந்துரையாடி ஒரு நல்ல முடிவை எடுங்கள் என்றுகூற எனது வாளை மரத்திற்கு அருகில் எறிந்தேன். இந்த மரத்தின் நிழல் என் வாளைத் தொடுவதற்கு முன் உங்கள் புத்திக்கு எட்டிய நல்ல பதிலைக் கொண்டுவாருங்கள். நான் குறிப்பிட்ட நேரத்திற்குமேல் ஒரு நிமிடமும் தாமதிக்கமுடியாது. உங்கள் வீடுகளை எல்லாம் பூட்டி, இன்ஷா அல்லா சாவிகள் என் கைக்கு வந்துவிடும்.”

என்னைச் சுற்றி நின்ற எங்கள் ஆட்கள் எல்லாம் “சரியாகச் சொன்னீர்கள் மீர்சாகேப். ஆனால் மீர்சாகேப் நாங்கள்

ஏன் உங்களுக்கு உடனடியாக உதவக்கூடாது? இந்த கஞ்சத்தனமான வியாபாரிகளுக்கு வெகு தொலைவில் இருந்து வந்து மரியாதை செய்யும் நம்மைப் போன்றவர்களை மதிக்கிற எண்ணம் இல்லை."

"பொறுங்கள் அவர்கள் என்ன சொல்கிறார்கள் என்று பார்ப்போம். அதற்கிடையில் ஒழுங்குடன் அமைதியாக இருங்கள். யாரும் அவர்கள் பேச்சில் குறுக்கிடவோ, இந்நகர மக்களுக்கு இடையூறு செய்யவோ கூடாது என்று எச்சரித்தேன்."

நான் விதித்திருந்த கெடு முடிகிற நேரம் நெருங்கிவிட்டது. எனது வாள் இன்னும் சூரிய ஒளியில் மின்னிக் கொண்டிருந்தது. வியாபாரிகள் தொடர்ந்து தங்களுக்குள் விவாதித்துக்கொண்டு இருக்கிறார்கள். முடிவை எட்டுவதற்கு வெகுதூரம் இருப்பது போல் தெரிகிறது. அவர்களின் முகபாவங்களில் இருந்தும் சூடான விவாதங்களிலிருந்தும் இன்னும் அவர்கள் முடிவிற்கு வரவில்லை என்பதை என்னால் யூகிக்க முடிந்தது.

நிழல் நீண்டு கொண்டு வருவதை ஆவலுடன் பார்த்துக் கொண்டிருக்கிறேன். கெடு நேரம் முடியப்போகிறது என்பதை அவர்களுக்கு நினைவூட்டினேன். வாளின் பளபளப்பு முடிவிற்கு வரும் நேரம் தூரத்தில் இல்லை. வாளைக்கையில் எடுத்துக்கொண்டு எங்கள் ஆட்களுக்குக் குரல்கொடுத்தேன். எனது நடவடிக்கைகளை வியாபாரிகள் கவனித்தார்கள். மீண்டும் வியாபாரிகள் குழு என்னை நோக்கி முன்னேறி வந்தது.

உட்காருங்கள் மீர் சாகிப் என்றுக் கூறிக்கொண்டே எங்களை நோக்கி வந்த பருமனான ஒரு ஆள் அவர்களின் தலைவன் போல் காட்சியளித்தான். இந்த விஷயத்தை விரிவாகவும், அமைதியாகவும் பேசி முடிப்போம் சாகிப். உணர்ச்சி வயப்பட்ட மனநிலையில், அவசர அவசரமாகப் பேசும் எந்த விவகாரமும் திருப்திகரமாக முடியாது" என்றான் அவன்.

"இல்லை உட்காரமாட்டேன். நின்றபடியே இருக்கிறேன். நீங்கள் என்ன சொல்லப் போகிறீர்கள் என்பதைக் கேட்கிறேன். ஆனால் ஒன்றை நினைவில் வைத்துக்கொள்ளுங்கள். நான் வாளை உருவின உடனே கொள்ளை துவங்கிவிடும். இன்னும் என் ஆட்களிடம் எனக்குக் கொஞ்சம் செல்வாக்கு மிச்சம் இருக்கிறது. உங்களிடமிருந்து நியாயமான கையளிப்பை எதிர்பார்க்கிறார்கள். நீங்கள் சொல்வதில் அவர்கள் திருப்தியாகவில்லை என்றால் இந்த முரட்டுத்தனமான ஆட்களிடமிருந்து உங்கள் உயிருக்கு என்னால் உத்திரவாதம் அளிக்க முடியாது என்றேன்."

தலைமை வர்த்தகர் என்னை நோக்கி “ஒரு நிமிடம் என்னுடன் வாருங்கள். உங்களுடன் தனியாகப் பேசவேண்டும்” என்றார். “இந்த சௌகார் உங்களுக்கு துரோகம் இழைத்துவிடுவான் என்று அஞ்சவேண்டாம்” என்றும் கூறினார்.

நாங்கள் எல்லோரும் சிரித்தோம். “இல்லை, இல்லை எனக்கொன்றும் பயம் இல்லை வருகிறேன் என்றேன் நான்.” “தோழர்களே! நினைவிருக்கட்டும், இந்த வியாபாரிகள் யாரும் தப்பிவிடாமல் பார்த்துக்கொள்ளுங்கள் என்று குரல் கொடுத்தேன்.”

நல்லது என்ற நான் சில அடிகள் போனதும் “என்ன சொல்லப்போகிறீர்கள். எதுவாக இருந்தாலும் சீக்கிரமாகச் சொல்லுங்கள். எங்கள் ஆட்கள் இங்கே துடித்துக் கொண்டிருக்கிறார்கள். உங்கள் கடைகளும் வீடுகளும் அவர்களின் வெறியைத் தூண்டும் வகையிலுள்ள அவர்களுக்கு அருகிலேயே இருக்கின்றன என்றேன்.”

தலைமை வர்த்தகன் சொன்னான்: “இங்கே பாருங்கள், நீங்கள்தான் குழுவின் தலைவர். ஒவ்வொன்றையும் நீங்கள் தான் நடத்திக் கொண்டு இருக்கிறீர்கள், உங்களிடம்தான் அதிகாரம் இருக்கிறது என்பதில் சந்தேகம் இல்லை. உங்களிடம் ஐநூறு பேருக்கும் அதிகமான ஆட்கள் இருக்கிறார்கள். அதனால் உங்களுக்குச் சொந்தப்பங்காக பத்தாயிரம், சர்தார்கள் ஒவ்வொருவருக்கும் ஆளொன்றிற்கு ஆயிரம்ரூபாய், மற்றவர்கள் தலைக்கு நூறுரூபாய். இந்த முடிவை உங்கள் குழுவிடம் சொல்லலாம், என்ன நினைக்கிறீர்கள்? முடிவை உடனே சொல்லுங்கள். பணம் என் கையில் தயாராக இருக்கிறது. தலைமைக் குழு வருவதற்கு முன்னர் பணத்தைப் பிரித்து வழங்கி விடலாம்” என்றார்.

ஒரு நிமிட நேரம் கணக்கிட்டுப்பார்த்தேன். ச்சீட்டூ தன் னிஷ்டப்படிதான் நடந்துகொள்வான். எவ்வளவு முடியுமோ அவ்வளவு பெறுவதில் சிக்கல் வந்து விடக்கூடாது. ச்சீட்டூ வருவதற்குள் என் கைக்குவருவது கிடைக்காமல் போய்விடக்கூடாது. எனக்குத் தெரிய ச்சீட்டூ பத்துலட்சம் எதிர்பார்ப்பான். அதை அவன், நல்ல முறையிலோ அல்லது சண்டையிட்டோ பெற்றுவிட முடியும். அல்லது கிட்டத்தட்ட அந்தத்தொகையை பெற்றுவிடலாம்.

மறுபடியும் சொல்றேன் கேளுங்க... என்றார் சௌகார். நீங்கள் முன்னால் வந்திருக்கிறீர்கள்,எனவே கிடைக்கிறபணத்தை எடுத்துக் கொள்ளுங்கள்” என்றார்.

“இல்லை! நாங்கள் இங்கேயே இருக்கின்றோம். பயணம் இருபத்தைந்து காத தூரம் போகும்வரையில் நாங்கள் இங்கே தான் இருப்போம். ஆனால் பணம் ஒரு லட்சரூபாய் கொடுத்த உடனே எங்கள் ஆட்களை நகரத்தைவிட்டு வெளியே அழைத்துச் சென்றுவிடுகிறேன். இங்க பாருங்க இதில் மூன்றில் ஒரு பங்கு எங்கள் தலைமைக்குப் போய்விடும். நீங்கள் கொடுக் கிற பணத்தில் என்பங்கு ஒன்றும் பெரியதொகை இல்லை என்று அவருக்கு விளக்கினேன்.”

“நான் ஒப்புக் கொள்கிறேன். இப்போ உங்கள் ஆட்களிடம் போவோம். அவர்களை அமைதியாக இருக்கச் சொல்லுங்கள். எந்த வன்முறையிலும் ஈடுபடவேண்டாம். நல்லவிதமாக நடந்துகொள்ளச் சொல்லுங்கள்” என்றார் அந்த சௌகார்.

நாங்கள் எங்கள் குழுவினரிடம் போனோம். நான் திரும்பிய தும் என்னை உற்சாகமாக வரவேற்றார்கள். என்னிடம் பேசப் பட்ட தொகையை அவர்களிடம் சொன்னதும் வெற்றிக்கூச்சல் எழுப்பினார்கள்.

பணம் பெற்றுக்கொண்ட சில நிமிடங்களில் வரிசை கட்டி நின்று பண மூட்டையைக் கனமாகப் பெற்றுக்கொண்டு குதிரை யில் ஏற்றிச் சென்றார்கள் கொள்ளையர்கள். ஒவ்வொரு அணித் தலைவரும் தனித்தனி இடத்தில் தங்கள் ஆட்களுக்குப் பிரித்துக் கொடுத்தார்கள். ஒவ்வொரு கொள்ளையருக்கும் நூறுரூபாய், குழுத்தலைவர் ஆயிரம் ரூபாய். பணமூட்டை சுமையால் அவர்கள் முதுகு கனத்திருந்தது.

“உங்கள் பணத்தை நீங்கள் எடுத்துக் கொள்ளவில்லையா மீர்சாகேப்” என்றான் பீர்கான்.

“இல்லை. என்னைப் பற்றிக் கவலை வேண்டாம். என் பங்கை எடுத்துக்கொள்வேன். மூட்டை பெரிதாகத் தெரியக்கூடாது எனவே தங்கமாக எடுத்துக்கொள்வேன்.”

“அவன் கண்கள் மின்னின. அதுவும் சரிதான். மற்றவர்கள் அதைத் தெரிந்து கொள்ளக்கூடாது” அல்லவா என்றான்.

“சத்தம் போட்டுப் பேசாதே. இது உனக்கும் எனக்கும்மட்டுந் தான் தெரியவேண்டும். இப்போது இந்தத் திருடர்கள் இதற்கு மேல் வேறெதுவும் எடுத்துவிடாமல் பார்த்துக்கொள்ள வேண் டும். ஏதாவது விளையாட்டுத்தனமாக நகரத்தில் புகுந்து கலவரம் செய்துவிடப் போகிறார்கள் என்று எச்சரித்தேன்.”

“ஆம் சிலருக்கு அந்த எண்ணம் இருப்பது போல்தான் தெரிகிறது. நான் கூட ஒருவனைப் பார்த்தேன் மீர்சாகிப். இது அசாதாரணமான வேலைதான். காலையில் ஆயிரம் ரூபாய். நமக்கு நல்லதிர்ஷ்டம் இருந்த நேரத்திலும்கூட நம்ம தொழிலில் இப்படிப் பணம் பார்த்ததில்லை.”

“ஏய் வாயை மூடு.. நம்ம தொழிலின் ரகசியத்தைப்பற்றிபேசும் நேரம் இதுவல்ல. அது உன்னோடு இருக்கட்டும். ஆட்கள் மைதானத்தை விட்டு நகரத்திற்குள் போய்விடாமல் பார்த்துக் கொள். நான் சில ஆட்களுடன் இங்கேயே இருக் கிறேன். ச்சீட்டூ இங்கே வந்தபின் என்ன நடக்கிறதென்று பார்ப்போம்.”

“அவர் வந்து என்ன கேட்பார் என்று நீங்கள் நினைக்கிறீர்கள்” என்று எனது குண்டான நண்பன் கேட்டான்.

“என்ன கேட்பாரென்று எனக்குத்தெரியாது. ஆனால் அவர் விஷயத்தில் கொஞ்சம் தாராளமாக நடந்து கொள்ளவேண்டும். இல்லையென்றால் நகரத்தை உலுக்கி எடுத்து விடுவார். அவர்கள் எவ்வளவு மோசமான கொள்ளையர்கள் என்பது உங்களுக்குத் தெரியாது. கொஞ்சமும் மனசாட்சி இல்லாதவர் கள். ஆட்களைப் பிடித்து வைத்துக்கொண்டு சித்திரவதைகூடச் செய்வார்கள்.”

இந்த அச்சம் பொதுவாக அங்கே கூடியிருந்தவர்கள்மத்தியில் பரவி, மீண்டும் என்னிடமே வந்து தாக்கியது சித்திரவதை செய்வாரா? என்று கேட்டார்கள். நான் தொடர்ந்து சொன் னேன்: “அவர்கள் கொரில்லா போல பயங்கரமானவர்கள். உங்களின் தடித்த முதுகுத்தோலை உரித்து எடுத்து விடு வார்கள். கைவிரல்களைக் கட்டி வைத்து அதன் முனையில் இருந்து அடித்துக் கொண்டே போவார்கள், வலிதாங்க முடியாததாக இருக்கும். சில நச்சுக் கலவைகளைப் துணிப் பையில் போட்டு வாயுடன் சேர்த்துக்கட்டுவார்கள். அதுவும் சௌகார்கள் எதிர்த்தால் இன்னும் மோசமாக நடந்துகொள் வார்கள். ஆனால் நீங்கள் எல்லாம் நல்லவர்கள், உங்களிடம் எச்சரிக்கையுடன் நிறுத்திக்கொள்வார்கள் என்றேன்.”

அனைத்து வியாபாரிகளும் ஒன்றாகச் சொன்னார்கள். இதுவரை பேசாதவர்களும் வாயைத் திறந்தார்கள்: “நீங்களே சொல்லுங்கள் மீர்சாகேப் நாங்கள் எவ்வளவு தொகை முன் மொழியலாம். எத்தனை கொள்ளையர்கள் இருக்கிறார்கள். நாங்கள் கேள்விப்பட்ட அளவில் ஐயாயிரம் பேர் இருக்கிறார் களாமே?” என்றார்கள்.

"நாங்கள் சொன்னது குறைவு சேத்ஜீ. பத்தாயிரம். நீங்கள் மேலோட்டமாகப் பார்த்துவிட்டு உங்களுக்குத் தோன்றியதைக் கணக்கிட்டுச் சொல்கிறீர்கள். முறைப்படிப் பார்த்தால் முதலாவதாக ச்சீட்டூவிற்கு மட்டும் ஒரு லட்சம். நான் நினைக்கிறேன் அவர் அதைவிட அதிகமாக எதிர்பார்ப்பார். அவரிடத்தில் மூன்று சர்தார்கள் உண்டு. ஹீரூ, கப்பூர் கான், ராஜன். ஒவ்வொருவரும் ஐம்பதினாயிரம். அடுத்து சிறிய தலைவர்கள் டஃபேதார்கள். பின் ஒவ்வொரு நல்ல கொள்ளையர்களுக்கும் ஆளுக்கு நூறு ரூபாய். நான் சரியாகச் சொல்லிவிட்டேனா? என்றேன்."

எல்லோரும் ஒரேகுரலில், "அய்யோ பகவான்தான் எங்களைக் காப்பாற்ற வேண்டும். நாங்கள் செத்து சுண்ணாம்பு ஆகிவிடுவோம். அவ்வளவு பெரியதொகைக்கு நாங்கள் எங்கே போவது? அதைத்தேடிக் கண்டு பிடிப்பதற்குப் பதிலாக எங்களைக் கொன்று போட்டுவிடுவதேமேல்" என்றார்கள் அந்த வர்த்தகர்கள்.

"அப்படிச் சொல்லக்கூடாது எனது நண்பர்களே. எல்லோருக்கும் தெரியும் ஊம்ரவுடீ இந்த தேசத்திலேயே நல்ல பணக்கார நகரம். ஹைதராபாத்தைவிட காசு, பணம் அதிகம் புழங்கும் நகரம். இங்குள்ள பணத்தைக் கணக்கிட்டால் லட்சம் பத்து லட்சம் என்ன கோடிக்கணக்கில் தேறும். நீங்கள் வறுமையில் இருப்பதாக ச்சீட்டூவிடம் பேசிவிடாதீர்கள். அது பொய் என்பதை உடனடியாக நிரூபித்துவிடுவார். அவர்கள் நேமவாரில் அவ்வளவு தொலைவில் இருந்து ரொட்டி தண்ணீர் இல்லாமல் பசியுடனும், தாகத்துடனும் வந்து கொண்டிருக்கிறார்கள். வந்து சேர்ந்ததும் ச்சீட்டூவிடம் ஒரு கணிசமான தொகையைச் சொல்லிவிடுங்கள். அதுதான் உங்களுக்குப் பாதுகாப்பானது என்று சொல்லி வைத்தேன்."

அந்த குண்டு சௌகார் வியாபாரிகளிடம் பேசினான்; "எல்லோரும் நல்லா கேட்டுக்கோங்க. மீர்சாகேப் நமது நன்மைக்காகத்தான் சொல்வார், அவரைநம்புங்கள். அவர் நம்முடைய துன்பத்தைத் தடுப்பதற்காக கடவுளால் அனுப்பப்பட்டவர். நமது மரணத்தை ரத்து செய்யவேண்டுமானால் அவர் சொல்படி கேட்டாகவேண்டும். இல்லையென்றால் நமது பெண்டு பிள்ளைகளின் மானம் நமது கண்ணெதிரில் கெட்டுவிடும். நம்மால் எவ்வளவு முடியுமோ அவ்வளவு தொகையை இப்போதே கொடுத்துவிடுவோம். ஆமா நான் சொல்லிவிட்டேன்" என்றான் குரலை உயர்த்தி.

"சரியாகச் சொன்னாய் சேத்ஜீ. இப்போதான் நீ புத்திசாலித்தனமாகப் பேசியிருக்கிறாய். உங்களுக்கு இன்னொரு யோசனை சொல்கிறேன். ச்சீட்டு மிகப்பெரிய ஆள். உங்களைப்போல நிறைய மரியாதை எதிர் பார்க்கக்கூடிய ஆள். உங்களில் மற்ற தலைவர்களும் ஒன்றாக இணைந்து வெற்றிலை பாக்கு, வாசனைப் பொருட்கள், எல்லாம் முறையாக ஒருதட்டில் வைத்துக் கொள்ளுங்கள். அழகான சால்வைகள் எடுத்து வைத்துக் கொள்ளுங்கள். அவர் வந்தவுடன் நல்ல கௌரவமான ஆசனத்தில் அமர்த்தி, தலைவர்கள் ஒவ்வொருவராக அவருக்கு சால்வை போர்த்துங்கள். மற்ற தலைவர்கள் காணிக்கையாக பரிசுப் பொருட்களை அவர் எதிரில் விரித்துவையுங்கள். இப்படிச் செய்தால் உங்கள்மீது அவர் கனிவு காட்டுவதை நீங்கள் பார்க்கலாம். நீங்கள் பத்து லட்சம் கொடுக்கவேண்டிய இடத்தில் அதில் பாதி கொடுத்தால் போதுமானது. அத்துடன் நகரத்தையும் காப்பாற்றிக் கொள்ளலாம் என்று யோசனை கூறினேன்."

"கங்கா தேவி புண்ணியத்தால் நல்ல வார்த்தை சொன்னாய் மீர்சாகேப். நீ எங்கள் இனிய நண்பன். அற்புதமான யோசனைகள் சொல்லி இருக்கிறாய். நீ சொல்லாவிட்டால் எங்களுக்கு இது தெரியாது" என்றார் அந்த சௌகார்.

"மீண்டும் சொல்கிறேன். இந்தக் காரியங்கள் செய்யும்போது யாருக்கும் முகவாட்டம் இருக்கக்கூடாது. அவர் வரும்பொழுது எல்லாவற்றையும் சந்தோஷமாகச் செய்யவேண்டும், இதெல்லாம் சொல்லிக் கொடுத்ததாக இருக்கக்கூடாது. எத்தனை சந்தோஷமாகமுடியுமோ அத்தனை சந்தோஷமாக பரிசுப்பொருட்களை அளிக்கவேண்டும் என்று மீண்டும் சொல்லிவைத்தேன்.'

அங்கு குழுவில் இருந்தோர் அனைவரும் எனது எச்சரிக்கை ஆலோசனைச் சொற்களை முழுமையாக ஏற்றுக் கொண்டார்கள். அவர்கள் மனதில் இந்த உணர்வுகளை ஏற்றிவைத்தேன். பொழுது இப்படியாக நேரம் கழிந்து மாலையானபோது, குதிரைகளின் குளம்படி ஓசையும், துப்பாக்கிகள் வெடிக்கும் சத்தமும் உரக்க ஒலித்து, ச்சீட்டு தன் பரிவாரங்களுடன் வருவதற்குக் கட்டியம் கூறியது.

"எல்லோரும் நெருங்கி வாங்க" என்றேன். எல்லோரும் என் பக்கத்தில் வந்தார்கள். "நாங்கள் உங்களின் நண்பருக்கு பரிசுகள் வழங்கப்போகிறோம். எங்களுக்கு பயம் ஒன்றும் இல்லை" என்று வாயால் சொன்னார்கள். ஆனால் பற்கள்

கடகடவென்று அடித்துக்கொண்டன. கொள்ளையர்களின் தலைவனுக்குப் பயந்து கன்னங்கள் கன்றிப்போயின.

ச்சீட்டூ சந்தையின் மத்தியபகுதிக்கு அச்சமூட்டும் தோற்ற முடைய உதவியாளர்களுடன் வந்தார். அவருடைய தோற்றத் தின் அச்சத்தை மங்கிய இருள் அதிகரித்தது. அவருடைய பரிவாரங்கள் அவர் பெயரைச்சொல்லி வாழ்த்து முழக்கம் எழுப்பியதால் அவரின் வலிமை பிரமாண்டமாகத் தோன்றி யது.

சௌகார் குழுவினரை என் தலைமையில் ச்சீட்டூவை நோக்கி அழைத்துச்சென்றேன். வர்த்தகர்களின் தலைவர் ச்சீட்டூவை தலைவணங்கி வரவேற்றார். தலைவரின் முகத்தில் மகிழ்ச்சி பொங்கியது. முன்னர் தீர்மானித்தபடி காணிக்கை வழங்கப்பட்டது.

கூட்டத்திற்கு மத்தியில் இருந்து 'நான் அடுத்தது என்று சொன்னதும், ச்சீட்டூ "இந்தக்குரல் பரிச்சியமானதாக இருக் கிறதே யாருடையது என்றுகேட்டார்."

"நான்தான் அமீர் அலி" என்று சொன்னேன்.

"அப்படியானால் எல்லாம் சரியாக நடக்கிறது என்று அர்த்தம். சௌகாரை எப்படி இத்தனை சீக்கிரம் நம் பக்கம் திருப்பினாய் மீர்சாகேப்?" என்று கேட்டார்.

"உங்கள் சகாயம்தான் நவாப் சாகேப்" என்றேன். "இந்த மரியாதைக்குரிய நண்பர்களுடன் இரண்டறக் கலந்துவிட்டேன். அவர்கள்மீது தங்கள் சமூகத்தின் தாராளமான பார்வை விழவேண்டும் என்று விரும்பினார்கள். ஆனால் தாங்கள்வரும் வரை அவர்கள் உணர்வை தக்க வைத்திருந்தேன்."

"இத்தனை சீக்கிரம் இதையெல்லாம் செய்திருக்கிறாயே எல்லாம் தயாராக இருக்கிறதா?"

"எல்லாம் தயார்" என்று சௌகார்கள் கூவினார்கள். "தங்கள் ஜாடைகாட்ட வேண்டியதுதான் பாக்கி. தங்களுக்கு மரியாதை செய்யக்காத்திருக்கிறோம்" என்றார்கள் ஒரேகுரலில்.

ச்சீட்டூ குதிரையைவிட்டு இறங்கினார். சௌகார் அவரை வரவேற்று பக்கத்தில் இருந்த வீட்டினுள் அழைத்துச்சென்றார். அங்கே தரையில் அழகான வெள்ளைக் கம்பள விரிப்பு பரப்பப் பட்டிருந்தது. அந்த அறையில் ஒளி ஏற்றப்பட்டிருந்தது. ச்சீட்டூ தனது இருக்கையில் அமர்ந்தார். அவர் முகத்தில் பயணத்தின் களைப்பு இருந்தாலும் அதைமீறி வெற்றிப்புன்னகை படர்ந்தது. அதிகபட்ச மகிழ்ச்சி முகத்தில் வெளிப்பட்டது.

தனக்கு இணக்கமான உதவியாளர் ராஜனிடம் கூறினார்: "நாகரீகமான பண்பு உடையவர்கள். இதை நான் எதிர்பார்த் தேன் நீ செய்து வைத்திருக்கிறாய்."

"இல்லை. நாம் இந்த நகரத்திற்கு உள்ளே வரமால்அப்படியே போகலாம் என்று நினைத்தேன். ஆனால் அமீர் அலிதான் இந்த ஏற்பாடுகளுக்காக நம்மை வரவைத்தான்" என்றான் ராஜன்.

"இதுதான் சிறப்பானது. அவன் அமீர் அலி உயர்ந்த பண்பாளன், நாகரீக மிக்க மனிதர்களை எப்படி வரவேற்க வேண்டும் என்று அவனுக்குத் தெரிந்திருக்கிறது. பல இடங் களில் நாம் உள்ளே நுழையும் முன்பே கதவைச்சாத்தி வைத்துக் கொள்வார்கள். அதை இழுத்து தூரப்போடும் சிரமத்தை நமக்கு அளிப்பார்கள். ஆனால் இப்போ பாரு அவர்களுக்கு என்ன நேர்ந்துவிட்டது?"

ஒரு சௌகார் என் பக்கத்தில் நின்று "காணிக்கையை ஏற்றுக் கொள்ளச்சொல்" என்று முணகினான். "நான் எடுக்கச்செய்ய வேண்டுமானால் எனக்கு நூறு ரூபாய் தரவேண்டும்" என்று சொன்னேன். சரி என்றான். தரவில்லை என்றால் பழிவாங்கி விடுவேன் என்று சொன்னேன்.

"அட கங்கா தேவி." மிகுந்த ஆவலுடன் என்னை நெருங்கி "அவரைப் பேசச்சொல் நான் தருவதாகச் சொன்னதை இரண்டு மடங்காக்கித் தருகிறேன் நீ என் நண்பன் அல்ல,சகோதரன்" என்று சொன்னான்.

இதை கவனித்துவிட்ட ச்சீட்டு, "என்ன சொல்றானுங்க இந்த கழுதைக்குப் பிறந்த பசங்க? ஏன் பேசாமல் இருக்காங்க" என்றார்.

"பிரபு உங்கள் பெயரைக்கேட்ட மாத்திரத்தில் பயந்து போயிருக்கிறார்கள்" என்றேன். அவர் முகத்தில் இறுக்கமான புன்னகை படர்ந்தது. "தங்கள் தரிசனத்தை நேரில் கண்டதும் அந்தப் பயம் இன்னும் அதிகரித்துவிட்டது. வாயடைத்து ஊமையாகி விட்டார்கள். தங்கள் காலடியில் காணிக்கை சமர்ப்பிக்கவேண்டும் என்று விரும்புகிறார்கள். அவர்களின் விருப்பத்தை வெளியிட அவர்களிடம் வார்த்தைகளே இல்லை. பிரபு உங்கள் அடிமை அவர்களுக்காக இந்த அனுமதியை உங்களிடம் கோருகிறேன் என்றேன் நாசுக்காக."

"குபூல், குபூல். அப்படியே ஆகட்டும், காணிக்கை வைக்கச்சொல். தாம்பாளங்கள் வரட்டும். ஊம்ரவுடீ சௌகார்களின் விதவிதமாக காணிக்கைகளைக் கொண்டு வரச்சொல். அதன் மதிப்புகளையும்தான் பார்ப்போம்" என்றார்.

வெல்வெட் துணி போட்டு மூடிய பதினைந்து தாம்பாளங்கள் கொண்டு வரப்பட்டன. எல்லோரும் கம்பளத்தின் விளிம்பில் அமர்ந்தார்கள். தாம்பாளங்களின் மூடிகள் அகற்றப்பட்டன. அனைத்தும் உண்மையில் கண்களுக்கேப் பெரும் விருந்தாக அமைந்தன. முந்திரிப்பருப்பு, பிஸ்தா பருப்பு, இனிப்பு வகைகள், விதவிதமான துணி வகைகள், ஐரோப்பிய, இந்திய மஸ்லின்கள், தலைப்பாகைகள், பனாரஸ் பட்டுகள். இந்த காணிக்கைகளை ஒரு இளவரசருக்கே தரலாம் என்ற ச்சீட்டூ அவைகளைப் பார்த்ததும் மனம் குளிர்ந்தான்.

"இது ஒரு இனியதருணம். எங்கே சால்வைகளும், அஸுரபீக்களும். என்ன ஒரு தடித்த மனசு உங்களுக்கு. உங்கள் சாதிக்காரர்களின் திருமணம் போல் நினைத்து சால்வைகளை அவர் மீது போடுங்கள், என்று சௌகாரிடம் கத்தினேன்."

இப்போது ஒரு சௌகார் தனது உதவியாளருடன் வந்து சால்வைகளையும் அதன்மீது அஸ்ரப்களையும் வைத்து அப்படியே ச்சீட்டூவின் பாதத்தின் எதிரில் வைத்தார். சால்வைகள் நல்ல விலை மதிப்புமிக்கதாக இருந்தன. மூன்று சலாம்களை வைத்து மரியாதை செலுத்திவிட்டு ச்சீட்டூவைச் சுற்றி வந்து அவர் எதிரில் கைகளை மார்புக்குக் குறுக்காகக் கட்டிக் கொண்டு மிகவும் பணிவுடன் நின்றார்.

34

ஆற்று வெள்ளம் போல் புகுந்த கொள்ளைக் கூட்டம்

ச்சீட்டு அவருக்கு அளித்த சிறப்பான மரியாதையில் மயங்கி விட்டார். இறுதியாக அவர் உடலைச் சுற்றி அணிவிக்கப்பட்ட அழகு மிளிர்ந்த சால்வையை விரித்துப் பார்த்த அவர் முகம் பிரகாசம் அடைந்தது.

கஃபூர்கானிடம் இந்த ஆட்கள் கொஞ்சம் புத்தியுள்ளவர்கள். தங்களிடத்திற்கு வருகிறவர்களின் தகுதி தராதரத்தைத் தெரிந்து வைத்திருக்கிறார்கள். இத்தனை தூரம் பயணம் செய்து வந்த நமக்கு பயணக் களைப்பை இந்த உபச்சாரம் மறக்கடிக்கச் செய்துவிட்டது என்று சொன்னார்.

அப்படியல்ல ச்சீட்டூ பிரபுவே இன்னும் பலர் தங்கள் கைகளில் சால்வை ஏந்தி வரிசையில் நிற்கின்றனர். நாங்கள் எங்களின் சிறப்பான விருந்தினர்களுக்கு போதிய கௌரவம் அளிக்கத் தவறுவதில்லை என்று கூறியபடியே.

ச்சீட்டுவிற்கு அடுத்த நிலையில் உள்ள தலைவர்களுக்கும் சால்வை மரியாதை அளிக்கப்பட்டது. அதனை அவர்கள் மகிழ்ச்சியுடன் பெற்றுக்கொண்டனர்.

“நான் எனது உணவில் கை வைப்பதற்கு முன் இந்த கனவான்களுடன் சில விவகாரங்கள் பேச வேண்டியுள்ளது. மற்றவர்கள் அரங்கத்தைக் காலி செய்யுங்கள்” என்று கத்தினார் ச்சீட்டூ.

ச்சீட்டுவின் பாதுகாவலர்களும் மற்றனைவரும் உடனடியாக அங்கிருந்து வெளியேறினர்.

அங்கே சௌகார்களும், மற்ற தலைவர்களும் ராஜாளியைக் கண்ட காட்டு கோழிகளைப்போல் குறுக்கும் நெடுக்குமாக ஓடினர். ச்சீட்டூ அந்த சௌகார்களிடம், “உட்காருங்கள்,இங்கே நெருங்கிவாருங்கள். நாம் பேசவேண்டும்” என்றார்.

சௌகார்கள் அனைவரும் மரியாதைப் பண்புடன் இருக்கை யின் நுனிக்கு நெருங்கி வந்தனர்.

“இப்போது நீங்களனைவரும் நாங்கள் வந்த நோக்கத்தை அறிந்திருப்பீர்கள். அதில் சந்தேகம் இல்லை. எங்களுக்குப்பணம் வேண்டும். அது நியாயமோ, அநியாயமோ, எங்களுக்குப்பணம் வேண்டும். நீங்கள் புத்திசாலிகளாக இருந்தால், என்னிடமிருந் தும்; கொடூரமான என் ஆட்களிடமிருந்தும் தப்பிக்க ஒரு கணிசமானதொகையை எங்களுக்கு அளிக்கவேண்டும் உங்க ளுக்குத் தொந்தரவு தருவதில் எனக்கு விருப்பம் இல்லை. உங்களுக்கு பிரச்சினை எதுவும் நேரக்கூடாது இல்லையா? அதற்காக எவ்வளவு பணம் கொடுக்கத்தயார்?” சொல்லுங்கள் என்றார்.

“உண்மைதான் எனது நண்பரே. தங்களது மேன்மை மிகுந்த வருகையால் நாங்கள் பயந்து ஓடாமல் இங்கே நிற்பதற்கு எங்களுக்கு ஆலோசனை சொன்ன உங்கள் சேவகன் மீர் சாகேப்பை இங்கே நமக்கிடையே பேசுவதற்கு உதவியாளனாக வைத்துக்கொள்ளலாம். நாங்கள் ஏற்றுக்கொள்ளும் விதமாக அவர் சொன்ன தொகையை தயாராக வைத்துள்ளோம். தங்கள் விருப்பதின் பேரில் மேன்மை தங்கிய தங்களது பாதத்தில் சமர்ப்பிக்கிறோம்” என்று சொல்லிவிட்டு பாரசீக மொழியில் எழுதப் பட்ட காகிதத்தை ச்சீட்டூவிடம் அளித்தார்.

இது எனக்கு கடினமான வேலை. நான் ஆசிரியன் இல்லை என்றார் ச்சீட்டு. ஆனால் எனது சகோதரர்கள் யாராவது வாசிப்பார்கள்.” அணித்தலைவர்களில் பலரையும் கேட்டார், யாரும் எந்த மொழியும் வாசிக்கத்தெரியாது என்றனர்.

“நான் யாராவது ஆசிரியருக்கு ஆளனுப்பவா? உதவியாளர் கள் யாரும் இருக்கக் கூடும் அழைத்து வரச்சொல்லட்டுமா” என்று கேட்டார் சௌகார்.

“என்னை அனுமதித்தால் அந்தப் பட்டியலை நான்வாசித்துக் காட்டமுடியும்.” என்று நான் கேட்டேன்.

“ஓ... நல்ல சிப்பாயாக இருக்கும் நீ ஒரு குமாஸ்தாவாகவும் இருக்க முடியுமா?” என்று சிரித்தபடியே ச்சீட்டூ கேட்டார். “நல்லது காகிதத்தை அவனிடம் கொடுங்கள் நமது நல்ல திர்ஷ்டத்தைக் கேட்டுவிடுவோம்.”

அதை மேலோட்டமாகப் பார்த்துவிட்டு, நான் வாசிக்கத் துவங்கினேன்; "இந்தக் காகிதம் ஊம்ரவ்டீயின் நகரத்துச்சந்தையில் உள்ள சௌகார்களாலும் மற்றவர்களாலும் தயாரித்து அளிக்கப்படுகிறது. அவர்களின் மன்றம் ச்சீட்டூ மற்றும் அவர்களின் படையினர் கேட்டுக்கொண்டதற்கிணங்க அவர்களுக்கு மரியாதை செய்யும் பொருட்டு இந்த சிறிய வெகுமதியை அவருடைய பாதங்களில் சமர்ப்பிக்கிறது. இதில் ரொக்கப் பணமாகவும், மதிப்பு மிகுந்த உலோகமாகவும் கீழ்க்காணுமாறு அளிக்கப்படுகிறது. இந்தப் பட்டியல் ச்சீட்டூ அவர்களின் மேலான ஒப்புதலைப் பெறும் பொருட்டு தயாரிக்கப்பட்டது. அவர்களின் ஒப்புதல் பெறாத எந்த அம்சமும் இதில் இடம் பெறாது. இந்தக் காகிதம் மேன்மை பொருந்தியவர்களின் தயவையும் பணிவுடன் கோருகிறது என்றுப் படித்து முடித்தேன்."

"மிகவும் நல்லது. அடுத்து நேரடியான விஷயத்திற்கு வேகமாக வருவோம். உணவிற்காக என் வயிறு கெஞ்சுகிறது. இந்தக் கனவான்கள் தங்கள் வீடுகளில் எனக்கான உணவைத் தயாரித்திருப்பார்கள் என்பதில் எனக்குச் சந்தேகம் இல்லை" என்றார் ச்சீட்டூ.

"அது தயாராக இருக்கிறது. மேன்மை பொருந்திய ச்சீட்டூ நீங்கள் உத்தரவளித்தால் உணவு எடுத்து வைக்கப்படும். இந்த எளிய இந்துக்களின் உணவு பிரபுவுக்கு நிறைவைத் தராதென்பதால், தங்களுக்காக நகரின் தேர்ந்த சமையல்காரர்களைக் கொண்டு உங்கள் உணவுத் தயாரிக்கப்பட்டுள்ளது."

"அமைதி! உங்களைப் பேசச் சொல்லும்போது நீங்கள் பேசினால்போதும். வெறும் கதைகளில் நேரம் போய்க் கொண்டிருக்கிறது இப்போது" என்று ச்சீட்டூக் கத்தினார்.

சௌகார்கள் உஷாராகி உட்கார, மீண்டும் நான் உரத்த குரலில் பட்டியலை வாசிக்கத் துவங்கினேன்.

"முதலில், இந்த ஏழைகளின் காவலனாகிய ச்சீட்டூ அவர்களுக்கு ஐம்பதினாயிரம்."

ஒப்புதலின்றி புருவத்தை நெரித்தவாறு "அவ்வளவுதானா?" என்றார் அவர்.

"இருங்கள்! இன்னும் தொடர்கிறது. ஒரு தட்டு நிறைய ஆபரணங்கள் மற்றும் வெள்ளி, தங்கம். அதன் பெறுமானம் பதினைந்தாயிரம். மூன்று தட்டுகளில் சால்வைகள், அலங்கார அணி வகைகள் பெறுமானம் பத்தாயிரம் ரூபாய். மொத்தமாக

எழுபத்தைந்தாயிரம் ரூபாய். இரண்டாவதாக அணித் தலைமைப் பொறுப்பில் இருப்பவர்களுக்கு பத்தாயிரம் ரூபாய். நாங்கள் அறிந்தவரை சையது, அமீர் அலி, மற்ற மூவர் ஒரு தட்டு ஆபரணங்கள். ஒவ்வொருவருக்கும் ஐந்தாயிரம் பெறுமானம். எல்லாமாக இருபதாயிரம் ரூபாய் ஒவ்வொருவருக்கும்.''

“மேலே போ'' இன்னும் முடியவில்லை என்று ச்சீட்டு கத்தினார்.

காகிதத்தைக் கீழ்நோக்கிப் பார்த்துவிட்டு “இல்லை. இன்னும் முடியவில்லை. “மூன்றாவதாக டஃபேதார்ஒவ்வொருவருக்கும் ஆளுக்கு ஆயிரம்ரூபாய். எத்தனைபேர் என்று சொல்லவில்லை. ஆனால் நம்மிடம் முப்பதுபேர் இருக்கிறார்கள் என்று நினைக்கிறேன்''

“நல்லது'' என்று கத்திய ச்சீட்டு “மேற்கொண்டு..?'' என்றார்.

“நான்காவதாக சேவையாளர்களுக்கு ஆளுக்கு ஐம்பது ரூபாய் ச்சீட்டூ அவர்களின் வழிகாட்டுதல்படி. எங்களுக்குக் கிடைத்த தகவல்படி நான்காயிரம் பேர்கள் இருக்கிறார்கள். உணவுத் தானியம் பல நாட்களுக்குத் தேவையான அளவு, நம்முடன் இருக்கும்வரை. அவ்வளவுதான். தங்களது உத்தரவைக் கூறுங்கள் பிரபு? என்றேன்.''

“நல்லது. மிகச்சிறப்பாக இருக்கிறது. ஆனால் அவற்றில் சில அம்சங்கள் தவறாக இருக்கின்றன. முதலில் டஃபேதார்கள் ஐம்பது பேர்கள் இல்லையா கஃபூர்கான்.''

“ஆமாம் சாகேப், நானும் அவர்களுக்குச் சொல்லி இருக்கிறேன்.''

“அதைக்கீழே எழுது, மீர்சாகேப். கொள்ளையர்கள்ஐயாயிரம் பேர்கள் இல்லையா?''

காகிதத்தை வாசித்து விட்டு விரைவாகப் பணத்திற்கு ஏற்பாடு செய்கிறேன். முதலாவதாக மேன்மைதங்கிய உங்களுக்கு இரு பத்தைந்தாயிரம். இரண்டாவதாக அணித் தலைவர்களுக்கு அறுபதாயிரம் ரூபாய். தபேதார்களுக்கு ஆளுக்கு ஆயிரம் ரூபாய். இறுதியாக ஐயாயிரம் பேர்களுக்கு ஆளுக்கு நாற்பது ரூபாய். இருநூறு ஆயிரம் ரூபாய். மொத்தம் மூன்று லட்சத்து எண்பத்தைந்தாயிரம் ரூபாய்.

ச்சீட்டூ கஃபூர்கானிடம், “இந்த குதிரை லாடங்கள் தேய்ந்து விட்டன என்று நினைக்கிறேன் அவற்றை மாற்றவேண்டும்'' என்றார்.

“கண்டிப்பாக” என்று உறுதிபடக் கூறினான் கான்.

“குதிரை லாடத்திற்காக பதினைந்தாயிரம் வைத்துவிடுங்கள். மீர்சாகேப் அதை மொத்தமாக நான்குலட்சம் என்று மாற்றிவிடு.” சௌகார்கள் பக்கம் திரும்பி “கனவான்களே நீங்கள் பணத்தை அதிக தாமதம் இன்றி கொடுத்துவிடுங்கள் இல்லையென்றால் எங்களுக்கு நாங்களே உதவ வேண்டியிருக்கும்.”

சற்று நேரம் சௌகார்கள் தங்களுக்குள் பேசிக்கொண்டனர். அதில் சூடான விவாதங்கள் இடம்பெற்றன. இறுதியில் எனது குண்டு நண்பன் எழுந்து பணிவான குரலில் “பணம் இப்போதே தயார் நிலையில் உள்ளது உடனே எடுத்து வருகிறோம்” என்றான்.

“மிகவும் நல்லது. இப்போது என் இரவு உணவை முடித்துவிடுகிறேன்” என்றார் ச்சீட்டூ. “டஃபேதார்கள் நாளைகாலை இந்த வீட்டிற்கு வந்து அவர்களுக்கான பங்கினைப் பெற்றுக் கொள்ளுங்கள். மற்ற கீழ்நிலை ஊழியர்கள் எளிய உபசரிப்பிற்குப் பின் கிளம்பிப்போய்விடுங்கள். எனது நண்பர்களாகிய சௌகாரின் பொருட்கள் நீதிக்குப் புறம்பாக கொள்ளைபோக நான் அனுமதிக்கமாட்டேன்” என்று ச்சீட்டூ குரல் கொடுத்தார்.

தலைவர் தனியாக அவர்களுடன் அறைக்குச்சென்றார். ச்சீட்டூ சற்றுதூரம் சென்று “நீயும் என்னுடன் விருந்திற்கு வந்துவிடு. சௌகார்கள் நம் இருவருக்கும் போதிய அளவிற்கு உணவு தயாரித்திருப்பார்கள் சந்தேகம் இல்லை என்றார் என்னைப்பார்த்து.”

ச்சீட்டூ சொன்னபடி விருந்தில் பங்கேற்றேன். மரியாதை நிமித்தமாக நாற்காலியின் விளிம்பில் அமர்ந்தேன். உடனடியாக உணவுப் பதார்த்தங்கள் வந்தன. நிறைய வகைகள் தயாரிக்கப் பட்டிருந்தன. “இது எங்களுக்கு அவசியமானதுதான். நீண்ட தூர பயணத்தில் களைத்துப்போன எங்கள் வயிற்றின் பசி தனது கோரப்பற்களைத் தீட்டி வைத்திருக்கிறது” என்றார். பின் ச்சீட்டூ என் பக்கம் திரும்பி “எப்படி இதுபோன்ற சிறப்பான வரவேற்பிற்கு ஏற்பாடு செய்தாய்” என்றார்.

நான் நடந்ததையெல்லாம் சொன்னேன். நாங்கள் அடித்தக் கொள்ளை அளவிற்கு ஒரு பெரிய தொகையை எனக்கென்று ஒதுக்கிக்கொண்ட விபரம் மட்டும் கூறவில்லை.

பீர்கானுக்கு நல்லதொகை கிடைத்ததால் பெரும் மகிழ்ச்சியுடன், “உங்களுக்குப் பெருந்தொகை கறக்க முடிவு செய்து,

உங்களைப் பற்றி பூதாகரமாகச் சொல்லிவைத்தேன். எனவே சௌகார்கள் பயந்துபோய் கொள்ளையடிக்க விடுவதற்குப் பதிலாக கணிசமானதொகை தரலாம் என்று தீர்மானித்தார் கள்” என்று சொன்னேன்.

“மீர்சாகேப்! முதலில் எனக்கு எழுபதைந்தாயிரம் சொல்லி என்னை திருப்தி படுத்திவிட்டாய். அடுத்து ஒவ்வொரு கொள்ளையனுக்கும் நாற்பது ரூபாய் வீதமாக அழகானதொகை சுமார் ஒருலட்சம், இதுஒரு நல்ல ஆரம்பம் என்றார் ச்சீட்டு.

மேன்மைக்குரிய ச்சீட்டு தங்கள் வளம் பெருகட்டும். தங்களது அடிமைக்கு இதுபோன்ற வாய்ப்புகள் கிடைக்குமானால் அதில் அவன் மிகவும் மகிழ்ச்சி கொள்வான். இதுபோன்றுகௌரவப் படுத்துவதிலும் நிறைவு காண்பான். என்னுடன் இருக்கும் நண்பர்களும் இதேபோலத்தான். அவர்கள் அதில் நிறைவு கொண்டிருக்கிறார்கள் என்றேன் நான்.”

“உன் பங்கு என்ன? மீர் சாகிப்” என்றார் ச்சீட்டு கவலை யுடன்.

“நான் நிறையப் பெற்றிருக்கிறேன். நான் தலைவனாக தகுதி உயர்ந்ததே என்னைப் பொறுத்தமட்டில் போதுமான ஒன்றுதான். அவர்கள் ஐயாயிரம் கொடுப்பதாகக் கூறியிருக் கிறார்கள் எனக்கு அதில் திருப்திதான் என்றேன்.”

“இல்லை மீர்சாகேப். அது மிகவும் சிறிய தொகைதான். இனியொரு முறை எத்தனை முடியுமோ அத்தனையும் பெற்றுக் கொள். முதலில் போகும் அணி செய்யவேண்டிய சிறப்பான காரியங்களைச் செய்திருக்கிறாய் நீ. எதிர்காலத்தில் நான் உனக்கு நல்ல வாய்ப்பை அளிக்கிறேன். கஃபூர்கான் உன்னைப் போலத்தான் தேர்ந்தவீரன். ஆனால் சரியான தலைக்கனம் பிடித்தவன். போகிற இடங்களில் எல்லாம் தனக்கு வேண்டிய மட்டும் சுருட்டிக்கொண்டு கிராமங்களுக்கும் நகரங்களுக்கும் தீவைத்து விட்டுப் போய்விடுவான். நமக்கு இதில் பாதிகூடத் தேறாது. குறிப்பாக இதுபோன்ற செல்வ வளமிக்க பிரதேசங்க ளில் ஒரு சில மென்மையான வார்த்தைகள் மூலம் கொஞ்சம் அதிகமாகவே சம்பாதிக்க முடிகிறது” என்றார் ச்சீட்டு.

“உங்கள் பெருந்தன்மை மேன்மையுறட்டும் நவாப். இன்ஷா அல்லா. உங்கள் சேவகனாகிய இந்த அடிமை ஒருபோதும் உங்களுக்கு ஏமாற்றத்தை அளிக்க மாட்டான் என்று சொல்லி வைத்தேன்.”

சற்று நேரம் அவருடன் பேசிக் கொண்டிருந்து விட்டு, அங்கிருந்து சௌகார்கள் இருந்த இடத்திற்குச் சென்றேன். அவர்கள் பணத்தைக் குவியலாகப்போட்டு எண்ணிக் கொண் டிருந்தார்கள்.

அவர்கள் என்னை சந்தோஷத்துடன் வரவேற்றார்கள். அவர்கள் எத்தனை தூரம் பாதிப்பில் இருந்து தப்பியிருக்கிறார்கள் என்பது அவர்களது குரலில் வெளிப்பட்டது. அதற்கு நன்றி கூறினார்கள். அதற்காக தனியாக ரூபாய் ஐந்நூறு பெற்றுக் கொள்ள வற்புறுத்தினார்கள். நான் மறுத்துவிட்டேன்.

“இல்லை. உங்களுக்கு நல்ல சேவை அளிக்கவேண்டும் என்று நினைத்தேன். எனது ஊழியத்தை விற்க விரும்பவில்லை. என்னால் உங்களுக்கும், உங்களால் எனக்கும் பரஸ்பர நன்மை தான். நீங்கள் எனக்குப் பணம் அளிக்க விரும்பினால் அதைத் தங்கப்பாளமாக கொடுத்துவிடுங்கள். தங்கமாக இருந்தால் அதை என்னால் எளிதில் மறைத்துக் கொள்ளமுடியும். தற்காலிக கைச்செலவிற்கு மட்டும் சில நூறு ரூபாய்கள் கொடுத்தால் போதும்.”

“அப்படியே செய்யலாம்” என்று சௌகார் சொன்னார். விரைவிலேயே என் கையில் தங்கம் அளிக்கப்பட்டது. நான் அதை எடுத்துக்கொண்டு முகாமிற்கு திரும்பும் வளைவு வரையில் எனக்குத் துணைக்குச் சில சௌகார்கள் உடன் வந்தனர். நகருக்கு அப்பால் வெளியில் இருந்த முகாமில் இருட்டுக்கு மத்தியில் நெருப்பு சுடர்விட்டுக் கொண்டிருந்தது. குளிர் காற்றிற்காக உடலை சூடேற்றிக்கொள்ள பெரும் கும்பலாக தீ மூட்டியிருந்தனர். பீர்கான் உதவியுடன் இரண்டு கோல்களை நட்டு துணியை இழுத்துக்கட்டின எனது சிறிய கூடாரத்திற்குள் நுழைந்தேன். குதிரை விரிப்பினுள் தைக்கப்பட்டிருந்த பையில் எனது தங்கத்தைப் பத்திரப்படுத்தினேன். ஒரே நாளில் பத்தாயிரம் ரூபாய் வைத்திருக்கும் பெரும் பணக்காரனாகி விட்டேன்.

இது மகத்தான வேலைதான். இங்கே நமக்கு எந்தப் பிரச்சினையும் இல்லை. “இதே போக்கில் போய்க் கொண்டி ருந்தால் பலநூறு தக்கிப்பயணம் போய் சம்பாதிப்பதைவிட அதிகமான தொகை சம்பாதித்து விடலாம்.” என்றான் பீர்கான்.

“நான் எப்போதும் முன்னால் போகிற அணியில் இருந்தால் என்னுடைய பங்காக ஒரு நல்லதொகை கிடைக்கும். நான்

தக்கியாக இருந்து கொள்ளையர்களின் தலைவனாக மாறி இருக்கிறேன். அதைத் தரமுள்ள நிலைக்கு கொண்டுவர முயற்சிக்கிறேன் என்றேன்."

"நீங்கள் சொல்கிறபடியே செய்கிறோம். மோதியும் மற்றவர் களும் இந்த வெற்றியில் பெரிதும் மகிழ்ந்து போயிருந்தார்கள். மிகுந்த உற்சாகத்திடன் இருந்தார்கள். இன்று கணிசமான பங்கினை பெற்றதில் நாங்களும் ஒரு சிலர். உங்கள் செல்வாக்கைப் பயன்படுத்தி ஏமாற்றி எங்களைத் டஃபேதார்களாக காட்டிக் கொண்டோம். உங்களுக்குத் தெரியுமா? நானும் மோதியும் அப்படித்தான் எங்கள் பங்குகளைப் பெற்றுள்ளோம்."

"வெகு காலத்திற்கு முன்பே நீங்கள் சுபேதாராக ஆக வில்லை என்றால் அது என் குற்றம் இல்லை. ஆட்கள் சிறப் பான உடையணிந்து சுறுசுறுப்புடன் இயங்கி தலைவனின் கண்ணசைவைப் புரிந்துகொள்ள முடிந்தால் தப்பேதார்கள் ஆக அதிககாலம் பிடிக்காது என்றேன்."

அடுத்த நாள் முழுக்க நான் ச்சீட்டூவுடன் இருந்தேன். சௌகார்கள் நகர வியாபாரிகள் ஒவ்வொருவரிடமிருந்தும் ஈவுகளைப் பெற்று ஒருங்கிணைத்து எல்லாவற்றையும் நியாய மாகப் பகிர்ந்து அளித்தார்கள். பல கொள்ளையர்களுக்கு அந்தத் தொகை நியாயமானது என்றும், சரியானதொகை தான் அளிக்கப்பட்டுள்ளது என்றும் புரிய வைக்கவேண்டிய தாக இருந்தது. தப்பேதார் பலருக்கும் இந்தவேலை எரிச்சலூட் டுவதாக இருந்தது. தப்பேதார்கள் ஒவ்வொருவர் தொகையும் பிரித்து அளிக்கும்போது ஒரு சிறியதொகை எடுத்தாலும் பெரிய அளவு சேர்ந்துவிடும்.

அடுத்த சில மணிநேரத்தில் அவசரமாக உணவு உண்டு முடிந்ததும் அவரவர் குதிரையில் இருந்தனர். கொள்ளையர்கள் அடுத்து வரும் பிரதேசத்தில் கொள்ளை எதிர்பார்த்திருந்தனர். நகரத்தில் அவருக்குப் பங்குப்பணம் அளிக்கப்பட்டதையடுத்து இனி எதிர்காலத்தில் மேற்கொள்ளவிருக்கும் கொள்ளைப் பயணத்தில் பங்கு அளிப்பதில் ஊம்ரவுடீ நகரத்திற்கு விலக்கு தருவதாக ச்சீட்டூ அறிவித்தார். அதேபோல் ஊம்ரவுடீ நகரம் இனி கொள்ளையடிக்கப்படாது என்று உறுதியளித்தார். அங்கே நிலைகொண்டிருந்த பெரிய குழு முன்பு நாங்கள் செய்தது போலவே சின்னச்சின்ன அணிகளாகப் பிரிக்கப்பட்டது.

எங்கள் பயணம் துவங்கியது. என் தலைமையில் இருந்த குழு என்மீது கொண்டிருந்த நம்பிக்கையை அதிகரித்துக்

கொண்டது. நான் எனது குதிரையில் அரோகணித்தேன். எனது செயல்பாடுகளுக்கு கட்டுப்பாடற்ற சுதந்திரம் வழங்கப் பட்டதால், மனம் காற்றைப்போல மென்மையாகவும், மகிழ்ச்சி யாகவும் இருந்தது. எனது எண்ணங்களில் அனாவசியக் குறுக்கீடுகள் ஏதும் இருப்பதில்லை. நாங்கள் கடந்து சென்ற பாதையில் எதிர்பட்ட சில கிராமங்கள் மிகவும் வறிய நிலையில் மனதிற்கு வலியை ஏற்படுத்தவதாக இருந்தன. அவற்றின் உள்ளே புகாமல் (சில கிராமங்களில் முடிந்த வரை ஈவு வசூலித்துக் கொண்டு சென்றோம். அவை எங்களுடன் வந்த ஒட்டகத்தின் முதுகில் ஏற்றிவரப்பட்டது) கொள்ளையடிக்காமல் அல்லது தீயிடாமல் விட்டுச் சென்றேன். ஆனால் எங்களுக்குப் பின் வரும் அணியினர் இந்தக் கிராமங்களில் நுழையும்போது எதிர்த்துத் தாக்க முடியாத மக்களை, கொள்ளைச் செல்வம் இல்லாத ஏமாற்றத்தில் அடித்துத் துன்புறுத்தி சித்திரவதை செய்தார்கள்.

நாங்கள் கரிஞ்சாவில் முகாமிட்டோம். நகருக்குள்நுழைய முயன்றபோது காவல் சிப்பாய்களால் தாக்கப்பட்டு எனது ஆட்கள் சிலர் காயப்பட்டனர். சிலர் குதிரையில் விரைந் தோடி நகருக்குள் நுழைந்துவிட்டனர். ஆனால் பிறகு அவர் களும் பிடிக்கப்பட்டு கொல்லப்பட்டனர். எனவே மற்ற கிராமங்களுக்கு எச்சரிக்கை அளிக்கும் பொருட்டு இங்கே சில சிதைவு வேலைகளைச் செய்தனர், எங்கள் ஆட்கள். ஆனால் நான் சின்னச்சின்ன கொடூரங்களையும் ஏற்றுக்கொள்ள முடியாதவனாக இருந்தேன். நான் முகாமிற்குச் சென்று சில்லரை வேலைகளைச் செய்து கொண்டிருக்கும்போது முகாமைச் சுற்றி இருந்த பல கிராமங்களில் ஒரே நேரத்தில் அந்தி வானத்தில் சாம்பல் நிறம் படர்ந்தது. அவை அழிமான வேலைகள் என்று எனக்குத் தோன்றியது. சற்று நேரத்தில் அங்கங்கே தீ மூண்டு பரவியது. கொள்ளையர்கள் கெடுமதி வேலைகளில் இறங்கி விட்டனர். கிராமத்து மக்களின் அழுகை ஓலம் கேட்டது. பெண்களின் அழுகுரல் ஒன்றுடன் ஒன்று இணைந்து துல்லிய மாக காற்றில் ஒலித்தது. ஆனால் அந்த ஓலக்குரல் கேட்டு கொள்ளையர்கள் ஆரவாரக் கூக்குரல் எழுப்பினர். கிராமத்து மக்களைப் பாதுகாப்பதற்கும், அவர்களுக்குத் துணை நிற்பதற் கும் யாரும் இல்லை. எல்லாம் ஒரு கட்டத்தில் நின்றுபோனது. இந்தப் பைத்தியக்காரத்தனமான கலவரங்களைப் பார்த்தால் கொலைசெய்து போடுவது மேலானது. என் சொந்த தக்குகள் என்னைச் சுற்றிலும் அமர்ந்திருந்தனர். ஒரு தக் ஒருபோதும்

பயணக் கொள்ளையனாக ஆக முடியாது. எங்களுக்கு இந்த அனாவசிய அழிப்பு வேலைகளில் ஈடுபாடு இல்லை.

நாங்கள் அமைதியாக உட்கார்ந்திருந்தோம். ஆனால் எங்கள் கவனம் ஒரு பெண்ணை முரட்டு ஆண் ஒருவன் அரையிருட்டில் இழுத்துச் செல்கிற பக்கம் திரும்பியது. அப்பெண் தனது சக்தி முழுதும் திரட்டிப் போராடிப் பார்த்தாள், ஆனால் சற்று நேரத்தில் செயலிழந்து போனாள். நான் அவளை மீட்பதற்காக விரைந்தேன். அங்கே என் கண்ணில் பட்டது கஃபூர்கான். அந்தப்பயணக் கொள்ளையனின் காமவெறி பிடித்த தோற்றம், இந்த வேலையில் ஈடுபட்டதால் மிகப் பயங்கரமானதாகக் காட்சியளித்தது.

“ஆகா... மீர்சாகேப் நீயா இது. இங்கே நான் ஒரு கொள்ளை யனுக்குரிய மெய்யான வேலையில் ஈடுபட்டிருக்கிறேன். நான் இங்கே பெரும் மதிப்பு மிகுந்த ஒன்றைக் கொண்டு வந்துள்ளேன். இங்கே பாரய்யா.... எத்தனை அழகான பார்சீ தேவதை. நான் இவளை வீட்டில் இருந்து இழுத்த போது இவளது முட்டாள் தாய் என்னைத் தடுக்க வருகிறாளாம். என் தாகமெடுத்த வாள் அவளைக் குடித்துவிட்டது. பேசடீ என் அழகு தேவதையே.... இந்த மதிப்பு மிகுந்த கஃபூர்கானைத் தழுவிப் பெருமை கொள்ள மாட்டாயா?” என்று ஓலமிட்டான்.

‘அட அல்லா’ ‘சாகேப்’ கஃபூர்க்கானைக் கொல்ல வேண்டும் போலத் தோன்றியது எனக்கு. மிகச் சாதாரணமாக அதைச் செய்துவிடலாம். அவன் கையில் ஆயுதம் இல்லை. உறையில் இருந்து வாளைப்பாதி உருவிவிட்டேன். ஆனால் மீண்டும் உள்ளுக்குள் தள்ளினேன். ஆனால் இவன் சாவு என்கையால் தான் என்று அப்போது தீர்மானித்து விட்டேன். அவளைப் போக விடுமாறு கேட்க என் அங்கமெல்லாம் துடித்தது. ஆனால் அவன் என் முகத்திற்கு நேராகச் சிரித்தான். பின் அவளைக் கையால் இழுத்து விட்டான். அவள் அவனிடம் தப்பிப்போகப் பயந்தாள். பின் தளர்வுடன் முயன்றாள். அவன் இறுக்கமான பிடியை விடவில்லை. அவள் விலக்க மேற்கொண்ட முயற்சியில் கரடுமுரடான தரையில் உராய்ந்து பாதத்தில் காயமேற்பட்டது. இருவரும் இழுபறியுடன் இருளுக்குள் மறைந்து விட்டனர். அவளொரு பாவப்பட்ட பிராமணனின் மகள். அவள் தனது சிதைக்கப்பட்ட வீட்டிற்குச் சென்றபின்னும் அங்கே அவளை கெடுக்க சக்தியைத் திரட்டி முயன்றிருக்கிறான். மானத்தைக் காக்க அவள் அவனது குத்தீட்டியை கைப்பற்றி தன் நெஞ்

சில் குத்திக்கொள்ள நினைத்திருக்கிறாள். ஆனால் அதற்குள் அவனே கொன்று விட்டான். 'அவளைத் துயரங்களில் இருந்து விடுவித்து விட்டேன் என்றான் என்னிடம் வந்து.'

தீயின் கோரம் கொஞ்சங் கொஞ்சமாகக் குறைந்துவிட்டிருந் தது. இன்னும் சிலவீடுகள் எரியாமல் இருந்தன. ஆனால் கொள்ளையர்கள் தங்கள் அழிமான வேலைகளைத் தொடர்ந்து செய்து கொண்டிருந்தனர். இரவுக் குளிர்காற்று எங்களது தாக்குபிடிக்கும் சக்தியைச் சோதித்துக் கொண்டிருந்தது. நான் கேள்விப்பட்ட வரை சிலசமயம் இப்படித்தான் கூடுதலாக வெறியாட்டம் போடுவார்கள். இந்த பயங்கர எதார்த்தத்தை என்னால் புரிந்துகொள்ள முடியவில்லை. கொள்ளையர்களின் வெறியாட்டத்தை அடக்க ஆயிரம்முறை முயன்றேன். முடிய வில்லை. இறுதியில் என் இருப்பிடத்திற்கு வந்து அந்த நினைவுகளில் இருந்து மீள முயன்றேன். முடியவில்லை. இனியடுத்த சாகசத்திற்கு போகலாமா? வேண்டாமா? என்ற கேள்வி என்னைத் துளைத்துக்கொண்டே இருந்தது. ஒருபுறம் மழைவேறு துவங்கிவிட்டது. நாங்கள் அனைவரும் எனது சிறிய கூடாரத்தில் குழுமியிருந்தோம். விடியும்வரை இரவின் துன்பங்கள் நீடித்தன. காலையில் எங்களது பயணத்தைத் தொடங்கினோம். துரதிர்ஷ்டம் பிடித்தநகரம் கரிஞ்சா. அழிவின் குவியல்களாக நிலைத்த காட்சி எங்களுக்குப் பின்னால் வெகு தொலைவில் கரைந்து கொண்டிருந்தது. நாங்கள் சூரிய ஒளி யைத் துரத்தி முன்னேறிக் கொண்டிருந்தோம்.

நாங்கள் மங்ரூலை கடந்து, நகரத்தை தாண்டி சென்றபின், பகலின் வெளிச்சம் இன்னும் விரிந்து கிடந்தது. நான் முதல் பலிகொடுத்த இடத்தைப் பார்க்கும் வாய்ப்பு கிடைத்தது. அந்த இடம் அடர்ந்த காடாக இருந்தது போன்ற நினைவு எனக்கு. அன்று அவன் விழுந்த இடம் நல்ல நிலவொளியாக இருந்ததால் அடர்ந்து விரிந்த காட்டிற்கு இடையிலும் அதைப் பார்க்க முடிந்தது. ஆனால் இப்போது நிலவொளி இல்லை. இடம் நிலைத்திருந்தது. நாங்கள் அந்த இடத்தைக் கடக்கும்போது நான் ஒரு நிமிடம் நின்று, இங்கேதான் சௌகார் வீழ்ந்தான் என்று சொல்லிக்கொண்டேன். நீரோடையை ஒட்டி புதர் நீண்டு வளர்ந்திருந்தது. நாங்கள் கடக்கும் இடத்தில் சின்ன மேட்டில் நின்று சுட்டிக்காட்டிக் கொண்டிருந்தேன். இந்த இடம்தான் அவர்களைப் புதைத்த இடம். இப்போது நாம் பலிகொடுத்தால் மறைக்கமுடியாத பகுதியாக சாலைக்கு நெருக்கமாக வந்துவிட்டது. புதர் மறைப்பு அழிந்துவிட்டது.

பல வருடங்கள் ஆகிவிட்டதால் அடுத்தடுத்த மழையில் மண் அரித்து அவர்களைப் புதைத்த இடம் இப்போது மேடாகி விட்டது.

நாங்கள் முகாமிட்டிருந்த இடத்தையும், முகாமை பிரித்த இடத்தையும் கடந்தோம். நாங்கள் முன்னர் பயணித்த தேசம் இப்போது பிறரது ஆளுகைக்குள் வந்துவிட்டது. அதன் தன்மையும் மாறி இருக்கிறது.

நாங்கள் பாசிம் என்ற ஊரில் தங்கினோம். கடந்த இரவின் காட்சிகள் என் கண்களுக்குள் வந்து மிரட்டலை ஏற்படுத்தியது. ஆனால் அதற்கு முன்னாள் என் ஆலோசனையைக் கேட்டு செயல்பட்டவர்கள் எல்லாவற்றையும் முறையாகவும் சரியாகவும் செய்தார்கள். யாருக்கும் நஷ்டமின்றி கொள்ளையர்களுக்கும் கணிசமான பங்கு கிடைத்தது. உடைமைகள் யாவும் பாது காக்கப்பட்டன. பாசிம்மில் துவங்கி ஐந்து பயணங்களில் நாங்கள் கோதாவரிக் கரையில் நாந்தியா என்ற வளமான நகரத்தை அடைந்தோம். இந்த நகரமும் ஊம்ரவுடீயைப்போல எங்கள் படைக்கு கணிசமான தொகையை அளிக்கும் என்பது உத்திரவாதம். நாங்கள் இந்நகரத்திற்கு வருவது முன்கூட்டியே தகவல் அளிக்கப் பட்டிருக்குமோ, ஊர்ப் பணக்காரர்கள் நகரத்தைக் காலி செய்துவிட்டுப் போயிருப்பார்களோ என்ற அச்சம் இருந்தது. நல்ல வேளையாக அப்படி எதுவும் ஆக வில்லை. எங்களுக்குச் சாதகமான நிலைதான் இருந்தது. ஒரு சிப்பாயும் அவர்கள் தடுக்கப்பட்டதாக ஒரு வார்த்தை சொல்லவில்லை. சௌகார்கள் பலர் ஆற்றின் அக்கரையில் உள்ள பழைய கோட்டைக்குள் தஞ்சம் அடைந்திருந்தனர். ஆற்றைக்கடக்க உத்தரவிடப்பட்டது. ஆனால் அவர்கள் சுவருக்கு உட்புறம் இருந்து ஓரிருமுறை துப்பாக்கியால் சுட்டனர். எங்களை நெருங்கிய மராத்தியர்களை நாங்கள் துன்புறுத்தவில்லை. ஆனால் கூடிய மட்டும் கணிசமான தொகை திரட்டுவதில் குறியாக இருந்தோம்.

என் மீது நம்பிக்கை கொண்டு முன்னேறி வந்ததும், நான் ஊம்ரவுடீயில் கையாண்ட அதே உத்தியை நான் இங்கும் கையாண்டேன்.

நான் அதே கதையை மீண்டும் உங்களுக்குச் சொல்லி சலிப்பூட்டப் போவதில்லை. போதுமான அளவு சொல்லப் பட்டிருக்கிறது. அங்கே பணம் ஒன்றரை லட்சம் திரட்டி எங்கள் படைக்கு அளித்தார்கள். என்னுடைய சொந்தப்பங்காக

மூவாயிரம் அளித்தார்கள். நகைகளும், ஒருஜோடி சால்வைகளும் அளிக்கப்பட்டது. நகரம் எந்த வகையிலும்சேதப் படுத்தப்படவில்லை. சொல்லப்போனால் சிதைக்கமுடியாது. பெரும்பாலான வீடுகள் பலமான கட்டடங்களாக,மேற்கூரை பலமாகவும் கட்டப்பட்டிருந்தது. நகரின் புறப்பகுதிகள் துரதிர்ஷ்டவசமாக பாதிக்கப்பட்டது. அங்கு மென்மையான துணிகள் நெய்வதில் பெயர்பெற்ற ஏழை நெசவாளர்கள் குடியிருந்து வந்தனர். அக்குடியிருப்புப் பகுதி சூறையாடப் பட்டது. அடுத்த நாள் படைச் சிப்பாய்களின் தலையில் புதிய தலைப்பாகைகளும், இடுப்புக் கச்சைகளும் வண்ணங்கள் காட்டின.

ஆறு கடக்க முடியாததாக இருந்தது. ஆனால் ஒரேஒரு படகு மட்டும் இருந்தது. அதனால் வடக்குக்கரை மீதே கங்காகாயிர் வரை சென்றோம். அங்கே கரையைக் கடக்க எளிதாக நிறையப் படகுகள் இருப்பதாகச் சொன்னார்கள். நாங்கள் கேள்விப்பட்டது ஏமாற்றமாகவில்லை. நாள்முழுதும் எதிர் பக்கத்திற்கு கடந்தபடியே இருந்தோம். சிலர் குதிரைகளை நீந்தவைத்தே ஆற்றைக் கடந்தனர். கொள்ளைப் பொருட்களும், மூட்டைகளும் படகுகளில் வந்தன. பலர் நகருக்குள் புகுந்து பாலத்தைக் கடந்து வந்தனர். சிலர் நுழைவாயிலை உடைத்து கொள்ளையடித்துக் கொண்டு வந்தனர். எனக்குக் காலில் துப்பாக்கிக் குண்டு பாய்ந்திருந்ததால் அந்தப் பகுதிகளில் கொள்ளையில் ஈடுபட முடியவில்லை. பீர்கானும், மோதி ராமும் சும்மா இருந்து விடவில்லை. குவியல் குவியலாக ஆபரணங்களைக் கொண்டு வந்து சேர்த்தனர். நாணயங்களும் கொண்டுவந்து பொதுச்சேர்ப்புடன் இணைத்தனர்.

அங்கு முடித்து தெற்குநோக்கி பீதர், பால்கீ ஊடாகப் பயணித்தோம். அடுத்து ஹூம்னாபாத் என்ற நகரை அடைந்தோம். வளமையான சுறுசுறுப்பான நகரம். இரண்டாம் ஊம்ரவுடீ என்றே சொல்லலாம். சில இடங்களில் கொள்ளையும், சில இடங்களில் பங்குகளையும் திரட்டினோம். எங்களுக்கு எதிர்பட்ட அனைத்து கிராமங்களையும் உலுக்கி எடுத்து விட்டுப் போனோம். பல இடங்களில் எரிப்பு சிதைப்பு வேலைகள் நடந்தன. ஹூம்னாபாதில் இருந்து முன்னூறு பேரை அழைத்துக் கொண்டு சில காததூரத்தில் இருக்கும் குல்லியனீ என்ற ஊருக்குப் போனோம். ஆனால் நாங்கள் செல்லும் முன்னரே எச்சரிக்கைத் தகவல் அளிக்கப்பட்டிருக்கிறது. அங்கிருந்த பணக்காரவாசிகள் அனைவரும் ஒரு கோட்டைக்குள்

அடைக்கலம் புகுந்துவிட்டனர். கோட்டை பலமானதாக இருந்தது. ஆனால் அவர்கள் அங்கிருந்து எங்களுக்கு எதுவும் தொந்தரவு தரவில்லை. இரவு முழுதும் அங்கேயே இருக்க விட்டுவிட்டார்கள். நாங்கள் அமைதியாக இருந்து விட்டு மீண்டும் முக்கிய குழுவுடன் இணைந்துகொண்டோம்.

எங்கள் சாலையில் ஒரு சிறிய மலைக் கிராமம் எதிர்ப்பட்டது. போகிற போக்கில் அங்கும் கொள்ளையிட்டோம். அங்கிருந்து நேர்தெற்காக பயணத்தைத் தொடர்ந்தோம். அங்கிருந்து கிருஷ்ணா ஆற்றை அடையும்வரை கொள்ளையடித்தபடியும், நெருப்பு வைத்தபடியும் போய்க் கொண்டே இருந்தோம். ஆழமும் வேகமுமான கிருஷ்ணா ஆற்றின் நீரோட்டம் எங்கள் பயணத்தை முன்னேற விடாமல் தடுத்தது. கீழ்நிலை சிப்பாய்கள் பலரும் சில நாட்கள் அங்கேயே தங்கிவிட்டனர். அவர்கள் கையில் ஏராளமான கொள்ளைச் செல்வமும், பணமும் இருந்தன. அங்கு தங்கியபோது கொள்ளையனுக்கு உரிய லட்சணங்களுடன் களித்தோம். நாட்டிய மங்கைகளை அழைத்து வந்து பாடவிட்டும் ஆடவிட்டும் பார்த்தோம். அவர்கள்மீது வன்முறை நிகழ்த்தாமல் பிரியும்போது கண்ணியமான வெகுமதியும் கொடுத்து அனுப்பினோம். எங்களுடன் சேர்ந்து வரமுடியவில்லையே என்ற வருத்ததுடன் பிரிந்து சென்றனர்.

பிந்தாரீஸ் கூட்டம் நாங்கள் குல்பர்கா செல்வதற்கு முன்பே அந்த வழி சென்றுவிட்டதால், ச்சீட்டு எங்கள் கூட்டத்தை அங்கு தங்கவைத்தது தவறாகிவிட்டது. எனவே சொல்லிக் கொள்ளும் படியான கொள்ளை அங்கு அகப்படவில்லை. குல்பர்காவின் பலமான கோட்டை எங்களை வரவேற்றது. எனவே அங்கு செல்வது பயனற்றது என்று திட்டத்தை மாற்றி அமைத்துக் கொண்டேன். ஷோளாபூரின் பார்சீ, வைராங் என்ற நகர்கள் வழியாகப் புகுந்து அங்கிருந்து திசை மாற்றிப் பீர், பைதூன், அவுரங்காபாத் வழியாகச் சென்றோம். அவுரங்காபாத்தில் கோட்டை இருக்கும் என்று பயந்திருந்தாலும் ஆச்சர்யகரமாக சில நம்பிக்கைகளுக்கும் இடம் இருந்தது.

தோல்ஜாபூர் ஓரளவு கொள்ளைக்குப் பொருத்தமான ஊர் தான் என்றாலும் அது பவானிதேவி கோயில் இருக்கும் இந்துக்களின் புனிதத்தலம். அங்குள்ள பிராமணர்கள் வசம் நிறைய நகைகள், ஆபரணங்கள் இருக்கும் என்று எனக்கு தெரிந்து இருந்தாலும், என் குழுவில் பலர் இந்துக்களாக

இருந்ததால் அவர்கள் அந்த கோவிலைக் கொள்ளையடிக்கும் எண்ணத்திற்கு செவி சாய்க்கவில்லை. எனவே வேறு வழியில்லாமல் அங்கு வசிப்பவர்களிடம் சில ஆயிரங்களை வரியாக வாங்கிக்கொண்டு சென்றுவிட்டோம்.

எங்களது அடுத்த இலக்கு வைராங். அது வெற்றிகரமாக அமைந்தது. எங்கள் குழுவில் பல மராத்திய ரிசல்லாக்கள் இருந்ததால் அந்த மாவட்டத்தைப்பற்றி முழுமையாகத்தெரிந்து வைத்திருந்தார்கள். நகரத்திற்குள் எதிர்ப்பாரின்றி நுழைந்து விட்டோம். நகரில் புகுந்து உலுக்கி எடுத்ததில் பெருங் கொள்ளை வாய்த்தது. அங்கே பங்குபெறுவதற்கானகோரிக்கை வைக்கும் நேரமின்மையால் இஷ்டத்திற்குப் புகுந்துவிட்டோம். நீண்ட பயணத்தின் வெறுப்பில் இருந்ததால் அவர்களைகொள்ளையில் புகாமல் நிறுத்தி வைக்க எனக்குச் சாத்தியப்படவில்லை. கொள்ளையர்களும் யாரையும் துன்புறுத்தவில்லை.அதேபோல நகரவாசிகளும் அதற்கு இடந்தராமல் செல்வங்களை எடுத்துக் கொள்ள அனுமதித்து விட்டதாகக் கேள்விப்பட்டேன். இங்கே ரிசல்லாக்களிடம் பார்சீக்கு வழி கேட்டதில் அவர்கள் தவறாகக் காட்டி விட்டார்கள். அங்கிருந்து பீர் போகும் பாதையை காட்டி விட்டதால் நாங்கள் அந்த வழியே சென்று முக்கிய குழுவுடன் சேர்ந்து விட்டோம். வேறு வழியில்லாமல் பிரதான குழுவின் திட்டத்தின்படி போகவேண்டியதாக இருந்தது. அங்கு பூரிநாத்தில் நிஜாமினுடைய பெரிய குதிரைப்படை ஒன்று நிலைகொண்டிருந்தது. அதற்கு அஞ்சி எங்கள் பயணத் திட்டத்தை மாற்றி அமைத்துக் கொண்டோம். எனவே நாங்கள் சென்ற வழியாகவே திரும்புவதைத் தவிர வேறு மாற்று வழியில்லை. சிறிது நேர ஓய்விற்குப் பின் மீண்டும் குதிரையேறினோம். எவ்வளவு முடியுமோ அவ்வளவு வேகமாக தோல்ஜாபூரை நோக்கிக் குதிரைகளை விரட்டினோம். அந்த நாளில் எனது கம்பீரமான குதிரை தனது வேலையைச் சிறப்பாகச் செய்தது. மற்றவர்கள் ஓப்பியம் கொடுத்துத்தான் குதிரையின் கால்களுக்கு வலுவேற்ற வேண்டியிருந்தது. ஆனால் என் குதிரைக்கு அது தேவைப்படவில்லை. தோல்ஜாபூரை விட்டுக் கிளம்பும்போது இருந்த அதே சுறுசுறுப்போடு திரும்பி வந்து சேர்ந்த போதும் இருந்தது.

அடுத்த நாள் பயணத்திற்கு நான் இங்கே ஓய்வெடுத்துக் கொள்ளவேண்டி இருந்தது. அதற்குப்பின்னர் நாங்கள் எங்களை பீரில் பிரதானக் குழுவுடன் இணைத்துக்கொள்ள வேண்டும். எனது திட்டத்தில் நான் குழம்பிப் போயிருந்தேன்.

இருந்தாலும் ச்சீட்டூ ஓட்டு மொத்தப் பயணத்தில் நான் அளித்த வாக்குறுதியின்படி வெற்றி பெற்றதால் அடுத்து எனக்கு பெரும் பரிசுகளை அளித்தார். பத்தாயிரம் ரொக்கப்பணம், அதே அளவு நகைகள் ஆகியவற்றை மரியாதை நிமித்தமாக அளித்தார். தனது சொந்தக் குதிரைகளில் சிறப்பான ஒன்றை யும் பரிசாக அளித்தார்.

35

ச்சீட்டு தன் வாழ்நாளில் பெறாத விருந்துபச்சாரம்

பீர் நகரம் முழுவதும் இரண்டு நாட்களாக சூறையாடப் பட்டது. கொள்ளையர்கள் நகரை உலுக்கி எடுத்து விட்டார்கள். அவர்ளின் பலகை வேய்ந்த வீடுகள் தீக்கிரையாக்கப்பட்டதால் அங்கு வசித்த மக்கள் தங்கள் குடிசைகள் மேல் பச்சை மரக்கொப்புகளைப் போட்டு கடுங்குளிர் காற்றைத் தடுத்தார்கள். கொள்ளையர்களின் வெறித்தனமான தாக்குதலில் அந்நகரம் கடுமையாகப் பாதிக்கப்பட்டிருந்தது. அம்மக்களைப் பாது காக்க சிப்பாய்கள் யாரும் இல்லை. இருந்திருந்தாலும் ஆயுதங் களுடன் புகுந்த எங்களைப் போன்ற பெருங்கூட்டத்தை என்ன செய்துவிட முடியும்?

கோதாவரிக் கரையில் உள்ள பியோடன் நகரமும் இதே கதிக்கு ஆளானது. அங்கிருந்த பெரும் பணக்காரர்கள் அவுரங்காபாத்திற்குச் சென்றுவிட்டனர். இருந்தாலும் கிடைத்த மிச்சம் மீதியை கொள்ளையடித்தோம். உங்களுக்குக்கூடத் தெரிந்திருக்கும் பியோடன் நகரத்து நேர்த்தியான மஸ்லின் துணி அலங்கார வேலைப்பாடுகளுக்குப் பெயர் போனது என்று. பனாரஸைவிட தரம் குறைவானதுதான் என்றாலும் இந்நகரின் துணிகளுக்கு ஹைதராபாத், பூனா அரசவைகளில் நல்ல தேவை இருந்தது. அப்படியானால் எங்களின் கொள் ளையின் மதிப்பு என்னவாக இருந்திருக்கும் என்பதை நீங்களே யூகித்துக்கொள்ளுங்கள். ச்சீட்டூவின் கொள்ளைப் பொருள்கள் யானைகளிலும் குதிரைகளிலும் ஏற்றிச் செல்லப் பட்டன. இப்போது எங்களது பொருட்களின் மதிப்பு முன்

பிருந்ததைவிட இரண்டு மடங்கிற்கும் அதிகமாகிவிட்டது. எங்களின் பயணப்பாதை பற்றிச் சொல்ல வேண்டியதில்லை. அதுபற்றி வேண்டிய அளவு கூறியிருக்கிறேன். நாங்கள் இப்போது அட்ஜூநாத் காட்டுப்பகுதி வழியாகப் பயணித்துக் கொண்டிருந்தோம். எங்களை இப்போது பறங்கியர் துருப்புகள் நெருங்கிவிடுமோ என்ற அச்சம் இல்லை. அவை எங்களைப் பின்தொடர முடியாத அளவு வெகுதூரம் முன்னேறி வந்து விட்டோம். மிக விரைவான பயணத்தினால் இப்போது பர் கான்பூரை அடைந்து தபதி சமவெளியில் பறங்கிப் படை யினரைத் துரத்திய இடத்திற்கு வந்துவிட்டோம். அங்கிருந்து சில நாட்களில் எங்களது தலைமை முகாம் நேமாவூரை அடைந்தோம்.

மூன்றே மாதங்களில் நிஜாம் சமஸ்தானத்தின் மிகவிரிந்த செழுமையான பிரதேசங்களில் பயணித்து வந்துவிட்டோம். பறங்கியர் மற்றும் நிஜாமின் துருப்புகளிடமிருந்து தப்பி வந்து விட்டோம். அவர்களது ஆளுகைக்கு உட்பட்ட பிரதேசங்களில் பெருங்கொள்ளை அடித்துவிட்டு அவர்களை எள்ளி நகை யாடிவிட்டு வந்துவிட்டோம். இத்தனை கொள்ளைகள் புரிந் ததில் யாதொரு இழப்பும் இல்லை. அளவற்ற எங்களது கொள்ளையினால் நாங்கள் பணக்காரர்களாகிவிட்டோம். நேமாவூரின் சௌகார்களிடம் இந்தப் பொருட்களை எல்லாம் விற்கவேண்டும். அதுபோக மேலும் பணம்வைத்துள்ள பக்கத் துப் பெருநகரங்களான உஜ்ஜைனி, இந்தூர் போன்றவற்றி லும் வியாபாரிகளைக் கண்டுபிடிக்க வேண்டும். வளமான சந்தைகளுக்கு எங்கள் பொருட்களை அனுப்பவேண்டும்.

அவரவர்களுக்கு தேவையான பொருட்கள் யாவும்வாங்கப் பட்டுவிட்டன. படையாட்கள் ஒவ்வொருவரும் தங்களதுவீடு களுக்குத் தங்கள் கொள்ளைப்பொருட்களுடன் திரும்பு வதற்குத் துடித்துக்கொண்டிருந்தனர். எனக்குள்ளும் இந்தச்செல்வங்களை எல்லாம் அஜீமாவின் காலடியில் கொட்டுவதற்கும், நான் புரிந்துவந்த சாகசங்கள் குறித்து நீண்ட நாட்களுக்குப்பின் என்னைக் கண்டு அவள் மனம் சந்தோஷப்படுதைக் காண் பதற்கு என் மனம் எவ்வளவு துடித்துக் கொண்டிருக்கும் என் பதை உங்களுக்குச் சொல்ல வேண்டியதில்லை. என் மனம் அந்த சிந்தனைகளிலேயே சுழன்று கொண்டிருந்தது. எங்கள் ஆட்கள் விற்ற தங்கத்தை முடிந்த அளவு வாங்கி வைத்துக் கொண்டேன், என்னிடமிருந்த செல்வங்களை ஏற்றிச்செல்ல இரண்டு ஒட்டகங்களை வாடகைக்கு அமர்த்திக் கொண்டேன்.

எங்களது சொந்த உபயோகத்திற்காக எடுத்து வைத்திருந்த துணிகளையும் ஒட்டகங்களில் ஏற்றிக்கொண்டேன். ஜோலன் நகர் நோக்கிப் பறக்கச் சித்தமாகிவிட்டேன். ச்சீட்டூவின் தர்பாரி லிருந்து விடைபெற வேண்டும். தலைமையின் நம்பிக்கைக்கு உரியவனாக இருந்ததால் நான் விடைபெறுவது அவ்வளவு எளிதானதல்ல. ச்சீட்டூ என்னுடைய பேச்சிலும் செயலிலும் மிகுந்த ஈடுபாடு கொண்டிருந்தார். என்னில் முழு விருப்பம் கொண்டிருக்கிறார். நான் மீண்டும் அவரது சேவைக்குத் திரும்புவேனோ மாட்டேனோ என்ற அச்சம் கொண்டு நான் அவரிடம் விடைப்பெற்ற தினம் மரியாதை நிமித்தம் அவருக்களித்த பரிசுப்பொருளை வாங்க மறுத்ததுடன், வழி அனுப்பும் சடங்காக அவர் எனக்களிக்க வேண்டிய வெற்றிலை பாக்கையும் அளிக்கவில்லை.

என்னைப் போகவும் அனுமதிக்கவில்லை. தெளிவற்ற சிந்தனைகளுடன் தர்பாரில் அமர்ந்திருந்தேன். நான் ஏதாவது துரோகம் இழைத்து விட்டதாகக் கருதி இருப்பாரோ? அவர் எதிர்பார்த்ததைவிட எனது நடவடிக்கைகள் குறைவானதாகத் தோன்றி இருக்குமோ? ஆனால் எனது யூகங்கள் பொய்யானது என்கிற விதமாக அங்கு ஒருசிலர் மட்டும் இருக்கும்போது என்னை அழைத்தார். பின்னிரவில் தனியாக உரையாடவேண்டி ருப்பதாகக் கூறினார். நானும் அவர் குறிப்பிட்ட நேரத்தில் சென்று பார்க்கத் தீர்மானித்திருந்தேன்.

நான் வீட்டிற்கு மிகுந்த நம்பிக்கையுடன் திரும்ப நினைத் திருந்தேன். ஆனால் இந்த பீர்கானும் மற்ற பயல்களும் பணத் திற்காகத் தவறாக வழிகாட்டி விட்டார்களோ? என்று ஒரு எண்ணத் தோன்றுகிறது. ஆனாலும் மற்றொரு புறம் ச்சீட்டூவின் மீது முழுமையாக நம்பிக்கை இழந்து விடவில்லை. ஆனால் மறுபடி ஏதாவது காரணம் சொல்லி காத்திருக்க வைத்தால் நான் என் வழியைப் பார்த்துக்கொண்டு போகவேண்டியது தான் என்று தீர்மானித்துவிட்டேன்.

எனக்குக் குறித்திருந்த நேரம் வந்தது. அதற்குள் நள்ளிரவு கடந்துவிட்டது. தலைவர் தனியாக இருந்தார். நான் இதற்கு முன்னர் தனியாக அழைத்துப் பேசப்பட்டது இல்லை. இந்த மரியாதை முதன் முறையாகக் கிடைத்திருக்கிறது. அவரது அவையில் உட்கார வைக்கப்பட்டேன். எனது ஆலோசனைகள் பலமுறை அவரால் ஏற்றுக் கொள்ளப்பட்டிருக்கிறது. புதிதாக நான் எதையும் நிரூபிக்க வேண்டியதில்லை.

“உட்கார் நான் உன்னிடம் நிறைய பேச வேண்டி இருக்கிறது சையத்.”

“சொல்லுங்கள் நவாப். உங்கள் வார்த்தைகள் இந்த ஊழியனின் காதுகளுக்கு இனிமை தரும். அதன் அர்த்தங்களுக்கு என் இதயத்தை அர்ப்பணிப்பேன்.”

“நல்லது. என்னுடைய முதல் கேள்வி இந்தப் பயணம் குறித்து உன்னுடைய அபிப்பிராயம் என்ன?” என்று ச்சீட்டுக் கேட்டார்.

“அபிப்பிராயம்....நான் நிறையப் பணம் சம்பாதித்திருக்கிறேன். நீங்களும் நமது ஆட்களும் நல்ல பணம் சம்பாதிக்க வாய்த்திருக் கிறது. மராத்தியர்களுக்கும் பறங்கியர்களுக்கும் இடையில் விரைவிலோ, அல்லது தாமதித்தோ நடக்க இருக்கும் போரில் நமக்குச் சாதகமான வாய்ப்பை உருவாக்கிக் கொள்ளலாம். இந்த விஷயத்தில் ஆழமான ஞானம் எனக்கில்லை என்றாலும் எனக்குள் அப்படி ஒரு எண்ணம் ஓடிக்கொண்டிருக்கிறது. நான் மற்றவர்களின் கருத்துகளையும் கேட்டுக் கொண்டுள்ளேன் என்று அபிப்பிராயம் கூறினேன்.”

“நீ சொன்னது கிட்டத்தட்ட சரிதான். ஆனால் முழுதும் சரியென்று சொல்ல முடியாது. என்னுடைய அடுத்தத் திட்டம் என்ன என்பதை இப்போது சொல்கிறேன் கேட்டுக்கொள்” என்றார்.

அவர் சொல்வதை முழுதாக உள்வாங்கிக் கொள்வது என்றும் இடையில் குறுக்கிடுவது இல்லை என்று தீர்மானித்துக் கொண்டேன்.

“மீர்சாகேப் நேரத்தை கணிக்கிற பார்வை உனக்கு உண்டு. இதைத்தான் நான் உன்னிடமிருந்து எதிர்பார்த்தேன். நீ திப்பு சுல்த்தான் பற்றிக் கேள்விப்பட்டிருப்பாய். இப்போது அவரது நினைவுகள் சாந்தி பெறட்டும். அவர் தனது தேசமும், நிஜாமும், மாராத்தியர்களும் ஒன்றிணைந்து பறங்கிகளைவெளி யேற்றவேண்டும் என்று லட்சியம் கொண்டிருந்தார். அவரது எண்ணம் வெற்றிகரமாகி இருந்தால் அதைநிறைவேற்றி இருப் பார். ஆனால் ஈடேறவில்லை. அதனால் மாராத்தியர்களின், நிஜாமின் பிரதேசங்கள் தனித்தனியாக சிதறுண்டுவிட்டன. விதியின் விளையாட்டு எப்படி பறங்கிகளுக்குச் சாதகமாக அமைந்தது என்பதை அல்லா ஒருவன் மட்டுமே கண்டுபிடிக்க முடியும். தூக்கி எறியவேண்டும் என்று நினைத்த பறங்கி களின் அதிகாரம் இன்னும் ஆழமாக வேர் விட்டுள்ளது.

முஸல்மான்களின் நம்பிக்கை பொய்த்துக் கொண்டு வருகிறது. திப்பு மறைந்தார். அவரது அதிகாரமும் சிதைந்தது. இது குறித்தெல்லாம் இப்போது உனக்குத் தெரியாது. ஹோல்காருக்கும் இப்போது இயலாத நிலை. சிந்தியாவும் பறங்கியருடன் சந்தர்ப்பக் கூட்டணி அமைத்துக்கொண்டார். மராத்தியர்கள் தங்களுக்குள் பலமாக ஐக்கியப்பட்டிருக்கிறார்கள். குறிப்பாக பூனா சமஸ்தானமும், நாக்பூர் சமஸ்தானமும் ஒரேநேரத்தில் ஐரோப்பிய அதிகாரத்திற்கு எதிராக எழுச்சிகொண்டு போர் அறிவிப்பு செய்துள்ளனர். சிக்கந்தர் ஷா பறங்கிகளுடன் இணைந்து கொள்வார். அற்பமான தனது படைகளைவைத்துக் கொண்டு அவர் அதைத்தவிர வேறு என்னதான் செய்ய முடியும்?. அவரிடம் இருக்கும் படைத் தலைமைக்கு தைரியமோ விவேகமோ போதாது. அதனால் இன்னும் பறங்கிகளுடன் நட்புணர்வுடன் இருக்கிறார். தனது பிரதேசத்திற்குள் பறங்கிப் படைகள் சுதந்திரமாக உலவ அனுமதி கொடுத்திருக்கிறார். சிக்கந்தர் ஷாவின் ராணுவ நிலைகள் மராத்தியத் தலைமையின் அத்துமீறலால் கைப்பற்றப்படலாம். நான்சென்ற பயணத்தை அந்தப் பிரதேசத்தில் வைத்துக் கொண்டதற்கு காரணம் அதுதான். (அல்லாவின் கருணையால் அது வெற்றிகரமாக அமைந்தது) சிக்கந்தர் ஷாவின் தேசம் மேன்மைப்பட வேண்டுமானால் மக்களை உஷார்நிலையில் வைத்திருக்கவேண்டும். அதற்குத் தேவைப் பணம். அதற்காகத்தான் நான் இப்போது எனது பொக்கிஷத்தை நிரப்பி வைத்திருக்கிறேன்" என்ற செய்திகளை ச்சீட்டு அடுக்கடுக்காக கூறினார்.

"இன்னும் கேள். என்னுடைய நோக்கம் எந்த விதமான விளைவுகளை உண்டாக்கும் என்பதை முழுமையாகத் தெரிந்து கொள். மராத்தியர்களுக்கு எதிராக ஐரோப்பியர்கள் செய்து கொண்டிருக்கும் முஸ்தீபு வேலைகளின் கவனத்தைச் சிதைக்க வேண்டும். அதற்கான விளைவுகளை கடந்த பயணம் வேகமாகச் செய்யும். ஹூசூரின் ஆதிக்கப் பிரதேசத்தில் பாதி அளவிற்கு நாம் உலுக்கி விட்டோம். மீதிப் பாதி இருக்கிறது. அல்லாவின் கருணையால் இதே கதி அதற்கும் ஏற்படட்டும். பறங்கிகளை நிம்மதியாகத் தூங்க விடக்கூடாது. அவர்கள் இங்கும் அங்கும் ஒவ்வொரு இடமாக நமக்குப் பின்னால் ஓடிக்கொண்டே இருக்கவேண்டும். ஆனால் எனக்கு அவர்களைப் பற்றிய பயம் இல்லை. நான் ஒருமுறை அவர்களின் தாடியைப்பார்த்து சிரித்து விட்டேன். மறுபடியும்

அதேபோல் செய்யவேண்டும். அப்போது தான் அவர்களுக்கு தெரியும் இந்த கொள்ளையன் ச்சீட்டூவைப்பற்றி. அவனுக்கு என்னவிலை கொடுக்கவேண்டும் என்பதும் தெரியும். கோழைப் பயல் நிஜாம் மட்டும் அல்ல, பணக்காரப் பறங்கிகளின் பிர தேசங்களையும் பாழ்படுத்தவேண்டும். நான் கிருஷ்ணா ஆற்றைக் கடக்கவேண்டும், கடக்கமுடியும் என்னால். அல்லது எவ்வளவு முடியுமோ அவ்வளவு நெருங்கிவிட வேண்டும். அந்தப் பகுதி எங்குமே அவர்களின் படை இருக்கக்கூடாது, எனது வலிமையின் முன் தெரித்து ஓடவேண்டும். என்னுடன் மோதித் தனது சக்தியையெல்லாம் இழந்து பலவீனப்பட்டு இருக்கும் மராத்தியர்கள் ஆண்மையுடன் எழுந்து நிற்பார்கள் நேரம், நான் அவர்களுடன் கைகோர்த்துக் கொள்வேன். என்னை அவர்களது ராணுவத்தில் மிகப்பெரிய பொறுப்பில் அமர்த்துவதாக எனக்கு வாக்குறுதி கொடுத்திருக்கிறார்கள். அவர்கள் ஆக்கிரமித்த பின்னர் நாம் கிளம்புவோம். மீர்சாகேப் நான் நாம் என்பதைப் பலமுறை அழுத்திச் சொல்கிறேன். நாம் என்பது இந்த நேரத்தில் பொருத்தமாக என்னுடன் இணைந்து நீயும், நானும். 'இன்ஷா அல்லா'. அவர்கள் இருக்கும் நிலையை நமக்குச் சாதகமாகப் பயன்படுத்திக்கொள்ள வேண்டும். வெற்றி யின் புகழில் நமக்கு வியப்பூட்டும் பதவி காத்திருக்கிறது" என்று தன் எண்ணங்களை கூறி முடித்தார்.

"அருமையான திட்டம்தான். மிகவும் ஆழ்ந்த சிந்தனை. எளிதான விளையாட்டுப் போலத்தான் தோன்றுகிறது. இதில் எந்தத்தவறும் இருப்பதாக எனக்குத் தெரியவில்லை. ஆனால் பறங்கியர்கள் நம்மை எதிர்கொள்ளத் தயாராக இருக்க மாட்டார்களா? நம்மைச் சந்திக்கவேண்டிய நிலை வரும்போது சும்மா விட்டுவிடுவார்களா? என்றேன் நான்."

"இல்லை. கடுமையாக மறுத்தார். அவர்களால் நம்மை எதிர் கொள்ளமுடியாது. அவர்கள் தந்திரக்காரர்கள்தான் என்றாலும் அவர்களால் அது முடியாது. நான் அவர்களைக் களத்தில் சந்திப்பேன். நாம் இப்போது அடித்த அளவற்ற கொள்ளை நம் கையில் இருக்கிறது. அது காலியாகும்வரை நாம் அமைதியாக இருப்போம் என்று நினைத்துக் கொண்டிருக்கிறார்கள்அடுத்த தசரா வரை காத்திருப்பது முட்டாள்தனம். அதற்கு முன்ன தாகவே இன்னொரு பயணம் கிளம்பவேண்டும்ஆனால் அது மற்றவர்களுக்குத் தவறாகத் தோன்றும். நாம் இன்னொரு பயணம் வைக்க இருக்கும் ரகசியத்தை உன்னிடம் மட்டும் சொல்கிறேன். நான் திட்டமிட்ட அடுத்த பயணம் குறித்த

செய்தியை என்னால் தர்பாரில் சொல்ல இயலாது. சில முட்டாள்கள் இந்த செய்தியை அவர்களின் குடும்பத்தில் உளறிக்கொட்ட அந்தச் செய்தி ஒரே வாரத்தில் ஊரெல்லாம் பரவிவிடும். இல்லை நான் இதை ரகசியமாக வைத்து சிலர் மட்டும் அறியும்படி செய்வேன். அவர்கள் என்கீழே உள்ள போர் தளபதிகள். அவர்கள் ஒவ்வொருக்கும் பின் ஆயிரம்பேர் உள்ளார்கள். நல்லா கேட்டுக்கோ, அல்லாவின் தயவால், கடந்தமுறை போனதைவிட மிகப்பெரிய படையுடன் கிளம்பத் தீர்மானித்துவிட்டேன். இன்னும் இரண்டுமாத இடைவெளி யில். நீ வருகிறாயா? உனது கட்டுப்பாட்டில் ஆயிரம்குதிரை களைத்தருகிறேன். முடிவு உன்னைச் சார்ந்தது. அந்த நேரத் திற்கு ஜோலனில் இருந்து உன்னால் திரும்பமுடியுமா? இப்போது உன்னை இங்கே நிறுத்தி வைக்க விரும்பவில்லை. ஒரு மனிதனுக்கு பிடித்த இடம் அவன்வீடுதான். அது எங்கி ருந்தாலும் அங்கு திரும்புவதற்கு உனக்கு உரிமை இருக்கிறது. இருந்தாலும் சொல் இன்னும் இரண்டு மாதத்தில் என்னை வந்து அடைவாய் என்று, நான் உனக்குக் கொடுத்த வாக்குறு தியை நிறைவேற்றுகிறேன்."

"நான் கண்டிப்பாக வருகிறேன். உங்கள் பெருந்தன்மை அதிகரிக்கட்டும். உங்கள் அடிமை உங்கள் விருப்பத்தைச் சாதக மாக்கிக் கொள்வான். இரண்டு மாதங்களுக்கு முன்னதாகவே இரவும் பகலும் பயணித்து என்னுடன் இன்னும் அதிகமான ஆட்களை அழைத்துக்கொண்டு வருகிறேன்."

"அது மிகவும் நல்லது. எனது லாயத்தில் இருந்து உனக் குப் பிடித்தமான குதிரையை எடுத்துக்கொள். அதை உன் கைப்படவே வைத்திருக்கவேண்டும். தேவைப்பட்டால்ஒட்டகங் களையும் எடுத்துக்கொள். அவையும் எனது சொந்த சவாரிக் காக வைத்திருப்பவை. எனவே அதிக பாரம் ஏற்றக்கூடாது. அதையும் சொந்தப் பொறுப்பில் வைத்திரு. இப்போ நீ கிளம்ப லாம். எனக்கு மனமும் உடலும் சோர்ந்துவிட்டது. ஓய்வு தேவைப்படுகிறது. உன் மீது எனக்குச் சந்தேகம் இல்லை. உதய காலத்திற்கு முன் கிளம்பிவிடுவாய். சென்று வா. உன்னில் அமைதி நிலவட்டும்" என்றார் ச்சீட்டூ.

அவரைப் பிரிந்து வந்து நண்பர்களுடன் சந்தோஷமாக இணைந்தேன். ச்சீட்டூ எனக்குக் கூறிய ரகசியத்தை என் நண்பர்கள் காப்பார்கள் என்பது எனது நம்பிக்கை. நான் கூறிய விரிவான திட்டத்தைக் கேட்டு அவர்கள் வியந்தார்கள். ச்சீட்டூவின்

திறமையையும், முன்னனுமானத்தையும் பாராட்டினார்கள். என்னுடன் இணைந்திருப்பவர்கள் எத்தனை பேர் எவ்வளவு தூரம் வருவார்கள் என்று தெரியவில்லை. அடுத்த நாள் காலைப்பொழுது சந்தோஷமாக விடிந்தது. மைல்கள் மேல் மைல்களாக சாலை வேகமாகக் கரைந்து ஓடியது. நாங்கள் வந்து சேர்வதற்கு குறைவான நேரமே பிடித்தது. ஜாலோன் வந்து சேர்ந்து விட்டோம். எதிர்பாராத நேரத்தில் காணாத வர்களைக் கண்ட மகிழ்ச்சி. நீண்ட நாட்களுக்குப்பின் என் அஜீமா என்னுடைய அணைப்பிற்குள் இருக்கிறாள். அந்த சந்தோஷத்தை எப்படி வரைந்துகாட்டுவேன். என்னால் அதை விவரிக்க முடியவில்லை. என் மனம் சந்தோஷத்தில் ததும் பியது. நீண்ட நாட்களுக்குப்பின் எனது சொந்த படுக்கை அறைக்குள் நுழைகிறேன். என் துள்ளலும், துடிப்பும் மிகுந்த அழகான குழந்தையைக் கைகளில் ஏந்தி இருக்கிறேன். என் அப்பாவும் என்னுடன் மகிழ்ச்சியில் திளைக்கிறார். ஆனால் எங்கள் மீது தீய கண்களின் பார்வை படர்கிறது. எங்கள் சந்தோஷம் நிறைந்த கோப்பையை உதட்டை தொடுவதற்கு முன் என் மூளையை தொடுகிறது. அதுவே ராஜாவினுடைய அந்த தீயகண்கள். அதுவே என்னை அதிகம் பாதிக்கிறது.

அரசரிடம் பெற்ற குதிரைகளுக்கான பணம் அளிக்கப்பட்டது. அவருக்கு விலை மதிப்பு மிகுந்த முத்துமாலை ஒன்றைப் பரி சாக அளித்தேன். பியோடனில் கொள்ளையடித்த அழகான துணிகள். ஐம்பத்தியோரு தங்க நாணயங்கள் வைத்தத்தட்டு. இவையத்தனையும் யாருக்காவது அளிக்கப்பட்டால் சந்தோ ஷப்படுவார்கள் தானே. ஆனால் ராஜாவுக்கு மனது திருப்தி யடையாது. இருந்தாலும் வாய் நிறைய சிரித்து வாழ்த்துக்கள் தெரிவித்தார். தனிப்பட்ட முறையில் எனது தொழில் (ரகசிய மாக எனது புதிய தொழிலைத் தெரிந்து வைத்திருந்தார்) விருத்தியடைய வாழ்த்துகள் கூறினார். வெற்றியும் சிறப்பும் அடையவேண்டும் என்று கூறினார். என்னை ஒரு சிறந்த பொய்யனாக, கொலைகாரனாக இருக்குமாறு கூறுகிறாரா? யாருக்குத் தெரியும் அவரது எண்ண ஓட்டங்கள்.

உடனடியாக பீர்கானையும், மோதிராமையும் மற்ற இரு வரையும் பல்வேறு திசைகளுக்கு அனுப்பினேன். மற்ற சில தக்கிகளைவிட நல்ல கொள்ளையும், வேலையும் அளிப்பதாகக் கூறி அவர்களுக்குத் தெரிந்த தேர்ந்த நபர்களையும் குதிரை வீரர்களையும் அழைத்து வரச்சொன்னேன். குதிரை வீரர்கள் என்பது சிறப்பான தகுதிதான். ஆனால் பலர் தொழிலில்

இருந்து வெளியேறி விட்டனர். இருந்தாலும் பத்து நாட்களில் பன்னிரண்டு பேர்களுடன் வந்தனர். அவர்களில் சிலரை முன்கூட்டியே நான் அறிவேன். எல்லோரும் ஆயுதங்களைத் திறம்படக் கையாளத்தெரியுமென்று உறுதியளித்தனர்.குதிரைகளை ஏற்பாடு செய்வது ஒன்றும் சிரமம் இல்லை. முன்னர் எடுத்ததுபோல் அரசரிடம் இருந்து எடுத்துக்கொள்ளலாம். ஆனால் பணம்தான் இரண்டு மடங்காகும். அதுவும் இப்போது அதே பழையமுறையில் கொடுப்பாரா என்று தெரியவில்லை. நான் அவர்களது கை வலிமையைச் சோதித்தேன். பலவீனமானவர்களை நிராகரித்துவிட்டு, மற்றவர்களைநிறுத்திக் கொண்டேன். குதிரை இருக்கைத் துணிகள் புதிதாகத் தைக்கப் பட்டன. புதிதாகச் சென்று திரும்பிய பயண அனுபவத்தின் அடிப்படையில் அனைத்துத் தயாரிப்பு வேலைகளையும் செய்துமுடித்தோம்.

இன்னும் சில நாட்கள் மட்டுமே வீடுதரும் சந்தோஷங்களை நான் அனுபவித்துக் கொண்டிருக்க முடியும். மீண்டும் வீட்டை பிரிவது மிகுந்த மனவேதனை தருவதாக இருக்கிறது. இன்னும் பல ஆண்டுகளுக்குத் தேவையான செல்வம் என்னிடத்தில் இருக்கிறது. இப்போதிருக்கும் ராஜாவின் தேசத்தில்வரிவசூல் நிர்வாகத்தில் உயர் தகுதி குடிமை வேலையைப் பெறுகிற நிலையில் இருந்தேன். ஆனாலும் சாகசங்களின் மீதான விருப்பம் குறையவில்லை. அனைத்திற்கும் மேலாக ச்சீட்டூவிற்குக் கொடுத்த வாக்குறுதியை என்னால்மீறமுடியாது. அதுபோக ஆயிரம் பேருக்குத்தலைமை ஏற்கும் பொறுப்பை அளிப்பதாக உறுதி கூறியிருக்கிறாரே? என் பார்வையில் அதுவொரு நல்ல வாய்ப்பாகத்தோன்றுகிறது. அவரது திட்டம் வெற்றியடைந்தால் எனக்கு நல்ல தகுதி வாய்க்கும். மராத்தியர்கள் ஐரோப்பியர்களை தூக்கி எறிந்து விடுவார்கள். நிஜாமின் பரந்துவிரிந்த சாம்ராஜ்ஜியம் அதன் நம்பிக்கைக்குரிய தலைவர்களால் தனித்தனி அரசுகளாகப் பிரிக்கப்படும். இந்தச் சிந்தனைகள் என்னைச் சீக்கிரமாக கிளம்புவதற்குத் தூண்டிக்கொண்டே இருக்கிறது. என் மனைவியிடம் கண்ணீருடன் விடைபெற்றேன். என் தந்தை ஆசிகள் வழங்கினார். ராஜாவும் எனது முயற்சிகள் யாவும் வெற்றிகரமாக அமையட்டும் என்று வாழ்த்தி அனுப்பி வைத்தார். அவருக்கு விருப்பமான வாளையும் விலையுயர்ந்த சால்வையும் பரிசாக அளித்தார்.

விரைவில் ச்சீட்டூவைச் சென்றடைந்தேன். என்னைப்பெரும் சந்தோஷத்துடன் வரவேற்றார். திட்டமிட்டுள்ள பயணத்

திற்கான தயாரிப்பு வேலைகளில் மூழ்கி இருந்தார். இந்தப் பயணம் சென்றமுறை சென்று வந்த பயணப்பகுதிக்கு பக்க மாகவும் தூரமாகவும் திட்டமிடப் பட்டுள்ளது. அளவற்ற கொள்ளைக்கான வாய்ப்பு இருப்பதாகக் கருதப்பட்டது. ஆயிரக்கணக்கானோர் நேமாவூரில் சுற்றிக்கொண்டிருந்தனர். தினசரி நூற்றுக்கணக்கனோர் நேமாவூரை வந்தடைந்துகொண்டி ருந்தனர். முன்னரே இருப்பவர்களுடன் சேர்த்து எண்ணிக்கை பெருகிக்கொண்டே இருந்தது. வெவ்வேறு இனத்தைச் சேர்ந்தவர் களையும் தனிப்பட்டவர்களையும் மாற்று இனத்தைச் சேர்ந்த தலைவர்களின் உத்தரவிற்குப் பணியச் செய்வது கடினமான வேலைதான். அதற்குச் ச்சீட்டூ என்னுடைய உதவியைக்கேட்டுப் பெற்றுக்கொண்டார். கலவையான இனக்குழுவை ஒருமுக மாக ஒருங்கிணைத்தோம்.

ஒரே நோக்கத்திற்கு ஆயிரக்கணக்கானவர்களை சொந்த சிந்தனையில் தனித்துச்செயல்பட தயார்செய்வது சாதாரண வேலையல்ல. அதுவும் ச்சீட்டூ படையெடுப்பின்நோக்கம் சூறையாடுதல், கொள்ளையடித்தல். அதைஒரு ஒழுங்கு முறையுடன் செய்வதற்கு ஒருங்கிணைப்பது முடிகிற காரியம் அல்ல. இதில்போகிற இடங்களில் எல்லாம் நகரங்களை தீயிட்டுச் சூறையாடுவதும் எதிர்க்கும் திராணியற்றவர்களைச் சித்திரவதை செய்கிற கஃப்பூர்கான் போன்றவர்களை முன்ன ணியில் வைத்துக் கொண்டிருப்பது கூடுதல் தொந்தரவான விஷயம். என்னைப்போன்ற ஓரளவு நாகரீகமாக நடந்து கொள்கிறவர்களுக்கு கரிஞ்சா நகரத்துச் சம்பவங்கள், ஒரு அப்பாவி இந்துப் பெண்ணை இம்சை செய்து கொன்று போட்டது போன்ற நிகழச்சிகள் மறந்துவிடக் கூடிய ஒன்றல்ல. இந்தப் பயணத்தில் அவனது சொந்த இச்சைகளுக்கெல்லாம் இடந்தரக்கூடாது. கொஞ்சம்கூட நியாயமற்ற அவனது குற்றச் செயல்களை நிறுத்துவதற்கான சந்தர்ப்பத்தை எதிர்பார்த்துக் கொண்டிருக்கிறேன். கூடுமானவரை அவனை என் அருகிலேயே வைத்துக்கொண்டு அவனது நடவடிக்கைகளை அடிக்கடி கவனித்து வரவேண்டும் என்று தீர்மானித்து விட்டேன்.

இம்முறை பத்தாயிரம்பேர் கொண்ட பயணத்திற்கான ஏற் பாடுகள் முடிந்துவிட்டன. பத்தாயிரம் தரமான குதிரைகள் கணக்கில் பதியப்பட்டுள்ளன. எப்படி இத்தனையாயிரம் பேர் தமது சொந்த ஆதாரத்தை உருவாக்கிக் கொண்டார்கள் என்பது தெரியவில்லை. ஆனாலும் உருவாக்கப்பட்டுவிட்டது. முகாமில் இருந்த படைக் காட்சிகள் பரபரப்பாகவும்

மகிழ்ச்சிகரமானதாகவும் இருந்தது. இறுதிச் சம்பிரதாயமாக தலைவர் ச்சீட்டூ பயணத் திட்டத்தை விளக்கிக் கூறும் பொது தர்பாரில் அணித்தலைவர்களும் இடம் பெற்றிருந்ததார்கள். எந்தெந்த அரசர்களின் பிரதேசங்களின் ஊடாக பயணிக்க இருக்கிறோம் என்பது விளக்கப்பட்டது. நாக்பூர் மகாராஜாவின் பிரதேசங்கள் வழியாக தென்கிழக்கு நோக்கி காடுகளும் வனங் களுமாயிருந்த 'கோண்டுவானா' வழியாகப் பயணிப்பது. பெரும் பகுதி ராணுவத்தடைகள் இல்லாத பகுதிகளில் பயணித்து மசூலிப்பட்டிணத்தின் வட பகுதியை அடைவது. அங்கிருந்து கிருஷ்ணாவின் குறுக்காக கடந்து கர்நூல்வரை ஆனமட்டிலும் அந்தப் பிரதேசத்தைச் சூறையாடுவது. பின் அங்கிருந்து சரியான சாலை வழியாக நேமாவூர் வந்து சேர்வது என்பது திட்டம். இந்தத் திட்டம் அங்கே கூடியிருந்தவர்களால் பெரும் உற்சாகத்துடன் வரவேற்கப்பட்டு அவர்கள் எழுப்பிய உற்சாகக் குரலில் முகாமின் கூடாரத் துணிகள்கூட உயர்ந்து அடங்கின. அணித் தலைவர்களும் திட்டத்தை வரவேற்றார்கள். நேரத்தை வீணாக்காமல் உடனே புறப்படுங்கள் என்றார் ச்சீட்டூ. இந்த நிமிடமே கிளம்பினால் தான் அடுத்த நாளே நர்மதாவை நாம் அடைய முடியும் என்றும் எச்சரிக்கை செய்தார்.

36

அரசியல் நிலவரம் - சதியாலோசனை

என்னுடைய தலைமையில் ஆயிரம்பேர் கொண்ட கம்பீரமான குதிரைப்படை நாக்பூர்நோக்கி முன்னேறத் தொடங்கியது. இப்போது நீரோட்டம் குறைவாக, கடந்து விடுகிற அளவில் இருந்ததால் நான் முதலாளாக ஆற்றைக் கடந்தேன். ஆற்றைக் கடந்து மறுகரையில் ஐந்து மாதங்களுக்கு முன் நாங்கள் ஆக்கிரமித்திருந்த அதே இடத்தில் முகாமிட்டோம். கடந்த முறை ஐந்தாயிரமாக இருந்த மனிதர்கள் இந்த முறை இரண்டு மடங்காகி பத்தாயிரம் ஆனார்கள். இப்போது தெளிவான திட்டமும் பெரிய நம்பிக்கையும் கொண்டிருக்கிறோம். நாக்பூர் ராஜாவின் பிரதேசத்தில் இருந்த இன்றுவரை ராணுவம் புக முடியாத காடுகள், வனங்கள் வழியாக எப்படிப் புகுந்து வந்தோம் என்பதை நான் உங்களுக்கு விளக்கிக் கொண்டிருக்கப் போவதில்லை. அடிக்கடி நீர் கிடைக்காமல் சிரமப்பட்டாலும் ஒரு வழியாக எங்கள் குழுவினர் அந்த இடத்தை கடந்துவளமான சிர்கார் சமவெளிக்கு வந்தோம். எங்களுக்கு எதிர்பட்ட அனைத்தையும் அடித்துத் துவைத்து முன்னேறிக் கொண்டிருந்தோம். இங்கே கிஞ்சிற்றும் கருணைக்கு இடமே இல்லை. எங்கள் படை அகலவசத்தில் மட்டுமே பல மைல்கள் விரிந்து நடை போட்டது. நாங்கள் கடந்த கிராமங்களில் மூட்டை கட்டினதுபோக எஞ்சியவை யாவும் சாம்பலாகக் கரைந்தது.

ஒவ்வொரு நாளும் பத்து காததூரம் என்ற கணக்கில் விரைந்து கொண்டிருந்தோம். உயர்வு நவிற்சியில் சொல்வதானால்

எங்களை மறிக்கும் மலைகளைத் தின்றபடியும், ஆறுகளைக் குடித்தவாறும் விரைந்து சென்றோம். எங்களை எதிர்ப்பதற்கு எந்தப்படையும் இல்லை. அப்படி ஏதாவது இருக்குமானால் அவை எங்களின் வெற்றிநடையின் பாதத்தின்கீழ் நசுங்கி விடும். இத்தனைக்கும் நாங்கள் போருக்குப் போகவில்லை. அது எங்களது திட்டமுமல்ல. எங்களை எதிர் கொள்வதற்குப் பெரிய படை இருக்குமானால் அதனால் எங்களது போக்கின் திசையைக்கூட மாற்ற செய்வோம். நாங்களே வெற்றி பெறுவது உறுதி என்றாலும் தாக்குதலில் எங்கள் சக்தியை விரயம் செய்வதால் என்ன பயன். ஆட்கள் பலரையும் சண்டையில் இழந்துவிட்டு அடுத்த நடவடிக்கைகளை முடக்குவதா?

அடுத்த சில நாட்களில் நாங்கள் குண்டூரை அடைந்தோம். அந்தப் பகுதியின் வரிப்பணத்தை வசூலித்து பெருந்தொகையை ஓரிடத்தில் வைத்திருப்பதாகக் கேள்விப்பட்டு அங்கு சென்றோம். இது போன்ற இலக்கைத்தான் ச்சீட்டூ விரும்பினார். எங்கள் வெறுப்புக்கு ஆளான ஐரோப்பியர்களின் அந்தப் பணம் பல லட்சங்கள் இருக்கலாம். அந்நகரில் எங்கள் ஆட்கள் பேய் களைப்போல் பெருங்கூச்சலிட்டுப் பாய்ந்த அந்தக் காட்சி என்னால் தாங்க முடியாததாக இருந்தது. நகரம் முழுதும் ஐரோப்பிய அதிகாரிகள் எதிரிலேயே சூறையாடப்பட்டது. அதிகாரிகள் நிறையப்பேர் பணம் இருந்த அறையிலேயே பதுங்கிக்கொண்டனர். என்னைக்கேட்டால் அவர்கள் தங்களது பாதுகாப்பு நடவடிக்கைகளைச் சரியாகவே செய்தார்கள் என்று தான் சொல்வேன். துப்பாக்கி குண்டுகள் வெடித்த இடங்களில் கொள்ளையர்கள் இலக்கில்லாமல் சிதறி ஓடினார்கள். நான் ச்சீட்டூவின் ஆணைக்கிணங்க கட்டடங்கள்மீது குதிரைப் படை வீரர்களைக் கொண்டு தாக்குதல் தொடுத்தேன். அவர் கொள்ளை எதுவும் கிடைக்கவில்லை என்ற ஏமாற்றத்தில் இருந் தார். பறங்கியர்கள் தங்களைப் தற்காத்துக்கொள்ள துருப்புகள் வைத்திருக்கிறார்களா? என்று கேட்டார். “இருந்தாலும் அவை மிகச்சிறிய அளவிலேயே இருக்கும். வேண்டுமென்றே எண்ணிக் கையை கூட்டிச்சொல்வார்கள்” என்றார்.

நாங்கள் அடைந்த ஏமாற்றத்தின் ஆத்திரத்தில் அதிகாரி களின் வீடுகளைத் தாக்கினோம். அவர்களின் இருக்கைத்தள வாடங்களை உடைத்துப்போட்டு தீயிட்டுக் கொளுத்தி அனைத்தையும் குதிரையில் இருந்தபடியே இழுத்து எறிந்தோம். அங்கே எங்களுக்குக் கிடைத்தவை குறிப்பிட்டுச்சொல்லும் படியானவையாக இல்லை. அதனால் எல்லோரும் பெருத்த ஏமாற்றம் அடைந்தார்கள்.

எனக்கு அந்த நிலை இல்லை. என்னுடன் என் தக்கீகள் இருந்தார்கள் அவர்களைக்கொண்டு அதேநாளில் வேறொரு இடத்தில் கம்பீரமான தோற்றமுடைய ஒரு வீட்டை முற்றுகை யிட்டேன். கொள்ளையர்களை அழிமான வேலைகளில் ஈடு படாமல் தடுத்துவிட்டு, அந்த வீட்டில் இருப்பவர்களைத் துன்புறுத்தாமல் நோட்டம்விட்டோம். அவர்கள் பெரியப்பணக் கார இந்துக் குடும்பத்தைச் சேர்ந்தவர்கள். அங்கிருந்த முப்ப தாயிரம் ரொக்கப்பணம், ஆபரணங்கள் ஆகியவற்றைக் கைப் பற்றினோம். இத்தனைக்கும் யாருக்கும் எந்தத் தொந்தரவும் தராமல் மிரட்டலிலேயே இந்தக் கொள்ளையை முடித்து விட்டோம். வேறு அர்த்தமற்ற காரியங்களுக்கு நான் இடந்தர வில்லை.

பிறகு அந்நகரைச் சூறையாடி முடித்ததும் பிற்பகலில் நாங்கள் குதிரைகளில் எட்டு படைகளாக அங்கிருந்து கிளம்பி னோம். வேறு படைகள் எங்களைப் பிடித்துவிட முடியாத தூரத்தில் நகரத்தில் இருந்து பத்துகாத தூரத்திற்கு வந்தபின் பாதுகாப்பாக முகாமிட்டோம்.

கிருஷ்ணா ஆற்றைக் கடந்து அதிகபட்சமாக கர்பா பகுதியை ஊடுருவிச் சென்றோம். இங்கும் ஆங்கிலேய அரசாங்கத்திற்குச் சொந்தமான செல்வங்கள் நிறைய கைப்பற்ற முடியும் என்று எதிர்பார்த்தோம். ஆனால் ஏமாற்றமே மிஞ்சியது. நாங்கள் வருவதைத் துப்பறிந்து ஆங்கிலேய அதிகாரிகள் உஷாராகி பணத்தைப் பதுக்கிக் கொண்டனர். அங்கங்கே துருப்புக்களை கொண்டு வந்து நிறுத்தியதால் எங்களுக்கு ஏமாற்றத்தைத் தவிர வேறு ஒன்றும் கிடைக்கவில்லை. நாங்கள் துருப்புகளுடன் மோதுவதற்குத் தயாராக இல்லை. அங்கிருந்து வேறுபாதையில் கர்நூல் நோக்கிச் சென்றோம். அங்கும் எங்களுக்கு அடிதான் கிடைத்தது. ஆனால் அங்கிருந்து மீண்டும் ஆற்றைக் கடந்து நிஜாம் பிரதேசத்தினுள் நுழைந்தோம். அந்தப்பகுதி ஆங்கிலேயக் குதிரைப்படைகளால் நெருக்கமாக சூழப்பட்டிருந்தாலும் எங்கள் மீது தாக்குதல் தொடுக்கவில்லை. கர்நூலுக்கு வெளியில் நின்று எங்களுக்குள் ஒரு ஆலோசனை நடத்தினோம். கடைநிலைச் சிப்பாய்களை மூன்று பிரிவுகளாகப் பிரித்து தேசத்தின் பெரும் பகுதிகளில் கொள்ளையடித்துச் சூறையாடிக் கொண்டே செல்லவேண்டியது என்பது திட்டம். பின்னர் ஓரிடத்தில் ஒன்றிணைந்து கொள்ளலாம் என்று பேசினோம். அப்படி செய்தால் குதிரைப்படைகளில் தப்பிச்செல்ல உதவியாக இருக்கும். இப்போது நாங்கள் அனைத்து திசைகளிலும்

கண்காணிக்கப்பட்டுக் கொண்டு இருக்கிறோம். எனவே எச்சரிக்கையாக இருக்க வேண்டியது அவசியமாக இருக்கிறது. ஒரு அணி மேற்கு திசையில் நதிக் கரையின் மேலாகப் போவது, மற்றது கிழக்கு நோக்கிப் போவது, மூன்றாவது இரண்டிற்கும் நடுவில் போவது.

கிழக்கு நோக்கிச் செல்லும் அணியில் ச்சீட்டூ இருந்தார். அவருடன் நானும், கப்பூர்கானும் இருந்தோம். நாங்கள் அங்கிருந்து தேசத்தின் கிழக்குப் பகுதியில் ஹைதராபாத் வரை செல்வது அங்கிருந்து வடக்கு நோக்கிச் செல்லும் நெடுஞ் சாலையைப் பிடித்து நாக்பூர் பிரதேசத்தின் வழியாக நிர்மல் செல்வது, என்று தீர்மானித்தோம். இப்போது நான் முழுக்க, முழுக்க கஃபூர்கானுக்குக் கூட்டாளியாக இருந்தேன். முன்னர் நீண்டகாலம் மற்ற தலைவர்களுடன் அவன் கூட்டாளியாக இருந்தான். இப்போது அவர்கள் எங்களுடன் இல்லாததால் நானும் கஃபூர்கானும் சேர்ந்தே இருந்தோம். எங்காவது கூடாரம் அமைக்கும்போது கூடாரத்தில் நானும் அவனும் ஒரே இடத்தில் இருக்கவேண்டிய நிலைமை இருந்தது. கடுமையான வெப்பத்தில் இருந்து கூடாரந்தான் எங்களைப் பாதுகாத்தது. கஃப்பூர்கானின் ஆட்டூழியங்களுக்கான ஆதாரங்களை நான் காட்டவும் வேண்டுமா என்ன? அதுவே அவனுடைய தினசரி நிகழ்வாகவும் இயல்பாகவும் இருந்தது. அவன் செய்த ஆயிரக் கணக்கான கொடூரங்களில் ஒன்றை மட்டும் உங்களுக்குக் காட்டினால் போதுமானது என்று நினைக்கிறேன்.

நாங்கள் ஒரு நகரத்திற்குச் சென்றிருந்தோம். அந்த நகரத்தின் பெயர் மறந்துவிட்டது. எங்களின் வழக்கமான முறையில் பெருங்கூச்சலிட்டபடி கூட்டமாக நுழைந்தோம். அழிமான வேலைகள் துவங்கிவிட்டது. நான்.... நான்... உங்களிடம் ஏன் மறைக்க வேண்டும்? நானும் மற்றவர்களைப் போலவே சூறையாடும் வேலையில் தீவிரப்பட்டிருந்தேன். நானும் எனது ஆட்களும் வீடு, குடிசை என்று சொல்வதற்கு ஒன்றையும் விட்டு வைக்கவில்லை. கஃப்பூர்கானும் அந்த வேலையில்தான் இருந்தான். சூறையாடி முடித்ததும் தகப்பன், அண்ணன், புருசன் மார்களை மிரட்டி பெண்களின் கழுத்தில் இருந்து நகைகளைப் பறிப்பது, கொஞ்ச நஞ்சம் வைத்திருக்கும் பணத்தையும் பறிப்பது என்று எல்லாம் முடித்து எனது தக்கீகளுடன் கிளம்பும் நேரம். தக்கீகள் என்னை விட்டுப்பிரிவதே இல்லை. திரும்பும்போது நாங்கள் முக்கியத் தெருவழியாக சென்று கொண்டிருந்தோம். அங்கே பிரமாதமான தோற்றத்தில் ஒரு

வீடு எங்கள் கவனத்தை ஈர்த்தது. அந்த வீட்டிற்குள்ளிருந்து அச்சத்திலும் மிரட்சியிலுமாக காற்றைக் கிழிக்கும் ஒரு பயங்கர ஓலம்.

நான் உடனடியாக குதிரையை விட்டுக்குதித்தேன். எனது ஆட்களைப் பின்தொடரச் சொன்னேன். அந்த வீட்டிற்குள் விரைந்தேன். "சாகேப் அங்கே கண்டகாட்சி இறக்கும்வரை மறக்க மாட்டேன்." நாங்கள் உள்ளே நுழைந்த பின்னும் அழுகைத் தொடர்ந்து கொண்டிருந்தது. உள்ளே கஃப்பூர்கானும், அவனாட்கள் ஏழெட்டுப் பேர்களும் இருந்தார்கள். அவர்கள் கொடூரமான செயலில் ஈடுபட்டிருந்தனர். தரையில் மூன்று பிணங்கள் ரத்தச் சேற்றில் கிடந்தன. உடலில் இருந்து இன்னும் சூடான ரத்தம் கசிந்து கொண்டிருக்கிறது. அங்கே இரண்டு அழகான இளைஞர்களும், ஒரு வயதான பெண்ணும் இறந்து கிடந்தார்கள். அங்கே கஃப்பூர்கானுக்கு எதிரில் குதிரைக்கு கட்டும் மூக்குப் பையில் சூடான சாம்பலைப் போட்டு அதை மரியாதைக்குரிய வயோதிகரின் வாயில் கட்டி பின்புறத்தில் கூரிய வாளால் ஒரு கொள்ளையன் குத்திக் கொண்டிருந்தான். சித்திரவதைப்பட்ட அந்த அப்பாவி மயங்கிக் கொண்டிருந்தார். அவரிடம் வாயைத் திறந்து பேசும் சக்தி இல்லை. ஆனால் கஃப்பூர்கான் மீண்டும் மீண்டும் அவர் காதில் இடிபோலக் கத்தினான்; "எங்கே வைத்திருக்கிறாய் சொல்லு. பணம் நகையெல்லாம் எங்கே வைத்திருக்கிறாய் சொல்லு" என்று கேட்டுக் கொண்டேயிருந்தான். அங்கு மேலும் மூன்று அழகான பெண்கள் அர்த்தமில்லாமல் சீரழிக்கப் பட்டிருக்கிறார்கள். அவர்களது அலங்கோலமான தோற்றத்தையும், இதயத்தின் நடுக்கத்தையும் பார்த்தால் நான் வராமல் போயிருந்தால் இந்த நேரம் அவர்களும் கொல்லப்பட்டிருக்கலாம் என்றே தோன்றியது.

"நான் என்ன செய்யமுடியும்? நான் அவனைத் தாக்க முடி யாது. ஆனாலும் தாக்கியாகவேண்டும். என்வாளினைப் பாதி உருவிவிட்டேன். அவனை நோக்கிவிரைந்தேன். ஆனால் அவன் எனக்கு மேலதிகாரி. நான் அவனைக் கொன்றால் அதைச் ச்சீட்டூவிடம் இருந்து மறைத்துவிட முடியாது. என்கதி என்னாவது? ஒரு நிமிடம் யோசித்துப் பார்த்தேன். அவன் ஈடுபட்டிருந்த கொடுஞ் செயல்களில் இருந்து கவனத்தைத் திசை திருப்பினேன்."

"கான் இங்கே வா. பக்கத்து வீட்டைத் திறப்பதற்கு எவ்வளவோ முயன்றும் முடியவில்லை. வந்து உதவிசெய்" என்று கேட்டேன். "இன்ஷா அல்லா, நாம் படும் கஷ்டத்திற்குப் பலன்

இருக்கும். உள்ளே பணமும், நகையும் நிறைய இருப்பதாகக் கேள்விப்பட்டேன்" என்று கூறினேன். "அது பெரிய பணக்கார வீடு. வெளிக்கதவைத் திறக்க நீண்ட நேரமாக முயற்சித்து விட்டேன். முடியவில்லை நீ வா" என்றேன்.

"சற்று பொறு... இந்த இடத்தைப்பற்றி அசாதாரணமான செய்தி. இந்த முட்டாள்கள் நம் நுழைவைத் தடுத்து வாளுக்கு வேலை வைத்து விட்டார்கள். ஒருவன் என் தோளில்குத்தி விட்டான். இந்த நாத்திகர்களால் என்னை என்ன செய்துவிட முடியும்?. நான் மெய்யான இறை நம்பிக்கை கொண்டவன். தாயும், இரண்டு மகன்களும் என்சொந்த வாளினால்வீழ்த்தப் பட்டு பக்கத்து அறையில்கிடக்கிறார்கள். என் ஆட்கள் அவர் களின் மனைவிமார்களுக்கு வேடிக்கை காட்டிவிட்டார்கள். இந்தக்கிழட்டு வில்லன் எந்தக்காரணம் கொண்டும்வாயைத் திறக்கமறுக்கிறான். அதனால் இவனுக்கு சூடானசாம்பலின் ருசியைக் காட்டிக்கொண்டிருக்கிறேன்" என்றான் கஃப்பூர் கான்.

"ஆனாலும் அவன் வாயைத்திறக்க மாட்டான். அவனால் பேச முடியாது. அவன் வாயில்தான் பையைக் கட்டியிருக்கி றாயே.. முதலில் அதை எடு என்ன சொல்கிறான் என்று பார்ப்போம்" என்றேன்.

"அதையும் செய்து பார்த்து விட்டோம். ஆனால் அவனிடம் இருந்து ஒன்றும் பெறமுடியவில்லை. நீ வேண்டுமானால் முயற்சித்துப்பார்" என்று சற்று இறங்கி வந்தான்.

"பையை அகற்று.." என்று ஒரு கொள்ளையனிடம்கூறினேன். அவனுக்குப் பின் இருந்தவனிடம் கூறினேன் "அவனைப்பேச வைக்க வேண்டுமானால் முதலில் கொஞ்சம் தண்ணீர் கொடு. அவனது தொண்டை முழுதும் சாம்பல் அடைத்துக் கொண்டி ருக்கும்" என்றேன்.

பை அகற்றப்பட்டது. அறையின் மூலையில் இருந்த பாத்திரத்தின் தண்ணீரை அவர் வாய்க்கு அருகில்கொண்டு வந்தான். ஆனால் அவர் குடிக்கமுடியாது என்று தலை யசைத்து மறுத்தார், அந்த இந்து பிராமணக் கிழவர்.

கஃப்பூர்கான் அவர் தலையைப் பிடித்து தண்ணீருக்குள் அமுக்க முயற்சித்தான். "ம்.. குடி... அல்லா... நான் இவன் தலையைப் பிடித்து அமுத்துகிறேன். ஆனாலும் இந்தக் நாத்தி கன் குடிக்க மறுக்கிறானே. பசுவின் மூத்திரம் இவனுக்கு

ருசிக்கிறது, ஆனால் முஸல்மான் கையால் தண்ணீர் குடிக்கக் கூடாதா?" என்று கர்ஜித்தான்.

"ரத்த தாகம் பிடித்த பேயே.." என்ற அந்த கிழவர் குரலில் கசப்பை உமிழ்ந்தார். எந்தத் தீண்டத்தகாத இனத்தவனின் கையால் கொடுக்கப்படும் தண்ணீரும் விஷத்திற்குச் சமம். அதைவிட அதோ அங்கே பிணமாகக் கிடக்கிறானே என் மகன் அவனின் ரத்தத்தைக்கூட குடிக்கலாம்" என்றார் அந்த வயோதிகர்.

"ஆகா என்ன சொல்கிறான் பார்த்தாயா? இறைத்தூதரின் பெயரால் சொல்கிறேன். குடி ஏய்! சம்மந்கான் அதோ இருக் கிறதே டம்ளர் அதில் தரையில் இருக்கும் ரத்தத்தை மொண்டு கொடு குடிக்கட்டும். சொர்க்கத்தின் ஒயினைக் குடித்ததுபோல இருக்கும்" என்று மறுபடியும் கத்தினான் கஃப்பூர்கான்.

"போதும் நிறுத்து கஃப்பூர்கான். இதுபோன்ற மனிதத் தன்மையற்ற செயல்களைச் செய்யாதே" என்றேன் நான்.

கஃப்பூர்கான் பல்லைக் கடித்துக்கொண்டு, "இதில் நீ தலை யிடாதே மீர்சாகேப், நீயும் நானும் நண்பர்கள். இனியும் அப்ப டியே நீடிக்க வேண்டுமென்றால் இதில் நீ தலையிடாதே. இந்த சுத்தமானத் தண்ணீரை குடிக்கச் சொன்னால் ஏன் இவன் மறுக்கவேண்டும்" என்றான்.

சம்மந்கான் தரையில் இருந்த ரத்தத்தை வழித்து ஊற்றி எடுத்து வந்து அந்தப் பரிதாபகரமான தந்தையிடம்நீட்டினான். போலிப் பணிவுடன் "இந்தா குடி. இது கங்கா தீர்த்தம் என்று நினைத்துக்கொள். குடித்துவிட்டு வாயைத் திறந்து பொக்கிஷங் களை எங்கே வைத்திருக்கிறாய் என்று சொல்லிவிடு" என் றான்.

கஃப்பூர்கான் ஏளனமாக சிரித்துவிட்டுச் சொன்னான்: "ஆகா இது அற்புதமான யோசனை. இவ்வளவு வேகத்தில் யாருக்கும் தோன்றாத யோசனை. இதை ஒரு புத்தகத்தில் எழுதி வைக்கவேண்டும். நான் ச்சீட்டூவிடம் சொல்கிறேன்" என்று கேலிப் பேசினான்.

ஆனால் கிழவர் தலையை மறுபுறம் திருப்பிக்கொண்டார்.

"சரி... சரி... இனியும் நாம் நேரத்தைக் கடத்தமுடியாது. குத்துவாளால் வாயைப் பிளந்து இந்த திரவத்தை அவன் வாயில் ஊற்று" என்று கத்தினான் கஃப்பூர்கான்.

இதோ செய்கிறோம்! அல்லாவின் பெயரால்! என்று கூறிவிட்டு இருவரும் அவன் சொன்னதுபோலவே ரத்தத்தை வாயில் ஊற்றியது மட்டுமல்ல, வாயைத் திறப்பதற்காக கத்தியால் கன்னத்தைக் கொடூரமாகக் கிழித்துவிட்டார்கள். என் கண்ணெதிரிலேயே,

“இப்போ சொல்லு தங்கம் எங்கே இருக்கிறது என்று கத்தினான். இந்த பிடிவாதத்தால் என்ன பயன்? உன் உயிர் என் கையில்தான் என்பதை இன்னும் தெரிந்து கொள்ளாமல் இருக்கிறாயே! என் வாளின் ஒரு வீச்சு போதும், உன்னை நரகத்திற்கு அனுப்பி விடுவேன்” என்று பிணங்களைச் சுட்டி கர்ஜித்தான் கஃப்பூர்கான்.

“வெட்டு.... உனது வாளின் வீச்சை வரவேற்கிறேன் என்று கத்திய அந்த முதியவர், என் வயதிற்கு நான் சாக வேண்டியவன் தான். ஏன் தாமதிக்கிறாய் வெட்டு” என்றார்.

“ஆனால் தங்கம், பொக்கிஷம் எங்கே வைத்திருக்கிறாய்?” தரையை உதைத்துக் கர்ஜித்தான் கான். “ஏன் முட்டாளாக இருக்கிறாய்” என்றான்.

“நான் அப்போதே சொன்னேன், என்னிடம் எந்த தங்கமும் இல்லை. இருந்த எல்லாவற்றையும் கொடுத்துவிட்டேன். உனக்குத் திருப்தியாகவில்லை. என் மகன்களை, மனைவியைக் கொன்றுபோட்டாய். மகள்களைக் கெடுத்துவிட்டாய். எங்களையும் கொன்றுபோடு மிகுந்த புண்ணியமாக இருக்கும்.”

“கேளுங்கள்! இவன் சொல்வதை என்று குரூரமாக கத்தினான் கான். பொய் சொல்கிறான் இவன். வயசு போனாலும், பேராசை போகாது என்று சும்மாவா சொன்னார்கள். ஏய் யாராவது எண்ணெய்ய்யும் தீப்பந்தமும் கொண்டு வாருங்கள். இந்த வேடிக்கை என்னுடைய கடைசி சோதனையான இதோடு முடிகிறதா? பார்க்கலாம்.

இப்போது அந்த வீடு முழுவதும் கொள்ளையர்கள் நிறைந்து இருந்தனர். எனது விருப்பப்படி பார்த்தால் நான் இனிமேலும் தலையிடாமல் இருக்க முடியாது. தொடர்ந்து அங்கு நின்று பார்த்துக் கொண்டிருந்தேன். எத்தனை தூரம் தான் போவான் என்று பார்ப்போம். அவன் தன் சொந்த மரணத்தை நோக்கி விரைந்து கொண்டிருக்கிறான், நான் ஏன் அவனைத் தடுக்க வேண்டும்.

எண்ணெய் கொண்டு வரப்பட்டது. இறந்து கிடந்தவர்களின் வேட்டிகளைக் கிழித்துத் திரட்டி பந்தம் செய்தார்கள்.

கிழவரின் காயம் முழுதும் கூடிய மட்டிலும் கனமாகச் சுற்றினார்கள்.

"அவனைக் கெட்டியாகப் பிடியுங்கள். தீப்பந்தம் கொண்டு வா."

ஒரு ஆள் கையில் பந்தம் கொண்டு வந்தான்.

பல்லை இறுக்கிக் கட்டிக்கொண்டு, "உனக்குக் கடைசி வாய்ப்பு அளிக்கிறேன். இல்லையென்றால் உன் கைகளுக்கு நெருப்பு வைக்கப்போகிறேன். சீக்கிரமாகச் சொல்லிவிடு. இல்லையென்றால் உன்னையே தீப்பந்தமாக்கி விடுவேன். எங்கே மறைத்துவைத்திருக்கிறாய். ஏதாவது பொந்தில் மறைத்து வைத்திருக்கிறாயா?"

கிழவர் நம்பிக்கையற்ற குரலில், உன் கொடுமைகளை நடத்து என்றவர், "என்னைக் கொல்லமாட்டாயா? நான் படும் துன்பம் உன்னைத் திருப்தி படுத்துமானால் அப்படியே நடக்கட்டும் என்றார். நாராயணன்தான் என்னை உன்னுடைய கைகளில் கொடுத்துள்ளார். அது அவருடைய விருப்பமேயன்றி நீ செய் வதாகாது. நான் அழுவது உன் காதுகளுக்குக் கேட்காது. நான் உன் முகத்தில் காறி உமிழ்வேன்" என்று கத்தினார்.

"இது முடிவிற்கு வராது. கொளுத்துங்கள் அந்த துணியை" என்று கர்ஜித்தான்.

நெருப்பு பற்ற வைக்கப்பட்டது. கிழவரின் கைகளை வன்மமாக தீய்க்குக் காட்டினார்கள். "அல்லா... அல்லா.".. அது சகிக்க முடியாத காட்சி. தீயின் நாவுகள் சுழன்று உயர்ந்தன. அந்த ஆளை நெருப்பில் பிடித்து வாட்டினார்கள். தீயின் வேகம் குறையக் குறைய எண்ணெய்யை ஊற்றிக் கொண்டே இருந்தார்கள்.

கிழவர் அசாதாரண வலிமை உள்ளவர்தான். இல்லை யென்றால் எப்படி இந்த சித்தரவதையைத் தாங்க முடியும். அந்தக் காட்சி யார் மனதிலும் இரக்கத்தைத் தோற்றுவிக்கும் கல் மனதையும் கரைத்து விடும். ஆனால் கஃப்பூர்கான் கொஞ் சமும் இரங்கவில்லை. அவன் எதிரில் ஒரு அப்பாவி துன்புறுவது கண்டு அவனது கொடூரமனம் சந்தோஷப்பட்டது. அடிக்கொரு தரம் செல்வத்தை எங்கே மறைத்து வைத்திருக்கிறாய் சொல்லு என்று கேட்டுக்கொண்டே இருந்தான். ஆனால் கிழவருக்குப் பேச்சு நின்றுவிட்டது. உணர்வின்றித் துவண்டார்.

நீ அவரைக் கொன்றுவிட்டாய்! என்று நான் கத்தினேன். அல்லாவின் அன்பைப்பெற அவரை தனியாக விட்டுவிடு. நாம் புறப்படுவோம். இன்னும் என்ன வைத்திருக்கிறாய்? அவரிடம் பொருள் இல்லை என்றபின் நீ என்ன செய்து என்ன பயன்.

நான் சொன்னதை அவன் கேட்கவே இல்லை. "வேசித் தாய்க்குப் பிறந்த மகள்கள் எங்கே. அவர்களை முன்னால் கொண்டுவாருங்கள். அவனிடம் கண்டிப்பாகப் பணம் இருக்க வேண்டும், அவர்கள் வந்து கேட்டுப் பார்க்கட்டும்."

ஆனால் அவர்கள் இறந்துவிட்டார்கள். கொல்லப்பட்டி ருக்கிறார்கள். யார் அதைச் செய்தது என்று தெரியவில்லை. ஆனால் அவர்களது உடல்கள் அடுத்த அறையில் ரத்தச் சகதி யில் கிடந்தன.

அந்தச் செய்தி அவனுக்குச் சொல்லப்பட்டதும் இதுவரை இல்லாத அளவு கர்ணகொடூரமாக மாறினான். பற்களை மிருகம் போலக் கடித்தான். அந்தக் காட்சி மிகப்பயங்கரமானதாக இருந்தது.

கிழவர் மயக்கம் தெளிந்தார். அவருக்குத் தண்ணீர் தரப் பட்டது. முகத்திலும் விரல்களிலும் தண்ணீர் தெளிக்கப்பட்டது. தாமாகவே எழுந்து சுற்றும் முற்றும் பரிதாபமாகப் பார்த்தார். தன்னைச் சூழ்ந்திருப்பது, மனிதர்களா அல்லது பேய்களா என்று. "அட அல்லா... சாகேப் அவர்கள் மனித உணர்வே இன்றி கிழவரைப் பார்த்து உரக்கச்சிரித்தார்கள்."

"சொல்லு... நாஸ்திகனே சொல்லு, செல்வத்தை எங்கே வைத்திருக்கிறாய். இனி உனக்கு சித்திரவதை இல்லை" என்று வாளை வீசினான்.

துன்புறுத்தலிலும், சித்திரவதையிலும் கிட்டத்தட்ட செத்து விட்ட கிழவர் எதுவும் பேசவில்லை.

"பேசு" என்றவாறு வாளை உருவினான் கான். வாளை கிழவரின் தலைக்கு மேலே வீசினான். எனக்கு ஆச்சர்யமாக இருந்தது. கான் வாளை வீசியபோது கிழவர் புன்னகைத்தார். ஏதோ பேசமுயன்றார். ஆனால் வார்த்தைகள் வெளியே வர வில்லை.

அவனுக்கு பதில் கிடைக்காத வெறியில் நரம்பெல்லாம் முறுக்கிக்கொண்டு வந்தது. ஆத்திரத்தில் மீண்டும் வாளை

உயர்த்தி கிழவரின் முன்னெற்றியில் போட்டான். அவர் தலை இரண்டாகப் பிளந்தது என்பதை நான் சொல்ல வேண்டுமா? கிழவர் உடனே இறந்தார்.

கஃப்பூர்கானின் கோப்பையும் நிரம்பி விட்டதில் எனக்குத் திருப்தி. நான் எனது சொந்தத் தீர்மானத்தை அந்த நிமிடத்தில் எடுத்து விட்டேன். அது எனக்குள் எடுத்த உறுதி. கிழவர் இறந்து விட்டதைப் பார்த்ததும் அங்கிருந்து கூடாரத்திற்கு விரைந்தேன்.

37

ஒயின் புட்டியில் ஓப்பியம் கலந்து ஒரு களியாட்டம்

அந்த நிமிடமே அவனைத் தீர்த்து கட்டுவது என்று தீர்மானித்தேன். முகாமிற்குப் போனதும் எனது தக்கிகளைக் கூட்டினேன். அவர்களிடம் என் திட்டத்தை முன்வைத்தேன். நீண்ட காலமாக என் எண்ணத்தில் சுழன்று கொண்டிருந்ததை இவ்வாறு வெளியிட்டேன்.

“என் சகோதரர்களே. இந்த கஃப்பூர்கான் ஒரு பிசாசாகி விட்டான் என்பதை நீங்களே பார்க்கிறீர்கள். அவனைப் போன்றவர்களை மனிதர்கள் என்றே சொல்லமுடியாது. அவனுடன் இருக்கும் கொள்ளையர்களும் மோசமானவர்கள். அவர்களில் மிகமிக மோசமானவன் இந்த கஃப்பூர்கான். இவன் உனக்கும் நம்முடன் வாழத் தகுதியற்றவன். மோதிராம், பீர்கானுக்கும் நினைவிருக்கும் என்று நினைக்கிறேன், கிரிஞ்சா நகரத்தில் அவனொரு பிராமணியப் பெண்ணுக்கு இழைத்த கொடூரம். கிட்டத்தட்ட அவனை முடித்துவிடவேண்டும் என்று அப்போதே முடிவிற்கு வந்துவிட்டேன். நான் செய்திருப்பேன். ஆனால் அவன் முடிவு என் கையில் முடியக்கூடாது என்று கருதினேன். அவனுக்குப் பொருத்தமான நீதியை இன்றோ நாளையோ அல்லா முடிவு செய்து என்னிடம் ஒப்படைப்பான் என்று நினைத்தேன். இதுவரைப் பொறுத்திருந்தேன். சில சமயம் அவன் முடிவு வந்துவிட்டதோ என்றும் ஆச்சர்யப் பட்டிருக்கிறேன். சில குற்றங்களை செய்யும்வரை சிலரின் விதி தள்ளிக்கொண்டே போகும். நேற்று அவன் செய்த செயல் இதுவரை செய்ததிலேயே மிகவும் கொடூரமானது.”

எல்லோரும் ஒரேகுரலில் சொன்னார்கள். "இல்லை அவன் இருக்கக்கூடாது. அவன் தன் எல்லையைத் தாண்டிவிட்டான். அவன் விதி இனி நம் கையில்தான் இருக்கிறது."

"அவன் அப்படித்தான் முடியப் போகிறான். இப்போ கொஞ்சம் கவனிங்க. என்னிடத்தில் பறங்கிகளின் ஒயின்புட்டிகள் மூன்று இருக்கின்றன. குண்டூரில் இருந்துகொண்டு வந்தது. ஒயின்மீது அவனுக்குப் பெருங்காதல். அதைக்காட்டி எளிதில் மடக்கி விடலாம். குடிப்பதற்கு இங்கு அழைப்போம். அவனுடைய கோப்பையில் ஓப்பியம் கலந்துவிடுகிறேன். சில குப்பிகளிலேயே சரிந்து விடுவான். நமது காரியத்திற்கு சுளுவாகி விடும்"

"நல்லது. இது அற்புதமான திட்டம் இன்று இரவே நிறைவேற்றி விடுவோம்."

"இல்லை இன்று இரவு கூடாது. நமது முகாமில் பல விஷயங்களில் நாம் விழிப்புடன் இருக்க வேண்டும். நாளை இரவு. நமது விளையாட்டிற்கான களமாக இந்தக் கூடாரத்தைப் பயன்படுத்திக் கொள்வோம். அவனுடைய கூடாரம் இங்கிருந்து குறைவான தொலைவுதான். அடங்கிய இரவில் எல்லோரும் ஆழ்ந்த உறக்கத்தில் இருக்கும்போது பிணத்தை அவனது கூடாரத்தில் போட்டுவிட வேண்டியதுதான்."

"நான் ஒரு வார்த்தை சொல்லவேண்டும். கஃப்பூர்கானின் குதிரை இருக்கை அற்புதமானது. அதை ஏன் நாம் கைப்பற்றிக் கொள்ளக்கூடாது" என்றான் பீர்கான்.

"நானும் அதுபற்றி யோசித்தேன். ஆனால் எப்படி யாருக்கும் தெரியாமல் கைப்பற்றுவது. கைப்பற்றினாலும் யாரும் கண்டுபிடிக்க முடியாதபடி எப்படி மறைப்பது என்றேன் நான்."

பீர்கான் என்னை உற்றுப் பார்த்துவிட்டு சொன்னான்: "என்னிடம் ஒரு திட்டம் இருக்கிறது ஜமேதார். அது சரியாக இல்லை என்றால் வேறு மாதிரி வடிவமைத்துக்கொண்டு குதிரை இருக்கையைக் கைப்பற்றிக் கொள்ளலாம். கானுக்குப் போதை உச்சத்தில் ஏறியபின்னர் அவனை உங்கள்கூடாரத்தில் படுத்துக் கொள்ளுமாறு சொல்லவேண்டும். பின் குதிரையையும், இருக்கையையும் எடுத்துக்கொண்டு வருமாறு அவனை அனுப்பவேண்டும். எடுத்துக் கொண்டுவந்துவிட்டால் காலைவரை அது இங்கேயே இருக்கும். இருக்கையைஇங்கே கொண்டு வந்துவிட்டால் அவற்றின் உள்ளே இருப்பதை

எடுத்துக்கொண்டு வெறும் துணியை அவனைப் புதைக்கும் போது சேர்த்துப் புதைத்து விடலாம். இல்லைன்னா,அவனைக் கொல்லுவதற்காக நாம்செய்தக் காரியங்களை எண்ணி சந்தோஷப்படுவோம்.

அனைத்தையும் கவனித்துக் கொண்டிருந்த மோதி, "எல்லா வற்றிற்கும் சகுனம் சரியாக வர வேண்டும். அதைப் பார்த்த பின்தான் எதையும் உறுதிபடக் கூறமுடியும்" என்றான்.

"நீ சகுனம் பார். நான் பீர்கான் சொன்ன திட்டத்தைக் கவனிக்கிறேன். எது சாத்தியமோ அதைச்செய்வோம் என்றேன் நான்."

இரவு தூங்குவதற்காகப் பிரிந்தோம்.

அடுத்த நாள் காலையில் பயணம் துவங்கியது. இனி எதைக் கொள்ளையடிப்பது நகரத்தையா, கிராமத்தையா என்பதில் எல்லோருக்கும் ஒரேவிதமான குழப்பம். நான் வேண்டுமென்றே கஃப்பூர்கான் கருத்திற்கு மாற்றுக் கருத்து கூறாமல் இருந்தேன். எங்களது பயணத்தின் வெற்றிகுறித்தும் அதற்காக புரிந்த சாகசங்கள் குறித்தும் பேசிக்கொண்டே நடந்தோம்.

"நாம் குண்டூரில் வெள்ளையர்கள் வீட்டின் மீது தாக்குதல் தொடுத்தோமே நினைவிருக்கிறதா கான், சாகேப். பறங்கியரின் கிடங்குளை எப்படிச் சூறையாடி. தேடி பார்த்தும் எந்த மதிப்பு மிக்கபொருள்களும்கிடைக்கவேயில்லை.அவர்கள்மீது எனக்குக் கடுமையான ஆத்திரம். இத்தனைக்கும் அவர்கள் நவாபைப் போன்ற பணக்காரர்கள். அவர்களிடத்தில் நகையில்லை, வெள்ளிப்பாத்திரங்கள் இல்லை. சீனாபீங்கான் பாத்திரங்கள் மட்டும் இருந்தன. எத்தனை ஆத்திரத்துடன்அவைகளைப் போட்டு உடைத்தோம்."

"ஆம் நினைவிருக்கிறது என்று முணுமுணுத்த கான், நமக்குள் பேசிக்கொள்வோம், அந்தக் கோழை தலைவனை அடித்து தூக்கிக்கொண்டு போய் செல்வம் எங்கே இருக்கிறது, காட்டு என்று காட்ட வைத்து நமக்காவது கொஞ்சம் பொருள் சேர்த்திருக்கவேண்டும். ஆனால் நமக்கு ஒன்றும் கிடைக்க வில்லை. அவர்கள் வீட்டையும், பொருட்களையும் உடைத்து எறிந்ததுதான் மிச்சம்" என்றான்.

"அவர்கள் வீட்டின் தளவாடங்களை தீயிலிட்டு எரித்த போது அவர்கள் மனது எப்படி எரிந்திருக்கும். சில அரிய பொருட்களை நான் எடுத்து வைத்துக்கொண்டேன். உனக்குக்

கூட நினைவிருக்கும். அச்சிட்ட காகிதம் ஒட்டப்பட்ட ஒயின் புட்டிகள் இருந்தன."

"மாசா அல்லா'. ஆமாம் உண்மைதான். அய்யோ அதன் ருசி இன்னும் என் உதடுகளை விட்டு அகலவில்லை. நானறிந்தவரை கண்டிப்பாக அது நல்ல ஒயின்தான். அவற்றில் சிலபுட்டிகளை நான் எடுத்து வைத்திருக்க வேண்டும். எடுத்துப் புழங்குவதற்கு லகுவான புட்டிகள் தான் அவை. உழைத்து களைத்த தினம், இரவில் அதை ஒருவன் ருசிக்க வேண்டும். அப்போது தான் அதன் அருமை தெரியும்" என்றான்.

"உன்னைவிட நான் உஷார்தான் கான். அதுபோன்ற வகைகள் அவ்வளவு எளிதில் கிடைக்காது. அதனால் சில புட்டிகளை எடுத்து வந்திருக்கிறேன். அவை இன்னும் உடை யாமல் பத்திரமாய் இருக்கும் என்று நம்புகிறேன்."

"நீ சில புட்டிகள் வைத்திருக்கிறாயா? தப்பு மீர்சாகேப். அதைக் கஞ்சத்தனமாக நீ மட்டுமே வைத்து குடிக்கக்கூடாது. எனக்கும் கொஞ்சம் ருசிகாட்டு. அதைப் போன்ற ருசி சொர்க் கத்திலும் இல்லை" என்றான் கான்.

"அது உன் சேவைக்காக காத்திருக்கிறது கான். ஆனால் திருட்டுத் தனமாகத்தான் செய்ய வேண்டும். இன்றிரவு என் கூடாரத்திற்கு வந்து விடுகிறாயா? எதாவது விசேஷம் என்றால் நான் உனக்கு தகவல் கொடுக்கிறேன் எச்சரிக்கைக்கொள். என்னோட ஆள் ஒருவன் அற்புதமாக புலாவ் சமைப்பான். அது தயாரானதும் நாம் ஒயினுடன் கொண்டாடலாம் என்றேன்."

"உன் வார்த்தைகள் ஒயினைப்போலவே இனிப்பாக இருக்கின்றன மீர்சாகேப். கண்டிப்பாக இரவு உன்னுடன் இருப்பேன். எனது சையீதிடம் என் குதிரையை உன்னிடத் திற்குக்கொண்டு வந்துவிடச் சொல்கிறேன். அது அங்கேயே இருக்கட்டும். ஒருவனையும் என்னுடன் அழைத்துவர மாட்டேன். நான் வருவது யாருக்கும் தெரியாது. நான் ஜாக்கிரதையாகத்தான் இருப்பேன். இந்தக் கள்ளத்தனத்தை யாரிடமும் சொல்லமாட்டேன்" என்றான்.

அவன் வார்த்தைகளைக் கேட்டு என் இதயமே வாய்க்கு வந்து விடும்போல இருந்தது. குதிரை இருக்கையும் இலகுவாக ஒரு சிக்கலுமின்றி என் கைக்குள் வந்துவிடும். யாருக்கும் துப்பு கிடைக்கும் வாய்ப்பு இல்லை. எனது திட்டத்திற்கு வசதியாக அவனே வந்து சேர்கிறான்.

“உண்மைதான் கான். நீ வருவதை யாரும்பார்த்துவிடக் கூடாது. நமக்குள் ரகசியமாக இருக்கவேண்டும். என்னுடனும் யாரும் இருக்கமாட்டார்கள், பீர்கானைத்தவிர. அவன் யார் தெரியுமா? எனது ஒன்றுவிட்ட சகோதரன். அற்புதமான கூட்டாளி. புலாவ் தயாரானதும் அவன் மூலமாகச் சொல்லி அனுப்புகிறேன். நாம் இனிமையாக குடித்துக்களிப்போம் என்றேன்.”

“வேண்டாம் வேண்டாம் அதெல்லாம் வேண்டியதில்லை. இரவு கவிந்ததும் நானாக வந்துவிடுகிறேன்” என்ற கான், அவனைத் தொடர்ந்து வந்து கொண்டிருந்த உதவியாளனிடம் கிசுகிசுத்தான். “கேட்டியா. அந்தி சாய்ந்ததும் குதிரையும் இருக்கையும் மீர்சாகேப்பின் கூடாரத்திற்குக்கொண்டு வந்துவிடு என்று கிசுகிசுத்தான். ஞாபகம் வைத்துக்கொள், இருட்டத் தொடங்கும்போது குதிரைகளுக்கு மத்தியில் நீ தான் என்னை அங்கு நடத்திக்கொண்டு போகவேண்டும்” என்று சொல்லி வைத்தான்.

“உத்தரவு. நீங்கள் சொல்வதை அப்படியே பின்பற்றுகிறேன் எஜமானே” என்றான் உதவியாளன்.

“இதை யாரிடமும் சொல்லாதே. யாராவது ஏதாவது கேட்டாலும் நான் எங்கே போனேன் என்று சொல்லாதே. எதையும் கண்டு கொள்ளாமல் குதிரையின் பின்னாலே வந்து கொண்டிரு” என்றான் கான்.

“கண்டிப்பாக மாட்டேன். பிரபுவின் சந்தோஷம் அது வென்றால், ஒருபோதும் உங்கள் சொல்லை மீறமாட்டேன்.”

“நீ சரி செய்வாயா? இல்லை உனக்குப்பதிலாக வேறு ஆளைக் கூட்டிக்கொள்ளவா?”

உதவியாளன் எங்கள் பின்னால் போய்விட்டான். நாங்கள் மறுபடியும் அநத் சம்பந்தமில்லாத உரையாடலை தொடர்ந்தோம். மற்ற அணித்தலைவர்களின் நடை, உடை, பாவனை எப்படி இருக்கிறது. அவர்களது நடவடிக்கைகள் எப்படி இருக்கிறது என்பது போன்றவைகளை கேலியும் கிண்டலுமாகப் பேசிக்கொண்டு போனோம். ஆழமான குடிபோதை பற்றிய கனவுகளை வேடிக்கையாகச் சொல்லிக்கொண்டு வந்தேன். எங்கள் பயணம் மகிழ்ச்சிகரமானதாக இருந்தது.

கடுமையான வெயிலில் பயணித்து பின்னர் இரவு தங்கு மிடத்திற்கு வந்தோம். பகல் வெப்பத்தில் இருந்து தப்பி இரவு கூடார மறைப்பில் பதுங்கிக்கொள்வது மனதிற்கு இதமாக

இருந்தது. அன்று பலமுறை "சாப்பாடு ஆச்சா, ஆச்சா" என்று கேட்டுக்கொண்டே இருந்தான். நான் எதுவும் பதில் அனுப்பவே இல்லை. குறித்த நேரம் வரும்வரை பதில் சொல் லாமல் தள்ளிப்போட்டுக்கொண்டே இருந்தேன்.

அன்று காலைநேரம் முழுவதும் நீங்கள் கானுடன் பயணம் செய்து கொண்டிருந்ததால் என்னால் சகுனம் பார்க்க முடிய வில்லை என்றான் மோதி.

"பார்க்கவில்லையா? என்று கவலையுடன் கேட்டேன். சொல்வது உண்மைதானா? ஆனால் சூழல் நமக்குச் சாதக மாகத்தான் இருக்கிறது என்று நினைக்கிறேன். இல்லையென் றால் பல விஷயங்கள் நமக்கு இயைந்துவராமல் போய் இருக்குமே!"

"இந்த விஷயத்தில் ஜோஷ்யம் பார்க்காமல் ஒதுக்கிவிட முடியாது. நேற்று இரவு உங்களைப் பிரிந்துபோன பிறகு நானும், பீர்கானும் மற்றவர்களும் குதிரைக்கு வெல்லம்கொடுத்தோம். பவானியின் அருள் கிடைத்தது. அவள் நமக்கு உத்தரவு வழங்கிவிட்டாள். அவள் நமக்கு ஆதரவாக இருப்பதால் நாம் கவலைப்படவேண்டிய அவசியம் இல்லை" என்றான் மோதி.

"பவானி எப்போதும் நமக்கு ஆதரவாகத் தான் இருக்கிறாள். நான் அல்லாவின் வழிகாட்டலையும் கவனித்துப் பார்த்து விட்டேன். அதன்படியும் எனது சொந்த விருப்பத்தின் பேரில் இயங்குவது என்று தீர்மானித்து விட்டேன். சில விஷயங்கள் பாதகமாக இருந்தாலும் திட்டமிட்டபடி நடப்போம்."

"இல்லை அப்படிச் சொல்லக்கூடாது ஜமேதார். நீங்களும் ஒரு நல்ல தக். அப்படிப் பேசக்கூடாது. ஆனால் இப்போது பயப்படுவதற்கு இல்லை. ஜாதகம் நமக்கு ஊக்கம் தருவதாக இருக்கிறது."

"வெற்றி நம் பக்கமிருந்தால், தொடர்ந்து நம் சொந்த வழி யில் செயல்பட திட்டம் வகுத்து இருக்கிறேன். ஆனால் எது வனாலும் இது முடிந்த பின்னர்தான். இவன் காணாமல் போனது தெரிய வந்தபிறகு கண்டிப்பாக ஒரு அதிர்ச்சி இருக் கும். நாம் சில காலத்திற்கு அமைதியாக இருக்கவேண்டும் என்றேன்."

"உங்களைப் போலத்தான் ஜமேதார், நாங்களும் இது விஷயமாகப் பேசிக் கொண்டிருந்தோம். சகாசங்களுக்கு சில யோசனைகள் முன்வைக்கலாமா என்று இருக்கிறோம். நாய்

குணம் இந்த கொள்ளையர்கள் நம்பமுடியாத பொய்க்காரர்களாக இருக்கிறார்கள். ஒவ்வொரு ராத்திரியும் சில நூறு ரூபாய்களைத் தேற்றிவிடுகிறார்கள். நாம்தான் எதுவும் இல்லாமல் சும்மா இருக்கிறோம். நாம் வேலையில்லாமல் ஒரு ராத்திரியைக்கூட கடக்கக்கூடாது."

"பொறு, மோதி நாம் கான் விஷயத்தில் இருந்து முதலில் நம்மைப் பாதுகாத்துக் கொள்வோம். இதற்கான தயாரிப்பு வேலைகளைச் செய்வோம். நமக்கென்று உள்ள லாகீக்களைக் கொண்டுதான் இவனுக்கு மண்போட வேண்டும்."

"அதற்கான ஏற்பாடுகளைச் செவ்வனே செய்துவிட்டோம். ஒரு தக்கிற்குரிய அழைப்பு வந்தால் உடனே அவன் தன் கடமையைச் செய்யத்தயாராக இருக்கவேண்டும். நாங்கள் எப்போதும் தயார்."

"அப்படியானால் நாம் நேரத்தை வீணாக்கக் கூடாது. இப்போதே என் கூடாரத்தினுள் உன் போர்வையையும் என் போர்வையையும் இணைத்து பாதியில் திரைச்சீலைப் போட்டு விடு. ஒரு பாதியில் நாங்கள் தனித்து இருக்கும்போது மறு பாதியில் சவக்குழியை வெட்டி முடித்து விடுங்கள். இந்த ஏற்பாடுகளை எல்லாம் அவன் வருவதற்கு முன்னரே தயாரித்து வைத்து விட வேண்டும். அவன் நம்மை சந்தேகப்பட்டு விடக் கூடாது. காரியம் முடிந்த பின்னர் மிக வேகமாக செயலாற்ற வேண்டும் என்றேன் நான்."

"நீங்கள் சொன்னது சரிதான் ஜமேதார். அவன் சந்தேகம் கொள்கிற ஆள்தான். அவனுக்குக் குழி ஆழமாக வெட்ட வேண்டியதில்லை. நம்மில் மூன்று பழைய லாகீக்கள் இருக்கிறார்கள் அவர்கள் வேலையைச் கச்சிதமாக முடித்து விடுவார்கள்" என்றான் பீர்கான்.

"கானுடன் வரும் அவனுடைய உதவியாளன் இறக்க வேண்டும், மோதி."

"கண்டிப்பாக நீங்களும், பீர்கானும் கானைப் பார்த்துக் கொள்ளுங்கள். சாயீயை என்னிடம் விட்டு விடுங்கள். நாங்கள் பார்த்துக் கொள்கிறோம்" என்றான் மோதி.

"அவ்வளவுதான் நம்முடைய ஏற்பாடுகள் முடிந்தது. ஞாபகம் இருக்கட்டும். பீர்கான் மட்டுந்தான் எங்களுடன் சாப்பிடுகிறான். நீங்கள் எல்லோரும் வெளியில் தான் இருக்க வேண்டும். நீங்கள் குதிரைகளையும் அதன் இருக்கைகளையும்

கவனித்துக் கொள்ளுங்கள். நாம் வேலையை முடித்ததும் யாரும் சந்தேகப்படும் முன்னர், நம்மை யாரும் கண்டுபிடிக்கும் முன்னர் உடனடியாக அங்கிருந்து புறப்பட்டு விடவேண்டும். எனக்கு பயம் இல்லை. ஆனாலும் நாம் கவனமாக இருக்க வேண்டும்" என்று எச்சரித்தேன்.

"எனக்கும் பயம் இல்லை, இருந்தாலும் அவன் ஒரு அணியின் தலைவன் என்பதால் இந்த விஷயம் பரபரப்பை உண்டாக்கும். அவன் கொள்ளையின்போது போய்விட்டதாகவோ அல்லது யாரோ கொலை செய்து விட்டார்கள் என்றோ செய்தியைப் பரப்ப வேண்டும். நேமாவூரில் இருந்து நாம் புறப்பட்டது முதற் கொண்டே அவனுடைய ஆட்களில் சிலரே அவன் கையால் கொல்லப்பட்டிருக்கிறார்கள்."

"நானும் அதுபோன்ற பல சச்சரவுகள் பற்றி கேள்விப்பட்டி ருக்கேன் மோதி. ஆனால் அதெல்லாம் மிகவும் சிறிதுதான். ஆனால் இந்தப் பயணத்துல அதையெல்லாம் கடந்து மிக மோசமாக நடந்திருக்கிறான். சரி நீங்கள் போய் குழியைத் தயார் செய்யுங்கள். பீர்கானை என்னிடம் அனுப்புங்கள்."

மாலை வந்தது. முகாமில் அங்கங்கே மாலை நேரத் தொழு கைக்காக பலர் மண்டியிட்டு அமர்ந்திருந்தார்கள். கைகளை பயபக்தியுடன் ஏந்தி, பகல் முழுதும் அந்தக் கைகளில் நனைத்த ரத்தத்தை தொழுகையால் கழுவிக் கொண்டிருந்தார்கள். இந்தச் சடங்கு முடிந்ததும் எழுந்து தனித்தனியாகப் பிரிந்து சென்று தங்கள் குதிரையின் அருகில் விரிப்பு விரித்து படுத்துக்கொள்வார்கள். பகல் உழைப்பிற்கு ஏற்றவாறு தூங்கி ஓய்வுகொண்டு அடுத்தநாள் கொள்ளையில் சுறுசுறுப்பாக இயங்குகிற அளவில் தங்களை தயாரித்துக்கொள்வார்கள்.

நேரம் நெருங்குகிறது. நான் எனது கூடாரத்தில் கானின் வரவிற்காகக் காத்திருந்தேன். என் மனம் எனக்குள் துடித்துக் கொண்டிருந்தது. வாழ்வில் ஒரே ஒருமுறை மட்டும் செய்யப் போகிற காரியம். கொலைகாரன் ஒருவனை பழிவாங்கும் செயல். பீர்கான் என்னுடன் இருக்கிறான். அவன் பேச்சில் பயம் வெளிப்படுகிறது. அடுத்து செய்ய இருப்பது குறித்து மீண்டும் மீண்டும் பலமுறை பேசிக் கொண்டிருக்கிறோம்.

"முடித்துவிட்டேன். ஒரு புட்டியில் ஓப்பியம் கலந்து விட் டாயா? இரண்டு தோலா ஓப்பியம் போட்டு வைத்திருக்கிறேன். அதில் மருந்தின் வாசனை தென்படுகிறதா என்பதையும் சோதித்துப் பார்த்துவிட்டேன். இரண்டாவது புட்டியில்தான்

ஓப்பியம் இருக்கிறது. அதில் இருந்தால்தான் அவனால் கண்டுபிடிக்க முடியாது. கண்டுபிடித்துவிட்டால் சமாளிக்க வேண்டியதுதான். குடித்ததற்கப்புறம் நிலை தடுமாறுவான். நம் வேலையை முடிக்க ஏதுவாக இருக்கும். எந்த சத்தமுமின்றி முடித்துவிட முடியுமென்று நினைக்கிறாயா? என்றான் பீர்கான்.

"அப்படி முடிக்க முடியாவிட்டால் நமக்குதான் வெட்கக் கேடு மீர்சாகேப். நானும் அவன் அளவிற்கு பலசாலிதான். அதேபோல் நீங்கள் போடும் கைக்குட்டை சுருக்கு ஒருபோதும் தப்பினதில்லை. ஒருவேளை சத்தம் வருவதுபோல இருந்தால் வெளியில் இருக்கும் மோதி இன்னும் மற்றவர்களையும் பாட்டும் விளையாட்டும் கூத்தும் ஆடச்சொல்லி சத்தத்தை வெளியே தெரியாதபடி செய்துவிடவேண்டும். அதாவது கான் முதல் புட்டியை முடித்தவுடன் மோதியை சிதார், டிரம்ஸ் போன்றவைகளை வாசிக்கச்சொல்லி உள்ளிருந்து வரும் சத்தத்தை அடக்கிவிட வேண்டியதுதான்."

"இல்லை, இல்லை அப்படிச் செய்தால் பாட்டைக் கேட்டு வேறு சிலரும் கவரப்பட்டு இங்கே வந்துவிடலாம். நாம் நம் திட்டப்படி செய்து கொண்டிருப்போம். மற்றவற்றை அல்லா வின் கைகளில் விட்டுவிடுவோம். நேரம் வரும்போது எல்லாம் தானாக நடக்கும் என்றேன் நான்."

மாலை கடந்துவிட்டது, எங்களைச் சுற்றி எல்லாமே வழக்கப்படி அமைதியாக நடந்து கொண்டிருக்கிறது. முகாமில் அங்கங்கே நெருப்பு பற்ற வைத்திருக்கிறார்கள். ஒவ்வொரு கொள்ளையனும் தனக்கான இரவு உணவைத் தயாரித்துக் கொண்டு இருக்கிறான். அன்றைய தினத்திற்கான இறுதிஉணவு. மற்றவர்கள் தங்களை ஆழ்ந்த தூக்கத்தில் புதைத்துக் கொண்டு விட்டார்கள். நான் எனது எளிய கூடாரத்தின் வாயில் பக்கம் கானின் வரவை ஆவலுடன் எதிர்பார்த்துக் காத்திருக்கிறேன். இருட்டில் ஒரு உருவம் பாதையிலிருந்த மேடு பள்ளங்களை எச்சரிக்கையாகப் பார்த்து பார்த்து நடந்து வருகிறது. கானா அது. 'அட அல்லா! அவனேதான்'. அவன்முன்னால் வருகி றான். அவனோட உதவியாளன் குதிரையைப் பிடித்துக் கொண்டுபின்னால் வருகிறான்.

"இறைவனுக்கு நன்றி! என்று உரக்கக்கூறி கானை வரவேற்றேன். நேரமாகிவிட்டதால், எங்கே நம்மை ஏமாற்றி விடுவாயோ என்று பயந்திருந்தேன். நல்லவேளை. வந்து விட்டாய் என்றேன்."

“ஓ... மீர்சாகேப் நீயா? எங்கே இந்த சபிக்கப்பட்ட இருட்டில் உன் கூடாரத்தைத் தவற விட்டுவிடுவேனோ என்று பயந்தேப் போய்ட்டான்! என்றான் கான்.”

“கான் நான் இங்கே இருக்கிறேன். உன் சேவகனின் இந்த எளிய கூடாரத்திற்கு உன்னை வரவேற்கிறேன் என்று வரவேற்புரை வாசித்தேன்.”

“அப்படியானால் ஒயின் கிடைத்துவிட்டதா? என்னை நீ ஏமாற்றவில்லை” என்று கூறி மகிழ்ச்சியில் கைகளை உரசிக் கொண்டான்.

“எல்லாம் உன் விருப்பம்போல் நடக்கிறது. என்னால் எதுவும் இல்லை கான். அதோ இருக்கிறது பார்! என்று ஒயின் புட்டியைக் காட்டி பீர்கான் புலாவ் எடுத்து வரப்போயிருக்கிறான் என்றேன்.”

“அல்லா! இந்த ஒயினுக்கு நியாயம் செய்வதற்காகவே இன்றைய பொழுது முழுதும் பட்டினி கிடந்திருக்கிறேன் மீர்சாகேப் என்றான் கான். நான் ஒருமணி நேரம் முன்பே வந்திருக்க வேண்டியவன். ஆனால் அங்கே வேறு ஒரு பிரச்சினை. அதை முடிப்பதற்காக உன்னைக்காக்க வைத்து விட்டேன்” என்றான்.

“உன்னுடைய குதிரை எங்கே கான்?”

“ஓ, அதுவா, இங்கே உன் குதிரையுடன் தான் இருக்கிறது. உதவியாளன் குதிரையைக் கொண்டு வந்து விட்டான். நான் சாப்பிடத் தாமதித்தால் தலைவலி வந்து விடும் எனக்கு. சற்று நேரம் கண்ணை மூடிப்படுத்திருக்க வேண்டும். யாரும் என்னைத் தொந்தரவு செய்யக்கூடாது என்று கண்டிப்பான உத்தரவிட்டு விடுவேன். அப்படி சொல்லிவிட்டு வஞ்சகமாக சற்று நேரம் உறங்குவதுபோல் நடித்து, யாரும் அறியாமல் இரவு அங்கியுடன் கூடாரத்தின் பின்புறமாக கிளம்பி வந்து விட்டேன் என்றான் கான். நான் எனது கூடாரத்தில் படுத்திருப்பதாகவே என் பக்கத்தில் இருப்பவர்கள் நினைத்துக் கொண்டிருப்பார்கள். உன் ஆட்களிடம் சொல்லி என் குதிரைக்கு ஏதாவது தீனி போடச்சொல்” என்றான்.

“கண்டிப்பாக. அதுகுறித்து ஏற்கனவே எனக்கு கவனம் இருக்கிறது” என்று கூறி வைத்தேன்.

பீர்கான் கூடாரத்திற்குள் புலாவைக் கொண்டு வந்து இருவருக்கும் வைத்தான். எங்கள் விரல்கள் அதற்கு மத்தியில் பள்ளம் பறித்தன.

"மீர்சாகேப் ஒயின் எங்கே. ஒயின் இல்லாமல் புலாவ் காய்கிறது. எனக்குத் தொண்டையில் ஈரப்பசை வற்றிக் கொண்டிருக்கிறது" என்றான் கான்.

"இங்கே இருக்கிறது கான்" என்றபடி இரண்டு கோப்பைகளில் ஊற்றினேன். "பார் எப்படி மின்னுகிறது மாணிக்கம்போல்!"

கோப்பையை எடுத்து அடியோடு காலி செய்துவிட்டு, "இந்த ஒயின் சொர்க்கத்திலிருக்கும் தெய்வப் பெண்ணுக்காக" என்றான். ஒவ்வொருவரும் எப்படி யெல்லாம் அனுபவிக்கிறார்கள் என்று ஆதங்கப்பட்ட கான், "சுவர்க்கத்தில் இருபது தெய்வப் பெண் கள் புடைசூழ மதப்பற்றாளர்கள் ஒயின் அருந்துவார்கள் எது எப்படி இருந்தாலும் நான் மற்றவர்களுக்குக் கொடுத்து விட்டுதான் குடிப்பேன். நீயும் குடி நண்பா! எல்லாவற்றையும் நான் மட்டுமே குடிக்கப் போவதில்லை" என்றான் பாதி போதையில்.

"இந்தப் புட்டி எல்லாம் உனக்குத்தான் கான். இதுபோக இன் னொன்றும் உனக்கு பின்னால் இருக்கிறது. நானும் பீர்கானும் ஒரு புட்டியைப் பங்கிட்டுக் கொள்கிறோம் என்றேன்."

"என்ன கொடுமை இது. இவ்வளவுதானா? என்றவன் புட்டியை கையிலெடுத்து அப்படி ஒன்றும் பெரிதாகஇல்லையே!" என்றான்.

"இது கண்டிப்பாக வருத்தப்படவேண்டிய விஷயம்தான். ஆனால் அங்கிருந்த எல்லா வற்றையும் நாம் எடுத்திருக்க வேண்டும்" என்று சொல்லிக்கொண்டே இன்னொரு புட்டி யையும் எடுத்தான். "ஆனால் இந்த நாத்திகப் பறங்கிகள்இதையா அன்றாடம் குடிக்கிறார்கள். என்னுடைய பயம் இதைக்குடித்து விட்டுத்தான் தேவையில்லாதக் காரியங்களை செய்கிறார்களோ என்பதுதான். ஆனால் இந்த ஒயின் அப்படிப் பட்டதல்ல. அதிகமாகக் குடித்துப் போதை ஏறினால் ஆளைப் படுக்க வைத்துவிடும் அவ்வளவுதான்" என்றான் கான்.

"நானும் அதுபற்றிக் கேள்விப்பட்டிருக்கேன் கான். அதெல் லாம் குடிக்கத் திராணியற்ற நாய்கள் கட்டிவிடுகிற கதைகள் என்று அவனை உசுப்பிவிட்டேன்."

"நான் ஆங்கிலேயரிடம் வேலைசெய்ய விருப்பப்பட்டிருக் கிறேன். உனக்குத் தெரியுமா? வெள்ளையர்களிடம் வேலை செய்பவர்களுக்கு அவர்கள் விரும்பும் ஒயினை வேண்டிய மட்டும் ஊற்றிக் கொடுப்பார்களாமே" என்றான் அவன்.

"உண்மைதான். எனக்கு அதில் சந்தேகமேயில்லை."

"அப்படியானால் நான் அவர்களிடத்தில் வேலைக்குச் சேர வேண்டும் மீர்சாகிப். இந்த ஒயினை குடித்தால் முஸல்மானாக இருப்பதைவிட நாத்திகனிடத்தில் வேலை செய்வதே மேல் என்று என்னை தூண்டுகிறது. சிலர் சொல்கிறார்கள், சிக்கந்தர் ஷாகூட இந்த ஒயினைக் குடிப்பாராமே" என்றான்.

"நானும் கூட ஹைதராபாத்தில் இருந்தபோது அப்படித்தான் கேள்விப்பட்டிருக்கேன் கான். உண்மையில் அங்குதான் இந்தத் திரவத்தை ருசி பார்த்தேன். அதனால்தான் இந்த புட்டியை குண்டூரில் பறங்கி வீட்டில் பார்த்ததும் தெரிந்து கொள்ள முடிந்தது என்றேன்."

புட்டியை முடித்ததும் கான், "இது அரசர்களுக்குப் பொருத்த மான பானம்." புட்டியை உயர்த்திப் பிடித்து ஆவலுடன் இன்னொரு புட்டியையும் காதலுடன் பார்த்துக்கொண்டேச் சொன்னான். "நீ சொன்னதுபோலவே.. சீக்கிரமாக.... எனக்குக் .... கொடு" என்றான்.

"இதோ தர்ரேன், ஆனால் இதுதான் கடைசி" என்றேன்.

"இப்போ... எனக்கு ரொம்பவும் சந்தோஷமாக இருக்கிறது. அல்லாவின் கருணையால் நான் பாடப்போறேன். நான் நினைக் கிறேன் என்னால் ஆடவும் முடியும். ஆனால் அப்படி செய்வது தப்பாகும் அதனால் பாடப்போறேன். ஒரு முஸல்மான்பாடக் கூடாது என்று இறைத்தூதர் சொல்லவில்லையே. அவரது பெயர் சிறக்கட்டும். இங்கே யாரிடமாவது சித்தார் இருக்கிறதா? எல்லோரும் சொல்லுவார்கள் நான் நன்றாக வாசிப்பேன் என்று."

நான் பீர்கானிடம் சொல்லி மோதிராமிடம் இருந்த சிதாரை வரவழைத்தேன். இதை "வாசிப்பவனையும் வரச்சொல்லட்டுமா கான்? என்றேன் நக்கலாக."

"இல்லை. அதுபற்றி எனக்குக் கவலை இல்லை. மீர்சாகேப் அந்தப் பேயை வரச்சொல்லு. அவன் தாடியைப் பிடித்து இழுப்பேன். நல்லாப்பாடுவானா?" என்றான்.

"அழகாக புல்புல் மாதிரிப் பாடுவான் கான். அதுபோன்ற ஒரு குரலை நான் ஆண்களிடம் கேட்டதேயில்லை!"

கான் வெட்கத்துடன், "சில பெண்களுக்கு... நீளமான கண்கள்.... சுழலும் மணிவிரல்கள். இப்படித்தானே இருக்கும் மீர் சாகேப்..." என்று அபிநயித்துக் காட்டினான். "கிருஷ்ணா நதிக்கரையில் முகாமிட்டிருக்கும்போது நாம் அதிர்ஷ்ட

நாய்களாக இருந்தோம் இல்லையா மீர்சாகிப். அங்கு ஒரு அழகி இருந்தாள் இல்லையா. ஆனால் அவள் பற்றி ஏன் பேச வேண்டும் மீர் சாகிப்.... ஏன் பேச வேண்டும்..."

"நாம் அவர்களுடன் சல்லாபிக்கலாம் கான். நேமாவூர் போனபிறகு நம் இஷ்டத்திற்கு அனுபவிக்கலாம். ஆனால் இப்போ மோதி வந்துவிட்டான் சிதாருடன் என்றேன் நான்."

கானுக்கு சலாம் வைத்துவிட்டு மோதி அமர்ந்தான்.

வாத்தியத்திற்குச் சுருதி ஏற்றியிருக்கிறாயா மோதி.

"நீ என்ன சிறந்தபாடகனா? என்று கத்தினான் கான். சீக்கிரமாக சுருதி ஏற்று.. எப்படிப் பாடுகிறாய் என்று பார்ப்போம்?" என்று கூறி சிரித்தான்.

ஏதோ ஒன்றை வைத்திருக்கிறேன் கான் பிரபு. உங்களைப் போன்ற கண்யவான்கள் எல்லாம் இதைத் தொடவேண்டாம்" என்றான் மோதிராம்.

"இல்லை. இது நல்ல சிதார்தான். சிறப்பாக இருக்கிறது" என்று அவனது விரல்களை அதில் நளினமாக ஓடவிட்டு நாதம் எழுப்பி, சிதார் வாசிப்பில் தேர்ந்தவனைப்போல்வாசித்துக் காட்டினான்.

"வாவ் எல்லோரும் ஒருசேரக் குரல் எழுப்பினோம். வாசியுங்கள் கான் பிரபு! அருமையாக சுருதியை கூட்டும் அந்தக் கைகள் பல ஆச்சரியங்களை நிகழ்த்தட்டும்."

"எனக்கு இன்னும் கொஞ்சம் ஒயினைக்கொடு. இன்னும் சற்று முயற்சிப்போம். மோதி உனக்கு கஜல் தெரியுமா?" என்றான் கான்.

"எனக்கு அதில் அசாதாரணமான திறமை உண்டு கான் சாகிப். பிரபு நீங்கள் ஒரு பாடலை சொன்னால் முயற்சி செய்கிறேன்."

மீர்சாகேப் எனக்காக இன்னும் கொஞ்சம் ஒயின் ஊற்று. இது என் ஆசையைத் தூண்டிக்கொண்டே இருக்கிறது. ஹாபிஸ் எழுதியதுபோல அப்படியே பாடுவேன். அவரது அமைதிக்காக மற்றவர்கள் பாடுவது போலவே பாடுவேன். என்ன அற்புதமாக இருக்கிறது. மீர் சாகேப். இதன் வித்தியாசமான சுவை நாக்கை விட்டு அகலுவதே இல்லை" என்று புகழ்ந்தான்.

"ரொம்பப் பிடித்தமான பானம் இது. அந்தப் புட்டிமேலே இருக்கிற அச்சிட்ட காகிதத்தைப் பார்த்தாய் இல்லையா? இது எவ்வளவு உயர்ந்த தரம் என்பதைக் அந்தக் காகிதமே சொல்லி விடும் என்று விளக்கினேன்."

“இது மிகவும் நன்றாக இருக்கிறது. இதற்கு என்ன விலை வேண்டுமானாலும் கொடுக்கலாம் மீர்சாகேப். சரி மோதி மீண்டும் பாடலைப் பாடு.”

மோதியின் குரலும் கானின் சிதார் சேர்மானமும் கேட்கும் படிதான் இருந்தது.

நானும் பீர்கானும் ‘வாவ்’ ‘வாவ்...’ ‘சபாஷ்’ என்று உற்சாகக் குரல் எழுப்பிக் கொண்டிருந்தோம். மோதி பாடி முடித்ததும், “இது ஒரு அரிய வாய்ப்பு. இந்த அத்துவானக் காட்டில் அற்புதமான இசை வல்லுனர்கள் வாய்த்தீர்கள். கான் சாகேப் இப்போ நீங்கள் பாடுங்கள்” என்றேன்.

“இன்னும் கொஞ்சம் ஓயின் மீர்சாகேப். பன்னிரண்டுஇமாம் களுக்காக கோப்பை ஏந்துகிறேன்... மீர்சாகேப் அங்கேஆயிரம் புட்டிகள் இருந்தால் வாழ்வின் ஒவ்வொரு இரவையும் சிறப்பான தாக்கி விடலாம். நல்ல ஓயின்... நல்ல கூட்டாளிகள்... நம்முடன் நல்ல பாடல்கள் எழுதும் கவிகள் இருக்க மாட்டார்களா?”

“இன்னும் நிறைய ஓயின் இருக்கிறதா?” கேட்டுக்கொண்டே கோப்பையை காலி செய்தான் கான்.’

“இல்லை இன்னும் அரைப்புட்டிதான் இருக்கிறது கான்.”

“மோதிக்கு ஒரு கப் கொடு மீர்சாகிப், அவன் அதற்கு தகுதி யானவன்தான்.”

“மன்னிக்கனும் சாகேப், நான் இந்து பிராமணன்” என்றான் மோதிராம்.

“ஓ.. நீ உண்மையான மத நம்பிக்கைவாதி இல்லையாமோதி. கான், ராம் என்ற பெயரைச் சொல்வது போலவே சத்தமாகச் சொல்வான். எதற்காக எங்கள் இறைத்தூதர் சொர்க்கத்தில் உன்னைப் பாடச் சொல்கிறான்.”

கஜலைப் பாடுவதற்கு முயற்சித்த கஃப்பூர்கானின் குரல் கட்டிக்கொண்டு வந்தது. ஆனால் அவன் ஒரு நாட்டியக் காரியைப் போல கண்ணை இங்கும் அங்கும் உருட்டிப் பாடியது பார்ப்பவர்களை சிரிக்க வைத்தது. அவனுடைய ஆட்டமும், பாட்டும் ஒரு நாட்டியக்காரியை போலவே இருந்தது.

“பா... என்று பாட ஆரம்பித்த கஃப்பூர்கானின் தொண் டைக் கட்டிக்கொண்டது. இன்னும் கொஞ்சம் ஓயின் கொடு, என்றான். உண்மை என்னவென்றால் சில நாட்களுக்கு முன்னர் எனக்குச் சளி பிடித்திருந்தது. இன்னும் கூடத் தொண்டை கரகரப்பு போகவில்லை.”

அடுத்த கப் திரவம் இறங்கியபின் புதிதாகப் பாட முயற்சித்து தோற்றுபோன கானுக்கு இறுமல் வந்துவிட்டது. தொண்டையைச் சரி செய்ய முயற்சித்தான். ஒயினுடன் ஒப்பியமும் கலந்ததால் எங்கள் திட்டம் வேகமாக வேலைச் செய்ய ஆரம்பித்தது.

"இந்த தேசத்தின் சபிக்கப்பட்ட தண்ணீர் நல்ல பாடகனின் தொண்டையையும் கெடுத்துவிட்டது. பாடு மோதி.. பாடு.. இந்த இரவை மீர்சாகேப் நமக்காக அளித்திருக்கிறார்" என்று உளறிக்கொட்டினான்.

மோதி மீண்டும் பாடினான். ஆனால் கான் இடையிடையே கன்னா பின்னாவென்று கத்திக் கடைசியில் சிதாரைக் கீழே எறிந்தான்.

"இனி என்னால் முடியாது மீர்சாகேப். இத்தனை தூரம் விக்கல்.. களைத்துவிட்ட பின்னர் இந்தக்கொள்ளை நாய்களுடன் பகலெல்லாம் கத்திக்கத்தி யார் சாகேப் இதையெல்லாம் எதிர்பார்க்க முடியும். மூவாயிரம் குதிரைகளைத் தலைமை தாங்குகிறவன் பாடுவான் என்று யாரால் எதிர்பார்க்க முடியும். அல்லா! என்னால் முடியவில்லை. ஆனால் இந்த விக்கல். ஆமா மீர்சாகேப் இந்த விக்கலுக்கு மருந்து இருக்கிறதா?"

"இன்னொரு கப் ஒயின்தான். மதுதான் அதற்கு ஒரேமருந்து. இன்னும் ஒயின் இருக்கிறது. இன்னொரு கப் தரட்டுமா? என்றேன்."

"கொண்டு வா, எல்லாவற்றையும் கொடு. எல்லாவற்றையும் வெள்ளைக்காரர்கள் போல குடித்து விட்டு நிற்கிறேன். வெள்ளையர்களின் தங்கைமார்கள் விபச்சாரிகளாக இருப்பார்கள். அவன்களின் அம்மாமார்களும் விபச்சாரிகள்தான். நான் சொல்கிறேன் அவர்களை நான் திருப்திப்படுத்துவேன். அவர்களுடன் குடிப்பேன். ஒருத்தனும் கஃப்பூர்கான் போலக் குடிக்கமுடியாது. நீ சொன்னாயே அவர்கள் நின்றபடியே குடிப்பார்கள் என்று. அப்போது சொல்வார்களே அது என்ன..?"

"அவன்களின் பேச்சைப் பார் ஹிப்... ஹிப்... ஹிப்... அதற்கு என்ன அர்த்தம். என்ன மொழியோ அது" என்றான் கான்.

இறைவனை தொழும்போது அவர்களுடைய பிரார்த்தனையும் நாம் சொல்வது போல் ஹிப்... ஹிப்... ஹிப் என்பார்கள் என்றேன். பிஸ்மில்லா இர் ரஹீம்மான். இர் ரஹீம். என்பது போல் இருக்கும்."

"மீர் சாகேப் சந்தேகம் இல்லை. போதை தலைக்கு ஏறி விட்டது. ஒரு கையைப்பிடித்து உதவு. நான் எழவேண்டும். ஓ... இந்தக் கூடாரமே சுற்றுகிறது. நான் எழுவதற்கு ஆவன செய்யுங்கள். எனது கடைசி கோப்பையை ஒரேமூச்சில் முஸல்மானைப்போல, பறங்கியனைப்போல ஒரே மூச்சில் குடித்துவிடுகிறேன். நான் சொன்னது சரிதானே! "

"மிகவும் சரியாக சொன்னீர்கள் கான்." அவன் பருகுவதற்கு வைத்திருந்த ஒயின் கோப்பையை நகர்த்திக் கொடுத்து "இந்தாங்க ஒயின் என்றேன்."

"பிஸ்மில்லா. ஹிப்...ஹிப்... ஹிப்......." கோப்பையை எடுத்து அடியோடு ஊற்றினான். அவன் தலை அவன் நெஞ்சின் மீது கவிந்தது. கண்களை முழுதாக விரித்துப் பார்த்தான். எழுந்து விரைவதற்கு முயற்சித்தான். தரையில் முழு நீளத்திற்கும் நெடுஞ்சாண்கிடையாக விழுந்தான்.

"போதும்" என்று கத்தினான் பீர்கான்!

"கான் பிரபுவே! மேன்மை பொருந்திய கான் அவர்களே! நீங்கள் இப்போது பிணமாகிவிட்டீர்கள். ஒரு பறங்கியோ ஒரு முஸல்மானோ எவனும் உன்னைப்போல் இறந்திருக்க மாட்டான். நீ ஒரு அதிசயமான விளையாட்டை எங்களுக்கு நிகழ்த்திவிட்டாய், என்றான் பீர்கான்."

"இவனை தூக்குங்கள். இவன் காலுக்குப் பக்கத்தில் யாராவது உட்கார்ந்து கொள்ளுங்கள். நான் தயாராக இருக் கிறேன். ஜிர்னீ கொடு என்றேன் நான்."

"அவன் உட்காரும் விதமாக வைத்துக்கொண்டோம். கவிழ்ந் திருந்த தலை தோளுக்கு உயர்ந்தது. தலையை ஆட்டி ஏதோ சொல்ல முயற்சித்தான். வாயிலிருந்து ஏதோ வந்தது."

"அவன் செத்துக் கொண்டிருக்கிறான். யாரும் தொட வேண்டாம். அவனை மறந்துவிடுங்கள்" என்றான் மோதி.

"அசைக்கவேண்டாம். இந்தக் குடிகாரன்களே இப்படித்தான். இவனைப்போல நூற்றுக்கணக்கான பேர்வழிகளைப் பார்த்தி ருக்கிறேன். தலையைத் தூக்கிப் பிடிச்சுக்கோ. எனக்குப் பின்னாடி ஒரு இடம்கொடு. பின்னாடிதான் வசதியாக இருக்கும். ஜிர்னீயைக்கொடு" என்று அவன்பின் சென்றுநின்று கொண்டேன்.

பீர்கான் கடைசி வார்த்தைகளைச் சொன்னான். கஃப்பூர்கான் இறுதியாக தனது தன் கால்களை உதைத்துக் கொண்டிருந் தான். எனது பிடி கொஞ்சம்கூட தளரவில்லை.

“போதும் மீர்சாகேப். இவன் இறந்துட்டான்” என்றான் அவன் காலைப் பிடித்துக்கொண்டிருந்த பீர்கான்.

“அல்ஹம் துலில்லா. இது முடிந்தது. இறைத்தூதரின் அரு ளும், பவானியின் அருளும் ஒருசேர நமக்குக் கிடைத்தது. லாஹீக்களைக் கூப்பிடுங்கள். இவனை உடனடியாகக் குழிக்குள் போடவேண்டும். அடுத்து இவனுடைய உதவியாளன் எங்கே என்று தேடினேன்.”

கூடாரத்தை விட்டு வெளியில் வந்தோம். அவர்கள் எனக் காகக் காத்திருந்தார்கள். அவன் எங்கே படுத்திருக்கிறான்என்று கேட்டேன்.

“அதோ அங்கே. சீக்கிரமாகவே தூங்கிவிட்டான். அவன் தூங்கி ஒருமணி நேரம் இருக்கும்” என்றார்கள் சுற்றி நின்ற தக்கீர்கள்.

“அதுவும் நல்லதுதான். அவனை என்னிடம் விட்டு விடுங் கள்” என்று கூறி,

மோதியை பார்த்தேன். அவர்கள் தூங்கிக் கொண்டிருந்த அவனை நெருங்கினார்கள். பீர்கான் அவனைக் காலால் இடறி னான். அவன் எழுந்து உட்கார்ந்து கண்களைத் தேய்த்தான். பீர்கான் அவன்மீது பாய்ந்தான். இப்போது நினைவு திரும்பி இருக்கிறான். இப்போ ஒன்றும் பிரச்சினை இல்லை. பிணங்க ளுடன் குதிரை விரிப்பையும் போட்டு புதையுங்கள். இந்தக்குழி ஒரு பிணம்தான் கொள்ளும். இன்னொன்றை தோண்டுங்கள் என்றேன். அவர்கள் இன்னொன்றைத் தோண்டுவதற்குள் நானும் பீர்கானும் மோதியும் குதிரை இருக்கையைப் பிரித்து அதன் உள்ளே தைக்கப்பட்டிருந்த தனித்தனிப் பைகளை ஒவ்வொன்றாக எடுத்தோம். உள்ளே இருந்த தங்கத்தையும், தங்க நாணயங்களையும் எடுத்தோம். தங்க நகைகள் சின்னச்சின்னக் கட்டிகளாக உருக்கி வைக்கபட்டிருந்தன. ஒவ்வொரு கொள்ளை யும் முடிந்த உடனே அவ்வப்போது உருக்கி வைத்திருக்கிறான். அதை மதிப்பிட்டு செய்துக் கொண்டிருக்க எங்களுக்கு நேரம் இல்லை. அதனால் இருக்கைத் துணியை கத்தியால் துண்டு துக்காணிகளாகச் சிதைத்தோம். சிதைத்ததை பிணங்களுடன் போட்டு புதைத்தோம்.

"நாம் இந்த குதிரையை என்ன செய்வது மீர்சாகேப். நாம் எடுத்துக்கொள்ள முடியாது. இந்தக் குதிரை கஃப்பூர்கானுடையது என்று எல்லோருக்கும் தெரியும். இப்போது யோசிக்கக்கூட நேரம் இல்லை" என்றான் பீர்கான்.

இந்த அழகான குதிரையை வைத்துக்கொண்டு என்ன செய் வது என்று நானும் சற்றுநேரம் குழம்பிவிட்டேன். ஆனால் குதிரை எங்களுடன் இருந்தால் அது துப்புதுலக்க வழி வகுத்துவிடும். இறுதியில் இதுவே பயணத்தில் முக்கியமான விஷயமாக மாறிவிடும். இவனையும் அழித்துவிட வேண்டியது தான். இது ஒரு அற்புதமான மிருகம்தான். ஆனால் அது உயிருடன் இருந்தால் நமது உயிருக்கு ஆபத்து வந்துவிடும். முகாமிற்கு அந்தப்பக்கம் குறுகலான ஒற்றையடிப் பாதை இருக் கிறது தெரியுமா. அதன் வழியாகப்போனால் மலை உச்சிக்குப் போகும். மலைக்கு அந்தப்பக்கம் பள்ளத்தாக்கு. யாருக்காவது அந்தப் பாதைதெரியுமா? என்று கேட்டேன்.

தெரியாது என்று எல்லோரும் ஒரே குரலில் கூறி விட்டார்கள்.

அப்படியானால் நானே போகிறேன் என்று கூறி என்னுடன் கௌஸ்கானை (ஒரு தக்கி) அழைத்துக்கொண்டு, குதிரையுடன் புறப்பட்டேன்.

அவன் முன்னாடி போக நான் பின்னால் போனேன். பாதை மலையுச்சியை அடைந்தது. மறுபக்கம் பெரும் பள்ளம் தெரிந்தது. எனது திட்டத்திற்குப் பொருத்தமான இடம்தான்.

அவன் குதிரையை முனைக்குக் கொண்டு வந்தான். அது கீழே விழுமுன் கொன்று விடவேண்டும் என்று நினைத் தேன்.

அவன் அதைப் பிடித்துக்கொண்டான். அந்த அப்பாவி மிருகத்தின் முரட்டுக் கழுத்திற்குக் குறிவைத்தேன். அதன் ரத்தம் பீரிட்டு அடித்தது. பின்னோக்கி அடியெடுத்து வைத் தது. பின் சரிந்து இருண்ட பள்ளத்தில் வீழ்ந்தது. அதன் மரண ஓலத்தையும், தரையில் வீழ்வதையும் கேட்க முடிந்தது. கீழே எட்டிப்பார்த்தேன். வெறும் தெளிவற்ற குவியல்தான் தெரிந்தது.

"போதும் என்ற நான் இந்தப்பக்கம் வா. நாளை நரிகளுக்கு நல்ல விருந்து கிடைக்கும்," ஆனாலும் இதை கொன்றதுஎனக்கு வருத்தமாகத்தான் இருக்கிறது என்று கூறி என்னை நானே தேற்றிக்கொண்டேன்.

“ஆயிரம் ரூபாய்க்குமேல் தேறுவான். யாராவது ஒருத்தனை அனுப்பி ஹைதராபாத்தில் கொண்டு போய்விற்கச் சொல்லி இருக்கலாம். நீங்கள் ஏன் அனுப்பவில்லை. நானே கூட போயிருப்பேன்” என்று கௌஸ்கான் யோசனைசொன்னான்.

“ஆமாம் நீ சொல்வது சரிதான். ஆனால் கொல்வதற்கு முன்னர் இந்த யோசனை உனக்கு தோன்றவில்லையே. சரி போகட்டும். நாம் நேமாவூர் போகுமுன் அதைவிட அதிகமாக சம்பாதித்துவிடலாம். புறப்படு” என்று கூறி அங்கிருந்து நகர்ந்தோம்.

“வளமற்ற அந்த தேசத்தில் எப்படி மீர்சாகேப் சம்பாதிக்க முடியும்?” என்ற கேள்வியை எழுப்பினான் கௌஸ்கான்.

“என்னை நம்பு கௌஸ்கான், சம்பாதிப்பதற்கான நேரம் துவங்கி விட்டது. இன்ஷா அல்லா, அந்த நேரத்தை நோக்கித் தான் போய்க் கொண்டிருக்கிறோம்.”

நாங்கள் கூடாரத்திற்குப் போய்ச் சேர்ந்தோம். லாஹீக்கள் தங்கள் வேலையைக் கச்சிதமாக முடித்து வைத்திருந்தார்கள்.

எங்களுடைய படுக்கை விரிப்புகளை, கஃப்பூர் கான் கடைசி யாக பூமிக்கடியில் உறங்கும் இடத்திற்கு மேல் மிகச்சரியாக விரித்திருந்தார்கள். நாங்களெல்லாம் அங்கு படுத்து நல்லதொரு உறக்கம் கொண்டோம்.

அடுத்த நாள் கஃப்பூர்கான் தனது வழக்கமான இடத்தில் இல்லாதது கண்டு ஆயிரம் யூகங்களும், குழப்பங்களும் பரவின. ஆனால் யாருக்கும் அவன் எப்படி மறைந்தான் என்பதைத் தெளிவாகச் சொல்ல முடியவில்லை. “அவன் புரிந்த அட்டூழியங்களுக்காக பேய்கள் அவனைத் தூக்கிக்கொண்டு போயிருக்கும்” என்று சிலர் சொன்னார்கள். அவன் அடித்த அளவற்ற கொள்ளையில் இருந்து விதவிதமான கதைகளைத் திரித்துக் கொண்டிருந்தார்கள். அவனுடைய குதிரையின், இருக்கையும் துணியும் இல்லாததால் கொள்ளைப் பொருட்களுடன் தப்பித்துப் போயிருக்கலாம் என்றும் சிலர் கூறினார்கள்.

நாங்கள் அடுத்து முகாமிட்ட இடத்தில் ச்சீட்டு எனக்கு ஆளனுப்பி இருந்தார். அவரைப் போய் பார்த்தேன். முழு தர்பாரும் கூடியிருந்தது. கானின் வேலைக்காரர்களும் சிறைப் பிடிக்கப்பட்டது போல அவர் முன் நின்றார்கள். நான் எனது வழக்கமான மரியாதைச் சலாம்கள் வைத்தேன். அவருக்குப் பக்கதில் உட்காரச்சொன்னார்.

"இது முற்றிலும் மர்மமான விவகாரமாக இருக்கிறது, மீர்சாகேப். கஃப்பூர்கான் எங்கேயோ போய்விட்டான். அவன் எங்கே போனான் என்பதை அல்லாவோ இல்லைசைத்தானோ தான் சொல்லமுடியும். ஓடிப்போய்விட்டானா. அது இதுவரை கேள்விப்படாத ஒன்று. அவன் சின்ன வயதில் இருந்து என் னுடன் இருப்பவன். நான் எப்போதும் அவன்மீது மிகுந்த அன்பு வைத்திருந்தேன். இது குறித்து நீ என்ன நினைக்கிறாய்?" என்று கேட்டார்.

"இது எனக்கும் பெரிய இழப்புதான். எனக்கு என்ன சொல் வதென்றே தெரியவில்லை. ஆயிரக்கணக்கான யூகங்கள் நிலவு கின்றன. ஆனால் யாராலும் மர்மத்தைச் சரியாக விடுவிக்க முடியவில்லை. நீங்கள் அவனுடைய வேலைக்காரர்களிடம் கேட்டுப் பார்த்தீர்களா? கண்டிப்பாக அவர்களுக்கு ஏதேனும் தெரிந்திருக்கும் என்று திசை திருப்பினேன்."

"இதுவரை நான் அவர்களைக் கேட்கவில்லை. ஆனால் அவர்கள் இங்கேதான் இருக்கிறார்கள். அவர்களிடம் கேட்கும் போது நீ பக்கத்தில் இருந்து உதவவேண்டும். நான் கேட்கும் போது சிலவிஷயங்கள் விடுபட்டுப்போகலாம்" என்றார் ச்சீட்டூ.

"நான் முடிந்தவரை உங்களுக்கு உதவுகிறேன். ஆனால் நீங்கள் துவக்குவது தான் நல்லது. உங்கள் மீது பயம் இருப்பதால் உண்மையை மறைக்காமல் சொல்வார்கள் என்றேன்."

"அவர்களில் ஒருவனை முன்னால் வரச் சொல்" என்று ச்சீட்டூ உதவியாளனிடம் சொன்னார்.

ஒருவன் வந்தான். அவன் அங்கமெல்லாம் நடுங்க கூனி குறுகி நின்றான்.

"உன் பெயர் என்ன?"

"சையது இப்ராஹீம்."

"கஃப்பூர்கானுக்கு என்ன சேவகம் செய்து வந்தாய்?"

"சமையல் வேலை பிரபு. வழக்கமாக நான்தான் அவருக்குத் துணிகளையும் எடுத்துவைப்பேன். குளிக்கவும் உதவிசெய்வேன். இரவு நேரங்களில் சிற்சிறு உதவிகள் செய்வேன். எப்போதும் அவருடனே இருப்பேன்."

"மனதில் எந்த பயமும் வேண்டாம் இப்ராஹீம்.உண்மையைச் சொல். நான் இறைத்தூதரின் பேரில் ஆணையாகக் கேட்கிறேன். பொய் சொன்னதாகத் தெரிய வந்ததோ, உன்னை என் கண்

எதிரிலேயே கண்டம் துண்டமாக வெட்டிபோடச் சொல்வேன். இதுவே உன் தோழர்களுக்கு ஒரு பாடமாக அமையும்."

"நான் உங்களுக்கு அர்ப்பணிக்கப்பட்டவன். நான் பொய் சொல்லமாட்டேன். ஏன் சொல்லவேண்டும். எனக்குத் தெரிந்தவற்றை சொன்னேன். ஆனால் அது கொஞ்சம்தான் பிரபோ."

"ம்... சரி.... நீ போகலாம். நான் சொன்னது நினைவிருக்கட்டும்."

"அல்லா சாட்சியாகச் சொல்கிறேன். எனக்குத் தெரிந்தது கொஞ்சம்தான். என்னுடைய வணத்திற்குரிய எஜமானர் பிற்பகல் முடியும் நேரத்தில் தங்களுடைய மேன்மைமிகு தர்பாரில் இருந்து வந்தார். நான் அவருக்காக இரவு உணவு தயாரித்து வைத்திருந்தேன். அவருக்குக் காய்ச்சல் என்றும் அதனால் சாப்பாடு வேண்டாம் என்றும் சொல்லிவிட்டார். ஆகையால் அவருக்குத் தயாரித்து வைத்திருந்த உணவையும் நாங்களே சாப்பிட்டு விட்டோம். அதன் பிறகு அவர் தன் கூடாரத்திற்குச் சென்றார். தர்பார் உடையைக் களைந்தார். ஆயுதங்களையும் எடுத்து வைத்துவிட்டு படுத்தார். அதுவரை நான் அவருடன்தான் இருந்தேன். தலைக்குத் தைலம் வைக்க உட்கார்ந்தேன். வேண்டாம் என்று சொன்னதால் நான் கிளம்பிப் போய்விட்டேன். பகல் முழுதும் நான் அவருடன்தான் இருந்தேன். ஆனால் காலையில் ஆட்கள் வந்து பயணத்திற்காக எழுப்பும்வரை நான் தூங்கிக் கொண்டுதான் இருந்தேன். அவரது உடைகளைத் தந்து எழுப்புவதற்காக கூடாரத்திற்குள் நான் போனபோது அவரை அங்கே காணவில்லை. படுக்கை அவர் விட்டுச் சென்றபடி அப்படியே இருந்தது. ஆனால் அவரது வாள் அங்கே இல்லை. அவர் வழக்கமாக நடக்கும் போது எடுத்துச்செல்லும் கைத்தடியும் அங்கே இல்லை. இது தான் எனக்குத் தெரியும். ஆனால் ஷேக் காதிருக்குக் கொஞ்சம் அதிகமாகத் தெரியும். நான் படுத்ததற்கப்புறம் அவன்தான் கானைப் பார்த்தவன். அவனை அழைத்துக் கேளுங்கள்."

ஷேக் காதிர் அழைத்து வரப்பட்டான். எச்சரிக்கையும், மிரட்டலும் அளிக்கப்பட்ட பிறகு அவன்,

"நானும் சமையல் உதவியாளன். ஆனால் நான் நேரடியாக கானுக்கு அலுவல் செய்வது இல்லை. நான் அவருக்கு உக்கா தருவது வழக்கம். அவர் உண்பதற்கு ஓப்பியம் தயாரித்து அளிப்பேன். இரவு கவிந்ததும் கூடாரத்தை விட்டு வெளியில்

கிளம்பினார். கூடாரத்தின் பின்பக்கத்தைத் திறந்தார்அதை நான் கவனித்தேன். அங்கிருந்து முகாமின் மத்தியப்பகுதிக்குப் போனார். நான் பின்தொடர்ந்து போனேன். நான் தொடர்வதைக் கவனித்த அவர், தன்னை யாரும் பின்தொடரவேண்டாம் என்று உத்தரவிட்டாள். நான் பயந்து போய் கூடாரத்திற்கு வந்துவிட்டேன். பிறகு காலையில்தான் நான் கேள்விப்பட்டேன், இரவில் அவர் திரும்பவில்லை என்று."

"இவன் சொல்வதும் திருப்திகரமாக இல்லை. இன்னும் வேறு சிலரிடம் நாம் விசாரித்து காணாமற் போனதற்கானதடயம் கிடைக்கிறதா என்று பார்க்கவேண்டும். அவன் வெளியேபோய் விட்டான் என்றால் குதிரையில்தான் போயிருக்கவேண்டும். எங்கே அவன் குதிரை?"

"அவன் குதிரை எங்கே? யாராவது சொல்லமுடியுமா" என்று கர்ஜித்தார்.

"என்னால் சொல்லமுடியும்" என்ற ஷேக்காதிர், "அவரது குதிரை குதிரைக்காரன் இருவரையுமே காணவில்லை. கானிடம் இரண்டு குதிரைகள் இருந்தன. ஒன்றின் முதுகு இருக்கையைக் காணவில்லை. அது முழுக்க தங்கத்தால் நிரப்பப்பட்டிருந்தது" என்ற செய்தியை சொன்னான்.

"ஓ.. விவகாரம் அப்படிப் போகிறதா? சரி இன்னொரு குதிரைக்காரன் எங்கே?" என்றார் ச்சீட்டூ.

"இதோ இங்கே தான் இருக்கிறான். காத்திருக்க வேண்டியதில்லை. பீர் ஓ மூர்ஷித்" என்று குரல் கொடுத்தான்.

"அழைக்கப்பட்டவன் நான்தான்" என்று உள்ளே நுழைந்தான்.

"நீ உனக்குத் தெரிந்ததைச் சொல்லு" என்றார் ச்சீட்டூ.

"எனக்குத் தெரிந்ததெல்லாம் அந்த சாம்பல் நிறக்குதிரையின் மீது சாயங்காலம் முழுவதும் அதன் இருக்கை பூட்டப்பட்டு இருந்தது. ஆனால் வழக்கமாக அப்படி இருப்பதில்லை கூடாரத்தில் தூங்கும்போதுதான் அந்த இருக்கை கான்தலைக்குப் பக்கத்தில் இருக்கும். நான் உதவியாளனைக்கேட் டேன், "அதற்கு அவன் கான் அப்படித்தான் வைக்கச் சொல்லியிருக்கார். அது உனக்குச் சம்பந்தம் இல்லாதது" என்று கோபமாகக் கூறினான். பிறகு நான் பார்க்கும்போது கட்டியிருந்தகுதிரையை அவிழ்த்துக்கொண்டு இருளில் எங்கோ போனான். நான் எதுவும் கேட்டுக்கொள்ளவில்லை" என்ற செய்தியைச் சொன்னான்.

நவாப் சாகிப், "இவன் சொல்வதை வைத்து ஒரு முடிவிற்கு வரலாம், கான் தன் கையில் வைத்திருந்த கொள்ளைச் செல்வத்தை எடுத்துக்கொண்டு ஓடிவிட்டான் என்பதே அது. அவன் குதிரை இருக்கை முழுக்க தங்கத்தால் திணிக்கப்பட்டுள்ளது என்று பலரும் பேசிக்கொண்டிருந்தார்கள். அது எப்படிப் பார்த்தாலும் அவனுக்கு அதிர்ஷ்டம்தான் என்றும் நான் சொன்னேன்.."

"அப்படித்தான் நானும் கேள்விப்பட்டேன். ஆனால் ஒருவனின் புத்தி இப்படியெல்லாம் தறி கெட்டுப்போகும் என்று நினைக்கவே கஷ்டமாக இருக்கிறது. ஒன்றுமே இல்லா திருந்தவனை, மூவாயிரம் குதிரைகளுக்குத் தலைவனாக உயர்த்தி னேன். கடைசியில் என் அன்பிற்கே உலை வைத்துவிட்டுப் போய்விட்டான். சரி உங்கள் மீது ஏதும் குற்றம் இல்லை. நீங்கள் போகலாம். யாராவது ஒருவன் அவன் குதிரையை அழைத்துக்கொண்டுபோய் என் சொந்த பாகாவில் கட்டி விட்டுப்போங்கள்."

இப்படியாக முடிந்தது இந்த சம்பவம்.

ஆக என் மீதோ, எங்கள் குழுவில் யார் மீதுமோ யாருக்கும் சந்தேகம் வரவில்லை. கானுக்கு தெரிந்த சில நண்பர்கள் ஹைதராபாத்தில் இருக்கிறார்கள். அதனால் அவன் அங்கே ஓடியிருக்கக் கூடும், என்று பரவலாகப் பேசிக்கொண்டார்கள். ஆனால் அவன் முடிவு நாங்கள் மட்டுமே அறிந்த ஒன்று. ஆயிரக்கணக்கான குற்றங்களை சொல்லவே முடியாத கொடூர மான முறையில் நிறைவேற்றிய ஒருவனுக்கு அந்த முடிவு எங்க ளால் ஏற்பட்டது.

ஆனால் அதற்குப் பிறகு நாங்கள் ஒன்றும் சும்மா இருந்து விட வில்லை. எங்கள் தொழிலைக் துவக்கி விட்டதால் அடுத்தடுத்து வேலை இருந்து கொண்டே இருந்தது. அபூர்வமான ஒரு இரவில் கானை போலவே சில கொள்ளையர்களும் எங்கள் கையில் சிக்காமல் தப்பிவிட்டார்கள். ஆனால் சூழல் எங்களுக்குச் சாதகமாக அமைந்தது. நேமாவூர் நோக்கித் திரும்பும் வழியில் கொள்ளையர்கள் தொடர்ந்து பல்வேறு திசைகளில் தங்கள் வீடுகளுக்குப் பறந்து கொண்டிருந்தார்கள். ஒன்று முகாமில் தங்குவது குறித்த சலிப்பு. இன்னொன்று அவ்வப்போது வெள்ளையர் துருப்புகளுக்கு அருகாமையில் எங்கள் பயணம் அமைவது குறித்த பயம். பல இடங்களில் கிட்டத்தட்ட மோதல் ஏற்படுவது போன்ற நிலைமை ஏற்பட்டது.

"என் வெற்றிகள் எப்போதுமே ஒன்றுபோல் இருக்க என் விதி அனுமதிக்கவில்லை. துரோகம் தனது வேலையைக் காட்டியது. நாங்கள் அச்சத்தில் வீழும்படியான வலிமையுடன் அது எங்களைத் தாக்கியது. எங்களைக் கலைத்துப் போட்டது. அது எப்படி நடந்தது, என்ன நடந்தது என்பதை நான் உங்களுக்குச் சொல்கிறேன்."

38

காட்டிக் கொடுத்த கருப்பு ஆடு

நான் ஜலோனில் இருந்து அழைத்துச் சென்றவர்களில் ஒருவன் பெயர் ஹிதாயத்கான். நான் அவனை முன்பின் பார்த்தது இல்லை. ஆனால் பீர்கானுக்குக் கொஞ்சம் தெரியும், அவனுடன் சேர்ந்து தொழில் செய்த முறையில் ஒரு தக்கிற்குரிய அனைத்துத் தகுதிகளும் பெற்றிருந்தான். அவனுடைய மற்ற தகுதிகள் குறித்து நான் கண்டு கொண்டதில்லை. கொள் ளைமுகாமில் நாங்கள் செய்த கொலைகளில் நான் யாரை நம்பமுடியுமோ அவர்களை மட்டும், எங்கள் சொந்தத் தக்கி களை மட்டுமே பயன்படுத்திக்கொண்டேன். அவனை அந்த வேலையில் ஈடுபடுத்தவில்லை. ஆனால் சந்தேகமில்லாமல் ஹிதாயத்கான் முக்கியமான குதிரை வீரன்தான். வாள் சுழற்சியிலும், ஈட்டி வீச்சிலும் கெட்டிக்காரன். கொள்ளை வேலையிலும் பிறரைப்போலத் தன் திறமையை நிரூபித்திருக் கிறான். நானும்கூட அவனைச் சமையல் வேலைக்கு, உதிரி வேலைகளுக்குப் பயன்படுத்த வேண்டாம் என்று வற்புறுத்திக் கூறி இருக்கிறேன். பெரும்பாலும் காவல் பணியில் இருப்பான். நாங்கள் உள்ளே சில காரியங்கள் செய்து கொண்டிருக்கும்போது வெளியே நின்று காவல் காப்பது பல சமயங்களில் அவனது வேலையாக இருந்தது. கான் கொல்லப்பட்டுப் பலநாட்கள் கழித்து, சொல்லப்போனால் நாக்பூர் பிரதேசத்திற்குள் நுழைந்துவிட்ட பின் நேமாவூரை அடைவதற்கு இன்னும் சில தினங்களே இருக்கும் நிலையில், ஒருநாள் மாலைநேரம் இருட்டுக் கட்டத் துவங்கிய பொழுது பீர்கானும், மோதிராமும் பதற்றத்துடன் என்னிடம் ஓடிவந்தார்கள். அவர்கள் முகத்தில் பயக்குறி தென்பட்டது.

"பவானி பேரால் கேட்கிறேன் என்னவிஷயம்? ஏன் பதற்றத் துடன் வருகிறீர்கள்? சொல்லுங்கள் சகோதரர்களே! அப்படி என்ன மோசத்தை கண்டுபிடித்துவிட்டீர்கள்?"

"பாழாய்போன இந்தத் துரோகத்தால் பயந்து கிடக்கிறேன்" என்றான் மோதி. சில நாட்களாக ஹிதாயத்கான் மீது எனக்குச் சந்தேகம் இருந்தது. பல சமயங்களில் இரவு நேரங்களில்நம்மிடம் இருந்து காணாமல் போய்க் கொண்டிருந்தான். அவனது நடவடிக்கைகளே கொஞ்சம் ஜாஸ்தியாகத்தான் இருந்தது அவ்வப் போது ச்சீட்டூவிற்கு நம்பிக்கையானவர்களிடம் தனியாகப் பேசிக்கொண்டிருந்தான். அவன் பலமுறை நம்மை மோப்பம் பிடிப்பதைப் பார்த்திருக்கிறேன். அவனது பேச்சுக்களையும் உளவு பார்த்திருக்கிறேன். ஆனால் இன்று இரவு அவன் ச்சீட்டூவின் தர்பாரில் இருக்கிறான். அது எனக்குப் பயமாக இருக்கிறது. இப்போது என்ன செய்வது?" என்று பதறினான்.

"நாம் இந்த நிமிடமே பறந்துவிட வேண்டியதுதான். குதிரை களில் இருக்கைகள் தயாராக இருக்கிறதா? என்ன பெயர் சொன்னாய் ஹிதாயத்கானா? எனக்கும்கூட அவன் பெயரில் சந்தேகம் உண்டு என்றேன் நான்."

"தயாராக உள்ளன. அவைகள் எப்போதுமே தயார்!" என்றான் பீர்கான்.

"நல்லது, அப்படியானால் பயமொன்றுமில்லை. சொல்லப் போனால் நம்மை சந்தேகப்பட்டால் அது எனக்கு திருப்திதரும் விஷயம்தான். அல்லாவின் பெயரால் அதை உடனே தெரிந்து கொள்ளலாம்."

"அய்யய்யோ அதெல்லாம்கூடாது. பவானீ பெயரால் சொல்கிறேன். அனாவசியச் சிக்கலில் மாட்டிக்கொள்வோம். அதனால் நமக்கு என்ன பலன் கிடைக்கும்? நம்முடைய குதிரை கள் தயாராக இருக்கின்றன. அதில் ஏறுவோம். கூடாரத்தை காலி செய்துவிட்டு பறந்துவிடுவோம்" என்றார்கள் எல்லோரும் ஒரே குரலில்.

"அட அல்லா! இந்த யோசனையையா நான் பின்பற்றுவது. விஷயம் நமக்கு எதிராகத் திரும்பிவிடாதா? எனக்கு இன்னொரு யோசனை. தலையில் கொஞ்சம் புத்தியுள்ளவர்களுக்கு நான் சொல்வது கஷ்டமாக இருக்காது. அவர்கள் எனக்கு மறுப்பு ஏதும் சொல்லமாட்டார்கள். உங்களில் யாராவது தைரியம் உள்ளவர்கள் என்னுடன் வரத் தயாராக இருக்கிறீர்களா? இருட்டுக் கட்டிவிட்டது. யாருக்கும் தெரியாமல் நாம் ச்சீட்டூ

வின் கூடாரத்தை அடைந்துவிடலாம். கூடாரத்திற்குப் பக்கத்தில் படுத்து அங்கே என்ன பேசுகிறார்கள் என்பதைக் காது கொடுத்துக் கேட்போம். நமக்கு ஆபத்து வருவது போல் இருந்தால், அவன் நம்மைப்பற்றி ஏதாவது சொன்னால் அவர்கள் உள்ளிருந்து வெளியில் வருவதற்குள் நாம் தப்பித்து விடலாம் என்றேன் நான்.”

“நான் வருகிறேன். ஆனால் மற்ற யாரும் வரமாட்டார்கள். எல்லோருக்கும் பயத்தில் பக்கவாதம் வந்து விட்டது. அதனால் எந்த வேலைக்கும் உதவ மாட்டார்கள்” என்றான் பீர்கான்.

“இவன் சொல்வது உண்மைதானா சகோதரர்களே? யாருக்கும் நெஞ்சில் தைரியம் இல்லையா? உங்கள் குதிரைகளை உடனடியாகக் கிளம்பும் விதமாக தயாராக கட்டை அவிழ்த்து, சேணம் கட்டி வைத்திருங்கள். ஏதாவது பிரச்சினை என்றால் அங்கிருந்து குரல் கொடுப்பேன் எல்லோரும் உடனடியாகப் பறந்துவிடுவோம் என்றேன்.”

தரையுடன் பதுங்கி ச்சீட்டூவின் கூடாரத்தை அடைந்தோம். நல்லவேளையாக அதிக தொலைவு இல்லை. ஒரு சிறிய ஓட்டைப் போட்டு உள்ளே பேசுவதைக் கேட்டோம். உள்ளே மெல்லிய விளக்கொளி தெரிந்தது. மூன்றுபேர் பேசிக்கொண்டிருந்தார்கள். என் காதுகள் மிகுந்த ஆர்வத்துடன் அங்கு பேசுவதை உள்வாங்கிக்கொண்டன.

“ஆஜீப்” என்றது ஒருகுரல் அது. ச்சீட்டூவினுடையது. “ஆக அவன் கானைக் கொன்றான் என்று சொல்கிறாய்.... நீ சொன்னாய் இல்லையா. அவன் தானென்று.”

ஹிதாயத்கான் பேசினான். அவன் குரலையும் நான் அறிவேன். “ஆமாம் இறந்துட்டான். ஆனால் என் கண்ணால் பார்த்தேன் என்று சொல்லமுடியாது. ஆனால் அவனுக்கு நிறைய ஊற்றிக்கொடுத்தார்கள். குழி தோண்டுவதைப் பார்த்தேன். ஆனால் குதிரையை அமீர் அலி கொன்றதை நான் பார்த்தேன்.”

ச்சீட்டூ தயக்கத்துடன் சொன்னார்: “எனக்கும் அதில் சந்தேகம் இல்லை. நான் அவனைப்பற்றி நினைத்து வைத்திருந்தது தப்பாகப் போய்விட்டதே. நன்றிகெட்ட பயல். சரி மற்றவர்கள் என்ன செய்தார்கள்?”

“மற்றவர்கள் எல்லாம் நான் அதிகம் பார்த்திராதவர்கள். அல்லது அவர்கள் பெயர் எனக்குத் தெரியாது. ஒருத்தன் பெயர்

மட்டும் தெரியும். எல்லா வேலைகளும் இழுத்துப்போட்டு செய்வான். நல்ல பலசாலி. அவன் பெயர் ஹபீபுல்லா. அவன் என் பிரபுவின் சொந்த பாகாவைச் சேர்ந்தவன்''

“அவனை எனக்குத்தெரியும். நல்ல பலசாலி. நல்ல தைரிய சாலி. அமீர் அலிதான் அவனைக் கொன்றதா?'' என்று ச்சீட்டு கேட்டார்.

“அவன் தான் நவாப் கானைக் கொன்றது. பீர்கானும் மோதியும் பிடித்துக்கொள்ள அமீர் அலி அவன் கைகளால் கொன்றான். மூன்று ராத்திரிகளுக்கு முன்னால் தான் நடந்தது. நான் சொல்வதற்குப் பயந்திருந்தேன். அமீர்அலிஉங்களுக்கு நெருக்கமானவன் என்பது எனக்குத்தெரியும். அமீர் அலி பெயரில் குற்றம் சொன்னால் யாரும ஒப்புக் கொள்வார்களா? என்ற சந்தேகம். அதனால் என்பேச்சை யாரும் கேட்பார்களா? என்ற பயமும் இருந்தது.

ச்சீட்டு சொன்னார்; “நான் கூடக் கேட்டிருக்க மாட்டேன். எழுந்து நின்று தன் நெற்றியைத் தேய்த்துக்கொண்டார். (மறைப்புத் துணியில் போட்ட துளை வழியாகத் தெளிவாகப் பார்க்க முடிந்தது) நீ சொன்னதை என்னால் ஏற்றுக்கொள்ள முடியவில்லை. ஆனால் மற்ற சூழல்கள் எல்லாம் நீ சொல்வதை உறுதி செய்கிறது. அமீர் அலி இதைச் செய்தானா? இரக்க சுபாவம் உடையவன். வன்முறைத் திட்டம் ஒவ்வொன்றையும எதிர்ப்பவன். சூறையாடுவதைக்கூட ஒப்புக்கொள்ளாதவன். எனக்கே வெட்கமாக இருக்கிறது. அவனொரு தக் என்றால் யார்தான் நம்புவார்கள்'' என்றார் ச்சீட்டு.

“ஆனால் இது உண்மை நவாப்'' என்று ஹிதாயத்கான் வில்லத்தனமான குரலில் சொன்னான். “நீங்கள் சுத்தமாக அவர் களைப் பறிமுதல் செய்து பார்த்தால் தெரியும். தன்னுடைய வாளைத் தூக்கி எறிந்துவிட்டு, கஃப்பூர்கான்வாளைத்தான் பீர்கான் வைத்திருக்கிறான்'' என்றான்.

“சரிதான் அதில் உண்மை முடிவாகிவிடும். நீ எப்படி இவர் களுடன் இணைந்தாய்?'' என்று ச்சீட்டு கேட்டார்.

“என்னுடைய கிராமம் ஜலோனுக்குப் பக்கத்தில்தான் இருக்கிறது. எனக்குப் பீரூவை முன்பே தெரியும். என்னைத் தன் ஜமேதாருடன் சேர்ந்து கொள்ளையர்களைப் பின்தொடரு மாறு கேட்டான். அவர்கள் தக்கிகள் என்றே எனக்குத் தெரியாது. அமீர் அலியும், அவன் அப்பாவும் ராஜாவுக்கு

நெருக்கமாக இருக்கும்போது யாருக்குத்தான் சந்தேகம் வரும். கஃப்பூர்கானைக் கொல்லும் வரையிலும் கோர முகத்தைக் காட்டாமல்தான் இருந்தார்கள்" என்றான் ஹிதாயத்கான்.

"நல்லது. உடனடியாக அவர்களைக் கொல்வதற்குத் திட்டத்தை சீக்கிரமாக தயார் செய். எதையும் சந்திக்கத்தயாராக இரு. எனக்கு நெருக்கமான மற்றவர்களிடம் எல்லாம் இதைச் சொல்லி வை என்று பக்கத்தில் இருந்த ஒருவனிடம் ச்சீட்டூ சொன்னார்."

"தயார் நவாப். ஒரு ஐம்பதுபேர் தங்கள் குதிரைக்குப் பக்கத்தில் தயார் நிலையில் இருக்கிறார்கள். ஒரு தக்கீயும் நம் மிடமிருந்து தப்ப முடியாது."

"யா அல்லா.... அவன் எப்படி என்னை பார்ப்பான்? அவனுக்கு நான் எப்படி சரியான தண்டனை கொடுப்பேன்? அமீர் அலி எவ்வளவு சீக்கிரத்தில் நீ என்னை ஏமாற்றிவிட்டாய். உன் மென்மையான கண்ணியமான முகத்தில் இப்படி ஒரு தந்திரம் இருப்பதை யார்தான் கண்டுபிடிக்கமுடியும்?" என்றார் ச்சீட்டூ.

ஹிதாயத்கானிடமும், மற்றவர்களிடமும் "போங்கள் சீக்கிர மாக அவர்களை அழைத்து வாருங்கள். நான் உங்களுக்கு வெகுமதித்தர மறக்க மாட்டேன். பீர்கானிடமிருந்து கானின் குதிரை இருக்கையைக் கைப்பற்றுங்கள்" என்று கர்ஜித்தார் ச்சீட்டூ.

அந்த வில்லன் அவசரமாகக் கத்தினான்; "இல்லை, இல்லை, அது எல்லாமே எனக்கு வேண்டும்" என்றான்.

"அதைக் கண்டு பிடித்தாலும் இந்த வஞ்சகனுக்கு அது கிடைக்கப்போவதில்லை. மீர்சாகேப் வாங்க நாம போகலாம். இனி தாமதிக்க முடியாது. தப்பிக்க வேண்டும். அவர்கள் வேலையைத் துவங்கி விட்டார்கள்" என்று என்னிடம் முணு முணுத்தான்.

"கிட்டத்தட்ட அந்த இடத்தில அப்படியே உறைந்துவிட்டேன். நான் அங்கு சென்று படுத்திருந்து அவர்கள் சொல்வதைக் கேட்டிருக்கவேண்டும். அழிவு நிச்சயம். கொஞ்சம் தாமதித் தாலும் மரணம்தான். சத்தமில்லாமல் கொஞ்சதூரம் எனது கூடாரத்தை நோக்கி நடந்தேன். இருளில் இரண்டு உருவம் எனது கூடாரத்தை நோக்கிப்போவது தெரிந்தது. அவர்கள் நேராக கூடாரத்திற்குப் பக்கத்தில் உள்ள குதிரை லாயத்தை நோக்கி விரைந்து கொண்டிருந்தனர்.

பயம் எங்கள் வேகத்தை அதிகப்படுத்தியது. கூடாரத்திற்குள் சென்று, பங்குபோடுவதற்காக வைத்திருந்த விலையுயர்ந்த பொருட்களை மூட்டைக்கட்டி எடுத்துக் கொண்டோம். வெளியில் வந்தால் பலர் குதிரைகள்மீது தயார் நிலையில். இருந்தனர். நான் எனது குதிரையின் அடிவயிற்றில்உதைத்தேன். வாளை உருவி எந்த மோசமான நிலையும் எதிர்கொள்ளச் சித்தமாக இருந்தேன். நாங்கள் எல்லோரும் தப்பித்தாக வேண்டும். நாங்கள் ஏமாற்றப்பட்டோம். முற்றிலும் சுற்றி வளைக்கப்பட்டோம்! எங்கள் நகர்வு துவங்கியதும் என் குதிரையில் ஏதோ மோதியதுபோல் இருந்தது, என்னவென்று தெரியவில்லை. உடனடியாக வாழ்வா? சாவா? மோதலில் இறங்க வேண்டியதாயிற்று. என்ன நடக்கிறதென்றே தெரிய வில்லை. என்னை யாரோ மறிப்பதுபோலத் தெரிந்தது, வெட்டி யெறிந்துவிட்டேன். நானும், பீர்கானும் இப்போதைக்குத் தப்பி னோம். எனக்கு இன்னொருவனிடமிருந்து சிறிய தாக்குதலால். காயமேற்பட்டது. எனக்கு லேசான வலி தெரிந்தது. எவ்வளவு முடியுமோ அவ்வளவு வேகமாக குதிரையை ஓட்டினோம். நாங்கள் தப்பிப்பதற்கு அந்த இருட்டும் எங்களுக்குச் சாதகமாக இருந்தது.

நான் சற்று பின்தங்கிவிட்டதை உணர்ந்தேன். என் ஆட்களில் என்னுடன் சிலர் இருந்தனர். நாங்கள் பேசிவைத்தபடி வடக்குப் பக்கம் நோக்கி பயணித்து நாங்கள் முகாமிலிருந்து பார்க்க முடிந்த ஒரு சின்ன கிராமத்தில் கூடுவதாக தீர்மானித்தோம். தப்பித்து வந்த அனைவரும் ஒன்றாகச் சேர்ந்தோம். கொள்ளையர்கள் ஒருவருக்கொருவர் கூக்குரல் இட்டுக்கொண்டிருந்தாலும் ஒரு வழியாகப் பிடிபடாமல் நாங்கள் தப்பித்தோம். இருளில் கொள்ளையர் கூட்டம் தவறுதலாக அவர்களுக்குள்ளேயே துப்பாக்கியால் சுட்டுக்கொண்டதில் பலர் படுகாயமடைந்து கூச்சலிட்டுக் கொண்டிருந்தார்கள். என்னைச் சுற்றியிருந்த தக்கிகளை பெயரிட்டு அழைக்கவே அச்சமாக இருந்தது. அருகிலேயே இருந்தாலும் யார் முகமும் தெரியாத அளவில் கும்மிருட்டு. யாரும் யாருடனும் பேசமுடியாத நிலை.

கிட்டத்தட்ட ஒரு மணிநேரத்திற்கும் மேலாக காத்திருந்தோம். கொள்ளையர்களின் கூச்சல் கொஞ்சங்கொஞ்சமாக அடங்கியது. காவல் விளக்கு வெளிச்சத்தைப் பார்த்த ஒருவன் அந்தப் பகுதியில் ராணுவம் முகாமிட்டிருக்கலாம் என்று கூறினான். இரவின் கூதல் காற்றையும்மீறி குதிரைகளின் கனைக்கும் சத்தம் கேட்டவாறு இருந்தது. அது அடங்கியவுடன் அங்கு

மயான அமைதி நிலவியது. பாலைவனமாக காட்சியளித்த அந்த சிறிய கிராமத்தின் ஒரு பகுதி நெருப்புப் பற்றி எரிந்து கொண்டிருந்தது. கூரையின் முகடுகளில் நெருப்புப் பொறி பறந்து இங்கும் அங்குமாக தீப்பிழம்பு அலையடித்தன. காய்ந்த புற்களைக் கொண்டு வேய்ந்திருந்த கூரை முன்னர் நெருப்புக்குத் தப்பி இப்போது பற்றிக்கொண்டன. மேலும் தாமதிப்பதில் அர்த்தமில்லையென்று மௌனத்தைக் கலைந்தோம்.

"எத்தனைபேர் இருக்கிறார்கள்" என்று பீர்கானிடம் தாழ்ந்த குரலில் கேட்டேன்.

"பதினோரு பேரே இருக்கிறார்கள். மற்றவர்களெல்லாம் வீழ்ந்துவிட்டார்களோ என்று அஞ்சுகிறேன்" என்றான்மெல்லிய குரலில்.

"அவர்கள் சித்திரவதைக்கு ஆளாவதைவிட வாள் வீச்சிலோ, ஈட்டி முனையிலோ தாக்குண்டு இறப்பதே மேலானது" என்று அல்லாவை வேண்டிக் கொள்கிறேன். "யார் இங்கே இல்லை. மோதி இருக்கிறானா? என்று கேட்டேன்."

"அய்யோ. மோதி இல்லை மீர்சாகேப். மோதி கீழே விழுந்ததைப் பார்த்தேன். மோதியைக் காயப்படுத்திய கொள் ளையனை நான் தாக்கினேன். ஆனால் மீண்டும் மோதி எழுந்தானா? இல்லையா? என்பதைக் கவனிக்கவில்லை இருட் டில் ஏமாந்துவிட்டேன். அவனைத் தவற விட்டுவிட்டேனே" என்று பீர்கான் புலம்பினான்.

"மற்ற யாரெல்லாம் இப்போது இல்லை. சோகத்தில் எனக்கு உடல் இறுகிவிட்டது. மோதி என்சகோதரன். அவன் இழப்பை சாதாரணமாக எடுத்துக்கொள்ள முடியுமா? சரி இங்கே யார் யார் இருக்கிறீர்கள் உங்கள் பெயர்களைச் சொல்லுங்கள் என்று அவசரப்படுத்தினேன்."

கௌஸ்கான், நவ்சர் அலி இல்லை. அடுத்து ரம்தீன் சிங் இந்த மூவரும் எங்கள் குழுவில் முக்கியமான ஆட்கள். நான்காவது மோதி. ஹிதாயத் ஐந்து. அவன் துரோகியாகிவிட்டான். உதவியாளர்களும் கையாட்களும் அனைவருமே இருக்கிறார்கள் என்று குரல் வந்தது.

"இங்கே நாம் காத்திருப்பதில் அர்த்தம் இல்லை. ஜலோ னுக்குப் போகும் நல்ல பாதையைப்பிடிப்போம். அங்கே சென்று சேர்ந்த பின்னர் வழக்கமான பருவம்வரை காணாமல் போனவர்களுக்காக காத்திருப்போம். வரவில்லை என்றால் உறவினர்களைக் கொண்டு முறையாக செய்யவேண்டிய

சடங்குகளைச் செய்து விடுவோம். பவானியின் கருணையால் நாம் பெற்ற கொள்ளைச் செல்வத்தில் இம்முறையாரும் பங்கு எடுக்கமாட்டேன். நானும் எடுப்பதில்லை. அதை அப்படியே காணாமல் போனவர்களின் மனைவி மற்றும் உறவினர் களுக்குப் பிரித்துக் கொடுத்துவிடுவோம். நீங்கள் என்ன சொல் கிறீர்கள் என்றேன்.''

எல்லோரும் ஒரே குரலில் “சத்தியமாக ஒப்புக்கொள்கிறோம்” என்றார்கள்.

“இது எனக்கு நிறைவளிக்கிறது” என்றுக் கூறி “நடையைக் கட்டுவோம், விடியும்போது நாம் முக்கிய சாலையில் இருந்து இறங்கிகாட்டுப் பாதையைப் பிடித்துவிடலாம். காட்டுப்பாதை நம் அனைவருக்கும் தெரிந்ததுதான். எவ்வளவு சீக்கிரம் ஹூசிங்காபாத்தைத் தாண்டுகிறோமோ அப்போது தான்நமக்கு பாதுகாப்பு. தாண்டிவிட்டால் பிறகு பயமில்லை என்று விளக்கினேன்.

“பீர்கான் நீ முன்னாடி போ. நாங்கள் உங்களைப் பின் தொடர்கிறோம்” என்றான் பீர்கான்.

கனத்த இதயத்துடன் அமைதியாக போய்க் கொண்டிருந் தோம். பல நாட்கள் பயணம் இதுபோலவே கழிந்தது. நாங்கள் கடந்து வந்த தேசம், நாக்பூர் எல்லையை கடக்கும்வரை எங்கள் ஆளுமைக்கு உட்பட்டிருந்தது. ரகசிய படையின் அரசாங்க ஊழியர்கள் என்று கூறி கடந்துவந்தோம். எங்கள்மீதுசந்தேகம் கொண்டு கேள்விகளை எழுப்பியபோதெல்லாம் என் வாதத் திறமைகளால் சமாளித்து என் கூட்டத்தை காப்பாற்றி அழைத்து வந்தேன். புகழ்பெற்ற நர்மதா நதியின் கரைகளை வந்தடைந்த போது எங்கள் இதயமெல்லாம் மகிழ்ச்சிகொண்டது. நதியின் நீரை எங்கள் குதிரைகள் மோதி கடந்தபோது எதிரிகளுக்கும் எங்களுக்குமான இடைவெளி அதிகரித்தது.

நெடிய பயணம் நிற்காமல் சென்றுகொண்டிருந்ததால் எங்களுக்கு களைப்பே மரத்துப்போனது. எங்கள் குதிரைகளும் எங்களைப்போலவே ஆகிவிட்டன. இந்த வேகத்தில் போனதால் நாங்கள் அல்லாவின் கருணையால் வீடு சேர்வதற்கு அதிக நாட்கள் ஆகவில்லை. துயரார்ந்த நீண்ட பயணத்திற்குப் பின் மீண்டும் ஜலோனின் மாந்தோப்புகளைப் பார்த்து மனம் மகிழ்ந்தது. என்னுடைய வருகையை தெரிவிக்க நேரமில்லை. எனவே எந்தத் தடையும் இல்லாமல் வீட்டு வாசலிலேயே பக்கத்தில் குதிரையைவிட்டு இறங்கினேன். வீடு தனித்து

தூசு பிடித்து, சூரிய வெப்பத்தில் வெளிறிகிடந்தது. எனது தோழர்களை இழந்துவிட்டு வந்திருப்பது சில வாரங்களில் எனக்குள் பத்தாண்டுக் கவலைச் சுமையை ஏற்றிவிட்டது. என் வேலைக்காரர்கள் என்னை விசித்திரமாகப் பார்த்தார்கள். அடையாளம் கண்டதும் என் வருகை வாய்மொழியாகப் பரவி சந்தோஷம் அலையடித்தது. நீண்டநாட்களாகியும் என் காதலி அஜீமாவின் அணைப்பிற்கான தாகமும் எனக்குள் ஏற்படவில்லை. எனக்குள் படிந்திருக்கும் துயரங்கள் இவற்றை யெல்லாம் மறக்கச் செய்துவிட்டது.

அன்று மாலையில் நாங்கள் கூடினோம். குதிரைகளின் முதுகுப் பைகள் ஒவ்வொன்றாகப் பிரிக்கப்பட்டன. ஒவ்வொரு பையில் இருந்தும் எடுத்தவற்றைக் குவித்து வைத்தோம். நாங்கள் கைப்பற்றிய நகைகளை உருக்கி வைத்திருந்தோம். தங்கமும் வெள்ளியும் கண்டு எங்கள் கண்கள் ஆச்சர்யத்தில் திணறின. அவற்றில் சில முத்துமாலைகள் இருந்தன. அதில் ஒன்றை எடுத்து ராஜாவிற்காகத் தனியாக வைத்தேன். எல்லாவற்றையும் எடைபோட்டு, மதிப்பிட்டு பகிர்ந்தளித்தோம். இறந்தவர்களின் பங்குகளையும் மறக்காமல் தனியாக எடுத்து வைத்து அவர் களின் மனைவிகளிடம் அளிக்க இருந்தோம்.

இனி சில நாட்களுக்கு அமைதியிலும், ஓய்விலும் காலத்தை அனுபவிக்க வேண்டும். மீண்டும் ச்சீட்டூவிடம் போவதோ அல்லது வேறு கொள்ளைக் குழுவில் சேருவதோ கேள்விக்கு இடமற்ற ஒன்று. இருந்தாலும் என் பெயர் வெளியே தெரியாத படிக்குதான் இருக்கவேண்டும். என் பெயரை யாராவது தெரிந்துகொண்டு விட்டால் பெரிய பிரச்னையாகிவிடும். இப்போது நல்ல வளமையுடன் இருக்கிறேன். ச்சீட்டூவும் தனது வளத்தையும் பெருமையையும் உயர்த்திக் கொண்டுவிட்டார். ஆனால் மராட்டியர்களின் அதிகாரம் எழுச்சி பெற்றிருப்பதால் ச்சீட்டூவின் திட்டங்கள் அனைத்தும் தவிடு பொடியாயின. ஐரோப்பியர்களின் தைரியத்திற்கும் திறமைக்கும் ஈடுகொடுத்து எதிர்த்து நிற்க முடியவில்லை. அவர்களின் பிரதேசங்கள் ஒவ்வொன்றாக ஆக்கிரமிக்கப்பட்டன. ச்சீட்டூ எதிரிகளின் தயவினாலும் அவர்களின் பெருந்தனத்தை ஏற்றுக்கொண்டும் இருப்பதாலும் பழைய மனத்துடிப்புடன இயங்க முடிவதில்லை. மிகச்சிலரை மட்டும் வைத்துக்கொண்டு காலத்தைக் கடத்திக் கொண்டிருந்தார். அடுத்துப் புதிதாக யாரைச் சார்ந்திருப்பது என்பதாகத்தான் இருந்தது அவருடைய தகுதி. அதுவும் ஒவ்வொன்றாகக் கைவிட்டு அகல எதிர்காலமின்றி உடைந்து

நொறுங்கிப்போனார். பரிதாபகரமாக நாடுவிட்டு நாடு கடந்து வேட்டைக்கு வேட்டை துரத்தப்பட்டார். இறுதியில் அடர்ந்த காட்டிற்கு நடுவில் உள்ள அஸ்ஸீர் கோட்டையில் அவரை புலி அடித்துக் கொன்றுவிட்டது. அவரின் நினைவுகள் அமைதி பெறட்டும். அவர் ஒரு மகத்தான மனிதர். திறமையும் தைரியமும் வாய்ந்த தலைவர். தன் வாழ்நாளில் பயங்கரமான கொள்ளைக் கூட்டத்தை நடத்திக் கொண்டிருந்தவர் என்றாலும் அவருடைய கிலியூட்டும் மரணம் ஏற்க முடியாத முடிவாகத் தான் இருக்கிறது.

"உப்புச் சப்பற்ற எனது ஒரேவிதமான வாழ்க்கையின் இரண்டாண்டுகளை உங்களுக்குச் சொல்லி ஏன் சலிப்பூட்ட வேண்டும்? சாகேப். சலிப்பான அந்தக் காலகட்டத்தில் குறிப் பிட்டுச் சொல்லும்படியான நிகழ்வுகள் எதுவும் இல்லை."

"நான் மீண்டும் அடுத்த சாகசத்திற்காக சாலையில் இறங்க வேண்டும்" என்றான் அமீர் அலி.

நான் குறுக்கிட்டேன். "ஆனால் அமீர் அலி மோதிராமும், உன் ஆட்கள் மற்றவர்களும் ச்சீட்டூவால் பிடிக்கப்பட்டார்களா? அவர்களைக் குறித்து நீ எதுவும கேள்விப்பட்டாயா?"

"நான் அவர்களைப்பற்றி சொல்ல மறந்துவிட்டேன் சாகேப். அவர்களுடையது ஒரு சோகமான மரணம்."

"நான் வீடு திரும்பி மூன்றுமாதம் கழித்து ஒருநாள் மாலையில் என் வீட்டின் முன்புறக்கூடத்தில் சில நண்பர்கள் சூழ உட்கார்ந்திருந்தேன். ஒரு உதவியாளன் உங்களைப் பார்க்க ஒருவர் வந்திருக்கிறார் என்று காதோடு சொன்னான். நான் அனுமதிக்கவில்லை. ஆனால் அவரைப் பார்த்தால் உங் களுக்குத் தெரியுமென்று சொன்னார் என்றான்."

"நான் வாளை எடுத்துக்கொண்டு அவன் பின்னால்போனேன். வந்த நபர் இருட்டில் நின்று கொண்டிருந்தார். தோற்றத்தில் இருந்து அடையாளம் காண முடியவில்லை. யார் அவனை அனுப்பி இருப்பார்கள் என்ற யோசனை எனக்கு. அவனோ முகத்தைப் பார்க்க முடியாதவாறு மறைத்திருந்தான்."

"என்ன விஷயமாகப் பார்க்க வந்தீர்கள் நண்பரே என்றேன். அந்த ஆள் எதுவும் பேசாமல் உதவியாளை தூரமாகப் போகச் சொல்லி சைகை காட்டினார். நான் போகச்சொன்னேன்."

நாங்கள் தனித்த பின்னர் வந்த உருவம் "ஜமேதார் என்னைத் தெரியவில்லையா? என்று கேட்டது. அந்தக்குரல் எனக்கு

நெருக்கமானதாக இருந்தாலும் என்னால் உடனடியாகச் சொல்ல முடியவில்லை."

"கொஞ்சம் வெளிச்சத்திற்கு வா பார்க்கலாம்" என்றேன்.

"இல்லைஇல்லை. என்னால் வெளிச்சத்தைத் தாங்கமுடியாது. உருவம் சிதைந்து அறுவறுப்பாக இருக்கிறேன். இருட்டில் வெட்கத்தை மறைத்துக்கொள்வேன். நான் கௌஸ்கான்" என்றான்.

"கௌஸ்கானா? அவன் செத்துவிடவில்லையா என்றேன்."

"கிட்டத்தட்ட செத்ததுபோலத்தான்" என்று சோகம் கப்பிய குரலில் சொன்னான். "உங்கள் எதிரில் நிற்பது கௌஸ்கான் தான். நிரூபிப்பதற்காகத்தான் வந்திருக்கிறேன். ஒரு விளக்குக் கொண்டு வரச்சொல்லி என்னைப் பாருங்கள்."

விளக்கைக் கொண்டு வந்து அந்த முகத்தைப் பார்த்தேன். மூக்கு சப்பையாக முகத்துடன் ஒட்டி எதுவும் இல்லாமல் இருந்தது. கன்னம் வாய் எல்லாம் ஒன்றுடன் ஒன்று ஒட்டி இறுக்கமாக கட்டப்பட்டதுபோல் இருந்தது. அடர்ந்த தாடி. அதற்கு மேலாக பல அழுக்குத் துணிகளைப் போட்டுச் சுற்றி இருந்தான். முகமே இல்லாமல் மழுக்கையாக பயங்கரமாக இருந்தது.

அவனை அணைத்துக்கொண்டு கேட்டேன். "என்ன ஆயிற்று என் நண்பனே. உன் முகம் ஏன் இப்படியானது இத்தனை நாள் எங்கே போயிருந்தாய். அல்லாவின் பெயரால் கேட்கிறேன் சொல். உன்னை இந்தக் கதிக்கு ஆளாக்கியது எது?"

"இந்த சிதைப்பு வேலை முகத்துடன் முடியவில்லை மீர் சாகேப்" என்றவாறு தன்னைப் போர்த்தியிருந்த அழுக்குப் போர்வையை விலக்கினான். ஒரு கை முழுதும் எடுக்கப்பட்டு இடுப்புவரை சதை மழிக்கப்பட்டு இருந்தது. ஆறியிருந்த காயம் பார்க்க அச்சமூட்டுவதாக இருந்தது. வெட்கமும் துயரமும் கவிய தரையில் உட்கார்ந்தான்.

அவனை எழுப்பி சௌகர்யமாக உட்கார வைத்தேன். பின் தேர்ந்த நாவிதரை அழைத்து வரச் சொல்லி குளிப்பாட்டி புண்களுக்கு மருந்து வைத்து கட்டுப்போடச் சொன்னேன். பசியைப்போக்க உணவளித்தேன். உண்ணும் வரைக் காத்திருந்தேன்.

"இழந்த என்னுடைய கூட்டாளிகள் குறித்து உங்களுக்குச் சொல்லவேண்டியதில்லை. எத்தனைநாள் கழித்து அவர்களுடைய மரணத்தைத் தெரிந்துகொண்டேன் என்றும் சொல்லவேண்டியதில்லை. அது என்னுடைய பல நாள் தூக்கத்தையும் ஓய்வையும் கெடுத்துவிடும். நான் அவனை யார் கண்ணிலும் படாதவாறு ஒரு அறையில் இருக்கச்செய்தேன். அவன் தனது சாகசங்களையும், துயரங்களையும் சொன்னான். சாகசம் குறைவு. பட்ட துன்பங்கள் அதிகம்."

"உங்களுக்கு நினைவு இருக்கும் மீர்சாகேப். அந்த பயங்கரமான இரவில் கொள்ளைப் பொருட்களைச் சுமந்தபடி நாங்களும் தாக்கினோம். இருட்டின் உதவியால் தப்பித்தோம். ஆனால் அடுத்தக் கட்டத்தில் ஒரு குதிரைக்கார கொள்ளையன் ஈட்டியால் என் முதுகில் பலமுறை குத்திவிட்டான். அதில் நான் குதிரையில் இருந்து கீழே தள்ளப்பட்டேன். கொள்ளையர்கள் என்னைப் பிடித்து கையையும் காலையும் கட்டி ச்சீட்டூவின் கூடாரத்திற்குத் தூக்கிக்கொண்டு போனார்கள். அங்கே பெருந்திரளாக கொள்ளைக் காரர்கள் கூடியிருந்தார்கள். என் முதுகில் இருந்த காயத்திற்குக் கட்டுப்போட்டார்கள். சிறிதுநேரம் கழித்து தலையில் பயங்கரமான காயத்துடன் மோதிராமைக் கொண்டுவந்தார்கள். நிஸ்ஸார் அலி, ரம்தீன் சிங் இருவரையும் கொண்டுவந்தார்கள். ஆனால் அவர்களுக்குக் காயம் ஏதும் இல்லை. துரோகி ஹிதாயத் அங்கே இருந்தான். அவன் என்னை வெற்றிப் பார்வைப்பார்த்தான். ஆனால் நான் அவனை வைத்த கண் வாங்காமல் முறைத்துப் பார்த்து கொண்டிருந்தேன்.

"அமைதி" என்று உத்தரவு வந்தது. ச்சீட்டூ, ஹிதாயத்கான், உன் எதிரில் இருக்கும் நபர்களை உனக்குத் தெரியுமா என்று கேட்டான்.

"அந்த இழிபிறவி தெரியும் நவாப் என்றவன் ஒவ்வொருவராகப் பெயர் சொல்லி எங்களைச் சுட்டிக்காட்டினான்."

"அவர்களுக்கு எதிராக நீ என்ன சொல்கிறாய் என்று ச்சீட்டூ கேட்டான்."

"நான் அவர்கள் அனைவரும் தக்கிகள் என்று குற்றம்சாட்டுகிறேன். அவர்கள் கொலைகாரர்கள். கஃப்பூர்கானைக் கொன்றவர்கள். மேலும் பதினான்கு கொள்ளையர்களைக் அவர்கள் கொன்றதை மறுக்கமுடியுமா" என்றான்.

"ஜமேதார் என்று அழைப்பார்கள்" என்றழைக்கபடும் நீ பதில் சொல் இதற்கு" என்றான் ச்சீட்டூ. ஆனால் அப்பாவி மோதிராமின் உயிர் போய்க்கொண்டிருக்கிறது. உணர்வின்றி இருந்தான்.

"நான் பதில் சொல்கிறேன். இவன் சொல்வது பொய் அத்தனையும் அடிப்படையிலேயே பொய். அவன் சொல்வதற்கு என்ன ஆதாரம். அதைத்தரச் சொல்லுங்கள் நவாப். நாங்கள் கானுக்கு நல்லவிதமாக உபசரிக்கவில்லையா? அதிபயங்கரமான ஆபத்தில் இருந்து காப்பாற்றவில்லையா. அந்தக் கருணையற்ற அரக்கர்களைப் பல இடங்களில் காப்பாற்ற வில்லையா? என்றேன் நான்."

"அவன் வாயிலேயே செருப்பால் அடியுங்கள். அவனை வெட்டிப்போடுங்கள்" என்று பல குரல்கள் கூச்சலிட்டன.

மீண்டும் ச்சீட்டூ "அமைதி" என்று கத்தினான். "இந்த விசாரணையில் முதலில் குறுக்கிட்டது. யார்? அல்லாவின் பெயரால் அவன் தலையைவாங்குகிறேன்" என்று கர்ஜித் தார்.

"விசாரணை தொடரட்டும்" என்று என்னைக் காட்டி "வேறு என்ன சொல்ல விரும்புகிறாய்" என்றார்.

"ஒன்றும் இல்லை நவாப் உங்கள் நீதிக்குக் கட்டுப்படுகிறேன் என்றேன் நான்."

"நீ நீதி பெறுவாய். அதிருக்கட்டும். உங்கள் தலைவன் ஏன் தப்பி ஓடினான்" என்று கேட்டார்.

"இது எனக்குச் சற்று குழப்பமாக இருக்கிறது என்றேன் நான். ஒரு நிமிடம் யோசித்து, "இங்கே பாருங்கள் நவாப். நான் இங்கே என்னதான் இனிய வார்த்தைகள் பேசினாலும் நீங்கள் உங்கள் காதில் போட்டுக் கொள்ளப் போவதில்லை. எங்கள் தலைவர் பறந்துபோனது உண்மை. ஆனால் அதற்குக் காரணம் இந்த இரக்கமற்ற ஹிதாயத் கான். இவன் எங்களிடம் ஒவ்வொரு கொள்ளையிலும் நிறைய பங்கு கேட்டான். நாங்கள் மறுத்தோம். அதனால் அவனை எங்களிடமிருந்து விலக்கிவைத்தோம். நாங்கள் முகாமை மோப்பம் பிடித்தோம். உங்களுக்குச் சாதகமாக இருப்பவர்களுடன் இவன் பேசியதை ஒட்டுக் கேட்டோம். அது எங்களை ஆச்சர்யப்பட வைத்தது. அன்று மாலை இவன் உங்கள் கூடாரத்திற்கு வந்ததைக் கவனித் தோம். நான் என் ஜமேதாருக்கு தகவல் சொன்னேன். அவரும்

பீர்கானும் உங்கள் கூடாரம் நோக்கி வந்தார்கள். இவன் அவர்கள்மீது கொலைகாரர்கள் என்று குற்றம்சாட்டினான். அதை அவர்கள் நிரூபிக்க நேரம் இல்லாததால் குதிரையில் ஏறி தப்பிக்க முயற்சித்தோம். நாங்கள் எல்லாவகையிலும் தயாராக இருக்கவில்லை. அதனால் உங்கள் கைகளில் சிக்கிக் கொண்டோம். நாங்கள் கொலைகாரர்கள் என்று முடிவு கட்டிய பின்னர் தைரியமாக உங்கள் முன்னிலையில் நின்று ஆகப்போவது என்ன? உங்கள் எண்ணத்தில் எங்களைப்பற்றி மோசமான எண்ணம் உருவாகிவிட்டதால் ஆதரவற்ற நிலையில் இருந்தோம். அவர் தன்னைத்தானே அழித்துக் கொண்டிருக்க வேண்டும். எனக்கு அதற்கு மேல் ஒன்றும் தெரியாது. உங்கள் விருப்பப்படி செய்யுங்கள் என்று என் விளக்கத்தை முடித்து வைத்தேன்.”

“நான் பேசியதைக் கேட்டு சற்றுநேரம் செயலற்றுப் போனார் ச்சீட்டு. இவர்கள்தான் கொலை செய்தார்கள் என்பதற்கான ஆதாரம்? ஹிதாயத்கான் நீ ஆதாரத்தைக் காட்டி நிரூபிக்க வில்லையானால் மிகவும் மோசமான விளைவுகளைச் சந்திக்க வேண்டி இருக்கும் என்று சொன்னார்.”

“அவர்களது வாள்களைக் கொண்டு வரச்சொல்லுங்கள்” என்றான். பீர்கான் கஃப்பூர்கானின் வாளை வைத்திருந்தான். “இதோ இருக்கிறானே ரம்தீன் சிங் இவன் வைத்திருப்பது இரண்டு நாட்களுக்கு முன் இவர்களால் கொல்லப்பட்ட ஒரு கொள்ளையனின் வாள். இவர்களது குதிரை இருக்கையைக் கிழித்துப் பார்த்தால் அதில் இருக்கும் பொருட்களைச் சோதித்துப் பார்த்தால் மேலும் சில உண்மைகள் தெரியவரும்” என்றான் ஹிதாயத்.

கூட்டத்தில் இருந்த கொள்ளையன் ஒருவன் கத்தினான். “வாளை எனக்குக்காட்டு, எனது சகோதரன் இரண்டு நாட்களுக்கு முன்னர் காணாமல் போனான். அவனுக்காக உள்ளத்தால் அழுது கொண்டிருக்கிறேன் நான்” என்றான்.

உடனடியாக வாள்கள் எடுத்து வரப்பட்டன. “மீர்சாகேப் நான் ரம்தீன் சிங்கின் வாள் அந்தக் கொள்ளையனின் தம்பி யினுடையதுதான் என்று அவர்களால் அடையாளம் காணப் பட்டது. அவன் ரம்தீன்சிங்கைக் காட்டி ச்சீட்டுவிடம் வன்ம மாக எனக்கு இப்போதே இவனுடைய ரத்தம் வேண்டும்” என்று கத்தினார்.

“இது உன்னைப் பற்றிய முடிவிற்கு வரச்செய்துவிட்டது ரம்தீன்சிங். நீ என்னசொல்கிறாய்” என்று ச்சீட்டூ கேட்டார்.

“அவன் ஏதோ சில வார்த்தைகள் சொன்னான். ஆனால் அவர்கள் அதைக் கேட்டுக் கொள்ளத் தயாராக இல்லை.”

ஹிதாயத்கான் ச்சீட்டூவிடம், “என் குருவின் குருவே நான் தங்களை வேண்டிக்கேட்டுக்கொள்கிறேன். எனக்கு இன்னொரு சந்தர்ப்பம் கொடுங்கள். அது நான் சொன்னதை சந்தேகம் இன்றி நிரூபணம் செய்துவிடும். உங்களது நம்பிக்கையான ஆள் ஓரிருவரை என்னுடன் அனுப்புங்கள். கஃப்பூர்கான் கொல்லப் பட்ட அந்தநாளில் நாம் முகாமிட்டிருந்த இடத்திற்கு சென்று அவர்கள் புதைக்கப்பட்ட இடத்தைத் தோண்டிக் காட்டுகிறேன். ஒன்றில் ஒருவனும் மற்றதில் இருவர் கஃப்பூர்கானும், அவரின் உதவியாளனும் புதைக்கப்பட்டுள்ளனர்” என்று கத்தினான்.

ச்சீட்டூ அதிர்ந்து போனார். “இது உண்மையா? என்னுடைய துணிச்சல் மிகுந்த ஆட்களை எவனோ ஒரு அந்நியன் வந்து அதுவும் போர்க் களத்திலேயே பலி கொடுத்திருக்கிறான். குதிரை இருக்கைகளும், அதில் இருப்பவைகளும் எங்கே? அவைகளைக் கொண்டு வந்து வையுங்கள்” என்று கத்தினார்.

“அது தான் சாகேப் மோசத்திலும் மோசம். நஸ்ஸீர் அலியின் குதிரை இருக்கை எப்படி இருக்கும் என்பது உங்களுக்கு நினைவில் இருக்கும். ரொம்பவும் பழையதாக கிழிந்து போய் இருக்கும். அவன் தன்னுடையதைத் தூக்கி எறிந்துவிட்டு கடைசியாகக் கொன்ற கொள்ளையனுடையதை எடுத்து வைத்திருந்தான். அவனுடைய சகோதரனுக்கும் அது தெரியும். அவன் அதன்மீது விழுந்து அழுதான். அதன் உள் பைகளைப் பிரித்துக் கொள்ளைப் பொருட்களை எல்லாம் எடுத்தார்கள். என்னுடைய இடுப்புவாரை எடுத்துவிட்டு இரண்டு நாட்களுக்கு முன் என்னால் கொல்லப்பட்டவனின் இடுப்பு வாரைக் கட்டியிருந்தேன். அதில் அவனுடைய பெயர் பாரசீகத்தில் எழுதி இருந்தது. அதை நான் கவனித்திருக்க வில்லை. தண்டனைகளுக்கு இதுவே போதுமான ஆதாரங் களாக இருந்துவிட்டது. என்னை மரணத்திற்கு ஒப்புக்கொடுத் துவிட்டேன். இறைத்தூதரின் கடவுளைத்தவிர வேறு ஒரு கடவுள் இல்லை என்று மந்திரம் ஓதத் துவங்கினேன்” என்றான் கௌஸ்கான்.

"நான் மீண்டும் ஒருமுறை இறுதியாக என் குரலை உயர்த்தி னேன்" என்ற கௌஸ்கான். நவாப் இனியும் மறைப்பதற்கு ஒன்றும் இல்லை. நீங்கள் எங்களுக்கு அளிக்கப்போகும் தண்ட னைக்கு ஆயிரம் மடங்கு அப்பாவிகள் நாங்கள். இப்போது நான் சொல்கிறேன். பவானியின் ஆசிபெற்ற நாங்கள் தக்கீகள்தான். பவானி எங்களை சொர்க்கத்தில் வரவேற்பாள். நாங்கள் உங்கள் தண்டனையை ஏற்று சாகச்சித்தமாக இருக்கிறோம். ஆனால் அந்த இழி பிறவி வாழவேண்டுமா? அவன் எங் களுடன் இணைந்து அடித்தகொள்ளையில் அவனது பங்கை விட அதிகமாக பேராசைப்பட்டான். அவன் எங்கள் குழுவின் விதிகளை மீறினான். நாங்கள் தரமுடியாது என்றதும் எங்களைக் காட்டிக் கொடுத்துவிட்டான். தக்கியாகும்போது எடுத்துக்கொண்ட உறுதிமொழியை மீறிவிட்டான். தின்ற உப்பிற்கு துரோகம் செய்துவிட்டான். அவன் தக் இல்லையா? எங்களிடம் உள்ள மற்ற நூற்றுக்கணக்கானவர்கள் போல சிறு வயதிலேயே குழுவில் சேர்ந்தவன்தான் அவனும். அவனால் இதை மறுக்கமுடியுமா? அவன் முகத்தைப் பாருங்கள்கோழையாய் இருந்து பயங்கரத்தின் தழும்புகள் அதில் ஏறி இருக்கின்றன. அவை சொல்லும் நான் சொல்வது உண்மையா? இல்லையா? என்பதை. அவன் உண்மையானவனாக நேர்மையாளனாக இருந்தால் நாங்கள் கொலை செய்யும்போதே ஏன் தடுக்க வில்லை? கஃப்பூர்கான் தவிர்த்து மற்ற உடல்கள் அனைத்தையும் இவன் உடனிருந்து புதைத்தான் இல்லையா? கஃப்பூர்கான் கொல்லப்பட்ட அடுத்தநாள் காலை எல்லோரும் பயணம் கிளம்பும்போது கஃப்பூர்கான் இல்லை என்றதும் அப்போதே ஏன் சொல்லவில்லை. நாங்கள் அடித்த கொள்ளையில் அவன் கேட்டது போல பாதிக்கொடுப்போம் என்று நம்பினான். தர வில்லை என்றதும் உண்மையைக் கக்கிவிட்டான். நாங்கள் கொல்லப்படும்போது அவனை மட்டும் விட்டு வைக்கக்கூடாது. ஏனென்றால் அவனும் எங்களைப்போல ஒரு தக், அதற்கும் மேலாக அவன் கோழை, காட்டிக் கொடுப்பவன் என்று கத்தினேன்."

ஹிதாயத் கத்தினான்: "பொய்யன் ஆத்திரத்திலும் பயத்திலும் ஏதேதோ உளருகிறான். அவன் சொல்வதை மறுக்களமுடியும். நான் ஒருபோதும் அவர்களுடன் சேர்ந்ததே இல்லை" என்று கூச்சலிட்டான்.

"இல்லை பிரபு. இவன் பயங்கரமான கோழை. இவன் பேசும் வார்த்தைகள், உச்சரிக்கும் முறை இவன் ஒரு தக் என்பதைக் கூறவில்லையா? என்றேன் நான்."

ச்சீட்டூ ஹிதாயத்தைப் பார்த்து, "கேடுகெட்ட நீசனே, நீ அவர்களைவிட மோசமான நீசன். அவர்கள் நேர்மையற்றவர்கள் என்றாலும் துணிச்சல்காரர்கள். ஆனால் நீயோ கோழை. உன் தலை உடலில் இருக்கக்கூடாது" என்று கத்தினார்.

அவன் தன் உயிருக்காக கெஞ்சினான். பயங்கரமாகக் கூவி னான். மிரட்டினான். ஆனால் என்னகிடைத்தது? கூடாரத்தின் கதவுப்பக்கம் இழுத்துச் சென்றார்கள். ஒரு கொள்ளையன் அவன் பின்னால் சென்றான். அப்போதும்கூட கருணை காட்டும்படி கெஞ்சினான். அவன் தலை தோளில் இருந்து ஒரேவெட்டில் துண்டிக்கப்பட்டு கீழே உருண்டு ஓடியது என்று விளக்கினான் கௌஸ்கான்.

உங்களுக்குப் பயமாக இல்லை. அடுத்து உங்களுடையதுதான்" என்றான் ஒரு கொள்ளையன்.

"இல்லை." ஒருவர் அந்த சொல்லை சொல்ல, அனைவரும் திருப்பிச் சொன்னோம். "எங்களுக்குப் பயம் ஒன்றும் இல்லை. இறப்பு எப்போதும் வரும். எங்களுக்கு இப்போது வந்திருக்கிறது. அதற்காக பயப்படவில்லை" என்றோம்.

ச்சீட்டூ மற்ற தலைவர்களிடம் சொன்னான்: "இவர்களுக்குப் பயம் இல்லையாம். சாவு எப்போது வேண்டுமானாலும்வருமாம். அதனால் அதை வரவேற்கிறார்கள். ஆனால் அவர்களின் தண்டனை மோசமாக இருக்கட்டும். வெளியில் தலைகாட்ட முடியாமல் நிலைத்து இருக்கட்டும்" என்று கொடூரமாகக் கத்தினார். "இந்த வில்லன்களின் கையையும் மூக்கையும் வெட்டி என்னிடம் கொண்டு வா" என்று தண்டனையை அறிவித்தான்.

"தண்டனை நிறைவேற்றப்பட்டது மீர்சாகேப். ஆனால் இத்தனையையும் உங்களிடம் சொல்வதற்கு நான் உயிருடன் இருக்கிறேன். வெட்டி ரத்தம் வடிந்த இடத்தில் கொதிக்கும் எண்ணெயை ஊற்றினார்கள். பின் முகாமிலிருந்து துரத்தி விட்டார்கள். அவர்கள் நினைத்தபடியே நாங்கள் கொடிய காட்டில் துயரத்தில் அலைந்தோம். மற்ற இருவர் இறந்து விட்டார்கள். எங்கள் காயத்திற்கு மருந்து வைக்க யாரும் இல்லை. நுஸ்ஸார் அலியும், ரம்தீன் சிங்கும் பலநாட்கள் ரத்தம் சொட்டச்சொட்ட அலைந்து கொண்டிருந்தார்கள். பின் அடுத்தடுத்த இரண்டு நாட்களில் ஒருவனை அடுத்து மற்றவன் என்று இறந்து விட்டார்கள். நாங்கள் பலநாட்கள் கிராமத்தினுள் பிச்சையெடுத்து ஒருவருக்கொருவர் ஆதரவாக

இருந்து கொண்டிருந்தோம். நாங்கள் தூர தேசத்தவர்கள் என்றும் கொள்ளையர்கள் எங்களை இப்படி முடமாக்கி விட்டார்கள் என்றும் எங்கள் பசியாற்றுவதற்கு நியாயம் தேடியிருந்தோம். ஆனால் எங்கள் காயங்களுக்கு யாரும் மருந்து போடுவதற்கு வழியில்லை. வெயிலிலும், குளிரிலும் எரிச்சல்கண்டு வேதனைப்பட்டோம். இரண்டுபேர் இறந்து போனார்கள். நான் மோதியை மீண்டும் பார்க்கவில்லை. ஆனால் அவன் தலையில் பட்டிருந்த அடியினால் மூளை கலங்கி வாய் பேசமுடியாமல் திரிந்தான். எங்களைவிட அவன் சந்தோஷமானவன் என்றுதான் சொல்லவேண்டும்"

"இறைத்தூதரின் கருணையால் எனக்கு உணவு கிடைத்து வந்தது. ஒவ்வொருநாளும் சில காததூரங்கள் கடந்து வந்தேன். நான்பட்ட துயரங்களை வார்த்தைகளில் விவரித்துவிட முடி யாது. எப்படியோ இங்கு வந்துசேர்ந்தேன். உங்கள் அன்பு எனது எல்லாத் துயரங்களையும் ஆற்றி இருக்கிறது. என் வாழ்வும் உங்களுடன் முடியட்டும். உங்கள் அடிமைக்குப் போதிய உணவு அளித்துவருகிறீர்கள். ஆனால் அவன் உங்களுக்கு ஒரு தேவையற்ற பாரம்தான்" என வருத்தத்துடன் கூறினான் கௌஸ்கான்.

அவனுடைய கதையினால் கடுமையான மன வேதனை யடைந்தேன். மிகுந்த அக்கறையுடன் கவனித்து வந்ததால் காயம் ஆறி வந்தது. ஆனால் அவனுடைய தலை வேதனை யைத் தாங்கமுடியாமல் அடுத்த ஓராண்டிற்குள்ளாக இறந்து விட்டான். நான் வெட்கத்திலும் கையாலாகாத உணர்விலும் விரக்தியுற்றேன்.

39

உளவு சொன்ன முன்னாள் கொள்ளையன்

முன்னர் சொன்னது போலவே மூன்றாண்டுகள் செயலற்றுக்கிடந்தேன். நானும் எனது அப்பாவும் நினைத்தது போலவே அரசரது அன்பையும் பாதுகாப்பையும் பெற்று அவருக்கு அனுசரணையாக இருந்துவந்தோம். எங்களின் வரிவசூல் விவகாரங்கள் அதிகரித்தது. எங்களது நிர்வாக மேலாண்மையை தேசம் முழுதும் விஸ்தரித்திருந்தோம். எங்கள் செயல்பாடுகள் மக்களை போலவே அரசருக்கும் நிறைவைத் தந்திருப்பதாக நினைத்தேன். வரி செலுத்துவதில் யாரும் பாக்கி வைப்பதில்லை. தூர தேசங்களில் இருப்பவர்கள்கூட எங்கள் கிராமத்தைப் பற்றிக் கேள்விப்பட்டு இங்கு வந்து குடியமர்ந்தார்கள். நாங்கள் பெற்றிருந்த பெயரினால் வரி வசூலிப்பாளர்களும் நல்ல வருமானம் பெற்றார்கள். நாங்கள் சந்தோஷமாகவும், அமைதியாகவும் வாழ்ந்து வந்தோம். ஆனாலும் எனக்குள் நிம்மதியற்ற ஒரு தவிப்பு இருந்தது. பல்வேறு தக்கீக் குழுக்கள் பல்வேறு திசைகளில் சென்று நல்ல கொள்ளை அடித்து வந்திருப்பதைக் கேள்விப்பட்டு, நானும் எனது திறமையான ஆட்களுடன் நெடுந்தூரம் சென்று ஒரு சுற்று வந்து நாட்டினுள் பயங்கரத் தாக்கத்தை ஏற்படுத்த வேண்டும் என்று நினைத்தேன்.

நான் உயர்ந்த இடத்தை அடைந்திருப்பது உண்மைதான். ஆனால் தக்கிகளில் ஜமேதாரோ, சுபேதாரோ யாராக இருந்தாலும் அவனது சாகசங்களை என்னுடன் ஒப்பிடமுடியாது. பல ஆண்டுகளாக இல்லாத அளவிற்குப் பெரிய அளவில் நிறைய எண்ணிக்கையில் தக்கிகளைத் திரட்டிக்கொண்டு

நெடிய பயணத்திற்குத் திட்டமிட்டேன். அந்தப் பயணம் எனக்கு ஏமாற்றமளிக்கவில்லை. அவற்றை நீங்கள் கேட்கத்தான் போகிறீர்கள்.

கணேசா ஜமேதார் பெயரை முன்பே சொல்லி இருக்கிறேன். பயணத்தில் இல்லாதபோது பெரும்பாலான நேரம் எங்களுட னேயே இருப்பான். நாங்கள் கௌரவமான முறையில் வாழ்ந்து வருவது குறித்து அவனுக்குப் பொறாமை உணர்வுஉண்டு. அதனால் ஒரு பயனும் இல்லை என்றாலும் அவன் எதையும் முயற்சிக்காமல் விட்டு வைக்கவில்லை. ராஜாவின் அவையில் எல்லோருக்கும் கையூட்டு கொடுத்து ஏதோ ஒரு வேலையைப் பிடித்துவைத்திருக்கிறான். ஆனால் அதிலும் வேண்டாதவேலை ஏதோ செய்து ராஜாவின் கோபத்தைச் சம்பாதித்துவிட்டான். அதனால் ராஜ விசுவாசத்தையும் நீண்டநாட்கள் தக்க வைக்க முடியவில்லை.

ராஜாவுடனும் அவரது அலுவலர்களுடனும் கொண்டிருந்த கணக்கு வழக்கற்ற உறவில் மனக்கசப்புதான் மிச்சம் என்று என்னிடம் வந்து வருத்தப்பட்டு, தான் மீண்டும் சாலையில் (கொள்ளையடிக்க)இறங்கத் தீர்மானித்துவிட்டதாகக்கூறினான். ஆனால் தான் தனியாக இறங்குவது சிரமம் என்று கூறினான். நான் அவனுடன் இணைந்து சென்றால் நல்ல கொள்ளை கிடைக்கும், கண்டிப்பாக நாம் வெற்றிபெறுவோம், நல்ல லாப மும் செல்வமும் கிடைக்கும் என்று ஒரு திட்டத்தை முன்வைத் தான். நான் பலமுறை மறுத்தேன் என்றாலும் இறுதியில் அரை மனதுடன் ஒப்புக்கொண்டேன். நாடெங்கும் உள்ள தக்கிகள் அனைவருக்கும் தகவல் அனுப்பப்பட்டது. மிகப்பெரிய எண் ணிக்கையில் ஆட்களைத் திரட்டி பிரமாண்டமான அளவில், தசரா பருவத்தில் கிளம்புவதற்குத் தயாரானோம்.

நீண்ட காலம் அஜீமாவை விட்டுப்பிரியாமல் இருந்ததால் தற்காலிகப் பிரிவிற்கு அவள் பழகி இருந்தாள். இந்தப் பிரிவை அவள் எதிர்க்கவில்லை. எனது பயணத்திற்கு இணங்கினாள். இதுவும் ஏதோ வியாபாரநிமித்தமான பயணம் என்றே அவள் நினைத்திருந்தாள். நான் அவளை ஏமாற்றாமலில்லை என்பதை நீங்கள் நிச்சயம் நம்பலாம்.

என் குழுவில் இருந்த பழைய ஆட்களும் அத்துடன் மேலும் சிலரும் என் தலைமையின் கீழ் இணைந்து பயணம் கிளம்புவதில் பெருமகிழ்ச்சி கொண்டனர். ஜலோனில் இருந்து சிறிது தூரத்தில் இருக்கும் ஓரிடத்தில் பெருந்திரளாகத் திரண்டனர். கணேசாவும்

தன்னுடைய ஆதரவாளர்கள் நூறுபேரைத் திரட்டியிருந்தான். தசரா நாளின்போதுவழக்கமான சடங்குகள் செய்யப்பட்டன. சடங்கின்போது முன்னூறு தக்கிகள் கூடியிருந்தனர். எந்த தக்கிக் குழுவிற்கும் இத்தனைபெரிய எண்ணிக்கையில் ஆட்கள் திரளமாட்டார்கள். என்தலைமைக்கு இத்தனை செல்வாக்கு இருப்பது குறித்து உள்ளுக்குள் பெருமிதம் அடைந்தேன். என் அப்பாவும் என்னுடன் இருந்தார். பழைய ஆர்வத்தின் நெருப்பு இன்னும் அவரிடத்தில் அணையாமல் அப்படியே இருப்பதை என்னால் உணரமுடிந்தது. ஒரு அனுபவம் வாய்ந்த முதியவர் என்ற முறையில் அவர் எங்களுடன் வரவேண்டும் என்று வற்புறுத்தினேன். அதை அவரும் ஏற்றுக்கொண்டார்.

இந்த முறை புதியதொரு பாதையை வழியை முயற்சிக்கலாம் என்று சிலர் நினைத்தார்கள். ரஜபூத்னா ஊடாக குஜராத்தை அடையலாமா என்ற கேள்வியை பொது அவையில் வைத்து விவாதிக்கலாம் என்று வைத்தேன். அதில் எல்லோருக்கும் உவப்பான கருத்து வந்தது. பழைய பயணச்சாலை வழியாக சௌகோர், ஜபல்பூர் சென்று அங்கிருந்து நாக்பூரை அடைவது. இதில் எது என்பதை சகுனத்தைப் பொறுத்து முடிவெடுப்பது என்று தீர்மானித்தோம். சகுனம் பார்த்ததில் அது தெற்குப் பக்கமாகவே காட்டியது. எனவே இதில் மறுயோசனைக்கோ, மாற்றுக் கருத்திற்கோ இடமில்லை. இது எங்கள் எல்லோருக்கும் சாலையின் ஒவ்வொரு அடியும் பழகிப் பரிச்சயமான பாதை. யாருக்கும் தெரியாத இடமொன்றும் இல்லை. ஒருவனை எங்கே கொலை செய்வது எங்கே புதைக்கலாம் எது மறைவான இடம் எல்லாம் அத்துப்படி.

நாங்கள் பயணத்தைத் தொடங்கி கிட்டத்தட்டசௌகோர் நெருங்கி வந்துவிட்டோம். குழுவின் பெரிய அளவை வைத்துப் பார்க்கும்போது எதுவும் குறிப்பிட்டுச் சொல்லும்படியான கொள்ளை அகப்படவில்லை. ஒரு பதினான்கு பேரைக் கொன்றோம். ஆனால் பொருள் ஒன்றும் பெரிதாக அகப்பட வில்லை. ஓரிரவில் நானும் அப்பாவும் வேறு சிலரும் சிறிய கூடாரத்தின் அருகில் அமர்ந்திருந்தோம். எங்களுக்கு எக்காரியா குரல்கேட்டது. இது தக்கிகளுக்கு பேரச்சம் விளைவிக்கும் கெட்ட சகுனம். எக்காரியா என்பது முன்னிரவில் கேட்கும் குரைப்பொலி, அல்லது நரிகளின் அழைப்பொலி. அது விசித்திர மான சோகம் நிகழ்வதற்கான அறிகுறி என்று சொல்வார்கள். ஆனால் தக்கிற்கு இந்தச் சத்தம் ஏதோ பயங்கரம் நிகழ இருப்பதற்கான அறிகுறி. இந்த சத்தம் கேட்ட மாத்திரத்தில்

எல்லோரும் பேச்சை நிறுத்திவிட்டு அமைதியாகி விட்டோம். ஒருவருக்கொருவர் வெறித்துப் பார்த்துக்கொண்டோம். அது திரும்பக் கேட்கலாம் என்று கவனமாகக் கூர்ந்து கேட்டோம். திரும்பக் கேட்டுப் பார்த்தபோது தெளிவான அளவு குறைவான அழுத்தமான குரைப்பொலி என்பது உறுதியாயிற்று. இது மிகவும் மோசமானது. சிறிது இடைவெளிவிட்டு மீண்டும் ஒலித்தது.

நாம் உடனடியாக வீடு திரும்பியாகவேண்டும் என்றார் என் அப்பா. "பவானி எச்சரிக்கை விடுக்கிறாள். ஏதோ மிகப்பெரிய ஆபத்து நிகழ இருப்பதற்கான அறிகுறி இது. இனி எக்காரணம் கொண்டும் ஒரு அடி முன்னோக்கி வைக்க முடியாது. இதற்கு மேல் நீ முன் செல்லக்கூடாது என்று அடையாளம் காட்டப்பட்டுள்ளது. மீறி பயணித்தால் நாளை எல்லா திசைகளிலிருந்தும் இந்தக் குரைப்பொலி வரும்" என்று எச்சரித்தார் அப்பா.

அப்பா சொல்வதை எல்லோரும் ஏகமனதாக ஏற்றுக் கொண்டார்கள். நரிகளின் குரைப்பொலிக்காக ஏன் முன்னூறு மனிதர்களின் பயணத்தை நிறுத்த வேண்டும் என்று எனக்குள் ஒரு கேள்வி எழுந்தது. இதை நான் சொல்லவும் செய்தேன். "இதில் ஏதோ தவறு இருக்கிறது. நாம் பயணத்தைத் துவங்கும் போது சகுனம் சரியாகத்தானே இருந்தது. ஏன் அப்போது சகுனம் தப்பிதம் ஆகவில்லை" என்று அப்பாவிடம் கேட்டேன். முறைப்படி ஒவ்வொரு ஏழு நாட்களுக்கும் தவறாது கைக்கோடாரிக்குப் பூஜை செய்கிறோம். பயணியின் ஒவ்வொரு சாவுக்குப் பிறகும் செய்ய வேண்டிய சடங்குகளைச் செய்யத் தவறுகிறோமா?"

"இதெல்லாம் உண்மைதான்" என்றார் அப்பா. ஆனாலும் முன்னோக்கிச் செல்ல நினைப்பது பைத்தியக்காரத்தனம். இதன் பின் விளைவுகள் உனக்குத் தெரியாது. நம் நலனுக்காகத்தான் இந்த எச்சரிக்கை காட்டப்படுகிறது, அதற்கு நன்றி சொல்லு. எச்சரிக்கை தரும் சகுனத்தை எப்படி கண்டு கொள்ளாமல் இருக்க முடியும். அது ஒருநாள் உன்னை பேரழிவிற்கு இட்டுச் சென்றுவிடும். இந்த விஷயத்தில் பவானி உருவாக்கி வைத்திருப்பவை எல்லாம் மீறக் கூடியதல்ல. நாம் அவளுக்குப் பணிந்தே ஆகவேண்டும்"

கூடாரத்தில் இருந்த எங்களுக்கு மட்டுமல்ல, தக்கிகள் அனைவருக்கும் எக்காரியா கேட்டிருக்கிறது. எல்லோரும்

ஓரிடத்தில் கூடிவிட்டனர். இங்கிருந்து அப்படியே கலைந்து சென்றுவிடுவதா அல்லது எல்லோருமாக ஜலோனில் கூடு வதா? என்று கேட்கத்துவங்கிவிட்டனர்.

இனி நாம் பேசும் பேச்சு அர்த்தமற்றது. மொத்த குழுவும் அமானுஷ்ய அச்சத்தில் பாதிக்கப்பட்டிருக்கிறது. நான் மௌனியாகிவிட்டேன். உடனடியாக குழு உடைந்தது. எல்லோரும் கலைந்து சில காததூரத்தில் உள்ள முக்கிய சாலையைப் பிடித்து ஜலோன் நோக்கித் திரும்பும் வழியைப் பிடித்தோம். பெரிய ஏமாற்றம். சோர்வு, ஊக்கம் குன்றிய நிலையில் இருந்தோம்.

ஒரு மாதம் வேலையற்று கழிந்தது. பின்னர் நான் சாலையில் இறங்குவது என்று தீர்மானித்தேன். மீண்டும் என் ஆட்களைத் திரட்டி சகுனம் பார்க்கச்சொன்னேன். என்னால் எதுவும் செய்யாமல் இருக்கமுடியாது. நான் மனப்பூர்வமாக பவானியைப் பிரார்த்தித்தேன். சகுனம் நன்றாக இருப்பதாகச்சொன்னார்கள். பயணத்தைச் சரியாகத் திட்ட மிட்டால் ஏமாற்றமளிக்காது என்றார்கள். இந்தமுறை மேற்கு நோக்கிச் சென்றால் பாம்பேக்கும் இந்தூருக்கும் இடையில் மால்வா பிரதேசம் முழுவதும் எந்த நேரமும் செல்வம் சரள மாக புழங்கும் பகுதி. இது எங்கள் எல்லோருக்கும் தெரிந்த விஷயம். இந்தப் பகுதியில் முன் நாளில் பெருங்கொள்ளை அடித்திருக்கிறோம் என்பதை முன்னரே நான் உங்களுக்குச் சொல்லி இருக்கிறேன். நான் அடித்திருந்த கொள்ளையில் கால்வாசி இங்கு அடித்ததுதான். அந்தப் பகுதியில் மீண்டும் ஒருமுறை கொள்ளை கைப்பற்ற முடியும் என்ற நம்பிக்கை எனக்கு இருந்தது. அந்த நம்பிக்கையுடன் வீட்டை விட்டுக் கிளம்பினோம். நூற்றி இருபது தக்கீகள். நானும் இன்னும் என்னுடன் நெருக்கமாக இருக்கும் பீர்கானும் தலைமை ஏற்று நடத்திச் சென்றோம். கணேசா ஜமேதார் தனியாக வேறு திசையில் சென்றிருக்கிறான். எந்த திசையில் போனான் என்று எனக்குத் தெரியாது. அவன் இருக்கும் இடமே எனக்கு எரிச்ச லூட்டுவதாக இருக்கும். அது ஏனென்று எனக்குச் சொல்லத் தெரியவில்லை.

இது நீண்டதூரப் பயணமாக இருப்பதால் என் அப்பாவை உடனழைத்துச் செல்ல முடியாது. அதனால் அவரை எங்கள் கிராமத்திலேயே இருக்க விட்டுச் சென்றோம். பாம்பே செல்லும் சாலையில் குறிப்பிட்டுச் சொல்லும்படியான கொள்ளை எதுவும்

அமையவில்லை. சாகேப் அங்கே சூறையாடும் நோக்கத்துடனே புறப்பட்டிருந்தோம். பாம்பேயின் முக்கியத்துவம் பற்றிக் கேள்விப்பட்டிருக்கிறேன். தூரநாடுகளிலிருந்து தடமற்ற நீர்ப் பரப்பில் வரும் பறங்கியர்களின் கப்பல்களைப் பார்க்கவும், கடல் பார்க்கவும் நான் ஆர்வம் கொண்டிருந்தேன். சாகசமற்ற பயணமானதால் நாங்கள் வேலையற்று இருக்கவில்லை. நாங்கள் முப்பதியோரு பயணிகளை எங்கள் கைகளால் கொன்றோம். சிலர் எங்கள் கைகளுக்குச் சிக்காமல் தப்பிவிட்டார்கள் சகுனம் அவர்களை அழிப்பதற்கு எதிராக இருந்தது. சுமார் மூவாயிரம் ரூபாயுடன் பாம்பே போய்ச்சேர்ந்தோம். கௌரவமான வாழ்க்கைக்குப்போதுமான பணம் தான் அது. பாம்பேயில் சுற்று சுவரற்ற பெரிய பஜாரில் எங்கள் இருப்பிடத்தை அமைத்துக் கொண்டோம். ஒரே கும்பலாக இருக்காமல் அங்கங்கே தனித்தனியாகப் பிரிந்து, ஆனால் அடிக்கடி எளிதில் தொடர்பு கொள்ளும்படியாக தங்கினோம். மொத்தமாக இருந்தால் எளிதில் எங்களை உளவுத்துறை பிடிக்கும் வாய்ப்பு இருக்கிறது. ஒரு சமிக்ஞை கொடுத்தால் போதும் எளிதில் தப்பிக்கும்படியாகவும் ஏற்பாடு களைப் பார்த்துக்கொண்டோம். தானா என்ற நகரத்தில் ஒரு வசிப்பி டத்தை எனக்காகப் பிடித்துக்கொண்டேன். அந்த இடம் கப்பலில் பயணிக்க இருப்பவர்கள் தங்கிச் செல்கிற இடமாக நகரத்திற்குப் பக்கத்தில் இருந்தது.

ஒவ்வொரு நாளும் கரைக்குப்போய் உட்கார்ந்துகொண்டு கடலின் பிரமாண்டத்தைப் பார்ப்பது பிடித்தமான ஒன்றாக இருந்தது. கோட்டைக்கு எதிரில் உள்ள புல்தரையில் படுத்துக் கிடப்பதை வழக்கமாகக் கொண்டிருந்தேன். மணிக்கணக்காக படுத்துக்கொண்டு கனவுகளில் மிதந்து கொண்டிருப்பேன். அழகழகான பெண்களை விதவிதமான கோணத்தில் பார்ப் பேன், சில பெண்கள் சிரித்து மயக்கி எனது காதல் உணர்வைத் தூண்டி விடு வா. திரும்பத் திரும்ப சீறி வரும் கடலின் அலைகள் ஒன்றின் மீது ஒன்று மோதி ஜொலிக்கும் நுரைகள் வெண்மணலில் அடங்கும்.

நாங்கள் பாம்பேக்கு வந்து சேர்ந்த ஏழாம் நாள் ஒருநாள் முழுவதும் வழக்கம்போல் புல்தரையில் படுத்துக் கிடந்தேன். பலனின்றி நாட்கள் கழிந்து கொண்டிருப்பது குறித்து யோசித்தபடியிருந்தேன். அடுத்தநாள் கிளம்பி விடலாமா என்று நினைத்தபோது மதிக்கத் தகுந்த தோற்றம் உடைய ஒரு

மனிதர் என்னை நோக்கி வந்தார்.

"அஸ்ஸலாம் அலைக்கும். உங்களைப் பார்த்தால் நகரத்திற்குப் புதிய ஆள் போல் தெரிகிறதே, உடை, தோற்றம், பேசும் விதம் போன்றவற்றை வைத்துப் பார்க்கும்போது இந்துஸ்தானத்து ஆள்போலத் தெரிகிறதே. இரண்டு நாட்களாகக் கவனித்துக் கொண்டு இருக்கிறேன். இங்கு வருவதும் கடலை வெறித்துப் பார்ப்பதுமாக இருக்கிறீர்கள். கடலை இதற்கு முன் பார்த்தது இல்லையா?" என்றுகேட்டார்.

"எனது சொந்த ஊர் நீங்கள் சொன்னதுபோல கடலில் இருந்து வெகுதூரம் உள்ளே இந்துஸ்தானம். நீங்கள் சரியாகத் தான் யூகம் செய்திருக்கிறீர்கள். நான் இந்த ஊருக்கு புதுசுதான். எனக்கு இந்தக் கடலும் விரிந்த நீரும் அலைகளும் அப்படியே வானத்துடன் கரைந்து விடுவதுபோல் தெரிகிறது என்றேன்."

"உன்னுடைய குரலும், பேசுகிற விதமும் என் காதுகளில் இசைபோல வழிகிறது. நானும் எங்கள் தேசத்து ஆட்கள் (அவரும் இந்துஸ்தானத்தைச் சேர்ந்தவர்) பலரையும் பார்த் திருக்கிறேன். ஆனால் உன்னளவிற்கு என் மனதில் அழுத்தமான தாக்கத்தை ஏற்படுத்தியவர்கள் யாரும் இல்லை. நான் உனது கிராமத்தைத் தெரிந்துகொள்ளலாமா?" என்றார்.

"நான் முன்பு சிந்துஸீ பர்கானா (பழையவரி நிர்வாக வட் டாரம்) மர்னியே கிராமத்தில் வசித்தேன். ஆனால் இப்போது ஜலோனில் வசிக்கிறேன் என்றேன்."

"என்னது மர்னியேவா ஆச்சர்யத்தில் கூவினார். பின் குரலைத் தாழ்த்தி ஆனால் அது சிந்தியா பிரதேசத்திற்கு உரிமை யான எல்லைப் பகுதியில் இருக்கிறது என்று நினைக்கிறேன். இல்லையா?" என்றார்.

"இப்போது இல்லை அதை பறங்கியர்கள் கைப்பற்றி அவர்கள் வசம் வைத்துள்ளார்கள் என்ற செய்தியை சொன்னேன்."

பின் அவர் பேச்சை மாற்றினார். ஆனால் உனக்குக் கடலைப் பார்க்க மிகவும் இஷ்டம் இல்லையா? இதற்கு முன்பு இந்நகரத்திற்கு வந்தது இல்லையா. கப்பலைப் பார்த்திருக் கிறாயா? கடலுக்குள் போய்வர ஆசையாக இருக்கிறதா?" என்றெல்லாம் கேட்டார்.

"இல்லை. இதுவரை கடலுக்குள் போனதில்லை. மிதக்கும் படகுகளைப் பார்க்கும்போது பலமுறை அதில் போகவேண்டும் என்று நினைத்திருக்கிறேன் ஆனால் நிறைவேறினதில்லை.

நீங்கள் என்னை அழைத்துக்கொண்டு போகமுடியுமா? நான் அந்நியனாக இருப்பதால் அவர்களிடம் போய்க்கேட்டால் என்னை அனுமதிப்பார்களா? என்று விசாரித்தேன்.”

“நீ என்னுடன் வருவதாக இருந்தால் அழைத்துச் சென்று காட்டுகிறேன்” என்ற அவர். இன்று ஓய்வாக இருப்பதால் சந்தோஷமாக உன்னை அழைத்துக்கொண்டு போ” என்றார்.

“மகிழ்வுடன் ஒப்புக்கொண்டேன். கோட்டைக்குவெளியில் கடலுக்குள் செல்லும் பாதையில் கட்டுத்துறைக்குப் போனோம்.”

அங்கே படகுத் தளத்தில் எனக்கு யாரும் பரிச்சயம் இல்லாததால் என்னை யாரும் கண்டு கொள்ளவே இல்லை. ஆனால் இங்கிருக்கும் ஊழியர்கள் எல்லாம் எனது புதிய நண்பரை மிகவும் மரியாதையுடன் வரவேற்றார்கள். அவரிடம் பணிவுடன் நடந்து கொண்டார்கள். நீ நான் என்று போட்டி போட்டு அவரிடம் வந்து பேசினார்கள். மரியாதை நிமித்தமாக எங்களை கடலுக்குள் அழைத்துச் செல்வதாகக் கூறினார்கள்.

அவர் சுட்டிக்காட்டிய நபர் தனது படகை கரையில் இருந்து நீருக்குள் தள்ளினான். நாங்கள் கடல் நீரில் மிதந்து கொண்டிருந்தோம். நான் உண்மையைச் சொல்வதானால் இந்த பயணம் மிகவும் பயமாக இருந்தது. யமுனா நதி ஜலோனில் இருந்து அதிக தூரம் இல்லை. ஆனால் நான் யமுனா ஆற்றையும் பார்த்ததில்லை. பாம்பே வந்து சேரும் வரைப் படகையும் பார்த்ததில்லை. நாங்கள் இப்போது ஒவ்வொரு அலையையும் வெற்றிகரமாகக் கடந்துபோய் கொண்டிருந்தோம். படகோட்டிக்கு அனுபவம் இருந்ததால் பயமில்லாமல் இருந்தார். பல அலைகளை கடந்த பிறகு எங்கள் படகு நிதானத்திற்கு வந்து விட்டது. காற்றிற்கு எதிர் திசையில் விரைந்து நங்கூரமிட்டிருந்த ஒரு கப்பலைப் பலமுறை சுற்றினோம். கப்பலின் தளத்தில் இருந்த பறங்கியரிடம் பேசி அனுமதி பெற்று ஏறினோம். கப்பல் பிரமாண்டமானதாக இருந்தது. அது இங்கிலாந்து அரசருக்குச் சொந்தமான போர்க் கப்பல் என்று எனது நண்பர் சொன்னார். மேல்தளத்தைச் சுற்றிப் பார்த்த பின்னர், மாலுமிக்கு இரண்டு ரூபாய் வெகுமதி கொடுத்து பீரங்கிகளைக் காட்டச் சொன்னோம். வெடிகுழலின் முனைகள் கச்சிதமாகப் பொருத்தப்பட்டிருந்தன. அவற்றின் குழல் அளவு ஆச்சர்யமாக இருந்தது. அங்கே கிடந்த மிகவும் கனமான நீளமான கயிறு, பெரிய பாம்பு சுருட்டிக்கொண்டு

படுத்திருப்பதுபோல இருந்தது. நான் நினைத்தது போலவே ஒவ்வொன்றும் நேர்த்தியாகத் தூய்மையாக இருந்தது. ஆனால் சாகேப் உங்களை இவையெல்லாம் ஆச்சர்யப்படுத்தாது என்பதில் எனக்குச் சந்தேகம் இல்லை. அதனால் அதிகம் பிரஸ்தாபிக்காமல் விட்டுவிடுகிறேன். கப்பலை விட்டிறங்கி படகில் ஏறினோம். காற்றின் போக்கு எங்களுக்குச் சாதகமாக இருந்ததால் படகோட்டி சிறிய பாயை விரித்துக்கட்டினார். அடர்ந்த நீரலைகளின் ஆட்டதிற்கு ஏற்ப சந்தோஷமாக ஆடியபடி கரையை வந்தடைந்தோம்.

நான் நண்பரிடமிருந்து பிரியும் நேரத்தில் தனது அன்பால் என்னைத் தடுத்து நிறுத்தினார்.

“போக வேண்டாம், மீர்சாகேப் நான் இன்னும் சில விஷயங் கள் உங்களுடன் பேச வேண்டி இருக்கிறது. நான் முன்பு என்ன வாக இருந்தேனோ அதுவாக நீங்கள் இல்லையென்றால் நான் கேட்பது மிகவும் தவறாகிவிடும். இப்போதும்கூட வாய்ப்பு கிடைக்கும் போது அந்த வேலையைச் செய்து கொண்டுதான் இருக்கிறேன்” என்றார்.

நான் அவரை கூர்ந்து பார்த்தேன். தக்காக இருக்கலாமோ? நான் ஒரு குறிச்சொல் ஒன்றைக் கூறலாம். தக்காக இருந்தால் பதில் கொடுப்பார். தக்கி இல்லையென்றால் நான் சொல்வது புரியாமல் போய்விடும் என்று எண்ணி தயங்காமல் அதைச் சொன்னேன்.

“அலிகான் பாஹி சலாம்.” (இது தக்கிகளுக்குள் மட்டும் பயன்படுத்தும் முகமன் சொல்) சொல்லிவிட்டு அவரை உற்றுப்பார்த்தேன்.

“சலாம் அலைக்கும், சந்தேகமில்லை, இவர் பழைய தக் தான்.”

“இந்த வார்த்தைகளைக் கேட்டு அனேக வருடங்கள் ஆகி விட்டன. இவை என் சிறிய வயது நினைவுகளைக் கிளறி விட்டது. தக்கியாகப் பிரமாணம் பெற்று படையல் வெல்லம் சாப்பிட்டது மனதில் சித்திரமாக ஓடுகிறது.”

“ஆகா நீங்களும் சாப்பிட்டிருக்கிறீர்களா?”

“ஆம் சாப்பிட்டிருக்கிறேன்”

“போதும். நான் எனது நண்பரைத்தான் சந்தித்து இருக் கிறேன். நீங்கள் யார் உங்கள் பெயர் என்ன போன்ற விபரங் களை இதுவரை தெரிந்து கொள்ளாமல் இருந்துவிட்டேன்.”

“நீ எப்போதாவது சுபான்கான் ஜமேதார் பற்றிக் கேள்விப் பட்டிருக்கிறாயா? நீ மர்னியேயில் இருந்து வந்திருப்பதாகச் சொன்னாய் இல்லையா? அப்படியானால் என் பெயர் கண்டிப்பாக நினைவிற்கு வரவேண்டும்.”

“ஆம் மர்னியே தான். ஆனால் நீங்கள் இறந்துவிட்டதாக அல்லவா எல்லோரும் நம்பிக் கொண்டிருக்கிறார்கள். நீங்கள் எப்படி இங்கே. நீங்கள் தான் சுபான்கான் ஜமேதார் என்பதற்கு ஆதாரம்?”

“என்னுடைய நிலை பற்றி அப்புறம் விளக்கிச் சொல்கிறேன். முதலில் என் இனிய நண்பர் இஸ்மாயில் ஜமேதார் உயிருடன் இருக்கிறாரா?” என்றார்.

“அது என் அப்பாதான். முதிர்ந்த வயதை எட்டிவிட்டார். இந்த வயதிலும் மிகவும் நன்றாகவே இருக்கிறார் என்றேன்.”

“இறைவனுக்கு நன்றி. நீ அவர் மகன் என்றா சொன்னாய்?. அவருக்குப் பிள்ளைகள் இல்லையே. நான் அவரைவிட்டு விலகும்போது திருமணம்கூட ஆகியிருக்கவில்லையே.”

“இருக்கலாம். ஆனால் நான் அதற்குப் பின் பிறந்திருக்கலாம் இல்லையா? சரி நானே என்னைப் பற்றி சொல்லிக்கொண்டு இருக்கிறேன்.”

“ஹூசைன் உயிருடன் இருக்கிறாரா? அவரும் எனது இனிய நண்பர்.”

“இல்லை. அவர் இரண்டு வருடங்களுக்கு முன்னர் இறந்து விட்டார். வயதின் முதிர்வால்கெளரவமாகவே இறந்துவிட்டார். (நான் அவரது மரணம் பற்றி உங்களிடம் சொல்லவில்லை சாகேப். நான் கொள்ளையருடன் பயணம் சென்றுவிட்டுத் திரும்பியதும் அவரது மரணம் நிகழ்ந்தது)”

அவர் தனது ஒவ்வொரு நண்பராகக் கேட்டுக்கொண்டே வந்தார். இறுதியில் என்னுடன் எத்தனை பேர் இருக்கிறார்கள் என்று கேட்டார்.

நான் சொன்னேன். எண்ணிகையைக் கேட்டு மிகவும் ஆச்சர்யப்பட்டார்.

“நல்லது நீ இங்கே இருக்கும்போது உனக்கு ஏதாவது வேலை தரவில்லையானால் அது கஷ்டமாகிவிடும். முன்பே உனக்குச் சொன்னேன் நான் ஒரு தக் என்று. எனக்கு முன்னர் எனது முன்னோர்கள் தாத்தாவும், அப்பாவும் தக்குகளாகத்தான் இருந்தார்கள். நானும் இளம் வயதில் தக்காகத்தான் இருந்தேன்.

ஆனால் அந்தக் காலமெல்லாம் போய்விட்டது. இங்கே இந்தூர் சௌகார் ஒருவருக்கு ஊழியனாக வந்திருக்கிறேன். ஆங்கிலேய அரசாங்கத்தில் உதவியாளர் வேலை கிடைக்கும்வரை எனக்கு இந்த இடம் பிடிக்காமல்தான் இருந்தது. வெள்ளைக்கார எஜமானர்கள் அன்பாகவும், பெருந்தன்மையுடனும் நடந்து கொள்வார்கள். நானும் அவர்களுக்குச் சிறப்பாக ஊழியம் செய்தேன். அதனால் இங்கே எனது தகுதியும் வளர்ந்திருக்கிறது. நான் ஜமேதாராக இருக்கிறேன். நான் அங்கிருந்து வரும்போது தக்கிகளின் ஜமேதாராகத்தான் இருந்தேன் என்பது உனக்குத் தெரிந்திருக்க வாய்ப்பு இல்லை."

"ஆம் அது எனக்குத் தெரியாது."

"உன் அப்பாவுடன் அற்ப காரியத்திற்காகச் சண்டையிட்டதையடுத்து நான் வரவேண்டியதாகி விட்டது. நாங்கள் ஒருகொள்ளைப் பயணத்தில் இருந்தோம். அதில் உன் அப்பா அதிகமாக பெற்றிருப்பார் என்று நினைத்துவிட்டேன். அப்போது எங்களுக்கு இளம் வயது, துடிப்பான ரத்தம். கையில் கூர்மையான ஆயுதம் இருந்தது. இருவரும் வாளை உருவினோம். அவர் எனக்கு உயர் நிலையில் இருப்பவர் என்பதால் எனக்கு மரணதண்டனை அளித்துவிடுவாரோ என்று பயந்து தப்பிவிட்டேன். இந்தூரில் இருந்து ஒரு வணிகரின் காவலனாக பணியாற்றி இங்குவந்து சேர்ந்தேன். இப்போது நீ பார்க்கிறபடியாக இருந்து கொண்டிருக்கிறேன். இன்றுவரை யாரேனும் ஒரு தக்கைச் சந்திக்க நேருமானால் அவர்களுடன் உறவாடத் தவறியதில்லை. நான் சாகசம் புரிவதற்கான வயதைத் தாண்டி விட்டாலும் ஒரு தக் இளமையும் துடிப்புமாக இருக்கும்போது அவர்களுடன் ஒத்துழைப்பேன். அந்த வகையில் தக்கிகளுடன் தொடர்ந்து உறவு வைத்துள்ளேன். அவன் இந்துஸ்தானத்தைச் சேர்ந்தவனாக இருந்தாலும் வெட்கபடாமல் அவனுக்கு உதவி செய்வேன். பவானி தேவி உன்னை என்னிடம் அனுப்பியிருப்பதால் நீ எந்தக் கவலையும் கொள்ளவேண்டாம். எனக்கு தக்காணப் பகுதியைச் சேர்ந்த சில தக்கிகளிடம் அறிமுகம் உண்டு. நான் செய்கிற அரசுப்பணியில் விடுமுறை கிடைக்கும்போது எனது தலைமையில் பூனா வழியாக கொள்ளைப் பயணம் அழைத்துச் சென்றிருக்கிறேன். ஆனால் அப்படிப்போக முடியாத சில சமயங்களில் எனது கூட்டாளிகளைக் கொண்ட உள்ள குழுவிற்குப் பயணிகள் பற்றியத் தகவல் அளித்து வெற்றிகரமான

சாகசங்கள் புரிந்திருக்கிறோம். அதன் மூலமாக நல்ல உறவும் கொள்ளைப் பங்கும் பெற்று வந்துள்ளேன். உனது ஊழியன் சுபான்கான் இங்கு கண்ணியமான பெயரும் புகழும் பெற்று விளங்குகிறான்."

"எனக்குச் சந்தேகமேயில்லை. உங்களது நயமான பேச்சும் கண்ணியமான தோற்றமும் அதை உறுதி செய்கிறது. அது போக மற்ற விஷயங்கள் எல்லாம் எப்படி இருக்கின்றன?"

பேசிக்கொண்டே அவரது வீட்டை அடைந்துவிட்டோம். அவரது வீடு நான் தங்கி இருக்கும் இடத்திற்கு அருகிலேயே இருந்தது. என்னைப்பற்றி அவர் அறிந்தவுடன் நான் எங்கி ருக்கிறேன் எப்படி இருக்கிறேன் என்று அறிய பல இடங்களில் அலைந்து திரிந்து என்னை சந்திப்பதற்கானமுயற்சிகளை மேற்கொண்டிருக்கிறார். எதேச்சையாக இன்று சந்தித்துவிட் டோம். அப்போது முதல் தனது அனுபவங்களைஒவ்வொன்றாக சுவாரஸ்யமாக சொல்லிக்கொண்டே வந்தார் அவரது அரசு ஊழியம் நிமித்தமாக பலமுறை பெரியமனிதர்களின் தர்பார் களில் பங்கு பெற்றிருக்கிறார். அவரது அலுவல் விஷயத்தில்மிக நல்லவிதமாகவும், நேர்மையாகவும், அறிவாளியாகவும் நடந்துக்கொண்டிருப்பார் என்றே கருதத் தோன்றுகிறது. ஆனால் இப்போதும் தனது தக் தொழில் விஷயமாக ஏதோ மறைக்கிறார் என்றே எனக்குத் தோன்றுகிறது. இன்னும் நெருக்கமாகும்வரை தனது தொழில் திட்டம்குறித்து என்னிடம் வாயைத்திறக்கமாட்டார் என்று தோன்றுகிறது. சாகேப், அதற்கும்மேல் இதில் நான் விவரித்துச் சொல்வதற்கு ஒன்று மில்லை. எனக்கு தக்காண தக்கிகள் ஜமேதார்கள் சிலரை அறிமுகம் செய்துவைத்தார். அவர்கள் சிலர் பூனாவிற்கும், சிலர் நாசிக்கிற்கும், சிலர் சோலாப்பூருக்கும், சிலர் ஹைதராபாத்திற்கும் சாலையில் பயணிக்க இருப்பவர்கள். வேறு சிலர் குஜராத்தில் இருந்து வந்திருப்பவர்கள். நாடு முழுவதும் அவருக்குத் தொடர்பு இருந்தது. எல்லோரும் அவருக்குக் கட்டுப்பட்டு இருந்தனர். உயர்ந்த ஸ்தானத்தில் இருக்கும் பலபேருடன் அவருக்குத் தொடர்பு இருப்பதால் அவரால் பலருக்கும் தகவல்கள் அளிக்கமுடிகிறது. பணமும் பொருளும், சௌகார்களுக்கும், வர்த்தகர்களுக்கும் பல திசை களுக்கு போவதும் வருவதும் குறித்த தகவல்கள் அவருக்கு அத்துபடியாய் இருந்தது.

நான் அவருடன் மேலும் ஒருவாரம் இருந்தேன். கைவசம் இருந்த பணம் மிகச்சிறிய அளவாகக் குறைந்துவிட்டது. நாங்கள் பயணம் செல்லும் பாதையில் நிறைய செல்வத்துடன்

போவோர் குறித்துத் துப்புத் தருவதாக உறுதியளித்திருந்தார். அவர் சொன்ன வாக்குறுதியை நிறைவேற்றுவார் என்று காத்திருந்தேன். எனக்கும் பாம்பே அலுத்துவிட்டது. அதுபோக கொள்ளைக்கான பருவகாலமும் நெருங்கிக் கொண்டிருக்கிறது. மழைக்காலத்திற்கு முன்பே ஜலோன் போய்ச்சேர்ந்தாக வேண்டும். அதனால் அவரிடம் எங்கள் நிலையை வெளிப்படையாகவே சொல்லிவிட்டேன். எங்களிடம் இருக்கும் பணம் குறைந்துகொண்டு வருகிறது. பாம்பே போன்ற நகரத்தில் செலவும் இழுத்துக்கொண்டே இருக்கிறது. எங்கள் ஆட்க ளின் கைவசம் உள்ள பணம் எதிர்பார்க்கும் நாட்களுக்கு நீடிக்காது என்று தோன்றியது. அதனால் ஊருக்குக் கிளம்புகிற நாளை ஆவலுடன் எதிர்நோக்கியிருந்தேன். எத்தனை வேகமாகத் தகவல் கொடுத்தாலும் இன்னும் இரண்டு மூன்று நாட்களுக் குள் கொள்ளை நடத்துவதற்கான நம்பிக்கையும் சாலையில் இறங்குவதற்கான வாய்ப்பும் இல்லை.

"உங்களுடைய பயண திசைக்கு இன்னும் என் திட்டம் கனியவில்லை என்றார் அவர். எனக்கு வந்த தகவலின்படி மால்வா மற்றும் இந்தூரின் மிகப்பெரிய வணிகர்கள் ஏறக் குறைய இரண்டு லட்சம் ரூபாய்வரை அனுப்புவதாக தெரிய வந்தது. அந்த செல்வத்தை எடுத்துவர தொழில்முறைஆட்கள் வாடகைக்கு அமர்த்தப்பட்டார்கள். அதைபணமாகக்கொண்டு செல்வார்களா, அல்லது உண்டியாக எடுத்துச் செல்வார் களா என்பது இன்னும் உறுதியாகவில்லை. ஆனால் உதவி யாளர்களை எல்லாம் அமர்த்திக்கொண்டு விட்டார்கள். மூன்று நாட்களில் பயணம் கிளம்புவதற்கான ஏற்பாடுகள் நடந்துகொண்டிருக்கின்றன. அதற்கிடையில் உங்கள்செல விற்குத் தேவையான பணம் ஆயிரம் ரூபாய் மூன்றுவட்டியுடன் திருப்பித் தரும் கடன் அடிப்படையில் தருகிறேன். எனது பழைய நண்பரின் பேரில் உள்ள நல்ல நம்பிக்கையினால் இதைத் தருகிறேன். நீங்கள் ஜாலோன் போய்க்கூட திருப்பித்தரலாம்" என்றார்.

"உங்கள் அன்பிற்கும், நம்பிக்கைக்கும் நன்றி. ஆனால் அந்த ரூபாய் எங்களுக்குத் தேவைப்படாமல் போகலாம். எனக்கு தெரிந்த வரையில் ஒவ்வொருவர் கையிலும் இருபது முப்பது ரூபாய் வைத்திருக்கிறார்கள். அவர்களது செலவை கட்டுப்படுத்தவே நான் பயணம் குறித்து கூறினேன். இன்னும் ஒரு வாரத்திற்குள் கிளம்புவதாக இருந்தால் எங்கள் ஆட்கள் திறம்பட சமாளித்துக் கொள்வார்கள் அது ஒன்றுதான் நான்

உங்களுக்குச் சொல்ல வேண்டியது என்று நிலைமையை விளக்கினேன்.”

“கண்டிப்பாக ஒருவார காலத்திற்குள் கிளம்பி விடலாம். நாளை மாலை தொழுகை நேரம் முடிந்த பின்னர் என்னை வந்து பார். நான் உங்களது பனீஞ் குறித்து சில தகவல்கள் தருகிறேன்” என்று உறுதியளித்தார்.

“நான் கிளம்புகிறேன்” என்று வட்டி தின்னும் கள்ளனிடம் சொல்லி விட்டுக் கிளம்பினேன். “இவனெல்லாம் மெய்யான இறை நம்பிக்கை உடையவனா? விசித்திரம்தான். இவனைப் பற்றி என் அப்பா என்னிடம் சொன்னதே இல்லை. வீட்டிற்குப் போனதும் கண்டிப்பாக இவனைப்பற்றி விசாரிக்கவேண்டும். நிச்சயமாக மோசமான அந்த செய்தியைத்தான் அப்பா என் னிடம் சொல்லப்போகிறார். இந்தக் கபீரின் பணம் ஒரு ரூபாயைக்கூட நான் தொடக்கூடாது. ஒரு தக் இன்னொரு தக்கிடம் இருந்து வட்டிப்பணம் வாங்கிக்கொள்வானாம்? யாராவது இதுபற்றிக் கேள்விப்பட்டிருக்க முடியுமா? நாங்கள் சௌகோரில் கொன்றோமே சமையல்கார தரகன் அவனை விடக்கொடிய வில்லன் இவன். நான் சொன்னது பொய்யாக வில்லை சாகேப். பனீஞ்சிற்காகக் காத்திருக்கும் தக்கான ஜமேதார் ஒருவருடன் நெருக்கமாகப் பழகி இவனைப்பற்றிக் கேட்டேன். சில நேரங்களில் தக்கிகளை இரக்கமில்லாமல் பிழிந்தெடுத்துவிடுவார் என்றும், சிலரிடம் சாலையில் ஆபத்துக் கட்டத்தில் உதவுவதற்காக மிரட்டி இரட்டைப்பங்கை பெற்றுக் கொள்வார்” என்று கூறினார்.

ஜமேதார் மேலும், “இவன் நம்மை நிறைய சுரண்டுகிற பேர் வழிதான். ஆனால் இவனில்லாமல் இங்கு ஒன்றும் செய்வதற்கு இல்லை. இவன்தான் இங்கு நமக்கு நிறைய கொள்ளைக்கான வாய்ப்புகளைத் தேடித் தருவான். இவனில்லாமல் நாம் சாலையில் சொந்தமாக ஒரு பனீஞ்சையும் பிடிக்க முடியாது. இவன் நிறைய தக்கீகளை வேலைக்காரர்களாகவைத்திருக்கிறான். அவர்களுக்கு நல்ல கூலியும் நிறையத் தகவல்களும் தந்து கொண்டு இருக்கிறான். மறுபக்கம் பொருட்கள் கடத்தித்தரு வதன் மூலமாக சௌகார்களின் நம்பிக்கையைப் பெற்று இருக்கிறான். அவர்கள் இவனுக்கு கணிசமானதொகை அளிப் பதல்லாமல் பெரிய மனிதனுக்குரிய கண்ணியத்தையும், உப சாரமான சொற்களையும் அளிக்கிறார்கள். சௌகார்கள் மூலமாகவும் நம் தக்கிகள் மூலமாகவும் இரண்டு பக்கமும்

பணம் சம்பாதிக்கிறான். அதுபோக நல்ல மதிப்புமிகுந்த நமது கொள்ளைப் பொருட்களையும் நம்மிடத்தில் குறைந்த விலைக்கு வாங்கிவிற்கிறான்" என்றார் விளக்கமாக.

"அவனுக்குக் கப்பம் கட்டுபவர்கள் நிறையப்பேர் இருப்பார்கள் இல்லையா? என்றுக் கேட்டேன்."

"ஆம் நாங்கள் நிறையப் பேர் அவரைத்தான் சார்ந்திருக்கிறோம். ஆனால் அவர் எங்களுக்குப் பாதுகாப்பு அளிக்கிறார். அவர் இல்லாமல் நாங்கள் ஒன்றும் செய்ய முடியாது"

"எப்போதாவது துரோகம் செய்திருக்கிறானா? என்று கேட்டேன். அவன் என்னவோ நம்பத்தகுந்த ஆள்போலத் தெரியவில்லையே. நம்பிக்கை கெட்ட ராஸ்கல் ஆக இருக்கிறானே என்றேன்."

"நீங்கள் சொல்வது போன்ற சில கதைகள் உண்டுதான் ஆனால் ஒட்டுமொத்தத்தில் நம்பத்தகுந்த ஆள்தான் நான் சொன்னதுபோல அவரில்லாமல் நாங்கள் ஒன்றும் செய்யமுடியாது. அவருக்குத் தக்காணத்தைச் சேர்ந்தஅனைத்து ஜமேதார்களையும்தெரியும். அவர் நினைத்தால் மொத்தத்தையும் நாளைக்கே குளறுபடி செய்து விடலாம். ஆனால் அப்படிச் செய்யமாட்டார். குளறுபடி செய்கிற விருப்பமும் அவருக்கு இல்லை. நாங்கள் எல்லோரும் அவருக்கு அடிமைகள்" என்று முடித்துக் கொண்டார்.

பீர்கான் என்னை விட்டுக் கிளம்பும்போது அவனிடம் "நீண்ட காலமாக இப்படித்தான் நடந்து வருவது போல இருக்கிறது. ஆனால் சகோதரா அவன் கையில் நாம் சிக்குவது இது தான் கடைசி, நீ என்ன சொல்றே? என்று கேட்டேன்."

"கண்டிப்பாக. நாம் இந்தப் பயல்களையெல்லாம் நம்ப முடியாது. இந்த ஆட்கள் எங்கும் எந்த ரூபத்திலும் இருக்கத்தான் செய்வார்கள். கிராமங்களில் ஜமீன்தார்களாக, பட்டேல்களாக இருப்பார்கள். பக்கீர்களாக, சமையல்காரர்களாக, கைக்கூலிகளாக, வேலைக்காரர்களாக, குமாஸ்தாவாக இருப்பார்கள். ஜலோனின் ராஜாகூட அப்படிப்பட்ட ஆட்களில் ஒருவன் தான். அவர்கள் எல்லாம் தீயசக்திகள். என்ன இருந்தாலும் நாம் அவர்களைத்தான் சார்ந்து வாழ வேண்டி இருக்கிறது. அவர்கள் இல்லாமல் நாம் இருக்கமுடியாது. அதுதான் உண்மை."

"நானும் தான் இதுபோன்ற வேலைகள் செய்பவனாக இருந்திருக்கிறேன். ஆனால் அல்லாவின் பெயரால் யாரையும் நம்பாமல் இருந்ததில்லை."

"உங்களுக்கு அப்படிப்பட்ட சந்தர்ப்பம் வாய்த்திருக்காது மீர் சாகேப்" என்றான். அத்துடன் அந்தப் பேச்சு நின்றுவிட்டது.

பேசிவைத்தபடி அடுத்த நாள் மாலை அவரை மிகுந்த சந்தோஷத்துடன் பார்க்கப்போனேன். நான் சென்றதும் பனீஞ் பார்த்து வைத்திருப்பதாகவும், என்னை தயாரா என்றும் கேட்டார்.

"நான் தயார்தான். உங்கள் உத்தரவைச் சொல்லுங்கள்" என்றேன்.

"இங்கே பார். நான் முன்னர் இரண்டு லட்சரூபாய் சொல்லி இருந்தேன். இப்போது கூடுதலாக நகைகளும், தங்கம், வெள்ளி உலோகங்களாகவும், பத்தாயிரத்திற்கான உண்டியும் இருக்கிறது. அதனால் நாம் பங்குத்தொகை என்ன என்பது குறித்து பேரம் பேசவேண்டும்" என்றார்.

"நீங்கள் சொல்லுங்கள். எதுவானாலும் சொல்லுங்கள். நியாயமாகச் தோன்றினால் தரத்தயாராக இருக்கிறேன்."

"நீ என்னுடைய பழைய நண்பரின் மகன். எல்லாவகையிலும் அதற்குரிய மரியாதை கொடுத்தாக வேண்டும் நான். அதனால் கொள்ளை மதிப்பில் ஐந்தில் ஒரு பங்குமட்டும் எனக்குக் கொடுத்தால் போதும். அதாவது இருபதினாயிரம் ரூபாய். சரியா. ஏற்றுக்கொள்கிறாயா?" என்றார்.

"மகிழ்வுடன ஏற்றுக்கொள்கிறேன். நேரடியாக ஏற்றுக்கொள் கிறேன். நான் ஜலோன் சென்று சேர்ந்ததும் பணம் தயாராக இருக்கும். அங்கே உங்களுக்கு ஒரு உண்டி எடுத்து பாம்பேக்கு அனுப்பி வைக்கிறேன் என்று உறுதியளித்தேன்."

"இது பேச்சு. நீ மனுஷன். சொன்னா சொன்னபடி இருக்கும். பேச்சுன்னா இப்படி இருக்கணும். நாம் மேற்கொண்டு எதுவும் பேசவேண்டியதில்லை. பனியாக்களைப்போல அனாவசிய இழுபறி கிடையாது. ஒரு சிப்பாய் எப்படி இருப்பானோ அப்படிப் பேசுகிறாய். இருக்கட்டும். நான் எதையும முறைப்படி செய்யவேண்டும் என்று நினைப்பவன். அதனால் முத்திரை வைத்துக் காகிதத்தில் உத்திரவாதம் எழுதிக் கொடுத்துவிடு. திட்டத்தை நான் சொல்கிறேன்" என்றார்.

"நான் இதை ஏற்பதற்கில்லை என்றதும் அவர் முகம் இருண்டுவிட்டது. அதை நான் கவனித்தேன். நீங்கள் என்ன பொருள் கிடைக்க இருக்கிறது என்பதை எழுதிக்கொடுங்கள், பிறகு நானும் தர இருப்பதை எழுதிக் கொடுக்கிறேன் என்றேன்."

"நீ என்ன எழுதுவாய்? ஒரு தக்கி என்ன எழுத முடியும்? சரி எப்படியோ பரவாயில்லை. நீ எதைச் சரியாக எழுத முடியுமோ அதை எழுது. அதுவே போதும். நம் இருவருக்கும் இடையில் மூன்றாம் நபர் தேவையில்லை" என்றார்.

"நான் ஒரு காகிதத்தில் எழுதி எனது முத்திரை வைத்து கவனமாக மடித்து அவரிடம் கொடுத்தேன். அவர் அதைமடித்து தனது தலைப்பாகையில் கவனமாக செருகிக் கொண்டார்."

"சரி இப்போ எல்லாம் முடிந்தது மீர்சாகேப். பொருள்களை மூன்று ஒட்டகங்களில் பதினைந்து தரகர்களுக்கு காவலர் வேஷமிட்டு பூனாவிலிருந்து அழைத்துக் கொண்டு இந்தூருக்குப் போகிறார்கள். இங்கிருந்து ஒரு பகுதியை எடுத்துக்கொண்டு நேற்றே கிளம்பிவிட்டார்கள். மீதி பூனாவில் இருக்கிறது. பூனாவில் மற்றதையும் எடுத்துக்கொண்டு நாசிக் போவார்கள். அங்கே போய் நீங்கள் அவர்களைப் பிடித்துக் கொள்ள வேண்டியதுதான். நான் சொல்கிற தகவல்கள் நிமிட சுத்தமாகப் பிசகாமல் இருக்கும். இங்கிருந்து அனுப்புகிற சௌகாரை எனக்குத் தெரியும். நான் செல்வம் எடுத்துக்கொண்டு செல்லும் தரகர்களுடன் பேசி உங்கள் மீது சந்தேகம் கொள்ளாத விதத்தில் ஏற்பாடு செய்திருக்கிறேன். இப்போது மராட்டியிலும், பாரசீகத்திலும் எழுதி ஆங்கிலேய அதிகாரிகளின் முத்திரை வைத்த சுங்கக் கடவுச்சீட்டு தருகிறேன். இதைப் பயன்படுத்தி நீங்கள் ஹரிதாஸ் பெயரில் சௌகாரிடமிருந்து பொருளுக்கு அத்தாட்சி பெற்றுள்ளதாக காட்டிக் கொள்ளலாம். அதனால் நீங்கள் பொருட்கள் எடுத்துச் செல்வதை யாராலும் தடுக்க முடியாது. அவன் கொண்டு வந்த பொருட்கள் இங்கேதான் இருக்கின்றன. மழைக்காலம் முடியும்வரை இங்கே இருக்கும். அந்த குழுவிற்குத் தலைமை ஏற்றிருப்பவனின் பெயர் ஃபயூத் முகமது. அவன் கிட்டத்தட்ட உன் வயதும் தோற்றமும் உடையவனாக இருப்பான். ஆகவே நீ எளிதில் அவனுடன் நெருக்கமாகி விடலாம். இப்போது நான் உனக்கு சரியானத் திட்டம் போட்டுக் கொடுத்துட்டேன். மற்றதெல்லாம் நீ தான் சூழ்நிலையைப் பொருத்து அனுசரித்துக் கொள்ள வேண்டும். உனக்குச் சிறந்ததென்று படும் வழியில் நாசிக் போய்விடு. அங்கே நான்கு நாட்கள் காத்திரு. கவனமாகப் பார்த்துக்

கொண்டிருந்தால் ஐந்தாம் நாள் உனது பனீஜைக் காண்பாய். சரி இப்போ கிளம்பு. பயணத்திற்கான ஏற்பாடுகளைச்செய். பவானி தேவி உனக்கு வெற்றிகளைத் தருவாள். அடுத்து உனக்காக சிறப்பான வேலையை நான் தரமுடியும் என்பதில் எனக்குச் சந்தேகமில்லை" என்று நீண்ட உரையே நிகழ்த்தி விட்டான்.

"நீங்களும் என்னை நம்பி இறங்கலாம் கான் சாகேப். நான் உங்களுக்கு அந்நியமாகி விடமாட்டேன். அருமையான திட்டம் தயாரித்துக் கொடுத்திருக்கிறீர்கள். உங்கள் பணம் இருபதாயிரம் ரூபாய் பத்திரமாக உங்கள் கைகளுக்கு வந்து சேரும். சொல்லப்போனால் அது இப்போதே உங்கள் கையில் இருப்பதாக நினைத்துக் கொள்ளுங்கள்" என்றேன்.

"உன் அப்பாவுக்கு என்னுடைய அன்பையும் வாழ்த்துக் களையும் கூற மறந்துவிடாதே. எங்களுக்கிடையில் நடந்த பழைய விரும்பத்தாகதவற்றை மறந்துவிட்டுமுடிந்தால் இவ்வளவு தூரம் வந்து என்னைப் பார்க்கச் சொல்" என்றான்.

"அந்த விஷயத்தைப் பொறுத்த மட்டில் எனக்கு அதிக நம்பிக்கை இல்லை. அவரது வயதின் காரணமாக அவரால் இவ்வளவு தூரம் பயணிக்க முடியாது. இப்போதெல்லாம் அவர் கிராமத்தைவிட்டே வெளியில் புறப்படுவது கிடையாது. ஆனால் கண்டிப்பாகக் கடிதம் எழுதுவார்" என்றேன் நான்.

"போதும் அதுபோதும் எனக்கு. பழைய விவகாரத்தில் தப்பு என்னோடதுதான். வருடங்களும் அதிகமாகிவிட்டதால் எனது முட்டாள்தனத்திற்காக மன்னித்திருப்பார் என்று நம்புகிறேன்" என்றார் ஜமேதார்.

அவரிடமிருந்து விடைபெற்றேன். இந்த இருபதாயிரம் ரூபாய் விஷயத்தைப் பொறுத்தமட்டில் தருவதா இல்லையா என்பதை என் அப்பாவின் முடிவிற்கு விட்டுவிடலாம் என்று மனதிற்குள் தீர்மானித்துக்கொண்டேன். அதை பீர்கானிடம் பகிர்ந்து கொண்டபோது அவன் இருபதாயிரமா? இந்தக் கிழட்டு வில்லன் வாங்கிவிடுவானா நம்மிடம்? மீர்சாகேப் நாம் ஆந்தைகளுக்கும், நரிகளுக்கும் அண்ணன் தம்பிகளான பின்னர்தான் அவன் நம்மிடம் ஒரு ரூபாயைக்கூடப் பார்க்க முடியும்" என்றான் கோபமாக.

அடுத்த நாள் காலையில் ஜலோன் நோக்கித் திரும்புவதற் கான பயணத்திற்காக பாம்பேக்கும் தானாவுக்கும் இடையில் தங்கினோம். அவர் அளித்திருந்த கடவுச்சீட்டு தானாவின் பல்வேறு சுங்கக் கடவுகளை சிக்கலில்லாமல் கடந்து வருவதற்கு உதவியாக இருந்தது.

40

பழைய சாகசப் பெருமை சொல்லியே இன்னொரு கொள்ளை

நாங்கள் கிளம்பிய நான்காம் நாளில் நாசிக் வந்து சேர்ந்து விட்டோம். “இறைவனுக்கு நன்றி” என்று கத்திக்கொண்டு என்னை நோக்கி பீர்கான் வேகமாக ஓடி வந்தான். சுபான்கான் சொன்னது சரிதான், அவர்கள் வந்து கொண்டிருக்கிறார்கள்” என்றான்.

“கான் நீ உறுதியாகத்தான் சொல்கிறாயா?”

“கண்டிப்பாக. நமக்குச் சொல்லப்பட்ட அத்தனை அடையாளங்களும் உடைய ஒரு கும்பல் வந்துகொண்டிருக்கிறது நான் சொல்வது பொய்யென்றால் வந்துபாருங்கள்.மூன்று ஒட்டகங்கள்,வேடம்தரித்த ஆட்கள். ஆனால் உங்கள்தலைமேல் அடித்துச் சத்தியம் செய்வேன், அவர்களை இதற்கு முன்னர் எங்கேயோ பார்த்திருக்கிறேன். அவர்கள் ரோக்குர்ரியாக்கள். அந்த இனத்திற்குரிய அடையாளங்கள் அப்படியே இருக்கின்றன” என்றான்.

“போதும். ஏமாற்றப்படவில்லை. இருக்கட்டும் நாமிங்கு இருப்பது அவர்களுக்குத்தெரியாது. பூர்கான்பூரில் கையாண்ட அதே தந்திரத்தைத்தான் இங்கும் கையாளவேண்டும். சரி போய் ஆட்களைத் தயார்ப்படுத்து. நகரத்தைவிட்டு ஒன்றிரண்டு காததூரம் வெளியே போய்விட்டு அவர்கள் நுழைந்த அதே நுழைவாயில் வழியாக நகரத்திற்குள்ளே வரவேண்டும். பின்னர் நகரத்தில் பஜாரில் அவர்களுடன் இணைந்துகொள்வோம் என்று திட்டத்தை விளக்கினேன்.”

எனது திட்டப்படி எங்கள் ஆட்கள் உடனே கிளம்பிவிட்டார்கள். நகரத்திற்கு வெளியே போய்விட்டு அடுத்த நுழைவாயில் வழியாக நகரத்தின் பஜாரில் நாங்கள் புதிதாகப் பிடித்திருக்கும் வசிப்பிடத்திற்கு வந்தோம்.

அவர்கள் இடம் பிடித்துள்ள இடத்திற்குப் பக்கத்தில் உள்ள ஒரு கடையைத் தேர்ந்தெடுத்து அதில் இருந்துகொண்டு மெதுவாக ரோகுர்ரியாக்களின் தலைவனிடம் பேச்சுக் கொடுத்து அறிமுகம் செய்துகொண்டேன்.

நாராயண்தாஸ் அதுதான் அவன் பெயர். மிக உயரமாக நல்ல பலசாலியாக இருந்தான். சிறிய ஆனால் மின்னும் கண்கள். நீளமான புருவங்கள். அது இறுக்கிக்கட்டப்பட்ட தலைப்பாகை மடிப்புகளுடன் இணைந்து இருந்தது. புருவங்களின் முனைகள் இரண்டும் சேர்த்து வரையப்பட்டிருந்தது ஒரு விசித்திரமான தோற்றத்தைக் கொடுத்தது. நீளமான மீசைகள் இருபுறமும் நன்றாக முறுக்கித் திருகிவிடப்பட்டிருந்தது. அடர்ந்த தலைமுடி. மொத்தத் தோற்றமும் அவன் ஒரு அனுபவம் வாய்ந்த ரோக்குர்ரியா என்பதை உறுதிசெய்தது. இவன் ஒரு வஞ்சகம் மிகுந்த தந்திரவாதி என்று தீர்மானித்துக்கொண்டேன். அவனது தோற்றத்தை மனதில் வைத்துப் பார்த்ததில் இவனை மிகவும் தந்திரமாகத்தான் கையாள வேண்டும் என்று புரிந்துக்கொண்டேன். எல்லாவற்றிற்கும் மேலாக இரண்டு லட்சம் வைத்திருக்கிறான். அதன்பொருட்டு எத்தனை பெரிய ஆபத்தை எதிர்கொண்டாலும் தகும் என்று சமாதானம் செய்துகொண்டதால் அவனிடம் அறிமுகம் செய்து கொள்வதில் தாமதம் ஒன்றும் ஆகவில்லை. காலை உணவு தயாரித்து முடிக்கும் வரைக் காத்திருந்தோம். தயாரானதும் எங்களது சகஜமான உரையாடலில் ஈடுபட்டோம்.

“பூனாவில் இருந்து ஏதேனும் செய்தி உண்டா?” என்று கேட்டதற்கு, “பாஜிராவ் ஒருவாறாக அந்தக் காரியத்தை முடித்துவிட்டான். கோழைப்பயல், கீர்கி போரில் அவனேத் தலைமையேற்று பறங்கியரை நிர்மூலமாக்கியிருக்க வேண்டும்” என்றான்.

“அவர் வெள்ளையர்களைத் துரத்திவிடுவார் என்று எதிர்பார்த்தீர்களா?”

“கண்டிப்பாக. அவர்களைப் பற்றி நமக்கு என்ன தெரியும்? அவர்கள் தாங்களாகவே பாம்பே கோட்டைக்குள் சிறைப் பிடிக்கப்பட்டப் பின்னர்தான் எல்லோரும் அவர்களைப் பற்றித்

தெரிந்து கொண்டோம். அவர்கள் மராத்திய நிலத்தில் ஒருஅடி எடுத்து வைக்க எத்தனைக் கடுமையாகப் போராடினார்கள் என்பது எனக்கு நன்றாக நினைவில் இருக்கிறது. ஆனால் மராத்தியப் பேரரசையே கவிழ்க்கும் அளவுக்கு கொஞ்சம் கொஞ்சமாக முன்னேறி விட்டார்கள். இப்போது தங்களுக்கு வசதியான வழியைத் தேர்ந்தெடுத்துக் கொண்டார்கள்" என்றான்.

"ஆனால்... பாஜிராவிடத்திலும் நல்லபடை இருக்கிறதே! இந்த தேசமே அவருடையதுதான். அவர் கண்டிப்பாக ஏதேனும் செய்வார். மராத்தியர்கள் வீரர்கள்; போரிலே கெட்டிக்காரர்கள்; மேலும் தேர்ந்த படைத் தளபதிகள் இன்னும் அவர் வசம்தானே இருக்கிறார்கள் என்றேன் நான்."

"அவராலே ஒன்றும் ஆகாது மீர்சாகேப். ஒவ்வொரு இடமாக மாறிமாறி ஓடிக்கொண்டே இருக்க வேண்டியதுதான். அவருடைய ராணுவம் முடிந்த வரைக்கும் போராடிக்கொண்டிருக்கும். அவன் ஒருபோதும் உறையில் இருந்து வாளை உருவப்போவதே இல்லை. அந்தக் கேடுகெட்டக் கோழைக்கு போராடும் ஆன்ம தைரியம் பற்றாது" என்றான் கோபமாக.

"நல்லது ஜமேதார். இதெல்லாம் என்னைப் பாதிக்காது. நான் ஒரு சிப்பாயாக உறுதியேற்றிருக்கிறேன். பொருள், செல்வம் எடுத்துச் செல்பவர்களுக்கு காவல் உதவி செய்து நல்ல விதமாக வாழ்க்கையை ஓட்டிக்கொள்கிறேன். என்னை இப்போதுகூட பனாரஸில் இருக்கும் சௌகார் ஒரு வேலையாக அனுப்பி இருக்கிறார். அதைத்தான் இப்போது கொண்டு வந்திருக்கிறேன் என்றேன்."

"ஆகா நீங்களும் அந்த வேலையில்தான் இருக்கிறீர்களா? அது மிகவும் நல்ல வேலைதான். கைவசம் நிறைய ஆட்கள் இருந்தால் நன்றாகச் சம்பாதிக்கலாம். சிலர்மட்டுமே இருந்தால் பல பிரச்சினைகளை எதிர்கொள்ள வேண்டி இருக்கும். நான் என் அனுபவத்தில் இருந்து சொல்கிறேன். நானும் இதே தொழில் செய்கிறவன்தான். நான் ஏதோ கொஞ்சம் அதிர்ஷ்டம் பெற்றவன். என் சகோதரன்தான் அதிர்ஷ்டம் கெட்டவன். இங்கிருந்து இந்தூர் போகும் வழியில் பூர்கான்பூரில் திருடர்கள் கையால் அவன் கொல்லப்பட்டு விட்டதாகக் கேள்விப் பட்டோம். அதற்கு மேல் அவனைப்பற்றி ஒரு தகவலும் இல்லை" என்ற செய்தியைச் சொன்னான்.

"ஆச்சர்யம்தான். ஆனால் இந்த சாலையில் திருடர்கள் இருப்பதாகக் கேள்விப்பட்டதே இல்லையே. நிறைய மதிப்பு மிகுந்த பொருளை எடுத்துச் சென்றபோதும் கூட எதுவும் எனக்கு ஆபத்து வந்ததில்லை. ஆனால் இப்போ எனக்கு ஒன்றும் பயம் இல்லை. அரசாங்க பாதுகாப்பு இருக்கிறது. சீக்கிரமாகவே அவர்கள் தேசம் முழுதும் பரவி விடுவார்கள், அடுத்து வரும் வருடங்களிலெல்லாம் எந்த ஆபத்தும் இருக் காது என்று சொல்லி வைத்தேன்."

"பறங்கிகள் ஆட்சியில் பாதுகாப்பு கிடைக்குமா? நீ என்ன சொல்கிறாய். நீ ஒரு சௌகாருக்கு வேலை செய்கிறதாகச்சொன் னதுபோல் ஞாபகம்."

"அதுவும் உண்மைதான். ஆனால் திரும்பும்போது பாதுகாப் பாகத் திரும்புவதற்கு எனது நண்பர் சுபான்கான் கடவுச்சீட்டு கொடுத்திருக்கிறார். எனது நண்பருக்கு தேசம் முழுதும் நல்ல மரியாதை இருக்கிறது" என்று சொன்னவாறு மெழுகு பூசித் துணியில் சுற்றி வைத்திருந்த எனது ஆவணத்தை எடுத்து அவ னுக்குக் காட்டினேன்.

"நீ அதிர்ஷ்டசாலிதான் மீர்சாகேப். எனக்குத் தெரிந்த சுபான்கானை உனக்கும் தெரிந்திருக்கிறதே. எனக்குப் பல வருடங்களாகத் தெரியும். நீண்டகாலமாக நல்ல நண்பர் அவர். எனக்கு வேலை தேவைப்படும்போதெல்லாம் என்னை அழைத்து வேலைக்கொடுப்பார். அதேசமயம் பெரிய தொகையை நான் கொண்டு செல்லும்போது எனக்காக பிணை கொடுத்து உதவுவார். ஆனால் நீ சேவகன் பணியை விட்டுவிட்டதாக சொன்னாய் அல்லவா. அதுவரை புத்திசாலிதான். இந்த வேலை வசதியான தொழில்தான். கௌரவமான வாழ்க்கை நடத்தலாம். அனைத்து திசைகளுக்கும் சென்று சுற்றி வரலாம். ஆனால் கொஞ்ச சம்பளத்திற்குக்கூட கடுமையாகப் போராட வேண்டிவரும். யாரிடம் வேலை செய்கிறோம் என்பதைப் பொறுத்துதான் அது இருக்கிறது" என்றான் அவன்.

"நீ யாரிடமும் சொல்லக்கூடாது என்றேன் நான். ஒவ்வொரு மனிதரிடமும் நான் செய்த வேலைகளை ரகசியமாக வைக்க வேண்டும் என்பதே என் ஆசை. என்னுடைய கடந்த கால வாழ்க்கை இப்போதைய எண்ணங்களுக்கு மாறாக இருந்தன. நான் ச்சீட்டூ என்ற கொள்ளையனிடம் இருந்தேன். அவரிடம் உள்ள மூவாயிரம் குதிரைகளுக்குத் தலைமை தாங்கி இருக் கிறேன் என்றேன் பெருமையாக."

"ச்சீட்டுவிடமா? ஆச்சர்யமாக இருக்கிறதே. ஒன்றும் வேடிக்கைக்காகச் சொல்லவில்லையே?" என்றான் நான் சொல்வதை நம்பாமல்.

"விளையாட்டில்லை. உன் தலைமேல் அடித்துச் சத்தியம் செய்கிறேன். நான் சொல்வது உண்மைதான். நம்பவில்லை என்றால் ஆதாரத்திற்குச் சில காகிதங்கள் என்னிடம் இருக்கிறதா என்று பார்க்கிறேன். ஆனால் உன்னிடம் சொன்னதுபோல் வேறு யாரிடமும் சொல்ல விரும்பவில்லை."

"என்னிடம் பயம்வேண்டாம். ஒரு ரோக்குர்ரியாவிற்கு உரிய தன்மையுடன் ரகசியத்தைப் பாதுகாப்பேன். நீ ஒரு அதிசயத்தைச் சொன்னதுபோல இருக்கிறது தெரியுமா? அப்படியானால் வித்தியாசமான பிரதேசங்களில், வித்தியாச மான சாகசங்கள் செய்திருப்பாய் இல்லையா? ச்சீட்டூ மதராஸ் வரைக்கும்கூட பறங்கிகளைத் துரத்திக்கொண்டுபோனதாகக் கேள்விப்பட்டிருக்கிறேன். அவன் கடந்தபோன தேசம்முழுதும் பாலையாக துடைக்கப்பட்டு விட்டதாமே" என்றான் ஆச்ச ரியத்துடன்.

"என்னுடைய சாகசங்கள் சிலவற்றைச் சந்தோஷமாக உன்னுடன் பகிர்ந்துகொள்கிறேன் சாகேப். ஒருவேளை அவை உனக்கு விருப்பமாக இருக்கும். எனினும் ஒருமனிதன் தன் சொந்த விஷயங்களை பேசுவது பொருத்தமாகாது அல் லவா?"

"அப்படி இல்லை. இதிலே வெட்கப்படுவதற்கு ஒன்றும் இல்லை மீர்சாகேப். ஒரு கொள்ளையனாக இருந்தாலும் இந்த தேசத்தின் சிறப்புகள் அனைத்தும் அவரிடமே இருந்தன. அவர் தனது முதல் படையைத்திரட்டி முகாமிட்டிருந்த நேமாவூரில் நான் சிலகாலம் இருந்திருக்கிறேன்."

"அப்போது அங்கே தான் இருந்தாயா?"

"ஆம். நேமாவூரில் உள்ள ஒரு சௌகாருக்கு இந்தூ ரில் இருந்தும், உஜ்ஜைனியில் இருந்தும் செல்வம் கொண்டு போயிருந்தேன். அந்தப் படை கிளம்புவதற்கான தயாரிப்பு வேலைகளைப் பார்த்தேன். அந்தக் காட்சியில் நானும் கவரப் பட்டிருந்ததை பகவான் மட்டுமே அறிவான். அப்போது என் கையில் குதிரை இருந்திருந்தால் நானும் அவர்களுடன் சேர்ந்து கொள்ளையனாக மாறியிருப்பேன். அங்கிருந்த ஒவ்வொரு கொள்ளையனும் தனது குதிரைப்பையில் தங்கமும், வெள்ளியும், முத்தும் வைத்து நிரப்பி இருப்பதாகச் சொன்னார்கள்."

“முதல் பயணத்திலேயே எங்களுக்கு அதிர்ஷ்டம் அடித்தது. இரண்டாவது பயணம் துவங்குவதற்கு முன்னர் வந்திருந்தால் என்னைப்பற்றி நேமாவூரில் கேள்விப்பட்டிருக்கலாம். அப்போது மிக உயர்ந்த பதவியில் இருந்தேன். எடுத்தளடுப்பிலேயே வாள் வீச்சில் என் அளவிற்குச் ச்சீட்டூவிடம் பேர் வாங்கியவன் எவனும் இருக்கமுடியாது” என்றான்.

“அப்படியானால் நானும் உன்னைப் பற்றிக் கேள்விப் பட்டிருக்கிறேன். ஆனால் நீ கண்டிப்பாக சையத் அமீர் அலி யாக இருக்க முடியாது. நீ கஃப்பூர்கானுக்கு அடுத்த நிலையில் இருந்த அமீர் அலி நீயா?”

“நானே தான், வேறுயாருமல்ல. இப்போது என் தகுதிகுறைந்தி ருப்பது உண்மைதான். ஆனால் யாருக்குத்தான் வராமல் இருக்கிறது இந்த ஏற்ற இறக்கம்? ச்சீட்டூ இறந்துவிட்டார். கஃப்பூர்கான் எங்கோ ஓடிப்போய்விட்டான். ஆனால் அவன் ஹைதராபாத் தான் போயிருக்கவேண்டும். சையத் பீக்கூ, கடவுளுக்குத்தான் அவன்போன இடம் தெரியும். சேக்துல்லா பூர்கான்பூருக்கும் எல்லிக்பூருக்கும் இடையில் உள்ள மலைகளுக்கு இடையில் சுற்றிக்கொண்டு இருப்பதாகவும் அவன் தலைக்கு விலை வைக்கப்பட்டிருப்பதாகவும் கேள்விப் பட்டேன். என் னைப் பற்றி யாருக்கும் தெரியாது என்று நினைக்கிறேன். இப்போதிருக்கும் நிலையிலேயே நீண்டநாட்களாக அமைதியாக இருந்து கொண்டிருக்கிறேன். யாரும் என்னைப் பற்றிக் கேட்பது இல்லை. இரண்டாவது பயணம் போய்வந்ததற்குப் பின்னர் கொள்ளையனாக இருந்ததுபோதும் என்றாகிவிட்டது. ஜலோனில் எனது வீட்டோடு இருந்துகொண்டு யாராவது பாதுகாப்பு கேட்டால் கொடுத்துக்கொண்டு அமைதியாகக் காலத்தைத் தள்ளிக்கொண்டு வருகிறேன்.”

“ஆம் நீ சொன்னது போல் ச்சீட்டூவின் மரணம் சோகமானது தான். ஆனால் சாகேப் லோக் அவருக்கு பெரிய பிரதேசத்தை வழங்க முன் வந்ததாகக் கேள்விப்பட்டேன் உண்மையா?” என்றான் ஜமேதார்.

“நானும்கூட அப்படித்தான் கேள்விப்பட்டேன். அந்த ஆள் சரியான முட்டாள். ஜாகீர் தந்ததை ஏற்றுக் கொள்ளவில்லை. ஆனால் என்னைக்கேட்டால் அதில் ஆச்சர்யம் ஒன்றும் இல்லை. ச்சீட்டூ மனதாலும் செயலாலும் வெள்ளையர்களை விரட்டுவதையே தன் வாழ்நாள் இலட்சியமாகக் கொண்டி ருந்தார். அவர் நினைத்தார் மராட்டியர்கள் பறங்கியர்களை

விரட்டுவார்கள் என்று. மராட்டியர்கள் பெற்ற முதல் வெற்றியைக் கண்ட ச்சீட்டூ தன்னிடமிருந்த பதினைந்தாயிரம் குதிரைகளுடனும் மராட்டியர்களுடனும் சேர்ந்து சேனைத்தலைவர் ஆகலாம் என்று நினைத்தார். அப்படி நடந்திருந்தால் அவரைத் தொடர்ந்து சென்று நானும் வெற்றியில் பங்கு கொண்டிருப்பேன். அது நடக்கவில்லை. எப்போதுமே நடக்கவேயில்லை. அதனால் என் நிலை என்னவானது என்பதை தான் நீங்கள் இப்போது பார்க்கிறீர்கள்."

"இது விசித்திரமான கதைதான். இதுவரை நான்கேள்விப்பட்டிராத பல செய்திகள் சொல்லி இருக்கிறாய். ச்சீட்டூ அளவிற்கு பேஷ்வாவும், நாக்பூர் ராஜாவும் தங்கள் கடமையை சரியாகச் செய்தார்களே." "எல்லோரும் முடிந்த அளவு சரியாகத்தான் செய்தார்கள் ஆனால் அதைப்பற்றி நினைப்பதில் பயனொன்றும் இல்லை மீர்சாகேப். நமது புதிய எஜமானர்களுக்கு நேர்மையாக உழைப்பதற்கு நம்மைத் தயார்படுத்திக் கொள்ள வேண்டியது தான். நாமிருவரும் பிரியக்கூடாது. நான் இந்தூருக்கு சில செல்வம் எடுத்து வருவதற்காகப் போய்க் கொண்டிருக்கிறேன். அதிர்ஷ்டவசமாக நீயும் அதே பாதையில் வருகிறாய். உன்னுடைய குழு பெரியதாக இருப்பதால் நான் உன்னுடன் வருகிறேன். நான் ஒரு உண்மையைச் சொல்கிறேன் என்னுடைய உடைமைகளுடன் நான் சிந்த்வா மலைத்தொடர்க் காடுகளுக்கு இடையே பயணிப்பதை விரும்பவில்லை. இப்போதிருக்கும் குழப்பமான அரசியல் நிலைமைகளைப் பயன்படுத்தி பீல்கள் தமது அனைத்து ஆயுதங்களையும் கொண்டு தாக்குவார்கள். பேஷ்வாவின் பாலைவனத்தில் இருந்து கிளம்பின பல குழுக்கள் நாடு முழுதும் சுற்றிக்கொண்டு இருக்கின்றன. கிடைப்பதைத் தங்களுக்கு வசதியாகப் பயன்படுத்திக் கொள்கிறார்கள். எந்த பழிபாவங்களுக்கும் அஞ்சுகிறவர்களாக இல்லை. எனவே நீ பரஸ்பர பாதுகாப்பை விரும்பினால் நாம் இருவரும் இணைந்து பயணிப்போம்."

"எனக்கும் அதில் சந்தோஷம் தான். அப்படியே செய்வோம். என்னிடம் இழப்பதற்கு ஒன்றும் இல்லை. இரண்டு மூன்று ஆயிரங்கள் இருக்கும், யாராவது அதை எடுக்க வந்தால் அவர்களுக்கு பணத்தைவிட உதையே அதிகம் கிடைக்கும்."

"நான் அதற்கும் குறைவான தொகை தான் வைத்திருக்கிறேன். இங்கிருந்து இந்தூர் போய்ச்சேரும் வரை ஒட்டகங்களுக்குத் தீனி வாங்கிப்போடும் காசுதான் என்னிடம் இருக்கிறது.

என்னால் சண்டையெல்லாம் போடமுடியாது. ஏதாவது ஆபத்து என்றால் குதிரையில் ஏறி ஓடிவிட முடியும்."

ஆனால் ஒட்டகத்தின் முதுகில் இருக்கும் பெரிய மூட்டைகள் அவன் வார்த்தைகளைப் பொய்ப்பிக்கிறது. என்னை ஏமாற்ற முடியாது. புடைத்துக் கொண்டிருக்கும் செல்வத்தை ரோக்குர் ரியா என்னிடம் இருந்தும் மறைக்கிறான்.

சில மணி நேரத்திற்கு பின் நான் ரோக்குர்ரியாவைவிட்டு விலகிவந்தேன். என்னுடன் பீர்கான் இருந்தான். அவனிடம் நான் ரோக்குர்ரியாவை எப்படி ஏமாற்றினேன் என்பதைச்சொல்லி விழுந்து விழுந்து சிரித்துக் கொண்டிருந்தோம்.

"உன்னுடைய உடல் தோற்றத்தைப் பார்க்கும்போது அவன் பெரிய அளவாக இருக்கிறான். அதனால் நீ அவனைக்கையாளு வது சற்று ஆபத்தான விஷயம் என்று எனக்குப்பயமாக இருக் கிறது" என்றான் பீர்கான்.

"நான் சிரித்தேன். அவன் பலமா கான்... இதற்கு முன் என் காலடியில் விழுந்தவர்களை ஒப்பிடும்போது இவனெல்லாம் எம்மாத்திரம். அத்துடன் நாம் பூர்கான்பூரில் கொன்றோமே அவனுடைய சகோதரன்தான் இவன். எத்தனை ஆபத்துக்கள் இருந்தாலும் இவன் நம் கையில் முடியவேண்டும். சில ஆயிரங்கள்தான் என்று இந்தக் கொள்ளையைத் தவிர்க்கப் போவதில்லை என்றேன்."

பீர்கான் "இந்தூருக்கு வெகு தூரத்திற்கு முன்பே அவர்களைக் கொன்று விடக்கூடாது. அவர்கள் நகரத்தை எவ்வளவு நெருங்க முடியுமோ அவ்வளவு தூரம்வரை விட்டுவைக்கவேண்டும். அத்துடன் நமது சொந்த ஊருக்குப் பக்கமாகவும் போய்விட வேண்டும். இந்த விஷயம் வெளியில் கசிந்து விடக்கூடாது என்பதில் மிகவும் எச்சரிக்கையாக இருக்கவேண்டும்" என்று திட்டத்தைச் சொன்னான்.

"நல்லது உன் விருப்பப்படியே செய்வோம். நான் பூர்கான் பூருக்குப் பக்கத்தில் கொல்லலாம் என்று நினைத்திருக்கிறேன். அப்படிச் செய்து முடித்து அப்படியே அங்கிருந்து மலைப் பாதையைப் பிடித்தால் யாரும் நம்மைப் பின்தொடர முடி யாது, இல்லையா?"

"சேக்துல்லாவின் குழுவில் இருந்து நமக்கு ஆபத்துக் காத்திருக்கிறது. அவர்கள் தான் இப்போது வெளியில் உலவி வருகிறார்கள் என்றான் பீர்கான். அவன் கையில் பிடிபட்டு விடக்கூடாது. கிடைத்தால் நம்மைக் கொள்ளையடித்து

விடுவான். அவனும் நம்மைப்போல் ச்சீட்டூ விடம் சேவகம் செய்தவன்தான். ச்சீட்டூ சாதாரண ஆட்களை பிடித்து வைத்தி ருக்கவில்லை என்பதை நாம் நினைவில் வைத்துக்கொள்ள வேண்டும்."

"அஸ்தாப்ஃபர் அல்லா என்று கத்தினேன். எனக்கு நடுக்கமே ஏற்பட்டு விட்டது. கடவுள் நம்மைத் தடுக்கவில்லை. உனது திட்டமே சரியானது. நகரத்திற்கு இன்னும் சில நடைகள் இருக்கும்போது அவர்களை நம் பிடிக்குள் கொண்டு வருவோம். அதற்குப்பின் நம் வசதிக்குத் தக்கபடி பொருத்தமான இடத்தில் காரியத்தைச் செய்து கொள்வோம்."

நாங்கள் எங்கள் பயணத்தை தொடர்ந்துக்கொண்டிருந்தோம். (ரோக்குர்ரியாக்கள் இரவில் பயணிப்பதில்லை). எல்லா பயணங்களும் ஒன்று போன்றே வெறுமையாக, அசுத்தமான சாலைகள், சுட்டெரிக்கும் சூரியன், மோசமான உணவு இதுபோன்ற சின்னச்சின்ன பிரச்சினைகள் தாம். இடையில் நாங்கள் வேறு சாகசங்கள் மேற்கொள்ளவில்லை. சிற்சில திருட்டு வேலைகளில் மட்டும் ஈடுபட்டோம். எங்களது முழுக்கவனமும் ரோக்குர்ரியாக்களை கைப்பற்றுவதிலேயே இருந்தது. அதற்காக தினமும் எங்களுடன் முகாமில் தங்க வைப்பதில் குறியாக இருந்தோம். திருடர்கள் பயம், புழுதி, அதிகப்படியான வெப்பம் போன்ற கூடுதல் தொல்லைகள் இருந்தாலும், வழக்கமாக கிராமங்களுக்கு வெளியில் நாங்கள் முகாமிடுவது போலவே முகாமிட்டு அவர்களையும் உடன் இணைத்துக்கொண்டோம். எங்கள் ஆட்கள் தங்களது வேலைகளைச் சிறப்பாகவே செய்தார்கள். இத்தனைக்கும் அவர்களில் பெரும்பகுதி பனாரஸ் வாலாக்கள், பேஜ்பூரிகள் ஆனாலும் தந்திரமாக ரோக்குர்ரியாக்களுடன் நாங்கள் மேற் கொள்ளவிருக்கும் சாகசம் வெற்றிகரமாக அமைவதற்கு நல்ல ஒத்துழைப்புக் கொடுத்து வந்தார்கள்.

"அனைத்திற்கும் மேலாக ஒருமனிதனைத் தன்வயப் படுத்து வதற்கு ஒரு தக்கின் மனதில் எத்தனை ஆர்வம் இருக்கும் என்பதை உங்களால் புரிந்துகொள்ள முடியுமா சாகேப்? நான் ஒப்பிக்கும் கதையை நீங்கள் கேட்டுக் கொண்டிருந்தாலும் அவனது ஆர்வத்தை உங்களால் புரிந்து கொள்ள முடியாது. இங்கே ரோக்குர்ரியாக்களுடன் இருபது நாட்கள் நெருக்கமான நட்பு பாராட்டி வந்தோம். அவரவர்கள் தங்களது கதைகளையும் பெருமைகளையும் சொல்லிக்கொண்டு வந்தார்கள், நாங்கள் எங்களுடையதை சொல்லிக்கொண்டு வந்தோம். ஒவ்வொரு

இரவுப் பொழுதும் பாட்டுகளும் கதைகளும் சொல்லி ஒவ்வொருவராக விரிப்பில் களைத்துச் சரிகிற வரையிலும் பேசிக் கொண்டிருப்போம். நாங்கள் அவர்களது ஒவ்வொரு நுணுக்கமான அசைவுகளையும் துல்லியமாக பார்த்துவைத்துக் கொள்வதைச் சொன்னால் நீங்கள் நம்ப மாட்டீர்கள். அவர்கள் சொன்ன ஒவ்வொரு வார்த்தைகளையும் இங்கே சொல்லிக்கொண்டிருக்க வேண்டியதில்லை. சில சமயங்களில் எங்களையறியாமல் ஏதாவது வார்த்தைகளை கூடுதலாகச் சொல்லிவிட்டால் அது அவர்கள் எங்களைப்பற்றி சந்தேகப் படுவதற்கு வழி வகுத்துவிடும் என்ற கடுமையான எச்சரிக்கை உணர்வும் எங்களிடம் இருந்தது. எங்களுடைய ஒரே நோக்கம் அவர்களை சந்தோஷமாக வைத்திருக்க வேண்டும் என்பது தான். அதைச் சரியாகச் செய்தோம்."

அவர்களின் தலைவனாக இருப்பவன் என்னுடன் உரையாடு வதில் பெரிதும் ஈடுபாடுகாட்டினான். நான் ச்சீட்டூவின் படையில் இருந்தபோது அடித்த கொள்ளையின் மூலம் பெற்ற செல்வங்கள், நகரங்களை எரித்தது, சூறையாடியது போன்ற வற்றை சுவாரஸ்யமாக சொல்லிக்கொண்டு வந்தேன். அவன் தனது கதைகளைச் சொல்லும்போது அவனது குழுவில் உள்ள மற்றவர்களும் அவனும் உட்காரும் முறையைத் தந்திரமாக நானும் பீர்கானும் கவனித்து வைத்துக் கொண்டோம். ஆனால் எல்லாவற்றிலும் திறந்த மனதுடன் கண்ணியமாகவும் எளிமையாகவும் நடந்து கொண்டார்கள். நாங்கள் சொல்வதை அப்பாவித்தனமாக ஏற்றுப் பின்பற்றினார்கள்.

அவர்களின் முடிவிற்கான நேரம் நெருங்கிக்கொண்டிருக்கிறது. இந்தூர் இன்னும் ஐந்து நடைதான் இருக்கிறது. இனியும் தாமதிப்பது வேலைக்கு ஆகாது. அவர்கள் பத்திரமாக இந்தூர் சென்று சேர்வதற்கு வழி வகுத்துவிடும். ஒரு நடைக்கு முப்பது காத தூரம் போவதில் தீர்மானமாக இருக்கிறார்கள் என்பதை புரிந்து வைத்துக் கொண்டேன். எங்கள் ஆட்கள் அவர்களின் பயண வேகத்திற்கு ஈடுகொடுக்க முடியவில்லை.

"என்ன வேண்டுமானாலும் ஆகட்டும் பரவாயில்லைஎப்படி யும் நாளை இரவு இறக்க இருக்கிறார்கள்" என்று பீர்கானிடம் சொன்னேன்.

அந்த நேரமும் வந்தது. இரவுகளில் நாங்கள் வழக்கமாக உட்கார்வது போல் உட்கார்ந்தோம். எங்களது பிரசித்திபெற்ற புளிய மரத்தடியில் அமர்ந்து ஒவ்வொருவராகப் பாடல்கள் பாடினோம். அல்லது கதைகள் சொல்லிக் கொண்டிருந்தோம்.

சாவதற்குத்தான் உட்கார்ந்திருக்கிறோம் என்று யார்தான் ஊகிக்கமுடியும். சின்ன வேடிக்கைகளுக்கெல்லாம் மனம் வெடித்துச் சிரிப்பதிலும், பேசுவதிலும் நேரம் போய்க் கொண்டிருக்கிறது. மனதை இலகுவாக்கிக் கொண்டிருந்தோம். எங்களது திட்டம் வெற்றியடையும் என்பதில் அசைக்க முடியாத நம்பிக்கை கொண்டிருந்தோம். ரோக்குர்ரியாக்கள் தங்களது துயரம் மிகுந்த சாலைப்பயணம் முடிவிற்கு வரப்போகிறது எனும் மகிழ்ச்சியில் இருந்தார்கள். எல்லோர் முகமும் மலர்ந்திருக்கிறது.

ரோக்குர்ரியாக்களின் ஜமேதார் சொன்னான்: "அதோ அங்கே பாருங்கள். மரங்களுக்கு நடுவே சந்திரன் உதித்தெழுந்து வருகிறது. உங்களின் அன்பில் இருந்து பிரிவது வருத்தமாக இருக்கிறது மீர்சாகேப். உங்களுடன் இணைந்து பயணம் செய்ததில் மனநிறைவாக இருந்தது. ஆபத்து பற்றிய பயமே இல்லாமல் இருந்தது. கிராமங்களுக்கு வெளியில் தங்கும் புதிய பழக்கத்தைக் கற்றுக் கொடுத்திருக்கிறீர்கள். இனி வழக்கமாக இதே பாணியைத்தான் பின்பற்றுவோம். அந்த பாக்கியத்தை பகவான் எங்களுக்கு உங்கள் மூலமாக அளித்திருக்கிறார். நிலவு இரவு முழுதும் ஒளிவீசும். நகரத்திற்கு இன்னும் இருபதுகாத தூரம்தான் இருக்கிறது" என்றான்.

எங்கள் தக்கிகள் அவர்கள் ஒவ்வொருவனுக்கும் நாலு பேர் என்ற வீதத்தில் அமர்ந்திருந்தார்கள். அவர்கள் எப்படி இது போல் தனித்தனியாக அமர்ந்தார்கள் என்பது தெரியவில்லை. ஆனால் அவர்களுக்கு ஏதேனும் சந்தேகம் இருந்தால்தானே. யார்தான் அப்படிச் சந்தேகப்பட முடியும்.

தூரத்து மரங்களுக்கு மேல் நிலவு கம்பீரமாகச் சுழன்று எழுந்து வருகிறது. அவளின் முழு வட்டமும் மஞ்சள் வளையமும் எங்கள் கும்பலின் மீது மென்னொளி பாய்ச்சிக் கொண்டிருக்கிறது. ரோக்குர்ரியாகளில் ஒருவன் எழுந்து "நம்மவர்கள் எல்லாம் நெருக்கமாக உட்காருங்கள்" பிரிவதற்கு முன் வாழ்த்துகள் சொல்லவேண்டுமென்றான்.

"இல்லை. நாம் அப்படி ஒவ்வொருவரும் பிரியவில்லை, நாராயண்தாஸ் நாம் நண்பர்களாகவே பிரிய இருக்கிறோம். அதனால் நாம் ஒருவரை ஒருவர் கட்டிப்பிடித்துக் கொள்வோம், என்று நான் சொன்னேன். நாமெல்லாம் நண்பர்கள் தொழில் ரீதியாக சகோதரர்கள் எனவே பிரிய இருப்பதால் ஒருவரை ஒருவர் கட்டிப்பிடியுங்கள்" என்று சொன்னேன்.

"எனக்கு ஜிர்னிகொடு, பான் லோவோ" என்று உரத்துக்குரல் கொடுத்தேன்.

அவ்வளவுதான் என்னுடைய கைக்குட்டைக்குப் பணிந்து ஜமேதார் கீழே சரிந்துவிழுந்தான். ஒருவன் மட்டுமல்ல, அனை வரும் ஒவ்வொருவராகச் சரிந்தனர். எல்லோரும் இறந்து விட்டனர்.

"சீக்கிரம் வேலையை முடிங்க" என்று லாஹீக்களைத் துரிதப் படுத்தினேன். அதே ஒளிரும் நிலவு மிகவும் வெளிச்சமாக ஒளிதந்து அவர்களைப் புதைப்பதற்கு உதவியது. சீக்கிரமாக வேலையை முடித்துத் தயராக இருக்கும் ஒட்டகத்தில் பாதுகாப் பான இடத்தை அடைய வேண்டும். இந்தச் சின்ன இடத்தில் அனாவசியச் சிக்கல் எதையும் உருவாக்கிக் கொள்ளக்கூடாது என்று துரிதப்படுத்தினேன்.

இறந்தவர்களின் உடல்கள் எடுத்து குழிகளுக்குள் போடப் பட்டன. ஒவ்வொருவனும் நல்ல கனமானவனாக இருந்தான். ஒட்டகத்தில் உள்ள சுமையைக் கணக்கிடுவதற்காக நாங்கள் தாமதிக்கவில்லை. அடுத்த கிராமத்திற்கு விரைந்து வெல்லம் வாங்கி பவானிக்குத் துபவ்னீ சடங்கு செய்து முடித்தோம். காலைக்குள் எங்களின் நேற்றைய இரவுச் சாகசத்தை முடித்து விட்டு இருபது காததூரம் கடந்து வந்து விட்டிருந்தோம்.

மாலைவரை அடுத்த முகாமில் ஓய்வு எடுத்துவிட்டுமீண்டும் வேறுதிசைக்கு பயணத்தில் விரைந்தோம். வலது புறத்தில் பதினைந்து காததூரம் இந்தூரைக் கடந்துவிட்டோம். அதே வேகத்தில் வலது பக்கமாக உஜ்ஜைனியும் கடந்தது. வெயிலின் தாக்கம் மிகக்கடுமையாக இருந்ததால் மாலைவரை ஓய்வும் இரவில் பயணமும் வைத்து விரைந்து கொண்டிருந்தோம். பகதூர்குர், ஆர்ச்சா ஆகிய கிராமங்கள் வழியாக பத்திரமாக ஜலோன் வந்து சேர்ந்தோம். வழியில் ஹோல்காரில் சுங் கத்துறை ஆங்கிலேய அதிகாரிகள் எங்களை நிறுத்தி யார் என்று விசாரித்தார்கள். நன்றி சுபான்கான். அவர் தந்த கடவுச்சீட்டைக் காட்டியதும் எந்தக் கேள்வியும் இன்றி நான்தான் ஃபயீத் முகமது என்று விட்டுவிட்டார்கள். வரித் தொகை ரூபாய் ஐம்பது வசூலித்துக்கொண்டு புதிய சீட்டு போட்டுக் கொடுத்தார்கள். அந்தச் செல்வத்தைப் பார்த்து என் அப்பா பட்ட சந்தோஷத்தை யாரால் அளவிடமுடியும். அந்த முதியவர் உணர்ச்சிக் கொந்தளிப்பில் இருந்தார். என்னைக் கட்டிப்பிடித்து முத்தம் கொடுத்தார். அணைத்துக்கொண்டார். எனது செல்லப்பெயர் ஒவ்வொன்றாகச் சொல்லிப் பார்த்தார்.

நான் கணேசா ஜமேதாருடன் கூட்டுச் சேர்ந்திருந்தால் இதைப் பார்த்திருக்க முடியுமா? வயிற்றெரிச்சலில் ராஜாவிடம் இல்லாததும் பொல்லாததும் சொல்லி இருப்பான். அந்த வயதான தக், என் அப்பா தனது நினைவு தெரிந்த நாளில் இருந்து இத்தனை செல்வத்தைப் பார்த்ததே இல்லை. பிரபல தக்கிகள் ஜோக்ரா நாயக், குடக் புன்வாரி போன்றவர்கள் அளவிற்கு எனது தகுதி உயர்ந்துவிட்டது. பவானியின் அருளால்அவர்கள் புரிந்த சாகசங்கள் நம்புவதற்கரிய கதைகள் எனக்குள் பாரம் பரிய வளமையுடன் தங்கியிருக்கிறது. நான் பெற்றுள்ள செல்வத்திற்காகப் பெருமைப் படவில்லை. ஆனால் இது எனக்குப் போதுமானது. இந்துஸ்தானத்தில் உள்ள எந்த தக்கியின் மறுபக்கத்தையும் பார்த்ததில்லை. அவர்களில்பெரும் பாலானோர் என்னுடன் வந்து கொள்ளையடித்துப் பணம் சேர்த்து அதன் ஆதரவில் பல ஆண்டுகளாக வளமான வாழ்க்கையை நடத்திக்கொண்டு இருக்கிறார்கள் என்று மட்டுமே நான் முழுமையாக நம்பிக்கொண்டு இருக்கிறேன்.

"எங்களுக்கு புகதூர்கில் ஏற்பட்ட ஒரு சம்பவத்தை உங்களிடம் சொல்ல மறந்துவிட்டேன். நாங்கள் அந்த நகரத்திற்கு வெளியில் முகாமிட்டிருந்தோம். மாலைநேரம் முடிகிற பொழுதில் எங்கள் முகாமைநோக்கி ஒரு கும்பல் வந்தது. அவர்கள் தக்காக இருக்கவேண்டும்.

நான் பீர்கானிடம் "இவன் யாராக இருக்கும். பார்த்தால் தக்கிகள்போல் தெரிகிறது. தக்கிகளைத்தவிர மற்ற யார் இந்த அகால நேரத்தில் நடமாடுவார்கள் என்று கேட்டேன்."

"ஆம் ஏதோ நாடோடிகள் போல் தெரிகிறது. நான் போய் பார்த்து விட்டுவருகிறேன்" என்று சென்றான்.

"நீ போ. அவர்கள் தக்கிகளாக இருந்தால் அழைத்து வா. ஆனால் நம்மிடம் இருக்கும் செல்வம் குறித்து அவர்களிடம் வாயைத்திறக்காதே என்று சொல்லி அனுப்பினேன்."

"இல்லை. இல்லை. நான் அப்படியெல்லாம் சொல்லமாட்டேன். அவ்வளவு தூரம் நான் முட்டாளல்ல" என்று சிரித்தபடி சொல்லிவிட்டு, அவர்களைப் பற்றிய விபரம் கேட்டு வருகிறேன் என்று போனான்.

திரும்பும்போது அந்தக் கும்பல் தலைவனை அழைத்து வந்திருந்தான். அவனை எனது கூடாரத்தில் உட்காரவைக்கும் எண்ணத்துடன், என் முகத்தை அந்நியர்களுக்குக் காட்டக் கூடாது என்று கைக்குட்டையால் வாயையையும் கன்னத்தையும் மறைத்துக்கொண்டேன்.

பீர்கானுடன் உள்ளே நுழையும்போது அடித்தொண்டையில் "அலைக்கும் ஸலாம்" என்றவாறு உள்ளே நுழைந்தான்.

"உட்கார் எனது நண்பா" என்றேன். களைத்த முகத்துடன் இருந்தவன் நிதானமாக உட்கார்ந்தான்.

"நீ யார்? உன் பெயர் என்ன?"

"என்னுடைய பெயர் எல்லோருக்கும் தெரிந்த ஒன்று தான். நான் லால்கான் என்று அழைக்கப்படுவேன். அல்லது லாலூ என்ற பெயர் பிரபலம்."

"கேள்விப்பட்டதில்லை. அதிருக்கட்டும் நீ யார். உனது ஆட்கள் யார்."

"நாங்கள் தடையற்ற வர்த்தகர்கள். வலுத்தவர்களிடம் வாங்கி வறியவர்களுக்குத் தருபவர்கள்."

"நான் கொள்ளையர்களோ என்று நினைத்தேன். நீங்கள் அப்படிப்பட்டவர்களோ" என்று கேட்டேன்.

"சரியாகக் கொள்ளையர்கள் என்று சொல்ல முடியாது. ஆனால் கொள்ளைக்கும்பலைச் சேர்ந்த தாக்கூர்கள்" என்றான் அவன்.

"அது அதிலும் மோசம் என்றேன் சிரித்துக் கொண்டே. அப்படியானால் நீங்கள் டெல்லியில் இருந்து வருகிறீர்களா?"

ஆம் என்றவன் "நான் உங்கள்பெயரை அறிவேன். ஆனால் நீங்கள் எங்களை அறியமாட்டீர்கள். நீங்கள் முகாமிட்டி ருப்பதில் இருந்து தக்கிகள் என்பதைத் தெரிந்து கொண்டேன். ஆனால் என்னைக் குறித்து பயப்பட வேண்டாம். சகோதரர்கள் தங்களுக்குள் மூக்கை நுழைக்கக்கூடாது. வெவ்வேறு வழிகளில் இடையூறுகளில் இறங்கி உதவியைக் கெடுத்துக்கொள்ளக் கூடாது. ஆனால் என்ன விஷயம் என்றால் பொதுவாக நாம் நண்பர்கள்" என்றான்.

"நல்லது நாங்களும் அப்படித்தான். இப்போது நாங்கள் உங்களுக்கு ஏதாவது உதவி செய்யவேண்டுமா? சொல்லுங்கள் என்றேன்."

"பெரிதாக ஒன்றும் தேவையில்லை. எங்களுக்கு இன்றிரவு தங்குவதற்கு இடம் கொடுத்தால், அதிகாலையில் நாங்கள் புறப் பட்டுச் சென்றுவிடுவோம், நீங்கள் எங்கள் வழியில் வராமல் இருந்தால்.

"மாலை சந்திரன் எழும்வரை தங்கும் இடமும், உணவும் கூட இருக்கிறது. ஆனால் இரவானதும் நாங்கள் வடக்குநோக்கி பயணம் வைக்க இருக்கிறோம்."

"அது எங்களுக்கு உதவியாக இருக்காது. நீங்கள் போகும்வரை நாங்கள் இங்கு தங்குகிறோம். நீங்கள் சென்றபின் இந்த இடத்தை உபயோகபடுத்திக் கொள்ளுகிறோம். எங்களை யாரும் சந்தேகிக்க மாட்டார்கள்."

"நீங்கள் எங்கே போகிறீர்கள்? என்று கேட்டேன்."

"ஹைதராபாத் போகிறோம். இந்த வருடத்தின் தாக்கூர்கள் வெளியே வந்துவிட்டார்கள் என்பதை யாரும் அறியக்கூடாது. இந்த நேரத்தில் மொத்த சாலையும் எங்களுக்காக எடுத்துக் கொள்வோம். மழைக்காலம் முடிந்த பின்னர் தசரா பருவத்தில் நாக்பூர் வழியாகத் திரும்புவோம். இப்போது பூர்கான்பூர், போபால் வழியாகப் போக இருக்கிறோம்."

" உங்கள் அதிர்ஷ்டம் எப்படி? உங்களுக்கு ஏதும் நல்ல பனீஞ் வாய்த்ததா?" (சாலையில் தொழில் வைத்துக் கொண்டிருக்கும் அனைத்துப் பிரிவினருக்கும் இந்த வார்த்தை பொதுவானது தான்.. எளிதில் புரிந்து கொள்வார்கள்)

"ஏதோ சாதாரணமாக, அதிகமும் இல்லை குறைவாகவும் இல்லை. சில காரியங்கள் நடந்தன. பெரிதாக சொல்வதற் கொன்றுமில்லை.

"நல்லது. நீங்கள் பூர்கான்பூரில் இருந்து, ஹைதராபாத் போவது நல்ல பாதைதான். அதில் நல்ல அதிர்ஷ்டம்கிடைக்கும். நீங்கள் சிக்கந்தர் ஷா பிரதேசத்தில் இருக்கிறீர்கள். இந்த நெடுஞ் சாலையில் போவோர் குறித்து எந்தக் கேள்வியும் யாரும் கேட்கமாட்டார்கள். உங்களுக்கு நல்லதிர்ஷ்டம் வாய்க்கட்டும். நண்பா உங்கள் வசதிப்படி பார்த்துக்கொள்ளுங்கள். எனக்கு பல்வலி இருப்பதால் முகம் வீங்கி இருக்கிறது. அதனால் முகத்தை மறைத்துக் கட்டி இருக்கிறேன். அதன்பொருட்டு மன்னிக்கவேண்டும் என்றேன்.

திரும்புவதற்குப் பதிலாக நீங்களும் போய்க் கொண்டிருந்தால் நாம் இருவரும் இணைந்து கொள்ளையடிக்கலாம். கொள்ளைக் கும்பல் தாக்கூர்கள் முரட்டு சுபாவம் படைத்தவர்கள். எங்க ளுடன் வந்தால் உங்களுக்கு வித்தியாசமான அனுபவம் கிடைக் கும்" என்று சொல்லி சலாம் வைத்துவிட்டுக் கிளம்பினான்.

"நான் அவனுடன் மாற்றுக் குரலில் பேசியதால் மீண்டும் நாங்கள் சந்தித்தால்கூட அவன் என்னை அடையாளம் கண்டுகொள்ள முடியாது. இப்படிச் செய்ததற்கான சிந்தனை அப்போது அந்த நிமிடத்தில் திடீரென்று தோன்றியது. இது எதற்காக சொன்னேன் என்பதைப் பின்னால் தெரிந்துகொள்வீர்கள். இந்தச் சந்திப்பு குறித்து என் அப்பாவிடம் சுருக்கமாகச் சொன்னேன். என்ன நோக்கத்திற்காக வந்து சந்தித்திருப்பார்கள்? கொள்ளைப் பொருட்களுடன் மிருகங்களை ஓட்டிக்கொண்டு போய்விடலாம் என்று நினைத்திருக்கலாம். இரையை லாவகமாகக் கைப்பற்றக் கூடியவர்கள். துணிச்சல் பேர்வழிகள், அவர்களிடம் இரக்கத்திற்கு இடமேயில்லை. எதிலும் காரியமில்லாமல் தலையிடமாட்டார்கள். அனா வசியமாக வெளியே தலைகாட்டமாட்டார்கள்."

"அவர்கள் எதற்காக உன்னைப் பார்த்தார்கள் என்று தெரியவில்லை. ஆனால் அவர்கள் நீ நினைப்பதுபோல் முட்டாள்கள் அல்ல. அவர்களில் பலரைக் கொன்றிருக்கிறேன். பலர் என்னிடம் இருந்து தப்பியிருக்கிறார்கள். மிகவும் தந்திரசாலிகள். நீ அவர்களிடமிருந்து உன்னை மறைத்துக் கொண்டது நல்லதுதான். எப்படியானாலும் அடுத்த பயணத்திற்கு அனுபவமாகப் பயன்படும்."

நாங்கள் பேசிக்கொண்டிருக்கும் போதே கணேசா ஜமேதார் வந்தான். "மீர்சாகேப்பின் ஆற்றலைக் காண நீண்ட நாட்களாகத் துடித்துக் கொண்டிருக்கிறேன். ஒரு பயணம் போகலாமா? நாங்கள் உன்னைப்பற்றி நிறையக் கேள்விப்பட்டுக்கொண்டே இருக்கிறோம். எல்லாம் பவானியின் கருணை. என்னைப் போன்ற கிழட்டு தக்கிகளுக்கு அதிர்ஷ்டம் வாய்ப்பதில்லை. உன்னுடன் வந்தாலாவது புதிதாக ஏதேனும் கிடைக்கிறாதா என்று பார்க்கலாம்."

"கண்டிப்பாகப் போவோம். ஆனால் உங்களுக்குத் தெரிந்ததை விட நான் புதிதாக எதையும் செய்துவிடப் போவதில்லை. என்னுடைய அறிவும் மிகவும் குறைவு. அதை கொண்டு எதையும் சாதித்து விடவில்லை. என் புத்திக்கு எட்டியவரை, நாக்கில்தான் எல்லாம் மொத்தச் சாதுர்யமும் அடங்கியிருக்கிறது. தக்கிகளில் நன்றாகக் கழுத்தை நெரிக்கத் தெரிந்த புடோட்டி களத்தில் உளவு பார்ப்பதில் திறனற்றுப் போய்விடுகிறான் என்றேன்."

"ஆனால் உன்னைப் பொருத்த வரையிலும் இரண்டிலும் கெட்டிக்காரன் என்று கேள்விப்பட்டேன்" என்று சொல்லி

விட்டு வஞ்சகமாக இளித்தான். "அது மட்டுமில்லாமல் உன்னிடம் வந்து சேர்கிற தக்கிகள், சாகிற வரையிலும் உன்னு டனே இருக்கிறார்கள்."

"ஆம் அவர்களுக்கு விருப்பம் இருக்கிறது, இருக்கிறார்கள். நான் அவர்களை அன்புடன் நடத்துகிறேன். கணிசமான வெகுமதி கொடுக்கிறேன்."

இப்படிச் சொன்னது அவன் மனதைக் கடுமையாக பாதித்து விட்டது. முகம் விகாரமாகிவிட்டது. இருக்கிறதிலேயே திறமை யாகக் கழுத்தை நெறிப்பவன் இவன். ஆனால் சாலையில் ஒரு பயணியையும் பேசி மசிய வைக்க முடியாது அவனால். அந்த வகையில் பெரும் துரதிர்ஷ்டசாலி அவன். அவனுடன் சிலர் வேலைசெய்து கொண்டிருக்கிறார்கள். எனக்குக் கூர்மையான பதிலைத் தருவதற்காகத் தன்னைத் தயார்ப்படுத்திக் கொண்டு இருந்தான். என் அப்பா அவனைத் தடுத்துவிட்டார்.

அவன் கொஞ்சம் தற்பெருமை பிடித்த பயல். "நீ அவனை விட்டுவிடு. வேண்டாத விவாதங்கள் நல்லதில்லை. ஆனால் அவன் சொன்னதைக் கொஞ்சம் நீ யோசித்துப் பார்க்க வேண்டும் என்றார் என்னிடம்."

"இல்லை இஸ்மாயில், கிள்ளி விட்டக் குழந்தை அழத்தான் செய்யும். அதை நான் பொருட்படுத்தவில்லை. ஆனால் தலையில் கனம் ஏறிவிட்டால் விழத்தான் வேண்டும். அதைப் பார்ப்பதற்கு நான் உயிருடன் இருக்க வேண்டும்."

எனக்குக் கடுமையான ஆத்திரம். ஆனால் பேசுவதில் எந்தப் பலனும் இல்லை என்பதால் அடக்கிக்கொண்டேன். அவனிடம் பதில் இருந்தால்தானே பேச முடியும்.

சின்னச் சின்னச் சம்பவங்களை விடுத்து, அடுத்து நாங்கள் பெரிய கொள்ளைக்குத் திட்டமிட்டுக்கொண்டிருந்தோம். திட்டமிட்ட அந்த திசையில் முன்பிருந்ததைவிட இம்முறை சிறப்பாக இருக்க வேண்டுமென்று இறைவனிடம் வேண்டிக் கொண்டோம். கடந்த முறை அடைந்த வெற்றி எனது நம்பிக் கையை அதிகரித்து இருந்தது. கிரகப் பலன்களும் கூடிவந்தது. தொழிலில் இறங்காமல் தள்ளிப்போடுவதில் அர்த்தம் இல்லை. பெரிய விலைகொடுத்து தான் அனுபவங்களைப்பெற வேண்டும் என்று சொல்வார்கள். அனுபவங்களைப் பெறும்போது கசக் கத்தான் செய்யும். அதைப்பெற விரும்பினேன். ஆனால் அதற் கான நேரம் இன்னும் வரவில்லை.

“ஆனால் சுபான்கான் பற்றி ஒன்றும் சொல்லவில்லையே. யார் அவன் என்று நான் அமீர் அலியிடம் கேட்டேன். அவனு டைய ரத்தத்திற்கான விலையை நீ கொடுத்துவிட்டாயா இல்லையா?”

“அதைப் பணமாகக் கொடுத்து ஈடுசெய்யவில்லை. ஆனால் அவனைப் பற்றி சிலவற்றை நீங்கள் கேட்டுக் கொள்ள வேண்டும். நான் என் அப்பாவிடம் கேட்டேன் யார் அவனென்று. நான் அவனுடன் புரிந்த சாகசம் குறித்து விளக்கமாகச் சொன்னேன். நான் அவன் பெயரைச் சொன்னதும் என் அப்பாவிற்கு சட் டென்று நினைவிற்கு வந்து விட்டது.”

“அவனொரு திருட்டுப் பயலாச்சே” என்று கோபமாகச் சொன்னார். “அந்த வில்லியின் மகன் இப்போது பணக்காரனாக கௌரவமாக இருக்கிறானா? அவன் இப்படிப்பட்ட நிலைக்கு வருவான் என்று நான் நினைத்திருந்தேன். மட்டமான பிறவி. ஆனால் அல்லா தன் கணக்கில் விட்டு வைக்கமாட்டார், என்று அவனைப் பற்றி அவர் சொன்னதை உங்களுக்குச் சில வார்த்தைகளில் சுருக்கமாகச் சொல்கிறேன்.”

“நானும் அவனும் ஒரு குழுவில் ஜமேதாராக இருந்தோம். ஆனால் ஒருபோதும் அவனை எனக்குப் பிடிக்காது. குழுவில் அப்படியொன்றும் நல்லபெயர் சம்பாதித்தவனில்லைஅவன். அவனுக்குக் கழுத்தைப் பிடிக்கத்தெரியாது. ஆனால் அந்தத் தந்திரமான கோழைப்பயலுக்கு நல்ல மென்மையானநாக்கு. அதனால் அவன்தான் உளவு பார்த்து பனீஞ் பிடித்துத் கொடுப்பான். ஆனால் முகத்திற்கு முகம் நேருக்கு நேராகப் பேசத் தெரிந்த நமக்கு அதெல்லாம் சரிப்பட்டு வராது. நீண்ட காலத்திற்கு முன் நாங்களிருவரும் ஒரேக் குழுவில் இருந்தோம். அவன் உளவு வேலைப்பார்ப்பான். நான் பிற வேலைகள் செய்து வந்தேன். ஜெய்ப்பூருக்குப் பக்கத்தில் ஒருபெரிய கொள்ளைக்காக சில பயணிகளைக் கொன்றோம். அதற்காக எங்கள் குழுவில் அதிகம்பேர் இருந்தார்கள். பெரிய எண்ணிக்கையில் இருந்த அந்தக் குழுவில் இரண்டு சௌகார்களும் இருந்தனர். கொள்ளைச்செல்வமும் பெரியதுதான். சின்னச்சின்னமுத்து மாலைகளும், கற்களும் இருந்தன. சுபான்கான் தன் பங்கை இந்தூருக்கு எடுத்துச்சென்று விற்று வரப்போவதாகச் சொன் னான். அதே சமயம் என்னிடம் பல சந்தர்ப்பங்களில் ஆயிரம் ரூபாய் கடனாக வாங்கியிருந்தான். அவனுடன் ஆட்களை அனுப்பி வைப்பதற்குப் என்னிடம் பணம் இல்லை. எனக்கு

அவன் தரவேண்டிய பணத்திற்கு ஈடாக அவனுடைய முத்து மாலையை என் மனைவிக்காகத் தருமாறு வற்புறுத்தினேன். நேரம் பின்னிரவாகிவிட்டது. எங்கள் கொள்ளைப் பொருட் களைப் பங்கிட்டுக் கொண்டிருந்தோம். முத்து மாலையைக் காலையில் தருவதாகச் சொல்லியிருந்தான். அன்றிரவே ஆள் தப்பி ஓடிவிட்டான். அதன்பிறகு நீ அவனைப் பற்றிய கதையைச் சொல்லும்வரை நான் எதுவும் கேள்விப்படவே இல்லை. இந்த விஷயத்தில் வேறுயாராக இருந்திருந்தாலும் மன்னித்திருக்கலாம். ஆனால் அவனுடைய மோசமான குணத்திற்கு மன்னிக்கவே முடியாது. அவன் எவ்வளவு உயர்வான இடத்தில் இருந்தாலும் சரி எத்தனை மோசமான நிலைக்கு நான் போனாலும் சரி, பட்டினியே கிடந்து செத்தாலும் சரி அவன் பக்கமாகத் திரும் பிக்கூட பார்க்கமாட்டேன்" என்றார் அப்பா.

"இதுதான் சுஃபான்கானின் செல்வத்தின் ரகசியம். அவன் தன்னிடமிருந்த முத்துமாலையை ஒன்றின் பின் ஒன்றாக விற்றி ருக்கவேண்டும். அதை வைத்துதான் வியாபாரம் தொடங்கி யதாக என்னிடம் கூறியிருக்கிறான். இந்த நிலைக்கு வருவ தற்குக் காரணம் அவன் செய்துவரும் ஊழல்தான். நாங்கள் ஜலோன் பத்திரமாக வந்து சேர்ந்ததை எழுதவும் இல்லை. ஒப்புக்கொண்ட பணத்தை அனுப்பவும் இல்லை. கடவுச்சீட்டு ஏதேனும் துப்புக்கு வாய்ப்பாகிவிடும் என்று கிழித்து எறிந்து விட்டேன்."

41

குற்றவுணர்வில் தத்தளித்த பீர்கான்

தக்கிகள் மத்தியில் நான் பெற்ற பிரபலம் குறித்து முன்னரே சொல்லி இருக்கிறேன். அந்தக் காலகட்டத்தில் தான் அடுத்த பயணம் குறித்துத் திட்டமிட்டோம். தசராவை அடுத்துப் பயணம் துவங்குவதாக ஏற்பாடு. தாமாகவே முன்வந்த நிறையப்பேரை நீக்கிவிட்டு நல்ல விதமாக நடந்து கொள்பவர்களையும் அனுபவசாலிகளையும் எனக்கு முன்னரே அறிமுகம் இருந்தவர்களையும் மட்டுமே தேர்ந்தெடுத்து சேர்த்துக் கொண்டேன். எங்கள் கும்பலில் பாடுகிறவர்களும், இசைஞர்களும் இருக்குமாறு பார்த்துக்கொண்டேன். பல பயணங்களில் இந்தத் தேவைகளை நான் உணர்ந்திருக்கிறேன். அது போக பனீஞ்கள் பாடல்களில் எளிதாக மயங்குகிறார்கள். அதுவும் இதுபோன்ற பெரிய கும்பலாகப் புறப்படும் பயணத்தில் அது மிகவும் அவசியமான ஒன்றாக இருக்கிறது. இந்தப் பயணம் வெற்றிகரமாக அமைந்தால் கிராமத்தில் சில ஆண்டுகள் அமைதியாக காலத்தை ஓட்டலாம். இந்த ஆண்டு சாலை முழுவதும் பயணிகள் நிறையபேர் இங்கும் அங்குமாக அவர்களின் வீடுநோக்கி பயணித்துக் கொண்டிருப்பதாக தெரியவருகிறது. அதனால் என் குழுவின் புறத்தோற்றம் மிக அழகாகவும், நயமாகவும் இருக்கும்படி பார்த்துக்கொள்ள வேண்டும். என் அப்பாவை எங்களுடன் வருமாறு கெஞ்சினேன். அவர் வந்தால் அது ஒரு மதிப்பு மிக்கத் தோற்றத்தை எங்கள் குழுவினருக்குத் தரும். இந்தப் பயணத்தில் தந்திரமான தொலைநோக்குடன் திட்டத்தை வகுத்தால் வெற்றிக்கு உத்திரவாதம் கிடைக்கும்.

நான் ராஜ தர்பாருக்கு அடிக்கடி சென்று வருவதைத் தவிர்ப்பதில்லை. அடிக்கடி தர்பாருக்குச் சென்று வருவதை நான் வாடிக்கையாக வைத்திருந்தேன். ஒவ்வொரு முறையும் பண்பான வரவேற்பு எனக்கு அளிக்கப்பட்டது. சிறப்புக் கவனம் பெற்றேன் என்றே சொல்லலாம். இந்த மரியாதைக்குக் காரணம் நான் அவரது நல்ல ஊழியன் என்பதால் மட்டுமல்ல, எனது கட்டுப்பாட்டில் நிறைய தக்கிகள் ஜலோனின் சுற்றுப்புறத்தில் நிறைந்திருக்கிறார்கள் என்பதும் ஒன்றாகும். தக்கிகள் தங்களது பாதுகாப்பிற்காகவும் அவர்களை கண்டு கொள்ளாமல் இரு ப்பதற்காகவும் வழங்கும் கணிசமான வரித்தொகையும் நான் பெறும் செல்வாக்கிற்கு ஒரு காரணம். அவர்களது வரி ராஜா வுக்கு சரியான நேரத்திற்கு வழங்கப்படுவதைப் பொருத் துதான் தக்கிகள் இந்தப் பிரதேசத்தில் பதுங்கிக் கொள்ள முடியும் என்பதை நான் சொல்லத் தேவையில்லை. கடந்த பயணத்தில் எனக்கு கொள்ளையே வாய்க்கவில்லை என்று புலம்பியபடியே என் சொந்தப் பங்காக ஐந்தாயிரம் ரூபாயை வழங்கி, மேற்கொண்டு பாம்பேயில் வாங்கின இருநூறு ரூபாய்த் துப்பாக்கியையும் ராஜாவுக்கு நுசூராகக் கொடுத்தேன். ரோக்குர்ரியாக்களின் மூட்டைகளில் எடுத்த சிறிய முத்து மாலையையும் கொடுத்தேன். அதில் அவர் திருப்தியுற்றது போல் தோன்றியது. ஆனால் திருப்தி அடைந்தது போல் பாசாங்கு செய்துவிட்டு, எங்கள் வன்மத்தை வளர்த்து வந்திருக்கிறார். மேலுக்கு நட்பு பாராட்டிக் கொண்டே அடியில் சூழ்ச்சி செய்யும் கசப்பான மரண எதிரியாக கொஞ்சங் கொஞ்சமாக எங்களை அழிப்பதற்குத் திட்டம் தீட்டிக் கொண்டிருந்தார்.

நாங்கள் பயணம் கிளம்புவதற்கான ஏற்பாடுகளை எப்படிச் செய்தோம், போன்ற விபரங்களில் புதிதாகச் சொல்வதற்கு ஒன்றும் இல்லை. அஜீமாவும் ஒரு பாவப்பட்ட ஆன்மா தான். நாங்கள் என்ன செய்து கொண்டிருக்கிறோம் என்பது பற்றி அவளுக்கு ஒன்றும் தெரியாது. ஒவ்வொரு புதிய பயணமும் அவளுக்கு நிறைய நகைகளைப் புதிது புதிதாககொண்டு வந்து தருகிறது என்பதைதவிர வேறுஒன்றும் தெரியாது. ஒவ்வொரு பயண முடிவிலும் வாழ்க்கையின் வசதிகள் பெருகிக்கொண்டே இருக்கின்றன. வீட்டை நல்ல விசாலமாக சௌகர்யமாக அமை த்துக் கொண்டோம். வளமை பெருகப்பெருக ஒவ்வொன்றாக அதிகரித்துக்கொண்டே இருக்கின்றன. எங்கள் மகளுக்கு உயர்ந்த செல்வாக்குள்ள சம்பந்தத்தைத் தேடிக் கொண்டிருக்கிறாள். எங்கள் ஒரே மகள் மாப்பிள்ளை தேடவேண்டிய அளவிற்கு

வளர்ந்து விட்டாள். அவளுக்கு வருகிற மாப்பிள்ளை எல்லாம் எல்லா வகையிலும் வசதியானதாக வருகிறது. ஆனால் ஏதோ ஒரு வகையில் பிரச்னையாக இருக்கிறது. எங்கள் தொழிலுடன் சம்பந்தம் இல்லாதஇடம் என்று சந்தோஷப்பட்டால் அதுவும் கைகூடி வராமல் போகிறது. அல்லது எங்களைக்காட்டிக் கொடுப்பவனாக இருக்கிறான். அது உடனடியாக எதிர் காலத்தை முடக்கிவிடும். என்னுடைய ஒரே விருப்பம் எனக்கு மருமகனாக வருகிறவன் என்மகளை நல்லவிதமாக பாதுகாக்கிறவனாக இருக்கவேண்டும். அடுத்து என்னைக் காட்டிக் கொடுக்கும் ஆபத்தும் அதில் இருக்கக்கூடாது.

அஜீமா எங்கள் பயணத்திற்காகக் காத்திருக்கிறாள். நான் ஒரு பயணம் போய்வந்தால் வீட்டில் வளம் கூடுகிறது என்பதால் இப்போதெல்லாம் பயணத்தை ஏற்றுக்கொண்டு விட்டாள். அதுவும் இம்முறை மகளின் திருமணத்திற்கு பணமும் நகையும் சேர்க்க வேண்டியிருக்கிறது. எனவே நான் கேட்டவுடன் ஒப்புக்கொண்டு விட்டாள். வழக்கமானதைவிட இம்முறை கூடுதலான சந்தோஷத்திற்குக் காரணம் எங்கள் மகளின் திருமணத்திற்கான தயாரிப்புகள் மட்டுமல்லாது அவளுக்கான விலை உயர்ந்த ஆடைகளுக்கான ஆசையும் அவள் மனதிற்குள் ஒளிந்திருக்கிறது. என் மகளின் புதிய பிரபுவிற்கும், அவரது குடும்பத்தினரின் பெண் உறுப்பினர்களுக்கும் ஆடைகளும் நகைகளும் இந்தப் பயணத்தின் முடிவில் கிடைக்கும் என்ற குதூகலமும் இதில் அடங்கி இருக்கிறது. பெண்களுக்கு ஒருவருக்கொருவர் அளிக்கும் பொருட்களில் வித்தியாசம் இருந்தால் போதும் சண்டைகளுக்குச் சொல்லவேவேண்டாம். இதுபோன்ற சின்னச்சின்னப் பிரச்னைகளே குடும்பங்களைச் சிதைத்து விடும். பெண்கள் தொடர்பான உறவுகளை எல்லாம் அவள் பொறுப்பிற்கு விட்டுவிட்டேன். அது எப்போதும் அவளுடைய உரிமையாக இருந்து வருகிறது.

இப்போது என் சொந்த சாகசங்களுக்குத் திரும்பி வருகிறேன். நான் என்னுடைய அப்பா, பீர்கான், கணேசா ஆகிய நால்வர் தலைமையில் கொள்ளைப்பயணத்திற்காக முன்னூறு பேர் ஜலோனை விட்டுக்கிளம்பினோம். நாங்கள் சாலையில் நிஜாம் அரசரின் ஊழியர்கள் என்றும் வருடாந்திர விடுமுறை முடித்து ஹைதராபாத் சேவைக்குத் திரும்புவதாகச் சொல்லிக் கொண்டோம். இப்படி ஏதாவது பொருத்தமான காரணத்தைச் சொல்லவில்லை என்றால் எங்களின் பெரிய எண்ணிக்கை சந்தேகத்தைக் கிளப்பிவிடும்.

இந்தப் பயணத்தின்போது முதலில் நாங்கள் மேற்கொண்ட பணியில் நால்வரை அழித்தது தொடர்பான சம்பவத்தை என்னால் ஒருபோதும் மறக்கமுடியாது. அது எங்களுக்கு ஒரு சோகமான முடிவாக அமைந்துவிட்டது. அந்த நிகழ்ச்சியால் நீண்டநாட்களுக்கு எதுவும் பேச முடியாமல் வாயடைத்துப் போய்விட்டோம்.

பீர்கானுக்கு பத்து வயதில் மருமகப் பையன் இருந்தான். அழகான பயல், எடுப்பான தோற்றம் கொண்ட அவனுக்கு வயதைத் தாண்டிய அறிவு. அதனால் எத்தனை தூரம் எங்களிடையே பிரபலமாக இருந்திருப்பான் என்பதைக் கற்பனை செய்து கொள்ளுங்கள். நான் கூட இழந்து விட்டிருந்த என் சொந்த மகனுக்குப் பதிலாக அவனை என் வளர்ப்பு மகனாக எடுத்துக் கொள்வதற்கு பலமுறை பீர்கானிடம் கேட்டிருக்கிறேன். இந்தப் பையனின் பிறப்பின்போது அவனது தாய், பீர்கானின் சகோதரி இறந்து விட்டாள். தந்தையும் இரண்டு வருடங்களுக்கு முன்னர் இறந்து விட்டான். அதனால் பீர்கான் தன் சொந்த மகனைப்போல் வளர்த்து வருகிறான்.

அவனுக்கென்று என்னால் அளிக்கப்பட்ட சிறிய குதிரையில் எப்போதும் வலம்வருவான். ஒருபெரிய குதிரைவீரனைப் போல் பாவனைகள்செய்வான். பயணிகள் நால்வரைப்பிடித்து பலிகொடுக்கும்போது அந்த இடத்தில் அவனை வைத்திருக்கக்கூடாது. ஆனால் அதைச்செய்யத் தவறிவிட்டோம். தூரமாகக் கொண்டு போய்விடவேண்டும்என்பதற் காகவே இருவரிடம் பொறுப்பு ஒப்படைத்திருந்தோம். பீர்கானும்கூட அப்படித்தான் நினைத்தான். சம்பவ இடத்தில் இருந்து பக்கத்தில் இருக்கும் கிராமத்திற்கு அழைத்துக் கொண்டு போகுமாறு சொல்லி வைத்திருந்தான். ஆனால் இத்தனை முன்னெச்சரிக்கை நடவடிக்கை எடுத்தும் அது செயல்படுத்தப்படவில்லை. அப்போது என்ன நடந்தது? விதி எப்படி எழுதப்பட்டது? என்பதை பின்வரும் நிகழ்ச்சி சொல்லும்.

நான் அப்போதுதான் 'ஜிர்னீ' கொடுத்திருந்தேன். நான்கு பரிதாபகரமான ஜீவன்கள் மரணத்தின் கோரகதியில் கிடக்கிறார்கள். அதில் ஒருவன் இன்னும் துடித்துக்கொண்டிருக்கிறான். அப்போது ஆலம் கான், அந்தப் பையன் நாலுகால் பாய்ச்சலில் அங்கு வந்து நின்றான். உடனே அந்தக் கோரக் காட்சியால் அதிர்ந்துபோன அவனின் முகத்தோற்றமே மாறிவிட்டது. அவன் கண்கள் அகன்று விரிந்து நிலை குத்திவிட்டது. நாக்கு

மேலண்ணத்தில் ஒட்டிக்கொண்டு விட்டது. ஆனால் கைகள் பயத்தில் அலை பாய்கின்றன. நானோ பீர்கானோ அவனைக் குதிரையில் இருந்து இறக்குவதற்கு விரையும் முன் நினைவு தப்பி குதிரையில் இருந்து கீழே விழுந்தான்.

"அய்யோ நாமென்ன செய்ய" என்று கத்தியபடியே பையனை அள்ளினான் பீர்கான். வசதியாகப் படுக்க வைத்தோம். ஒரு வார்த்தை பேச வைத்துவிட்டால் அவனை எழுப்பிவிடலாம்.

பீர்கான் அவனது கன்னத்தில் தட்டி "குழந்தே.... குழந்தே.... ஒரு வார்த்தெ... ஒரே ஒரு வார்த்தெ பேசடாக்கண்ணு."... என்று பயத்திலும், பரிதாபத்திலும் துடித்தான். "உன் அப்பனைக் கொல்லாதே. ஒரே ஒரு வார்த்தை பேசு." வானை நோக்கி கையை உயர்த்தி "இவன் மயக்கம் தெளிந்து ஒரு வார்த்தை பேசவைக்கக்கூடாதா? இவனைப் பேச வை என் அல்லாவே நான் நூறு பக்கீர்களுக்கு உணவளிக்கிறேன். ஓ.... கருணை நிறைந்த இறைத்தூதரே என் பிரார்த்தனைகளுக்கு செவிசாய்க்க மாட்டீரா?" என்று புலம்பினான். ஆனால் எதுவும் பலனளிக்கவில்லை. பையன் உணர்வற்றுக் கிடந்தான். அவன் கண்கள் இமைக்காமல் விரிந்தது விரிந்தபடியே இருந்தன. வாய் ஒரு வார்த்தையும் மொழியவே இல்லை. இறந்தவர்களை அப்படியே விட்டு விட்டு தக்கிகள் அனைவரும் எங்களைச் சூழ்ந்து இருந்தனர். வெட்டிப்போட்ட குழியில் அவர்களைப் போட்டு மூடவேண்டும். அவனுக்கு உடனடியாகத் தண்ணீர் வேண்டும் என்று தோன்றியது. கேட்டதும் கொண்டு வந்து கொடுத்தார்கள். சிறுவன் வாயில் வைத்துப் புகட்டினேன். "மயக்கம் தெளிகிறது, உதடு அசைகிறது" என்று உற்சாகத்தில் கத்தினான் பீர்கான். "பையன் பேசுறான்...."

அப்பாவிச் சிறுவன் பேசினான்.

"மாமா நானெங்க இருக்கிறேன். இங்கே என்ன தெரியுது." பலவீனமான குரலில் மெதுவாகப் பேசினான்.

"ஒன்றுமில்லை, ஒன்றுமில்லை நீ உன் குதிரையில் இருந்து விழுந்துட்டே. அவ்வளவுதான். குதிரையில் இத்தனை வேகமாகப் போகக்கூடாது. இப்படி வேகமாகப் போனால் கீழே விழுந்து இறந்துவிடுவாய், குழந்தே, ஜாக்கிரதை" என்றான் பீர்கான்.

"இல்லே.... இல்லே... நான் கீழே விழல... கீழே விழல..... அட அல்லா நான் பார்த்தேன். என்னைக் காப்பாத்து அல்லா... மாமா.. அய்யோ நான் அவங்களை அவங்க

முகத்தைக் கண்ணை நான் பார்த்தேன் மாமா என்னால தாங்க முடியல என்னைக் கொன்னு போட்டுடுங்க.. அய்யோ நான் செத்துகிட்டு இருக்கேன்" என்று பையன் கத்தினான்.

துக்கப்பட்ட குழந்தை மீண்டும் இறந்தவர்களைப் பார்த்தது. இறந்த பிணங்களைப் பற்றி கவனிக்காமல் இருந்து விட்டோம். சிறுவன் மேட்டில் இருந்ததால் இறந்து கிடக்கும் உடல்களை நன்றாகப் பார்க்க முடிந்தது. அலங்கோலமான கோரக்காட்சியை மிகுந்த பயத்துடன் பார்த்தான்.

"அய்யோ அதைத் தூரமாக எடுத்துட்டுப் போங்க." மழலைக் குரலில் உரக்கக் கத்தினான். "அய்யோ நானும் செத்துட்டு இருக்கிறேன். என்னையும் சேர்த்துப் புதைச்சிடுங்க" என்றான் சிறுவன். "சாகேப் நான் அந்தக் குழந்தையின் முகத்தை அதன் கண்களை மறக்கவே முடியாது. இப்போதும் இதோ என் கண் எதிரில் இருக்கிறது."

"அவைகளை எடுத்துக்கொண்டு போங்கள் என்று நான் கத்தினேன். மீண்டும் குழந்தையின் பக்கம் திரும்பிப்பார்த்தேன். அவன் தன் முகத்தை சாலைத் தரையில் புதைத்துக்கொண்டான். தன்னை முழுவதுமாக தரையில் புதைத்துக்கொள்ள முயன்றான். அவன் உடல் இறுக்கமாக இருந்தது."

"அல்லா.... அல்லா..... நான் என்ன செய்வேன். ஏதாவது செய்து என் குழந்தையைக் காப்பாற்றுங்கள். மீர்சாகேப் உன் தாய்மை உள்ளத்தினால் ஏதாவது செய்வதற்கு முயற்சி செய். எப்படியாவது குழந்தையைக் காப்பாற்றுங்கள். காப்பாற்று கிறவரின் காலடியில் காலமெல்லாம் கண்ணை மூடுகிறவரை அடிமையாகக் கிடக்கிறேன். நீங்கள் காலால் இடும் உத்தரவை தலையால் நிறைவேற்றுவேன். குழந்தையைக் காப்பாற்றுங்கள்" என்று கத்தினான் பீர்கான்.

"நாம என்ன செய்ய முடியும். அவனுக்காகத்தான் எல்லோரும் இங்கேயே இருக்கிறோம். அந்தத் துயரக்காட்சி கண்ணில் இருந்து மறைந்ததும் சரியாகி விடுவான். எல்லாவற்றையும் சீக்கிரமாகவே மறந்து விடுவான். பயப்படாதே என்றேன் நான்."

சிறு பையன் அவனுக்கு நேர்ந்த கடுங்குழப்பத்தில் இருந்து எப்படி உடனடியாக நிவர்த்தி பெற முடியும். வாய் வெளியே பிதுங்கி கோணிக்கொண்டது. அதற்கு மாறாக கண்கள் உள்ளுக்கு இழுத்துக் கொண்டுவிட்டன. இப்படி ஒரு பயங்கரத்தை இதற்குமுன் நான் பார்த்ததில்லை. அல்லது கொலை ஒருவனை

இத்தனை தூரம் பாதிக்கும் என்று நினைத்துப் பார்க்கவே இல்லை. பையன் மீண்டும் கண்களைத் திறந்தான். ஆனால் துரதிர்ஷ்டமாக அவன் பார்வை முண்டாசு கட்டிய பிணத்தின் மீது விழுந்தது. நான் அவசரமாக கைகளால் அவன் முகத்தை மறைத்தேன். அது மேலும் கடுமையாகப் பாதித்துவிட்டது. அழுகை வெடித்துக் கிளம்பியது. அவனை சாந்தப்படுத்தவே முடியவில்லை. எங்களுக்குள் அவனைப்பற்றி பயம் பிடித்துக் கொண்டது. ஆனால் என்ன செய்வது என்று தெரியவில்லை. மனிதர்களே இல்லாத இடத்திற்கு அழைத்துச் செல்லலாமா? யாராவது ஹக்கீமை அழைக்கலாமா? பையனை மீட்பதற்காக செய்யும் முயற்சி நாங்கள் மாட்டிக் கொள்வதற்கு வழி வகுத்து விடுமோ என்ற பயம் ஒருபுறம். நாங்கள் எல்லோரும் கவலையும் பயமும் சூழ அவனைச் சுற்றி அமர்ந்திருந்தோம். அவனைப் பீடித்த கோரக்காட்சி அவன் கண்ணில் இருந்து மறையத் தாமதிக்கும் ஒவ்வொரு கணமும் அவனை மரணத் திற்குப் பக்கத்தில் கொண்டு சென்றுவிடும். அவனை தூக்கி குதிரையில் உட்காரவைத்து மயக்க நிலையிலேயே ஒரு காததூரம் வெற்றிகரமாகக் கடந்துவிட்டோம். ஆனால் அந்த நிலை நீடிக்கவில்லை. உணர்வற்ற தற்காலிக நிலையில் இருந்து மீண்டும் விழித்தான். அவனை குதிரையில் இருந்து இறக்கி சாலையின் ஓரத்தில் மேட்டில் படுக்க வைத்தோம். நல்ல காற்று அவன் முகத்தில் படுவதற்கு வசதி செய்துவிட்டு சற்று காத்திருந்தோம்."

அவன் உடலின் சக்தி மோசமான நிலையில் இருந்தது. கண்கள் திறந்து சுழன்று சுழன்று பார்த்துக் கொண்டிருந்தாலும் அவன் முனகல் கொஞ்சம் கொஞ்சமாகக் குறைந்து கொண்டே வந்தது. எல்லோரும் ஒரு விதமான சிக்கலான மனநிலையில் இருந்தோம். பீர்கான் கிலி கொண்டு இருந்தான். தவித்தான். பிரார்த்தித்தான். பாதிக்கபட்டவனின் அருகில் அமர்ந்தான். அவன் கண்களில் இருந்து கண்ணீர் உருண்டோடி வடிந்தது. ஆனால் அவனுக்கு கருணையே கிடைக்கவில்லை. அதே நிலையில் மதியம்வரை உட்கார்ந்திருந்தோம். எண்ணற்ற பயணிகள் எங்களைக் கடந்துபோனார்கள். சிறுவனின் துயர மான நிலைக்கு வருத்தப்பட்டார்கள். இவன் கண்டிப்பாக இறந்து விடுவான் என்ற அவர்களது எண்ணத்தைச் சொல்லி தலையை உலுக்கிக்கொண்டு போனார்கள்.

அன்று மாலையில் பையன் இறந்துவிட்டான். அந்தச் சிறிய துன்பப்பட்ட உடலில் இருந்த தூய்மையான ஆன்மா

வெளியேறி விட்டது. நாங்கள் கொடுமையான அனாவசியமான மரணத்தைத் தனியாக விட்டுவிட்டு அகன்றோம்.

இனி அழுது புலம்புவதில் பலனில்லை என்று பீர்கானிடம் நான் சொன்னேன். அவன் கைகள் வெறியில் முறுக்கி இருந்தது. இறுகின நிலையில் அங்கும் இங்கும் அலைந்து கொண்டிருந்தான். "இனி அழுது புலம்பினால் அந்தச் சிறிய ஆன்மா சிதைந்துவிடும். அதனால் எந்தப் பலனும் இல்லை, பையன் இறந்துவிட்டான். இந்த நிலையில் இருந்து உடலை எடுத்துக்கொண்டு போகவேண்டும். அதிக தூரம் ஒன்றுமில்லை சகோதரா" என்றேன்.

"நான் மிகவும் மனம் உடைந்த நிலையில் இருக்கிறேன். என்னால் மீண்டும் அந்த உடலைப் பார்க்கமுடியாது. உன் விருப்பப்படி செய் என்றான். அவன்தான் என் உயிராக இருந்தான். இப்போது அவனை இழந்து விட்டேன். அவனில்லாமல் நான் என்ன செய்வேன் என்னசெய்வேன்?" என்று புலம்பினான்.

"நாங்கள் அந்தப் பையனின் உடலை எடுத்துக் குதிரையில் மாற்றி மாற்றி வைத்துக் கொண்டு சென்றோம். எங்களின் இன்மையை முகாமிற்குத் தெரியப்படுத்தினோம். அவர்களுக்கும் அது தெரிந்தது தான். தக்கிகள் யாரும் அங்குவரவில்லை. எனது சிறிய கூடாரத்தில் தீப்பந்த வெளிச்சத்தில் குழிபறித்துப் புதைத்தோம். எங்கள் குழு முழுதும் சோகம் கப்பியிருந்தது. மொத்தக் கும்பலும் அழுது புலம்பியது. அவன் எல்லோரின் அன்பிற்கும் உரிய சுட்டிப்பையனாக இருந்தான்."

இறப்பு நடந்த அன்று இரவு பீர்கான் என்னிடம் வந்தான். நிம்மதியற்ற இருப்பிடத்தில் படுத்திருந்ததில் கனவுகளும் துயரப்படுத்தின. அதனால் பீர்கானின் வரவு எனக்கு சற்று நிறைவைத் தந்தது. ஆனால் அவன் அதற்காக வரவில்லை.

நீண்ட மவுனத்திற்குப் பிறகு மீர்சாகேப், "நான்... நான்... என்னவாக இருந்தேனோ அதுவாக இல்லை இப்போது. எனது ஆன்மா நொறுங்கிவிட்டது. இனி இந்தத் தொழிலுக்குச் சரிப் பட்டு வரமாட்டேன். என்விதி இரண்டு விஷயங்களில் நம் தொழிலுக்கு எதிராக இருக்கிறது. ஒன்று, இந்த பயங்கரமான முடிவு என்னை உங்களுக்குப் பயனற்றவனாக்கி விட்டது. அதனால் இங்கிருந்து பிரிந்துபோகிறேன். அடுத்து நான் எப்போதும் மனதிற்குள் பேசிக் கொண்டிருப்பவனாகவும் வெளியில் அமைதி காட்டுபவனாகவும் இருப்பவன் என்பது

உங்களுக்குத் தெரியும். அதனால் என்னை குழுவை விட்டுப் போவதற்கு நீங்கள் அனுமதிக்க வேண்டும். நான் வீட்டிற்குப் போய் அங்கேயே தனிமையில் இருந்து மிச்சமிருக்கும் வாழ் நாளை அல்லாவின் தொண்டிற்கு அர்ப்பணிக்கப்போகிறேன். அந்த எண்ணத்துடன் வருகிறவர்கள் என்னை வந்து பார்த்துவிட்டுப் போகட்டும். அல்லது என்னை இந்த மண் தின் னட்டும். இன்று விழுந்த அடி என் ஆன்மாவை உலுக்கி விட்டது. அது என்னைப் புதைகுழி முன் மண்டியிடச் செய் கிறது" என்றான்.

அவனுடன் விவாதத்தில் ஈடுபடுவதோ அல்லது எதை யாவது புரியவைக்க முயற்சிப்பதோ வீண் முயற்சி. அவனது அங்கங்கள் துயரத்தில் உறைந்து கிடக்கின்றன. விதியை தாண்டிச் செல்வது மனிதனால் ஆகாத காரியம். அல்லாவின் விருப்பம் அதுவானால் நாம் என்ன செய்துவிட முடியும். விதியை எதிர்க்கும் சக்தி யாருக்கு இருக்கிறது? அது தனக்கான போக்கினை வகுத்து வைத்திருக்கிறது.

"போய்வா பீர்கான். உன்னில் அமைதி தவழட்டும், இறைத்தூதர் ஆசிகள் வழங்கட்டும். உன் இன்மை எனக்குப் பேரிழப்பாக இருக்கும். எப்போதாவது என்னிடம் வரத் தோன்றினால் தயக்கமின்றி என்னிடம் வா. உன் உதவி எனக்கு எப்போதும் தேவைப்பட்டுக் கொண்டுதான் இருக்கும். அப்படி வந்தால் எவ்வளவு சந்தோஷப்படுவேன் என்பதைச் சொல்லத் தேவையில்லை. நாம் பிரிந்திருந்தாலும் நண்பர்களாகவே, சகோதரர்களாகவே இருக்கவேண்டும். பல ஆண்டுகள் கழித்து மீண்டும் சந்திக்கும்போது இதே அன்பும் பிடிப்பும் நம்மி டையே நீடிக்கும் என்று நம்புகிறேன் என்று கூறி விடைக் கொடுத்தேன்."

அவனால் பதில் பேச முடியவில்லை. என் கைகளை இறுகப் பற்றிக் கொண்டான். கண்ணில் கண்ணீர் திரண்டு கன்னத்தில் உருண்டு கம்பீரம் பொருந்திய அவனது மார்பில் விழுந்து நனைந்தது. என்னிடம் பேச பலமுறை எத்தனித்தான். ஆனால் வார்த்தைகள் தொண்டைக்குள் சிக்கிக்கொண்டன. அவன் தனது நெடிய உடலை என் பாதத்தில் கிடத்தினான். அதை முத்தமிட்டான். என் முட்டிக் கால்களை அணைத்துக் கொண்டான். பின் தானாக எழுந்து என்னை முதன்முறையாகப் பார்ப்பது போல் அங்க அங்கமாகப் பார்த்தான். அந்தப் பார்வையில் வித்தியாசமான உணர்வு இருந்தது. பிறகு

சட்டென்று விலகி திரும்பிப் பார்க்காமல் போய்விட்டான். ஆம் அவன் என்னை மீண்டும் பார்க்கவே இல்லை. நாங்கள் ஜலோன் திரும்பி வந்தபோது இறந்து விட்டிருந்தான். அவனது துயரங்களே அவனைக் கொன்று விட்டிருக்கும்.

மற்ற யாரையும்விட எனக்கு நெருக்கமான கூட்டாளியாக இருந்தான். அவனுடைய அகால மரணத்திற்காக பெரிதும் வருந்தினேன்.

இந்த நிகழ்ச்சி எங்கள் கும்பலின் மீது கடுமையான சோகத்தைக் கவிழ்த்தது. அது பல நாட்களுக்கு நீடித்தது. ஆனால் மனிதர்கள் நிதானமாகத் தங்கள் சந்தோஷங்களுக்கு மீண்டு விடுகிறார்கள். அவர்கள் இரவுநேர முகாம்களில் பாடு கிறார்கள். மனது இலகுவாக இருக்கும்போது கதைகளைவேடிக்கை களைப் பேசிக் களிக்கிறார்கள். எங்களுடைய முக்கியக் குறிக்கோள் கள் எதுவும் புறக்கணிக்கப்படவில்லை. ஒரே பயணத்தில் ஜபல் பூரை நெருங்கிவிட்டோம். இன்னும் ஒன்றிரண்டு நடையில் அடைந்துவிடலாம் என்றிருக்கும் போது முன்ஷீ பெரும் செல்வத்துடன் எங்களுக்கு முன்னால் நாக்பூரை நோக்கி பயணித்துக் கொண்டிருப்பதாகச் சொன்னார்கள். அதனால் நாங்கள் ஜபல்பூர் போகாமல் நேராக அவரை முந்திக் கொண்டு நாக்பூருக்குச் செல்லத் திட்டமிட்டோம். இந்த பயணத்தை ஜபல்பூரில் துவங்கி, நாக்பூர் பக்கமாக எங்களுடைய சிறந்த களத்தில் பிரவேசித்துக் கொண்டிருக்கிறோம். இந்தத் துய ரம் கப்பிய தேசத்தில் மிகச்சிலரே வசதியுடன் வசித்து வருகிறார் கள்.

நாங்கள் முன்ஷீயை கடந்து வந்துவிட்டோம். ஆனால் எங்களிடம் முன்னூறு தக்கிகள் இருந்தும் அவரைத் தாக்குவதற்கு நாங்கள் தயக்கம் காட்டினோம். அவரிடம் பிரமாண்டமான இரண்டு கூடாரங்கள், ஒட்டகங்கள், குதிரைகள், பல்லக்குகள், வேலையாட்கள் எனப் பெரிய கும்பலே இருந்தது. அதனால் நீண்ட ஆலோசனைகள் செய்தோம்.

அதற்காக கிரகப்பலன்கள், சகுனங்கள் பார்த்தோம். எல் லாம் எங்களுக்குச் சாதகமாகத்தான் இருந்தன. அதனால் தயக்கத்தைத் தொடர்ந்து நீடித்துக் கொண்டிருக்கவில்லை. பெரும் கொள்ளைக்கான வாய்ப்பு இருப்பதால் முழுமையாகக் கைப்பற்றத் தெளிவான திட்டம் வகுத்தோம்.

இரண்டு நாட்களாக முன்ஷீயின் முகாமிற்குப் பக்கத்தில் முகாமிட்டோம். அது எங்களுக்கு இடையே ஒரு உறவாடலுக்கு

வழி வகுத்தது. நாங்கள் மிகவும் மரியாதைக்கு உரியவர்கள் என்று கேள்விப்பட்டிருக்கிறார். இரண்டாம் நாள் மாலையில் ஒரு ஆள் மூலமாக எனக்கும் அப்பாவிற்கும் அழைப்பு விடுத்தார். நாங்களும் போனோம். அவர் ஐரோப்பியர்களிடத்தில் சேவை செய்கிறார். படையில் ஜெனரல் டவ்டன் கீழ் ஜல்னாவில் சேவை. ஆனால் அந்த அதிகாரிக்கு ஊழியரா என்பதைச் சொல்லவில்லை. அவர் பேசுவதை வைத்துப் பார்த்தால் அங்கு ஊழியம் செய்வதுபோலத்தான் படுகிறது. அவர் சேவை செய்யும் இடம் பிடித்துவிட்டதால் இந்துஸ்தானத்தில் இருந்து மனைவி மக்களை அழைத்துக்கொண்டு திரும்புகிறார். அன்றைய மாலைப்பொழுதை சந்தோஷமாகக் கழித்தோம். நிறைய தகவல்கள் சொன்னார். பறங்கியர்களைப் பற்றிய பல நுணுக்கமான உண்மைகளை வெளிப்படையாகப் பகிர்ந்து கொண்டார். அது தற்பெருமைக்காகச் சொன்னாலும் எதுவும் ஏமாற்றவில்லை, நாங்கள் கேள்விப்பட்டிருந்த வரையில் அவற்றில் நிறைய உண்மை இருந்தது. பறங்கியர் பற்றி நாங்கள் கொண்டிருந்த பல தவறான புரிதல்களை எங்கள் மனதில் இருந்து அகற்றியது. அவர் சொன்னதன் அடிப்படையில் பறங்கியர்மீது கொஞ்சம் மரியாதை ஏற்பட்டது. இதற்கு முன்னர் வெள்ளையர்கள் எல்லாம் ஆடம்பரக் கேளிக்கைப் பிரியர்கள் என்றும் மெத்தக் குடிகாரர்கள் என்றும்தான் நினைத்திருந்தேன். அவரிடம் சில கேள்விகள் கேட்டவுடன் சிரித்துவிட்டார். “வெள்ளையர்களுக்கும் கடவுள் கொடுத்த விரல்கள் இருக்கும் போது அவர்கள் ஏன் கத்தியும் கரண்டியும் கொண்டு சாப்பிட வேண்டும். இதுதான் என் கேள்வி.”

“அதுதானே... இத்தனை வயதான பிறகும்கூட என்னால் இந்தக் கேள்விக்கு விடை கண்டுபிடிக்க முடிந்ததில்லை. முன்ஷீ நீங்களும்கூடப் பார்த்திருப்பீர்கள். அதுபற்றிச் சொல் லுங்கள் தெரிந்துகொள்கிறோம்” என்றார் அப்பா.

“நீங்கள் கேள்விப்பட்டது என்னவென்று சொல்லுங்கள் பிறகு நான் சொல்கிறேன்” என்றார் அவர்.

“அது முற்றிலும் விசித்திரமாகத் தோன்றுகிறது. நான் மட்டுமல்ல பலரும் கேள்விப்பட்டது. ஆனால் நம்புவதற்குக் கடினமாகத்தான் இருக்கிறது. நான் நினைத்தது என்னவென்றால் அவர்களது விரல் நகங்களில் விஷம் இருக்கும். அதனால் ரத்தம் சிந்தும் ஆபத்தைத் தவிர்ப்பதற்காக உணவைக் கையால் தொடுவதில்லை. இப்படி நான் சொன்னதும்....”

முன்ஷீ சத்தம் போட்டுச் சிரித்தார். விடாமல் சிரித்தார். சிரிப்பை நிறுத்தவே மாட்டோரோ என்று நினைக்கும் அளவிற்குச் சிரித்தார். கையை அலைத்து அலைத்து சிரித்து, கூடாரத்தின் பின்பக்கம் கேட்கும் அளவிற்குச் சிரித்ததில் அங்குள்ள பெண்கள் என்னை ஒரு மாதிரியாகப் பார்த்தார்கள்.

"இல்லை இல்லை மீர்சாகேப், இது முட்டாள் தனமான கற்பனை. யார் உனக்கு இந்தப் பொய்யைச் சொன்னது? அவர்களது சருமமும் முகமும் செவ்வரி ஓடுவதில் இருந்தே அவர்கள் வேற்று நாட்டைச் சேர்ந்தவர்கள் என்பது தெரியவில்லையா? அந்த நாட்டுப் பழக்கம் அப்படி. கையில் உள்ள அழுக்கு உணவில் படக்கூடாது என்று நினைக்கிறார்கள் அதனால் உணவைக் கையால் தொடுவதில்லை. அவர்கள் சமைக்கும் விதமும் நம்மில் இருந்து வேறுபட்டது இல்லையா? உதாரணமாக ஆட்டு இறைச்சியை அரை வேக்காட்டில் பொரித்து உண்கிறார்கள். அதை அந்தச் சூட்டை எப்படிக் கையால் தொடமுடியும்?"

எனது அறியாமையை ஒப்புக் கொண்டேன். அடுத்து மேற்கொண்டு கேள்விகள் கேட்க வெட்கமாக இருந்தது. அதனால் இதற்கு முன் அவர்களைப் பற்றிக் கேள்விப்பட்டிருந்த அனைத்தும் பொய்யாகவே இருக்கலாம். இன்னும் நான் குடிக்கிறவை தொடர்பாக சில கேட்கவேண்டும் என்று நினைத்தேன். "அதென்ன ஹிப்...ஹிப்...ஹிப்.... அது சம்பந்தமாக எனக்குச் சொல்லப்பட்ட வரைக்கும் ஒரு தெளிவின்மை தான் நிலவுகிறது என்றேன்."

அதெல்லாம் கேட்டு முடிந்து நாங்கள் திரும்புவதற்கு வெகுநேரமாகிவிட்டது. ஆனால் அந்த உரையாடல் மூலமாக இருவரும் இணைந்து பயணிப்பது என்பதை உறுதி செய்துகொண்டோம். எங்களுக்கு வேண்டியது அதுதானே. அடுத்த இரண்டு மூன்று நடைகளில் எங்கள் திட்டம் வெற்றியடைவது உறுதி. அடுத்தடுத்து வரும் கிராமங்களில் எங்களுக்கு நண்பர்கள் இருக்கிறார்கள். அவர்களது வீடுகளில் இருந்து எங்களுக்கு வேண்டிய சிறுசிறு உதவிகள் கிடைக்கும். நாங்கள் விரும்புவதைச் செய்து கொடுப்பார்கள். சாகேப், இந்த விஷயங்கள் எல்லாம் இதற்கு முன்னர் நான் உங்களிடம் சொன்னதில்லை. எங்கே போனாலும் அங்கே எங்களுக்கான நண்பர்களை வைத்திருப்போம். ஒவ்வொரு தேசத்திலும்

அங்கங்கே அரசாங்கத்தைச் சேர்ந்த ஆட்களுக்குக் கையூட்டு கொடுத்து எங்களுக்கான காரியங்களைச் சாதித்துக்கொள்வோம். எங்கள் ஆட்களை பக்கீர் அல்லது வணிகர்கள் வேடத்தில் தயார் செய்து வைத்திருப்போம். சில இடங்களில் ஜமீன்தார்கள் கூட எங்களைக் கண்டுபயப்படுவார்கள். பலர் எங்களது அடாவடிக்காக ஒதுங்கி விடுவார்கள். சிலர் பணம் கரந்து விடுவார்கள். பொதுவாக நியாயமாக நடந்துகொள்வார்கள். உள்ளூர் மக்கள் உதவிகரமாகவோ அல்லது உள்கையாகவோ இல்லாமல் எங்களால் எப்படி சில காரியங்களைச் செய்ய முடியும். கண்டிப்பாக முடியாது. குறிப்பாக நிஜாம் பிரதேசத் தில் எங்களுக்கு நல்ல ஒத்துழைப்பு கிடைக்கும். பல ஜமீன் தார்களுக்கு தக்கிகள் நல்ல பணம் கொடுத்து வருகிறார்கள். சில ஜமீன்தார்கள் அவர்களே சாலைகளுக்கு தக்கிகளை அனுப்பி வைக்கிறார்கள். தாங்கள் பணம் பெறுவதற்காக. சில ஜமீன்தார்களின் ஆண்டு வருமானத்தில் கணிசமானதொகை தக்கிகள் மூலமாகக் கிடைக்கிறது. பல ஜமீன்தார்கள் எங்கள் மீது கொண்டுள்ள பயத்தால் நயமான உறவு வைத்துக் கொள் வார்கள். எங்களைப் பற்றித் தெரிந்திருந்தாலும் யாரும் கைது செய்ய அஞ்சுவார்கள். கைது செய்தால் அதன் விளைவுகள் கடுமையாக இருக்கும். பல இடங்களில் போலீஸ் என்ற முறையே இல்லை. போலீஸ் இருந்தால் எங்கள் வேலைகளை வெளிச்சத்திற்குக் கொண்டுவரத் தயங்கமாட்டார்கள். இது போன்ற விஷயங்களைக் கையாளுவதில் எனக்கு அதிக அனுபவம் கிடையாது. இதெல்லாம் மற்றவர்கள் மூலம் கேள் விப்பட்டதுதான். குறிப்பாக மோதிதான் பல விஷயங்களை எனக்குக் கூறியிருக்கிறான். சில வருடங்கள் தன் தலைமையில் அவனொரு கொள்ளைக்கும்பல் நடத்திக் கொண்டிருந்தான். ஹுசூர் ஆதிக்கத்திற்கு உட்பட்ட பகுதிகளில் பெற்ற அனுப வங்கள்தான் அவன் என்னிடம் கூறியது. கிராமத்துப் பட்டேல் களுக்கும், ஜமீன்தார்களுக்கும், வரித்துறை ஊழியர்களுக்கும் கணிசமான தொகை வருடந்தோறும் கொடுத்துவிட்டு வெளிப்படையான தக்காக இயங்கிவந்தான். அவன் மட்டு மல்ல இன்னும் பலநூறு தக்கிகள் அவனைப்போல ஆதிக் கத்தில் இருப்பவர்களுக்கு கையூட்டுக் கொடுத்து ஒளிவு மறைவே இல்லாமல் வெளிப்படையாக இயங்கிவந்தார்கள். கொள்ளையடித்துக் கொன்று போடுபவர்கள் உடலை புதைக்கிற சிரமங்களைக்கூட ஏற்க மாட்டார்கள். இது உண்மை சாகேப். சொல்வதற்கே கஷ்டமாக இருக்கிறது. ஆனால் என்னுடைய கதை மாறுபட்டது என்றேன் நான்."

"சில ஆதாயங்களை பெறுவதற்காக நாங்கள் ஒரு கிராமத் திற்குச் சென்றோம். அத்துவானமான அந்த பாவப்பட்ட கிராமத்தின் பெயர் பிஸேனீ. அந்தக் கிராமத்தின் பட்டேலுக்கு அவ்வப்போது இருபது ரூபாய் கொடுத்துதவ ஒப்புக்கொண்ட தால் எங்கள் தேவைகளை செய்ய அவனும் சம்மதித்தான். அத்துடன் பட்டேலுக்கான புதியத் தலை பாகையையும் தர முன் வந்ததால் எங்கள் காரியங்களில் அமைதிக்காத்து ஒத்துழைப்பதாக உறுதி அளித்தான். பயணிகளுக்கு இது போன்ற நம்பிக்கைத் துரோகத்தை செய்வதற்காக பட்டேல் எங்களிடம் சிறுத்தொகையைப் பெற்றுக்கொண்டான். நான் ஒத்துழைப்பு என்றுக் கூறியது சில கிராமங்களில் இருப்பவர்கள் தக்கிகளுக்குப் பயணிகளையே பிடித்துக் கொடுப்பார்கள். அத னால் அந்தக் கிராமமே பாதுகாப்பற்றது என்ற பெயர் தாங்கி நிற்கும். அதனால் சில பயணிகள் அது போன்ற கிராமங்களில் தங்குவதற்கு பயந்து தக்கிகளின் முகாம்களுக்கே வந்து தங்கி விடுவார்கள். இது தக்கிகளின் வேலையை எளிதாக்கிவிடும்.

"இந்தத் திட்டத்துடன் நாங்கள் பிஸேனீயை அடைந்தோம். நான் பட்டேலுக்காக அழகான தலைப்பாகையும், கச்சிதமான இடுப்புப் பட்டையும் வாங்கியிருந்தேன். மற்றப் பொருட்களும் வாங்கிவர வேண்டுமென்று அவன் ஒரு தக் மூலமாக எனக்குச் சொல்லியனுப்பிருந்தான். அதில் ஒன்று அடக்கமான மேலை நாட்டு கைத்துப்பாக்கி. இதெல்லாம் வாங்கிக் கொண்டு அவனைப் போய்ப் பார்த்தேன். கிராமத்தில் அவன் வீட்டில் வைத்து அவனுக்கு தலைப்பாகையை நானே கட்டிவிட்டேன். மற்றப் பரிசுப் பொருட்களையும் கொடுத்துவிட்டு மேற்கொண்டு பேசிய ரொக்கப் பணம் ரூபாய் இருபதையும் அவனிடம் கொடுத்தேன்."

"ஹா....ஹா... மீர்சாகேப் இப்போ என்ன வழக்கத்துக்கு மாறாக ரொம்பத் தாராளமாக இருக்கியே. இந்த எளிய இடத் திற்கு எப்படிப்பட்ட பனீஞ்சுடன் வந்திருக்கிறாய்? இந்த இடம் ஏற்கனவே பெற்றுள்ள பெயரை மேலும் மோசமாக்க வந்திருக் கிறாயா?" என்றான் கேலியுடன்.

"அதெல்லாம் ஒன்னுமில்லே பட்டேல். உனக்குத் தெரியும் இந்தப்பாதை வழியாக நான் போய் ரொம்ப வருசங்கள் ஆச்சு. ஆனாலும் உன்னை நான் மறந்து விடவில்லை என்பதற்கான அத்தாட்சி தான் இந்தப் பரிசுகள் எல்லாம் என்றேன்."

"உனது அன்பிற்கு நன்றி மீர்சாகேப். உன் பெருந்தன்மை வளரட்டும். மீர்சாகேப் எப்படிப்பட்ட பனீஞ் வைத்திருக்கிறாய்? ரொம்ப வருடங்களாக உன்னை எனக்குத் தெரியும். நீதான் தந்திரக்கார பெரிய மனுசனாச்சே. எதுக்கு இந்த முறை நிறைய தக்கிகளோட வந்திருக்கிற. உன் திட்டம் எதையும் என்கிட்ட இருந்து மறைக்க முடியாது" என்றான்.

"உன்னிடம் எதையும் மறைக்கும் எண்ணமில்லை பட்டேல். பழசை எல்லாம் நினைவில் வைத்திருக்கிறாயே, பரவாயில் லையே என்றேன்."

"நிச்சயமாக நினைவிருக்கும். ஆனால் நீ பாரு இப்போ நிறைய மாறி இருக்கே. பிரதேசத்தின் ஆதிக்கம் வெள்ளையர்கள் கைக்குப் போயிருப்பது உனக்கு தெரியாதா!" என்றான்.

"அதனாலென்ன பட்டேல்ஜீ? அதுவொரு பெரிய மாற்றமா? அவர்கள் ஆதிக்கம் நம்மை என்ன செய்துவிடும்?"

"என்னை ஒன்னும் செய்யாது. ஆனால் இங்கே குதிரைவீரர் கள் சுற்றிக் கொண்டிருப்பதைப் பார்த்தாயா?"

"என்ன? குதிரை வீரர்களா? எங்கே?"

"ஒரு தஃப்பேதாரும் மேலும் ஆறு காவலர்களுமாக வந்தி ருக்கிறார்கள், இந்த ஏழைக் கிராமத்தில் திருடர்கள் இருப்பதாக நினைத்து. அதனால்தானோ என்னவோ காவலர்களை அர சாங்கம் அனுப்பி இருக்கிறது. அல்லா எங்களுக்கு உதவு கிறார். எங்கள் வாய்க்கு ரொட்டித்துண்டு அருளுகிறார்" என்றான்.

"அந்த டபேதார் எப்படி இருக்கிறான்?"

"அவன் இந்து. தன்னை ஹிட்டாசிங்ன்னு சொல்லிக்கிறான். பேஜ்பூரி பேசுறான். அவனுடைய உதவியாட்களும் அவன் இனத்தைச் சேர்ந்தவர்கள் என்றே தெரிகிறது."

"பேஜ்பூரியா பேசுகிறார்கள். அப்படியானால் அவர்கள் கண்டிப்பாகத் தக்கிகள்தான். எந்தப் பேஜ்பூரியன்தான் இது வரை கண்ணியமான பதவிக்கு வந்தான்?"

"இல்லை மீர்சாகேப் அவர்கள் தக்கிகள் இல்லை. நம்முடைய பரிபாஷைகளை அவர்களுடன் பேசிப்பார்த்தேன். ஆனால் நீ வேறு மாதிரி சொல்கிறாய்." "ஒருவேளை எனது நண்பன் ஹிட்டாசிங் தானோ அவன், என்னைப் போல அவனும் திருடனாக இருப்பானோ? அல்லா தான் என்னை மன்னிக்க வேண்டும்" என்றான்.

“இதென்னவோ எனக்குச் சந்தேகமாக இருக்கிறது. அவர்கள் எங்கே இருக்கிறார்கள்?”

“இதோ நானே வரவழைக்கவா?”

“அதைச் செய். நம்ப முடியாததுபோல இருந்தால் நசுக்கி எடுத்துடுறேன். மோசம் செய்ய வந்திருந்தால் மோசத்திலும் மோசமாகி விடுவார்கள். ஆறுபேர் இருந்துட்டு முன்னூறு பேர் களோடு விளையாடுகிறார்களா? இன்றைக்கு அதற்காகத்தான் வந்திருக்க வேண்டும் என்று நினைக் கிறேன்.”

“அதுதான் உண்மையாக மீர்சாகேப். ஆனால் பொறுமையாக இரு. அடிதடியெல்லாம் வேண்டாம். என் கௌரவத்தைப் பயன்படுத்தி ஏதேனும் செய்யமுடியுமா என்று பார்க்கிறேன். பறங்கியரிடத்தில் வன்முறை செய்தால் பின்னால் என் இடத் தில் எனக்கே பிரச்னையாகிவிடும்.”

“ஏதாவது பிரச்னையென்றால் நீயும் தக்காகி விடு நான் பார்த்துக் கொள்கிறேன். பட்டேல்ஜீ முதலில் அவர்களை அழைத்து வா.”

பட்டேல் அங்கிருந்து போய்விட்டு, அந்த ஆசாமிகளுடன் திரும்பி வந்தான். அவன்களைப் பார்த்தாலே அற்பப் பயல்கள் என்று தெரிந்தது. எல்லாம் அவர்கள் முகத்திலேயே எழுதி ஒட்டியிருந்தது. “உங்களுக்கு ஒரு பழைய பழமொழி தெரியுமா சாகேப். ‘திருடனின் தாடியில் எப்போதும் வைக்கோல் துரும்பு சிக்கியிருக்குமாம்.’ உபச்சாரங்கள் சொல்லிக்கொண்டோம். நான் நேரடியாக விஷயத்திற்கு வந்தேன்.”

“இதோப்பாரு தஃப்பேதார் சாகேப் என்னப் பார்த்தாலே யாருன்னு தெரிஞ்சிருக்கும், புரியுதா?” (இல்லை என்று தலை அசைத்தான்) நல்லதுதான். “எதுக்காக வந்திருக்கோம் தெரி கிறதா?”

“புரியுது. ஒரு மாதிரி புரியுது?”

“அதான்.... அதேதான். என்னைப்பத்தி அதுக்கு மேல எதுவும் கேட்காதே. நீ யாராக இருந்தாலும் ஒன்னும் வாயத் தெறக்க வேண்டாம். இந்தக் கிராமத்தைவிட்டு உடனே போய் விடு! இங்கேயும் அங்கேயும் திரிஞ்சி என்னப்பத்தி விசாரிச்சா அவ்வளவு தான். நீ ஒத்துழைச்சா ஏதாவது வெகுமதி தருவேன். எனக்கு ஏதாவது தொந்தரவு தரணுன்னு நெனைச்சியோ, நீ ஏழு பேரு... நாங்க முன்னூறு பேரு...... மோதிப்பார்ப்பமா..... நல்லபடியாச் சொல்றேன் ஊரைவிட்டு போய்விடு என்று எச்சரித்தேன்.”

“இல்லே நீங்க எதிர்பார்க்கிற மாதிரி தன்மையா நடந்துக் கறேன். நானொரு பேஜ்பூரியனில்லையா அதுக்கேத்த மாதிரி இருப்பேன். அனாவசியமா உங்க விஷயத்துல தலையிடமாட் டேன். நானோ என் ஆட்களோ நீங்க இருக்குற பக்கம் ஒரு அடிகூட முன் வைக்கமாட்டோம்.”

“சரி அவங்களை உனக்குத் தெரியுமா? அவங்களாண்ட நெருங்க முடியுமா?”

“அது உங்க விருப்பத்தைப் பொறுத்தது ஜமேதார். ஆனா எங்களுக்கு ஏதாவது.... சன்மானம்.... நீங்க கொடுக்கணும்.”

“கண்டிப்பா... அதில்லாமல் சும்மா ஒன்னும் எதிர்பார்க்கல. ஆனால் சன்மானம் எங்களுக்கு என்ன கிடைக்கிறதோ அதைப் பொறுத்துதான்.”

“இருநூறு ரூபாய் சொல்லலாமா? அதுக்குத் தகும் சாகேப்”

“நல்லது. ஆகட்டும் அப்புறம் பேசிக்கலாம். சாட்சிக்குப் பட்டேல் இருக்காரில்லே. நான் உனக்கு இன்னொரு விஷயம் சொல்லணும். இங்க பாரு. உனக்கு எதுவும் தெரியாது. இங்கே எதுவும் நீ பார்க்கல. உன்னோட மேலதிகாரி லார்டு சாகேப் கேட்டாலும் இப்பிடித்தான் சொல்லணும். அவர்கள் பயணி களாக வந்தாங்க. அப்பிடியே போய்ட்டாங்க. அது தவிர்த்து வேறெதுவும் உனக்குத் தெரியக்கூடாது.”

“அப்படியே ஆகட்டும் உங்க ஆட்கள் பலபேரை நான் பார்த்திருக்கிறேன். அதனால இதெல்லாம் எனக்குப் பழக்கம் தான். எனக்கு அவங்ககிட்டே திருப்தியாகாமல் போனதில்லை. சொன்ன வார்த்தையைக் காப்பாற்றுவார்கள், கண்ணியமாக நடந்துக்குவாங்க.”

“நானும் அப்படித்தான்.”

“கண்டிப்பாக, நீங்கள் எங்களுக்குப் பொருத்தமானாஆளாத் தெரியிறீங்க. சரியாச் செய்திடுவோம். பணத்துக்கு ராத்திரி அங்க வரவா?”

“இல்லை. இப்போதே வா தஃப்பேதார். நாம உடனே வேலையை ஆரம்பிச்சுடலாம்.”

“பட்டேல்ஜீ நீ சாகேப் கூட போ. நான் அவர்கூட வருவது நன்றாக இருக்காது. நீ போய் எனக்காகப் பணம் வாங்கி வா.”

“அப்பிடின்னா சீக்கரமாக வேலையாகட்டும். நேரத்தை வீணாக்க வேண்டாம்.”

“நீங்க சீக்கிரமாக வந்துடுவீங்களா சாகேப்” என்று என்னைக் கேட்டான்.

“தெரியவில்லை. ஆனால் பெரும்பாலும் சீக்கிரமாக வந் துடுவேன். எப்படியானாலும் இந்தப் பிரதேசத்தில் நல்ல கொள்ளை கிடைக்கத்தான் செய்கிறது. எனக்கு ஆள் பிடிச்சுக் கொடுத்தால் அடிக்கடி வருவேன்.”

“அடிக்கடி நீங்க இங்க வர்ர மாதிரி இருந்தால் நல்லது. நானும் இங்கேயே இருந்துடுவேன். நல்ல நண்பர்களை அவ் வளவு எளிதில் இழக்கமாட்டேன்.” நீங்க இருக்கீங்க பட்டேல்ஜீ இருக்காங்க. அந்ததந்த நேரத்துக்கு ரெண்டுக் கீழ்ஜாதிப் பசங்களை எனக்குப் பிடிச்சுக் கொடுத்தால் போதும் நானும் அவர்களைத் திருடர்கள் என்று மேலிடத்திற்குக் கணக்கு காட்டிவிடுவேன்” என்று யோசனை கூறினான்.

பட்டேல் சொன்னான்: “கண்டிப்பாக இந்தப் பிரதேசத்தில் கோண்டுகளும், தேர்களும் நிறைய இருக்கிறார்கள். அவர்கள் திருடர்கள் என்று முத்திரை குத்தப் பட்டவர்கள்தான். அடிக்கடி திருட்டில் ஈடுபடுபவர்கள் இல்லை என்றாலும் அவர்களுக்கு அப்படி ஒரு பேர் இருப்பது வசதியாகப் போய்விடும். எனவே நீ விரும்புகிற போது அவர்களில் சிலரைப் பிடித்து அந்ததந்த நேரத்திற்கு அனுப்பிவிடலாம்” என்றார்.

“எனக்கு அப்பப்போ ஒவ்வொன்னு தேவைப்படும். என் னுடைய குணத்தையும், தன்மையையும் மாற்றிக் கொள்ள மாட்டேன். சில காலங்களுக்கு இரும்பை எதுவும் அழித்துவிட முடியாது. அரசாங்கம் அவர்களை கவனித்துக் கொள்ளும்.”

“இந்த ஏற்பாட்டிலோ, ஒப்புதலிலோ நான் ஒன்றும் பெரிதாக மனம் குளிர்ந்து சிரித்து விடமுடியவில்லை. இது அன்றாடம் நாட்டில் நடந்து கொண்டிருக்கும் எதார்த்தம். இப்படிக் கீழ் ஜாதியில் கேட்பாரற்ற ஆட்களைத் திருடர்கள் என்று பிடித்துக் கொடுத்து மேலிடத்து போலீஸ் அதிகாரிகள் மத்தியில் டஃபேதார்கள் நல்ல பெயர் சம்பாதித்துக் கொள்கிறார்கள். ஒரு நிஜக் குற்றவாளியை பிடிக்காமல் விட்டுவிட்டு ஒரு டஜன் அப்பாவிகளைக் கைது செய்கிறார்கள்.” யார்தான் மாங்குகள் குறித்தோ, தேர்கள் குறித்தோ கவலைப்படுகிறார்கள்? அவர்கள் தான் வில்லன்களாகவும், திருடர்களாகவும் கணக்கில் இருந்து கொண்டேயிருக்கிறார்கள்.”

42

அரசுக்குக் கணக்குக் காட்ட...

எங்கள் முகாமிற்கு நான் நடந்து வந்துகொண்டிருக்கும்போது பட்டேல் "நீ செய்தது கண்ணியமான காரியம். அவன் என்னுடைய நோக்கத்திற்குக் கச்சிதமாகப் பொருந்து வான்" என்று சொன்னான்.

"நீண்ட நாட்களாக உங்களைப் போன்ற ஆட்களைத்தான் அவன் தேடிக் கொண்டிருந்தான். இந்த விஷயத்தை நாங்கள் வெளிப்படையாகப் பேசிக்கொள்வதில்லை. ஆனால் பலமுறை என்னிடம் ஜாடைமாடையாகச் சொல்லிப்பார்த்தான். அவன் இந்த வேலையைத் தேர்ந்தெடுத்தது தக்கிகளைச் சந்திப்பதற்கான வாய்ப்பை ஏற்படுத்திக் கொள்ளத்தான். நீங்கள் அவனுக்கு சன்மானம் தாராளமாகக் கொடுத்தால் அவனும் நிறைய உப யோகமாக இருப்பான்" என்றான் பட்டேல்.

"நான் போதுமான பணம் கொடுத்து விட்டதாக நீ நினைக்கிறாயா?" என்று பட்டேலிடம் கேட்டேன்.

"நிச்சயமாக இவ்வளவு பெரிய தொகைக்கு நீ உடன்படுவாய் என்று அவன் எதிர்பார்த்திருக்க மாட்டான்."

"கண்டிப்பாக அது பெரிய தொகைதான். ஆனால் முதல் தடவை என்பதால் பணம் தாராளமாகத்தான் செலவாகும்."

"ஆனால் மீர்சாகேப், நீ என்னை மறந்துவிட்டாய். உன் வேலைக்கு நான் உதவமாட்டேனா?"

"நிச்சயம் உதவுவாய் பட்டேல்ஜீ. இப்போது நான் கொஞ்சப் பணம்தான் கொண்டு வந்திருந்தேன். உனக்கு உரியதை

கூடாரத்தில் வைத்திருக்கிறேன். உனது பங்கை அங்கே பெற்றுக் கொள்ளலாம்.''

“எவ்வளவு கிடைக்கும் மீர்சாகேப்? எனக்குப் பணமாகத் தேவைப்படுகிறது. என்னுடைய வாடகைத்தொகை பாக்கி நிற்கிறது. நான் நிறைய சிக்கலில் இருக்கிறேன்.''

“முப்பது ரூபாய் போதுமா பட்டேல்ஜீ?''

“ஐம்பதாக்கிக் கொள் மீர்சாகேப். நான் எவ்வளவு நெருக்கடியில் இருக்கிறேன் என்பது உனக்குத் தெரியாது. என்னால் பணம் கடன் பெற முடியாது. என்னைச் சிக்கலில் இருந்து மீட்பதற்காக அல்லா தான் உன்னை இங்கே அனுப்பி வைத்திருக்கிறான். நீ எனக்குப் பணம் தரவில்லையானால், கடனாக வாவது கொடு. இந்த பனீஞ்சிடம் உனக்கு நல்ல கொள்ளை கிடைக்கும்.''

“நல்லது. பணம் தர்ரேன் உனக்கு, ஆனால் ஒரு நிபந்தனை. நான் எதிர்பார்க்கும் சிலர் இந்த இடத்தைக் கடக்கும் வரை நாங்கள் இங்கேயே தங்கி இருப்போம். அவர்கள் தாக்கூர்கள். அவர்களிடம் சில மட்டக்குதிரைகள் இருக்கும். ஆனால் நிறைய செல்வம் வைத்திருப்பார்கள். நீ ஒரு ஆளை அனுப்பி நான் தரும் கடிதத்தை அவர்களிடம சேர்ப்பிக்கவேண்டும். சம்மதமா? என்றேன்.''

“நான் என் சொந்த மகன்களையே அனுப்பி வைக்கிறேன். அவர்கள் நல்ல குதிரையோட்டிகள். இந்தப் பொறுப்பை என்னிடம் விட்டுவிடு. அவர்கள் தேடிக் கண்டுபிடித்து கடிதத்தைச் சேர்ப்பித்து விடுவார்கள். நீ சொல்கிற ஆட்கள் எங்கிருந்து வருகிறார்கள்?''

“அவர்கள் இப்போது ஹைதராபாத் போயிருக்கிறார்கள். நாக்பூர் வழியாக வருவார்கள். நாம் அவர்களை சந்திப்பது அவசியம், இல்லையென்றால் தப்பித்து விடுவார்கள்.''

“அல்லாமேல் ஆணையாகச் சொல்கிறேன், அவர்கள் தப்ப முடியாது. அவர்களை நான் கண்காணிக்கிறேன். அவர்கள் கிடைத்துவிட்டால் நீ சிறந்த பரிசு கொடுப்பாய் என்று நினைக்கிறேன்.''

“கவலைப்படாதே நான் உன்னை மறக்க மாட்டேன். ஆனால் நாங்கள் இங்கே முகாமில் இருப்பதால், பணத்தை நீ எடுத்து வரும்பொழுது யாரும் பார்த்து விடாமல் எச்சரிக்கையாக இரு.''

புரிந்து கொண்ட விதமாகத் கண்ணை சிமிட்டிவிட்டு, பட்டேல், "அதற்குரிய அனுபவசாலியான என்னை நம்பு என் றான். பிறகு நானும் அங்கு வரவேண்டி இருக்கிறது. முன்ஷீ குதிரைத் தீவனம் கேட்டு ஆள் அனுப்பியிருக்கிறார். மூச்சுக் காற்று மூக்கில் ஒட்டிக்கொண்டிருக்கும்போதே அவரை சந்தித் துவிட நான் விருப்பப்படுகிறேன். மேலும் அவருடன் அவர் மனைவியும் இருக்கிறாள்.

"ஆம் இருக்கிறாள், அவளை எங்கே தனியாக விடுவது பாவம் அவளும் சாகத்தான் வேண்டும். அவனுக்கு நான்கு வயதுப் பையனும் உண்டு. அந்தப் பையன்மீது எனக்கு இஷ்டம். ரொம்பவும் அழகான பையன். அவனை நான் எடுத்துக் கொள்ளப்போகிறேன். என் பெயர் சொல்வதற்குப் பையன் இல்லையாதலால் அவன் எனக்கு வேண்டும். மிகச் சில நாட்களிலேயே அப்பாவிற்கும் எனக்கும் வித்தியாசம் தெரியாமல் செய்துவிடுகிறேன்."

பட்டேலிடம் பணத்தைக் கொடுத்து அனுப்பிவிட்ட பிறகு என்னிடம் கணேசா வந்தான்.

"நான் இந்த மைதானத்தை ஒரு சுற்று பார்த்துவிட்டேன். முன்ஷீயின் கூடாரம் அருகே தோண்டிப் போடப்பட்ட ஒரு பெரிய குழி இருக்கிறது. அனேகமாக கிணற்றிற்காக வெட்டப் பட்டிருக்கலாம். அது குழி தோண்டுகிற வேலையை நமக்கு மிச்சப் படுத்தி இருக்கிறது. மண்ணும் அதற்குப் பக்கத்திலேயே குவிந்திருப்பதால் உள்ளே போட்டு மூடுகிற வேலை மட்டும் நாம் செய்தால் போதும்" என்றான்.

"லாஹீக்கள் அதைப்பார்த்து விட்டார்களா?"

"நான் பவானீயை அழைத்துச் சென்று காட்டினேன். மிகவும் பொருத்தமாக இருக்கும் என்று சொன்னான்."

"சரி கணேசா நாம் வேலைகளை எப்படிச் சமாளிக்கப் போகிறோம்."

"கூடாரத்திற்குள் செய்யவேண்டிய வேலைகளை எல்லாம் நீ எடுத்துக்கொள். வெளியில் இருப்பதையெல்லாம் நான் பார்த்துக் கொள்கிறேன். உனக்கு லாவகமான நாக்கு. முன்ஷியும் தனியாகத்தான் இருக்கிறான். ஏதாவது தவறாகப் போனால் உடனே நான் வந்து விடுகிறேன். நான் எதற்கும் பயப்படமாட்டேன்."

"நானும் அப்படித்தான். இங்க பாரு... குதிரையோட்டிகள், ஒட்டகக்காரர்கள் என்று நிறையப்பேர் இருக்கிறார்கள். அதில் யாரும் தப்பி விடக்கூடாது."

"எல்லாம் கணக்கெடுத்துப் பார்த்துவிட்டேன், அவர்கள் மொத்தம் பதினாறுபேர் இருக்கிறார்கள். சொல்கிறேன் கேள் பல்லக்குத் தூக்கிகள் எட்டுப்பேர், இரண்டு ஒட்டகக்காரன்கள், அதில் ஒருவனின் மனைவியும் இருக்கிறாள். இரண்டு உதவி யாளர்கள், ஒரு பெண் வேலைக்காரி, நான்கு குதிரைக்காரர்கள். எத்தனையாச்சு.

பதினெட்டு என்றேன்."

"அப்படியா! சரி கவலையை விடு. நான் பார்த்துக்கறேன். சாயந்தரம் ஆனதும் நான் அத்தனைபேரையும் சுற்றி வளைத்துக் கொள்கிறேன். சாயந்தரம் எல்லோரும் பாட்டுக்கேட்டுக் கொண்டிருப்பார்கள். மிஞ்சினவர்களை சாத்தியமான வழி களில் போட்டு அமுக்க வேண்டியதுதான்" "ராத்திரி நேரம் நல்ல இருட்டாக இருப்பது நமக்கு வசதியாச்சு."

"பின் அவனிடம் கிராமத்தினுள் பார்த்த குதிரைக்காரன்கள் பற்றியும் அவர்களை என்ன செய்தேன் என்பது பற்றியும் சொல்லிக் கொண்டிருந்தேன்." அவனுக்கு ஏற்கனவே தஃப்பே தார் ஹிட்டாசிங்கைத் தெரிந்திருந்தது. அவன் வங்காளத்தில் ஆரா மாவட்டத்தில் பயணம் சென்றிருந்தபோது அங்கே ஒரு சூழலில் பார்த்ததாகச் சொன்னான். ஒரு கொலைக்காக ஹிட்டாசிங் தான் இவனை கைது செய்து ஜில்லா கலெக்ட ரிடம் ஒப்படைத்திருக்கிறான். இறுதியில் பெரிய தொகை பிணைகட்டி வெளியாகி வந்திருக்கிறான். பேஜ்பூரி இனத்தில் ஹிட்டாசிங் மிகவும் நல்லவன் என்று கூறினான். ஆனால் பணம் கொடுத்துக் கொண்டே இருக்கவேண்டும். நீயும் அவனை அமைதிப் படுத்துவதற்காகப் போதுமான பணம் கொடுத்திருப்பாய் என்று கூறினான்.

மாலை நேரம் வந்தது. மாலைத் தொழுகை முடித்துவிட்டு நானும் அப்பாவும் முன்ஷீயின் கூடாரத்திற்குச் சென்றோம். முன்ஷீ தனது சிறிய அழகான பையனை தனது கால்களில் அமர்த்தியிருந்தார். நான் இந்தப் பையனை எப்படி நேசிக்கிறேன் என்று உள்ளுக்குள் சொல்லிக் கொண்டேன். நல்ல நிறமும் வளமையுமான அங்கங்கள், துருதுருக்கும் கண்கள். கையை நீட்டியதும் என்னிடம் தாவிவந்தான். அவனது விரிந்த

கண்கள் எனது வாளையும் குத்துக் கத்தியையும் பார்த்தன. அஜீமாவும் இந்தப் பையனை மிகவும் விரும்புவாள் என்று நினைத்தேன். என்மகள் திருமணமாகிப் போனதும் அந்த இடத்தை ஈடுசெய்ய இவனை அவளுக்கு அளிப்பேன்.

அந்த செக்ரெட்டரி என்னிடம் கேட்டார்: "உனக்குக் குழந்தை இல்லையா அல்லது இழந்துவிட்டாயா? அதுபற்றிக் கேட்டதும் உன் முகம் இருண்டுவிட்டது?"

"ஒரு மகள் இருக்கிறாள். இந்த வயதில ஒரு பையனை அல்லா என்னிடமிருந்து எடுத்துக் கொண்டுவிட்டான்."

"அது அவனுடைய விருப்பம் என்பதே உண்மை. விதிக்கு எதிராக நாம் ஒன்றும் செய்யமுடியாது. கல்யாணமாகி பல வருடங்களாக குழந்தை இல்லாமல் இருந்தேன். ஒரு கதையில், கிளிக்கதையில் சொல்வார்களே அந்த சுல்தானின் நிலை மைதான் என்னுடையதும் என்பதாக இருந்தது. முற்றிலும் நம் பிக்கை இழந்துவிட்டேன். தலைமுடிகூட நரைக்கத் துவங்கி விட்டது. இறுதியில் இவன் பிறந்தான். இவன் பிறந்த பின்னர் தான் எனக்கு வாழ்வில் வசந்தம்" என்றான்.

"ஆண்டவன் இவனுக்கு நூறு ஆயுளையும், நல்ல வளத்தை யும் அளிக்கட்டும் என்று வாழ்த்தினேன்."

அப்புறம் நாங்கள் நீண்ட நேரம் பேசிக் கொண்டிருந்தோம். பேச்சு வாக்கில் எங்கள் ஆட்கள் நன்றாகப் பாடுவார்கள் என்று சொல்லியிருந்தேன். செக்ரெட்டரி சாகேப், அவர்கள் சிறிய நாடகம் ஒன்றை உருவாக்கி இருக்கிறார்கள். பார்ப்பதற்கு ஆர்வமாக இருக்கும். உங்கள் முன்னிலையில் நடத்தச் சொல்கிறேன், நான் சொல்வதைவிட நீங்கள் பார்ப்பதுதான் நன்றாக இருக்கும். உங்கள் பையனும் மிகவும் விரும்புவான். மாலைப் பொழுதும் இனியமையாகக் கழியும் என்றேன்."

"காட்டுக்குள் இப்படியான அம்சங்கள் எல்லா வகையிலும் வரவேற்கப்பட வேண்டியதுதான். மீர்சாகேப் நாங்கள் பயணத் தினால் களைத்துப்போய் இருக்கிறோம். அதனால் உங்கள் நாடகக்காரர்களை எங்கள் கூடாரத்தினுள் வரச்சொன்னால் நன்றாக இருக்கும் என்று பணிவுடன் வேண்டுகிறேன்."

நான் சொல்லியனுப்பினேன். நல்ல திடகாத்திரமான ஆட்கள் நாடகப் பாங்குடன் அழகாக உடுத்திக்கொண்டு வந்தார்கள். அதில் இரண்டுபேர் பெண் வேஷம் கட்டியி ருந்தார்கள். கையில் சிதார்களும் வாத்தியங்களும் வைத்திருந்தார்கள். வேடிக்கையாக

ஆடிக்கொண்டும் பாடிக்கொண்டும் இருந்தார்கள். இதெல்லாம் அவர்கள் எங்கு கற்றுக்கொண்டார்களோ எனக்குத் தெரிய வில்லை. ஆனால் செய்த அளவில் மிகநன்றாகச் செய்தார்கள். செக்ரெட்டரியும் அவரது மகனும் ரசித்துச் சிரித்தார்கள். எங்கள் எதிர்பார்ப்பிற்கு இணங்க அவருடைய ஆட்கள் எல்லோரும் கூடாரத்தைச் சுற்றி ஓரிடத்தில் குழுமி இருந்தார்கள். பாடல் காட்சிகளை பார்ப்பதற்காக கூடாரத்தின் பக்கத் திரை ஒன்று அகற்றப்பட்டிருந்தது. நான் கண்ணால் ஒரு நோட்டம் விட்டேன். முன்ஷீயின் ஆட்கள் ஒவ்வொருவருக்கும் அருகில் எங்கள் தக்கிகள் இரண்டு மூன்றுபேர் இருந்தார்கள். சமிக்ஞை கொடுக்கலாமா என்று நான் நினைக்கும்போது எனக்கு அழைப்பு வந்தது. ஏனென்று தெரியவில்லை. அந்தக் கணம் வெளியேறினேன்.

"கணேசா பதற்றத்துடன் கேட்டான், பறங்கியர்கள் வந்து கொண்டிருக்கிறார்கள். நாம் என்ன செய்வது மீர்சாகேப். அவர்கள் வந்தால் அவர்களுடன் இணைந்து செகரெட்டரியும் இங்கிருந்து கிளம்பிவிடுவார். இவரை டெல்லி அரசரிடம் அழைத்துப் போகவே அவர்கள் வந்து கொண்டிருக்கிறார்கள் என்று நான் நினைக்கிறேன். இப்போது என்ன செய்யலாம்."

"பறங்கியர்கள் நம்மை நோக்கித்தான் வருகிறார்கள் என்று எப்படி உனக்குத் தெரியும். நீ அவர்களைப் பார்த்தாயா கணேசா?"

"இல்லை. எல்லோரையும் பார்க்கவில்லை. அவர்கள் ஆட்கள் ஓரிருவர் வந்திருக்கிறார்கள். நீளமான கயிறுகட்டிய ஒட்டகம் இப்போதுதான் வந்திருக்கிறது, அத்துடன் சிவப்புக் கோட்டு சிப்பாய்கள் எத்தனை பேர் வருவார்கள் என்று தெரியாது. அவர்கள் அத்தனைபேர் மீதும் எனக்கு ஆத்திரமாக வருகிறது."

"சரி இப்போ அவர்கள் எல்லோரும் எங்கே?"

"அவர்கள் கிராமத்தினுள் போயிருக்கிறார்கள். அவர்களுக்கு இந்த மைதானம் வேண்டுமென்று கேட்டார்கள். நான் தர முடியாது என்று கூறிவிட்டேன். உயர்ந்த பதவியில் இருக்கும் செகரெட்டரிக்குத் தொந்தரவு தரமுடியாது, கிராமத்தின் அந்தப்பக்கம் இதைவிட நல்ல மைதானம் ஒன்று உண்டு என்று கூறிவிட்டேன்."

"அப்போ ஒண்ணும் பயப்பட வேண்டாம். நாம் வேலை களைச் சீக்கிரமாக முடிப்போம். நான் போய் ஜிர்னீ கொடுக்

கிறேன். வேறு யாராவது பிரச்னை கொடுத்தால் என்ன செய்ய வேண்டும் என்று உனக்குச் சொல்லத் தேவையில்லை. எனக்கு எந்தப் பயமும் இல்லை, பட்டேல் நமக்கு உதவி செய்வான், ஹிட்டாசிங்கும் நமக்கு ஆதரவுதான். இங்கிருந்து அதிக சத்தம் வராமல் பார்த்துக்கொள்ள வேண்டும். தேவைப்பட்டால் சற்று நேரம் என் அப்பா செகரெட்டரியாக இருப்பார். அதெல்லாம் ஒரு விஷயமேயில்லை."

"நல்லது மீர்சாகேப். ஆனால் சீக்கிரமாக வேலையை முடிக்கணும். மைதானத்தில் எல்லா வேலைகளும் முடியும் வரையிலும் எனக்கு உள்ளுக்குள் பயமாகத்தான் இருக்கும்."

"நான் அவனை விட்டுவிலகி கூடாரத்திற்குள் கைக்குட்டை விளையாட்டில் ஈடுபடலாம் என்று போனேன்."

"என்ன அது என்று முன்ஷீ கேட்டார்."

"ஒன்றுமில்லை அரசாங்கத்து ஆட்களின் உதவியாளர்கள் வந்து முகாம் அமைக்க இந்த மைதானம் வேண்டுமென்று கேட்டார்கள், நாம் இங்கே இருப்பதைப் பார்த்தவுடன் ஊரின் அடுத்த பக்கத்தில் இருக்கும் மைதானத்திற்குப் போய் விட்டார்கள். துருப்புகள் நாளை அதிகாலையில் இங்கு வருகிறது என்று சொல்லி வைத்தேன்."

"அது எனக்குப் பொருத்தமாக இருக்கும். நான் அவர்களுடன் தங்கிக் கொள்வேன். நீங்களும் நல்லவிதமாக விடைபெற்றுப் போகலாம். இங்கே நடந்து கொண்டிருக்கும் ஆட்டத்தை ஏன் நிறுத்த வேண்டும்? இன்னும் ஒன்றிரண்டு பாட்டு இருக்குமா? இன்னும் எத்தனை இருக்கிறது?" என்று பாடுகிறவர்களைப் பார்த்துக் கேட்டார்.

"இன்னும் நூறு பாட்டுகூட இருக்கு, ஆனால் இனிவரும் பாட்டு எல்லாம் கொஞ்சம் உரத்த குரலில் பாடுவதாக இருக்கும்."

"பரவாயில்லை பாடுங்கள், உங்கள் கூத்து ரொம்பப் பிடிச்சிருக்கு நல்ல வெகுமதி தருகிறேன்" என்றார்.

நான் ஜிர்னீ தருவதற்கு பாட்டு உரத்து ஒலிக்கட்டும் என்று காத்திருந்தேன். நான் எதிர்பார்க்கும் வாய்ப்பு விரைவில் கிடைக்கவில்லை. முன்ஷீ கன்னாட்டில் சாய்ந்து அமர்ந்திருந்ததால் நான் அவருக்குப் பின்னால் நிற்பதற்கு இடம் இல்லை. ஒரு தக் என் தவிப்பைப் பார்த்துவிட்டு அதை நிவர்த்தி செய் தான். முன்ஷீயை கொஞ்சம் முன்னால் நகர்ந்து உட்காரச் சொன்னான்.

"அவர்கள் என்ன செய்யவிருக்கிறார்கள்?" என்று கேட்டார்.

"எனக்குத் தெரியவில்லை. கூத்துப்பார்க்க வசதியாக இருக்கும் என்று நினைக்கிறார்களோ என்னவோ? என்றேன்."

அவர் நகர்ந்ததும் "இப்போ பான் கொண்டு வா" என்று உரத்துக் கத்தினேன். என் கைகள் முன்ஷீயின் கழுத்தில் இருந்தது. ஒரே நெறி.... துவண்டு கீழே விழுந்தார்.

"உள்ளே நடப்பதை அவர் மனைவி ஒரு ஓட்டைவழியாகப் பார்த்துக் கொண்டிருந்தாள். விழுந்தடித்து ஓடிவந்தாள். எங்களுக்கு மத்தியில் நின்றிருந்தாள். நான் அவளை மறக்கமாட்டேன். அவளின் பயங்கர ஓலத்தையும் தோற்றத்தையும் என்றைக்கும் மறக்கமாட்டேன். பையன் அவன் இடுப்பில் இருந்தான். பையனைப் பிடுங்கி இறக்கி விட்டுவிட்டு, அவளைத் தக்கிகளிடம் ஒப்படைத்துவிட்டு அங்கிருந்து வெளியில் ஓடினேன். அங்கு நான் பார்த்த முதல் ஆள் கணேசா. அவன் முகத்தின் சதையில் வெற்றிப் பெருமிதம் ஜொலித்தது. கூடாரத்தின் தீப்பந்த வெளிச்சம் வெளியில் வந்ததைப் பார்த்தேன்."

"கணேசா! எல்லாம் முடிந்தது. என் கையால் இரண்டு பேரைக் கொன்றேன். லாஹீக்கள் எங்கே? வேலையை விரைந்து முடித்தாக வேண்டும்" என்று அவசரப்படுத்தினான்.

நான் கூடாரத்திற்கு வெளியே திறந்த வெளியில் நின்றிருந்தேன். ஆட்கள் அங்கும் இங்கும் ஓடிக்கொண்டிருந்தார்கள். இறந்த உடல்களை எடுத்துச்சென்று, ஒவ்வொன்றாகக் குழியில் போட்டார்கள். நான் கூடாரத்தினுள் நுழைந்து பார்த்தேன். பாடலும் கூத்தும் தொடர்ந்து போய்க்கொண்டிருந்தது. பரிதாப கரமாக விதி முடிந்த முன்ஷீயின் இருக்கையில் அமர்ந்தபடி என் அப்பா கச்சேரியை ரசித்துக்கொண்டிருந்தார்.

என் பிரியமுள்ள அந்த குழந்தை பயங்கரமாக அழுது என்னிடம் கெஞ்சியது. அந்தக் குரலும் அவன் சொல்லும் வார்த்தைகளும் கல் மனதுக்காரர்களையும் கரைத்து விடும். நான் அவனை எடுத்துக்கொண்டு எனது கூடாரத்திற்குச் சென்றேன். அங்கு உட்காரப்பிடிக்கவில்லை. என்ன வேலைகள் நடக்கின்றன என்று பார்க்க எழுந்து வெளியில் வந்தேன். கணேசா குழிக்குப் பக்கத்தில் நின்று லாஹீக்களை அதை இப்படிப்போடு, இதை அப்படிப்போடு என்று ஏவிக் கொண்டிருந்தான். அவன் என் கையில் குழந்தை இருந்ததைப் பார்த்து விட்டான்.

"என்ன முட்டாள் தனம் இது மீர்சாகேப். இந்தப் பையனைக் கொல்லப் போவதில்லையா? இவனை வைத்திருந்தால் நாம மிகப்பெரிய ஆபத்தைச் சந்திக்க வேண்டியிருக்கும். சுத்தப் பைத்தியக்காரத்தனம். என்கிட்ட கொடு. நான் அவன் அழுகையை அமைதிப்படுத்தி அவனோட பெற்றோரிடமே அனுப்பிடுறேன்" என்றான்.

"முடியாது. இந்தப் பையன் எனக்கு வேண்டும். இங்கே அடித்த கொள்ளை அத்தனையும் நீயே வைத்துக்கொள், ஆனால் பையனை மட்டும் சாகும்வரை என்னுடன் விட்டுவிடு. நான் இந்த வயதில் ஒரு பையனை இழக்கவில்லையா? இன்னொரு பையனை எடுத்துக் கொள்வது நியாயமாகாதா?"

"பைத்தியம்! பைத்தியம்! இந்தப் பையன் கண்டிப்பாக இறக்கவேண்டும். மீர்சாகேப் நீ என்ன முட்டாளா? இவனை வைத்துக் கொண்டிருப்பது எத்தனை பெரிய ஆபத்து என்று தெரியாதா?"

"அவனது பெற்றோருக்கும் நமக்கும் வித்தியாசம் காண முடியாது அவனால். இவனைக் கொல்ல நான் அனுமதிக்கப் போவதில்லை."

"கணேசா தன் பல்லைக் கடித்தான்: "முட்டாள். இந்தப் பையனை விடப்போவதில்லை. ஒரு கும்பலைக் கொள்ளை யடிக்கும்போது யாரையும் விட்டு வைப்பதில்லை என்று இந்த வெட்டுக் கோடாரி மீது சத்தியம் செய்திருக்கிறேன்" என்று கத்தினான்.

"ஆயிரம் சபதங்கள் இருந்தாலும் எனக்கு அதுபற்றி அக்கறை இல்லை என்று கத்தினேன். இந்தப் பையன் என்னு டையவன். நமக்குள் சண்டை வேண்டாமென்று நினைத்தால் இந்த விஷயத்தை இத்துடன் விட்டுவிடு. நான் இங்கிருந்து போகிறேன்."

"அவன் என் கைகளைப் பிடித்தான்"

"என்னைப் போக விடு என்று இரைந்தேன். கூடவே என் பட்டாக் கத்தியைத் தடவிப் பார்த்தேன். அல்லா... இந்த இரும்பைக் கொண்டு உன்னைத் தாக்குவேன் என்றேன்."

"நீ ஒரு பைத்தியம். உன்னைப் பற்றி எனக்குப் பயம் இல்லை. கத்தியோ அதற்கு மேலாக நீ எதையெடுத்தாலும் அதை நான் பார்த்துக்கொள்வேன். குழந்தையை என்னிடம் கொடு. அவன் அழுகிற அழுகையில் சிப்பாய்கள் இங்கே வந்துவிடப் போகிறார்கள்."

இப்போது என் கத்தியோ வாளோ என்னிடம் இல்லை. கூடாரத்தில் தவற விட்டிருக்கிறேன். பையன் மீது இரக்கப்பட்டு விடுவானா என்று முயற்சித்தேன்.

மிகவும் பணிவுடன் அவனிடம் கேட்டேன். "கணேசா இந்தப் பையன் மீது இரக்கம் இல்லையா? ஒரு கனிவு சுரக் காதா? இவனைக் கொன்றுபோட்டு நிம்மதியாக இருந்து விடுவாயா?"

நான் பாதுகாப்பற்ற நிலையில் இருந்தேன். அவனை என்ன செய்யலாம் என்று யோசிப்பதற்குள் பையனை முரட்டுத் தனமாக என்னிடமிருந்து பறித்து வேகமாக குழியை நோக்கி உருட்டிவிட்டான். "இரக்கமாம் இரக்கம்" என்று இறுமாப் புடன் கத்தினான். "அது என்னிடம் கிடையாது" என்று கர்ஜித்தான். "மீர்சாகேப் இப்போ போ. போய் அழு... உன் னுடைய விளையாட்டுப் பொருளை இழந்ததற்காக அழு" என்றான்.

நான் குழியை நோக்கி நகர்ந்தேன். குழி வேகமாக மூடப் பட்டது. இறந்த உடல்களுக்கு அடியில் பையன் உணர் வில்லாமல் கிடந்தான். வெறித்தனமாகத் தூக்கி எறிந்ததில் அவன் கத்தின கத்தலுக்கு எப்படி உயிரோடு இருக்க முடியும். என் மனத் திருப்திக்காக நான் வேகமாகச் சென்று பையனை திருப்பிப் பார்த்தேன். என் கண்ணெதிரிலேயே அவன் மீது மண் விழுந்தது.

நான் கணேசாவை ஆத்திரத்துடன் திரும்பி பார்த்தேன்.

"ஏ.. நாயே. நாய்க்குப் பிறந்தவனே. நான் இப்போது போய் வாளுடன் வருகிறேன். நீ அதற்கு பதில் சொல்லித்தான் ஆக வேண்டும். உன்னை இரண்டு துண்டுகளாக வெட்டிப் போடு கிறேன் என்றுக் கூச்சலிட்டேன்."

"வெற்று மிரட்டல் உன்னைப் பற்றி எனக்குத் தெரியும். போ.. மீர்சாகேப் நீ ஒரு முட்டாள். நீ பொடிப்பயல்.... நான் உனக்கெல்லாம் அஞ்சமாட்டேன்."

கல் நெஞ்சக்கார வில்லன். என் மகனைக்கொன்றுவிட்டான். நான் எதுவும் செய்ய முடியாத சூழ்நிலையில் இருந்தேன். ஆனால் அப்போதே பழிவாங்குவது என்று தீர்மானித்து விட்டேன். இதற்கும் சேர்த்து வாங்குவேன். என் மனதில் உள்ள பாதிப்பை என் அப்பாவிடமும், மற்ற மூன்று நெருக்கமான நண்பர்களிடமும் சொன்னேன். அவர்கள் என்னுடன்

இணைந்து கொள்ளத் தயாராக இருந்தார்கள். ஆனால் நாளைக்குப் பார்த்துக் கொள்ளலாம் என்றார்கள். என்னால் ஏற்றுக்கொள்ள முடியவில்லை. அவன் சொன்ன வார்த்தைகள் இன்னும் என் காதுகளில் ஒலித்துக் கொண்டிருக்கின்றன. இன்று அவன் செய்த காரியம் அவன் மீது நான் முன்னர் கொண்டிருந்த வெறுப்பை மேலும் அதிகமாக்கிவிட்டது.

கடைசி நேரத்தில் என் பழிவாங்கும் எண்ணத்தை மாற்றிக்கொண்டேன். அது குறித்து பின்னாளில் தெரிந்துக்கொள்வீர்கள். அன்றிரவு அதே மைதானத்தில் தான் தங்கி இருந்தோம் பல்லக்கு உடைத்து புதைகுழியிலேயே போடப்பட்டது. மறுநாள் காலை என் அப்பாவை முன்ஷீயாக பாவித்து பறங்கியரைப் பார்க்க குதிரையில் போனோம். அந்த இடம் எங்களுக்கு மிக அருகில்தான் இருந்தது. எப்படி நேற்று இரவு நடந்த களேபரத்தைக் கண்டு கொள்ளாமல் இருந்தார்கள் என்பதில் எனக்கு ஆச்சர்யம். ஆனால் செய்த வேலைகள் அனைத்தையும் மிகுந்த எச்சரிக்கை உணர்வுடன் மேற்கொண்டோம். முன்ஷீயின் குதிரைகள் சம்பவ நேரத்துக் குழப்பத்தில் பலமாகக்கத்தின. ஆனால் அந்த சத்தம் எங்கள் ஆட்கள் வாசித்த இசை வாத்தியச் சத்தத்தில் அமுங்கி இருக்கும். பலி கொள்ளப்பட்டவர்கள் எழுப்பின சத்தங்களும் அலறினதும் எங்கள் தக்கிகள் எழுப்பின பிற ஓசைகளில் கலந்து மறைந்து எதுவும் சந்தேகம் எழாதபடி செய்திருக்கும். அதுபோக எங்கள் நண்பர்கள் பட்டேலும், தஃப்பேதாரும் சிப்பாய்களுடன் ஈடு பட்ட உரையாடலில் அவர்களது கவனம் அடுத்தப் பக்கம் திரும்பி இருக்காது.

எனவே நாங்கள் சிக்கலில்லாமல் சாலையில் பயணத்தைத் துவங்கிவிட்டோம். எல்லாவற்றையும் கணக்கிட்டாலும் நேற்று அடித்த கொள்ளை எதிர்பார்த்த அளவு ஒன்றும் இல்லை. மொத்தமே மூவாயிரம் ரூபாய்தான் தேறும். அடுத்து இனி தாக்கூர்கள்தான் எங்கள் பனீஞ் என்று தீர்மானித்து விட்டோம்.

நாங்கள் நாக்பூர் சென்று அங்கே முன்ஷீயின் ஒட்டகங்களையும் குதிரைகளையும் விற்றோம். இங்கே எங்கள் குழு இரண்டாக பிரிந்து ஒருபகுதி ஜமேதார் இமாம் பஷ்க் தலைமையில் எங்களது பழைய சாலையான பெரார் பள்ளத் தாக்கிலிருந்து கந்தேஷ், பூர்கான்பூர் வழியாக ஓம்ரவ்ட்டீ செல்லும். மற்றொரு குழு நாக்பூரில் வந்து நான்கு நாட்கள் தங்கி நாங்கள் வந்த சாலை வழியே திரும்பியது.

வீடு நோக்கிய எங்களது இரண்டாவது, மூன்றாவது பயணத்தில் நாங்கள் தாக்கூர்களைக் கடந்துவிட்டோம். எங்கள் உளவாளிகள் அவர்களைப் பார்த்துவிட்டார்கள். நாங்கள் ஒரு கிராமத்தில் நுழைந்து முகாமிட்டோம். அவர்களை மிகுந்த எச்சரிக்கையுடன் அணுகவேண்டும். என் அப்பா தான் மட்டும் தனியாகச் சென்று பார்த்து விட்டுவருவதாகச் சொன்னார்.

தனது சொந்தப் பெயரில் போனால் திருடர்கள் அடையாளம் கண்டு கொள்ளக்கூடும் அல்லது சந்தேகப்படுவார்கள். மேலும் பலருக்குத் தெரிந்திருக்கக்கூட வாய்ப்பு இருக்கிறது" என்றுக் கூறி "ஒரு இந்துவாக வேஷம் கட்டிக் கொள்கிறேன்" என்றார். "ஒரு ராஜபுத்திர ஜமேதார் ஹைதராபாத்தில் இருந்து வருவதாகவும் வர்த்தகத் தொழில் செய்வதாகவும் சொல்லிக்கொள்கிறேன்" என்று கிளம்பி விட்டார்.

தனது முன் நெற்றிக்கும், மார்புக்கும் குங்குமம், விபூதி குழைத்துப் பூசிக்கொண்டார். நெற்றியில் பட்டை தீட்டிக் கொண்டார். பக்கத்துக் கிராமத்தில் இருந்து இரவல் வாங்கி வந்த வேஷ்டியைத் தார்பாய்ச்சிக் கட்டிக்கொண்டார். அவரது வருகையை ஆவலுடன் எதிர்பார்த்துக் கொண்டிருந்தேன். அவர் ஏதாவது தவறி விடுவரோ என்று பயம். ஆனால் கணேசா மிகுந்த நம்பிக்கையுடன் இருந்தான். அவனுடைய இஷ்ட தெய்வம் பவானீ கைவிடமாட்டாள் என்றான். அதுபோலவே அவரது அதிர்ஷ்டமும் கைவிடாது. வெற்றியுடன் திரும்பி வருவார் என்றான்.

அவர் நீண்ட நேரமாகத் திரும்பவில்லை. அதனால் அவரது பாதுகாப்பு குறித்து எனக்குப் பயம் தொற்றிக்கொண்டது. போய் மீட்டுவரலாமா என்றுகூடத் தோன்றிவிட்டது. ஆனால் அதேசமயம் தூரத்தில் வருவது தெரிந்ததும் ஓடிச்சென்று எதிர் கொண்டேன்.

"என்னப்பா செய்தி? என்ன சொன்னார்கள்? நீங்க வருவது தாமதம் ஆனதும் என்னுடைய ஈரல் குலையே வெந்து போனது என்றேன்."

குதிரையைவிட்டு இறங்கிக்கொண்டே சொன்னார்."கவலைப் படாதே மகனே! நீயும் என்னுடன் வந்திருந்தால் தவறாகி யிருக்கும். அந்த ஆந்தைகளைப் பிடிக்கு முன்னே போதும் போதும்ன்னு ஆயிடுச்சி. ஆனால் அவனுங்க இப்போ நம்ப கையிலே."

"அல் ஹம் உல் இல்லா, ஆச்சர்யமான செய்திதான். சரி எப்பிடி சமாளிச்சீங்க?"

"அதையேன் கேட்கிறாய், ஆனால் ரொம்ப சாதுர்யமாக இலகுவில் வேலை முடிச்சாச்சி. இந்தத் தாக்கூரில் ஒரு பயல் நமக்கு முன்னாடியே தெரிஞ்ச பயல். ஆனால் அவன் என்னை அடையாளம் கண்டுபிடிக்கல. வெள்ளைத்தாடிக்கும், விபூதிப்பட்டைக்கும் தான் நன்றி சொல்லணும். அவர்களுக்கு நான் இஸ்மாயில் தக் என்பதற்கு ஒரு சிறு ருசுவும் கிடைக்கல. நான் உட்கார்ந்து அவர்களுடைய தலைவனிடம் பேச்சுக்கொடுத்தேன். பொறுப்பு வாய்ந்த ஆங்கிலேய அரசு பதவியில் இருப்பதாகவும், விடுப்பு முடிந்து இந்துஸ்தான் போவதாகவும் கூறினான். நானும் அதுபோலவே தான் சொன்னேன். நான் ஜல்னாவில் இருந்து வருவதாகவும் அங்கு நான் கலெக்டர் பதவி வகிக்கிறேன் என்றும் கூறினேன். இரு வரும் இணைந்து பயணிக்கலாம் என்று பேசியிருக்கிறோம். அல்லாவின் கருணையால் சகுனங்கள் நன்றாக இருக்கின்றன. இந்தப் பயல்களிடம் தாமதம் உதவாது. அவர்கள் நம்மைக் கொள்ளையிடலாம். நாம் அவர்களுக்குப் பனீஞ் என்று நினைத்துக்கொண்டிருக்கிறார்கள். அவர்களுக்குள் காட்டிக் கொண்ட சமிக்ஞைகளை நான் பார்த்துவிட்டேன் அதன் அர்த்தம் நான் அறிந்ததே! நாம் அவர்கள் மேல் விழுந்து தாக்க வில்லை என்றால், அவர்கள் நம்மீது பாய்ந்து விடுவார்கள்."

"நாம் சற்றுத் தேர்ந்த கைகளாக பார்த்து அழைத்துச் செல்லவேண்டும்." "நான் கும்பல் தலைவனைப் பார்த்துக் கொள்கிறேன்."

"நானும் வருகிறேன், நான் ஒருவனின் கழுத்தை நெறிக்கிறேன். நான் இதுவரை ஒரு தாக்கூரைக்கூட கொன்றதில்லை. ஆட்கள் எப்படி திடகாத்திரமாக இருக்கிறார்களா?" என்று கேட்டான் கணேசா.

"ஆமாம், எல்லோரும் நல்ல திடகாத்திரமாக இருக்கிறார்கள். அதுவும் திறமையாக ஆயுதங்களைக் கையாள்வார்கள். இந்த ஜாதிப் பசங்களை எனக்குத் தெரியும். அவர்கள் நம்மைத் தாக்குவதற்கும் கொஞ்சம் வாய்ப்பு உண்டு."

"நான் பார்த்த வரைக்கும் நாம் அவர்கள் மீது வாளுடன் பாயவேண்டும் என்பதே."

"நாம் அதிகமாக பயப்பட வேண்டியதில்லை மகனே. பார்ப்போம் சூழ்நிலை சரியாக அமையவில்லை என்றால் நம் ஆட்களைக் கொண்டு சூழ்ந்து விட வேண்டியதுதான்."

“நான் இந்தத் திட்டத்திற்கு சீக்கிரமே ஒப்புக்கொண்டேன். நாளைக் காலையில் நாம் இந்த கிராமத்தைச் சுற்றியுள்ள சாலையில் அவர்களுடன் சேர்ந்துவிடுவோம். அவர்கள் இருபத்தைந்து பேர் இருக்கிறார்கள். நல்ல திடகாத்திரமாக, பெரிய ஆட்களாக பயமுறுத்தும் விதத்தில் இருக்கிறார்கள். பல்லைக்கூட ஆயுதமாக்கிக் கொள்வார்கள். தலையை மடித்துக் கட்டிய துணியால் முழுக்க மறைத்திருப்பார்கள். பதிமூன்று மட்டக் குதிரைகளில் கணமான மூட்டைகள் இருக்கின்றன. குதிரைகள் அவற்றைச்சுமந்து வருவது சிரமம் தான். அவை ஒவ்வொன்றிற்கும் தனியாக ஒரு ஆள் போடவேண்டும். உடலில் ஆயுதம் மறைத்து வைத்திருந்தால் எப்படியும் தெரிந்து விடும். எனவே தாக்குவது கஷ்டம்” என்று விளக்கினார்.

அப்பா தக்கிகளைப் பார்த்து, “இங்க கவனிங்க. அவங்க கீழே இறங்குவது போலத் தெரிந்தால் நீங்கள் இரண்டு மூன்று பேராகச் சேர்ந்து ஒரே நேரத்தில் அவர்கள் மீது விழுந்து விடவேண்டும். நாம் கொஞ்சம் தவறினாலும் அவர்கள் கடுமை யாகத் தாக்கிவிடுவார்கள். அவர்களும் நம்மைப்போலத்திறமை சாலிகள்தான். எதற்கும் அஞ்ச மாட்டார்கள்” என்று அறிவு றுத்தினார்.

நான் அவர்களுடன் இணைந்து, சற்று தூரம் குதிரையிலேயே போனேன். நான் அவர்களின் தலைவர் பக்கத்திலேயேபோய்க் கொண்டிருந்தேன். கொஞ்ச தூரம் கழித்து நான் இறங்கி நடந்த வாறு பேச்சுக்கொடுத்தேன். அவனால் என்னை அடையாளம் கண்டுகொள்ள முடியவில்லை. கடந்தமுறை இந்தச்சாலையில் போகும்போது அவன் எப்படி தக்கிகளை எதிர்கொண்டான் என்ற அவனது சாகசத்தையும் பெரிய கும்பலை சாதுர்யமாகவும் வீரதீரத்துடனும் சமாளித்து வெற்றி கண்டான் என்பதையும் ஆர்வத்துடன் சொல்லிக் கொண்டுவந்தான். அவர்களது கொள்ளையில் இருந்து ஆயிரம் ரூபாயைக் கைப்பற்றியதையும் கூறினான். நான் இருந்த இடத்தில் இருந்து என் கால்ஷூவால் அவன் வாயில் எட்டி உதைத்துவிட முடியும். ஆனாலும் பொறுத்துக் கொண்டிருந்தேன். இன்னும் கொஞ்சம் பேசட்டும் என்று விட்டு வைத்தேன். அவன் முகத்தில் பொய் பொங்கி வழிந்தது. மேலும் தன் துணிச்சலைப் பற்றிப் பெருமையடித்துக் கொண்டிருந்தான். “ஆமாம் மீர்சாகேப் இந்தத் தக்கிகள் படுபயங்கரமான வில்லன்கள் என்று என்னிடமே கூறினான். அவர்களைப் பற்றிய நிறையத் தகவல்கள் தெரிய வந்ததற்காக அவன் இறைத்தூதருக்குத்தான் நன்றி சொல்லவேண்டும்

என்றும் அவனது ஐரோப்பிய எஜமானர்கள் தான் அவனுக்கு இந்தத் தகவல்களைத் தந்தவர்கள் என்றும் பலவாறு கூறினான். அப்போது அவனைத் தாக்க முயற்சித்த தக்கிகள் ஜலோனைச் சேர்ந்தவர்கள்தான் என்றும் அவன் போகும்போது ஜலோன் வழியாக அந்த ராஜாவைப் பார்த்து தக்கிகளைப் பற்றிய விபரங் களை சொல்லி விட்டுத்தான் போகவேண்டும் என்றான். வன்மத்துடன் அப்படி அவன் சொல்லலைன்னா அவனை ஆந்தைக்குப் பிறந்தவனேன்னு சொல்லு என்றான் என்னைப் பார்த்து. அது மட்டுமில்லை ராஜா அவனுக்கு நல்ல வெகுமதி கொடுப்பார்'' என்றும் பெருமை பேசிக் கொண்டான்.

“சொல்லு, நல்லா சொல்லு முதல்ல நீ அங்கபோய் சேரு நண்பா! இன்ஷா அல்லா! சொல் ஒன்றாகவும் ஆனால் விளைவு கள் வேறாகவும் இருக்கும் என்று மனதிற்குள்நினைத்துக் கொண்டேன்.

“அவர்கள் என்ன முட்டாள்களா? உலகமே சொல்லுகிறது தக்கிகளை சிறையில் அடைக்கக் கூடாது என்று!”

அவன் ஏளனமாகச் சிரித்தான்.

“இன்னும் உள்ளே போடல. ஆனா என்கிட்ட ஏமாற்றமுடி யாது. நான் உள்ள அனுப்பி வைக்கிறேன். வாத்துப் பயல்கள், கழுதைகள். அப்பாவி பயணிகளை அடித்துப் பிடுங்கி கொலை செய்கிறார்கள். தக்கிகளுக்கு விவேகமில்லை. அவர்கள் ஒன் னும் குழந்தைகள் இல்ல. நான் தக்கி ஜமேதாரைப்பார்த்தேன். என்னை ஏமாற்றுவதற்காக முகத்தில் துணியைக் கட்டிக் கொண்டு பேசினான். நானா ஏமாறுவேன். இருட்டில்தான் அவனைப் பார்த்தேன். ஆனால் அவன்முகம் எனக்கு நன்றாக நினைவில் இருக்கிறது. ஆயிரம் பேருக்கு மத்தியில் இருந்தாலும் அவனை என்னால் கண்டுபிடிக்க முடியும்'' என்றான்.

“அவன் எப்படி இருந்தான். அவனைப் பற்றித்தெரிந்துகொள்ள ஆவலாக இருக்கிறது. எப்போதாவது அவனைப் பார்த்தால் அவனிடமிருந்து தப்பித்துப்போகலாம் இல்லையா, அதற்கா கத்தான் கேட்கிறேன். நான் அடிக்கடி சாலையில் நடமாடு கிறவன். அது போன்ற ஆட்களிடம் எச்சரிக்கையாக இருக்க வேண்டும். இருந்தாலும் நீங்கள் உதைத்து அனுப்பி விட்டதாகச் சொன்னீர்கள் இல்லையா?''

“ஆமாம் நல்லா உதைவாங்கிக் கொண்டுதான் போனான். நாங்களும் எப்போதும் பயணத்தில் இருக்கிறவர்கள் தாம். அதுவும் எங்களுடையது பெரிய குழு. இவ்வளவு பெரிய

எண்ணிக்கையில் இருக்கும் எங்களை அவர்களால் ஒன்றும் செய்யமுடியாது. எங்களைப் பார்த்தாலே அஞ்சுவார்கள். தூரத்தில் நின்று பார்ப்பார்கள். எங்கள் கைக்குக் கிடைத்தால் அடித்துத் துரத்தி விடுவோம். அன்று அந்தக் கும்பலை நள்ளிரவில் பார்த்தபோது அல்லா... சிலரைக் கொன்று போட்டோம். அந்தக் கோழை ஜமேதார்களைப் போல பலர் தப்பித்து ஓடி விட்டார்கள். அவர்கள் கொள்ளையடித்து வைத்திருந்த பொருட்களை எடுத்துக்கொண்டோம். ஹைதராபாத் போய்வர வசதியாக இருந்தது'' என்று பெருமை பேசினான்.

"அவன் கூறியவைகளை மனதில் அசைப்போட்டேன். எனக்குச் சந்தேகமே இல்லை. அவர்கள் எங்களைத் தாக்கத் திட்டமிட்டிருக்கிறார்கள், ஆனால் கொஞ்சத்தில் தப்பி இருக்கிறோம். அவன் பொய்தான் சொல்லிக்கொண்டு வருகிறான் என்றாலும் அன்றிரவு போகாமல் தங்கி இருந்திருந்தால் இவர்களின் தாக்குதலுக்கு ஆளாகி இருப்போம். அவன் சொல்வதை கேட்டு என்னால் சிரிக்க முடியவில்லை. என்மீது, என் தாடி மீது, அல்லாமீது, இறைத்தூதர் மீது எல்லோர் தலையிலும் சத்தியம் செய்கிறான். அவன் பட்டியலில் யாரையும் விட்டு வைக்கவில்லை.''

நாங்கள் நிதானமாக சாலையில் போய்க்கொண்டிருந்தோம். சாலையில் இரண்டு பெரிய மரங்கள் இருக்கும் இடத்திற்கு வந்துவிட்டோம். அந்த மரத்தில் பயணிகள் தங்களது வேண்டுதல் பிரார்த்தனைகளைக் கட்டித் தொங்கவிட்டிருந்தார்கள். இதுதான் அவர்களை காக்கும் துறவிகளின் இடம். இதுதான் அவர்களின் குறிப்பிடம். ஒவ்வொருவராக குதிரை விட்டிறங்கி மரத்தை நோக்கி நடந்தார்கள். இதுதான் பொருத்தமான நேரம். என் அப்பாவும் இதைப் பார்த்தார். என் விருப்பத்தை அவரும் ஆமோதிப்பதுபோல் தெரிந்தது. அவர்களதுநடவடிக்கைகளை கவனித்துக்கொண்டிருந்தார். எனது கைக்குட்டையை இடுப்பில் இருந்து உருவினேன். அவர் 'ஜிர்னீ' என்று குரல் கொடுத்தார். ஒரே நிமிடத்தில் பதினோரு தாக்கூஸ்கள் கீழே சரிந்தனர். என் கைக்குட்டை அவன் கழுத்தைச் சுற்றிக் கொண்டது. குழுவின் தலைவன் என் கைகளில் இருந்தான். எனது பிடியை இறுக்குமுன் அவன் காதில் கத்தினேன். "நான் தான் நீ பார்த்த தக் அமீர் அலி'' என்று. பின் அவனைக் கொல்லும் வேலையைச் செய்தேன். மிச்சமிருப்பவர்களை வாளால் வெட்டிச் சாய்த்தோம். நாங்கள் கொலைச்செய்ய தயாராக இருந்தோம். ஆனால் அவர்களிடம் அந்தத் திட்ட

மில்லை, அல்லது அவர்களை நாங்கள் முந்திவிட்டோம். இல்லையென்றால் அவர்கள் எங்களைத் தாக்கி இருக்ககூடும். நானும்கூட எதிர்பார்த்தேன் சாகேப், எங்களைத் தாக்குவார்கள் அல்லது தப்பி ஓடுவார்கள் என்று. ஆனால் எதுவும் நடக்க வில்லை. எப்படியோ நாங்கள் ஜெயித்து விட்டோம். அவர் களது உடல்களை காட்டினுள் வீசிவிட்டோம். மனம்விட்டுச் சிரித்தோம். எங்களது சாகசங்களிலேயே இதுதான் உச்சம். மட்டக் குதிரைகளில் இருந்த பொதிகளை அவிழ்த்துப் பார்த்ததில், கொள்ளைப் பணமும் வலுவாகத்தான் கிடைத்தது. பதின்மூன்றாயிரம் ரொக்கமாகவும், தங்கம் வெள்ளி நகை களாகவும் இருந்தன.

“சாகேப், நாங்கள் வீடு திரும்பும்போது சேகோரா என்ற இடத்தின் வழியாக வந்தோம். அது ஐரோப்பியரின் பிரதேசம். அங்கு ஒரு வெள்ளையரும் எங்களுடன் பயணத்தில் இணைந் தார். எங்களுக்கு அவரைப் பார்த்து பயம் இல்லை. மாறாக அவருடன் சேர்ந்தே பயணம் செய்தோம். அவருடன் பயணம் செய்வது பாதுகாப்பானது. அவருடன் நிறைய பயணிகள் தொடராகப் பயணம் வருவதால் ராணுவத்தின் பாதுகாப்பு அவருக்கு கிடைக்கும். அதனால் எங்கள் குழுவை மூன்றாகப் பிரித்துக்கொண்டோம். என் தலைமையில் ஒன்று, என் அப்பா தலைமையில் ஒன்று, மூன்றாவதாக கணேசா தலைமையில் ஒன்று. இதன் நோக்கம் என்னவென்றால் வெள்ளையருடன் வரும் பயணிகள் சிலருக்கு அவரது நடை தாமதமாகத் தோன்றி னால் அவர்களைக் கும்பலில் இருந்து விலக்கி எங்களின் கொள்ளைக்குப் பயன்படுத்திக்கொள்ளலாம் என்பதுதான். அதற்கான சில நம்பிக்கைகளும் தோன்றின. சில பயணிகளுக்கு உணவு பற்றாக்குறையும் பெரும் பிரச்சினையாக இருந்தது. அவர்களையும் பிரித்து அழைத்துச் செல்ல முயன்றோம். ஆனால் எனக்கு மேற்கொண்டு சாகசம் செய்யவேண்டும் என்ற எண்ணம் இல்லை. எங்கள் குழுவில் நான் மாறுபட்ட கருத்து கொண்டிருந்தேன். அது குறித்து அதிகம் சொல்ல வேண்டியதில்லை என்று நினைக்கிறேன். அப்படியிருந்தும் பெரிய பயணிகள் கும்பல் ஒன்று எங்கள் கைக்குச் சிக்கியது. அவர்களை நெடுஞ்சாலையில் இருந்து விலக்கி காட்டுப்பாதை வழியாக நடத்திச்சென்றோம். சிர்காபூர் கிராமத்தின் அருகில் ஒரு முகாமிட்டு அவர்களைக் கொன்று பணத்தைக் கைப் பற்றி னோம். அந்த இடம் எங்கள் ஆட்களுக்கு நன்கு அறிமுகமான இடமாக இருந்தது. நாங்கள் கொள்ளையிட்ட குழுவில் இருந்தது

இருபத்தியோரு பேர். அதில் ஆண்கள், பெண்கள், குழந்தை களும் அடக்கம். அந்தக் கும்பலில் இருந்த ஒரு அழகான பையனை என் வசப்படுத்திக் கொண்டேன். அந்தப் பையன் இந்து என்றாலும் இந்த முறை கணேசா அதைத் தடுப்பதற்கு அங்கில்லை. அவனை மத நம்பிக்கை உடையவனாகவும் வளர்க்கவேண்டும் என்று தீர்மானித்துக் கொண்டேன். அது அவனைத் தகுதி உடைய மனிதனாக ஆக்கும். அவனுடைய தாயின் உடலில் விழுந்து அழுதபோது அதைத் தடுக்கவில்லை. வயதிற்கு மீறிய குரலெடுத்து அழுதான். சிறிதுநேரம் விட்டு தாயின் உடலில் இருந்து அவனைப் பிரிக்க முயன்றபோது என்னை எட்டி உதைத்தான். எனது கையிலும் தோளிலும் கடித்தான். அந்த உடல் அங்கிருந்து அகற்றப்பட்டால்தான் அவன் அமைதியடைவான் என்று நினைத்தேன். ஆனால் நான் நினைத்ததற்கு மாறாக உடல் அகற்றப்பட்டதும் மேலும் மேலும் மோசமாக அழுதான். அவனை எந்த வகையிலும் சமாதானப்படுத்த முடியவில்லை. எனக்குள் நியாயமற்ற ஒரு ஆத்திரம் கிளம்பியது. எனது வாளை உருவி கொன்று விடு வேன் என்று பயமுறுத்தினேன். ஆனால் அந்த ஆபத்தை உணரும் பக்குவம் அவனுக்கு இல்லை. குழந்தை வெறியுடன் என்னை அடித்தான். மீண்டும் கைகளை உயர்த்தினேன். ஆனால் அதனால் பலனில்லை. என் தோளில் ஏறி காதை ரத் தம் வரும்வரை கடித்துவிட்டான். வலியின் தீவிர வேதனை தாங்காமல், என் வாழ்நாளிலேயே மோசமான ஒரு செயலை அன்று நான் செய்தேன். அது என்ன என்று உங்களால் ஊகிக்கமுடிகிறதா? சாகேப்.

"அமீர் அலி, நீ கொன்றிருப்பாய். அதைத்தானே செய்தாய்."

"ஆமாம் சாகேப், நான் கொன்றுபோட்டேன். ஆனால் அதை நான் எப்படிச் செய்தேன். அது பேயின் வேலை. நான் செய்த காரியமே இல்லை, நான் ஒருபோதும் இப்படிப்பட்ட கொடூரமான காரியத்தைச் செய்ததில்லை. ஆனால் இப்போது சைத்தான் என்னை ஆட்கொண்டுவிட்டது.

அமீர் அலி தனது கைகளால் கண்களை மூடிக் கொண்டான். என் மன வேதனையை உணர்ந்தான். நான் அந்தப் பயங்கரத்தை மறந்து விடுமாறும், நிதானமடையும்படியும் வேண்டினேன். ஒரு கணம் அமைதியாக இருந்து விட்டு மீண்டும் தொடர்ந்தான்.

"அப்படியொரு கேவலமான செயலை நான் செய்திருக் கிறேன். அப்போது என் ஒரு தக் மட்டும் குதிரையைப் பிடித் துக்கொண்டு நின்றிருந்தான். இத்தனைக்கும் அந்தப் பையன் உரத்தகுரலில் பரிதாபமாகக் கூவினான். ஆனால் நான் அவனுடைய சத்தத்தை நிறுத்திவிட்டு உடலை அனாதையாக விட்டுவிட்டு குதிரையில் ஏறி விரைந்தேன்.

இந்தக் காரியத்திற்காக நான் தூக்கில் தொங்கலாம். இது போன்ற தீய செயலை நான் செய்ததே இல்லை. மாறாகப் பலரை மரணத்தில் இருந்து விடுவித்திருக்கிறேன்."

இந்தச் சம்பவம் நிகழ்ந்த மூன்றாம் நாள் நாங்கள் பயணத் தில் தீவிரமாக இருந்தபோது பின்வரும் நிகழ்ச்சி நடந்தது. எங்களுக்குப் பின்னால் குதிரையில் ஒரு கும்பல் வந்து கொண்டிருந்தது. அதைச்சற்று கவனித்தபோது ஏதோவித்தியாச மாகத் தோன்றியது. உடனே பரவலாகச் சென்ற தக்கிகளை நெருங்கி ஒரு கூட்டமாக வருமாறு வேண்டினேன். அவர் களைப்பார்த்தால் எங்கள் எதிரிகளைப் போலத்தெரிந்தது. ஏதாவது எங்களுக்கு எதிரான நடவடிக்கைகளில் அவர்கள் இறங்கலாம். வந்து கொண்டு இருக்கும் போதே எங்களை தகாத வார்த்தைகளினால் இழிவாக பேசிக்கொண்டே நடந்தார்கள். அவர்கள் கிட்டத்தட்ட நாற்பதுபேர் இருந்தார்கள். முன்னால் வந்தவன் தலைவனாக இருக்க மாட்டான் என்று தோன்றியது. அவனை முன்னாடி விட்டு நோட்டம் பார்த்திருப்பார்களோ என்று நினைத்தேன். இருந்தாலும் அவர்களுக்கு வாழ்த்துக் கூறினேன். அடுத்து சிறிது தொலைவில் சிறிய கிராமம் வரும். அதில் எனக்கு நெருக்கமான பட்டேல் ஒருவர் இருக்கிறார். முன்னர் சொன்ன பட்டேலைப்போல எனது நம்பிக்கைக்குரிய ஆள். அங்கே போய்ச்சேர்ந்து விட்டால் போதும் இவர்களுக்கு நல்ல பாடம் கற்பிக்கலாம் என்று திட்டமிட்டேன்."

எங்கள் ஆட்களிடம் "பயப்பட வேண்டாம்" என்று கூறி "அவர்கள் தொடர்ந்து வந்து கொண்டிருக்கட்டும், திருட்டுப் பயல்களை நிறுத்திவிடலாம் என்றேன். எனக்கென்னவோ இவர்களைப் பார்த்தால் கொள்ளைக்காரர்கள்போல் தெரி கிறது. அவர்கள் தான் இருப்பதிலேயே மோசமான கோழைகள். நம்மில் துப்பாக்கி வைத்திருப்பவர்கள் யாராவது ஒருவனைச் சரியாகக் குறிபார்த்துச் சுட்டால் போதும், ஓடி விடுவார்கள். குதிரைப் பொதி கணமாக இருக்கும் ஆட்களைக் குறி வைத்துக் கொள்ளுங்கள் என்று யோசனைக் கூறினேன்."

அவர்கள் நெருங்க நெருங்க அதிர்ஷ்டவசமாக சாலை குறுகலானது. இரண்டு புறமும் புதர்ச்செடிகள் சாலையை மறித்தன. அதனால் யாரும் எங்களைக் கடந்து முன்னேறிவிட முடியாது. கூப்பிடு தூரத்தில்தான் வந்து கொண்டிருந்தார்கள். நான் பின்னால் திரும்பி குரல் கொடுத்தேன்.

"நீங்கள் நண்பர்களா? எதிரிகளா? நண்பர்களென்றால்ஒருவர் மட்டும் முன்னால்வாருங்கள். எதிரிகள் என்றால் விலகிச்செல் லுங்கள். இறைத்தூதரின் பெயரால் சொல்கிறேன். நண்பர்க ளென்றால் நீங்கள் எங்களிடம் நல்ல வரவேற்பைப் பெறு வீர்கள்."

"நிறுத்துங்கள்" என்றான் அந்தக் கூட்டத்தின் தலைவன். உங்களில் யார் குழுவின் தலைவனோ, அவன் முன்னால் வரவும். நான் தலைவனுடன் பேசவேண்டும்" என்றான்.

'நான்தான் தலைவன்' என்று முன்னால் போனேன். "நான் உன்னை சந்திக்கிறேன் ஆனால் நீ ஏதாவது தகராறு செய்தால்.. அல்லாவின் பெயரால் உன் சுட்டு விடுவேன். அவர்களின் தலைவன் முன்னேறி வந்தான். அவனைத் தொடர்ந்து யாரும் வரவில்லை. நான் என் ஆட்கள் பக்கம் திரும்பி அவர்கள் சொன்ன வார்த்தைக்குத் துரோகம் விளைவித்தால் யோசிக்க வேண்டாம் சுட்டுவிடுங்கள். என்னைப்பற்றிக் கவலைப்பட வேண்டாம் என்றேன்.

அவர்களில், "ஜமேதார், என்று என்னை அழைத்தஅவன் எங்கள் தாகூர் உங்களைப் பார்க்குமாறு அனுப்பிவைத்தார். எதற்காக என்பது உங்களுக்கேத் தெரிந்திருக்கும். நல்ல வேளையாக நீங்களே வந்துவிட்டீர்கள். நீங்கள் உங்களுக் கான அபராதத்தை கட்டிவிட்டால் இங்கு இருந்து போக லாம். ராஜபுத்திரர்களின் விசுவாசத்தின் பேரில் இந்த ஆணை யிடுகிறேன் என்றான்.

"நான் உன்னையோ உன் எஜமானனையோ நம்புகிறவன் இல்லை. நீ ஒரு பிண்டாரி போக்கிரி என்பது தெரியும். உன்னைப் பார்த்தால் சிரிப்புதான் வருகிறது. உன் தாடியில் காறித் துப்புவேன். உனக்குத் தேவையானால் இங்கு வந்து எங்களை அழைத்து போ. உன் தேவைக்காக நாங்கள் உன்னிடத்திற்கு வரமாட்டோம். நாங்கள் என்ன முட்டாள்களா? இல்லை கழுதைகளா? ஏய்! நீ இப்படி பேசலாமா! உன்னை அனுப்பி வைத்தவனிடமே திரும்பி போ. அமீர் அலி கையில் ஆயுதம் இருக்கும் வரை, அவனைச் சுற்றி அவனது வீரர்கள் இருக்கும் வரை அவனுடன் மோத இதுவரை எவனும் பிறக்கவில்லை

என்று போய் சொல். இது போன்ற செய்தியைக்கொண்டு வர உனக்கு வெட்கமாக இல்லையா? அதனைச் சுழற்றும் வலுவும் இருக்கிறது. தலையில் தைரியம்

அவன் ஒன்றும் பதில் பேசவில்லை. என்மீது வாளை வீசுவதற்காக குதிரையை உந்தினான். முட்டாள்.... ஒரு தக் போராடுவான் என்பதைக் கூட நினைக்காமல் அதுவும் இது வரை தோல்வியே கண்டிராத ஒருவனிடம். அவன் வீச்சினை எனது கேடயத்தில் தாங்கி அவன் வாளை அவன் மீதே திருப்பிவிட்டேன், அப்படியே வெட்டுண்டு குதிரைக்குக் கீழே சரிந்தான்.

என் ஆட்களில் ஒருவன் குரல் கொடுத்தது துப்பாக்கியால் சுட்டதில் அவர்களில் ஒரு குதிரைகாரனும், ஒரு குதிரையும் காயம்பட்டு புழுதியில் விழுந்து புரண்டு கொண்டிருந்தார்கள். எனக்கு நெருக்கமான சிலரை மட்டும் கொண்டு பிண்டாரி களுடன் மோதிக் கொண்டிருந்தேன். இவர்களை ஓட ஓட விரட்டியடிக்க வேண்டும். ஆனால் நான் ஒருவன் மட்டுமே அதைச் செய்துவிட முடியாது. அப்பாவும் கணேசாவும் பின்னால் வந்து கொண்டிருக்கிறார்கள். துப்பாக்கியால் சுட்டபடியும் வாளால் வீசியபடியும் நாங்கள் கிராமத்து நுழை வாயிலை நெருங்கிவிட்டோம். அங்கிருந்து பார்க்கும் போது அப்பாவின் குழுவும் கணேசாவும் எங்களை நோக்கி வருவது தெரிந்தது. அவர்கள் எங்களை அடைந்ததும் எங்கள் பலம் இரட்டிப்பாகி விட்டது. கொள்ளைக்காரர்கள் இப்போது சிதறி ஓடத் துவங்கிவிட்டனர். நான் அவர்களை தடுத்தேன். "அல்லாவின் அன்பால் கேட்கிறேன். எவனுக்காவது நெஞ்சில் தைரியம் இருந்தால் முன்னால் வரவும் என்று கர்ஜத்தேன். யாரும் வரவில்லை. நாங்கள் எங்களைத் தற்காத்துக்கொண் டோம். முன்னர் சிதறி ஓடியிருந்த எங்கள் ஆட்களும் கிராமத்து நுழைவாயிலுக்கு வந்து விட்டனர். எதிரிகளில் ஓரிருவரே எஞ்சி இருந்தனர். ஒருவனை நான் ஈட்டியால் குத்தியதில் ஈட்டியின் முனை வயிற்றில் பாய்ந்து முதுகில் வெளியேறியது. இன்னொருவனும் காயம் பட்டு ஓடினான். வயதான பின்னும் தைரியசாலியாக இருக்கும் என் அப்பா தலைமையில் சிதறி ஓடிய என் குழு ஆட்களும் கிராமத்து நுழைவாயிலருகே வந்தனர். நாங்கள் எல்லோரும் பத்திரமாக கிராமத்தினுள் நுழைந்தோம். மத்தியான நேரமாகி விட்டிருந்தது. கிராமத்தில் எங்களுக்கு அடைக்கலம் கொடுத்ததற்காக கணிசமான தொகையை கொடுத்தோம். அதைப் பட்டேல் வாங்க

மறுத்து நுழைவாயிலை மூடச்சொல்லி உத்தரவிட்டான். ஆயிரம்ரூபாய் கொடுத்தால்தான் கதவு திறக்கப்படும் என்று கூறினான். கொள்ளையர்கள் பாணியில் கிராமம் முழுவதையும் சூறையாடிவிட்டு, கொளுத்திவிட்டு போய்விட முடியும். அதைத்தான் அப்பாவிடம் வலியுறுத்தினேன். ஆனால் அப்பா ஒப்புக் கொள்ளவில்லை. அது ஒட்டுமொத்தமாக தேசம் முழுதும் பரவி நமக்குக் கெட்டப் பெயரை ஏற்படுத்தி விடும். கிராமங்களில் நமக்கு இருக்கும் நல்லுறவு கெட்டுவிடும். நம்மை நம்பி அடைக்கலம் கொடுத்த பட்டேலுக்கு அவப் பெயரை ஏற்படுத்திவிடும் என்று கூறி என்னைத் தடுத்துவிட் டார். ஆகவே நல்லெண்ணத்தைப் பாதுகாக்கும் பொருட்டு ஆயிரம்ரூபாய் கொடுத்துவிட்டு மாலையில் கிராமத்தில் இருந்து புறப்பட்டோம். எங்கள் கூட்டத்தை வேட்டையாடும் சாத்தியக் கூறுகளிலிருந்து கடந்து வெகுதூரம் வந்து விட்டோம்.

நாங்கள் தாக்கப்படவில்லை என்றபோதிலும் இப்போது நடந்த சம்பவம் நீண்ட நெடியநாட்களுக்குப் பேசப்படும். அவனது ஆட்களை அடித்துத் துரத்திய விஷயம் தெரியவந்து தாக்கூர் கடுமையான வெறியும் கோபமும் அடைந்ததாகப் பின்னர் கேள்விப்பட்டோம். அந்தக் கோழைக் கும்பல் அத் தனை பேரையும் வேலையை விட்டு நிறுத்திவிட்டதாகவும் அறிந்தோம். ஆனால் அதற்குப் பின்னால் அவன் கையில் கிடைக்கும் ஒவ்வொரு தக்கையும் கடுமையாகப் பழிதீர்த்து விடுவான். தனது சபதத்திற்காக கண்ணால் காணும் தக்கிகளைக் கொன்றுபோடுவான். ஆனால் எப்படியோ நாங்கள் அவனது தாடியில் சிரித்துவிட்டு தப்பினோம். அதற்குப் பின்னரும் பல சாகசங்களை அதே பகுதியில் செய்திருக்கிறோம்.

அடுத்த சிலநாட்களில், நாங்கள் வேறு பிரதேசத்தில் போய்க்கொண்டிருந்தோம். அங்கே சாலையின் ஓரிடத்தில் சில பயணிகளின் பிணங்கள் கிடப்பதாகவும், மேலும் தேடிப் பார்த்தால் கிடைக்கக்கூடும் என்றும் ஆடு மேய்ப்பவர்கள் கிராமத்து அதிகாரிகளிடம் சொல்லியிருக்கிறார்கள். அதனால் அது தொடர்பான தேடுதல் வேட்டையும் நடந்து வந்தது.

நாங்கள் ஒரு பாதையைப் பிடித்துப் போய்க் கொண்டிருந் தோம். கணேசாவும் அதிர்ஷ்டக்காரன்தான். ஒரு பெரும் பயணிகள் கும்பலைக் கைப்பற்றி இருக்கிறான். கையை இழந்த ஜமேதார் அடங்கிய அந்த கும்பலில் அவரது குடும்பத்தினரும் மற்ற சிலரும் இருந்திருக்கின்றனர். அவர்களை வேறு திசையில்

குறுக்கு வழியில் அழைத்துச்சென்று அத்தனை பேரையும் கொன்று போட்டுவிட்டான்.

உங்களுக்குத் தெரியுமா சாகேப், எந்த வகையிலும் உடல் ஊனமுற்ற மனிதனை கொலை செய்வது தக்கிகள் விதிப்படி தடை செய்யப்பட்டிருக்கிறது. பின்னாளில் எனக்கு இந்த விஷயம் தெரிய வந்தபோது ஆச்சர்யப்பட்டேன். ஜமேதாரை கணேசாக் கொன்ற விபரத்தைச் சொன்னபோது கணேசா இதையும் எனக்குச் சொன்னான்.

"சிலர், ஏன், பெரும்பாலானவர்கள் ஊனமுற்றவர்களை கழுத்தை நெறிக்கலாமா? வேண்டாமா? என்று தயங்குவார்கள். ஒரு கும்பலில் உள்ள மற்றவர்களையெல்லாம் கொன்றபின் ஒருவனை மட்டும் தனியாக வைத்திருப்பது அர்த்தமற்றது, இருந்தாலும் 'ஒருவனுக்குக் கை இல்லாததால் மொத்தத்தில் அனைவரையும் விட்டு விடவேண்டும், அவன் பவானிக்குப்பலி யிடத் தகுதியற்றவன்' என்றார்கள். நான் சொன்னேன் "அவன் ஊனமுற்றவன் இல்லை. பிறப்பில் அனைத்து அங்கங்களும் முழுமையாக இருந்தவைதான். முதலில் கடவுள்அளித்ததை அவன் பெற்றிருந்தான். இடையில் மனிதன்தான் அதைப் பறித்தான். எனவே இறந்ததும் மீண்டும் கடவுளின் குழந்தை யாக இழந்ததைப் பெற்றவனாகிவிடுவான் என்றேன். எனவே இவனைக் கொல்வதில் ஒன்றும் தடையில்லை இது மெய்யான பனீஞ்தான். கொள்ளையே அடிக்காமல் உன் முகத்தில் எப்படி விழிக்க முடியும், நட்பு பாராட்டமுடியும்" என்றேன். இறுதியில் எல்லோரது கழுத்தும் நெறிக்கப்பட்டது. அந்த ஜமேதாரை என் கையால் கொன்றேன். அவனைக் கொல்வதில் ஒரு தீங்கும் ஏற்பட்டு விடாது என்று எவ்வளவோ எடுத்துச் சொன்ன பின்னரும் மற்றவர்கள் அவனைத் தொட மறுத்து விட்டனர். இவை அனைத்திலும் கேடானது அந்த ஜமேதாருக்கு திருமண வயதில் இரண்டு பெண்கள் இருந்தனர். என் குழுவில் இருந்த இரண்டு பேர் பெண்களை பலவந்தமாக இழுத்துச்சென்று தம் வயப்படுத்த முயன்றனர். திருமணம் செய்து தங்களுக்கு மனைவியாக்க முயன்றனர். அதற்கு அவர்கள் ஒப்புக் கொள்ளாததால் மற்றவர்களுடன் சேர்த்து அவர்களும் கொல்லப்பட்டனர்.

நாங்கள் பாதையைத் தவற விட்டுவிட்டோம், அல்லது எங்கு போவதென்று தெரியாமல் தடுமாறினோம். நாங்கள் தங்கியிருந்த சௌகோரில் சகுனம் பார்த்தோம். வடக்கு

நோக்கி போகுமாறு குறி கூறியது. எனவே சௌகோரில்இருந்து வடக்கு முகமாகப் போகும் செரோஞ்சி நெடுஞ்சாலையைப் பிடித்தோம். என் அப்பா இனி பயணத்திற்கு உடல் ஒத்துழைக் காது என்று ஜலோன் திரும்பிவிட்டார். மிஞ்சியிருக்கும் நாங்கள் அடியெடுத்து வைத்துள்ள இந்த வெள்ளையர்கள் தேசத்தில் பெருங்கும்பலாக இருந்தால் பிடிபட்டு விடுவோமோ என்ற அச்சத்தில் ஒருநாள் பயணத்தின்போது இரண்டு குழுவாகப் பிரிந்து சென்றோம். ஒவ்வொரு பகுதியாகக் கடக்கும்போது பல்வேறு இடங்களில் சுங்க அதிகாரிகளும், காவல் அதிகாரிகளும் விதவிதமான கேள்விகளை கேட்டனர். பெருங்குழுவாக இருந்த பயணிகளும் பிற தக்கிகளால் காணாமல் ஆக்கப்பட்டனர். அதிகாரத்தில் இருந்தவர்கள் உயர்ந்தபட்ச எச்சரிக்கையுடன் இருந்தனர். அந்த பதற்றமான சூழலில் எப்படி கொள்ளையடிக்க முடியும். நாங்கள் பல இடங்களில் எங்களது சாதுர்யமான நடவடிக்கையால் தப்பித்து வந்தோம். போலீஸுக்கு எங்கள்மீது சந்தேகம் எழவில்லை. ஆனால் மறுபக்கம் எங்களால் பெரிய அளவில் கொள்ளையில் ஈடுபட முடியவில்லை. ஒவ்வொரு நாளும் அச்சத்துடன் கடந்து கொண்டிருந்தது. அதற்கிடையிலும் நாங்கள் இரண்டு மூன்று பயணிகளைக் கொன்றுபோட்டோம். பயணத்தின் வழியில் எக்லீரா, ஹோல்கார் ஆதிக்கத்திற்குட்பட்ட பிரதேசத்திற்கு வந்துவிட்டோம் (இது என்னால் மறக்க முடியாத பிரதேசம்) எங்கள் உளவாளிகள் சிறு பயணிகள் குறித்தத் தகவல்கள் கொண்டுவந்திருந்தனர். அந்தப் பயணிகள் இன்னும் சில காத தூரத்தில் இருக்கும் கிராமத்தில் இருப்பதாகச் சொன்னார் கள்.

எங்கள் ஆட்கள் அவர்களிடம் எங்கு பார்த்தாலும் தக்கி கள் பயம் அதிகரித்திருப்பதால் யாராவது பெரிய பயணிகள் குழு வந்தால் அவர்களுடன் சேர்ந்து பயணிப்பதுதான் உயிருக்கும் உடைமைக்கும் பாதுகாப்பு என்று சொல்லி வைத்திருக்கிறார்கள். அவர்களும் அதுதான் நல்லது என்று பயணிகளுக்காகக் காத்திருக்கிறார்கள். எங்கள் உளவாளிகள் அந்தப் பயணிகளுக்கு சூரிய அஸ்தமனத்திற்குள் காபீலா தலைவரை அறிமுகம் செய்விப்பதாகக் கூறி அவர்களில் இருவரை பஜாருக்கு அழைத்துவந்து என்னிடம் அறிமுகம் செய்வித்தனர். அவர்களை அன்புடன் உபசரித்து சில கதை களைச் சொல்லி எனது நோக்கத்திற்கு உதவும் விதத்தில் பய முறுத்தி வைத்தேன்.

அவர்களில் ஒருவன், "இதுவரையிலும் தான் தக்கிகளைப் பார்த்ததில்லை என்றும் இந்தப் பகுதியில் தென்படவுமில்லை என்றும் ஆனாலும் இங்கே தான் அவர்கள் இருக்க வேண்டும், சந்தேகமே வேண்டாம் என்றும் கூறினான். ஏனென்றால் என் மனைவியின் அப்பாவை தக்கிகள்தான் கொன்று விட்டார் கள்."

"நான் வெகுளியாக அய்யோ அப்பிடியா? நினைக்கவே பயமாக இருக்கிறதே. அது எப்படி நடந்தது என்பது பற்றிய விபரம் உங்களுக்குத் தெரியுமா? சொல்வீர்களா?" என்று கேட்டேன்.

"இல்லை எனக்குத் தெரியாது. ஆனால் மற்றவர்கள் சொல்லக்கேட்டிருக்கிறேன். அந்தச் சம்பவம் நடந்த போது நான் சிறுவனாக இருந்தேன். எங்கள் கிராமத்தில் இருக்கும் வயதான பெரியவருக்கு அது குறித்து எல்லா விபரங்களும் தெரியும். இப்போ கேட்டாலும் தெளிவாகச் சொல்வார். நான் உங்களுக்கு எனது பெரிய மாமனாரை அறிமுகப்படுத்துகிறேன். உடனே அவரை அழைக்கிறேன். அவருக்குத் தெரிந்த சில சம்பவங்களை உங்களுக்குச்சொல்வார். மாஷால்லா... அவர் அந்த சம்பவத்தை நேர்ல பார்க்கிற மாதிரி அவ்வளவு உயிரோட்டமாகச் சொல்வார்!" என்றான்

நானும் கேட்பதற்கு ஆர்வமாக இருப்பதாகச் சொன்னேன். தக்கிகள் குறித்து இதுவரை நான் கேள்விப்பட்டப் பொதுவான பல கதைகள் கற்பனைக்கும் அப்பாற்பட்டதாக இருக்கும். அதனால் அவற்றைக் கேட்பதில் எனக்கு எப்போதும் ஆசை இருந்துகொண்டே இருக்கும். அவன் மாமனார் வாயால் முழுக்கதையும் கேட்கவேண்டும் என்று எழுந்து அவன் பின் னால் சென்றேன்.

நான் சென்ற அந்த நேரம் பொழுது சாய்கிறது. சூரியன் மறைந்துகொண்டிருக்கிறான். கிராமம் அடங்குவதற்கு முன்ன தாக எழும் கலவையான சப்தங்கள், மந்தைக் கால்நடைகள் பட்டிகளில் அடைந்து கொண்டிருக்கின்றன. அவற்றின் கும்ப லான காலடிகள் எழுப்பும் தூசிப்படலம் மேகமாக உயர்கிறது. அவை தூரத்துத் தோற்றத்தை மங்கலாக்குகின்றன. நான் கடந்து போகிற இடங்கள் யாவும் எனக்கு மிகவும் பரிச்சயமானவை போன்ற உணர்வைத் தருகின்றன. இதற்குப் பக்கத்தில் இருக்கும் இடங்களின் பெயர்கள் எல்லாம் எனக்குத் தெரிந்தது போல்

இருக்கிறது. சிறு தோட்டத்தால் சூழப்பட்டுள்ள இந்த இடம், பக்கீரின் இருப்பிடம் என்று நினைவிற்கு வருகிறது. உள்ளே நுழைந்து ஒரு ஆளைப் பார்க்கிறேன். மிகவும் நெருக்கமான நண்பரின் முகம்போல அடிக்கடிப் பார்த்த முகம்போல ஆனால் நீண்டகாலம் பார்க்க விட்டுப்போன முகம் போலத் தோன்றுகிறது. நான் அவரது பெயரை நினைவிற்குக் கொண்டு வர முயற்சிக்கிறேன். எனக்குள் பதிவான அடையாளங்கள் எல்லாம் அப்படியே இருக்கின்றன. அந்தத் தோட்டத்தின் பெயரைத் தெரிந்து கொள்ள விருப்பம் மேலோங்குகிறது. தொடர்ந்து முன்னேறிப் போய்க் கொண்டிருக்கிறேன். எனது நோக்கத்திற்குப் பயன்படும் இடம் போல் தெரியவில்லை. வாயிலைக்கடந்து உள்ளே போகிறேன். அங்கே இருக்கும் ஒவ்வொன்றும் எனக்கு மிகவும் அறிமுகமானதாக தெரிகின்றன. சிறிய கடைவீதி. ஒரு சின்ன மசூதி. ஒரு மகாடியோ கோயில். நீதிபதியின் செளரி. ஒவ்வொன்றிற்கும உள்ள பெயர்கள் என் வாய்வரைக்கும் வருகின்றன. ஆனால் உச்சரிக்க முடியவில்லை. ஒரு வீட்டின் முன் நிற்கிறேன். அது ஒரு சாதாரணமான வீடுதான். ஆனால் அது என் நடையைத் தடுத்து நிறுத்துகிறது. புத்தம் புதிதாக இருக்கும் அந்த வீட்டைவிட்டு நேற்றுதான் நான் வெளியேறியது போன்ற உணர்வு.

நான் அமைதியாக நடந்து கொண்டிருக்கிறேன். எனக்குள் ஏற்பட்ட பதற்றம் மாற்றம் எதுவும் என் உடன் வருகிறவனுக்குத் தெரியவில்லை. நாங்கள் ஒரு வீட்டை அடைந்தோம். கம்பீரமான அதன் தோற்றம் மிகுந்த மரியாதையை ஏற்படுத்துகிறது. அவன் என்னை நிறுத்தி விட்டு உள்ளே போனான். எனக்கு அந்த வீட்டில் உட்கார வேண்டும் என்ற ஆவல் மேலோங்கி வருகிறது. உள்ளே போனவன் ஒரு பெரியவரை அழைத்து வந்தான். அவர் வந்ததும் அவரைப் பெயர் சொல்லி அழைக்க முடியும் போல் தோன்றுகிறது எனக்கு. அவரது அங்கங்கள் எல்லாம் சுருங்கி உதிர்ந்து விடும் போல் இருக்கிறது. அவரது பெயர் என் வாயில் வந்து விட்டது ரெகீம்கான்.... ஆனால் எனக்கு அவரை அறிமுகம் செய்விக்கையில் ஃபடீமுகமதுகான் என்றதும் அமைதியாகி விட்டேன்.

இதை முழுவதும் சொல்லி முடிக்கும் போது பயங்கர கனவாக இருந்து விடக்கூடாதா? என்று நினைத்தேன். அல்லது மிகவும் விருப்பத்துடன் தான் இந்த இடத்திற்கு வந்திருக்கிறேனா? இந்த இடம் முழுதும் நல்ல பரிச்சயமாகும் அளவிற்கு இங்கே

சில நாட்கள் தங்கி இருந்திருக்கிறேன். சம்பந்தமில்லாமல் ஒரு உரையாடல் நடந்து கொண்டிருக்கும்போது என்னுடைய புதிய நண்பன் தனது மாமனாரிடம், பீர்கானின் கதையை ஒரு விபரமும் விட்டுப் போகாமல் சொல்லச் சொன்னான்.

43

எனக்கு வேண்டும் எங்கேயோ பார்த்த தாயத்து

பெரியவர் எனக்கு பதில் மரியாதை செலுத்தினார். நாங்கள் வசதியாக உட்கார்ந்த பின்னர் ஹுக்கா சுற்றி வலம் வந்தது. தனது வளர்ப்புமகளின் தாய், தந்தையர் குறித்த சோகக்கதையைச் சொல்லத் தொடங்கினார் அவர். அந்தக்கதை முழுவதும் எனது புதிய நண்பர் சொன்னதிலிருந்து சற்றே மாறுபட்டிருந்தது. மொத்தத்தில் ஒரு வெற்றிகரமான தக்கிகளின் கதையாக, நான் இதுவரை கேட்டிராதகதையாக இருந்தது. நான் யார் என்பது குறித்த அவர்களின் எண்ணம் ஆச்சர்யமாக இருந்தது. நான் இந்த கதையை என் அப்பாவிடம் கூற வேண்டும். ஒருவேளை அவர் அதுக்குறித்து அறிந்திருந்தால் புதைக்கப்பட்ட அந்த சிறுவனைப் பற்றி எனக்கு ஏதாவது செய்தி கிடைக்கக்கூடும். இதில் வரும் அந்தப் பெண் நம்மிடையே வாழ்ந்து கொண்டிருக்கலாம் என்பது போன்ற நினைவுகளும் என்னுள் வந்து போயின. அவர் தேடும் அந்த மனிதன் நானாக இருக்குமோ என்ற சந்தேகமும் என்னை அழுத்தியது. ஆனால் நான் அறிந்த வகையில் அது ஒரு முட்டாள் தனமான எண்ணமாகவே தோன்றியது. இப்படிப்பட்ட சிந்தனைகள் அவ்வப்போது எழுவதும் பின் அனைத்தையும் உதறிவிட்டு என்போக்கில் போய்க்கொண்டிருப்பதும் தான் தொடர்ந்து நடந்து கொண்டிருக்கிறது.

“அதன் பிறகு நீங்கள் அந்தப் சிறுவனைப் பார்த்தீர்களா? அல்லது அவனைப் பற்றி ஏதேனும் கேள்விப்பட்டீர்களா?” என்று கேட்டேன்.

“இல்லை அவனைப் பற்றி அதற்கப்புறம் எதுவும் கேள்விப்பட வேயில்லை. இன்னும் வாழ்ந்து கொண்டிருக்கிறானா? இல்லை யா? என்பது எங்களுக்குத் தெரியாது. அவன் உயிருடன் இருந் தால் சரியாக உன் வயதுதான் இருப்பான். மீர்சாகேப்.... யா அல்லா” என்று அவர்விட்ட பெருமூச்சில் விளக்கின் ஒளி என் பக்கம் சாய்ந்து வீசியது. அவர் என்னையே உற்றுப் பார்த்தார். “உனது தோற்றம் எனக்குப் பரிச்சயமான ஒன்றாக இருக்கிறது. நீ கொல்லப்பட்டவனின் மகனைப்போல இருகிறாய். நீ பேசு தம்பி” என்றார்.

அந்தப் பெரியவர் ஆவலுடன் பார்த்த விதமும், முதலில் இந்த ஊருக்குள் நான் நுழையும்போது எனக்குள் ஏற்பட்ட உணர்வுகளும் இந்த கிராமம் ஏற்கனவே எனக்கு பரிச்சயமான ஒன்றாக என் நினைவுகளை மீட்டெடுத்தது. அவர் குறிப்பிடும் சிறுவனைவிட எனக்கு வயது அதிகம். எனவே என்னையூகிக்க இடமில்லை. அதிலும் அவன் கொல்லப்பட்டானா இல்லையா என்பதை அவர் உறுதிப்படுத்தவில்லை. “என் அப்பா உயிருடன் இருக்கிறார் எப்படி நானாக இருக்கமுடியும்.. என் அம்மா இறந்துவிட்டார். எனக்கு என் அம்மாவைப் பற்றிய நினைவுகள் ஓரளவிற்குத்தான் உண்டு. நாங்கள் சையது பாரம்பரியத்தைச் சேர்ந்தவர்கள். எங்களது பிறப்பிடமும் தூரதேசம். ஆனால் நீங்கள் சொல்லும் உங்கள் நண்பரோ பட்டாணி ஜாதியைச் சேர்ந்தவர் என்றேன்.”

“அப்படியானால் நீயாக இருக்க வாய்ப்பில்லை” என்று சொல்லிவிட்டு ஏமாற்றத்துடன் முகத்தைத் திருப்பிக்கொண்டார். “முக ஜாடை ஒற்றுமையால் உன்னைத் தொல்லைக்குள்ளாக்கி விட்டேன் மீர்சாகேப். இந்த வயதானவனின் தொந்தரவுகளை மன்னித்து விடு. எனது கண்கள் என்னை ஏமாற்றிவிட்டது. இருந்தாலும் அவனை நன்றாகப் பார்த்துச் சொல். அவன் அவளைப்போல் இல்லையா?”

“ஆனால் நான் இவரைப் பார்த்ததும் முகச்சாயலில் அதிச யித்துப் போனேன். ஆனாலும் அது வெறும் கற்பனைதான். அல்லது ஒருவேளை காரணம் கண்டுப்பிடிக்க முடியாத அர்த் தமற்ற ஒற்றுமையாகக்கூட இருக்கலாம்.

‘உங்கள் இரண்டு பேருக்கும் ஒரே மாதிரியான எண்ணம் தோன்றுவது விசித்திரமான உண்மை.”

"நான் ஒன்றும் மிகையாகச் சொல்லவில்லை மீர்சாகிப். நான் சொல்வது உண்மை என்பதை என் அப்பா உங்களுக்கு விளக்குவார் என்றேன்."

"அவன் சொல்வது பொய்யில்லை. நானும் பலதாயத்துகளைப் பார்த்திருக்கிறேன். எதுவும் அதற்கு சமமாகஇல்லை அதைக் கழுத்தைச் சுற்றி அணிந்து கொண்டால் அவளை எந்தத் தீமையும் அண்டுவதில்லை. அவளுக்கு எந்த நோயும் வராது. அணியாத போது நோய்கள் வரும். மனதில் நிம்மதி இருக் காது."

"அல்லா கே ஹூத்ரத்.... இது கடவுள் செயல்தான். இப்படியான தாயத்துகள் வெகு அபூர்வம். அதை வைத்திருப் பவர்கள் அதிர்ஷ்டக்காரர்கள். எனக்கு முன்னர் ஒரு பையன் இருந்தான். ஒரு முறை பக்கீர் ஒருவருக்கு சரியான மரியாதை வழங்காததால் அவர் என் மகனை கண்ணேறுக்கு உள்ளாக்கி எங்கள் வீட்டை சபித்துவிட்டார். நான் ஊரில் இல்லாத சமயம் பக்கீரின் சாபத்தினால் என் மகன் இறந்துவிட்டான். இந்த நிகழ்வுகளால் எனக்கேற்பட்ட மன வேதனை உங்களுக்குப் புரிந்திருக்கும் என்று எண்ணுகிறேன். அதற்கு பிறகு எனக்கு ஆண்வாரிசே இல்லை. ஒரு மகள் மட்டுமே பிறந்தாள். அவள் அனைத்து அதிர்ஷ்டங்களும் கிடைக்கப் பெற்றவள். அவளுக்கு எப்போதும் அனைத்து சௌகர்யங்களும் கிடைத்துக்கொண்டி ருக்கும். யாராவது ஒரு இந்து அல்லது முஸ்லீம் பக்கீர் தாயத்து விற்றால் அதை வாங்கி அவள் கழுத்தில் கட்டவேண்டும். நானும் நீண்டநாட்களாகத் தேடுகிறேன் எனக்குக் கிடைக்க வில்லை. எவ்வளவு பணம் வேண்டுமானாலும் செலவு செய்யத் தயாராக இருக்கிறேன். அதை வாங்கிக் கட்டிக் கொண்டால் தான் அவள் நிம்மதியாக உறங்குவாள். அதுவரை அவளைக் கெட்ட கனவுகள் தொந்தரவு செய்து கொண்டுதான் இருக் கும். நானும்கூட இந்த மந்திரங்களைக் கற்றுத் தாயத்து செய்கிறவனாக ஆகவேண்டும் என்றார் அந்த முதியவர்."

"எங்களின் கதையைக் கேட்டு நீ பட்ட துயரங்களில் இருந்து மனதைத் திடப்படுத்திக்கொள் மீர்சாகேப். புனித ஆசைகளின் மீதான உனது தீர்மானத்தையும் உறுதிப்படுத்திக்கொள். உனது பிரார்த்தனைகள் உன் மகளுக்கு ஆரோக்கியத்தையும் நீண்ட ஆயுளையும் கொடுக்கும் என்று கூறி புறப்பட ஆயத்த மானேன்."

"இந்த சொற்களை அல்லா கேட்கட்டும்" என்று உள்ளார்ந்த அன்புடன் கூறினேன். பின் என் மனது மனைவி மகள் மீதான காதலில் அமிழ்ந்தது.

நான் புறப்படுவதற்காக எழுந்தேன். எனது புதிய நண்பன் தானும் முகாம் வரையிலும் வருவதாகச் சொன்னதால் இரு வரும் இணைந்து நடந்தோம்.

"'நாம் அதிகாலையிலேயே பயணத்தைத் துவக்கிவிட வேண் டும், அப்போதுதான் வெயிலின் கடுமைக்கு முன்னதாகவும் குளிர்ந்த காலைக் காற்றிலும் பயணிக்கமுடியும். கிழக்கே வெளிச்சம் பரவியதும் எனது கூட்டாளிகள் பயணத்திற்குத் தயாராகிவிடுவார்கள்."

"நாங்கள் நெடுந்தூரம் பயணிக்க வேண்டி இருப்பதால், நாங்களும் சீக்கிரமாகவே கிளம்பிவிடுவோம் மற்றபடி உங் களைப் பொறுத்துதான் இருக்கிறது நாம் பயணப்படுவது. நாங்கள் உங்களைக் காத்திருக்க வைக்கமாட்டோம்."

அவனை அனுப்பி வைத்துவிட்டுப் படுக்கையில் சாய்ந் தேன். நான் ஒரு தாயத்து வாங்கவேண்டும் என்று நினைத்துக் கொண்டேன். அதுதான் என்மகளைப் பாதுகாத்து அபார சக்தியை அளிக்கும். எவ்வளவு செலவானாலும் சரி,தொடர்ந்து தாயத்துத் தேடுவதை நிறுத்துவது நல்லதல்ல. இருந்தாலும் அஜீமாவின் கண்களுக்கு முத்து மாலைகளை விடவும், விலை உயர்ந்த நகைகளைவிடவும் தாயத்து கொண்டு போய்க் கொடுத்தால் அவளுக்கு அதுதான் சிறந்த பரிசு என்று கருதுவாள். எனது எண்ண அலைகள் வீட்டின்மீது குவிந்தது. எனது பொக்கிஷம் என்எதிரில் கற்பனையில் விரிந்துகிடக்கிறது. அதனுடன் எனது நிச்சமயமற்றதும், பதற்ற மானதுமான வாழ்க்கையில் மனைவியுடனும், மகளுடனும் களிக்கும் அமைதியான நிமிடங்களை ஒப்பிட்டுப் பார்க்கிறேன். அஜீமா என் பக்கத்தில் படுத்திருக்கிறாள். மகள் கபடில்லாத விளையாட்டில் எங்களுடன் நிறைந்திருக்கிறாள். இந்த நல்ல சிந்தனைகள் என் மனதில் மோதி நிலைக்கின்றன.

காலையில் எனது கூட்டாளிகள் வந்து எழுப்பும்வரை தூங்கிக் கொண்டிருக்கக்கூடாது என்ற எச்சரிக்கை உணர்வுடன் கண்களை மூடினேன். வழக்கம் போல் எழுந்து இந்த எளிய கூடாரத்தில் நிம்மதியான உறக்கத்தை அளித்த அல்லாவிற்காக நன்றி செலுத்தும் விதமாக காலைத் தொழுகையை முடித்தேன். எனது குழு பயணம் புறப்படத் தயாராக இருந்தது. ஆனால் புதிய நண்பரும் அவரது குடும்பமும் இன்னும் வந்து சேரவில்லை.

"நாம் கிளம்பலாமா" என்று லாலு கேட்டான். இவன்தான் இப்போது எனக்கு நம்பிக்கையாக இருப்பவன். கழுத்தை நெறிப்பதில் இரண்டாம் இடத்தில் இருக்கும் புடோட்டி, குதிரைக்குப் பக்கத்தில் தயாராக இருந்தான்.

'வேண்டாம், பக்கத்துக் கிராமத்தில் இருந்து ஒரு பனீஞ் வரவேண்டி உள்ளது. சீக்கிரமாகவே வருவதாக உறுதியளித் துள்ளனர். எதற்கும் அவர்களைத் துரிதப்படுத்துவதற்கு ஒரு ஆளை அனுப்பு என்றேன்."

"சரிதான் நேற்று இரவு வந்த நம் நண்பர் மீர்சாகேப்தானே, நல்லது அவருக்காகக் காத்திருப்போம். துரிதப்படுத்துவதற்கு நான் உடனே ஒரு ஆளை அனுப்புகிறேன். ஆனால் அவர்கள் எத்தனை பேர் என்பது உங்களுக்குத் தெரியுமா?"

"தெரியவில்லை, நண்பர், அவர் மனைவி அதற்குமேல் யார் இருக்கிறார்கள் என்று தெரியவில்லை. ஆனால் இதோ இப் போது அவர்கள் வந்ததும் தெரிந்துவிடும்"

நான் அனுப்பிய ஆள் உடனே வந்துவிட்டான்.

"அவர்கள் வந்து கொண்டிருக்கிறார்கள். நான் போகும் போது எனக்கு எதிரில் நுழைவாயிலுக்குப் பக்கமாக வந்து கொண்டிருந்தார்கள்."

"நல்லது அவர்கள் எத்தனைபேர் என்று பார்த்தாயா?"

"இரண்டு பெண்கள் குதிரையில் வருகிறார்கள், ஒரு வயதான ஆள் நடந்து வருகிறார், அதுபோக மூன்று ஆட்கள் குதிரையில் கையில் வாளுடனும், துப்பாக்கியுடனும் வருகிறார்கள்."

"ஆக மொத்தம் ஆறுபேர். கழுத்தை நெறிக்கும் புடோட்டி களுக்குச் சொல்லிவிடு லாலூ, இன்று ஒரு வசதியான இடத் திற்குப் போனதும் நான் ஜிர்னீ கொடுக்கிறேன். இன்றே முடித்துவிடலாம், இல்லையென்றால் நாளைக்குப் பார்த்துக் கொள்ளலாம்."

"அப்படியே ஆகட்டும் மீர்சாகேப். ஆனால் கூடியமட்டிலும் இன்றைக்குத் தவிர்ப்பது நல்லது. ஏனென்றால் இன்றைக்கு சகுனங்கள் நன்றாக இல்லை. அதனால் எதுவும் பிரச்சினைகளை நாமாக உருவாக்கிக் கொள்ள வேண்டாம்."

"சரி அப்படியானால் இன்றைக்கு வேண்டாம். எதற்கும் முன் கூட்டியே குழிவெட்டும் பெல்ஹாக்களை அனுப்பி விடுவோம். மற்ற வேலைகள் வழக்கப்படி நடந்து கொண்டிருக்கட்டும்."

இப்போது கிராமத்துக்கும்பல் வந்துவிட்டது. மரியாதை உபச்சாரங்கள் பரிமாறிக் கொள்ளப்பட்டன. அதற்குப்பின் நாங்கள் நிற்கவில்லை. அவர்களை இணைத்துக் கொண்டு பயணத்தைத் துவக்கிவிட்டோம். வேகமான நடையில் இன் றைய பயணம் முடிவுறும் நிலையில் இருக்கிறது. நாங்கள் நடவடிக்கையில் இறங்குவதற்கு வசதியான இடம் கிடைக்க வில்லை. இந்த தேசத்தில் மக்கள்தொகை அடர்த்தியாக இருக்கிறது. சாலையிலும் மக்கள் அடிக்கடி வந்து போய்க் கொண்டிருக்கிறார்கள் என்ற என்னிடம் அடுத்து வரும் பாதை அரவமற்ற ஒன்றாக இருக்கும் என்று என் புதிய நண்பன் கூறி யது திருப்தியளித்தது.

அவர்கள் அன்றிரவு எங்கள் முகாமில் ஓய்வெடுத்தார்கள். அதிலிருந்த அந்தப் பெண்ணின் முகத்தை பார்ப்பதற்கு மிகவும் ஆவலாய் இருந்தேன். அவளோ தன் முகத்தை எச்சரிக்கை யாக மறைத்துக் கொண்டிருந்தாள். நான் அவளைப் பார்க்க முடியவே இல்லை. அவள் தன் கணவன் அமைத்திருந்த திரைக்குள் தனித்திருந்தாள். பிறர்பார்வை படாதவாறுமுக்கா டிட்டிருந்ததால் என்னால் அவள் முகத்தை பார்க்கவே முடியவில்லை. ஆனால் இவள் எனக்குத்தான். இவளைநான் தான் கொல்வேன். அதற்காக இன்னும் ஒருநாள் நான் ஆவலுடன் காத்திருக்கவேண்டும். நாளை என்கையால் அவள் சாவாள். அவளுடைய புனிதமான அந்த தாயத்து என் கைக்கு வந்துவிடும். அந்தத் தாயத்தின்மேல் நான் ஏன் இத்தனை ஆர்வமாக இருக்கிறேன் என்பது உங்களுக்குஆச்சர்யமாக இருக்கும் சாகேப். ஆனால் எங்களைப்பற்றி உங்களுக்குத் தெரியாது. ஒரு இந்துஸ்தானத்து தாயோ, தந்தையோ தனது பிள்ளைகளை காத்து கருப்பு அண்டாமல் பாதுகாப்பதில் தீவிரமாக இருப்பார்கள். அவர்களுக்கு தாயத்து என்பது செல்வத்தை விட முக்கியத்துவம் வாய்ந்தது. ஒரு குழந்தை நோயுற்றாள் அதன் மீது பிறரின் பொறாமைக்கண்பட்டிருப்பதாக அர்த்தம். அதை நிவர்த்தி செய்வதற்கு பல சடங்குகளை செய்வார்கள். இதுபோன்ற பல விஷயங்களையும் சொன்னால் உங்களுக்கு வேடிக்கையாகத்தான் இருக்கும். தாயத்து எங்க ளுக்கு முக்கியமான ஒரு பொருள். ஒரு மதாச்சாரங்கள் மிகுந்த குடும்பத்தைச் சேர்ந்தவன் அதற்கு என்ன விலையும் கொடுப்பான். ஒரு தாய் நோய்வாய்ப்பட்டக் குழந்தைகளுக்கு பக்கீர்கள் மந்திரம் ஓதித் தரும் தாயத்தை வாங்குவதற்கு தன்னிடம் உள்ள எதையும் விற்கத் தயங்கமாட்டாள். நகை

களையும்கூட விற்றுத் தாயத்து வாங்குவாள். பிள்ளைகள் இருக்கும் வீட்டில் தாயத்து கட்டாயமானது என்று சொல்லப்பட்டிருக்கிறது. சாகேப் முன்பே நான் ஒரு குழந்தையை இழந்தவன். இன்னொரு பெண் இருக்கிறாள். அவள் மீது எத்தனையாயிரம் கண்விழுந்து துன்பப்பட்டுக் கொண்டிருக்கிறாளோ? அத்தனைக்குமான தீர்வு என் கண் எதிரில் இருக்கும்போது அதை அடைவதற்கு நான் துடிப்பதில் என்ன ஆச்சர்யம் சாகேப்?

லாலூ குழிதோண்டுபவர்களின் (பெல்லாஹ்கள்) தலைவனை அழைத்து வந்திருந்தான். அவன் 'நாங்கள் சென்று எங்கள் வேலைகளைத் துவங்கலாமா சாகேப்' என்று கேட்டான்.

"கண்டிப்பாக. இதே சாலையில் இன்னும் சில காததூரம் போனால் ஒருசாலை பிரியும். அதில்போய் நல்லதொரு வசதியான இடம்பார்த்து ஆறு குழிகள் போடு என்றேன்."

"உத்தரவு சாகேப்... ஆனால் நீங்கள் சாலை குறித்துச் சொன்னத் தகவல் சரிதானா? ஏனென்றால் சில பகுதிகளில் சாலையின் துவக்கத்தில் இருந்து முடிவுவரை விவசாய நிலமாக இருந்து விடப்போகிறது. ஒரு இடம் வசதியாக அமைந்து விட்டால் ஒரே மூச்சில் எல்லா வேலைகளையும் முடித்து விடுவேன்" என்றான்.

"சாலை குறித்து நான் சொன்னது எல்லாம் முற்றிலும் சரியானவைதான். அந்தச் சாலையில் நூறுமுறை சென்ற ஒரு பயணி சொன்னத் தகவல் அது."

"அப்படியானால் நாங்கள் முன்னால் போய் சூரிய அஸ்தமனத்திற்கு முன்னர் வேலையை முடித்துவிட்டு அங்கேயே காவலாக இருக்கிறோம் அதுதான் நல்லது" என்றான் தலைவன்.

"கண்டிப்பாக... இங்கிருந்து நீ இப்போது கிளம்பலாம்."

நடு ராத்திரி ஆகிவிட்டது. நாங்கள் எழுந்து பயணத்தைத் துவக்கினோம். மூன்று காததூரம் சில கிராமங்களைக் கடந்த பிறகு நான் குறிப்பிட்டிருந்த அந்தப் பாதை வந்தது. இரவின் சூடான காற்று வறண்டு வீசிக்கொண்டிருந்தது. பாதையின் இரண்டு பக்கமும் அடர்த்தியான முட்புதர்கள் படர்ந்திருந்தன. அமைதியைக் குலைக்கும் எந்த சத்தமும் இல்லாத நிலையில். குதிரைகளின் பொதிப்பையில் இருந்து சீரான இடைவெளியில் குலுங்கல் சத்தம் கேட்டுக்கொண்டேயிருந்தது. அது ஆட்காட்டிக் குருவிகளின் மெல்லிய பாடலுக்கு இசையாக ஒலித்தது.

அவ்வப்போது ஒன்றி ரண்டு நரிகளின் ஊளை ஒலி கழுத்தை அறுப்பது போன்று ஹீனமாக ஒலித்து என் ரத்ததைச் சில்லிடச் செய்தது. தொடர்ந்து முன்னேறிக் கொண்டிருந்தோம். எனக்கு முன்னால் போன பெல்லாஹ்களை ஆவலுடன் எதிர்பார்த்துப் போய்க் கொண்டிருந்தேன். அவர்கள் எங்களை வரவேற்றுக் குறுக்கிடும்வரை நாங்கள் தொடர்ந்து போய்க்கொண்டே இருக்கவேண்டும். நான் அனுப்பியிருந்த செய்தியாளன் எனது வருகையை எதிர்பார்த்து பாதையில் காத்திருந்தான். நான் அவனை நோக்கி ஆவலுடன் விரைந்தேன்.

எங்களுக்கு மட்டுமே புரியும் மொழியில், "பில் மனேஞ் (குழிவெட்டியாகி விட்டதா?) என்று கேட்டேன்."

"மனோஞ் சாகேப்." (தயாராக இருக்கு)

"இங்கிருந்து எவ்வளவு தூரம் கோபால்."

"ரொம்பத் தூரம் இல்லே. பீரங்கிக் குண்டு விழு தூரம்தான். இந்த வறண்ட கரையைத் தாண்டினால் ஒரு மணற்பாங்கான ஓடை. அதன் குறுகலான மறு கரையை ஏறினால் அந்தப்பக்கம் வசதியான இடத்தைத் தேர்ந்து வைத்தி ருக்கிறோம்."

"நல்லது நீ எப்போதுமே உஷார்தான் கோபால். என் பக்கத்தில் இரு. நான் இறங்கும் போது குதிரையைப் பிடித்துக் கொள். இந்த விஷயத்தில் நான் மற்றவர்களை நம்புவதே இல்லை."

என் குதிரையின் வேகத்தைக் குறைத்தேன். நண்பர்கள் குழு எங்களைக் கடந்த பின் குதிரையில் இருந்து இறங்கினேன்.

"நீ வந்த இந்த சாலைக்குக் ஏதோ துன்பம் வந்துவிட்டது கான். குதிரையின் லாடம் கழன்றுவிட்டது. அதன் கால்கள் பலவீனமாகிவிட்டன. அதனால் என் சுமையை இறக்கி குதி ரைக்குக் கொஞ்சம் வசதி செய்துதருகிறேன். சிலகாத தூரம் போய்விட்டால் சாலை இவ்வளவு கரடுமுரடாக இருக்காது" என்று நண்பரிடம் சொன்னேன்.

"ரொம்பதூரம் இல்லை. இரண்டு காத தூரம்தான், இப்படியே வறண்ட ஓடையில் போனால் அடுத்த கிராமம் வந்து விடும். அதற்குப் பின் சாலை நன்றாகத்தான் இருக்கிறது."

"மீர்சாகேப்பை எனது மட்டக் குதிரையில் வரச்சொல்வோம். எனக்கும்கூட நடந்தால் தேவலாம்போல இருக்கிறது. உடலெல் லாம் முறுக்கிக்கொண்டு இருக்கிறது" என்று சொன்ன அவளது குரல் இனிய இசையைப்போல இருந்தது.

இதைச் சொன்னவள் என் கையால் இறக்கப் போகிறவள். இன்னும் ஒரு கால்மணி நேரத்தில் அவள் இறந்துவிடுவாள். குரலை வைத்துப்பார்த்தால் மிக அழகானவளாக இருக்க வேண்டும். (முழுக்க பர்தா அணிந்திருக்கிறாள்) எப்படி யானாலும் இன்னும் சற்று நேரத்தில் அவளைப் பார்க்கப் போகிறேன்.

"இல்லை கான், தேவையில்லை. என்னால் நடக்கமுடியும். நீண்ட தூரத்தைக்கூட பொருட்படுத்த மாட்டேன்."

"உன் விருப்பம் மீர் சாகேப். ஆனால் குதிரை வேண்டு மானால் அடுத்த நொடியே அவள் கொடுத்துவிடுவாள். நீண்ட தொலைவிற்கு எங்கள் பயணத்தில் அன்பான பாதுகாப்பளிக்கும் உங்களுக்கு எங்களது சிறிய கைமாறு. இந்த நடையில் இதுவரை ஒரு ஆள்கூட நம்மைக் கடக்கவில்லை. அது கவலையாகவும் அச்சமாகவும் இருக்கிறது. நாம் விரைவில் அடைய இருக்கும் அந்த ஓடையும் கூட பயமூட்டுவதுதான். இந்த ஓடை பல தைரியசாலிகளின் ரத்தத்தைக்கூட குடித்திருக்கிறது என்று கேள்விப்பட்டிருக்கிறேன்."

அவன் சொல்வதைக்கேட்டு அந்தப்பெண் திடுக்கிட்டாள்.

"உன்னை நினைத்தால் கேவலமாக இருக்கிறது கான். பெண் கள் எதிரில் இப்படி ரத்தக் கதைகள் பேசலாமா? எங்களைப் போன்ற காபீலாக்களிடம் தாக்கூர் திருடர்கள்கூட உதை வாங்கிக்கொண்டு ஓடியிருக்கிறார்கள். பத்திரமாகத்தானே இருக்கிறீர்கள். இனியென்ன இந்த ஓடையைக் கடந்தால் எந்த ஆபத்தும் இல்லை." இது என்ன என்று எங்கள் பாதத்திற்குப் பக்கத்தில் ஊர்ந்ததைக் கேட்டேன்.

"வேறொன்றும் இல்லை முயல்தான். இரைத் தேடும் நரி ஏதாவது துரத்தியிருக்கும். அவள் ஒளிந்து கொள்வதற்கு வேறு ஒரு இடம் தேடுவாள்."

"ஆ. முயலா...." என்று ஆச்சர்யத்தில் கத்தினேன். முயல் ஒரு தக்கிக்கு அச்சந்தரும் சகுனம். அதைப் பார்த்து விட்டால் கண்டிப்பாக அன்று துன்பம் நேராமல் இருக்காது. அவனுக்கு சாவையோ அல்லது நீண்ட காலச் சிறைத் தண்டனையோ பெற்றுத் தந்து விடும்.

"ஆம் முயல்தான். அதைப்பார்த்து ஏன் மீர் சாகேப் நீங்கள் பயப்பட வேண்டும்."

"எனக்கு மிகவும் பக்கத்தில் குறுக்கிட்டதே" என்று என்னை யறியாமல் முணகினேன்.

"அதில் பயப்படுவதற்கு என்ன இருக்கிறது."

"இல்லை, ஒன்றுமில்லை, இல்லை எங்கள் தேசத்தில் அது மோசமான சகுனம் என்றொரு மூடத்தனமான நம்பிக்கை உண்டு. ஆனால் அது வயதான பெண்களுக்குத் தான்."

சில அடிகள் மவுனமாக நடந்தேன். அட அல்லா என் மனதிற்குள்தான் எத்தனை விதமான முரண்பட்டமோதல்கள். நான் முன்பே உங்களுக்குச் சொல்லியிருக்கிறேன். நான் சகுனங்களைப் பெரிதாகப் பொருட்படுத்து வதில்லை என்று. ஆனால் ஒரு தக்கியின் ரத்தத்தில் இந்த நம்பிக்கை இரண்டறக் கலந்திருக்கிறது. அவர்களுக்காக நான் பார்க்க வேண்டியிருக்கிறது. இது வேடிக்கையானது என்று பலமுறை எங்கள் ஆட்களைக் கேலி செய்திருக்கிறேன். சகுனத்தைப் புறக்கணித்தபோது பவானி எங்களை வெற்றிகரமாகப்பழி வாங்கியதை நிரூபித்தபோது நான் தளர்ந்துபோனசந்தர்ப்பங் கள் என்னில் நிழலாடுகிறது. ஒருவன் செத்து தன்னைப் புழுக்க ளுக்குத் தின்னக்கொடுக்க இன்னொருவன் அவனைக் கடந்து போய்க்கொண்டிருப்பான். அந்த உலகத்தின் நியதி தான் என்ன? ஒருவன் எப்படி தனதுபிள்ளையை அல்லது மனைவியை இழந்து இருக்கமுடியும். நானும்கூட ஒரு பிள்ளையை இழந்தவன்தான். என்மூளை பயங்கரமாகத் தளர்ந்து போயிருந்தது என்று சொன்னேன் இல்லையா? எனது மூளை தளர்ந்து போகலாம், ஆனால் என் இதயம் வலுவானது. அபூர்வமான துடிப்பு உடையது. அதன் அழைப் பிற்கு இணங்கினேன். அதுவொரு போர்க்குதிரையைப் போல பறப்பதற்குத் துடிக்கிறது. வெற்றியோ தோல்வியோ எதுவானாலும் அதை அடைய எஜமானனுக்காகத் தனது லாயத்தில் துடித்துக்கொண்டிருக்கிறது. அனைத்து வெட்டிக் கதைகளையும் புறக்கணித்துவிட்டு விரைய எத்தனிக்கிறது. பூச்சாண்டி வேலைகள் எல்லாம் குட்டிப்பயல்களிடம்தான் எடுபடும், என்று என்புத்திக்குச் சொல்லிக்கொண்டேன். அமீர் அலி எதற்கும் அஞ்சமாட்டான். நான் தாயத்தை இழப்பதா? அந்தப் பொருள் என் ஆவலைத் தூண்டுகிறது. கிட்டத்தட்ட அதைக் கைப்பற்றி விட்டேன். நான் வாய்விட்டுச் சத்தமாகச் சிரித்தேன்.

“மிகுந்த சந்தோஷத்தில் இருக்கிறீர்களா மீர்சாகேப்? என்ன நினைத்துச் சிரித்தீர்கள்? எனக்கும் சொல்லுங்கள் நாம் இருவரும் சேர்ந்து சிரிப்போம். வறண்ட இந்த தேசத்தில் நான் சிரிப்பைப் பார்த்தே நெடு நாட்களாயிற்று” என்றான், எனக்குப் பக்கத்தில் இருந்த லாலு.

“என்னவோ நினைத்தேன் சிரித்தேன். அதிருக்கட்டும் எனது உக்கா உன்னிடமிருக்கிறதா?”

“என்னிடமில்லை, ஆனால் உடனே வரவழைக்கிறேன்” என்றான்.

சில வார்த்தைகள் ஆட்கள் ஊடாகக் கடந்து போயின.

அது தயாரிப்பிற்கான சமிக்ஞை. ஒவ்வொருவரும் அந்த வார்த்தை கேட்டு தங்கள் நிலைக்குத் தயாரானார்கள். என்னுடைய இந்தக் கடைசி வார்த்தைகள் எனது கூட்டாளிகளுக்கு உயிர் வார்த்தை. எனவே சரியாகப் பின் பற்றினார்கள்.

ஓடையைக் கடப்பதற்கு இன்னும் அதிகதூரம் இல்லை. நான் முதலில் கைக்குட்டையை எடுத்துக்கொண்டு நின்றேன். எல்லோரும் என்னைப் பின்பற்றினார்கள். இப்போதுஅனைவரும் நீரற்ற மணற்படுகையின் மத்தியில் நின்றோம். பலி கொள்ளப்படுபவர்களும், அழிப்பவர்களும் ஒருவருடன் ஒருவர் கலந்து நின்றோம். நேரம் கனிந்ததாகத் தோன்றியது. “ஜிர்னீ” கொடுத்தேன்.

கிட்டதட்ட ஒரே நேரத்தில் எல்லோரும் சரிந்து விழுந்தார்கள். எங்கும் அழுகையோ சத்தமோ எதுவும் கிடையாது. கணவன் மனைவிக்கு மட்டும் தொண்டையில் இழுப்புக்குரல் கேட்டது. எனது மரணப்பிடியின் வளையத்தில் இருந்து கழன்று விழுந்தாள். மூன்று நான்கு உதைப்பில் அவளும் இறந்தாள். எனது தாகமெடுத்த விரல்கள் அவளது உடலில் ஊர்ந்து தாயத்தைத் தேடியது. சூடான மார்பைக் கடந்துபோனது. உள்ளே பட்டுக் கயிற்றில் அது முடிச்சிடப் பட்டிருந்தது. இழுத்துப்பார்த்தேன் வரவில்லை. குத்துவாளை உறுவி அறுத்து எடுத்துக்கொண்டேன். சந்தோஷ வெறியில் நெஞ்சுடன் சேர்த்து அணைத்துக்கொண்டேன். லாஹீக்கள் தங்கள் வேலையைச் செம்மையாக முடித்துக்கொள்வார்கள் என்று நினைத்தபடியே அந்த உடல்களைப் பார்த்தேன். அவள் முகம் மிக அழகாக, மிகமிக அழகாக இருந்தது. அதன் பாவமும் அதன் கண்களும், நான் ஏன் அப்படிப் பார்க்கிறேன் சாகேப். இத்தனை நெடிய கொலை யனுபவத்தில்

நான் ஒருபோதும் அப்படிப் பார்த்ததில்லை. அந்த முகம். ஒரு போதும் இறந்த முகத்தை நான் அப்படிப் பார்த்ததில்லை. அதன் கண்கள் என்னில் நிலைகுத்தி இருக்கின்றன. அவை தூங்குகின்றனவா, விழித்திருக்கின்றனவா. என்னையே பார்த்துக் கொண்டிருக்கின்றன.

அப்போது பார்த்துக்கொண்டிருந்ததைத் தவிர்த்து என்னை வேறு எந்த வகையிலும் பாதிக்கவில்லை. ஆனால் அது குறித்து நான் கண்டுபிடித்தது என்ன என்பதைப் பின்னால் உங்களுக்குச் சொல்ல இருக்கிறேன். ஆம் அவள் அழகும் நிறமும் என் சொந்த அஜீமாவினுடையதைப் போல அத்தனை அழகாக இருந்தது. அத்தனை மாசுமறுவற்று மென்மையாக இருந்தது. லாஹீக்கள் இந்த அழகைத் தாங்கமாட்டார்கள் என்று தோன்றியது. இந்த உடல்மீது மண் விழுவதைஎன்னால் தாங்க முடியும் என்று தோன்றவில்லை. எனவே அவள்முன்னர் போர்த்தியிருந்த துணியை எடுத்து அவள்மீது நன்றாகச் சுற்றினேன். லாஹீக்கள் வரும்வரை அந்த உடலின் அருகில் உட்கார்ந்திருந்தேன்.

கோபால் என்னருகில் வந்து "ஏன் சாகேப் இந்த உடலில் போர்த்தியிருக்கும் துணியை ஏன் அகற்றாமல் இருக்கிறீர்கள். நான் எடுக்கட்டுமா? இது மட்டும் இரண்டு ரூபாய்க்கு மேல் மதிப்பு இருக்கும்."

"அவளை அப்படியேவிடு" என்று கத்தினேன். "நீநினைப்பது போல் சாதாரண அழகில்லை அவள். அவள் மீது கைபட வேண்டாம். இப்போது எப்படியிருக்கிறாளோ அப்படியே புதைக்கவேண்டும். இது என் உத்தரவு. இதை லாஹீக்களுக்கும் சொல்லி விடு. உனக்கு இந்தத் துணிதானே வேண்டும். ஜலோன் போனதும் இதேபோல ஒன்றைப் புதிதாகத்தருகிறேன்."

"உத்தரவு, நீங்கள் சொன்னதை அப்படியே செய்கிறோம். ஆனால் நகைகள் ஏதேனும் இருக்கிறதா என்று பார்க்கலாமா?"

"இல்லை நான் முன்னரே சோதித்துவிட்டேன். புதைகுழி எங்கே இருக்கிறது என்னை அழைத்துப் போ. புதைத்து முடிக்கும்வரை உங்களுடனே இருக்கிறேன்."

நான் அவனுடன் போனேன். புதைகுழிகள் அவர்கள் சொன்னபடி இரண்டுபக்கமும் உயரமான கரையுள்ள குறுகிய வெளிகளுக்கு மத்தியில் இருந்தது. குழியில் ஏற்கனவேசில உடல்கள் போடப் பட்டிருந்தன. மற்ற உடல்கள்மீது

அந்த அழகான பெண்ணின் உடலும் கிடத்தப்பட்டது. அவர்கள் மற்ற உடல்களைச் சிதைப்பதைப்போல் அவளது உடலை நான் சிதைக்க அனுமதிக்கவில்லை. வேலைகள் முழுமையாக முடியும்வரை அங்கேயே இருந்து அதற்குப்பின் அங்கங்கே சிதறியிருந்த அனைவரையும் திரட்டிக்கொண்டு பயணத்தைத் தொடர்ந்தோம். இது முடித்து அரைக்காத தூரம் சென்றதும் பெரிய பயணிகள்குழு ஒன்றைச் சந்தித் தோம். அவர்கள் எண்ணிக்கையை வைத்து அவர்கள் மீது எங்களுக்கு நம்பிக்கை வந்தது. இப்போது செய்ததைப் போல இரவு வரையில் நேரத்தைக் கடத்தினால் பின்னர் வசதியாக முடியுமென்று தோன்றியது. பரஸ்பர உபசாரங்கள் பரிமாறிக் கொள்ளப்பட்டது. வரும் வழியில் எங்கே தண்ணீர் கிடைத்தது, சாலை எப்படி இருக்கிறது என்பன போன்ற விபரங்கள் பேசிக் கொண்டோம்.

எங்கள் கொள்ளைப் பொருட்கள் குறைவாகத்தான் இருந் தன. வெறும் நாற்பது ரூபாய்தான். அந்தப்பெண் அணிந் திருந்த சில்லரை நகைகள், உடுப்புகள், மட்டக்குதிரைகள் எல்லாம் சேர்த்தால் மொத்தம் நூறு ரூபாய் மதிப்பு தேறும். ஆனால் நான் பெற்ற உண்மையான பரிசைக் கணக்கிட்டால் என் கண்களுக்கு ஆயிரம் ரூபாய் மதிப்பாகத் தோன்றியது. நான் எடுத்ததை யாரும் பார்க்கவில்லை. அதை என் சொந்தக் கழுத்தில் கட்டி இதயத்திற்குப் பக்கமாக வைத்துக் கொண்டேன். ஆயிரம் முறையாவது அதை எடுத்து எடுத்து பார்த்துக் கொண்டிருந்திருப்பேன். அதை நான் பலமுறை முன்னரே பார்த்தது போன்ற ஒரு விசித்திரமான உணர்வு எனக்குள் எழுந்தது. அதன் சாய்வான வடிவம் எனக்கு ஏற்கனவே தொட்டதைப் போலத் தோன்றியது. ஆனால் எப்படி என்ன என்ற எந்தப் பிடிமானமும் கிடைக்கவில்லை. ஆனால் அதுசக்தி வாய்ந்தது என்ற எண்ணம் மட்டும் என் மனதில் அழுத்தமாகப் பதிந்துவிட்டது. இது அஜீமாவின் கைக்குக் கிடைத்ததும் எத்தனை சந்தோஷப்படுவாள். விலை மதிக்கவொண்ணாத இதைக்கண்டதும் அவள் கண்களில் தோன்றும் மகிழ்ச்சி தான் எனக்குப் பொக்கிஷம். என் மகள் மீது படும் பல பொறாமைக் கண்களில் இருந்து இந்த தாயத்து அவளைக் காப்பாற்றும்.

நாங்கள் ஜலோனில் இருந்து இன்னும் வெகுதொலைவில் தான் இருக்கிறோம். பயணிகள் அதிகம் நடமாடும் பருவம் என்பதால் அடுத்தடுத்து கொள்ளையடிப்பதற்கு நல்ல

வாய்ப்பு இருக்கிறது. எனக்கு சாகசத்தின் மீது நாட்டமே இல்லை யென்றாலும் அழையாமல் கைக்குக் கிடைத்துக் கொண்டே இருக்கிறது. பயணிகள் தாங்களாகவே எங்களிடம் வந்து இணைந்து கொள்கிறார்கள். அவர்களை அழித்துவிட வேண்டிய கட்டாயத்தில் இருந்தோம்.

மால்வா பிரதேசத்திற்குள் அடங்கிய ஒரு கிராமத்தில் பொதுவான கலந்துரையாடல் நடத்தினோம். அந்தக் கிராமத் தில் இருந்து வடக்குநோக்கி ஆக்ரா சென்று அங்கிருந்து ஜலோன் சென்றுவிடலாம் என்று சொன்னார்கள். அதை நான் மறுத்தேன். பெரும்பாலானவர்கள் என் கருத்திற்கு உடன்பட்டார்கள். தற்போது கைவசம் உள்ள கொள்ளைப் பொருட்களே போதுமானது என்ற திருப்தியுடன் வீடு திரும்பலாம் என்று முடிவு செய்தோம். "எப்படியானாலும் நண்பர்களே நாம் இப்படியே வீடு நோக்கித் திரும்பினால் நம்மிடம் இருப்பது ஒன்றும் மோசமான செல்வமில்லை. வடக்குநோக்கியோ அல்லது வேறு சாலைகளிலோ சென்றா லும் பயணிகள் கிடைக்காமல் இருக்கப்போவதில்லை. ஆனால் நம்முடன் "நாம் பிடிபடுவோமோ" என்ற அச்சமும் சேர்ந்தே வந்துகொண்டிருக்கும். கொஞ்சம்கூட பயமில்லாமல் இருக்க முடியாது. நீங்கள் எல்லோரும் அமீர் அலியின் அதிர்ஷ்டத்தின்மீது நம்பிக்கையுடன் இருக்கிறீர்கள். அது எப்போதும் உச்சத்தில் தான் இருக்கும், எப்போதும் வெற்றி தொடர்ந்துவரும் என்று கருதுகிறீர்கள். ஆனால் சூழல் எல்லா நேரங்களிலும் ஒரே விதமாக அமையாது. இப்போது சகுனம் பார்ப்போம். அதைப் பொறுத்து வீட்டிற்குப் போவதா அல்லது சாகசக் கொள்ளையில் இறங்குவதா என்று தீர்மானிப்போம் என்றேன்."

எனது வாதம் எல்லோராலும் ஒருமனதாக வரவேற்கப் பட்டது. சகுனம் பார்த்தோம். ஆனால் எதுவும் குறிப்பிட்டுச் சொல்வதாக அமையவில்லை. எனவே இப்போது பயணிக் கும் திசையிலேயே தொடர்ந்து பயணிப்பது, வழியில் பயணிகள் அமைந்தால் சாகசம்புரிவது என்று நடையில் இறங்கினோம்.

அந்தப் பயணம் எத்தனை நாட்களாக அப்படி நீடித்த தென்று நினைவில்லை. புந்தேல்கன்ட் பிதேசத்திற்கு உட்பட்ட ஒரு பெரிய நகரத்தில் முகாமிட்டிருந்தோம். இரண்டு மூன்று நாட்களில் ஏதேனும் ஒரு கொள்ளை அமையும் என்று நம்பிக்கை கொண்டிருந்தோம். ஆனால் ஒன்றும் அகப்படவில்லை.

ஆனால் எங்கள் உளவாளிகள் திறமையாகத்தான் வேலை செய்தார்கள் என்று சொல்ல வேண்டும். எனக்குள் இங்கே கொள்ளையடிக்காமல் போகக்கூடாது என்று ஒரு வைராக்கியம் பிறந்துவிட்டது. ஜலோன் போகும் பாதையில் இனி வேறு கொள்ளைக்கான வாய்ப்பே இல்லை. எனவே இங்கு அடித்துவிட வேண்டும் என்று உறுதிபூண்டேன். அன்று பிற்பகலில் உளவாளிகளும் கிராக்கிப் பிடிப்பவர்களும் வாடிய முகத்துடன் வந்தார்கள். யாரும் கிடைக்கவில்லை, ஒன்றிரண்டு கிடைத்ததை முயற்சித்தால் நமக்கே ஆபத்தாக முடியும் விதமான ஜீவன்கள் தான் வாய்த்தது. அதனால் நாளைக் காலையில் ஊருக்கு நடையைக் கட்டலாம் என்றார்கள்.

எங்கள் கெட்ட காலத்தை நினைத்து மனம் நொந்து போனேன். ஆனால் எங்கள் கும்பலிடம் நாளை ஒருநாள் தங்குவோம். எனக்கென்னவோ நாளை நல்லநாள் என்று தோன்றுகிறது என்று மனதைக் கரைக்க முயற்சித்தேன். என் பேச்சை விதியாக ஏற்றுக் கொண்டார்கள். அடுத்தநாள் காலை அழகாக உடுத்திக்கொண்டு நகருக்குள் புறப்பட்டேன். ஆர்ப்பாட்டமாக ஆயுதம் தரித்துக்கொண்டேன். உடன் சில தக்கீகளை காவலர்கள்போல அழைத்துக்கொண்டேன். யாரையும் கவரும் விதமான குதிரைச் சவாரியில் நகருக்குள் புகுந்தேன். முக்கியமான தெருக்கள் வழியாகவும் பஜார் வழியாகவும் ஒன்றிற்கு இரண்டுமுறை வலம்வந்தேன். ஏதும் கொள்ளையோ, பனீஞ்ஜோ அமைவதற்கான வாய்ப்பு இருப்பதாகத் தெரியவில்லை. இறுதியில் மூன்று முகமதியர்கள் கண்ணியமான தோற்றம் உடையவர்கள் மாடத்தில் அமர்ந்து பேசிக் கொண்டிருப்பதைப் பார்த்தேன். அவர்களிடம் சென்று "முத்துமாலையும் வைரக்கல்லும் விற்பவர்கள் வீடு எங்கிருக்கிறது சொல்ல முடியுமா? நான் சில வாங்க வேண்டியுள்ளது" என்று கேட்டேன்.

"ஓ.. நீங்கள் மிகவும் அவசரகதியில் இருக்கிறீர்களா? அல்லது இந்த சின்ன நகரத்தில் அதெல்லாம் எங்கே இருக்கப்போகிறது என்று நினைத்துக் கேட்கிறீர்களா?" என்று அவர்களில் வயதில் முதிர்ந்த பெரியவர் கேட்டார்.

"அய்யா உங்களைப்போன்ற மூத்தவர்கள் எதிரில் என்னைப் போன்ற இளையவன் சகஜமாகப் பேசுவதைக் கடவுள் தடுக்கிறார். நான் உங்களிடம் கேட்டதுபோல முத்தும் வைரமும் விற்கிற இடத்திற்கு அந்நியனான எனக்கு வழிகாட்ட முடியுமா?"

"இந்த விஷயத்தில் நான் உங்களுக்கு உதவ முடியும். இதற்கு நீங்கள் ஷேக் நஸ்ருதீனைச் சந்தித்தால் தான் சரியாக இருக்கும், இன்னேரம் வரை இங்கே தான் இருந்தார். ஒரு அழைப்பு வந்து போனார், நீங்கள் வந்து கேட்கிறீர்கள். ஆனால் நீங்கள் இறங்கி வந்தால் நன்றாக இருக்கும். உங்களுக்கு அசௌரியமாக இருந்தால் எங்கள் மஜ்லிஸில் சேர்ந்து கொள்ளுங்கள். எனது மதிப்பிற்குரிய நண்பர் வருவார். அவர் உங்களுடன் வந்து நீங்கள் கேட்பவருடைய வீட்டைக்காட்டுவார், சந்தேகம் இல்லை. உங்களுக்குத் தேவைப்படும் பண்டங்களைக் காட்டச் சொல்வார்."

"நீங்கள் மிகவும் அன்பு காட்டுகிறவராக இருக்கிறீர்கள், உங்கள் நாகரீகமான அழைப்பிற்கு நன்றி" என்று சொன்ன படி குதிரையை விட்டு இறங்கினேன். அங்கே உட்கார்ந்திருப் பவர்களை நோக்கி சில அடிகள் முன்னெடுத்து வைத்தேன்.

அங்கே உட்காரும் சம்பிரதாயங்களுக்கு சில நிமிடங்கள் தேவைப்பட்டன. எனது புதிய பரிச்சயதாரர் எனக்கு உக்காவும் சர்பத்தும் தருவித்தார். சில கணங்கள் நயமாக நகர்ந்தது.

முதலில் என்னுடன் பேச்சுக் கொடுத்த முதியவர் "உங்களது மேன்மையான பெயர் என்னவோ?"

"நானொரு ஏழை சையீத், இறைத்தூதரின் வழி வந்த ஒரு எளியவன். பெயருக்குரிய என் முன்னோர் அமைதி பெறு வதாக."

"மாஷால்லா... நான் சொல்லவில்லையா. தம்பீ நீங்கள் என்ன சொன்னீர்களோ அதைத்தான் நாங்கள் பேசிக்கொண்டி ருந்தோம். மாஷால்லா.. நீங்கள் ஒரு சிறப்பான இனத்தைச் சேர்ந்தவர். தங்களது பேச்சும் எனது நண்பர்கள் சொல்வது போல நயமாக இருக்கிறது. ஹாபீஸ் பேசுவதுபோல இனிமை யாகவும் நாகரீகமாகவும் பேசுகிறார் இல்லையா?" என்று தனது நண்பர்களைக் கேட்டார்.

அவர்கள் இருவரும் ஒரே குரலில் ஆமீன்... ஆமீன் என்று கூறினார்கள். "இந்த இளம் வயதிலேயே தன் இனத்திற்கு மரியாதை கிடைக்கும் விதமாக நடந்துகொள்கிறார். தம்பீ உங்கள் அறிமுகம் கிடைப்பதற்கு நாங்கள் கொடுத்து வைத்தி ருக்க வேண்டும்."

"நீங்கள் என்னை அதிகமாகப் புகழ்கிறீர்கள். உங்கள் மரியா தைக்கு நான் தகுதியற்றவன். நான் ஏதோ ஒருசிறிய தகுதி

பெற்றவன். என்னுடைய பெரும்பகுதி நாட்களை முகாமில் கழிக்கிறவன். உடல் களைத்துப் போய் வந்திருக்கிறேன். இது போன்ற சபை நாகரீகங்களை தங்களைப் போன்ற மெய்யான மதப் பற்றாளர்களிடம் கற்றதுதான்."

"நீ சிந்தியா அரசவையில் சேவை செய்திருக்கிறாயா" என்று கேட்டார் முத்து வியாபாரி.

"இல்லை. அவருடைய படையில் நான் சேவை செய்ய வில்லை. அவர்களிடம் இருந்து போரிடுவதற்குக் கடுமையான பயிற்சி இருக்க வேண்டும். நான் தக்காணத்தில் இருந்தவன். எல்லிக்பூரில் சாலாபத் கான் அணியில் சேவை செய்தவன் என்று பெருமையுடன் கூறிக்கொள்வேன்."

"ஆகா அற்புதமான பெயர். இறுதியில் கான் தான் தைரிய மாகப் போராடி ஜெயித்தார். ஆனால் கடைசிகாலத்தில் எங்கள் அணியில் அவர் இருக்கவில்லை."

"அது சகஜம்தானே. காற்று எந்தப் பக்கம் அடிக்கிறதோ அந்தப் பக்கம். அல்லது சண்டைக்கான சாத்தியங்களைப் பொறுத்துதான் எல்லாம் அமையும். ஆனால் கான் களத்தில் முதல் ஆளாக இருப்பார். களத்தை விட்டு வெளியேறுவதில் இறுதி ஆளாக இருப்பார்".

"தங்களது இருப்பிடம் என்னவோ சையீத்" என்று முத்து வியாபாரி கேட்டார்.

"ஜலோனில் இருக்கிறேன். சலாபத்கான் தனது படையைக் குறைத்துக்கொண்டார். அதனால் என்னைப்போன்றகுதிரை வீரனுக்கு அங்கே வேலையில்லாமல் போய்விட்டது.வீட்டிற்கு வந்து அப்பாவுடன் இருந்துவிட்டேன். ஜலோன் ராஜா சேவையில் இருக்கிறோம். அவரது அரசாட்சியின் பெருந்தனத் தால் எங்கள் காலம் ஓடிக்கொண்டிருக்கிறது. அல்லாகாப்பாற்று கிறான். சமீபத்தில்கூட எங்கள் ராஜா வுக்கும், தௌலத்ரா விற்கும் இடையில் ஒரு பிரச்சினை. நான் ராஜா சார்பாகச் சென்று பிரச்சினையின்றி முடித்து வைத்தேன். விஷயம் அமைதியாக முடிக்கப்பட்டது என்பதைப் பெருமையுடன் சொல்லிக்கொள்வேன்."

"சுபஹான் அல்லா என்று மூன்றாமவர் சொன்னார். நீங் கள் வந்ததில் இருந்து இந்த சபை எத்தனை அருமையான உரையாடலில் ஈடுபட்டது."

நான் மீண்டும் தலையைத் தரையில் வைத்து சலாம் தெரிவித்து அவர்களிடமிருந்து விடைபெற எழுந்தேன்.

"எனக்கு நேரமில்லை. அதனால் நான் கிளம்புவதற்காக மன்னிக்கவேண்டும். என்னுடன் வந்த கூட்டாளிகளை பயணத்திற்குத் தயார்படுத்த வேண்டும். நீதிபதியிடம் கணக்குகள் ஒப்படைக்கவேண்டும். உங்களில் யாராவது உங்கள் உதவியாளரை அனுப்பி அவர் வீட்டைக்காட்டினால் நான் அவரைப் பார்த்துவிட்டு சூரிய அஸ்தமனத்திற்கு முன் கிளம்பு வதற்குச் சரியாக இருக்கும்."

"இல்லை மீர்சாகேப் அது அப்படியில்லை. நான் வருகிறேன். ஆனாலும் உங்களின் நேரத்தை நான் வீணாக்குவதை அல்லா மறுக்கிறான்."

அவர் எழுந்து தனது தலைப்பாகையைச் சரி செய்து கொண்டார். சால்வையைப் போர்த்திக்கொண்டார். காலில் செருப்பை நுழைத்துக்கொண்டு என்னுடன் புறப்பட்டார்.

"அய்யா மரியாதைக்குரிய பெரியவர்களே, நான் கிளம்பு கிறேன். உங்கள் ஆரோக்கியம் பெருகட்டும்."

"பாக்கு வெற்றிலை எடுத்துக் கொள்ளாமல் போகிறீர்களே மீர்சாகேப். அதெப்படி நாங்கள் வெறும் நாயைப்போல அனுப்பிவைப்பது." ஒரு வேலைக்காரனை அனுப்பி அவற்றை எடுத்து வரச்செய்து வெற்றிலை பாக்கு மரியாதை செய்தார்கள். பரஸ்பரம் சலாம்கள் அளிக்கப்பட்டன. புதிய பரிச்சகர் முத்து வியாபாரியுடன் கிளம்பினேன்.

"இவர்தான் நம்ம பனீஞ்ஜா" என்று ஒரு தக்ரம்ஸீ மொழியில் கேட்டான்.

"நான் இங்கே கௌரவமான மனிதன். அதனால் ஒரு வார்த்தைகூட பேசாமல் அமைதியாக வா" என்றேன்.

நான் சொன்னபடி அமைதியாகி என் குதிரைக்கு முன்னால் சென்ற மக்கள் கும்பலை இங்கும் அங்கும் துரத்தி நான் ஏதோ ஐம்பது தலைமுறைகளாக நூறு பட்டங்களைப் பெற்ற அரிய மனிதனைப்போல எனக்கு பணிவிடைகள் செய்தான்.

முத்து வியாபாரியின் வீட்டை அடைந்து காலணிகளை வெளியே விட்டுவிட்டு உள்ளேபோனோம். உள்ளே அவர் தனியாக வழக்கமாக வணிக அலுவல்கள் நடத்தும் அறைக்கு என் கையைப் பிடித்து மரியாதையுடன் அழைத்துச் சென்றார். நீண்ட வராந்தாக்கள் வழியாக சென்றோம். பெரிய

கதவைத் திறந்ததும் விசாலமான அரங்கம் வந்தது. அதன் ஓரங்களில் பூச்செடிகள் வளர்ந்து பல வண்ணங்களில் காட்சி தந்தன. அந்த இடம் நல்ல குளுமையாகவும் சுத்தமாகவும், நேர்த்தியாகவும் பராமரிக்கப்பட்டு வந்தது. நாங்கள் சென்று அமர்ந்த அறை முழுதும் மெத்தை தவிர்த்து மற்றெல்லா இடத்திலும் வெள்ளைத்துணி விரிக்கப்பட்டிருந்தது. மெத்தை மஞ்சள் நிறத்திலும் அதன் ஓரங்கள் நீல வண்ணத்திலும் தைக்கப்பட்டிருந்தது. மெத்தை மீதிருந்த நீளமான ஆடம்பர திண்டுகள் என்னை வரவேற்று வெளி உலகத்தையே மறக்கடிக்க கூடியதாக, வெளியுலகைத் துச்சமாக நினைக்குமளவு உரு வாக்கப்பட்டிருந்தது. எனது சொந்த வீட்டை இப்படி அமைக்க வேண்டும் என்று நினைத்துக் கொண்டேன்.வீட்டிற்குள் அமைக்கப்பட்ட நீரூற்று மனதில் அமைதியை உருவாக்குகிறது. இதுபோன்ற இடங்களை நூற்றுக்கணக்கில் பார்த்திருந்தாலும் இந்த இடத்தில் இருக்கும் பகட்டில்லாத நேர்த்தியும் தூய்மையும் என் மனதை வெகுவாகக் கவர்ந்து விட்டது. ஒரு கணம் இதன் உரிமையாளரின் மனதில் நிறைந் திருக்கும் அமைதியின் மீது பொறாமை பொங்கி அடங்கியது. இவருக்குப் பொறி வைத்துவிட வேண்டும் என்று மனதிற்குள் திட்டமிட்டு விட்டேன். அவர் என்னை அங்கே தனிமையில் உட்காரவைத்து விட்டுப் போய்விட்டார். இவருக்கு எப்படிப் பொறி வைப்பது என்று நிதானமாக யோசிக்கவும் திட்டமிடவும் போதிய நேரம் கிடைத்தது.

44

கிரகங்களை மாற்றி வைத்த ஜோஷ்யக்காரன்

சிறிது நேரம் கழித்துக் கையில் சிறிய அழகான நகைப் பெட்டியுடன் வந்தார். அவரின் விரலைப் பிடித்துக் கொண்டு அழகான சின்னப்பையனும் வந்தான். அவனைத் தன் மகன், முதலாவதாகப் பிறந்தவன் என்று அறிமுகம் செய்வித்தார். பையனுக்கு பன்னிரண்டு வயதிருக்கலாம். கச்சிதமாக தோற்றத் தில் ஒளிரும் தன்மையுடன் இருந்தான். அவனுடைய சின்னச் சின்ன அசைவுகளில் கூடத் தன்னம்பிக்கை பளிச்சிட்டது.

"அல்லா உன் மீது நிறைய கருணை காட்டியிருக்கிறார் என் நண்பரே. சாகேப் ஜாடா தனது தந்தையின் பெருமைக்குத் தகுதியானவனாக இருக்கிறான். எனக்கும்கூட முன்னர் ஒரு மகன் இருந்தான். கிட்டத்தட்ட இவனைப் போலத்தான் இருப்பான். ஆனால் அல்லாவின் விருப்பம் நான் தவிக்க விடப்பட்டிருக்கிறேன். எனது சோகத்தைப் புதிய நண்பர் களிடம் பகிரலாமா?' 'ஒரு மரத்தின் அனைத்து இலைகளும் ஒரே விதமாக இருப்பதில்லை' என்பது உங்களுக்குத் தெரியாத தல்ல."

"எனக்கு மூன்று மகன்கள். அவர்கள்தான் என் வாழ்க்கை யைப் பெருமைப் படுத்துகிறார்கள். மனுசன் காசு பணத்தை வைத்துக்கொண்டு என்ன செய்யமுடியும். அவனுக்கு கௌ ரவத்தைத் தருவது எது. நல்லா இருக்கிறேன் என்றால்என்ன? அல்லது இந்த உலகம் மரியாதை செய்வது எதற்கு. பாரம் பரியத்தைத் தொடர முடியாவிட்டால் வாழ்க்கைக்கு என்ன அர்த்தம் இருக்கிறது. இன்னும் பிறக்காத சந்ததிக்கு நாம் என்ன செய்தியை விட்டுவிட்டுப் போகப்போகிறோம்? உனக்கு

இன்னும் வயதிருக்கிறது, அதற்குள் ஏன் நம்பிக்கை இழக்க வேண்டும். பிள்ளை வரம் கேட்கும் பிரார்த்தனைக்கு அல்லா செவிசாய்க்காமல் இருக்க மாட்டான்."

"அடக் கடவுளே. இப்போது நான் அதுபற்றியெல்லாம் யோசிப்பதில்லை. எனக்கு ஒரு மகள் இருக்கிறாள். அவளைத் தகுதி வாய்ந்த ஒருவரின் பிள்ளைக்கு மணம் முடிக்க ஏற்பாடு செய்திருக்கிறேன். மற்றபடி எல்லா நம்பிக்கை களையும் அவள்மீது தான் வைத்திருக்கிறேன். இப்போது அவளது திருமணத்திற்காகத்தான் சில முத்துமாலை வாங்கலாம் என்று வந்திருக்கிறேன்."

"என்னிடம் இருக்கிறது மீர்சாகேப். காட்டுகிறேன். சூரத்தில் இருந்தும் செகந்திராபாத்தில் இருந்தும் முத்துமாலைகள் வந்தி ருக்கின்றன. அரசவை நகைகள் அணிவதற்கு பெருமையாக இருக்கும்" என்று கூறியவாறு நகைப் பெட்டியைத் திறந்து காட்டினார். கண்ணுக்கு நிறைவாக இருந்தன.

"உண்மையில் இவை மிக அழகாகத்தான் இருக்கின்றன. ஆனால் ஒரு சாதாரண சிப்பாய் வாங்குகிற அடக்கமான விலையில் வருமா? அப்படி இருக்கிறதை எனக்குக் காட்டுங்கள். விலைக்குறைவாக இருப்பது தான் இப்போது எனக்கு ஏற்றதாக இருக்கும். முன்னூறு ரூபாய்க்கு மேல் போகாமல் பார்த்துக் கொள்ளுங்கள்."

சிலவற்றைத் தேர்ந்து எனக்குக் காட்டினார். அதுதான் நான் உண்மையில் விரும்பியதாக இருந்தது. வாங்குவது உடனடி யாக முடிவு செய்யப்பட்டது.

என் எதிரில் நகை மின்னிக் கொண்டிருந்தது. முத்துக்கள் ஒன்றிற்கொன்று குறைவில்லாத அழகில் இருந்தன. அவற்றின் நீரோட்டம் ஒளிவீசின. என்னையறியாமல் வார்த்தைகள் வந்தன. "எனது பெருமை இவற்றைப் பார்ப்பதற்கு இடம் தரு கிறதா?"

வணிகர் கேட்டார், "நீ சொல்வது சரியாகக் கேட்கவில்லை. என்ன சொன்னாய். இதை வாங்க முடியும் என்று நினைக் கிறாயா?"

"கண்டிப்பாக... நான் இங்கிருந்து ஜலோன் போய்ச்சேரும் முன்பாக ராஜா இதற்காகவே காத்துக்கொண்டிருப்பார். இதைக் காட்டினால் போதும் இது வேண்டும் அது வேண்டும் என்று ஆசையாக எடுத்துக்கொள்வார். இதில் எதிலும் இஷ்டம் இல்லையென்றால் முத்து வாங்குவதற்கு சூரத்

போய்வரக்கூடத் தயங்கமாட்டார். ஆனால் தூரமும் பயணம் செய்யும் காலமும்தான் அவருக்கு மலைப்பாக இருக்கும்."

வணிகர் ஒரு நிமிடம் எதுவும் பேசாமல் நான் பேசுவதைப் பற்றி யோசித்துக் கொண்டிருந்தார். பின் "ராஜா கண்டிப்பாக இதையெல்லாம் வாங்குவாரா?" என்றார்.

"நிச்சயம் வாங்குவார். அவரது மகளுக்கு அடுத்த வருடம் திருமணம் வைத்திருப்பதால் அதற்காக நகைகள் சேர்த்துக் கொண்டிருக்கிறார்."

"இவை மிகவும் அழகானவை. இந்த மாலையை எடுத்துக் கொள்கிறீர்களா இல்லையா? நான் வாங்கி வைத்து இரண்டு வருடங்களாயிற்று, இது விலைக் குறைவானது தான், ஆனாலும் இதை இங்கே வாங்குகிற பணக்காரர்கள் யாரும் இல்லை. உன் தாடி மீது சத்தியமாகச் சொல்கிறேன். எனக்கு இதில் சின்ன லாபம் கிடைத்தாலும் போதும் விற்று விடத்தயாராக இருக்கிறேன்".

"இதன் விலை என்ன?"

"மீர்சாகேப் உன்னைப் போன்ற சாதாரண ராணுவ சிப்பாயிடம் ஆறாயிரம் ரூபாய்க்குத் தரத் தயாராக இருக்கிறேன். ராஜா என்றால் எட்டாயிரம் ரூபாய் சொல்வேன்."

"நல்லாச் சொன்னீங்க. நீங்க சொன்னது போல நானொரு ஏழைதான். அதுவும் அடுத்து இன்னொரு பெரிய செலவில் கல்யாணம் வைத்திருக்கிறேன். கேட்பதாக இருந்தால் நான் ஒன்று சொல்வேன். என்னுடைய உதவியுடன் இவற்றை ஜலோன் எடுத்துக்கொண்டு போகிறேன். அங்கே கொண்டு போய் விற்கலாமா? ராஜா என்னுடைய பேச்சைக் கேட்பார். அவர் இதற்கு எட்டாயிரம் ரூபாய் கொடுத்தால் நீங்கள் எனக்கு முன்னூறு ரூபாய் கொடுக்க வேண்டும். அதேபோல் நானும் உங்களிடம் நகை வாங்குவதற்கு உறுதி தருகிறேன். நான் சொல்வதை யோசித்துப் பார்த்து விட்டு எனக்குப் பதில் சொல்லுங்கள்."

"ஜலோன் இங்கிருந்து நெடுந்தொலைவில் இருக்கிறது. ஒருவேளை நீ விற்றாலும் அந்தப் பணத்தை நான் எப்படிப் பெறுவது. வழியில் திருடர்கள் பயம் வேறு. இதை விற்கிற பணத்தை எடுத்து வரும்போது நான் கொல்லப்படலாம் கூட."

"அந்தப் பயமெல்லாம் வேண்டாம். மற்றதெல்லாம் நான் பார்த்துக் கொள்கிறேன். ராஜாவுக்காக ஒருவன் வீட்டை விட்டு வந்தால் அவனைத் திரும்ப கொண்டு சேர்க்கிறவரையும் ராஜா பாதுகாப்பு அளிப்பார். அதில் எனக்கு நம்பிக்கை இருக்கிறது. என்னுடன் வருவது உங்களுக்குப் பாதுகாப்பாக இருக்காது என்று நினைத்தால் இந்த யோசனையை இத்துடன் விட்டு விடுவோம்."

"நான் எதற்கும் ஜோஸ்யம் பார்த்துக் கொள்கிறேன்."

"இல்லை ஷேக்ஜீ, இது மிகவும் முட்டாள் தனம். கடவுளை முழுசாக நம்புகிறவர்களுக்கு ஜோஷ்யக்காரர்கள் என்ன உருப்படியாகச் சொல்லிவிடுவார்கள்? நீங்கள் ஜோஷ்யம் கேட்கப்போகும் ஆளோ ஒரு இந்து. அவன் சொல்கிற ஒவ்வொரு வார்த்தையும் முன்னுக்குப் பின் முரணாகஇருக்கும். ஜலோன் வருவதில் என்ன ஆபத்து இருக்கிறது. என்னிடம் ஐம்பது பேர் இருக்கிறார்கள். அதுபோக ராஜாவின் சிப் பாய்களும் இருக்கிறார்கள். உங்களுக்கு என்ன ஆபத்து வந்து விடப்போகிறது. திரும்பும் போதும் உங்களுக்கு வேண் டிய அளவிற்கு குதிரை வீரர்கள் பாதுகாப்பிற்கு வரப் போகிறார்கள். நீங்களும் இரண்டு வருடங்களாக முத்து மாலையை வைத்திருப்பதாகச் சொல்கிறீர்கள். அதைக் கேட்டு வருவதற்கும் யாரும் வரவில்லை. எதற்கு உங்கள் பணத்தை வீணாக பயனில்லாமல் வைத்திருக்க வேண்டும். நியாயமாகப் பார்த்தால் நீங்கள் என்னுடன் வருவதுதான் சரியானது."

இப்போது அந்தப் பையன் சொன்னான்: "ஆமாம் அப்பா, தைரியசாலியான மீர்சாகேப் சொல்வது சரிதான். நானும் உங்களுடன் வருகிறேன். நான் நமது நகரத்தைத் தவிர வெளி யுலகத்தைப் பார்த்ததே இல்லை. அடுத்த முதல் பயணம் நீங்கள் போகும்போது என்னையும் அழைத்துப் போவதாக உறுதி கூறியிருக்கிறீர்கள் நினைவிருக்கிறதா."

"சரி அப்படியே ஆகட்டும். எல்லாம் சேர்ந்து பயணம் வைக்குமாறு தூண்டுகிறது. எட்டாயிரம் வாங்கித்தருவதாக சொல்லியிருக்கிறாய் மீர்சாகேப்? நினைவிருக்கட்டும். அப்படி யானால் நான் வருவது அர்த்தமுள்ளது தான். இந்தப் பல்லி முட்டைகள் சும்மா கிடப்பதை விட காசாகட்டுமே. உன்னிடம் உண்மையைச் சொல்வதற்கு என்ன? இதை ஒரு பிண்டாரி தான் என்னிடம் கொடுத்தான். அவன் ச்சீட்டூவிடமோ, அல்லது தோஸ்த் முகமதுவிடமோ இருந்தவன். எனக்குச்

சரியாக நினைவில் இல்லை. அவனும் எத்தனைநாள் தன்னிடம் வைத்திருந்தானோ தெரியவில்லை. ஆனால் பின்னாளில் பறங்கிகளால் (அவர்களின் வேட்டை எங்கள் தொழிலுக்கு பெரும்தொல்லை) காலாட்படைகள் முறியடிக்கப்பட்டு, சில குதிரைப் படையினரே எஞ்சி இருந்தார்கள். அவனுடன் ஒட்டிக்கொண்டிருந்த மெய்காப்பாளர்களுக்குக் கூட சம்பளம் தரமுடியாத நிலையில் அவர்களும் அவனுக்கு எதிராகத் திரும்பும் சூழலில் அவர்களுக்காக இந்த முத்து மாலைகளை என்னிடம் விற்க முன்வந்தான் நான் வாங்கி வைத்தேன்."

"உண்மைதான், ஆனால் மனமுவந்து தந்துவிடவில்லை. ஒரு மனிதனுக்கு அசந்தர்ப்பமான நெருக்கடி ஏற்படும்போது பேரம் பேச முடியாத நிலை வந்து அப்படி அடித்து வாங்கியது. இருந்தாலும் என் அனுபவத்தில் சத்தியமாகச் சொல்கிறேன் இதன் விலை எட்டாயிரம் என்பது மலிவானதுதான். இதையே நான் சிந்தியா மாதாஜீக்கு விற்றால் பத்தாயிரத்திற்கு விற்க முடியும். ஆனால் மாதாஜீயின் நிலை இப்போது படுத்து விட்டது."

நான் சொன்னேன்: "அப்படி அனைத்து சூழலையும் கணக்கில் எடுத்துப் பார்க்கும்போது ஷேக்ஜீ நீங்கள் என் னுடன் ஜலோன் வருவதுதான் வெகு உத்தமம். இந்தக் காலப் பருவமும் பயணம் செய்வதற்கு ஏற்றதாக இருக்கிறது. நாங்கள் வலிமையான கும்பலாக இருப்பதால் பாதுகாப்புப் பிரச்னை இல்லை. அத்தோடு இரவில் தான் பயணம் செய் வோம் என்பதால் வெயில் சூடுபற்றிய அச்சம் தேவை இல்லை. எப்படியானாலும் ஒரு மாதத்திற்குள் வீடு திரும்பி விடமுடியும்."

"நல்லது மீர்சாகேப். கிட்டத்தட்ட நான் தீர்மானித்து விட்டேன். ஆனாலும் 'உள்ளே' என்றவாறு வீட்டின் உள்பக்கம் சுட்டிக்காட்டி, "வீட்டில் என்ன சொல்கிறார்கள் என்று ஒரு வார்த்தைக் கேட்டுக் கொள்கிறேன். அதற்குள் நீதிபதியிடம் நீ சொன்னது போல் உனக்கு இருக்கும் அலுவலை முடித்துக் கொண்டு மாலைத்தொழுகை நேரத்திற்கு இங்கே வந்துவிடு. அப்போது நான் உனக்குத் தெளிவான பதிலைச்சொல்லி விட முடியும். இந்த பொம்பளைகளிடம் ஒரு விஷயத்தைச்சொல்லி புரிய வைத்து அனுமதி வாங்குவதற்குள் போதும் போதும் என்றாகி விடுகிறது. அதிலும் குறிப்பாக பயணம் என்றாலே பெரும் பிரச்னை தான். இதெல்லாம் உனக்குத் தெரியாததில்லை

மீர்சாகேப். இதெல்லாம் அவர்களின் அனுமதி கேட்காமலும் செய்ய முடியாது."

"உங்கள் விருப்பப்படி ஆகட்டும் ஷேக்ஜீ. ஆனால் உங்கள் கருத்தில் எனக்கு வேறுபாடு உண்டு. என்னைக்கேட்டால் இந்த விஷயத்தில் நீங்கள் தனியாக வருவதுதான் நல்லது. நாத்திகர்களும், சுயநலமிகளும் நிறைந்த இந்த உலகத்தில் ஒரு சுத்தமான முஸ்லீம் சகோதரனாக திறந்த மனதுடன் அல்லது சுயநலமில்லாத நோக்கத்துடன் உங்களுக்கு இந்த ஆலோசனைச் சொல்கிறேன். அல்லா ஹாபிஸ். சரி இப்போது நான் கிளம்புகிறேன். மெஹ்ரப் நேரத்திற்கு எனது முத்து மாலைகளுக்கான பணத்துடன் வருகிறேன்" என்று கூறிவிட்டுக் கிளம்பினேன்.

வெளியில் வந்ததும் என் தக் கேட்டான், "என்ன இவனை பனீஞ் ஆக்கி விடலாமா?"

"அமைதியாக இருடா முட்டாள்?" என்று சிரித்தபடி சொல் லிவிட்டு, "இப்பத்தான் இரை புழுவைக் கடித்துக் கொண் டிருக்கிறது. ஆனால் இன்னும் கொக்கியில் மாட்ட வில்லை. பொறுத்திருந்து பாரு. அமீர் அலி ஒன்றும் ஆந்தைக்கோ, நரிக்கோ பிறக்கவில்லை என்பதை அவன் தாடியில் குப்பையை வாரி இறைத்துவிட்டு அதற்குப் பின்னால் சொல்கிறேன். அவன் எச்சரிக்கைகள் எல்லாம் என்னதான் ஆகிறதென்று பார்ப்போம்."

எனக்குக் நீதிபதியிடம் ஒரு வேலையும் இல்லை. முகா மிற்குப் போனதும் முதல் வேலையாக கும்பல் தலைவர்களைத் திரட்டி வரவிருக்கும் புதிய விருந்தினருடன் என்ன விதமான அணுகுமுறையை மேற்கொள்ள இருக்கிறோம் என்பதை திட்டமிட்டு எனது அறிவுறுத்தல்களுடன் அவர் களது யோசனையும் கேட்டு செழுமைப்படுத்த வேண்டும் என்று கற்பனை செய்தவாறே முகாமை நோக்கி சென்று கொண்டிருந்தேன். அவன் வருவதாக ஒப்புக்கொண்டால், மற்ற தெல்லாம் ஒன்றும் கஷ்டம் இல்லை. என் அதிர்ஷ்டத்தின் மீதும், என் நடவடிக்கையின் மீதும் எனக்கு மிகுந்த நம்பிக்கை இருந்தது. அந்தப் பையன் மிகவும் அழகாக இருக்கிறான். அவனைக் கொல்வதற்கு எனக்கு மனசு இல்லை. அவனைக் கொல்வதில் என்னால் பங்கு கொள்ள முடியாது. அவனை எங்களுடன் வருவதற்கு நான் அனுமதிக்கப் போவதில்லை. ஒரு குடும்பம் தகப்பன் இன்றித் தன்னைச் சமாளித்துக்

கொள்ளும் என்று எனக்கு நானே சொல்லிக்கொண்டேன். லாலூ என்னிடம் வந்ததும் இவற்றை எல்லாம் அவனிடம் சொன்னேன்.

"நீங்கள் ஒரு பைத்தியம் மீர்சாகேப். இந்தத் திட்டம் நடை முறைச் சாத்தியம் இல்லாதது. பனீஞ்சை சாலையில் சந்தித்து பின் நமது திட்டத்திற்கு உடன்படுத்தினால் அது சரியாக இருக்கும், ஆனால் ஒருவனை வீட்டிற்குள் இருந்து வெளியில் வரச்செய்து கொலை செய்வது என்னைப் பொருத்தவரை மிகவும் தவறானது என்பேன். இது நியாயமானதல்ல."

"நீ எனக்கே எதிராகத் திரும்புகிறாயா? அது எப்படி நடக்கும்."

"கடவுள் என்னைத் தடுக்கிறார் மீர் சாகேப். ஆனால் இந்த விஷயத்தில் கவனிக்க வேண்டியது, நீங்கள் இந்த நகரத்து மக்களுக்கு நன்கு அறிமுகம் ஆகி இருக்கிறீர்கள். வணிகனின் வீட்டிற்குள் நீங்கள் சென்றது எல்லோருக்கும் தெரியும். அவன் நம்முடன் வருவது இந்த மக்களுக்குத் தெரிந்திருக்கும். நாளை காரியம் முடிந்தபின் நம்மைத் தேடிப்பிடிக்க மாட்டார்களா?"

"நீ ஒரு ஆந்தைடா. பயப்படாதே என் மீது நம்பிக்கை வை. அந்த ஆள் வீட்டைவிட்டு வெளியேறிய பின்னர்தானே நாம் காரியத்தைச் செய்ய இருக்கிறோம். சாலையில் சந்திப் பதற்கும் இதற்கும் என்ன வித்தியாசம். அவன்வீட்டை விட்டு வெளியேறிய பின்னர் மற்றதெல்லாம் வழக்கமான முறையில் தான் நடக்கும். என் திட்டப்படி விட்டுவிடு. எனக்கு எல்லாம் தெரியும். கச்சிதமாக முடிந்த பின்னர் நீ என்னைப் பாராட்டுவாய்."

"இல்லை சாகேப், அது நடக்காது, ஆனால் நட்பின் அடிப் படையில் எனக்குத் தோன்றியதைச் சொன்னேன். உங்களுக்கு நம்பிக்கை இருந்தால் உங்கள் திட்டப்படி செய்யுங்கள். ஆனால் அவனொரு நல்ல பலிகடா அதில் எனக்குச் சந்தேகமில்லை."

"சில ஆயிரம் ரூபாய்கள் உத்திரவாதம் தான். அட அல்லா கடைசியில் இதற்காக இந்த உப்புச் சப்பில்லாத வேலைக்குத்தான் தான் இத்தனை முயற்சி செய்து வந்திருக்கிறேன். என் உடலில் நரம்புடன் ரத்தம் தேங்கிவிட்டது. முதலில் அதைக் கலக்கி எடுக்கவேண்டும். அதற்கு ஒரு சரியான வேலை கொடுக்க வேண்டும். இப்போ நான் முக்கியமான விஷயம் தவற விட்டுட் டேன் தெரியுமா உனக்கு?"

"என்ன முக்கியமான விஷயம் மீர்சாகேப்? என்னால் செய்யமுடியுமா?"

"ஆமா உன்னால் முடியும் என்று நினைக்கிறேன். இப்போ என்கூட கொஞ்ச தூரம் வா. உனக்கு ஒரு இடத்தைக் காட்டு கிறேன். அந்த முட்டாள் பயல் ஜோஷ்யக்காரனை நம்பி இருக்கிறான். நீ அந்த ஜோஷ்யக்கார பிராமணனிடம் போய் கொஞ்சம் காசு கொடுத்து ஷேக் வந்தானென்றால் நாளைக் காலையில் பயணம் வைத்தால் வாய்ப்பு பிரகாசமாக இருக்கும். இல்லையென்றால் ஆபத்து என்று சொல்ல வைக்கவேண்டும். ஆன வரைக்கும் இந்தக் காரியத்தைச் சரியாகச் செய்துவிடு. மற்றெல்லாமும் இதில்தான் அடங்கி இருக்கிறது."

"என் தலையும் கண்ணும் முழுசாக இதில்தான் இருக்கும். கவலையேவேண்டாம். இப்போ நீங்க ஜோஷ்யக்காரன் வீட் டைக் காட்ட வரும்போது மாறுவேஷத்தில் வரணும், உங்களை யாரும் அடையாளம் கண்டால் நன்றாக இராது. மற்றபடி வேறெதுவும் தவறாமல் நான் பார்த்துக்கிறேன்."

"அதுவும் நல்ல யோசனைதான். அந்தி சாய இன்னும் நாலு மணி நேரம் இருக்கிறது. அதனால் திரும்பி வந்து கொஞ்சம் ஓய்வெடுத்துத் தயாராக முடியும். கூடாரத்திற்குச் சென்று அப்போது உடுத்தியிருந்த நல்ல உடைகளை களைந்துவிட்டு, மோசமான துணிகளைப் போட்டுக்கொண்டேன். கண்ணைத் தவிர மற்றெல்லாவற்றையும் மறைத்துக்கொண்டேன். வாளை எடுத்துக் கட்கத்தில் செறுகிக்கொண்டேன். என்னை யாராவது பார்த்தால் இந்த நகரத்தில் கஞ்சா விற்பவன் என்றுதான் நினைப்பார்கள். அது போலத்தான் இருந்தேன்."

"வா சீக்கிரம், நமது காரியத்தை அவசரமாக முடித்தாக வேண்டும், என்று அழைத்துக்கொண்டு அவன் வீட்டை நோக்கி வேகமாக நடையைக்கட்டினேன். எனது கூட்டாளியிடம் நூறு ரூபாய் கொடுத்து தெருமுனையில் விட்டுவிட்டுத் திரும்பினேன். அவனது தந்திரப் புத்தி வேலையைத் துவக்கி விட்டது."

எனது கூடாரத்திற்கு வந்து மீண்டும் பழையபடி நல்ல விதமாக உடுத்திக்கொண்டு குதிரையில் ஏறி வணிகனின் வீட்டை நோக்கி பணத்துடன் புறப்பட்டேன். அவன் அங்கேயேதான் இருந்தான். வீட்டினுள் வசதியாக விரிப்பிடப்பட்டிருந்த இடத்திற்கு என்னை அழைத்துச்சென்றான். நான் முன்னர் பேசியிருந்த பணத்தைக் கொடுத்துவிட்டு முத்து மாலைகளை வாங்கிக்கொண்டேன். பிறகு நான் போன நோக்கத்தின் விஷயத்திற்குள் நுழைந்தேன்.

“எப்படி ஷேக்ஜீ, பயணம் கிளம்புவதுபோல் எண்ணமா? அல்லது அதற்கு எதிரான முடிவா?”

“இல்லை இல்லை. பயணம் வைப்பதாகத்தான் முடிவு. என்னுடைய பெருவிருப்பம் பயணம் வைப்பதுதான்.. இதை வீட்டில் சொன்னேன், அவர்கள் மறுப்போ அழுகையோ எதுவும்காட்டாமல் ஒப்புக்கொண்டார்கள். ஆனால் ஒரே ஒருவிஷயம் நல்லநாளாகப் பார்த்துக் கிளம்பவேண்டும்என்று உறுதியாகக் கூறிவிட்டார்கள். நல்லநாள் சரியாக அமைய வில்லை என்றால் பயணம் வைப்பதில் அர்த்தமேஇல்லை. உனக்குத் தெரியும்தானே மீர்சாகேப் இதுபற்றி எல்லாம். நிறையசொல்வார்கள். சொல்லும் வரைக்கும் சொல்லவிட் டுவிடவேண்டும். ஏதாவது மறுப்பு சொன்னால் ஒப்புக்கொள்ள மாட்டார்கள். அவர்களை நம்மால் மீறமுடியாது. நாம் ஏதாவது வாதம் செய்தால் அவர்களின் பிடிவாதம்தான்அதிகமாகும். நல்லவேளையாக இந்த விஷயத்தில் ஒரு பிரச்சினையும் எழ வில்லை. ஆனால் ஒரு விஷயம் குறிப்பிட்டுச் சொன்னார்கள், அதாவது கிரகப் பலன்கள் நன்றாக இருந்தால்மட்டும் பயணம் வைக்கலாம் என்று சொல்லியிருக்கிறார்கள். அதனால்பக் கத்தில் உள்ள ஜோஷ்யனிடம், அதற்கென்றே இருக்கக்கூடிய பிராமணனிடம் பத்துரூபாய் கொடுத்துப் பலன் பார்த்து வரச்சொன்னேன். அவன்சொல்வது குறித்து நான் அக்கறைப் படப் போவதில்லை. என்றாலும், அவன் சொன்ன செய்தி நாளைக்கு நாள் நன்றாக இல்லை. அதைக்கேட்டு மனைவிகள், வேலைக்காரர்கள், சமைய லாட்கள் எல்லோரும் நாளைக்குப் பயணம் வைக்கக்கூடாது என்று புலம்பலில் ஒப்பாரி வைக்கத் துவங்கிவிட்டார்கள். நான் அதிர்ந்து போனேன். எந்த வகை யிலும் நாளைக்குப் பயணம் வைப்பதில்லை என்று ஒரு மனதாக முடிவு செய்துவிட்டேன். நாளைக்குக் கிரகப்பலன்கள் நன்றாக இல்லை. நாளைக்குப் பயணம் செய்தால் தீமைகள் தான் வந்து சேரும். நீயும் கூடத் தங்கிவிட்டால்....”

“உண்மைதான் ஷேக்ஜீ, நான் இங்கு வந்து ஒரு வேலையும் செய்யாமல் மூன்று முழுநாட்கள் இருந்து விட்டேன். இனியும் தொடர்ந்து இருக்க முடியாது. எனக்கோ நேரம் பற்றாக்குறையாக இருக்கிறது. எங்கள் ராஜா இந்தத் தாமதத் திற்கே கோபத்தில் இருப்பார். இனியும் தாமதித்தால் அவரி டத்தில் எனக்கு மரியாதை கெட்டுப்போகும். அப்புறம் வாழ்வாதாரமே கஷ்டமாகிவிடும். நான் திட்டமிட்டபடி கிளம்புவது உறுதி. நீங்கள் வரமுடியுமா, முடியாதா? என்பது

நீங்கள் தீர்மானிக்க வேண்டிய விஷயம். ஆனால் பயணத்தில் நீங்கள் இல்லாமலிருந்தால் அது நிச்சயமாக எனக்கு வருத்தம் தரும்."

நான் சொன்னது அவருக்குத் தடுமாற்றத்தை ஏற்படுத்தி விட்டது. நான் பயணத்தை ஒத்தி போடுவேன் என்று உறுதியாக நம்பி இருந்திருக்கிறார். ஆனால் நான் அவரைப் பற்றிய அக்கறை இல்லாமல் நாளைக் கிளம்புவது உறுதி என்றானதும் அவர் நம்பிக்கை இழந்து விட்டார். பாரசீக மொழியில் ஒரு கூற்று உண்டு. "விருப்பத்தின் பற்களுக்கு இடையில் விவாதத்தின் விரல் சிக்கிக்கொண்டதுபோல என்று." அப்படி ஒரு நிலையில் அவர் மாட்டிக்கொண்டிருந்தார். உட்கார்ந்திருந்த இடத்தை விட்டு நீண்டநேரமாக அசையாமல் தரையை வெறித்துப் பார்த்துக் கொண்டிருந்தார். வீட்டாரின் அன்பு, வணிக லாபம், ஜாதகத்தின் மீதான நம்பிக்கை மூன்றிற்கும் இடையில் போராடிக்கொண்டிருந்தார். நானும் அவரது நம்பிக்கைக்கு இணங்கவேண்டும் என்று எதிர்பார்த்தார். ஆனால் மறுபக்கம் அவர் வீட்டு ஆட்களின் நெருக்குதலுக்கும் ஆளாகி இருக்கிறார். நீண்ட மனப்போராட்டத்திற்குப் பின் பேசத்துவங்கினார்.

"மீர்சாகேப் நமது இருநூறு ரூபாய் ஒப்பந்தம் நினைவிருக் கிறதா? நீ கூடுதலாக ஒருநாள் தங்கினால் நான் மேலும் ஒரு நூறு ரூபாய் தருவேன். நீயோ ஏழை, இந்த நூறுரூபாய் உனக்குப் பெரிய அளவில் பயன்படும். உன் மகள் திருமணத்திற்கு ஏதோ கொஞ்சம் துணிமணிகள் செலவிற்காவது ஆகும்."

கடைசி முயற்சியாக நூறு ரூபாய் கொடுத்து ஏமாற்றப் பார்க்கிறான். அவன் பேசுகிற பேச்சைக்கேட்டால் இப்போதே அவன் கழுத்தை நெறித்து விடலாம்போல் ஆத்திரம் வருகிறது. ஆனால் அடக்கிக் கொண்டேன். அற்பத் தொகையை இழப்பது என்ற முடிவுடன் ஆழமான விளையாட்டில் இறங்கி விட்டேன்.

"இல்லை ஷேக் என்னால் காத்திருக்க முடியாது. விடிந்த பிறகு ஒரு மணிநேரம் காத்திருந்தால் எனக்கு ஆயிரம் ரூபாய் கொடுத்தால்கூட இருக்க முடியாது. நீங்கள் எனக்கு வெற்று ஆசை காட்டவேண்டாம். ஆனால் உங்கள் ஜோஷ்யக்காரன் தவறாகச் சொல்வான் என்று உங்களால் நினைத்துப் பார்க்க முடியாது. நேரம், காலம் பார்த்துச் சொல்ல பத்துரூபாய் குறைவுதான். அந்தச் சின்னத் தொகைக்கு சொர்க்கம் உங்கள் பக்கத்தில் இருக்கிறது என்றா சொல்வான்? காசுக்கு

ஏற்றபடிதான் ஜாதகமும். நான் இதுபோன்ற பல விஷயங்கள் கேள்விப்பட்டிருக்கிறேன். உங்களது அனைத்துக் கிரகப் பலன்களும் சாதகமாகவே இருக்கிறது என்று என்னால் நிரூபிக்க முடியும்."

"அப்படியா சொல்கிறாய் நண்பா? அந்தத் திருட்டுப் பயலை அவன் கோவிலிலேயே வைத்து செருப்பால் அடிக்கிறேன். இந்தச் செருப்பும்கூட பசுமாட்டுத் தோலால் செய்ததுதான். ஏமாற்ற முயற்சிக்கிறானோ என்று நான் நினைக்க இடம் உண்டு. ஆனால் காசு அதிகமாகக் கொடுத்தால் நட்சத்திரங்களை எப்படி இடம் மாற்றி வைக்க முடியும்? அது முடியாதே."

"கண்டிப்பாக நட்சத்திரங்களை இடம் மாற்ற முடியாது. உனது வேலைக்காரனை மீண்டும் அனுப்பிப் பார்க்கச் சொல்வோம். நேர்மையானவனாக இருந்தால் அவனைத் திட்டித் திருப்பி அனுப்பி விடுவான். பொய்யனாக இருந்தால் காசை வாங்கி வைத்துக்கொண்டு ஏதாவது உங்களுக்கு இஷ்டமான வார்த்தைகளைச் சொல்லி அனுப்புவான். முதல் விஷயத்தில் உங்களை மண்ணைக் கவ்வச் செய்துவிட்டான் என்று அர்த்தம். இரண்டாவது சொன்னது போல் நடந்தால் உங்களை ஏமாற்றுகிறான் என்று அர்த்தம். எப்படியானாலும் அவன் உங்கள் தாடிமீது சிரித்து வைக்கிறான். இதில் நான் எந்த வகையிலும் உதவமுடியாது. ஜோஷ்யக்காரனை எதிர்த்து நிற்கும் தைரியம்வேண்டும். வீட்டு ஆட்களானாலும் சரி, நட்சத்திரங்களானாலும் உங்களுக்குச் சொல்வது என்னவென்றால் மனிதன் சுய புத்தியுள்ளவனாக இருக்கவேண்டும் என்பதுதான்."

வருத்தத்துடன் சொன்னான்: "அது முடியாது மீர்சாகேப். ஜாதகத்தை எதிர்ப்பது முடியாத காரியம். எனக்கு நான்கு மனைவிகள். எல்லாம் விதிமுறைக்கு உட்பட்டதுதான். அல்லா எனக்கு உதவிக் கொண்டிருக்கிறான். இது எல்லாமே நீ அறியாததல்ல. ஆனால் நண்பா அவர்களது கட்டுப்பாடு பயங்கரமானது. நான் அவர்களை மறுத்துப் பேசி ஆத்திரமூட்ட விரும்பவில்லை."

"சரி போதும், நீ போய் பார்க்கப் போவதில்லை. ஏனென்றால் உனக்கு தைரியம் இல்லை. தைரியம் ஏன் இல்லை என்றால், தைரியமாக இருக்க உனக்கு விருப்பம் இல்லை."

“நன்றாகச் சொன்னாய் மீர்சாகேப், எனது பலவீனத்தைச் சரியாகப் பிடித்துவிட்டாய். என்னுடைய விருப்பம் வியாபாரத்தில் லாபம் பார்க்கவேண்டும் என்பதுதான் ஆனால் இந்தப் பெண்கள்தான்....”

“சரி தொழுகை நேரமாகிவிட்டது. பக்கத்துப் பள்ளி வாசலில் இருந்து பாங்கு ஓசை கேட்கிறது. ஒரு நல்ல முஸல்மானாக தொழுகையைச் சரியாகச் செய்து முடிப்போம், என்று விரிப்பை விரித்தோம். மேற்கு நோக்கித் தொழுதோம். அந்த நாளுக்காக கடவுளுக்கு நன்றி கூறும் பிரார்த்தனையை செய்தோம்.”

தீர்மானத்தைக் கடைசி நிமிடம் வரைத் தள்ளிப்போட்டேன். ஜோஷ்யனிடம் தூதுபோன ஆள்வரட்டும் வந்தபின் என்ன முடிவு எடுக்கிறான் என்று பார்க்கலாம் என்று காத்திருந்தேன். ஜோஷ்யரிடம் இருந்து செய்தி ஒன்றும் வரவில்லையானால் வேறு முடிவிற்கு முயற்சிக்கலாம் அல்லது இனியொரு நாள் தங்கலாம். “நீ என்மீது அன்பு கொண்டிருந்தால் எனக்கு நல்ல சிந்தனையைக் கொடு. எனது தேவையை நிறைவேற்று” என்று இறைவனைப் பிரார்த்தித்துக் கொண்டேன்.

எங்கள் தொழுகை முடிவடைந்தது. மீண்டும் அமர்ந்து உரையாடலைத் தொடர்ந்தோம். ஜோஷ்யக்காரனிடம் இருந்து எனக்கு உவப்பான செய்தி வரவில்லை. நான் மீண்டும் மெதுவாக வணிகனிடம் பயணம் தொடர்பான பேச்சு எடுத்தேன். அவனது பேராசை எண்ணத்திற்கு ஏற்றாற்போல் சில பொருத்தமான வார்த்தைகளைப்போட்டேன். அவன் ஜலோன் வந்தால் கண்டிப்பாக நல்ல வரவேற்பு கிடைக்கும். நானும் என் மனதை மாற்றிக்கொண்டு கூடுதலாக ஒருநாள் தங்கத் தீர்மானித்து விட்டதாகக் கூறிக்கொண்டிருக்கும் போது, வேலைக்காரன் வந்து அவன் காதில் ஏதோ முணுமுணுத்தான். அவன் சொன்னதைக் கேட்கக்கேட்க வணிகனின் முகம் சந்தோஷத்தில் மலர்ந்து கொண்டுபோனது.

“ஒரு நிமிஷம் கொஞ்சம் பொறு இதோ உடனே வந்திர்ரேன். வீட்டிலே எனக்காக காத்திருக்காங்க. உள்ளேபோய் என்னான்னு கேட்டுட்டு வந்திர்ரேன். எங்கேயும் போக வேண்டாம் இங்கேயே காத்திரு வந்திடுவேன்.”

எனது இதயத்துடிப்பு அதிகரித்த சத்தம் எனக்கே கேட்டது. அவர் படியிறங்கி உள்ளே போனார். இது நமக்கு வெற்றிகரமாக அமையுமா? அல்லது எனக்கே ஏதாவது ஆபத்து நேர்ந்து

விடுமா? வணிகருடன் வெள்ளை அங்கி அணிந்து தலையை மழுங்கச் சிரைத்த ஒரு இந்துச் சாமியார் உள்ளே இருப்பது கண்டு எனக்கு மகிழ்ச்சியாக இருந்தது. கைப்பிடிச் சுவருக்குக் கீழ் என்னை மறைத்துக்கொண்டு இன்னும் உள் பக்கமாக நெருங்கினேன். அவர்கள் பேசும் வார்த்தைகள் தெளிவாகக் கேட்டது.

வணிகர்: "அப்படியானால் அதை ஒன்றும் இல்லை என்கிறீர்களா?"

பிராமணர்: "எதுவும் இல்லை. முதலில் போட்ட கிரகச் சக்கரத்தில் ஒரு தவறு நேர்ந்துவிட்டது. அதனால் கணக்கிலும் பிசகு ஏற்பட்டுவிட்டது. அதை நான் இப்போது தான் கண்டு பிடித்தேன். அதனால் நீங்கள் பயணம் வைப்பதில் ஒன் றும் தடையில்லை. இப்போ ஒன்றிற்கு இரண்டுமுறை நான் சரிபார்த்துவிட்டேன். தாரளமாகப் போகலாம்."

வணிகர்: "சரியாகத்தான் சொல்கிறீர்களா? ஆச்சாரமான பிராமணர் கள் மீது உறுதி கொண்டவன் நான். நல்ல லாபத்திற்கான வாக்குறுதி எனக்கு அளிக்கப்பட்டிருக்கிறது."

பிராமணர்: "தைரியமாகப் போகலாம், நாராயணன் ஒப்புதல் அளித்து விட்டான். நானும் உனது நல்லதிர்ஷ்டத்திற்காக நாராயணனை வேண்டிக் கொள்கிறேன்."

வணிகர்: "ரொம்ப நல்லது. சோநாத் நீங்கள் ஒரு நல்ல பிராமணன். நான் திரும்பி வரும்போது உங்களை மறக்க மாட் டேன். இன்ஷா அல்லா, உன் மூலமாக கோயிலுக்கு நுசூர் படையல் செய்கிறேன்."

"நுசூர் செய்ய நீ தவறப் போவதில்லை நீ நாராயணன் மூலமாக தரப்போவதெல்லாம் சிறியதுதான். பாலாஜிசன்னதி யில் நுசூர் படைப்பதற்கு பெரும்படையல் ஒன்றை வழங்கி இருக்கிறான். ஆனால் அந்தப் பரிசை நான்தான் தர இருக் கிறேன் ஷேக்ஜீ, என்று நான் நினைத்துக் கொண்டேன்.

"எனக்கு லாபம் இரண்டு மடங்கோ, மூன்று மடங்கோ கிடைக்கப் போகிறது சோநாத். அல்லா மேல் ஆணையாக நான் உன்னை மறக்கமாட்டேன். சரி இப்போ நான் போகிறேன். என் நண்பன் வெளியே எனக்காகக் காத்திருக்கிறான்" என்று கூறிய வணிகன், திரும்பி என்னிடம் வந்தான். "எனக்குள் நிறைய சந்தோஷம் பொங்குகிறது எனதன்பு மீர்சாகேப். கடைசியில் நாளைக்கு அதிர்ஷ்டமான நாள் என்று சொல்லி விட்டார்கள்.

அவர்கள் கட்டம் போட்டதில் தவறு ஏற்பட்டு கணக்குப் பிசகிவிட்டதாம். எனது பிராமண நண்பன் இப்போது வந்து சொல்லி விட்டுப்போகிறார். நீண்ட காலத்திற்கு எனக்கு நல்ல திர்ஷ்டம் இருப்பதாகச் சொல்கிறார்கள். அந்த பிராமண நண்பன் எவ்வளவு நல்லவனாகவும் நேர்மையானவனாகவும் இருக்கிறான் தெரியுமா மீர்சாகேப். அவனைப் போய் நீ பொய்யன் என்று சொன்னாய். அல்லாவின் கருணையால் அவனாகவே என்னிடம் வந்து சொல்லி விட்டுப்போகிறான். மதப்பற்றாளர்களுக்கு நன்மைகள் மறுக்கப்படுவதில்லை."

"இப்போ அப்படித்தான் தோணும் ஷேக்ஜீ என்றேன் நகைப்புடன். உங்கள் ஜோஷ்ய நண்பருக்கு இதெல்லாம் அதிசயமில்லை. எப்போதாவது நேர்மையாகவும் நடந்துகொள் வார். பணம் தாராளமாகக் கொடுத்ததால் புதிதாகக் கண்டு பிடித்திருப்பார் இல்லையா?"

வணிகருக்குப் பதைத்துவிட்டது. "நீ அப்படி தவறாக நினைக்கக் கூடாது மீர்சாகேப். அவருக்கு வேண்டியதெல்லாம் கோவில் தீபத்திற்கு ஊற்றுவதற்கான சில உழக்கு எண்ணெய்ய் அவ்வளவுதான்."

"இப்படி பணத்தின்மீது ஈடுபாடு இல்லாதவர்கள் வெகு அபூர்வம்தான். உலகத்தில் இப்படி சுயநலமற்ற மனிதர்கள் கிடைப்பது உண்மையில் அதிசயம்தான். ஜோஷ்யத்தைப் பயன் படுத்தி காசு பார்க்கும் எண்ணம் அவருக்கு இருப்பதாகத் தெரியவில்லை."

"இல்லை மீர்சாகேப் இல்லை. அவர் ஒருபோதும் காசுக்கு ஆசை படுபவர் இல்லை. நிஜமான கடவுள் பக்தி உள்ளவர் எப்படி தவறான காரியங்களில் இறங்குவார்? அவர் கற்று வைத்துள்ள வித்தையை நான்தான் என் வசதிக்காகப் பயன் படுத்திக்கொண்டேன்" என்று சொல்லிவிட்டு அகந்தை யுடன் சிரித்துக்கொண்டார்.

"பொய்யன்" என்று என் கையை தரையில் ஓங்கிக் குத்தி னேன். பல்லை நறநறவென்று கடித்தேன். "இப்படிப்பட்ட வேலைகளைச் செய்வதற்கு நீ அல்லாவிற்குப் பதில் சொல்லித் தான் ஆகவேண்டும். அதனால் தான் வயதாவதற்கு இன்னும் நிறைய நாட்கள் இருக்கும்போதே என் கையில் சிக்கி இருக்கிறாய். இத்தனைக்கும் நீ ஒரு ஹாஜி வேறு. அப்படி சொல்லிக்கொள்வதே வெட்கக்கேடானது. எனக்கு ஒரு அரபுப் பழமொழி நினைவுக்கு வருகிறது. அண்டை வீட்டுக்

காரன் முதல் முறையாக ஹஜ் போய் வந்திருந்தால் அவனை நம்புவதை விட்டுவிடு. அவன் இரண்டாம் முறை போய்விட்டு வந்தால் அவனுக்குப் பக்கத்தில் குடியிருப்பதையே விட்டு விடு" என்று மனதிற்குள் சொல்லிக்கொண்டேன்.

"நல்லது ஹாஜி," ஹாஜிக்கு உரிய பொருத்தமான காரியம் செய்துகொண்டிருக்கிறீர்கள். இரவுநெருங்கிக்கொண்டிருக்கிறது. நாளையப்பயணம் கிளம்புவதற்கான ஏற்பாடுகளைச்செய்யுங் கள். உங்கள் பயணத்திற்கான ஒன்றி ரண்டு ஆலோசனைகள் என்னைச் சொல்ல அனுமதிக்க வேண்டும் நீங்கள். உங்களுடன் யாரையும் அழைத்து வரவேண்டாம் சொந்த பாதுகாப்பிற்கு ஒன்றிரண்டு வேலைக்காரர்கள் மட்டும் போதும். குளிக்க வசதி யாக ஒரு வாளி. மற்றபடி சின்னச்சின்னத் தேவைகளுக்கான பொருட்கள். பயணத்தை விரைவாக முடிக்கவேண்டும் என்றால் குடும்பத்தாட்கள் பிறர் உடன் வராமல் இருப்பதுநல்லது என்றேன்."

"எனக்குக் களைப்புத் தோன்றும்போது குதிரை ஓட்டுவற்கு ஒரு ஆள் மட்டும் உபரியாக அழைத்து வருகிறேன். எவ்வளவு முடியுமோ அவ்வளவு குறைவாகவே எடுத்து வருகிறேன். பணமும் குறைவாகத்தான் கொண்டு வருகிறேன்."

"நான் சொன்னதெல்லாம் நினைவிருக்கட்டும். விடிவெள்ளி முளைக்கிற நேரத்திற்குக்கிளம்பி எனது முகாமிற்கு வந்துவிடுங் கள். வெயில் அதிகமாவதற்கு முன்னர் ஒரு நிலையை அடைந்து விடவேண்டும்."

ஒரு நேரம் குறித்து அந்த நேரத்திற்கு வருவதாகச் சொன் னார். நான் அங்கிருந்து கிளம்பினேன்.

எனது வருகைக்காக கூடாரத்தில் நம்பிக்கைக்குரிய உதவி யாளன் காத்துக்கொண்டு இருந்தான். நான் உள்ளே போனதும் வெடித்துச் சிரித்தான்.

"அவர் பத்திரமாக இருக்கிறாரா? எனக்குப் பயங்கர ஆச்சர்யமாக இருந்தது மீர்சாகேப். உங்களுக்கும்கூட அப்படித் தான் இருந்திருக்கும் என்று நினைக்கிறேன். அப்படித் தானே?"

"அவன்... அவன்... மிகச் சரியாக அகப்பட்டுக் கொண்டான். வலை சரியாக விரிக்கப்பட்டுவிட்டது. ஒரே இழுவைதான். ஆள்காலி. என் நம்பிக்கைக்குரிய நண்பா காரியத்தை சாதுர்ய மாக வெற்றிகரமாக்கி விட்டாய்."

"இதில் ஒன்றும் சாதுர்யம் இல்லை சாகேப், அங்குபோனதும் மிகச் சுருக்காக வேலை முடிந்துவிட்டது. என் சாகசத்தைக் கேளுங்கள்."

அவன் கதையைக் கேட்பதற்காக புகைக்குழாய் கொண்டு வரச் சொன்னேன்.

"என்னை விட்டுவிட்டு வந்தீர்கள் நினைவிருக்கிறதா? என்றான் லல்லூ. அந்த வணிகனின் வேலைக்காரனைக் கண்டு பிடிக்க நீண்ட நேரம் ஆயிற்று. அவன் வரும் வரை சுவற்றின் நிழலில் மறைந்திருந்தேன். நீண்டநேரம் கழித்து வந்தான், அவனொரு இந்து. அவன் கிடைத்தது என் அதிர்ஷ்டம். என் எண்ணத்தைப் புரிந்துகொள்பவன் போல், என்னைப் பின்தொடர் என்றான். அவனைப் பின்தொடர்ந்தேன். நீண்ட தூரம் நடந்து நடந்து தொண்டையே காய்ந்துவிட்டது, மதுக் கடைக்குப் போகலாமா என்றான். அவன் கண்களைப் பார்த் தால் குடிப்பவன்போல இருந்தது. நான் மதுக்கடை என்ற வார்த்தையைச் சொன்னதும் கண்கள் மின்னின. அவன் சொன்ன கடை மூடியிருந்தது. பின்பக்கமாக கடையின் உள் அறைக்குச் சென்றோம். அவனுக்கு ஒரு போத்தல் மது வர வழைத்தேன். அறை இருட்டாக இருந்தது. தரையில் இருந்த குப்பியை எடுத்து ஊற்றிக் கொடுத்தேன். கையில் வாங்கிய அவன் ஒரு சொட்டு பாக்கி இல்லாமல் குடித்து முடித்தான். அவனது எஜமானர் யார்? அவர் என்ன செய்கிறார் என்று கேட்டேன். நான் கேட்டதும் "மாஷா அல்லா" கடகடவென்று கொட்டினான். நாளை பயணம் கிளம்ப இருந்ததாகவும், ஆனால் ஜாதகம் சரியில்லை என்று ஜோஷ்யர் தடுத்து விட்டதாகவும் கூறினான். சம்பூ குடிபோதையின் உச்சத்தில் இருந்தான். அவனுடைய எஜமானரின் சொந்தக் கதையெல்லாம் சொன்னான். சொல்லி முடிக்கும் முன்பே மயங்கித் தரையில் சரிந்தான். அவன் குறிப்பிட்டிருந்த ஜோஷ்யர் பக்கத்துத் தெரு கோவிலில்தான் இருந்தார், அவர் பெயர் சோநாத்" என்றான் லல்லூ.

"நானும்கூட அவரைப் பார்த்தேன். நல்ல உயரமும் நிறமு மாக இருப்பார். நல்ல திடகாத்திரம். ஒரு தக்கியாக இருக்கப் பொருத்தமான ஆள் என்றேன்."

"ஓ.. நீங்களும் அவரைப் பார்த்தீர்களா? எப்படி?"

வணிகரின் வீட்டு அரங்கில் நடந்த சம்பவங்களையும் உரையாடலையும் விளக்கினேன். ஷேக் பேசுவது போலவும், அந்த பிராமணன் பேசுவது போலவும் பேசிக்காட்டினேன். அவன் விழுந்து விழுந்து சிரித்தான்.

லாலு, "இன்னும் வேடிக்கையைக் கேளுங்க. நம்ம வேலையை முடிப்பதற்காக நான் கோவிலுக்குப் போய் அங்கே பிராமணனையும் பிடித்து அவனிடம் என் குழந்தைக்குக் கண் பட்டிருக்கிறது என்றும் அதை நிவர்த்தி செய்வதற்குச் சகாயம் செய்யும்படியும் கூறினேன். உடனே தன் பின்னால் வருமாறு கூறிவிட்டு நடந்தான். நான் ஏதோ சாவி கொடுத்த பொம்மை போல பின்தொடர்ந்தேன். அவன் என்ன நினைத்தான் என்று என்னால் புரிந்துகொள்ள முடியவில்லை. இறுதியில் அனைத்து மர்மங்களையும் ஒரு வார்த்தையில் முடித்து வைத்தான்."

"என்ன வார்த்தை? நம்முடைய சங்கேத வார்த்தையா?"

"ஆமாம் மீர்சாகேப். அதைக்கேட்டு சந்தோஷத்தில் அதிர்ந்து போனேன். அதிர்ச்சியைப் புரிந்துகொண்டு அதையும் அவனே தீர்த்து வைத்தான். ஒரு காலத்தில் நம்முடைய புனிதக் கோயிலான பிண்டாச்சலில் அர்ச்சகராக இருந்திருக்கிறான். இந்தப் பகுதியில் பனாரஸில் ஜோஷ்யம் பார்க்க வந்த அவன் நல்ல வருமானம் கிடைத்ததால் இங்கேயே தங்கிவிட்டானாம். நமது திட்டத்தை அவரிடம் விளக்கியதும் முதலில் பின்வாங்கினான், ஆனால் எனது பணப்பையைத் திறந்து காட்டியதும் இணங்கி விட்டான். ஐந்து அஷரப்களில் தனது வார்த்தைகளை மாற்றிக்கொண்டான். உங்கள் நண்பரிடம் நமக்கேற்ற வார்த்தைகளை கூறுவதற்கு ஒப்புக்கொண்டான். ஜாதகக் கணக்கில் தவறு நேர்ந்துவிட்டது என்று அப்பாவி ஷேக்கிடம் கதை சொல்வதாகக் கூறினான்."

"அவன் நம்மை ஏமாற்றவில்லை. ஒப்புக்கொண்டபடி காரியத்தை நிறைவேற்றி விட்டான்."

"இல்லை மீர்சாகேப், ஆனால் நான் கொடுத்த பணம் போதாது மேற்கொண்டு கணிசமான தொகை நூறு ரூபாய் எதிர்பார்த்தான். நான் நமது கும்பல் பெரியது என்றும் பங்கு வைத்தால் எனக்கு அத்தனை பெரிய தொகை வராது என்றும் கூறினேன். அவன் தனது வேலையைக் கச்சிதமாக முடித்துவிட்டால் புதைச் சடங்குத் தொகையில் ஒரு பகுதி தருவதாகக் கூறினேன்."

“அதை ஏற்றுக்கொண்டானா?”

“நமக்கு போதுமான உத்திரவாதம் கொடுத்திருக்கிறார் மீர்சாகேப். சொன்ன வாக்குறுதியை நிறைவேற்றவில்லை என்றால் என்ன செய்வது என்று கேட்டேன். பிண்டாச்சல் பிராமணன் சொன்னசொல் மீறமாட்டான். அவனது சொற்படி நடக்கவில்லையானால் பவானி அந்த இடத்திலேயே பழி வாங்கிவிடுவாள் என்று கூறினான்.”

“சரி அவனுடைய புதை பங்கு எவ்வளவு கிடைக்கிறதோ அதை எப்படி அவனிடம் சேர்ப்பிப்பது?”

“மிகவும் சுலபம். உண்டிப் பணமாக கொடுத்து விடலாம் அல்லது ஒரு ஆள் மூலமாக கொடுத்தனுப்பலாம்.”

“உண்மைதான் அப்படியே செய்யலாம். சரி நம்முடைய ஆட்களைத் திரட்டி பயணத் திட்டத்தையும், பனீஞ் கிடைத் திருப்பதையும் ‘இன்ஷா அல்லா’ அது வெற்றிகரமாக அமையும் என்பதையும் அவர்களுக்குத் தெரியப்படுத்து. ஆனால் இந்த விஷயத்தை நமது விருப்பத்திற்கு ஏற்றவாறு முடித்துக் கொடுத்த அந்த பிராமணனைப் பார்க்க விரும்புகிறேன்.”

“ஆமாம் தனியாகச் சந்திக்கலாம். அவனும் கூட உங்களைப் பார்க்க விரும்பினான் சாகேப். ஆனால் நம்மீது சந்தேகம் ஏற்படாதிருப்பதற்காக பார்ப்பதைத் தவிர்ப்பது நல்லது. நீங்கள் அவருடன் பேசினால் எப்படி உங்களுக்குள் பரிச்சயம் என்ற கேள்விகள் எழுந்து அவனுக்குப் பிரச்னை ஏற்படலாம். அதனால் பார்க்காமல் இருப்பதுதான் நல்லது மீர்சாகேப்” என்று எச்சரித்தான் லல்லூ.

45

அரசவையில் விசாரணை

வணிகர் எங்களுடன் இணைந்து நான்கு நாட்கள் ஆயிற்று. அவரைக் கொல்வதற்கான சந்தர்ப்பங்கள் ஒன்றிரண்டு வாய்த்தாலும், முடிந்தவரையும் அவரது மரணத்தைத்தள்ளிப் போட்டோம். ஆனால் உடன் இழுத்துக்கொண்டு போவதால் யாருக்கும் துப்பு கிடைத்துவிடக் கூடாது என்ற கவலையில் நேரான பயணத்தைத் தவிர்த்து வலமும் இடமும் அலைக் கழித்தோம். நாங்கள் பயணித்த ஒற்றையடிப்பாதை எங்களுக்கு மட்டுமே தெரிந்தபாதை. அதிலேயே நெடுந் தொலைவிற்கு வந்திருந்தோம். அடுத்த நாள் நடை அடர்ந்த காட்டுப்பகுதியில் புகவிருப்பதாகத் தெரியவந்தது. இந்தப்பகுதி புதைகுழி போடுவதற்கு வசதியானது. அவர் இங்கே இறக்கவேண்டும் என்று தீர்மானித்துவிட்டேன்.

முன்னைப் போலவே நான் எங்கள் கும்பலுக்குத் தலைமை ஏற்று முன்னால் சென்றேன். இப்போது பகலின் வெயில் அடித்துக் கொண்டிருக்கிறது. ஆனால் அடர்காட்டினுள்நுழைந்துகொண்டிருக்கிறோம். இன்னும் அடுத்த சிலமணி நேரத்தில் பெரும் கொள்ளைப்பொருளை அளிக்க இருப்பவன் என் கையில் இருக்கிறான் என்பதை நினைக்க உள்ளத்தில் மகிழ்ச்சி பொங்கியது. எனக்கு வலது கைப்பக்கம் ஒரு மிருகம் ஓடி மறைந்தது. அதைப்பார்த்து நான் சிரித்துக் கொண்டிருந்த போதே எனக்குக் குறுக்கே இன்னொரு மிருகம் ஓடியது. நீங்கள் என்னுடைய சகோதரர்கள் என்று எனக்குள் சொல்லிக் கொண்டேன்.

எனக்கு இப்போதிருக்கும் சந்தோஷம் இந்தக் குழுவின் ஜமேதார் என்ற முறையில் அல்ல, இந்தப் பாதையைத் தேர்ந்தெடுத்தவன் என்ற முறையில்தான். எங்கள் மொத்தக்குழுவும் இந்தப் பனீஞ்சைத் தப்பிக்க விட நினைத்தாலும் விதி எங்களைச் சரியாக முன்னடத்தும். சகுனம் சரியாக இருக்கும்போது யாராவது என்னைக் கண்டுபிடிக்க முடியுமா? கண்டிப்பாக முடியாது. ஆட்டம் நிச்சயமாக வெற்றிகரமாக அமையும். அது என் கைக்கு எட்டும் தொலைவில்தான் உள்ளது.

இந்தச் சிந்தனையுடன் நாங்கள் ஒரு காததூரம் போயிருப் போம். ஒரு பொருத்தமான இடத்தைத் தேர்ந்தெடுத்து வணி கரையும் அவரது இரண்டு வேலையாட்களையும் கொல்வது என்று முடிவுசெய்து வைத்திருந்தேன். வணிகரைக் குதிரையில் இருந்து இழுத்து என் கையால் கழுத்தை நெறித்தேன். அவரது வேலைக்காரர்களை மற்றவர்கள் பார்த்துக் கொண்டார்கள். ஆனால் அவர்களில் ஒருவன் தக் ஒருவனை வெட்டிச் சாய்த்து விட்டான். அவன் கடுமையாக காயப்பட்டிருந்தான், ஆனால் மூச்சுவிட்டுக் கொண்டிருந்தான். அவனை வைத்துக் கொண்டு என்ன செய்வது என்று எனக்குத் தெரியவில்லை. எங்களால் காத்திருக்கவும் முடியாது. அவனை எடுத்துக்கொண்டு போவ தும் கேள்விக்கு அப்பாற்பட்ட விஷயம்.

இந்த அனந்தீயை வைத்துக்கொண்டு என்ன செய்வது என்று நான் லாலூவைக் கேட்டேன். நாம் ஒரு பெரிய கும்பல் வெளியில் எங்கேயும் திருடர்களால் இவன் காயம்பட்டான் என்று சொல்லி மருத்துவம் பார்க்க முடியாத நிலையில் இருக்கிறோம். தவிர நாம் போக வேண்டியதும் வெகுதூரம் என்றேன்.

என் சந்தேகத்தை அவன் உடனடியாகத் தீர்த்து வைத்தான். "அவன் செத்துக் கொண்டிருக்கிறான். அவனுக்கு நாம் வலியில் இருந்து விடுதலை கொடுத்துவிடவேண்டும்" என்றான். அது தவிர செய்வதற்கு வேறென்ன முடியும். இவனையும் மற்றவர் களுடன் சேர்த்துப் புதைக்க வேண்டியது தான். நம் கும்பலில் உள்ள எல்லோரும் இங்கே தான் இருக்கிறார்கள். அவனைப் பார்க்க வேதனையாக இருக்கிறது. மற்ற விஷயங்களை அப்புறம் பார்த்துக் கொள்ளலாம்" என்றான் லாலு.

நான் எனது வாளை உருவினேன். செத்துக் கொண்டிருக்கும், அந்த அப்பாவியை நோக்கி முன்னேறினேன். அவன் என்னைப் பரிதாபமாகப் பார்த்தான். என்னிடம் ஏதோ சொல்வதற்கு

முயன்றான். ஆனால் என் இதயம் இறுகிவிட்டது. அந்தக் காரியத்தைச் செய்வதற்கு வேதனையாகத்தான் இருந்தது. “இந்தப் பரிதாபகரமான ஜீவனை கொல்வதற்காக என்னை மன்னித்து விடு அல்லா” என்று பிரார்த்தித்தேன்.

“நான் குறுக்கிட்டு, உன் குழுவில் இருந்த ஒருவனை உனது சகோதரனாகப் பாவிப்பேன் என்று சபதம் ஏற்ற ஒருவனை நீ கொலைசெய்து விட்டாயே! அமீர் அலி என்றேன்.”

“ஆமாம், நான் செய்தேன் சாகேப். அதை ஏன் கொலை என்று சொல்கிறீர்கள்? இன்னும் கொஞ்ச நேரத்தில் சாகப் போகிறான். நான் செய்தது கொலையல்ல, வலியில் இருந்து அவனுக்குக் கொடுத்த மீட்பு.”

“அது தவறான காரியம்தான் அமீர் அலி. உன் நினைவு களில் இருக்கும் கொலையில் இதுவும் ஒன்று. அதில் ஒன்றும் சந்தேகமே இல்லை என்ற நான்.”

சில நேரங்களில் இந்த தக்கியின் வாயில் அசிரத்தையான பதில் வரும் என்பதை உணர்ந்து, மேற்கொண்டு பேசாமல் அவன் பேச்சைத் தொடரச் சொன்னேன்.

“நாங்கள் அவன் இடுப்பில் சுற்றியிருந்த துணியை எடுத்துக் கட்டினோம். நானும் லாலுவும் அவனை புதை குழிக்குத் தூக்கிக்கொண்டு போனோம். அது கிட்டத்தட்ட மூடக்கூடிய நிலையில் இருந்தது.”

“அட இவன் இறந்துவிட்டானா? அந்த வெட்டு பட்டதற்குப் பின் பிழைப்பது முடியாதுதான்” என்று லாஹிக்கள் சொன் னார்கள். “உண்மையில் இவன் செய்த காரியத்தை நாங்கள் செய்திருக்க முடியாதுதான். கடைசியில் இவன்மீதே மண்போட வேண்டிய நிலை வந்துவிட்டது. இந்தக் காட்டில் முறைப்படி எரித்துக் கொண்டிருக்கவும் வழியில்லை.”

குழியை ஆழமாகப் பறித்து அவனைப் புதைத்தோம். மேலே கனமான கற்களைப்போட்டு அதன்மீது மண்ணைப் போட்டு மூடினோம். என்மனசு பாரமாகிவிட்டது. அதற்குமேல் அங்கே நின்று என்னால் பார்த்துக் கொண்டிருக்க முடிய வில்லை. அடுத்து என்ன செய்வது என்பதை லாலுதான் பார்த்துக் கொண்டான். எனக்குத் தெரிந்தவரை எங்கள் குழுவிற்கு உண்மையாக இருந்தவன். அமைதியானவன். இவன் செய்த காரியத்தை இன்னொருவன் செய்திருந்தால் அவனைச் சாக விட்டிருப்பேனா என்று எனக்குள் அடிக்கடி கேட்டுக் கொண் டிருந்தேன்.

பக்கத்து கிராமத்திற்கு அருகில் நன்றிச் சடங்கு செய்து வெல்லம் உண்டபின் அந்த விசேஷமான கொள்ளைப் பொருள் கைக்கு வந்தது. அடுத்த நடைக்கு விரையும்முன் அந்த நகைப் பெட்டிகள் அனைத்தையும் திறந்து பார்த்தேன். இறுதியில் பங்கு வைக்கப்பட்டது. நான் முன்னர் சொன்ன நெக்லஸை மட்டும் அந்த வணிகன் எடுத்து வரவில்லை. நிறைய நகைகள் கொண்டு வந்திருந்தான். எல்லாம் சேர்த்து கொள்ளையின் மதிப்பு நல்ல பெறுமானமாக இருந்தது. கொள்ளையின் மதிப்பு இருபத்தைந்தாயிரம் என்று கணக்கிட்டோம். அதற்குப் பிறகு வேறு கொள்ளையடிக்க வேண்டும் என்ற ஆவல் எங்களுக்குத் தலை தூக்கவில்லை. ஜலோன் நோக்கி விரைந்தோம். சீக்கிரத் தில் பத்திரமாக வீடு அடைந்தோம். நான் ஓடிச்சென்று அஜீமாவை நெஞ்சோடு சேர்த்து அணைத்துக்கொண்டேன். என் மகளும் நலமுடன் இருந்தாள். அவளுக்கான திருமண வைபவத்திற்கு நாட்களை ஆவலுடன் எண்ணிக்கொண்டு இருக்கிறாள். எங்களோடு பயணத்தில் வந்த அப்பா, எங்களைப் பிரிந்தபின் மேற்கொண்டு எதுவும் சாகசம் புரியாமல் நேராக வீடுவந்து சேர்ந்ததாக என்னிடம் சொன்னார். ஆனால் கணேசா குறித்து ஒரு தகவலும் இல்லை. நாங்கள் பிரியும்போது அவன் கிழக்கு முகமாக பனாரஸ் நோக்கி பயணம் செய்தான். அவனுக்காக நான் அதிகம் கவலைப்படவில்லை. முன்ஷீ மகனை கொலை செய்ததற்கான பழிவாங்கும் உணர்வு மட்டும் மறந்துவிடவில்லை.

எதைப் பற்றிய கவலையுமின்றி இரண்டு வருடங்கள் அமைதியாக ஓடிக்கொண்டிருந்தது. அந்தக் காலகட்டத்தை இப்போது நினைத்துப்பார்க்கிறேன். பசுமை நிறைந்த மலர்கள் குலுங்கும் இரண்டு கரைகளுக்கு இடையில் பாய்ந்து செல்லும் ஆற்றின் காட்சியைத்தான் என் வாழ்க்கையின் அந்தக் கால கட்டத்துடன் ஒப்பிடத் தோன்றுகிறது. அந்த ஆற்றின் போக்கு திடீரென்று மறிக்கப்பட்டு பாறைகளில் மோதிச் சுழலும் குழப்பமும் ஏற்பட்டால் என்ன நிலையோ அப்படியானது எனது வாழ்க்கையின் போக்கு. எனது எதிர்காலம் குறித்து அதிகம் நான் சிந்தித்தவனில்லை. அதுபற்றி எந்த எச்சரிக்கை உணர்வும் என்னிடத்தில் இல்லை. திடீரென்று என்வாழ்க்கையில் ஒரு அழிவு தாக்குதல் நடந்தது. என் எதிர்காலத்தைப் பலவீனப்படுத்தும் அந்த அடி என்மீது விழும் வரை நான் மிகவும் கௌரவமாகவும் கம்பீரமாகவும்வாழ்க்கை நடத்திவந்தேன். நான் தக்கி என்பதை

மறந்து சந்தோஷகரமான குடும்ப வாழ்க்கை நடத்திவந்தேன். எனது கொள்ளைக் கொலைப் போன்ற பழக்கங்களிலிருந்து முற்றாக விலகி இருந்தேன். நான் பயங்கர அச்சமூட்டும் தொழிலை மேற்கொண்டிருந்ததின் விளைவாக அடிக்கடி ஏதாவது ஒரு துரதிர்ஷ்டம் அஜீமாவிற்கு நேர்ந்துகொண்டே இருந்தது. அதற்காக உடனடியாக ஒரு சிகிச்சை மேற்கொள்ள வேண்டிய கட்டாயத்தில் இருந்தேன். அவள்மீது முற்றிலும் காதலும், கனிவும் கொண்டவனாக என்னை மாற்றிக் கொண்டேன். நானொரு கொலைகாரன் என்று தெரிந்து விதி அவளை ஒட்டு மொத்தமாக நோய்ப்படுக்கையில் கிடத்தி விடுமோ என்ற அச்சத்தில் இருந்தேன். அவள் என் மார்மீது படுத்துக் கிடக்கும் உறைந்த இரவுகளில் எனக்கு இது போன்ற கவலை தரும் எண்ணங்கள் அடர்த்தியாகக் குவியும். எனது ரகசியங்கள் வெளிப்பட்டு எனது காதல் அணைப்பில் இருந்து நிரந்தரமாக என்னை விட்டு விலகிவிடுவாளோ என்ற அச்சம் அவ்வப்போது என் மனதில் சுழன்று கொண்டிருக்கும். இது ஏதோ வரப் போகும் ஒரு தீமையை முன்னுரைப்பது போல் எனக்குத் தோன்றியது. எனவே எனது மகளின் திருமணம் முடிந்த கையோடு எனது சொத்துக்களையும், வீட்டையும் டெல்லிப் பக்கம் மாற்றிக்கொண்டு போய்விடலாமா என்ற சிந்தனையில் இருந்தேன். இன்னும் அதற்கான போதிய அவகாசம் வரவில்லை.

குறிப்பிட்டுச் சொல்லும்படியான நிகழ்ச்சி ஏதுமின்றி மாதங்கள் நகர்ந்து கொண்டிருந்தன. நான் ஜலோன் வந்ததற்குப் பின்னர் ஒரு ஆங்கிலேயன் அடிக்கடி எங்கள் ஊருக்கு வந்து போய்க் கொண்டிருந்தான். ஜலோன் ராஜாவிடம் ஏதோ ரகசியமாகப் பேசிக்கொண்டிருந்தான். ஆங்கிலேயர் அரசாங்கத்திடமிருந்து ராஜாவின் பாதுகாப்பிற்காக இருவருக்கும் இடையே ஒப்பந்தம் அல்லது அதுபோன்ற ஒன்று நடக்க இருப்பதாகத் தெரியவந்தது. தக்கிகளின் சுதந்திரமான இயக்கத்தை முடக்குவதற்கான வேலைகள் ரகசியமாக நடப்பது போலத் தோன்றியது.

அந்த ஆங்கிலேயன் ஜலோனை விட்டுச்சென்ற சில நாளில் அவனை நாங்கள் மறந்துவிட்டோம். என் மகளின் திருமண வேலைகள் தொடங்கிவிட்டது. எங்கள்வீடே மகிழ்ச்சியில்நிறைந்திருந்தது. ஒருநாள் பிற்பகலில் ராஜாவிடமிருந்து சேவகன் ஒருவன் குறிப்பிட்ட விஷயம் தொடர்பாக ராஜா எங்களுடன் பேச வேண்டி யிருப்பதால் என்னையும் அப்பாவையும்

தர்பாருக்கு அழைத்து வரச்சொன்னதாக செய்தி கொண்டு வந்தான். மகளின் திருமண வேலை இருப்பதால் பின்னர் வருவதாகச் சொன்னேன். அவன் நேரமெல்லாம் தரமுடியாது கையோடு அழைத்து வரச் சொன்னார் என்றான். நாங்கள் உடை மாற்றிக்கொண்டு அவனுடன் அரசவைக்குக் கிளம்பி னோம்.

நாங்கள் பலவேறு அரங்க வாயில்களைக் கடந்துகுமாஸ்தாக் களும் படைவீரர்களும் சூழ்ந்த அரச தர்பாரை அடைந்தோம். தர்பாருக்கு வெளியே எங்களது காலணிகளை கழற்றிவிட் டோம். வழக்கமாக அரசருக்குச் செய்யும் சலாம்களை வைப்பதற்காக அரசரை நோக்கி முன்னேறினோம். ஆனால் திடீரென்று எங்களுக்கு இரண்டு பக்கமும் அரங்கில் இருந்த சிப்பாய்களால் சூழப்பட்டோம். நாங்கள் முற்றுகையிடப்பட்டு எங்கள் ஆயுதங்கள் பறிக்கப்பட்டன. எனது பிடியை விலக்க முயற்சித்தேன். எனது அதிகபட்ச பலத்தைக்கொண்டு என் மீதிருந்த பிடியை உதறினேன். ஆனால் பலனில்லை. ஆட்கள் என்னைச் சுற்றிலும் நெருக்கமாக இருந்தார்கள். தலையில் இருந்த தலைப்பாகையை முரட்டுத் தனமாக அகற்றினார்கள். கைகளை இறுக்கிக் கட்டியதில் நகக் கண்களின் கீழ் ரத்தம் வெடித்து வந்துவிடும்போல் தெறித்துக் கொண்டிருந்தது. இறுதி யில் சிப்பாய்களின் பிடிக்குள் அகப்பட்டுக் கொண்டேன். கடைசியில் நான் நிர்மூலமாக்கப் படும் நேரம் வந்துவிட்டது என்று நினைத்தேன். அல்லாவின், பவானியின் விருப்பம் இதுதான் என்றால் அதை நான் ஏன் தடுப்பதற்கு முயற்சிக்க வேண்டும்.

அமைதியாக இருந்த என்னைப் பார்த்து ராஜா கூறினார்:

"நான் உன்னைப் பற்றிக் கேள்விப்பட்டது என்னவென்றால் நீ ஒரு தக்கியாகத் தொழில் செய்கிறவன். பொதுக் கொலைகாரன். என்ன இது? ஐலோனில் நல்லதொரு வியாபாரியாக மதிக்கப் படும் உன்னை எப்படி கொலைகாரனென்று நம்ப முடியும். நான் கேள்விப்பட்டது உண்மையல்ல என்று நீ தான் எனக்கு நிருபிக்க வேண்டும்."

"ராஜா உங்கள் மனதில் என்னைப்பற்றி யாரோ விஷம் ஏற்றி வைத்திருக்கிறார்கள். இந்த நகரத்தில் என்னைப்பற்றி யாராவது ஒரு வார்த்தை தவறாகப் பேசி இருப்பார்களா? இங்குள்ள மக்களில் யாரிடமாவது அல்லது உங்களிடம் ஒரு முறையாவது முறைகேடாக நடந்திருப்பேனா? கிராமங்களை

நல்லவிதமாகப் பராமரித்து, அங்கிருந்து வரி வசூலை எல்லாம் சிறப்பான முறையில் செய்து தரவில்லையா? இந்த சபையில் யாரிடமாவது கேட்டுப்பாருங்கள். சிறியவர்கள், பெரியவர்கள் யாரிடமாவது தவறாக நடந்திருப்பேனா. இம்மியளவாவது பிசகி இருப்பேனா? யாரும் ஒரு வார்த்தை எங்களைப் பற்றித் தவறாகப்பேச முடியாது. அப்படியிருக்க என் மகளுக்கான திருமண சந்தோஷத்தில் இருக்கும்போது இந்த நகரத்தின் கண்களில் நாங்கள் அவமானப்பட வேண்டிருந்தது ஏன்?"

"நான் உன்னைக் குற்றம் சாட்டவில்லை. நீ குற்றவாளியா நான் கேள்விப்பட்டது உண்மையா இல்லையா என்பது பகவானுக்கே வெளிச்சம். ஆனால் உனக்கு எதிராக, உன் அப்பாவிற்கு எதிராக நிறைய குற்றங்களுக்கான ஆதாரங்கள் இருக்கின்றன. அவர்களைப் பேசவிடுவோம். அதற்குப் பின்னர் என்ன என்பதை முடிவு செய்வோம். அவர்களை அழைத்து வாருங்கள். சாட்சி சொல்கிறவர்களை வருத்தத்தில் இருக்கும் இவர்கள் முன் ஒவ்வொருவராகப் பேசச்சொல்லுங்கள். இதிலே ரகசியம் ஒன்றும் இல்லை" என்றார் ராஜா.

அந்த நிமிடத்தில் ஒவ்வொரு கண்ணாக நூறு கண்கள் எங்கள் மீது விழுந்தது. அவர் மீது கவிந்துள்ள இந்த சூழலை எப்படி எதிர் கொள்கிறார் என்பதற்காக என் அப்பாவைப் பார்த்தேன். அவர் என்னைப்பார்த்த பார்வையில் நம்பிக்கை இல்லை. அவரது சக்தி அத்தனையும் வடிந்து போய் இருந்தது. இத்தனை நெடிய வாழ்க்கையில் ஒருபோதும் சாட்டப்படாத குற்றத்தின் பிடியில் அவர் இருந்தார். அவர் என்னைக் கவலையுடன் பார்த்த பார்வை உணர்ச்சியற்ற ஏக்கத்தையோ அல்லது அதிகபட்ச பயத்தையோ வெளிப்படுத்துவதாக இருந்தது. அது என்னவென்று என்னால் தெளிவாக ஊகிக்க முடியவில்லை. ஆனால் அவர் பிடிக்கப்பட்டிருந்த விதம் இரக்கப்படும்படியாக இருந்தது. இதுவரையில் மரியாதைக்கு உரிய நபராக வலம் வந்த அவர் இப்போது மரியாதை குலைந்த தோற்றத்தில் நிற்கிறார். என் அப்பாவின் மீதிருந்த பார்வையைத் திருப்பித் தர்பாரினுள் நுழைபவரைப் பார்த்தேன். எனது தூரப்பார்வை மங்கித் தெளிந்தது. அழைத்து வரப்படுபவனின் பெயர் சூரஜ். இவனைப் பற்றி நான் முன்னர் குறிப்பிட்டதில்லை. எங்கள் கும்பலில் ஆரம்பத்தில் எடுபிடி உதவியாளனாக இருந்து, பின்னர் பல சந்தர்ப்பங்களில் கழுத்தை நெறிக்கும் புடோட்டியாக செயல்பட்டவன். நான் தக்காக ஆவதற்கு முன் என்அப்பாவின் தலைமையிலான பயணங்களிலும், நான் தக்கியான பின்னர்

எனது ஆரம்பகாலப்பயணங்களிலும் இடம் பெற்றிருக்கிறான். எனவே நான் பிண்டாரி பயணம்போனது வரை அனைத்து விபரங்களும் அவனுக்குத் தெரியும். அவை அத்தனையிலும் அவன் கூட்டியோ குறைத்தோ என்ன வேண்டுமானாலும் சொல்லலாம். எனவே அவன் சொல்வதைக் கேட்பதற்காக எனது காதுகளைக் கூர்மையாக்கிக் கொண்டேன். எந்தப் பயணத்தில் எத்தனை பயணிகள் கொல்லப்பட்டார்கள், கொள்ளையடித்த தொகை எவ்வளவு என்பது குறித்து புள்ளி விபரங்களுடன் சொல்லிவிட்டு இறுதியில் புந்தேல்கண்ட் பிரதேசத்தில்இருநூறு ஆட்களுடன் இரக்கமற்ற மூர்க்கத்தனமான கொள்ளையை நடத்த நானும் என் அப்பாவும் தலைமை தாங்கியதாகவும் எங்களை பயங்கரமான தக்கிகள் என்றும் கூறினான். அவன் வார்த்தைகளை மறுக்க முடியுமா என்று எனக்குச்சவால் விட்டான். அவன் சொன்ன குற்றச்சாட்டில் இருந்த உண்மையில் நான் ஆடிப்போனேன். அந்த உண்மைகள் என் இதயத்தின் குற்றவுணர்வுகளைச் சோதித்துப் பார்த்தது. என் அப்பாவின் மீது அவன் சொன்னவை அனைத்தும் கசப்பானவை. “இங்கே பாருங்கள் ராஜா, இத்தனை வயதில் அவனுடைய வயதான அந்திம காலத்தை பவானிக்கும், இறைத்தூதருக்கும் சேவை செய்வதில் கழிக்க வேண்டிய ஒருவன் இரண்டு மாதங்களுக்கு முன்னர்கூட கொள்ளைப் பொருட்களைக் குதிரையில் ஏற்றிக் கொண்டு வந்தான். கடைசி காலத்தில்கூட ஆட்களைக் கழுத்தை நெறிக்கும் பாதகத்தைச் செய்து கொண்டிருக்கிறான். இவன் இங்கே மரியாதைக்கும் அன்பிற்கும் உரிய ஒருவனாக நடத்தப்படுகிறான். இவனுக்கும் இவன் குடும்பத்தாருக்கும் உங்கள் தர்பாரில் இப்போதே மரணதண்டனை வழங்க வேண்டும்” என்றான்.

“அதெல்லாம் நீ சொல்ல வேண்டாம். அதைத் தீர்மானிக்க வேண்டியது நான். உன் பேச்சில் தண்டனை குறித்தெல்லாம் பேசக்கூடாது. சொல்லவந்ததை மட்டும் பயப்படாமல் தைரியமாகச் சொல்” என்றார் ராஜா.

“பயமா? எனக்கா? துளியும் கிடையாது ராஜா. பயமிருந்தால் இந்த வயதான கிழவன் எதிரில் என்னால் பேசமுடியுமா? இன்னும் கேளுங்கள், ஜஸ்வந்த்மல் தெரியும் இல்லையா உங்களுக்கு? ஜாலோன் நகரத்து ஷெரீஃப்களிலேயே பெரிதும் மதிக்கப்பட்டவர்.”

“ஓ அவரைத் தெரியுமே. நீ சொல்வதெல்லாம் பயங்கர மான செய்திகளாக இருக்கிறதே? ஜஸ்வந்த் மல் இறந்துவிட வில்லையா?”

“அவரிடம் கேட்டுப் பாருங்கள்” என்று அருவருப்பாகச் சொன்னான். “இதோ இங்கிருக்கும் மற்றவர்களைக் கேட்டுப் பாருங்கள், இவனுடைய கதையைச் சொல்வார்கள். நான் அதை நேரில் பார்க்கவில்லை. ஆனால் ஜஸ்வந்த் மல் இப்போது பேசமுடியாது. அவர் உயிரோடு இருப்பார் என்று நம்பிக்கொண்டிருந்தவர்கள் கூட நீண்ட நாட்களாக அவரைச் சௌகோரில் கண்டு பிடிக்கமுடியாததால் மீசையை மழித்து மவுனம் அனுஷ்டித்துவிட்டார்கள். இறந்துவிட்டார். அவனது கடைசித் துடிப்பு ஒரு புட்டோட்டியின் சுருக்குக் கயிற்றில் அடங்கிக் கொண்டிருந்ததை இந்தக் கிழவன் கண்டு மகிழ்ந்தான்” என்று என் அப்பாவைச் சுட்டிக் காட்டினான். அவனுடைய பார்வையில் வெறியும் பழிவாங்கிவிட்ட சந்தோஷ மும் வெளிப்பட்டது.

அவனது ஆழமான குரலில் வெளிப்பட்ட சொல்லைக்கேட்ட காதுகள் ஜஸ்வந்த் மல் இறந்துவிட்டாரா? என்று ஒரேநேரத்தில் ஒலியை எழுப்பின. ஒரு நிமிடம் தர்பாரே நடுங்கியது. இந்தத் தகவலைக் கேட்டு அரசரும்கூட துவண்டு போனார் என்பது அவரது தோற்றத்தில் வெளிப்பட்டது. ஆனால் மறுபடியும் நிதானித்துக் கொண்டு உட்கார்ந்தார்.

“அந்தக் கொலையை நீ பார்த்தாயா” என்று ராஜா அந்தத் தகவலாளியைக் கேட்டார்.

“நான் பார்க்கவில்லை மகாராஜா. ஆனால் போதிக்கு ஒரு ஆளனுப்பி வரச்சொல்லுங்கள், அவனுக்குத் தெரியும். அந்த விபரங்களை எல்லாம் அவன் சொல்லுவான்.”

போதியின் பெயர் உச்சரிக்கப்படும்வரை எனக்குநம்பிக்கையே இல்லை. இந்தக் குற்றச்சாட்டு உண்மையில் தயாரிக்கப்பட்ட ஒன்று என்று நான் நினைத்தேன். ஏனென்றால் என் அப்பா சௌகாரின் மரணம்குறித்து எதுவும் என்னிடம் சொன்னது இல்லை. ஆனால் போதி என் அப்பாவின் குழுவில் இருந்தது உண்மை. லாஹீக்களின் தலைவனாக இருந்தவன். அவன் கொல்லப்பட்டவனுக்குக் குழி வெட்டியதைத் தவிர வேறொன் றும் செய்திருக்க முடியாது.

“போதியை இங்கேமுன்னால் வரச்சொல்” என்றார் ராஜா.

கட்டிய சங்கிலி குலுங்க தர்பாருக்கு அவன் இழுத்துவரப் பட்டான். தர்பாரின் மையத்திற்கு அவன் வருவதற்கு முன்பே நானும் அப்பாவும் அவனைப் பார்த்த பார்வையில் அவன் நடை தயங்கியது. அவன் மிகவும் எங்களது நம்பிக்கைக்கு உரியவனாக இருந்தான். என் அப்பா அவனை தன்மகனைப் போலப் பாவித்திருந்தார். அவன் முகம் உணர்வில் கொந்த ளித்தது. நாங்கள் அவன்மீது கொண்டிருந்த நம்பிக்கையினால் எங்களைக் காட்டிக் கொடுக்க உள்ளுக்குள் மனப் போராட்டம் நடத்துவதுபோலத் தோன்றியது. அவன் வாயில் இருந்து வரும் முதல் வார்த்தையைக் கேட்பதற்கு மிகவும் ஆவலுடன் காத்தி ருந்தேன். அவன் பேசுவதற்கு முன்னதாக ராஜா அவனிடம் பேசினார்.

"நீ உண்மை பேசவேண்டும் என்ற அடிப்படையில் மரண தண்டனையில் இருந்து உனக்கு விலக்கு அளிக்கப்படுகிறது. அதனால் எந்தத் தயக்கமுமின்றி, பயமில்லாமல் எல்லா உண்மை களையும் வெளிப்படுத்து. நீ சம்பந்தப்பட்ட அனைத்துக் கொலைகளின் விபரங்களையும் இங்கே கூறவேண்டும். அவை அனைத்திலிருந்தும் உனக்கு விலக்கு அளிக்கப்படும் என்று ஆங்கிலேயர் அரசாங்கத்தால் உறுதியளிக்கப்பட்டு இருக்கிறது. குறித்த நேரத்திற்குள் நீ உண்மைகளைக் கூறவில்லையானால் பாதுகாப்பு அளிப்பதாகக் கூறிய ஆங்கிலேயர்களேஉன்னைக் கொலைக் களத்திற்கு இழுத்துப்போகச் சொல்லி இருக்கிறார் கள். அங்கே உன்னை யானையின் காலில்போட்டு மிதிக்க விடு வார்கள் என்றவர், "எங்கே யானையைக் கொண்டு வாருங்கள்" என்று மாவுத்தனுக்கு குரல்கொடுத்தார். சங்கிலிகள் எல்லாம் தயாராக இருக்கின்றனவா? கங்கா தனது வேலையைச் செய்வதற்காகக் காத்துக் கொண்டிருக்கிறான். குற்றங்களை ஒப்புக்கொண்டு காட்டிக் கொடுப்பதற்காக வந்து நிற்கும் அப்ரூவர் போதியை நோக்கிக்கேட்டார், "இந்த நகரத்தைச் சேர்ந்த ஜஸ்வந்த் மல்லின் மரணத்தைப் பற்றி உனக்குத்தெரியும் தானே. அவர் தனது தனிப்பட்ட விவகாரங்களுக்காக உன் னைப் பயன்படுத்திக் கொள்வார்தானே. உண்மையில் இறந்து விட்டாரா? பேசு. உண்மை எதுவோ அதைப்பேசு. உண்மை பேசுவதால் மட்டுமே உன்னைக் காப்பாற்றிக் கொள்ளமுடியும்" என்று கர்ஜித்தார்.

அங்கே அமைதி நிலவியது. என் அப்பா தகவலாளியைக் கவலையுடன் பார்த்தார். அவன் சொல்லும் ஒரு வார்த்தைதான் அவரைக் காப்பாற்றும் அல்லது மரணத்தில் வீழ்த்தும்.

அவனைத் துளைத்து விடுவதுபோல் பார்த்தார். அவனது வாய் வறண்டு ஒட்டிக்கொண்டது. அவனது அங்கம் பயத்தில் நடுங்கியது. அவன் நெற்றி நரம்பு புடைத்துக்கொண்டு வெடித்து விடுவதுபோல் இருந்தது. அவன் முகத்தில் கண்ணீர்த் துளி திரண்டு நின்றது.

நக்கலான குரலில் என் அப்பா சொன்னார்: “பேசு போதி” (இன்னும்கூட அவரால் சிரிக்க முடிந்தது.) ராஜாவிடம் சொல் “உங்களின் விசுவாசி இந்த இஸ்மாயில் அந்தக் காரியத்தில் குற்றவாளி இல்லை என்று.”

ராஜா அமைதி என்று கத்தினார். உண்மையை சொல்ல வரும் தகவலாளியை தடுத்தால் அந்த இஸ்மாயிலின் வாயை அடையுங்கள். இந்த விஷயத்தில் நாம் நீதியை நிலை நாட்டு வோம். அவருக்குப் பக்கத்தில் அமர்ந்திருந்த ஆளிடம் திரும்பி “மீர்சாகேப், உங்கள் மேலிடத்திற்குச் சொல்லிவிடுங்கள். ஜலோன் தர்பாரில் நீதி வழங்கப்படும் என்று சொல்லுங்கள்” என்றார். பிறகு உதவியாளர்களிடம் “யானையைக் கொண்டு வாருங்கள்” என்று கத்தினார். “போதி கடைசியாக.... இந்த வானத்தையும் மண்ணையும் பார்த்துக்கொள். என்னை ஏமாற் றினால் சத்தியமாக உனக்கு சாவுதான்” என்றார் ராஜா.

போதிக்கு இன்னும் தடுமாற்றம் அதிகமாயிற்று. தனது பழைய எஜமானரை காப்பாற்ற தான் உயிர் விடுவதா அல்லது அவருக்கு துரோகம் செய்துதான் உயிர் வாழ்வதா என்ற மன உளைச்சலில் இருந்தான். பிறகு சற்றே தெளிவு பெற்று ராஜாவைப் பார்த்து உறுதியான குரலில் சொன்னான், “ராஜா இந்தக் கொலை சம்பந்தமாக எனக்கு எதுவுமே தெரியாது. எனக்குத் தெரிந்தது ஒன்றுமேயில்லை” என்றான் திடமாக.

“எஜமான் அவன் பொய் சொல்கிறான்” என்று கத்தினான் அரசு சாட்சியாக வந்தவன். “அடக் கடவுளே. அவன் நிச்சயம் இஸ்மாயில் ஜமேதாருடன்தான் இருந்தான். அவருக்குப் பயந்துகொண்டு உண்மையைச் சொல்ல மறுக்கிறான்” என்று கத்தினான்.

ராஜா போதியிடம், “உன்னுடன் இருந்த தக்கி சொல்வதைக் கேள். உண்மையைச் சொல்லி விடு. இந்த வராந்தாவின் நிழல் என் ஆசனத்திற்கு வரும்வரை உனக்கு நேரம் தருகிறேன். அதற்குள் உண்மையைச் சொல்லிவிட வேண்டும். ஒரு விரல் அகலம்தான் பாக்கி இருக்கிறது. அதற்குப் பின்னர் நீகொல்லப் படுவாய்” என்று கத்தினார்.

முன்னேறும் நிழலை கூட்டத்தில் இருந்த அந்த ஒருவனின் கண் மட்டும் பார்க்கவில்லை. அவையில் இருந்த எல்லோரும் பார்த்தனர். இன்னும் கையகல வெளிச்சம்தான் இருந்தது. புலி போன்று தன் கண்களால் தக் என் அப்பாவைக் கூர்ந்து பார்த்தான். என் அப்பா... அவரது கண்கள் கண்ணீரில் பனித்திருந்தது. தனது உதட்டைப் பல்லால் கடித்துக் கொண் டிருந்தார். அவரது உறுதியான முகத்தில் இதுவரைப் பார்க் காத ஒரு தீவிரம். ஒருவித பதற்றம், பயம், அவர் முகத்தில் இழையோடியது. என் அப்பாவின் முகம்மாறி விட்டது. என்னால் அவரைப் பார்க்க முடியவில்லை. நான் சொன்னது போல அவரது வழக்கமான தோற்றம் மறைந்துவிட்டது. அதை யெல்லாம் கண்ட நான் பலவீனமாக உணர்ந்தேன். நான் இறக்கலாம். அவர் கொல்லப்படக்கூடாது. அடுத்து அவன் சொல்ல இருப்பதைப் பொறுத்துதான் எல்லாமே இருக்கிறது.

அரசு சாட்சி இப்போது ராம்ஸீ மொழியில் கத்தினான். "உன்னை இப்போதே கொலை செய்யத் துடிக்கும் அவர்களுக்காக உன் வாழ்க்கையைப் பலிகொடுக்க போகிறாயா? முட்டாளே என்று."

இந்த வார்த்தைகள் அவனுள் தாக்கத்தை ஏற்படுத்தி அவன் உயிரைக் காப்பாற்றி விட்டது.

போதி "அய்யோ ராஜா என்னை மன்னிச்சிடுங்க நான் பொய் சொல்லிட்டேன். ஜஸ்வந்த் மல் உண்மையில் இறந்துட் டார். அவரின் சூடு ஆறாத உடலை இந்தக் கையால் எடுத்துச் சென்று நான்தான் புதைகுழியில் போட்டேன்."

ராஜா உரத்த குரலில் கூவினார். "ஹே! பகவான், ஹே சீதாராம்... இதைச் சொல்லத்தான் இத்தனி நேரம் ஆனதா? என் அப்பாவி நண்பனே மரணம் தான் உன்னைச் சொல்ல வைத்ததா?" ஓரிரு நிமிடம் அமைதியாக இருந்துவிட்டு, "சுத்த பெட்டைத்தனமாக இருக்கிறது" என்று தனக்குத்தானே சொல்லிக்கொண்டார். "சரிமேலே சொல்லு மறைக்காமல் எல்லாவற்றையும் ஒன்று விடாமல் சொல்லு. இந்தக் கொலை யில் அவனது பங்கு என்ன?"

அவன் சொல்லத் துவங்கினான், "இஸ்மாயிலுடன் நாங்கள் சௌகாரை சந்தித்தோம். அவருக்கு எங்களை முன்னரே தெரியும், சந்தேகப்படக்கூடாது என்பதற்காக எங்கள் கும்பலின் பெரும்பகுதியை அவர் பார்வையில் இருந்து மறைத்து விட் டோம். ஜஸ்வந்த் மல் எங்களுடன் முகாமில் தங்குவதற்கு

வசதியான ஏற்பாடுகள் செய்து கொடுத்தோம். அவர் தனது ஆட்களிடம் சொல்லிவிட்டு எங்களுடன் வந்துவிட்டார். அவர் வருவதற்கு முன்பே நாங்கள் குழி வெட்டித்தயாராக வைத்திருந்தோம். சூரியன் மறைந்த ஒருமணி நேரத்திற்குள்ளாக அவர் எங்களுடன் வந்துவிட்டார். அதற்குப் பிறகு ஜமேதார் எதிரில் இரண்டு ஆட்கள் அவர் கழுத்தை நெறித்தார்கள். அவரது இரண்டு வேலைக்காரர்களுக்கும் அதே மரணம் அளிக்கப்பட்டது. அவர்கள் அனைவரையும் ஒரேகுழியில் இட்டுப் புதைத்தோம். அடுத்த நாள் சௌகாரின் குதிரையை இருபத்தைந்து ரூபாய்க்கு விற்றோம். அவரைக் கொன்றதில் எங்களுக்குப் பெரிதாகப் பணம் கிடைக்கவில்லை. உண்டிக் காகிதம் இருந்தது. அதை கொளுத்திவிட்டோம்."

"போதும் போதும். இந்த ஆதாரங்களே போதுமானது" என்றார் ராஜா.

"மேன்மை தங்கிய உங்களுக்கு இதுபோதாதென்றால் இன்னும் சில ஆதாரங்களை என்னால் தரமுடியும் மகாராஜா" என்று அப்ரூவர் தொடர்ந்தான். "ஜமேதார் கையைப் பாருங்கள் சௌகாரிடம் எடுத்த மோதிரம் அணிந்திருக்கிறார். அது உங்களுக்கு இன்னுமொரு கூடுதலான ஆதாரம்" என்றான்.

என் இதயம் எனக்குள் அப்படியே சுருங்கிவிட்டது. எதிர் காலம் இருண்டுவிட்டது போல் இருந்தது. என் அப்பாவின் கையைத் திருப்பி மோதிரத்தைப் பார்த்தார்கள். அந்த சபை அந்த மோதிரத்தைச் சோதித்து அதில் ஜஸ்வந்த் மல் பெயர் உள்பக்கம் பொறித்திருப்பதாகக் கூறியது.

"இதுபோதும் எனக்கு நான் புரிந்துகொண்டேன். அது போன்ற வைரங்கள் ஆயிரம் பார்த்திருக்கிறேன். அவனைச் சங்கிலியால் யானையுடன் சேர்த்துக் கட்டி நகரத்து வீதிகள் வழியாக இழுத்துக் கொண்டு போங்கள். இவன் ஒரு தக்காக இருந்தான் என்று அறிவிப்பு செய்யுங்கள்" என்று ராஜா ஆணையிட்டார்.

சையத் 'நிறுத்துங்கள்' என்று கத்தினான். "அவன் இதுவரை எதுவும் பேசவில்லை. அவனைப்பேச அனுமதியுங்கள். அவன் தன்னைக் காத்துக்கொள்ள ஏதேனும் சொல்வதாக இருந்தால் சொல்லட்டும் அதையும் கேட்போம்."

என் துயரம் தோய்ந்த அப்பாவைப் பார்த்து ராஜா "பேசு, அதிர்ஷ்டமற்றவனே நீ ஏதாவது பேசுவதாக இருந்தால் பேசு" என்றார்.

என்அப்பா தனது கம்பீரம் எல்லாம் குலைந்து இருந்தார். இனி தப்பிக்க வழியில்லை. சாவு கண்எதிரில் நிற்கிறது. உயிருடன் இருப்பதற்கான எந்த நம்பிக்கையும் இல்லை. அவரது பழைய கௌரவத்தையும் சேவையும் கருதி மன்னிக்கப் படலாம் என்று நான் நினைத்தேன். ஆனால் அவர் அதைக் கோரு வதற்குத் தயாராக இல்லை. தான் சாவதற்குப் போதுமான காரணங்கள் இருப்பதாகக் கருதினார்.

அப்பா தன்னை வெளிப்படுத்த ஆரம்பித்தார். அவரது கண்களில் பெருமை மின்னியது. “ஆம் நான் சாவதற்கு முன் உதட்டில் பொய்களை ஏந்த விரும்பவில்லை. நான் ஜஸ்வந்த்தைக் கொன்றேன். ஏனென்றால் அவனொரு வில்லன். உங்களைப்போலவே தக்கிகளை வைத்துவேலை வாங்குகிறான். தக்கிகள் மூலமாக வரும் ஒவ்வொரு பணமும் நீங்கள் சேர்த்தது போலவே தவறான பணம். எனவே அவனை விட்டு வைக்கக் கூடாது. நான் ஜஸ்வந்த் மல்லை மட்டுமல்ல. இன்னும் நூற்றுக்கணக்கானோரைக் கொன்றேன். ஏனென்றால் அல்லா அவர்களை என் கையில் ஒப்படைத்தார். ஆனால் யாரையும் மனத் திருப்தியுடன் கொல்லவில்லை. நான் உங்களுக்கு நண்பனாக இருந்தேன். நீங்களும் பல குற்றவாளிகளுடன் சகோதரப் பூர்வமான நட்பு கொண்டிருந்தீர்கள். அது உங்க ளுக்கும் தெரியும். என்னுடைய உயிரைப்பற்றி எனக்குக் கவலை இல்லை. வயதான ஒரு மனிதன் இனிமேல் இருந்து என்ன சாதிக்கப்போகிறான். அவன் எல்லாமே அனுபவித்தாகி விட்டது. இனி அவன் உயிரே அவனுக்கு ஒரு சுமைதான். சீக்கிரத்தில் இயற்கையே என்னை அழைத்துக் கொள்ள இருக் கிறது. அதற்கு முன்னதாக நீ என் உயிரைப் பறிக்கிறாய். பவானிக்காக அர்ப்பணிக்கப்பட்ட என்னைத் தண்டிப்பதற்காக நீ அவளுக்குப் பதில் சொல்லித்தான் ஆகவேண்டும். என் ரத்தம் உன் தலைக்கு ஏறும். இறக்கும் மனிதனின் சாபம் உன்னைத் தொடரும். நீ என்னை ஏமாற்றிவிட்டாய். நான் கொள்ளை கொண்ட பொருளில் பங்கு போட்டதன் மூலம் என்னிடமிருந்து நீ திருடினாய். நீ ஒரு கொலைகாரனை உருவாக்கினாய். என் மீது ஆத்திரமடைவதில் அர்த்தமில்லை. இந்த உண்மைகள் எல்லாம் உனக்கும் தெரியும். அல்லாவிற்கும் தெரியும். அவன் அனைத்திற்கும் நீதி வழங்குவான். நாஸ்திகனான உனக்கு நரகத்தில் உனது பங்கிற்கான விலையை அல்லா வழங்குவான். அவளது பக்தனைக் கொன்றதற்காக பவானி உன்னைப் பழி தீர்த்து களிகொள்வாள்” என்று அடிமனதிலிருந்து உரைத்தார்.

"அவனைக் கட்டி இழுத்துக்கொண்டு போங்கள். அந்தக் நாஸ்திகனின் வாயில் செருப்பால் அடியுங்கள்" என்று ராஜா மனிதனிலும் மோசமான மிருகமாக வாயில் நுரை தெறிக்க ஆத்திரத்தில் உறுமினான். "தந்தை கொல்லப்படும் கொடூரக் காட்சியை அவன் மகனும் பார்க்கட்டும் இவனையும் அவனுடன் இழுத்துச் செல்லுங்கள்" என்று உத்தரவிட்டான்.

எங்கள் இருவரையும் இழுத்துச் சென்றார்கள். எனது அப்பா தன் காலடிகளை உறுதியாக எடுத்து வைத்தார் என்று சொல்லமாட்டேன். என்மீது விழுந்த அடிகளுக்கு எதிராகப் போராடினேன். ஆனால் தடுக்க முடியவில்லை. இருவரும் பக்கம் பக்கமாக இழுத்துச் செல்லப்பட்டோம். அப்பா ஒரு வார்த்தை, உங்கள் மகனுடன் ஒரு வார்த்தை பேசமாட்டீர் களா? என்று கதறினேன்.

அவர் தனது தலையை என் பக்கம் திருப்பினார். அவரது கண்களில் கண்ணீர் நிறைந்து இருந்தது. "நான் உன்னை விட்டுச் செல்கிறேன் அமீர் அலி; ஆனால் உண்மையான இறைபக்தி உடைய நாம் சொர்க்கத்தில் கண்டிப்பாகச் சந்திப்போம். இறைவன் நமக்காக அங்கே காத்திருக்கிறான். அவன் நமக்கு எழுபது கன்னிமார்களின் இளமையை வழங்குவான். அவன் நம்மைக் கைவிடமாட்டான் மகனே. நம் நேசத்திற்குரிய அல்லா மட்டுமே நம்மைக் காப்பான்" என்று சமாதானமடைந்தார்.

முரட்டுச் சிப்பாய்கள் "இதற்கு மேல் பேசாதே" என்று அவர் வாயில் அடித்தார்கள். அவரை முன்னால் இழுத்துச் சென்றார்கள்.

"என்னைப் பலி வாங்குங்கள் என்று ராம்ஸீ மொழியில் கத்தினார். அந்த ஆங்கில பிசாசுகளிடம் சொல்லுங்கள். அவர்கள் தங்கள் அரியாசனத்தில் துன்புறும்போது எனது ஆன்மா சொர்க்கத்தில் மகிழ்ந்திருக்கும் என்று."

அதற்குமேல் அவர் பேசவில்லை. அவரை வல்லடியாக இழுத்துச் சென்றார்கள். வன்கொடுமையின் உச்சத்தை என் கண்களால் பார்த்தேன். அவரது இடுப்பில் சங்கிலியால் கட்டி யானையின் பாதத்தின் முன் வைத்தார்கள். அவரது கையைப் பின்னுக்குக் கட்டியிருந்தார்கள். அதனால் அவர் தப்புவதற்கு சாத்தியமே இல்லை. பிரார்த்தனை வாசகங்களைத் தொடர்ந்து உச்சரித்துக் கொண்டே இருந்தார். இப்போது எல்லாம் தயாராக வைக்கப்பட்டு இருந்தது. மாவுத்தன் யானைமீது ஏறி அந்தப் பிரமாண்ட மிருகத்தை அங்குசத்தால் குத்தினான்.

அது பெருங்குரலெடுத்துப் பிளிறியபடி சில அடிகள் எடுத்து வைத்து முன்னேறியது. என் அப்பாவின் ஆன்மா சொர்க்கத்தை அடைந்திருக்கும்.

குறிப்பு: அந்த ராஜா நீடித்த குஷ்ட ரோகத்தில் கிடந்து இறந்ததாக அந்த தக் சொன்னான். அது ராஜாவைப் பழி வாங்குவதற்காக பவானி அளித்த நோய் என்று கூறினான். இப்படியான சமாதானங்கள் கூறிக்கொள்வது தக்கிகளின் வழக்கம்.

46

ஊரே காறித் துப்பியது

"சாகேப் என் இதயத்தை எரிக்கும் வெறியை உங்களிடம் பகிர்ந்து கொள்ளட்டுமா? ஆனால் முடியாது. எனக்குள் ஆயிரம் எண்ணங்கள் சுழன்று மண்டையைக் குடைகின்றன. பைத்தியமாகும் அளவு பயங்கரமாக இருக்கிறது. என் அப்பா விற்காகப் பழி வாங்கும் வெறி அதன் உச்சத்தில் என்னை ஆட்டிப்படைக்கிறது. அய்யோ அல்லா நான் என்னை இழந்து நிற்கிறேன். என் கையில் ஆயுதம் இல்லை. பறந்து சென்று ராஜாவின் கழுத்தை நெறிக்கவேண்டும் போல் இருக்கிறது. நான் துடித்துக் கொண்டிருக்கிறேன். ஆனால் நகர முடியாது. எனது கைகள் கட்டப்பட்டிருக்கின்றன. கட்டுக்களால் வீங்கிய வலி தாள முடியவில்லை. காவலர்கள் என்னை தர்பாருக்கு இழுத்துக்கொண்டு போகிறார்கள். பொறியில் இருந்து வெளி யேற எத்தனிக்கிறேன். இறுதியில் கையைக் கட்டியிருந்த கட்டுக்கள் அகற்றப்பட்டன.

அந்த நாள் எப்படிக் கடந்தது. நான் ஒரு புலியாக மாறிவிட் டேன். என்னை ஒரு கூண்டினுள் போட்டு அடைத்துவிட்டார் கள். நகரத்து மக்கள் எல்லோரின் கண்களும் என்னையே மொய்த்துக் கொண்டிருந்தன. எல்லோரும் என்னைக்கேலியும் கிண்டலும் செய்கிறார்கள். நகரத்துச் சிறுவர்கள் கையில் குச்சியை வைத்துக்கொண்டு கூண்டுக்குள் கம்பியை விட்டு என்மீது குத்துகிறார்கள். யாருக்கு என்னென்ன தோன்று கிறதோ அதையெல்லாம் செய்கிறார்கள். நான்கொண்டிருந்த மரியாதை, எனது செல்வம், என் எதிரில் வணங்கிய தலைகள்

எல்லாம் என்ன ஆயிற்று. ராஜா எனக்களித்த கனிவான உபச் சாரங்கள் மரியாதைகள் என்ன ஆயிற்று. எல்லாம் இழந்து அவமானப்பட்டு நிற்கிறேன். எனது திட்டங்கள் கனவுகள் எல்லாம் எங்கே போனது. அவையாவும் முடிவில்லா இருளில் உறைந்துகிடக்கின்றன.நிஜத்திற்குவெகுதூரத்தில்போய்விட்டன. "அல்லா அல்லா அல்லா" நான் புலம்புகிறேன். அஜீமாவின் பெயரை உரத்துக்கூவுகிறேன். சிறையில் இருப்பவர்கள் என்னை உற்றுப்பார்க்கிறார்கள். நான் அவர்களிடம் எனக்காக உதவிகேட்கிறேன். அஜீமாவிற்குத் தகவல் சொல்கிறேன். அவர்களைச் சபிப்பதைப் பார்த்து என்னை நகைத்துச்சிரிக் கிறார்கள். எனது அழுகை அவர்களுக்கு வேடிக்கையாக இருந்தது. எனது மூச்சுக் காற்றாக இருந்த பெயர் அஜீமா. நான் மட்டுமே உச்சரிப்பதற்கு உரிமையுடைய பெயர். இப்போது நகரத்துக் கும்பல் அவள் பெயரைச் சொல்கிறது. அவர்கள் சொல்வதைக் கேட்கச் சகியாமல் நான் காதுகளைப் பொத்திக் கொள்ளும்போது, அவர்கள் ஆத்திரப்பட்டு மேலும் மேலும் உரத்துக் கூவுகிறார்கள். நானிருக்கும் கூண்டின் பக்கத்தில் இரும்புக் கம்பிகளுக்கு இடையே வந்துகூவுகிறார்கள். இரவு வந்தது. நான் தனித்துவிடப்பட்டேன். முன்பெல்லாம் எனக்கு அவளது காதல் தழுவல் இந்நேரம் கிடைத்திருக்கும். ஆனால் இப்போது தழுவ வாய்த்தது எலிகளும், பல்லிகளும், நட்டுவாக்கலிகளும்தான். என்னைத் துயரங்கள் இன்னும் நெருக்கமாகச் சூழ்ந்துகொண்டன. எனது வெறுப்பை உதைத்துத்தள்ள முயன்றேன். ஆனால் முடியவில்லை. நான் நமாஸ் செய்தேன். தொழுகைக்கு முன்னதாக என்னை சுத்தப் படுத்திக்கொள்ள நீருக்குப் பதிலாக புழுதியும் மண்ணுமே கிடைத்தது.எனது வாய் வறண்டிருந்தது.தண்ணீருக்காக கெஞ்சி னேன். அதைத் தருவார் யாருமில்லை. மீண்டும் சபை கூடி விட்டது. ஆணும் பெண்ணும் சிறியவர்களும் முதியவர்களும் சையது அமீர் அலியைப் பார்க்கக்கூடிவிட்டார்கள். கேலி செய்வதற்கும் இம்சை தருவதற்கும் கூடிவிட்டார்கள். ஒரு காலத்தில் காட்டுக்குள் சுதந்திரமாய் சுற்றித் திரிந்தவன். எனது அறையின் ஒரு மூலையில் கோழையாக முடங்கிக் கிடக்கிறேன். எனது முகத்தை மடிக்குள் புதைத்து மறைத்துக்கொண்டேன். அவர்களது அனைத்துத் தூண்டலுக்கும் உணர்ச்சியற்றுக் கிடந்தேன். தாங்கமுடியாத கசப்பான வார்த்தைகளை எனக்கு எதிராக கொட்டிக்கொண்டே இருந்தார்கள். நான் சுற்றிலும் பார்த்தேன் ஏதாவது என்மீது ஒரு இரக்கப்பார்வை

விழுந்து விடாதா என்று ஏங்கினேன். அய்யோ ஒன்றுகூட அப்படியில்லை. எனக்கு எதிரில் இருப்பவை அத்தனையும் பரிச்சயமான முகங்கள்தான். ஆனால் அவற்றின் கண்களில் குரூர திருப்தி வெளிப்பட்டது. நான் வாயைத் திறந்து பேச முயன்றேன். ஆனால் சத்தம் வெளி வருவதற்குள் மற்றவர்களின் கேலி கிண்டல்களுக்கு நடுவே அது வெறும் முணு முணுப்பாக மாறிவிடும். தாகத்தில் தொண்டை வறண்டு வறண்டு இப்போது நாக்கு மரத்துவிட்டது.

அன்று பகல் முழுதும் நீரில்லாமல், உணவில்லாமல்கழிந்தது. அது வெயிலின் உச்சகாலம் என்பதால் உடலெல்லாம் வியர்வையில் தொப்பலாக நனைந்திருந்தது. எனதுசொந்த வீடென்றால் இன்னேரம் அஜீமா எனக்கு சர்பத் தயார் செய்து புகட்டி இருப்பாள். இங்கே ஒரு சொட்டு குளிர்ச்சிக் குக்கூட வழியில்லை. என்னருகில் இருந்தவர்களை ஊடுரு விப்பார்த்தேன். எல்லோரின் இதயமும் கல்லால் ஆனதாக இருந்தது. எனக்கு காவல் புரியும் காவலாளி இந்த ஜமே தாருக்குப் பரிந்து வறட்சிக்கு இதமாக ஏதேனும் ஒருசொட்டு திரவம் கொடுத்தால் நன்றாக இருக்கும். இந்தக் கூண்டிற்குள் வறுத்தெடுக்கும் வெப்பத்திலிருந்து மீண்டு ஒரு வார்த்தையாவது பேச முடியும். சொரணையற்ற பயல்கள் தூசி மேகத்தைக் கிளப்பிக் கொண்டு வருகிறார்கள். அவர்கள் பார்க்கும்பார் வையில் படாமல் என்னை நான் சுருக்கிக்கொள்கிறேன். அப்படியே மாலைப்பொழுது வந்தது. இன்னும் என்னைப் பற்றி யாரும் எதுவும் கேட்டுக் கொள்ளவில்லை. தண்ணீர் இல்லை. உணவு இல்லை. என்னை இங்கே சாவதற்காகத்தான் இப்படி விட்டு வைத்திருக்கிறார்களா? அந்த எண்ணம் எனக் குள் பளிச்சிட்டதும் என் நினைவுகள் அதையே சுற்றிச்சுற்றி சுழன்று கொண்டிருந்தது. நான் சாக இருக்கிறேன். தொண்டை வறண்டே சாக இருக்கிறேன். பசியில் சாக இருக்கிறேன். என் அப்பாவிற்கு அவரது துயரங்களில் இருந்து வெகு சீக்கிரமாகவே விடுதலை கிடைத்துவிட்டது, சிலமணி நேரங்களிலேயே அவர் சொர்க்கத்தையும், சொர்க்கத்துச் சுந்தரிகளையும் அடைந்து விட்டார் என்று பொறாமைப்படத் துவங்கிவிட்டேன்.

மாலை சரிந்து இரவு நெருங்கிக் கொண்டிருக்கிறது. சூரிய அஸ்தமனத்தைப் பார்த்தேன். அதன் கடைசி கிரணங்கள் எனது கூண்டின் தளத்தில் விழுந்து வெகுநேரம் நீடிக்கவில்லை. மேற்கு வானம் செம்பழுப்பாக மாறிக்கொஞ்சம் கொஞ்சமாக மங்கி இப்போது அறவே வெளிச்சம் இல்லை. நட்சத்திரங்கள்

ஒவ்வொன்றாக வெப்பக்காற்றின் ஊடாக மங்கலாக ஒளிவிடத் துவங்கியுள்ளன. நான் பலவீனப்பட்டு என் வலிமையெல்லாம் வடிந்துவிட்ட நிலையில், இனியொரு பகல் எனக்கு அருளப்படவில்லை. எந்த நேரமும் சாவை அடையலாம் என்ற சிந்தனை ஓடிக்கொண்டிருக்கிறது. கீழே விழுந்து சுருண்டு கிடக்கிறேன். எனது துயரங்களுக்கு சற்றே ஓய்வுகொடுக்கும் கடைசித்தூக்கம் என்னைத் தழுவிக்கொள்கிறது. எதுவும் நேரலாம். ஆனால் கனவு வருகிறது. பயங்கரமான கனவு. விளக்கமுடியாத தோற்றத்தில் கும்பலொன்று எனது சிறைக்குள் வருகிறது. எனது உயிரை எடுத்துக்கொண்டு என் எதிரில் கடந்துபோகிறது. நான் அதன் கழுத்தை நெறிக்கிறேன். நான் நெறிப்பதை விட்டுவிட்ட பின்னரும் அதன் நாக்கும் கண்ணும் வெளித்தள்ளுகிறது.

அடுத்தடுத்து வருவதெல்லாம் ஒன்றிற்கொன்று மேலான துயரமாக இருக்கிறது. நான் செத்துக்கொண்டிருப்பதாக நினைக்கும்போது ஒருவன் வந்து என்னை அழைத்தான். அவன் என் பக்கமாகத் திரும்பினான். இவன் எனக்கு தெரிந்த முகம்தான். என் ரொட்டியையும் என்தாடியில் உப்பையும் சுவைத்தவன் தான் இவன். ஒரு சமயத்தில் வேலை செய்தவன். நான் அவனுக்கு என்ன செய்தேன் என்பதை நினைவில் வைத்திருந்து, எனக்காக இரக்கம்காட்டினான். என்பக்கத்தில் வந்து என்னைப் பார்த்தான். நான் அவனுடன் பேசினேன். அவன் என் குரலுக்குச் செவிகொடுத்தான். எனது குரல் சன்னமாகக் கரகரப்பாக வெளிப்பட்டது. "இறைத்தூதர் புண்ணியத்தில் கேட்கிறேன், உன் அம்மாவின் புண்ணியமாகட்டும் ஒரு சொட்டுத் தண்ணீர்கொடு. இங்கு அடைந்த நிமிடத்தில் இருந்து யாரும் தண்ணீர் தரவே இல்லை."

அவன் அடிக்குரலில் சொன்னான், "உங்களுக்கு தண்ணியோ உணவோ கொடுத்தால் கொன்று விடுவதாக ராஜா மிரட்டி வைத்திருக்கும்போது எப்படி மீர்சாகேப் நான் உங்களுக்குத் தண்ணீர் தர முடியும்."

ஒரு நேரத்தில் அவனுக்கு எஜமானனாக இருந்த என்னை அவன் ஒரு நிமிடம் உற்றுப்பார்த்தான். நான் என் தலையைத் தரையில் வைத்துத் தேய்த்தேன். அவனுக்கு என் மீது இரக்கம் சுரந்தது. கொஞ்சம் தண்ணீர் கொண்டுவந்தான். யாரும் அவனைக் கவனிக்கவில்லை. சாப்பிடுகிற பாத்திரம் முழுவதும் தண்ணீர் கொண்டு வந்திருந்தான். அதைக் குடித்து முடித்ததும் சொர்க்கமே எனக்குக் கிடைத்ததுபோல் இருந்தது. மீண்டும்

மீண்டும் அதை எடுத்துச்சென்று நிரப்பிக்கொண்டு வந்தான். மறுபடியும் இரவில் கேக்கும் ரொட்டியும் எடுத்துக்கொண்டு, அஜீமாவுடன் பேசிவிட்டு செய்தி இருந்தால் கேட்டுக்கொண்டு வருவதாக சொல்லிப் போனான். ஆனால் வரவில்லை.

அடுத்த நாளும் எனக்கு உணவில்லாமல் கழிந்தது. அவன் கொடுத்துவிட்டுப்போன பாத்திரத்தில் இருந்த நீரை அவ்வப்போது ஒவ்வொரு மடக்காக பொக்கிஷத்தைப்போல பாதுகாத்து குடித்துவந்தேன். இரவும் வந்துவிட்டது. நான் வதை பட்டுத் துடித்துக்கொண்டிருந்தேன். ஆனால் கண்டிப்பாக அவன் வருவான் என்ற நம்பிக்கை மட்டும் இருந்தது. எனக்கு அந்த இளைஞனைப் பற்றித்தெரியும். ஏமாற்ற மாட்டான். தன் மீது சத்தியமாக சாப்பாடு கொண்டுவருவேன் என்று உறுதி கூறியிருக்கிறான். அவனது சபதத்தை முறிக்கமாட்டான்.

அவன் வருகைக்காக ஆவலுடன் காத்துக்கொண்டிருந்தேன். நான் எத்தனை ஆவலாய் இருந்தேன் என்பது என்னைப்போல் அனுபவித்த ஒருத்தனுக்குத்தான் தெரியும். தூரத்தில் கேட்கும் காலடி ஓசை ஒவ்வொன்றும் அவனுடையது தானோ என்று தோன்றும். அந்த காலடி என்னை நெருங்கும்வரை ஆசையாகப் பார்த்துக்கொண்டிருப்பேன். நான் நினைத்தபடியே வந்துவிட்டான். தலையில் போர்வையால் முக்காடிட்டு வந்தான். சோம்பல் காவலாளியை ஏமாற்றிவிட்டு திருட்டுத்தனமாகவந்திருக்கிறான். உணவுகொண்டு வந்திருக்கிறான். வறண்ட கேக்குகளும், ஒரு மண்பானை நிறைய பாலும் கொண்டுவந்திருக்கிறான். "நீங்கள் சாப்பிடுங்கள், நான் உட்கார்ந் திருக்கிறேன், நீங்கள் சாப்பிட்டு முடித்த பின்னர் கேளுங்கள் சில செய்திகள் சொல்கிறேன்" என்றான். "மூன்று நாளைக்கு முன்னால் என்றால் இதைத் தொட்டிருக்கக்கூட மாட்டேன், ஆனால் இப்போது எனக்கு அமிர்தமாக இருந்தது. நன்றி உணர்வும் ஆவலும் பொங்கச் சாப்பிட்டேன். முன்னர் செய்த உதவிக்கு மாறாக திருப்பிச் செய்ததற்காக அவனுக்கு அருள் கிடைக்கட்டும்" என்று ஆசிகள் கூறினேன். "என் வீட்டில் இருந்து ஏதேனும் செய்திஉண்டா?" என் மனைவிப் பற்றி, மகளைப் பற்றிக்கேட்டேன்.

"மோசமான செய்திதான் இருக்கிறது மீர்சாகேப். இந்த செய்தியைச் சொல்வதற்கு எனக்கு இஷ்டமே இல்லை என்றாலும் நீங்கள் தெரிந்துகொண்டுதானே ஆகவேண்டும்.உங்கள் மனதைத் திடப்படுத்திக் கொள்ளுங்கள்."

"எத்தனை மோசமாக இருந்தாலும் பரவாயில்லை நீ எனக்குச் சொல்லு. இனி என்ன இருக்கிறது. எல்லாவற்றையும்தாங்கும் பக்குவத்தை என் மனது பெற்றுவிட்டது. என் மனைவி இறந்து விட்டாளா?"

அவன் ஒரு நிமிடம் மவுனமாக இருந்தான். "ஆம் மீர்சாகேப் இன்றோ, நாளையோ உங்களுக்குத் தெரியவரும் செய்திதான் அது. அவள் இறந்து விட்டாள்."

"என் மகள் என்ன ஆனாள்?"

"அவள் முல்லாவுடன் இருக்கிறாள். உங்கள் மனைவிக்கு இருக்க இடமில்லாமல் இருந்த போது அவளைப் பாதுகாத்த வந்த முல்லாவுடன் உங்கள் மகள் இருக்கிறாள். உங்கள் மனைவி இறந்தபோது மகள் உடன் இருந்து மதச் சம்பிரதாயப்படி இறுதிச் சடங்குகள் செய்திருக்கிறாள்."

"வீடில்லையா? அவளை வீட்டை விட்டுத் துரத்தி விட்டார் களா?"

"ஆம் மீர்சாகேப். ராஜா சிப்பாய்களை அனுப்பி உங்கள் வீட்டில் இருந்த அனைத்தையும் துடைத்து எடுத்து விட்டார்கள். தங்கம், வெள்ளி எல்லாவற்றையும் எடுத்துக்கொண்டுபோய் விட்டார்கள். மனைவியையும், மகளையும் கட்டிய துணியுடன் தெருவில் அனுப்பிவிட்டார்கள். இது அவளுக்குச் சாதாரணமான விஷயமா? அவள் இரைந்துகூட பேசமாட்டாள். உங்கள் அப்பா கொல்லப்பட்டதற்கும், நீங்கள் சிறைப்பட்டதற்குமான காரணத்தைச் சொன்னவுடன் அப்படியே அதிர்ச்சியில் உட் கார்ந்தவள்தான். பேச்சே இல்லாமல் மனசின் வலியுடன் உறைந்துபோனாள். செத்துக்கொண்டிருக்கும் மிருகமாகவெறும் மூச்சு மட்டுமே விட்டுக்கொண்டிருந்தாள்."

"போதும் போதும், செய்திகொண்டு கொடுத்ததற்காகஅல்லா உன்னைக்காக்கட்டும். நான் இங்கே தனிமையின் துயரத்தில் இருக்கிறேன். நீ சொல்லச்சொல்ல துயரத்தின் சுமை அதிக ரித்துக்கொண்டே இருந்தது."

பிறகு என் அஜீமா இறந்துவிட்டாள். எனது அன்பிற்குரியவள், அவள் எதற்காக சாகவேண்டும். நான் செத்திருக்க வேண்டும். என் மீது அன்பு செலுத்துவதற்கென்று இருந்த ஒரே ஒரு ஜீவன் ஏன் இறக்க வேண்டும். அவள் தூய்மை கெடாது இறந்து விட்டாள். நான்....."

எனக்குத் துக்கம் இல்லை. சொல்லப்போனால் அவள் மரணத்தில் மகிழ்ந்தேன். நான் நன்றாக இருந்தபோது, என் மீது எந்த அவச்சொல்லும் விழாமல் இருந்தது. திடீரென்று என் மீது ஏற்பட்ட கலங்கத்தை அவளால் தாங்க முடியவில்லை. எப்படியோ கொஞ்சம் கொஞ்சமாக அவள் இறப்பில் இருந்து என்னால் மீள முடிந்தது. மறுபடியும் சொல்கிறேன் அவள் இறந்தது நல்லதுதான். அல்லா தன் கருணையால் அவளைத் துயரப்படுத்தாமல் எடுத்துக் கொண்டான். நிஜத்தின் கொடூரம் அவளைத் தாக்குவதற்கு முன் அதைக் காணாமலே கண் மூடி விட்டாள். இப்போது என் மகள் மட்டும் இருக்கிறாள். அவள் முல்லாவின் கைகளில் பாதுகாப்பாக இருக்கிறாள். அவர் அவளைத் தந்தைமையுடன் பாதுகாப்பார்.

துயரம் தோய்ந்த செய்தி கிடைத்த அடுத்த நாள் எனக்கு உணவு அனுமதிக்கப்பட்டது. சந்தேகமில்லை, கேடுகெட்ட உணவாகத்தான் இருந்தது. எதுவுமில்லாமல் பட்டினியில் நொந்து கிடப்பதைவிட இது உத்தமம். என் துயர நிலையைச் சொல்வதற்கு வார்த்தைகள் இல்லை. எவற்றின் நிழலாக நான் இருந்தேன் என்பது எனக்கே தெரியாது. இந்த விதமாக மூன்று மாதங்கள் கழிந்தன. திரும்பிப் பார்த்தால் பல வருடங்களைக் கடந்து வந்ததுபோல் இருக்கிறது.

அந்தக் கட்டத்தின் இறுதியில் என்னை ராஜாவின்தர்பாருக்கு அழைத்துச் சென்றார்கள். அவர் என்னுடன் சில வார்த்தைகள் பேசினார். இந்தமுறைப் பேச்சு நயமாகஇருந்தது. இந்த ராஜா என் கொள்ளைப் பொருளில் பங்கு பெற்றுவந்தார். எனக்குப் பாதுகாப்பு அளிக்கிறேன் என்று வரி பெற்று வந்தார். ஆனால் இறுதியில் என் அப்பாவை மரணத்தில் கொண்டு போய்ச் சேர்த்தார். எனது வீட்டைச் சூறையாடினார். நான் தனித்து விடப்பட்டிருக்கிறேன். எனக்கு எந்தப் பிடிமானமும் இல்லை. எனது மகளும் யாரோ ஒரு அந்நியனுடன் இருக்கிறாள். இன்னும் அடுத்த சில வருடங்களில் அவளும்கூட என்னை மறந்துவிடுவாள். மிகவும் உண்மையாகச் சொல்கிறேன். நான் தனியன்.

நான் ராஜதர்பாரில் நிற்கிறேன். எனக்கு யாரும் நண்பர்களே இல்லை. என்னைச் சூழ்ந்து நிற்பவர்கள் யாரும் எனக்கு நண்பர்கள் இல்லை. ஆனால் இங்கிருப்பவர்களில் பலரும் ஏதோவொரு வகையில் எனது ரொட்டியைத் தின்றவர்கள்தான். ராஜாவின் மரியாதை எனக்குக் கிடைத்தபோது பலரும் என்

எதிரில் பணிந்து தொழுதவர்கள்தான். ஆனால் இப்போது எனக்காகப் பரிந்து பேசுவோர் யாருமில்லை. எனது அவமானங் களுக்காகத் துக்கப்படுவோர் யாருமே இல்லை.

ராஜா பேசினார்: "அமீர் அலி நான் உன்மீது மிகுந்த நம்பிக்கை வைத்திருந்தேன். நீ மிகவும் கண்ணியமானவன் (தனது பேச்சில் என்ன அழகாகப் பொய்யைக் கலக்கிறான்) நல்ல பணக்கார வியாபாரி என்று நினைத்திருந்தேன். ஆனால் நீ என்னை இறுதியில் ஏமாற்றிவிட்டாயே. என்னை மட்டுமல்ல என்னைப்போல ஆயிரக்கணக்கான மக்களையும் ஏமாற்றி இருக்கிறாய். நீ ஒரு கொள்ளைக்காரன், கொலைகாரன். இன்னமும் உன்மீது கொண்டுள்ள அன்பின் காரணத்தால் நான் தயங்குகிறேன். நான் உனக்கு மரணதண்டனை அளிக்கப் போவதில்லை. கொடிய வில்லன்களை அழிப்பதுதான் நீதிக்கு நியாயமாக இருக்கும். இந்த உலகத்தில் பிறக்கிற நல்லவன் ஒருவன் உலகத்திற்கு ஆபரணத்தைப் போன்றவன். அவனே கெட்டுப்போனால் அவன் தலை நூற்றுக்கணக்கானவர்களின் ரத்ததைக் குடித்துவிடும். நான் உண்மையைத்தான் சொல் கிறேன். அதை நீ தெரிந்து கொள்ளவேண்டும் .அதனால் நான் உனக்கு மரண தண்டனை அளிக்கப் போவதில்லை. ஆனாலும் உன்னைப்பார்க்கிற எவருக்கும் ஒரு பாடமாக இருப்பதற்கான அடையாளம் ஒன்றை உனக்கு அளிக்கப் போகிறேன். அவனைக் கீழே படுக்க வைத்து முத்திரையைக் குத்துங்கள்" என்றார் ராஜா.

காவலர்கள் என்னை இழுத்துக் கீழே படுக்க வைத்தார்கள். எனக்கு நேர்ந்த அந்தக் கொடுமை வேறு யாருக்கும் நேரக் கூடாது சாகேப். பழுக்கக் காய்ச்சிய தாமிரத்துண்டு. அதைப் பார்த்ததும் துடித்துப்போனேன். தப்பிக்கப் போராடினேன். கைகளை விரித்துச் சிலரும், கால்களைச் சிலரும், தலை யைச் சிலரும் பிடித்துக்கொண்டார்கள். மேல் நெற்றியின் எலும்புவரை காய்ச்சிய தாமிரத்துண்டை அழுத்தி எடுத்தார் கள். அது என் மூளையிலேயே இழுத்துவிட்ட சூடுபோல இருந்தது. பின்னர் என்னை எழுப்பிவிட்டனர். உயிர் துடிக்கும் வலியும், எரிச்சலும் என்னால் தாங்க முடியவில்லை. அந்தக் காயத்தைப் பார்த்தால் இந்த உலகத்திற்குத் தெரியும் நானொரு திருடன் என்பது. அந்த அவமானமும் எரிச்சலும் வலியுடன் சேர்ந்துகொண்டது. அந்தச் சூட்டுத் தழும்பு சாகும்வரை என்னுடலில் இருக்கும். அது என்னைச் சமூகத்தில் இருந்து விலக்கி வைக்கும். சாகேப் அது ஒரு குடிக்க முடியாத கசப்பு மருந்து.

"அவனை விட்டு விடுங்கள். அவனைக் கொண்டுபோய்எனது பிரதேசத்தின் எல்லைக்கு அப்பால் விட்டுவிடுங்கள். பிறகு எனக்குக் குறிப்புகொடுங்கள்" என்றார் ராஜா.

பிறகு ராஜா என்னை நோக்கி பேச ஆரம்பித்தான். "அமீர் அலி நான் உன்னை உயிருடன் விட்டுவைக்கிறேன். இனி மேலாவது நல்லவிதமாக நடந்து கொள். என்ன நடந்தது என்பதை மனதில் வைத்து நேர்மையான மனிதனாக நடந்து கொள். இனி மேற்கொண்டு உன்னை ஜலோனிலோ வேறு கிராமத்திலோ பார்த்தால் அதற்கப்புறம் உன்னை யானையின் காலில் இருந்து காப்பாற்ற முடியாது" என்றார்.

அவர் ஆசனத்தை விட்டு எழுந்து தர்பாரை விட்டுச்சென்று விட்டார். இரண்டு நாட்களுக்குப்பின் அவரது எல்லைக்கு அப்பால் கொண்டுவந்து விடப்பட்டேன். எனக்கு இரண்டு ரூபாய் அளிக்கப்பட்டது. பரந்துவிரிந்த கொடுமையான உலகம் என்எதிரில் நிற்கிறது. நான் காவலர்களை விட்டு விரைந்தேன். இன்னும் எரிச்சலைத்தரும் காயத்தின்மீது தலையோடு தலைப் பாகையைக் கட்டிக் கொண்டேன். எனவே அந்த அவமானச்சின்னத்தை இப்போது யாரும் பார்க்க முடியாது. எனக்கு எதிரில் சென்ற சாலையைப் பிடித்தேன். எதைப் பற்றிய உணர்வும் என்னைத் தாக்காமல் இருக்க விரும்பினேன். வலியுடன் இரவில் நடந்தேன். சிறிது தூரத்தில் கிராமத்தின் வெளிச்சம் தெரிந்தது. அத்திசையை நோக்கி நடைபோட்டேன். என்கையில் இருந்த நாணயத்தை சில்லரையாக மாற்றிக்கொண்டேன். ஒரு சாப்பாட்டுக்கடை முன் உட்கார்ந்து என் பசியைப் போக்கிக்கொண்டேன். அங்கேயே படுத்துத் தூங்கிவிட்டேன். எழுந்து பார்த்தபோது கொஞ்சம் புத்துணர்ச்சியாக இருந்தது. நான் பக்கத்தில் இருந்த நகரத்தை நோக்கி நடைபோட்டேன். இரவில் எடுத்தி ருந்த ஓய்வு எனக்குள் வேகத்தைத் தூண்டியிருந்தது. பயம் லேசாக விட்டதுபோல் இருந்தது. எது என் தலையில் எழுதப்பட்டு இருந்ததோ அது கடந்துவிட்டது. நான் நடந்து கொண்டிருக்கும்போது என் வலது கைப்பக்கம் ஆண் கழுதை ஒன்று கடந்து சென்றது. எனக்கு நல்ல சகுனம் காட்டப் பட்டதாக உணர்ந்தேன். "என் மகத்தான அன்னை பவானி நல்ல வழிகாட்டிவிட்டாய்" என்று உரத்துக் கூவினேன். "எனது சேவையை உனக்கு அர்ப்பணிக்க இதோ தயாராகி விட்டேன்." எனக்கு எதிரான பாவங்களைக் கழுவிவிட்டேன். எச்சரிக்கைத் தரும் சகுனங்களைத் தவிர்ப்பதில்லை என்று

உறுதி பூண்டேன். விதியின் விளையாட்டைத் தவிர்க்கமுடியாது என்று உறுதியான இதயத்துடன் சொல்லிக்கொண்டேன். "நான் தண்டிக்கப்பட்டு இருக்கிறேன். எனக்கு நல்ல அனுபவம் கிடைத்திருக்கிறது. ஆனாலும் பக்தனைப் பவானி கைவிட்டு விடவில்லை. அமீர் அலிக்கு ஒரு சிறிய வாழ்க்கையை வழங்கி இருக்கிறாய். அதனால் அவன் உனக்குத் தன்னையே அர்ப்பணிக்கிறான். மகத்தான தேவதையே உனக்கு புலாவும் தவ்பானியும் படையல் செய்கிறேன். எனக்குச் சாதகமான சகுனம் காட்டப்பட்டு விட்டது. ஆகையால் என்னை மீண்டும் ஒரு தக்காக அர்ப்பணித்துக்கொண்டேன்."

நான், "ஆக அமீர் அலி சகுனத்தைச் சரியாக பின்பற்றாமல் போனது தான் உனக்கும் உன்அப்பாவிற்கும் நேர்ந்த துரதிர்ஷ்டத்திற்குக் காரணம் இல்லையா? என்றுக் கேட்டேன்."

"உறுதியாக சாகேப். நான் முன்னரே சொன்னதுபோல அந்த நம்பிக்கையில் உறுதியுடன் இருக்கிறேன். ஆனால் இப்போது முன்புபோல் இல்லை. உண்மையான சகுனத்தைப் பின்பற்றாமல் இருக்கமுடியுமா? நான் அதற்கு எப்போதும் மரியாதை செய்வேன். நான் பெருங்குற்றம் புரிவதற்கு என் மனதில் கடப்பாடு வேர் விட்டிருக்கிறதா? இல்லை இல்லை. சகுனங்கள் அப்படி இருக்க முடியாது. நானதை மீறவும் முடியாது. ஒரு சம்பவம் நிகழ்வதற்கான காரணங்கள் எல்லாம் எனக்குத் தெரியாது. அல்லது ஒரு குழு பவானியின் விருப்பத்திற்கு மாறாக ஒரு ஆளை அழிக்கமுடியும் என்று நான் நினைக்கவில்லை. குழுவில் உள்ள அனைவரும் அவளது கோபத்தினால் ஏற்படும் தண்டனைக்கு உள்ளாவதில்லை. துரதிர்ஷ்டம் சிறைத்தண்டனை அல்லது மரணம் எல்லோருக்கும் தானாக நிகழ்வதில்லை. உங்களுக்குத் தெரிந்த எந்த தக்கியைக் கேட்டாலும் இப்படித்தான் சொல்லுவான். அதற்குப் பிறகு எனக்குச் சகுனங்கள்மீது சந்தேகம் வந்ததே இல்லை. நான் தப்பித்துக்கொள்ள பெரும் பரிசுகள் என்னை அனுமதித்தன. நான் பயந்ததற்கான காரணம் என் கடமை அத்துடன் முற்றுப் பெறுவதில்லை."

"நல்லது சாகேப் என்னைத்தொடர அனுமதியுங்கள். நான் மேலும் சொல்லிக்கொண்டு போகிறேன். நான் மீண்டும் எனது சுருக்குக் கைக்குட்டையுடன் என்னை ஐக்கியப்படுத்திக் கொண்டேன். அது என் இடுப்பைவிட்டு அகலவில்லை. பழைய மதிப்புமிகுந்த நண்பனை ஆரத் தழுவிக்கொண்டேன்.

எனக்குப் பொருத்தமான சகுனம் அமையவில்லையென்றால் நான் ஒரேயொரு பயணியிடம்கூட வெற்றிபெற முடியாது. அவன் தலையில் விதியைச் சுமந்து கொண்டிருந்தால் எனக்குச் சாதகமாக அமையும்.

இப்போது என்னிடம் ஒருரூபாயும் சில காசுகளும்இருந்தன. என்னுடைய உடையும் என்னைப் போலவே நைந்து போயிருந்தன. நான் சாகசங்களில் மறுபடி இறங்க வேண்டும் என்றால் நல்ல உடை வாங்கவேண்டும். நான் மற்ற தக்கிகளுடன் இணைந்து சாகசத்தில் இறங்கமுடியும். தக்கிகளுக்குத் தலைமை தாங்கும் நம்பிக்கையும் எனக்கு இருக்கிறது.

நான் நீண்ட தூரம் நடந்து போய்க் கொண்டிருந்தேன். யாரும் தனியாக எதிர்ப்படவில்லை. மாலை நெருங்கியபோது என்மீது சூரியவெப்பம் ஏறியிருந்தது. சாலையின் ஓரத்தில் மரத்திற்குக் கீழே படுத்தேன். பக்கத்தில் கிணறு இருந்தது, கை கால் சுத்தம் செய்து தொழுதேன். என் பாதையில் குறுக்கிடும் வாய்ப்பிற்காகக் காத்திருந்தேன். நீண்டநேரமாக நான் அங்கேயே உட்கார்ந்திருந்தேன். ஆனால் ஒருவரும் என்னைக்கடந்து போகவில்லை. மிகவும் சோர்ந்து போய் தூங்கிவிட்டேன். யாரோ என்னைத் தொட்டு எழுப்பினார்கள். கண் விழித்துப் பார்த்தேன். நடுத்தர வயதுடைய முஸல்மான் என்னை உற்றுப் பார்த்துக் கொண்டிருந்தார். நான் சட்டென்று எழுந்தேன். அன்புடன் சலாம் வைத்தேன். அவரும் அதே கனிவுடன்பதில் வணக்கம்வைத்தார். நல்லவேளையாக தலையில் முண்டாசு இருந்தது. மேல் நெற்றியில் இருந்த அடையாளம் வெளித்தெரியாமல் இருந்தது. அவரும் என்னைப்போல பயணியாகஇருக்க வேண்டும். என் பக்கத்தில் அமர்ந்தார். இருவரும் பேச்சில் இறங்கினோம். வழக்கமான விசாரிப்புகள் முடிந்து சற்று நேரத்தில் அவர் தனது தோளில் இருந்து பையை எடுத்தார். அதை அவிழ்த்து அதிலிருந்து ரொட்டித் துண்டுகளும், மாங்காய் ஊறுகாயும் எடுத்து வைத்தார். சிறிதுநேரம் கையில் வைத்துப் பார்த்துக் கொண்டிருந்தவருக்கு தான் மட்டும் சாப்பிடுவது நியாயமாகப்படவில்லை போலும் என்னையும் உடன் இணைந்துகொள்ளச் சொன்னார். காலையில் இருந்து பட்டினி கிடக்கும் எனக்கு அவரது உணவிற்கான அழைப்பு சந்தோஷத்தை அளித்தது. சாப்பிட்டு முடித்ததும், "மீர் சாகேப், இந்தப் பாதையில் இன்னும் நீண்ட தூரத்திற்கு தண்ணீர் தட்டுப்படாது. எனது தோள்பையையும் துணிகளையும் பார்த்துக்கொள்ள முடியுமானால் நான் இந்தக் கிணற்றில் குளித்து விடுவேன்" என்றார்.

“கண்டிப்பாக நான் பார்த்துக் கொள்கிறேன். நீங்கள் குளியுங்கள்” என்று கூறினேன். ஆனால் சீக்கிரமாக வர வேண்டும் நான் அவசரத்தில் இருக்கிறேன் என்று சொன்னேன். பையிலிருந்த ஒரு லோட்டாவை எடுத்துக்கொண்டு விரைந்தார். கிணற்று படிகளில் இறங்கி தண்ணீர் மொண்டு ஊற்றும் சத்தம் கேட்டது.

இதுதான் எனக்குரிய நேரம் என்று கருதினேன். அந்த ஆள் தற்காப்பில்லாமல் இருக்கிறார். ஒரு நிமிடம் பிரார்த்தித்துவிட்டு எனது வேலையைத் தொடர கைக்குட்டையை உருவினேன்.

அவர் வந்து உடை மாற்றத் துவங்கினார். நான் அந்தஆளை நெருங்கினேன். உடைமாற்றி எல்லாவற்றையும் எடுத்து பையில் வைத்து தோளில் போடும்வரைக் காத்திருந்தேன். இதுதான் எனக்கு நல்ல சமயம். கனமான பையை தோளில் வைப்பதற்கு உதவுவதுபோல் பின்னால் போனேன். அவர் என்னைத் திரும்பிப் பார்த்து என் உதவியை ஏற்றுக்கொண்டார். நான் என் வேலையைத் துவங்கிவிட்டேன். கைக்குட்டை அவரது கழுத்தில் இருந்தது. சில நொடிகளில் சரிந்து என்பாதத்தில் விழுந்தார். நான் வீணடிக்க நேரம் இல்லை. அவசரமாக இடுப்பில் இருந்த பட்டையை அவிழ்த்தேன். அதில் பணம் இருக்கும்போல் இருந்தது. உடலை இழுத்துக்கொண்டு கிணற்றின் முனைக்குக்கொண்டு போனேன். தூக்கிக் கிணற்றினுள் எறிந்தேன். அவரது துணிமணிகளையும், லோட்டாவையும் அங்கேயே விட்டு விட்டு, அவரது வாளையும் கேடயத்தையும் எடுத்துக்கொண்டேன். முதலில் வாளை இடுப்பில்செறுகினேன். எத்தனை வேகமாக முடியுமோ அத்தனை வேகமாக எனது வழியில் முன்னேறினேன். அந்த ஆள் கொல்லப்பட்டதாக யாரும் நினைக்க முடியாது. துணிகள் கிணற்று மேட்டில் இருக்கிறது. தண்ணீரில் தவறி விழுந்து இறந்திருக்கலாம் என்றுதான் நினைப்பார்கள். எனது வெற்றியை அசை போட்டபடி சாலையில் சந்தோஷமாகப் போய்க் கொண்டிருந்தேன். எனது பயணப்பாதை தடைபட்டது. தூரத்தில் வெள்ளைக் கோபுரம் தெரிந்தது. மரங்களுக்கு இடையில் ஒரு கிராமம் தெரிந்தது. எனது பயண திசையைத் திருப்பி கிராமத்திற்குச் சென்று சிறிது வெல்லம் வாங்கி பவானிக்குப் படையல் செய்துவிட்டு நான் தவ்பானி எடுக்கவேண்டும். ஒரு தக்கின் கடமையை பொறுப்புடன் நிறைவேற்ற வேண்டும். நான் இடுப்புப் பட்டையைத் திறந்து பார்த்தேன். எனக்கு வளமான எதிர் காலம்தான் வழங்கப்பட்டிருந்தது.

"நீ ஒரு பெரிய துரதிர்ஷ்டத்தைச் சந்தித்து வந்த பின்னர் உன்மீது மிகவும் அன்பு காட்டிய நபர். அவருடைய ரொட்டியையும் உப்பையும் நீ தின்றுவிட்டு அவரையே கொன்று போட்டிருக்கிறாயே? உண்மையாகவே நீ ஒரு கொடிய வில்லன் தான். தக் என்ற வகையில் இதற்குரிய கைமாற்றை நீ பெற்றாக வேண்டும்."

"ஆனால் நான் என்ன செய்திருக்க முடியும் சாகேப்? நான் அவனைக் கொன்றே தீரவேண்டும் என்ற வெறியொன்றும் இல்லை. சகுனம் கூடி வந்தபின்னர் சந்தித்த முதல் பயணி அவன். ஏதாவது ஒரு வகையில் ஊனமுற்றிருந்தால் நான் அவனைக் கொல்லமுடியாது. மற்றபடி எனக்குக் கிடைத்த பனீஞ்சை நான் தவற விடக்கூடாது. இறக்க வேண்டும் என்பது அவனது விதி. நான் மரத்திற்குக் கீழ் படுத்துத் தூங்கியிருக்கக் கூடாது. சாலையில் சந்தித்திருந்தால் ஒருவேளை கொல்லாமல் விட்டிருக்கலாம். என்கையில் ஆயுதம் இல்லாததால்கொல்லத் தயங்கினேன். அவனைக் கொல்லவில்லை என்றால் இனி எப்போதும் எனக்கு ஆயுதம் கிடைத்திருக்காது. நான் சொன்னது போல அவன் இடுப்புவாரில் பத்தொன்பது ரூபாய் எடுத்தேன். பையில் ஒரு மூக்கு வளையம் இரண்டு விரல் மோதிரங்கள் எல்லாம் சேர்த்து குறைந்தது நாற்பது ரூபாய் இருக்கும். உல் ஹமித் உல் இல்லா. உண்மையில் அரிய வாய்ப்புதான். இது எனது மூன்று மாத செலவிற்குப் போதுமானது. இதை வைத்துக் கொண்டு புதிய உடைகள் வாங்கலாம். இந்த நேரத்தில் மிகவும் கஷ்டமானதுதான் என்றாலும் சில நண்பர்களைப் பிடித்தாக வேண்டும்.

கிராமத்திற்குப் அருகில் எங்காவது மாமரம், புளியமரத்திற்குக் கீழ் தக்கிகள் தென்படுகிறார்களா என்று தேடினேன். நான் தேடியபடியே தூரத்தில் அடுப்பெரித்த சாம்பல் தடயங்கள் தெரிந்தன. தக்கிகளுக்குரிய விசேச அடையாளங்கள் தென் பட்டது. மழையில் பாதி சாம்பல் கரைந்து ஓடியிருப்பதைப் பார்த்தால் சமீப தினத்தில் தான் யாராவது வந்து போயிருக்க வேண்டும். அங்கங்கே உள்ள மற்ற சில தடயங்களை வைத்துப் பார்க்கும்போது அவ்வளவாக அனுபவமற்ற தக்கிகள்போல் தெரிகிறது. அவர்கள் போனதாகத் தோன்றிய திசையில் பயணித்தேன்.

அடுத்தநாளெல்லாம் நடந்துஜமுனா நதிக்கரையை அடைந்து கால் பீ என்ற வேறொரு ஊரை அடைந்தேன். அங்குள்ள

கடைவீதியில் ஒரு தாம்பூலக் கடையில் இளைப்பாறினேன். அருகில் சிலர் நின்று பேசிக்கொண்டிருந்தார்கள். அவர்கள் பேச்சைக் கொஞ்சநேரம் கவனித்த நான். அவர்கள் சுத்துர்பூர் செல்ல இருப்பதாகத் தெரிந்துகொண்டேன்.சுத்துர்பூர் ஓ... என் நினைவுகள் பின்னோக்கி ஓடின. அங்கே ஒரு ஆந்தையாய் வாழ்ந்தேனே! நிச்சயம் அங்கு தக்கிகள் இருக்கவேண்டும். ஏனோ நான் மறந்துவிட்டேன். அதனால் முடிந்தால்உடனடி யாக அவர்களுடன் சேர்ந்து கொள்வது என்று தீர்மானித்து விட்டேன். காலியாயிருந்த ஒரு பனியாவின் கடையில் அவர் கள் தங்கி இருப்பதைப் பார்த்தேன். அங்கே நான்கு மட்டக் குதிரைகளும், சில மாட்டு வண்டிகளும் இருந்தன. எந்த சம்பிர தாயங்களுமின்றி நேரடியாக அவர்களுடன் உரையாடலில் இறங்கிவிட்டேன். அவர்கள் போகிற நகரத்திற்குத்தான்நானும் போவதாகவும். எனக்கு வழி தெரியாது அவர்கள் அனு மதித் தால் உடன் சேர்ந்து செல்ல விரும்புவதாகவும் கூறினேன். “நான் தனியாள், எனவே திருடர்கள் பயம் இருக்கிறது உடன் வர இணங்கினால் மிகவும் சந்தோஷமாக இருக்கும் என்று சொன்னேன்.”

“நீ தனியாக இருப்பதால் எங்களுடன் வரலாம், உன்னை வரவேற்கிறோம்” என்று நான் பேச்சுக் கொடுத்த ஆள் பதில் கூறினான். “சுத்துர்பூருக்கு நேரடிச் சாலை இல்லையாதலால் நாங்கள் பாண்டா போய் அங்கிருந்து போக இருக்கிறோம். எங்கள் வியாபார நிமித்தமாக எங்களுக்கு அங்கே ஓரிருநாட்கள் தாமதமாகலாம். அதனால் உனக்கு ஒன்றும் பாதகம் இல் லையே என்ற அவன். நாங்கள் அப்பாவி வியாபாரிகள், உன் னைப் பார்த்தால் ராணுவ வீரனைப்போல் தெரிகிறது. நீ எங்களுக்குப் பாதுகாப்புக் கொடுத்தால் உதவியாக இருக்கும்” என்றும் என்னிடம் வேண்டினான்.

“எனக்கும் அது விருப்பம்தான் அய்யா. நான் உங்களுக்கான சேவையைச் சிறப்பாகச் செய்கிறேன். பாண்டாவரை உங்களு டன் வருகிறேன்” என்று சம்மதம் தெரிவித்தேன்.

“நாங்கள் சீக்கிரமாகவே கிளம்ப இருப்பதால் நீ எங்கும் போக வேண்டாம். எங்களுடனே இருப்பது நல்லது. நீ விரும்பி னால் விரிப்பை இங்கேயே விரித்துப் படுத்துக் கொள்ளலாம்” என்றார்கள்.

பாண்டா என்றால் நிறைய தக்கிகள் இருக்கும் இடமாயிற்றே என்று நினைத்துக் கொண்டேன். எந்த வகையிலும் எனக்குப்

பயனுள்ளதாகத்தான் அமையும். பாண்டாவில் என்னால் சில தக்கிகளுடன் இணைந்து கொள்ளமுடியும். அப்படி அமைந்தால் அதற்கு ஏற்றாற்போல் மாற்றிக் கொள்ளலாம் என்று மனம் திட்டமிட்டது.

“நெடிய பயணத்தில் சில நாட்களில் நாம் பாண்டாபோய்ச் சேர்ந்துவிடுவோம். அங்கே நாங்கள் நான்கு நாட்கள் தங்க வேண்டிவரும்” என்று எனக்குச் சொல்லப்பட்டது. அது நான் தக்கிகளைத் தேடுவதற்குப் போதுமான நேரம்தான். அங்கே சிலர் தங்கி இருந்தால் வசதியாக இருக்கும். இல்லை என்றால் எனக்கு ஏமாற்றம்தான் மிஞ்சும். நாங்கள் அங்கு போய்ச் சேர்ந்ததும் அன்று மாலையிலேயே நகரத்தைச் சுற்றிப் பார்த்தபோது, கணேசா கும்பலில் முன்னர் இருந்த ஹூர்மத்தைப் சந்தித்தேன். அவனால் என்னை அடையாளம் காண முடியவில்லை. எங்கள் குழுவின் சங்கேதச் சொல்லைச் சொன்னதும் புரிந்து கொண்டான். என் கதையை அவனிடம் விவரித்த பின் அவனுடன் என்னை வீட்டிற்கு அழைத்துக் கொண்டு போனான். என்னுடைய சாகசங்களையும் எனக்கு நேர்ந்த துயரங்களையும் நீண்ட நேரமாகச் சொல்லி முடித்ததும், அடுத்து கணேசாவுடனான அவனுடைய தொடர்பு குறித்து நான் கேட்டேன். அவன் கதையோ என்னைத் துயரத்தில் ஆழ்த்தி விட்டது. ஹூர்மத்தின் கூட்டாளிகள் அனைவரும் அவனை விட்டு விலகிய நிலையில் சௌகோருக்கு அருகில் உள்ள நாக்பூருக்கும் சௌகோருக்கும் இடைப்பட்ட காட்டுப் பகுதியில் ஒன்றிரண்டு ஆட்களை வைத்துக்கொண்டுகொள்ளை யில் ஈடுபடுவதாகக்கூறினான். எனது அடுத்த கேள்வி உடனடித் திட்டம் என்ன என்பதுதான். அவன் என் திட்டத்தை கேட்ட தும் நான் சில வணிகர்களுடன் தனியாகப் பயணம் செய்து கொண்டிருப்பதாகவும் சமயம் கிடைக்கும்போது அவர்களை அழிக்கத் திட்டமிடலாம் என்று கூறினேன்.

உடனே அவன் “இங்க பாரு மீர்சாகேப் நான் சொல்வதை நீ நம்ப வேண்டும். அக்கம் பக்க ஊர்களிலிருந்து என்னால் பதினைந்து தக்கிகளைத் திரட்டமுடியும். இதுவரை என்னை யாரும் சந்தேகப்பட்டது கிடையாது. ஆனால் இந்தப் பிரதேசம் மிகவும் உஷ்ணமாகிக் கொண்டு வருகிறது. அதனால் கோடை காலம் முடிந்த பின்னரே வேலையில் இறங்க வேண்டும் அல்லது தக்கி தொழிலையே விட்டுவிட வேண்டும். இப்போதெல்லாம் ஆள் கிடைப்பதே கஷ்டமாகிக் கொண்டு வருகிறது.

ஒரு முறை கூர் தின்றதற்குப் பின்னர் தக்கித் தொழிலை செய்யாமல் விட்டுவிட உன்னால் முடியுமா? யோசித்துப்பார். பலரும் விட்டுப் போய்க் கொண்டிருக்கிறார்கள். மற்ற பலரும் விட்டுவிடுகிற யோசனையில் இருக்கிறார்கள். நாம் தொழிலை தொடரலாம் என்றால் மழைக்காலம் ஆரம்பிக்கும் போது நாம் இங்கிருந்து கிளம்புவது நல்லது. விதி எந்தப் பக்கம் இழுக்கிறதோ அந்தப் பக்கம் போக வேண்டியதுதான்" என்று முடித்தான்.

அடுத்த நாள் பயணத்திற்காக அன்று மாலைக்குள் தக்கி களைக் கூட்டுவதாக ஹுர்மத் உறுதி கூறினான். பின் நாங்கள் இருவரும் பிரிந்தோம்.

குறித்த நேரத்தில் வந்து சேர்ந்தார்கள். அந்தக் கும்பலுக்குத் தலைவர் தேவைப்பட்டது. நானோ சமீபத்திய நிகழ்வால் தயக்கம் காட்டினேன். ஆனால் வேறு யாரும் முன் வராததால் என்னைப் பின்தொடர்வதென்று கைக்கோடாரியால் சத்தியம் செய்தார்கள். ஹுர்மத் குழுவின் ஆட்கள் ஒவ்வொருவரைப் பற்றியும் அவர்களது தனித்திறமையை எடுத்துச் சொன்னான். எனக்குத் திருப்திகரமாக இருந்தது.

எங்கள் திட்டம் உருவாக்கப்பட்டது. அவர்களுக்குத் தெரிந்த கிராமத்தை இரண்டு நடை பயணத்தில் சென்றடைந்து நான் வணிகர்களுடன் அங்கு வரும்வரை காத்திருப்பார்கள். கிராமத்திற்குப் பக்கத்தில் புதைப்பதற்கு வசதியான இடம் மற்றும் எல்லாவற்றையும் தயார் நிலையில் வைத்திருப்பார்கள் என்பதே திட்டம்.

அனைத்து ஏற்பாடுகளும் முடிந்தன. அடுத்த நாள் காலையில் (அடுத்த நாள் திங்கள் கிழமை அதிர்ஷ்டமான நாள்) சகுனம் பார்க்கப்பட்டது. எல்லாம் சரியாக இருந்தது. ஒரு குழுவை துவக்குவதற்கான முறையான சடங்கு என்னவோ அது செய்யப்பட்டு சகுனம் சரியாக அமைந்து விட்டதாக கூறப்பட்டது. அன்று மாலை எனது புதிய நண்பர்கள் தங்களது குடும்பத்தை விட்டுக் கிளம்பி விட்டார்கள். எல்லோரும் இணைந்து சாலையில் இறங்கினோம்.

47

பிள்ளைக்குத் தெரியாமல் தந்தை தந்த சீதனம்

எந்த இடத்தில் வைத்து வணிகர்களின் கழுத்தை நெறிப்பது என்று திட்டமிட்டிருந்தேமோ அந்த இடத்தில் வேலையை முடித்தோம். அவர்களையும் வண்டியோட்டிகளையும் சேர்த் தால் மொத்தம் ஒன்பதுபேர். ஆனால் தக்கிகளோ பதினேழு பேர்கள். ஆனாலும் நம்பிக்கையிழக்காமல் முடித்தோம். எங்க ளின் அடுத்த பயணம் ஜலோனை நோக்கி இருந்தது. ஆனாலும் என் குடும்ப பணிகளை நீண்டநாட்கள் தாமதிக்க முடியாது. தீர்மானித்தபடி எனது திட்டத்தைத் தொடரவேண்டும். நான் மறைத்து வைத்துள்ள செல்வத்தை எனது மகளைக் கவனித்து வருகிற முல்லாவிடம் சென்று தரவேண்டும்.

ஹுர்மத் என்னுடன் வருவதாகத் தானாகவே முன்வந்து கூறினான். அதனால் எங்கள் கும்பலை சரியான வழியில் ஜமுனா நதியோரம் உள்ள கல்பீக்கு அனுப்பிவிட்டு நாங்கள் மீண்டும் அங்கே வரும்வரை காத்திருக்கச் சொன்னோம். நானும் நண்பனும் ஜலோன் நோக்கி விரைந்தோம்.

ஒரு வகையில் பார்த்தால் இது ஆபத்தான திட்டம்தான். நாங்கள் சேரும் இடத்தில் நான் கண்டுபிடிக்கப்பட்டால்எனக்கு மரணம் நிச்சயம். நாங்கள் எங்களை சாதுக்களைபோல வேட மிட்டுக் கொண்டோம். எங்கள் உடலெங்கும் சாம்பலைப் பூசிக்கொண்டு தலையில் சேற்றை அப்பிக்கொண்டோம். இடுப்பில் சுரைக் குடுக்கைகளைக் கட்டித் தொங்கவிட்டுக் கொண்டோம். இந்தக் கோலத்துடன் நகரத்தில் நுழைந் தோம். எந்த நகரத்தில் பல வருடங்களைச் சந்தோஷமாகக்

கழித்தேனோ அந்த நகரத்தில் மாறுவேடத்தில் நுழைந்தோம். இதே நகரத்தில்தான் பழைய வளமைகள் அழிபட்டபின்னர் மீண்டும் தக்கியாகத் தொடர்வது முடியாது என்ற கட்டத் திற்குத் தள்ளப்பட்டிருந்தேன். புதிய வாழ்க்கைக்கானதீர்மா னங்களுடன் மீண்டும் தக்கியாக மாறு வேடத்தில் நுழைந்திருக் கிறேன். உணர்வுகள் ததும்ப நான் வசித்த வீட்டைக் கடந்து போய்க்கொண்டிருக்கிறேன். அந்த வீட்டை வேறு யாரோ எடுத்துக் கொண்டிருக்கிறார்கள். ஆனால் அதில் எனக்கு வருத்தமில்லை. என் மனதில் புத்துணர்ச்சி பொங்க புதிய தீர்மா னத்துடன் இறங்கிவிட்டேன். நானும் எனது நண்பனும் நகரத்தின் நுழைவாயிலுக்கு வெளியே கிணற்றுக்குப் பக்கத்தில் ஒருநாள் முழுதும் தங்கி இருந்தோம். இங்கிருந்து சிறிது தூரத்தில் தான் நான் பொக்கிஷத்தை பதுக்கி வைத்துள்ள இடம் இருக்கிறது. என்னை வெளிக்காட்டாமல் இருப்பதற்காகப் புனைந்துள்ள மாறுவேடத்தைச் சரியாகத்தான் தேர்வு செய்திருக்கிறோம். சில இந்துக்கள் மிகுந்த ஆவலுடன் எங்களை வந்து பார்த்துப் போனார்கள். சிலர் காணிக்கைகூட செலுத்தினார்கள். நான் மவுன விரதத்தில் இருப்பதாகக்கூறி நண்பனே அவர்களது கேள்விகளுக்கெல்லாம் பதிலளித்துக் கொண்டிருந்தான். அவர் கள் எல்லாம் எங்களிடமிருந்து களைந்து சென்ற பின்னர் நாங் கள் எங்கள் திட்டத்தைத் தொடர்ந்தோம்.

மாலைப்பொழுது நெருங்கியதும் நான் மரங்கள் ஊடாகப் பதுங்கி என் புதையலை பதுக்கி வைத்துள்ள இடம் நோக்கிச் சென்றேன். அது ஒரு வறண்ட இடுகாட்டிற்குப் பக்கத்தில் இருக்கிறது. இப்போது அந்த இடத்தில் சீத்தாப்பழச் செடிகளும் புதர்களும் மண்டிக்கிடக்கின்றன. அடுத்தடுத்த மழையில்புற்களும் வளர்ந்து பரவியுள்ளன. ஒரு சமாதி மாடத்திற்கு அருகில் தான் அதைப் பதுக்கி வைத்திருக்கிறேன். அந்த இடத்தை நெருங்க நெருங்க மனது பதற்றத்தில் துடித்தது. நான் வைத்த பொருள் வைத்தபடியே இருக்கவேண்டும். இருக்குமா? அதுதான் என் மகளைப் பாதுகாக்கும். அது மட்டும் இருந்தால் அவள் அந்நியர்களைச் சார்ந்திருக்க வேண்டியதில்லை. மற்றவர் களின் தயவில் வாழவேண்டியதில்லை. மற்றவர்களைச்சார்ந்தி ருக்கும்போது ஏதாவது தொந்தரவுகள் ஏற்படலாம். அசந்தர்ப் பமாக தெருவிற்குக்கூட தள்ளப்படலாம். என்னுடன் வைத்துக் கொள்வதாக இருந்தால் ஒரு கொலைகாரனின் மக ளென்ற குற்றவுணர்வு அவளை நிம்மதியாக வாழவிடாது. எனவே நான் என் மகளை என்னுடைய பாதுகாப்பில் வைத்திருக்க முடியாது.

நான் அந்த சமாதி மாடத்தை அடைந்து குழியை மூடியிருக்கும் கல்லை அகற்ற முயன்றேன். என் நினைவில் இருந்து மறந்துவிடாதபடி அடையாளத்திற்காக கல்லை வைத்திருந்தேன். ஆனால் அந்தக் கல் இப்போது அகற்றுவதற்குக் கஷ்டமாக இருந்தது. ஒரு வழியாகப் புரட்டிப்போட்டேன். ஆகா.... ஆகா.... என் பொக்கிஷம் அப்படியே இருக்கிறது. வேகவேகமாக மண்ணைப் பறித்து மண் பாண்டத்தை எடுத்தேன். மேலே கட்டியிருந்த துணியை அவிழ்த்தேன். அந்தத் துணியைக் கீழே பரப்பி பாத்திரத்தில் இருப்பதை எல்லாம் கொட்டினேன். முப்பது தங்கக்காசுகள். நான்கு சின்னத் தங்கப் பாளங்கள். இரண்டு முத்து மாலைகள், சில நகைகள், சின்னத் துணியில் கட்டிய நகைக்கற்கள். அதில் ஒரு வைரக்கல் இருந்தது. மிகவும் அழகுடன் ஜொலிக்கக்கூடியது. இந்த நகைகள் அப்படியே இருக்கட்டும், பின்னால் பயன்படும். இவை எப்போதும் மதிப்பு உடையதாக கருதப்படுபவை. என்னெதிரில் இருப்பவை எல்லாம் எப்போதும் நல்ல விலை பெறக்கூடியவை. எனது தொழிலைத் தொடங்குவதற்குப் போதிய இருப்பு வைத்திருக்கிறேன். விலைக் கூடுதலான பொருள்களைப் போட்டு பாத்திரத்தை மூடினேன். அதன் மதிப்பு எப்படிப் பார்த்தாலும் ஆயிரத்திற்குக் குறையாது. என் மனதின் பாரம் குறைந்துவிட்டது. எனது பொக்கிஷம் பத்திரமாக இருக்கிறது. அது இருக்கிறது என்ற உத்திரவாதம் கிடைத்தால், அது என் மகளுக்கு நல்ல வாழ்க்கை கிடைக்கும் என்று பொருள். எனது கூட்டாளியிடம் வந்தேன். நான் நல்லபடியாக வந்து சேர்ந்ததற்காக சந்தோஷப்பட்டான்.

அந்தி சாயும்வரை நான் நகரத்தினுள் இறங்கவில்லை. இருட்டி வெகுநேரம் வரைக்கும் நகரத்தின் நுழைவாயில் திறந்திருக்கும் என்பது எனக்குத் தெரியும். நான் கண்டு பிடிக்கப் படாதிருக்க எச்சரிக்கையுடன் போகவேண்டும். விரைவில் முல்லாவின் வீட்டை அடைந்தேன். வேஷம் போட்டுக்கொண்டு ஹைதராபாத்தில் இருந்து வந்திருக்கும் மவ்லா அலி வீடு எங்கிருக்கிறது என்று கேட்பதற்குக் குரல் கம்மியது. அதிர்ஷ்டவசமாக முல்லா வீட்டுவராந்தாவில் உட்கார்ந்திருந்தார். திறந்திருந்த கதவு வழியாகப் பார்க்க முடிந்தது. நான் வேகமாக முன்னோக்கி நடந்தேன். எனக்கு நடுக்கம் ஏற்பட்டது. அவர் முன்னும் பின்னும் அசைந்தபடி குர்ரான் வாசிப்பில் ஈடுபட்டிருந்தார். அதனால் நான் அவரை நெருங்கியதை அவர் கவனிக்கவில்லை.

"என்ன இது சாது.... இறைவா காப்பாற்று! நீ என்ன பைத்தியமா என் நண்பா? இல்லையென்றால் இந்த முல்லாவின் வீட்டில் உனக்கென்ன வேலை? தெய்வீக சிந்தனையில் இருந்த போது அதைக் கலைத்து என்னை பயமுறுத்தி விட்டாயே."

"என்னை மன்னிக்கணும் முல்லாஜீ. உங்கள் எதிரில் நின்று பேசிக் கொண்டிருக்கும் இவன் மரண நெருக்கடியில் சிக்கி இருக்கிறான். நான் சொல்லும் சில வார்த்தைகளைக் கொஞ்சம் கவனிக்க வேண்டும் நீங்கள். என்னை உங்களுக்கு நன்றாகத் தெரியும். ஆனால் மாறுவேடத்தில் இருப்பதால் அடையாளம் காண முடியவில்லை."

"உன்னை எனக்குத் தெரியலையே நண்பா. உனக்கு நான் என்ன செய்யவேண்டும். ஒரு முஸல்மான் துறவியிடத்தில் ஒரு இந்துவிற்கு என்ன தேவை இருக்க முடியும். நீ இடம் மாறி வந்திருக்கிறாயோ என்று நினைக்கிறேன்."

"முல்லாஜீ இப்போது நான் பேசப்போகும் விஷயம் முற்றி லும் ரகசியம். அது வெளியில் தெரியாமல் பாதுகாக்க வேண் டும். என்னைப் பார்த்து பயப்படவேண்டாம். நான் ஒரு நல்ல நோக்கத்துடன்தான் வந்திருக்கிறேன். நீங்கள் நினைப்பதுபோல் நான் அச்சத்திற்குரிய ஆளில்லை. உங்களின் நம்பிக்கைக்கு நெருக்கமான ஆள். தயவு செய்து நம்புங்கள்."

ஆச்சர்யமாக இருக்கிறது, முற்றிலும் ஆச்சர்யமாக இருக் கிறது. (அந்த வயதான மனிதர் உட்கார்ந்த இடத்தை விட்டு எழுந்தார்). உன் மீது எனக்குச் சந்தேகம் இல்லை. இந்தவயதான முல்லாவிற்கு யாரும் தொந்தரவு தருவதற்கில்லை.. அப்படி இருக்கையில் "நீ ஏதோ ரகசியம் என்று சொல்கிறாயே! இரு.... வெளிக் கதவைச் சார்த்திவிட்டு வருகிறேன்" என்று சொல்லி சாத்திவிட்டு திரும்பி வந்தார்.

'முல்லா' என்றேன் நான். மீண்டும் உட்கார்ந்து ஆர்வமும், ஆச்சர்யமும் கலந்த கண்களால் என்னை உற்றுப் பார்த்தார். "முல்லாஜீ ஓ... உல்லீ... முகமத் இந்த நண்பனை தெரியலையா? என்றேன்."

"இந்தக் குரல் எனக்குப் பரிச்சயமான ஒன்றாக இருக்கிறது. ஆனால் முகத்தைப் பார்த்தால் அடையாளம் காண முடிய வில்லை. நீ யாராக இருக்கும்?" என்றார் முல்லா.

"என்னுடைய பெயரை ஜாலோனில் உச்சரிக்கவேமுடியாது. ஆனால் நாம் தனியாக இருப்பதால் சொல்கிறேன். அமீர் அலியை மறந்து விட்டீர்களா?"

காப்பாற்று... என்னிடமிருந்து தூர விலகி விரிப்பின் அடுத்த முனைக்கு நகர்ந்து சென்றார். "இறைவா... காப்பாற்று... அய்யோ இரக்கமற்ற மோசமான ஒருத்தனுக்கா இடம் கொடுத் துப் பேசிக்கொண்டிருக்கிறேன்?" என்றார் பீதியுடன்.

"நான் மோசமானவனாக இருக்கலாம் அமைதியாக கூறி னேன். நான் இரக்கமற்றவன் தான். ஆனால் உங்களுக்கு ஊறு செய்வதற்காக வரவில்லை. நான் மிகவும் நேசிக்கும்மனிதர் களில் நீங்களும் ஒருவர். ஏனென்றால் என் மகளை நீங்கள் பாதுகாத்து வருகிறீர்கள். அது குறித்து தான் நான் இப்போது பேச வந்திருக்கிறேன். என்னைப் பற்றியல்ல. அல்லாவின் பெயரால் சொல்லுங்கள் என்மகள் எப்படி இருக்கிறாள். என் மகள் நலமாக இருந்தால் நான் உங்களுக்காக கடவுளைப் பிரார்த்திப்பேன்" அவரது பதிலுக்காக மூச்சு வாங்கினேன். இன்னொரு துயரத்தையும் எதிர்கொள்ள என்னைத் தயார் படுத்திக் கொண்டேன்.

"இங்கு நீ வந்தது சுத்தப் பைத்தியக்காரத்தனம் அமீர் அலி. இங்கு நீ வந்திருப்பது கண்டு பிடிக்கப்பட்டால், உன் அப்பா வின் மரணகதிதான் உனக்கும் ஏற்படும்" என்றார்.

"எனக்குத் தெரியும். எல்லாமே எனக்குத் தெரியும். அதை யெல்லாம் எதிர் கொள்ளும் தைரியத்துடன்தான் வந்திருக்கி றேன். பெரும் நெருக்கடிக்கிடையில்தான் உங்களைப்பார்க்க வந்திருக்கிறேன். என்மகள் மீதான பாசத்தினால் வந்திருக் கிறேன். நான் யார் என்பதை எல்லாம் பார்க்காதீர்கள். என் மீது இரக்கம் காட்டி என் மகளைப் பற்றிக்கூறுங்கள்."

"துன்பத்தில் உழல்பவனே. ஒரு மனிதன் இழைக்கும் குற்றங்கள் அவன் பிறப்போடு பெற்று வந்த வெகுமதி. நான் உன்னுடைய கடந்தகாலத்தைப் பற்றிப் பேசப் போவதில்லை. உன் மகள் நன்றாக இருக்கிறாள். ஆனால் தாயையும் உன்னையும் இழந்த துயரம் அவளை வாட்டிக் கொண்டிருக்கிறது. அல்லாவின் கருணையால் அவளுக்கு நேர்ந்துள்ள அவமானங்களை அவள் அறியமாட்டாள்."

"இறைவனுக்கு நன்றி! யா... அல்லா நீ இன்னும்கூட என் மீது கருணை பொழிகிறாய். என் மகள் நன்றாக இருக்கிறாள். அதுவும் என்னை நினைத்துக் கொண்டிருக்கிறாள்."

"உண்மைதான் அமீர் அலி. அடிக்கடி உன்னைப்பற்றிப் பேசு கிறாள். ஆனால் நீ இறந்து விட்டதாக நாங்கள் அவளிடம் சொல்லி வைத்திருக்கிறோம். மீண்டும் பார்க்க முடியாத ஒரு வரைத்தான் அவளால் மறக்க முடியும்.

"நீங்கள் சரியாகத்தான் செய்திருக்கிறீர்கள் முல்லாஜீ. எதுவு மற்ற ஒரு குழந்தையைப் பாதுகாக்கும் உங்களுக்கு அல்லா பொருத்தமான வெகுமதியைத் தருவான். ஒரு நோக்கத்துடன் உங்களைப் பார்க்க வந்திருக்கிறேன். அதை உங்களிடம் சொல் வதற்கு முன் மறுக்கமாட்டீர்கள் என்ற உறுதியை நீங்கள் எனக்கு அளிக்கவேண்டும். என் மகளுக்காக நான் வைக்கும் ஒரே ஒரு கோரிக்கை. இதற்கப்புறம் நீங்கள் என் பெயரைக் கேட்கப்போவதும் இல்லை. என் முகத்தைப் பார்க்கப் போவதும் இல்லை."

"உனக்கு என்னால் எந்த உறுதியும் தர முடியாது அமீர் அலி. இதுவரை ஆயிரக்கணக்கான ஏமாற்று வேலைகளைச் செய்தவன் நீ. இந்த வயதான முல்லா உன் விளையாட்டிற்குச் சரிப்பட்டு வரமாட்டான்."

"அப்படியானல் கொஞ்சம் விவரமாக சொல்கிறேன். ரொம்ப வருசத்துக்கு முன் நான் புதைத்து வைத்த பொக்கிஷம் என் னிடம் இருக்கிறது. அதை இப்போது பார்த்தாலும் பத்திரமாக இருப்பது ஆச்சர்யம்தான். அதைக்கொண்டு நான் ஒன்றும் செய்யப்போவது இல்லை. அதை உங்களிடம் கொடுத்து விடுகிறேன். அதில் ஒரு பகுதி என் மகளின் திருமணத்திற்கும், இன்னொரு பகுதி அவளது பராமரிப்புச் செலவுகளுக்கும் நீங்கள் பயன்படுத்திக் கொள்ளுங்கள் என்றேன்."

உடனே அவர் "அது கொலைகள் செய்து கொள்ளையிட்ட பொருள். முல்லாவின் வீட்டினுள் அப்படிப்பட்ட பொருள்கள் வர அனுமதிக்கமாட்டேன். அதனுடன் சாபங்களும் சேர்ந்தி ருக்கும் அதை உன்னுடனே வைத்துக்கொள் அமீர் அலி. நான் தொடமாட்டேன். அல்லா உனக்கு அந்த செல்வத்தை உபயோகபடுத்தும் அருளைக் கொடுக்கட்டும். அதிலிருந்து நீ நல்லருளையும் இழந்துபோன கௌரவத்தையும் மீண்டும் பெறுவாய்" என்றார்.

"இல்லை இல்லை. அந்த பொக்கிஷம் என்னுடையது இல்லை. என் மனைவி திருமணமாகி வரும்போது தக்காணத்தில் இருந்து கொண்டு வந்தது. அதைத் பயன்படுத்தாமல் பதுக்கி வைத்திருந்தேன். அது நேர்மையான பணம் என்று சத்தியம் செய்து சொல்கிறேன் நம்புங்கள். கொள்ளையிட்ட பணத்தை என் மகளுக்காகக் கொடுத்தால் கொலையுண்டவர்களின் சாபம் வந்து சேராதா? நான் அப்படிப்பட்டதைக் கொடுப்பேனா?"

"அப்படியானால் நீ புனித குர்ரான் மீது சத்தியம் செய்தால் உன்னை நம்புகிறேன் அமீர் அலி" என்று சொல்லிவிட்டு, குர்ரானைக் கொண்டு வந்தார்.

அதைக் உயர்த்தி உதடுகளைக் குவித்து முத்தமிட்டேன். என் கண்கள் மீதும் நெற்றியிலும் ஒற்றி எடுத்தேன். "என் மகளுக்காக சத்தியம் செய்வதில் என்ன குறை ஏற்பட்டு விடப்போகிறது. திருப்தியா? எனது சத்தியத்தை நம்புகிறீர்களா? ஏற்றுக் கொள் கிறீர்களா? என்றேன்."

"இந்த சத்தியம் மதத்தின் பேரால், தெய்வத்தின் பேரால் பயத்துடன் செய்யப்பட்டிருக்கும் என்று நம்புகிறேன். பணத்தை வைத்திருக்கிறாயா" என்று கேட்டார்.

"கையில் இல்லை. பக்கத்தில் தான் இருக்கிறது. அனுமதி கொடுத்தால் உடனடியாகப் போய்க்கொண்டு வந்து விடுகி றேன். திரும்பி வந்ததும் கதவுக்குப் பக்கத்தில் நின்று இருமுகி றேன் நீங்கள் கதவை திறந்து விடுங்கள்."

நான் அந்த இடத்திற்கு விரைந்து சென்று பொக்கிஷத்தை எடுத்து வந்தேன். முல்லா எனக்காகக் காத்திருந்தார். நான் வந்ததும் இருவரும் உள்ளே நுழைந்தோம்.

"எல்லாமே இதில் இருக்கிறது என்று பாத்திரத்தை விரிப்பில் கவிழ்த்தேன். இது ஒன்றும் அதிகம் இல்லை. ஆனால் என்னி டத்தில் மீந்தது இதுதான்."

"பழசை எல்லாம் மறந்திடு மீர்சாகேப். அதெல்லாம் முன் னரே தீர்மானிக்கப்பட்ட விதி. விதி எல்லாவற்றிற்கும் மேலாக வலிமையானது" என்றார் முல்லா.

"விதிக்குப் பணிவதைத் தவிர வேறு மாற்றுவழி எனக்குத் தெரியவில்லை. எனது வணத்திற்குரிய முல்லா, இரவு நேரம் வேகமாக கழிந்து கொண்டிருக்கிறது. விடிவதற்குள்ளாக நான் வெகுதூரம் போயாக வேண்டும். எனது நண்பர்கள் எனக்காகக் காத்திருப்பார்கள். ஒரேஒரு கோரிக்கை. என் மகளைத் தூர இருந்து கண்ணால் பார்த்துவிட்டுப் போய்விடுகிறேன். எனக்கு அதுமட்டும் போதும். இனிமேல் இங்கு வந்து தொந்தரவு செய்யமாட்டேன். தயவு செய்து இதைமட்டும் மறுக்க வேண் டாம்."

"மறுக்கமாட்டேன் மீர்சாகேப். அவள் பக்கத்து வீட்டு முற் றத்தில் குழந்தையுடன் விளையாடிக் கொண்டிருக்கிறாள். என்னுடன் வந்தால் அவளை உனக்குக் காட்டுகிறேன். ஒரே பார்வை மட்டும்தான் பார்க்கவேண்டும். அதற்குப் பின் அவள்

எனக்கு உரிமையானவள். அவளுக்குத் தந்தை நான்தான்" என்று கூறி, "என்னுடன் வா" என்று அழைத்துச்சென்றார்.

நான் அவரைப் பின்தொடர்ந்தேன். இரண்டாவது கதவைக் கடந்து முற்றத்தை அடைந்தோம். அங்கே உள்அரங்கில் நிறைய குழந்தைகளின் குதூகலமான குரல்கள் கேட்டன. சந்தோஷமான இதயங்களின் விளையாட்டு நடந்து கொண்டிருந்தது. என் குழந்தையின் விசேசமான வெள்ளிக்குரலை என்னால் தனித்து அறிய முடிந்தது. இந்தக் குரல் அவளது அம்மாவின் குரலைப் போலவே இருக்கிறது. இனி ஒரு போதும் எனக்குக் கேட்கப் போவது இல்லை.

கதவை நிதானமாகத் திறந்துவிட்டு, "நாம் அவர்களைத் தொந்தரவு செய்யக்கூடாது மீர்சாகேப்" என்றார் முல்லா. "இங்கிருந்து பார்த்தால் உன் மகளைப் பார்க்கமுடியும், நீ இருப்பது அவள் கண்களுக்குப் படாது."

ஆம் அங்கே தென்படுகிறாள் என் அழகான குழந்தை. முன்னர் இருந்ததை விட அழகாக இருக்கிறாள். அவள் முகம் சந்தோஷத்தை வெளிப்படுத்துகிறது. அவளைச் சூழ்ந்துள்ள குழந்தைகளினால் குதூகலத்துடன் இருக்கிறாள். நான் நீண்ட நேரமாக அவளை உற்றுப்பார்த்தேன். கண்களின் ஆசைகுளிரப் பார்த்தேன். கடைசி ஆசியைத் தகப்பன் என்ற முறையில் அவளுக்கு வழங்க என் இதயம் துடித்தது. ஆனால் என்னை நானே கட்டுப்படுத்திக் கொண்டேன். இந்த வேடத்தில் இருக் கும் என்னை அவள் அடையாளம் கண்டுவிடக் கூடாது. அவளை அனாவசியமாக பயமுறுத்தக் கூடாது. அவளை நல்லவிதமாகக் காக்கும்படி அல்லாவைப் பிரார்த்தித்துக் கொண்டேன். அங்கிருந்து என்னை பிடிவாதமாக துண்டித்துக் கொண்டு வெளியேறினேன். அவள் மகிழ்ச்சியுடன் வாழ்வது கண்டு எனக்கு மிகவும் நிறைவாக இருந்தது.

"இதுபோதும் எனக்கு" என்று முல்லாவிடம் சொல்லிவிட்டு, "இப்போது இங்கிருந்து செல்கிறேன், மகளைப் பத்திரமாகப் பார்த்துக் கொள்ளுங்கள். நீங்கள் என் மகளுக்கு செய்யும் சேவையைவிட அதிகமாகவே அல்லா தங்களுக்குகொடுப்பான். அவளது திருமணத்திற்குத் தேவையான வரதட்சணைப்பணத்தை உங்களிடம் அளித்திருக்கிறேன். உங்கள் மனத்திருப்திக்கு ஏற்ற நபரை நீங்களே தேர்வு செய்து கொள்ளுங்கள். அவளுடைய தந்தையின் இழிவைப் புறக் கணிக்கும் யாராவது அவளுக்கு அமைவார்கள்"

"அதைக் கண்டிப்பாக நான் செய்வேன். நீ எங்கிருந்தாலும் அப்போது தெரிந்து கொள்வாய். மீரான் மீதான நினைவுகளை என்ன காரணம் கொண்டும் விட்டுவிடாதே. நான் மறுபடியும் உனக்கு நினைவூட்டுகிறேன். அவளது தந்தை நான்தான். அவள் இன்னொரு தாயையும் கண்டடைவாள்."

"எனக்கு உங்கள் மீது நம்பிக்கை இருக்கிறது. மறுபடியும் நான் பார்க்க வந்தால் என்னால் அவளுக்கு அவமானம் ஏற்படாது என்ற சூழல் எப்போது உருவாகிறதோ அப்போது நீங்கள் விரும்பினால் என்னை அவளுக்குத் தந்தையாக அறிமுகம் செய்யுங்கள். அதுவரை நான் உங்களை இடையூறு செய்யமாட்டேன்."

இதயம் நிறைய உணர்வுகளைச் சுமந்தபடி அவரைவிட்டுப் பிரிந்து வந்தேன். அந்த உணர்வுகளை என்னிடமிருந்து அகற்றக் கடும் போராட்டம் நடத்த வேண்டி இருந்தது. எத்தனை அன்பு காட்டுபவராயிருந்தாலும் தன் மகளை இன்னொருவரிடம் ஒப்படைப்பதில் ஒரு தந்தைக்கு நிறைவு கிடைக்காது. அந்தக் கசப்பில் இருந்து மீள முயற்சித்தேன். என் மகளைப் பார்த்தது கடைசி முறை என்பதை நினைத்து அழுதேன். அது இப்போது உண்மையும் ஆகிவிட்டது. அதற்குப்பின் அவளை நான் பார்க்கவே இல்லை. அவள் எப்படி இருக்கிறாள் என்ற எந்தத் தகவலும் எனக்கு இதுவரை கிடைக்கவும் இல்லை. அல்லாவின் கருணையால் அவள் சந்தோஷமாகத்தான் இருப்பாள். அவளைப் பற்றி ஒன்றும் தெரியவில்லை, அதற்குரிய காலமும் இப்போது கடந்துவிட்டது.

"நான் அழுதேன் சாகேப். எனது சொந்த வீட்டில்அமர்ந்து சத்தமில்லாமல் அழுதேன். என் கண்ணில் ஊற்றெடுத்துப் பொங்கிப்பொங்கி அழுதேன். இமைகளின் மேலும் கீழும் கண்ணீர் கோர்த்து பார்வையை மறைத்தது. கண்ணீர்த்துளி கள் சூடாக என்கைகளில் விழுந்தன. அந்த மண்ணுடன் கடந்துவிட்ட இனிமையான நாட்களை, எனது செல்வமும், புகழும் தொலைந்துபோனதை நினைத்து அழுதேன். எல்லாம் போனது. ஒரு கனவைப்போல பறந்து போனது. தூக்கத்துடன் கழிந்ததுபோல முடிந்து போனது. அந்த நினைவுகள்கூட கொஞ்சம் கொஞ்சமாக உடைந்து நொறுங்கி மறைந்துக் கொண்டிருக்கிறது. உண்மைநிலைக்கு திரும்பினேன். அல்லா எனக்கு உதவுவார் என்று சமாதானம் சொல்லிக் கொண்டேன். நான் அநாதையாகிவிட்டேன். இனி என்ன ஆனாலும் கவலையில்லை. நான் என்மீதே நம்பிக்கை இழந்து விட்டேன்."

அப்படியே எவ்வளவு நேரம் அந்த நினைவுகளுடன் உட்கார்ந்திருந்தேன் என்று எனக்கே தெரியாது. திடீரென்று நான் ஆபத்தான இடத்தில் இருக்கிறேன் என்பதை உணர்ந்து எழுந்தேன். என் சோகங்களை எல்லாம் ஒருமுறை கணக்கெடுத்துப் பார்த்தேன். எல்லாம் கண்ணீருடன் வடிந்து விட்டதுபோல் இருந்தது. ஹுர்மத் இருக்கும் இடம் நோக்கி விரைந்தேன். நகரத்தின் நுழைவாயில் சாத்தும் நிலையில் இருந்தது. எனது கூட்டாளியுடன் இணைந்து கொண்டேன்.

நீண்ட பயணத்திற்குப்பின் நாங்கள் கல்பீயை அடைந்தோம். எங்களின் நண்பர்களையும் அவர்களது குடும்பத்தினரையும் பார்த்தோம். பின் எல்லோரும் ஒன்றுகூடி பல திட்டங்களை முன்வைத்து அலசிப் பார்த்தோம். இறுதியில் எனக்குள் நீண்ட நாட்களாக வைத்திருந்த திட்டத்தைச் நான் சொல்ல குழுவில் பலரும் ஏற்றுக்கொண்டனர். அதாவது படகில் லக்னோ செல்லும் திட்டம். படகை வாடகைக்கு எளிதில் பிடிக்கமுடியும். அந்த நகரத்தில் தக்கிகளுக்கு நல்ல அறுவடைக்கான வாய்ப்பு இருந்தது. அரசாங்கமும் தக்கிகளிடம் அத்தனை கெடுபிடியாக இருப்பதில்லை. அதனால்தான் எங்கள் அழைப்பிற்கு உடனடியாக பலரும் உடன்பட்டார்கள். திட்டம் ஏகமனதாக ஏற்றுக் கொள்ளப்பட்டதால் பயணத்தை உடனடியாக வைத்துக்கொண்டோம். அடுத்த நாள் காலை படகு வாடகைக்கு விடும் மஞ்சீக்களை பார்ப்பதற்காகப் புறப்பட்டேன். எங்கள் குழுவின் பயணத்திற்கு வசதியான வகையில் பேரம் பேசி முடிக்கப்பட்டது.

என் கூட்டாளிகளின் வசதிக்கு ஏற்ற எல்லா ஏற்பாடுகளும் முழுமையாகச் செய்யப்பட்டது. உரிய நேரமும் குறிக்கப்பட்டது. படகுக்காரர்கள் மூலமாக ஜோஷ்யக்காரனை அமர்த்தி நல்ல நேரத்தை உறுதி செய்தோம். படகின் நங்கூரம் மேலேற்றப்பட்டது. பலமான காற்றில் அலையற்ற நீரில் படகு சீறிச்சென்றது.

அந்த நாளின் பகல் பொழுது முழுதும் எங்கள் பயணம் இப்படியே தொடர்ந்தது. கனவைப்போன்ற பயணத்தில் வர்ணிக்க முடியாத சந்தோஷம் அடைந்தேன். இங்கே நான் எந்த எச்சரிக்கை உணர்வும் கொண்டிருக்க வேண்டியதில்லை. பயணக்களைப்பும் இல்லை. என் மனது எந்தச் சலனமும் இன்றி அமைதியாக இருந்து உடனடியாகச் சாந்தம் பெற்றது.

கடைசியாகப் பெற்ற கொள்ளைப் பணம் தீரும் காலம்வரை நாங்கள் லக்னோவில் கழித்தோம். அதுபோக என்னிடமிருந்த அரிய கல்வகைகளை விற்றேன். ஆனால் பெரிதாக ஒன்றும் பணம் கிடைக்கவில்லை. அடுத்த திட்டத்தை தயாரிக்கவும் பயணத்தைத் தொடர்வதற்கான அவகாசத்திற்கும் அது உதவியது. என் மனதிற்குள் எனது சொந்த ஊர் பற்றிய நினைவுகள் ஆழமாக அலைக்கழித்தது. அங்கே போகவேண்டும்போல் தோன்றியது. தக்காணம் போனால் எல்லாமே எனக்குவெற்றிகரமாக அமையும் என்று தோன்றியது. நான் மீண்டும் நல்ல இடத்திற்கு வரவேண்டும். எப்போதெல்லாம் இந்துஸ்தான் ஜமேதார்கள் தக்கிகள் குழுவுக்கு தலைமைத் தாங்குகிறார்களோ, அப்போதெல்லாம் அவர்கள் ஒழுங்காக நடந்து கொள்வார்கள் என்றும் நாட்டையே திகிலடைய செய்வார்கள் என்றும் நீங்கள் கேள்விபட்டிருப்பீர்களே! ஆனால் இங்கே நான் புறக்கணிக்கப்பட்ட நிலையில் இருந்து கொண்டிருக்கிறேன். சாலையில் இறங்குவதில் இன்னும் ஈடுபாடு இல்லை. ஹைதராபாத்தில் மேற்கொண்டது போன்ற செயலில் இறங்கினால் அது வெற்றிகரமாக, நிறைவாக அமையும் என்று எனக்குள் சிந்தனை ஓடிக்கொண்டிருந்தது. அந்த எண்ணம் துளிர்விட்டதும் எனது கூட்டாளிகளிடம் இந்தத் திட்டம் நெருப்பாகப் பற்றிக்கொண்டு, உடனடியாக நடைமுறைக்கு வந்தது. ஆபத்தான மக்கள் கூட்டம் நிறைந்த அந்த நகரத்தில் எங்களை கண்டுக்கொள்வோர் யாருமில்லை. நகரத்தின் பிரபலமற்ற ஒரு பகுதியில் தங்கி, தினமும் நகரைச் சுற்றித் திரிந்து பஜார்களில் 'பலி'களை தேடினாலும் எங்கள் மீது யாரும் சந்தேகம் கொள்வதில்லை. பணமும் செல்வமும் நிறையவேக் கிடைத்தது. இரண்டுமாத காலம் எங்களுக்கு அதிர்ஷ்டமான நாட்களாக இருந்தது. முப்பதுக்கும் மேற் பட்டவர்களைக் கொன்று கொள்ளையடித்தோம். அதில் பெரும்பாலானவர்கள் தூர தேச பகுதிகளில் இருந்து வந்தவர்கள். தங்கும் சத்திரத்தில் அவர்களைப் பொறி வைத்துப் பிடிப்பது, சத்திரத்தில் கொன்று அங்குள்ள காவலர்களுக்குக் கையூட்டுக் கொடுத்து பிணங்களை அகற்றி விடுவது என்பதை வழக்கமாகக் கொண்டிருந்தோம். காவலர்களும் தங்கள் கையூட்டுப்பணத்திற்காக இந்த வழக்கத்தை தாராளமாக அனுமதித்திருந்தனர். நான் சத்திரத்தில் ஒரு இடத்தைக் பிடித்துக் கொண்டேன். அது பயணிகளிடம் பேசி பழகுவதற்கு வசதியாய் இருந்தது. இல்லையென்றால் அதனால் நான் அடைந்த மகிழ்ச்சியான நாட்களை இழப்பது

டன், அவர்களின் நம்பிக்கையையும் இழந்திருப்பேன். ஆனால் இந்த மகிழ்ச்சிகரமான வழக்கத்திற்கு மாறாக என் அதிர்ஷ்டம் அமைந்தது. எங்களின் இந்த லாபகரமான தொழிலை தொடர்ந்து நடத்த முடியவில்லை.

ஒரு வணிகர் கும்பலை நகரத்திற்கு வெளியே அழைத்துச் சென்றோம். எங்கள் தக்கிகளின் எண்ணிக்கை பதினாறு. எனக்கு நன்றாக நினைவிருக்கிறது அன்று வெள்ளிக்கிழமை. தக்கிகளான எங்களைப் பொருத்த மட்டில் அது நல்ல நாளில்லை. எங்கள் குழுவில் ஒரு வயதான மனிதர் இருந்தார் நான் சின்னப் பையனாக இருந்தபோது என் அப்பாவின் குழுவில் சிறிதுகாலம் இருந்தவர். என்னை லக்னோ தெருவில் அடையாளம் கண்டு எங்களுடன் இணைந்து கொண்டார். அவர் நன்றாக கழுத்து நெறிப்பவர். நாங்கள் அழைத்துச் சென்ற பயணிகளை எங்களது வழக்கமான புதை குழிவரைக்கும் கொண்டு செல்ல இன்னும் நான்கு காததூரம் இருக்கிறது. ஆனால் நாங்கள் அதற்குள் கழுத்து நெறிக்கும் வேலையில் இறங்கிவிட்டோம். சிலர் செத்து தரையில் விழுந்து கிடக்கிறார்கள். சில உடல்களை குதிரையில் ஏற்றி விட்டோம். தூரத்து பர்கானாவில் இருந்து நகரத்திற்கு வருகிறவர்கள் எங்களை நோக்கி வரத் துவங்கிவிட்டனர். அடுத்தடுத்த வெற்றியில் நம்பிக்கை கொண்டிருந்த நாங்கள் இன்னும் விடிவதற்கு நேரம் இருப்பதால் சுற்றுக் காவல் குறித்து கவலையின்றி இருந்தோம். எங்கள் பார்வையில் படாமல், வரும் ஓசை காதில் கேட்காமல் ஒரு குதிரை எங்களை நெருக்கி வந்து விட்டது. இப்போது உங்களுக்குச் சொல்லிக் கொண்டிருக்கும் வேகத்தில் நாங்கள் பிடிபட்டோம். எங்களில் ஒன்பது பேர் பிடிபட்டுக் கொண்டோம். அதிர்ஷ்டம் இருந்தவர்கள் தப்பி ஓடிவிட்டார்கள். எங்கள் கைகள் பின்னுக்குக் கட்டப்பட்டன. இந்த பயங்கரத்தையும் ஆச்சர்யத்தையும் நகரவாசிகள் தெரிந்து கொள்ள வேண்டும் என்ற நோக்கத்திற்காக, நகரத்தின் தெருக்கள் வழியாக இழுத்துச் செல்லப்பட்டோம். இரண்டு பயணிகளின் உடல்கள் எங்களுக்குப் பின்னால் குதிரையில் வந்தன. அரைகுறையாக கழுத்து நெறிபட்ட ஒரு பயணி குதிரைக்காரனால் காப்பாற்றப்பட்டவன். எங்களது நடை முறையை ஆதியோடந்தமாக விளக்கிச் சொல்லிவிட்டான். நாங்கள் அவர்களை உளவு பார்க்கும் முறை, எப்படி நட்பு கொள்கிறோம், பயணத்தில் உடன் இணைவது எப்படி, தாக்குவது எப்படி என்பது எல்லாவற்றையும் விவரமாகச் சொல்லி விட்டான். இதில் எங்கேயும் குற்றத்தில் இருந்து நாங்கள்

தப்புவதற்கு வாய்ப்பு இல்லை. இது அத்தனையும் காஜி எதிரில் செய்முறை விளக்கத்துடன் உறுதி செய்யப்பட்டது. நாங்கள் மரண தண்டனையை எதிர் நோக்கி சிறைப்பட்டோம். நானும் வயதான தக்கியும் ஒரு அறையில் அடைக்கப்பட்டோம். சிறையின் குறுகலான அறையில் தவிக்கவிடப் பட்டோம். அரசருக்குத் திருப்தி ஏற்படும்வரை இதுதான் எங்கள் நிலை என்று சொல்லப்பட்டது.

48

குடும்பத்தை அழித்தவனைக் காட்டிக் கொடுத்து பழி தீர்த்தல்

நான் மீண்டும் சிறைபட்டு விட்டேன். ஆனாலும் ஜலோனில் பட்டது போன்ற இழி நிலை இல்லை. சிறையின் அறை சிறியதாக இருந்தாலும் ஏதோ சமாளிக்கும் அளவில் சுத்தமானதாக இருந்தது. சிறை சிறைதானே. அங்கங்களும், மன உணர்வுகளும் கட்டப்பட்டுக் கிடந்தது. எனக்குத் தூக்குத் தண்டனை விதிக்கப்படலாம் என்று அச்சுறுத்தப்பட்டேன். நான் தப்புவதற்கு எந்த வாய்ப்பும் இருப்பதுபோல் தெரியவில்லை. அதனால் என்னை மரணத்திற்கு ஒப்புக்கொடுத்து விட்டேன். குழந்தைப் பருவத்தில் இருந்தே மரணங்களைப் பார்த்துப் பழகிய ஒரு தக் என்ற அளவிலும் சரி, ஒரு சாமான்ய மனிதன் என்ற வகையிலும் சரி மரணம் சாதாரணமான ஒன்றுதான். என்னுடன் இருந்த வயதான மனிதனுக்கு வாழ்க்கையின் மீது எந்தப் பிடிமானமும் இல்லை. அவனுக்கு மண்ணின் மீது ஈடுபாடு கொள்வதற்கான எந்தக் கட்டுகளும் இல்லை. இனி வாழ்ந்து பார்ப்பதற்கு ஒன்றுமே இல்லை. ஆனால் எனக்குச் சில கனவுகள் இருந்தன. ஆனால் அவை அத்தனையும் உடைந்து நொறுங்கிவிட்டன. எனக்கு வாழ்க்கையைக் கொண்டாடுவதற்கு ஒன்றும் இல்லை. அதற்காக மரணத்தை வரவேற்பதாக அர்த்தமாகாது. வாழ்விற்கும் சாவிற்கும் என்னைப் பொருத்தமட்டில் பெரிய வேறுபாடு இல்லை.

இப்படியாக சலிப்பான சிறை வாழ்க்கையில் ஒருவாரம் கடந்தது. சிறைக் காவலர்களிடமிருந்து ஏதேனும் செய்தி வருமா என்று அவர்களை உற்றுப் பார்த்துக்கொண்டே இருந்தேன்.

"வாழ்வா சாவா என்ற மர்மத்தை உடைப்பார்களா" என்று எதிர்பார்த்தேன். அது அவர்களுக்கும் தெரியாதா அல்லது என் மீது கல் நெஞ்சுடன் நடந்து கொள்கிறார்களா? என்பதும் தெரியவில்லை.

ஆனால் அதிக எதிர்பார்ப்புடன் கூடிய அந்த நெடிய காலத்தை வெறும் தண்டனையுடன் புறக்கணித்து விடவில்லை. எங்கள் ஏழு பேருக்குத் தூக்குத் தண்டனை உறுதியானது. பயணிகளின் கழுத்தை நெறித்ததற்குத் தண்டனையாக எங்களுக்குத் தூக்கு வழங்கப்பட்டிருந்தது. ஆனால் அதற்கு சாட்சியங்கள் இல்லை. கொல்லப்பட்டவர்கள் தவிர மற்றவர்கள் தப்பித்து ஓடி விட்டார்கள். அதனால் அவர்கள் வந்து சாட்சி சொல்ல முடியாது. எங்களைப் பிடித்த குதிரைக்காரனோ நாங்கள் கழுத்தை நெறிக்கும் போது பார்க்கவில்லை. அந்தக் கும்பலிலும் அவன் இல்லை. இப்படி பலவற்றையும் வைத்துப் பார்த்தால் நியாயப்படி சிறையில் இருந்து எங்களை வெளியேற்றி இருக்க வேண்டும். எங்களில் கேடுகெட்ட ஒருவன், அவனும் மரண தண்டனை விதிக்கப்பெற்றவன்தான், தன்னைப் பாதுகாக்கும் எண்ணத்துடன் குற்றத்தை ஒப்புக்கொண்டு வாக்குமூலம் கொடுத்துவிட்டான். இறுதியில் இந்த பலவீனமான அடியில் துரதிர்ஷ்டவசமாக எங்களுக்கு மரண தண்டனை வாய்த்து விட்டது. தூக்கு நிறைவேற்றப்படுவதற்காக சிறையில் காத்திருந்தோம். எங்களுக்குத் தண்டனையளித்த அதிகாரிகளின் அறிவிப்பில் வெறுப்புணர்வு இருந்தது. மரணத்தை எந்த வடிவிலும் எனக்கு அளிக்கலாம். அதை ஏற்றுக்கொள்ளத் தயாராக இருந்தேன். எத்தனை ஆண்டுகள் கடந்தாலும் இந்த மோசமான குழியில் இருந்து எனக்கு விடுதலை கிடைக்கப் போவதில்லை. ஆனால் அப்படியான சிந்தனையை என்னால் ஏற்றுக்கொள்ள முடியவில்லை. அச்சமூட்டும் அந்தசிந்தனையை மனதில் இருந்து அகற்ற முனைந்தேன். ஆனாலும் எண்ணம் உள்ளுக்குள் ஓடிக்கொண்டுதான் இருந்தது. என் மரணத்திற்கு உடனடியாக கழுவேற்றுவார்களா அல்லது துப்பாக்கியால் சுடுவார்களா? அல்லது தூக்கில் போடுவார்களா? எதுவும் செய்யலாம். எதுவானாலும் தனிமைச் சிறையில் வதைபடு வதைவிட மேலானதுதான். ஆனால் என்னுடைய இந்த நினைப்பை என் சகாக்கள் கேலி செய்து சிரிக்கிறார்கள். என்னைச் சங்கிலியால் கட்டிப்போட்டிருக்கிறார்கள். அது என்கால்களை முடக்கிப் போட்டிருக்கிறது. என் சிறை சகாவிற்கும் அதே நிலைதான். நாங்கள் மரணத்தை எதிர்

நோக்கி காத்திருக்கிறோம். இதற்கு மத்தியில் ஓய்வற்ற இதயம் தப்பித்தலுக்கான வழியை தேடிக் கொண்டிருக்கிறது. எனது நம்பிக்கையும் எனக்கே பழிப்புக் காட்டிவிட்டுப் போகிறது. தப்பிக்க நான் போடும் திட்டங்கள் ஒவ்வொன்றும் நடை முறைக்கு ஒத்து வராததாக இருக்கின்றன. அது என் துயரத்தை மேலும் அதிகரிக்கிறது. ஒரு நாள் நான் பதுக்கி வைத்திருக்கும் பணம் குறித்து யோசித்துக் கொண்டிருந்தேன். அதை வேறு யாரும் கண்டுபிடிக்காமல் இருக்க வேண்டும். அதைக்கொண்டு சிறையாளிகள் யாருக்காவது கையூட்டுக் கொடுத்து தப்பிக்கலாம் என்ற யோசனை என்னைத் தீவிரமாகப் பற்றிக்கொண்டது. இந்த யோசனையை சரியான சந்தர்ப்பத்தில் செயல்படுத்த வேண்டும் என்று காத்திருந்தேன்.

சிறைக் காவலர்களில் இளம் வயதுடைய ஒருவன் இருந்தான். அந்த ஆட்களிலேயே என்னிடம் அன்பு காட்டுகிறவன் அவன் ஒருவன்தான். கொடுக்கிற உணவில் எனக்கு நல்ல உணவாகக் கொடுப்பான். தண்ணீர் சுத்தமானதாகக் கொடுப்பான். எங்க ளிடம் மகிழ்ச்சிகரமான உரையாடலில் ஈடுபடுவான். சில சமயம் சிறைத்தண்டனை நீண்ட நாட்களுக்கு இருக்காது, பலருக்கும் குறைக்கப்பட்டிருக்கிறது. குற்றவாளிகள் அதிகரிக் கும்போது பழைய குற்றவாளிகள் சிலரை அதிகாரிகள் பல அம்சங்களை முன்னிட்டு விடுதலை செய்து விடுவார்கள். அது அவர்களின் மனநிலையும் பொருத்தது என்ற பல நம்பிக்கையூட்டும் செய்திகளை அவ்வப்போது கூறுவான். எங்களுக்கு துணி துவைத்துக் கொடுப்பான். அவன் மற்ற காவலர்களைப் போல் கெடுபிடியாக நடந்து கொள்ளமாட்டான்.

ஏதாவது ஒரு வகையில் நான் தப்புவதற்கு உதவ முடியும் என்றால் அது அவன் கையில்தான் இருக்கிறது. எங்களைக் கண்காணிக்கும் சுற்று முறையில் அடுத்தமுறை அவன் வந்தான். நான் அவனிடம் மாலையிலோ இரவிலோ சந்திக்க விரும்புவதாகக் கூறினேன். யாரும் கவனிக்காத நேரத்தில் அவனிடம் சில விஷயங்கள் கூற இருப்பதாகச் சொன்னேன். அன்று இரவு இருட்டிய பின்னர் அடர் நிறத்தில் போர்வை போர்த்தியபடி வந்து என் சிறை எதிரில் கம்பிக் கதவுக்கு அருகில் அமர்ந்தான்.

"நீ என்னிடம் ஏதோ சொல்ல வேண்டும் என்று சொன் னாயே என்ன அது. உனக்கு உதவவேண்டும் என்றால் என்னால் முடிந்ததைச் செய்கிறேன்" என்றான்.

"நல்லது மீர்சாகேப் (அவனும் ஒரு சையது) நான் சொல் வதைக் கவனமாகக் கேள். எனது திட்டத்திற்கு உடன்பட் டால், நான் சொல்வதில் உனக்கும் பலன் உண்டு" என்று சொன்னேன்.

"என் சக்திக்கு உட்பட்டதைத்தான் சொல்வாய் என்று நினைக்கிறேன். சரி சொல்லு."

"திட்டத்தை விரிவாக அப்புறம் சொல்கிறேன். நான் தப் பிக்க உதவமுடியுமா?"

"அது நடக்காது."

"அப்படிச் சொல்லக்கூடாது. முயற்சிக்கும் கைகளுக்கும், உறுதியான மனம் படைத்தவர்களுக்கும் முடியாதது ஒன்றும் இல்லை. நீ முயற்சித்தால் கண்டிப்பாக முடியும். அதை பிறகு பார்த்துக் கொள்ளலாம். முதலில் நான் சொல்வதைக் கேள். நாங்கள் கைது செய்யப்படுவதற்கு முன் கையில் நல்ல பணப்புழக்கம் இருந்தது. அதில் ஒரு பகுதியைப் பதுக்கி வைத்திருக்கிறேன். நீ எனது நம்பிக்கைக்கு உரிய முறையில் நடந்துகொண்டால் அந்த இடத்தை உனக்குச் சொல்கிறேன். நீ எனக்கு உதவி செய்தால் அதில் உள்ள பாதிப்பணம் உனக்கு."

"அந்தத் தொகை எவ்வளவு இருக்கும்?"

"ஐநூறு ரூபாய்க்குமேல் இருக்கும். பத்திரமாக ஒளித்து வைத்திருக்கிறேன். யாரும் அதைக்கண்டு பிடிக்க முடியாது. எனக்கு உதவி செய்வதாக இருந்தால் பணத்தைக் கொண்டு வந்து என்னிடம் கொடுத்ததும் அதில் பாதியை உனக்குத் திருப்பிக் கொடுத்துவிடுவேன்."

"அதெப்பிடி முடியும்? என்னைப்போல் கையும் காலும் சுதந்திரமாக்கப்பட்டாலும் இந்தச் சுவரை, இந்தக் கதவை எப்படிக் கடந்து போகமுடியும்" என்று குழப்பமான குரலில் கேட்டான்.

"நான் சொல்வதை ஒப்புக்கொண்டால் வெளியில் எப்படிப் போகவேண்டும் என்பதை நான் பார்த்துக் கொள்கிறேன்."

“‘சரி நீ சொல்வதை நான் யோசித்துப் பார்க்கிறேன். நாளை இதே நேரத்திற்கு வந்து உன்னைப் பார்த்து முடிவான பதிலைச் சொல்கிறேன்.”

“இந்தக் குழப்பமான நிலையில் அல்லா உனக்கு கனிவான சிந்தனைகளைத் தரட்டும். உனது பதிலை நாங்கள் ஆவலுடன் எதிர்பார்த்துக் கொண்டிருப்போம்.”

அடுத்த நாள் அவன் சொன்ன நேரத்திற்கு வந்து நேற்றைப் போலவே உட்கார்ந்தான்.

“நடைமுறைக்கு ஒத்துவரும் திட்டத்தைச் சொன்னால் நீ சொன்னபடி செய்கிறேன். எனக்கு என்ன கொடுப்பாய் மீர்சாகேப்? முதலாவதாக நீ பதுக்கி வைத்திருக்கும் பணத்தை எடுத்து வருகிறேன். நான் நெருக்கடியில் சிக்கிக் கொள்வதற்கு முன் உன்னிடமிருந்து நான் பணத்தை வாங்கிக் கொள்கிறேன். அதற்குப் பின் என் வாழ்க்கைக்கு நீ தான் பொறுப்பு” என்றான் அவன்.

“சரி அப்படியே ஆகட்டும். நான் உன்னை நம்புகிறேன் மீர்சாகேப். நீயும் என்னைப்போல் ஒரு சையத். நீ என்னை ஏமாற்றமாட்டாய் என்று நினைக்கிறேன். அல்லா மீது ஆணை யிட்டுச் சொல்.”

“அது என்னால் முடியாது. இறைத்தூதரின் பேரில் நான் ஆணையிட்டுச் சொல்லமாட்டேன். அப்படிப்பட்ட பாரம்பரியத்தைச் சேர்ந்தவன் நான். இந்த நிமிடத்தில் என் கையில் குர்ரான் இருக்கிறது அதன் மீது சத்தியம் செய் கிறேன்.”

“இல்லை, இல்லை எனக்குச் சத்தியம் எல்லாம் தேவை இல்லை. நேர்மையான மனிதனின் ஒரு சொல் போதும். உனது வாக்குறுதியை நம்புகிறேன். நீ உண்மையானவன் என்று நினைக்கிறேன். அதனால் உன்னை நம்புகிறேன். சரி முதலில் பணம் பதுக்கியுள்ள இடத்தைப் பற்றிப் பார்ப்போம். நகரத் திற்கு வடக்கே ஆற்றின் கரைக்கு அருகே நிற்கும் உயரமான இரண்டு பழைய முகடுகள் இருக்கும் இடம் தெரியும்தானே உனக்கு. அதில் அதிகமாக நொறுங்கிய நிலையில் இருக்கும் முகடின் சுவற்றில் இருந்து பீரங்கிக் குண்டு விழும் தூரத்தை நினைவு வைத்துக்கொள்வாயா?”

“கச்சிதமாகத் தெரிகிறது.”

"அந்த உடைந்த முகட்டிற்குப் பக்கத்தில் மண்பானையில் பணம் பதுக்கி இருக்கிறேன். அந்த முகட்டிற்கு அடியில் சமாதி இருக்கிறது. புதைவிடத்தில் நான்கு கல் போட்டு மூடியிருக்கும். அதன் கிழக்குப்புறமுள்ள கல் காரைப்பூச்சு இன்றி அகற்றுவதற்கு வசதியாக இருக்கும். அது பெரியதாகவோ கனமாகவோ இருக்காது. அதை நீ ஒரு ஆள் தூக்கிவிடலாம். அந்தக் குழியில் தான் மண்பானை இருக்கிறது. மண்பானையில் பணம் இருக்கிறது. அதில் பாதி என் செலவிற்குத் தேவைப்படுகிறது. இப்போது நான் உன்னிடம் கேட்பதெல்லாம் கொஞ்சம் நெய்யும் இரண்டு சிறிய அரங்களும். முதலில் நாங்கள் எங்கள் சங்கிலிகளையும், இந்தக் கதவு கம்பிகளையும் அறுத்து விடுகிறோம். அடுத்து நீ என்ன உதவி செய்யவேண்டும் என்பதை நான் சொல்கிறேன்."

"நீ சொல்கிறபடியே எல்லாம் சரியாகச்செய்து முடித்து விடுகிறேன். அரமும் நெய்யும் நீ கேட்டபடி நாளை இரவு இதே நேரத்திற்கு வந்து தருகிறேன். நீ சொன்னதுபோல் பணம் இருந்தால்தான் நீ கேட்டது கிடைக்கும்."

அவன் அங்கிருந்து போய்விட்டான். நாளைக்கு சொன்னதைத் தவறாமல் செய்வான் ஏமாற்றமாட்டான் என்று எதிர் பார்த்துக் கொண்டிருந்தோம்.

"இதோ உன்னைப் பார்க்கிறதுக்கு நான் வந்துட்டேன் மீர் சாகேப். இதோ நீ கேட்டிருந்த அரம். வெள்ளைக்காரன் அரம் ரொம்பக் கூர்மையாக இருக்கு. நெய்யும் இந்தா. நான் கொடுத்த வாக்குறுதியைக் காப்பாத்திட்டேன்."

"அந்தப் பணம், என்று நான் கேட்டேன்."

"இன்று இரவு அதில்லாமல் நான் உன்னைப் பார்க்க மாட்டேன். பணம் எடுத்திட்டேன். மொத்தம் ஐநூற்று ஐம்பது ரூபாய். உனக்கான பங்கை எடுத்துக்கோ. துவாரம் வழியாக வெளியேறும் போது பணத்தை வாங்கிக்கோ." "நீ எப்படிப் போக இருக்கிறாய் என்பதைப் பார்க்க நினைக்கிறேன்."

"சிறைச்சாலை வாயில் கதவு மூடியிருக்குமா?"

"வாயில் மூடியிருக்கும் ஆனால் நுழைவாயில் திறந்திருக்கும்."

"நிறையப் பேர் காவல் இருப்பார்களா?"

"ஒருவனே ஒருவன் மட்டுந்தான் காவல் இருப்பான் மற்றவர்கள் எல்லாம் நடு இரவில் அயர்ந்து தூங்குவார்கள்."

"அது மிகவும் நல்லது. இதில் ஒருத்தர் இரண்டு பேர் சாவார்கள். ஒருத்தருடன் முடிந்தால் சந்தோஷம். இங்கே வதைபட்டுக் கொண்டிருப்பதைவிட சாவது எவ்வளவோ மேல்."

"எனக்கும் அப்படித்தான் தோன்றுகிறது."

"நானும் உங்களுக்கு ஒத்துழைக்கத் தயங்கமாட்டேன். இங்கேயிருந்து தப்பிக்க முயற்சிக்கும் போது நான் காவலில் இருந்தால் கண்டிப்பாக உதவுவேன். அனேகமாக நாளைக்கு இரவு கடைசிக்காவல் நானாகத்தான் இருப்பேன்."

"அல்லா உனக்கு கருணை வழங்கட்டும். நீ எனது திட்டத்திற்கு ஒத்துழைப்பதாக இருந்தால் எளிதில் வெற்றி கிடைக்கும். எங்கள் முயற்சியுடன் இறைத்தூதரின் உதவியும் கிடைக்கும். இரவு முழுதும் கதவுக் கம்பிகளை அறுத்துக் கொண்டிருப்போம். நாளைக்கு இரவு எங்கள் கட்டுகள் விலகிவிடும். சரி நண்பா நீ இங்கிருந்து போய்விடு. உன்னை யாராவது பார்த்து விடப்போகிறார்கள்."

அவன் போனதும் எங்கள் சங்கிலிகளையும், கதவுக் கம்பிகளையும் அறுக்கும் வேலையில் இறங்கினோம். சங்கிலிகளை அறுத்துவிட்டோம். கதவுக் கம்பிகளை மேலும் கீழும் அறுத்து கொஞ்சம் கொஞ்சம் மிச்சம் வைத்தோம். மேல் பக்கம் அறுக்கும்போது எட்டாததால் ஒருவன் தோளில் மற்றொருவன் ஏறி நின்று அறுத்தோம். நெய் விட்டு அறுத்தாலும் சத்தம் வரத் தான் செய்தது. எனவே மெதுவாகத் தான் அறுக்க முடிந்தது. எல்லோரும் விடுதலையாகும் நோக்கத்துடன் தீவிரமாக வேலை செய்தார்கள். யாருக்கும் நேரம் போனதே தெரியவில்லை.

காலை விடிந்ததும் எங்கள் வேலைக்கு ஓய்வு கொடுத்தோம். கொஞ்சம் பலமாக அழுத்தினால் கதவுக்கம்பி உடைந்து கையுடன் வந்து விடும். இடுப்பு, கைவிலங்கு சங்கிலிகளையும் அதே நிலைக்கு உருவாக்கி வைத்திருந்தோம். கொஞ்சம் முடுக்கினால் அவையும் உடைந்துவிடும். எங்களது புதிய நண்பன் நல்ல உதவிகரமாக இருக்கிறான். தப்பிக்கும் திட்டத்தை வெற்றிகரமாக நிறைவேற்றி விடுவோம்.

நாளைக்கு இதே நேரம் நமக்கு விடுதலை கிடைத்துவிடும். லக்னோவும், இந்த உலகமும் நமக்கு எதிரில் விரிந்து கிடக்கும். நாம் விரும்பின இடத்தில் வசிப்பிடத்தைத் தேர்வு செய்து கொள்ளலாம்.

என்னைப் போலவே எனது கூட்டாளிகளும் மிகுந்த நம்பிக்கையுடன் இருந்தார்கள். காலையில் இருந்து மாலைவரை சிறையில் இருந்து தப்பித்த பின்னர் எங்கே போவது எந்த கொள்ளைக் குழுவில் இணைவது, அடுத்த பயணம் எந்த திசையில் போவது என்று பேசுவதிலேயே பொழுது கழிந்தது. எங்களது பழைய கூட்டாளிகள் எங்களை தங்களது குழுவில் இணைத்துக் கொள்பவர்களை மனதில் வரிசைப்படுத்திப் பார்ப்பது என்ற விதமாகக் கழிந்தது. நண்பகல் நேரம் வந்து விட்டது. சிறைக்காவலர்கள் கும்பலாக எங்கள் செல்லை நோக்கி கண்காணிப்பாளர்கள் தலைமையில் வந்தார்கள். அவர்கள் வருவதைப் பார்த்து என் இதயமே வெளியில் வந்து விடும்போல் இருந்தது. அவர்கள் நேராக எங்கள் அறைக்கே வந்ததும் பயம் அதிகரித்து விட்டது. அய்யோ தொலைந்தோம். அவர்களுக்கு நமது திட்டம் தெரிந்துவிட்டதா? அவன் ஒன்றும் பதில் பேசவில்லை. ஆனால் அது அவன் முகத்தில் எழுதி ஒட்டியிருந்தது.

அதிகாரி சாவியைப்போட்டு அறையைத் திறந்தான். மொத்தக் கும்பலும் அவசரமாக எங்களைச் சூழ்ந்து கொண் டனர்.

"இதென்ன புது இம்சையாக இருக்கிறதே. நாங்கள் என்ன குற்றம் புதுசாக செய்து விட்டோம். எதற்கு எங்களை மீண்டும் தொந்தரவு செய்கிறீர்கள்" என்று நான் கேட்டேன்.

"இரும்புக் கம்பிகளைப் பாருங்கள்" என்று தனது ஆட் களுக்குத் தரோகா காட்டினான். நான் முன்னர் விவரித்த அத்தனையையும் அவர்கள் கண்டுபிடித்து விட்டார்கள். "நான் உங்களுக்கு சில யோசனைகள் சொல்வேன் கேட்பீர்களா? அடுத்த வாட்டி அரம் போடும்போது நிறைய நெய்போட்டு ராவ வேண்டும் அல்லது சத்தமே வராதபடிக்கு அரம் போட்டுத் தேய்க்க வேண்டும் சரியா? ஆனால் உங்களுக்கு இதைவிட மோசமான நிலைதான் வாய்க்கும்" என்று எங்களிடம் சொல்லி விட்டு. "ஏய்...எல்லாவற்றையும் கவனமாகப் பாருங்கள்" என்று தன் ஆட்களுக்குச் சொன்னான். "அவர்கள் என்ன விதமான ஆயுதத்தை சாமர்த்தியமாகப் பயன் படுத்தியிருக்கிறார்கள் பாருங்கள்."

அவர்கள் எங்கள் எல்லோரையும் டிரவுசரைக் கழற்றிப் பார்த்தார்கள். கடைசியில் அரம் சிக்கிக்கொண்டது. அதிகாரி அதைக் கவனமாகப் பார்த்தான்.

"இதெல்லாம் ஆங்கிலேயர்களுடையது மீர்சாகேப். "இன்ஷா அல்லா' இதை யார் இவர்களுக்குக் கொடுத்தது என்பதைக் கண்டுபிடிக்க வேண்டும். இந்தக் காரியத்தைச் செய்தவன் கண்டிப்பாக மலத்தைத் தின்பவனாகத்தான் இருப்பான்" என்றான் அவன்.

"அரத்தை நாங்கள் இந்த வதைக் கூடத்திற்கு வரும்போதே எங்களுடன் கொண்டு வந்தோம். கழுதைக்குப் பிறந்தவனுங்க, எங்களைச் சரியாகச் சோதிக்கவில்லை. விட்டு விட்டார்கள்" என்று நான் சொன்னேன்.

"ஆம் நாங்கள் கழுதைக்குப் பிறந்தவர்களாக இருக்கலாம். ஆனால் நீங்கள் சொல்வதை அப்படியே நம்பிவிடும் ஆந்தைகள் அல்ல. ஓ... தேர்ந்த தந்திரக்கார சையது, நீ ஒரு தக்கியாக இருக்கிறவன். உன் கையால் மலம் தின்னப் போவதில்லை நாங்கள். எங்கள் ஆட்களில் எவனையோ நட்பு கொண்டிருக்கிறாய். ஒருத்தன் மீது எங்களுக்குச் சந்தேகம் இருக்கிறது. இந்த அரத்தைக்கொண்டு அவன் யார் என்பதைக் கண்டுபிடித்து விடுவோம். அவனே அந்த தந்திர வேலைகளை எல்லாம் சொல்லிவிடுவான். இதைச் செய்தவன் தலையும் தோளும் அதிக தூரம் போய்விடவில்லை. இன்னும் எங்களுக்கு உள்ளேயே தான் இருக்கிறான். சரிவாங்க பாதி வேலைதான் முடிந்திருக்கிறது. கதவுக் கம்பிகளை முழுசாக சோதித்துப் பாருங்கள். இங்கே இருப்பவர்கள் எனது மதிப்பு மிக்க நண்பர்கள், அவர்கள் தொட்ட வேலையைப் பாதியில் நிறுத்தக்கூடாது."

அந்த அதிகாரி என்னைப் பார்த்து, "இதுபோதும், ஓ.. மீர்சாகேப் இந்தனை பயங்கரமான வேலை செய்த நீ ஒரு முட்டாள். சிறைத் தண்டனை எப்படி இருக்கும் என்பது உன் தாடிக்குத் தெரியாதா? கருணை காட்டப்பட வேண்டிய நேரத்தில் காட்டப்பட்டிருக்கும். ஆனால் அதற்குரிய அத்தனை நம்பிக்கை களையும் இழந்துவிட்டாய். உனக்குக் காட்ட வேண்டிய கருணையை நீயே உனது தவறானசெயலால் கெடுத்துக்கொண்டாய்" என்றான். "இவர்களை அழைத்து வாருங்கள் குறுகலான சின்ன அறையில் போட்டு பாடம் புகட்டவேண்டும்" என்று தன் ஆட்களுக்கு உத்தரவிட்டான்.

"யா அல்லா... சாகேப், அவர்கள் எங்களை அழைத்துக் கொண்டு போனது எப்படிப்பட்ட இடம் தெரியுமா? இரண்டு உயரமான சுவர்களுக்கு நடுவில் குறுகின சந்து போன்ற

பாதை. அதில் ஒரு ஆள் மட்டுமே போகமுடியும். அதன் பாதி தொலைவில் இரண்டு குறுகலான சிறிய அறைகள். பயங்கர மிருகத்தின் கூண்டு போல இருந்தது. நாங்கள் முன்பு இருந்ததை விட கடுமையான பலம் வாய்ந்த சுவர்கள். பழைய அறையில் பாதியளவு. அதைவிட இரண்டு மடங்கு கனமான கம்பிகள். காலைப்பிணைக்கும் குண்டுகள். படுமோசமான இடத்தில் தள்ளப்பட்டோம்."

"முடிந்தால் நீ இங்கிருந்து தப்பித்துப் பார் மீர்சாகேப். முடிந்தால் இந்த சுவரை, இரும்புக் கம்பிகளை உடைத்துப்பார். நல்ல பத்திரமான இருப்பிடம். உனக்கு மிகவும் பிடிக்கும் என்று நினைக்கிறேன்" என்று கிண்டலடித்தான் அந்த அதிகாரி.

மீண்டும் படுமோசமான நிலைக்குத் தள்ளப்பட்டோம். இங்கிருந்து தப்புவதற்கு எந்த இம்மியளவும் ஒரு நம்பிக்கைக் கீற்று இல்லை. இங்கேதான் நான் வசிக்க வேண்டும், இங்கே தான் நான் சாகவேண்டும், இங்கே தான் நான் யோசிக்க வேண்டும். நான் அந்தக் குறுகலான அறையை நோட்டம் விட்டேன். ஒருவன் உலகம் முழுக்க சுற்றினாலும் இப்படி நெருக்கடியான இடத்தைப் பார்க்க முடியாது. அல்லா.... அல்லா.... நான் இங்கிருந்து கொண்டு என்ன செய்ய முடியும். ஓ.. பவானி இந்த அமீர் அலியை முற்றாக கைவிட்டு விட்டாயா? அறையின் சொரசொரப்பானத் தரையில் சாய்ந்தேன். வேதனையில் துடித்தேன். நான் அழமுடியாது. எனக்குக் கண்ணீரே வர மறுத்தது. என் ஆன்மாவின் மீது சுமையை அழுத்தி அழுத்தி அது இறுகிப் போய்விட்டது. என் எதிரில் துயரத்தின் குப்பி இருக்கிறது. அதன் வண்டல் அடிவரையும் நான் குடித்து தான் ஆகவேண்டும். நம்பிக்கைகள் அனைத்தும் வறண்டு போனது. என் மனதின் ஒவ்வொரு இடுக்கிலும் துயரம் நிரம்பி இருக்கிறது.

துன்பகரமான மாதங்கள் உருண்டோடிக் கொண்டிருந்தன. எங்கள் கூட்டாளிகளுக்கு இடையில் ஒரே ஒரு சுவர்தான் இருந்தது என்றாலும் பேசிக்கொள்வது மிகவும் அபூர்வமாக இருந்தது. ஒரு வார்த்தையைக் கூட மிகுந்த அச்சத்துடன் பரிமாறிக் கொண்டிருந்தோம். எல்லோரும் எங்கள் துயரத்தையே சுமந்து கொண்டிருந்தோம். இயந்திரகதியில் சாப்பிடுவது, குடிப்பது என்று இருந்தது. வெந்தும் வேகாமலும் கல்லும் மண்ணுமாக சகிக்க முடியாத சாப்பாடாக இருந்தது. எங்கள் மலத்தை செல்லுக்குள்ளேயே வைத்திருந்து வாரம் ஒரு

முறைதான் அகற்ற முடியும். அதன் நாற்றம் மனிதனை சித்திர வதை செய்வதாக இருந்தது. ஒரு நாளைக்கு ஆயிரம்முறை 'அல்லா அல்லா' என்று உச்சரித்துக் கொண்டிருந்தேன், ஆனால் என் குரலுக்கு அல்லா செவி சாய்க்கவில்லை.

நாங்கள் பிடிபட்டு இரண்டாம் ஆண்டும் கழிந்தது. அதே விதமாக நாட்கள் துன்பகரமாகத் தான் கழிந்தது. எந்த மாற்றமும் இல்லை. எங்கள் நிலையில் எந்த முன்னேற்றமும் இல்லை. நாங்கள் இருந்து கொண்டிருக்கிறோம். ஆனால் எங்கள் பல மனைத்தும் எங்களுக்குள்ளேயே செத்துக் கொண்டிருக்கிறது. சிறையில் இருந்து எப்போது வெளியாவோம், என்று இந்த உலகத்தின் மீது முரட்டுத்தனமான கோபம் தோன்றுவதை என்னால் தவிர்க்க முடியவில்லை. அடிக்கடி முட்டாள்தன மாக சிறையில் இருந்து வெளியான பின்னர் என்னனென்ன திட்டங்கள் நிறைவேற்றப் போகிறோம் என்பதுபோன்ற சிந்த னைகள்கூட ஓடிக் கொண்டிருந்தது. அதிர்ஷ்டவசமாகசிறையில் இருந்து விடுதலைகூட கிடைத்துவிடும். ஆனால் தப்புவதற்கான சிறு நம்பிக்கைக் கீற்றும் உடைந்து நொறுங்கி விட்டது.

என்னுடன் இருக்கும் வயதான தக் பற்றி சொல்ல வேண்டி யதே இல்லை. நாங்கள் இருவரும் பேசிக்கொள்வதே இல்லை. நாங்கள் அடித்த கொள்ளையை மீண்டும் மீண்டும் மனதில் நினைவுகளில் தொழிலின் துவக்கநாள் முதற்கொண்டு அசைபோட்டுக் கொண்டே இருப்பேன். எனது சாகசத்தை அப்படி அசைபோட்டுக் கொண்டிருந்ததால்தான் இப்போது சொல்வதற்கு வசதியாக இருக்கிறது. ஒரு நாள் நானும் உடன் இருக்கும் வயதான தக்கும் என் அப்பாவைப் பற்றிப் பேசிக் கொண்டிருந்தோம். அப்போது அப்பா சொன்னது என் நினைவுகளில் ஓடியது. ஒருமுறை அவர் நான் உன்னுடைய அப்பா இல்லை என்று சொன்னது நினைவிற்கு வந்தது. உடனே பக்கத்தில் இருந்த கிழ தக்கிடம் இஸ்மாயில் குறித்தும் என்னுடைய ஆரம்ப காலநிலை குறித்தும் சொல்லுமாறு கேட்டுக்கொண்டேன்.

"உனக்கு இதுபற்றி இஸ்மாயில் எதுவும் சொன்னதில்லையா மீர்சாகேப்? கண்டிப்பாக எல்லாவற்றையும் சொல்லியிருப்பான். சிறிது நேரம் அமைதியாக இருந்துவிட்டு நிஜமாக சொன்னதே இல்லையா" என்று கேட்டான்.

"என்ன சொல்கிறாய் நீ? அவர் என்னிடம் எதுவுமே சொன்னதில்லை. நான் அவரது மகனா? இல்லையா? என்பது

குறித்து ஒரு அப்பாவும் மகனும் என்ன பேசிக் கொள்ள முடியும். ஒரு போதும் நான் அவரது மகன் இல்லையென்று அவர் சொன்னதே இல்லை."

"இஸ்மாயில் உனக்கு உண்மையைச் சொல்லியிருக்க வேண் டும். உனது பிறப்பு பற்றிய உண்மைகள் தெரிந்தவர்கள் ஒருத்தர் இரண்டு பேர்தான். அதில் உயிரோடு இருப்பவர்களில் கணேசா ஜமேதார் ஒருவன்."

"கணேசாவா..." இதுபோன்ற விஷயங்களை எல்லாம்நான் தெரிந்து கொள்வதற்கு யாரும் என்னிடம் சொன்னதேஇல்லை. நான் என்னைப் பற்றிய நினைவுகளை மீண்டும் மீண்டும் கொண்டு வருவதற்கு முயற்சித்துக்கொண்டே இருந்திருக்கிறேன், ஆனால் முடிந்ததில்லை. உன் மனதில் இருக்கும் உண்மைகளைச் சொல்லு. நான் யார் என்ன விபரம்?"

"அது ஒரு நீளமான கதை அமீர் அலி. என் நினைவுக்கு எட்டியவரை சொல்வதற்கு முயற்சிக்கிறேன். நீ யார் என்பதைச் சொன்னாலே அது பயமூட்டுவதாக இருக்கும்."

"அப்படியானால் எனது பெற்றோர் கொல்லப்பட்டார்களா? என் இதயம் அப்படியே சுருங்கிவிடும் இதுபற்றி நான் யோசிக்கத் துவங்கும் போதெல்லாம் நிறைவற்ற வெறுமைதான் மிஞ்சும்."

"நீ சரியாகத்தான் ஊகித்திருக்கிறாய். அவர்கள் கொல்லப் பட்டார்கள் என்பது உண்மைதான். அது இன்னும் பசுமையாக நினைவில் இருக்கிறது. அதைப்பற்றி நீ முழுமையாகத் தெரிந்து கொள்ள வேண்டும், சொல்கிறேன் கேள்."

"தன்னை உனது அப்பா என்று சொல்லிக்கொண்டிருந்த இஸ்மாயில், ஹூசைன் ஜமேதாரின் கீழ் ஒரு தக்காக வந்து சேர்ந்தார். ஹூசைனை உனக்கு நினைவிருக்கும். உன் அப்பா வந்து சேர்ந்த நாள் எனக்கு நன்றாக நினைவிருக்கிறது. அது டெல்லிக்கு வெகுதொலைவில் இருக்கும் ஒரு கிராமம். நான் ஹூசைனுக்குச் சொந்தமான கொள்ளைக் கும்பலில் நல்ல இளமையுடன், நல்ல புட்டோட்டியாக இருந்தேன்."

"இஸ்மாயில் இந்தச் சம்பவத்தை என்னிடம் சொல்லி இருக்கிறார்."

"அப்படியானால் அதுகுறித்து விரிவாகப் பேசவேண்டாம். அந்த நேரத்தில் புத்திகூர்மையிலும், தைரியத்திலும் ஹூசைனைக் காட்டிலும் மேலெழுந்து வந்தான் இஸ்மாயில். முப்பதுபேர்

கொண்ட தக்கிகள் குழுவிற்கு ஜமேதார் ஆனான். இந்தப் பகுதியை நான் உனக்குச் சொல்லவேண்டும். மால்வாவிற்கு உட்பட்ட எக்லேரா கிராமத்தில் ஒரு மாந்தோப்பில் கிணற்றிற்கு அருகில் நாங்கள் முகாமிட்டிருந்தோம். அது எங்களுக்கு துரதிர்ஷ்டமான நேரமாக இருந்தது. அது மழைக்காலமாக இருந்ததால் எங்களால் சரியாகப் பயணிகளைப் பிடிக்க முடியவில்லை. ஏதாவது ஒரு பலிகடா கிடைக்குமா என்று ஆவலுடன் எதிர்பார்த்துக் கொண்டிருந்தோம்.

அந்த நேரம் இஸ்மாயிலும், கணேசாவும் நகரத்திற்குள் போயிருந்தார்கள். திரும்பி வரும்போது இந்தூர் நோக்கி ஒரு பயணிகள்குழு போவதாக சந்தோஷத்துடன் சொல்லிக் கொண்டுவந்தார்கள். அடுத்து அவர்கள் தங்கும் இடத்தில், எங்கள் பயணத்தில் அவர்களைப் பிடித்துவிட முடியும் என்று சொன்னார்கள். நானும் என்னுடன் இன்னொரு தக்கும் அந்தப் பயணிகள் குழுவின் நடவடிக்கைகளைக் கண்காணிக்க அனுப்பப்பட்டோம். கும்பலின் பெரும்பகுதி முன்னோக்கிப் போய்விட்டது. அவர்கள் சொல்லியிருந்த தகவல் உறுதிப் படுத்தப்பட்டது. மூன்றாவது நான்காவது நடையில் பயணிகள் குழுவை நாங்கள் பிடித்து விட்டோம். அவர்களுடன் இணைந்து கொண்டோம். அந்தக் குழுவில் கண்ணியமான ஒருபெரிய மனிதரும், அவரது மனைவியும் பிள்ளையும் அத்துடன் இளவயது உதவியாளர்களும் வேலைக்காரர்களும் இருந்தார்கள். அவர் குதிரையில் பயணம் செய்தார். மனைவி பல்லக்கில் வந்து கொண்டிருந்தார். அவர்கள்தான் உனது பெற்றோர்கள் மீர்சாகேப்."

"நீ சொல்வதை என் நினைவுகள் பின்பற்றி வருகின்றன. மேலே சொல்லிக்கொண்டு போ. இதைக் கேட்பதில் அச்ச மூட்டும் ஆர்வம் அடங்கி இருக்கிறது" என்று அடிக்குரலில் சொன்னேன்.

"நாங்கள் ஒரு இடத்தைப் பிடித்து முகாமிட்டிருந்த ஊரில் இஸ்மாயிலும் கணேசாவும் நல்ல உடை அணிந்துகொண்டு பஜாருக்குள் போயிருந்தார்கள். அவர்கள் உன் அப்பாவுடன் அறிமுகம் ஏற்படுத்தி இருந்தார்கள். உன்மீது ஈடுபாடு ஏற்பட்டதற்கான காரணத்தை இஸ்மாயில் பின்னாளில் எங்களிடம் சொல்லியிருக்கிறான். நீ தெருவில் விளையாடிக் கொண்டிருந்திருந்ததை அவன் பார்த்திருக்கிறான். கிராமத்துப் பையன்கள் உன்னை அடிப்பதில் இருந்து மீட்டு உனக்கு

இனிப்பு மிட்டாய்கள் வாங்கிக் கொடுத்திருக்கிறான். பையன்கள் உனது மிட்டாய்களைத் திருடப் பார்த்திருக்கிறார்கள். அதை உன் அம்மாவிடம் சொல்ல வந்து அப்பாவுடனும் அவனுக்கு அறிமுகம் கிடைத்திருக்கிறது. இதெல்லாம் முடிந்து இறுதியில் உனது அப்பா பயணத்தை எங்களுடன் இணைந்து தொடர ஒப்புக்கொண்டார். தன்னுடன் வந்த இளைஞர்களை ஊருக்குத் திருப்பி அனுப்பிவிட்டார் உன் அப்பா. இதெல்லாம் உனக்கு நினைவிருக்கிறதா? நான் முழுசாகச் சொல்லவா?"

"இதெல்லாம் எனக்கு முழுசாக உயிரோட்டமாக நினைவில் இருக்கிறது. ஆனால் நீ தொடர்ந்து சொல்லிக் கொண்டு போ. உன் உதவியில்லாமல் என் வரலாற்றின் மையச் சரடைப் பிடித்துக் கொண்டு போக முடியாது." அவன் மீண்டும் தொடர்ந்தான்.

"அந்த நாட்களில் இஸ்மாயில் நல்ல கம்பீரமான குதிரை யில் வருவான். கணேசாவும் கூட அப்பிடித்தான். உன்மீதான அன்பை வளர்த்துக் கொண்டான். நீயும்கூட அவன்மீது சிநேகமாகத்தான் இருந்தாய். நீ களைப்படையும் போதெல் லாம் உன்னைத் தூக்கித் தோளில் போட்டுக்கொண்டு வரு வான். இந்த விதமாகச் சில நாட்கள் போனது. நாங்கள் இந்தூரை நெருங்கிவிட்டோம். உன் பெற்றோரின் கதையை முடிக்க வேண்டிய கட்டாயமான நேரம் நெருங்கிவிட்டது. உன் அப்பாவிடம் பேச்சுக் கொடுத்ததில் அவரிடம் நிறைய செல்வம் இருப்பதைத் தெரிந்துகொண்டோம், அதிலும் பெரும்பகுதி பணமாக இருந்தது. அதைக் கைப்பற்றுவற்கான ஆவல் எங்களிடம் அதிகரித்தது. நாங்கள் புதையிடத்தைத் தீர்மானித்து விட்டோம். அந்த இடத்தை இப்போதுகூட என்னால் காட்ட முடியும். அது ஒரு ஆற்றிற்குப் பக்கத்தில்தான் இருக்கிறது. கும்பல் ஆற்றைக் கடக்கும் முன்னால் ஜிர்னி கொடுக்கப் பட்டது. நாங்கள் எல்லோரின் கழுத்தையும் நெறித்தோம். கணேசா தான் உன் அம்மாவின் கழுத்தை நெறித்தான். எனக்கு வயதானதொரு கிழவியை ஒதுக்கி இருந்தார்கள். இஸ்மாயிலுக்கும் பங்கு இருந்தது. அது உன் அப்பாவாக இருக்கும் என்று நினைக்கிறேன். அன்று முழுதும் நீ இஸ்மாயில் குதிரையில் வந்து கொண்டிருந்தாய். அன்று மழைவேறு பெய்து கொண்டே இருந்தது. பாதி ஆறு கடக்கும் போது ஜிர்னி கொடுக்கப்பட்டிருந்தபோது நீ குதிரையில் இருந்து தண்ணீரில் விழுந்துவிட்டாய். கணேசா உன்னை நோக்கி ஓடி வந்து கழுத்தில் சுருக்குபோட இருந்தான்.

ஆனால் இந்த நடவடிக்கையைப் பார்த்த இஸ்மாயில் உன்னைக் கொல்லவிடாமல் தடுப்பதற்குத் தன் உயிரையும் கொடுத்துப் போராடினான். உனக்காகக் கடுமையானசண்டை நடந்தது. லாஹீக்கள் உடல்களை இழுத்துக்கொண்டு குழிக்கு போயிருந்தார்கள். நீ உன் அம்மாவின் மீது விழுந்து அழுது கொண்டிருந்தாய். உன்னை அம்மாவின் உடலில் இருந்து அகற்றப் பெரும்பாடாகி விட்டது. நீ எல்லோரையும் தூற்றி னாய். சபித்தாய். உனக்காக இஸ்மாயில் மிகவும் சிரமப் பட்டான். பிணங்களை எல்லாம் புதைத்த பிறகு கொள்ளைப் பொருட்களைச் சேகரித்துக் கணக்கிட்டோம். இஸ்மாயில் உன்னைத் தன் குதிரையில் அமர்த்திக்கொண்டான். நாங்கள் வேறு திசையில் பயணித்தோம்.

அந்தப் பயணம் உன்னை எத்தனை வெறுப்பேற்றி இருக்கும் என்று எனக்குத் தெரியாது. அதுவும் ஒரு சின்ன குழந்தையான உனக்குக் கஷ்டமாக இருந்திருக்கும். நாங்கள் ஒரு காட்டை அடைந்தபோது நீ இறந்துவிட்டாய் என்று எல்லோரும் சொன்னார்கள். என்னை கிராமத்திற்குப் பால் வாங்க அனுப்பி னார்கள். அதில் கொஞ்சம் குடித்தாய். உனக்காக கணேசாவும் இஸ்மாயிலும் மீண்டும் சண்டையிட்டார்கள். நீ தத்து எடுக் கும் வயதைக் கடந்துவிட்ட குழந்தை என்று கணேசா வாதிட்டான். அவன் உன் கழுத்தை நெறித்திருப்பான். அந்த வெறிதான் இன்றுவரை அவன் மீதான கோபமாக உன்னிடம் தொடர்ந்து கொண்டிருக்கிறது. அவர்கள் மறுபடியும் வாளை உருவி சண்டைக்கு நின்றார்கள். ஆனால் நாங்கள் தான் தடுத்துவிட்டோம். நடந்தது அத்தனையும் நீ தெரிந்துகொள்ள வேண்டும்.

உன்னைத் தூரமாக எடுத்துச் சென்றுவிட்டோம். உனது வீங்கின கழுத்தை நான் தேய்த்துவிட்டேன். இஸ்மாயில் உனக்கு அதிகமான ஓப்பியம் கொடுத்துத் தூங்கவைத்தான். நாங்கள் மீண்டும் சவாரியைத் தொடர்ந்தோம்.

அதற்குப் பிறகு அவர்கள் இருவரும் நண்பர்களாகவே தொடரவில்லை. அந்தக் கோபம் இன்றுவரை அவர்களுக்குள் இருக்கிறது. ஆனால் மேலுக்குத்தான் நாகரீகமாக பேசிக்கொள் கிறார்கள். உள்ளுக்குள் கடுமையான வெறுப்பு இருக்கிறது.

இஸ்மாயில் உன்னைத் தன் வீட்டிற்கு எடுத்துச் சென்று விட்டான். அவனுக்குத் திருமணமாகி இருந்தது. ஆனால் குழந்தை இல்லை. உன்னைத் தன் அன்பைக் காட்டி வளர்த்

தான். தானொரு தந்தையாகவே நடந்துகொண்டான். அவனுக்கு உன்னைக் குறித்து நிறைய பெருமையுணர்வு இருந்தது. இந்தூர் பயணத்தில் உனது தங்கையை அழைத்து வராததற்காக வருந்துவான்.

“எனக்குத்தங்கை இருக்கிறாளா?” பதற்றத்துடன்கேட்டேன்.

“ஆமாம் மீர்சாகேப், உனக்கு ஒரு தங்கை இருந்தாள். பயணத்தில் எடுத்துச் செல்லமுடியாத அளவு மிகவும் பச்சைக் குழந்தையாக இருந்ததால் உன் தந்தை எடுத்து வரவில்லை. இந்தச் சபிக்கப்பட்ட பாதாளத்தில் இருந்து எப்போதாவது உன்னால் மீளமுடிந்தால் அல்லது எக்லேரா போனால் அவளைப் பற்றிய செய்தியை உன்னால் கேட்டுக்கொள்ள முடியும்.”

“இப்போது அவன் பேசுவதெல்லாம் எனது உறைந்துபோன உணர்வுகள் மீதுதான் விழுந்தது. மூச்சே நின்றுவிடும்போல் இருந்தது. கண்கள் இருண்டு வந்தது. என் இதயம் ஏன் இன்னும் நின்று போகாமல் இருக்கிறது? இத்தனைத் துயரங்களையும் ஒருவன் தன் புதைகுழி வரையும் சுமந்து கொண்டு போகவேண்டுமா?”

“ஆம் என் நிலை அப்படித்தான் இருந்தது. நான் வாழ்வதே எத்தனை முடியுமோ அத்தனைத் துயரங்களையும் சுமப்பதற்குத் தான் என்றிருந்தது. எவ்வளவுக்கு எவ்வளவு சந்தோஷமாகவும் அமைதியாகவும் இருந்தேனோ அத்தனைக்கு அத்தனை மனம் காயப்பட்டு சீழ் பிடித்த நிலையில் இருக்கிறேன் இப்போது. எனது காயங்களை நீங்கள் பெற்றிருந்தால் மட்டுமே அதன் வலியை உணர முடியும். அப்போதுதான் சாகேப் என் மீது நீங்கள் இரக்கம் காட்டமுடியும். எனது கடந்த காலங்களில் நினைவுகள் பகலில் மட்டுமல்ல; இரவிலும் என்னுடனே இருந்து என்னை இம்சித்துக் கொண்டிருந்தது. எனது இமைகளில் தூக்கம் வந்து இறங்குவதே இல்லை. அதில் மீண்டும் மீண்டும் என் சகோதரியின் உருவம் வந்து நின்றது. அவளது அழகான கழுத்தை என் கைகள் தீவிரத்துடன் வளைப்பது, அந்த உலோக வில்லைத் தாயத்தைக் கைப்பற்றுவது நினைவுகளில் இருந்து அகலாமல் என் அடிவயிற்றைக் கிழித்தது. சாகேப். இந்த நினைவுகளை என்னில் ஒழித்து வைப்பதற்கு இடமே இல்லை. அதை மறக்க ஓப்பியம் சாப்பிட நினைத்தாலும் நிறைய அளவில் சாப்பிட வேண்டும். தற்காலிக நிவாரணத்திற்குக் கூட. மருந்து சாப்பிட்டால் கனவிலும் கூட அந்தக் காட்சிகள் பூதாகரமாக

ஆக்கிரமித்துக் கொள்ளும். அதைவிட அந்த நிஜத்தை சுமந்து விடுவதே மேலானது. பல சமயங்கள் கண்கள் திறந்திருக்கும் போதே எதிரில் உள்ள காட்சிகள் மறைந்து விடுவது வழக்கமாக ஆகி விட்டது."

"சாகேப் இந்த விதியின் போக்கைக் கேட்டதில் இருந்து பல நாட்கள் நான் என்ன செய்தேன் என்று எனக்கே நினைவில் இல்லை. நான் வெறி கொண்டு விட்டதாகவும் அதனால் பைத்தியம் பிடித்துவிட்டதாகவும் கருதினேன். ஆனால் என் இதயம் வலிமையானது. அதன் வலிமையை யாரும் அத்தனை எளிதில் பறித்துவிடமுடியாது. நான் கொஞ்சங்கொஞ்சமாக மீண்டுவந்தேன். நான் கொன்றது என் தங்கையாக இருக்கக் கூடாது என்று நினைத்து என்னை நானே ஏமாற்றிக்கொள்ள முயற்சித்தேன். ஆனால் என்னால் கொல்லப்பட்டது அவள் தான் என்கிற போது குற்றத்தின் பாதிப்பில் இருந்து என்னால் எப்படித் தப்பிக்க முடியும். என் அப்பாவின் மரணம் பற்றி இந்தக் கிழவன் சொன்னதெல்லாம் என்னுடைய எக்லேரா நினைவுகளைக் கணக்கில்லாமல் கிளறிவிட்டது. எல்லா வற்றிற்கும் மேலாக பழைய அற்ப தாயத்து வில்லைக்காக அவளைக் கொன்றது தெளிவாக நினைவிற்கு வந்தது. அதெல்லாம் நான் இழைத்தத் தீங்குகளுக்கு மறுக்கமுடியாத ஆதாரங்கள். அதனால் அவற்றை என் ஆன்மாவில் புகுந்து அங்கேயே தங்கி விடாமல் முழுமையாக அகற்ற முயன்றேன். நானொரு ஒரு கேடுகெட்ட ஜென்மம், அல்லா தான் எனக்கு ஆதரவு. எனது முடியெல்லாம் நிறம் மாறி விட்டது. உருவமும் பலமும் சிதைந்து விட்டது. இந்தக் கிழத் தக்கி சொன்ன கதையைக் கேட்பதற்கு முன் என்னைப் பார்த்திருந்த யாரும் இப்போதிருக்கும் என்னைப் பார்த்தால் இது நான்தான் என்பதை ஒப்புக்கொள்ள மாட்டார்கள். ஒரு விதமான காய்ச்சல் பீடித்து என்னை எரித்துக் கொண்டிருந்தது. என் நாளங்களில் சபிக்கப்பட்டது போன்ற வேகத்தில் ரத்தம் சூடாக ஓடிக் கொண்டிருந்தது. அய்யோ இரவுகள் தான் எத்தனை பயங்கரமாக இருக்கின்றன. பகலில் தூங்குவதைத் தவிர இரவில் தூங்குவதே இல்லை. இரவுகள் கடந்து இரவுகள், மாதங்களையடுத்து மாதங்கள் எனது துயரங்களுக்குள்ளேயே இப்படியும் அப்படியும் உழன்று கொண்டிருந்தேன். அல்லது எனக்குள் பாறையைப் போல இறுகிக் கிடந்தேன். கழிவிரக்கத் திலும், வேதனையிலும் புலம்பிக் கொண்டிருந்தேன். எனக்கு எதிரான தீர்ப்பு வழங்கப்பட்டது தவிர்த்து எந்த மாற்றங்களும்

என் வாழ்வில் நிகழ்ந்து விடவில்லை. என் மனதை சகோதரி ஆக்கிரமித்த பின்னர் மற்றவர்களைப் பற்றி நினைத்தாலும் அந்த நினைவுகள் வந்த வேகத்தில் கடந்து போய்விடுகின்றன.

நீங்கள் என்னை எவ்வளவு மோசமானவன் என்று நினைத்தாலும், நான் அதற்குத் தகுதியானவன்தான். நான் செய்த காரியங்களை கொஞ்சம்கூட நியாயப்படுத்த விரும்பவில்லை. நான் சொல்வது ஒன்றே ஒன்றுதான். அது விதியின்செயல். சற்றும் பிசகாத விதிப் பயன். ஆனால் பலவீனமானஒன்று எனது குற்றங்களில் இருந்து தண்டனைக்கு வழிவிட்டிருக் கிறது. எனக்கு இடப்பட்ட சாபத்தை ஏற்றுக் கொண்டு அதன் பாரத்தைச் சுமந்துதான் ஆகவேண்டும். எனதுமரணத்திற்காகப் பிரார்த்திக்கிறேன். அதே சமயம் எனது வாழ்விற்கும் இறைவனை வேண்டிக்கொள்கிறேன். எனக்கு இங்கே தண்டனைகள் ஒதுக்கப்பட்டிருந்தாலும், என் ஆன்மா நரகத்திலும் வேகாது. எனக்கு இங்கு அளிக்கப்பட்ட நேரத்தை ஒப்புக்கொண்டு இங்கே என் சரித்திரத்தை முடித்துக் கொள்வதுதான் நல்லது. இந்த உலகத்தைப் பொறுத்த அளவில் நான் இறந்துவிட்ட ஒருவன்தான்.

நாங்கள் பிடிபட்ட நான்காவது ஆண்டில் எனது வயதானக் கூட்டாளி இறந்து விட்டான். கொல்லப்பட்ட என் அப்பாவின் கதையைக் கேட்டு நான் மிகவும் தளர்ந்துவிட்டேன். ஆனால் கிழவன் சொன்னது அத்தனையும் உண்மை. சொல்வதற்கு நான் வற்புறுத்தவில்லை என்றால் சாகப்போகும் இந்த நேரத் தில் மேற்படி கதைகளைச் சொல்லி இருக்கமாட்டான். என் அம்மாவைக் கொன்றது கணேசாதான் என்று கூறியதில் இருந்து மொத்தக்கதையும் உறுதி செய்யப்பட்டுவிட்டது.

கிழவன் இறந்துவிட்ட பின்னர் நான் முற்றிலும் தனித்துவிடப் பட்டேன். எனது தனிமை எனது சிறையதிகாரியின் வருகையின் போது மட்டும், சாப்பாடு கொண்டு வருகிறவனால் மட்டும், இந்தப் பாதை வழியாக காலடி ஓசைகள் கடக்கும் சற்று நேரம் மட்டும் முறியும். இந்தச் சின்ன சாதகங்களை மட்டும் வைத்துக்கொண்டு இந்தக் காலத்தின் மொத்தத் துயரத்தையும் கடந்து கொண்டிருந்தேன். இது ஒன்றுதான் இறுகிப்போன என் உடலை லேசாகத் தளர்த்திவிட்டது. வீணாகிப்போன எனது அங்கங்களில் சொர்க்கத்தின் தூயகாற்றை வீசச்செய்வது போல் இருந்தது.

ஏழாம்ஆண்டில் பாதி ஓடிவிட்டது. அந்தச் சிறை அதிகாரி செத்திருக்கவேண்டும் அல்லது வேலையில் இருந்து நீக்கப்பட்டிருக்க வேண்டும். அவனிடத்தை நிரப்ப இன்னொருவனைப் போட்டிருந்தார்கள். என்னுடைய நிலைமைசற்றே மேம்பட்டது. தனிமை அறையில் இருந்து முதலில் அடைக்கப்பட்ட அறைக்கு மாற்றப்பட்டேன். இந்த இடம் அதிக வெளிச்சத்துடனும், நல்ல காற்றோட்டத்துடனும் இருந்தது. அதிகமான மக்கள் நடமாட்டம் இருந்தது. அவர்களுடைய சலனத்தை மிகுந்த ஆர்வத்துடன் கவனித்துக் கொண்டிருப்பேன். அந்த வகையில் கடந்த காலத்தைத் துளைத்துக் கொண்டிருக்கும் என் மனதிற்கு சின்ன திருப்பம்.

என்னைச் சிறையிட்ட பழைய அரசர் பன்னிரண்டாம் ஆண்டில் இறந்துவிட்டார். சாம்ராஜ்ஜியத்தை வெற்றிகரமாக நடத்திச்சென்ற அரசர் அவர். அரியணைக்குப் பொருத்தமான நபராக விளங்கினார். இதயத்தின் பல துடிப்புகள் புதிய நம்பிக்கைகளைத் தந்தன. ஆனால் நம்பிக்கைகள் அனைத்தும் சுவர்களுக்குள் அடைபட்டுக் கிடக்கும் பரிதாபமான இதயத்திற்குள்ளேயே இறந்துவிட்டன. மற்றவர்களுக்கும் என்னைப் போலவே நம்பிக்கைகள் துளிர்த்துக் கருகி விட்டிருக்கும். நீண்ட காலமாக சிறைத்தண்டனை பெற்றவர்களுக்கு விடுதலை கிடைக்கப் போவதாகத் தகவல் கேள்விப்பட்டோம். அந்த செய்தி கேட்ட நிமிடத்தில் எங்களுக்குள் ஏற்பட்ட கிளர்ச்சியை உங்களால் கற்பனை செய்து பார்க்க முடியாது சாகேப்.

பெரும் எதிர்பார்ப்புகளுடன் காத்திருந்த அந்த நாளும் வந்தது சாகேப். மேலிடத்தில் இருந்து அதிகாரிக்கு உத்தரவு வந்ததும் எனக்கு செய்தி தெரிவிக்கப்பட்டது. நான் அதிகாரி முன்னிலையில் கொண்டு வரப்பட்டேன். எனது சங்கிலிகள் அகற்றப்பட்டன. கையில் ஐந்து ரூபாயும் எனக்காகவே தைக்கப்பட்ட முரட்டுத் துணியினாலான உடையும் அளிக்கப்பட்டது. கடுமையான ஏழாண்டுகளுக்குப் பின் சிறைச் சுவர்களுக்கு வெளியே இனி எனக்கான வாழ்க்கையை ஏதாகிலும்மிச்சமிருந்தால் இந்த உலகத்தில் தேடுவதற்காகத் தள்ளப்பட்டேன்.

பணத்தைக் கொடுத்துவிட்டு அந்த அதிகாரிச் சொன்னான், "எச்சரிக்கை மீர்சாகேப். உனக்கோ வயசாகிவிட்டது. உன் உடலில் ரத்தம் முன்னைப்போல துடிப்புடன் ஓடிக் கொண்டிருக்காது. மீண்டும் பழைய தொழிலில் இறங்கி விடப் போகிறாய் ஜாக்கிரதை. பழையதை மறந்துவிடு.

புன்னகையுடன் அழைக்கும் ஒரு அமைதியை நோக்கிப்போ" என்று அறிவுறுத்தினான்.

நான் அவனுக்கு நன்றி சொல்லிவிட்டுப் புறப்பட்டேன். இரவு கவிகிற வரையும் நகரத்திற்குள் சுற்றித்திரிந்தேன். ஒரு சாப்பாட்டுக் கடையில் பசியைத் தணித்துக்கொண்டேன். அங்கேயே இரவு தலைசாய்க்க இடம் கேட்டேன் கிடைத்தது. நீண்ட வருடங்களுக்குப்பின், இரும்புக் கட்டுகள் இல்லாமல் படுத்து புத்துணர்ச்சியை அளிக்கும் அமைதியான முதல் தூக்கத்தில் ஆழ்ந்தேன். விடிவதற்கு இன்னும் நீண்டநேரம் இருக்கும்பொழுதே எழுந்துவிட்டேன். இந்த விரிந்த உலத்தில் என்னைப் பொருட்படுத்துவார் யாரும் இல்லை. எனக்கு யாரையும் தெரியாது. இந்தப் பெரிய நகரத்தில் என்னை யாருக்குத் தெரியும். இலக்கற்ற நிலை என்மீது பாரமாக அழுத்தியது. நான் என்ன செய்வேன் அல்லது எங்கே போவேன் என்று எனக்குத் தெரியவில்லை. எனது பழைய கூட்டாளிகளைப் பார்க்கலாம் என்ற நம்பிக்கை லேசாகத் தலை தூக்கியது. தன்னை நோக்கிப் பயணிக்குமாறு புந்தேல்கண்ட் இழுத்தது.

என்னுடைய ஆடைகளில் மாற்றம் ஏற்பட்டது. கலாந்தர் பக்கீரிடமிருந்து நீளமான கம்பளிக் குல்லா ஒன்றையும் பலவண்ண அங்கி ஒன்றையும் குறைந்த விலையில் வாங்கி அணிந்து கொண்டேன். இப்படியாகத் தயாரித்துக்கொண்டு வடக்கு வாயிலைக் கடந்து முன்னோக்கிப் பயணித்தேன்.

எல்லாம் நான் நினைத்தபடியே அமைந்தது. கடினமானதாக இருந்தாலும் ஒரு நேர சாப்பாடும் தவறியதில்லை. லக்னோவில் இருந்து ஜலோன் நெடிய பயணத்திற்கு என்னிடமிருந்த சிறியதொகையைக் கொண்டே சமாளித்துவிட்டேன்.ஜலோன் வந்ததும் என் நினைவைவிட்டு அகலாத மகளைப்பார்க்க நேரடியாக முல்லா வீட்டிற்குப்போனேன். என் ஆன்மா அவளைப் பற்றித் தெரிந்துகொள்ளத் துடித்தது. அய்யோ... இறுதியில் ஏமாற்றம்தான் மிஞ்சியது. முல்லா வீட்டில்வேறு யாரோ குடியிருந்தார்கள். அவர்களுக்கு என்மகளைத் தெரியவில்லை. அந்த வயதான மனிதர் டெல்லி சென்று விட்டதாகக் கூறினார்கள். சில வருடங்களுக்கு முன் அப்படிக் கேள்விப்பட்டதாகவும் இப்போது எந்தத் தகவலும் இல்லையென்றும் கூறினார்கள். அவரது மகளைப் பற்றிக் கேட்டேன். அவர் ஒரு பெண்ணை வளர்ப்பு மகளாக ஏற்றுக்

கொண்டிருந்தார். அவளுக்கு ஜலோனில் திருமணம் நடந்தது. அந்தப்பையன் இதே பிரதேசத்தைச் சேர்ந்த கிராமத்தில் இருப்பதாகவும், ஆனால் அதுபற்றிய விபரம் தெரியாது என்றும் கூறினார்கள்.

நான் வாசலுடன் திரும்பிவிட்டேன். நகரதிற்குள் சுதந்திர மாக உலவ முடியாது. நகரத்திற்குப் புறப்பகுதியில் வழக்கமாகப பக்கீர்கள் வசிக்கும் சிறிய தோட்டத்துடன் கூடிய வீடுகளில் சென்று விசாரித்துப் பார்த்தேன். அதில் ஒன்றில் எனது ஆதரவும் காணிக்கையும் பெற்று வந்த முதிய பக்கீர் இருந்தார். இப்போது என் நிலையும் அவருக்குச் சமமாக வந்துவிட்டது. அவருக்கு என்னை அடையாளம் தெரியாது என்று நினைக் கிறேன். யாரும் என்னை அடையாளம் காணாதபடிக்கு உடையில் மாற்றம் செய்திருந்தேன். நான் எனது பழைய நண்பர்களைக் கண்டுபிடிக்க முயற்சித்தேன். பக்கீரைத் தேடிக் கண்டு பிடித்தேன். நான் அவரைப் பிரியும்போதே அவருக்கு வயது அதிகம் ஆகிவிட்டிருந்தது. அவர் எப்போதும் தனது தோட்டத்தை சுத்தமாகப் பராமரிப்பார். ஆனால் இப்போது களைகள் மண்டிக் கிடந்தன. இன்னும்கூட நகரத்திற்குச் சென்று தனது அன்றாடத் தேவைகளுக்காக சிறிது தானியங்களும் மாவும் பெற்று வரும் அளவிற்கு வலிமையுடன் இருந்தார். அவரை இந்த நிலையில் பார்க்க எனக்கு ஆச்சர்யமாக இருந்தது. நான் அவருடன் தங்கிக்கொண்டு வேலைகளையும் சிறிய தேவைகளையும் பங்கிட்டுக்கொள்ள விரும்புவதாகக் கேட்டேன். அவர் எனது வேண்டுகோளை உடனடியாக ஏற்று அங்கேயே தங்கச் சொன்னார். அங்கே தங்கி ஜலோன் வழியாகச் செல்லும் சில தக்கிகளைச் சந்திக்க முடியும் என்று கருதினேன். பின்னாளில் என்னை அவர்களுடன் இணைத்து கொள்ள முடியும் என்று நினைத்தேன்.

நாளாக, நாளாக என்னை அந்தப் பெரியவரிடம் வெளிப் படுத்திக் கொண்டேன். எங்களது முந்தைய நினைவுகள் குறித்துப் பேச்சுக்களில் அவ்வப்போது ஈடுபட்டோம். நான் ஒரு தக் என்பதையும் அவரிடம் கூறினேன். அவர் அதனால் என்னிடம் உறவாடுவதில் மாச்சர்யம் காட்டவில்லை. எனது குற்றவுணர்வுகளை நீண்ட நாட்களுக்கு என்னால் மறைத்து வைத்துக்கொள்ள விரும்பவில்லை. அவரும் காது கொடுப்பதில் ஆர்வம் காட்டியதால் ராஜா என்னை விடுவித்த காலத்தில் இருந்து நான் இங்கு வந்து தங்குகிற காலம் வரையிலும் நான் புரிந்த சாகசங்கள் குறித்து அவரிடம் அவ்வப்போது

பேசிக்கொண்டிருந்தேன். நிறைய குற்றங்கள் புரிந்த எனது பழைய கூட்டாளிகள் நிறைய பேர் இயற்கையாக இறந்து விட்டார்கள். அல்லது சட்டத்தின் பிடியில் அகப்பட்டு தூக்கி லிடப்பட்டிருந்தார்கள். புந்தேல்கண்டின் பழைய தலைவர்கள் சாகசங்களில் இறங்கியிருக்கிறார்கள். நிறைய புதிய தலைவர்கள் உருவாகியிருக்கிறார்கள். அவர் பிரமாதமாகப் போற்றிப்பேசிய இளம் தலைவன் ஒருவன் நான் பார்க்கும்போது சின்னப் பையனாக இருந்தவன்.

அந்த வயதான பக்கீருக்கு உதவிக்கொண்டு எனக்கும் உதவியாக ஒரு நான்குமாத காலம் ஓடியது. தினசரி நகரத் தெருக்களில் சுற்றி வருவதை வழக்கமாகக் கொண்டிருந்தேன். வழக்கமாக ஏழைகள் கையேந்தி நிற்கும் இடங்களில் நின்று பிச்சை பெற்று வந்தேன். என் வாழ்வில் சோகமயமான கட்டமாக இருந்தது. சகிக்க முடியாத நாட்களாக இருந்தாலும் அடுத்து சாகசங்களில் இறங்குவதற்கான வாய்ப்பு அமையும் என்று நம்பிக்கையில் மன உறுதியுடன் இருந்தேன்.

“புதிய சாகசங்களுக்காகவா அமீர் அலி. இத்தனை கடுமை யான தண்டனை பெற்ற பிறகும் தக்கியாக இருப்பதில் இருந்து உன் மனதில் மாற்றம் ஏற்படவில்லையா? என்று நான் ஆச்சர்யமாகக் கேட்டேன்.”

“இல்லை சாகேப். நான் ஏன் என்மனதை மாற்றிக்கொள்ள வேண்டும். இத்தனை துன்பங்கள் பட்ட பின்னர் என் மனது இறுகிவிடாதா? மொத்த மனித இனத்தையும் பழிவாங்க வேண்டும் என்ற எண்ணம் எனக்குள் தலை தூக்கி இருந்தது. எனது இந்தக் கேடுகெட்ட கோலத்தில் இருந்து மீளவேண்டும் என்று நினைத்தேன். சாகசத்திற்காக சாதாரண தக்கியாகவோ அல்லது குழுவின் தலைவனாகவோ சாலையில் இறங்க வேண்டும் என்று நினைத்தேன். அதனால் மீண்டும் தக்கியாகி விட்டேன். இப்போது எனக்கு வயதாகிவிட்டது. எனது முகத் தில் சுருக்கங்கள் விழுந்துவிட்டன, தலைமுடி வெளுத்துக் கொண்டிருக்கிறது. ஆனாலும் இன்னும் என்னிடம் பலமும், ஆற்றலும் இருக்கிறது. என் கைகள் இன்னமும் தனது தந்திர வேலைகளை மறந்துவிடவில்லை. முன்னர் சொன்னதுபோல நான்கு மாதகாலம் கடந்துவிட்டது. ஆனாலும் ஒருதக்கியை யும் நான் ஜலோனில் சந்திக்கவில்லை. தேரீ போவதற்காக எனது பிச்சையில் நான் கொஞ்சம் பணம் சேமித்துவைத்திருந்தேன். நான் அந்த முத்து வியாபாரியுடன் சம்பந்தப்பட்டிருந்த

பிராமண ஜோஷ்யனைச் சந்தித்தால் தக்கி வேலையில் இறங்குவதற்குத் தேவையான பொருளுதவிகளைச் செய்வான் என்ற நம்பிக்கை இருந்தது. முத்து வியாபாரியிடம் கொள்ளையிட்டு நாங்கள் ஜலோன் திரும்பியதும் அவனுக்குரிய பங்கை முறையாக அளித்து விட்டிருந்தேன். அதற்குப்பின் இப்போது அவனைப் பற்றி எதுவும் கேள்விப்படவில்லை. என்றாலும், நான் சந்தித்தால் என் எதிர்பார்ப்பு வீணாகாது என்று நினைத்தேன்.

பல நாட்கள் நடைபயணத்திற்குப் பின் தேரீ சென்றடைந்தேன். எனக்குத் தெரிந்த பல குழுக்கள் சாலையில் இறங்கிவிட்டிருந்ததால் என்னால் அவர்களைக் கிராமத்தில் கண்டுபிடிக்க முடியவில்லை. தக்கிகளைப் பார்க்க முடியாத ஏமாற்றத்தினால் கோவிலுக்கு விரைந்தேன். அங்கே பிராமணனைப் பார்க்க முடிந்தது. என்னுடைய துரதிர்ஷ்டம் அப்படி ஒன்றும் மோசமானதாக இல்லை. பிராமணன் அன்புடனும் இதமாகவும் வரவேற்றான். அவன் தக்கிகளுடன் இன்னும் நெருக்கமான உறவு கொண்டிருந்தான். பல குழுக்களிடத்தில் எனக்கு நல்ல பெயர் இருப்பதையும் ரம்தீன் தலைமையிலான இருபதுபேர் கொண்ட குழு நேற்றுதான் இந்த நகரத்தின் வழியாகக் கடந்து நர்மதா நோக்கிச்செல்லும் சாலையைப் பிடித்துச் சென்றுள்ளதையும் அவன் மூலமாக அறிந்துகொண்டேன்.

"கொஞ்சம் முயற்சித்தால் நீ அவர்களைப் பிடித்துவிடலாம் மீர்சாகேப். நீ ஒரு குழுவின் பழைய தலைவர் என்பதால் அவர்களிடம் நல்ல இடத்தையும் பிடித்துவிடலாம். நான் உன்னைப் பற்றி சில நல்ல வார்த்தைகள் எழுதிக் கொடுக்கிறேன். அது உனக்கு உதவியாக இருக்கும் என்று கூறி அந்தக் குழுவின் ஜமேதாருக்கு நான் யார், எப்படிப்பட்டவன், அவருடனான நெடுநாளையப் பழக்கம் எல்லாவற்றையும் குறிப்பு எழுதிக் கொடுத்தான். அதை வாங்கி வைத்துக்கொண்டு எனது எதிர்காலக் கூட்டாளிகளைத் தேடிப் பயணம் புறப்பட்டேன். இரண்டாம் நாளில் அவர்களைப் பிடித்துவிட்டேன். மிகுந்த மகிழ்ச்சியுடன் வர வேற்றார்கள். பலருக்கு என்னைப்பார்க்க ஆச்சர்யமாக இருந்தது, ஏனென்றால் நான் இறந்து விட்டிருப்பேன் என்று நினைத்திருக்கிறார்கள். எனக்கு கம்பீரமாக உடுத்தி தங்களில் ஒருவனாக்கிக் கொண்டார்கள். அவர்கள் என்மீது காட்டிய பரிவு நைந்துபோன என் மனதிற்கு இதமாக இருந்தது. தனக்கு நிகரான தகுதி வழங்குவதாக ரம்தீன் எனக்கு

வாக்குறுதி அளித்தான். எனது சுருக்குக் கைக்குட்டைக்கு அவசியமான சடங்குகள் முறைப்படி செய்யப்பட்டன. சில நாட்கள் கழித்து நன்றி கூறும் படையல் வெல்லம் பெற்றுத் தின்றேன்."

"சாகேப் இந்தமுறை எப்படிப்பட்ட பயணிகளைச் சந்தித்தோம் என்பதுபோன்ற விபரங்களை எல்லாம் சொன்னால் சலிப் படைந்து விடுவீர்கள். பெரிதாக சொல்லிக்கொள்ளும்படி சிறப்பான செய்திகள் இல்லை ரம்தீன் குழுவில். கும்பெனி பிரதேசங்களிலும், சிந்தியா பகுதிகளிலும் சாகசங்களைத் தவிர்த்துவிட்டு பூர்கான்பூரை ஊடுருவி பயணம் மேற்கொண் டோம். திரும்பும் வழியில் நர்மதா மேல் புண்ணியதலமான ஊம்கார், மண்டுட்டி ஆகிய ஊர்களைக் கடந்துவந்தோம். பின்னால் கண்ட இடங்கள் குறிப்பாக புனித யாத்திரை வருபவர்களுக்கான வழிபாட்டுத்தலங்கள். அதனால் ஜாம் மலைத் தொடரின் அடிவாரத்தில் உஜ்ஜைன் வரையும் பயணிகளுக்கு பாதுகாப்பு தருவதாகக் கூறியதில் பெரும் கொள்ளை எங்களுக்கு வாய்த்தது. அதனால் எனக்கு மட்டும் தனிப்பட்ட முறையில் நானூறு ரூபாய்க்கும் மேல் பங்கு கிடைத்தது. என் மீது அதிர்ஷ்டக் காற்று வீசுவதை இப்போது நீங்கள் பார்க்கலாம். ஆனால் எனது மேலாண்மையிலும், திறமையிலும், நுட்பத்திலும் ரம்தீன் பொறாமை கொண்டான். நாங்கள் அடிக்கடி சண்டையிட்டுக் கொண்டோம். விரைவில் குழுவை விட்டு வெளியேறுவது என்று தீர்மானித்தேன். தக்காணத்திலும், நிஜாம் பிரதேசத்திலும் இன்னும் தக்கிகள் பிடிபடாமல் செழித்த கொள்ளை அடித்து வருவதாக கேள்விப்பட்டு அந்தப் பகுதிகளில் எனது அதிர்ஷ்டம் எப்படி இருக்கிறதென்று பார்க்கலாம் என நினைத்தேன்."

ஆனால் விதி தொடர்ந்து ஒரே திசையில் தனது அதிர்ஷ்டக் காற்றை வீசுவதில்லை. நான் ரம்தீனைப் பிரிந்து சௌகோர் வழியாக சாலையில் இறங்கினேன். பயணத்தில் பழைய கணேசா ஜமேதார் எதிர்பட்டான். ஒரு சிறிய குழுவிற்குதலைமையேற்று மோசமான நிலையில் இருப்பதுபோலத் தோன்றியது. அவ னுடைய மோசமான தோற்றத்தினாலும், அவன்மீது நான் கொண்டிருக்கும் வெறுப்புணர்வினாலும் அவனைச் சந்திப் பதில் ஈடுபாடு காட்டவில்லை. என்னுடைய துரதிர்ஷ்டமான வரலாறும், எனது முதிய சிறைக் கூட்டாளி சொன்ன கதையும் அவன் மீதான வெறுப்பை அதிகரித்திருந்தது. அதனால் வெளிவேஷம் போட்டுக்கொண்டு பேசுவதில்

எனக்கு விருப்பமில்லை. சொல்லப் போனால் அவன்மீது துவேச உணர்வில் இருந்து கொண்டிருக்கிறேன். அவனைப் பழிதீர்த்து திருப்தியடைவதற்கான வாய்ப்பை எதிர்பார்த்து இருக்கிறேன். அவன் மீது வெறுப்பு கொண்டுள்ள அவனது குழுவைச் சேர்ந்த தக்கை எனக்குத் தெரியும். அவன்தன் வயதின் காரணமாக கோபத்தைக் கட்டுப்படுத்திக் கொண்டுள் ளான். நான் யாருடனும் தொடர்பில் இல்லாமல் தனிப்பட்ட முறையில் குழுவை உருவாக்குவதாக இருந்தால் என்னுடன் இணைந்து கொள்வதாக உறுதி கூறியிருக்கிறான். நான் குழுவைத் திரட்ட முயற்சிப்பது கேள்விப்பட்டு பலரும் உடன டியாக இணைந்துகொண்டனர். வயதான பழைய தக்கிகள் என்மீது கொண்டுள்ள நம்பிக்கையும், மரியாதையும் இன்னும் அப்படியே மங்காமல் இருக்கிறது. இப்போது நாற்பது பேர் கொண்ட குழுவை உருவாக்கி இருக்கிறேன். நாங்கள் மிகுந்த அதிர்ஷ்டமான காலகட்டத்தில் இருக்கிறோம். புதிய திசையில் ரேவா ராஜா பிரதேசத்தில் பயணித்து வீட்டிற்குத் திரும்பிக்கொண்டிருக்கிறோம். நாங்கள் நிலை கொண்டுள்ள கிராமம் அதிக போக்குவரத்து அற்ற காட்டுப்பகுதியில் சிந்தியா பிரதேசத்தில் இருந்து சுமாரான தூரத்தில் உள்ளது. சௌகோரில் இருந்து தக்கிகளைப் பிடிப்பதற்கான வேட்டை யில் இறங்கியுள்ள சூழலில் நாங்கள் துரோகத்திற்கு வெகு தொலைவு அப்பால் இருக்கிறோம்.

இங்கே ஒரு இரண்டாண்டு காலம் கடந்தது. நான்விரும் பியபடியே மிகுந்த வலிமையுடனும், சுறுசுறுப்பாகவும் செயல் பட்டுக்கொண்டு இருந்தேன். இரண்டு பருவம் பயணம் சென்று கணிசமான கொள்ளையை சுமந்து வந்தோம். அமீர் அலியின் பெயர் மீண்டும் அச்சமூட்டுகிற ஒன்றாக ஆகி இருக்கிறது. அனேகமாக எனது அடுத்த பயணமே என்னுடைய இறுதிப்பயணமாக அமையும். என் மகளைப்பற்றிய சில தகவல்கள் கிடைத்திருக்கின்றன. சில ஆயிரம் ரூபாய்கள் திரட்டி கையில் வைத்துக்கொண்டு அவளுக்குப் பக்கத்திலேயே குடியமர்ந்து விடலாமா? என்று இருக்கிறேன். ஒட்டு மொத்த மாக தக்கித் தொழிலுக்கு முழுக்குப் போட்டுவிடலாம் என்று நினைக்கிறேன். எது என்னைத் தடுக்கிறது? நான் ஏன் தொழிலை விட்டுவிட வேண்டும். விரக்தியா? ஏனென்று சரியான காரணம் தெரியவில்லை. இதற்கான காலம் நிறை வுற்றது போல் எனக்குத் தோன்றுகிறது. சில நோக்கங்களுக் காக மனிதர்களுக்கு இதுபோன்ற உள்ளுணர்வு ஏற்படும்.

அதை நம்மால் மீற முடியாது. ஆனால் அது நம்மை சரியான பாதைக்குத்தான் இட்டுச் செல்லும். அதை மீறுவோமானால் அழிவிற்கு வழிவகுத்து விடும்.”

நான் இதுவரை இல்லாத அளவிற்கு கல்கத்தா நோக்கி நெடுந்தொலைவுச் செல்லும் பயணம் ஒன்றைத் திட்டமிட்டேன். சகுனங்கள் மிகச்சிறப்பாக இருந்தது. வீட்டைவிட்டு மிகுந்த சந்தோஷத்துடனும் எதிர்பார்ப்புக்களுடனும் கிளம்பினோம். இத்தனைக்கும் ஆங்கிலேயர் அரசாங்கம் என் தலைக்கு ஐநூறு ரூபாய் விலை வைத்துள்ளது. என்றாலும் அதுபற்றிக் கவலை யில்லாமல் நான் கிளம்பிவிட்டேன். அமீர் அலி பெயரைக் கேட்டால் மற்றவர்களுக்கு அச்சமும் நடுக்கமும் ஏற்படுவதை அறிந்து உள்ளூர மகிழ்ந்தேன். என்னை அச்சுறுத்தும் ஆபத்துக்களுக்கு எதிராகத் துணிந்து நின்றேன். அது என்னை முட்டாளாக்கி விட்டது இருந்தாலும் விதி என்மீது பாய்வதாக இருந்தால் எத்தனை எச்சரிக்கையாக இருந்தாலும் அதை மீறி விட முடியாது. இப்போது எனக்குப் புதிதாக வாய்த்திருக்கும் அதிர்ஷ்டம் துரோகம் என்னை நெருங்கவிடாமல் பார்த்துக் கொள்ளும். நல்ல சகுனம் என் பாதையில் எதிர்படும் தடைகளை எல்லாம் தகர்த்து எறியும். தக்கிகள் மீது நடவடிக்கை மேற் கொண்டுள்ள கும்பெனி பிரதேச மாவட்டங்களில் எல்லாம் என்னுடைய வெற்றிகரமான பயணம் தொடர்ந்தது.

தக்கிகளுக்கு பெரும் ஆபத்து நிறைந்த பிரதேசம் என்று கருதப்படும் சௌகோர் பகுதி எனது பயணப்பாதையில் அமைந்திருந்தது. அதை நான் தவிர்த்திருக்க வேண்டும். என் றாலும் எனது தெளிவான திட்டத்தின் மீதும் ரகசியமாக அந்தப் பிரதேசத்தைக் கடந்துவிடலாம் என்ற நம்பிக்கையி னாலும் துணிச்சலுடன இறங்கினேன். சகுனம் சாதகமாக அமைந்ததால் எங்கள் குழுவும் எனது திட்டத்தை ஏகமனதாக ஏற்றுக்கொண்டது. அனைத்து ஆபத்துக்களுடனும் பயணம் மேற்கொண்டேன். இரவு நேரங்களில் மட்டுமே பயணம் செய்ததால் பெரிய கிராமங்களையும் நகரங்களையும் தவிர்க் கமுடிந்தது. வெட்டவெளியில் அல்லது இடிந்துபோன கட்ட டங்களில் அல்லது உள்ளடங்கிய குடிசைகளில் தங்குவதைப் பழக்கமாகக் கொண்டோம். பலிகடாக்கள் பிடிக்க வில்லை. அதன் மூலம் கண்ணுக்குத் தெரியாத ஆபத்திற்கான வாய்ப்பு இருப்பதால் முடிந்த அளவு கவனமாக இருந்தோம். ஆனாலும் ஒன்றிரண்டு கொலைகள் செய்தோம். இன்னும் சில இடங்களில் வெற்றிகரமான கொள்ளை அமைந்ததால் தவ்பனீ சடங்கு முடித்து வெல்லம் சாப்பிட வாய்த்தது.

நான் முன்பே கூறியதுபோல் எங்கள் பயண வழியில் சௌகோர் நெடும் பயணத்திற்குப்பின் நகரத்தை அடைந்து அதற்கு வெகு அருகிலிருந்த கிராமத்தை அன்று மாலையில் அடைந்தோம். ஏற்கனவே மிகவும் சோர்வுற்றிருந்தோம். ஆனாலும் நகரம் அருகில் இருந்ததால் தயங்காமல் நகரத்திற்குச் சென்றோம். சற்று இருட்டியதும் நகரத்தில் எங்களுக்கு நன்கு தெரிந்த ஒரு காலியிடத்தை அடைந்தோம். அங்கே தனியான ஒரு இடத்தில் ஒரு பெரிய கூடாரம் ஒன்று கிடைத்தது. காலையில் விடிவதற்கு முன் எழுந்து மீண்டும் பயணத்தைத் தொடங்க வேண்டும் என்று தீர்மானித்து சீக்கிரமே இரவு உணவை முடித்துவிட்டு யாராவது சந்தேகப்படும்படி தோன்றினால் உடனடியாக எழுப்பச் சொல்லிவிட்டு சுழல் முறையில் ஒரு ஆளை காவலுக்கு நிறுத்திவிட்டுத் தூங்கினோம்.

இரவு கழிந்தது. நான் அதிகாலையிலேயே எழுந்து கொண்டேன். குழு ஆட்களை எழுப்பி பொழுது புலர்வதற்கு முன் நகர வாயிலைக் கடந்துவிட வேண்டும் என்று நினைத்தேன். கூட்டத்தில் ஒருவன், “பயங்கரமான ஆபத்துக்களை எல்லாம் கடந்து வந்துவிட்டோம். இனி வருவது நமது சொந்தப் பாதை தான். இந்த இடத்தில் இருந்து மதியத்திற்குள் பத்து காததூரம் சென்று விடலாம், அதற்குப் பின் நமக்கு எந்த பயமும் இல்லை. மனதில் சுமையில்லாமல் பயணம் செய்யலாம்” என்று ஊக்கம் கொடுத்தான். எனது நம்பிக்கையும் அவன் சொன்னது போலத்தான் இருந்தது. ஆனால் துரோகம் தனது வேலையைக் காட்டிவிட்டது. நான் இந்தக் குழுவை உருவாக்கும்போது சந்தேகத்திற்கு இடமற்ற நபர்களைதான் தேர்ந்தெடுத்தேன். அது குறித்து ஆழமாக சிந்தித்து தான் திட்டமிட்டிருந்தேன். நான் பின்னாளில் கேள்விப்பட்ட செய்தி, “இரண்டு துரோகிகள் முன்பே எங்களை காட்டிக்கொடுப்பதற்கு திட்டமிட்டு விட்டார்கள் என்று. இதன் தொடர்ச்சியை நான் உங்களுக்கு கூறுகிறேன். நீங்கள் இப்போது சாலையில் எங்களுடன் இருக்கிறீர்கள். எங்களது ஓட்டத்தை எந்த அளவு வேகமாக ஓடியிருப்போம் என்பதை நீங்களே ஊகியுங்கள்.”

நகரம் எங்கள் பார்வையில் இருந்து மறைந்துவிட்டது. எங்கள் எதிரில் அகலமான, நன்றாக போடப்பட்ட உறுதியான சாலை. அதனால் சரளமாக போக்குவரத்து நடைபெறும் வாய்ப்பு இருக்கிறது. எனவே பிறர் கண்ணில்படாமல் புறச்சாலை வழியாகப் போகத்தீர்மானித்தோம். அதைப் பிடிப்பதற்கு இன்னும் ஒன்றிரண்டு காததூரம் இருக்கலாம். இப்பொழுது நன்றாக விடிந்துவிட்டது. குறைவான தூரத்தில்

பிலிப் மெடோஸ் டெய்லர்

நீரோடை ஒன்று குறுக்கிடுகிறது. நாங்கள் நகரத்தை விட்டுப் புறப்படும்போது யாரும் எங்களைப் பார்க்கவில்லை. எங்கள் காலைக் கடன்களை இங்கே முடித்துக் கொள்ளலாம் என்று யோசனை சொன்னேன். அடுத்த நிலையை அடைவதற்குள் களைப்படைந்து விடாமல் இருப்பது நல்லது. எனது யோசனையை எல்லோரும் ஏற்றுக்கொண்டார்கள். நாங்கள் நீரோடையை அடைந்து எல்லோரும் உடையைக் களைந்து நீரில் உட்கார்ந்துகொண்டோம். உட்கார்ந்து சில நிமிடங்கள் தான் இருக்கும் எங்கள் மீது ஒரு கும்பல் வேகமாக வந்து பாய்ந்தது. அதில் நிறைய எண்ணிக்கையில் காலாட்படை யினரும் குதிரைப் படையினரும் இருந்தனர். அவர்கள் எங்கள் வருகையை எதிர்பார்த்தே பதுங்கி இருந்திருக்க வேண்டும்.

நீரில் இருந்து சற்று தொலைவில் எனது ஆயுதங்களைக் கிடத்தி வைத்திருந்தேன். அவர்களை மீறிவிட முடியும்என்று தான் முதலில் தோன்றியது. ஆனால் நான் மடக்கப்பட்டு விட்டேன். என்னுடைய ஆட்களே இருவர் என்மீதுவிழுந்து என்னைப் பிடித்துக் கொண்டனர். எனது சக்தி அனைத் தையும் திரட்டிப் போராடிக் கொண்டிருந்தபோதே காலாட் படையாட்கள் என்னை முற்றுகையிட்டு விட்டார்கள். என் னைக் கீழே தள்ளி கைகளை பின்னுக்குக் கட்டிவிட்டார்கள். அதிர்ச்சி சில நிமிடங்களிலேயே முடிவிற்கு வந்து விட்டது. எங்கள் குழு ஆட்கள் சிலர் தங்களது வாளை உருவி வந்திருந்த கும்பலுடன் வீச்சில் ஈடுபட்டிருந்தனர். அவர்கள் எங்களுக்கு மேலான வலுவுடன் இருந்ததால் பிடித்து விட்டார்கள். எங்கள் ஆட்கள் சிலர் காயப்பட்டிருந்தார்கள். ஆனால் மொத்தத்தில் பெரும்பாலோர் பிடிபட்டு விட்டோம். எங்கள் ஆட்களில் சிலர் மட்டும் தப்பித்து ஓடிவிட்டார்கள். இதெல்லாம் இப்போது நான் உங்களுக்குச் சொல்கிற நேரத்தில் எல்லாம் முடிந்து விட்டது.

அனைத்திலும் மோசமானது நான் ஆயுதத்தை எடுக்க முடியாமல் தடுக்கப்பட்டது தான். அவை என் கையில் இருந்தி ருந்தால் அவர்கள் அமீர் அலியை உயிருடன் பிடித்திருக்க முடியாது. நான் எனது வாழ்க்கையை மிகவும் நேசித்தேன் சாகேப். நான் பிடிபட்டிருந்தால் உடனே நெஞ்சில் வாளால் குத்திக் கொண்டிருப்பேன். எனக்கு எந்த சந்தோஷத்தையும் தராத எனது வாழ்க்கையை முடித்துக் கொண்டிருப்பேன். மனிதகுலத்தின் மீது நான் கொண்டிருந்த வெறுப்பைத் தணித்துக் கொள்வதற்காகவே இதுவரை என் உயிரைப்

பிடித்துக் கொண்டிருந்தேன். எல்லாம் எனக்குத் தெரியாமல் நடந்துவிட்டது.

அவர்கள் மறைந்திருந்து என் மீது பாய்ந்துவிட்டார்கள். 'இப்போது எங்கே போனது உங்கள் கல்கத்தா பயணம் மீர்சாகேப்' என்றான் அவர்களில் ஒருவன். "உங்கள் நெடிய பயணத்தில் இருந்து தடுக்கப்பட்டு சிறிய பயணத்தில் வசதி யான வீட்டில் பழைய நண்பர்களுடன் சௌகர்யமாக இருக்கப்போகிறீர்கள் மீர்சாகேப்" என்று இன்னொருவன் கேலிபேசினான். "ஆம் ஜமேதார் மீர்சாகிபின் நாட்களில் எல்லாம் கடந்துவிட்டன. அவரது விளையாட்டுக்கள் எல்லாம் பாழசாகிவிட்டன. இப்போது அவருக்கு வேண்டியதெல்லாம் ஒரு புலியின் கூண்டுதான். அதன் வாசனையை அவர் மோப்பம் பிடிக்காமல் இருக்க வேண்டும். நீங்கள் சௌகோருக்கு ஏன் வந்தீர்கள் ஜமேதார். உங்களைப் பிடிப்பதற்கு வெகுமதி அறி வித்துள்ளதை மறந்துவிட்டீர்களா? உண்மையில் நாங்கள் செய்தது நல்ல காரியம்தான். ஆங்கிலேய சாம்ராஜ்ஜியம் எங் களைப் பாராட்டும்."

அவர்கள் குழுவின் தலைவன் அவர்களது கேலிப் பேச்சுக் களைத் தடுத்துவிட்டான். "ரொம்பவும் துள்ளவேண்டாம் எச்ச ரிக்கையாய் இருங்கள்" என்றான். அவர்களது எதிர்பார்ப்புகள் என்ன வென்று புரிந்துகொள்ள முடியவில்லை. எனது ஏளமான, கோபமான பார்வையை எதிர்கொள்ள முடியாமல பின்னால் மறைந்து கொண்டார்கள். என் உப்பைத் தின்றவன் துரோகம் இழைத்ததன் மூலமாகவே இந்த வெற்றி உங்களுக்குச் சாத்தியமானது என்று கத்தினேன்."

எனது கடுமையான வெறுப்பும், வருத்தமும் சேர்ந்த உணர்வற்ற நிலையில் என்னை சௌகோர் நோக்கி கடுங் காவலுடன் இட்டுச்சென்றார்கள். நான் வந்த பாதையிலேயே திருப்பி அழைத்துச் சென்றார்கள். காலை நேரத்து மெல்லிய காற்று என்மீது மோதிக்கடக்கிறது. மூன்றாம் முறையாகச் சிறைப்பட்டிருக்கிறேன். இந்த முறை எனக்கு எந்த நம்பிக் கையும் இல்லை. கடந்த முறைகளிலாவது சின்னச் சின்ன சாத்தியங்கள் இருந்தன. ஆனால் இம்முறை அவை முற்றிலும் துடைத் தொழிக்கப்பட்டிருந்தன. அப்போது நான் இளமைத் துடிப்புடன் இருந்தேன். இளமை எப்போதும் தனக்கு வசதி யான முறையிலேயே சிந்திக்கப் பழகி இருக்கும். ஆனால் என் இதயத்தில் இருந்த உயிரின் வேகம் எப்போதோ

அணைக்கப்பட்டுவிட்டது. அந்த நெருப்பு அத்தனையையும் வாழ்க்கையின் பயங்கர வியப்புகளின் சாகசங்களுக்காகவும், கட்டுப்பாடற்ற சுதந்திரத்திற்காகவும் நான் பயன்படுத்திக் கொண்டுவிட்டேன். உள்ளுக்குள் என்னவாக இருந்தேனோ அதுவாகத்தான் நான் காட்சி தந்தேன். அதேபோல்தான் மீண்டும், மீண்டும் எனக்குக் கிடைக்கிறது. எனக்குத்தெரிந்த வரை ஐரோப்பியர்களின் வளைந்து கொடுக்காத சட்டத்தின் வாயிலாக இப்போது மரணம் எனக்கு மிகவும் பக்கத்தில் இருக்கிறது. அவர்கள் தக்கிகளுக்கு எந்தக் கருணையும் காட்டுவதில்லை. என்னை எவ்வளவு குறைவாக மதித்து வெகுமதி அறிவித்து இருக்கிறார்கள். இதெல்லாம் மோசமான சிந்தனைகள். என்னை மோசமான நாயைப்போல தூக்கிலிட வேண்டும். நான் களத்தில் கொல்லப்படவேண்டும் என்று நினைத்தேன். அப்படி இறந்திருந்தால் அது ஒரு இனிமை யான சாவாக இருந்திருக்கும். நெடிய சொர்க்கத்திற்குஇட்டுச் சென்றிருக்கும். இப்போது அதற்கான வாய்ப்புகள்முற்றாக மறுக்கப்பட்டு விட்டது. என் ஆன்மாவின் மீது குற்றங்கள்சுமத்து வார்கள். அந்த பாரம் என்னை நரகத்தில் அமிழ்த்திவிடும்.

அந்த நேரத்தில் பொங்கிப்பெருகி வரும் சிந்தனைகளை யார்தான் விளக்கிச் சொல்லமுடியும்? ஒரு எண்ணத்தை அடித்துப் போட்டுவிட்டு அதன் மீது இன்னொன்று வந்து ஏறிக் கொள்கிறது. அந்த நிமிடத்தில் எதுவும் நிலைத்த சிந்தனையாக இல்லை. மண்டை குழப்பத்தில் ஓடிக்கொண்டிருக்கிறது. சிப்பாய் காவல் புடைச்சூழ என் நடையை இயந்திரகதியில் நடந்து கொண்டிருக்கிறேன். எனக்கு விருப்பமான காட்சிகள் என் கண்ணிற்கு வந்து போகின்றன. நான் கொல்லப்படும் காட்சியே எனக்குள் நிலைத்து நிற்கிறது. எனக்கு உடனடியாக தூக்குத் தண்டனை நிறைவேற்றப்பட வேண்டும். நேரடியாக சட்டத்திற்கு எதிரான குற்றம் புரிந்த எனக்கு எதற்கு இந்த விசாரணைச் சடங்குகள் எல்லாம்?

நாங்கள் நகரம் சென்றடைந்ததும் தக்கிகளை பிடிப்பதற் கென்றே போடப்பட்ட ஆங்கிலேய அதிகாரி முன்னிலையில் ஆஜர் படுத்தப்பட்டேன். நல்ல உயரமான அழகிய தோற்றம் கொண்ட மனிதர் அவர். என் மீது பார்வையை ஓடவிட்டார். எனக்கான நேரம் முடிந்து விட்டதென்று நான் நினைத்தேன். இன்று இரவு நிம்மதியாகத் தூங்கலாம். அவ்வளவுதான். எந்த மோசமான நிலையையும் எதிர்கொள்ளத் தயாராகி விட்டேன். அதிகாரியின் இறுகிய முகத்தைப் பார்த்தால் இங்கே எந்த

இரக்கத்திறகும் இடமில்லை. அவர் என்னிடம் பேசியதை அப்படியே இங்கு ஒப்பிக்கிறேன்.

"ஆக நீ தானே அமீர் அலி இல்லையா? இறுதியில் என் கைகளுக்குள் அகப்பட்டுக்கொண்டாய். உன்மீது சாட்டப்பட்டுள்ள குற்றங்களை நீ அறிவாயா? அதற்காகத்தான் நீ இங்கே கொண்டு வரப்பட்டிருக்கிறாய்" பக்கத்தில் இருந்த முன்ஷீயை அவனது கையில் உள்ள பட்டியலை வாசிக்கச் சென்னார். "இவன் நிற்கிற தோரணையைப் பார்த்தால் அவை அத்தனையையும் மறுப்பான் போல் இருக்கிறது" என்றார்.

அந்த ஆள் பாரசீக மொழியில் எழுப்பட்டிருந்த காகிதத்தை விவரித்தான். எனது கடந்தகாலத்தின் குற்றங்களை, கொலைகளை தக்க ஆதாரங்களுடன் உண்மையாகப் பதிவு செய்திருந்தார்கள். அவற்றில் சில விடுபட்டிருந்தன. நான் தப்புவதற்கு வழியே இல்லை. அல்லாதான் காப்பாற்ற வேண்டும். ஆனாலும் முகத்தை தைரியமாக வைத்துக்கொண்டேன்.

சாகேப் பகதூர், "இதற்கான ஆதாரங்கள் என்ன? ஆங்கிலேயர்கள் எல்லாம் நீதிக்குப் பேர் போனவர்கள்! நீங்கள்சொன்ன இந்த நீண்ட குற்றச்சாட்டுக்களை இதற்குமுன் நான் காதால் கேட்டதுக்கூட இல்லை. ஆனால் நீதிக்காக நியாயமான விசாரணையை நான் ஆயிரம்முறை கேட்டாலும் மறுக்க மாட்டீர்கள்."

"அது என்ன குற்றமாக இருந்தாலும் கண்டிப்பாக மறுக்க மாட்டோம். உன் மீது சாட்டப்பட்டுள்ள குற்றங்களுக்காக நீ பயப்பட வேண்டாம்."

"அந்த அரசு சாட்சியாளர்களை அழையுங்கள்" என்று உதவியாள ருக்கு உத்தரவிட்டார். அவர்கள் ஒவ்வொருவராக வந்தார்கள். "நீங்கள் என்னிடம் சொன்னதை மீண்டும் சொல்லுங்கள் ஜமேதார் கேட்கட்டும்."

முதலில் வந்தவன் எனது பழைய கூட்டாளி. எனக்கு இந்த துரதிர்ஷ்டங்கள் எல்லாம் நேர்வதற்கு முன்னால் என்னுடன் இருந்தவன். ஜலோன் ராஜா அரசவையினால் என் அப்பா கொல்லப்படுவதற்கு முன் நான் நடத்தியப் பயணத்தில் எங்களுடன் வந்தவன். அவர்கள் சொன்ன குற்றச்சாட்டுகள் எல்லாவற்றையும் ஒரு நிமிடத்தில் உங்களுக்கு விளக்கிவிடுகிறேன், முன்ஷீயின் குழந்தையை இறுதியாக குழிக்குள் தள்ளியதில் இருந்து கடைசியாக முத்து வியாபாரியை கொன்றது வரை அவன் சொல்வதற்கு நீண்ட நேரம் எடுத்துக்கொண்டான்.

அவை எல்லாம் என் நினைவுகளில் புதிதாக ஓடின. அவன் சொன்னதெல்லாம் நூற்றுக்கு நூறு உண்மையாகவும் துல்லிய மாகவும் இருந்தன. என்னால் ஒரு வார்த்தைகூட அவன் சொல்வதை மறுத்துப் பேச முடியாது. அல்லது அவனது ஆதாரங்களில் குறுக்குக் கேள்வி கேட்கமுடியாது. இறுதியாக ஜலோன் ராஜாவின் அரசவையில் வைக்கப்பட்ட அனைத்தை யும் இங்கிலீஷ் அதிகாரிக்கு மறு உறுதிப்படுத்தினான். அதில் ஏதாவது தவறு இருந்தால் மறுக்கும்படி சொன்னான். அத்தோடு மீர்சாகேப் இவை அத்தனையும் என் கண் எதிரில் நடந்த உண்மை. இதற்கு மேலும் இன்னும் பல உண்மைகளை மற்றவர்களால் தரமுடியும். உங்களுக்குத் தெரியுமா பல புதை குழிகளைத் தோண்டிச் சோதித்து விட்டார்கள். மேலும் பல தோண்டப்பட இருக்கின்றன.

“நீ சொன்னவை எல்லாம் அப்படியே உனக்கும் பொருந்தும் என்று சொல்” என்று பதில் சொன்னேன். இறுதியில் எந்த வகையிலும் தப்புவதற்கு இடமில்லாமல் போய்விட்டது. மீண்டும் மீண்டும் ‘உன்னால் பாதிக்கப்பட்டவர்கள்” என்ற வார்த்தைகளைக் கொண்டு என்னை எதுவும் பேசமுடியாமல் செய்துவிட்டான். “அவை எல்லாவற்றையும் நீயும்தான் என் னுடன் இருந்து செய்தாய், அத்தோடு முன்ஷீயின் மகனை வில்லன் கணேசா கொல்வதில் இருந்து நான் காப்பாற்ற முயற்சிக்கும்போது நீ கணேசாவிற்கு ஆதரவாக இருக்க வில்லையா.”

“அதை அவன் ஒப்புக் கொண்டிருக்கிறான்” என்று பல குரல்கள் ஒரே நேரத்தில் ஒலித்தன.

“அமைதி” என்றார் அதிகாரி. மற்ற யாரும் மத்தியில் பேச அனுமதி இல்லை. “நீ என்ன சொல்லியிருக்கிறாய் என்பது புரிகிறதா அமீர் அலி? நீ சொன்னதை எல்லாம் வைத்துப் பார்க்கும்போது நீ தக் என்பதை ஒப்புக்கொள்கிறாய்.”

“நான் சொன்னதைத் திரும்பப் பெறுவதில் எந்த அர்த்தமும் இல்லை” என்று விரக்தியுடன் சொன்னேன். “அதை வைத்தே எல்லாவற்றையும் முடிவு செய்து கொள்ளுங்கள். இதற்குப் பின்னர் என்னிடம் இருந்து ஒரு வார்த்தையும் கேட்டுப்பெற முடியாது. என்ன கடுமையான சித்திரவதைகள் செய்தாலும் நான் வாயைத் திறக்கமாட்டேன்.”

சோதனையை மேலும் தொடர்ந்தார்கள். நான் தக்கி என்ற வகையில் என்னுடன் தொடர்பு கொண்டிருந்தவர்கள் அனைவரையும் கொண்டு வந்து விசாரித்தார்கள். அவர்கள்

அனைவரும் எனக்கு துரோகம் இழைத்ததற்காக அரசாங் கத்திடம் வெகுமதி பெற்றிருந்தார்கள். கடைசி இரண்டு வருடங்களில் நான் செய்த கொலையில் அவர்களும் சம்பந்தப் பட்டிருந்தார்கள். கொலை செய்யப்பட்ட உடல்களை எங்கே புதைத்திருக்கிறோம் என்பது அவர்களுக்குத் தெரியும். இந்த விசாரணை முடிந்த பின்னர் எல்லாவற்றையும் தோண்டிஎடுத்து பதிவு செய்வார்கள். என்னைப் பாதுகாப்புடன் வைத்திருப்ப தற்காக சிறையில் அடைத்தார்கள். இரும்புச் சங்கிலியால் பிணைத்ததோடு செல் எனப்படும் சிறிய அறையில் அடைத் தார்கள்.

எனது மரணம் தீர்மானிக்கப்பட்டது என்று நான் முடிவிற்கு வந்த பின்னரும், தள்ளிப் போட்டுக் கொண்டே வந்தார்கள். நான் நீதிமன்றத்தில் பார்த்த முன்ஷியும் அவருடன் நஜீப் ஜமேதாரும், இன்னும் இரண்டு அரசு சாட்சிகளும் என்னிடம் வந்தார்கள்.

முன்ஷி, "அமீர் அலி உன்னுடைய முடிவு பற்றி அறிவிப்பதற் காக என்னை பகதூர் சாகேப் இங்கே அனுப்பி வைத்தார்" என்றார்.

"நான் இதை ஊகித்திருந்தேன் என்றேன். எனக்கு ஓய்வு சலித்துவிட்டது. நல்ல தக்கிகள் பலர் எனக்கு முன்னால் இறந்துவிட்டார்கள். அமீர் அலி மரணத்திற்கு அஞ்சுபவன் அல்ல என்பதை நீங்கள் பார்க்கத்தான் போகிறீர்கள்."

"நீ சொல்வது சரிதான். நீ தப்புவதற்கு எந்த சாத்தியமும் இல்லை. நாளை அல்லது இரண்டு நாட்களில் கடைசி விசா ரணை வர இருக்கிறது. மேலும் பல உண்மைகளின் தொகுப்பு நான்கு பேருக்கு எதிராகக்கொண்டு வரப்பட்டுள்ளன. ஜலோன் ராஜாவிடம் பெற்ற வாக்குமூலத்துடன் அரசு சாட்சிகள் சொன்னவை ஒத்துப்போகின்றன. அதனால் நீ மரணத்தில் இருந்து தப்பிக்க முடியாது. மரணதண்டனையில் இருந்து தப்பினாலும் தீவாந்திர தண்டனையிலிருந்து தப்பமுடியாது" என்றார் முன்ஷி.

"மரணமா?" என்று கத்தினேன்! மரணத்தை உடனடியாக எனக்குக் கொடுங்கள். முன்ஷி உங்கள் செல்வாக்கைப் பயன் படுத்தி நீதிபதியிடம் எனக்கான மரணதண்டனையைப்பெற்றுக் கொடுங்கள். மீண்டும் எனது தேசத்தைவிட்டு என்னை வெளியில் அனுப்பவேண்டாம். அந்நிய தேசத்தில் என்னை சிறை வைக்கவேண்டாம், இரும்பு வேலைகளை என்னை

செய்ய வைக்கவேண்டாம். எனது கைகள் உழைத்துப் பழக்கப் படாதது. என்னால் அதை எப்படித் தாங்கமுடியும். தீவாந்திரம் அனுப்பப்படுவதைவிட சாவு எவ்வளவோ மேலானது."

"எதற்காக மீர்சாகேப் இரண்டில் ஒன்று என்ற வாய்ப்பை அளிக்கிறார்கள்" என்று கேட்டார் ஜமேதார்.

வாழ்வோ சாவோ இரண்டுமே உன் கையில்தான் இருக்கிறது. நீ எந்த அளவிற்கு நல்ல விதமாக ஊழியம்செய்கிறாயோ அதைப் பொறுத்து ஆங்கிலேய எஜமானர்கள் உன்னை நல்லவிதமாக நடத்துவார்கள்" என்று மற்ற ஜமேதார் விளக்கினான்.

"வேண்டாம் அமீர் அலியை வஞ்சித்த ஒருவன் இந்த வார்த்தையைச் சொல்ல வேண்டாம்" என்று கத்தினேன்.

"துயரத்தில் உழல்கிறவனே நான் சொல்வதைக்கேள். ஒருவன் ஆயிரம் கொலைகளைச் செய்திருந்தாலும், இந்த தேசத்தின் பயங்கரவாதியாக அறியப்பட்டிருந்தாலும் அவனை சாகவிடு வது எங்கள் வழக்கமல்ல. நீ எங்களது அதிகாரத்தின் கீழ் இருக்கிறாய். உனது மரணத்தை யாராலும் தடுக்கமுடியாது. என்றாலும் உனக்கு மற்றொரு வாய்ப்பு அளிக்கப்படுகிறது. அதை ஏற்றுக் கொள்வதும் கொள்ளாததும் உன் விருப்பத்தைப் பொருத்தது. இதில் உன்னை வற்புறுத்தப்போவதில்லை. வீண் விவாதங்கள் பயன் தராது. உடனடியாக நீயும் மற்றவர்களைப் போல அரசு சாட்சியாக மாறிவிட்டால் உனது உயிராவது மிஞ்சும். உண்ண உணவும் உடுக்க உடையும் கிடைக்கும். மரியாதையாக நடத்தப்படுவாய். அல்லது நாயைப்போலக் கொல்லப்படுவாய். எதுவாக இருந்தாலும் உடனடியாகச் சொல்லிவிடு. இனி இதற்குமேல் உன்னிடம் பேசுவதற்கு எனக்கு ஒரு வார்த்தைகூட இல்லை" என்று முன்ஷீ கர்ஜித்தார்.

"அவர்கள் சொல்வதை ஏற்றுக்கொள் அமீர் அலி என்று அரசு சாட்சிகள் அறிவுரை சொன்னார்கள். வெறும் சோற்றுக் காகச் சொல்லவில்லை நீ வாழ்வதற்கான கடைசி வாய்ப்பு" என்றார்கள்.

நான் ஒரு நிமிடம் அமைதியாக இருந்தேன். எனக்கு எதற்கு வாழ்க்கை. இந்த வாழ்க்கையில் என்றென்றைக்கும் அமீர் அலி ஒரு கைக்கூலியாக இருக்க வேண்டுமா? அன்றாட வயிற்றுக்கும் அடிப்படைத் தேவைகளுக்காகவும் இன்னொருவன் தயவில் வாழவேண்டுமா? அவனது தொழிலை தடைசெய்பவர்களுக்கே ஆதரவு அளிக்க வேண்டுமா? "போ அவர்களிடம் சொல்லு நான் முதலில் சாக விரும்புகிறேன். உன் அதிகாரியிடம் போய்

இந்த செய்தியைச் சொல்லு. அவன் அளிக்கும் வாழ்க்கையை ஏற்றுக்கொள்ள தயாராக இல்லை என்று சொல்லு. இன்னும் தனது தன்மானத்தை விட்டுத் தராதவனாக இருக்கிறான் இந்த அமீர் அலி என்று சொல்லு. அவனை இகழ்கிறான் என்று சொல்லு. அவனை மரணம் ஒன்றும் செய்யாது என்று சொல்லு. உயிர்ப் பிச்சையில் வாழ்வதை ஒரு அவமானமாக நினைக்கிறான் என்று சொல்லு."

அவர்கள் என்னை விட்டுப் போய்விட்டார்கள். பெரும் அமைதி என்மீது கவிந்தது. நான் இறக்கப்போகிறேன். எனக்கு சாவு தீர்மானிக்கப்பட்டு விட்டது. நான் அதற்காகப் பயப் படவில்லை. மரணம் என் சிறு வயதிலிருந்து என்னைப் பல முறைப் பார்த்துவிட்டது. சாவின் மூலமாக சொர்க்கத்தின் எல்லையில்லாத சந்தோஷத்தைக் காண விரும்புகிறேன். ஆனால் மீண்டும் மீண்டும் பலவிதமான சிந்தனைகள் என் மனதைத் தாக்குகின்றன. நான் சாகவிருக்கிறேன். எப்படி. ஒரு சிப்பாயைப் போலவோ அல்லது ஒரு சாதாரண மனிதனைப் போலவோ இறக்கப்போவதில்லை. ஆனால் ஒரு கேவலமான திருடனைப்போல சாகவிருக்கிறேன். எனது மரணப் போராட் டத்தை ஆயிரக்கணக்கானவர்கள் கண்டு சிரிக்க, நான் சாக விருக்கிறேன். எனது தூக்கு மேடையில் நின்று நினைத்துப் பார்க்கிறேன். என் கண் முன்னால் பரிதாபகரமான பத்ரிநாத் மரணம் நினைவிற்கு வருகிறது. மரணத்தில் நான் துடிப்பது என் கண் எதிரில் கேவலமான காட்சியாக விரிகிறது. சாவுத்துடிப்பு என் நினைவுகளை விட்டு அகலவே இல்லை. இவையெல்லாம் என் மீது பாரமாக இறங்குகிறது. மறுபுறம் வாழ்க்கை. ஒரு உண்மையான அடிமையின் வாழ்க்கை. ஆனாலும் உயிருடன் இருக்கமுடியும். நான் பாதுகாக்கப்படுவேன். நான் ஐரோப்பியர் களுக்கு உண்மையாக சேவகம் செய்தால் அவர்கள் மனது வைத்தால் பின்னாளில் நான் மீண்டும் விடுதலை கூடச் செய்யப்படலாம்.

இந்தப் போராட்டாம் என் மனதிற்குள் பல நாட்களாக நடந்து கொண்டிருந்தது. இறுதியாக நாளை விசாரணை என்று எனக்குச் சொல்லப்பட்டது. இது உண்மையில் சந்தேகத் திற்கிடமில்லாத மரண நெருக்கடி என்பதை நான் ஒப்புக் கொள்ளத்தான் வேண்டும். தீவாந்திரம் என்ற பேரச்சத்தை விட பயங்கரமானதுதான் தூக்கில் தொங்கி மரணிப்பது. சாகாமல் மற்றவர்களைப்போல உயிர்த்திருப்பது என்ற முன்ஷியின் அறிவுரை எனது தீர்மானம் குறித்து மறுபரிசீலனை செய்யத்

தூண்டுகிறது. கணேசாவும் என் நினைவுகளில் குறுக்கிடுகிறான். நான் அவனை பழி தீர்த்துக்கொள்ள முடியும். நான் மனது வைத்தால் அவனை காட்டிக் கொடுக்க முடியும். அவனைச் சிறைப்பிடிப்பதும் தீர்மானிக்கப்பட்ட விஷயம்தான். ஆனால் அவன் எங்கிருக்கிறான் என்பது எனக்கு மட்டுமே தெரிந்த ரகசியம். அவன் தப்பித்து விட்டாலும் கூட பொதுவாக அவனது மறைவிடம் எனக்குத் தெரியும். என்னுடைய முடிவு நிர்ணியிக்கப்பட்டது. முன்பு இதன் பொருட்டு என்னிடம் பேசிய முன்ஷீயை என்னிடம் அனுப்ப விண்ணப்பித்தேன். அதையடுத்து என்னை காண வந்த அவரிடம் அவர் கொடுத்த மாற்று யோசனையை ஏற்றுக் கொள்வதாக அறிவித்தேன்."

"இப்போது தான் ஒரு மனிதனுக்குரிய நியாயத்துடன் பேசுகிறாய் நீ" என்று அவர் சொன்னார். உனது சேவையை முழுமையாகச் செய்தால் பெரிதும் வரவேற்கப்படுவாய். உன் மீதான நம்பிக்கைக்கு உண்மையாகவும் மதிப்புமிக்க முறையிலும் நடந்து கொண்டால் உன் தகுதியில் உள்ள ஒருவனைப் போல் சிறப்பான முறையில் நடத்தப்படுவாய். அவையெல்லாம் உனக்குப் பின் நாளில் கிடைக்கும். ஆனால் நீ முதலில் எங்கள் எதிர்பார்ப்பை நிறைவேற்ற வேண்டும். இதன் மூலமாக ஐரோப்பியர்களுக்கு விசேசமாகக் கிடைக்கப்போவது ஒன்றும் இல்லை."

"நான் தயார். நான் என்ன செய்யவேண்டும் என்பதை மட்டும் சொன்னால் போதும். அதற்குப் பின்னால் தெரிந்து கொள்வீர்கள் அமீர் அலி எப்படிப்பட்டவன் என்று. தின்ற உப்புக்கு எத்தனை தூரம் உண்மையாக இருக்கிறான் என்று புரிந்து கொள்வீர்கள்."

"ரொம்பவும் நல்லது. இன்னும் நேரம் இருக்கிறது. நான் உன்னை நீதிமன்றத்திற்கு அழைத்துச் செல்கிறேன். அடுத்து நீ என்ன செய்யவேண்டும் என்ற குறிப்புகளை உனக்குக் கொடுப்பார்கள்."

எனது சிறைச் சங்கிலிகள் அகற்றப்பட்டன. மெலிதான வளையம் வலதுகாலில் பொருத்தப்பட்டது. ஆகையால் சுதந்திரமாக நடக்கமுடியும் ஆனால் ஓடமுடியாது. என்னை ஒரு அரசு சாட்சியாளராக ஏற்றுக்கொண்டார்கள். ஆனால் "எனக்கு விதிக்கப்பட்டக் கடமையில் தவறினால், எனக்குத் தெரிந்த தகவல்களைத் தரமறுத்தால், என் மீதான நம்பிக்கையில் சறுக்கல் ஏற்படுமானால் தூக்கு உறுதி" என்ற நிபந்தனையும் விதிக்கப்பட்டது.

"உனக்கு கணேசாவைத் தெரியும்தானே" என்று அதிகாரி கேட்டார்.

"எனக்குத் தெரியும் சாகேப் பகதூர்" அவனை எனக்கு மிக நன்றாகவே தெரியும். "எனக்கு அறிவித்தது போலவே அவனையும் பிடித்துக் கொடுத்தால் வெகுமதி வழங்கப்படும் என்று அறிவித்து இருந்தீர்கள். இப்போது கூட சௌகோரில் இருந்து சில காததூரத்தில்தான் இருக்கிறான்."

"என் ஆட்களை அவன் இருக்கும் இடத்திற்கு அழைத்துச் செல்லமுடியுமா? நினைவிருக்கட்டும் இது உன்மீது நம்பிக்கை வைத்து மேற்கொள்ளும் முதல் காரியம். எனவே உனது அதிக பட்ச திறமையைப் பயன்படுத்தி அவனைப் பிடிக்க வேண்டும். இதுவரை அவனைப் பிடிக்க மேற்கொண்ட பல முயற்சிகளில் இருந்தும் கணேசா தப்பிவிட்டான்."

"இதை என்னிடம் விட்டுவிடுங்கள். என்னால் முடியும். நான் அவனைப் பிடிப்பதற்காகத்தான் வருகிறேன் என்பதை அவன் அறியமாட்டான். உங்கள் ஆட்கள் ஆறுபேரைக் கொடுத்தால் எனது குழுஆட்களாக அவர்களை நடிக்க வைத்துப் பிடித்துத் தருகிறேன். கணேசாவை மட்டுமல்ல; அவனுடன் இருக்கும் ஹும்மித்தையும் பிடித்து விடலாம்."

"ஹும்மித்துமா? அய்யோ அவன் மற்றவர்களைக் காட்டி லும் மிகவும் மோசமானவன் ஆயிற்றே," என்று அதிகாரி ஆச்சர்யப்பட்டான்."

"அவனொரு நல்ல தக். அதற்குமேல் என்னால் ஒன்றும் சொல்லமுடியாது. இருக்கட்டும், நாம் நேரத்தைக் கடத்திக் கொண்டிருக்கிறோம். உங்கள ஆட்கள் தைரியசாலிகளாகவும், துடிப்பானவர்களாகவும் இருக்கவேண்டும். எல்லோர்கையிலும் ஆயுதம் இருக்க வேண்டும், எனக்கும் நீங்கள் வாள் கொடுத்து விடுங்கள்."

"அது கிடைக்காது. உன்னைப் போகச் சொல்கையில் நீ மட்டும் போனால் போதும். இடத்தை மட்டும் காட்டிவிட்டு நகர்ந்துகொள் மற்றதெல்லாம் அவர்கள் பார்த்துக் கொள் வார்கள். நீ எங்கள் ஆட்களை வேறு ஏதாவது செய்து விட் டால்?"

"அப்படியானால் திட்டத்தில் இருந்து நான் விலகிக்கொள் கிறேன். ஒன்று என்னை நம்ப வேண்டும், அல்லது உங்களுக்குச் சாத்தியமான வழியைப் பார்த்துக் கொள்ளுங்கள். அமீர் அலியிடம் கொடுக்கப்பட்ட வேலையில் அவன் பொய்ய

னாகவோ ஏமாற்றுக்காரனாகவோ இருக்கமாட்டான். உங்கள் விருப்பத்தை முடித்துத் தருவதில் ஒன்றுக்கு, இரண்டாக என்னை நம்பலாம். நீங்கள் என்னைச் சந்தேகப்பட்டால் நானும் உங்களைச் சந்தேகப்பட வேண்டியிருக்கும்."

"நீ தைரியமாகத்தான் பேசுகிறாய். நான் உன்னை நம்பு கிறேன்" என்ற முன்ஷீ, "அவனுக்குச் சொந்தமாக ஆயுதம் வழங்குங்கள்" என்று தனது உதவியாளனுக்கு சொல்லிவிட்டு, "நீ சீக்கிரமாகப் போக வேண்டும் அமீர் அலி. எங்கள் ஆட்கள் நீயில்லாமல் காத்துக் கொண்டிருப்பார்கள்" என்று துரித படுத்தினார்.

"இந்த விஷயத்தில் கணேசாவைப் பிடிக்காமல் என் உதட் டிற்குள் உணவுகூட இறங்காது."

அவரை விட்டு அகன்று, அவரது ஆட்களைப் பார்த்தேன். நல்ல திடகாத்திரமான ஆட்கள் ஆறுபேர் இருந்தார்கள்.ஆயுதம் தரித்திருந்தார்கள். நான் அவர்களது பதக்கப் பட்டயங்களை எடுக்கச் செய்தேன். அவர்களது உடையின்மீது மண்ணும் புழுதியும் போட்டு நீண்ட தூரம் பயணித்து வந்தது போன்ற தோற்றத்தை உருவாக்கினேன். எனது இரும்புச் சங்கிலியை சத்தம் எழுப்பாத விதத்தில் உடைக்குள் கட்டி மறைத்துக் கொண்டேன். என் குழு நடையில் இறங்கியது.

கிளம்பும்போது மாலைப்பொழுதாகி விட்டது. நகரத்திற்குள் போவதைத் தவிர்த்தோம். நல்ல சாலையைப் பிடித்து துரித மாகப் போனால் நள்ளிரவிற்குள் நாம் சேரவேண்டிய இடத் திற்குப் போய்விடலாம் என்றேன் அவர்களிடம்."

குழுவின் தலைவன், "அவன் எங்கே இருக்கிறான்" என்று கேட்டான்.

"அவன் பட்டேலுடன் வசிக்கிறான். இந்துச் சாமியார் வேடம் தரித்திருக்கிறான்."

"அப்படியானால் நாங்கள் அவனைப் பார்த்திருக்கிறோம். அவன் நல்ல உயரமாகவும் திட காத்திரமாகவும் இருப்பான் இல்லையா?"

"அவனே தான். ஆனால் நீங்கள் அவனென்று யூகித்திருக்க மாட்டீர்கள். கிட்டத்தட்ட உங்களைப்போல இருப்பான்."

"அது அவன்தான் என்று தெரியாது. தெரிந்திருந்தால் ஒரு வாரத்திற்கு முன்னதாகவே பிடித்திருப்போம்."

“இப்போது உறுதி செய்து விட்டீர்கள் இல்லையா? என் பேரில் நம்பிக்கை இருக்கிறதா?”

“நம்பிக்கை இருக்கிறது. ஆனால் உன் முயற்சியில் தப்பி விட்டாலோ, அல்லது தவறான வழியில் போய்விட்டாலோ என்ன செய்வது?’

“எனக்கு அவன் மீது கடுமையான கோபம் உண்டு, ஏனென்றால் அவன் என் தாயைக் கொன்றவன் என்றேன்.”

நாங்கள் அந்த கிராமத்தை நடுராத்திரியில் அடைந்தோம். எல்லாம் அப்படியே இருந்தன. இருட்டியிருந்தது எனக்கு பெரும் உபகாரம்தான். என்னுடன் வந்தவர்களை மறைவில் இருக்கச்சொல்லிவிட்டு நான் மட்டும் முன்னே பட்டேல் வீட்டை நோக்கிப்போனேன். காவல்காரனைப் பார்த்துச்சொன்னேன், “நீ மட்டும் என்னுடன் வா. மற்றவர்களை எல்லாம் இங்கேயே இருக்கச் சொல்லு என்றேன். அவனை இங்கே கொண்டு வந்து விடுகிறேன். அதற்குப் பின்னால் நீங்கள் அவனைக் கட்டிப் போடலாம். என்ன உனக்கு பயமாக இருக்கிறதா! அப்படியானால் நான் தனியாகப் போகிறேன். உங்கள் அதிகாரியிடம் நீங்கள் எல்லோரும் கோழைகள் என்று சொல்லிவைக்கிறேன் பரவாயில்லையா என்று கேலி பேசினேன்.”

உடனே ஒருவன், “உன்னை என் பார்வையில் இருந்து மறைய அனுமதிக்கமாட்டேன். எனக்கு அப்படி ஒரு உத்தரவு இருக்கிறது” என்ற அவன் தனது நண்பர்களிடம் சொன்னான். “நானும் போவேன் நான் நீண்ட நேரமாகத திரும்பிவரவில்லை என்றால் நீங்கள் உங்கள் வழியே சௌகோருக்குப் போய்விடுங்கள். நான் கொல்லப்பட்டுவிட்டேன் என்று பொருள்.”

“அந்த அளவிற்கு யாரும் பயப்பட வேண்டாம். அரை மணி நேரத்தில் அல்லது அதைவிடக் குறைவான நேரத்தில் கணேசா இங்கே இருப்பான். நீங்கள் எல்லோரும் தயாராக இருங்கள்” என்று நான் தைரியம் சொன்னேன்.

“மீர்சாகேப் நீ முன்னே போ. நினைவிருக்கட்டும் எனது வாள் தயாராக இருக்கிறது. ஒருவேளை நான் கொல்லப்படலாம், ஆனால் அதற்கு முன்னால் நீ இறந்து விடுவாய் ஜாக்கிரதை” என்றான் காவலன்.

“முட்டாள் நீ இன்னும் என்னை நம்பவில்லை. இல்லையா?” என்று கேட்டேன்.

“இன்னும் இல்லை. வெற்றிகரமாகத் திரும்பிய பிறகுதான் நம்புவேன்” என்றான் அவன்.

நான் தொடர்ந்தேன். “நினைவிருக்கட்டும் நீயோமற்றவர் களோ கணேசாவுடன் பேசக்கூடாது. அவன் இங்கே இருந்தா னென்றால் அவனை வீட்டிற்கு வெளியே வரவழைக்கிறேன். அதற்குப் பின்னர் உங்கள் ஆயுதத்தால் பார்த்துக் கொள்ளுங்கள். அவர்கள் தப்பிக்க முயற்சித்தாலோ அல்லது சந்தேகப்பட்டலோ அவன் மீது விழுந்து பிடித்து விடுங்கள். நான் இங்கிருந்து சௌகோருக்கு எவ்வளவு தூரம் என்று கேட்பேன். அப்போது அவனைப் பிடித்து விடுங்கள். அவர்கள் இருவருக்கு இருவர். கணேசா நல்ல வாள் வீச்சாளன். ஹிம்மத்தும் அப்படித்தான் என்று அவர்களை உஷார்ப்படுத்தினேன்.”

“நானும் உன்னுடன் இணைந்து கொள்கிறேன். இப்போது எனக்கு பயம் இல்லை. நீ ஒரு நம்பிக்கைக்கு உரிய ஆள் தான்” என்றான் காவலன்.

அடுத்த சில அடிகளில் பட்டேல் வீட்டை அடைந்தோம்.தக் உலகின் அவனுடைய பெயரை சொல்லி, “ஜஸ்வந்த், ஜஸ்வந்த் என்று அழைத்தேன். சீக்கிரம் எழுந்து வா, ஏய் என்னைத் தெரியுதா?” நான் ராம்ஸீ மொழியில் பேசினேன். கதவின் தாழ்பாள் நீங்கும் சத்தம்கேட்டது. போர்வையைச சுற்றிக் கொண்டு வாசலுக்கு வந்தான். “யார் என்னை அழைச்சது.”

“உன் நண்பன் அமீர் அலி தான், காணேசா இல்லையா?”

“உள்ளே தான் தூங்குகிறான். எதுக்குக் கேட்கிறாய்.”

“ஹிம்மத் இருக்கிறானா?’

“அவனும் தூங்குகிறான். எதற்கு இரண்டு பேரையும் கேட்கிறாய். இங்கே என்ன கொண்டு வந்திருக்கிறாய். சீக்கிர மாகவோ நிதானமாகவோ சொல். சரி நீ கல்கத்தா போய்க் கொண்டிருப்பதாகக் கேள்விப்பட்டேனே.”

“அத விட்டுட்டு வந்துட்டேன், அதை அப்புறம் சொல்கிறேன். இப்போ நஜீப் வெளியிலே நிற்கிறான். கணேசாவுக்காக கையில ஒருவேலை வைத்திருக்கிறேன். அவசரம் விடிவதற்குள் வேலையை முடித்தாகவேண்டும்.”

“எனக்குப் புரிகிறது. எதாவது பனீஞ் பிடித்து வைத்தி ருக்கிறாயா?”

"அதை நிதானமாகப் பேசிக்கொண்டிருக்க முடியாது, அல்லது உன் பங்கை இழக்க வேண்டி வரும். போய் கணேசாவை எழுப்பு. நான் இருப்பதாகச் சொல்லி அழைத்துவா."

பட்டேல் உள்ளே போனான். நான் நஜீபிடம் சொன்னேன். "தயாராக இருந்து கொள். நான் சொன்ன சமிக்ஞை நினைவிருக்கிறது இல்லையா?"

பட்டேல் கணேசாவை எழுப்புவதை என்னால் கேட்க முடிந்தது. கணேசா தூக்கத்தில் எழ மறுப்பதும், "பின் அமீர் அலியா? எதற்காக என்னை அழைக்கிறான்" என்று கேட்பதும் என்காதில் விழுந்தது. அந்தக் குரலுடன் அந்தப் பெரிய உருவம் கதவிற்குப் பக்கத்தில் வந்து நின்றது. "அட அல்லாஎன் இதயம் எத்தனை வேகமாகத் துடிக்கிறது. அவனைப் பிடிப்பதில் தான் எத்தனை ஆர்வம் எனக்கு."

"இந்த நேரத்தில் எங்கே வந்தாய் அமீர் அலி, இருட்டில் எனக்குச் சரியாகத் தெரியவில்லை."

"இங்கே இருக்கிறேன் என்று சொன்னேன். இருட்டுக்குக் கண் பழகின பின்னர் தான் சரியாகப் பார்க்க முடியும். நான் படிக்கு தூரத்தில் இருக்கிறேன். கைகொடு வா கட்டிக் கொள்வோம்."

"என்னோடு இருவர் மட்டுமே இருக்கிறார்கள். ஒருவேலை இருக்கிறது நீ தயாரா? நாங்கள் சில பலிகடாக்களைப் பிடித்து வைத்திருக்கிறோம், நாங்கள் தனியாக ஒன்றும் செய்ய முடியாது. அவர்கள் நான்கு பேர் இருக்கிறார்கள். நீயும் எங்களுடன் இணைந்து கொண்டால் நல்ல கொள்ளை கிடைக்கும்."

"அவர்கள் எங்கே இருக்கிறார்கள்?"

"அதோ அந்த சந்துக்குப் பக்கத்தில். அங்கே நெருப்பு எரிவதாகப் பாசாங்கு செய்தேன்."

"உன்னுடன் யார் இருக்கிறார்கள்?"

"என் நண்பன் தான். பயப்படுவதற்கு ஒன்றும் இல்லை. நம்மாள் தான்."

"ரம்ஸீ பேசுவானா?"

"இல்லை. இதுவரைப் பேசத் தெரியவில்லை. புது ஆள். ஆனால் நம்பிக்கைக்கு உரிய ஆள். சரி ஹும்மத் எங்கே?"

"இங்கே தான் குறட்டை விட்டுக்கொண்டு இருக்கிறான். உனக்குக்கூட கேட்கும். இதோ இரு வர்ரேன்" என்று சொல்லி விட்டு உள்ளே போய் செருப்பும் வாளும் எடுத்து வந்தான். ஹும்மத்தையும் எழுப்பினான். "அவர்கள் நான்கு பேர் என்று சொன்னாய். நாம் ஐந்து பேர் இருக்கிறோம். பவானீ.. சரியாக இருக்கிறது. நாம் கொள்ளையைப் பகிர்ந்து கொள்ளலாம்."

"இப்போதே இரண்டு மணிநேரம் ஆயிடுச்சி. தாமதமானால் சந்தேகப்படுவார்கள்."

அவன் உள்ளே சென்று முழுத் தயாரிப்புடன் வந்தான். அவனுடன் ஹும்மத்தும் வந்தான். நாங்கள் சலாம்கள் பகிர்ந்து கொண்டோம்.

"வீணாக்குவதற்கு நேரம் இல்லை, சீக்கிரமாக வாருங்கள்."

"இதோ வந்துட்டேன். அந்த ஓடைக்குப் பக்கத்தில் குழி தயாரித்துக் கொள்ளலாம்."

"கண்டிப்பாக அவர்களைப் பார்த்ததும் நீ அவர்களுடன் நேரடியாகப் பேசு."

"யார் அங்கே போறது," என்று அவர்களில் ஒருவன் கேட்டான்.

"என் நண்பன்தான்..." என்றான் அமீர் அலி.

"அப்படியானால் எல்லாம் சரியாக இருக்கும் என்று பதில் வந்தது. வேறொரு சந்தர்ப்பத்தில் எங்களுடன் இணைத்துக் கொள்வோம்."

"இதோ உங்கள் ஆள்" என்று நான் கணேசாவை பிடித்துக் கொண்டு சொன்னேன். நானும் கணேசாவும் கட்டிப் புரண்டோம். மரணவெறியில் தரையில் விழுந்து அடித்துக் கொண்டோம். காவல்காரனின் ஆட்கள் இரண்டுபேர் எனக்கு உதவிக்கு வந்தார்கள். கணேசா தனது இடுப்பில் இருந்த கத்தியை உருவி விட்டான். கொஞ்சம் தவறியிருந்தால் அவன் ஜெயித்திருப்பான். நல்ல வேளையாக நான் அவன் கையைப் பிடித்துவிட்டேன்.

அவன் கையும் காலும் கட்டப்பட்டது. அவனிடமிருந்து என்னை விடுவித்துக்கொண்டேன். அவன் வாயைக் கட்டி விட்டேன் இல்லையென்றால் அவர்களின் சத்தத்தில்கிராமத்து மக்கள் விழித்திருப்பார்கள். அவனது ஆயுந்தங்களை எடுத்த பிறகு வாயைத் துணியால் கட்டினோம். இருட்டும் கரடு முரடான சாலையும் எவ்வளவு அனுமதித்ததோ அந்த அளவு வேகமாக விரைந்தோம்.

விடியும்வரை யாரும் எதுவும் பேசாமல் பயணித்துக் கொண்டிருந்தோம். விடிந்த பின்னர் நான் கணேசாவைப் பார்த்தேன். அவன் முகத்தில் இருந்த வெறியை என்னால் மறக்க முடியாது. நஜீபின் ஆள் கணேசாவின் வாயில் கட்டியிருந்த துணியை எடுத்தான். அவன் விருப்பப்படி பேசவிட்டோம்.

"இறுதியில் என்னைப் பழிவாங்கிவிட்டாய் அமீர் அலி. எனது சாபம் உன்னை சும்மாவிடாது. பவானியின் உண்மைப் பக்தனான என்னுடைய சாபம் உன்னை அழித்துவிடும். உன் வாயில் வைக்கும் உப்பே உனக்கு கசப்பாக மாறும், உனது உணவே ஒருநாள் உனக்கு விஷமாக மாறும்" என்று கத்தினான்.

"ஆமாம், இப்போதான் நீ கணேசா போல் பேசுகிறாய். உண்மைதான் நான் உன்னைப் பழி வாங்கிவிட்டேன். ஆனால் கணக்கு இன்னும் நேராகவில்லை. என் தாயைக் கொன்ற பிசாசு நீ."

"உன் தாயை மட்டுமல்ல உன்னைக்கூட கொன்று போட்டிருக்க வேண்டும். நீ சின்னக் குழந்தையாக இருந்ததால் தப்பித்தாய். ஆனால் உன்னைக் காப்பாற்றிய பாவத்திற்காக அந்த முட்டாள் இஸ்மாயில் சாவைப் பரிசாகப்பெற்றான். ஆனால் உனக்கு இன்னும் காத்திருக்கிறது" என்று வன்மம் பேசினான்.

"ஆனால் அதைப் பார்க்க நீ இருக்கமாட்டாய். நாளை நீ நாயைப் போல தொங்க விடப்பட இருக்கிறாய். அதைப்பார்த்து நான் சந்தோஷப்படுவேன்."

"அமைதி... அமீர் அலி எதற்கு உனது வார்த்தைகளை வீணாக்குகிறாய்" என்றான் காவல்காரன்.

"அவன் எனக்கு இழைத்த துயரங்கள் என் மனம் முழுவதும் நிறைந்து இருக்கிறது. அவன் மீதான வெறுப்பு அவன் சாகும் வரையும் தீராது. அவன் என் தாயைக் கொல்லவில்லையா? அதனால்தானே நான் என் தங்கையை கொல்ல வேண்டி வந்தது. அதனால் தான் இவன்மீது எனக்கு மரண துவேசம் வந்தது. இருந்தாலும் இத்தனை நாள் பொறுத்திருந்தேன்."

நாங்கள் சௌகோரை அடைந்தோம். என்னிடம் தப்பிக்க முடியாமல் கணேசா மாட்டிக்கொண்டது குறித்து அந்த அதிகாரிக்கு மகிழ்ச்சி. இவனைப் பிடித்ததன் மூலம் தக்கிகள் கூட்டத்திற்கு ஒரு மரண அடி வீழ்ந்தது. "உன்னுடைய

கடமையை சரியாக நிறைவேற்றிவிட்டாய் அமீர் அலி" என்றார் அவர்.

அந்த நிமிடத்தில் இருந்து என்மீதான நம்பிக்கையும் எதிர் பார்ப்பும் அவரிடம் உயர்ந்துவிட்டது. பின் எப்போதும் அது குறையாமல் பார்த்துக்கொண்டேன்.

கணேசா மீதான விசாரணை துவங்கியது. நான்முக்கியமான சாட்சியாக இருந்தேன். நானறிந்து அவன் செய்த அத்தனை கொலைகளையும் தெளிவாகச் சொல்லி விட்டேன். என்னு டைய வாக்குமூலம் மற்ற ஆதாரங்களுடன் முழுவதும் ஒத்துப் போனதால் சீக்கிரமாகவே அவனுக்கு மரணதண்டனை அறி விக்கப்பட்டது. அவன் மரணதண்டனை முன் நிற்பதை நான் சந்தோஷமாக ருசித்தேன். அவனது கடைசி நிமிடம்வரை யிலும் அவன் மீது பழிவெறி கொண்டிருந்தேன். அவனைப் பற்றி நான் ஏதாவது சொல்லவேண்டும் என்றால் நான் சொல்ல விரும்புவது இதுதான். எனது நோக்கத்தைப்புரிந்து கொண்ட அதிகாரி, அது மனுஷ தன்மையாகாது என்று அவனை தூக்கிலிடுவதை நான் பார்க்க விடாமல் மறுத்து விட்டார். ஆனால் அவனும் அவனுடன் இன்னும் ஒரு இருபது பேரும் தூக்கிலிடப்படுவதை நான் பார்த்துவிட்டேன். அவனும் என்னைப் பார்த்துவிட்டான். என்னைச் சபித்தான். அவனுடைய சாபத்திற்கு வீர்யம் இல்லை. தங்கள் புனிதம் கெட்டுவிடும் என்று தூக்குக் கயிற்றை தூக்கிலிடுபவன் தொடு வதை அனுமதிக்கவில்லை. தமக்குத் தாமே தங்கள் கழுத்தில் கயிற்றை மாட்டிக்கொண்டார்கள். அவர்கள் அனைவரும் ஒரே நேரத்தில் இணைந்து ஒருவருக்கொருவர் கைகோர்த்து "ஜெய்பவானீ....." என்று மரணக் குரல் எழுப்பினார்கள். அந்த ஒலி தூக்கு மேடையில் எழுந்து வானத்தில் கரைந்தது. அந்தக் கும்பலில் நான் கணேசாவை மட்டும் தனித்துக்கவ னித்தேன். மரணத்தில் துடிப்பதைப் பார்த்து ரசித்து திருப்தி அடைந்தேன். என் சபதத்திற்கான கடனை தூக்கில் தொங்கி தீர்த்து வைத்தான்.

அந்த நிமிடத்திற்குப் பின் என் வாழ்நாள் எந்தச் சுவாரஸ்ய மும் இன்றி எந்தச் செயல்பாடும் இன்றி கழியத் தொடங்கியது. எனது பழைய கூட்டாளிகளை ஒவ்வொருவராக கைது செய் வதற்கான தேடலில் உதவினேன். அவர்கள் இன்னும்கூட அதிக எண்ணிக்கையில் இருக்கிறார்கள். என் வாழ்நாள் உங் களுடன் பயனுள்ள வகையில் கழிந்து கொண்டிருக்கிறது.

நான் சொன்ன தகவல்கள் பலவற்றிற்கு நானே சாட்சியாக இருக்கிறேன் அல்லது சம்பவத்தில் தொடர்புடையவர்கள் மூலமாக நான் கேள்விப்பட்டதாக இருக்கும். நான் எதற்காக வாழவேண்டும் என்ற கேள்வி எனக்குள் அடிக்கடி எழுவதுண்டு. எந்த சந்தோஷமும் இன்றி, எந்த துய்த்தலும் இல்லாமல், என்னைப் பொருட்படுத்துவதற்கு யாரும் இன்றி ஏன் ஒரு மனத் துயரம்கூட இல்லாமல் எனது இருப்பு தொடருவது என்ன நியாயம்? எனக்குள் ஒரே ஒரு மனக்குறை உண்டு, ஆனால் அது என்றைக்கும் என்னை விட்டுப்போகாது. அல்லாவின் விருப்பப்படி தேவதை வந்து எனது கட்டுக்களை விலக்கும்வரை என் மனம் அத்துயரத்தில் உழலும்.

அடிக்கடி என் மகளின் நினைவு வந்து என்னைத் தாக்கி வந்தது. ஆனால் அதையும் கூட மறக்கத்தொடங்கிவிட்டேன். ஆனாலும் முற்றிலும் மறந்துவிட்டேன் என்று என்னால் சொல்லமுடியாது. ஒரு தந்தைமையுடன் அவளை நேசிக்கிறேன். அது என் இருப்பின் கடைசி நிமிடம் வரை நீடிக்கும். அவள் சந்தோஷமாக இருக்கும் போது என்னைப் பற்றி ஏன் நினைக்க வேண்டும்?

என் வாழ்க்கைக் கதையை ஒரு அங்குலம் விடாமல் சொல்லிக்கொண்டு போனதில் உங்களை அடிக்கடி சோர்வுறச் செய்திருப்பேனோ என்ற அச்சம் எனக்கு உண்டு. கொஞ்ச நேரம்கூட வேறெதிலும் ஈடுபடாமல் நெடுநேரம் நினைவுறுத்தி, எந்த ஒரு நினைவையும், ஒரு உணர்வையும் மறைக்காமல் முழுமையாக உங்களிடம் கூறிவிட்டேன். உங்கள் வாசகநண்பர் களுக்கு கூடியவரையில் பதற்றமும், சுவாரஸ்யமும் தரும் பதிவாக இது இருக்கும். அப்படி இருந்தால் அது ஒரு தக்கி வாழ்க்கையின், அவனது சடங்குகளின், அவனது செயல்பாட் டின் உண்மையான சித்திரமாக பிரதிபலிக்கும். அதே நேரம் ஒரு தக்கியான அமீர் அலியாகிய நான் எனது நடவடிக்கைகளை, எனது சாகசங்களை இந்த உலகத்திற்குத் தெரியப்படுத்தி விட்டேன் என்று பெருமைப்படுகிறேன்.

●●●